AA000705

ಅಗ್ನಿದಿವ್ಯ

ಸಾಯಿಸುತೆ

ಸುಧಾ ಎಂಟರ್‌ಪ್ರೈಸಸ್

ನಂ. 761, 8ನೇ ಮುಖ್ಯರಸ್ತೆ, 3ನೇ ಬ್ಲಾಕ್,
ಕೋರಮಂಗಲ, ಬೆಂಗಳೂರು – 560 034.

Agnidivya (Kannada): a social novel written by Smt. Saisuthe; published by Sudha Enterprises, # 761, 8th Main, 3rd Block, Koramangala, Bangalore - 560 034.

ಪ್ರಥಮ ಮುದ್ರಣ	:	2013
ದ್ವಿತೀಯ ಮುದ್ರಣ	:	2020
ಪುಟಗಳು	:	262
ಬೆಲೆ	:	ರೂ. 195
ಉಪಯೋಗಿಸಿದ ಕಾಗದ	:	70 ಜಿ.ಎಸ್.ಎಂ. ಮ್ಯಾಪ್‌ಲಿಥೋ
ಮುಖಪುಟ ವಿನ್ಯಾಸ	:	ಶ್ರೀ ಚಂದ್ರನಾಥ ಆಚಾರ್ಯ
ಹಕ್ಕುಗಳು	:	ಲೇಖಕಿಯವರದು

ಸಗಟು ಮಾರಾಟಗಾರರು
ವಸಂತ ಪ್ರಕಾಶನ
360, 10ನೇ 'ಬಿ' ಮುಖ್ಯರಸ್ತೆ, 3ನೇ ಬ್ಲಾಕ್,
ಜಯನಗರ, ಬೆಂಗಳೂರು – 560 011
ದೂರವಾಣಿ : 080–2 2443996
email : vasantha_prakashana@yahoo.com
website: www.vasanthaprakashana.com

ಅಕ್ಷರ ಜೋಡಣೆ :
ಲೇಜ಼ರ್ ಲೈನ್ ಗ್ರಾಫಿಕ್ಸ್

ಮುದ್ರಣ :
ಶ್ರೀನಿವಾಸ ಬೈಂಡಿಂಗ್ ವರ್ಕ್ಸ್

ಮುನ್ನುಡಿ

ಆತ್ಮೀಯ ಓದುಗರಲ್ಲಿ,

ಈಗ ನಾವೆಷ್ಟು ಸುಖವಾಗಿದ್ದೇವೆ, ಸಂತೃಪ್ತಿಯಿಂದ ಇದ್ದೇವೇ ಎನ್ನುವ ಪ್ರಶ್ನೆ ಹಾಕಿಕೊಂಡರೆ, ಉತ್ತರ ಸ್ವಲ್ಪ ಕಷ್ಟವೇ. ಟೆಕ್ನಾಲಜಿಯಿಂದ ಸಾಕಷ್ಟು ಆರ್ಥಿಕವಾಗಿ, ಸಾಮಾಜಿಕವಾಗಿ ಉದ್ಧಾರವಾಗಿದ್ದೇವೆ ಎನ್ನುವ ಸರಳ ಉತ್ತರ ಸಿಗಬಹುದು.

ಈಗ ಹೆಚ್ಚು ಕಡಿಮೆ ಎಲ್ಲರ ಕೈಯಲ್ಲು ಸ್ಮಾರ್ಟ್‌ಫೋನ್. ಇನ್ನಷ್ಟು ವಿದ್ಯಾವಂತರೆನಿಸಿಕೊಂಡವರ ಕೈಯಲ್ಲಿ ಟ್ಯಾಬ್ಲೆಟ್, ಬ್ಯಾಗಲ್ಲಿ ಲ್ಯಾಪ್‌ಟಾಪ್; ಮನೆಯಲ್ಲಿ ಡೆಸ್ಕ್‌ಟಾಪ್ ಕಂಪ್ಯೂಟರ್ ಜೊತೆಗೆ ಇಂಟರ್‌ನೆಟ್ ಸೌಲಭ್ಯ. ಇವೆಲ್ಲ ಇಲ್ಲದಿದ್ದರೂ ಸುಖವಾಗಿದ್ದ ದಿನಗಳು ಇತ್ತು.

ಆದರೆ ಮಾನವರು ಅಗತ್ಯವಿಲ್ಲದಷ್ಟು ಹಣವನ್ನು ಅಗತ್ಯವಿಲ್ಲದಷ್ಟು ವಸ್ತುಗಳನ್ನು ಕೂಡಿಹಾಕಿಕೊಳ್ಳುವುದರಲ್ಲಿ ನೈತಿಕತೆಯನ್ನು ಮರೆತಿದ್ದಾರೆ. ಈ ಕಾದಂಬರಿಯಲ್ಲಿ ಬರುವ ಶ್ರೀನಿಧಿ ಒಂದು ಸ್ಯಾಂಪಲ್.

ಅವನ ದುರಾಶೆಯ ಅಗ್ನಿಕುಂಡದಲ್ಲಿ ಬೆಂದ ಕುಟುಂಬದ ಒಂದು ಹೂ ದಿವ್ಯ. ಖಂಡಿತ ಈ ದಿವ್ಯ ನಿಮಗೆ ಇಷ್ಟವಾಗುತ್ತಾಳೆ.

ಸುಧಾ ಎಂಟರ್‌ಪ್ರೈಸಸ್ ಪ್ರಕಾಶನ ಸಂಸ್ಥೆಯವರಿಗೂ ಮುಖ ಚಿತ್ರ ಕಲಾವಿದರಿಗೂ ಧನ್ಯವಾದಗಳು.

ಸಾಯಿಸುತೆ

'ಸಾಯಿಸದನ'
12, 2ನೇ ಮುಖ್ಯರಸ್ತೆ, 2ನೇ ಅಡ್ಡರಸ್ತೆ,
ಮಾರುತಿನಗರ, ಕೋಗಿಲೆ ಕ್ರಾಸ್, ಯಲಹಂಕ
ಓಲ್ಡ್ ಟೌನ್, ಬೆಂಗಳೂರು - 560064.
ದೂ.: 080-28571361

ನಮ್ಮಲ್ಲಿ ದೊರೆಯುವ ಸಾಯಿಸುತೆಯವರ ಇತರ ಕಾದಂಬರಿಗಳು

51. ಬೆಳದಿಂಗಳ ಚೆಲುವೆ
52. ಸಪ್ನ ಸಂಭ್ರಮ
53. ವರ್ಷಬಿಂದು
54. ನನ್ನ ಭಾವ ನಿನ್ನ ರಾಗ
55. ಸುಮಧುರ ಭಾರತಿ
56. ಮೌನ ಆಲಾಪನ
57. ಮತ್ತೊಂದು ಬಾಡದ ಹೂ
58. ಶಿಶಿರದ ಇಂಚರ
59. ಸಮನ್ವಿತ
60. ಸ್ವಯಂ ವಧು
61. ಮೊಗ್ಗೊಡೆದ ಮೌನ
62. ಆರಾಧಿತೆ
63. ಹಿಮಗಿರಿಯ ನವಿಲು
64. ಹೊಂಬೆಳಕು
65. ವಸುಂಧರ
66. ಇಂದ್ರಧನಸ್ಸು
67. ದೀಪಾಂಕುರ
68. ಹಂಸ ಪಲ್ಲಕ್ಕಿ
69. ಮಾಗಿಯ ಮಂಜು
70. ಸಾಗರಣ ತರಂಗಿಣಿ
71. ಸ್ವರ್ಗದ ಹೂ
72. ಸಾಫಲ್ಯ
73. ಕೋಗಿಲೆ ಹಾಡಿತು
74. ಬಾಡದ ಹೂ
75. ಅವನೀತ
76. ಅನುಪಲ್ಲವಿ
77. ಮೋಹನ ಮುರಲಿ ಕರೆಯಿತು
78. ಶರದೃತುವಿನ ಚಂದ್ರ
79. ಮಮತೆಯ ಸಂಕೋಲೆ
80. ಕಲ್ಯಾಣಮಸ್ತು
81. ಮುಗಿಲ ತಾರೆ
82. ಮಂತ್ರಾಕ್ಷತೆ
83. ಧವಳ ನಕ್ಷತ್ರ

ಅಗ್ನಿದಿವ್ಯ

ದಿವ್ಯಾ ದೇವರ ಕಟ್ಟೆಗೆ ಬಂದಳು.

ಇದು ಅಚ್ಚರಿಯ ವಿಷಯವೇನಲ್ಲ. ಇಲ್ಲೇ ಹುಟ್ಟಿ ಶಾಲೆ ಕಲಿತು ಈಗ ಬೆಂಗ್ಳೂರಿಗೆ ಹೋಗಿ ಸೇರಿಕೊಂಡಿದ್ದು. ಪಿಯುಸಿ ಕೂಡ ಅಲ್ಲೇ ಆಗಿದ್ದು. ಈಗ ಡಿಗ್ರಿ ಕೋರ್ಸ್‌ಗೆ ಸೇರಿಕೊಂಡಿದ್ದು. ಮಾಮೂಲಿ ಡಿಗ್ರಿಯಲ್ಲ. ಸಾಫ್ಟ್‌ವೇರ್ ಇಂಜಿನಿಯರಿಂಗ್‌ನಲ್ಲಿ ಮೊದಲ ವರ್ಷ ಪೂರೈಸಿ ಎರಡನೇ ವರ್ಷಕ್ಕೆ ಕಾಲಿಟ್ಟಿದ್ದವಳು. ಇವಳ ವಿದ್ಯಾಭ್ಯಾಸದ ಹೊಣೆ ಮಾತ್ರವಲ್ಲ ಇವಳಣ್ಣ ತಿವಿಕ್ರಮನ ಎಜುಕೇಷನ್ ಹೊಣೆ ಕೂಡ ಶ್ರೀನಿಧಿಯವರದೆ. ಅವರು ಹೇಳಿದ್ದೇ ಫೈನಲ್. ತಮಗೆ ಇಷ್ಟವಿದೆಯಾ, ತಮ್ಮಿಂದ ಸಾಧ್ಯವಾ ಎಂದು ಯೋಚಿಸಿಯೆ ಇರಲಿಲ್ಲ ಅಣ್ಣ ತಂಗಿ.

ಸೋದರತ್ತೆಯ ಮಮತೆಯ ಆರೈಕೆಯಲ್ಲಿ ಸುಖಿಗಳು.

ಅವಳಮ್ಮ ಕೌಸಲ್ಯ ಆಗಾಗ ಫೋನ್ ಮಾಡಿ ದಿವ್ಯನ ಮಾತಾಡಿಸುತ್ತಿದ್ದಳು. ಇಂದು ಬೆಳಗ್ಗೆಯೆ "ದಿವ್ಯ, ಕೂಡಲೇ ಹೊರಟ್ಬಾ, ನಿನ್ನತ್ರ ಮಾತಾಡೋದಿದೆ" ಎಂದಾಗಂತು ಅವಳಿಗೆ ಬೆವರು. "ಈಗ್ಲೇನಾ...?" ಕೇಳಿದಕ್ಕೆ "ಹೌದು, ಸ್ವಲ್ಪ ಮಾತಾಡೋದಿದೆ" ಈ ತರಹ ಹೇಳಿದ್ದು ಮೊದಲ ಸಲ. ಒಂಟಿಯಾಗಿಯೇ ಎಷ್ಟೋ ಸಲ ಅಪರೂಪಕ್ಕೆ ಹೋಗಿದ್ದರು, ಅವಳಣ್ಣ ವಿಕ್ಕಿ ಕಾರಿನಲ್ಲಿ ಕರೆದೊಯ್ಯುತ್ತಿದ್ದ. ಹೆಚ್ಚಾಗಿ ಎಲ್ಲರೂ ಕೂಡಿಯೇ ಹೋಗುತ್ತಿದ್ದುದ್ದು."

"ಆಯ್ತು, ಬರ್ತೀನಿ. ಅಣ್ಣನನ್ನು ಕರ್ಕೊಂಡ್ಬರ್ಲಾ?" ಕೇಳಿದಳು.

ಆಕೆ ಯೋಚಿಸಿ "ಕರ್ಕೊಂಡ್ಬಾ, ಇಲ್ಲದಿದ್ದರೆ ನೀನಾದ್ರೂ ಖಂಡಿತ ಬಾ" ಎಂದು ಹೇಳಿ ಲೈನ್ ಕಟ್ ಮಾಡಿದರು. ಶ್ರೀನಿಧಿ, ವಸಂತಲಕ್ಷ್ಮಿ ಯಾರದೋ ವಿವಾಹ ಕಾರ್ಯಕ್ರಮಕ್ಕೆ ಹೋಗಿದ್ದರು. "ಅಣ್ಣ, ಅಮ್ಮ ಫೋನ್ ಮಾಡಿದ್ರು. ಈಗಿಂದಿಗ್ಲೇ ದೇವಿಕಟ್ಟೆಗೆ ಹೋಗ್ಬೇಕು." ಅಂದಾಗ ಕಾರೊರೆಸುತ್ತಿದ್ದ ವಿಕ್ರಮ್ "ಅಂಥದೇನಿರುತ್ತೆ ಅಲ್ಲಿ? ಮಾವ ತೋಟದ ಜವಾಬ್ದಾರಿ ತಗೊಂಡಿರೋದ್ರಿಂದ.... ಅಂಥದೇನು ಇರೋಲ್ಲ. ಅದೇನೂಂತ ವಿಚಾರ್ಸು. ನಾನಂತು ವೆಕೇಷನ್‌ವರ್ಗೂ ಎಲ್ಲಿಗೂ ಬರೋಕ್ಕಾಗೋಲ್ಲ" ಮುಲಾಜಿಲ್ಲದೆ ಹೇಳಿದ. ಅದೇನೂಂತ ಕೇಳೋ ರಿಸ್ಕ್ ಕೂಡ ತಗೊಳ್ಳಲಿಲ್ಲ.

ದೇವಿಕಟ್ಟೆಗೆ ಬಂದಿದ್ದು ದಿವ್ಯ ಒಬ್ಬಳೇ.

ನಿಂಬೆಹಣ್ಣಿನ ಪಾನಕ ತಂದಿತ್ತ ಕೌಸಲ್ಯ ಮಗಳ ಸನ್ನಿಹ ಕೂತರು. "ಗಾಬ್ರಿ...

ಆದೆಯಾ? ನಿನ್ನ ಬಿಟ್ಟು ಯಾರ್ಗೇ ಹೇಳ್ಬೇಕೋ ತೋಚ್ಲಿಲ್ಲ. ನಿಮ್ಮಪ್ಪ ನಿಂಗಂತು ದೊಡ್ಡ ಆಘಾತ. ನಮ್ಗೇ ಇಷ್ಟು ದೂರ ಯೋಚ್ನೆ ಮಾಡೋದು ಗೊತ್ತೆ ಇಲ್ಲ ಕಣೆ" ಮುಗ್ಧವಾಗಿ ಹೇಳಿಕೊಂಡ ಆಕೆಯ ಕಣ್ಣುಗಳಲ್ಲಿ ದಿಕ್ಕು ತೋಚದ ಸ್ಥಿತಿ. ಅಮ್ಮನ ಮುಖದಲ್ಲಿ ಇಂಥ ಭಾವವನ್ನೆ ಅವಳು ನೋಡಿರಲಿಲ್ಲ. ತುಸು ಹೆಚ್ಚಿನಿಸುವಂಥ ಗಾಬರಿಯೆ. ಆದರೂ ಅದನ್ನು ತೋರ್ಪಡಿಸಿಕೊಳ್ಳದೇ ಮನದ ಆತಂಕವನ್ನು ಮುಚ್ಚಿಟ್ಟುಕೊಂಡು ನಸುನಗೆಯನ್ನು ಬೀರುತ್ತ "ಅತ್ತೆ ನಿಂಗೆ ಜರಿ ಅಂಚು ಇರೋ ಎರಡು ಹತ್ತಿ ಸೀರೆ ಕಳ್ಸಿಕೊಟ್ಟಿದ್ದಾರೆ. ತುಂಬಾ ಚೆಂದ ಇದೆ" ಎಂದು ಬ್ಯಾಗ್ ಹತ್ತಿರಕ್ಕೆಳೆದುಕೊಂಡಾಗ ಮೆಲ್ಲಗೆ ಅವಳ ಕೈಮೇಲೆ ಕೈಯಿಟ್ಟು "ಈಗ ಅದ್ನ ನೋಡೋದು ಬೇಡ. ಒಂದಿಷ್ಟು ಮಾತಾಡೋದಿದೆ. ನಿಮ್ಮಪ್ಪ ನಾಲ್ಕು ದಿನದಿಂದ ಸರ್ರ್ಯಾಗಿ ಊಟ ಮಾಡಿಲ್ಲ. ನಿನ್ನ... ಅಜ್ಜ... ಬೇಡ ಬಿಡು" ಅತ್ತಿತ್ತ ನೋಟ ಹರಿಸಿ ಕೈಹಿಡಿದು ಅವಳನ್ನ ಹತ್ತಲಿಗೆ ಎಳೆದೊಯ್ದು" ನಿಂಗ ವಿಷ್ಯ ಗೊತ್ತಾಯ್ತ? ತೋಟನ ಮಾರಿ ಬಿಟ್ಟಿದ್ದಾರೆ ಕಣೇ" ಆಕೆಯ ಕಣ್ಣಲ್ಲಿ ಕಣ್ಣೀರು ಫಳಕ್ಕೆಂದಿತು. ದಿವ್ಯಳ ಎದೆಯ ಬಡಿತವೇರಿತು. ಇಂಥದೊಂದು ವಿಚಾರದ ಕಲ್ಪನೆ ಕೂಡ ಸಾಧ್ಯವಿರಲಿಲ್ಲ. ಇದು ಹೇಗಾಯ್ತು? ಮಾರಿದವರು ಯಾರು? ಸ್ವಲ್ಪ ಚೇತರಿಸಿಕೊಂಡ ದಿವ್ಯ ತಾಯಿಯ ಕೈಯನ್ನು ಅತ್ಯಂತ ಹಗುರವಾಗಿ ಹಿಡಿದುಕೊಂಡು ಬಲವಂತದ ನಗೆ ತುಳುಕಿಸಿದಳು ಮುಖದ ಮೇಲೆ. ತಂದಿದ್ದ ಜರೀ ಅಂಚಿನ ಹತ್ತಿ ಸೀರೆಗಳು ಬ್ಯಾಗ್‌ನಲ್ಲಿ ನರಳಿದವು.

"ಇದ್ನ ಯಾರು ಹೇಳಿದ್ದು? ನಮ್ಮ ತೋಟನ ಬೇರೆ ಯಾರೋ ಹೇಗೆ ಮಾರೋಕೆ ಸಾಧ್ಯ? ತಮಾಷೆ ಮಾಡಿದ್ದಾರೆ."

ಮಗಳ ಮಾತಿಗೆ ಆಕೆ ಅತ್ತೆ ಬಿಟ್ಟರು. "ನಿಜ ಕಣೇ, ಕೊಂಡವರು ಬಂದು ಹೋದ್ರು. ನಿನ್ನ ಅತ್ತೆ ಫೋನ್‌ನಲ್ಲಿ ಏನೇನೋ ಹೇಳಿದ್ರು. ಸರಿಯಾಗಲಿಲ್ಲ ಕಣೇ, ದಿವ್ಯ. ನಾಲ್ಕು ದಿನ ಬಲವಂತಕ್ಕೆ ಬೆಂಗ್ಳೂರಿಗೆ ಬಂದರೆ ಇರುಸುಮುರುಸು. ನಾನು ಹೇಗೋ ನಿಮ್ಮಗಳ ಜೊತೆ ಹಾಗೂ ಹೀಗೂ ದಿನ ದೂಡಿದರು, ನಿನ್ನ ಅಪ್ಪಯ್ಯ ನಿಂತ ಕಾಲಿನಲ್ಲೇ ದೇವರಕಟ್ಟೆಗೆ ಹೊರಡೋರು. ನಿನ್ನ ಅಜ್ಜಯ್ಯ ಅಲ್ಲಿ ಉಳಿದಿದ್ದು ನೆನಪಿದ್ಯಾ? ಇಲ್ಲಿ ಮಾರುತಿಯ ಪೂಜೆಗೆ ವ್ಯವಸ್ಥೆ ಮಾಡಿ ಬಂದಿದ್ದರು. ಚಡಪಡಿಸಿಬಿಡೋರು. ಅವರೆಂದು ಪೂಜೆ ಬಿಟ್ಟು ಅತ್ತಿತ್ತ ಅಲುಗಾಡಿದವರಲ್ಲ. ಅಂದೇನೋ, ಹಣದ ಅಡಚಣೆ ಇದೆಯೆಂದಾಗ ಇಂಥ ಸಮಯಗಳಲ್ಲಿ ಹೆಣ್ಣು ಮಕ್ಕಳಿಗೆ ತವರಿನ ಸಹಾಯ ಬೇಕಾಗುತ್ತೆ. ತೋಟನ ಒತ್ತೆ ಇಟ್ಟು ಹಣ ಪಡೆದು ಆಮೇಲೆ ತೀರಿಸ್ಲೀ ಅನ್ನೋ ಉದ್ದೇಶದಿಂದ ತೋಟದ ಪತ್ರಗಳನ್ನು ಕೊಟ್ಟು ಅವುಗಳು ತೋರಿಸಿದ ಕಡೆಯಲ್ಲೆಲ್ಲ ಅಪ್ಪ, ಮಗ ಸಹಿ ಹಾಕಿಕೊಟ್ಟಿದ್ದು. ಆಮೇಲೆ ವಿಷ್ಯನ ಪ್ರಸ್ತಾಪಿಸಿದ್ದೇ ಇಲ್ಲ. ಹದಿನೈದು ವರ್ಷಗಳೇ ಆಗಿಹೋಗಿತ್ತು. ಈಗ ನಷ್ಟದ ರಾಗ ಹಾಡ್ತ ಇದ್ದಾರೆ. ಜೊತೆಗೆ ತಮ್ದು ಅನ್ನೋ ರೀತಿ ಮಾರಿಕೊಂಡಿದ್ದಾರೆ. ನಂಗೆ ಇದ್ನ ನಂಬೋಕೆ ಆಗ್ತಾ ಇಲ್ಲ" ಕಣ್ಣೀರು ಮಿಡಿದರು.

ವಸಂತಲಕ್ಷ್ಮಿಯನ್ನು ಶ್ರೀನಿಧಿಗೆ ವಿವಾಹ ಮಾಡಿಕೊಟ್ಟ ಮೇಲೆ ಮನೆಯಲ್ಲಿ ಒಂದು

ಎತ್ತರದ ಸ್ಥಾನ ಕಲ್ಪಿಸಿಕೊಟ್ಟಿದ್ದರು. ಅವರೊಂದು ಮಾತಾಡಿದರೆ ಮನೆಯವರೆಲ್ಲ ಅದಕ್ಕೆ ಬದ್ಧರಾಗಿರುತ್ತಿದ್ದರು. ಹುಡುಗರನ್ನ ಕರೆದೊಯ್ದು ಅಲ್ಲೇ ಕಾಲೇಜಿಗೆ ಸೇರಿಕೊಂಡಾಗ ಇಷ್ಟವಿಲ್ಲಧಿದ್ದರೂ ಯಾರು ವಿರೋಧ ಸೂಚಿಸಿರಲಿಲ್ಲ. ಸ್ವಂತ ಮಕ್ಕಳ ಮೇಲಿನ ಮಮತೆ, ಸಲಿಗೆಯಿಂದಲೆ ನೋಡಿಕೊಂಡಿದ್ದರಿಂದ, ದೇವರಕಟ್ಟೆಯ ಜನ ಆರಾಮಾಗಿ ನಿರಾತಂಕವಾಗಿ ಇದ್ದರು. ಆದರೆ ಈಗ ನಂಬಿದವರನ್ನ ನೂಕಿದ್ದು ಪ್ರಪಾತಕ್ಕೆ.

"ಅಮ್ಮ ಸಮಾಧಾನ ಮಾಡ್ಕೋ. ಆಕಸ್ಮಾತ್ ಮಾವ ಅಂಥ ಯೋಚ್ನೇ ಮಾಡಿದ್ರು ಅತ್ತೆ ವಿರೋಧಿಸ್ತಾರೆ. ಅಲ್ಲೇನೋ ಆಗಿದೆ. ನಾನು ಅತ್ತೆ ಹತ್ರ ಮಾತಾಡ್ತೀನಿ" ಎಂದ ದಿವ್ಯ ಮೊಬೈಲ್ ಬಟನ್‌ಗಳನ್ನೊತ್ತಿದ್ದು. ಆ ಕಡೆಯಿಂದ ಕೇಳಿದ್ದು ದೀಪಿಕಾ ದನಿ. "ದಿವ್ಯ ಅದೇನು ಅಷ್ಟೊಂದು ಅರ್ಜೆಂಟಾಗಿ ಹೋಗಿದ್ದು? ನಾನು ಕೂಡ ಬರ್ತಾ ಇದ್ದೆ. ಎಲ್ಲಾ ಅಲ್ಲಿಗೆ ಹೊರಟಿದ್ದಾರೆ. ಏನು ವಿಚಾರ? ಹೇಗಿದ್ದಿ? ಯಾವಾಗ್ಬರ್ತಿ? ಡ್ಯಾಡ್ ಎಲ್ಲಾ ಇಲ್ಲೇ ಇರೋ ಹಾಗೇ ಪ್ಲಾನ್ ಮಾಡಿದರಂತಲ್ಲ" ಹೇಳುತ್ತ ಹೋದಳು. ಅವಳು ಸ್ವಲ್ಪ ಬಾಯಿಬಡಕಿ, ಯಾರಾದರೂ ಫೋನ್ ಮಾಡಿದರೆ, ಇವಳ ಮಾತೆಲ್ಲ ಮುಗಿದ ನಂತರ ಅವರು ಫೋನ್ ಮಾಡಿದಕ್ಕೆ ಕಾರಣ ಹೇಳಬೇಕಿತ್ತು. ಇಂದು..... ಅದೇ! "ಅದೆಲ್ಲ..... ಇರ್ಲಿ, ಸ್ವಲ್ಪ ಅತ್ತೆಗೆ ಫೋನ್ ಕೊಡು" ಹೇಳಿದಳು. "ಈಗ ಸಿಗೋಲ್ಲ ಚೆಕ್‌ಅಪ್‌ಗೇಂತ ಹೋದವರು ಬಂದಿಲ್ಲ. ಅದೇನು ಅಷ್ಟೊಂದು ಅರ್ಜೆಂಟ್?" ದಿವ್ಯಗೆ ಏನು ಹೇಳಬೇಕೋ ಗೊತ್ತಾಗಲಿಲ್ಲ. ವಿಷಯ ತಿಳಿಯದೆ ಸಮಾಧಾನವಿಲ್ಲ.

"ಮನೆಯಲ್ಲಿ ಹೊಸ ವಿಷ್ಯವಿದ್ಯಾ?" ಪ್ರಶ್ನಿಸಿದಳು.

"ಒಂದು..... ತೋಟ ಮಾರಿದ್ದಾರಂತಲ್ಲ. ಎಲ್ಲಾ ಬಂದು ಇಲ್ಲೇ ಉಳ್ಕೋತಾರೆ ಅನ್ನೋ ಮಾತುಕತೆ ನಡೀತಾ ಇದೆ. ಐಯಾಮ್ ವೆರಿ ಹ್ಯಾಪಿ. ಆದರೆ ತೋಟನ ತುಂಬ ಮಿಸ್ ಮಾಡ್ಕೋಬೇಕಲ್ಲ" "ಕಾಲ್ ಕಟ್ ಮಾಡಿ ತುಟಿ ಕಚ್ಚಿ ನಿಧಾನವಾಗಿ ನಂತರ ಉಸಿರುದಬ್ಬಿ "ತೋಟ ಮಾರಿರೋದು ನಿಜ. ಮಾರೋಕೆ ಮುನ್ನ ಅಪ್ಪಯ್ಯನ್ನ, ಕಡೆ ಪಕ್ಷ ಅಜ್ಜಯ್ಯನಾದ್ರೂ ಕೇಳಬೇಕಿತಲ್ವಾ?" ಅಂದ ಅವಳ ದನಿಯಲ್ಲಿ ದುಗುಡವಿತ್ತು.

"ಕೇಳ್ಲಿಲ್ಲ ಕಣೆ, ದಿವ್ಯ. ಮಾರಿದ್ದೀವೀಂತ ಆಮೇಲೆ ವಿಷ್ಯ ಮುಟ್ಸಿಸಿದ್ರು. ನಿನ್ನ ಅಪ್ಪಯ್ಯ ಭೂಮಿಗಿಳ್ದು ಹೋದ್ರು. ಈ ಜಾಗಕ್ಕೆ ಒಗ್ಗಿಕೊಂಡು ಬದ್ಕಿಬಿಟ್ಟಿದ್ದೀವಿ. ಯಾರ್ಗೂ ಬೇರೆಡೆ ನೆಲೆಸಿ ಬದ್ಕೋ ಶಕ್ತಿ ಇಲ್ಲ. ನನ್ನಲ್ಲಿರೋ ಒಡ್ವೇನ್ನೆಲ್ಲ ಮಾರಿಕೊಟ್ಟುಬಿಡೋಣ. ನಾವ್‌ಗಳು ಬದ್ಕಿರೋಷ್ಟು ಕಾಲ ಇಲ್ಲಿರೋಕೆ ಅವಕಾಶ ಮಾಡಿಕೊಡ್ಲಿ. ಲಾಭವೋ, ನಷ್ಟವೋ ತೋಟದ ಯೋಗಕ್ಷೇಮ ನಮ್ಮದಾಗಿ... ಇರ್ಲೀ..... ಮೊದ್ಲು ತಿವಿಕ್ರಮನಿಗೆ ಫೋನ್ ಮಾಡು" ಎಂದರು ಕೌಸಲ್ಯ.

ರಾತ್ರಿ ಎಲ್ಲರು ಕೂತು ಮಾತಾಡಿದರು.

"ತೀರಾ ಕಷ್ಟದಲ್ಲಿ ಇದ್ದೀವಿ. ಅಟೋಮೊಬೈಲ್ ಮುಚ್ಚಿಹೋಗುತ್ತೆ. ತುಂಬಾ ಕಷ್ಟದಲ್ಲಿ ಇದ್ದೀನಿ ಅಂದಾಗ ಸಾಲ ತೆಗೆಯಲು ಮಾತ್ರ ತೋಟದ ಪತ್ರಗಳನ್ನು

ಕೊಟ್ಟಿದ್ದು ಅಷ್ಟೆ. ಆದಷ್ಟು ಬೇಗ ಬಿಡಿಸುವ ಮಾತಾಡಿದ್ದ ಶ್ರೀನಿಧಿ. ತೋಟ ನಮ್ಮ ಸುಪರ್ದಿನಲ್ಲೇ ಇದ್ದಿದ್ದರಿಂದ ಸಾಲ ತೀರಿಯಾಗಿದೆ ಅಂದುಕೊಂಡಿದ್ದೆ. ಆ ಬಗ್ಗೆ ಮಾತೇ ಆಡಿರಲಿಲ್ಲ. ಭೇದ ಎಣಿಸಿದ್ದೇ ಇಲ್ಲ. ಒಂದ್ಮಾತು ಹೇಳಿ ನಮ್ಮ ಅಭಿಪ್ರಾಯ ಕೇಳ್ಬೇಕಿತ್ತು. ಈಗ ನಮ್ಮ ಗತಿಯೇನು?" "ಆನಂದಶರ್ಮ ದುಃಖಿತರಾದರು. ಇದು ಹೇಗೆ ಸಾಧ್ಯ? ಎರಡು ಮನೆಗಳಲ್ಲಿ ವ್ಯತ್ಯಾಸ ಕಾಣದಂತೆ ಬೆಳೆದಿದ್ದರು ಆನಂದಶರ್ಮ ಮತ್ತು ಅವರ ತಂಗಿ ವಸಂತಲಕ್ಷ್ಮಿಯ ಮಕ್ಕಳು.

ಮೌನವಾಗಿ ಕೂತ ವಯಸ್ಸಾದ ಅನಂತಶರ್ಮ ಮುಖದಲ್ಲಿ ಪೂರ್ತಿ ಕಾರ್ಮೋಡಗಳು ಕವಿದಿದ್ದವು. ಇದೊಂದು ದೊಡ್ಡ ಆಘಾತ. ಪ್ರತಿ ವಿಷಯದಲ್ಲೂ ತಮ್ಮ ಸಲಹೆ ಪಡೆಯುತ್ತಿದ್ದ ಅಳಿಯ, ಮಗಳು ಇಲ್ಲಿನ ತೋಟದ ವಿಚಾರದಲ್ಲಿ ಇಷ್ಟೊಂದು ಸ್ವತಂತ್ರವಹಿಸಿದ್ದು ಹೇಗೆ?

"ಅಪ್ಪಯ್ಯ ಹಾಗೇನು ಮಾಡಿರಲಿಕ್ಕಿಲ್ಲ. ಬಹುಶಃ ಮಾತುಕತೆ ಹಂತದಲ್ಲಿ ಇರಬಹುದು. ಕರೆದು ನಿಮ್ಮ ಅಭಿಪ್ರಾಯಗಳನ್ನು ತಿಳಿಸಿದ್ದರಾಗಿತ್ತು" ಸದ್ಯಕ್ಕೆ ಇಂಥ ಒಂದು ಸಲಹೆ ಕೊಟ್ಟಳು. ತೋಟ ಮಾರುವಿಕೆಯಲ್ಲಿ ಇವಳ ವಿರೋಧವೇ! ಇಲ್ಲಿಗೆ ಬಂದರೆ ಹಾರಾಡುವ ಹಕ್ಕಿಯಾಗಿಬಿಡುತ್ತಿದ್ದಳು "ನಂಗೆ ಸಿಟಿ ಲೈಫ್ ಇಷ್ಟವಿಲ್ಲ" ಎಷ್ಟೋ ಸಲ ಹೇಳಿದ್ದುಂಟು. ಆಗ ಒಬ್ಬರಲ್ಲ.... ಒಬ್ಬರು ತಮಾಷೆ ಮಾಡುತ್ತಿದ್ದರು. "ನಿಂಗೆ ಇಲ್ಲಿನ ಸಿಟಿ ಲೈಫ್ ಬೇಡ. ಆರಾಮಾಗಿ ವಿದೇಶಕ್ಕೆ ಹಾರಿಬಿಡು. ಹೇಗೂ ಅನುರಾಗ್ ಕನಸು ಅಲ್ಲಿನದೇ. ಅದ್ಕೇ ಬೇಕಾದಕ್ಕೆ ಬೇಸ್ ಹಾಕ್ಕೋತಾ ಇದ್ದಾನೆ." ಹೌದು ಅನುರಾಗ್ ಮತ್ತು ಇವಳ ವಿವಾಹದ ಬಗ್ಗೆ ಆಗಾಗ ಮಾತುಕತೆಯಾಡುತ್ತಿದ್ದರು. ಆ ವಿಚಾರದ ಬಗ್ಗೆ ಎರಡು ಕುಟುಂಬದಲ್ಲು ತಕರಾರು ಇರಲಿಲ್ಲ. ಜೊತೆಗೆ ಅನುರಾಗ್ ಮತ್ತು ದಿವ್ಯಳ ಸಮ್ಮತಿ ಇತ್ತು! ತೀರಾ ಸರಾಗವಾಗಿ ಹರಿದುಹೋಗುತ್ತಿದ್ದ ನೀರಿನ ಮಧ್ಯೆ ಅಡ್ಡಗಟ್ಟೆ ನಿರ್ಮಾಣವಾಗಿತ್ತು. ಎರಡು ಕುಟುಂಬಗಳ ಮಧ್ಯೆ ಒಂದು ಸಣ್ಣ ಎಳೆಯ ಭಿನ್ನಾಭಿಪ್ರಾಯವಿರಲಿಲ್ಲ. ಈಗ ಹೀಗೆ, ಏನೋ! ಆದರೆ ಇಲ್ಲಿ ಘಟಸ್ಫೋಟ. ಇದಕ್ಕೆ ಯಾರ ಸಮ್ಮತವು ಇಲ್ಲ.

"ಅಮ್ಮ.... ಅಣ್ಣನಿಗೆ... ಹೇಳಿದ್ಯಾ?" ಕೇಳಿದಳು.

"ಹೇಳ್ದೆ, ಅವ್ನು ಅರ್ಥ ಮಾಡಿಕೊಳ್ಳಲೇ ಇಲ್ಲ... ಬಾ... ಅಂದೇ. ಈಗ ಆಗೋಲ್ಲ. ಜಾತ್ರೆ ಹೊತ್ಗೇ ಬರ್ತೀನಿ ಅಂದ. ಆಮೇಲೆ ನಿಂಗೆ ಫೋನ್ ಮಾಡ್ದೇ. ಈಗ್ಲೂ ನಂಗೆ ಇದು ಸುಳ್ಳೂಂತ ಅನ್ನಿಸ್ತಾ ಇದೆ ಕಣೇ. ನೇರವಾಗಿ ಕೇಳೋಕೆ ಬಾಯಿ ಬರೋಲ್ಲ. ಹೇಗೂ ಬಂದಿದ್ದೀಯಲ್ಲ. ಒಂದಿಷ್ಟು ಮಾತಾಡಿ ಸತ್ಯ ತಿಳ್ಕೋ" ಕೌಸಲ್ಯ ಹೇಳಿ ಮೇಲೆದ್ದರು. ಈಗಾಗಲೇ ದೇವರಕಟ್ಟೆಯಲ್ಲಿ ಈ ವಿಚಾರ ಸುದ್ದಿ ಆಗಿತ್ತು. ಮನೆಯವರೆಗೂ ಬಂದು ಕೇಳಿದವರೆಷ್ಟೋ ದೇವಸ್ಥಾನಕ್ಕೆ ಬಂದವರು ಮಾತ್ರ ಹಿರಿಯ ಶರ್ಮ ಅವರನ್ನು ಪ್ರಶ್ನಿಸಲು ಹಿಂಜರಿದಿದ್ದರು.

ದೇವರಕಟ್ಟೆಯ ಹನುಮಂತ, ಮುಖ್ಯಪ್ರಾಣದೇವರ ದೇವಸ್ಥಾನ. ಹಿರಿಯ ಶರ್ಮ ಅವರ ತಾತನ ಕಾಲದಲ್ಲಿ ಗುಡಿ, ಗೋಪುರ ಅಂತಾಯಿತು. ಅದರ ಹಿಂದೆ ಬಟ್ಟ

ಬಯಲಿನಲ್ಲಿ ಹನುಮಂತ ಬಿಸಿಲಿಗೆ, ಮಳೆಗೆ ಮೈಯೊಡ್ಡಿ ನಿಂತಿದ್ದ. ಆಗ ಊರಿನವರ ಸಹಕಾರದಿಂದ ಹಿರಿಯ ಶರ್ಮರ ತಾತ ಗೋವಿಂದಶರ್ಮರು ಮುಂದೆ ನಿಂತು ಗುಡಿ,ಗೋಪುರ ಅಂತ ಮಾಡಿಸಿ ಪ್ರಾಣಪ್ರತಿಷ್ಠೆ ಮಾಡಿಸಿದ್ದರು. ಆ ದಿನವನ್ನು ಲೆಕ್ಕದಲ್ಲಿ ಇಟ್ಟುಕೊಂಡು ವರ್ಷ... ವರ್ಷ ಹೋಮ, ಹವನ, ತೇರು, ಜಾತ್ರೆ ಅಂಥದೆಲ್ಲ ನಡೆಸೋಕೆ ಷುರುವಾಗಿದ್ದು ಇಂದಿಗೂ ನಡೆಯುತ್ತಿದೆ. ಊರಿಂದ ಹೊರಗೆ ಹೋಗಿ ಇದ್ದವರು ಸಹ ಈ ಜಾತ್ರೆಯ ಸಮಯಕ್ಕೆ ಬಂದು ಹರಕೆ ತೀರಿಸಿಕೊಂಡು ಹೋಗುವುದು ಪದ್ಧತಿ. ಅಂಥವರಲ್ಲಿ ವಸಂತಲಕ್ಷ್ಮಿ ಶ್ರೀನಿಧಿ ಕುಟುಂಬವು ಒಂದು. ಅಂಥದ್ದರಲ್ಲಿ ಮಾರುವ ಅಧಿಕಾರ ಕೊಟ್ಟವರು ಯಾರು?

ಮೊಬೈಲ್ ಹಿಡಿದು ದಿವ್ಯ ಮನೆಯಿಂದ ಹೊರಗೆ ಬಂದು ಜಗುಲಿಯ ಮೇಲೆ ಕೂತಳು. ಬಟನ್‌ಗಳನ್ನೊತ್ತಿದಳು ನಿಧಾನವಾಗಿ. ವಿಕ್ಕಿ ಕಾಲ್ ರಿಸೀವ್ ಮಾಡಿಕೊಳ್ಳದಿದ್ದಾಗ, ಅತ್ತೆಯ ಮೊಬೈಲ್‌ಗೆ ಫೋನ್ ಮಾಡಿದಳು.

"ಹಲೋ ದಿವ್ಯಾ ಎಲ್ಲಾ ಹುಷಾರಾಗಿದ್ದಾರಾ? ನಾನೇ ಫೋನ್ ಮಾಡೋಣಾಂತ ಇದ್ದೆ" ವಸಂತಲಕ್ಷ್ಮಿ ಒಂದಿಷ್ಟು ಆತಂಕ ವ್ಯಕ್ತಪಡಿಸಿದರು. "ಏನಿಲ್ಲ ಎಲ್ಲಾ ಆರೋಗ್ಯವಾಗಿದ್ದಾರೆ. ಅತ್ತೆ ಏನು ತಿಳ್ಕೋಬೇಡಿ. ಇದು ಸುಳ್ಳಾಗಿರಬೇಕು. ನಮ್ಮ ಅಂದರೆ ದೇವರಕಟ್ಟೆಯಲ್ಲಿರೋ ತೋಟನ ಯಾರೋ ಕೊಂಡುಕೊಂಡಿದ್ದೀವೀಂತ ಹೇಳ್ಕೊಂಡ್... ಬಂದಿದ್ದರಂತೆ" ತೀರಾ ನಿಧಾನಿಸಿಯೇ ಕೇಳಿದ್ದು. ಮತ್ತೊಮ್ಮೆ ಪ್ರಸ್ತಾಪ.

"ಹೌದೌದು. ನಾವೇ ಊರಿಗೆ ಬಂದು ಹೇಳೋಣಾಂತ ಇದ್ವಿ. ನಾವು ಖರ್ಚು ಮಾಡಿದಷ್ಟು ಕೂಡ ಅದ್ರಿಂದ ಪ್ರತಿಫಲ ಬರ್ತಾ ಇರ್ಲಿಲ್ಲ ವರ್ಷ ವರ್ಷ... ಖರ್ಚೆ ಜಾಸ್ತಿ ಆಗ್ತಾ ಇತ್ತು. ಅದರ ಮೇಲಿನ ಸಾಲಕ್ಕೆ ಬಡ್ಡಿ ತುಂಬಿ ತುಂಬಿ ಸಾಕಾಗಿತ್ತು. ಅದಕ್ಕೆ ನಿಮ್ಮ ಮಾವ ವ್ಯಾಪಾರ ಕುದುರಿಸಿದ್ರು" ಬಹಳ ನೀರಾಳವಾಗಿ ಸೌತೆಕಾಯಿ ಹಚ್ಚಿ ಪಾತ್ರೆಗೆ ತುಂಬಿದಂತೆ ಹೇಳಿದಾಗ ದಿವ್ಯ ಷಾಕಾದಳು. "ಅಂದ್ರೆ, ಇದು... ನಿಜಾನಾ? ತಾತನ್ನ ಕೇಳಬೇಕಾಗಿತ್ತಲ್ಲ. ತಪ್ಪೂಂತ ಅನ್ನಿಸಲ್ಲಿಲ್ವಾ?" ಬಹುಶಃ ಮೊದಲ ಸಲ ಈ ರೀತಿ ಮಾತಾಡುವ ಅವಕಾಶ ಒದಗಿಬಂದಿತ್ತು. ಸೋದರತ್ತೆ ಅಂದರೆ ಸ್ನೇಹ, ಸಲುಗೆ, ಪ್ರೀತಿಯ ಜೊತೆ ಗೌರವವು ಇತ್ತು.

"ಅರೆ, ದೇವರಕಟ್ಟೆಯಂಥ ಊರಿನಲ್ಲಿ ಉಳಿದ ಅಪ್ಪಯ್ಯನಿಗೆ ವ್ಯವಹಾರ ಜ್ಞಾನ ಕಡಿಮೆನೇ. ಇನ್ನು ಅಣ್ಣ, ಅತ್ಗೇ... ಅದೇ ಜಮಾನದ ಜನನೇ. ವಿಕ್ರಮ್ ಹತ್ರ ಮಾತಾಡಿಯೇ ನಿನ್ನ ಮಾವ ಅಡ್ವಾನ್ಸ್ ತಗೊಂಡಿದ್ದು" ಅಂದರು. ದಿವ್ಯಳ ತಲೆ 'ಧೀಂ' ಎಂದಿತು. ಅಂದರೆ ಅಣ್ಣನಿಗೆ ವಿಷಯ ಗೊತ್ತಿದೆ. ಇನ್ನು ಮಾತು ಬೇಡವೆನಿಸಿ "ಅತ್ತೆ ಆಮೇಲೆ ಮಾತಾಡ್ತೀನಿ." ಫೋನ್ ಕಟ್ ಮಾಡಿದಳು. ಅವಳ ಕಣ್ಣಾಲಿಯಲ್ಲಿ ನೀರು ತುಂಬಿಕೊಂಡಿತು. ಅಣ್ಣನ ಬಗ್ಗೆ ಅವಳಿಗೆ ಸದಭಿಪ್ರಾಯವೆ. ಯಾಕೆ, ಹೀಗೆ... ವರ್ತಿಸಿದ? ಇದು ತೀರಾ ಸಾಧಾರಣ ವಿಷಯವೆಂದು ತಿಳಿದನಾ? ಕಾಲೇಜಿನ ಅಪ್ಲಿಕೇಷನ್ ಹಿಡಿದುಕೊಂಡೇ ಅವನು ಸಿಲಿಕಾನ್ ಸಿಟಿಯ ಬಸ್ಸು ಹತ್ತಿದ್ದು.

"ಶಿವಮೊಗ್ಗ.... ತೀರ್ಥಹಳ್ಳಿ, ಸಾಗರದ ಕಾಲೇಜು ಹಿಡಿಯಬಹುದಿತ್ತು" ತಂದೆ ಅಂದಾಗ ತಳ್ಳಿ ಹಾಕಿದ್ದ. "ಬೆಂಗಳೂರಿನಲ್ಲಿ ಸಿಗೋಂಥ ಸೌಲಭ್ಯಗಳು ಅಲ್ಲೆಲ್ಲ ಸಿಗೋಲ್ಲ. ಅತ್ತೆ, ಮಾವ ಅಲ್ಲೇ ಬಂದ್ ಓದ್ಕೋತಾ ಹೇಳಿದ್ದಾರೆ" ಎಂದು ನುಣುಚಿಕೊಂಡ. ಆಗಲೂ 'ಒಳ್ಳೆಯದಾಯ್ತು' ಅಂದುಕೊಂಡಿದ್ದರು ಕೌಸಲ್ಯ, ಆನಂದಶರ್ಮರು. ಓದು ತುಂಬಾ ಮುಖ್ಯವೆಂದು ತಿಳಿದ ಮುಗ್ಧ ಜನರ ಅವರು.

ತಂದೆಯ ಮುಂದೆ ಬಂದು ಕೂತು ದಿವ್ಯ ದೃಢಪಡಿಸಿದ್ದು ನಿಧಾನವಾಗಿ "ಹೌದು, ಅತ್ತೆ.... ನಿಜವೆಂದು ಒಪ್ಪಿಕೊಂಡ್ರು. ತೋಟಕ್ಕೆ ವರ್ಷ... ವರ್ಷ ಅವ್ರುಗಳು ಮಾಡ್ತಾ ಇರೋ ಖರ್ಚಿನಲ್ಲಿ... ಅರ್ಧದಷ್ಟು ಇಳುವರಿ ಕೂಡ ಇಲ್ವಂತೆ. ಅದ್ಕೇ ಮಾರೋ ನಿರ್ಣಯ ಅವರದು. ಬಂದು ಹೇಳೋಣಾಂತ... ಇದ್ದಾರಂತೆ" ತೀರಾ ನಿಧಾನವಾಗಿ ಅಷ್ಟೇ ಸ್ಪಷ್ಟವಾಗಿ ಹೇಳಿದ ಮಗಳನ್ನು ನೇರವಾಗಿ ನೋಡಿದರು. ನಿಧಾನಸ್ಥರು. ಉದ್ವೇಗ ಅವರ ಸ್ವಭಾವ ಅಲ್ಲ. ಕಟುವಾಗಿ ವಿಮರ್ಶಿಸದಿದ್ದರು "ತೋಟ ಇಟ್ಕೊಂಡ್... ಇಷ್ಟು ವರ್ಷ ನಮ್ಮ ಬದ್ಕನ್ನು ಸವೆಸಿದ ನಾವು ಆಮೇಲೆ ಇಲ್ಲಿರೋದು ಹೇಗೆ? ಶ್ರೀಮಂತಿಕೆಯ ಜೀವನವಲ್ಲದಿದ್ದರೂ, ಸಂತೃಪ್ತ ಬದ್ಕನ್ನ ಕಂಡ ಜನ ನಾವು. ನಮ್ಗೇ ಬೇರೆಯವರ ಮುಂದೆ ಕೈ ಚಾಚಿ ಅಭ್ಯಾಸವಿಲ್ಲ" ಅವರ ದನಿಯಲ್ಲಿ ನೋವಿತ್ತು. ದಿವ್ಯಗೆ ದಿಕ್ಕು ತೋಚದಂತಾಗಿತ್ತು.

"ನೋಡೋಣಪ್ಪಯ್ಯ ನಿಮ್ಮ ಅಭಿಪ್ರಾಯನ ನೇರವಾಗಿ ಮಾವನಿಗೆ ಹೇಳ್ತೀನಿ. ಆಕಸ್ಮಾತ್ ಇನ್ನು ಮಾತುಕತೆಯ ಹಂತದಲ್ಲಿದ್ದರೆ ಆ ವಿಚಾರ ಕೈಬಿಡ್ತಾರೆ" ಎಂದು ಅವರ ಮುಂದಿನಿಂದ ಎದ್ದು ಜಗಲಿಗೆ ಬಂದು ದೇವಸ್ಥಾನದ ಕಡೆ ಹೊರಟಳು. "ನನ್ನ ಕಷ್ಟದ ಸಮಯದಲ್ಲಿ ನೆರವಾಗಿದ್ದಾರೆ" ಎಷ್ಟೋ ಸಲ ಶ್ರೀನಿಧಿ ಅವಳ ಮುಂದೆನೇ ಹೇಳಿದ್ದರು. ಮಾವನ ಮನೆಯವರ ಬಗ್ಗೆ ಪ್ರೀತಿ, ಅಭಿಮಾನ, ಗೌರವ ಇರಿಸಿಕೊಂಡಿದ್ದವರು. ಇಲ್ಲಿನವರ ಮನಃಸ್ಥಿತಿಯನ್ನು ಅರಿತು ಸುಮ್ಮನಾಗಬಹುದೆನಿಸಿತು ಅವಳಿಗೆ. ದಾರಿಯಲ್ಲಿ ಸಿಕ್ಕ ಒಂದು ನಾಲ್ಕು ಜನ ಇದೇ ಪ್ರಸ್ತಾಪವೆತ್ತಿದಾಗ ಅವಳಿಗೆ ಮುಜುಗರ. "ಅಂಥದೇನಿಲ್ಲ..." ಎನ್ನುತ್ತಲೆ ದೇವಸ್ಥಾನದ ಪ್ರಾಂಗಣ ಹೊಕ್ಕು ನಮಸ್ಕಾರ ಹಾಕಿಬಂದು ಬಟನ್‌ಗಳನ್ನೆತ್ತಿದಾಗ ತಕ್ಷಣ ಕಾಲ್ ರಿಸೀವ್ ಮಾಡಿಕೊಂಡ ಶ್ರೀನಿಧಿ "ಹಲೋ, ದಿವ್ಯ... ನಮ್ಗೂ ಬರೋದಿತ್ತು. ಅರ್ಜೆಂಟ್... ಅರ್ಜೆಂಟಾಗಿ ಹೋದೆಯಂತಲ್ಲ. ಏನು ಸಮಾಚಾರ?" ವಿಚಾರಿಸಿದ್ದು ಅವರೇ, "ಮಾವ, ಒಂದು ವಿಚಾರ. ಇಲ್ಲಿನ ತೋಟ ಮಾರೋಕೆ ಯಾರ್ಗೂ ಇಷ್ಟವಿಲ್ಲ. ನೀವು ಆ ಪ್ರಕ್ರಿಯೆಯನ್ನು ನಿಲ್ಸಿ ಬಿಡಿ" ನೇರವಾಗಿಯೇ ಹೇಳಿದಳು.

ಕೆಲವು ಕ್ಷಣಗಳ ನಿಶ್ಯಬ್ದದ ನಂತರ "ಹೇಗೆ... ಸಾಧ್ಯ? ಆದಾಯವಿಲ್ಲದ ತೋಟಕ್ಕೆ ದುಡ್ಡು ಸುರಿದು... ಸುರಿದು.... ಸೋತೆ. ನಾನೇ ನಾಳೆ ಬೆಳಿಗ್ಗೆ ಬರ್ತಾ ಇದ್ದೀನಿ. ಅವರೊಂದಿಗೆ ಮಾತಾಡ್ತೀನಿ ಬಿಡು" ಫೋನ್ ಕಟ್ ಮಾಡಿಬಿಟ್ಟರು. ಆ ಕ್ಷಣ ನಿರ್ಲಕ್ಷದಿಂದ ಮಾತಾಡಿದ್ದಾರೆನಿಸಿತು. ಕಡೆಗೆ ಅಲ್ಲ, ತನ್ನ ಮನಃಸ್ಥಿತಿ ಹಾಗೇ

ವ್ಯಾಖ್ಯಾನಿಸಿದೆಯೇನೋ, ಎಂದು ತರ್ಕಿಸಿ ಸುಮ್ಮನಾದಳು. ಆದರೂ ತೀರಾ ನೋವಿನ ಸಂಗತಿ.

ಅರ್ಥೈಯಿಸಿಕೊಳ್ಳುವ ವಯಸ್ಸಿಗೆ ಈ ತೋಟದಲ್ಲಿಯೇ ಇದ್ದಿದ್ದು. ದೇವರಕಟ್ಟೆಯ ಈ ದೇವಸ್ಥಾನ, ತೋಟ ಅವಳ ಚಿಕ್ಕಂದಿನ ಬೆಳವಣಿಗೆಯಲ್ಲಿ ಮಹತ್ತರ ಪಾತ್ರವಹಿಸಿದೆ. ಇಲ್ಲೇ ಆಡಿ ಬೆಳೆದಿದ್ದು. ಅವಳಣ್ಣ ವಿಕ್ರಮ್ ಕಳ್ಳ, ಪೊಲೀಸ್, ಆಟವಾಡಿ ಮಲ್ಲಿಗೆ ಗಿಡಗಳ ನಡುವೆ ಮುಚ್ಚಿಟ್ಟುಕೊಂಡು ಅಳಿಸಿದ್ದಿದೆ. ವಸಂತಲಕ್ಷ್ಮಿ ತಮ್ಮ ಮಕ್ಕಳಾದ ಅನುರಾಗ್, ಚಿರಾಗ್ ದೀಪಿಕಾ ಅವರೊಂದಿಗೆ ಬೆಳದಿಂಗಳಲ್ಲಿ ಕೂಡಿಸಿಕೊಂಡು ಕೈ ತುತ್ತು ಹಾಕಿದ್ದಿದೆ. ಅತ್ತೆ ಆಕೆಯ ಮಕ್ಕಳು ಇಲ್ಲಿಗೆ ಬಂದರೆ ಹರ್ಷವೋ, ಹರ್ಷ. ಜೊತೆಜೊತೆಗೆ ಬೆಳೆದ್ದಿದಿದೆ. ನೆನಪುಗಳೇ ಕಚಗುಳಿಯಿಡುವಂಥದ್ದು. ಬಾಲ್ಯವೇ ಒಂದು ಅಪರೂಪದ್ದು. ಕಳೆದು ಹೋದರೂ ಸುಂದರ ನೆನಪುಗಳನ್ನು ಉಳಿಸಿಡುತ್ತದೆ. ಅದೆಷ್ಟು ಆಹ್ಲಾದಕರ. ಅನುರಾಗ್‌ನ ನೆನಪು ತಂಗಾಳಿಯಂತೆ ಹಾದುಬಂದು ಮೈಯನ್ನು ಪುಳಕಿಸಿತು. "ಅಣ್ಣ, ಬೇರೆ ಸಂಬಂಧಗಳೆ ಬೇಡ. ವಿಕ್ರಮ್‌ಗೆ ದೀಪಿಕಾ, ಅನುರಾಗ್‌ಗೆ ದಿವ್ಯ, ಚಿರಾಗ್ ಒಬ್ಬನಿಗೆ ಬೇರೆ ಕಡೆ ಹೆಣ್ಣು ನೋಡ್ಬೇಕು" ಆಗಾಗ ವಸಂತಲಕ್ಷ್ಮಿ ಹೇಳಿ ಎಳೆಯತನದಿಂದಲೇ ಕನಸುಗಳನ್ನು ಚಿಗುರಿಸಿದ್ದರು. ಮಧ್ಯೆ ಯಾರಾದರೂ ಮಾತಾಡಲು ಹೊರಟರೇ, "ನಂದು ಅಣ್ಣನದು ಒಂದೇ ರಕ್ತವಲ್ಲ. ಪರದೇಶಿ ಮಗುವಿಗೆ ಎಲ್ಲಾವನ್ನು ಬೆಸೆದುಕೊಟ್ಟಿದ್ದರು" ಎಂದು ಕಣ್ಣಲ್ಲಿ ನೀರಾಕಿಕೊಳ್ಳುತ್ತಿದ್ದರು ವಸಂತಲಕ್ಷ್ಮಿ. ಆಕೆ ಅನಂತಶರ್ಮರ ಸ್ವಂತ ಮಗಳಲ್ಲ, ಆನಂದಶರ್ಮರ ಒಡಹುಟ್ಟಿದ ತಂಗಿಯಲ್ಲ. ಈ ವಿಚಾರ ಕೇಳುವವರಿಗೆ ಮಾತ್ರ ಗೊತ್ತಿತ್ತು ಅಷ್ಟೆ. ಆದರೆ ವಸಂತಲಕ್ಷ್ಮಿ ಅನಂತಶರ್ಮರ ಸ್ವಂತ ಮಗಳಾಗಿಯೆ ಬೆಳೆದಿದ್ದು.

"ದಿವ್ಯ..." ದನಿ ಕೇಳಿ ಹಿಂದಕ್ಕೆ ತಿರುಗಿದ್ದು. ಇವಳ ಬಳಿ ಗುಟ್ಟಾಗಿ ಮಾತನಾಡಲೆಂದೇ ಕೌಸಲ್ಯ ಬಂದಿದ್ದು. ವಿಷಯ ಹೀಗೇಂತ ತಿಳಿದ ಮೇಲಂತು ಆಕೆ ಭೂಮಿಗಿಳಿದು ಹೋಗಿದ್ದರು. ನಾಲ್ಕು ಹೆಜ್ಜೆ ಹಿಂದಕ್ಕೆ ಬಂದು "ಮಾವನ ಹತ್ರನೇ ಮಾತಾಡ್ದೇ. ಅವರೇ ಬರ್ತೀನೀಂದ್ರು. ನೀನೇ ಅಣ್ಣನ ಹತ್ರ ಸ್ವಲ್ಪ ಮಾತಾಡು. ಅವನೇನು ಹೇಳ್ತಾನೋ... ತಿಳ್ಕೋ" ಮೊಬೈಲ್‌ನ ಬಟನ್‌ಗಳನ್ನೊತ್ತಿ ಕಾಲ್ ರೀಚ್ ಆದ ಕೂಡಲೇ ಅಮ್ಮನ ಕೈಗೆ ಕೊಟ್ಟಳು. "ಹಲೋ... ದಿವ್ಯ... ಹೇಳು" ಎಂದ. "ಅಲ್ಲ ಕಣೋ, ನಾನು...." ಎಂದರು. ಮೆಲ್ಲಗೆ ಸೆರಗನ್ನು ಸರಿಯಾಗಿ ಹೊದ್ದುಕೊಳ್ಳುತ್ತ "ಅಮ್ಮನಾ... ತುಂಬಾ ಖುಷಿಯಾಯ್ತು, ನೀನು ಫೋನ್ ಮಾಡೋದುಂಟಾ? ಏನು... ವಿಚಾರ? ದಿವ್ಯ ಅಲ್ಲೇ ಯಾಕೆ ಉಳಿದ್ಲು?" ಬಡಬಡ ಉಸುರಿದ.

ಆಕೆ ಒಂದಿಷ್ಟು ಗಂಟಲು ಸರಿಮಾಡಿಕೊಂಡು "ತೋಟ ಮಾರೋ ವಿಚಾರ ನಿಂಗೆ ಗೊತ್ತೇನು?" ಕೇಳಿದರು "ಗೊತ್ತು, ತೋಟ ಬರೀ ಲಾಸ್‌ನ ವಿಚಾರ. ಸುಮ್ನೇ ಎಷ್ಟು ದಿನ ಅದಕ್ಕೆ ಹಣ ಸುರಿಯೋದು? ಆರಾಮಾಗಿ ಮಾರಿ ಕೈ ತೊಳೆದುಕೊಳ್ಳೋದು ಒಳ್ಳೇದೇ. ಅದಕ್ಕೆ ಮಾರಿದ್ದು." "ಇದೇನು ದೊಡ್ಡ ವಿಷಯವಲ್ಲವೆನ್ನುವಂತೆ ಮಾತಾಡಿದ ಮಗನ ಬಗ್ಗೆ ಏನು ಹೇಳಬೇಕೋ ಗೊತ್ತಾಗಲಿಲ್ಲ ಆಕೆಗೆ "ಇದೇನೋ ಈ

ರೀತಿ ಮಾತಾಡ್ತಿ? ಎಂದಾದ್ರೂ ಆ ರೀತಿ ಯೋಚಿಸೋದುಂಟ? ನಮ್ಮ ಸಂಪೂರ್ಣ ಜಗತ್ತು ಇದೆ ಆಗಿತ್ತು. ತೋಟ ಮಾರಿದ್ಮೇಲೆ.... ಈ ಊರಿನಲ್ಲಿ ತಲೆಯೆತ್ತಿಕೊಂಡು ಬದುಕೋದಿಕ್ಕೆ ಆಗುತ್ತ? ನಮ್ಮ ಜೀವನೋಪಾಯವೇನು? ಸಾಕಷ್ಟು ದೇವಸ್ಥಾನಕ್ಕೂ ಕಾಯಿ, ಹಣ್ಣು ಮುಂತಾದನ್ನೆಲ್ಲ ಉಪಯೋಗಿಸ್ಕೊತ ಇದ್ವಿ. ಮುಂದೇನು... ಹೇಗೆ ನಡಿಬೇಕು ಇವೆಲ್ಲ?" ದುಗುಡದಿಂದ ಕೇಳಿದರು. ಕಂಗೆಟ್ಟಿತ್ತು ಆಕೆಯ ದನಿ.

"ಏನು ಯೋಚ್ನೋದು ಬೇಡ. ಮಾವ ಇದಕ್ಕೆಲ್ಲ ವ್ಯವಸ್ಥೆ ಮಾಡಿದ್ದಾರೆ. ಅಪ್ಪಯ್ಯ, ಅಜ್ಜಯ್ಯನಿಗೂ ಅದೇ ಹೇಳು. ಸುಮ್ನೇ ಯಾವುದಕ್ಕೋ ಅಂಟಿಕೊಂಡು ಜೀವ ಸವೆಸೋದು ಬೇಡ. ನಾನು ಮಾವನ ಜೊತೆ ಬರ್ತೀನಿ. ದಿವ್ಯ ಕಾಲೇಜು ಬಿಟ್ಟು ಅಲ್ಲಿ ಕೂಡೋದ್ಬೇಡ" ಮೊಬೈಲ್ ಕಟ್ ಮಾಡಿದ. ಆಕಾಶ, ಭೂಮಿ ಒಂದಾದಂತೆ ಆಕೆ ಕುಸಿದು ಕೂತು ಬಿಕ್ಕಿದರು "ಅವ್ನಿಗೆ ದೇವಸ್ಥಾನ... ತೋಟ ಅದೆಲ್ಲ ಏನು ಅಲ್ಲ. ಹೇಗೆ ಮಾತಾಡ್ತಾನೆ ನೋಡು" ಚೀರಿದರು.

ದಿವ್ಯ ತಾಯಿಯ ಪಕ್ಕ ಕೂತು ಕಣ್ಣೀರು ತೊಡೆದು "ಹೇಗೂ, ಮಾವ ಬರ್ತೀನಿ ಅಂದಿದ್ದಾರಲ್ಲ, ವಿಚಾರಿಸೋಣ. ಈಗ್ಲೇ ದಿಕ್ಕೆಡೋದು ಬೇಡ" ಸಮಾಧಾನ ಮಾಡಿ ಕರೆ ತಂದಳು. ಆದರೂ ಒಂದು ರೀತಿಯಲ್ಲಿ ದಿಕ್ಕು ತೋಚದ ಸ್ಥಿತಿ.

ತೋಟದ ಆಳು ಮಗ ಜನ್ನ ಬುಟ್ಟಿ ತುಂಬ ತರಕಾರಿ ಹಿಡಿದು ಬಂದವನು ಗೂಡೆಯನ್ನು ಜಗುಲಿಯ ಮೇಲಿಟ್ಟು ನಿಂತ. ಊರು ತುಂಬ ಸುದ್ದಿಯಾಗಿದ್ದರಿಂದ ಅವನಿಗೂ ಗೊತ್ತಿತ್ತು. ಮುಂದೇನು? ಅವನಪ್ಪನ ಕಾಲದಿಂದಲೂ ತೋಟದಲ್ಲಿ ಕೆಲಸ ಮಾಡುತ್ತ ಬದುಕಿದವರು. ದಿಢೀರೆಂದು ಇಂಥ ಸುದ್ದಿ! ಹೇಗೆ? ಅವನಿಗಂತು ದಿಕ್ಕು ತೋಚದಂತಾಗಿತ್ತು. ಅತ್ತು ಗೋಳಾಡಿದ್ದ. ತನ್ನ ಮತ್ತು ತನ್ನ ಕುಟುಂಬದ ಗತಿಯೇನೆಂದು ಹಣೆಗಟ್ಟಿಸಿಕೊಂಡಿದ್ದ.

"ಜನ್ನು... ಹೇಗಿದ್ದಿ?" ಕೇಳಿದಳು.

ಅವನು ಉತ್ತರಿಸುವ ಮುನ್ನ ಒಳಗೆ ಹೋದಳು. "ಅಯ್ಯೋ, ಅವನು... ಅವನ ಕುಟುಂಬ ಅನ್ನ, ನೀರು ಬಿಟ್ಟು ಕೂತಿದ್ದಾರೆ. ಎರಡು ತಲೆಮಾರಿನಿಂದ ನಮ್ಮ ತೋಟದ ಕೆಲ್ಸ ಮಾಡುತ್ತಲೇ ಬದ್ಕನ್ನ ಸಾಗಿಸಿದವರು" ಕೌಸಲ್ಯ ಮಗಳಿಗೆ ಹೇಳಿದ್ದರಿಂದ, ಸದ್ಯಕ್ಕೆ ಅವನೊಂದಿಗೆ ಮಾತುಬೇಡವೆನಿಸಿತು.

ಸಮೃದ್ಧ ತೋಟ, ನೀರಿಗೆ ಬರವಿರಲಿಲ್ಲ. ಅಡಿಕೆ, ತೆಂಗು, ಬಾಳೆಯ ಫಸಲಿನಿಂದಲೇ ನಾಲ್ಕು ಕುಟಂಬ ಜೀವನ ನಿರ್ವಹಣೆ ಮಾಡಬಹುದು ಎಂದು ಅವರಿವರು ಅಂದುಕೊಂಡಿದ್ದನ್ನು ಸ್ವತಃ ಕೇಳಿದ್ದಳು. ತೋಟವನ್ನು ನಷ್ಟದ ಬಾಬತ್ತು ಎಂದು ಸಾಲಾಗಿ ಅತ್ತೆ, ಮಾವ ಮಾತ್ರವಲ್ಲ ಅಣ್ಣ ವಿಕ್ರಮ್ ಕೂಡ ಹೇಳಿದ್ದ. ಇದುವರೆಗೂ ಇದರ ಪ್ರಸ್ತಾವೇ ಬಂದಿರಲಿಲ್ಲ. ಅಡಕೆಯ ಫಸಲು ಪೂರ್ತಿ ಶ್ರೀನಿಧಿಯ ಜವಾಬ್ದಾರಿಯಾಗಿತ್ತು. ಅದನ್ನು ಬಿಡಿಸೋದರಿಂದ ಹಿಡಿದು ಮಾರಾಟದವರೆಗೂ ಅವರೇ ನೋಡಿಕೊಳ್ಳುತ್ತಿದ್ದರು. ಇನ್ನು ತರಕಾರಿ, ಬಾಳೆಕಾಯಿಯ ಮಾರಾಟದಿಂದ ಬಂದ ಹಣ ಇವರುಗಳಿಗೆ ಸಾಕಾಗಿ ಮಿಗುತ್ತಿದ್ದರಿಂದ, ಹಣಕಾಸಿನ ಪ್ರಸ್ತಾಪವಾಗುತ್ತಲೇ

ಇರಲಿಲ್ಲ. ಸಂಬಂಧದಲ್ಲಿ ಇಬ್ಬರಿಗೂ ವ್ಯವಹಾರ ಬೇಕಿರಲಿಲ್ಲ. ಇವರನ್ನೊಯ್ದು ಅಲ್ಲಿ ಕಾಲೇಜುಗಳಿಗೆ ಸೇರಿಸಿದ ಮೇಲಂತು ಇನ್ನಷ್ಟು ಸಂಬಂಧ ನಿಕಟವಾಗಿತ್ತು. ಒಂದೇ ಚೌಕಟ್ಟಿನಲ್ಲಿ ಜೀವನ ಎನ್ನುವುದಾಗಿತ್ತು.

ಸಮಸ್ಯೆ ಅಂತ ಷುರುವಾಗಿದ್ದು ಈಗಲೇ.

ಪ್ರಾಣದೇವರ ಪೂಜೆ ಮುಗಿಸಿಕೊಂಡು ಬಂದ ಅನಂತಶರ್ಮ ಉಸ್ ಎಂದು ಕೂತರು. ತೋಟ, ದೇವಸ್ಥಾನ ಅವರ ಶರೀರದ ಒಂದು ಭಾಗವಾಗಿತ್ತು. ಅಂಗವಿಕಲ ಬದುಕು ಕಷ್ಟವೆಂದು ಅವರಿಗೆ ಗೊತ್ತು. ಆದರೆ ಅನಿವಾರ್ಯವೆನಿಸಿತು.

"ಹೇಗೆ.... ಮಾರಿದ್ರು? ಹಿರಿಯ ಬದುಕಿದ್ದೀನೀಂತ ವಿಚಾರಿಸೋದು ಬೇಡ್ವಾ? ದೇವಸ್ಥಾನಕ್ಕೆ ಬಂದವರೆಲ್ಲ ಇದನ್ನ ಕೇಳೋದು, ಇದ್ನ ನಾನು ಒಪ್ಪೊಲ್ಲ. ತೋಟ ದೇವಾಲಯದ ಸಲುವಾಗಿಯೇ ಬಂದಿದ್ದು ಈಗ...." ಎಂದಿಗಿಂತ ಎರಡು ಮಾತು ಹೆಚ್ಚಾಗಿಯೇ ಆಡಿದರು. ಅಡಿಗೆ ಮನೆಯಲ್ಲಿದ್ದ ಕೌಸಲ್ಯ ಕಣ್ ಹೊಸಕಿಕೊಳ್ಳುತ್ತ ಹೊರಗೆ ಬಂದವರು "ನಾನು ವಿಕ್ರಮ್‌ಗೆ ಅದನ್ನ ಹೇಳಿದ್ದೀನಿ ಬೇಡ ಅಂದುಬಿಡೋದು. ಎಲೆ ಹಾಕ್ತೀನಿ" ಎಂದು ಒಳಗೆ ಹೋಗಿದ್ದು ಅಡಿಗೆ ಮನೆಯನ್ನು ಸ್ವಲ್ಪ ಮುಂದುವರಿಸಿ ಊಟದ ಮನೆ ಮಾಡಿದ್ದರು. ಹೆಚ್ಚು ಕಡಿಮೆ ದೇವರ ಕಟ್ಟೆಯಲ್ಲಿ ಚಿಕ್ಕದಿರಲಿ, ದೊಡ್ಡದಿರಲೀ ಅದಕ್ಕೆ ಅನುಸಾರವಾಗಿ ಊಟದ ಮನೆ ವಿಂಗಡಣೆಯಾಗಿತ್ತು. ಡೈನಿಂಗ್ ಹಾಲ್ ಎನ್ನುವ ಪ್ರತ್ಯೇಕತೆ ಇಲ್ಲಿರಲಿಲ್ಲ.

ಕಂಚಿನ ನೀರಿನ ತಾಲಿ ತಂದಿಟ್ಟ ಕೌಸಲ್ಯ ಗೋಡೆಗೊರಗಿ ಅಲ್ಲೇ ಕೂತರು.

ಬೆಳಗಿನ ಫಲಹಾರ ಅಂಥದ್ದು ಮಕ್ಕಳಿಗೆ ಮಾತ್ರ. ಹಿರಿಯರು ಒಪ್ಪತ್ತು ಊಟ, ಒಪ್ಪತ್ತು ರಾತ್ರಿಗೆ ಫಲಹಾರ. ಆ ನಿಯಮ ವಿಕ್ರಮ್ ಮತ್ತು ದಿವ್ಯಗೆ ಇರಲಿಲ್ಲ. ಊಟ ಬೇಸರವೆನಿಸಿದರು ಅವರುಗಳು ಕೂಡ ರಾತ್ರಿ ಫಲಹಾರಕ್ಕೆ ಕೂಡುತ್ತಿದ್ದರು. ಹಣ್ಣು, ಹಾಲು ಅಂಥದ್ದು ಇರುತ್ತಿತ್ತು. ಇಲ್ಲಿನ ಜೀವನಕ್ಕೂ, ವಸಂತಲಕ್ಷ್ಮಿ ಮನೆಯ ರೀತಿ ನಿಯಮಗಳಲ್ಲಿ ಬಹಳ ವ್ಯತ್ಯಾಸವಿರುತ್ತಿತ್ತು. ಅಡಿಗೆಯವನಿದ್ದ. ಒಬ್ಬೊಬ್ಬರಿಗೆ ಒಂದೊಂದು ಐಟಂ ತಯಾರಾಗುತ್ತಿತ್ತು. ಶ್ರೀನಿಧಿಗೆ ಶುಗರ್, ಬಿ.ಪಿ. ಇತ್ತು. ಅವರಿಗೆ ಬೇರೆಯ ಅಡಿಗೆ ರೆಡಿಯಾಗುತ್ತಿತ್ತು. ಮಿಕ್ಕವರಿಗೆಲ್ಲ ಒಂದೇ ಅನ್ನುವುದು ಕೂಡ ತಪ್ಪೇ. ಚಿರಾಗ್‌ಗೆ ಬ್ರೆಡ್, ಬಿಸ್ಕತ್, ಚೀಜ್, ಸಾಸ್, ಅಂಥ ಐಟಂಗಳು ಇರಬೇಕು. ರೊಟ್ಟಿ, ಚಪಾತಿ, ಇಡ್ಲೀ... ಅಂಥವು ಬೆಳಗಿನ ಉಪಹಾರಕ್ಕೆ ಬೇಕು ವಸಂತಲಕ್ಷ್ಮಿಗೆ. ಇನ್ನು ಮಿಕ್ಕ ಡ್ರೈವರ್, ಗಾರ್ಡನರ್ ಸೇರಿ ನಾಲ್ಕು ಮಂದಿ ಕೆಲಸಗಾರರ ಊಟ, ತಿಂಡಿ ಇಲ್ಲೇ.

ಹೋದ ಹೊಸದರಲ್ಲಿ ವಿಕ್ರಮ್ ಬೇಗ ಹೊಂದಿಕೊಂಡರೂ ದಿವ್ಯಗೆ ಕಷ್ಟವೆನಿಸುತ್ತಿತ್ತು. ಮನೆಯ ವಾತಾವರಣವೇ ಉಸಿರುಗಟ್ಟಿಸಿದಂತಾಗುತ್ತಿತ್ತು. "ಪ್ಲೀಸ್, ಅತ್ತೆ, ನಾನು ಅಲ್ಲೇ... ಹತ್ತಿರದಲ್ಲಿರೋ ಕಾಲೇಜಿಗೆ ಸೇರ್ಕೋತೀನಿ." ಗೊಗರೆಯಲು ಶುರು ಮಾಡಿದಾಗ "ಬೇಡ ನೀನು ಇಲ್ಲೇ ಓದ್ಬೇಕು, ಇಲ್ಲೇ ಇರಬೇಕಾಗಿರುವುದರಿಂದ... ಹೊಂದುಕೊಳ್ಳೋಕೆ ಕಾಲಾವಕಾಶ ಸಿಕ್ಕಂತಾಗುತ್ತೆ. ಸ್ವಲ್ಪ ದಿನ, ಆಮೇಲೆ ಅಭ್ಯಾಸವಾಗಿಬಿಡುತ್ತೆ. ಅಲ್ಲಿಗಿಂತ ಇಲ್ಲಿ ಸೌಕರ್ಯ ಜಾಸ್ತಿ. ಬೇರೆ ಬೇರೆ

ಕಲಿಕೆಗಳಿಗೆ ಅವಕಾಶವಿರುತ್ತೆ. ಅನುರಾಗ್... ಬಗ್ಗೆ ನಾನು ಏನು ಹೇಳೋಲ್ಲ. ಪಿ.ಯು.ಸಿ. ಮುಗ್ದ ಕೂಡಲೇ ವಿದೇಶಕ್ಕೆ ಹೋದ. ಆಟೋಮೊಬೈಲ್‌ನಲ್ಲಿ ಸಾಕಷ್ಟು ತರಬೇತಿ ಪಡೆದುಕೊಂಡು ಬಂದು ಆ ಕ್ಷೇತ್ರದಲ್ಲಿ ದೊಡ್ಡ ದೊಡ್ಡ ಆವಿಷ್ಕಾರಗಳನ್ನು ಮಾಡಬೇಕೆಂದಿದ್ದಾನೆ. ಅದಕ್ಕೆ ನೀನು ಸಾಥ್ ಕೊಡಬೇಕಲ್ಲ." "ಅವಳ ಕೆನ್ನೆ ಸವರಿದ್ದರು. ಎರಡು ಕುಟುಂಬಗಳು ನಿರ್ಧರಿಸುವುದರ ಜೊತೆಗೆ ದಿವ್ಯ ಮತ್ತು ಅನುರಾಗ್‌ನ ಮನಗಳಲ್ಲಿ ಕನಸುಗಳ ಸಸಿಗಳನ್ನು ನೆಟ್ಟಿದ್ದರು. ಬೆಳವಣಿಗೆಗೆ ಎಲ್ಲವು ಪೂರಕವೆ. ಆ ಬಗ್ಗೆ ಯಾರ ತಕರಾರು ಇರಲಿಲ್ಲ.

ಮಣೆ ಇಟ್ಟು ಬಾಳಿಎಲೆ ಹಾಕಿದಾಗ ಬಂದು ಕೂತವರು ಬಡಿಸುವ ಮುನ್ನವೆ ಕಂಚಿನ ತಾಲಿಯಲ್ಲಿ ತುಂಬಿಟ್ಟ ನೀರು ಕುಡಿದಿಟ್ಟು ಎಲೆಗೆ ನಮಸ್ಕರಿಸಿ ಎದ್ದು ಹೋದಾಗ ಉಪ್ಪಿನ ಭರಣಿ ಹಿಡಿದು ಬಂದ ಕೌಸಲ್ಯಗೆ ಆತಂಕ. ತಂದೆಗಿಂತ ಒಂದು ಪಾಲು ಹೆಚ್ಚು ಅಂತಃಕರಣದಿಂದ ಕಂಡ ಅವರ ಬಗ್ಗೆ ಪ್ರೀತಿ ತುಂಬಿದ ಗೌರವ ಭಾವನೆ.

"ದಿವ್ಯ ಹೋಗಿ ಅಜ್ಜಿಯನ್ನ ನೋಡು" ಎಂದರು ಕೌಸಲ್ಯ.

ಆರಾಮಾಗಿ ಜಗುಲಿಯ ಮೇಲೆ ಕೂತಿದ್ದವರು ಮೊಮ್ಮಗಳ ಕಡೆ ನೋಡಿ "ನಿನ್ನ ಊಟ ಮುಗ್ಸಿಕೊಂಡು ಬಾ" ಹೇಳಿದರು. ದಿವ್ಯ ಅವರ ಸನ್ನಿಹದಲ್ಲಿ ಕೂತು "ನಾನು ಬೆಳಗ್ಗೆ ಅಕ್ಕಿ ಕಡಬು, ಕಾಯಿಚಟ್ನಿ ತಿಂದಿದ್ದೆ. ಇನ್ನು ಹಸಿವಿಲ್ಲ. ನೀವು ಊಟ ಮಾಡ್ಲಿಲ್ಲ. ಅಜ್ಜಯ್ಯ" ಎಂದಳು. ಮೊಮ್ಮಗಳನ್ನ ನೋಡುತ್ತ ಕಿರುನಗು ಬೀರಿ "ಶಾಂತವಾಗಿ ಸಾಗಿ ಹೋಗುತ್ತಿದ್ದ ಬದ್ಕು. ಅನಿರೀಕ್ಷಿತವಾಗಿ ಸಿಡಿಲೊಂದು ಎರಗಿದೆ. ಈಗ ಅವ್ರು ಸಾವಿರ ಸಮರ್ಥನೆ ಕೊಡ್ಬಹ್ದು. ಮೆಜಾರಿಟಿ ಅವ್ರ ಕಡೆ ಇದೆ. ಕೌಸಲ್ಯ, ಅನಂದನ ಓಲೈಸಿ ಒಪ್ಸಬಹ್ದು. ತಿವಿಕ್ರಮನಿಗೆ ಇದೇನು ಪ್ರೀತಿಯ ಜಾಗವಲ್ಲ. ಈಗ ನೀನು ಹೋಗಿ ಅಲ್ಲೇ ಉಳಿದಿದ್ದೀಯ. ಭಾವೀಸೊಸೆ ಅವ್ರ ವಿರುದ್ಧ ದನಿಯೆತ್ತಲು ಸಾಧ್ಯವೇ? ಇನ್ನು ಈ ಮುದ್ಕನದು ಒಂಟಿ ದನಿ! ಇದು ಪಿತ್ರಾರ್ಜಿತ ಆಸ್ತಿ ನನ್ನ ನಂತರವೇ ಇತರರದು. ನಾನು ಬದುಕಿರೋವರ್ಗೂ ಇದ್ನ ಮಾರೋಕೆ ನಾನು ಬಿಡೋಲ್ಲ. ಮುಖ್ಯ ಪ್ರಾಣದೇವರ ಮೇಲಾಣೆ" ದೃಢವಾಗಿ ಘೋಷಿಸಿಬಿಟ್ಟರು. ಮಂತ್ರಗಳು ಪಠಿಸುತ್ತಿದ್ದ ಸಮಯ ಬಿಟ್ಟು ಬೇರೆ ಸಮಯದಲ್ಲಿ ದನಿಯೇರಿಸುತ್ತಿರಲಿಲ್ಲ. ಇಂದು... ಮನದ ದೃಢತೆಯನ್ನು ಮುಖ ಎತ್ತಿ ಹೇಳುತ್ತಿತ್ತು. ಸಂಭಾವಿತರು, ಸಾತ್ವಿಕ ಸ್ವಭಾವದವರು. ಅವರಿವರ ಕಷ್ಟಕ್ಕೆ ಮರುಗಿದವರೇ ವಿನಹಃ ಆಡಿಕೊಂಡು, ಅಸಹ್ಯಿಸಿಕೊಂಡು ಬದುಕಿದವರಲ್ಲ.

ಅನಂತಶರ್ಮರ ಇಡೀ ವ್ಯಕ್ತಿತ್ವ ಅವಳ ಮುಂದೆ ಬಂದು ನಿಂತಿತು. ತೋಟಕ್ಕೆ ಮಾಡುವ ಖರ್ಚು, ಅದರಿಂದ ಬರುವ ಆದಾಯ ಲೆಕ್ಕ ಹಾಕಿದವರಲ್ಲ. ಸಮೃದ್ಧ ತೆಂಗಿನ ಫಸಲು, ನಾಲ್ಕು ಎಳನೀರು ಬೇಕೆಂದವರಿಗೆ ಇಲ್ಲ ಅಂದವರಲ್ಲ. ಹನುಮಂತರಾಯನ ತೋಟ, ಅಂಜನೇಯ ದೇವರದು ಇಂಥ ಪ್ರತೀತಿ ಇದ್ದುದ್ದರಿಂದ ಕಳ್ಳತನಗಳು ಕಡಿಮೆಯೇ. "ತೋಟ ಮುಖ್ಯ ಪ್ರಾಣದೇವರದು' ಇಂಥ ಮಾತನ್ನು ಹೇಳಿಕೊಂಡು ಬಂದ ಜನ. ಈಗ ಮಾರೊದೂಂದರೆ ಹೇಗೆ?

"ಅಜ್ಜಯ್ಯ ನಿಮ್ದು ಒಂಟೀ ದನಿಯಲ್ಲ, ನಾನು ನಿಮ್ಜೊತೆ ಇರ್ತೀನಿ. ತೋಟದ್ದು

ನಷ್ಟ ಅಂದರೆ ಮುಂದೆ ಮಾವನಿಗೆ ಇದರ ಉಸಾಬರಿ ಬೇಡ, ನಾವೇ ನೋಡಿಕೊಳ್ಳೋಣ." ಭರವಸೆಯ ಮಾತುಗಳನ್ನಾಡಿದಾಗ ಅವರ ಕಣ್ಣಲ್ಲಿ ಕಂಬನಿ ತುಂಬಿತು. ಅಸಹಾಯಕರಂತೆ ಕಾಣಲಿಲ್ಲ. ಚಿಂತೆಯ ಎಳೆ ಇತ್ತು. ಮನದ ಮೂಲೆಯಲ್ಲಿ "ನೀನು ವಿರುದ್ಧ ಮಾತಾಡೋಕೆ ಹೋದರೆ ತಪ್ಪಾಗುತ್ತೆ. ಶ್ರೀನಿಧಿ, ವಸಂತಲಕ್ಷ್ಮಿ ಬರಲೀ" ಅವಳ ಭವಿಷ್ಯದ ಚಿಂತೆಯಲ್ಲಿ ಈ ಮಾತುಗಳನ್ನು ಹೇಳಿದರು. ಹೌದು ವಸಂತಲಕ್ಷ್ಮಿ, ಶ್ರೀನಿಧಿ ಇವಳನ್ನು ಬಹಳ ಅಕ್ಕರೆಯಿಂದಲೇ ನೋಡಿಕೊಂಡಿದ್ದರು. ಆ ಭ್ರಮೆಯಿಂದ ಈಚೆ ಬರುವ ಮೊದಲೇ ವಿಕ್ರಮ್ ಬ್ಯಾಗ್ ಹಿಡಿದು ಅವಳ ಮುಂದೆ ನಿಂತಿದ್ದ "ಅರೆ, ಅಣ್ಣ...." ಅವಳ ಕಣ್ಣುಗಳಲ್ಲಿ ಅಕ್ಕರೆಯ ನಕ್ಷತ್ರಗಳು ಅರಳಿದವು. ಅವಳು ಪ್ರೀತಿಯ ತಂಗಿಯೆ.

ಅಜ್ಜಯ್ಯನ ಕಾಲುಗಳಿಗೆ ನಮಸ್ಕರಿಸಿ, "ಅಜ್ಜಯ್ಯ ಇವಳೇನು ಸದ್ದು ಗದ್ದಲವಿಲ್ಲದೆ, ಇಲ್ಬಂದ್, ಕೂತಿದ್ದಾಳೆ" ಅಂಥದೊಂದು ಡೈಲಾಗೊಡೆದ "ಕೌಸಲ್ಯ ಫೋನ್ ಮಾಡಿ ಕರ್ಸಿಕೊಂಡಿದ್ದಾಳೆ. ಒಂದಷ್ಟು ದಿನ ಇದ್ದು ಬರ್ತಾಳೆ. ಬುದ್ಧಿವಂತೆ ಪಾಠದಲ್ಲಿ ಹಿಂದೆ ಬಿಳೋಲ್ಲ" ಎಂದರು ಸರಳವಾಗಿ.

ಬ್ಯಾಗ್ ಹಿಡಿದು ತಂಗಿಯೊಂದಿಗೆ ಎದ್ದು ಹೊರಟವನು "ನೀನು ಮಾವನ್ನೇ ಪ್ರಶ್ನಿಸಿದೆಯಂತಲ್ಲ. ಈ ತೋಟದಿಂದ ಯಾರು ಉದ್ಧಾರ ಆಗೋದಿದೆ? ಬೇಕಾದರೆ, ಅಲ್ಲೇ ಬಂದು.... ಇದ್ದುಕೊಳ್ಳಿ" ದನಿಯೇರಿಸದೆಯೆ ಹೇಳಿದ ಅವಳತ್ತ ತಿರುಗಿ "ಉದ್ಧಾರದ ರೀತಿ ಯೋಚಿಸಿದರೇ, ಪ್ರತಿಯೊಬ್ಬರ ಮನೋಭಾವ, ಯೋಚ್ನೆಗಳು ಬೇರೆಯದಾಗಿ ಇರುತ್ತೆ. ಮೊದ್ಲು ಅಜ್ಜಯ್ಯನ ಹತ್ರ ಮಾತಾಡಬೇಕಾಗಿತ್ತು. ಎಲ್ಲರ ಅಭಿಪ್ರಾಯಕ್ಕಿಂತ ತೋಟದ ವಿಚಾರದಲ್ಲಿ ಅವ್ರ,..... ಅಭಿಪ್ರಾಯನೆ ಮುಖ್ಯ ಅನ್ನೋ ವಿಚಾರ ನಿಮ್ಮ ಶ್ರೀನಿಧಿ ಮಾವನಿಗೆ ಹೊಳೆಯಲಿಲ್ವಾ? ಇಲ್ಲ, ಅಜ್ಜನ ಪ್ರೀತಿಯ ಮಗಳು ವಸಂತಲಕ್ಷ್ಮೀಗೆ ಹೊಳೆಯಲಿಲ್ವಾ? ವಂದಿ, ಮಾಗಧರು ಎಲ್ಲಿ ಹೋಗಿದ್ದರು?" ಹಾಸ್ಯ ಮಾಡಿದ ಕೂಡಲೇ ತಲೆಯ ಮೇಲೊಂದು ಮೊಟಕಿ "ನೀನು ಮಾತಿನ ಮಲ್ಲಿ, ಅನುರಾಗ್ ತೀರಾ ಸೈಲೆಂಟ್ ಎಲ್ಲಾ ಮಾತನ್ನು ನೀನೇ ಆಡಿ ಮುಗಿಸ್ಬೇಕಾಗುತ್ತೆ" ಹಂಗಿಸಿದ. ಅವಳ ಮುಖವೇನು ಅರಳಲಿಲ್ಲ.

ಮಗನಿಗೆ ಆಸರೆಗೆ ಕೊಟ್ಟು ಅವಲಕ್ಕಿಯನ್ನು ಒಗ್ಗರಿಸಿ ಬಾಳೆಯೆಲೆ ಮೇಲೆ ಸುರಿದುಕೊಂಡು ಬಂದು ಅವನ ಮುಂದಿಟ್ಟು "ಕ್ಷಣ," ದಿವ್ಯ ನಾಲ್ಕು ಹಲಸಿನ ತೊಳೆ ಬಿಡ್ಸಿ ತಾ" ಎಂದು ಮಗಳನ್ನು ಕಳುಹಿಸಿ ತುಸು ದನಿ ತಗ್ಗಿಸಿ "ಅದೇನು ತೋಟ ಮಾರೋ ಸುದ್ದಿ? ಇದು ಯಾಕೆ ಬೇಕಿತ್ತು? ನಾವು ದೇವರಕಟ್ಟೆಗೆ ಒಗ್ಗಿಕೊಂಡ. ಜನ... ಮತ್ತೆ ಎಲ್ಲಿ ಹೋಗೋದಿದೆ?"

ಅಮ್ಮನ ಕೈ ಹಿಡಿದುಕೊಂಡ ವಿಕ್ರಮ್ "ನಾವು ಕೂಡ ಇಲ್ಲೇ ಹುಟ್ಟಿ ಬೆಳೆದೋರು. ಹಾಗಂತ ಇಲ್ಲೇ ಕೂತರೇ, ನಮ್ಮ ಮುಂದಿನ ಭವಿಷ್ಯವೇನು? ಈಗ ಅಲ್ಲಿಗೆ ಒಗ್ಗಿಕೊಂಡಿಲ್ವ? ಒಂದ್ನಾಲ್ಕು ತಿಂಗಳ್ ಅಲ್ಲಿ ಬಂದು ಉಳ್ದುಕೊಂಡರೆ ಮತ್ತೆ ಈ ಕಡೆ ಬರೋಲ್ಲ" ಸಂತೈಯಿಸುವಂತೆ ಹೇಳಿದ. ಆಕೆಗೆ ಸರಿಯೆನಿಸಲಿಲ್ಲ. ಅಡ್ಡಡ್ಡ

ತಲೆಯಾಡಿಸಿದರು. "ಆಗೋಲ್ಲ, ಮಾವನೋರು ಮುಖ್ಯ ಪ್ರಾಣದೇವರ ಪೂಜೆ ಬಿಟ್ಟು ಬರೋಲ್ಲ. ಅವ್ರನ್ನ ಒಂಟಿ ಮಾಡಿ ನಾವ್ ಬರ್ತೀವಾ? ಆಗೋದಿಲ್ಲ ಬಿಡು" ಸ್ವಲ್ಪ ಬೇಸರದಿಂದಲೇ ಎದ್ದುಹೋದರು.

"ಇದು ಯಾವ ಮಹಾ! ಎಂದುಕೊಂಡಿದ್ದವನಿಗೆ ಸಮಸ್ಯೆಯಾಗಿ ಪರಿಣಮಿಸಬಹುದೆನಿಸಿ ಬೇಸರಗೊಂಡ. ಅತ್ತೆ, ಮಾವ ಅವನ ವೆಲ್‌ವಿಷರ್. ಅವರು ಹೇಳಿದ್ದು, ಮಾಡಿದ್ದು ಎಲ್ಲಾ ಸರಿಯೆನಿಸುತ್ತಿತ್ತು. ತಮ್ಮ ಭವಿಷ್ಯದ ಬಗ್ಗೆ ಕಾಳಜಿ ಅವರ ಮುಖ್ಯ ಉದ್ದೇಶವೆಂದುಕೊಂಡು ತಲೆಯಾಡಿಸುತ್ತಿದ್ದವನಿಗೆ ಒಂದಿಷ್ಟು ಕೋಪ ಬಂದರೂ ಎಲೆ ಖಾಲಿ ಮಾಡಿ ಹಿತ್ತಲಿಗೆ ಎಸೆದು ಕೈ ತೊಳೆದುಕೊಂಡು ಹೊರಗೆ ಬರುವ ವೇಳೆಗೆ ದಿವ್ಯ ಇನ್ನು ಜಗುಲಿಯಲ್ಲೇ ಕೂತು ತೋಟದ ಜನ್ನುವಿನೊಂದಿಗೆ ಮಾತಾಡುತ್ತಿದ್ದಳು. ಆ ಕ್ಷಣ ಅವಳು ತೀರಾ 'ಇನ್ನೊಸೆಂಟ್' ಆಗಿ ಕಂಡಳು.

"ಏನು".... ಜನ್ನು? ಕೈಗೆ ಸಿಕ್ಕ ಟವಲನ್ನು ಹೆಗಲು ಮೇಲೆ ಹಾಕಿಕೊಳ್ಳುತ್ತ ಅಂದ. ಈಗಾಗಲೇ ಬಸ್ಸಿನ ಬಟ್ಟೆ ಬದಲಾಯಿಸಿ ಆರಾಮಾಗಿ ಕೈಕಾಲು ತೊಳೆದು ಪಂಚೆಯುಟ್ಟು ಮೊಣಕಾಲುಗಳವರೆಗೂ ಮೇಲಕ್ಕೆತ್ತಿ ಕಟ್ಟಿದ್ದ. "ಏನಿಲ್ಲ, ಧಣಿ.... ಸಿಟಿ ಸೇರಿದ ಮೇಲೆ ಪೂರಾ ಬದಲಾದಂಗೆ ಕಾಣ್ತೀರಾ" ಬದಲಾಯಿಸಿದ ಹೇರ್‌ಸ್ಟೈಲ್‌ನ ಉದ್ದೇಶಿಸಿ ಈ ಮಾತು ಅಂದಿರಬೇಕೆಂದುಕೊಂಡು ಆ ಕಡೆ ಲಕ್ಷ ಕೊಡದೆ "ಅಜ್ಜಯ್ಯ ಒಂದಿಷ್ಟು ತಿರ್ಗಾಡಿ ಬರ್ತೀನಿ" ನಡೆದ ಅನಂತಶರ್ಮ ಅವನು ಹೋದತ್ತಲೇ ನೋಟ ಹರಿಸಿದರು. ಅಲ್ಲಿ ಕಾಲೇಜಿಗೆ ಸೇರಿಕೊಂಡ ಮೇಲೆ ಬದಲಾಗಿದ್ದಾನೆನಿಸಿತ್ತು. ಅದು ಸಹಜ ಕೂಡ ಎನ್ನುವ ಅಭಿಮತ. ತೋಟ ತನಗೆ ಸಂಬಂಧವೇ ಇಲ್ಲ ಎಂದು ನಡೆದುಕೊಳ್ಳುವುದು ಮಾತ್ರ ತಪ್ಪೆನಿಸಿತು. "ಜನ್ನ ಹೇಳಿದ್ದು ಸರಿಯೇಂತ ಕಾಣುತ್ತೆ. ಬದಲಾಗಿದ್ದಾನೆ" ಎಂದುಕೊಂಡರು ಸ್ವಗತದಲ್ಲಿ. ಪಕ್ವಗೊಂಡ ಜೀವನ. ಎಲ್ಲವನ್ನು ಶಾಂತವಾಗಿ ಸ್ವೀಕರಿಸಿದ್ದ ಅವರಿಗೆ ಇದೊಂದು ಪೆಟ್ಟು.

ತೋಟಕ್ಕೆ ಬಂದ ವಿಕ್ರಮ್ ಹೂಗಿಡಗಳಿಗೆಂದೇ ಪ್ರತ್ಯೇಕವಾಗಿರಿಸಿದ್ದ ಜಾಗಕ್ಕೆ ಹೋಗಿ ನಿಂತ. ಎತ್ತರಕ್ಕೆ ಬೆಳೆದು ನಿಂತ ಸಂಪಿಗೆ ಮರಗಳು ಆ ಕಾಲದಲ್ಲಿ ಅರಳಿ ಇಡೀ ತೋಟವೆ ಘಮಗುಟ್ಟುವಂತೆ ಮಾಡುತ್ತೆ. ಇಡೀ ಊರಿನ ಜನ ಬಂದು ಕೊಯ್ದುಕೊಂಡು ಹೋಗುತ್ತಿದ್ದರು. ಪೂಜೆಗೆ ಬೇಕಾದಂಥ ಹೂ, ಪತ್ರೆ, ಗಿಡಗಳು ಮಾತ್ರವಲ್ಲ, ತುಳಸಿಯ ದೊಡ್ಡ ವನವೇ ಇತ್ತು.

ಮೊಬೈಲ್‌ನ ಬಟನ್‌ಗಳನ್ನೊತ್ತಿ "ನಾನು ತೋಟದಲ್ಲಿ ಅಂದರೆ ಹೂಗಿಡಗಳ ಹತ್ರ ಇದ್ದೀನಿ. ಸ್ವಲ್ಪ ಬನ್ನಿ, ನನ್ನ ಸುಗಂಧರಾಜ ಹೂವೇ" ಪ್ರೀತಿಯಿಂದ ಕರೆದ. ಅಣ್ಣ, ತಂಗಿಯ ಮಧ್ಯೆ ಅಪರೂಪವಾದ ಅನುಬಂಧವಿತ್ತು. ದೊಡ್ಡದಾಗಿ ಜಗಳವಾಡಿ ಬೆಳೆದವರಲ್ಲ. ಸಣ್ಣ, ಪುಟ್ಟ ಪ್ರೀತಿಯ ಜಗಳವೇ.

ಹೊರಟ ಮಗಳ ಕೈಹಿಡಿದು "ದಿವ್ಯ ನೀನಾದ್ರೂ... ಅವ್ನಿಗೆ ಸ್ವಲ್ಪ ಹೇಳು. ಇವ್ನು ಅವರು ಮಾಡಿದ್ದು ಸರಿ ಅನ್ನೋ ತರಹ ಮಾತಾಡ್ತಾನೆ. ಇದು ನಮ್ಮ ಪಾಲಿಗೆ ಬಿಸಿತುಪ್ಪ. ನಾಲ್ಕು ದಿನ ಹೋಗಿ ಬರೋದಿಕ್ಕೆ ಬೆಂಗ್ಳೂರು ಚೆನ್ನವೇ ವಿನಃ

ಇರೋದಿಕ್ಕಲ್ಲ. ನಂಗಂತು ಒಗ್ಗೊಲ್ಲ. ನಿಮ್ಮಪ್ಪ ತಂಗಿ, ಮಕ್ಕಳ ಸಲುವಾಗಿ ಆಗೀಗ ಸವರಿಸಿಕೊಳ್ಳಬಹುದು. ಮಾವನೋರುಗಂತು ಆಗೋಲ್ಲ, ಬಿಡು. ಒಂದು ದಿನ ಅಲ್ಲಿರೋಕೆ ಒಪ್ಪೋಲ್ಲ. ಅಂಥದ್ದರಲ್ಲಿ.... ಅಲ್ಲೇ ಉಳೀತಾರಾ? ಸದ್ಯಕ್ಕೆ ನಮ್ಮ ಪಾಡಿಗೆ ನಮ್ಮನ್ನ ಬಿಡೋಕೆ... ಹೇಳು. ನೀನಂತು ಇದಲ್ಲ ನಾಳೆ, ಅವರ ಮನೆ ಸೇರೋಳು. ಇನ್ನು ವಿಕ್ರಮ್‌ಗೆ ದೊಡ್ಡ ಓದು... ಓದೋದಿದೆ. ನಾವು ತಡೆದರೂ ಅವನು ನಿಲ್ಲೋಲ್ಲ. ತೋಟನ ಮಾರೋದು... ಬೇಡ ಅಷ್ಟೇ" ಎಂದಾಗ ಅವರ ಕಣ್ಣುಗಳಲ್ಲಿ ಅಪಾರವಾದ ನೋವಿತ್ತು "ಅಯ್ಯೋ, ಇಲ್ಲ ಬಿಡಮ್ಮ. ಅಂಥ ಮಾತುಕತೆಗಳು ನಡೆದಿರಬಹುದು, ಅಜ್ಜಯ್ಯನ ಒಪ್ಗೇ ಇಲ್ಲದೇ... ಮಾರೋಲ್ಲ" ಇಂಥ ಧೈರ್ಯದ ಮಾತಾಡಿಯೇ ಹೊರಗೆ ಬಂದಿದ್ದು.

ದೇವರಕಟ್ಟೆ ಪುಟ್ಟ ತೋಟಗಳ ಊರು. ಸುತ್ತಲೂ ತೆಂಗು, ಹಲಸು, ಅಡಿಕೆ ಆವರಿಸಿಕೊಂಡಿತ್ತು. ಸಾಕು ಎಂದು ಸಂತೃಪ್ತಿಯಿಂದ ಬದುಕಿದ ಶರ್ಮ ಕುಟುಂಬದ ಕುಡಿ ದಿವ್ಯ, ಶ್ರೀನಿಧಿ ತುಂಬ ಡಿಫರೆಂಟಾಗಿ ಯೋಚಿಸಬಲ್ಲರು. ಲಾಭ-ನಷ್ಟಗಳ ಲೆಕ್ಕಾಚಾರದಲ್ಲಿ ಅವರ ಮಿದುಳು ತುಂಬ ಚುರುಕು. ಇದನ್ನು ಪ್ರೀತಿಯಿಂದಲೋ, ಇಲ್ಲ ಗಂಡನ ಮೇಲಿನ ಅಭಿಮಾನದಿಂದಲೋ, ಸಾಕಷ್ಟು ಹೇಳಿಕೊಂಡಿದ್ದರು ಏನು ಅನ್ನಿಸಿರಲಿಲ್ಲ. ಎಷ್ಟೇ ಯೋಚಿಸಿದರು ತಲೆಬುಡ ಅರ್ಥವಾಗಲಿಲ್ಲ.

ದೂರದ ಬುಡದಲ್ಲಿ ನಿಂತಿದ್ದ ಅಣ್ಣನತ್ತ ಕೈಬೀಸಿದ್ದು. ಹಾಯ್ ಎನ್ನುವಂತೆ ಅವನು ಕೈಯೆತ್ತಿದ. ಇವ್ರೆಲ್ಲ ಒಟ್ಟೊಟ್ಟಿಗೆ ಅಡ್ಡಾಡಿದ್ದರು. ಸಾಕಷ್ಟು ಆಟಗಳನ್ನು ಆಡಿದ್ದರು. ಕಾಗದದ ದೋಣಿಗಳನ್ನು ಹರಿಯುವ ಕಾಲುವೆಯ ನೀರಿನಲ್ಲಿ ಬಿಟ್ಟು ಕುಣಿದು ಕುಪ್ಪಳಿಸಿದ್ದರು, ದೊಡ್ಡ ಸಾಧನೆ ಮಾಡುವಂತೆ. ಆಗ ಸರಿದುಹೋದ ದಿನಗಳು ಎಂದಿಗೂ ಅಮೂಲ್ಯವೆ. ಇಂದೇನೋ ತೋಟ. ತುಂಬ ತುಂಬಾ ಪ್ರಿಯವೆನಿಸಿತು. 'ಸಿಟಿ ಲೈಫ್‌ನಲ್ಲಿ ಏನಿದೆ?' ಈ ಪ್ರಶ್ನೆಗೆ ಯಾರು ಉತ್ತರಿಸಬೇಕು?

ಆ ವೇಳೆಗೆ ಹತ್ತಿರ ಬಂದ ವಿಕ್ಕಿ "ನೀನೊಬ್ಳು ಈ ಕಡೆ ನಿಂತರೆ ಎಲ್ಲಾ ಸುಗಮ. ಎಲ್ಲಾ ಸರ್‍ಯೋಗುತ್ತೆ ಕೂಡ. ನೀನು ತೀರಾ ಇನ್ನೊಸೆಂಟು ಕಣೇ. ಜೀವ್ನದಲ್ಲಿ ಬದಲಾವಣೆ ಇಲ್ದೇ.... ಸಾಯ್ಬೇಕಾ?" ಸಿಡುಕುವ ವೇಳೆಗೆ ಜನ್ನ ಎರಡು ಎಳನೀರು ಕೊಚ್ಚಿ ತಂದುಕೊಟ್ಟ. "ನಮ್ಮ ತೋಟದ ಎಳನೀರು ಅಮೃತವೇ" ಅಂದವನನ್ನ "ಅಮ್ಮ ತರಕಾರಿ ಬೇಕೂಂದ್ಲು ತಗೊಂಡ್ಹೋಗು" ಅವನನ್ನು ಕಳಿಸಿ ಅವನತ್ತ ತಿರುಗಿ "ತೋಟ ಸಮೃದ್ಧ ಫಸಲು ಹೇರಳ. ಅದ್ರೂ ಲಾಸ್... ಅಂದರೇ ಅರ್ಥವೇನು? ಯಾಕೋ ಮಾವನ ಕೈಗುಣ ಈ ತೋಟಕ್ಕೆ ಒಗ್ಗೊಲ್ಲ. ನಾವೇ ವಹಿಸಿಕೊಳ್ಳೋಣ ಬಿಡು" ದಿವ್ಯ ಅಂದಾಗ ಅವನು ಬೆಚ್ಚಿಬಿದ್ದ.

"ನಿಂಗೇನು ತಲೆ ಕೆಟ್ಟಿದ್ಯಾ?" ಗುಡುಗಿದ.

ಕೋಪ, ಅಸಹನೆಯ ಹಿನ್ನೆಲೆ ಅವಳಿಗೆ ಅರ್ಥವಾಯಿತು. ಸಿಟಿಯ ಜೀವನಕ್ಕೆ ಒಗ್ಗಿಕೊಂಡವನಿಗೆ ಈ ಪರಿಸರ ನೀರಸ. ಈ ಶ್ರೀನಿಧಿ ಪರವಾಗಿ ನಿಲ್ಲುವಂಥವನು.

ಅವಳಿಗೆ ನೋವೆನಿಸಿತು. ವಿಕ್ಕಿ ಈ ಕುಟುಂಬಕ್ಕೆ ಸ್ವಂತ. ಅವನು ಎಲ್ಲರ ದನಿಯಾಗಬೇಕಿತ್ತು. ಆದರೆ ಆಗಿರೋದೇನು?

"ಸ್ವಲ್ಪ ಅರ್ಥಮಾಡ್ಕೋ. ಅಮ್ಮನ ಜಗತ್ತು ತೀರಾ ಚಿಕ್ಕು. ದೊಡ್ಡ ದೊಡ್ಡ.... ಆಸೆಗಳನ್ನ ಕಟ್ಟಿಕೊಳ್ಳಲಿಲ್ಲ. ಸಮತಟ್ಟು ನೆಲದಮೇಲೆ ಹರಿಯುವ ನೀರಿನಂತೆ ಬದುಕಿಬಿಟ್ಟರು. ಆದರೆ ನಾವುಗಳು ಹಾಗೇ ಬದುಕೋಕೆ ಸಾಧ್ಯನಾ? ಖಂಡಿತ ಸಾಧ್ಯವಿಲ್ಲ. ಈಗ ಬಂದು ಒಂದೆರಡು ದಿನ ಇಲ್ಲಿ ಉಳಿಯಬೇಕೆಂದರೆ ಇರಸು ಮುರುಸು" ಹೇಳಿಕೊಂಡ. ಅಣ್ಣನನ್ನು ನೇರವಾಗಿ ನೋಡಿದಳು. ತನ್ನೊಬ್ಬನ ಬಗ್ಗೆ ಮಾತ್ರ ಯೋಚಿಸುತ್ತಿದ್ದ. ಇದೇನು ಅತಿಶಯವೆನಿಸಲಿಲ್ಲ. ಹೆತ್ತವರು ಸದಾ ಮಕ್ಕಳ ಒಳಿತು, ಭವಿಷ್ಯದ ಬಗ್ಗೆ ಚಿಂತಿಸುತ್ತಾರೆ. ಆದರೆ ಒಂದು ಹಂತಕ್ಕೆ ಬಂದ ಮುಕ್ಕಾಲು ಪಾಲು ಮಕ್ಕಳು ತಮ್ಮ ಭವಿಷ್ಯದ ಬಗ್ಗೆ ಮಾತ್ರ ಚಿಂತಿಸಬಲ್ಲರು. ಅದರಲ್ಲಿ ವಿಕ್ರಮ್ ಕೂಡ ಒಬ್ಬ.

"ಈಗೇನು ಮಾಡೋದಿದೆ. ನಿನ್ನ ಆಶಯಕ್ಕೆ ವಿರುದ್ಧವಾಗಿ ಅಪ್ಪಯ್ಯ, ಅಮ್ಮನಿನ್ನ ಇಲ್ಲೇ ಉಳ್ಸಿಕೊಳ್ಳೋ ಪ್ರಯತ್ನ ಮಾಡ್ಲಿಲ್ಲ. ಈಗೇನು?" ನೇರವಾಗಿಯೇ ಕೇಳಿದಳು. ಭಾರವಾದ ಉಸಿರುದಬ್ಬಿದ. ಮುಖ ಹಿಂಡಿದ. ಕೈಗಳನ್ನು ಕೊಡವಿದ. "ಮಾವ ಈ ತೋಟ ಮಾರ್ತಾ ಇದ್ದಾರೆ. ಅದು ಇವ್ರಿಗೆ ಇಷ್ಟವಿಲ್ಲ. ಮಕ್ಕಳಿಗೆ ದೊಡ್ಡದಾಗಿ ಉಳ್ಸಬೇಕೆನ್ನೋದೇನಿಲ್ಲ. ಈಗಾಗಲೇ ಅತ್ತೆ, ಮಾವ ನಮ್ಮಗಳ ಜವಾಬ್ದಾರಿ ವಹಿಸಿಕೊಂಡಿದ್ದಾರೆ. ಅಂಥದ್ದರಲ್ಲಿ ವಿರೋಧ ಯಾಕೆ?" ನೇರವಾಗಿ ವಿಚಾರಕ್ಕೆ ಬಂದ. ಅಸಹನೆ ಇತ್ತು ಅವನ ದನಿಯಲ್ಲಿ.

"ತೋಟ ಅಜ್ಜಯ್ಯನದು. ಅದರ ಮೇಲಿನ ಪೂರ್ತಿ ಅಧಿಕಾರ ಅವರದೇ. ಇಷ್ಟು ಮಾವನಿಗೆ ತಿಳಿದಿದ್ದರೇ, ಸಾಕು. ಮಾವ ವ್ಯವಹಾರದಲ್ಲಿ ಚತುರರು ಇರ್ಬಹುದ್ದು. ಅವ್ರ ಪಾಲಿಗೆ ಇದು ಅಧಿಕವಾದ ಹಣ ತರದೇ ಇರಬಹುದ್ದು. ಅದು ಅವ್ರ ಯೋಚನಾಲಹರಿ, ಅಜ್ಜಯ್ಯ ಅಪ್ಪಯ್ಯ ಹಾಗೇಂತ ಭಾವಿಸಲಾರರು. ಇದು ನಿಂಗೆ ಯಾಕೆ ಅರ್ಥವಾಗ್ಲಿಲ್ಲ? ವಿಷಯ ಮೊಳಕೆಯೊಡೆದ ಕೂಡಲೇ, ಚಿವಿಟಿ ಹಾಕಿದ್ದರೇ, ಇದು ಇಲ್ಲಿವರ್ಗೂ ಬರ್ತಾ ಇರ್ಲಿಲ್ಲ. ಅವರುಗಳು ಮುಖಾಮುಖಿಯಾಗುವುದು ತಪ್ಪುತ್ತಿತ್ತು" ಎಂದಳು. ಮುಲಾಜಿಲ್ಲದೆ. ತಂಗಿಯ ಮಾತಿಗೆ ವಿಕ್ರಮ್ ಗಾಬರಿಯಾದ.

"ಮಹರಾಯ್ತಿ, ಏನೇನೋ ಮಾತಾಡಿ ಟೆನ್‌ಷನ್ ಮಾಡ್ಬೇಡ. ಅದು ಮುಗ್ದ ವಿಚಾರ. ಆ ಬಗ್ಗೆ ಎರಡು ಹಂತ ಮುಗಿದಿದೆ. ಬರೀ ರಿಜಿಸ್ಟ್ರೇಷನ್ ಬಾಕಿ. ತೋಟ ಇನ್ನಷ್ಟು ಡೆವಲಪ್ ಮಾಡಿ ಅವರೊಂದು ಗೆಸ್ಟ್‌ಹೌಸ್ ಕಟ್ಟೋಕಿತಾರಂತೆ" ಮುಕ್ತವಾಗಿ ನುಡಿದ. ಅವಳ ಮುಖ ಗಂಭೀರವಾಯಿತು. "ಇಲ್ಲಣ್ಣ, ತೋಟನ ಮಾರಲಿಕ್ಕೆ ಯಾರ್ಗೂ ಒಪ್ಗೇ ಇಲ್ಲ. ಈ ವಯಸ್ಸಿನಲ್ಲಿ ನೆಲೆ ಕಳ್ದುಕೊಳ್ಳೋಕೆ ಯಾರು ಇಷ್ಟಪಡ್ತಾರೆ? ಅಂಥ ಸಂದಿಗ್ಧಕ್ಕೆ ಅವರನ್ನು ತಂದು ನಿಲ್ಲಿಸೋದ್ಬೇಡ". ದಿವ್ಯ ಹೇಳಿದ ರೀತಿಗೆ ಅವನು ಬೆಚ್ಚಿದ. ಶ್ರೀನಿಧಿ ಆತ್ಮೀಯ ಸೋದರತ್ತೆಯ ಗಂಡನೇ. ಕೆಲವಲ್ಲಿ ತೀರಾ ಕಟ್ಟುನಿಟ್ಟು ಎಂದು ಅವನಿಗೆ ಗೊತ್ತು. ಮುಂದೆ ಯಾವುದೇ ಅನಾಹುತವಾಗಬಾರದೆಂದು ಎಚ್ಚೆತ್ತ.

ತಂಗಿಯ ಭುಜದ ಮೇಲೆ ಕೈಯಿಟ್ಟು "ಪ್ಲೀಸ್ ಬೇಡ, ಮುಂದೆ ನಾನಾ ಸಮಸ್ಯೆಗಳನ್ನೆದುರಿಸಬೇಕಾಗುತ್ತೆ. ಹೇಗೋ.... ಏನೋ... ಹೇಳಿ ಅವರುಗಳನ್ನು ಒಪ್ಪು. ತೋಟದಿಂದ ಇನ್ನು ಯಾವ ದೊಡ್ಡ ವರಮಾನವಿದೆ? ಬೇಕಾದರೇ, ಮಾವ, ತಿಂಗಳಿಗಿಷ್ಟು" ಮುಂದುವರಿಸುವ ಮುನ್ನ "ಸ್ಟಾಪ್ ಇಟ್. ಹೌದು... ತಿಂಗ್ಳು... ತಿಂಗ್ಳು ಅವರುಗಳ ಕಳಿಸೋ ಹಣಕ್ಕಾಗಿ ಕಾಯಬೇಕಾ? ಆ ಕರ್ಮ ಯಾಕೆ? ತೋಟವೇನು ಶ್ರೀನಿಧಿ ಅವರ ಸ್ವಂತದ್ದಲ್ಲ, ಇಲ್ಲ ಅವರಜ್ಜ ಸಂಪಾದಿಸಿದ ಪಿತ್ರಾರ್ಜಿತವಲ್ಲ. ಅವರುಗಳ ಸಹಾಯವೇನು ಇಲ್ಲಿಗೆ ಬೇಕಿಲ್ಲ. ತೋಟ ಮಾರೋಲ್ಲ. ಅಷ್ಟೆ.... ಅಜ್ಜನಿಗೆ ಇದು ಪಿತ್ರಾರ್ಜಿತ ಆಸ್ತಿ. ಪ್ರಾಣ ದೇವರ ಕೈಂಕರ್ಯಕ್ಕೆಂತಲೇ ಮೀಸಲಾಗಿರೋ ತ್ರಾಣ. ಅಷ್ಟೇ... ಇದನ್ನ ಶ್ರೀನಿಧಿಯವರಿಗೆ ಫೋನ್ ಮಾಡಿ ಹೇಳು" ಬಡಬಡ ದಬಾಯಿಸಿದ್ದು ನೋಡಿ ಅವಾಕ್ಕಾದ. ದಿವ್ಯ ಎಂದು ಇಷ್ಟು ನಿಷ್ಠೂರವಾಗಿ ಮಾತಾಡಿದ್ದಿಲ್ಲ. "ಅಬ್ಬ..." ಅಂದುಕೊಂಡ ವಿಕ್ರಮ್.

ತಣ್ಣಗೆ ಒಂದು ಕಡೆ ಕೂತುಬಿಟ್ಟ ವಿಕ್ರಮ್. ಈ ವಿಚಾರದಿಂದ ಎರಡು ಮನೆಗಳ ಸಂಬಂಧ ಕೆಡಬಹುದು. ಆದರೆ..... ಮುಂದೆ?

"ಪ್ಲೀಸ್, ನೀನೇ ಜಿದ್ದುಗೆ ನಿಂತಂಗೆ ಕಾಣ್ತೆ, ಅನುರಾಗ್ ನಿನ್ನ ಕೈ ತಪ್ಪಿ ಹೋಗ್ಬಹ್ದು. ದೀಪಿಕಾ ನನ್ನ ಕೈ ತಪ್ಪಿ ಹೋಗಿ ಕನಸುಗಳೆಲ್ಲ ಚದುರಿಹೋಗುತ್ತೆ. ಸ್ವಲ್ಪ ಅರ್ಥ ಮಾಡ್ಕೋ. ನಾನು.... ನೀನು ಸೇರಿ ಇವ್ರನ್ನ ಒಪ್ಪಿಸೋಣ. ತೋಟ ಮಾರಿದ್ಮೇಲೆ ಇವರುಗಳು ಇಲ್ಲಿ ಇರೋದ್ಬೇಡ. ಬೆಂಗ್ಳೂರಿಗೆ ಕರ್ಕೊಂಡ್ ಹೋಗ್ಬಿಡೋಣ. ದೇವರಕಟ್ಟೆ ಸಹವಾಸವೇ ಬೇಡ" ತಂಗಿಯನ್ನು ಅನುನಯಿಸಿದ "ಅಜ್ಜಯ್ಯ, ಅಪ್ಪಯ್ಯ ಅಮ್ಮ ಒಪ್ಪೊಲ್ಲ. ಅವ್ರ ಬದ್ಕಿನ ಒಂದು ಭಾಗವಾಗಿದೆ ತೋಟ, ಮನೆ. ಎಲ್ಲಕ್ಕಿಂತ ಪ್ರಾಣದೇವರ ಪೂಜೆಯಲ್ಲಿಯೇ ಅಜ್ಜಯ್ಯ ತಮ್ಮ ಜೀವನ ಸವೆಸಿದ್ದಾರೆ. ಅಲ್ಲಿಂದ ಬೇರೆ ಮಾಡೋದು ಪಾಪ. ನೀನು ಅತ್ತೆ, ಮಾವನಿಗೆ ವಿಷ್ಯ ತಿಳ್ಸಿ ಅವ್ರನ್ನೆ ಒಪ್ಪು. ಸಾಕಷ್ಟು ದುಡಿದು ಗುಡ್ಡೆ ಹಾಕ್ಕೊಂಡಿದ್ದಾರೆ. ತೋಟ ಮಾರಿದ ಹಣ ಅವ್ರಿಗೆ ಬೇಕಾಗೋಲ್ಲ. ನೀನೇ ಕನ್ವಿನ್ಸ್ ಮಾಡು" ಅವನಿಗೆ ಬಿಟ್ಟಳು. ಇದನ್ನು ಅವನು ನಿರೀಕ್ಷಿಸಿರಲಿಲ್ಲ. ತಲೆಯ ಮೇಲೆ ಕೈಯೊತ್ತು ಕೂತುಬಿಟ್ಟ.

ಅಷ್ಟರಲ್ಲಿ ಅವನ ಮೊಬೈಲ್ ಸದ್ದು ಮಾಡಿತು. ಆ ತುದಿಯಲ್ಲಿ ದೀಪಿಕಾ ಇದ್ದಳು. ಎದ್ದು ಮಾತಾಡುತ್ತ ನಡೆದುಹೋದವನು ಮೊಬೈಲ್ ಕಟ್ ಆದನಂತರವೇ ಇತ್ತ ಬಂದಿದ್ದು.

"ಬೆಳಿಗ್ಗೆ ಹೊರಡೋಣ" ಎಂದ.

"ಯಾರ್ದೂ ಫೋನ್?" ಕೇಳಿದವಳು "ನೀನೇ ನೇರವಾಗಿ ಅತ್ತೆ, ಮಾವನಿಗೆ ವಿಷ್ಯ ತಿಳಿಸಿ ತೋಟದ ಮಾರಾಟದ ವಿಚಾರನ ಕೈಬಿಡೋಕೆ ಹೇಳ್ಬೇಕು, ಸಮ್ಮತವಲ್ಲದ ವಿಚಾರಕ್ಕೆ ಹಿರಿಯರು ಎದುರುಬದರಾಗುವುದು ಬೇಕಿರಲಿಲ್ಲ. ಇಂಥ ವಿಚಾರ ಇಲ್ಲವೇ, ಇಲ್ಲ. ಅನ್ನೋ ತರಹ ಇದ್ದುಬಿಡೋಣ." ದೂರದಲ್ಲಿ ಇಂಥದೊಂದು ಆಸೆ ಮಿಂಚಿ ಮರೆಯಾಯಿತು. ವಿಕ್ರಮ್ ಅಡ್ಡಡ್ಡ ತಲೆಯಾಡಿಸಿ ಮುಖ ಮೇಲೆತ್ತಿ ಉಸಿರು ದಬ್ಬಿ,

"ಆ ಹಂತ ಮೀರಿ ಹೋಗಿದೆ. ಅಗ್ರಿಮೆಂಟ್ ಮಾಡ್ಕೊಂಡ್ ಪೂರ್ತಿ ಹಣ ಪಡೆದುಕೊಂಡಿದ್ದಾರೆ. ಈಗ ಅವ್ರು ಒಪ್ಪೋಲ್ಲ. ಇವರದು ಸಮ್ಮತ್ರವಿಲ್ಲ. ಇವರೇ ಮೊಂಡು ಹಟ ಬಿಟ್ಟು ಒಪ್ಕೋಬೇಕು" ನಿಸ್ಸಾಯಕತೆಯಿಂದ ನುಡಿದ.

"ಅರೆ, ಆಸ್ತಿ ಅಜ್ಜಯ್ಯನದು. ಇನ್ನು ನೆಕ್ಸ್ಟ್ ಜನರೇಷನ್ ಕೈ ತಲುಪಿಲ್ಲ. ಅಂಥದ್ದರಲ್ಲಿ ಅಗ್ರಿಮೆಂಟ್ ಮಾಡ್ಕೊಂಡ್ ಹಣ ಪಡೆದಿದ್ದು ಯಾರು?" ಸಂಬಂಧದ ಗಡಿ ದಾಟಿ ಮಾತಾಡಿದಳು. ಅವನಿಗೂ ಇದು ಸರಿಯೆನಿಸಿತು. "ಅಪ್ರ ಆಟೋಮೊಬೈಲ್... ತೀರಾ ಫೈನಾನ್ಷಿಯಲ್ಲಾಗಿ ಸಿಚ್ಯುವೇಷನ್‌ನಿಂದ ಮುಚ್ಚೋ ಸ್ಥಿತಿ ಬಂದಾಗ ಕಾಗ್ದ ಪತ್ರಗಳು ಇಸ್ಕೊಂಡ್ ಅದರ ಮೇಲೆ ಸಾಲ ಪಡೆದುಕೊಂಡದ್ದು ಮಾತ್ರ ಗೊತ್ತಿದೆ. ಬೇರೇನು ಗೊತ್ತಿಲ್ಲ" ಕೈಯಾಡಿಸಿಬಿಟ್ಟ. "ದಿವ್ಯ. ನಂಗ್ಯಾಕೋ ಭಯ ಕಣೇ. ಇವರುಗಳು ವಿರೋಧ ತೋರಿಸದಿದ್ದರೇ, ಮೊದಲಿದ್ದ ಹಾಗೇ ಇರ್ಬಹುದ್ದು. ಇಲ್ಲದಿದ್ದರೇ ಅನಾಹುತವಾಗುತ್ತೆ. ಏನಾದ್ರೂ... ಮಾಡ್ಕೊಳ್ಳಿ" ವೇಗವಾಗಿ ಹೊರಟೇಬಿಟ್ಟ. ಯಾವುದೇ ಕಾರಣಕ್ಕೂ ಸಂಬಂಧ ಕೆಡುವುದು ಅವನಿಗೆ ಬೇಕಿರಲಿಲ್ಲ. ಶ್ರೀಮಂತ ಬದುಕಿನ ಭ್ರಮೆಯಲ್ಲಿ ಇದ್ದ.

ಎರಡು ದಿನ ಮುಖ ಉಮ್ಮಿಸ್ಕಿಕೊಂಡು ಆಗಾಗ ಫೋನ್ ಮಾಡುತ್ತಿದ್ದ. ಯಾರಿಗೂ ಕಂಫರ್ಟ್ ಅನ್ನಿಸಲಿಲ್ಲ. ಮೂರನೇ ದಿನ ಅಜ್ಜಯ್ಯ ಪೂಜೆಗೆ ಹೊರಟಾಗ ಅವನು ಹಿಂಬಾಲಿಸಿದ. ಅವರ ಪೂಜೆ ಶುರು ಮಾಡಿದ ಮೇಲೆ ಹೊರಗೆ ಬಂದ. ಈ ಮನೆತನಕ್ಕೆ ಆ ದೇವಸ್ಥಾನ ಮೀಸಲು ಅಂತೇನು ಇರಲಿಲ್ಲ. ಇಲ್ಲಿನವರು ಮಾತ್ರವಲ್ಲ ಬಹಳ ದೂರದಿಂದ ಭಕ್ತಾದಿಗಳು ಬರುತ್ತಿದ್ದರು. ಮನೆದೇವರು ಎನ್ನುವಂತೆ ನಡೆದುಕೊಳ್ಳುತ್ತಿದ್ದರು. "ಸತ್ಯವಂತ ದೇವರು. ಕೇಳಿದ್ದನ್ನ ನಡೆಸಿಕೊಡುತ್ತಾನೆ" ಎನ್ನುವ ಪ್ರತೀತಿ ಕೆಲವರಲ್ಲಿ.

ಅವರು ಪೂಜೆ ಮುಗಿಸಿಕೊಂಡು ಹೊರಗೆ ಬರುವ ವೇಳೆಗೆ ಸುತ್ತಾಡಿ ಅವರ ಜೊತೆಗೂಡಿ ಮನೆಯತ್ತ ಹೆಜ್ಜೆ ಹಾಕತೊಡಗಿದವನು ಮಧ್ಯದಲ್ಲಿ "ಅಜ್ಜಯ್ಯ" ಎಂದ. ಅವರು ನಿಂತು ಅವನತ್ತ ತಿರುಗಿದವರು "ಏನು... ವಿಷ್ಯ? ಈ ಸಲವೇ ಒಂದಾಲ್ಕು ದಿನ ನಿಂತಿದ್ದು. ಕಾಲೇಜಿಗೇನಾದ್ರೂ ರಜೆಯಾ?" ವಿಚಾರಿಸಿದರು.

"ನೇರವಾಗಿ ಒಂದಿಷ್ಟು ನಿಮ್ಹತ್ರನೆ ಮಾತಾಡೋಣಾಂತ" ಅರ್ಥ ಮಾಡಿಕೊಂಡು ಮರದ ನೆರಳಿಗೆ ಹೋಗಿ ಕೂತರು. "ಹೇಳು...." ಎಂದರು ಮೊಮ್ಮಗನತ್ತ ನೋಡಿ. ಹತ್ತಿರ ಕೂಡಿಸಿಕೊಂಡು ಉಪನಯನವಾದ ಮೇಲೆ ಸಂಧ್ಯಾವಂದನೆ ಮಾಡಿಸುತ್ತಿದ್ದರು. "ಈಗ್ಲೂ ಸಂಧ್ಯಾವಂದನೆ ಮಾಡ್ತಾ ಇದ್ದೀಯ?" ಕೇಳಿದ ಕೂಡಲೆ ತಡಬಡಾಯಿಸಿದ. ಉತ್ತರಿಸಲಿಲ್ಲ.

"ನಮ್ಗೂ ನಿಮ್ಮನ್ನ ಬಿಟ್ಟಿರೋಕಾಗೋಲ್ಲ. ನಿಮ್ಮನ್ನು ಬೆಂಗ್ಳೂರಿಗೆ ಕರ್ಕೊಂಡ್ ಹೋಗ್ಬಿಡೋದೂಂತ ಅತ್ತೆ ಹೇಳಿದ್ರು. ಈ ಪರಿಸರದಿಂದ ಆ ಪರಿಸರಕ್ಕೆ ಸ್ವಲ್ಪ ದಿನ ಕಷ್ಟವಾಗುತ್ತೆ. ಆಮೇಲೆ ತಾನಾಗಿ ಸರಿಹೋಗುತ್ತೆ. ತೋಟಕ್ಕೆ ಮಾಡೋ ಖರ್ಚು ಕೂಡ ಹೊರಡ್ತಾ ಇಲ್ಲ. ಇನ್ನು ಸಾಲ ಕೂಡ ಹಾಗೆ ಉಳಿದಿದೆಯಂತೆ. ಅದಕ್ಕೆ ಮಾರೋ

ತೀರ್ಮಾನಕ್ಕೆ ಬಂದಿದ್ದಾರೆ." ಅಂಜುತ್ತಲೇ ಉಸುರಿದ. ಅನಂತಶರ್ಮ ನೋಟ ಅವನತ್ತ ತಿರುಗಿಸಿ ನೇರವಾಗಿ ನೋಡಿ "ತೋಟದ ಮೇಲೆ ಇನ್ನು ಸಾಲ ಇದೇಂತ ಈಗ್ಲೇ ತಿಳಿದಿದ್ದು. ಎಷ್ಟಿದೇಂತ... ತಿಳ್ಕೋ" ಅಷ್ಟು ಹೇಳಿ ಎದ್ದು ಹೊರಟುಬಿಟ್ಟರು. ಇದು ಸಕಾರಾತ್ಮಕ ಪ್ರತಿಕ್ರಿಯೆ ಅಲ್ಲವೆನಿಸಿತು. ಮೊಬೈಲ್‌ನಲ್ಲಿ ಶ್ರೀನಿಧಿಯನ್ನು ಸಂಪರ್ಕಿಸಿದ. ಪೂರ್ತಿ ಕೇಳಿಸಿಕೊಂಡ ಅವರು "ಅದೆಲ್ಲ ಮುಗ್ದ ಕತೆ. ನೀನೇನು ತಲೆ ಕೆಡಿಸ್ಕೋಬೇಡ. ತೆಪ್ಪಗೆ ದಿವ್ಯನ ಕರ್ಕೊಂಡ್ ಬಂದ್ಬಿಡು. ಮಿಕ್ಕಿದ್ದು ನಾನು ನೋಡ್ಕೋತೀನಿ" ಅಂದು ಫೋನ್ ಕಟ್ ಮಾಡಿದರು. ವಿಕ್ರಮ್ ತಲೆ ಬಿಸಿಯಾಯಿತು. 'ಛೆ...' ಅಂದುಕೊಂಡು ನಡೆದ.

ಮನೆಯಲ್ಲಿ ಒಂದು ರೀತಿಯ ಬಿಗುವಿನ ವಾತಾವರಣ. ರಾತ್ರಿ ಹತ್ತರ ನಂತರ ದಿವ್ಯಗೆ ಹೇಳಿದ "ಮೊದಲ ಬಸ್ಸಿಗೆ ಹೋಗೋಣ. ಕಾಲೇಜು ಬಿಟ್ಟು ಇಲ್ಲೇನು ಮಾಡ್ತೀಯಾ? ಅವರುಗಳು ಏನಾದ್ರೂ... ಮಾಡ್ಕೊಳ್ಳಿ. ನಾವ್‌ಗಳು ತೆಪ್ಪಗಿದ್ದುಬಿಡೋಣ" ತೀರಾ ಪಿಸುದನಿಯ ಸೂಚನೆ.

"ನೀನು ಈ ಮನೆಯ ಮಗ. ಮಧ್ಯಾಹ್ನ, ತೋಟ ತಮ್ಮದು ಅನ್ನೋ ರೀತಿಯಲ್ಲಿ ಯಾರೋ ತೋಟದ ಮುಂದೆ ಕಾರು ನಿಲ್ಲಿಸಿ ಓಡಾಡಿಕೊಂಡು ಹೋಗಿದ್ದಾರೆ. ಸಂಬಂಧಪಟ್ಟ ಎಲ್ಲಾ ಪತ್ರಗಳು ಮಾವನ ಬಳಿಯಲ್ಲಿದೆ. ನಮ್ದು ಅನ್ನೋಕೆ ಯಾವ್ದೇ ದಾಖಲೆಗಳಿಲ್ಲ. ಇಲ್ಲಿ ಈ ಸ್ಥಿತಿಯಲ್ಲಿ ಹೇಗೆ ಬರೋದು? ಇದೆಲ್ಲ ತೀರ್ಮಾನವಾಗೋವರ್ಗೂ.... ಇಲ್ಲೇ ಇರ್ಬೇಕು" ಹೇಳಿದಳು.

"ಅದೆಲ್ಲ ಮುಗಿದಕತೆ, ಅಂದರು ಮಾವ" ಎಂದ ಮೆಲ್ಲಗೆ.

ಮೊಬೈಲ್ ತಗೊಂಡು ಶ್ರೀನಿಧಿಯನ್ನು ಸಂಪರ್ಕಿಸಿ "ಮಾವ, ತೋಟಕ್ಕೆ ಸಂಬಂಧಪಟ್ಟ ಎಲ್ಲಾ ದಾಖಲೆ ಪತ್ರಗಳು ಬೇಕು. ಸದ್ಯಕ್ಕೆ ತೋಟನ ಮಾರೋಕೆ ಅಜ್ಜಯ್ಯ ಒಪ್ಪೋಲ್ಲ" ಸಹಜವಾಗಿಯೇ ಹೇಳಿದಳು.

ಶ್ರೀನಿಧಿಗೆ ಇದು ಅನಿರೀಕ್ಷಿತ. "ದಿವ್ಯ ಒಂದಿಷ್ಟು ಅರ್ಥ ಮಾಡ್ಕೋ. ಹಳೆಯ ವ್ಯವಸ್ಥೆಗೆ ಒಗ್ಗಿಕೊಂಡೋರು. ಅವರ ಬಗ್ಗೆ ತಲೆ ಕೆಡ್ಸಿಕೊಳ್ಳೋದು ಬೇಡ. ನೀನು ತೆಪ್ಪಗೆ ವಿಕ್ರಮ್ ಜೊತೆ ಬಾ" ಅಷ್ಟಕ್ಕೆ ಫೋನ್ ಕಟ್ ಮಾಡಿದರು.

"ಏನ್ಹೇಳಿದ್ರು... ಮಾವ? ಮುಖಕ್ಕೆ ಮಂಗಳಾರತಿ ಎತ್ತಿದರಾ? "ಅವನ ಕೇಳಿಕೆಗೆ" ಹೇಗೂ, ಬೆಳಿಗ್ಗೆ ಹೊರಟಿದ್ದೀಯಲ್ಲ. ಮೊದ್ಲು ಕಾಗದ ಪತ್ರಗಳ್ನ ಇಸ್ಕೊಂಡ್ ಇಲ್ಲಿಗೆ ಕಳ್ಸು" ಸ್ವಲ್ಪ ಒರಟಾಗಿ ಹೇಳಿ ಹೊರಗೆ ಹೋಗಿ ನಿಂತಳು. ಹುಟ್ಟಿ ಬೆಳೆದ ಈ ಪರಿಸರ ಅವಳಿಗೆ ಅಚ್ಚುಮೆಚ್ಚು "ನಾನು ಬೆಂಗ್ಳೂರಿಗೆ ಹೋಗೋಲ್ಲ. ಇಲ್ಲೇ ಎಲ್ಲಾದ್ರೂ ಕಾಲೇಜ್‌ಗೆ ಸೇರಿಕೊಳ್ತೀನಿ "ಅಂದಾಗ ವಸಂತಲಕ್ಷ್ಮಿ ಗೊಣಗಿ ಅಲ್ಲಿ ತಗೊಂಡು ಹೋಗಿ ಕಾಲೇಜಿಗೆ ಸೇರಿಸಿದರು." ಅವಳು ಬರೀ ಸೋದರಸೊಸೆ ಮಾತ್ರವಲ್ಲ. ಮುಂದೆ ಸೊಸೆಯಾಗುವವಳು ಎನ್ನುವ ಅಕ್ಕರೆ ಕೂಡ. ಆಗಲೂ ಆ ಸಿಟಿಯ ಪರಿಸರ ಅವಳಿಗೆ ಇಷ್ಟವಾಗಿರಲಿಲ್ಲ. ಈಗಂತು ಸುತಾರಾಂ ಇಷ್ಟವಿಲ್ಲ.

ಬಂದ ಕೌಸಲ್ಯ "ವಿಕ್ಕಿ ಬೆಳಿಗ್ಗೆ ಹೊರಟಿದ್ದಾನೆ. ನೀನು ಹೋಗಲ್ವ?" ಕೇಳಿದರು ಮೆಲ್ಲಗೆ "ನಾಲ್ಕು ದಿನ ಇದ್ದು ಹೋಗ್ತೀನಿ ಅಷ್ಟೆ" ಅಂದಿದ್ದು. ಆಕೆ ಒಂದಿಷ್ಟು ಅವಳತ್ತ ಸರಿದು "ನಂಗ್ಯಾಕೋ ಭಯ ಕಣೆ. ಎರಡು ಮನೆಗಳ ಸಂಬಂಧ ತೀರಾ ಚೆನ್ನಾಗಿತ್ತು. ಕೆಲವೊಮ್ಮೆ ಲಾಟ್‌ನಲ್ಲಿ ಕೀಳಿಸಿ ಹಾಕೋ ತೆಂಗಿನಕಾಯಿ, ಗಿಟಕು ಅವರೇ ಮಾರಿಕೊಳ್ಳೋರು. ಅಡಕೆ ಬೇಯಿಸೋದೆಲ್ಲ, ಅವರೇ ನೋಡ್ಕೊಂಡ್ ಮಂಡಿಗೆ ಹಾಕ್ತಾ ಇದ್ರು. ಇನ್ನು ನೀವುಗಳು ಅಲ್ಲಿ ಹೋಗಿ ನಿಂತ್ಮೇಲೆ... ಎಲ್ಲಾ ಖರ್ಚು ಅವರದೇ ಆಗಿತ್ತು. ಈಗ ತೋಟ ಮಾರೋ ವಿಚಾರದಲ್ಲಿ ಸಂಬಂಧ ಕೆಡುತ್ತೇಂತ ಕಾಣುತ್ತೆ" ಆಕೆಯ ದನಿಯಲ್ಲಿ ಭಯವಿತ್ತು. ಆ ಭಯ ದಿವ್ಯಗೂ ಇತ್ತು. ಆದರೆ ಅನಿವಾರ್ಯವಾಗಿತ್ತು "ಹಾಗೇನಾಗೋಲ್ಲ! ತೋಟದ ಮೇಲಿನ ಸಾಲ ಇನ್ನು ತೀರೀಲ್ಲಾಂದ್ರು ಮಾವ. ಅದ್ನ ನಾವು ವಹಿಸ್ಕೊಂಡ್... ಅವ್ರನ್ನ ಇದರಿಂದ ಪಾರು ಮಾಡ್ಬೇಕು. ಅದ್ನ ಮೊದಲೇ ಅಪ್ಪಯ್ಯ ಮಾಡಿದ್ದರೆ ಪರಿಸ್ಥಿತಿ ಈ ಹಂತಕ್ಕೆ ಬಂದು ನಿಲ್ತಾ ಇರ್ಲಿಲ್ಲ. ಈಗ್ಲೂ... ವಿಚಾರಿಸೋಣ. ನಿಂಗಾಲ್ಗೀ ಅಪ್ಪಯ್ಯನಿಗಾಗ್ಲೀ ಬೆಂಗ್ಳೂರಿಗೆ ಬರೋ ಇಷ್ಟವಿದ್ಯಾ?" ನೇರವಾಗಿತ್ತು ಅವಳ ಕೇಳಿಕೆ.

"ನಿಮ್ಮನ್ನ ಬಿಟ್ಟಿರೋದು ಕಷ್ಟ. ನಿಮ್ಜೊತೆಯಲ್ಲಿ ಇರಬಹುದೆನ್ನುವ ಆಸೆ. ಆದರೆ ನಿನ್ನ ಅಜ್ಜಯ್ಯ ಪೂಜೆ, ತೋಟ, ಇಲ್ಲಿ ನಿನ್ನ ಅಜ್ಜಿ ಇದ್ದ ಮನೆ ಬಿಟ್ಟುಬರೋಕೆ ಒಪ್ಪೋಲ್ಲ. ಈ ವಯಸ್ಸಿನಲ್ಲಿ ಅವ್ರನ್ನ ಬಿಟ್ಟು ನಾವು ಹೇಗೆ ಬರೋದು"? ತಮ್ಮ ಸಂದಿಗ್ದತೆಯನ್ನು ಮಗಳಿಗೆ ವಿವರಿಸಿದರು. "ಬೇಡ, ಈಗ ನಮ್ಗಿಂತ.... ನಿಮ್ಮ ಅಗತ್ಯ ಅಜ್ಜಯ್ಯನಿಗಿದೆ. ಅವ್ರ ನೋವು ವಂಶಕ್ಕೆ ಶಾಪವಾಗಿ ಬಿಡುತ್ತೆ. ಮಾವ ಬರಬಹುದು. ಇಲ್ಲೇ ತೀರ್ಮಾನ ಮಾಡಿಕೊಳ್ಳೋಣ" ಅಮ್ಮನನ್ನ ಸಾಂತ್ವನಿಸಿದಳು. ಆದರೆ ಆಕೆ ಆತಂಕದಿಂದ ಮುಕ್ತರಾಗಲಿಲ್ಲ.

ರಾತ್ರಿಯೆಲ್ಲ ವಿಕ್ರಮ್ ನಿದ್ರಿಸಲಿಲ್ಲ. ಈಗಾಗಲೇ ಶ್ರೀನಿಧಿ, ವಸಂತಲಕ್ಷ್ಮಿಯಿಂದ ಮಾತ್ರವಲ್ಲ ಮಾವನ ಮಗಳು ದೀಪಿಕಾಳಿಂದ ಕೂಡ ಫೋನ್ ಬಂದಿತ್ತು. "ಹೇಗೋ ಒಂದಿಷ್ಟು ಕನ್ವಿನ್ಸ್ ಮಾಡು. ಅವ್ರು ಇಲ್ಲಿಗೆ ಬರೋದೇ ಬೇಡ. ಅಲ್ಲೇ ಇದ್ಕೊಳ್ಳಿ. ಏನಾದ್ರೂ ಏರ್ಪಾಟು ಮಾಡೋಣ" ಮೂವರದು ಇದೇ ಅಭಿಪ್ರಾಯ. ಇಲ್ಲಿ ಎಲ್ಲಕ್ಕಿಂತ ಹೆಚ್ಚಾಗಿ ತೋಟ ಮಾರುವಿಕೆಯಲ್ಲಿ ದಿವ್ಯಳ ವಿರೋಧವಿತ್ತು. "ಇವಳಿಗೆ ಯಾಕೆ ಬೇಕಿತ್ತು"? ಒಂದಲ್ಲ, ಹಲವಾರು ಸಲ ಅಂದುಕೊಂಡಿದ್ದು ಪ್ರಯೋಜನವಾಗಿರಲಿಲ್ಲ.

ಬೆಳಗಿನ ಜಾವ ಎದ್ದವನು ಸ್ನಾನ ಮುಗಿಸಿಕೊಂಡು "ಅಮ್ಮ, ನಾನು ಮೊದಲ ಬಸ್ಸಿಗೆ ಹೊರಟಿದ್ದೀನಿ. ದಿವ್ಯ ಕಾಲೇಜು ಬಿಟ್ಟು ಇಲ್ಲಿ ಕೂತಿದ್ದಾಳೆ. ಸ್ವಲ್ಪ ಹೇಳಿ ಕಳ್ಸಿಬಿಡು. ಈ ಸಣ್ಣ ವಿಚಾರಕ್ಕೆ ಸಂಬಂಧ ಕೆಟ್ಟರೆ, ನಂಗೆ ದೀಪಿಕಾ ಸಿಗೋಲ್ಲ. ಅವಳಿಗೆ ಅನುರಾಗ್ ಸಿಗೋಲ್ಲ. ಮುಂದೆ ಕಷ್ಟವಾಗುತ್ತೆ. ಮಾವ ಒಂದು ತರಹ ಹಟಮಾರಿ. ಅವ್ರಿಗೆ ಗುರಿ ಮುಖ್ಯ. ಅಡ್ಡ ಸಿಕ್ಕಿದನ್ನೆಲ್ಲ ಕತ್ತರಿಸ್ಕೊಂಡ್ ಮುಂದಕ್ಕೆ ಹೋಗ್ಬಿಡ್ತಾರೆ" ಎಂದ ಸ್ವಲ್ಪ ಅಸಹನೆಯಿಂದ. ಆದರೆ ವಿಷಯ ಸ್ಪಷ್ಟವಾದರೂ, ಕೊನೆಯ ವಾಕ್ಯ

ಅರ್ಥವಾಗಲಿಲ್ಲ. "ಏನಾದ್ರಾಗ್ಲೀ, ನಾನು ಯಾರ್ಗೂ ಹೇಳೋ ಸ್ಥಿತಿಯಲ್ಲಿಲ್ಲ." ಪರಿಸ್ಥಿತಿಯನ್ನು ವಿವರಿಸಿದರು. ಮುಖ ತಿರುಗಿಸಿಕೊಂಡು ಹೊರಟೇಬಿಟ್ಟ. ತನ್ನ ಭವಿಷ್ಯದ ದೃಷ್ಟಿಯಿಂದ ಅವರಲ್ಲಿ ಒಂದಾಗುವುದು ಶ್ರೇಯಸ್ಕರ ಅನಿಸಿರಬೇಕು.

ಹೊರಗೆ ಬಂದು ನಿಂತು ಅವನು ಹೋದತ್ತಲೇ ದಿಟ್ಟಿಸಿದರು. ಇಂಥ ಸರಳ ಜೀವನಕ್ಕಿಂತ, ಶ್ರೀನಿಧಿಯ ಮನೆಯ ಶ್ರೀಮಂತ ಬದುಕಿಗೆ ಒಗ್ಗಿಕೊಂಡಿದ್ದ. ಸದ್ಯಕ್ಕೆ ಅದನ್ನು ಕಳೆದುಕೊಳ್ಳದಂತೆ ಜೋಪಾನ ಮಾಡುವುದು ಅವನ ಉದ್ದೇಶ.

ಎಷ್ಟೋ ಹೊತ್ತು ಅಲ್ಲಿಯೇ ಇದ್ದು ಬಾಗಿಲತ್ತ ತಿರುಗುವ ವೇಳೆಗೆ ಅನಂತಶರ್ಮರು ಮಂತ್ರಗಳನ್ನು ಪಠಿಸುತ್ತ ದೇವಸ್ಥಾನಕ್ಕೆ ಹೊರಟಿದ್ದರು. ಇದು ನಿತ್ಯವಿಧಿ. ಇದರಲ್ಲಿಯೆ ಸಾರ್ಥಕತೆ ಕಂಡುಕೊಂಡವರು. ಅವರಿಗೆ ಜೀವನವೆಂದರೆ ಇಷ್ಟೆ.

* * * *

ವಿಕ್ರಮ್ ಬಂದಾಗ ಶ್ರೀನಿಧಿ ಮನೆಯಲ್ಲಿಯೆ ಇದ್ದರು. ಆ ವೇಳೆಗೆ ದೀಪಿಕಾ ಅವನು ಸಾಕಷ್ಟು ಮೆಸೆಜ್‌ಗಳನ್ನು ವಿನಿಮಯ ಮಾಡಿಕೊಂಡಿದ್ದರು. ಅಜ್ಜಯ್ಯ ಒಪ್ಪೊಲ್ಲ. ದಿವ್ಯ ಅವರ ಸಪೋರ್ಟ್‌ಗೆ ನಿಂತಿದ್ದಾಳೆ ಎನ್ನುವ ಇಂಪಾರ್ಟೆಂಟ್ ಸುದ್ದಿ ಮುಟ್ಟಿಸಿದ್ದರಿಂದ ಸ್ವಲ್ಪ ಗರಂ ಆಗಿದ್ದರು ಮನೆಯ ಯಜಮಾನ. "ಸ್ವಲ್ಪ ಕೂಡ ವ್ಯವಹಾರ ಜ್ಞಾನವಿಲ್ಲ. ಈ ಹುಡ್ಗೀಗೆ.... ಯಾಕೆ?" ದಿವ್ಯನ ಬಯ್ದುಕೊಂಡಿದ್ದರು. ಅದನ್ನು ಮನದಲ್ಲಿ ಮಾತ್ರವಲ್ಲ ಹೆಂಡತಿ, ಮಗಳ ಮುಂದೆ ಆಡಿ ಮುಗಿಸಿದ್ದರು. ಮನೆಯಲ್ಲಿ ಒಂದು ರೀತಿಯ emotional stress. ಯಾರ ಮುಖಗಳಲ್ಲೂ ಗೆಲುವಿಲ್ಲ.

"ವಿಕ್ರಮ್... ಇಲ್ಬಾ" ಎಂದವರು ತಮ್ಮ ರೂಮಿಗೆ ಹೊರಟವನನ್ನ ಹಿಂಬಾಲಿಸಿದ ಅವನನ್ನು ಮಧ್ಯದಲ್ಲೇ ದೀಪಿಕಾ ತಡೆದು "ಬಿಕಾಮ್, ಡ್ಯಾಡಿ ತುಂಬಾ ಡಿಪ್ರೆಸ್ಡ್ ಆಗಿದ್ದಾರೆ. ಅಜ್ಜಯ್ಯನಿಗೆ ಯಾಕೆ ಬುದ್ಧಿ ಇಲ್ಲ? ಅಲ್ಲೇನು ಬಂಗಾರ ಹೂತಿಟ್ಟಿದ್ದಾರ? ನಾನು ಹುಟ್ಟಿ ಬುದ್ಧಿ ಬಂದಾಗ್ನಿಂದ ಹಾಗೇ ಇದ್ದಾರೆ. ನೋ... ಇಪ್ರೂವ್‌ಮೆಂಟ್ಸ್! ಪ್ಲೀಸ್ ದೇವರಕಟ್ಟೆ ಜನಕ್ಕೆ ಸಪೋರ್ಟ್ ಮಾಡೋಕೆ.... ಹೋಗ್ಬೇಡ. ಸಂಬಂಧ ಹೋದರೋಯ್ತು ಅಂತ ನಿನ್ನು ಒದ್ದು ಹೊರ್ಗೆ ಹಾಕ್ಬಿಡ್ತಾರೆ" ಪಿಸುಗುಟ್ಟಿದ, ಆ ಕ್ಷಣಕ್ಕೇನು ಅರ್ಥವಾಗದಿದ್ದರೂ, ಆಮೇಲೆ ಸ್ವಾಭಿಮಾನದಿಂದ ಅವನ ಮೈ ಬಿಸಿಯಾಯಿತು. "ಐ ಡೋಂಟ್ ಕೇರ್... ಅವ್ರು ಯಾರು ನನ್ನ ಹೊರ್ಗೇ ಹಾಕೋಕೆ?" ಅಂದೇಬಿಟ್ಟ ಒಂದಿಷ್ಟು ದನಿಯೇರಿಸಿ. "ಸಾರಿ... ಸಾರಿ... ಡ್ಯಾಡಿ ಆ ತರಹ ಯೋಚ್ನೋಲ್ಲ. ಹಿರಿಯರ ಅವಿವೇಕಕ್ಕೆ ನಾವುಗಳು ಬಲಿಯಾಗಬೇಕಲ್ಲ. ನಿನ್ನ ಬಿಟ್ಟು ಬದುಕೋ ಶಕ್ತಿ ನಂಗಿಲ್ಲ ವಿಕ್ಕಿ" ರೋಮ್ಯಾಂಟಿಕ್ ಮೂಡ್‌ನಲ್ಲಿ ಉಸುರಿದಾಗ "ಓಕೆ... ಓಕೆ... ನೀನು ತಲೆ ಕೆಡ್ಸಿಕೊಬೇಡ. ಐ ಲವ್ ಯು. ನೀನು ನನ್ನ ಅದ್ಭುತ ಕನಸು" ಕನಸಿನ ಪ್ರಪಂಚದಲ್ಲಿ ತೇಲಿದ. ವಯೋಸಹಜವಾದ ಭಾವನೆಗಳು.

ಇದೊಂದು ಸಹಜ ಪ್ರಕ್ರಿಯೆ. ಅವನು ತೀರಾ ಸಾಮಾನ್ಯ. ಅವನ ಕನಸುಗಳು ಒಂದು ಚೌಕಟ್ಟಿನಲ್ಲಿ ಅಷ್ಟೆ. ಅದನ್ನು ವ್ಯವಸ್ಥಿತವಾಗಿ ರೂಪಿಸಿದ್ದರು ಶ್ರೀನಿಧಿ.

ಶ್ರೀನಿಧಿ ರೂಮಿನಲ್ಲಿ ಇವನಿಗಾಗಿ ಕಾದಿದ್ದರು. ಮುಖ ನೋಡಿದ ಕೂಡಲೇ ಕೂಡುವಂತೆ ಸನ್ನೆ ಮಾಡಿದವರು ಪ್ರಯತ್ನಪೂರ್ವಕವಾಗಿ ಮುಖದಲ್ಲಿ ನಗೆ ಅರಳಿಸಿ "ಎಲ್ಲಿ ದಿವ್ಯ? ಫ್ಯೂಚರ್ ಬಗ್ಗೆ ಯೋಚ್ನೆ ಇಲ್ಲ. ತೀರಾ ಇನ್ನೊಸೆಂಟ್. ಎಲ್ಲಾ.. ಹೇಗಿದ್ದಾರೆ?" ವಿಚಾರಿಸಿದ್ದು ಔಪಚಾರಿಕವಾಗಿ. ಒಳಗೆ ಅಸಹನೆಯ ಕುದಿತ. ಇದು ಅವರ ನಿರೀಕ್ಷಣೆಯಲ್ಲ. ತಮ್ಮ ಎಲ್ಲಾ ಮಾತುಗಳನ್ನು ಪಾಲಿಸುತ್ತಿದ್ದಾರೆ, ಮುಂದು ಹೀಗೆಯೇ ಎಂದು ಎಲ್ಲಾ ಸ್ವತಂತ್ರವನ್ನು ಅವರೇ ತೆಗೆದುಕೊಂಡಿದ್ದು ತಪ್ಪೇನೋ ಅನ್ನಿಸಿದ್ದು ಕೆಲವು ಕ್ಷಣಗಳು ಮಾತ್ರ.

"ಎಲ್ಲಾ ಚೆನ್ನಾಗಿದ್ದಾರೆ." ಅವರೆದುರು ಕೂತ. ಶ್ರೀನಿಧಿ ಸ್ಪಷ್ಟನೆ ನಿರೀಕ್ಷಿಸುತ್ತಾರೆಂದು ಅವನಿಗೆ ಗೊತ್ತು. "ಮಾವ, ನೀವು ಆತುರಪಡಬಾರ್ದಿತ್ತು. ತೋಟ ಮಾರೋಕೆ ಯಾರ್ಗೂ ಇಷ್ಟವಿಲ್ಲ. ಸದ್ಯಕ್ಕೆ ಆ ವಿಚಾರ ಕೈಬಿಡಿ. ಅವರುಗಳು ಅಲ್ಲಿ ಆರಾಮಾಗಿ ಇದ್ಕೊಂಡಿದ್ದಾರೆ" ಇಷ್ಟು ಹೇಳುವ ಧೈರ್ಯ ಮಾಡಿದ. ಶ್ರೀನಿಧಿ ನೇರವಾಗಿ ಅವನನ್ನು ನೋಡಿದರು. ಈ ಹಿನ್ನಡೆಯನ್ನು ಅವರು ಸಹಿಸೋಲ್ಲ. ಅದನ್ನ ಆರಾಮ್ ಅಂತಾರ? ಸರಳವಾದ ಜನ, ನಂಗೂ ಬಡ್ಡಿ ಕಟ್ಟಿಕಟ್ಟಿ ಸಾಕಾಗಿದೆ" ಅಂದರು ತುಸು ಬೇಸರದಿಂದಲೇ. ಇದು ನಂಬಲು ಸಾಧ್ಯವಿಲ್ಲ. ಅದ್ಭುತವಾದ ತೆಂಗಿನ ಫಸಲು. ಅದೇನು ಅಡಿಕೆ ಮರಗಳು "ಹನುಮಂತಪ್ಪನ ಆಶೀರ್ವಾದ ಶರ್ಮ ಅವರ ಕುಟುಂಬದ ಮೇಲಿದೆ." ಸುತ್ತಮುತ್ತಲಿನ ಜನ ಆಡಿಕೊಳ್ಳುತ್ತಿದ್ದರು. ಅಂಥದ್ದರಲ್ಲಿ ಅದರ ಮೇಲೆ ಹದಿನೈದು ವರ್ಷದ ಹಿಂದೆ ತೆಗೆದ ಸಾಲಕ್ಕೆ ಇಂದಿಗೂ ಬಡ್ಡಿ. ಅವನಿಗೆ ಹಿಂಸೆಯೆನಿಸಿತು. "ಮಾವ, ಯಾಕೋ ತಲೆ ನೋವು" ಅವರ ಪ್ರತಿಕ್ರಿಯೆಗೂ ನಿರೀಕ್ಷಿಸದೆ ಹೊರಗೆ ಬಂದವ ತನ್ನ ರೂಮಿಗೆ ಹೋಗಿ ಬಾಗಿಲು ಹಾಕಿಕೊಂಡ. ಒಂದು ರೀತಿಯ ನೋವು, ಅವಮಾನ.

ದೇವರ ಕಟ್ಟೆಯ ಮನೆಯ ಸಾಧಾರಣ ಬದುಕಿಗೂ ಇಲ್ಲಿನದಕ್ಕೂ ಬಹಳ ವ್ಯತ್ಯಾಸವಿತ್ತು. ಅವನ ರೂಮಿಗೂ ಎಸಿ ಅಳವಡಿಸಲಾಗಿತ್ತು. ಬೀರು, ವಾರ್ಡ್‌ರೋಬ್, ಟೇಬಲ್ಲು, ಮಂಚ ಎಲ್ಲಾ ಇತ್ತು. ಅಂತು ಶ್ರೀಮಂತಿಕೆಯ ಅನುಭವ. ಅದೆಲ್ಲ ಅವನಿಗೆ ಇಷ್ಟವು ಕೂಡ. ಅಕ್ಕರೆಯಲ್ಲಿ ಮೀಯಿಸುತ್ತಿದ್ದ ಅತ್ತೆ, ಮಾವ ಕೈ ತಪ್ಪಿಹೋದರೆ? ಸ್ವಲ್ಪ ಎಚ್ಚರದಿಂದ ಇರಬೇಕೆನಿಸಿತು.

"ವಿಕ್ರಮ್... ತಲೆನೋವೂಂತ ಅಂದೆಯಂತಲ್ಲ" ಎನ್ನುತ್ತಲೇ ಮುಚ್ಚಿದ ಬಾಗಿಲನ್ನು ತಳ್ಳಿಕೊಂಡು ಒಳಬಂದ ವಸಂತಲಕ್ಷ್ಮಿ ಅವನ ಬಳಿ ಕೂತು "ಏನು ವಿಷ್ಯ? ಯಾಕೆ ದಿವ್ಯ ಬರ್ಲಿಲ್ಲ? ನಾನು ಫೋನ್ ಮಾಡಿದ್ದೆ. ಸರ್ಯಾಗಿ ರೆಸ್ಪಾನ್ಸ್ ಮಾಡ್ಲಿಲ್ಲ" ಎಂದರು ಆತಂಕದಿಂದ. ಒಂದು ರೀತಿಯ ಇಬ್ಬದಿಯ ಸ್ಥಿತಿ ಆಕೆಯದು.

"ಅಂಥದೇನಿಲ್ಲ ಅತ್ತೆ? ತೋಟ ಮಾರೋಕೆ ಯಾರ್ಗೂ ಇಷ್ಟವಿಲ್ಲ. ಎಲ್ಲಾ ತೀರಾ ಕಂಗೆಟ್ಟಿದ್ದಾರೆ. ಅಜ್ಜಯ್ಯ ಅಂತು ಪ್ರಾಣದೇವರ ಪೂಜೆ ಬಿಟ್ಟು ಇಲ್ಲಿಗೆ ಬರೋಲ್ಲ.

ಅವ್ರನ್ನ ಈ ವಯಸ್ಸಿನಲ್ಲಿ ಬಿಟ್ಟು ಅಪ್ಪಯ್ಯ, ಅಮ್ಮ ಇಲ್ಲಿಗೆ ಬರ್ತಾರಾ? ದಿವ್ಯ ಅಲ್ಲಿ ನಿಂತಿದಕ್ಕೆ ಇದೇ ಕಾರಣ?" ಹಿಂಜರಿಯದೇ ಹೇಳಿದ. ಅವನಿಗೂ ಈಗ ತೋಟ ಮಾರುವುದು ಬೇಡವೆನಿಸಿತು. "ಮಾವ ಯಾಕೆ ಈ ನಿರ್ಧಾರ ತಗೊಂಡರು?" ಬೇಸರ ಇತ್ತು ಅವನ ದನಿಯಲ್ಲಿ. ವಸಂತಲಕ್ಷ್ಮಿ ಬಾಯಿಂದ ಮಾತು ಹೊರಡಲಿಲ್ಲ. ಜಗತ್ತಿಗೆ ಆಕೆ ಸುಖಿ ಗೃಹಲಕ್ಷ್ಮಿ. ಆದರೆ ಶ್ರೀನಿಧಿ ಎಂದೂ ಹೆಂಡತಿಯ ಮಾತಿಗೆ ಬೆಲೆ ಕೊಟ್ಟವರಲ್ಲ. ಒಳ್ಳೆಯ ಸೀರೆ, ಒಡವೆಯಲ್ಲಿ ಜೋಪಾನ ಮಾಡಿ ಬಣ್ಣದ ಗೊಂಬೆಯಂತೆ ಕಾಪಾಡುತ್ತಿದ್ದರು.

"ತೋಟ ಮಾರೋದು ಬೇಡಾಂತ ನೀವು ಹೇಳ್ಬಹುದು. ಒಪ್ಪಿಕೊಂಡರೆ ಎಲ್ಲಾ ಇಲ್ಲಿಗೆ ಮುಗಿಯುತ್ತೆ. ಪ್ಲೀಸ್.... ಅತ್ತೆ" ರಿಕ್ವೆಸ್ಟ್ ಮಾಡಿಕೊಂಡ "ಬಂದೇ...." ಆಕೆ ಎದ್ದು ಹೋದರು. ಪ್ರತಿಯೊಂದರ ಡಿಸಿಷನ್ ಶ್ರೀನಿಧಿಯದೇ. ಎಲ್ಲರ ಮುಂದೆ ಅಭಿಪ್ರಾಯ ಕೇಳುವುದು ವಾಡಿಕೆ. ಮುಗುಳ್ನಗುತ್ತ ತಲೆಯಾಡಿಸುವುದೊಂದು ಕೂಡ ವಾಡಿಕೆಯೆ.

ರೂಮಿಗೆ ಬಂದಾಗ ಶ್ರೀನಿಧಿ ಯಾರೊಂದಿಗೋ ಮಾತಾಡುತ್ತಿದ್ದವರು ಕಾಲ್ ಕಟ್ ಮಾಡಿ ಹೆಂಡತಿಯ ಕಡೆ ನೋಡಿ "ಏನಂತೆ ಅವರದು? ವಯಸ್ಸಾದ್ಮೇಲೆ ಹೇಳಿದಷ್ಟು ಕೇಳ್ಕೊಂಡ್ ತೆಪ್ಪಗಿರಬೇಕು" ಅಸಮಾಧಾನ ಕಕ್ಕಿದರು. ಆ ರೀತಿ ಗಂಡ ಮಾತಾಡಿದ್ದು ಆಕೆಗೆ ಇಷ್ಟವಾಗಲಿಲ್ಲ. "ಹಾಗೆಲ್ಲ ಮಾತಾಡ್ಬೇಡಿ. ನಮ್ಗೂ ವಯಸ್ಸು ಆಗುತ್ತೆ. ಇದ್ದಕ್ಕಿದ್ದಂತೆ ನೀವು ಯಾಕೆ ತೋಟ ಮಾರೋಕೆ ಹೊರಟಿದ್ದು? ಅಪ್ಪಯ್ಯನ... ಕೇಳ್ಬೇಕಿತ್ತು" ಅಂತು ಇಷ್ಟು ಮಾತಾಡುವ ಸಾಹಸ ಆಕೆಯದು. ಶ್ರೀನಿಧಿ ಹಣೆ ನೆರಿಗೆಗಟ್ಟಿತು. "ನಾನು ಕೇಳೋಷ್ಟು ವ್ಯವಹಾರ ಜ್ಞಾನ ಅವ್ರಿಗಿಲ್ಲ. ಅನಂತಶರ್ಮ ಮೊಮ್ಮಕ್ಳು ಓದ್ತಾ ಇರೋದು ನನ್ನ ನೆರಳಿನಲ್ಲಿ. ದೀಪಿಕಾಗೆ ವಿಕ್ರಮ್ ಭಾವಿ ಗಂಡ! ಮನಸ್ಸು ಮಾಡಿದ್ದರೆ, ನೂರು ಸಂಬಂಧ ಹುಡ್ಕಿಕೊಂಡು ಬರೋದು. ಇನ್ನು ಅನುರಾಗ್, ಅವ್ನಿಗೇನು! ಈಗ್ಲೂ ಸಾಲುಗಟ್ಟಿ ನಿಲ್ತಾರೆ ಹೆಣ್ಣಿನ ಕಡೆಯವರು. ಅಂಥದ್ದರಲ್ಲಿ ದೇವರಕಟ್ಟೆಯ ಮನೆಯ ಸಂಬಂಧಗಳು ಬೇಕಿತ್ತಾ?" ಉರಿದುಬಿದ್ದರು. ಬಹುಶಃ ಈ ರೀತಿ ಮಾತಾಡುವುದಕ್ಕೆ ಅವರಿಗೆ ಅವಕಾಶ ಸಿಕ್ಕಿರಲಿಲ್ಲ. ಇಂದು ಮುಕ್ತವಾಗಿಯೇ ಹೇಳಿದರು.

"ಛೆ, ಅವ್ರ ಹೃದಯ ಶ್ರೀಮಂತಿಕೆಯ ಮುಂದೆ ನಮ್ಮದೇನಿಲ್ಲ. ಅನಾಥವಾಗಿದ್ದ ನನ್ನನ್ನ ಎತ್ತಿಕೊಂಡ್ಬಂದು ಒಂದು ವಂಶದ ಹೆಸರು ಕೊಟ್ಟರು. ಆ ಮನೆಯ ಗೋತ್ರ ನನ್ನದಾಯ್ತು. ಅನಂತಶರ್ಮ ಸ್ವತಃ ತಂದೆಯಾಗೋದರ ಜೊತೆಗೆ ಒಬ್ಬ ಅಣ್ಣನನ್ನು ಕೊಟ್ಟರು, ಅವ್ರ ಮಕ್ಕಳಿಗೆ ನಾನು ಅತ್ತೆಯಾದೆ. ನಂಗೆ ಅವ್ರ ಮೇಲೆ ತುಂಬ ಕೃತಜ್ಞತೆ. ಏನೇನೋ ಮಾತಾಡ್ಬೇಡಿ" ತವರನ್ನ ಅಭಿಮಾನದಿಂದ ಸಮರ್ಥಿಸಿಕೊಂಡರು ವಸಂತಲಕ್ಷ್ಮಿ.

ಶ್ರೀನಿಧಿ ಹೆಂಡತಿಯನ್ನ ನೇರವಾಗಿ ನೋಡಿದರು. ಆ ಮನೆಯವರ ಬಗ್ಗೆ

ಅಪರಿಮಿತ ಗೌರವ, ಅಭಿಮಾನ. ಅದಕ್ಕೆ ಅವರ ಅಭ್ಯಂತರವಿರಲಿಲ್ಲ. ಆದರೆ ಪ್ರತಿ ವಿಷಯದಲ್ಲೂ ಅವರದೇ ನಿರ್ಣಯ. ಅದಕ್ಕೆ ಯಾರು ಬದಲು ಹೇಳಬಾರದಷ್ಟೆ.

"ಸಾರಿ ಬಿಡು, ಉದ್ವೇಗದಿಂದ ಆಡಿದ ಮಾತುಗಳಷ್ಟೆ. ನಿಗದಿಯಾದ ಮಾರಾಟದ ಹಣನ ನಾನು ಪಡೆದುಕೊಂಡಾಗಿದೆ. ಈಗೇನು ಮಾಡೋಕ್ಕಾಗೋಲ್ಲ. ಮನೆ ತೋಟಕ್ಕೆ ಅಂಟಿಕೊಂಡೇ ಇದೆ. ಜೊತೆಗೆ ಪ್ರಾಣ ದೇವರ ದೇವಸ್ಥಾನ ಕೂಡ ಅಲ್ಲೇ. ಅದರಿಂದ ಅವೆಲ್ಲ ಸೇರಿಯೇ ಮಾರಾಟವಾಗಿರೋದು. ಬೇಕಾದರೆ, ನಿನ್ನಪ್ಪ ಪೂಜೆ ಮಾಡ್ಕೊಂಡ್ ಇರ್ತೀನೀಂದರೆ ಮನೆ, ದೇವಸ್ಥಾನ ಒಂದೆರಡು ವರ್ಷಗಳು ಬಿಟ್ಟುಕೊಡಬಹುದು. ತಿಂಗಳಿಗೆ ಒಂದಿಷ್ಟು ಸಂಬಳ ಫಿಕ್ಸ್ ಮಾಡ್ತಾರೆ" ಮುಂದಿನ ಚಿತ್ರ ಬಿಡಿಸಿಟ್ಟರು ಹೆಂಡತಿಯ ಮುಂದೆ. ಇದು ಸುತರಾಂ ಆಕೆಗೆ ಒಪ್ಪಿಯಾಗಲಿಲ್ಲ ಎನ್ನುವ ಭಾವ ಮುಖದಲ್ಲಿ ವ್ಯಕ್ತವಾದಾಗ ಕೈಹಿಡಿದು "ಇದೇನು, ವಸಂತ! ನಮ್ಮ ಅವರುಗಳ ನಡುವೆ ಭೇದವೆಣಿಸಿದ್ದುಂಟ? ಅವ್ರನ್ನ ಇಲ್ಲಿಗೆ ಕರ್ಕಂಡ್ ಬರೋಕೆ ಇದೊಂದೇ ದಾರಿ. ನಮ್ಗೂ ಹಿರಿಯರೂಂತ ಬೇಕು" ಹೆಂಡತಿಯನ್ನು ಓಲೈಸಿ ಒಪ್ಪಿಸಿದರು ಕೂಡ. ಮುಗ್ಧ ವಸಂತಲಕ್ಷ್ಮಿಯ ಮುಖ ಅರಳಿದರು ಮನ ಮುದಗೊಳ್ಳಲಿಲ್ಲ. ಪೂರ್ತಿ ನಿಜವೆನಿಸಲಿಲ್ಲ. ಗಂಡ ಚಾಣಾಕ್ಷನೆಂದು ಆಕೆಗೆ ಗೊತ್ತು. "ಆಯ್ತು, ಅವ್ರು ಬಂದು ಇರ್ಲಿ ಉಳಿದುಕೊಂಡರೇ ಸಂತೋಷನೇ. ಆದರೆ... ನಂಗೆ ಅನುಮಾನ! ಒಗ್ಗಿದ ಪರಿಸರವನ್ನ ಬಿಟ್ಟು ಬಂದಾರ?" ಇಂಥ ಒಂದು ಅನುಮಾನದ ಮಾತು ಹೇಳಿದರು.

"ನಾನೆಲ್ಲ... ನೋಡ್ಕೋತೀನಿ" ಹೆಂಡತಿಯ ಕೆನ್ನೆ ತಟ್ಟಿದರು.

ಈಗ ಸಮಸ್ಯೆಯೆನಿಸಿದ್ದು ದಿವ್ಯ. ಪದೇ ಪದೇ ನೆನಪಿಸಿಕೊಂಡರು. ತೀರಾ ಸರಳವಾದ ಹುಡುಗಿಯೆ. ಕಾಲೇಜಿಗೆ ಸೇರಿದ ಮೇಲೆ ಬಟ್ಟೆಬರೆಯಲ್ಲಿ ಒಂದಿಷ್ಟು ಬದಲಾವಣೆ ತರಬೇಕಾದರೆ, ಅಮ್ಮ ಮಗಳು ಸಾಕಷ್ಟು ಕಷ್ಟಪಟ್ಟಿದ್ದರು. ಅದು ಒಂದು ಹಂತಕ್ಕೆ ನಿಂತಿತಷ್ಟೆ. ಜೀನ್ಸ್, ಹಾಫ್ ಫ್ಯಾಂಟ್, ಟೀ ಷರಟನ್ನು ಅವಳು ತೊಡಲು ಇಷ್ಟಪಡಲಿಲ್ಲ. ವೇಲ್ ಹೊದ್ದು ಸಾಲ್ವಾರ್ ಕಮೀಜ್‌ನಲ್ಲಿ ಮಾತ್ರ ಕಾಲೇಜಿಗೆ ಹೋಗುತ್ತಿದ್ದಳು.

"ವಸಂತ ಫೋನ್ ಮಾಡಿ ದಿವ್ಯನ ಬರೋದಿಕ್ಕೆ ಹೇಳು" ಎಂದರು ಹೆಂಡತಿಗೆ. "ಬರೋ ಹಾಗಿದ್ದರೇ ಬರ್ತಾ ಇದ್ಲು. ಅಲ್ಲಿ ನಿಂತಿದ್ದು ಯಾಕೆ? ನಾವೇ ಹೋಗಿ ಕರ್ಕೊಂಡ್ ಬರೋಣ. ಒಂದಿಷ್ಟು ಕನ್ವಿನ್ಸ್ ಮಾಡೋಣ. ಹೇಗೆ, ಏನೇ ಅಂದ್ಕೊಂಡರು ಅಪ್ಪಯ್ಯನ ಒಂದ್ಮಾತು ಕೇಳ್ಬೇಕಿತ್ತು. ಅದ್ನ ಮಾರೋ ರಿಸ್ಕ್, ಯಾಕೆ ತಗೊಂಡಿರಿ?" ಮತ್ತದೇ ಪ್ರಲಾಪ. "ಕೀಪ್ ಕ್ವೈಟ್. ನಿಂಗೆ ಅರ್ಥವಾಗೋಲ್ಲ. ಬಂಗ್ಲೇ ಕಾರು... ಲಕ್ಷುರಿ ಲೈಫ್. ಮಗನ ವಿದ್ಯಾಭ್ಯಾಸ ಜರ್ಮನಿಯಲ್ಲಿ. ಇದೆಲ್ಲ ನನ್ನಿಂದಲೇ ಸಾಧ್ಯವಾಗಿದೆ. ಸ್ವಲ್ಪ ಅರ್ಥ ಮಾಡ್ಕೋ. ಈಗಿರೋ ಕಾಂಪಿಟೇಷನ್ ವರ್ಲ್ಡ್‌ನಲ್ಲಿ ಕ್ಷಣ ಮೈಮರೆತು ನಿಂತರೆ, ಅಕ್ಕಪಕ್ಕದವರು ನೂರು ಕಿಲೋಮೀಟರ್ ಮುಂದೆ ಇರ್ತಾರೆ. ಏನೇ ಮಾಡಿದ್ರೂ... ಸಾಕಷ್ಟು ಯೋಚಿಸಿಯೇ ಮಾಡೋದು. ಈ ವಿಷ್ಯದಲ್ಲಿ ನಿನ್ನ ಅಡ್ವೈಸ್ ಬೇಡ" ಮುಲಾಜಿಲ್ಲದೆ ಹೆಂಡತಿಯ ಮಾತನ್ನು ತಳ್ಳಿಹಾಕಿದರು. ವಸಂತಲಕ್ಷ್ಮಿ

ಕಣ್ಣಂಚು ಒದ್ದೆ ಆಯಿತು. "ದಿವ್ಯಗೆ ಫೋನ್ ಮಾಡು. ಕಾಲೇಜು ನೆಗ್ಲೆಕ್ಟ್ ಮಾಡಿದರೆ, ಅವ್ಳು ಸಫರ್ ಆಗ್ಬೇಕಾಗುತ್ತೆ" ಎಚ್ಚರಿಸಿಯೇ ಹೋಗಿದ್ದು.

ವಸಂತಲಕ್ಷ್ಮಿ ಹೆದರುತ್ತಲೇ ಫೋನ್ ಬಟನ್‌ಗಳನ್ನೊತ್ತಿದರು. ಕೌಸಲ್ಯ ಫೋನ್ ಎತ್ತಿ "ಹಲೋ...." ಅಂದಿದ್ದು. "ಅತ್ತಿಗೆ ನಾನು ವಸಂತ. ಅಲ್ಲಿ ಎಲ್ಲಾ ಹೇಗಿದ್ದಾರೆ? ಒಂದತ್ತು ಸಲವಾದರೂ ಹೊರಟು ನಿಂತ್ವಿ... ಇವರದು ಅದೇನು ಕೆಲ್ಸನೋ?" ಒಟ್ಟಿಗೆ ಎಲ್ಲಾ ಹೇಳಿದರು. ದನಿಯಲ್ಲಿ ಸಹಜತೆ ಇರಲಿಲ್ಲ.

"ಎಲ್ಲಾ ಚೆನ್ನಾಗಿದ್ದಾರೆ. ಜಾತ್ರೆ 25 ದಿನ ಉಳೀತು. ಆ ಸಮಯಕ್ಕೆ ಬಂದೇ ಬರ್ತೀರಲ್ಲ. ವಸಂತ... ಇನ್ನೊಂದು ಮಾತು. ತೋಟ, ಮನೆಯೆಲ್ಲ ಪಿತ್ರಾರ್ಜಿತ. ನಿನ್ನ ಕಷ್ಟಕ್ಕೆ ಅಂದಾಗ ಅದರ ಮೇಲೆ ಸ್ವಲ್ಪ ದಿನದ ಮಟ್ಟಿಗೆ ಹಣ ತೆಗೇತೀರಂತ ಪತ್ರಗಳು ಕೊಟ್ಟಿದ್ದು. ಆಮೇಲೆ ಆ ವಿಚಾರ ಪ್ರಸ್ತಾಪಕ್ಕೆ ಬಂದಿದ್ದಿಲ್ಲ. ಈಗ ಏಕಾಏಕಿ ತೋಟನ ಮಾರೋದೂಂದರೇ, ಹೇಗೆ? ಮಾವ ಒಪ್ಪೋಲ್ಲ. ಅದ್ನ ನಿನ್ನಂಡನಿಗೆ ಹೇಳು" ಸ್ವಲ್ಪ ಧೈರ್ಯವಹಿಸಿ ಹೇಳಿದರು ಕೌಸಲ್ಯ.

ವಸಂತಲಕ್ಷ್ಮಿ ನಾಲಿಗೆಯಲ್ಲಿನ ಪಸೆಯಾರಿತು. ಎಂದೂ ಇಷ್ಟು ಕಷ್ಟನಿಟ್ಟಾಗಿ ಮಾತಾಡಿದ್ದು ಇಲ್ಲವೆನಿಸಿತು. ಅಡಕತ್ತರಿಯಲ್ಲಿ ಸಿಕ್ಕಿ ಹಾಕಿಕೊಂಡದ್ದಾಗಿದೆ.

"ಆಮೇಲೆ ಮಾತಾಡ್ತೀನಿ" ವಸಂತಲಕ್ಷ್ಮಿ ಫೋನ್ ಕಟ್ ಮಾಡಿದರು.

ಆ ವೇಳೆಗೆ ಹಿತ್ತಲಲ್ಲಿದ್ದ ದಿವ್ಯ ಒಳಗೆ ಬಂದು "ಯಾರದಮ್ಮ ಫೋನ್?" ಕೇಳಿದಳು. ಕೌಸಲ್ಯ ಒಂದಿಷ್ಟು ಚಡಪಡಿಕೆಯಿಂದ "ನಿನ್ನ ಅತ್ತೆದು, ತೋಟದ ವಿಚಾರ ಷುರು ಮಾಡ್ದ ಕೂಡಲೇ ಕಟ್ ಮಾಡಿದ್ರು. ಈ ಮನೆ ಹೆಣ್ಣು ಮಗಳು, ಅವ್ಳಿಗಾದ್ರೂ ತೋಚೋದು... ಬೇಡ್ವಾ? ನೀನು ಸ್ವಲ್ಪ ಗಟ್ಟಿಯಾಗಿ ಹೇಳು. ತೋಟ ಮಾರೋಕೆ ನಿನ್ನ ಅಪ್ಪಯ್ಯ, ಅಜ್ಜಯ್ಯ ನಾನು ಕೂಡ ಒಪ್ಪೊಲ್ಲ. ಮಾರೋದು ಬೇಡಾನ್ನು" ಅವಳ ಕೈಗೆ ಮೊಬೈಲ್ ಕೊಟ್ಟು ಅಡಿಗೆ ಮನೆಯತ್ತ ಹೋದರು.

ಅದು ಈಗಾಗಲೇ ಹೇಳಿ ಆಗಿತ್ತು.

ಅವಳಿಗೇನು ತೋಚದಂತಾಗಿತ್ತು. ತೋಟ ನಮ್ಮದ್ದೂಂತ ಗೊತ್ತಿತ್ತೆ ವಿನಹ ಬೇರೆ ಡಿಟೈಲ್ಸ್ ಗೊತ್ತಿರಲಿಲ್ಲ. ಕೆದಕಬೇಕಾದ ಪರಿಸ್ಥಿತಿ ಬಂದಿದಕ್ಕೆ ಬೇಸರವೇ. ಶ್ರೀನಿಧಿಯವರ ಪಟ್ಟು ನೋಡಿದರೆ, ಇದು ಎಲ್ಲಿಗೆ ಹೋಗಿ ಮುಟ್ಟುತ್ತದೆಯೋಂತ ಭಯಗೊಂಡಳು. ಶತಾಯಃ ಗತಾಯಃ ತೋಟನ ಉಳಿಸಿಕೊಳ್ಳಬೇಕಿತ್ತು.

ಸಂಜೆ ಮುಂದು ಜನ್ನನ ಇಡೀ ಕುಟುಂಬ ಮನೆಯ ಬಳಿಗೆ ಬಂದು "ಅವ್ವಾವರೇ, ಜನ... ಬಂದಿದ್ರು... ಒಂದು ತಿಂಗಳೊಳಗೆ ತೋಟ ಖಾಲಿ ಮಾಡೂಂತ ಹೇಳ್ಹೋದ್ರು" ಅಂದ ನಿಸ್ಸಹಾಯಕತೆಯಿಂದ. ನಿಂತಿದ್ದ ಕೌಸಲ್ಯಗೆ ಅಳುನೇ ಬಂತು. "ಅವರು ಯಾರು ಹೇಳೋಕೆ?" ಅಂದವರು ಒಳಗೆ ಹೋದರು.

ದಿವ್ಯ ಅವನ ಕುಟುಂಬವನ್ನು ಸಮಾಧಾನಿಸಿ ಕಳುಹಿಸಿ ಹೂಗಿಡಗಳಿಗೆ ನೀರು ಹಾಯಿಸುತ್ತಿದ್ದ ತಂದೆಯ ಬಳಿಗೆ ಬಂದಳು. ಅದು ಅವರಿಗೆ ಪ್ರಿಯವಾದ ಕೆಲಸ. ಈ

ಸಮಯವನ್ನು ಅದಕ್ಕೆ ಮೀಸಲಾಗಿಡುತ್ತಿದ್ದರು. ಪೂಜೆಗೆ ಬೇಕಾದ ಎಲ್ಲಾ ಹೂಗಿಡಗಳು ಅಲ್ಲಿದ್ದವು. ತುಲಸಿ, ಕಣಗಲೆ, ದಾಸವಾಳ ಸಮೃದ್ಧ.

"ಅಪ್ಪಯ್ಯ, ನೀನು ಮಾವನ ಕೂಡ ಮಾತಾಡು. ಕೊಂಡವರೋ, ಇಲ್ಲ ಕೊಳ್ಳಬೇಕಾದವರೋ... ಬಂದು ಜನ್ನನಿಗೆ ಒಂದು ತಿಂಗಳಲ್ಲಿ ಖಾಲಿ ಮಾಡುಂತ ಹೇಳಿ ಹೋಗಿದ್ದಾರೆ. ಅವರು ಬಂದು ನಾಳೆ, ನಮ್ಮನ್ನು ಖಾಲಿ ಮಾಡೀಂತ ಹೇಳ್ಬಾರ್ದು. ನೀನು ಈಗ್ಲೇ, ಅವ್ರ ಹತ್ರ ಮಾತಾಡು." ಮೊಬೈಲ್‌ನಲ್ಲಿ ಶ್ರೀನಿಧಿ ನಂಬರ್ ಕನೆಕ್ಟ್ ಮಾಡಿ ಅವರ ಕೈಗೆ ಕೊಟ್ಟಳು. "ಏನು ಮಾತಾಡ್ಲೀ? ಅವನು ಬೇಸರಪಟ್ಕೋಬಹುದ್ದು" ತೀರಾ ಮೃದು ಸ್ವಭಾವದ ಸಾತ್ವಿಕ ಮನುಷ್ಯ. ಸ್ವಲ್ಪ ಹಿಂಜರಿದರು. ಅವಳು ಸುಸ್ತಾಗಿ ಮೊಬೈಲ್ ಕಟ್ ಮಾಡಿ "ಇಲ್ಲಿ ಬೇಸರ ಅಂತದೇನು ಇಲ್ಲ. ಅಜ್ಜಯ್ಯನ ಬಗ್ಗೆ ಯೋಚ್ಸಿ. ಸ್ವಂತ ತೋಟ, ಮನೇಂತ ಇಟ್ಕೊಂಡ್ ಬದುಕಿದವರು. ಅದನ್ನೆಲ್ಲ ಕಳ್ಕೊಂಡ್ ಹೇಗೆ.... ಇರ್ತಾರೆ? ಅದನ್ನ ಗಟ್ಟಿಯಾಗಿ ಹೇಳಿ" ಮತ್ತೆ ಮೊಬೈಲ್ ಬಟನ್ ಒತ್ತಿ "ಮಾತಾಡಿ... ಅಪ್ಪಯ್ಯ" ಬಲವಂತ ಮಾಡಿದ ನಂತರವೇ ಒಂದಿಷ್ಟು ಧೈರ್ಯ ತಂದುಕೊಂಡಿದ್ದು ಅನಂತ ಶರ್ಮ. "ಶ್ರೀನಿಧಿಯಾ... ಹೇಗಿದ್ದೀ? ಒಂದು ವಿಚಾರ ಕಿವಿಗೆ ಬಿತ್ತು. ತೋಟ ಎಂದೂ ಮಾರಲಿಕ್ಕಿಲ್ಲ. ಈಗಂತು ಅದರ ತಂಟೆಗೆ ಹೋಗೋಲ್ಲ.... ಮುಂದಿನ ಪೀಳಿಗೆಯವರ ಇಷ್ಟ" ಎಲ್ಲಾ ಒಟ್ಟಿಗೆ ಹೇಳಿದರು. ಶ್ರೀನಿಧಿ ಎದೆಗೆ ಒದ್ದಂತಾಯಿತು.

"ಭಾವ ಸ್ವಲ್ಪ ಕೇಳಿ. ಅದರ ಫಲವತ್ತತೆ ಹಾಳಾಗಿದೆ. ಮುಂದೆ ಸಾವಿರಾರು ಹುಟ್ಟೋಲ್ಲ. ಇದ್ದಬದ್ದ ಜಮೀನುಗಳನ್ನು ಮಾರಿಕೊಂಡು ಜನ ಸಿಟಿ ಸೇರುತ್ತಿದ್ದಾರೆ. ನಿಮ್ಮ ಜೀವನಕ್ಕೆ ಅನಾನ್ಕೂಲವಾಗ್ದಂಗೆ ನಾನು ನೋಡ್ಕೋತೀನಿ" ಎಂದರು. ಒಂದು ರೀತಿಯ 'ಅಹಂ'ನಿಂದ. ಶರ್ಮರ ಕೈಯಲ್ಲಿನ ಮೊಬೈಲ್ ಜಾರಿತು. ಅಂದರೆ ಮುಂದಿನ ದಿನಗಳನ್ನು ಶ್ರೀನಿಧಿಯ ಹಂಗಿನಲ್ಲಿ ಕಳೆಯಬೇಕು. ಜಾರಿದ ಮೊಬೈಲ್‌ನ ದಿವ್ಯ ಹೆಕ್ಕಿಕೊಂಡಳು. ಶ್ರೀನಿಧಿ ಇನ್ನು ಮಾತಾಡುತ್ತಿದ್ದರು. "ನಿಮ್ಗೆ ನಮ್ಜೊತೆ ಇರೋ ಇಷ್ಟವಿಲ್ಲದಿದ್ದರೆ, ಬೇರೆ ಮನೆ ಮಾಡಿಕೊಡ್ತೀನಿ. ದಿವ್ಯ, ವಿಕ್ಕಿ ಈ ಮನೆಗೆ ಒಗ್ಗಿಕೊಂಡಿರೋದ್ರಿಂದ ನಮ್ಮಲ್ಲೇ ಇರ್ತಾರೆ. ಆಗಾಗ್ಬಂದ್ ನಿಮ್ಮನ್ನ ವಿಚಾರಿಸ್ಕೋತಾರೆ." ಹೇಳುತಲೆ ಹೋದರು. ಅವಳ ಸ್ವಾಭಿಮಾನ ಭುಸುಗುಟ್ಟಿತು. ಅವರದ್ದು ಶುದ್ಧ ಅಂತಃಕರಣವೆಂದು ತಿಳಿದಿದ್ದು ಮೂರ್ಖತನವೆನಿಸಿತು. "ಮಾವ ಇದಕ್ಕೆ ಯಾರ ಒಪ್ಗೇನು ಸಿಗೋಲ್ಲ, ತೋಟ, ಮನೆ, ದೇವರಪೂಜೆ-ನಮ್ದು ಪ್ರತಿಷ್ಠಿತ ಕುಟುಂಬವಾಗಿತ್ತು. ಈಗ ಮಾರಿಕೊಂಡು ದೇವರಕಟ್ಟೆ ಬಿಡೋದು ಸಾಧ್ಯವಿಲ್ಲ" ಎಂದು ಸ್ಪಷ್ಟವಾಗಿ ಹೇಳಿ ಪ್ರತಿಕ್ರಿಯೆಗೆ ಕಾಯದೆ ಕಾಲ್ ಕಟ್ ಮಾಡಿದಳು ದಿವ್ಯ.

ಅನಂತಶರ್ಮರು ನಿಸ್ತೇಜರಾದರು. ಈಗ ತೋಟದ ಯಜಮಾನಿಕೆ ಕಳೆದುಕೊಂಡು ವರ್ಷಗಳೇ ಆಗಿಹೋಗಿದೆಯೆನಿಸಿತು. ಅಂದು ಪತ್ರಗಳು ಇಟ್ಟ ಕಡೆಯಲ್ಲೆಲ್ಲ ಸಹಿ ಹಾಕಿದ್ದರು. ಮುಂದೇನು?

* * * *

ಶ್ರೀನಿಧಿ ಡ್ರೈವ್ ಮಾಡುತ್ತಿದ್ದ ವಿಕ್ರಮ್‌ಗೆ ಶಬಾಷ್‌ಗಿರಿ ಕೊಟ್ಟರು. "ಗುಡ್, ನೀನು ಫರ್‌ಫೆಕ್ಟ್ ಡ್ರೈವರ್ ಆಗ್ಬಿಟ್ಟೆ. ಈಗ ಯಾವ ಕಾರನ್ನ ಬೇಕಾದ್ರೂ ಓಡಿಸ್ಬಲ್ಲೇ" ಅವರ ಹೊಗಳಿಕೆಯಿಂದ ಉಬ್ಬಿ ಹೋದ. "ಅದ್ಕೇ ನೀವೇ ಕಾರಣ ಮಾವ. ನಂಗೆ ಸ್ವಲ್ಪ ಹಿಂಜರಿಕೆ ಇತ್ತು. ಆದರೆ, ನೀವು ಹಂತಹಂತವಾಗಿ ಧೈರ್ಯ ತುಂಬಿದ್ರಿ" ಅಭಿಮಾನದಿಂದ ನುಡಿದ.

"ಅಂಥದೇನಿಲ್ಲ! ದೀಪಿಕಾ ನಿಂಗೊಂದು ಕಾರು ಬುಕ್ ಮಾಡಿದ್ದಾಳೆ. ವಸಂತಗಂತು ಅಳಿಯ ಅಂದರೆ ಅಚ್ಚುಮೆಚ್ಚು. ನಂಗೆ ನೀನು ಬೇರೆಯಲ್ಲ, ಅನುರಾಗ್, ಚಿರಾಗ್ ಬೇರೆಯಲ್ಲ." ಎಂದರು ಪ್ರೀತಿಯ ಹಂತಕ್ಕೆ ಇಳಿಯುತ್ತ. ಇದು ಸತ್ಯನು ಕೂಡ! ವಿಕ್ರಮ್‌ನ ಎದೆ ಭಾರವಾಯಿತು.

ದೇವರಕಟ್ಟೆ ತಲುಪಿದಾಗ ಸಂಜೆ ತುಳಸಿಕಟ್ಟೆಯ ಮುಂದೆ ದೀಪ ಹಚ್ಚುತ್ತಿದ್ದ ಕೌಸಲ್ಯ ತಲೆಯೆತ್ತಿದ್ದರು. ಎಂದಿನ ಸಂಭ್ರಮ, ಸಡಗರ, ಸಂತೋಷ ಅವರಲ್ಲಿ ಇಣುಕಲಿಲ್ಲ. ಬಲವಂತದಿಂದ ಮುಖದ ಮೇಲೆ ನಗೆಯನ್ನು ಎಳೆದುತಂದು "ಬಾ... ಬಾ... ಬರೋದು ಗೊತ್ತಾಗ್ಲೇ ಇಲ್ಲ" ಸ್ವಾಗತಿಸಿ ಒಳಗೆ ಕರೆದೊಯ್ದರು. ಎಂದಿನಂತೆ ಕಾರಿನಲ್ಲಿ ತುಂಬಿಕೊಂಡು ಬಂದುದನ್ನು ವಿಕ್ರಮ್ ತಂದು ಒಳಗಿರಿಸಿದ. ಯಾಕೋ ಒಂದು ರೀತಿಯ ಇರಸುಮುರುಸು. ಇಲ್ಲೇನಾಗಬಹುದು? ಸಂತೃಪ್ತ ಬಾಂಧವ್ಯ ಇಬ್ಭಾಗವಾಗಬಹುದು. ಎದೆ ಹಿಂಡಿದಂತಾಯಿತು.

"ಕೂತ್ಕೊಳ್ಳಿ, ಜನ್ನ ಎಳನೀರು ಇಳಿಸಿದ್ದಾನೆ" ಕೌಸಲ್ಯ ಅವನನ್ನು ಕೂಗಲು ಹೊರಗೆ ಹೋದರು. 'ಎಲ್ಲಾ ಒಳ್ಳೆ ರೀತಿಯಲ್ಲೇ ನಡೆಯಲೀ' ಇಂಥ ಒಂದು ಬೇಡಿಕೆ ಹೆಚ್ಚು ಕಡಿಮೆ ಎಲ್ಲರದ್ದು. ಆ ವೇಳೆಗೆ ಬಂದು ತೆಕ್ಕೆಗೆ ಬಿದ್ದ ದೀಪಿಕಾ "ಅತ್ತೆ ನೀವು ನನ್ನ ನೋಡಲೇ ಇಲ್ವೆ?" ಅಂದಳು. ಎಂದಿನ ಖುಷಿಯೇನು ಇಲ್ಲ. "ಇಲ್ಲ ಕಣೆ, ಅವಳು ಮಾವನೋರ ಜೊತೆ ದೇವಸ್ಥಾನಕ್ಕೆ ಹೋದಳು. ಕರೆಯಲು... ಕಳಿಸೋಣಾಂತ" ಮಾತಾಡಿದ್ದು ತಬ್ಬಿಬ್ಬಾಗಿ. ಅದು ದೀಪಿಕಾಗೆ ಅರ್ಥವಾಯಿತು. "ನಾನೇ ಹೋಗಿ ಕರ್ಕಂಡ್ ಬರ್ತೀನಿ. ನೀವು ಅಮ್ಮ ಅಪ್ಪನ್ನ ವಿಚಾರ್ಸಿಕೊಳ್ಳಿ" ಹಾರಿಹೋದಳು. ಬರೀ ಸೋದರ ಸೊಸೆಯಲ್ಲ ವಿಕ್ರಮ್‌ನ ಕೈ ಹಿಡಿದು ಸೊಸೆಯಾಗಿ ಬರೋಳು! ಸಂತೋಷ ಕೊಡುವಂಥ ವಿಷಯ. ಸಂಬಂಧ ಕೆಡುತ್ತೆ. ನಿಮ್ಮ ಮಕ್ಕಳ ಭವಿಷ್ಯಕ್ಕಿಂತ ತೋಟವೇನು ಹೆಚ್ಚಿನದಲ್ಲ. ಮಗ ಎಚ್ಚರಿಸುವಂತೆ ಹೇಳಿದ್ದ. ಶ್ರೀನಿಧಿ ಗಟ್ಟಿಯಾಗಿ ನಿಂತರೇ? ಆಕೆಯ ಎದೆಯ ಬಡಿತವೇರಿತು.

ಒಳಗೆ ಬಂದವರು ಕೂತ ಶ್ರೀನಿಧಿಯ ಮುಂದೆ ಕಂಚಿನ ನೀಲಿನ ತಾಲಿ ಮತ್ತು ಬೆಳ್ಳಿ ಲೋಟ ತಂದಿಟ್ಟರು. "ಹೇಗಾಯ್ತು ಪ್ರಯಾಣ?" ವಿಚಾರಿಸಿದರು. "ದಣಿವು ಅಂಥದೇನಿಲ್ಲ. ಒಟ್ಟಿಗೆ ಎಂದಿನಂತೆ ಜಾತ್ರೆಗೆ ಬಂದು ದೇವರಕಟ್ಟೆಗೆ ಗುಡ್‌ಬೈ ಹೇಳಿ ಹೋಗಿಬಿಡುವ ಮನಸ್ಸಿತ್ತು. ಯಾಕೋ ಬರೋ ಹಂಗಾಯ್ತು" ಒಂದಿಷ್ಟು ಅಸಹನೆ ದನಿಯಲ್ಲಿ ಹೊಗೆಯಾಡಿತು. ಆಕೆ ಮೌನವಹಿಸಿದರು. ವಸಂತಲಕ್ಷ್ಮಿ ಅತ್ತಿಗೆಗೆ ಜೊತೆಯಾಗಿ ಹಿತ್ತಲಿಗೆ ಕರೆದುಕೊಂಡು ಹೋಗಿ "ಅವ್ರನ್ನ ಇಷ್ಟು ವರ್ಷ ಮಗಾಂತ

ತಿಳ್ದುಕೊಂಡಿದ್ದರು ಅಪ್ಪಯ್ಯ. ತೋಟದ ವಿಚಾರಕ್ಕೆ ಯಾಕೆ ವಿರೋಧ? ಮಕ್ಕಳ ಭವಿಷ್ಯಕ್ಕೆ ನೀವೇನು ತಲೆ ಕೆಡಿಸ್ಕೋಬೇಡಿ. ಅವರ ಜವಾಬ್ದಾರಿ ನಾವ್ ಹೊತ್ಕೊಂಡ್ ಆಗಿದೆ. ಇನ್ಯಾಕೆ... ಚಿಂತೆ? ಆರಾಮಾಗಿ ಬೆಂಗ್ಳೂರಿಗೆ ಬಂದ್ಬಿಡಿ. ಎಲ್ಲಾ ಒಟ್ಟಿಗೆ ಇದ್ದುಕೊಳ್ಳೋಣ" ಸಂಭ್ರಮಿಸಿದರು. ಕೌಸಲ್ಯ ಮುಖ ಪೂರ್ತಿ ಮಂಕಾಯಿತು. "ಆಗೋಲ್ಲ ಕಣೆ, ವಸಂತ. ನಾಲ್ಕು ದಿನಕ್ಕೆ ಬಂದು ಇದ್ದು ಬರಬಹುದೇ ವಿನಹ ಅಲ್ಲೇ ಇರಲಿಕ್ಕಾಗೋಲ್ಲ. ಮಾವನೋರು ಬಂದರೂ ಒಂದು ದಿನ ಅಲ್ಲಿ ಉಳಿಯೋದು ಕಷ್ಟ. ಅಲ್ಲಿನ ಬದ್ಕು ನಮ್ಗೇ ಒಗ್ಗೊಲ್ಲ" ನಿರಾಕರಣೆ ಸ್ಪಷ್ಟವಾಯಿತು. ತಾನು ಅಂದುಕೊಂಡಷ್ಟು ಸುಲಭವಾಗಿ ಸಮಸ್ಯೆ ಪರಿಹಾರವಾಗುವುದಿಲ್ಲ ಎಂದು ಅರಿವಿಗೆ ಬಂದಾಗ ವಸಂತಲಕ್ಷ್ಮಿ ಬೆವತರು. "ಅತ್ತಿಗೆ, ನೀವು ಈಗ ಸಹಾಯ ಮಾಡ್ಬೇಕು. ಇಲ್ಲದಿದ್ದರೇ ಬಂಧುತ್ವ ಕೆಡುತ್ತೆ. ಹೆಚ್ಚು ಕಡ್ಮೇ ತೋಟ ಮಾರಾಟವಾದಂಗೆಯೇ ಅರ್ಥ. ಹೇಗಾದ್ರೂ ಅಲ್ಲಿಗೆ ಬರೋದಿಕ್ಕೆ ಒಪ್ಕೋಬೇಕು" ಗೊಗರೆದರು. ಅಸಹಾಯಕತೆಯಿಂದ ನಾದಿನಿಯತ್ತ ನೋಡಿದ ಕೌಸಲ್ಯ "ನಂಗಿಂತ ಮಾವಯ್ಯನ ಬಗ್ಗೆ ನಿಂಗೆ ಹೆಚ್ಚಿಗೆ ಗೊತ್ತು. ಅವರು ಪ್ರಾಣದೇವರ ಪೂಜೆಯನ್ನು ಬಿಟ್ಟು ಬದುಕಿಯಾರಾ? ನಿನ್ನಣ್ಣನು ಅಷ್ಟೆ, ಒಂದಿಷ್ಟು ಸುಳಿವು ಸೂಚನೆ ಕೊಡದೆ, ಹೇಗೆ ಮಾರಿದ್ರಿ? ಅದು... ಬೇಕಿತ್ತಾ?" ಸ್ವಲ್ಪ ಗಟ್ಟಿಯಾಗಿಯೇ ತರಾಟೆಗೆ ತೆಗೆದುಕೊಂಡರು. ಈ ಮನೆಯ ಸೊಸೆಯಾಗಿ, ಗೃಹಿಣಿಯಾಗಿ ಅವರಿಗೆ ಅದು ಅಗತ್ಯವಿತ್ತು.

ವಸಂತಲಕ್ಷ್ಮಿ ಬೆವತರು. ನಿರಂತರ ಅಕ್ಕರೆ ತೋರುತ್ತಿದ್ದ ಅತ್ತಿಗೆ ಇಷ್ಟು ಗಟ್ಟಿಯಾಗಿ ನಿಂತದ್ದು ಹೇಗೆ? ಇವರೇ ಒಲಿಯದಿದ್ದರೆ ಮಿಕ್ಕವರನ್ನು ಒಲಿಸುವುದು ಹೇಗೆ? ಇಷ್ಟು ದಿನ ಶ್ರೀನಿಧಿಯ ಒಂದು ಮುಖದ ಪರಿಚಯವಿತ್ತು. ಈಗ ಇನ್ನೊಂದು.... ಮುಖ! ಅದು ಬೇಕಿರಲಿಲ್ಲ. ಈಗ ತಾನೇನು ಮಾಡುವುದು? ಆಯ್ಕೆ ಯಾವುದು? ಗಂಡನನ್ನು ಧಿಕ್ಕರಿಸಲು ಸಾಧ್ಯವಿರಲಿಲ್ಲ.

"ಅತ್ತಿಗೆ ನನ್ನ ಕಷ್ಟ ಅರ್ಥ ಮಾಡ್ಕೊಳ್ಳಿ" ವಸಂತಲಕ್ಷ್ಮಿ ಕೇಳಿಸದಂತೆ ಒಳಗೆ ಹೋದರು. ಆ ವೇಳೆಗೆ ಬಂದಿದ್ದ ಶ್ರೀನಿಧಿಯವರೊಂದಿಗೆ ಮಾತಾಡುತ್ತಿದ್ದಳು ಮಾಮೂಲಾಗಿ ದಿವ್ಯ.

"ಒಂದು ಸುತ್ತು ಓಡಾಡಿ ಬರ್ತೀನಿ" ಶ್ರೀನಿಧಿ ವಿಕ್ರಮ್‌ನೊಂದಿಗೆ ಹೊರಗೆ ಹೋದರು. "ವಿಕ್ಕೀ, ನಾವು ಈ ತೋಟಕ್ಕೆ ಬರ್ತಾ ಇರೋದು ಕೊನೆ ಸಲ ಅಂದ್ಕೋ. ನನ್ನ ನಿರೀಕ್ಷೆಗಿಂತ ಹೆಚ್ಚಿಗೆ ಹಣ ಕೊಟ್ಟಿದ್ದಾರೆ. ಈಚೆಗೆ ಬಿಡುಗಡೆಯಾಗುವ ಒಂದು ಕಾರಿನ ಡೀಲರ್‌ಷೀಪ್ ನಮ್ಗೇ ಸಿಕ್ಕಿದೆ. ಇದ್ರಿಂದ ಸೊಸೈಟಿಯಲ್ಲಿ ನಮ್ಮ ಪ್ರೆಸ್ಟಿಜ್ ಹೆಚ್ಚಿದೆ. ನಮ್ದೇ ಒಂದು ಷೋರೂಂ ತೆಗೀತಾ ಇದ್ದೀನಿ. ಅದಕ್ಕೆ ತೋಟದ ಹಣನ ಅಡ್ವಾನ್ಸ್ ಮಾಡ್ದೇ. ಈಗ ತುಂಬ ಹಣದ ಅಗತ್ಯವಿದೆ" ಎಂದರು. ಅಂದರೆ ತೋಟದ ಹಣ ಪೂರ್ತಿ ಬಳಕೆಯಾಗಿದೆ ಕೂಡ. ವಿಕ್ರಮ್ ಎದೆ ಧಸಕ್ಕೆಂದಿತು. "ಮಾವ, ಅಪ್ಪಯ್ಯ, ಅಮ್ಮ ಕೂಡ ತೋಟನ ಮಾರೋಕೆ ಒಪ್ಕೋಲ್ಲ. ದಿವ್ಯ ಕೂಡ ಅವರ ಪರನೆ ನಿಂತಿದ್ದಾಳೆ" ಭಾರವಾದ ದನಿಯಲ್ಲಿ ಹೇಳಿದ. ಅವನದು ಇಕ್ಕಟ್ಟಿನ ಸ್ಥಿತಿ.

"ವಾಟ್ ಡು ಯು ಮೀನ್, ಅವ್ರಿಗೆ ಇದೆಲ್ಲ ಏನು ಗೊತ್ತಾಗುತ್ತೆ? ಹಿರಿಯರು. ತಮ್ಮ ಸುಖ, ಆಕಾಂಕ್ಷೆಗಳನ್ನು ಬದಿಗಿಟ್ಟು ಮಕ್ಕಳ ಬಗ್ಗೆ ಯೋಚ್ಸಬೇಕು. ನೀನೂ, ದಿವ್ಯ ಇಲ್ಲೇ ಕೊಳೆಯಬೇಕಾ? ಅದು ನಂಗಿಷ್ಟವಿಲ್ಲ. ನಿಮ್ಮಗಳ ಫ್ಯೂಚರ್‌ನ ದೃಷ್ಟಿಯಲ್ಲಿ ಇಟ್ಕೊಂಡೇ ಇಷ್ಟೆಲ್ಲ ಯೋಜನೆ. ನೀನೇನು ಮಗುವಲ್ಲ, ಗಟ್ಟಿಯಾಗಿ ಮಾತಾಡು" ಸ್ವಲ್ಪ ದನಿ ಎತ್ತರಿಸಿದರು. ಅವನಿಗೆ ಹಿರಿಯರ ಬಗ್ಗೆ ಗೌರವವೇ. ವಿರುದ್ಧವಾಗಿ ಮಾತಾಡಿರಲಿಲ್ಲ. ಅಂಥ ಅವಕಾಶ ಬಂದಿರಲಿಲ್ಲ ಕೂಡ. "ಬೆಂಗ್ಳೂರು ಯಾಕೆ? ಇಲ್ಲೇ ಹತ್ತಿರದಲ್ಲಿ ಕಾಲೇಜ್‌ಗೆ ಸೇರ್ಕೊಬಹುದ್ದು" ಅಂದಾಗ ಅನಂತಶರ್ಮ "ಅಷ್ಟು ಅನ್ಕೂಲ ಇಲ್ಲ, ಓಡಾಟ ಕಷ್ಟ." ಗೋಗರೆತಕ್ಕೆ ಅಸ್ತು ಅಂದಿದ್ದರು. ಮುಂದೆ ಅವನು ಬಂದು ಇಲ್ಲಿ ನಿಲ್ಲುತ್ತಾನೆ, ಅನ್ನುವ ಅನುಮಾನ ಕೂಡ. ಮಕ್ಕಳ ಸುಖ, ಸಂತೋಷ ಬಯಸುವುದು ಹಿರಿಯರ ಕರ್ತವ್ಯ ಎಂದುಕೊಂಡು ಸುಮ್ಮನಾಗಿದ್ದರು. ವಿಕ್ರಮ್, ದಿವ್ಯನ ಶ್ರೀನಿಧಿ ಕರೆದೊಯ್ದು ಕಾಲೇಜಿಗೆ ಸೇರಿಸಿದ್ದರು. ಇದು ಉಪಕಾರವಲ್ಲ. ಅದರ ಹಿಂದೆ ದೊಡ್ಡ ಸ್ವಾರ್ಥವಿತ್ತು. ಅವರಿಬ್ಬರು ಭಾವಿ ಅಳಿಯ, ಭಾವಿ ಸೊಸೆ. ಈ ಕುಟುಂಬದಲ್ಲಿಯೆ ಉಳಿದು ಇಲ್ಲಿನ ಜವಾಬ್ದಾರಿಗಳನ್ನು ಹೊರಬೇಕಾದವರು. ಶ್ರೀನಿಧಿ ದೂರದೃಷ್ಟಿಯುಳ್ಳ ಮನುಷ್ಯ.

ಒಂದಿಷ್ಟು ಓಡಾಡಿಕೊಂಡು ಮನೆಗೆ ಬರುವ ವೇಳೆಗೆ ಕತ್ತಲಾಗಿತ್ತು. ದಿವ್ಯ ಅತ್ತೆ, ಅಮ್ಮನ ನಡುವೆ ಕೂತಿದ್ದಳು. ಈಗ ಶ್ರೀನಿಧಿ ಮನದಲ್ಲೇ ಲೆಕ್ಕಾಚಾರ ಹಾಕುತ್ತಿದ್ದರು.

"ನಿಮ್ಮ ಕೈ ಊಟ ಮಾಡಬೇಕೂಂತಲೇ ಬಂದಿದ್ದು. ದಿನ ಅಂಥ ಭಾಗ್ಯ ಸಿಗಲೀಂತ ಹೆಚ್ಚು ಕಡಿಮೆ ಎಲ್ಲಾ ದೇವರಲ್ಲು ಬೇಡಿಕೆ ಸಲ್ಲಿಸಿದ್ದೀನಿ" ಎಂದರು ಶ್ರೀನಿಧಿ. ಮೇಲೆದ್ದ ವಸಂತಲಕ್ಷ್ಮಿ "ಇವ್ರ ನಾಲಿಗೆ ವಿಷ್ಯ ದೇವರಿಗೆ ಗೊತ್ತು. ಆ ಅಡ್ಗೇ ಹುಡ್ಗಿ ಬೈಗಳು ತಿನ್ನೋದಂತು ತಪ್ಪೋಲ್ಲ. ನಾನು ತಪ್ಪಿಸಿಕೊಂಡೆ. ಎಲ್ಹೋಗಿದ್ರು ಅಡ್ಗೆ ವಿಚಾರದಲ್ಲಿ ಕೊಂಕೆ. ಇಲ್ಲೇ ತೆಪ್ಪಗೆ ಊಟ, ತಿಂಡಿ ಮಾಡೋದು" ಎಂದರು, ವಾತಾವರಣದ ಬಿಗುವನ್ನು ಸಡಿಲ ಮಾಡಲು. ಅದರಿಂದೇನು ಕೌಸಲ್ಯ ಹಸನ್ಮುಖರಾಗಲಿಲ್ಲ.

ಇವರದೆಲ್ಲ ಊಟ ಆಯ್ತು. ಅನಂತಶರ್ಮ ಬರೀ ಹಾಲು ತಗೊಂಡರು. ಕೆಲವೊಮ್ಮೆ ಏನಾದರೂ ಹಣ್ಣು ತಗೋತಾ ಇದ್ದರು. ಇಂದು ತಂದಿಟ್ಟ ಹಣ್ಣನ್ನು ಪಕ್ಕಕ್ಕೆ ಸರಿಸಿದರು. ಅದೂ ಇದು ಮಾತು. ಮುಖ್ಯವಾದ ಮಾತು ಎತ್ತಲು ಪ್ರತಿಯೊಬ್ಬರಿಗೂ ಹಿಂಜರಿಕೆ. ಆದರೆ ಅಷ್ಟರಲ್ಲಿ ಶ್ರೀನಿಧಿ ದಿವ್ಯಳಿಗೊಂದು ಅವಕಾಶ ಮಾಡಿಕೊಟ್ಟರು.

"ನೀನ್ಯಾಕೆ ಇಲ್ಲಿ ನಿಂತೇ?" ಕೇಳಿದರು.

"ಓ, ಮಾವ... ತೋಟ ಕೊಂಡಿದ್ದೀವೇಂತ ಒಂದೆರಡು ಸಲ ಯಾರು.... ಯಾರೋ ಬಂದರಂತೆ. ಅದಕ್ಕೆ ಇಲ್ಲಿ ನಿಂತೇ. ಅದು ವಿಷ್ಯ ಸ್ಪಷ್ಟವಾದರೇ, ಬಂದವರೊಂದಿಗೆ ಮಾತಾಡಬಹುದು" ಧೈರ್ಯವಹಿಸಿ ಹೇಳಿದಳು. ವಿಕ್ರಮ್ ಅವುಡುಕಚ್ಚಿ ಮುಷ್ಟಿಬಿಗಿ ಹಿಡಿದು ಹೊರಹೋದ. ತಣ್ಣನೆಯ ತಂಗಾಳಿಯ

ನಡುವೆಯು ಅವನ ಮೈ ಬಿಸಿಯಾಯಿತು. 'ಇವಳು ಬಾಯಿ ಹಾಕಬಾರ್ದಿತ್ತು!' ಅಂದುಕೊಂಡ. ತಂಗಿಗೆ ಸ್ಪಷ್ಟಪಡಿಸಿದ್ದ.

"ತೋಟ ಮಾರೋದೂಂತ" ಅಂದರು ಶ್ರೀನಿಧಿ.

ಅನಂತಶರ್ಮ ಮಗನತ್ತ ನೋಟ ಹರಿಸಿ "ಅಂತ ಯೋಚನೇನೇ ಇಲ್ಲ, ಆ ಅಧಿಕಾರ ಯಾರ್ಗೂ ಇಲ್ಲ. ಇಲ್ಲಿನ ಜನ ಕೂಡ ಒಪ್ಪೋಲ್ಲ. ಮತ್ತೆ.... ಮತ್ತೆ ಅವ್ರನ್ನ ಇಲ್ಲಿಗೆ ಬರೋದು ಬೇಡಾಂತ ಹೇಳಿ" ತಮ್ಮ ಅಭಿಪ್ರಾಯ ವ್ಯಕ್ತಪಡಿಸಿ ಎದ್ದುಹೋದರು. ಶ್ರೀನಿಧಿ ಕೆಳ ತುಟಿಯನ್ನು ಕಚ್ಚಿಡಿದು ಹೇಗೆ ಅರ್ಥ ಮಾಡಿಸುವುದು ಎಂದು ತಲೆ ಕೆಡಿಸಿಕೊಂಡವರು "ಸ್ವಲ್ಪ.... ಬನ್ನಿ..." ಎಂದು ದೇವರ ಮನೆಗೆ ಕರೆದೊಯ್ದು "ಈ ತೋಟದ ಉಸಾಬರಿ ಬೇಕಾ? ಬರೀ ಅದ್ನ ಕಟ್ಕೊಂಡ್ ತಲೆ ಮೇಲೆ ಹಾಕ್ಕೊಂಡಿದ್ದೇ ಆಯ್ತು. ಈಗ ನನ್ನ ಕೈಯಲ್ಲಾಗೋಲ್ಲ. ಅದಕ್ಕೆ ಮಾರಿ ಕೈ ತೊಳೆದುಕೊಂಡಿದ್ದು" ಒಂದು ತರಹ ಬೇಸರದಿಂದ ಮಾತಾಡಿದರು. ಕೌಸಲ್ಯಗೆ ಕಷ್ಟವೆನಿಸಿತು.

"ನಾವು ನೋಡ್ಕೋತೀವಿ" ತಟ್ಟನೆ ಅಂದುಬಿಟ್ಟರು.

"ನೋಡಿಕೊಳ್ಳೋಕೆ ಇದ್ದರೇ ತಾನೇ? ಈಗಾಗಲೇ ತೋಟ ಮಾರಿ ಆಗಿದೆ" ಎಂದಾಗ, ಆಕೆಗೆ ಅಳು ಬಂದುಬಿಟ್ಟಿತು. ದೇವರಕಟ್ಟೆಯ ಈ ತೋಟ, ಮನೆ, ಪ್ರಾಣದೇವರ ಗುಡಿಯೆ ಆಕೆಯ ಸಂಪೂರ್ಣ ಜಗತ್ತು ಆಗಿತ್ತು. "ದಿವ್ಯ...." ಎಂದು ಕೂಗಿದವರೇ ಬಿದ್ದುಬಿಟ್ಟರು. ನಡು ಮನೆಯಲ್ಲಿದ್ದ ದಿವ್ಯ, ವಸಂತಲಕ್ಷ್ಮಿ ಧಾವಿಸಿದರು. "ಏನಾಯ್ತು....?" ಶ್ರೀನಿಧಿ ತುಟಿ ಕಚ್ಚಿದರು. ಇಂಥದನ್ನೆಲ್ಲ ಯೋಚಿಸಿಯೇ ಇರಲಿಲ್ಲ. ಈಗ ಸಮರ್ಥಿಸಿಕೊಳ್ಳದೇ ಬೇರೆ ದಾರಿ ಇರಲಿಲ್ಲ. "ಜೊತೆಯಲ್ಲಿ ಕರ್ಕೊ.... ಒಮ್ಮೆ ಥರೋ ಚೆಕಪ್ ಮಾಡ್ಸಿಬಿಡೋಣ. ಬಿ.ಪಿ. ಅಂಥದೇನಾದ್ರೂ.... ಇರ್ಬೇಕು" ಎಂದರು.

ಆಕೆ ಚೇತರಿಸಿಕೊಳ್ಳುವುದಕ್ಕೆ ಒಂದತ್ತು ನಿಮಿಷಗಳಾಯಿತು. ಹಿಂದೆ ಒಂದೆರಡು ಸಲ ಈ ರೀತಿ ಆಗಿದ್ದರಿಂದ ಅನಂತಶರ್ಮ ಗಾಬರಿಯಾಗಲಿಲ್ಲ. ಈ ವಿಷಯಕ್ಕೆ ಹೆಂಡತಿಗೆ ಷಾಕ್ ಆಗಿದೆಯೆಂದು ಗೊತ್ತು.

"ಅಂಥದೇನಿಲ್ಲ, ದೇವರ ಪ್ರಸಾದ ಮಾಡೋಕೆ ತಾನೇ ನಿಲ್ತಾಳೆ. ಹೀರೇಗೌಡರ ಮನೆಯವರು ಅಭಿಷೇಕಕ್ಕೆ ಕೊಟ್ಟಿದ್ರು. ತುಂಬ... ಜನ. ಅವಳೇ ಪ್ರಸಾದನ ರೆಡಿ ಮಾಡಿಕೊಟ್ಲು. ಅದಕ್ಕೆ ಒಂದಿಷ್ಟು ಸೋತಿದ್ದಾಳೆ" ಅಂದು ಸುಮ್ಮನಾದರು.

ದೇವಸ್ಥಾನದ ಆವರಣದ ಜಗುಲಿಯ ಮೇಲೆ ಕೂತ ಅಜ್ಜಯ್ಯನ ಸನಿಹ ಹೋಗಿ ಕೂತವಳು "ಮಾವ, ತೋಟನ ಮಾರಿಯೇ ಬಿಟ್ಟೆ ಅನ್ನೋ ತರಹ ಮಾತಾಡ್ತಾ ಇದ್ದಾರೆ. ನೀವು ಪರ್ಮಿಷನ್ ಕೊಟ್ಟರೇ ನಾನು ಮಾತಾಡ್ತೀನಿ. ಮಾತಾಡಬಹುದಾ? ಇಲ್ಲ ಮಾವ ಹೇಳ್ದಂಗೆ ಕೇಳೋಣ್ವಾ?" ಪ್ರಸ್ತಾಪಿಸಿದಳು. "ಬೇಡ, ಇದ್ನ ಮಾರೋ ಹಕ್ಕು ಯಾರ್ಗೂ ಇಲ್ಲ. ಪೂಜೆ ಸಲುವಾಗಿಯೇ ತೋಟ ಅನ್ನೋ ರೀತಿಯಲ್ಲಿ ನನ್ನ

ಅಜ್ಜಯ್ಯ ಹೇಳ್ತಾ ಇದ್ದರು. ಮಾರಾಟಕ್ಕೆ ಸಮ್ಮತಿ ಇಲ್ಲ. ಕನಿಷ್ಠ ನನ್ನಲ್ಲಿ ಒಂದ್ಮಾತು ಪ್ರಸ್ತಾಪಿಸದೇ ತಾನೇ ಮಾರಾಟಕ್ಕೆ ಶ್ರೀನಿಧಿ ಮುಂದಾಗಿದ್ದಾನೆ. ಛೆ, ನಂಗೆ ಮಾತಾಡೋ ಇಷ್ಟವಿಲ್ಲ. ನೀನು, ವಿಕ್ರಮ್ ಮಾತಾಡಿ" ಅಂದರು. ವಿಕ್ರಮ್ ಮಾತನಾಡಿಯಾನೆಂಬ ನಂಬಿಕೆ ಇರಲಿಲ್ಲ.

ಬೆಳಿಗ್ಗೆ ಹೊರಡೋ ಮಾತು ಎತ್ತಿದಾಗ "ಮಾವ, ತೋಟ ಮಾರೋ ಹಕ್ಕಿಲ್ಲ ಅಂದ್ರು" ಎಂದಳು ಮೆಲ್ಲಗೆ. "ಅದು ಹದಿನೈದು ವರ್ಷದ ಹಿಂದೇನೇ ತೀರ್ಮಾನವಾಗಿದೆ. ನಿಮ್ಮ ಅಜ್ಜಯ್ಯ, ಅಪ್ಪಯ್ಯ, ಅಮ್ಮ ಇಲ್ಲೇ ಇದ್ಕೊಳ್ಳಿ. ಅದಕ್ಕೆ ಬೇಕಾದ ಬಂದೋಬಸ್ತ್ ನಾನು ಮಾಡ್ತೀನಿ. ಅನಗತ್ಯವಾಗಿ ಗೊಂದಲ ಮಾಡೋದು ಬೇಡ" ಸ್ವಲ್ಪ ಬಿರುಸಾಗಿಯೇ ನುಡಿದಿದ್ದು ಶ್ರೀನಿಧಿ.

"ಮಾವ, ಅಂದು ಅಪ್ಪಯ್ಯ ನಿಮ್ಗೆ ಕೊಟ್ಟ ತೋಟಕ್ಕೆ ಸಂಬಂಧಪಟ್ಟ ಪತ್ರಗಳು ಬೇಕೂಂದ್ರು. ತೋಟನ ನೀವುಗಳು ಅವ್ರ ಪರ್ಮಿಷನ್ ಇಲ್ದೇ ಹೇಗೆ ಮಾರೋಕೆ ಸಾಧ್ಯ?" ಛಾಲೆಂಜ್ ಎಸೆದಂತೆ ಕೇಳಿದಳು.

ಶ್ರೀನಿಧಿ ಮುಖ ಕೆಂಪಗಾಯಿತು. "ತಲೆಹರಟೆ ಬೇಡ. ಆಗ ನಿಮ್ಮ ಅಜ್ಜಯ್ಯ ಪತ್ರಗಳ ಸಮೇತ ಸಹಿ ಹಾಕಿ ನಿನ್ನ ಅತ್ತೆಗೆ ಬರ್ದು ಕೊಟ್ಟಿದ್ದಾರೆ. ಇಟ್ಟುಕೊಳ್ಳೋದು, ಮಾರೋದು ಅವ್ಳಿಗೆ ಸಂಬಂಧಪಟ್ಟದ್ದು. ಈಗ ನಿಂಗೆ ಅರ್ಥವಾಗಿರಬೇಕಲ್ಲ" ಸವಾಲ್‌ನಂತಿತ್ತು ಅವರ ಮಾತು.

ಮಧ್ಯ ಪ್ರವೇಶಿಸಿದ ಅನಂತಶರ್ಮ. "ಸ್ವಲ್ಪ... ನಿಲ್ಲು! ಈಗ ನಿಮ್ಗೇ ಹಣಕಾಸಿನ ಸಮಸ್ಯೆ ಇದೇಂದ್ರಿ. ನಾವು ಸಹಾಯ ಮಾಡೋ ಸ್ಥಿತಿಯಲ್ಲಿ ಇರ್ಲಿಲ್ಲ. ತೋಟದ ಮೇಲೆ ಸಾಲ ತಗೊಂಡ್.. ತೀರಿಸ್ತೀನಿ. ಅಂದ್ರಿ. ಹೆಣ್ಣು ಮಗಳು ಸಮಸ್ಯೆಯಲ್ಲಿ, ಕಷ್ಟದಲ್ಲಿ ಇರೋವಾಗ ನೆರವಾಗೋದು ತವರಿನ ಕರ್ತವ್ಯ. ನಾವು ಅಷ್ಟು ಮಾತ್ರ ಯೋಚಿಸಿದ್ವಿ. ಆ ಮೇಲೆ ಅದರ ಬಗ್ಗೆ ಮಾತುಕತೆನೆ ನಡೆಯಲಿಲ್ಲ. ತೋಟದ ಮೇಲಿನ ಸಾಲ ತೀರ್ತಾ?" ಲೆಕ್ಕಾಚಾರವಾಗಿ ಕೇಳಿದರು.

"ದಯವಿಟ್ಟು ಕ್ಷಮ್ಸಿಬಿಡಿ. ನಿಮ್ಮ ಮಕ್ಳು ನಮ್ಮ ಮನೆಯಲ್ಲಿದ್ದಾರೆ. ಅವರ ಓದು, ಮದುವೆ, ಭವಿಷ್ಯದ ಜವಾಬ್ದಾರಿ ನಂದು. ಈಗ ಮಾರಾಟ ಮಾಡಿಯಾಗಿದೆ. ಸ್ವಲ್ಪ.... ಅಂದರೆ... ಒಂದಾರು ತಿಂಗಳು ಇಲ್ಲೇ ಇರೀ. ಈ ರಿಸ್ಕ್ ಬೇಡಾಂದರೆ, ನಮ್ಮ ಜೊತೆ ಹೊರಟುಬಿಡಿ" ಸ್ವಲ್ಪ ದನಿ ತಗ್ಗಿಸಿದರು. ಅವರಿಗೆ ರಾದ್ಧಾಂತ ಬೇಕಿರಲಿಲ್ಲ. ಒಂದಿಷ್ಟು ತಣ್ಣಗೆ ಮಾಡುವ ಕಡೆ ಗಮನಹರಿಸಿದರು. "ಆಗೋಲ್ಲ ಮಾವ! ನೀವು ಏನೇ ಬರೆದುಕೊಂಡು ಸಹಿ ಹಾಕ್ಸಿಕೊಂಡಿದ್ದರು.... ಒಪ್ಪೊಲ್ಲ. ನಿಮ್ಗೆ ಮಾರೋ ಹಕ್ಕು ಇಲ್ಲಾಂತ ಒಪ್ಕೊಳ್ಳಿ. ಇಲ್ಲಿ ಕಾನೂನು ಮೂಲಕ ಒಪ್ಪಿಸಬೇಕಾಗುತ್ತೆ." ದಿವ್ಯ ಧೈರ್ಯದಿಂದ ಹೇಳಿದಳು. ಶ್ರೀನಿಧಿ ಪೆಚ್ಚಾದರು. ಬುದ್ಧಿವಂತಿಕೆಯಿಂದ ಸಮಾಳಿಸಬೇಕೆನಿಸಿತು. "ಸಾರಿ ದಿವ್ಯ, ನನ್ನ ಆಸೆಗಳು ಬೇರೆ ಇತ್ತು. ನೀವುಗಳು ಬೆಂಗ್ಳೂರಿಗೆ ಬಂದು ನಿಂತ್ಮೇಲೆ, ಇವರೆಲ್ಲ ಇಲ್ಲಿರೋದು ಇಷ್ಟವಾಗಿಲ್ಲ. ಜೊತೆಗೆ ಒಂದಿಷ್ಟು ಆರ್ಥಿಕ ಸಮಸ್ಯೆಗಳು, ಬಿಜಿನೆಸ್, ಡೆವಲಪ್ ಮಾಡ್ಬೇಕಿತ್ತು.

ಇನ್ನೆರಡ್ವರ್ಷದಲ್ಲಿ ಅನುರಾಗ್ ವಾಪಸ್ಸು ಬರ್ತಾನೆ. ಅವನ ಮಟ್ಟಕ್ಕೆ ಡೆವಲಪ್‌ಮೆಂಟ್ ಬೇಕೆನಿಸಿತು. ಅದರ ಸಲುವಾಗಿ ಏನೇನೋ ಮಾಡ್ಬೇಕೇನಿಸಿತು. ಎಲ್ಲಾ.... ನಿಮ್ದೇ" ಕಣ್ಣೀರುವರೆಗೂ ಬಂದರು. ಮನುಷ್ಯ ಚಾಣುಕ್ಯ.

ಇಡೀ ಫ್ಯಾಮಿಲಿ ಮೆತ್ತಗಾಯಿತು. ಕೋರ್ಟು, ಕಾನೂನು, ಹಕ್ಕು, ಅಧಿಕಾರ ಯಾರಿಗೂ ಬೇಕಿರಲಿಲ್ಲ.

"ಇಲ್ಲಿ ಬಿಟ್ಟು ಅಲ್ಲಿಗೆ ಬರೋ ಮಾತಿಲ್ಲ!" ಅನಂತ ಶರ್ಮರ ನಿರ್ಣಯ ದೃಢವಾಗಿತ್ತು "ಈ ದೇವಸ್ಥಾನ, ತೋಟ ಎಲ್ಲರಿಗೂ ಸೇರಿದ್ದು ಅನ್ನೋ ತರಹ. ತೀರಾ ಮಳೆ ಇಲ್ದೇ ನೀರಿಲ್ಲದೇ... ಕೆರೆ, ಬಾವಿ ಬತ್ತಿ ಹೋದಾಗ ಇಲ್ಲಿನ ಜನ ತಮ್ಮ ತೋಟಗಳನ್ನು ಒಣಗಿಸಿದರೂ.... ಈ ತೋಟದ ಸಲುವಾಗಿ ಎಲ್ಲೆಲ್ಲಿಂದಲೋ ಬಿಂದಿಗೆಗಳಲ್ಲಿ ನೀರು ಹೊತ್ತುಕೊಂಡ್.... ಬಂದ್ ತೋಟನ ಉಳ್ಸಿಕೊಂಡಿದ್ದಾರೆ. ತುಳಸಿವನ ಇದೆ. ಎಷ್ಟೋ ಆರೋಗ್ಯವರ್ಧಕ, ರೋಗನಿವಾರಕ ಸಸ್ಯಗಳನ್ನು ಬೆಳೆಸಿದ್ದಾರೆ. ಅವು ಎಲ್ಲರ ಉಪಯೋಗಕ್ಕಾಗಿ. ಈಗ ತೋಟ ಬೇರೆಯವರ ಪಾಲಾದರೆ ಆ ಜನ ತಿರುಗಿಬಿದ್ದರೂ ಹೆಚ್ಚಲ್ಲ. ಅದು ಆಗ ಕೂಡದು. ತೋಟನ ವಾಪಸ್ಸು ಪಡೆಯೋ ಬಗ್ಗೆ ಯೋಚ್ಸಿ" ಎಂದರು. ಅಂದರೆ ತೋಟ ಇವರದಾಗಿಯೇ ಉಳಿಯಬೇಕು.

ಶ್ರೀನಿಧಿಗೆ ಎಷ್ಟು ಕೋಪ ಬಂದಿತೆಂದರೆ ತಮ್ಮ ಜೋಡಿನಲ್ಲಿ ತಾವೇ ಒಡೆದುಕೊಳ್ಳಬೇಕೆನಿಸಿತು. "ಆಯ್ತು, ನಾನು ಅವರ ಹತ್ರ ಮಾತಾಡ್ತೀನಿ" ಬೆವರೊರೆಸಿಕೊಂಡು ಎದ್ದುಹೋದರು. ಹಿಂದೆಯೆ "ಮಾವ, ನೀವು ಮಾತಾಡೋವರೆಗೂ ಅವ್ರುಗಳು ತೋಟಕ್ಕೆ ಬರೋದುಬೇಡ. ದೇವರಕಟ್ಟೆಯಲ್ಲಿ ಒಂದೇ ಪುಕಾರ್. ವಿಚಾರಿಸೋಕೇಂತ.... ಒಬ್ಬರಲ್ಲ.... ಒಬ್ಬರು ಬರ್ತಾ ಇರ್ತಾರೆ." ದಿವ್ಯ ಹೇಳಿದ ಕೂಡಲೇ ಕಪಾಳಕ್ಕೆ ಹೊಡೆಯಬೇಕೆನಿಸಿತು ಅವರಿಗೆ. "ಅವ್ರ ಹತ್ರ ಮಾತಾಡಿ ಹೇಳ್ತೀನಿ" ಅಂದರಷ್ಟೆ.

ಆ ರಾತ್ರಿ ನಿದ್ದೆ ಹತ್ತಿರ ಸುಳಿಯಲಿಲ್ಲ! ವಸಂತಲಕ್ಷ್ಮಿ ಅತ್ತಿಗೆಯನ್ನು ಹಿತ್ತಲಿಗೆ ಕರೆದೊಯ್ದು ಕತ್ತಲೆಯಲ್ಲಿ ಕೈಹಿಡಿದು "ಅತ್ತಿಗೆ, ನೀವೇ ಎರಡು ಮನೆ ಸಂಬಂಧನ ಕಾಪಾಡಬೇಕು. ಅಪ್ಪಯ್ಯ, ಅವರು ಇಬ್ಬರು ಹಟಕ್ಕೆ ಬಿದ್ದರೇ ನಾವು ಯಾರ್ಕಡೆ ನಿಲ್ಲೋಕ್ಕಾಗುತ್ತೆ? ಈಗಾಗ್ಲೇ ತೋಟ ಮಾರಾಟವಾದಂಗೆಯೇ ಪೂರ್ತಿ ಹಣ ಪಡಕೊಂಡಿದ್ದೀನೀಂದ್ರು. ಅವ್ರು ಮಾಡ್ತಾ ಇರೋದೆಲ್ಲ ಮಕ್ಕಳ ಸಲುವಾಗಿ. ಅನುರಾಗ್ ಬರೋ ವೇಳೆಗೆ ಸುಸಜ್ಜಿತ ಕಂಪ್ಯೂಟರೈಸ್ ಆಗಿರೋ ಆಟೋಮೊಬೈಲ್ ಮಾಡಬೇಕಾಗುತ್ತೆ. ವಿಕ್ರಮ್ ಎಂಬಿಎ ಆಗ್ಬೇಕ್. ಅವರುಗಳ ಮದ್ವೆ ಕನಸುಗಳು! ಇಷ್ಟಕ್ಕೆ ಒಂದು ಸಣ್ಣ ತ್ಯಾಗ ಮಾಡ್ಬಾರ್ದ? ಯಾಕಿಷ್ಟು ಹಟ ಅಪ್ಪಯ್ಯನಿಗೆ, ಅಣ್ಣನಿಗೆ? ಅವರ ಜೊತೆಗೆ ದಿವ್ಯ ಬೇರೆ ನಿಂತಿದ್ದಾಳೆ. ಹೇಗಾದ್ರೂ ಒಪ್ಸಿ... ಬೆಂಗ್ಳೂರಿಗೆ ಬಂದ್ಬಿಡಿ" ದೈನ್ಯವಾಗಿ ಕೇಳಿಕೊಂಡರು.

"ನಮ್ಗೆ ಒಂದು ಸಣ್ಣ ತ್ಯಾಗ ಇರಬಹುದು. ನಾವು ಕೇಳಿದರೇ ಕಟುಕರಾಗಿ

ಬಿಡ್ತೀವಿ. ಅವರದು ನಿಸ್ವಾರ್ಥ. ಮಿಕ್ಕಿದ್ದು ನಾನೇನು ಹೇಳ್ಲಿ?" ನಿಸ್ಸಹಾಯಕತೆ ಇತ್ತು ಆಕೆಯ ದನಿಯಲ್ಲಿ. ಜಂಟಿಯಾಗಿ ಕಣ್ಣೀರು ಸುರಿಸಿದರು. ಆ ವೇಳೆಗೆ ದಿವ್ಯ ಬಂದು "ಅರೇ ನೀವ್‌ಗಳು..... ಇಲ್ಲಿದ್ದೀರಾ? ಹೊರ ವಾತಾವರಣ ಎಷ್ಟು ತಂಪಾಗಿದೆ" ಎಂದಳು.

ಅವಳತ್ತ ತಿರುಗಿದ ವಸಂತಲಕ್ಷ್ಮಿ "ನಾನು ಪ್ರಾಣದೇವರಿಗೆ ಹರಸಿಕೊಂಡಿದ್ದೀನಿ. ಸತ್ಯದ ದೇವರಾದರೇ ನನ್ನ ಬೇಡಿಕೆ ನಡ್ಸಿಕೊಳ್ಳಿ. ಆಗ ಬೆಳ್ಳಿಯ ಕಿರೀಟ, ಕವಚ ಮಾಡ್ಸಿಕೊಡ್ತೀನಿ" ಆವೇಶದಿಂದ ಹೇಳಿದರು. ದಿವ್ಯ ಪಕ್ಕನೆ ನಕ್ಕು "ಅಂತು ನಮ್ಮ ದೇವರಿಗೆ ಸತ್ಯದ ಸವಾಲ್, ಐಹಿಕ ಭೋಗಗಳಿಗೆ ಹಾತೊರೆಯೋ ನಮ್ಗೆ ಎಷ್ಟಿದ್ದರೂ ತೃಪ್ತಿ ಎಂಬುದಿಲ್ಲ. ಹಚ್ಚೋ ದೀಪಕ್ಕೆ, ಒಡೆಯೋ ತೆಂಗಿನಕಾಯಿಗೆ, ಹಚ್ಚೋಕರ್ಪೂರಕ್ಕೆ ಸಾಕಷ್ಟು ಬೇಡಿಕೆಗಳು, ಜೊತೆಗೆ ಅವನಿಗೂ ಚಿನ್ನ, ಬೆಳ್ಳಿಯ ಆಭರಣದ ಆಸೆ ತೋರಿಸಿ ನಮ್ಮ ಕೆಲ್ಸಗಳನ್ನ ಮಾಡ್ಸಿಕೊಳ್ಳೋ ಇರಾದೆ. ಜೊತೆಗೆ ನೀನು 'ಸತ್ಯವಂತ ದೇವರಾದರೆ' ಅನ್ನೋ ಪಾಯಿಂಟ್ ಬೇರೆ. ಇವರೆಷ್ಟೇ ಅಸತ್ಯವಂತರಾದರೂ ಜನರ ಬೇಡಿಕೆಗಳನ್ನು ಈಡೇರಿಸುವ ದೇವರು ಮಾತ್ರ ಸತ್ಯವಂತನಾಗಿರಬೇಕು. ಅದನ್ನ ಪ್ರೂವ್ ಮಾಡೋಕೆ ದೇವರು ಇವರು ಕೇಳಿದನ್ನ ನಡ್ಸಿಕೋಡ್ಬೇಕು. ಇದು ಒಳ್ಳೆ ಲಾಜಿಕ್ ಅತ್ತೆ. ಇಂಥ ಭಕ್ತರೇ ಜಗತ್ತಿನಲ್ಲಿ ಜಾಸ್ತಿ" ಅವಳು ಸಹಜವಾಗಿ ಆಡಿದ ಈ ಮಾತುಗಳು ಛೇಡಿಸಿದಂತಿತ್ತು. ಮೆಲ್ಲಗೆ ಕುಟುಕಿದರ, ಗಾಯ ಜಾಸ್ತಿಯಾಯಿತು.

"ಕಾಲೇಜ್‌ಗೆ ಸೇರಿದ್ಮೇಲೆ ತುಂಬ ಮಾತು ಕಲಿತ್ಲು" ಎಂದರು. ತುಸು ಕಹಿಯಾಗಿಯೆ "ಇಲ್ಲ ಅತ್ತೆ, ಇದ್ನ ಕಲಿಯೋಕೆ ಕಾಲೇಜು ಯಾಕೆ ಬೇಕು? ಎಲ್ಲರಿಗೂ ಗೊತ್ತಿರೋಂತ ವಿಚಾರನೇ" ಎನ್ನುತ್ತ ಅಲ್ಲೆ ಕಲ್ಲಿನ ಮೇಲೆ ಕೂತಳು.

"ಬೆಳಿಗ್ಗೆ ನೀನು ನಮ್ಜೊತೆ ಹೊರಡ್ತೀಯಾ, ತಾನೇ?" ಕೇಳಿದರು, ವಸಂತಲಕ್ಷ್ಮಿ. ಒಂದಿಷ್ಟು ಮೌನದ ನಂತರ "ಒಂದಷ್ಟು ದಿನ ಇಲ್ಲೇ ಇರ್ತೀನಿ. ಅಲ್ಲಿ ಉಸಿರು ಕಟ್ಟೋ ವಾತಾವರಣಕ್ಕಿಂತ ಇಲ್ಲೇ ಹಾಯಾಗಿದೆ" ನಿಶ್ಚಿಂತೆಯಿಂದ ನುಡಿದಳು. ತಕ್ಷಣ ವಸಂತಲಕ್ಷ್ಮಿ ಮುಖ ದಪ್ಪಗೆ ಮಾಡಿಕೊಂಡು "ನಿನ್ನ ಓದು ಹಾಳು ಮಾಡ್ಕೋತಿ. ಇಲ್ಲಿದ್ದು ಏನು ಮಾಡ್ತೀ? ಎಲ್ಲಾ ಸಿಟಿಯ ಲೈಫ್ ಇಷ್ಟಪಟ್ಟರೆ, ನಿಂಗೆ..." ನಿಲ್ಲಿಸಿದರು.

"ಪ್ರಕೃತಿ ಕೂಡ ಹಂತಹಂತವಾಗಿ ಪಾಠ ಹೇಳಿ ಬೆಳೆಸುತ್ತೆ. ಒಂದ್ನಾಲ್ಕು ದಿನ ಇದ್ದು ಬರ್ತೀನಿ. ಇಲ್ಲಿ ಅಮ್ಮನಿಗೂ ಒಂದಿಷ್ಟು ಅಲ್ಲಿನ ವಿಷ್ಯ ಹೇಳಿ ತಲೆ ತಿಂದು... ಬರ್ತೀನಿ" ಅಂದಳು. ಆಮೇಲೆ ವಸಂತಲಕ್ಷ್ಮಿ ಮಾತ್ರವಲ್ಲ ಕೌಸಲ್ಯ ಕೂಡ ಅವಳನ್ನು ಹೊರಡಿಸಲು ಪ್ರಯತ್ನಪಟ್ಟು ಸೋತರು. "ಇವ್ಳಿಗೆ ಹಟ ಅನ್ನೋದೇ ಗೊತ್ತಿರಲಿಲ್ಲ. ಯಾವುದಕ್ಕೂ ಹಟ ಮಾಡಿದವಳೇ ಅಲ್ಲ" ವಸಂತಲಕ್ಷ್ಮಿ ಅಚ್ಚರಿ ವ್ಯಕ್ತಪಡಿಸಿದರು. ಕಾರಣ ಅವರಿಗೆ ಗೊತ್ತಿತ್ತು. ದಿವ್ಯ ಇಷ್ಟು ಗಟ್ಟಿಯಾಗಿ ನಿಲ್ಲಿಸುತ್ತಾಳೆಂದು ಮಾತ್ರ ಗೊತ್ತಿರಲಿಲ್ಲ.

ಬೆಳಿಗ್ಗೆ ದಿವ್ಯನ ಅಡಿಕೆ ಮರಗಳ ತೋಪಿಗೆ ಕರೆದೊಯ್ದ ಶ್ರೀನಿಧಿ "ನೀನು ಸ್ವಲ್ಪ ಅರ್ಥ ಮಾಡ್ಕೋ. ಇಲ್ಲೇನಿದೆ? ತೋಟದ ಹಣನ ಒಂದು ಪ್ರಾಜೆಕ್ಟ್ ಮೇಲೆ ಹಾಕಿದರೆ ಐದು ವರ್ಷದಲ್ಲಿ ಮೂರುಪಟ್ಟು ಜಾಸ್ತಿ ಆಗುತ್ತೆ. ಆಗ ಸಮಾಜದಲ್ಲಿ ನಮ್ಮ ಸ್ಟೇಟಸ್

ಜಾಸ್ತಿಯಾಗುತ್ತೆ. ಒಂದಷ್ಟು ವರ್ಷ ರಿಸ್ಕ್ ತಗೊಂಡ್ ಆಮೇಲೆ ಆರಾಮಾಗಿ ಇರಬಹುದು. ಇದನ್ನೆಲ್ಲ ಅವರಿಗೆ ಬಿಡ್ಸಿ ಹೇಳು" ಎಂದರು ದಬಾಯಿಸುವಂತೆ. ಅವಳಿಗೆ ನಗು ಬಂದರೂ ನಗಲಿಲ್ಲ. "ಮಾವ, ಹಿಂದೆ ಅಜ್ಜಯ್ಯ ಒಂದು ಕತೆ ಹೇಳಿದರು. ಸಂಜೆ ವೇಳೆ ದೇವಸ್ಥಾನದ ಜಗುಲಿಯ ಮೇಲೆ ಎದುರಿಗೆ ಇದ್ದವರಿಗೆ ಪ್ರವಚನ, ಕತೆ, ತಿಳುವಳಿಕೆಯ ಮಾತುಗಳು ಏನಾದ್ರೂ ಅಂದ್ಕೊಳ್ಳಿ. ಅದು ನನ್ನ ಮಿದುಳಿನಲ್ಲಿ ನಿಂತಿದೆ. ದೇವರಕಟ್ಟೆಯ ಆಯೋಧ್ಯಾ ರಾಮಶೆಟ್ಟರು ಊರಿನಲ್ಲಿರೋ ತೋಟ, ಜಮೀನು ಎಲ್ಲಾ ಮಾರ್ಕೊಂಡ್ ಶಿವಮೊಗ್ಗಕ್ಕೆ ಹೋಗಿ ಚಿನ್ನಾಭರಣ ಅಂಗ್ಡೀ ತೆರೆಯೋ ವಿಚಾರದಲ್ಲಿ ತಾತನ ಸಲಹೆ ಕೇಳಿದ್ರು. ಅದಕ್ಕೆ ಅವರನ್ನು ಪ್ರಶ್ನಿಸಿದರು. 'ಅಲ್ಹೋಗಿ ಏನಾಡ್ತೀ? ಇಲ್ಲಿ ಕೆಲ್ಸನು ಕಡ್ಮೆ, ದುಡಿಮೆನು ಕಡ್ಮೆ.... ಅಲ್ಲಿ ಗಳಿಕೆ ಜಾಸ್ತಿ ಇರುತ್ತೆ. ನನ್ನ ಭಾವಮೈದ ಶಿವಮೊಗ್ಗದಲ್ಲಿ ನಾಲ್ಕು ಆಭರಣಗಳ ಷೋರೂಂ ತೆಗೆದಿದ್ದಾನೆ. ಲಕ್ಷಾಂತರ ಗಳಿಕೆ. ಕಾರು, ಬಂಗ್ಲೆ.... ಎಲ್ಲಾ ಮಾಡ್ಕೊಂಡಿದ್ದಾನೆ. ಅವನೀಗ ದೇವರಕಟ್ಟೆಗೆ ಬಂದು ನೆಮ್ದಿಯಾಗಿ ಇರಬೇಕೂಂತ ಅಂದ್ಕೊಂಡಿದ್ದಾನೆ" ಅಂದ ಆ ಮನುಷ್ಯನನ್ನು ಪ್ರಶ್ನಿಸಿದರು. "ನೀನು ಅಷ್ಟೆಲ್ಲ ಗಳಿಸೋಕೆ ಎಷ್ಟು ವರ್ಷ ಬೇಕು?"

ಅಯೋಧ್ಯರಾಮಶೆಟ್ಟಿ ಮನಸ್ಸಿನಲ್ಲೇ ಲೆಕ್ಕ ಹಾಕಿ ನುಡಿದ. "ಕನಿಷ್ಠ ಹದಿನೈದರಿಂದ ಇಪ್ಪತ್ತುವರ್ಷ. ಆಮೇಲೆ ಬಂದು ಇಲ್ಲೇ ಉಳೀತೀನಿ." ಎಂದಾಗ "ಇಷ್ಟೆಲ್ಲ ಕಷ್ಟ ಯಾಕೆ? ಇಷ್ಟೆಲ್ಲ ದುಡಿದು ಮತ್ತೆ ಸಂತೃಪ್ತಿ ಸಮಾಧಾನ, ಶಾಂತಿ ಅರಿಸ್ಕೊಂಡ್ ಇಲ್ಲಿಗೆ ಬರ್ಬೇಕು. ಈಗ ಅವೆಲ್ಲ ನಿಂಗೆ ಸಿಕ್ಕಿದೆ." ಅಂದಾಗ ದೇವರಕಟ್ಟೆ ಬಿಟ್ಟುಹೋಗುವ ಮಾತನ್ನು ಅಯೋಧ್ಯರಾಮ ಶೆಟ್ಟರು ಬಿಟ್ಟು ಇಲ್ಲೇ ಉಳಿದರು. ಈಗ ಅವರು ಆರಾಮಾಗಿ, ಶಾಂತಿಯಿಂದ ಇದ್ದಾರೆ. ಅಂಥವರನ್ನು ಕರೆದೊಯ್ದು ಲೆಕ್ಕಾಚಾರದ ಬೆಂಕಿಗೆ ಯಾಕೆ ತಳ್ಳಬೇಕು, ಮಾವ? ದಯವಿಟ್ಟು ಅದನ್ನು ಉಳ್ಸಿಕೊಡಿ" ಕೈ ಮುಗಿಸಿದಳು "ಗೋ ಟು ಹೆಲ್" ಸಿಡುಕಿ ಕಾಲು ಅಪ್ಪಳಿಸುತ್ತ ಹೋದರು. ಅವರಿಗೆ ಭೂಮಿ, ಆಕಾಶ ಒಂದು ಮಾಡುವಷ್ಟು ಸಿಟ್ಟು. ಸರಳವಾಗಿ ಹೆಚ್ಚು ಹ್ಯಾಪಿಯಾಗಿ ಕಾಣುವ ಈ ಮನುಷ್ಯನ ಎದೆಯಾಳದಲ್ಲಿ 'ಈಗೋ' ಗೂಡು ಕಟ್ಟಿಕೊಂಡಿತ್ತು. ತೀರಾ ಸ್ವಾರ್ಥಿ! ತನ್ನ ಮೂಗಿನ ನೇರಕ್ಕೆ ಲೆಕ್ಕಾಚಾರ.

ವಿಕ್ರಮ್ ಬ್ಯಾಗ್ ಹಿಡಿದು ಮನೆಯಿಂದ ಹೊರಬಂದವನು, "ಐಯಾಮ್ ಲೂಸಿಂಗ್ ಮೈ ಪೇಷನ್ಸ್. ನಿಂಗೆ ಸ್ವಲ್ಪ ಕೂಡ ಕಾಮನ್‌ಸೆನ್ಸ್ ಇಲ್ಲ. ಮುಂದೇನಾಗುತ್ತೆ, ಗೊತ್ತಾ? ತೋಟ ಉಳಿಯದಿದ್ದರು ಎರಡು ಕುಟುಂಬಗಳ ಮಧ್ಯೆ ಕಂದಕ. ಅದು ಯಾವೊತ್ತಿಗೂ ಸರಿ ಹೋಗೋಲ್ಲ. ನೀನು ಇದ್ರಿಂದ ದೂರ ನಿಲ್ಲಬೇಕಿತ್ತು. ವಯಸ್ಸಾದವರು ತೆಪ್ಪಗಾಗೋರು" ಗದರಿಕೊಂಡ.

"ಸ್ಟಾಪ್ ಇಟ್, ನೀನು ನಂಗಿಂತ ದೊಡ್ಡವ. ಹಾಗಂತ ಈ ರೀತಿಯ ಬುದ್ಧಿ ಮಾತುಗಳನ್ನು ಅಕ್ಸೆಪ್ಟ್ ಮಾಡಿಕೊಳ್ಳೋಷ್ಟು ಸ್ವಾರ್ಥಿ ನಾನಲ್ಲ. ವಯಸ್ಸಾದ ಮಾತ್ರಕ್ಕೆ ಅವ್ರಿಗೆ ಯಾವುದೇ, ಆಸೆಗಳು, ಅನಿಸಿಕೆಗಳು, ಇರ್ಬಾರ್ದು!. ವಾಹ್..." ಅನ್ನುವ ವೇಳೆಗೆ

ವಸಂತಲಕ್ಷ್ಮಿ ರೇಶಿಮೆ ಸೀರೆಯ ನೆರಿಗೆಗಳ ಸದ್ದು "ನನ್ಮಾತು ಕೇಳಿ ಹೊರಡು. ಮುಂದೆ ಪಶ್ಚಾತ್ತಾಪಪಡ್ತೀಯಾ" ಹತ್ತಿರ ಬಂದು ಪಿಸುಗುಟ್ಟಿದರು. ದಿವ್ಯ ಮಾತಾಡಲಿಲ್ಲ.

ಹಿಂದೆ ಬಂದಾಗಿನ ಸಂಭ್ರಮ, ಹೊರಡುವಾಗಿನ ನೋವು ಯಾವುದು ಇರಲಿಲ್ಲ. ಜನ್ನ ಬಾಳೆಗೊನೆಗಳನ್ನ ತಂದು ಡಿಕ್ಕಿಯಲ್ಲಿಟ್ಟ. ವಿಧವಿಧ ಹೂಗಳ ದೊಡ್ಡ ಪಿಂಡಿ, ಬಾಳೆಯೆಲೆಗಳ ಕಟ್ಟು ಅದರ ಜೊತೆ ಸೇರಿತು. ತರಕಾರಿ, ಸೊಪ್ಪು, ಅಂಥದ್ದು ಇಂಥದ್ದರ ನಡುವೆ ಹಲಸಿನ ಹಪ್ಪಳ, ಮಿಡಿ ಉಪ್ಪಿನಕಾಯಿ ಹತ್ತಿ ಕೂತಿತು. ವಸಂತಲಕ್ಷ್ಮಿ ಕಣ್ಣಲ್ಲಿ ನೀರಾಡಿತು. ಇವರಾರು ಸ್ವಂತದವರಲ್ಲ. ಬಳಗದವರು ಕೊಟ್ಟ ಮಗುವನ್ನ ಅನಂತಶರ್ಮ ದಂಪತಿಗಳು ತಮ್ಮದೇ ಅನ್ನುವಂತೆ ಬೆಳೆಸಿದ್ದರು. ಆನಂದಶರ್ಮ, ಕೌಸಲ್ಯ ತವರಿನಲ್ಲಿ ಸಿಗಬೇಕಾದ ಪ್ರೀತಿಗೆ ಬರಬರದಂತೆ ನೋಡಿಕೊಂಡಿದ್ದು. ಎದೆ ತುಂಬಿ ಬಂದಿತ್ತು. ಪಕ್ಕಕ್ಕೆ ಸರಿದು ಬಿಕ್ಕಳಿಸಿದರು.

"ಅತ್ತೆ, ಬಂದಾಗಲೆಲ್ಲ ಕಣ್ಣೀರು ಸುರಿಸೋದು ಸಹಜ. ಆದರೆ ಇಂದು ವಿವಾಹವಾಗಿ ಮೊದಲ ಸಲ ಗಂಡನ ಮನೆಗೆ ಹೊರಟಂಗೆ ಅಳ್ತಾ ಇದ್ದೀರ?" ಅವರತ್ತ ಸರಿದು ದಿವ್ಯ ಛೇಡಿಸಿದಾಗ, ಅವಳ ಎರಡು ಕೈಗಳನ್ನು ಹಿಡಿದು "ನಂಗೆ ಭಯ ಕಣೇ, ಎಲ್ಲಿ ತವರಿಗೆ...." ಪೂರ್ತಿ ಮಾಡದೇ ಅತ್ತೆಬಿಟ್ಟರು. "ಹಾಗೇನು ಆಗೋಲ್ಲ, ಬಿಡಿ. ಅಕಸ್ಮಾತ್ ಈ ತೋಟ ಕೈ ಬಿಟ್ಟು ಹೋದರೆ ಖಂಡಿತ ಅನಾಹುತವಾಗುತ್ತೆ. ಅಜ್ಜಯ್ಯ ದೇವಸ್ಥಾನದ ಅವರಣದಲ್ಲಿಯಾದರೂ ಇದ್ದಾರು, ಬೆಂಗ್ಳೂರಿಗೆ ಬರೋಲ್ಲ. ಪ್ಲೀಸ್, ಮಾವನ್ನ ಸ್ವಲ್ಪ ಕನ್ವಿನ್ಸ್ ಮಾಡಿ... ಏನೋ.... ಲೋನ್ ಅದಂಗಿತ್ತು. ಅಮ್ಮನ ಹತ್ರ, ನನ್ನ ಹತ್ರ ಇರೋ ಚಿನ್ನವೆಲ್ಲ ಕೊಟ್ಟುಬಿಡೋಣ. ಪ್ಲೀಸ್ ಅತ್ತೆ..." ಆಕೆಯೇನು ಮಾತಾಡದೇ ಕಾರು ಹತ್ತಿದರು. ಆಕೆ ಗಂಡನ ಮುಂದೆ ಅಷ್ಟು ಪವರ್‌ಫುಲ್ ಅಲ್ಲ.

ಮಗುಮ್ಮಾಗ್ಗಿ ಇದ್ದ ವಿಕ್ರಮ್ "ಮಾವ ಒಪ್ಪೊಲ್ಲ. ಮೊಸ್ಟ್ಲೀ ಮಾರಿಯೇ ಬಿಟ್ಟಿದ್ದಾರೋ ಏನೋ? ಪತ್ರಗಳು ಅವ್ರ ಹತ್ರನೇ ಇತ್ತು. ಟೋಟಲ್ಲಾಗಿ ಅಂದು ಎಲ್ಲರ ಹತ್ರನು ಸಹಿ ಪಡೆದುಕೊಂಡಿದ್ದಾರೆ. ಅದರಲ್ಲಿ ಏನಿತ್ತೂಂತ ಯಾರು ನೋಡ್ಲಿಲ್ಲ. ಮುಗ್ಧತೆಯ ದುರುಪಯೋಗ ಅಂದ್ಕೊಂಡರು.... ಈಗೇನು ಮಾಡೋಕ್ಕಾಗೋಲ್ಲ. ಆ ಪೇಪರ್ಸ್‌ಗಾಗಿ ಹೋರಾಟ, ಆಮೇಲೆ ಲಾಯರ್, ಕೋರ್ಟು ಸಂಬಂಧ ಹಾಳಾಗೋದರ ಜೊತೆಗೆ.... ಅಷ್ಟು ನಾಲೆಜ್ಜ್, ಪೆಷನ್ಸ್ ಯಾರಿಗಿದೆ? ಅದೆಲ್ಲ... ಆಗೋಲ್ಲ... ಕಾಂಪ್ರಮೈಸಾದರೆ... ನೆಮ್ದಿಯಾಗಿ ಇರ್ಬಹ್ದು. ನಮ್ಮಿಬ್ಬರ ಓದಿನ ಖರ್ಚು ವೆಚ್ಚವೆಲ್ಲ ಮಾವ ನೋಡ್ಕೊತ್ತಾರೆ. ಉದ್ಯೋಗ ವಿವಾಹ ಯಾವ್ದೂ ಸಮಸ್ಯೆಯಾಗೋಲ್ಲ. ಆ ಕಡೆ ಇರಲೀ, ನಿನ್ನ ಲಕ್ಷ್ಯ ಅನುರಾಗ್ ಶ್ರೀನಿಧಿ ಮಾವನ ಮಗ" ಎಚ್ಚರಿಸುವಂತೆ ಹೇಳಿ ಕಾರು ಹತ್ತಿದ. ವೆಹಿಕಲ್ ಮರೆಯಾಗುವವರೆಗೂ ಕೌಸಲ್ಯ, ದಿವ್ಯ ಅಲ್ಲೇ ನಿಂತಿದ್ದರು.

ಹಿಂದಕ್ಕೆ ತಿರುಗಿದಾಗ ಕೌಸಲ್ಯ "ನೀನು ಹೋಗ್ಬೇಕಿತ್ತು. ನೀನು ಇಲ್ಲಿ ಕೂತರೇ, ಓದ್ದುಗೆ ಸಮಸ್ಯೆಯಾಗುತ್ತೆ." ಅಸಹಾಯಕತೆ ಇತ್ತು, ಆಕೆಯ ದನಿಯಲ್ಲಿ. "ನಾಲ್ಕು ದಿನ ನಿಂತರೇ... ಏನು ಆಗೋಲ್ಲ. ಮಾವ ಫೋನ್ ಮಾಡ್ತೀನಿ ಅಂದಿದ್ದಾರೆ, ಆಮೇಲೆ

ಹೋಗ್ತೀನಿ. ಒಂದಿಷ್ಟು ದೇವಸ್ಥಾನ ಕಡೆ ಹೋಗಿ ತೋಟವೆಲ್ಲ ಒಂದು ರೌಂಡ್ ಹಾಕ್ಕೊಂಡ್ ಬರ್ತೀನಿ" ಮುಂದಕ್ಕೆ ನಡೆದಳು. ಬಹುಶಃ ಅವಳ ಬೆಳವಣಿಗೆಯೆಲ್ಲ ದೇವರಕಟ್ಟೆಯ ಈ ತೋಟ, ದೇವಸ್ಥಾನ, ಸುತ್ತಮುತ್ತಲಿನ ಪರಿಸರದಲ್ಲಿ. ಈಗಂತು ತುಂಬ ಮೆಚ್ಚು.

ಒಂದು ಮರದ ನೆರಳಿನಲ್ಲಿ ಸ್ವಲ್ಪ ಹೊತ್ತು ಕೂತಳು. ಜನ್ನ ತಲೆ ಕೆರೆದುಕೊಳ್ಳುತ್ತ ಬಂದು ನಿಂತವ "ಅಮ್ಮಾರ್ರೇ, ಈ ಸಲ ಪಟ್ಟಣದ ಜನ ತೋಟದಲ್ಲಿ ಅಡ್ಡಾಡಲೇ ಇಲ್ಲ. ಫಸಲು, ಗೊಬ್ಬರದ ಬಗ್ಗೆ ವಿಚಾರಿಸ್ಲಿಲ್ಲ. ಅಡಿಕೆ ಕೊಯ್ಲಿಗೆ ಬಂದಿದೆ. ಆ ಬಗ್ಗೆನು ಏನು ಹೇಳ್ಲಿಲ್ಲ" ಎಂದ. ಇದರ ಸಂಪೂರ್ಣ ವಹಿವಾಟನ್ನು ಅವರೇ ನೋಡಿಕೊಳ್ಳುತ್ತಿದ್ದರು. ಬಂದಾಗ ಹೆಚ್ಚು ಫಸಲಿನ ಇಳುವರಿಗೆ ಸಾಕಷ್ಟು ಟಿಪ್ಸ್ ಕೊಟ್ಟು ಹೋಗುತ್ತಿದ್ದರು. ಈ ಸಲ ಯಾವೊಂದು ಇಲ್ಲ. ಅವನಿಗೆ ಒಂದು ರೀತಿಯ ಆತಂಕ. ಕೂತಿದ್ದ ದಿವ್ಯ ಮೇಲೆದ್ದು "ಅವರು ಯಾವ್ದೋ ಟೆನ್‌ಷನ್‌ನಲ್ಲಿದ್ರು. ನಂಗೆ ಏನೇನು ಗೊತ್ತಿಲ್ಲ. ತೋಟದ ವಿಚಾರದಲ್ಲಿ ಒಂದಿಷ್ಟು ಮಾಹಿತಿ ಕೊಡು ಎಲ್ಲಾ... ಎಲ್ಲಾ ಅಂದರೆ.... ಎಲ್ಲಾನ! ಅಲ್ಲಿ ವಹಿವಾಟು ತುಂಬಾನೆ ವಿಸ್ತರಿಸಿದ್ದಾರೆ ಮಾವ. ಇನ್ನ ಮಗ ವಿದೇಶದಲ್ಲಿ. ವಿಕ್ಕಿ ಅಣ್ಣನಿಗೆ ಓದು. ಒಂದು ಗಳಿಗೆ ಪುರಸತ್ತು ಇರೋಲ್ಲ. ಹದಿನೈದು ವರ್ಷದ ಹಿಂದೆ.... ಅಪ್ಪಯ್ಯ ಹಾಗೂ... ಹೀಗೂ ನೋಡಿಕೊಳ್ತೋರು. ಮಾವ ಜವಾಬ್ದಾರಿ ತಗೊಂಡ್ಮೇಲೆ ಅವರು ಪೂರ್ತಿ ತಾತನ ಜೊತೆ ದೇವಸ್ಥಾನಕ್ಕೆ ಅಂಟಿಕೊಂಡರು. ನಾನು ಅಷ್ಟಿಷ್ಟು ನೋಡ್ಕೋತೀನಿ. ಮಿಕ್ಕಿದಕ್ಕೆ ನೀನೂ, ನೀಲಿ.... ನಿನ್ನ ಸಂಸಾರ ಇದೆಯಲ್ಲ" ಸರಳವಾಗಿ ಹೇಳಿದಳು. ಅವನಿಗೆ ಹರ್ಷವೇ. ಮಾರಾಟವಾಗಿದೆ ಅನ್ನೋ ಆತಂಕದಲ್ಲಿ ಇದ್ದವನಿಗೆ ಉಸಿರಾಡುವಂತಾಯಿತು. "ಹಂಗೇ ಮಾಡ್ರಿ. ಅಯ್ಯೋ, ಉದುರೋಷ್ಟು ತೆಂಗಿನಕಾಯಿ ಖರ್ಚು ಬರೋಲ್ಲ. ಒಳ್ಳೆ ಲಾಭ ಉಂಟು. ಅದಕ್ಕೆ ಕೊಳ್ಳೋ ಜನ.... ಒಬ್ಬರಾದ್ಮೇಲೆ ಒಬ್ಬರು ಬಂದು ನೋಡ್ಕೊಂಡ್ ಹೋಗ್ತಾ ಇದ್ದಾರೆ" ಎಂದ. ಬಹುಶಃ ಇಷ್ಟೆಲ್ಲ ಯಾರ ಮುಂದು ಹೇಳಿರಲಾರ. ಹೇಳಿದ್ದರು, ಯಾರು ತಲೆ ಕೆಡಿಸಿಕೊಳ್ಳುವಂಥ ಜನರಿರಲಿಲ್ಲ. ಸಂತೃಪ್ತ ಜನ. ಅಗತ್ಯಕ್ಕಿಂತ ಯಾರಿಗೂ ಹೆಚ್ಚಿನ ಹಣದ ಆಸೆ ಇರಲಿಲ್ಲ. ಶ್ರೀನಿಧಿಯನ್ನ ಪಟ್ಟಣದ ಜನವೆಂದು ಸಂಬೋಧಿಸುತ್ತಿದ್ದ.

ಪ್ರತಿಯೊಂದನ್ನು ವಿಚಾರಿಸಿದಳು. ಬರೀ ಅಡ್ಡಾಡಿ ಅನಂದ ಅನುಭವಿಸಿದ್ದಳೇ ವಿನಹ ಎಂದು ಚಿಂತಿಸಿರಲಿಲ್ಲ. ತೋಟದ ಮಧ್ಯೆ ಮುಗ್ಧ ಮಗುವಿನಂತೆ ಬೆಳೆದಿದ್ದಳು. ವಿಕ್ರಮ್ ಕೂಡ ಅಂದುಕೋಬೇಕು. ಅದಕ್ಕೆ ಮುಖ್ಯ ಕಾರಣ, ಶ್ರೀನಿಧಿ. ಪತ್ರಗಳು ಅವರ ವಶ ಆದನಂತರ ಸಂಪೂರ್ಣ ಜವಾಬ್ದಾರಿ ಅವರೇ ಹೊತ್ತುಕೊಂಡರೂ ಪೂಜೆ, ಜೀವನ ನಿರ್ವಹಣೆ ತೋಟಕ್ಕೆ ಬೇಕಾದ ಎಲ್ಲವನ್ನು ಸಮರ್ಪಕವಾಗಿ ಒದಗಿಸುತ್ತಿದ್ದರಿಂದ ಇಲ್ಲಿನವರಿಗೆ ಯೋಚನೆಯೇ ಇರಲಿಲ್ಲ.

ಮುಂದೇನು? ತೋಟ ಎಂದೂ ನಷ್ಟದ್ದಲ್ಲ. ಹಿಂದೆ ಈ ಮಾತನ್ನು ಆಡದ ಶ್ರೀನಿಧಿ ಈಚೆಗೆ ನಷ್ಟದ ಬಗ್ಗೆ ಪದೇ ಪದೇ ಆಡಿದ್ದರು. ಬಹುಶಃ ಹಿಂದೆಯೇ ಅವರ ಬಾಯಿಂದ ಈ ಮಾತು ಬಂದಿದ್ದರೇ ಅನಂತಶರ್ಮರು ಪೂರ್ತಿ ನಿಗಾವಹಿಸುತ್ತಿದ್ದರು.

ಎಲ್ಲಾ ದಾಖಲೆ ಅವರ ಬಳಿ ಇರುತ್ತಿತ್ತು. ಬಹುಶಃ ವಿಕ್ರಮ್, ದಿವ್ಯಗೂ ಅಷ್ಟಿಷ್ಟು ಅರಿವಿಗೆ ಬರೋದು.

ಮಾವ ತೋಟದ ವಿಚಾರದಲ್ಲಿ ನಮ್ಮನ್ನು ಕತ್ತಲೆಯಲ್ಲಿ ಇಟ್ಟರು ಎಂದುಕೊಂಡಳು ದಿವ್ಯ ಮೊದಲ ಸಲ.

ದೇವಸ್ಥಾನಕ್ಕೆ ಹೋಗಿ ಅಜ್ಜಯ್ಯ, ಅಪ್ಪಯ್ಯನ ಜೊತೆಗೂಡಿಯೆ ಮನೆಗೆ ಬಂದಿದ್ದು. ಕೌಸಲ್ಯ ಸದಾ ಚಟುವಟಿಕೆಯ ಹೆಣ್ಣು. ಒಂದಲ್ಲ ಒಂದು ಕೆಲಸ ಹಚ್ಚಿಕೊಂಡೇ ಇರುತ್ತಿದ್ದರು. ಅಡಿಗೆ ಕೆಲಸದಲ್ಲಿ ಅಚ್ಚುಕಟ್ಟು. ಇಂದಿಗೂ ಮಡಿಯುಟ್ಟು ದೇವರಿಗೆ ಪ್ರಸಾದ ಮಾಡಿಕೊಡುತ್ತಿದ್ದರು. ದೇವಸ್ಥಾನಕ್ಕೆ ಬಂದ ಜನರಿಗೆ ಆಸರೆಯ ಜೊತೆಗೆ ಅಡಿಗೆ ಮಾಡಿಬಡಿಸುವುದು ಆಕೆಯ ಕಾಯಕ. ಈ ಸಣ್ಣ ಜಗತ್ತಿನಲ್ಲಿ ಆಕೆ ಸುಖಿ.

ಊಟ ಮುಗಿಸಿ ಜಗುಲಿಯ ಮೇಲೆ ಬಂದು ಕೂತ ನಂತರ ಅನಂತ ಶರ್ಮರು "ಶ್ರೀನಿಧಿ ಏನಾದ್ರೂ ಹೇಳಿ ಹೋದನಾ?" ಕೇಳಿದರು. ಆನಂದಶರ್ಮ ತಲೆಯಾಡಿಸಿ "ನಾವು ಹೇಳಿಯಾಗಿದೆ. ಹೇಳೋಕ್ಕೆನಿದೇ? ಒಂದಿಷ್ಟು ಬೇಜಾರು ಮಾಡ್ಕೊಂಡ್.... ಇರ್ಬೇಕು. ನಾಲ್ಕು ದಿನ ಹೋದರೆ ಸರಿಹೋಗ್ತಾರೆ" ಸರಳವಾಗಿ ಹೇಳಿದರು. ಆದರೆ ಅವರು ಹೇಳಿದಷ್ಟು ವಿಷಯ ಸರಳವಲ್ಲವೆಂದು ದಿವ್ಯ, ಕೌಸಲ್ಯಗೆ ಗೊತ್ತಿತ್ತು.

"ಅವರೇನಾದ್ರೂ ಮಾರಿಯೇಬಿಟ್ಟಿದ್ದರೇ?" ಮೆಲ್ಲಗೆ ಅಂದರು ಕೌಸಲ್ಯ. ತಕ್ಷಣ ಸರಿಪಡಿಸಿದ್ದು ದಿವ್ಯ "ಹಾಗೇನಾಗೋಲ್ಲ! ಮಾವ ಅವ್ರ ಹತ್ರ ಮಾತಾಡ್ತೀನಿಂತ ಹೇಳಿ ಹೋಗಿದ್ದಾರೆ" ಅವಳ ಮಾತು ಪೂರ್ತಿ ಮಾಡೋ ಮುನ್ನ ಮೊಬೈಲ್ ಸದ್ದು ಮಾಡಿತು. "ಹಲೋ...." ಅಂದಳು ದಿವ್ಯ "ಮಾವ ತುಂಬಾ ಬೇಜಾರು ಮಾಡ್ಕೊಂಡಿದ್ರು. ದಾರಿಯುದ್ದಕ್ಕೂ ಗೊಣಗಾಟ. ಅಪ್ಪಯ್ಯ, ಅಮ್ಮ ಯಾವಾಗ್ಲಾದ್ರೂ ನಮ್ಮಗಳ ಮುಂದಿನ ಭವಿಷ್ಯದ ಯೋಚ್ನೆದ್ದಾರ? ವಿದೇಶಿ ಕೊಲಬ್ರೇಷನ್‌ನಲ್ಲಿ ಮಾವ ಒಂದು ಕಾರು ಘಟಕ ಪ್ರಾರಂಭಿಸಿ ನನ್ನ ಸಿಇಓ ಮಾಡ್ತಾ ಇದ್ದಾರಂತೆ. ಅನುರಾಗ್ ಹಿಂದಿರುಗಿದ ಕೂಡಲೇ ಅವನದೊಂದು ಪ್ರಾಜೆಕ್ಟ್ ಶುರುವಾಗುತ್ತೆ. ಆಗ ನಮ್ಮಗಳ ಬಗ್ಗೆ ಯೋಚ್ನು. ಎಲ್ಲಿಂದ... ಎಲ್ಲಿಗೆ?" ಕನಸಿನಲ್ಲಿ ತೇಲಿದ ವಿಕ್ಕಿ.

"ಎಲ್ಲಿಂದ.... ಎಲ್ಲಿಗೆ? ಮಾವ ಯಾರನ್ನ ಬೇಕಾದರೂ ಎಲ್ಲಿಂದ... ಎಲ್ಲಿಗೆ ಬೇಕಾದರೂ ಕರ್ಕೊಂಡ್ ಹೋಗಲಿ, ಆದರೆ ಇಲ್ಲಿರೋರನ್ನ ನೆಮ್ದಿಯಾಗಿ ಇರೋಕೆ ಬಿಡ್ಲಿ.... ಮಾವನ ಹತ್ರ ಮಾತಾಡಿ ಫೋನ್ ಮಾಡು" ಫೋನ್ ಕಟ್ ಮಾಡಿದಳು. ಹೊಸ ಕನಸಿನಲ್ಲಿ ತೇಲುತ್ತಿರುವ ವಿಕ್ರಮ್ ಶ್ರೀನಿಧಿಯ ಪರವೆ "ಅಣ್ಣನ.... ಫೋನ್! ಏನೇನೋ.... ಹೇಳ್ದ. ಮಾವನನ್ನ ನೇರವಾಗಿ ಕೇಳೋದು. ಅಕಸ್ಮಾತ್ ತೋಟನ ಕೊಂಡಿದ್ದೀವಿ ಅನ್ನೋರು ಬಂದಾಗ ಯೋಚ್ನೆದರಾಯ್ತು" ಎಂದಳು. ಆದರೆ ಮನಸ್ಸಿನಲ್ಲಿ ಹುಳ ಹೊಕ್ಕಂತಾಗಿತ್ತು. ಕಣ್ಮುಂದೆ ಬಹು ದೂರದವರೆಗೂ ಮಂಜು. ಮುಂದೇನು? ಪ್ರಾಣದೇವರು ಕಣ್ಮುಂದೆ ಸುಳಿದರು. ಮಗುವಾದಾಗಿನಿಂದ ದೇವರ ರೂಪದಲ್ಲಿ ನಿಂತ ಹನುಮಂತ ದೇವರು. "ನಾನು ಹರಕೆ ಹೊತ್ತಿದ್ದೀನಿ. ಸತ್ಯದ

ದೇವರಾದರೇ ನಡ್ಸಿ ಕೊಡ್ಲಿ" ವಸಂತಲಕ್ಷ್ಮಿ ದೊಡ್ಡದಾಗಿ ಹರಕೆಯೊತ್ತುಕೊಂಡಿದ್ದರು. ಅಂದರೆ ದೇವರು ಅವರ ಪರ ನಿಂತರೇ ಇಷ್ಟು ಅನನ್ಯ ಭಕ್ತಿಯಿಂದ ಪೂಜಿಸಿದ ಕುಟುಂಬ ಹೊರಗೆ ಹೋಗಬೇಕು. ತಕ್ಷಣ "ಅಪ್ಪಯ್ಯ ನಾವು ಹರಕೆಯೊತ್ತರೇ ದೇವರು ನಡ್ಸೀ ಕೊಡ್ತಾನಾ?" ಕೇಳಿದಳು. ಅವರ ಮುಖದ ಮೇಲೆ ಮಂದಹಾಸ ಅರಳಿದರೂ ಮುಕ್ತವಾಗಿ ಇರಲಿಲ್ಲ.

"ಅದೆಲ್ಲ ಅವರವರ ನಂಬಿಕೆ ಅಷ್ಟೆ. ಒಂದ್ಸಲ ನಿನ್ನ ತಾಯಿ ಯಾರ್ಗೋ ಹೇಳ್ತಾ ಇದ್ದರು. ಪೂಜೆ, ಪುರಸ್ಕಾರ, ಹರಕೆ, ಪ್ರಾರ್ಥನೆ, ಸಲ್ಲಿಸಿದರೂ ಕರ್ಮಾನುಸಾರ ಲಭ್ಯ. ದುರಾಸೆ ಬೇಡ. ನಿನಗಾಗಿ, ಬರೀ ನಿನ್ನ ಕುಟುಂಬದವರಿಗಾಗಿ ಪ್ರಾರ್ಥಿಸುವುದು ಇದ್ದೇ ಇರುತ್ತೆ. ನೊಂದವರಿಗಾಗಿ, ಅನ್ಯರಿಗಾಗಿ, ಅಶಕ್ತರಿಗಾಗಿ ಹರಕೆ ಹೊತ್ತು ಪ್ರಾರ್ಥಿಸಿ, ನಿಂಗೆ ಒಳ್ಳೆದಾಗುತ್ತೆ ಅಂತ ಹೇಳಿದ್ರು. ನಮ್ಮ ಪ್ರಾರ್ಥನೆ ತೀರಾ ಲೌಕಿಕಕ್ಕಾಗಿ, ಅದರಲ್ಲು ತೃಪ್ತಿ ಇಲ್ಲದ ಬದುಕಿಗೆ, ಬೇಡಿ ಬೇಡಿ... ಗುಡ್ಡೆ ಹಾಕಿಕೊಂಡಾಗ, ಅವನು ತಾನೇ ಎಷ್ಟು ಕೊಟ್ಟಾನು?" ಎಂದರು ವಿರಕ್ತಭಾವದಿಂದ ಮುಗ್ಧವಾಗಿ ಹಸಿರಿನ ಮಧ್ಯೆ ನಿಂತವರಿಗೆ ಹೆಚ್ಚಿನ ಸ್ವಾರ್ಥವಿಲ್ಲ. ಅವರ ಪ್ರಾರ್ಥನೆ ಹತ್ತು ಜನಕ್ಕಾಗಿ.

ಅರ್ಧಗಂಟೆಯಲ್ಲಿ ಮತ್ತೊಮ್ಮೆ ಫೋನ್ "ದಿವ್ಯ ಸ್ವಲ್ಪ ಅರ್ಥ ಮಾಡ್ಕೊ. ತೋಟದ ವಿಚಾರ ಬಿಡಿ! ಈಗಾಗಲೇ ಸೇಲ್ ಡೀಡ್ ಆಗಿರೋದರಿಂದ, ಜೊತೆಗೆ ಪೂರ್ತಿ ಹಣ ಕೊಟ್ಟಾಗಿದೆ. ಅಂಥದ್ದರಲ್ಲಿ ನಮ್ಗೇನು ರೈಟ್ಸ್ ಇರುತ್ತೆ? ಅವರುಗಳು ಅಲ್ಲೇ ಇರಬೇಕೂಂದರೇ, ಏನಾದ್ರೂ ಏರ್ಪಾಟು ಮಾಡ್ತೀನೀಂದ್ರು. ಈಗಿನಂಗೆ ನಿಶ್ಚಿಂತೆಯಿಂದ ಪೂಜೆ ಮಾಡ್ಕೊಂಡ್ ಇರಬಹುದು. ಸ್ವಲ್ಪ ಅವರುಗಳಿಗೆ ಅರ್ಥವಾಗೋ ಹಂಗೆ... ಬಿಡ್ಸಿ... ಹೇಳು" ಎಂದರು ವಸಂತಲಕ್ಷ್ಮಿ. ಅವಳಿಗೆ ಅರ್ಥವಾಗಿತ್ತು. "ಹೋಗ್ಲಿ, ಅವ್ರ.... ವಿಳಾಸ ಕೊಡೋಕೆ ಹೇಳಿ" ಅಂದಕೂಡಲೆ ಕಾಲ್‌ಕಟ್ ಆಯಿತು. ನಿಸ್ಸಹಾಯಕ ಪರಿಸ್ಥಿತಿ. ತೋಟ ಕೈಬಿಟ್ಟುಹೋದಂತಾಯಿತು.

"ಅಪ್ಪಯ್ಯ, ಅಕಸ್ಮಾತ್ ತೋಟ ಮಾರಿಬಿಟ್ಟಿದ್ದರೆ, ಮಾವ? ಆಗೇನು ಮಾಡುವುದು?" ಎಂದಳು ಮೆಲ್ಲಗೆ. ಈಗಾಗಲೇ ಅದು ಅವರ ಅರಿವಿಗೆ ಬಂದಿತ್ತು. "ಮಾರೋಕ್ಕಾಗೋಲ್ಲ. ಮಗಳೇ! ದೇವರಕಟ್ಟೆಯಲ್ಲಿ ವಾಸಿಸುವ ಎಲ್ಲರಿಗೂ ಇದರ ಮೇಲೆ ಹಕ್ಕುಂಟು. ಅಂಥದ್ದರಲ್ಲಿ ಹೇಗೆ ಮಾರೋದು? ಮೋಸ ಮಾಡೋಕ್ಕಂತು ಸಾಧ್ಯವಿಲ್ಲ" ಎಂದ ಅನಂತಶರ್ಮ ಎದ್ದುಹೋದರು. ಆನಂದಶರ್ಮ ತಲೆ ತಗ್ಗಿಸಿ "ಆಗ ಪತ್ರಗಳನ್ನು ನೋಡ್ಲಿಲ್ಲ. ನಮ್ಮಿಂದ ತಪ್ಪಾಗಿದೆ. ಅದಕ್ಕೆ ಇಷ್ಟು ದೊಡ್ಡ ಶಿಕ್ಷೆ. ಅದನ್ನ ವಾಪಸ್ಸು ಕೊಡಿಸೋಕೆ ಹೇಳು. ಅವರು ಪಡೆದ ಹಣ ನಾವು ಕೊಡೋಣ" ತಮ್ಮ ಅಭಿಪ್ರಾಯ ವ್ಯಕ್ತಪಡಿಸಿ "ಕೌಸಲ್ಯ ನಿನ್ಹತ್ರ ಇರೋ ಚಿನ್ನಾಭರಣ ತೆಗೆದಿಡು. ಅದ್ನ ಮಾರಿ ಹಣದ ವ್ಯವಸ್ಥೆ ಮಾಡಿಕೊಳ್ಳೋಣ" ಎಂದರು. ಅಂತು ಹಣ ವಾಪಸ್ಸು ಮಾಡಿಯಾದರೂ ತೋಟನ ಹಿಂದಕ್ಕೆ ಪಡೆಯುವ ಸಂಕಲ್ಪ. ತಾಯಿ, ಮಗಳು ಮುಖ ಮುಖ ನೋಡಿಕೊಂಡರು. ಪ್ರತಿಯೊಂದು ಹೆಣ್ಣಿಗೂ ಚಿನ್ನದ ಮೇಲೆ ವ್ಯಾಮೋಹನೇ, "ಅಯ್ಯೋ, ಆ ಹಣ ನಮ್ಗೇ ಕೊಟ್ಟರಾ? ಅವರೇ ವಾಪಸ್ಸು ಕೊಡ್ಲೀ" ಎಂದರು

ಕೌಸಲ್ಯ. ದಿವ್ಯಗೆ ಅದು ಮುಖ್ಯವಾಗಲಿಲ್ಲ. ಆದರೆ ತೋಟನ ಹಿಂದಕ್ಕೆ ಪಡೆಯೋ ಸಾಧ್ಯಸಾಧ್ಯತೆ ಬಗ್ಗೆ ಮಾತ್ರ ಚಿಂತಿಸುತ್ತಿದ್ದಳು.

ಮೊದಲು ವಸಂತಲಕ್ಷ್ಮಿಗೆ ಫೋನ್ ಮಾಡಿ "ಅತ್ತೆ ತೋಟ ಬಿಟ್ಟುಕೊಡೋಕ್ಕಾಗೋಲ್ಲಾಂದ್ರು ಅಜ್ಜಯ್ಯ. ಸುತ್ತಮುತ್ತಲ ಜನ ಕೂಡ ತೋಟಕ್ಕೆ ಬೇಕಾದ್ದು ಮಾಡಿದ್ದಾರೆ. ಅದ್ರಿಂದ ಅವರೆಲ್ಲರ ಸೊತ್ತು. ಇದ್ನ ಮಾರಿಕೊಳ್ಳೋ ಹಕ್ಕು ನಮ್ಗಿಲ್ಲ ಅಂದರು ಅಜ್ಜಯ್ಯ. ಅಪ್ಪ, ಅಮ್ಮನದು ಕೂಡ ಅದೇ..... ಇರಾದೆ... ಸ್ವಲ್ಪ ಮಾವನ್ನ ವಿಚಾರ್ಸಿ, ಅವರ ಹಣನ ವಾಪಸ್ಸು ಕೊಡೋಣ." ರಿಕ್ವೆಸ್ಟ್ ಮಾಡಿಕೊಂಡಳು. ಗಂಡನ ಸ್ವಭಾವದ ಪರಿಜ್ಞಾನವಿದ್ದ ಆಕೆ ಆ ಬಗ್ಗೆ ಭರವಸೆ ಕೊಡುವಷ್ಟು ಸಮರ್ಥಳಲ್ಲ "ಈ ವಿಷ್ಯದಲ್ಲಿ ನಾನೇನು ಸಹಾಯ ಮಾಡ್ಲಾರೆ. ಇಲ್ಲಿ ಬೇರೆ ಮನೆಯೊಂದು ಲೀಜ್‌ಗೆ ಪಡೆದಿದ್ದಾರೆ. ಅಲ್ಲಿ ಅವ್ರುಗಳು ಇರಬಹುದು. ಇದ್ನ ನೀನೇ ಹೇಳಿ ಅವ್ರನ್ನ ಒಪ್ಪು" ಆಕೆ ಫೋನ್ ಕಟ್ ಮಾಡಿದಳು. ಬೇರೆ ದಾರಿ ಇರಲಿಲ್ಲ ವಸಂತಲಕ್ಷ್ಮಿಗೆ ತೌರಿಗೆ ತನ್ನಿಂದ ಅನ್ಯಾಯ! ಬಿಕ್ಕಳಿಸಿದರು.

ದಿವ್ಯಳ ಕೈಯಲ್ಲಿಡಿದ ಮೊಬೈಲ್ ಜಾರಿತು. ಇವಳು ಕಾಲೇಜಿಗೆ ಸೇರಿದ ದಿನ ಶ್ರೀನಿಧಿ "ಇದು ನಿಂಗೆ! ಇದರ ಅಗತ್ಯ ತುಂಬಾನೆ ಇರುತ್ತೆ" ಅಂದಿದ್ದರು. ಆ ಕ್ಷಣ ತುಂಬ ಒಳ್ಳೆಯವರಾಗಿ, ಆತ್ಮೀಯರಾಗಿ ಕಂಡಿದ್ದರು. ಆದರೆ, ಈಗ ಅದರ ಹಿಂದೆ ಇಂಥ ಒಂದು ದೊಡ್ಡ ಸ್ವಾರ್ಥ ಇತ್ತಾ?

ಮರುದಿನ ಬೆಳಗಿನ ಹತ್ತರ ಸುಮಾರಿಗೆ ಸೊಪ್ಪು ಸೋದಿಸುತ್ತಿದ್ದವಳಿಗೆ ಬಾಗಿಲಲ್ಲಿ ನೆರಳಾಡಿದಂತಾಗಿ ತಲೆ ಮೇಲೆತ್ತಿದ್ದಳು. ಮಟ್ಟಸವಾದ ಐದೂವರೆ ಅಡಿಯ ವ್ಯಕ್ತಿ ಸೂಟು, ಬೂಟು ತೊಟ್ಟು ನಿಂತಿದ್ದವರು ಕೇಳಿದರು.

"ಯಜಮಾನ್ರು ಎಷ್ಟು ಹೊತ್ಗೆ ಬರ್ತಾರೆ? ಮಂಗಳಾರತಿ ಯಾವ ಸಮಯಕ್ಕೆ?" ಬಿಡಿಸುವ ಸೊಪ್ಪನ್ನು ಪಕ್ಕಕ್ಕೆ ಸರಿಸಿ ಮೇಲೆದ್ದು "ಹನ್ನೊಂದರಿಂದ.... ಹನ್ನೆರಡರ ಸುಮಾರಿಗೆ, ನೀವು ಯಾರು?" ಕೇಳಿದಳು. ಪೂಜೆ, ಹರಕೆ ತೀರಿಸಲು ಜನಗಳು ಬರುತ್ತಿದ್ದರಿಂದ ಅತಿಶಯೋಕ್ತಿಯೆನಿಸಲ್ಲಿಲ್ಲ. "ಆರಾಧ್ಯ ಅಂತ" ಎಂದರು. ಅವಳ ಮನದಾಳದಲ್ಲಿ ಅನುಮಾನದ ಹುಳುವಾಡಿತು. ಅಂದರೆ ಕೊಂಡವರ ಅಥವಾ ಕೊಳ್ಳುವವರ ಪೈಕಿಯೆನಿಸಿ ಮೇಲೆದ್ದು "ನೀವು ದೇವಸ್ಥಾನದ ಸಲುವಾಗಿಯಾ ಬಂದಿರೋದು? ಇಲ್ಲ ವಿಷಯ ಬೇರೆಯದಾ?" ಕೇಳಿದಳು. ಆ ಮನುಷ್ಯ "ಇಲ್ಲ, ತೋಟದ ವಿಷ್ಯಕ್ಕೆ ಬಂದಿರೋದು. ಒಂದಿಷ್ಟು ಮಾತಾಡೋದಿತ್ತು" ಅಂದರು ಅಲ್ಲೇ ನಿಂತು. ಒಳಗೆ ಆಹ್ವಾನಿಸಿ ಕೂಡಿಸಿ "ಈಗ್ಹೇಳಿ, ಏನು ವಿಷ್ಯ?" ಕೇಳಿದಳು. ಸಂಕ್ಷಿಪ್ತವಾಗಿ ವಿವರಿಸಿದರು. ತೋಟ, ತೋಟಕ್ಕೆ ಅಂಟಿಕೊಂಡೇ ಇರೋ ಮನೆ, ದೇವಸ್ಥಾನ ನಿರ್ಮಿತ ದೊಡ್ಡ ಆವರಣವನ್ನು ಸೇರಿಸಿ ಸೇಲ್ ಡೀಡ್ ಮಾಡಿಸಿ ಪೂರ್ತಿ ಹಣ ಪಡೆದಿದ್ದರು ಶ್ರೀನಿಧಿ. ಈ ಸ್ವತ್ತು ವಸಂತಲಕ್ಷ್ಮಿ ಶ್ರೀನಿಧಿಯ ಹೆಸರಿನಲ್ಲಿತ್ತು. ಹಾಲಿ ಯಜಮಾನರು ಆಗಿದ್ದರಿಂದ ಮಾರಾಟ ಮಾಡುವ ಪೂರ್ಣ ಹಕ್ಕು ಅವರಿಗೆ ಇತ್ತು.

ದಿವ್ಯಳ ಬಾಯಿಂದ ಮಾತೇ ಹೊರಡಲಿಲ್ಲ. ಕಣ್ಣಂಚಿನಲ್ಲಿ ಕಂಬನಿ

ಶೇಖರವಾಯಿತು. ಅವರನ್ನು ಕೂಡಿಸಿ ಕುಡಿಯಲು ಪಾನಕ ಕೊಟ್ಟು ಒಂದು ಸಣ್ಣ ರಿಕ್ವೆಸ್ಟ್ ಅವರ ಮುಂದಿಟ್ಟಳು.

"ಇಲ್ಲಿನ ಪ್ರಾಣದೇವರ ದೇವಸ್ಥಾನದಲ್ಲಿ ಪೂಜೆ ಮಾಡಿಕೊಂಡು ಬಂದ ಮನೆತನ. ನಮ್ಮ ಮಾವ ಶ್ರೀನಿಧಿಯವರು ದೇವರಕಟ್ಟೆಯಿಂದ ಇಡೀ ಸಂಸಾರವನ್ನು ಬೆಂಗ್ಳೂರಿಗೆ ಕರೆದೊಯ್ಯುವ ಉದ್ದೇಶದಿಂದ ನಿಮಗೆ ಮಾರಾಟ ಮಾಡಿದ್ದಾರೆ. ಇಲ್ಲಿಂದ ಬರುವುದಕ್ಕೆ ನಮ್ಮ ಅಜ್ಜಯ್ಯ ಒಪ್ಪುತ್ತಿಲ್ಲ. ಅದಕ್ಕೆ ಕಾರಣ ಅವರು ಪೂಜಿಸುತ್ತಿದ್ದ ಹನುಮಂತ ದೇವರು. ಇನ್ನು ನಿಮ್ಮ ಹೆಸರಿಗೆ ಪೂರ್ತಿ ರಿಜಿಸ್ಟ್ರೇಷನ್ ಆಗಿಲ್ಲ. ನಾವು ನಿಮ್ಗೇ ಪೂರ್ತಾ ಹಣ ಕೊಡ್ತೀವಿ. ಈ ತೋಟ ನಮ್ಮದಾಗಿಯೇ ಇರಲಿ. ಕೊಂಡವರ ಬಳಿಯಲ್ಲಿ ಮಾತಾಡಿ"

ಅರ್ಧಗಂಟೆ ಮಾತುಕತೆಯ ನಡುವೆಯು ಒಲ್ಲೆ ಎಂದವರು, ಕಡೆಯಲ್ಲಿ, ಪೆನಾಲ್ಟಿಯಾಗಿ ಒಂದಿಷ್ಟು ಹಣಕೊಟ್ಟರೆ ಪ್ರಯತ್ನಿಸುವುದಾಗಿ ಹೇಳಿದಾಗ, ನಿಶ್ಚಿಂತೆಯಿಂದ ಉಸಿರಾಡಿದಳು. ಒಂದಿಷ್ಟು ಸಂತಸ ಅವಳಲ್ಲಿ ತೊನೆದಾಡಿತು.

"ನಾನು ಫೋನ್ ಮಾಡ್ತೀನಿ" ಅವರ ಫೋನ್ ನಂಬರ್ ಪಡೆದಳು. "ಅವರು 24ನೇ ತಾರೀಖು ಬರ್ತಾರೆ. ಅದಕ್ಕೆ ರಿಜಿಸ್ಟ್ರೇಷನ್ ಆಗಿರಲಿಲ್ಲ. ಆ ವೇಳೆಗೆ ಒಂದು ನಿರ್ಧಾರಕ್ಕೆ ಬಂದುಬಿಡಬೇಕು" ಎಂದು ಹೇಳಿಹೋದರು. ಇವರಿಂದ ಒಂದಿಷ್ಟು ಹಣ ವಸೂಲು ಮಾಡುವ ಇರಾದೆ. ಒಂದು ರೀತಿಯಲ್ಲಿ ಅವರು ಮಾಡುತ್ತಿದ್ದುದ್ದೇ ದಳ್ಳಾಳಿಯ ಕೆಲಸ. ಇದನ್ನು ಅಷ್ಟಿಷ್ಟು ಅಡಿಗೆ ಮನೆಯಿಂದಲೇ ಕೇಳಿಸಿಕೊಂಡಿದ್ದ ಕೌಸಲ್ಯ ಅವರುಗಳು ಹೋದ ಕೂಡಲೇ ಹೊರಗೆ ಬಂದರು.

"ನೀನು ಮಾತಾಡಿದ್ದು ಒಳ್ಳೆದಾಯ್ತು. ಒಂದಿಷ್ಟು ಮೇಲಿನ ಹಣ ನಾವು ಕೋಡ್ಲೋಣ. ತೋಟ ನಮ್ದು ತಾನೇ? ಏನೋ ಕಷ್ಟಾಂತ ಬ್ಯಾಂಕ್‌ನಲ್ಲಿ ಒತ್ತೆ ಇಟ್ಟುಕೊಂಡಿದ್ರು. ಅದು ಮುಗೀತು. ಈಗ ಮಾರಾಟ ಮಾಡಿದ ಹಣ ಅವ್ರ ಬಳಿಯಲ್ಲೇ ಇದೇ... ತಾನೇ? ಅದ್ನ ಕೊಡಲೀ" ಎಂದರು. ಅಯೋಮಯವಾಗಿ ತಾಯಿಯ ಕಡೆ ನೋಡಿದಳು. ಎಂದೂ ಈ ರೀತಿ ಮಾತಾಡಿರಲಿಲ್ಲ. "ಹೇಗೆ... ಹೇಳೋದು? ಕೇಳೋದು...?" ಜಿಜ್ಞಾಸೆ ಇತ್ತು ದಿವ್ಯಳ ದನಿಯಲ್ಲಿ.

"ಹೇಗೆ, ಅಂದರೆ... ಹೇಗೆ? ನಾನೇ ಫೋನ್ ಮಾಡಿ ವಸಂತಾಗೆ ಹೇಳ್ತೀನಿ. ಅವರು ಶ್ರೀಮಂತರೇ ಅಲ್ವಾ? ಕಾರು... ಬಂಗ್ಲೆ ಎಲ್ಲಾ ಇರೋ ಜನನೇ? ವಸಂತನ ಕೊಟ್ಟು ವಿವಾಹ ಮಾಡಿದಾಗ ಇಷ್ಟೊಂದು ಅನ್ಕೂಲ ಇರ್ಲಿಲ್ಲ. ಆಮೇಲೆ ಸಾಕಷ್ಟು ಬೆಳೆದರು. ನಮ್ಗೂ ಸಂತೋಷ. ಒಂದು ಸಣ್ಣ ಮಾತು ಕೂಡ ಎರಡು ಕುಟುಂಬಗಳ ನಡ್ವೇ ಬಂದಿದ್ದಿಲ್ಲ. ಏನೇ ಅಂದ್ಕೋ ಮಾವನವರನ್ನ ಒಂದ್ಮಾತು ಕೇಳ್ದೇ ಇಷ್ಟರಮಟ್ಟಿಗೆ ಮುಂದುವರಿದಿದ್ದ ತಪ್ಪು" ಎಂದರು ಸ್ಪಷ್ಟವಾಗಿ. ಒಂದೇ ರೀತಿಯಲ್ಲಿ ಜುಳುಜುಳು ಹರಿದು ಹೋಗುತ್ತಿದ್ದ ಆಕೆಯ ಮನಸ್ಸು ಅತ್ತಿತ್ತ ಅಲೆದಾಡಿ ಯೋಚಿಸುವಂತಾಗಿತ್ತು. ಈಗ ಸ್ವಂತಬದುಕಿನ ಬಗ್ಗೆ ಯೋಚಿಸಬೇಕಿತ್ತು. ತಕ್ಷಣ ಮಗಳ ಕೈಗಳನ್ನು ಹಿಡಿದು" "ನಾನು, ನೀನೂ, ಬೆಂಗ್ಳೂರಿಗೆ ಹೋಗ್ಬರೋಣ. ಖಂಡಿತ ನಿನ್ನ ಅಜ್ಜ ನಮ್ಮನ್ನು

ಬಿಟ್ಟುಕೊಟ್ಟಾರು. ಆದರೆ ಪೂಜಿಸುವ ದೈವವನ್ನು ಬಿಡರು. ತಾನು ಬದುಕಿರೋದು ಅದಕ್ಕಾಗಿಯೇ ಅನ್ನೋ ರೀತಿಯಲ್ಲಿ ದಿನಗಳನ್ನು ಸವೆಸುತ್ತಿದ್ದಾರೆ. ತೋಟ ಕೈ ಬಿಟ್ಟುಹೋದರೆ, ದೊಡ್ಡ ಅನಾಹುತವಾಗುತ್ತೆ ಕಣೇ, ದಿವ್ಯ" ಕಣ್ಣೀರು ಸುರಿಸಲು ಶುರು ಮಾಡಿದರು. ಬಹುಶಃ ತಾಯಿಯ ಕಣ್ಣೀರು ಅವಳಿಗೆ ಅಪರೂಪ. "ಅಮ್ಮ ನಾನ್ಹೋಗಿ.... ಬರ್ತೀನಿ ಬಹುಶಃ ಆ ಹಣವನ್ನು ಅವರು ಬಳಸ್ಕೊಂಡ್ ಬಿಟ್ಟಿದ್ದರೇ?" ತಾಯಿಯ ಮುಂದೆ ಒಂದು ಪ್ರಶ್ನೆ ಇಟ್ಟಕೂಡಲೇ "ಹೋಗ್ಲೀ ಬಿಡು. ನಿನ್ನ ಅಪ್ಪಯ್ಯ ಹೇಳ್ದ ಪ್ರಕಾರ ನಮ್ಮಲ್ಲಿರುವ ಚಿನ್ನ, ಬೆಳ್ಳಿ ಮಾರಿಬಿಡೋಣ. ಇದ್ರಿಂದ ನಿಂಗೆ ಅನ್ಯಾಯವಾದಂಗೆ ಆಗುತ್ತೆ" ಅಂದರು ಕಣ್ಣೊರೆಸಿಕೊಳ್ಳುತ್ತ. ಅದೆಲ್ಲ ಮಗಳಿಗೆ ಸೇರಬೇಕೆಂಬ ಭಾವ.

"ಆ ಬಗ್ಗೆ ತಲೆ ಕೆಡಿಸ್ಕೋಬೇಡ. ನೀನು ಇಲ್ಲಿ ಇಲ್ಲದಿದ್ದರೆ ಅಜ್ಜಯ್ಯ, ಅಪ್ಪಯ್ಯನಿಗೆ ತೊಂದರೆ ಆಗುತ್ತೆ. ನಾನ್ಹೋಗಿ ಅತ್ತೆ, ಮಾವನ ಜೊತೆ ಮಾತಾಡಿ ಬರ್ತೀನಿ. ವಿಷ್ಯ ತಿಳಿದ್ಮೇಲೆ.... ಅವ್ರು ಸಹಕಾರ ಕೊಟ್ಟೆಕೊಡ್ತಾರೆ" ಭರವಸೆಯ ಮಾತಾಡಿದಳು. ಆದರೂ ಅನುಮಾನ. ಪ್ರಯತ್ನ ಮಾಡಲೇಬೇಕಿತ್ತು.

ವಿಷಯ ಶರ್ಮರ ಮುಂದಿಟ್ಟಾಗ ಅವರು ಸಮ್ಮತಿಸಿದರು ಕೂಡ. ಸದ್ಯಕ್ಕೆ ಅದೊಂದೆ ದಾರಿ ಇದ್ದಿದ್ದು.

* * * *

ತಮ್ಮ ಹೊಸ ಷೋರೂಂಗೆ ಶ್ರೀನಿಧಿ ವಿಕ್ರಮ್‌ನ ಕರೆದೊಯ್ದು "ನಮ್ಮ ವಿಸ್ತರಣೆಯಾದ ಸಾಮ್ರಾಜ್ಯಕ್ಕೆ ಇದು ಕೂಡ ಸೇರಿದೆ. ನಿನ್ನ ಎಜುಕೇಷನ್ ಮುಗಿಯೋ ಮುನ್ನವೆ ನಿನ್ನ ಇಲ್ಲಿಗೆ ಸಿಇಓ ಆಗಿ ಅಪಾಯಿಂಟ್ ಮಾಡಿಬಿಟ್ಟಿದ್ದೀನಿ" ಎಂದರು. ವಿಕ್ರಮ್ ಬೆರಗಾದ. ಅವರ ಸಾಮರ್ಥ್ಯದ ಬಗ್ಗೆ ನಂಬಿಕೆ ಇತ್ತು. ಆದರೆ... ಸಂಭ್ರಮಗೊಂಡ "ಮಾವ, ಸೂಪರ್.... ನೀವು ದೊಡ್ಡ ಬಿಜಿನೆಸ್ ಮಾಗ್ನೆಟ್" ಅಂದ. ಆ ಮಾತನ್ನು ಅವರು ತಳ್ಳಿ ಹಾಕಿದರು. "ನಾವಿನ್ನು ಮೊದಲ ಮೆಟ್ಟಿಲಿನಲ್ಲೇ ಇದ್ದೀವಿ. ಸಾಕಷ್ಟು ಬೆಳೆಯಬೇಕಾಗಿದೆ. ಆ ಕೆಲ್ಸದಲ್ಲಿ ನಿನ್ನ ಕೋಪರೇಷನ್ ನಂಗೆ ಬೇಕು" ಎಂದು ಬಲಗೈಯನ್ನು ಮುಂದಕ್ಕೆ ನೀಡಿದರು. ಸಂತಸದಿಂದ ತನ್ನ ಕೈಯಿಟ್ಟ ವಿಕ್ರಮ್ "ಷೂರ್, ಮಾವ! ಆ ಬಗ್ಗೆ ನಿಮ್ಗೇ ಅನುಮಾನ ಬೇಡ. ದೇವರ ಕಟ್ಟೆಯಲ್ಲಿದ್ದ ನನ್ನನ್ನು ಇಲ್ಲಿಗೆ ತಂದು...." ಗದ್ಗದಿತನಾದ. ಶ್ರೀನಿಧಿ ಅವನ ಭುಜ ತಟ್ಟಿದ್ದರು. ಇದು ಅವರ ಸಾಧನೆಯ ಮೊದಲ ಮೆಟ್ಟಿಲು.

ಪಕ್ಕದಲ್ಲಿದ್ದ ಎ.ಸಿ. ರೂಮಿಗೆ ಕರೆದೊಯ್ದು ಒಂದು ಚಿತ್ರವನ್ನೇ ಅವನ ಮುಂದಿಟ್ಟರು. "ಅದೊಂದು ಕಾಲದಲ್ಲಿ ಬೆಂಗಳೂರಿಗೆ ಪ್ರತ್ಯೇಕವಾದ ಐಡೆಂಟಿಟಿಯೇ ಇರ್ಲಿಲ್ಲ. ಆದರೆ ಇಂದಿನ ಪರಿಸ್ಥಿತಿಯೇ ಬೇರೆ. ಬೆರಗು ಹುಟ್ಟಿಸುವಂತಿದೆ. ಇಲ್ಲಿನ ಐ.ಟಿ ಕಂಪನಿಗಳಲ್ಲಿ ತಮ್ಮ ಬುದ್ಧಿಮತ್ತೆಯನ್ನೇ ಸರಕಾಗಿ ಉಪಯೋಗಿಸಲು ಶುರು ಮಾಡಿದ ಮೇಲೆ ಇಲ್ಲಿ ದಿನಕ್ಕೊಂದು ಸಾಫ್ಟ್‌ವೇರ್ ಕಂಪನಿಗಳು ಹುಟ್ಟಿಕೊಂಡವು.

ಇನ್‌ಫೋಸಿಸ್, ವಿಪ್ರೋ, ಟಿಸಿಎಸ್‌ನಂಥಾ ಮಹಾ ದಿಗ್ಗಜ ಕಂಪನಿಗಳೆಲ್ಲ ಬೆಂಗಳೂರನ್ನೇ ಕೇಂದ್ರವಾಗಿಸಿಕೊಂಡರು. ಮೊದ್ಲು ಸಿಲಿಕಾನ್ ಸಿಟಿ, ಪೆನ್ಷನರ್ಸ್ ಪ್ಯಾರಡೈಸ್, ಗ್ರೀನ್ ಸಿಟಿ ಅನ್ನೋದು ಈಗ ಹಳೆಯದಾಯ್ತು. ಆದರೆ ಈಗ ಒಂದು ಅರ್ಥದಲ್ಲಿ ಬೆಂಗಳೂರು ಸಿಟಿ ಯಂಗಿಸ್ಥಾನ್ ಆಗಿದೆ. ಒಂದು ಸಮೀಕ್ಷೆಯ ಪ್ರಕಾರ 18 ರಿಂದ 30 ವರ್ಷದೊಳಗಿನ ಯುವಕರು ಇಲ್ಲಿರುವಷ್ಟು ಬೇರೆ ಯಾವ ಸಿಟಿಯಲ್ಲು ಇಲ್ಲ. ನಿನ್ನಂಥ ಯುವಕರ ಸ್ವರ್ಗ ಇದು. ನೀನು ಇಲ್ಲೇ ಇರ್ಬೇಕು. ದೇವರಕಟ್ಟೆಗೆ ಹೋಗಿ ಏನು ಮಾಡ್ತೀ?" ಎಂದರು. ಅವನಿಗೆ ಏನು ಹೇಳಬೇಕೋ, ಅರ್ಥವಾಗಲಿಲ್ಲ.

ಆ ವೇಳೆಗೆ ಅವನ ಮೊಬೈಲ್ ಸದ್ದು ಮಾಡಿತು. ತಕ್ಷಣ ನೋಡಿದವನು "ಮಾವ ದಿವ್ಯ ಫೋನ್" ಎಂದವನು ಎದ್ದು ಹೊರಬಂದ. "ಐಯಾಮ್ ವೆರಿ ಹ್ಯಾಪಿ. ದೇವರು ನಿಂಗೆ ಬುದ್ಧಿಕೊಟ್ಟನಲ್ಲ, ಗಾಡ್ ಈಸ್ ಗ್ರೇಟ್. ನಿನ್ಹತ್ರ ಮಾತಾಡೋದು ತುಂಬಾನೆ ಇದೇ." ಬಡಬಡ ಒದರಿದ. ಸಮಸ್ಯೆ ಪರಿಹಾರವಾಗಿದೆಯೆನ್ನುವ ಖುಷಿ, "ಮಾವ ಇದ್ದಾರೆ ತಾನೇ?" ಅಷ್ಟೇ ಕೇಳಿದ್ದು.

"ಏನ್ಸಮಾಚಾರ? ಬೇಕೂಂದರೇ, ಔಟ್‌ಹೌಸ್‌ನಲ್ಲಿ ಇರಬಹುದ್ದು. ಸ್ವಲ್ಪ ಲೈಫ್ ಸ್ಟೈಲ್ ಬದಲಾಯ್ಸಿಕೊಂಡರೇ ಮೈನ್ ಹೌಸ್‌ನಲ್ಲೇ ಇರಬಹುದು. ಇಲ್ಲ ಬೇರೆ. ಒಂದ್ಮನೆ ನೋಡಿಟ್ಟಿದ್ದಾರೆ ಮಾವ" ಎಂದ ಸಂಭ್ರಮದಿಂದ. "ಆಯ್ತು, ನೀನೆಲ್ಲಿದ್ದೀ? ಕಾಲೇಜಿನಲ್ಲೋ, ಫ್ರೆಂಡ್ಸ್ ಜೊತೆನೋ"? ವಿಚಾರಿಸಿದಳು. ಅಷ್ಟು ಸಾಕಿತ್ತು. ಒಂದಷ್ಟು ಒದರಿದ. "ಮಾವ, ಈ ಹೊಸ ಷೋರೂಂಗೆ ನನ್ನ ಸಿಇಓ ಅಂತ ನಿರ್ಧರಿಸಿದ್ದಾರೆ." ಸಂತಸದಲ್ಲಿ ತೇಲಿದ. "ಕಂಗ್ರಾಟ್ಸ್ ಕಣೋ, ಅಣ್ಣ ಒಂದಿಷ್ಟು ಡಿಸ್‌ಕಷನ್ ಇದೆ. ಆದಷ್ಟು ಬೇಗ ಮನೆಗ್ಬಾ" ಫೋನ್ ಕಟ್ ಮಾಡಿದಳು. ಖುಷಿಯ ಮಂಪರು ಸರ್ರೆಂದು ಇಳಿಯಿತು. ಅರ್ಜೆಂಟ್ ಮಾತುಕತೆಯ ಹಿಂದೆ ಏನಿದೆ? ವಿಕ್ರಮ್ ತಲೆ ಬಿಸಿಯಾಯಿತು. ಸಪ್ಪಗೆ ಹಿಂದಕ್ಕೆ ಹೋದವನು "ದಿವ್ಯ ಬರ್ತಾ ಇದ್ದಾಳೆ. ಅರ್ಜೆಂಟ್ ಡಿಸ್‌ಕಷನ್ ಅಂದ್ಲು. ನಂಗ್ಯಾಕೋ ಭಯ!" ಅಂದ ಶ್ರೀನಿಧಿ ಜೋರಾಗಿ ನಕ್ಕರು.

"ಏನಿದೆ, ಡಿಸ್‌ಕಷನ್‌ಗೆ? ಎಲ್ಲಾ ಮುಗಿದಿದೆ. ಈಗೇನು ಮಾಡ್ತಾಳೆ. ಹಣ ಕೊಟ್ಟವರಿಗೆ ಖಾಲಿ ಮಾಡ್ಸೋದು ಕೂಡ ಗೊತ್ತಿರುತ್ತೆ. ಆ ವಿಷ್ಯನ ಮಾತಾಡೋಕೆ ಬರ್ಬೇಡ, ಅನ್ನು. ಲಿಟಲ್ ನಾಲೆಜ್ಡ್ ಈಸ್ ವೆರಿ ಡೇಂಜರಸ್. ಬಿಡು ಅದೊಂದು ಇನ್ನೋಸೆಂಟ್" ಅನ್ನುತ್ತ ಎದ್ದವರು ಬಂದವರೊಂದಿಗೆ ಮಾತಾಡುತ್ತ ಹೊರಗೆ ಹೋದರು. ವಿಕ್ರಮ್‌ಗೆ ಒಂದು ರೀತಿಯ ತಳಮಳ. ಅಜ್ಜ, ಅಪ್ಪಯ್ಯ ಹೊರಬರದಿದ್ದರೇ, 'ಸ್ವಂತವಾಗಿಸಿಕೊಂಡವರು ಹೊರಗೆ ಹಾಕ್ತಾರೆ' ನಿಶ್ಚಿಂತೆಯಿಂದ ಶ್ರೀನಿಧಿ ನುಡಿದರು. ಅಷ್ಟು ಸುಲಭವೇ? ಅಜ್ಜನ ಕಾಲದಿಂದಲೂ ಅಲ್ಲೇ ಇದ್ದವರು, ಅಂಟಿಕೊಂಡವರು, ಹನುಮಂತ ಗುಡಿಯ ಪುರೋಹಿತರ ವಂಶ. ಸುತ್ತಮುತ್ತಲ ಜನ ಸುಮ್ಮನಿದ್ದಾರ? ಅವನ ತಲೆ ಧಿಮ್ಮೆಂದಿತು.

ವಿಕ್ರಮ್ ತಡವಾಗಿಯೆ ಮನೆಗೆ ಬಂದಿದ್ದು. ಆ ವೇಳೆಗೆ ದಿವ್ಯ ಬಂದಂತಾಗಿತ್ತು. ಅವಳು ದೀಪಿಕಾ ಹರಟುತ್ತಿದ್ದರು. ಓರಗೆಯವರು ಇಬ್ಬರಲ್ಲೂ ಒಳ್ಳೆ ಸ್ನೇಹವಿತ್ತು.

ಆದರೆ ಒಂದಿಷ್ಟು ಸ್ವಭಾವ, ನಡವಳಿಕೆಯಲ್ಲಿ ವ್ಯತ್ಯಾಸವಿತ್ತು. ದೀಪಿಕಾ ದೇವರಕಟ್ಟೆಯಲ್ಲಿ ಹುಟ್ಟಿದ್ದರು, ಬೆಳೆದಿದ್ದು ಸಿಲಿಕಾನ್ ಸಿಟಿಯಲ್ಲಿ. ಇಲ್ಲಿನ ಆಧುನಿಕತೆಯ ಬೆಡಗು, ಬಿನ್ನಾಣ, ಪರಿಸರದ ಪ್ರಭಾವ ಅವಳ ಮೇಲಿತ್ತು. ದೇವರಕಟ್ಟೆಯ ದಿವ್ಯ ಸರಳ, ಪರಂಪರೆ, ಸಂಸ್ಕಾರದ ನಡುವೆ ಬೆಳೆದ ಹುಡುಗಿ. ಆದರೂ ಒಡನಾಟಕ್ಕೇನು ತೊಂದರೆ ಇರಲಿಲ್ಲ.

"ವಿಕ್ಕಿ ಎಲ್ಹೋಗಿದ್ದೆ? ನಿಯರ್ ಒಂದು ಡ್ರೆಸ್ ಎಗ್ಸಿಬಿಷನ್ ನಡೀತಾ ಇತ್ತು. ಹೇಗೂ ದಿವ್ಯನು ಬಂದಿದ್ಲು. ಮೂರು ಜನ ಹೋಗ್ಬರೋಣಾಂತ ಇದ್ದೆ" ರಾಗ ಎಳೆದಳು. ಅವನೇನು ಪ್ರತಿಕ್ರಿಯಿಸದೇ ದಿವ್ಯ ಮುಂದೆ ಬಂದು ಕೂತು "ಅದೇನು ಡಿಸ್‌ಕಷನ್ ಅಂದೇ. ಅಲ್ಲೇನು ಸಮಸ್ಯೆ ಇಲ್ಲವಲ್ಲ" ಉದ್ವೇಗದಿಂದ ಪ್ರಶ್ನಿಸಿದ. "ಅಲ್ಲಿ ಸಮಸ್ಯೆ ಅಂಥದೇನು ಇರಲಿಲ್ಲ. ತಂದು ಹಾಕಿರೋದು . ಈಗ ಅಂಥ ಕಗ್ಗಂಟು ಆಗೋ ಹಾಗೇ ಕಾಣೋಲ್ಲ. ಅವ್ರ ಹಣ ಹಿಂದಿರುಗಿಸಿ ಅದರ ಮೇಲೊಂದಿಷ್ಟು ಹಣ ಕೊಟ್ಟರೆ ಸಮಸ್ಯೆನೇ ಪರಿಹಾರ. ಅದ್ನ ಮಾವನಿಗೆ ಹೇಳೋದೂಂತಲೇ ಬಂದಿದ್ದು. ನೀನು ಎದುರಿದ್ದರೆ ಚೆನ್ನ ಅನಿಸಿತು. ಅದಕ್ಕೆ ಫೋನ್ ಮಾಡಿದ್ದು" ಸ್ವಾಭಾವಿಕವಾಗಿ ನುಡಿದಳು. ಕೂತಿದ್ದ ದೀಪಿಕಾ ಮೇಲೆ ಎದ್ದಳು. ಅದು ಅಸಾಧ್ಯವೆನಿಸಿತು. "ವಿಕ್ಕಿ ಇದು ಸಾಧ್ಯನಾ? ಡ್ಯಾಡಿ ಸ್ವಭಾವ ನಿಂಗೆ ಗೊತ್ತು. ಯಾವುದಕ್ಕೂ ಫೈನಲ್ ಡಿಸಿಷನ್ ಅವರದ್ದೇ. ಅಂಥದ್ದರಲ್ಲಿ ಪಾಸಿಬಿಲಿಟಿ ಇಲ್ಲ ಬಿಡು. ದಿವ್ಯ ಇದರ ಪ್ರಸ್ತಾಪನೇ ಬೇಡ" ನಿಶ್ಚಿಂತೆಯಿಂದ ತಳ್ಳಿ ಹಾಕಿದಳು. ತೀರಾ ಮುಗ್ಧೆಯಲ್ಲ. ಕನಸು ಕಾಣುವ ಮನಸ್ಸು.

"ದೀಪಿಕಾ ಅರ್ಥ ಮಾಡ್ಕೋ. ಅವ್ರುಗಳು ದೇವರಕಟ್ಟೆ ಬಿಟ್ಟು ಬರೋಲ್ಲ. ಮನೆ, ದೇವಸ್ಥಾನ, ತೋಟ ಒಂದಕ್ಕೊಂದು ಅಂಟಿಕೊಂಡೇ ಇದೆ. ಒಂದನ್ನ ಬಿಟ್ಟು ಒಂದು ಸಾಧ್ಯವಿಲ್ಲ. ಅವ್ರು ಎಷ್ಟು ಕೇಳ್ತಾರೋ ಅಷ್ಟನ್ನು ಕೊಟ್ಟು ಹಿಂದಕ್ಕೆ ಪಡೆಯಲೇಬೇಕು, ತೋಟನಾ" ಅವಳ ದನಿಯಲ್ಲಿ ಅಚಲತೆ ಇತ್ತು. ವಿಕ್ಕಿ ಹಣೆಯುಜ್ಜಿದ 'ಇದು ಸಾಧ್ಯನಾ?' ಇಲ್ಲವೆನಿಸಿತು ಅವನಿಗೆ. "ಹೇಳಿದ ಮಾತು ಕೇಳೋಲ್ಲ. ಅಲ್ಲೇನು ಪೂರ್ವಿಕರು ನಿಧಿ ಹೂಳಿದ್ದಾರ? ಸಾಕಷ್ಟು ಕಾಲ ಇದ್ದಿದ್ದಾಗಿದೆ. ಇಲ್ಲಿಗ್ಬಂದ್ ತೆಪ್ಪಗೆ ನಮ್ಮೊಂದಿಗೆ ಇರಬಾರ್ದಾ? ದಿವ್ಯ ನೀನೊಂದಿಷ್ಟು ಮನಸ್ಸು ಮಾಡಿ ಪರಿಸ್ಥಿತಿನ ತಿಳಿಗೊಳ್ಸು. ಮೊಸ್ಟ್‌ಲಿ ಮಾವ ಇದಕ್ಕೆ ಒಪ್ಪೋಲ್ಲ. ಪೂರ್ತಿಯಾಗಿ ಈ ವಿಚಾರನ ಕೈಬಿಟ್ಟು ಇಲ್ಲಿಗೆ ಬರೋ ಯೋಚ್ನೆ ಮಾಡ್ಲಿ" ಎಂದ ಒಂದಿಷ್ಟು ಅಸಹನೆಯಿಂದ. ಆದರೆ ಸ್ವಲ್ಪ ತಾಳ್ಮೆಯಿಂದ ಎಲ್ಲ ತಿಳಿಸಿ "ಮಾವ ಪಡೆದ ಹಣನ ಅವ್ರಿಗೆ ಕೊಡ್ಲಿ. ಅವ್ರು ಕೇಳೋ ಎಕ್‌ಸ್ಟ್ರಾ ಹಣ ಮನೆಯಲ್ಲಿರೋ ಚಿನ್ನ, ಬೆಳ್ಳಿನ ಮಾರಿ ಕೊಡೋಕೆ, ಅಮ್ಮ ಅಪ್ಪಯ್ಯ ಒಪ್ಕೊಂಡಿದ್ದಾರೆ" ಎಂದಳು. ವಿಕ್ರಮ್ ಮುಖ ಮತ್ತಷ್ಟು ಕಂಗೆಟ್ಟಿತು. "ಅದು ಆಗೋಲ್ಲ ದಿವ್ಯ, ನಮ್ಮ ಫ್ಯೂಚರ್ ಸಲುವಾಗಿ ಸಾಕಷ್ಟು ಇನ್‌ವೆಸ್ಟ್ ಮಾಡಿದ್ದಾರೆ. ಈಗ ಹಣನ ಕೇಳೋದು ಎಷ್ಟೊಂದು ಸರಿ?" ವಾದ ಮಂಡಿಸಿದ. ಮೊದಲ ಸಲ ಅನ್ನುವಂತೆ ಕೋಪ ಬಂತು. "ಬಿಡು ನಾನು ಮಾತಾಡ್ತೀನಿ" ಎಂದು ಎದ್ದು ಹೋದಳು. ಅವಳ

ಕಣ್ಣಂಚಿನಲ್ಲಿ ತುಂತುರು. ಮಕ್ಕಳ ಮುಂದಿನ ಭವಿಷ್ಯಕ್ಕಾಗಿ ಹೆತ್ತವರ ಬದುಕು ನಿರ್ನಾಮ!

ರೂಮಿನಲ್ಲಿ ಹೋಗಿ ಕೂತುಬಿಟ್ಟಳು. ಮೂವರು ಪಿಸಿಪಿಸಿ ಅಂದರು. ಯಾರು ಕೆಟ್ಟವರಲ್ಲ. ಆದರೆ ಪ್ರತಿಯೊಬ್ಬರಿಗೂ ಅವರ ಸುಖ ನೆಮ್ಮದಿ ಮಾತ್ರ ಮುಖ್ಯ. ಯಾಕೋ ಇದು ಸ್ವಾಭಾವಿಕ ಪ್ರಕ್ರಿಯೆಯೆನಿಸಿತು.

"ದಿವ್ಯ ನಿನ್ನ ಮಾವ ಟೆನ್‌ಷನ್‌ನಲ್ಲಿದ್ದಾರೆ. ನೀನು ಇದ್ನ ಹೇಳೋಕೆ ಹೋದರೆ, ಸಿಡಿದು ಬೀಳ್ತಾರೆ. ಅವ್ರು ಅಲ್ಲೇ ಉಳಿಯೋ ಹಟ ತೊಟ್ಟರೇ, ಮನೆಗೆ ಬಾಡ್ಗೇ ಕೊಡ್ಬಹ್ದು. ಪೂಜೆ ಮಾಡಿಕೊಳ್ಳೋಕೆ ಅವರೇನು ಅಭ್ಯಂತರ ಸೂಚಿಸೋಲ್ಲ. ಅಷ್ಟು ಮಾಡಬಹುದೇನೋ!" ವಸಂತಲಕ್ಷ್ಮಿ ಹೇಳಿದಾಗ ಸಿಟ್ಟು ಬಂದರೂ ತಡೆದುಕೊಂಡು "ಅದು ಹೇಗೆ ಸಾಧ್ಯ ಅತ್ತೆ? ನಿಮ್ಮ ಮನಸ್ಸಿಗೆ ಇದು ಒಪ್ಪಿತಾ? ಇದು ಬೇಕಿತ್ತಾ? ಮಾವ ಯಾರನ್ನು ಕೇಳ್ದೇ ಯಾಕೆ ತೋಟ ಮಾರಿದ್ರು? ಅವ್ರಿಗೆ ಆ ಅಧಿಕಾರ ಕೊಟ್ಟವರು ಯಾರು? ನಂಗೆ ಅಲ್ಲ, ಯಾರ್‍ಗೂ ಇದು ಸರಿಯೆನಿಸೋಲ್ಲ. ಅವ್ರ ಹಣ ವಾಪಸ್ಸು ಕೊಟ್ಟು ತೋಟ ಬಿಡ್ಸಿಕೊಡ್ಲಿ. ನೆಮ್ದಿಯಿಂದ ಇದ್ದ ಹಿರಿಯರಿಗೆ ನೀವುಗಳು ಮಾಡಿದ್ದು ಮೋಸ". ತಾಳ್ಮೆ ಕಳೆದುಕೊಂಡು ದಬಾಯಿಸಿದಳು. ವಸಂತಲಕ್ಷ್ಮಿ ಸ್ತಬ್ಧರಾದರು. ಇಷ್ಟು ದನಿಯೇರಿಸಿ ಕಟುವಾಗಿ ದಿವ್ಯ ಮಾತಾಡಿದ್ದು ಇಂದೇ.

"ಏಯ್... ದಿವ್ಯ!" ಬಂದ ವಿಕ್ರಮ್ "ನಿಂಗೆ ಸ್ವಲ್ಪ ಕೂಡ ಕಾಮನ್‌ಸೆನ್ಸ್ ಇಲ್ವ? ಮೋಸ ಅನ್ನೋಷ್ಟು ಧೈರ್ಯ " ಗದರಿದ ಕೂಡಲೇ ಕೈಯೆತ್ತಿ "ಕೀಪ್ ಕ್ವೈಟ್, ಇದನ್ನ... ಏನಂತಾರೆ? ಅದರ ಮೇಲೆ ಲೋನ್ ತಗೋಂಡ್ ತೀರಿಸೀಂತ ಅಜ್ಜಯ್ಯ ಸಹಿ ಹಾಕಿಕೊಟ್ಟಿದ್ದು. ಅಂಥದ್ದರಲ್ಲಿ ಇವರು ಮಾರಿದ್ದು ಯಾಕೆ? ಮಕ್ಕಳ ಭವಿಷ್ಯಕ್ಕಾಗಿ ದೇವರಂಥ ಹಿರಿಯರನ್ನ ಬೀದಿಗೆ ಹಾಕೋ ಹುನ್ನಾರ. ನೋ ಸಾಧ್ಯನೇ ಇಲ್ಲ. ತೋಟ ಅನಂತಶರ್ಮರದಾಗಿಯೇ ಉಳೀಬೇಕು. ಅದಕ್ಕಾಗಿ ನಾನು ಬೇರೆ ಬೇರೆ ದಾರಿ ಹುಡ್ಕಬೇಕಾಗುತ್ತೆ" ಮುಲಾಜಿಲ್ಲದೆ ಸವಾಲೆಸೆದಳು. ವಿಕ್ರಮ್, ವಸಂತಲಕ್ಷ್ಮಿ ದೀಪಿಕಾ ನಿಂತಲ್ಲೆ ಗೊಂಬೆಗಳಾದರು.

"ದಿವ್ಯ, ಏನಾಗಿದೆ, ನಿಂಗೆ?" ವಿಕ್ರಮ್ ಅವಳ ಸನ್ನಿಹಕ್ಕೆ ಬಂದ. "ಏನಿಲ್ಲ, ಸದ್ಯಕ್ಕೆ ಆರಾಮಾಗಿ ತೋಟದಲ್ಲಿ ನೆಮ್ದಿಯಾಗಿ ಇರೋಕೆ ಬಿಡಿ. ಅದ್ನ ನೀನು ಗಟ್ಟಿಯಾಗಿ ಮಾವನಿಗೆ ಹೇಳು. ಪಡೆದ ಹಣನ ಅವ್ರಿಗೆ ವಾಪಸ್ಸು ಕೊಡ್ಲಿ." ಆ ವೇಳೆಗೆ ಬಂದ ಶ್ರೀನಿಧಿ ಅತ್ಯಂತ ಶಾಂತವಾಗಿ" ಹೇಗೆ ಕೊಡ್ಲಿ? ಆ ಹಣನ ಇನ್‌ವೆಸ್ಟ್ ಮಾಡಿಯಾಗಿದೆ. ಆ ಜುಜುಬಿ ತೋಟಕ್ಕೆ ಹದಿನೈದು ಲಕ್ಷ ಯಾರೂ ಕೊಡ್ತಾ ಇರ್ಲಿಲ್ಲ. ಈಗ ಅವರು ಕೊಟ್ಟ ಹಣ ಮುವತ್ತೈದು ಲಕ್ಷ. ಯಾವ ಮುಟ್ಠಾಳನು ಕೈಗೆ ಬಂದ ಹಣನ ಹಿಂದಿರುಗಿಸೋಕೆ ಒಪ್ಪೋಲ್ಲ. ಏನೇನೋ ಮಾತಾಡ್ಬೇಡ. ಸುಮ್ನೇ ಅವ್ರನ್ನ ಬಂದು ಇಲ್ಲಿರೋಕೆ ಹೇಳು" ಹೇಳಿ ತಮ್ಮ ಪಾಡಿಗೆ ತಾವು ಹೋದರು.

ಇಷ್ಟೊಂದು ವಿಪರೀತಕ್ಕೆ ಹೋಗಿದ್ದಕ್ಕೆ ಬೆಚ್ಚಿದ. ಮುಂದೇನು? ಎಂದೋ ದಿವ್ಯನ

ತಮ್ಮ ಸೊಸೆಯೆಂದು ಶ್ರೀನಿಧಿ, ವಸಂತಲಕ್ಷ್ಮಿ ನಿರ್ಧರಿಸಿದ್ದರು. ಈಗ... ಒಲ್ಲೆ ಅನ್ನಬಹುದು. ಆಮೇಲೆ ದೀಪಿಕಾ... ವಿಕ್ರಮ್‌ನ ಕನಸುಗಳೆಲ್ಲ ಚೆಲ್ಲಪಿಲ್ಲಿಯಾದವು.

"ನಾನು ಬರ್ಲಾ ನಿನ್ಜೊತೆ? ಇಲ್ಲ ಆರಾಮಾಗಿ ಇಲ್ಲೇ ಉಳ್ಕೋ. ತೀರಾ ಅವ್ರುಗಳು ಬಂದು ಕೂತಾಗ, ತಾನಾಗಿ ಅವ್ರೇ ಇಲ್ಲಿಗೆ ಬರ್ತಾರೆ. ಆವರೆಗೂ ಸೈಲೆಂಟಾಗಿ ಇದ್ದುಬಿಡೋಣ" ವಿಕ್ರಮ್ ಇಂಥ ಒಂದು ಸಲಹೆ ಕೊಟ್ಟ. "ಹಾಗೇ ಮಾಡು! ಸುಮ್ನೇ ಕಾಲೇಜ್‌ಗೆ ಯಾಕೆ ತಪ್ಪಿಸ್ಕೋತೀಯ? ನಾವು ಹೇಳೋದೆಲ್ಲ ಹೇಳಿದ್ದಾಗಿದೆ. ಸುಮ್ನೇ ಬರಲೀ" ಇದು ವಸಂತಲಕ್ಷ್ಮಿಯ ಮಾತು. ತಪ್ಪೆಂದು ತಿಳಿದರು ನಿಸ್ಸಹಾಯಕ ಸ್ಥಿತಿ ಜೊತೆಗೆ ತವರಿಗಿಂತ ಗಂಡ, ತನ್ನ ಮನೆ, ಮಕ್ಕಳು ಹೆಣ್ಣಿಗೆ ಮುಖ್ಯವಾಗಿ ಬಿಡೋದು ಸಹಜ. ದಿವ್ಯ ಕೆಳತುಟಿಯನ್ನು ಹಲ್ಲಿನಡಿಯಲ್ಲಿ ಕಚ್ಚಿಡಿದಳು. ಮಧುರವಾಗಿದ್ದ ಸಂಬಂಧ ತರಗೆಲೆಗಳಂತೆ ಹಾರಿಹೋಗುತ್ತಿದ್ದರು ಹಿಡಿಯಲಾರದ ಸ್ಥಿತಿ.

"ತುಂಬ ಮನಸ್ಸಿಗೆ ನೋವಾಗಿದೆ. ಇಷ್ಟು ದಿನ ಬದುಕಿದ್ದು ಭ್ರಮೆಯಲ್ಲ? ಭಾರತೀಯ ಕಾಲಮಾನದ ಲೆಕ್ಕಾಚಾರದ ಪ್ರಕಾರ ಕೃತ, ತ್ರೈತಾ, ದ್ವಾಪರ, ಕಲಿಯೆಂಬ ನಾಲ್ಕು ಯುಗಗಳು. ಒಂದೊಂದು ಯುಗ ದಾಟುತ್ತ ಹೋದಂಗೆ ಜೀವನಕ್ಕೆ ಮೌಲ್ಯಗಳನ್ನು ಅಳವಡಿಸಿಕೊಂಡು ತತ್ವಗಳಿಗಾಗಿ ಬದುಕುವವರ ಸಂಖ್ಯೆ ಕಡಿಮೆಯಾಗುತ್ತಿದೆ, ಅನ್ನೋ ಮಾತನ್ನು ಸಾಕಷ್ಟು ಸಲ ಕೇಳಿದ್ದೀನಿ. ಇಂದು ಅದು ನನ್ನ ಅರಿವಿಗೆ ಬಂದಿದೆ. ತೋಟಕ್ಕೆ ಒಂದು ಮೌಲ್ಯ ಇತ್ತು. ಅಂದರೆ ನಿಮ್ಮ ಪ್ರಕಾರ ರೇಟು. ಅದೊಂದು ಸಾಮಾನ್ಯ ಅರ್ಥ. ದೇವರು ಮಾನವನಿಗೆ ಮಾತ್ರ ಮಿದುಳು, ಮನಸ್ಸು, ಹೃದಯ ಅದೆಲ್ಲದರ ಸಂವೇದನೆಯನ್ನು ಸೂಕ್ತವಾಗಿ ಬಳಕೆ ಮಾಡಬೇಕೆಂದು ಕೊಟ್ಟಿದ್ದಾನೆ. ಬಿಡಿ, ಇಂಥ ಪರಿಸ್ಥಿತಿಯಲ್ಲಿ ಅವರನ್ನ ಒಂಟಿ ಮಾಡ್ಬಾರ್ದು. ಅತ್ತೆ, ವಿಕ್ಕಿ... ಸಾಧ್ಯವಾದರೆ ಮಾವ ಅವರಿಂದ ಪಡೆದ ಹಣವನ್ನು ಹಿಂದಕ್ಕೆ ಕೊಡೋಕೆ ಹೇಳು, ಇಲ್ಲಿ ಮಾನವಿಯತೆಯನ್ನಾದ್ರೂ... ಲೆಕ್ಕಾಚಾರ... ಹಾಕಿಕೊಳ್ಳಲೀ" ಕಣ್ಣೊರೆಸಿಕೊಳ್ಳುತ್ತ ತಾನು ಉಪಯೋಗಿಸುತ್ತಿದ್ದ ರೂಮಿಗೆ ಹೋದವಳು ದಿಕ್ಕೆಟ್ಟಂತೆ ಕಣ್ಣೀರು ಸುರಿಸಿದಳು. ಇಂಥ ಸ್ವಾರ್ಥಿಗಳ ನಡುವೆ ಬಂದು ಉಳಿದುಕೊಳ್ಳುವುದು ಹೇಗೆ?

ಬಂದ ದೀಪಿಕಾ ಅವಳ ಹೆಗಲ ಮೇಲೆ ಕೈಯಿಟ್ಟು "ನೀನು ಯಾಕೆ ಇಷ್ಟೊಂದು ಹಟ ಮಾಡ್ತೀ? ಹೇಗೂ ನೀನು ಬಂದು ಇಲ್ಲಿ ಉಳಿದಿದ್ದೀ. ಅವರು ಇಲ್ಲಿಗೆ.... ಬರಲೀ... ಅಲ್ಲಿಗಿಂತ ಇಲ್ಲಿ ಸುಖವಾಗಿರಬಹುದು." ಅನುನಯಿಸಲು ನೋಡಿದಳು. ಕಣ್ಣೊರಿಸಿಕೊಂಡು ನೋಟ ಅವಳತ್ತ ತಿರುಗಿಸಿದ ದಿವ್ಯ "ಬಹುಶಃ ಅವರುಗಳು ಸ್ವತಃ ಸಂತೋಷದಿಂದ ಇಲ್ಲಿ ಬಂದಿರಲು ಒಪ್ಪಿದ್ದರೆ ನಂಗೇ ಯೋಚ್ಸಬೇಕಾದ ಅಗತ್ಯವಿರ್ಲಿಲ್ಲ. ಆದರೆ ಅವರು ಇಲ್ಲಿ ಬರೋಕೆ ಒಪ್ಪೋಲ್ಲ. ಈಗ ನಮ್ಮ ಬಾಲ್ಯನ ನೆನಪು ಮಾಡ್ಕೋಬೇಕು. ನಮ್ಮ ಆಸೆ, ಬೇಡಿಕೆ ಆಕಾಂಕ್ಷೆಗಳಿಗಾಗಿ ಅವರು ಮಾಡಿದೆಷ್ಟು? ಕನಿಷ್ಠ ನಾವು ನೂರರಷ್ಟು ಅಲ್ಲದಿದ್ದರೂ ಹತ್ತು ಪರ್ಸೆಂಟ್ ಆದ್ರೂ ಆ

ಬಗ್ಗೆ ಯೋಚ್ಸಬೇಕು. ಪ್ಲೀಸ್ ದೀಪಿಕಾ ಒಂದು ಸ್ವಲ್ಪ ಹೆಲ್ಪ್ ನಿನ್ನಿಂದ ಬೇಕು. ತೋಟದ ಮಾರಾಟದಲ್ಲಿ ಮುವತ್ತೈದು ಲಕ್ಷದಷ್ಟು ಹಣ ಪಡೆದಿರಬಹುದೆಂಬ ಕನಸು ಕೂಡ ಇರ್ಲಿಲ್ಲ. ನಮ್ಹತ್ರ ಇಷ್ಟೊಂದು ಹಣ ಇದ್ದಿದ್ದರೆ, ಅವ್ರಿಗೆ ಕೊಟ್ಟು ತೋಟನ ಹಿಂದಕ್ಕೆ ಪಡ್ಕೋಬಹುದಿತ್ತು. ಒಮ್ಮೆಲೆ ಲಕ್ಷಾಂತರ ನೋಡಿದ್ದಿಲ್ಲ. ಈಗೇನು ಮಾಡೋಕೆ ಸಾಧ್ಯ? ಒಮ್ಮೆ ಮಾವನ್ನ ಇನ್ನೊಂದ್ಸಲ ಕೇಳು. ಸ್ವಲ್ಪ ನಿಧಾನವಾಗಿಯಾದ್ರೂ ನಾನು ಅಣ್ಣ ಆ ಹಣನ ತೀರಿಸ್ತೀವಿ. ತೋಟನ ಅಪ್ಪಯ್ಯ ದೇವಸ್ಥಾನದ ಸ್ವತ್ತೂಂತ ತಿಳ್ಕುಕೊಂಡಿದ್ದಾರೆ. ಹಾಗೆಯೇ ಇರಲಿ. ನೀನೇ ಕೇಳು. ಹೇಗೂ ಆ ಕುಟುಂಬಕ್ಕೆ ಸೊಸೆಯಾಗಿ ಬರೋಳು. ನಿಂದು ಕರ್ತವ್ಯಂತ ಒಂದು ಇರುತ್ತೆ" ಒಂದು ರೀತಿಯಲ್ಲಿ ರಿಕ್ವೆಸ್ಟ್, ಕೈ ಮುಗಿಯುವ ಹಂತ.

"ಪ್ರಯೋಜನ ಇಲ್ಲ. ಆ ತೋಟಕ್ಕೆ ಅಷ್ಟು ಹಣ ಬಂದಿರೋದು ಅದೃಷ್ಟಾಂತ ಒಂದಲ್ಲ... ನೂರು ಸಲ ಅಂದಿದ್ದಾರೆ. ಜೊತೆಗೆ ಆ ಹಣನ ಷೋರೂಂ ಮೇಲೆ ಇನ್‌ವೆಸ್ಟ್ ಮಾಡಿದ್ದಾರೆ. ಅದು ವಿಕ್ಕಿ ಸಲುವಾಗಿ. ಹಿರಿಯರಾದವರು ಮಕ್ಕಳ ಫ್ಯೂಚರ್ ಬಗ್ಗೆ ಯೋಚ್ಸಬೇಕೂಂತ ಬಾಯಿ ಮುಚ್ಚಿಸ್ತಾರೆ. ಸತ್ಯ, ಧರ್ಮ ಅಂತ ಹೋದರೆ ಹರಿಶ್ಚಂದ್ರನ ಹಾಗೆ ಸ್ಮಶಾನ ಕಾಯಬೇಕು. ಇಲ್ಲ ಬೀದಿಗೆ ಬೀಳಬೇಕೂಂತಾರೆ. ನಮ್ಮಂಥವರಿಗೆ ಆದರ್ಶ ಅಂಥದ್ದು ಆಗಿಬರೋಲ್ಲಾಂತ ಪಾಠ ಮಾಡ್ತಾರೆ. ನಂಗೂ ಹಾಗೇ ಅನ್ನಿಸುತ್ತೆ. ಅದೆಲ್ಲ ವರ್ಕ್‌ಔಟ್ ಆಗೋಲ್ಲ. ಹನುಮಂತನ ವಿಗ್ರಹನ ತಂದಿಟ್ಕೊಂಡ್ ಅಜ್ಜಯ್ಯ ಮನೆಯಲ್ಲೇ ಪೂಜೆ ಮಾಡ್ಕೊಳ್ಳಿ. ಆರಾಮಾಗಿ ಇದ್ಕೊಳ್ಳೋಣ.ಅನುರಾಗ್‌ದು ಇದೇ ಅಭಿಪ್ರಾಯ" ಮಾತುಗಳ ಮಧ್ಯೆ ಅನುರಾಗ್‌ನ ತಂದಳು. ಭಾವಿ ವರ, ದಿವ್ಯಳಿಗೆ ಗಂಡನಾಗುವವನು. ಅವನ ಅಭಿಪ್ರಾಯ ಕೂಡ ಮುಖ್ಯ ಅನ್ನೋದು ತಿಳಿಸಿದಂತಾಯಿತು.

"ಆಯ್ತು, ಬಿಡು" ಮೇಲೆದ್ದಳು.

ದೀಪಿಕಾ, ದಿವ್ಯ ಹೊರಗೆ ಬರುವ ವೇಳೆಗೆ ಶ್ರೀನಿಧಿ ಜೋರು ದನಿಯಲ್ಲಿ ಒದರಾಡುತ್ತಿದ್ದರು. "ಎಲ್ಲಾ ಹೇಳಿಯಾಗಿದೆ. ತೆಪ್ಪಗಿದ್ದು ಬಿಡಿ. ತೋಟನ ಹಿಂದಕ್ಕೆ ಕೊಡೋಕೆ ಅವ್ರು ಒಪ್ಪಿದರು, ಇವರಲ್ಲಿ ಹಣವೆಲ್ಲಿದೆ? ತೆಪ್ಪಗಾಗುತ್ತಾರೆ. ದೇವರಕಟ್ಟೆಯಲ್ಲಿ ಇರೋ ಆ ಜನಕ್ಕೆ ಬುದ್ಧಿ ಇಲ್ಲಾಂದರೇ ಇವಳಿಗೂ ಬೇಡ್ವಾ? ದಿವ್ಯ ಬುದ್ಧಿವಂತೆ, ಸಾಫ್ಟ್‌ವೇರ್ ಇಂಜಿನಿಯರ್‌ನ ಮಾಡೋ ಆಸೆ ನಂದು. ಅಮೆರಿಕಾದ ಸಾಫ್ಟ್‌ವೇರ್ ವಿದ್ಯಾರ್ಥಿಗಳಿಗೆ ಬೆಂಗಳೂರು ಮಾದರಿಯಾಗಿರಬೇಕೂಂತ ಖುದ್ದು ಅಮೆರಿಕಾದ ಅಧ್ಯಕ್ಷ ಬರಾಕ್ ಒಬಾಮ ಹೇಳಿದ್ದಾರೆ. ವಿಶ್ವಮಟ್ಟಕ್ಕೆ ತೆರೆದುಕೊಂಡಿದೆ ನಮ್ಮ ನಗರ" ಅದರಲ್ಲಿ ಪ್ರಶಂಸೆಯು ಸೇರಿಕೊಂಡಿತ್ತು. ಅದು ಜೋರು ದನಿಯಲ್ಲಿ.

ಶ್ರೀನಿಧಿಯವರ ಪೂರ್ಣ ರೀತಿಯ ಅಭಿಪ್ರಾಯ ಸ್ಪಷ್ಟವಾಗಿದ್ದರಿಂದ ಮತ್ತೆ ಕೇಳಬೇಕೆನಿಸಲಿಲ್ಲ. ರಾತ್ರಿ ಊಟದನಂತರ ವಿಕ್ರಮ್, ದಿವ್ಯ ಹೊರಗೆ ಗಾರ್ಡನ್‌ನಲ್ಲಿ ಹೋಗಿ ಕೂತರು. ಮಾತು ಕಷ್ಟವೆನಿಸಿತು.

"ಈಗೇನು ಮಾಡೋದು?" ಕೇಳಿದಳು ದಿವ್ಯ.

"ಮಾಡೋಕೇನಿದೆ, ತೆಪ್ಪಗಿರೋದು. ಅವರು ಹಟ ಬಿಟ್ಟು ಇಲ್ಲಿಗೆ ಬರಲಿ. ತೋಟ ದೇವಸ್ಥಾನದ್ದೂಂತ ಯಾರು ಹೇಳಿದ್ದು? ಅಪ್ಪಯ್ಯ ಹೇಳೋರು ಅವರ ಅಜ್ಜಯ್ಯ ಜಮೀನನ್ನ ಕೊಂಡು ತೋಟವಾಗಿಸಿದ್ದೂಂತ. ನಮ್ಮ ಪಾಡಿಗೆ ನಾವು ಮಾರಿಕೊಂಡಿದ್ದೀವಿ ಅಂದರಾಯ್ತು. ಹೇಗೂ ತೋಟಕ್ಕೆ ಸೇರಿದಂತೆ ದೇವಸ್ಥಾನ. ಅಲ್ಲಿನವರೇ ಪೂಜೆಗೆ ಏರ್ಪಾಟು ಮಾಡ್ಕೋತಾರೆ. ಇಲ್ಲ ಕೊಂಡವರು ವಿದೇಶದಲ್ಲಿ ಇದ್ದೋರು. ಸಾಕಷ್ಟು ಹಣವಂತರೇ ಇರ್ತಾರೆ. ಏನಾದ್ರೂ ಏರ್ಪಾಟು ಮಾಡ್ಕೊಳ್ಳಿ" ಸಹನೆಗೆಟ್ಟಂತೆ ಹೇಳಿದ ವಿಕ್ರಮ್. ಅವನಿಂದ ಯಾವುದೇ ಮಾರಲ್ ಸಪೋರ್ಟ್ ನಿರೀಕ್ಷಿಸೋದು ತಪ್ಪು ಎನ್ನುವ ಭಾವ ಅವಳಲ್ಲಿ ಮೂಡಿತು. "ಓಕೇ ಗುಡ್ ನೈಟ್..." ತನ್ನ ಪಾಡಿಗೆ ತಾನು ಕರಗಿ ಹೋದಂತೆ ಒಳಗೆ ಹೋಗುತ್ತಿದ್ದವಳನ್ನ ದಿಟ್ಟಿಸಿ ನೋಡಿದ. ವಿಕ್ರಮ್‌ಗೆ ಮೈ ಪರಚಿಕೊಳ್ಳುವಂತಾಯಿತು. ತಕ್ಷಣ ನೆನಪಾಗಿದ್ದ ಅನುರಾಗ್. ತಕ್ಷಣ ರೂಮಿಗೆ ಹೋಗಿ ಬಾಗಿಲು ಹಾಕಿಕೊಂಡು ಕಂಪ್ಯೂಟರ್ ಮುಂದೆ ಕೂತ. ಆಗಾಗ ಇಂಟರ್‌ನೆಟ್‌ನಲ್ಲಿ ಚಾಟ್ ಮಾಡುತ್ತಿದ್ದರಿಂದ ಅಷ್ಟಿಷ್ಟು ಅವನವರೆಗೂ ಹೋಗಿತ್ತು "ಹಲೋ ಅನುರಾಗ್, ವಿ ವಾಂಟ್ ಯುವರ್ ಹೆಲ್ಪ್. ನಾನು ತಿಳಿದಂಗೆ ದಿವ್ಯ ಸಾಫ್ಟ್, ಹಟಮಾರಿಯಲ್ಲ" ಎಲ್ಲಾ ತಿಳಿಸಿ ಹೇಳಿ ನೀನು ಮಾತ್ರ ಅಡ್ವೈಸ್ ಮಾಡ್ಬಲ್ಲೆ" ಹೇಳಿದ. ರಿಕ್ವೆಸ್ಟ್ ಮಾಡಿಕೊಂಡ. ಎರಡು ಮನೆಗಳ ನಡುವಿನ ಸಂಬಂಧ ಕೆಟ್ಟರೆ, ಆಗುವ ಅನಾಹುತ ವಿವರಿಸಿದ. ಅವನು ಹ್ಞೂಗುಟ್ಟಿದ. ಅನುರಾಗ್ ಮಾತು ಕಡಿಮೆ, ಒಂದು ರೀತಿಯ ಮೂಡಿ.

ಆಮೇಲೆ ಅನುರಾಗ್ ದಿವ್ಯಗೆ ಫೋನ್ ಮಾಡಿದ್ದ.

"ಇದೆಲ್ಲ ತುಂಬ ರಿಸ್ಕ್ ಅನಿಸುತ್ತೆ. ಡ್ಯಾಡ್ ಏನಾದ್ರೂ ಮಾಡ್ಕೊಳ್ಳಿ. ಅವರದು ಗುಡ್ ಮ್ಯಾನೇಜ್‌ಮೆಂಟ್." ಇಂಥ ಒಂದೆರಡು ಸಲಹೆ ಕೊಟ್ಟ. ಅವಳು ಹ್ಞೂಗುಟ್ಟಿದಳಷ್ಟೇ. "ನಿಂಗೆ ಗೊತ್ತೋ ಇಲ್ವೋ... ಅವರದು ತುಂಬ ಹಟ. ನನ್ನ ಫ್ಯೂಚರ್ ಸಲುವಾಗಿಯಾದ್ರೂ ಒಬಿಡಿಯಂಟ್ ಮಗ ಆಗ್ಬೇಕಾಗುತ್ತೆ. ಅರ್ಥವಾಗಿರಬೇಕಲ್ಲ. ಸೆಂಟಿಮೆಂಟ್ಸ್ ಪ್ರಯೋಜನಕ್ಕೆ ಬರೋಲ್ಲ" ಮತ್ತೆರಡು ಮಾತುಗಳನ್ನು ಉದುರಿಸಿದ. "ಕುಚ್ ಪಾನಾ ಹೋ ತೋ ಕುಚ್ ಖೋನಾ ಪಡತಾ ಹೈ. ಇದು ಒಂದು ಹಿಂದಿ ಗಾದೆ. ಕೆಲವನ್ನು ಪಡೆಯೋಕೆ ಬೇಕೂಂದರೇ ಕೆಲವನ್ನು ಕಳೆದುಕೊಳ್ಳುವುದು ಅನಿವಾರ್ಯ." ಡೋಂಟ್ ವರಿ..." ಲೈನ್ ಕಟ್ ಮಾಡಿದಳು. ಅನುರಾಗ್ ತುಂಬ ಬ್ರಿಲಿಯಂಟ್, ಅಷ್ಟೆ ಡಿಸೆಂಟ್ ಇದು ಎಲ್ಲರ ನುಡಿ, ಸುಲಭವಾಗಿ ಹೌದು ಅನ್ನಬಹುದು. ಅವನ ತಮ್ಮ ಚಿರಾಗ್ ತುಂಬ ತರಲೆ. ಅವನ ಬೆಳವಣಿಗೆ, ವಿದ್ಯಾಭ್ಯಾಸವೆಲ್ಲ ಅಂಕಲ್ ಮನೆಯಲ್ಲಿ. ಶ್ರೀನಿಧಿಗೆ ಒಬ್ಬ ತಮ್ಮ ಶ್ರೀಕರ. ಅವನದು ಗೌರ್ನಮೆಂಟ್ ಜಾಬ್, ಕೈತುಂಬ ಸಂಬಳ. ಮಕ್ಕಳಿರಲಿಲ್ಲ. ಆ ಸ್ಥಾನದಲ್ಲಿ ಶ್ರೀನಿಧಿ ಕಿರಿಯ ಮಗನನ್ನು ಪ್ರತಿಷ್ಠಾಪಿಸಿದ್ದ. ಆದ್ದರಿಂದ ಅವನ ಬಗ್ಗೆ ತಲೆ ಕೆಡಿಸಿಕೊಳ್ಳಬೇಕಿರಲಿಲ್ಲ.

ಇವಳು ಬೆಳಿಗ್ಗೆ ಹೊರಟಾಗ ಶ್ರೀನಿಧಿ ಮನೆಯಲ್ಲಿ ಇರಲಿಲ್ಲ. ವಸಂತಲಕ್ಷ್ಮಿ

ಕೈಹಿಡಿದು "ನಿಂಗೆ ಅರ್ಥವಾಗಿರಬೇಕು. ನೋಡೋಕೆ ದೊಡ್ಡ ಶ್ರೀಮಂತಿಕೆ. ಪ್ರತಿಯೊಂದರ ಮೇಲು ಲೋನ್ ಇದೆ. ಈಗ ಕಾಂಪಿಟೇಷನ್ ಜಾಸ್ತಿ. ಈಗ ಮುಂದಿನ ಹತ್ತುವರ್ಷದ ಬಗ್ಗೆ ಯೋಚ್ನೋಷ್ಟು ತಾಕತ್ತು ಇದ್ದವರು ಮಾತ್ರ ಉಳಿಯಬಹುದು. ನೀನು ಸುಮ್ನೇ ಅವರನ್ನ ಒಪ್ಸಿಕರ್ಕೊಂಡ್ಬಾ. ಮನೆಗೆ ಬರೋ ಸೊಸೆ ನೀನು. ವಿಕ್ಕಿ ಅಳಿಯ. ಎಲ್ಲ ನಿಮ್ಗೇ ಬಳುವಳಿ ರೂಪದಲ್ಲಿ ಸಿಗುತ್ತೆ" ಓಲೈಸುವಂತೆ ಮಾತಾಡಿದರು. ದಿವ್ಯ ಏನು ಮಾತಾಡಲಿಲ್ಲ. "ಬರ್ತೀನಿ ಅತ್ತೆ. ಮಾವ ಬಂದರೆ ಹೇಳ್ಬಿಡಿ. ಆಗಿನ ಕಾಗದ ಪತ್ರಗಳು ಸಿಕ್ಕಿದರೇ ಚೆನ್ನಾಗಿತ್ತು. ಒಮ್ಮೆ ಮಾವನಲ್ಲಿ ಪ್ರಸ್ತಾಪಿಸಿ ನೋಡಿ" ಎಂದಾಗ ವಸಂತಲಕ್ಷ್ಮಿ ಕಣ್ಣಲ್ಲಿ ನೀರು ಬರುವುದು ಬಾಕಿ ಇತ್ತು. ಏನು ಇವಳ ಉದ್ದೇಶ? ಇದನ್ನು ಕೋರ್ಟುವರೆಗೆ ಒಯ್ದಾಳಾ? ಹೆದರಿದರು.

ರೂಮಿಗೆ ಹೋಗಿ ದಿಕ್ಕೆಟ್ಟವರಂತೆ ಕೂತರು. ವಿಕ್ಕಿ ಅವಳನ್ನು ಬಸ್ಸು ಹತ್ತಿಸಿ ಮನೆಗೆ ಬಂದಾಗ ದೀಪಿಕಾ ಓಡಿ ಬಂದು "ನಂಗ್ಯಾಕೋ ಭಯ ಆಗ್ತಾ ಇದೆ. ಅಮ್ಮ ಒಂದೇ ಸಮ ಅಳ್ತಾ ಇದ್ದಾಳೆ" ವಿಕ್ರಮ್‌ಗೂ ಗಾಬರಿ. ಇಬ್ಬರು ರೂಮಿಗೆ ಧಾವಿಸಿದರು. ದಯನೀಯ ರೀತಿಯಲ್ಲಿ ಕೂತಿದ್ದರು. ಆಕೆ ಅನಂತಶರ್ಮರ ವಂಶದ ಕೂಸಲ್ಲ. ಅಂದರೆ ಅಂಥ ಭಾವನೆ ಅವರಲ್ಲಿ ಮೂಡದಂತೆ ಅತ್ಯಂತ ಅಕ್ಕರೆಯಿಂದ ಬೆಳೆಸಿ ಶ್ರೀನಿಧಿಗೆ ಕೊಡಬೇಕಾದ್ದನ್ನೆಲ್ಲ ಕೊಟ್ಟು ಅಚ್ಚುಕಟ್ಟಾಗಿ ನೋಡಿಕೊಂಡಿದ್ದರು. ತೊಂದರೆಯೆಂದುಕೊಳ್ಳದೇ ಎರಡು ಬಾಣಂತನ ದೇವರಕಟ್ಟೆಯಲ್ಲೆ. ದೀಪಿಕಾ ಬಾಣಂತನಕ್ಕೆ ಹೋದಾಗ ಕೌಸಲ್ಯ ತುಂಬು ಬಸುರಿ.

"ಅಲ್ಲಿ ಕಷ್ಟವಿದೆ. ಈ ಬಾಣಂತನ ಇಲ್ಲೇ ಆಗ್ಲಿ" ಅಂದಾಗ ಶ್ರೀನಿಧಿ ಅನಂತಶರ್ಮ ತಲೆಯಾಡಿಸಿ "ಬಾಣಂತನ ತವರಿನಲ್ಲೆ. ಆ ಬಗ್ಗೆ ತಲೆ ಕೆಡ್ಸಿಕೊಳ್ಳೋದೇನು ಬೇಡಿ" ಎಂದು ಸ್ವತಃ ತಾನೇ ಬಂದು ಕರೆದೊಯ್ದಿದ್ದರು ಅನಂತಶರ್ಮ.

ಅದನ್ನೆಲ್ಲ ನೆನಸಿಪಿಸಿಕೊಂಡು ವಸಂತಲಕ್ಷ್ಮಿ ಅಳೋಕೆ ಶುರು ಮಾಡಿದರು ಮತ್ತಷ್ಟು. "ನಾನು ತವರಿಗೆ ಮೋಸ ಮಾಡ್ದೇ, ಕಣೋ. ಅವರೇನು ಬರೆಸಿಕೊಂಡು ಬಂದಿದ್ದರೋ? ನಿಜ್ವಾಗ್ಲೂ ನಂಬು ವಿಕ್ಕಿ. ತೋಟದ ಮೇಲೆ ಎಷ್ಟು ಲೋನ್ ತೆಗೆದಿದ್ದರು ಅನ್ನೋದು ಕೂಡ ನಂಗೆ ತಿಳಿಯದು. ಈಗಿನ ಮಾರಾಟದ ವಿಷ್ಯನು ಕೊನೆಗೆ ನಂಗೆ ತಿಳಿದಿದ್ದು. ಈಗ ದಿವ್ಯ ಪತ್ರಗಳ ಬಗ್ಗೆ ಪ್ರಸ್ತಾಪಿಸಿದ್ಲು" ಎಂದಾಗ ವಿಕ್ಕಿ ಸ್ತಬ್ಧನಾದ. ಆಮೇಲೆ "ಯಾಕಂತೆ? ಮಾತಾಡ್ತೀನಿ, ಬಿಡಿ... ಅತ್ತೆ, ನೀವ್ಯಾಕೆ ಅಷ್ಟೊಂದು ಅಳೋದು? ಮಾವ ಹಿಂದಿರುಗಿಸೋಕೆ ಅವ್ರಲ್ಲಿ ಹಣವಿಲ್ಲ. ತೋಟದ ವಿಚಾರ ಮುಗೀತು. ಅವ್ರು ತಾನೇ ಏನು ಮಾಡ್ತಾರೆ? ಲಕ್ಷಗಳನ್ನ ಕಣ್ಣಲ್ಲಿ ನೋಡಿಲ್ಲ" ಇದು ಸಂತೈಯಿಸುವ ಪರಿಯಷ್ಟೆ. ಅವನಲ್ಲಿ ಕೂಡ ಗೊಂದಲವೆ. ದೀಪಿಕಾ ಎರಡು ಕೈಯಲ್ಲು ತಲೆ ಹಿಡಿದುಕೊಂಡು "ನಂಗಂತು ತಲೆ ಕೆಟ್ಟುಹೋಗಿದೆ. ಡ್ಯಾಡಿ ತಮ್ಮ ನಡೆಯನ್ನೆ ಬಿಟ್ಟುಕೊಡೋಲ್ಲ. ಆ ತೋಟದ ಪಾಡಿಗೆ ತೋಟನ ಬಿಟ್ಟಿದ್ದರಾಗಿತ್ತು.

ಅವ್ರಿಗೆ ದೇವರಕಟ್ಟೆ ಮೋಹ. ಮಧ್ಯೆ ನಮ್ಗೆ ಪ್ರಾಣಸಂಕಟ." ಗೊಣಗಿದಳು. ವಿಕ್ರಮ್ ಕಣ್ಣು ಕೆಂಪಾಯಿತು. "ಏನೇನೋ, ಮಾತಾಡ್ಬೇಡ" ಗದರಿ ಹೊರಗೆ ಹೋದ.

ಮುಂದಿನ ಗಾರ್ಡನ್‌ನಲ್ಲಿ ಹೋಗಿ ನಿಂತ. ಈಗೇನಾಗಬಹುದು? ಶ್ರೀನಿಧಿ ಕೈಯೆತ್ತಿ ಆಗಿತ್ತು. ಅದನ್ನು ಬಿಡಿಸಿಕೊಡುವಷ್ಟು ರಿಸ್ಕ್ ತಗೊಳ್ಳೋದು! ಈಗೇನಾದರೂ ದಿವ್ಯ ಹಾಗೇ ಬುದ್ಧಿಗೇಡಿ ಕೆಲಸ ಮಾಡಿದರೆ, ತಾನು ದೇವರಕಟ್ಟೆಗೆ ಹಿಂದಿರುಗಬೇಕು. ಮುಂದಿನ ವಿದ್ಯಾಭ್ಯಾಸ, ದೀಪಿಕಾ ಬರೀ ಕನಸಾಗಿ ಉಳಿಯುತ್ತಾರೆ. ಮುಂದೇನು? ಅನುರಾಗ್‌ನ ವಿಚಾರಿಸಿದಾಗ ಅವನೇನು ಹೇಳ್ಲಿಲ್ಲ. 'ಷಿ ಈಸ್ ಬ್ರಿಲಿಯಂಟ್. ಒಳ್ಳೆ ರೀತಿಯಲ್ಲಿ ಯೋಚಿಸ್ತಾಳೆ' ಅಂದ ಅಷ್ಟೆ. ಅವನು ಇದ್ದಿದ್ದು 'ಕಂಫರ್ಟ್ ಜೋನ್'ನಲ್ಲಿ. ತಾನು ದಿವ್ಯನ ವಿವಾಹವಾಗುವುದೆಂದು ಅವನಿಗೆ ಗೊತ್ತಿತ್ತು. ಆದರೆ ಅವನು ಲವ್ವರ್ ಬಾಯ್ ಅಲ್ಲ.

ಶ್ರೀನಿಧಿ ಬಂದ ಮೇಲೆ ಒಂದು ಸ್ಮಾಲ್ ಬೈಠಕ್. ದಿವ್ಯ ಅವರ ಪ್ರಕಾರ ಅತ್ಯಂತ ಸರಳ, ಸಂಸ್ಕಾರ ಪರಂಪರೆಯಲ್ಲಿ ಎರಕಗೊಂಡ ಬೊಂಬೆಯೆಂದು ತಿಳಿದಿದ್ದರಷ್ಟೆ.

"ದಿವ್ಯ ದೇವರಕಟ್ಟೆಗೆ ಹೋದ್ಲು" ಇಂಥದೊಂದು ಮಾತನ್ನು ಮೊದಲು ಕಿವಿಯ ಮೇಲೆ ಹಾಕಿದ್ದು ದೀಪಿಕಾ "ಅವ್ಳು ಹೋದಾಗ್ನಿಂದ ಮಮ್ಮಿ ಅಳ್ತಾ ಇದ್ಲು. ಇಷ್ಟೆಲ್ಲ ಬೇಕಿತ್ತ ಡ್ಯಾಡಿ?" ಹ್ಯಾಪ್‌ಮೋರೆ ಹಾಕಿದಳು.

"ಅವ್ಳಿಗೆ ಮೊದಲೇ ಕೆಲ್ಸವಿಲ್ಲ. ಇವಳು ತಾನೇ ಸುಮ್ನೇ ಕೂತು ತಾನೇ ಏನು ಮಾಡ್ತಾಳೆ? ನಿಮ್ಮ ಫ್ಯೂಚರ್ ಉಜ್ವಲವಾಗಿಸೋಕೆ, ಏನೇನು ಮಾಡಬೇಕೋ, ಅದೆಲ್ಲ ಮಾಡಲೇಬೇಕಾಗುತ್ತೆ. ಹುಟ್ಟಿಗೊಂದು ಪರ್ಪಸ್ ಇರುತ್ತೆ. ಅದಿಲ್ಲದಿದ್ದರೇ ಜೀವನ ವ್ಯರ್ಥವಾಗಿ ಹೋಗುತ್ತೆ. ವಿಕ್ಕಿನು ಹೋದ್ನ ಅವಳ ಜೊತೆಗೆ?" ಕೇಳಿದರು.

"ಇಲ್ಲ...." ಅಂದಳು ಸಪ್ಪಗೆ.

"ಅವನು ಬುದ್ಧಿವಂತಬಿಡು" ಅಂದರು.

ಆಮೇಲೆ ಕೂತು ಮಾತಾಡಿ ಒಂದು ತೀರ್ಮಾನಕ್ಕೆ ಬಂದರು. ಸದ್ಯಕ್ಕೆ ಸುಮ್ಮನಿರುವುದು. ತಾನಾಗಿ ಅವರೇ ಕಾಂಪ್ರಮೈಸ್ ಆಗ್ತಾರೆ ಅನ್ನೋ ನಿರ್ಧಾರಕ್ಕೆ ಬಂದರು.

ಇದೇ ಶ್ರೀನಿಧಿಯವರ ಫೈನಲ್ ಡಿಸಿಷನ್ ಬದಲಾಯಿಸುವ ಪ್ರಯತ್ನ ಮಾಡರು.

* * * *

ಅನಂತಶರ್ಮ ದೇವಸ್ಥಾನದಲ್ಲಿ ಇರೋವಾಗ ತಂದೆ, ತಾಯಿಯ ಮುಂದೆ ಇದಿಷ್ಟು ವಿಷಯವನ್ನು ಬಿಡಿಸಿಟ್ಟಳು. ತೋಟ ಮುವತ್ತೈದು ಲಕ್ಷಕ್ಕೆ ಮಾರಿರೋದು ಎಂದು ತಿಳಿದಾಗ ಕೌಸಲ್ಯಗೆ ಬವಳಿ ಬಂದಂತಾಯಿತು. ಮುವತ್ತೈದು ಲಕ್ಷ....

"ಸಂಬಂಧಗಳಲ್ಲು ಲೆಕ್ಕಾಚಾರಗಳು ಬೇಕಾಗುತ್ತೇಂತ ಶ್ರೀನಿಧಿ

ತಿಳ್ಸಿಕೊಟ್ಟಂಗಾಯ್ತು. ನಮ್ಹತ್ರ ಇರೋ ಕಾಗ್ದ ಪತ್ರಗಳ್ನ ಕೊಡೋದರ ಜೊತೆಗೆ ಅವರು ತೋರಿಸಿದ ಕಡೆಯಲ್ಲೆಲ್ಲ ಸಹಿ ಹಾಕಿದ್ವಿ. ಸಾಲ ತೀರಿದೇಂತ ತಿಳ್ಕುಕೊಂಡಿದ್ದೆ. ಈಗೇನು ಮಾಡೋದು? ತೋಟದ ಹೂ, ಕಾಯಿ ಮುಂತಾದುವನ್ನೆಲ್ಲ ಯಥೇಚ್ಛವಾಗಿ ದೇವಸ್ಥಾನಕ್ಕೆ ಉಪಯೋಗ್ಸಿಕೊಳ್ತಾ ಇದ್ವಿ. ತೋಟ ಬೇರೆಯವರ ಕೈ ಸೇರಿದ್ಮೇಲೆ ಇದೆಲ್ಲ ಸಾಧ್ಯವಾ? ದೇವಸ್ಥಾನದ ತೋಟಂತ ಸುತ್ತಮುತ್ತಲಿನ ಜನ ತಿಳಿದಿದ್ರು. ನಾಳೆ ಬಂದು ಕೇಳಿದರೆ, ತಲೆ ಮರೆಸ್ಕೊಂಡ್ ಹೋಗ್ಬೇಕು ಇಲ್ಲ, ಉಪವಾಸ ಮಾಡಿ ಪ್ರಾಣ ಬಿಡ್ಬೇಕು. ಇದೊಂದೇ ದಾರಿ..." ಎಂದವರ ಹೃದಯ ತುಂಬಿ ಗಂಟಲು ಗದ್ಗದವಾಯಿತು.

"ಆ ಹಣ, ಅದರ ಮೇಲೊಂದು ಸ್ವಲ್ಪ ಹಣ ಕೊಟ್ಟರೇ, ತೋಟ ನಮ್ಮ ಪಾಲಿಗೆ ಉಳಿಯುತ್ತೆ" ದಿವ್ಯ ಮಾತಿಗೆ ತಲೆಯಾಡಿಸಿದರು. ಅದು ಸಾಧ್ಯನಾ? "ಅಷ್ಟು ಹಣ ನಾವು ಕಣ್ಣಲ್ಲಿ ನೋಡಿಲ್ಲ. ಲಕ್ಷ ಕೈಯಲ್ಲಿ ಹಿಡಿಯದ ನಾವು... ಮುವತ್ತೈದು ಲಕ್ಷದಷ್ಟು... ಹಣ! ಅಂಥ ಕನಸು ಕೂಡ ಕಾಣಬಾರದು" ಅಸಹಾಯಕತೆ ಅವರ ದನಿಯಲ್ಲಿ ಇಣಕಿತು.

"ಮೋಸವಾಗಿದೇಂತ ಕಾನೂನು ಮೊರೆಹೊಕ್ಕರೆ?" ಮಗಳ ಈ ಮಾತಿಗೆ ಅನಂತಶರ್ಮ ಹೌಹಾರಿ "ಬೇಡ, ಈ ಮನೆಯ ಹೆಣ್ಣು ಮಗಳು ತವರಿನ ಉಡುಗೊರೇಂತ ಪಡೆದುಕೊಂಡಿದ್ದಾಳೆ. ನಾವು ಕಣ್ಣೀರು ಹಾಕಿಸೋದು ಬೇಡ. ಒಂದು ದಾರಿ ಇದ್ದೇ ಇರುತ್ತೆ" ಅನಂತಶರ್ಮ ಎದ್ದುಹೋದರು. ಆ ಒಂದೇ... ಒಂದು ದಾರಿಯೆಂದರೆ ಆತ್ಮಹತ್ಯೆ!

ಸಾತ್ವಿಕವಾಗಿ ಸಮಾಜಕ್ಕೆ ಮಾದರಿಯಂತೆ ಬದುಕಿದ ಹಿರಿಯರು ಆತ್ಮಹತ್ಯೆಗೆ ಶರಣಾಗುವುದು, ಇಲ್ಲ ಉಪವಾಸ ಮಾಡಿ ದೇಹತ್ಯಾಗ ಮಾಡುವುದು ಇದು ದೊಡ್ಡ ದುರಂತವೆನಿಸಿತು. ಮಾನವಕುಲಕ್ಕೆ ಮಾರಕ ಸಂಬಂಧಗಳ ಮಾರಣಹೋಮ! ಮೌಲ್ಯಗಳ ಪತನ, ದಿವ್ಯ ಕುಸಿಯಲಿಲ್ಲ.

"ಅಮ್ಮ ಅಪ್ಪಯ್ಯನಿಗೆ ಸ್ವಲ್ಪ ಧೈರ್ಯ ಹೇಳು. ಹಣ ಪಡೆದುಕೊಂಡಿದ್ದಾರೆ. ಆತ ವಿದೇಶದಿಂದ ಬಂದ್ಮೇಲೆ ರಿಜಿಸ್ಟ್ರೇಷನ್. ಒಮ್ಮೆ ಅವ್ರನ್ನ ಭೇಟಿ ಮಾಡೋಣ. ಹಳೇ ಚಿನ್ನ ಇದೇಂಥ ಹೇಳ್ತಾ ಇದ್ದೆ. ಅಪ್ಪಯ್ಯ ಕೂಡ ಅದನ್ನ ಪ್ರಸ್ತಾಪಿಸಿದ್ರು" ಎಂದಳು. ಆಕೆಯ ಕಣ್ಣಲ್ಲಿ ನೀರಾಡಿತು. ಚಿನ್ನದ ಮೇಲಿನ ವ್ಯಾಮೋಹ ಯಾವ ಹೆಣ್ಣನ್ನು ಬಿಟ್ಟೀತು? "ನೋಡ್ತೀನಿ...." ಎದ್ದು ಹೋದರು. ಆಕೆಗೆ ನಿಜವಾಗಿ ದುಃಖವಾಯಿತು. ವಿವಾಹದಲ್ಲಿ ತವರು ಮನೆಯಿಂದ ಬಂದ ಚಿನ್ನದ ಜೊತೆ ಆಮೇಲೆ ತಾಯಿ ತೀರಿಕೊಂಡಾಗ ಆಕೆಯ ತಂದೆ ಮಡಿವಸ್ತ್ರದಲ್ಲಿ ಕಟ್ಟಿಕೊಂಡು ಬಂದಿದ್ದ ಒಡವೆಯನ್ನು ಮಗಳ ಕೈಯಲ್ಲಿಟ್ಟು ದೇಶಾಂತರ ಹೋದವರು ಮತ್ತೆ ಹಿಂದಿರುಗಿ ಬಂದಿರಲಿಲ್ಲ. ಅದನ್ನು ವರ್ಷದಲ್ಲಿ ಒಂದೆರಡು ಸಲ ಹೊರ ತೆಗೆದು ಧರಿಸುತ್ತಿದ್ದರು. ಆಗಾಗ ವಸಂತಲಕ್ಷ್ಮಿ ಮೈಮೇಲು ಇವು ನಲಿದಾಡುತ್ತಿತ್ತು. ಅವು ಈಗ ವಸಂತಲಕ್ಷ್ಮಿಯಲ್ಲಿತ್ತು.

ತಮ್ಮ ಹಳೆಯ ಮರದ ಪೆಟ್ಟಿಗೆಯಲ್ಲಿ ರೇಶಿಮೆ ಕಣದಲ್ಲಿ ಕಟ್ಟಿಟ್ಟ ಒಡವೆಯನ್ನು

ತೆಗೆದಿಟ್ಟರು. ವಿವಾಹದ ಸಮಯದಲ್ಲಿ ಎರಡು ಕಡೆಯವರು ಕೊಟ್ಟ ಜೋಮಾಲೆ ಸರ, ಎರಡೆಳೆಯ ಅವಲಕ್ಕಿ ಸರ, ಜಡೆಕುಚ್ಚು, ನಾಗರ ಬಿಲ್ಲೆ, ಜೊತೆ ಒಂದು ಜೊತೆ ಅಪರೂಪದ ಕುಸುರಿ ಕೆಲಸ ಮಾಡಿರೋ ಗಟ್ಟಿ ಚಿನ್ನದ ಬಳೆಗಳು. ಅದರ ಮೇಲೆ ಕೈಯಾಡಿಸಿದರು. ಇದನ್ನೆಲ್ಲ ಮಾರುವ ಪರಿಸ್ಥಿತಿ ಬರಬಹುದೆಂದು ಎಂದು ನಿರೀಕ್ಷಿಸಿರಲಿಲ್ಲ. ಕಣ್ಣಂಚು ಒದ್ದೆಯಾಯಿತು.

"ದಿವ್ಯ... ಬಾ" ಕೂಗಿದರು.

ಬಂದವಳು ನೋವುಂಡ ತಾಯಿಯ ಕಣ್ಣುಗಳನ್ನು ನೋಡಿ ಮರುಗಿದಳು. ಹಬ್ಬ, ಮದುವೆ, ಜಾತ್ರೆ ಅಂಥ ಸಂದರ್ಭಗಳಲ್ಲಿ ಅವಳು ಧರಿಸುತ್ತಿದ್ದಳು. "ಒಡ್ವೆ ಅಂದರೆ ನಿಮ್ಮಮ್ಮನಿಗೆ ಪ್ರಾಣ. ಎಷ್ಟು ತರಹ ಜೋಪಾನ ಮಾಡ್ತಾಳೆ. ನಾನಂತು ಏನು ಮಾಡ್ಸಿಕೊಟ್ಟಿಲ್ಲ. ಅಮ್ಮನ ಹತ್ರ ಕೂಡ ಚಿನ್ನ ಇತ್ತು." ಅವಳ ತಂದೆ ಅಪರೂಪಕ್ಕೆ ಒಡವೆಗಳು ಹೊರಬಂದ ಸಂದರ್ಭಗಳಲ್ಲಿ ಹೇಳುತ್ತಿದ್ದರು. ನೆನಪು ಅವಳನ್ನು ನೋಯಿಸಿತು.

"ಅಮ್ಮ ಈ ಚಿನ್ನಕ್ಕಿಂತ ನಾವು ಇರೋ ನೆಲನೇ ಮುಖ್ಯವಲ್ವಾ? ಹೇಗೆ, ಅಷ್ಟೊಂದು ಹಣನ ಹೊಂಚೋದು?ಹೇಗೆ, ಬಿಡ್ಸಿಕೊಳ್ಳೋದು? ಒಂದು ತೋಚ್ತಾ ಇಲ್ಲ" ಬಿಚ್ಚಿದ ಒಡವೆಗಳನ್ನು ಹಾಗೇ ಕಟ್ಟಿಟ್ಟಳು. ಅದಕ್ಕೆ ಮುನ್ನ ಕೊಂಡ ಪುಣ್ಯಾತ್ಮನನ್ನು ಭೇಟಿಯಾಗಬೇಕಿತ್ತು. ಅಂದು ಸಂಜೆನೇ ಆರಾಧ್ಯರನ್ನು ಭೇಟಿ ಮಾಡಲು ನಿರ್ಧರಿಸಿ ಫೋನ್ ಮಾಡಿದಳು.

"ಬರೋದಿತ್ತು... ಬರ್ತೀನಿ" ಎಂದು ಫೋನಿಟ್ಟವ ಅರ್ಧಗಂಟೆಯಲ್ಲಿ ಬಂದ. ತೋಟದಲ್ಲಿ ಓಡಾಡಿಕೊಂಡೇ ಬಂದಿದ್ದು "ಹಣ ಕೊಟ್ಟಾಗಿತ್ತು. ಅವರು ಬಂದಿದ್ದರೇ, ರಿಜಿಸ್ಟ್ರೇಷನ್ ಪ್ರಕ್ರಿಯೆ ಮುಗ್ದು ನೀವೆಲ್ಲ ಈ ಜಾಗವನ್ನು ಖಾಲಿ ಮಾಡಬಹುದಿತ್ತು." ಈಗ್ಲೂ ಖಾಲಿ ಮಾಡಿ ಅನ್ನಬಹುದಿತ್ತು" ಕೊನೆಯಲ್ಲಿ ಇಂಥದೊಂದು ರಾಗ ಹಾಡಿದರು ಕೂಡ. ಅವಳಿಗೆ ಎದೆ ಬಡಿತ ನಿಂತಂತೆ ಆಯಿತು. "ಯಾವಾಗ್ಬರ್ತಾರೆ?" ವಿಚಾರಿಸಿದಳು.

"ಬೇಗನೆ.... ಬರ್ತಾರೆ. ನಿಮ್ಮ ಬೇಡಿಕೆಯನ್ನು ಅವ್ರ ಮುಂದಿಟ್ಟೆ. ನೋ... ಅಂದ್ರು. ಆದ್ರೂ ಒಂದು ಪ್ರಯತ್ನ ಅಂತ ಮಾಡಿ. ಹನುಮಂತ ದೇವರ ಗುಡಿಯ ಪೌರೋಹಿತ್ಯ ಮಾಡ್ಕೊಂಡ್... ಬಂದವರು. ನಂಗೂ ದೇವರು, ದಿಂಡರೂಂದರೇ, ಒಂದಿಷ್ಟು ಭಯಭಕ್ತಿ. ಬಂದ್ಮೇಲೆ ಭೇಟಿ ಮಾಡ್ಸಿಬಿಡ್ತೀನಿ. ನೀವು... ನೀವು... ಮಾತಾಡ್ಕೊಳ್ಳಿ" ಎಂದ ಸುತ್ತಲೂ ನೋಟ ಹರಿಯುತ್ತ "ಒಂದಿಷ್ಟು ಹಣ ಜಾಸ್ತಿ ಆಯ್ತು" ಅವರಿವರು ಅಂದಿದ್ದರು. ಆದರೆ ಧಾರಾಳವಾಗಿ ಕಮೀಷನ್ ಪಡೆದುಕೊಂಡಿದ್ದರಿಂದ ಸಮರ್ಥಿಸಿಕೊಂಡಿದ್ದರು.

"ನಿಮ್ಮಿಂದ ಆಗೋ ಅಂತ ಕೆಲ್ಸ. ಒಂದು ಸಣ್ಣ ರಿಕ್ವೆಸ್ಟ್. ಇದ್ನ ಕೊಂಡ ಮಾಲೀಕರು ಬರೋವರೆಗೂ ಯಾರೊಂದಿಗೂ ಪ್ರಸ್ತಾಪ ಬೇಡ. ನಿಮ್ಗೂ ಹಣದ ಜರೂರತ್ ಇದೆಯಂದ್ರಿ. ನಮ್ಮಕೈಯಲ್ಲಾದಷ್ಟು ಕೊಡ್ತೀವಿ." ಇಂಥ ಒಂದು ಭರವಸೆ

ಕೊಡುವುದು ಅನಿವಾರ್ಯವಾಗಿತ್ತು. ಮೊದಮೊದಲು ಏನೇನೋ ಹೇಳಿದರು ಆಮೇಲೆ ಒಪ್ಪಿಗೆ ಸೂಚಿಸಿ "ಅಡ್ವಾನ್ಸಾಗಿ ಒಂದು ಇಪ್ಪತ್ತೈದು ಸಾವಿರ ಕೊಡಿ. ಅಪ್ರಿಗೆ ಬೇರೆಯೊಂದು ತೋಟ ನೋಡಿ ಇಡ್ತೀನಿ" ಇಂಥ ಒಂದು ಪ್ರಸಕ್ತಿಯನ್ನು ಅವಳ ಮುಂದಿಟ್ಟ ಆರಾಧ್ಯ. "ಆಯ್ತು ನಾಳೆ ಕೊಡ್ತೀನಿ. ನೀವೇ ಬನ್ನಿ... ಇಲ್ಲ ನಾನು... ಬಂದು ಕೊಡ್ತೀನಿ"

ಅವರನ್ನು ಬಿಳ್ಕೊಟ್ಟು ಮನೆಯ ಕಡೆ ಹೊರಟಳು. ಹಣಕಾಸಿನ ವಿಚಾರದಲ್ಲಿ ಮುಗ್ಧರೇ. ಹಿಂದೆ ತೆಂಗಿನಕಾಯಿ ಕೀಳಿಸಿ, ದೇವಸ್ಥಾನಕ್ಕೆ ಉಳಿಸಿಕೊಂಡಾಗ ಮಾರಾಟ ಮಾಡಿದಾಗ ಒಂದಿಷ್ಟು ಹಣ ಬರುತ್ತಿತ್ತು. ಆಮೇಲೆ ಅಡಿಕೆ ಫಸಲು ಧಾರಾಳವಾಗಿ ಹಣ ಕೊಡುತ್ತಿತ್ತು. ಲೋನ್ ನೆಪವೊಡ್ಡಿ ಪತ್ರಗಳನ್ನು ಪಡೆದ ಮೇಲೆ ಎಲ್ಲಾ ಉಸ್ತುವಾರಿ ಶ್ರೀನಿಧಿಯೆ ನೋಡುತ್ತಿದ್ದರು. ತೆಂಗಿನಕಾಯಿ ಮಾರಾಟ ಮಾಡಿದಾಗ, ಅಡಿಕೆ ಮಂಡಿಗೆ ಹಾಕಿದಾಗ ಒಂದಿಷ್ಟು ಹಣ ಕೌಸಲ್ಯ ಕೈಗೆ ಕೊಡುತ್ತಿದ್ದರು. ಎಷ್ಟು, ಏನು ಅನ್ನೋ ಲೆಕ್ಕಾಚಾರವೇನು ಇರಲಿಲ್ಲ. ಅದರಲ್ಲಿ ಖರ್ಚು, ವೆಚ್ಚಗಳು ಆಗುತ್ತಿತ್ತು. ಎಂದೂ ಹಣಕಾಸಿನ ವಿಚಾರದಲ್ಲಿ ಲೆಕ್ಕಾಚಾರವಿರಲಿ, ಮಾತುಕತೆ, ಚರ್ಚೆಗಳು ಆಗುತ್ತಿರಲಿಲ್ಲ. ಎಷ್ಟು ಇದೆಯೋ, ಏನು ಇಲ್ಲವೋ ದಿವ್ಯಗೆ ಗೊತ್ತಿಲ್ಲ. ಈಗ ಅದು ತಿಳಿಯಬೇಕಾದರೆ ದೇವರ ಕೋಣೆಯಲ್ಲಿರೋ ಮರದ ಪೆಟ್ಟಿಗೆ ತೆಗೆಯಬೇಕು.

ಹತ್ತಿ ಸೋಸುತ್ತಿದ್ದ ತಾಯಿಯ ಬಳಿ ಬಂದು ಕೂತವಳು "ಅಮ್ಮ ನಮ್ಮಲ್ಲೆನಾದ್ರೂ, ಉಳಿಕೆ... ಹಣವಿದ್ಯಾ?" ಕೇಳಿದಳು. ಮಗಳತ್ತ ನೋಟ ಹರಿಸಿದವರು "ಎಷ್ಟು ಇದ್ಯೋ ಗೊತ್ತಿಲ್ಲ ಕಣೇ, ಶ್ರೀನಿಧಿ ಕೊಟ್ಟಾಗ ಅದರಲ್ಲಿ ಹಾಕ್ತ ಇದ್ದೆ. ಬೇಕಾದುದಕ್ಕೆಲ್ಲ ಅದರಿಂದಲೇ ಕೊಡ್ತಾ ಇದ್ದಿದ್ದು, ಎಂದೂ ಲೆಕ್ಕ ಹಾಕಿಲ್ಲ ಕಣೇ" ಎಂದರು ಅಸಹಾಯಕತೆಯಿಂದ. ಪರಿಸ್ಥಿತಿ ಅರ್ಥವಾಗಿತ್ತು. ಹಣದ ವಿಚಾರದಲ್ಲಿ ಎಚ್ಚರವಹಿಸಬೇಕಿತ್ತು ಅಂದುಕೊಂಡರು. "ನಾವು ತೀರಾ ಮುಗ್ಧರೇನೋ? ಈ ಕಾಲಕ್ಕೆ ಸಲ್ಲೋಲ್ಲ. ವಸಂತಲಕ್ಷ್ಮಿ ಮದ್ವೆಯಾದ್ಮೇಲೆ ಶ್ರೀನಿಧಿ ನಮ್ಮವ ಅಂದುಕೊಂಡಿದ್ದೆ ತಪ್ಪಾ? ಮದ್ವೆಯಲ್ಲಿ ಸಾಕಷ್ಟು ಕೊಟ್ಟುಬಿಟ್ಟು ಮಾಡಿದ್ದೀವಿ. ಹಣದ ಅಡಚಣೇಂದ್ರು, ತೋಟದ ಮೇಲೆ ಲೋನ್ ತೆಗ್ದುಕೊಳ್ಳಿ ಅಂದಿದ್ದು ತಪ್ಪಾ? ಆಮೇಲೆ ಅದರ ಸುದ್ದಿನೇ ಇಲ್ಲ. ತೋಟದ ಉಸ್ತುವಾರಿ ಅವರದ್ದೇ ಆಯ್ತು. ನಮ್ಗೂ ನಿಶ್ಚಿಂತೆಯೆನಿಸಿತು. ಆದರೆ ತೋಟ ಮಾರಿ ಮೋಸ ಮಾಡ್ಬಾರ್ದಿತ್ತು. ಅತ್ತರು. ಮೋಸ ಅನ್ನುವ ಪದವನ್ನು ಧಾರಾಳವಾಗಿ ಉಪಯೋಗಿಸಿದರು. ದಿವ್ಯಗೆ ಒಂದು ತರಹ ಅನಿಸಿತು. "ಹಾಗೆಲ್ಲ ಅಂದ್ಕೊಬೇಡ. ನಿನ್ನ ಮಗನ ಸಲುವಾಗಿ ಆ ಹಣನ ಉಪಯೋಗಿಸಿದ್ದಾರೆ. ಮೋಸ ಅಲ್ಲ ಬಿಡು" ಸಮಾಧಾನಿಸಲು ನೋಡಿದಾಗ ಸಿಡಿದುಬಿದ್ದರು.

"ಸಾಕು ಸುಮ್ನೇ ಇರು. ಅಲ್ಲು ಸ್ವಾರ್ಥನೇ. ಮಗಳ ಸುಖದ ಮನಸ್ಸಿನಲ್ಲಿ ಇಟ್ಕೊಂಡ್... ವಿಕ್ಕಿ ಕಡೆ ಬೆಟ್ಟು ಮಾಡ್ತಾ ಇದ್ದಾರೆ. ಇದೆಲ್ಲ ಬೇಕಿತ್ತಾ? ತುಂಬಾ ಸಂಕಟ ಆಗುತ್ತೆ ಕಣೇ. ಇಲ್ಬಿಟ್ಟು ಹೋಗೋ ಬದಲು ಪ್ರಾಣ ಬಿಡೋದೇ ಒಳಿತೂಂತ ಅನಿಸುತ್ತೆ." ಕಣ್ಣೀರು ಸುರಿಸಿದರು. ತೀರಾ ಕೆಟ್ಟದೆನಿಸಿತು "ಹಾಗೇನು ಆಗೋಲ್ಲ! ಅಮ್ಮ

ಮರದ ಪೆಟ್ಟಿಗೆಯಲ್ಲಿನ ಹಣನ ಲೆಕ್ಕ ಹಾಕೋಣ್ವಾ? ಈಗ ಸ್ವಲ್ಪ ಹಣದ ಅಗತ್ಯವಿದೆ" ಎಂದಳು.

ಅಮ್ಮ ಮಗಳು ಒಂದಿಷ್ಟು ಲೆಕ್ಕ ಹಾಕಿದರು. ನೋಟುಗಳಿಂದ ಹಿಡಿದು ಚಿಲ್ಲರೆಯವರೆಗೂ ಸರಿಯಾಗಿ ಮುವತ್ತೊಂಬತ್ತು ಸಾವಿರದ ಹದಿನಾರು ರೂಪಾಯಿ ಇತ್ತು. ಮೊನ್ನೆ ಬಂದಾಗ ಒಂದು ನೋಟುಗಳ ಕಂತೆ ಕೊಟ್ಟು ಹೋಗಿದ್ದರು. ಅದು ಭರ್ತಿ ಒಂದು ಲಕ್ಷ. ಬಹುಶಃ ಅದು ತೋಟನ ಮಾರಿದಕ್ಕೆ ಸಂದಾಯ ಮಾಡಿದ ಹಣ ಇರಬಹುದು.

"ಕಡೆ ಕಂತು ಅನ್ನೋ ತರಹ ಕೊಟ್ಟು ಹೋಗಿದ್ದಾರೆ. ಇದು ನಮಗೇ ಬೇಕಿತ್ತ?" ಅಡಿಕೆ ಫಸಲು, ತೆಂಗಿನ ಫಸಲಿನಿಂದ ಸಾಕಷ್ಟು ಹಣ ಬರುತ್ತಿತ್ತು. ಖರ್ಚು ಮಾಡಿದಷ್ಟು ಉಳಿಯುತ್ತಿತ್ತು. ಕಷ್ಟಾಂತ ಬಂದವರಿಗೆ ಇಲ್ಲ ಅಂದದ್ದೇ ಇಲ್ಲ. ಈಚೆಗೆ ಕೈಹಿಡಿತ ಮಾಡಿದ್ದರು.

"ಸದ್ಯಕ್ಕೆ ಸಾಕು" ಎಂದು ಅಮ್ಮನಿಗೆ ಪೂರ್ತಿ ವಿಷಯ ತಿಳಿಸಿ "ಅಮೆರಿಕಾದಿಂದ ಅವ್ರ ಯಜಮಾನರು ಬರೋವರೆಗೂ ತೋಟದ ಕಡೆ ಬರೋಲ್ಲ. ಅದಕ್ಕೆ ಏನಾದ್ರೂ ಕೊಡ್ಬೇಕಾಗುತ್ತೆ. ಸದ್ಯಕ್ಕೆ ಅಷ್ಟು ಮಾಡಲೇಬೇಕು" ಎಂದ ದಿವ್ಯ ಇಪ್ಪತ್ತೈದು ಸಾವಿರ ಎಣಿಸಿ ತಗೊಂಡು "ಅಮ್ಮ ಅಪ್ಪಯ್ಯನ ಹತ್ರ ಈ ವಿಚಾರ ಮಾತಾಡಿಯೇ ಮುಂದುವರಿಯಬೇಕು."

ಆಕೆ ಹ್ಞೂಗುಟ್ಟಿದವರು "ವಿಕ್ಕಿಗೂ ಗಟ್ಟಿಯಾಗಿ ಹೇಳಿದ್ದೀನಿ. ಅವನು ಮಾತು ಬರ್ದಂಗೆ ಹೋದ. ದೇವಸ್ಥಾನದ ತೋಟ, ಪಿತ್ರಾರ್ಜಿತ ಆಸ್ತಿ. ಉಳ್ಸಿಕೊಳ್ಳಬೇಕನ್ನೋದು ಅವ್ನಿಗೆ ಬೇಡ್ವಾ" ಮಗನನ್ನು ನೆನಸಿಕೊಂಡರು. ದಿವ್ಯ ಮೌನವಹಿಸಿದಳು. ವಿಕ್ರಮ್ ದೀಪಿಕಾನ ಕಳೆದುಕೊಳ್ಳಲಾರ. ಜೊತೆಗೆ ಅವನ ಕನಸುಗಳು ಸಿಟಿಯ ಹಾದಿ ಹಿಡಿದಿತ್ತು. ಅವು ಹಿಂದಕ್ಕೆ ಬರೋಲ್ಲ "ಅಣ್ಣ ತಾನೇ ಏನ್ಮಾಡ್ತಾನೆ. ಮಾವ ತೋಟ ಮಾರಿದ ಹಣವನ್ನು ಬೇರೆಯದಕ್ಕೆ ವಿನಿಯೋಗ್ಸಿಬಿಟ್ಟಿದ್ದಾರೆ. ಬರೀ ನಿಷ್ಠುರ. ಅದ್ಬಿಟ್ಟು ಏನು ಆಗೋಲ್ಲ. ಇಂಥ ಸ್ಥಿತಿಯಲ್ಲಿ ಅವನೇನು ಮಾಡ್ತಾನೆ? ಹೆಚ್ಚು ಕಮ್ಮಿ ಮಾತಾಡಿದರೆ, ಅವ್ನ ಭವಿಷ್ಯ ಹಾಳಾಗಿ ಹೋಗುತ್ತೆ. ಖಂಡಿತ ಹಾಗೇ ಆಗೋದ್ಬೇಡ" ತಿಳಿಸಿ ಹೇಳಿದಳು. ಕೌಸಲ್ಯಗೂ ಅದು ಸರಿಯೆನಿಸಿತು. ಆದರೆ ಮಗ ತೀರಾ ಸ್ವಾರ್ಥಿಯಾಗಿ ಕಂಡ. ಆದರೆ... ದಿವ್ಯ ತಟ್ಟನೆ ಅವಳ ಕೈ ಹಿಡಿದು "ಶ್ರೀನಿಧಿ, ಕೌಸಲ್ಯ ನಿನ್ನ ಸೊಸೆ ಅಂತ್ಲೇ ತಿಳಿದಿದ್ರು. ಅನುರಾಗ್ ನಿನ್ನ ತುಂಬಾನೆ ಹಚ್ಕೊಂಡಿದ್ದ. ನಿಮ್ಮಿಬ್ಬರ ಒಳ್ಳೆ ಜೋಡಿ ನಮ್ಗೂ ನಿರಾತಂಕ ನೀನು ಇಲ್ಬಂದ್ ನಿಂತದ್ದು ತಪ್ಪಾಯಿತೇನೋ?" ಆಕೆಯ ದನಿಯಲ್ಲಿ ಆತಂಕ ಇತ್ತು. "ಈಗ ಆ ಬಗ್ಗೆ ತಲೆ ಕೆಡ್ಸಿಕೊಳ್ಳೋದು ಬೇಡ. ತೋಟ ನಮ್ಮದಲ್ಲದ ದಿನ... ಬೇಡ ಹಾಗೆ ಆಗೋದ್ಬೇಡ. ನಾವು ಪೂಜಿಸ್ಕೊಂಡ್ ಬಂದ ಮುಖ್ಯ ಪ್ರಾಣದೇವರು ನಮ್ಮ ಕೈಬಿಡೋಲ್ಲ. ಸದ್ಯಕ್ಕೆ ಈ ಹಣ ಆರಾಧ್ಯರಿಗೆ ಕೊಡ್ತೀನಿ. ಅಮೆರಿಕಾದಿಂದ ಆ ಮನುಷ್ಯ ಇಲ್ಲಿಗೆ ಬರೋವರೆಗೂ ತೋಟಕ್ಕೆ ಬರೋಲ್ಲ. ಮುಂದೇನಾಗುತ್ತೋ? ಇವತ್ತು

ಬದುಕಿದ್ದರೆ ತಾನೇ 'ನಾಳೆ' ನಮ್ಮ ಪಾಲಿಗೆ ಇರೋದು" ಸಮಾಧಾನ ಹೇಳಿದಳು. ಸದ್ಯಕ್ಕೆ ದಿವ್ಯ ಅಷ್ಟು ಮಾಡಬೇಕಿತ್ತು.

ಸಂಜೆ ತಂದೆಯ ಬಳಿ ಈ ವಿಷಯ ಪ್ರಸ್ತಾಪಿಸಿದಾಗ ಮೌನವಹಿಸಿದರು. ಹತ್ತು ನಿಮಿಷಗಳ ಕಾಲ ಮಾತೇ ಇಲ್ಲ. ಅರ್ಥ ಮಾಡಿಕೊಂಡ ದಿವ್ಯ "ಅಪ್ಪಯ್ಯ ವಿದೇಶದಿಂದ ಆ ಮನುಷ್ಯ ಬರೋವರೆಗೂ ಅವಕಾಶ ಸಿಕ್ಕುತ್ತೆ. ಸದ್ಯಕ್ಕೆ ಮಾವ ಒಂದಿಷ್ಟು ಹಣದ ವ್ಯವಸ್ಥೆ ಮಾಡಬಹುದೇನೋ? ಕೇಳಿ ನೋಡೋಣ. ಆದಷ್ಟು ಹಣನ ಜೊತೆ ಮಾಡೋಣ. ಆರಾಧ್ಯರು ನಮ್ಮ ಪರ ನಿಂತು ಮಾತಾಡ್ತೀನೀಂದ್ರು. ಅಷ್ಟಕ್ಕೆ ಈಗ... ಹಣ..." ಎಂದು ನುಡಿದಳು.

ಅನಂತಶರ್ಮ ನಿಧಾನವಾಗಿ ತಲೆಯೆತ್ತಿದರು. ಈಗಾಗಲೇ ಒಂದು ತೀರ್ಮಾನಕ್ಕೆ ಬಂದಿದ್ದರು. ಅದಕ್ಕೆ ಮುನ್ನ ಒಂದು ಪ್ರಯತ್ನ. ಹನಿಗಣ್ಣಾಗಿ ಮಗಳನ್ನು ನೋಡಿದರು. ಶ್ರೀನಿಧಿ 'ನೋ' ಎಂದು ಆಗಿತ್ತು.

"ಪ್ರಾಣದೇವರಿಗೆ ನಮ್ಮ ಪೂಜೆ ಸಾಕಾಯಿತೇನೋ! ಆಯ್ತು.... ನಿಂಗೆ ಈ ಪರೀಕ್ಷೆಯಲ್ಲಿ ಗೆಲುವು ಸಿಗಲಿ" ಹರಸಿದಾಗ ಅವರ ಪಾದಗಳಿಗೆ ಹಣೆ ಇಟ್ಟು "ಖಂಡಿತ ಅಜ್ಜಯ್ಯ ನಿನ್ನ ಪೂಜೆ ಅವನಿಗೆ ಬೇಕು. ಅಪ್ಪಯ್ಯ ನೀನೂ, ನಾನು ಹೋಗಿಯೇ ಆರಾಧ್ಯರನ್ನು ಭೇಟಿಯಾಗೋಣವಾ?" ಕೇಳಿದಕ್ಕೆ ಬೇಡವೆಂದು ತಲೆಯಾಡಿಸಿ ಎದ್ದು ಹೋದರು. ಅಜ್ಜಯ್ಯನನ್ನು ಎಳೆಯುವುದು ಬೇಡವೆನಿಸಿತು ಅವಳಿಗೆ.

ಒಂದೆರಡು ಗಂಟೆಯಲ್ಲಿ ಆರಾಧ್ಯರು ಬಂದರು. ಹಣದ ಮನುಷ್ಯ. ದೊಡ್ಡ ಸಂಸಾರ, ಇಬ್ಬರು ಹೆಂಡತಿಯರು, ಐದು ಮಕ್ಕಳು. ಈಗ ಕುಟುಂಬ ದೊಡ್ಡದಾಗುವುದರಲ್ಲಿತ್ತು. ಎಷ್ಟು ಬಂದರೂ ಸಾಕಾಗುತ್ತಿರಲಿಲ್ಲ. ಹಣವನ್ನು ಕೈಗಿಟ್ಟಾಗ ವಿಚಿತ್ರ ನಗು ಬೀರಿದರು. ಹಣ ಕೈಸೇರಿಯಾಗಿತ್ತು. ಖರೀದಿಸಿದ ಮಹಾಶಯ ವಾರ, ಹದಿನೈದು ದಿನದಲ್ಲಿ ಬರುವವನಿದ್ದ. ಅಲ್ಲಿವರೆಗೂ ಈ ಕಡೆ ಬರದಿದ್ದಕ್ಕೆ 25 ಸಾವಿರ ರೂಪಾಯಿ. ಅನಾಯಾಸ ಹಣ ಖುಷಿ ತರಿಸಿತ್ತು.

"ಅವರು ಬರೋವರ್ಗೂ ಈ ತೋಟಕ್ಕೆ ಬರೋಲ್ಲ ಅಷ್ಟೆ. ಆಮೇಲೆ ನಿಮ್ಮ ಅವರುಗಳ ತೀರ್ಮಾನ" ನುಣುಚಿಕೊಳ್ಳುವ ಪ್ರಕ್ರಿಯೆ ಜೊತೆಗೆ ಇನ್ನೊಂದು ಮಾತನ್ನು ಹೇಳಿದರು. "ನಿಮ್ಗೆ ತೋಟ ಬೇಕೂಂದರೇ, ಬೇರೆ ಕೊಡುಸ್ತೀನಿ. ಇನ್ನು ಕಡ್ಮೆ ಬೆಲೆಗೆ ಕೊಡುಸ್ತೀನಿ" ದಿವ್ಯ ತಲೆಯಾಡಿಸಿದಳು ಬೇಡ ಎನ್ನುವಂತೆ.

"ಅಂಥ ಯೋಚ್ನೆ ಇಲ್ಲ. ನಮ್ದು ನಮ್ಮದಾಗಿ ಉಳೀಬೇಕು. ಅದಕ್ಕೆ ನೀವು ಒಂದಿಷ್ಟು ಸಹಕಾರ ಕೊಟ್ಟರೇ ಸಾಕು."

ಆರಾಧ್ಯ ಮೌನವಾಗಿ ತಲೆಯಾಡಿಸಿ ಒಪ್ಪಿಗೆ ಸೂಚಿಸಿದಾಗ ಮನೆಗೆ ಹಿಂದಿರುಗಿದಳು. ಆ ವೇಳೆಗೆ ಮೊಬೈಲ್ ಸದ್ದು ಮಾಡಿತು. ಲೈನ್‌ನಲ್ಲಿ ಇದ್ದಿದ್ದು ವಿಕ್ರಮ್. "ಯಾಕೆ ಅಲ್ಲೇ ನಿಂತೆ? ಯಾಕೋ ಓದೋ ಹುಡ್ಗೀ ತರಹ ಕಾಣೋಲ್ಲ. ಅನುರಾಗ್‌ನ ಮರ್ತುಬಿಡ್ಬೇಕಾಗುತ್ತೆ. ಕಂಪ್ಯೂಟರ್ ಚಾಟಿಂಗ್‌ನಲ್ಲಿ ವಿಚಾರಿಸಿದ,

ಒಂದಿಷ್ಟು ಬೇಸರ ಕೂಡ. ನೀನು ಸುಮ್ನೇ ಇದ್ದಿದ್ದರೇ ಅವ್ರು ತೆಪ್ಪಗಾಗ್ತ ಇದ್ರು. ಈಗೇನು ಮಾಡ್ತೀಯಾ?" ಗುರ್ ಎಂದ. ಯಾಕೋ ಅವನಿಗೆ ವಿವರಿಸಿ ಪ್ರಯೋಜನವಿಲ್ಲವೆನಿಸಿತು. ಈಗಾಗಲೇ ಅವನ ಬಗ್ಗೆ ಒಂದು ತೀರ್ಮಾನಕ್ಕೆ ಬಂದಿದ್ದಳು.

"ಏನು ಮಾಡ್ತೀಯಾ?" ಕೆರಳಿದ.

"ಫೋನ್ ಕಟ್ ಮಾಡ್ತಾ? ತಂದೆ, ತಾಯಿ ಇರೋ ಸ್ಥಿತಿಯಲ್ಲಿ ಏನಾದ್ರೂ ಮಾಡೋಕೆ ಸಾಧ್ಯನಾಂತ ಯೋಚ್ನೋದು ಬಿಟ್ಟು ದಬಾಯಿಸ್ತಿಯಲ್ಲ. ಈಗ ಅವ್ರು ಮಾರಿಯಾಗಿದೆ. ಒಂದು ರೀತಿಯಲ್ಲಿ ಬೀದಿಯಲ್ಲಿ ನಿಲ್ಲಿಸಿದ್ದಾರೆ. ಈಗ ಎಲ್ಲಿ ಹೋಗ್ಬೇಕು?" ದನಿಯೆರಿಸಿದಳು.

"ಪ್ಲೀಸ್ ಕಾಮ್! ಮಾವ ಅವ್ರನ್ನ ಬೀದಿಯಲ್ಲಿ ನಿಲ್ಲಿಸೋಲ್ಲ. ಜೊತೆಯಲ್ಲೇ ಇರ್ಬಹುದ್ದು. ಇಲ್ಲಿ ಬೇರೆ ಮನೆ ಮಾಡ್ಕೊಡ್ತಾರೆ. ಎಲ್ಲಾ ಜವಾಬ್ದಾರಿ ಅವರದೇ." ಒಂದಿಷ್ಟು ಗೆಲುವಿನಿಂದಲೇ ಹೇಳಿದ. "ಅಂದರೆ ಮಾಸಾಶಾನ ಕೊಡ್ತಾರ? ವೃದಾಪ್ಯ ವೇತನ ಘೋಷಿಸ್ತಾರ? ಅವ್ರ ಆಸ್ತಿನೇ ಮಾರ್ಕೊಂಡ್, ಅವ್ರನ್ನ ಪೋಷಿಸ್ತಾರಾ? ಅವರು... ಯಾರೋ? ಇಂಥ ಚೀಟ್ ಮಾಡೋ ಅಸಾಮಿನ ನಂಬಿ ಬರ್ಬೇಕಾ? ಈ ವಂಶದ ಕುಡಿ ನಿಂಗೆ ನಾಚ್ಕೇ ಆಗ್ಬೇಕು" ಅಂದು ಫೋನ್ ಕಟ್ ಮಾಡಿದಳು.

ವಿಕ್ರಮ್ ಸುಸ್ತಾದ. ಯಾಕೋ ಅವರುಗಳು ರಾಜಿಯಾಗೋಥರ ಅಥವಾ ರಾಜಿಯಾದಂಗೆ ಕಾಣಲಿಲ್ಲ. ಎದೆಯಲ್ಲಿ ಸೂಜಿ ಚುಚ್ಚಿದ ಅನುಭವ. ನಾನು ಅವರ ಪರ ನಿಲ್ಲಬೇಕಿತ್ತ? ನಿಂತೇನು ಮಾಡುವುದು? ನನ್ನ ಫ್ಯೂಚರ್ ಹಾಳಾಗುತ್ತ ಇತ್ತು ಅಷ್ಟೇ. "ಗೋ ಟು ಹೆಲ್, ಏನಾದ್ರೂ ಮಾಡ್ಕೊಳ್ಳಿ" ಕುಸಿದು ಕೂತ. ಅಲ್ಲೇ ಇದ್ದ ವಸಂತ ಲಕ್ಷ್ಮಿ ಗಾಬರಿಯಾದರು "ಏನದು? ದಿವ್ಯನ ಫೋನ್?" ಐದು ನಿಮಿಷ ಅವನು ತುಟಿ ಬಿಚ್ಚಲಿಲ್ಲ. ಆಮೇಲೆ ಎಲ್ಲಾ ವಿವರಿಸಿದ.

"ಈಗೇನು ಮಾಡೋದು ಅತ್ತೆ? ತೋಟ ಮಾರಬಾರ್ದಿತ್ತು. ಇನ್ನು ನನ್ನ ಎಜುಕೇಷನ್ ಮುಗ್ದಿಲ್ಲ. ಅಂಥದ್ದರಲ್ಲಿ ನ್ಯೂ ಪ್ರಾಜೆಕ್ಟ್ ಲಾಂಚ್ ಮಾಡೋದು ಬೇಕಿತ್ತಾ? ಆ ಬಗ್ಗೆ ನಿಮಗೇನಾದ್ರೂ ಸುಳಿವು ಸಿಕ್ಕಿದ್ದರೇ ಅಂದೇ ತಡೆಯಬಹುದಿತ್ತು. ಅಲ್ಲಿ ಅವರುಗಳು ಆರಾಮಾಗಿದ್ರು. ಇಲ್ಲಿಗೆ ಕರ್ಕೊಂಡ್ಬಂದ್ರು ಅವರು ನೆಮ್ದಿಯಾಗಿ ಇರ್ತಾರ? ದೊಡ್ಡ ತಪ್ಪಾಗಿ ಹೋಯ್ತು" ಕಂಗೆಟ್ಟವನಂತೆ ಚಡಪಡಿಸಿದ. ಆಕೆಗೂ ಅರ್ಥವಾಯಿತು. ಆದರೆ ನಿಸ್ಸಾಯಕತೆ.

"ಇಲ್ಲ ಕಣೋ, ವಿಕ್ಕಿ. ಅಕಸ್ಮಾತ್ ಗೊತ್ತಿದ್ದರು ನನ್ನ ಮಾತೇನು ಕೇಳ್ತಾ ಇರ್ಲಿಲ್ಲ. ಜಗತ್ತಿಗೆ ಅನ್ಯೋನ್ಯ ದಾಂಪತ್ಯ. ನನ್ನನೇನು ಹಿಂಸಿಸಿಲ್ಲ. ಆದರೂ ಅವರು ಯಾವ ವಿಚಾರದಲ್ಲೂ ನನ್ನ ಲೆಕ್ಕಕ್ಕೆ ಇಟ್ಟಿಲ್ಲ. ಈಗ ಹೆಚ್ಚು ಮಾತಾಡೋಕೆ ಹೋದರೆ, ನನ್ನ ಸಂಸಾರದ ನೆಮ್ದಿ ಹಾಳಾಗಿ ಹೋಗುತ್ತೆ. ನಾನೇನು ಮಾಡ್ಲಾರೆ" ಕೈಯೆತ್ತುವುದರ ಜೊತೆಗೆ "ದಿವ್ಯ ತೋಟದ ಪೇಪರ್ಸ್ ಕೇಳಿದ್ಲು. ಅವರೆಗೂ ಹೋದರೆ ನಾನು

ಆತ್ಮಹತ್ಯೆ ಮಾಡ್ಕೋಬೇಕಾಗುತ್ತೆ" ಅವನ ಎರಡು ಕೈಗಳನ್ನು ಹಿಡಿದುಕೊಂಡು ಗಳಗಳ ಅತ್ತಳು. ಅದನ್ನ ಗಂಡ ಸಹಿಸೋಲ್ಲಾಂತ ಆಕೆಗೆ ಗೊತ್ತು.

"ಹಾಗೇನು... ಆಗೋಲ್ಲ ಬಿಡಿ" ಎದ್ದು ಹೊರಗೆ ಹೋದ.

ಕೆಲವೊಮ್ಮೆ ತಪ್ಪೂಂತ ಅನ್ನಿಸಿದರೂ ಕೂಡ ಗಂಡ ಮಕ್ಕಳ ಭವಿಷ್ಯಕ್ಕಾಗಿ ತಾನೇ ಅಷ್ಟೆಲ್ಲ ಮಾಡಿದ್ದು? ಇದರಲ್ಲಿ ವಿಕ್ಕಿ, ದಿವ್ಯಗೂ ಪಾಲು ಇದೆಯೆಲ್ಲ. ಅದನ್ನ ಅವರುಗಳು ಅನುಭವಿಸ್ತಾರೆ. ಇಂಥ ಒಂದು ನಿಲುವಿಗೆ ಆಗಾಗ ಬರುತ್ತಿದ್ದರು.

ಮರುದಿನ ದೇವರಕಟ್ಟೆಯಿಂದ ಫೋನ್ ಬಂತು. "ಹೇಗಿದ್ದಿ, ವಸಂತ?" ಕೌಸಲ್ಯ ದನಿ. ಆಕೆ ಫೋನ್ ಮಾಡುತ್ತಿದ್ದುದು ಅಪರೂಪವೇ "ಚೆನ್ನಾಗಿದ್ದೀನಿ. ಅಲ್ಲೆಲ್ಲ ಹೇಗಿದ್ದಾರೆ? ದಿವ್ಯ ಬರ್ಲಿಲ್ಲ" ಕೊನೆಯಲ್ಲಿ ಈ ಮಾತೊಂದನ್ನು ಸೇರಿಸಿದರು. ಅದನ್ನು ಕೇಳಲೇ ಇಲ್ಲ ಅನ್ನುವಂತೆ "ವರಮಹಾಲಕ್ಷ್ಮಿಗೆ ಹಾಕೋಕೆ ಬೇಕೂಂತ ಒಡ್ವೆಗಳ್ನ ತಗೊಂಡ್ ಹೋಗಿದ್ದೇಯಲ್ಲ. ಅದ್ನ ನಾನು ಮರತೇಬಿಟ್ಟಿದ್ದೆ. ಈಗ ಅದರ ಅಗತ್ಯ ಬಿದ್ದಿದೆ. ವಿಕ್ಕಿ ಕೈಯಲ್ಲಿ ಕಳ್ಸಿಬಿಡು" ಇಂಥದೊಂದು ಮಾತು ಹೇಳಿದರು. ವಸಂತಲಕ್ಷ್ಮಿ ಬಹಳ ಪ್ರಯಾಸದಿಂದ "ಆಯ್ತು ಅತ್ತಿಗೆ, ಆಮೇಲೆ ಫೋನ್ ಮಾಡ್ತೀನಿ. ಯಾರೋ ಬಂದಿದ್ದಾರೆ" ಕಟ್ ಮಾಡಿ ಉಸಿರೆಳೆದುಕೊಂಡರು. ಹೌದು ಒಡವೆಗಳನ್ನು ತಂದಿದ್ದು ದಿಟ.

ವಸಂತಲಕ್ಷ್ಮಿ ಒಂದು ಕಡೆ ಬಂದು ಕೂತರು. ಐದು ವರ್ಷದ ಹಿಂದೆ ಈ ಮನೆಯ ಗೃಹಪ್ರವೇಶದ ಸಂದರ್ಭದಲ್ಲಿಯೇ ವರಮಹಾಲಕ್ಷ್ಮಿಗೆ ಹಾಕಬೇಕೆಂದು ತಂದಿದ್ದು ಹಿಂದಿರುಗಿಸಲಿಲ್ಲ. ಬ್ಯಾಂಕ್‌ನ ಲಾಕರ್‌ನಲ್ಲಿದ್ದ ಒಡವೆಗಳನ್ನು ತರಲು ಗಂಡನಿಗೆ ಹೇಳಿದ್ದುಂಟು. ಶ್ರೀನಿಧಿ ಆಕಡೆ ಗಮನ ಕೊಟ್ಟಿರಲಿಲ್ಲ. ಈಗ ಎದೆ ಢವಗುಟ್ಟತೊಡಗಿತು. ಬಹುಶಃ ಒಡವೆಗಳನ್ನು ತಮ್ಮ ವಹಿವಾಟಿಗೆ ಉಪಯೋಗಿಸಿಕೊಂಡುಬಿಟ್ಟಿದ್ದರೆ? ಬಿ.ಪಿ. ಏರಿದಂತಾಯಿತು. ತಲೆಯ ಮೇಲೆ ಕೈಯೊತ್ತು ಕೂತುಬಿಟ್ಟರು.

ಮೊದಲು ಬಂದಿದ್ದು ದೀಪಿಕಾ. ತಾಯಿಯ ಸ್ಥಿತಿಯನ್ನು ನೋಡಿ ಕುಸಿದು ಕೂತಳು. "ಮಮ್ಮಿ... ಏನಾಗಿದೆ?" ಆಕೆ ಪ್ರಜ್ಞಾಹೀನ ಸ್ಥಿತಿಗೆ ತಲುಪಿದಾಗ ಶ್ರೀನಿಧಿ, ಡಾಕ್ಟರ್, ವಿಕ್ರಮ್ ಎಲ್ಲಾ ಓಡಿಬಂದರು. ನರ್ಸಿಂಗ್ ಹೋಂಗೆ ಅಡ್ಮಿಟ್ ಮಾಡಿಯಾಯಿತು. ಆಕೆ ಬಿ.ಪಿ. ಪೇಶೆಂಟ್, ರಾತ್ರಿ ದಿವ್ಯ ಮೊಬೈಲ್‌ಗೆ ಫೋನ್ ಮಾಡಿ "ಅತ್ತೆಗೆ ಬಿ.ಪಿ. ಜಾಸ್ತಿ ಆಗಿತ್ತು. ನರ್ಸಿಂಗ್ ಹೋಂನಲ್ಲಿ ಅಡ್ಮಿಟ್ ಮಾಡಿದ್ದೀವಿ" ಇಂಥ ಒಂದು ನ್ಯೂಸ್ ಜೊತೆ ಒಂದು ಸಣ್ಣ ರಿಕ್ವೆಸ್ಟ್ "ಆದಷ್ಟು ಅವರನ್ನ ತೋಟ ಬಿಡೋಕೆ ಒಪ್ಪು. ಮತ್ತೇನಿಲ್ಲ ಗಾಬ್ರಿಯಾಗಿ ಯಾರ್ಗೂ ತಿಳಿಸೋದು ಬೇಡ" ಅಂದು ಫೋನ್ ಕಟ್ ಮಾಡಿದ. ಅವಳೆದೆ ಢವಗುಟ್ಟಿತು. ಅವಳಿಗೆ ಅತ್ತೆಯೆಂದರೆ ತುಂಬಾನೆ ಪ್ರೀತಿ. ಇಲ್ಲಿಗೆ ಬಂದಾಗಲೆಲ್ಲ ಫ್ರೆಂಡ್ ತರಹ ತೋಟ ಸುತ್ತುತ್ತಿದ್ದರು. ಒಂದು ತರಹ ದಿಕ್ಕು ತೋಚದ ಸ್ಥಿತಿ.

"ನಮ್ಗೆ ತೋಟ ಸಿಗುತ್ತಲ್ವಾ?" ಕೌಸಲ್ಯ ಬಂದು ಅವಳ ಬಳಿ ಕೂತು ಕೇಳಿದರು.

ಅವಳಿಗೆ ನಗು ಬಂತು. "ನೀನು ಪೂಜಿಸೋ, ಸದಾ ಜಪಿಸೋ ಮುಖ್ಯ ಪ್ರಾಣದೇವರನ್ನು ಕೇಳು. ನಿಮ್ಮಗಳಿಂದ ಪೂಜಿಸಿಕೊಳ್ಳೋ ಅವನು ಉಳಿಸ್ಕೋತಾನೇ ಬಿಡು" ಎಂದಳಷ್ಟೆ. ವಸಂತಲಕ್ಷ್ಮಿಯ ನರ್ಸಿಂಗ್ ಹೋಂ ಕತೆಯನ್ನು ಮುಚ್ಚಿಟ್ಟಳು.

* * * *

ಆರಾಧ್ಯರು ಬಂದು ನಾಳೆ ಯಜಮಾನರು ಬರುತ್ತಿರುವ ಸಂಗತಿಯನ್ನು ತಿಳಿಸಿದರು. "ನಾನು ಒಪ್ಪಿದಂಗೆ ನಡ್ಕೊಂಡೆ. ಇನ್ನು ನೀವುಗಳು ಮಾತಾಡಿಕೊಳ್ಳಿ. ಅಂಥ ಪೆಷನ್ಸ್ ಇರೋ ಮನುಷ್ಯನಂಗೆ ಕಾಣೋಲ್ಲ. ವಿದೇಶದಲ್ಲಿದ್ದ ಜನ, ಡಾಲರ್ ಲೆಕ್ಕದಲ್ಲಿ ಹಣ ಗಂಟು ಮಾಡಿರುತ್ತಾರೆ" ಎಂದ. ಇಷ್ಟು ದಿನದ ಧೈರ್ಯ ಒಮ್ಮೆಲೆ ಕುಸಿದಂತಾಯಿತು ದಿವ್ಯಗೆ "ನೀವು ಸ್ವಲ್ಪ ಕನ್ವಿನ್ಸ್ ಮಾಡಿರಿ" ಎಂದಳು. ತೋಟದಿಂದ ಲೆಕ್ಕ ಹಾಕುತ್ತ ಮನೆಗೆ ಬಂದು ಒಂದು ಕಡೆ ಕೂತಳು.

ಒಂದು ರೀತಿಯ ಮಂತ್ರಗಳ ನಿನಾದ ತುಂಬಿರುತ್ತಿದ್ದ ಮನೆಯಲ್ಲಿ ಒಂದು ರೀತಿಯ ನಿಶ್ಯಬ್ದ ಮನೆಮಾಡಿತ್ತು. ಅದೂ ಇದೂ ಮಾತಾಡುತ್ತಿದ್ದ ಶರ್ಮ ಹೆಚ್ಚುಕಡಿಮೆ ಮಾತು ನಿಲ್ಲಿಸಿದ್ದ ಕಾರಣ ಎಲ್ಲರಿಗೂ ಗೊತ್ತಿತ್ತು. ಅದೇ ಮಾತುಗಳು ಬೇಡವೆಂದು ಸುಮ್ಮನಾಗಿದ್ದರು.

"ಅಪ್ಪಯ್ಯ, ಈ ತೋಟನ ಕೊಂಡ ಜನ ಬರ್ತಾರಂತೆ. ನಾವೇ ಹೋಗಿ ಮಾತಾಡಿ ಬರೋಣಾಂತ" ಊಟದ ನಂತರ ತಂದೆಯ ಸನ್ನಿಹದಲ್ಲಿ ಬಂದು ಕೂತು ಹೇಳಿದಳು. "ಹದಿನೈದು ವರ್ಷದಿಂದ ವ್ಯವಹಾರ ಅನ್ನೋದು ಮರೆತಂತೆ ಆಗಿದೆ. ತೋಟದಲ್ಲಿ ಅಡ್ಡಾಡೋದು, ದೇವಸ್ಥಾನಕ್ಕೆ ಹೋಗಿ ನಿನ್ನ ಅಜ್ಜಯ್ಯನಿಗೆ ಸಹಾಯ ಮಾಡೋದ್ಬಿಟ್ಟು ಮಿಕ್ಕಿದ್ದೆಲ್ಲ ಮರೆತಿದೆ. ಲಕ್ಷಗಳ ಬಗ್ಗೆ ಮಾತಾಡಿದ್ದೆ ಕಮ್ಮಿ" ಒಂದು ರೀತಿಯ ನಿಸ್ಸಾಯಕತೆ ವ್ಯಕ್ತಪಡಿಸಿದರು. "ಈಗ ಬೇರೆ ದಾರಿ ಇಲ್ಲ, ಅಪ್ಪಯ್ಯ. ಹಣ ಪಡೆದ್ಕೊಂಡು ಮಾವ ಕೈ ತೊಳೆದುಕೊಂಡಿದ್ದಾರೆ. ಈ ವಿಚಾರದಲ್ಲಿ ತಲೆ ಹಾಕೋಲ್ಲ. ನಾವೇ ಪ್ರಯತ್ನ ಮಾಡ್ಬೇಕು" ಎಂದಳು. ಅವರಿಗೆ ಗಲಿಬಿಲಿ "ಹಿಂದಕ್ಕೆ ಪಡೆಯೋಕೆ, ನಮ್ಮಲ್ಲಿ ಹಣ ಎಲ್ಲಿದೆ? ಇಂಥದೊಂದು ಪ್ರಯತ್ನ ಬೇಕಾ?" ಕೇಳಿದರು. ತಂದೆಯ ಮನಸ್ಥಿತಿ ಅವಳಿಗೆ ಅರ್ಥವಾಯಿತು. "ಆರಾಧ್ಯರ ಜೊತೆ ನಾನ್ಹೋಗಿ ಬರ್ತೀನಿ" ಎಂದಳು. ತಮ್ಮ ತಪ್ಪಿನ ಆಗಾಧತೆ ಆನಂದಶರ್ಮರಿಗೆ ಅರ್ಥವಾಗಿತ್ತು.

ಮರುದಿನ ಆರಾಧ್ಯರ ಜೊತೆಗೂಡಿ 'ಗ್ರೀನ್ ಗಾರ್ಡನ್' ಗೆಸ್ಟ್‌ಹೌಸ್‌ಗೆ ಹೋದರು. ಆಗ ಬೆಳಗಿನ ಹನ್ನೊಂದರ ಸಮಯ. ಸರ್ವೆಂಟ್ ಹೊರಗೆ ಬಂದು "ಇನ್ನು ಎದ್ದಿಲ್ಲ" ಹೇಳಿದ. ಆರಾಧ್ಯರು ಒಂದು ತರಹ ನಗೆ ಬೀರಿ "ಬನ್ನಿ..." ಎಂದು ಗೆಸ್ಟ್ ಹೌಸ್‌ನಿಂದ ಹೊರಗೆ ಕರೆದೊಯ್ದ. "ನಾನು ಒಮ್ಮೆ ಮಾತ್ರ ನೋಡಿದ್ದೆ. ಈ ತೋಟನು ಕೊಡ್ಸಿದ್ದು ನಾನೇ. ಇಡೀ ತೋಟದಲ್ಲಿ ಇರೋದೆಲ್ಲ ಹೂಗಿಡಗಳೇ ತುಂಬ ಖುಷಿಯಿಂದ ಕೊಂಡ್ಕೊಂಡ್ರು. ಆ ವೇಳೆಗೆ ನಿಮ್ಮಾವ ತೋಟ ಮಾರಿ ಬಿಡುವ ವಿಚಾರ ನನ್ನ ಕಿವಿ ಮೇಲೆ ಹಾಕಿ ಹೋಗಿದ್ರು. ನೀವೆಲ್ಲ ಬೆಂಗ್ಳೂರಿಗೆ ಹೋಗಿದ್ರಿ. ತೋಟ ತೋರ್ಸಿ

ಹಣ ಕೊಡಿಸ್ದೆ. ಇಬ್ಬರ ಜೊತೆಗೆ ನಾನು ಸಂತೃಪ್ತ. ಎರಡು ಕಡೆಯವರು ಧಾರಾಳವಾಗಿ ಕಮೀಷನ್ ಕೊಟ್ಟಿದ್ದಾರೆ. ಪೂರ್ತಿ ರಿಜಿಸ್ಟ್ರೇಷನ್ ಆಗೋವರ್ಗೂ ಇಲ್ಲಿ ನನ್ನ ಅಗತ್ಯವಿದೆ" ಉಸುರಿದ.

"ಯಾವಾಗ ಏಳಬಹುದ್ದು?" ಕೇಳಿದಳು.

"ನಂಗೂ ಗೊತ್ತಿಲ್ಲ. ಅಮೆರಿಕಾದಲ್ಲಿದ್ದ ಜನ. ನಮ್ಮ ತರಹ ಜೀವನ ಶೈಲಿ ಅಲ್ಲ. ಈಗ್ಲೂ ಹೇಳಿ, ಈ ಸುತ್ತಮುತ್ತಲೇ ಒಂದು ಒಳ್ಳೆ ತೋಟ ಕೊಡುಸ್ತೀನಿ" ಎಂದ. ಅದು ದಿವ್ಯಗೆ ಬೇಕಿರಲಿಲ್ಲ. "ಬೇಡ, ಸದ್ಯಕ್ಕೆ ನಮ್ಮ ತೋಟ ನಮ್ಗೇ ಉಳಿದರೇ ಸಾಕು. ಸ್ವಲ್ಪ ವಿಚಾರಿಸ್ಕೊಂಡ್ ಬನ್ನಿ" ಬಲವಂತದಿಂದ ಆರಾಧ್ಯರನ್ನು ಕಳಿಸಿ ಅಲ್ಲೇ ನಿಂತಳು. ಸುತ್ತಲೂ ಕಣ್ಣರಳಿಸಿ ಅದ್ಭುತವೆನಿಸಿತು. ಪ್ರಕೃತಿದತ್ತ ತ್ರಾಣಕ್ಕೆ ಕೃತಕದ ಸೊಬಗಿನಿಂದ ಅಲಂಕರಿಸಿದ್ದು ರಮ್ಯವಾಗಿ ಕಂಡಿತು. ಅಲ್ಲೊಂದು, ಇಲ್ಲೊಂದು ಬದಲಾವಣೆ ಮಾಡಿದರೆ ಚೆನ್ನೆನಿಸಿತು. ಮೈಮರೆತಳು ಆ ತಂಗಾಳಿಯಲ್ಲಿ. ಬಹಳ ದೂರವೇನಿಲ್ಲ ಅಬ್ಬಿಕಟ್ಟೆ. ಆದರೆ ತಾನು ಇಲ್ಲಿಗೆ ಬಂದಿಲ್ಲವೆಂದು ಮನದಟ್ಟಾದಾಗ ತೀರಾ ಬೇಸರಗೊಂಡಳು. ಇಂಥ ಸುಂದರವಾದ ತೋಟ ಯಾಕೆ ನೋಡಿಲ್ಲ?

"ಮೇಡಮ್... ಬರ್ತೀರಾ? ಎಲ್ಲಾ ಇತ್ತೀಚೆಗೆ ನೇಮಕಗೊಂಡ ಸರ್ವೆಂಟ್ಸ್. ಅವ್ರಿಗೂ ಸರ್‍ಯಾಗಿ ಗೊತ್ತಿಲ್ಲ. ಅವರು ಬಂದಿದ್ದು ಒಂದೆರಡು ಸಲ. ಇಲ್ಲಿ ಉಳಿದಿದ್ದು ನಾಲ್ಕಾರು ದಿನ. ಏನೇನು ಗೊತ್ತಿಲ್ಲವೆಂದರು. ಲಕ್ಷಣವಾಗಿ ಯೂನಿಫಾರಂ ಹಾಕ್ಕೊಂಡ್... ಓಡಾಡಿಕೊಂಡು ಇರ್ತಾರೆ. ನಂಗೂ ದಳ್ಳಾಳಿತನ ಅಂದರೆ ಸಿಟಿಯಲ್ಲಿ ಹೆಸರಿಸಿದಂಗೆ ರಿಯಲ್ ಎಸ್ಟೇಟ್ ಏಜಂಟ್. ಒಂದು ತರಹ ದಗಲಬಾಜಿತನವಿಲ್ಲ. ಕೇಳಿದಕ್ಕಿಂತ ಒಂದೆರಡು ಸಾವಿರ ಹೆಚ್ಚಿಗೇನೇ ಕೊಟ್ಟಿದ್ದಾರೆ. ಅದಕ್ಕೆ ಒಂದಿಷ್ಟು ವಿಶ್ವಾಸ. ಜೊತೆಗೆ ಇಂಥವರಿಂದ ನಮ್ಗೂ ಅನ್ಕೂಲ" ಎಂದ ಪ್ರಮಾಣಿಕವಾಗಿ.

"ಈಗೇನು ಮಾಡೋದು?" ಕೇಳಿದಳು.

"ಗೊತ್ತಿಲ್ಲ, ನಿಮ್ಮ ಮಾವನವರಿಗೆ ಸುದ್ದಿ ಮುಟ್ಟಿಸಿದ್ದೆ. ಪೂರ್ತಿಯಾಗಿ ಹಣ ಪಡೆದಿದ್ದಾರೆ. ಯಾವಾಗ ಬೇಕಾದ್ರೂ... ಬಂದು ರಿಜಿಸ್ಟ್ರೇಷನ್ ಮಾಡ್ಸಿಕೊಳ್ಳೀಂದ್ರು. ಆ ವಿಚಾರನು ಇವರ ಕಿವಿಯ ಮೇಲೆ ಹಾಕ್ಬೇಕು. ಅದಕ್ಕಾದ್ರೂ, ಇನ್ನು ನಾಲ್ಕಾರು ಸಲ ಬಂದು ಹೋಗ್ಬೇಕಾಗುತ್ತೆ. ರಿಜಿಸ್ಟ್ರೇಷನ್ ದಿನ ಫಿಕ್ಸ್ ಆಗೋಕೆ ಮುನ್ನ ನೀವು ಮಾತುಕತೆಯಾಡಬೇಕು. ನಂತರ ಪ್ರಯೋಜನಕ್ಕೆ ಬರೋಲ್ಲ. ಬಂದರೂ... ತೀರಾ ದುಬಾರಿಯಾಗುತ್ತೆ ನಿಮ್ಮ ಪಾಲಿಗೆ" ಹೇಳಿದ ಆರಾಧ್ಯ. ಯೋಚಿಸುವಂತಾಯಿತು. ಏನು ಮಾಡುವುದು ಎನ್ನುವಂತೆ ನೋಡಿದಳು. 'ಗೊತ್ತಿಲ್ಲ' ಎನ್ನುವಂತೆ ಮುಖ ಮಾಡಿದರು. ಒಂದು ಸಲಹೆ ಕೊಟ್ಟರು "ಇಲ್ಲಿ ನಮ್ಮಕಡೆಯವನು ತೋಟದ ಕೆಲ್ಸಕ್ಕೇಂತ ಇದ್ದಾನೆ. ಒಂದಿಷ್ಟು ಬಕ್ಷಿಸ್ ಕೊಡಿ. ಅಲ್ಪಸ್ವಲ್ಪ ಗೊತ್ತಿರೋದ್ನ ಹೇಳ್ತಾನೆ" ಎಂದವರು ಹಿಂದಕ್ಕೆ ಹೋಗಿ ಸುಮಾರು ಹದಿನೆಂಟರ ಯುವಕನನ್ನ ಕರೆತಂದು "ಇವನು ಮಾತ್ರ ಈ ಕಡೆಯವನು. ಹೆಸರು ರಹೀಂ. ತುಂಬಾ ಪ್ರಾಮಾಣಿಕ. ಮಿಕ್ಕವರನ್ನೆಲ್ಲ ಬೇರೆ ರೀತಿ ಅಪಾಯಿಂಟ್ ಮಾಡ್ಕೊಂಡಿದ್ದು. ಏಯ್... ಸಾಹೇಬ್ರು ಎಷ್ಟೊತ್ತಿಗೆ ಏಳ್ತಾರೆ?"

ಕೇಳಿದರು. ಅವನು ಗೊಂದಲದಲ್ಲಿ ಇದ್ದಂತೆ ತಲೆ ಕೆರೆದುಕೊಂಡು "ಹೇಗೇಂತ ಹೇಳೋದು? ಇಂಥ ಸಮಯಾಂತೇನು ಇಲ್ಲ. ತಿಳ್ಕೊಂಡೇ... ಹೇಳ್ಬೇಕು.... ಎದ್ಮೇಲೆ ಒಂದ್ಗಂಟೆ ತೋಟದಲ್ಲಿ ಸುತ್ತಾಡ್ತಾರೆ" ಇಂಥದೊಂದು ಇನ್‌ಫರ್ಮೇಷನ್ ಕೊಟ್ಟ.

ಆರಾಧ್ಯರ ಕಡೆ ನೋಡಿದಳು. "ನಂಗೂ ಬೇರೆ ಕೆಲ್ಸ ಇದೆ. ಹೇಗೂ ಇವನನ್ನ ಪರಿಚಯ ಮಾಡಿಕೊಟ್ಟಿದ್ದೀನಿ. ಒಂದಿಷ್ಟು ಕಾಯಿರಿ. ಇವ್ನೆ ತಂದು ಇನ್‌ಫರ್ಮೇಷನ್ ಕೊಡ್ತಾನೆ" ಎಂದವರು ಅವನಿಗೆ ಏನಾದರೂ ಕೊಡುವಂತೆ ಸನ್ನೆ ಮಾಡಿ "ನಾನು.... ಬರ್ತೀನಿ" ನಡೆದ. ಅವರು ಮರೆಯಾಗುವವರಿಗೂ ನೋಡಿದಳು.

ಐದು ನೂರರ ಒಂದು ನೋಟು ತೆಗೆದವಳು ಮತ್ತೆ ಪರ್ಸ್ನೊಳಕ್ಕೆ ಸೇರಿಸಿ ಎರಡು ನೂರರ ನೋಟುಗಳನ್ನ ಅವನತ್ತ ಚಾಚಿದಾಗ ಅವನು ಏನು ಎನ್ನುವಂತೆ ನೋಡಿದ "ಸುಮ್ನೇ ಇಟ್ಕೋ, ಯಜಮಾನರು ಯಾವಾಗ ಏಳ್ತಾರೆ? ಹೊರಗೆ ಬರೋ ಸಮಯ ಯಾವ್ದೂ? ಇಂಥ ವಿಷ್ಯವೆಲ್ಲ ಹೇಳ್ಬೇಕಾಗುತ್ತೆ" ನೇರವಾಗಿಯೆ ಕಾರಣ ಹೇಳಿದಾಗ "ಅಯ್ಯೋ, ಭಕ್ಷಿಸ್... ಅಥ್ವಾ ಲಂಚ ಅನ್ನಿ" ಎನ್ನುತ್ತ ತೆಗೆದುಕೊಂಡ. ಅವನಿಗೆ ಹಣದ ಅಭಾವ, ಅನಿವಾರ್ಯತೆ ಎರಡು ಇತ್ತು. ಅವೆರಡು ಇಲ್ಲದವರು ಕೂಡ ಕೋಟಿಗಟ್ಟಲೆ ಕೂಡಿ ಹಾಕಿಕೊಳ್ಳುತ್ತಾರೆ. "ಇಲ್ಲೇ... ಒಂದ್ಗಂಟೆ ಕೂತಿರುತೀನಿ, ಅಕಸ್ಮಾತ್ ಎದ್ದು ಹೊರಗೆ ಬಂದರೆ, ನಂಗೆ ಬಂದು ತಿಳ್ಸು" ಎಂದು ಅಲ್ಲಿ ಬೆಳೆಸಿದ್ದ ಲಾನ್ ಮೇಲಿದ್ದ ಹಸಿರು ಸೀಟಿನ ಮೇಲೆ ಹೋಗಿ ಕೂತಳು. ಬಹುಶಃ ಅವೆಲ್ಲ ಇತ್ತೀಚಿನ ಏರ್ಪಾಟುಗಳು ಎದ್ದುಕೊಂಡು ಕಣ್ಣರಳಿಸಿದಳು. ಅದರ ಆಚೆಗಿನ ಪ್ರದೇಶದಲ್ಲಿ ಕಲ್ಲುಗಳನ್ನು ಪೇರಿಸಿ ಅದರ ಮುಖಾಂತರ ನೀರು ಹರಿಸುವ ಏರ್ಪಾಟು, ಕೃತಕವಾದರೂ, ಅತ್ಯಂತ ನೈಜವೆನಿಸುವಂತೆ ಕಾಣುತ್ತಿತ್ತು. ಅರ್ಧ ಗಂಟೆ, ಒಂದು ಗಂಟೆ, ಒಂದೂವರೆ ಗಂಟೆ ಕಳೆದರೂ ಯಾವುದೇ ಇನ್‌ಫಾರ್ಮೇಷನ್ ಸಿಕ್ಕದಿದ್ದಾಗ ಮೇಲೆದ್ದಳು.

ಇವಳು ಕಾರಿನ ಸಂಚಾರದ ಹಾದಿಗೆ ಬರುವ ವೇಳೆಗೆ ಇನ್ನೂರು ರೂಪಾಯಿ ಪಡೆದ ಹುಡುಗ ಓಡಿ ಬಂದ. "ಅಕ್ಕವರೇ, ಇವತ್ತು ಕಾಯೋದರಿಂದ ಪ್ರಯೋಜನವಿಲ್ಲ. ಪಾದರಸದಂಥ ಮನುಷ್ಯ. ತಕ್ಷಣ ಹೊರಟೇಬಿಟ್ಟರು. ಏನೇನು ಗೊತ್ತಾಗ್ಲಿಲ್ಲ" ಎನ್ನುವ ವೇಳೆಗೆ ತೋಟದ ಹೆಬ್ಬಾಗಿಲಿನಲ್ಲಿ ಕಾರು ಕಾಣಿಸಿ ಮರೆಯಾಯಿತು.

"ನಾಳೆ.... ಬರ್ತೀನಿ" ಎಂದಳು. ಆರಾಧ್ಯ ಕನಿಷ್ಠ ಪರಿಚಯ ಕೂಡ ಮಾಡಿಸದೇ ಕಳಚಿಕೊಂಡಿದ್ದ. ತುಸು ಬೇಸರವೆನಿಸಿದರು "ನಿನ್ನ ಹೆಸರು?" ಕೇಳಿದಳು. "ರಹೀಂ, ಅಕ್ಕಾವ್ರೇ, ಏನಾದ್ರೂ ಕುಡಿಯಲಿಕ್ಕೆ ತರ್ಲಾ?" ಬೇಡವೆಂದು ತಲೆಯಾಡಿಸಿದಳು. ಹುಡುಗ ಪ್ರಾಮಾಣಿಕ. "ಅಕ್ಕಾವ್ರೆ, ನಿಮ್ಮ ಮೊಬೈಲ್ ನಂಬರ್ ಕೊಡಿ. ಅವರು ನಾಳೆ ಬೆಳಿಗ್ಗೆ ಎದ್ದ ಕೂಡ್ಲೆ, ನಿಮ್ಗೆ ಫೋನ್ ಮಾಡ್ತೀನಿ. ಒಂದ್ಗಂಟೆ ತೋಟದಲ್ಲೆಲ್ಲ ಓಡಾಡ್ತಾರೆ" ಅವನ ಮಾತಿನಿಂದ ಅವಳಿಗೆ ಉಸಿರಾಡುವಂತಾಯಿತು. ಈ ತೋಟದ ದೊಡ್ಡ ಗೇಟಿಗೆ ಕನಿಷ್ಠ ಅಂದರೆ, ಬಸ್ಸಿನ ಹಾದಿಯಲ್ಲಿ ಬರೋಬರಿ ಐದು ಕಿಲೋಮೀಟರ್. ಯಾವುದೇ ಟೂ ವೀಲರ್ ಇಲ್ಲ. ನಡೆದು ಬರಲು ಸಮಯ

ಬೇಕಿತ್ತು. "ಆಯ್ತು ಮಾಡು" ಎಂದು ಅವಳ ಮೊಬೈಲ್ ನಂಬರ್ ಹೇಳುವಾಗ ಅವನದರಲ್ಲಿ ಸೇವ್ ಮಾಡಿಕೊಂಡ. ಮೊಬೈಲ್ ಯಾವುದೇ ಭೇದವೆಣಿಸದೇ ತಾರತಮ್ಯ ತೋರದೆ ವಿಶ್ವವ್ಯಾಪಿಯಾಗಿತ್ತು.

ನಿರಂತರ ಎಂಟು ದಿನ ಓಡಿಯಾಡಬೇಕಾಯಿತು. ಮನೆಯವರಿಗೆ ಸಮರ್ಥನೆ, 'ಅವರು ಊರಿನಲ್ಲಿ ಇಲ್ವಂತೆ'. ಮೊದಲೆರಡು ದಿನ ಈ ಸುಳ್ಳು ವರ್ಕ್‌ಔಟ್ ಆಯಿತು. 'ಆಮೇಲೆ ಯೋಚಿಸೋಕೆ ನಾಲ್ಕು ದಿನ ಬೇಕೂಂದ್ರು. ಅಂದ್ಲು' ಮತ್ತೆ ಮೂರು ದಿನ ತಳ್ಳಿದಳು.

ಅಂದು ಹೊರಟಾಗ ಆನಂದಶರ್ಮರು "ನೀನೇ ಓಡ್ತಾಡ್ತ ಇದ್ದೀಯಾ! ನಾನು ಬರ್ಲ? ಆ ಆರಾಧ್ಯ ಇರ್ತಾನೆ ತಾನೇ ಜೊತೆಯಲ್ಲಿ? ಮೊನ್ನೆ ಒಂದಿಷ್ಟು ಎಳನೀರು ಬೇಕೆಂದೂ ಕಿತ್ತಿಸ್ಕೊಂಡ್ ಹೋದ. ಇಷ್ಟು ದಿನ ಶ್ರೀನಿಧಿಯ ಸುಪರ್ದಿನಲ್ಲಿತ್ತು ತೋಟ. ಜನ್ನು, ಅವನ ಸಂಸಾರ ಇದ್ದರೂ ಸುಪರ್ದಿಗೇಂತ ಕಾಳಯ್ಯನ ನೇಮಕ ಮಾಡಿದ್ದ. ಈಚೆಗೆ ಅವ್ನು ಬರೋದು ನಿಲ್ಲಿಸಿದ್ದಾನೆ. ಈಗ ನಾವೇ ಮುತುವರ್ಜಿ ವಹಿಸ್ಬೇಕಲ್ಲ. ಹಿಂದಿನ ಅನುಭವ ಇದೆ. ನೋಡ್ಕೋತೀನಿ. ಅಪ್ಪಯ್ಯನ ಹತ್ರ ಇದ್ನ ಹೇಳೋಕೆ ಮೊದ್ಲು, ಭೇಟಿ ಮಾಡಿ ವಿಚಾರ ತೀರ್ಮಾನವಾಗ್ಬೇಕಲ್ಲ. ನಿನ್ನಮ್ಮ ವಸಂತ ಹತ್ರ ಮಾತಾಡ್ತೀನೀಂದ್ರು. ಅವರು ಒಪ್ಕೊಂಡರೂ ಪೂರ್ತಿ ಹಣ ಹೊಂಚೋಕೆ ನಮ್ಗೆ ಎಲ್ಲಿ ಸಾಧ್ಯವಾಗುತ್ತೆ? ಅವಳ ಮಾತು ನಿಜವೇ. ಆದರೂ ಅವರೇನಾದರೂ ಮಾಡಿಯಾರೆಂಬ ನಂಬ್ಕೆ ಇಲ್ಲ. ವಿಕ್ಕೀ, ಗುರ್ ಅಂತ ಇದ್ದಾನೆ. ತಾನಾಗಿ ಫೋನ್ ಮಾಡೋಲ್ಲ. ನನ್ನ ಬೈಯ್ಕೊತ್ತಾನೆ. ತಪ್ಪು ತಿಳ್ಕೋತಾನೇ" ನೊಂದುಕೊಂಡರು. ಎಲ್ಲಿ ತಾನು ಕರ್ತವ್ಯ ವಂಚಿತನಾಗುತ್ತ ಇದ್ದಿಯೋ ಅನ್ನುವ ವ್ಯಾಕುಲ.

"ಅಪ್ಪಯ್ಯ ಈ ಬಗ್ಗೆ ತಲೆ ಕೆಡಿಸ್ಕೊಬೇಡಿ. ಕೆಲವು ಮಕ್ಕಳ ಮನಸತ್ವವೇ ಅಂಥದ್ದು. ಜಗತ್ತೆ ಮಹಾತ್ಮನೆಂದು ಕೊಂಡಾಡಿದರು ಇಡೀ ದೇಶ 'ಬಾಪೂ' ಎಂದು ಪ್ರೀತಿಯಿಂದ ಗೌರವದಿಂದ ಕರೆದರೂ, ಹೊಟ್ಟೆಯಲ್ಲಿ ಹುಟ್ಟಿದ ಮಗ ಹರಿಲಾಲ್ ತಂದೆಯ ಬಗ್ಗೆ ಕೊಂಕು ಮಾತಾಡುವುದನ್ನು ನಿಲ್ಲಿಸಲಿಲ್ಲ. ನಿಮ್ಮ ಬಗ್ಗೆ ಮತ್ತೇನು ಹೇಳಿಯಾನು ಬಿಡಿ" ಅಂದಾಗ ಅವಳಿಗೆ ಮತ್ತೊಂದು ಸತ್ಯ ಗೊತ್ತಾಗಿದ್ದು. "ತೋಟದ ವಿಚಾರ ಬಿಡಿ, ಸುಮ್ನೇ ನಿಮ್ಮ ಮಕ್ಕಳ ಭವಿಷ್ಯ ನೀನು ಹಾಳು ಮಾಡ್ಬೇಡೀಂತ ಫೋನ್‌ನಲ್ಲಿ ರೇಗಾಡಿದನಂತೆ. ಆದರೆ ಮಗನಾಗಿ ನನ್ನ ಕರ್ತವ್ಯವು ಒಂದಿದೆ. ತೀರಾ ಇಳಿ ವಯಸ್ಸಿನಲ್ಲಿರೋ ನನ್ನ ಅಪ್ಪಯ್ಯನ ಬಲಿಗೊಟ್ಟು ಇವ್ನ ಭವಿಷ್ಯನ ಬಂಗಾರ ಮಾಡೋಕೆ ನಾನು ಸಿದ್ಧವಿಲ್ಲ" ದೃಢವಾಗಿ ಹೇಳಿದ್ದರು.

ಆ ವೇಳೆಗೆ ರುಸ್ತುಂನಿಂದ ಫೋನ್ ಬಂತು. "ಅಕ್ಕಾವ್ರೆ, ಇವತ್ತು ಬೇಗ ಎದ್ದಿದ್ದಾರೆ. ತೋಟದಲ್ಲಿ ಅಡ್ಡಾಡೋಕೆ ಹೊರ್ಗಡೆ ಬರಬಹುದು ಬನ್ನಿ." ಇಂಥದೊಂದು ಸುದ್ದಿ ಮುಟ್ಟಿಸಿ ಕಟ್ ಮಾಡಿದ.

ಆಮೇಲೆ ಅರ್ಧಗಂಟೆಯಲ್ಲಿ ಆರಾಧ್ಯರಿಂದ ಫೋನ್ ಬಂತು. "ಬೇಟಿಯಾಗಿದ್ರ, ವಕೀಲರು ರಿಜಿಸ್ಟ್ರೇಷನ್ ಡೇಟ್ ಫಿಕ್ಸ್ ಮಾಡಿದ್ದಾರೆ. ಬೇಗ ತೀರ್ಮಾನ ಮಾಡ್ಕೊಳ್ಳಿ"

ಎಂದು ಹೇಳಿ ಒಂದು ಉಪಕಾರನೆ ಮಾಡಿದ್ದ. ತಕ್ಷಣ ಹೊರಟವಳು "ಅಪ್ಪಯ್ಯ, ಇಂದು ನಾನ್ಹೋಗಿ ಬರ್ತೀನಿ. ನಾಳೆ..." ಸುಮ್ಮನಾಗಿ ಹೆಜ್ಜೆ ಹಾಕಿದಳು. ಮನದಲ್ಲಿ ಒಂದು ರೀತಿಯ ದುಗುಡ.

ಎರಡು ದಿನದ ಹಿಂದೆ ವಿಕ್ರಮ್‌ಗೆ ಫೋನ್ ಮಾಡಿ ಒಂದಿಷ್ಟು ವಿವರಿಸಿ, "ಈ ಸಮಯದಲ್ಲಿ ನಿನ್ನ ಹೆಲ್ಪ್ ಬೇಕಾಗುತ್ತೆ, ಕಣೋ. ಅತ್ತೆ, ಮಾವ, ನಿನ್ನ ಫ್ಯೂಚರ್‌ಗೆ ಏನು ಆಗ್ದಂಗೆ ನೋಡ್ಡೋಣ. ಮನೆಯಲ್ಲಿ ಸೊರಗಿದ್ದಾರೆ. ನೀನು ಬಾ... ಜೊತೆಯಲ್ಲಿ ಹೋಗಿ ಮಾತಾಡೋಣ" ಎಂದಾಗ ಮುಲಾಜಿಲ್ಲದೆ "ನಾನು ಬರೋಲ್ಲ. ಬರೀ ನೀನು ಮಾತಾಡೋದರಿಂದ ಏನು ಆಗೋಲ್ಲ. ಸುಮ್ನೇ ಯಾಕೆ ರಿಸ್ಕ್ ತಲೆ ಮೇಲೆ ಹಾಕ್ಕೊಂಡ್ ದೂರವಾಗ್ತಿ? ಮಾವ ಎಲ್ಲಾ ನಿನ್ನಿಂದಲೇ ಅನ್ನೋ ತರಹ ಮಾತಾಡ್ತಾ ಇದ್ದಾರೆ. ಇದ್ರಿಂದ ಸಂಬಂಧ ಹಳಸುತ್ತೆ. ತೆಪ್ಪಗಿದ್ಬಿಡು. ಕೊಂಡವರು ತೋಟಕ್ಕೆ ಬಂದು ಕೂತಾಗ, ಅವರಾಗಿ ಖಾಲಿ ಮಾಡ್ಕೊಂಡ್ ಬರ್ತಾರೆ" ಎಂದು ಗದರಿದ್ದ. ಅವಳ ಕಣ್ಣಂಚು ತೇವವಾಗಿತ್ತು. ಹಿಂದಕ್ಕೆ ಸರಿಯಬೇಕೆನಿಸಿರಲಿಲ್ಲ. ಈ ವಿಚಾರದಲ್ಲಿ ಅವನು ಕಲ್ಲಾಗಿದ್ದ.

ತೋಟದ ಬಳಿಗೆ ಬರುವ ವೇಳೆಗೆ ಎದುರಿನಿಂದ ಬಂದ ಆರಾಧ್ಯರು "ಬಂದ್ರಾ, ನಿಮ್ಮಲ್ಲಿ ಮೋಸ ಮಾಡ್ಬಿಟ್ಟನೋಂತ ನನ್ನ ಅಂತರಾತ್ಮ ಚುಚ್ತಾ ಇತ್ತು. ಒಂದಿಷ್ಟು ಹೇಳ್ದೇ. ಅವ್ರು ನಕ್ಕುಬಿಟ್ಟರು. ನೀವ್ಬಂದ್ ಮಾತಾಡ್ತೀರೀಂತ ಹೇಳ್ದೆ. ಜೊತೆಗೆ ಎಂಟು ದಿನದಿಂದ ಬಂದು ಕಾದಿದ್ದು ಹೋಗ್ತಾ ಇರೋ ವಿಚಾರನು ತಿಳಿಸ್ದೆ. ಅವರಿಗೆ ಏನೇನು ಅರ್ಥವಾಗ್ತ ಇಲ್ಲ. ನೀವೇ ಹೋಗಿ... ಮಾತಾಡಿ. ನನ್ನ ಕೆಲ್ಸ ನಾನು ಮಾಡಿದ್ದೀನಿ. ಮುಂದಿನದು ದೈವಕ್ಕೆ ಬಿಟ್ಟಿದ್ದು" ತನ್ನ ಕೆಲಸ ಮುಗಿಯಿತು ಎನ್ನುವಂತೆ ಕೈಬೀಸಿಕೊಂಡು ಹೊರಟುಬಿಟ್ಟರು.

ಪರಿಚಯವಿದ್ದ ರಹೀಂ ಮುಂದಿನ ಸಿಟ್‌ಔಟ್‌ನಲ್ಲಿ ಕೂಡಿಸಿ ಹೋದ. ಟೀಪಾಯಿ ಮೇಲಿದ್ದುದ್ದೆಲ್ಲ ವಿದೇಶಿ ಪತ್ರಿಕೆಗಳೇ. ಕ್ಷಣ ಭಯ ಆವರಿಸಿತು. 'ಬಹುಶಃ ಕನ್ನಡ ಭಾಷೆ ಅವರಿಗೆ ತಿಳಿಯದೇನೋ? ತನಗೆ ಗೊತ್ತಿರೋ ಅಷ್ಟಿಷ್ಟು ಇಂಗ್ಲೀಷ್‌ನಲ್ಲಿ ಪೂರ್ತಿ ವಿಷಯ ತಿಳಿಸುವುದು ಹೇಗೆ? ತೀರಾ ಸಂದಿಗ್ಧದಲ್ಲಿ ಬಿದ್ದಂಗೆ ಒದ್ದಾಡಿದಳು. ಆ ವೇಳೆಗೆ ಹೆಜ್ಜೆಯ ಸದ್ದಾಯಿತು. ತಟ್ಟನೇ ಎದ್ದು ನಿಂತಳು. ಹಾಫ್ ಪ್ಯಾಂಟ್, ಟೀಷರಟು ಧರಿಸಿದ್ದ ಯುವಕ ನಿಂತಿದ್ದ. ವಿಕ್ಕಿಗಿಂತ ಎತ್ತರವಾಗಿದ್ದ. ಸಣ್ಣಗೆ ಕತ್ತರಿಸಿದ ಕ್ರಾಪ್, ಕೆಂಪು, ಕಪ್ಪು, ಬಿಳಿ ಮೂರು ಸೇರಿಸಿ ರಂಗೋಲಿ ಹಾಕಿದಂಥ ಮೈ ಬಣ್ಣ. ಎದುರಿಗಿದ್ದ ಆಸನದಲ್ಲಿ ಕೂತು ಕೂಡುವಂತೆ ಸನ್ನೆ ಮಾಡಿದ. ಮುಖದಲ್ಲಿ ಉರುಟುತನ.

"ನಮಸ್ತೇ, ನಾನು ದಿವ್ಯ. ನೀವು ಕೊಂಡ ತೋಟದ ಬಗ್ಗೆ ಮಾತಾಡಲು ಬಂದಿದ್ದೇನೆ. ನಂಗೆ ಅಂಥ ಚೆನ್ನಾಗಿ ಇಂಗ್ಲಿಷ್ ಮಾತಾಡೋಕೆ ಬರೋಲ್ಲ. ನಿಮ್ಗೇ ಕನ್ನಡ ಗೊತ್ತೋ, ಇಲ್ವೋ? ವಿಷ್ಯನ ಅಷ್ಟೊಂದು ಸ್ಪಷ್ಟವಾಗಿ ವಿವರಿಸೋಕೆ ಕಷ್ಟವಾಗುತ್ತೆ" ಎಂದಳು ನಿಂತೇ ಸಂಕೋಚದಿಂದ.

"ಕೂತ್ಕೊಳ್ಳಿ, ನಂಗೆ ಚೆನ್ನಾಗಿ ಕನ್ನಡ ಗೊತ್ತು. ನಮ್ತಂದೆ ಇಲ್ಲಿನೋರೇ. ಅವರದು ಒಂದು ಕೆಟ್ಟ ಹಟ. ನನ್ಹತ್ರ ಮತ್ತು ನನ್ನ ತಂಗಿ ಸುಸಾನ್ ಹತ್ರ ಕನ್ನಡದಲ್ಲೇ ಮಾತಾಡ್ತಾ ಇದ್ದಿದ್ದು. ಸಾಕಷ್ಟು ಕನ್ನಡ ಪುಸ್ತಕಗಳನ್ನು ಸಂಗ್ರಹಿಸಿಟ್ಟು ನಮ್ಗೇ ಓದೋಕೆ ಕೊಡೋರು. ಪ್ಲೀಸ್ ಸಿಟ್‌ಡೌನ್" ಎಂದು ಬೆರಳುಗಳ ನಡುವಿನ ಸಿಗರೇಟನ್ನು ತುಟಿಗಳ ಮಧ್ಯೆ ಇಟ್ಟು ಸೇದಿ ಹೊಗೆ ಬಿಟ್ಟ. ಕಂಠಮಾತ್ರವಲ್ಲ ಮುಖ ಕೂಡ ಉರುಟಾಗಿತ್ತು. ಅಚ್ಚುಕಟ್ಟಾಗಿ ಬಿಗಿದ ಹುಬ್ಬುಗಳು ಹಟವಾದಿಯೆಂದು ಹೇಳುತ್ತಿತ್ತು.

ಸಿಗರೇಟು ಹೊಗೆಗೆ ಅವಳಿಗೆ ಉಗ್ಗುವಂತಾಯಿತು. ಸಣ್ಣಗೆ ಕೆಮ್ಮಿ ಗಂಟಲು ಸರಿಪಡಿಸಿಕೊಂಡು ಹೆಣಗುತ್ತಿರುವ ಅವಳನ್ನು ನೋಡಿ ಅವನಿಗೆ ನಗು ಬಂತು. "ನಿಮ್ಗೆ ಸ್ಮೋಕಿಂಗ್ ಹಿಡಿಸೋಲ್ಲ. ಈಗ ಯುವಕರಿಗಿಂತ ಯುವತಿಯರೇ ಹೆಚ್ಚು ಸ್ಮೋಕ್ ಮಾಡ್ತಾರೇಂತ ಕೇಳ್ದೆ. ನಡೀರಿ... ಹೊರ್ಗೇ ಮಾತಾಡಬಹುದು" ಎಂದು ಹೊರಗೆ ನಡೆದಾಗ ಆರಾಮೆನಿಸಿತು. ಹಿಂದೆಯೇ ಸುವಾಸನೆ ಅತ್ತರು ಚಿಮ್ಮಿ ಬಂದಂಥ ಅನುಭವ. ಹಿಂದಕ್ಕೆ ಕತ್ತು ತಿರುಗಿಸಿದಳು. ಒಂದು ಸುಂದರವಾದ ಹೂಗೊಂಚಲು ಪರಿಮಳವನ್ನು ಹೊರಚಿಮ್ಮುತ್ತಿತ್ತು. 'ಮೈ ಗಾಡ್...' ಅಂದುಕೊಂಡಳು.

ಅಲ್ಲೇ ಒಂದು ರೌಂಡ್ ಹಾಕಿ ನೆರಳಿನಲ್ಲಿದ್ದ ಅಸನದ ಮೇಲೆ ಕೂತ. ಸಿಗರೇಟು ಉರಿದು ತುಂಡು ಎಲ್ಲೋ ಮಾಯವಾಗಿತ್ತು.

"ಕೂತ್ಕೊಳ್ಳಿ, ಏನು ವಿಷ್ಯ?" ಕೇಳಿದ.

ಇವನಿಗೆ ಹೇಗಪ್ಪ ವಿವರಿಸುವುದು? ಅಕಸ್ಮಾತ್ ವಿವರಿಸಿದರೂ ಒಪ್ಪುವ ಸಾಧ್ಯತೆ ಕಡಿಮೆಯೆನಿಸಿ ನಿರಾಶಭಾವ ಮೂಡಿತು ಅವಳಲ್ಲಿ. "ಕೂತ್ಕೊಳ್ಳಿ" ಎಂದ ಮತ್ತೆ. ಇಬ್ಬರೇನು ಮೂವರು ಕೂಡುವಂಥ ಅಸನವೇ. ಸಂಕೋಚವೆನಿಸಿತು. "ನಿಂತೇ ಹೇಳ್ತೀನಿ" ಅಂದಾಗ ಅವನು ಜೋರಾಗಿ ನಕ್ಕುಬಿಟ್ಟ. ನಗು ಅಲೆಅಲೆಯಾಗಿ ಅಲ್ಲೆಲ್ಲ ಹರಡಿಕೊಂಡಿತು. "ಅಮೆಜಿಂಗ್, ಇಷ್ಟೊಂದು ಸಂಕೋಚ, ನಾಚ್ಕೇ ಉಳಿದಿದ್ಯಾ? ಓ.ಕೆ. ಗ್ರೀನ್ ಹೌಸ್‌ನಲ್ಲಿ ಎದುರುಬದುರು ಕೂತು ಮಾತಾಡೋ ಅನ್ಕೂಲವಿದೆ. ನಿಮ್ಗೇನು ಅಭ್ಯಂತರವಿಲ್ಲ ತಾನೇ?" ಎನ್ನುತ್ತಲೇ ಎದ್ದು ನಡೆದ. ಇವನು ಕೊಂಡನಂತರ ನಿರ್ಮಾಣವಾದದ್ದಲ್ಲ. ಹಿಂದಿನ ತೋಟದ ಮಾಲೀಕರು ನೇರವಾಗಿ ಸೂರ್ಯನ ರಶ್ಮಿ ತಾಳಿಕೊಳ್ಳಲಾರದಂಥ ಗಿಡಗಳನ್ನು ಬೆಳೆಸಿ ಚೆಂದಗೊಳಿಸಿದ್ದರು. ಅವರಿಗೆ ಕುಡಿಯಲು ಅಭ್ಯಾಸವಿದ್ದುದ್ದರಿಂದ ಸಂಜೆಗಳು ಅಲ್ಲಿ ಕೂತು ಕುಡಿಯುತ್ತಿದ್ದರೆಂದೇ, ಹಿಂದೆ ಇಲ್ಲಿ ಕೆಲಸ ಮಾಡುತ್ತಿದ್ದ ಆಳು ವರದಿ ಮಾಡಿದ್ದ.

ಅದ್ಭುತವೆನಿಸುವಂತಿತ್ತು. ಗ್ರೀನ್ ಹೌಸ್ ದೊಡ್ಡದಾಗಿತ್ತು. ಒಂಟಿ ಈ ರೀತಿ ಮಾತಾಡಿ ಅಭ್ಯಾಸವಿರಲಿಲ್ಲ. ಅವಳು ದೇವರಕಟ್ಟೆ ಹಸುಗೂಸು. ಆದರೆ ಅನಿವಾರ್ಯವಾಗಿತ್ತು. ಹಿಂಜರಿಯುತ್ತಲೆ ಅಡಿಯಿಟ್ಟಳು ಒಳಗೆ. ನಾಲ್ಕು ವಿಶಾಲವಾದ ಅಸನಗಳ ಮಧ್ಯೆ ಒಂದು ಟೇಬಲ್ಲು. ಬೇರೆ ಸಮಯದಲ್ಲಾಗಿದ್ದರೆ ಹಸಿರು, ಹೂವಿನ ರಾಶಿ ನೋಡಿ ಕುಣಿದಾಡಿಬಿಡುತ್ತಿದ್ದಳು.

"ಕೂತ್ಕೊಳ್ಳಿ, ಇಲ್ಲಿ ಸ್ವಚ್ಛವಾದ ಗಾಳಿಯ ವ್ಯವಸ್ಥೆ ಇರೋದ್ರಿಂದ ನನ್ನ ಸ್ಮೋಕಿಂಗ್

ನಿಮ್ಗೇನು ಟ್ರಬಲ್ ಕೊಡೋಲ್ಲ" ಅನ್ನುತ್ತ ಒಂದು ಬದಿಯಲ್ಲಿ ಕೂತ. ಈಗ ಅಣ್ಣ ಇರಬೇಕಿತ್ತು. ನನ್ನ ಜೊತೆಯಲ್ಲಿ ಅಂದುಕೊಂಡಳು. ವಿಕ್ರಮ್ ಆರಾಮಾಗಿ ಕೈಯೆತ್ತಿ "ನೀವು ಹೇಳೋದೆಲ್ಲ ಹತ್ತು ನಿಮಿಷದಲ್ಲಿ ಹೇಳಿ ಮುಗಿಸೋಕ್ಕಾಗುತ್ತ? ಮತ್ತೆ ಒಂದು ತಿಂಗಳು ಸಿಗೋಲ್ಲ. ಬೇಗ್ಹೇಳಿ" ಅವಸರಿಸಿದ.

"ನೀವು ದೇವರಕಟ್ಟೆಯಲ್ಲಿ ಕೊಂಡ ತೋಟ ನಮ್ಮದಾಗಿತ್ತು" ಅಂದಕೂಡಲೇ "ಆಗಿತ್ತು, ಈಗಿಲ್ಲ. ಅದರ ಪೂರ್ತಿ ಹಣ ಪಡೆದಾಗಿದೆ." ಹುಬ್ಬುಬಿಗಿದು ರೇಗಿದಂತೆ ಮಾತಾಡಿ. "ಸಾರಿ ಸರ್, ಹತ್ತು ನಿಮಿಷ ಬೇಡ, ಒಂದೈದು ನಿಮಿಷ ನಾನು ಮಾತಾಡ್ಲಾ? ಪ್ಲೀಸ್, ರಿಕ್ವೆಸ್ಟ್" ಎಂದಳು.

ನೇರವಾಗಿ ಅವಳನ್ನ ನೋಡಿದ. ಈತ್ತೀಚೆಗೆ ಅವನು ಭಾರತಕ್ಕೆ ಬಂದಿದ್ದು. ಅಮೆರಿಕಾದಲ್ಲು ಇರುವ ಭಾರತೀಯರ ಪರಿಚಯವಿತ್ತು. ಕೆಲವೊಮ್ಮೆ ತಮ್ಮ ವೈವಿಧ್ಯತೆಗಳಿಂದಲೇ ಅವರು ಇಷ್ಟವಾಗಿ ಬಿಡುತ್ತಿದ್ದರು. ಅವರೆಲ್ಲ ತೀರಾ ವಿದ್ಯಾವಂತ ಕುಟುಂಬದವರು. ಅಲ್ಲಿನ ಸಂಸ್ಕೃತಿಗೆ ಒಗ್ಗಿಕೊಂಡರು ಹಬ್ಬಹರಿದಿನಗಳಲ್ಲಿ ಪೂರ್ತಿ ಭಾರತೀಯತೆ ಕಾಣುತ್ತಿತ್ತು. ಆದರೆ... ದಿವ್ಯ ಏನು ತರ್ಕಿಸಲಿಲ್ಲ.

"ಆ ತೋಟ ಪಿತ್ರಾರ್ಜಿತವಾಗಿ ಬಂದದ್ದು. ಆ ತೋಟಕ್ಕೆ ಅಂಟಿಕೊಂಡೇ ಮಾರುತಿಯ ದೇವಾಲಯವಿದೆ. ಅದನ್ನು ನನ್ನ ಅಜ್ಜನ ಅಜ್ಜ ಪ್ರತಿಷ್ಠಾಪಿಸಿದ್ದು. ಪುರೋಹಿತ ವೃತ್ತಿ ನಮ್ಮ ಮನೆತನದ್ದು. ಆ ಜಾಗವನ್ನು ಬಿಟ್ಟು ಬೇರೆಡೆ ಬರಲು ಈ ವಯಸ್ಸಿನಲ್ಲಿ ಇಷ್ಟಪಡೋಲ್ಲ. ಆ ತೋಟನ ಹಿಂದಕ್ಕೆ ಕೊಡ್ಬೇಕು" ಮಾತು ಮುಗಿಯುವ ಮುನ್ನವೇ ಆರಾಧ್ಯ ಪ್ರತ್ಯಕ್ಷನಾದ. ಆ ವ್ಯಕ್ತಿ ಗುರ್ರೆಂದು ಅವರತ್ತ ನೋಡಿ "ಏನ್ರೀ, ಇದು? ಐ ಡೋಂಟ್ ಲೈಕ್ ಇಟ್. ಈಗಾಗಲೇ ಹಣ ಕೊಟ್ಟು ಖರೀದಿಸಿ ಆಗಿದೆ. ಸುಮ್ನೇ ಫಿಕ್ಸ್ ಆದ ದಿನ ರಿಜಿಸ್ಟ್ರೇಷನ್. ಆ ವೇಳೆಗೆ ತೋಟ ನಮ್ಮ ಸುಪರ್ದಿನಲ್ಲಿರಬೇಕು" ಎದ್ದು ನಡೆದ. ಆರಾಧ್ಯ ಮುಖ ಒಂದು ತರಹ ಮಾಡಿ "ಇದು ಆಗೋ ಕೆಲ್ಸ ಅಲ್ಲಾಂತ ನಂಗೆ ಗೊತ್ತಿತ್ತು. ನಾನು ನಿಮ್ಗೇ ಬೇರೆ ತೋಟ ಕೊಡುಸ್ತೀನಿ. ನಿಮ್ಮ ಅಜ್ಜಯ್ಯ ಈಗಿನಂತೆ ರೆಗ್ಯುಲರ್ರಾಗಿ ಹೋಗಿ ಪೂಜೆ ಮಾಡಿಕೊಂಡು ಬರಲಿ. ಅದಕ್ಕೆ ಸಂಬಳ ಕೊಡ್ತಾರೆ. ಬೇರೆಯವರ್ನ ನೇಮಿಸ್ಕೊಂಡರೂ ನಿತ್ಯಪೂಜೆಗೆ ವ್ಯವಸ್ಥೆ ಮಾಡಬೇಕಲ್ಲ. ಹಾಗೆ ಮಾಡ್ಬಹುದು." ಇಂಥದೊಂದು ಸಲಹೆ ಕೊಟ್ಟ. ಅವಳಿಗೆ ಏನು ಹೇಳಬೇಕೋ ಅರ್ಥವಾಗಲಿಲ್ಲ.

"ಬರ್ತೀನಿ... ಆರಾಧ್ಯರೇ" ನಡೆದೇಬಿಟ್ಟಳು.

ಮನೆಗೆ ಬರುವ ವೇಳೆಗೆ ತೀರಾ ಸುಸ್ತಾಗಿದ್ದಳು. ಬಂದ ಕೌಸಲ್ಯ "ಅವರು ಏನ್ಹೇಳಿದ್ರು? ಸದ್ಯ ಇಲ್ಲಿಂದ ಬಿಟ್ಹೋಗೋ ಕಲ್ಪನೆ ಮಾಡಿಕೊಳ್ಳೋಕೆ ಸಾಧ್ಯವಿಲ್ಲ. ನಿನ್ನ ಅಪ್ಪಯ್ಯನಂತು ಭೂಮಿಗೆ ಕುಸಿದಿದ್ದಾರೆ" ಎಂದರು. ಬಲವಂತವಾಗಿ ಮುಖದ ಮೇಲೆ ನಗೆಯನ್ನು ತಂದುಕೊಂಡು "ನಾಳೆ ಬನ್ನಿ ಮಾತಾಡೋಣಾಂತ ಅಂದಿದ್ದಾರೆ. ಇನ್ನೊಂದು ಸಜೆಷನ್ ಕೊಟ್ಟಿದ್ದಾರೆ. ಅಪ್ಪಯ್ಯ ಬಂದ್ಮೇಲೆ ಮಾತಾಡೋಣ" ಮೇಲೆದ್ದಳು. ಅವಳ ಮನದಲ್ಲಿ ಇನ್ನೊಂದು ಯೋಚನೆ ಬಂತು. ಮಾರಾಟ ಮಾಡಿದ

ಶ್ರೀನಿಧಿ ಬಂದು ಈ ತರಹದ ಪ್ರಸ್ತಾಪ ಅವರ ಮುಂದಿಟ್ಟರೆ ಒಂದಿಷ್ಟು ಪ್ರಯೋಜನವಾಗಬಹುದೆನಿಸಿತು.

ಮುಖ ತೊಳೆದು ಮನೆಯಿಂದ ಹೊರಬಂದಳು. ಮುಂದೇನು? ಶ್ರೀನಿಧಿ ಮಾವ ಮಾತಾಡಿದರೆ, ಒಂದಿಷ್ಟು ಕನ್ವಿನ್ಸ್ ಆಗಬಹುದು. ಆದರೆ ಒಪ್ಪಿಯಾರೇ? ಒಂದು ಪ್ರಯತ್ನ ಮಾಡಬೇಕೆನಿಸಿತು. ಮೂರು ಸಲವು ಎಂಗೇಜ್‌ನಲ್ಲಿದ್ದ ಮೊಬೈಲ್ ನಾಲ್ಕನೇ ಸಲ ರಿಂಗ್ ಆದಾಗ ಎತ್ತಿದವರು "ಹಲೋ.... ದಿವ್ಯ? ಅಲ್ಲೇನು ಹೋಗಿ ಕೂತೇ? ನಿನ್ನ ಸಾಫ್ಟ್‌ವೇರ್ ಇಂಜಿನಿಯರ್‌ನ ಮಾಡೋದೊಂದು ಕನಸು. ನೀನು ಕೋಪರೇಟ್ ಮಾಡದಿದ್ದರೇ, ಹೇಗೆ?" ಅವರೇ ಪ್ರಾರಂಭಿಸಿದರು.

"ಬರ್ತೀನಿ, ಮಾವ! ಇನ್ನೊಂದಿಷ್ಟು ಸಮಸ್ಯೆ ಇತ್ತು. ಅವ್ರ ಹೆಸರು ಗೊತ್ತಿಲ್ಲ. ನಿಮ್ಗೇ ಹಣ ಕೊಟ್ಟವರು ಬಂದಿದ್ದಾರೆ. ರಿಜಿಸ್ಟ್ರೇಷನ್ ಡೇಟ್ ಫಿಕ್ಸ್ ಆಗಿದೇಂತ ತಿಳೀತು. ಪಡೆದ ಹಣನ ಬೇರೆ ಕಡೆ ಇನ್‌ವೆಸ್ಟ್ ಮಾಡಿಬಿಟ್ಟಿದ್ದೀರಾ. ನಿಮ್ಗೇ ಆ ರಿಸ್ಕ್ ಬೇಡ. ಹಣಕ್ಕೆ ಬೇರೇನಾದ್ರೂ ವ್ಯವಸ್ಥೆ ಮಾಡಿಕೊಳ್ಳೋಣ. ನಮ್ಗೇ ತೋಟ ಉಳೀಬೇಕು. ಈ ವಯಸ್ಸಿನಲ್ಲಿ ಅಪ್ಪಯ್ಯ, ಅಜ್ಜ ಹಿಂಸೆ ಅನುಭವಿಸೋದ್ಬೇಡ. ಸಸಿ, ಎಳೆಗಿಡನ ಬೇರೆಡೆ ವರ್ಗಾಯಿಸಿ ನೆಟ್ಟರೆ ಬೇಗ ಚಿಗುರುತ್ತೆ. ಸಮೃದ್ಧವಾಗಿ ಬೆಳೆಯುತ್ತೆ. ಈ ಭೂಮಿಗೆ ಒಗ್ಗಿಕೊಂಡ ಮರಗಳನ್ನು ಉರುಳಿಸೋದ್ಬೇಡ" ಎಂದಳು ಸಹಜವಾಗಿ. ಶ್ರೀನಿಧಿಗೆ ರೇಗಿದ್ದು ಕಾಣಿಸದಿದ್ದರೂ ಮಾತು ಅದನ್ನು ಹೇಳಿತು. "ಫಿಲಾಸಫಿ ಶುರು ಮಾಡಿದ್ದೀಯ. ಇದೆಲ್ಲ ಬೇಡ. ಬದ್ಕಿಗೇ ಬೇಕಾಗಿರೋದು ಬೇರೆ. ಅವ್ರಿಗೆ ಮಾರಿ ಆಯ್ತು. ರಿಜಿಸ್ಟ್ರೇಷನ್ ಮಾಡ್ಸಿಕೊಡ್ತೀನಿ. ಮಾತುಕತೆ ಅಂಥದೇನಿಲ್ಲ. ತೆಪ್ಪಗೆ ಬಂದು ಇಲ್ಲಿರೀ. ಇಲ್ಲ.... ನಿಮ್ಮಿಷ್ಟ" ಫೋನ್ ಕಟ್ ಮಾಡಿದರು. ಶ್ರೀನಿಧಿ ನಿರ್ದಯಿಯಾಗಿದ್ದು ಯಾವಾಗ? ಅವಳಿಗೆ ಗಾಬರಿಯಾಯಿತು. ಬಹಳ ನಿಷ್ಠೂರವಾಗಿ ಹೇಳಿದರು. ಇಂಥ ಮನುಷ್ಯನನ್ನು ನಂಬಬಾರದಾಗಿತ್ತೆಂದುಕೊಂಡಳು. ಕಾನೂನು ಕೋರ್ಟು ಏನು ಹೇಳಬಹುದು? ಅದಕ್ಕೆ ಯಾರ ಒಪ್ಪಿಗೆ ಸಿಗದು. ಬಹಳ ಪ್ರೀತಿಯಿಂದ ಕಾಣುತ್ತಿದ್ದ ಆ ಮನುಷ್ಯ ಅವಳ ಪ್ರೀತಿ, ಅಭಿಮಾನದ ಎತ್ತರಕ್ಕೂ ಬೆಳೆದು ನಿಂತಿದ್ದವನು ಅನಾಯಾಸವಾಗಿ ಪಾತಾಳ ಸೇರಿದ್ದರು. ಸಂಬಂಧಗಳಿಗೆ ಮೀರಿದ, ಮಾನವೀಯತೆಯನ್ನು ಹಿಂದಕ್ಕೆ ಅಟ್ಟುವಂಥ ಗುಣ ಹಣಕ್ಕಿದೆ ಎನ್ನುವ ಭಾವ ಅವಳಲ್ಲಿ ಮೂಡಿದಾಗ ನೋವೆನಿಸಿತು.

ದೇವಸ್ಥಾನಕ್ಕೆ ಸಂಜೆ ಹೋಗುವುದನ್ನು ನಿಲ್ಲಿಸಿದ್ದ ಆನಂದಶರ್ಮ ತೋಟದ ಉಸ್ತುವಾರಿಯ ಕಡೆ ಗಮನ ಕೊಟ್ಟಿದ್ದರು. ಬರೀ ಲವಲವಿಕೆ ತುಂಬಿಕೊಳ್ಳುವ ಪ್ರಯತ್ನ. ನಿಧಾನವಾಗಿ ಕಾಲೆಳೆಯುತ್ತ ಮನೆಗೆ ಬಂದಳು. ನಂಬಿಕೆ ಕುಸಿದಿತ್ತು. ಮುಂದೇನು?

ರಾತ್ರಿಯ ಊಟ ಮುಗಿದು ಎಲೆಯೆತ್ತಿ ಗೋಮ ಮುಗಿಸಿ ನಡುಮನೆಗೆ ಬಂದುಕುಳಿತರು. ಅನಂತಶರ್ಮರು ಅಲ್ಲಿನ ಕಂಬಕ್ಕೆ ಒರಗಿ ಬಂದು ಕೂತಾಗ, ಹೆಚ್ಚಾಗಿ ಹೋಗಿ ವಿಕ್ಕಿ ಅವರ ಮುಂದು ಕೂಡುತ್ತಿದ್ದ "ಅಜ್ಜ, ಮರದಲ್ಲಿದ್ದ ಕಾಯಿಗಳೆಲ್ಲ

ಖಾಲಿಯಾದ್ವು. ಫಸಲು ಕೈಗೆ ಬರೋಕೆ ಮುನ್ನ ಹಂಚಿ ಹೋಗುತ್ತೇಂತ ಜನ್ನ ಗೊಣಗಿದ. ನಮ್ಗೆ ಬರೋ ಸ್ವಲ್ಪ ದುಡ್ಡು ಸಾಕಾ?" ಒಂದು ದಿನ ಹಣಕಾಸಿನ ಲೆಕ್ಕಾಚಾರ ಎತ್ತಿದ. ಕಿರಿಯ ವಿಕ್ರಮ್ ಪಕ್ಕ ಅವನಿಗಿಂತ ಚಿಕ್ಕವಳಾದ ದಿವ್ಯ ಕೂಡ ಕೂತಿದ್ದಳು. ಮೊಮ್ಮಗನ ತಲೆ ಸವರಿ "ಯಾವುದನ್ನು ತನ್ನದು ಎನ್ನುವಂತೆ ಗುಡ್ಡೆ ಹಾಕಿಕೊಳ್ಳಬಾರದು. ಹಂಚುವುದರಲ್ಲಿ ಸಿಗುವ ಆನಂದ ಗುಡ್ಡೆ ಹಾಕಿಕೊಳ್ಳುವುದರಲ್ಲಿ ಸಿಗದು" ಎಂದು ಎಷ್ಟೋ ನೀತಿಕತೆಗಳನ್ನು ಹೇಳುತ್ತಿದ್ದರು. ಅವರ ತೊಡೆಯ ಮೇಲೆ ಮಲಗಿ ನಿದ್ರಿಸಿಬಿಡುತ್ತಿದ್ದ. ಅಂದಿನ ಮುಗ್ಧ ವಿಕ್ರಮ್ ಯಾವ ರೀತಿಯಲ್ಲಿ ಬೆಳೆದು ನಿಂತಿದ್ದಾನೆ.

"ಆಗಾಗ್ಬಂದು ಹೋಗೋ ಶ್ರೀನಿಧಿ ಇನ್ಮೇಲೆ ಬರೋಲ್ಲಾಂತ ಕಾಣುತ್ತೆ" ಅನಂತಶರ್ಮ ನೋವಿನಿಂದಲೇ ಮಾತಾಡಿದರು. "ಹಾಗೇನಿರೋಲ್ಲ, ಬಿಜಿನೆಸ್ ಹೆಚ್ಚಿಕ್ಕೋತಾ ಇದ್ದಾನೆ. ದೊಡ್ಡದಾಗಿ ಬೆಳೆಯೋ ಇಚ್ಛೆ. ಅಷ್ಟೇ ಕಷ್ಟನು ಇರುತ್ತೆ." ಎಂದ ಆನಂದಶರ್ಮರು "ಅಪ್ಪಯ್ಯ, ಇನ್ಮೇಲೆ ತೋಟದ ಬಗ್ಗೆ ಒಂದಿಷ್ಟು ಮುತುವರ್ಜಿ ವಹಿಸ್ಬೇಕಾಗುತ್ತೆ. ಶ್ರೀನಿಧಿ ಇಟ್ಕೊಂಡಿದ್ದ ಆಳುಗಳ್ನ ಬೇಡಾಂತ ಹೇಳಿ ಹೋಗಿದ್ದಾನಂತೆ. ಅವರು ಯಾರು ಬರ್ತಾ ಇಲ್ಲ" ಎಂದು ಮಗಳ ಕಡೆ ನೋಡಿದರು. ಅವಳ ಮುಖ ಮಂಕಾಯಿತು. "ಅದರ ಅಗತ್ಯವಿದ್ಯಾ?" ಎನಿಸಿದರು ಬಾಯಲ್ಲಿ ಆಡಲಿಲ್ಲ. "ನಾನೇ ಇದ್ದು ಅಪ್ಪಯ್ಯನಿಗೆ ಸಹಾಯ ಮಾಡ್ತೀನಿ" ಇಂಥದೊಂದು ಮಾತಾಡಿದಾಗ ಅವರ ಮುಖ ಶಿಥಿಲವಾಯಿತು.

"ನಿನ್ನ ಭವಿಷ್ಯನ ಬಲಿ ಕೊಡೋದ್ಬೇಡ. ಆರಾಮಾಗಿ ಬೆಂಗ್ಳೂರಿಗೆ ನಡೆ. ನಿನ್ನ ಅಮ್ಮ, ಅಪ್ಪಯ್ಯ ಇಬ್ರೂ.... ನಿನ್ನೊತೆ ಬರ್ತಾರೆ. ನಂದು ಇನ್ನು ಎಷ್ಟು ದಿನದ ಬದ್ಕು" ಎಂದವರು ಎದ್ದುಹೋದರು. ನಡೆಯುತ್ತಿದ್ದ ವಿದ್ಯಮಾನಗಳು ಏನೆಂದು ತಿಳಿಯದಿದ್ದರೂ ಮಾರಾಟವಾದ ತೋಟ ಹಿಂದಕ್ಕೆ ಸಿಗದೆಂದು ಅರಿವಿಗೆ ಬಂದಿತ್ತು. ಅದಕ್ಕೆ ಮಾನಸಿಕವಾಗಿ ಸಿದ್ಧವಾಗುವ ಪ್ರಯತ್ನ ಮಾಡುತ್ತಿದ್ದರು.

"ನಾನಂತು ಎಲ್ಲಿಗೂ ಹೋಗೋಲ್ಲ! ನೋಡೋಣ ಹಣೆಯಲ್ಲಿ ಏನೇನು ಬರೆದಿದ್ಯೋ" ಎಂದವರು ಮಲಗಲು ಎದ್ದುಹೋದರು ಅವಳ ಅಪ್ಪಯ್ಯ. ಕೌಸಲ್ಯ ಮಗಳ ಕಡೆ ನೋಡಿ "ಮುಂದೇನು? ನಾನು ತಾನೇ ಅಲ್ಲಿ ಯಾತಕ್ಕೆ ಬರಲಿ? ಸ್ವರ್ಗದಿಂದ ನರಕಕ್ಕೆ ಹಾರಿ ಆತ್ಮಹತ್ಯೆ ಮಾಡಿಕೊಳ್ಳೋ ಬದ್ಲು ಇದ್ದ ಕಡೆನೆ ಆತ್ಮಹತ್ಯೆ ಮಾಡಿಕೊಳ್ಳೋದು ಒಳ್ಳೇದು" ಕಣ್ಣೀರು ಹಾಕತೊಡಗಿದರು.

"ಹಾಗೇನು ಆಗೋಲ್ಲ. ನಮ್ಮ ತೋಟ ನಮ್ಗೆ ಸಿಗುತ್ತೆ. ಇಲ್ಲೇ ಇರೋಣ." ಅನ್ನುವ ವೇಳೆಗೆ ಚಿಟಿಚಿಟಿ ಮಳೆ ಶುರುವಾಯಿತು. ಎದ್ದು ಹೊರಗೆ ಬಂದರು. ಮಳೆ ಬಿರುಸಾಯಿತು. ದಟ್ಟ ಕತ್ತಲಿನಲ್ಲಿ ಬಿರುಸಾಗಿ ಎರಚಿದಂತೆ ನೀರಿನ ಹನಿಗಳು ಬೀಳುತ್ತಿತ್ತು. ದೂರದಲ್ಲಿ ಕಾರಿನ ಲೈಟುಗಳು ಕಾಣಿಸಿದಾಗ "ಕಾರು ಯಾರದಿರಬಹುದು? ಬರುತ್ತಿರುವವರು ಯಾರು? ತೀರಾ ಕಾರಿನಲ್ಲಿ ಬರುವಂಥ ಬಂಧುಬಳಗದವರು, ಪರಿಚಿತರು ಯಾರು ಇರಲಿಲ್ಲ. ಶ್ರೀನಿಧಿ ಇತ್ತೀಚಿನ ವರ್ಷಗಳಲ್ಲಿ

ಕಾರಿನಲ್ಲಿ ಬರುತ್ತಿದ್ದರು. ಆಗೆಲ್ಲ ಖುಷಿಯಿಂದ ಕುಣಿದಾಡುತ್ತಿದ್ದಳು. ಈಗ ಎಲ್ಲಿಂದಲೋ ಒಂದು ಆಶಾಕಿರಣ ಮಿನುಗಿ ಮರೆಯಾಯಿತು.

ತೋಟನ ಬಳಸಿಕೊಂಡು ಬಂದು ಮನೆಯ ಮುಂದೆ ನಿಂತಿತು. ಮೊದಲು ಡ್ರೈವರ್ ಇಳಿದು ಕೊಡೆ ಬಿಡಿಸಿದನಂತರ ಅನುರಾಗ್ ಇಳಿದ. ಅವಳ ಮನ ಅರಳಿತು. ಭಾವಿ ಪತಿ... ಅತ್ತೆಯ ಮಗ... ಸಂಭ್ರಮದಿಂದ ಓಡಿ ಅವನ ಎದೆಗೆ ತಲೆಯಾನಿಸಬೇಕೆನಿಸಿತು. ಮನದ ನೋವು. ಆತಂಕ ಅವನಿಗೆ ಹೇಳಬೇಕೆನಿಸಿತು.

"ಅಮ್ಮ, ಅನುರಾಗ್..." ಅನ್ನುವ ವೇಳೆಗೆ ಕೌಸಲ್ಯ ಓಡಿಬಂದರು. ನಡೆದುಬಂದವನು ಕಿರುನಗೆ ಬೀರಿದ. ಅವನ ಕಣ್ಣುಗಳಲ್ಲಿ ಅಸಮಾಧಾನ ಇದ್ದದ್ದು ಸ್ಪಷ್ಟವಾಯಿತು "ಹೇಗಿದ್ದೀ?" ಕೇಳಿದ. ಅವಳು ಮುಗುಳ್ನಕ್ಕಳು. ಬಂದ ಸೋದರಳಿಯನನ್ನ ಉಪಚರಿಸಿದ ಕೌಸಲ್ಯ "ಒಂದು ಫೋನಾದ್ರೂ... ಮಾಡ್ಬೇಕಿತ್ತು. ಯಾವಾಗ್ಬಂದದ್ದು?" ತಕ್ಷಣಕ್ಕೆ ಅವನೇನು ಮಾತಾಡಲಿಲ್ಲ.

ಆ ವೇಳೆಗೆ ಅನಂತಶರ್ಮ, ಆನಂದಶರ್ಮ ಬಂದರು. ಅನುರಾಗ್ ಮೊಮ್ಮಗ. ಅವನ ಮೇಲೆ ಅಕ್ಕರೆಯೇ. ವಿದೇಶದಲ್ಲಿದ್ದವ. ಅಪರೂಪವೇ. ಕುಶಲೋಪರಿ ವಿಚಾರಿಸಿದರು. ಅವನದು ಚುಟುಕು ಉತ್ತರವೇ. ಮೊದಲಿನಿಂದಲು ಮಾತು ಕಮ್ಮಿ. ಈಗಂತು ಪದಗಳಿಗೆ ಹುಡುಕಾಡುವಂತೆ ಮಾತಾಡುತ್ತಿದ್ದ. ಅವೆಲ್ಲ ಭಾವರಹಿತವಾಗಿ ಇತ್ತು.

ಅಕ್ಕರೆಯಿಂದ ಬಡಿಸಿದರು. ಅವನು ತಿಂದಿದ್ದು ಸ್ವಲ್ಪವೇ. ಮೊದಲು ಸಣ್ಣಗಿದ್ದ. ಈಗ ಇನ್ನಷ್ಟು ಸಣ್ಣಗಾಗಿದ್ದ. ಅವರುಗಳ ಎದುರಿಗೆ ಬಂದು ಕೂತ. ಅವನ ಚಿಂತನೆಗಳು ಮನದಲ್ಲಿ ಯದ್ವಾತದ್ವಾ ಹರಿದಾಡುತ್ತಿದ್ದುದು ಮುಖದಲ್ಲಿ ಸ್ಪಷ್ಟವಾಗಿತ್ತು.

"ಐ ಮೀನ್, ಮಾತಾಡೋ ಸಲುವಾಗಿ ಬಂದೆ" ಎಂದ ಉಗುಳು ನುಂಗುತ್ತ. "ನೀನು ಮಾತಾಡೋಕೆ ಅಪ್ಪಣೆ ಬೇಕಾ? ನಿನ್ನ ತೊದಲ್ನುಡಿಗಳನ್ನು ನೋಡಿ ಸಂತಸಪಟ್ಟವರು. ಪೂರ್ತಿಯಾಗಿ ಇಲ್ಲಿಗೆ ಹಿಂದಿರುಗುಬಿಟ್ಯಾ?" ಕೇಳಿದರು ಆನಂದಶರ್ಮ "ಇಲ್ಲ, ಇಲ್ಲಿ ಸಮಸ್ಯೆ ಇತ್ತಲ್ಲ. ನೀವ್ಯಾಕೆ ಫಾದರ್, ಮದರ್‌ಗೆ ತೊಂದರೆ ಕೊಡ್ತಾ ಇದ್ದೀರಿ? ಡ್ಯಾಡಿ ಮನಸ್ಸಿನಲ್ಲಿ ದೊಡ್ಡದಾದ ಗುರಿ ಇದೆ. ಅದನ್ನ ನೀವೆಲ್ಲ ಅರ್ಥ ಮಾಡ್ಕೋಬೇಕು. ಇಲ್ಲೇನಿದೆ? ಯಾವ ಕನ್ವೀನಿಯನ್ಸ್ ಇದೆ? ಅಲ್ಲಿಗೆ ಬಂದ್ಬಿಡಿ" ಅಂದ ಒಂದಿಷ್ಟು ಅಸಹನೆಯಿಂದ. ಮುಖ ಮುಖ ನೋಡಿಕೊಂಡರು.

"ಎಲ್ಲಿಗೆ ಜರ್ಮನಿಗಾ? ಬರೀ ದುಡ್ಡಿನ ಸಂಪಾದನೆ ದೊಡ್ಡ ಗುರಿ ಅಂದ್ಕೊಂಡೋರು. ಇಲ್ಲಿ ಎಲ್ಲಾ ಇದೆ. ನೆಮ್ಮದಿಯಾಗೂ ಇದ್ದಾರೆ. ಆ ವಾತಾವರಣ ಅಜ್ಜಯ್ಯಗೆ ಹಿಡಿಸೋಲ್ಲ" ದಿವ್ಯನೆ ಹೇಳಿದ್ದು. ಅನುರಾಗ್ ಮುಖ ಕೋಪದಿಂದ ಕೆಂಪಾಯಿತು. "ನಿಂಗೆ ಸ್ವಲ್ಪ ಕೂಡ ಕಾಮನ್‌ಸೆನ್ಸ್ ಇಲ್ಲ. ಅವ್ರಿಗೆ ಬುದ್ಧಿ ಹೇಳೋ ಬದ್ಲು ಪ್ರಚೋದಿಸ್ತಾ ಇದ್ದೀ. ಸ್ವಲ್ಪ ನಿನ್ನತ್ರ ಪರ್ಸನಲ್ಲಾಗಿ ಮಾತಾಡ್ಬೇಕು" ಅಂದವ ಎದ್ದು ರೂಮಿಗೆ ಹೋದ. ಅಧಿಕಾರದಿಂದಲಾದರೂ ಕನ್ವಿನ್ಸ್ ಮಾಡೂಂತ ಶ್ರೀನಿಧಿ ಕಳಿಸಿದ್ದು.

"ನಮ್ಗೇ ಬುದ್ಧಿ ಹೇಳೋಕೆ ಅನುರಾಗ್‌ನ ಕಳ್ಸಿದ್ದಾರೆ. ತುಂಬ ಜಟಿಲವಾಗ್ತ ಇದೆ ಅಪ್ಪಯ್ಯ" ಆನಂದಶರ್ಮ ಹೇಳಿದರು. ಅವರು ಮೇಲಕ್ಕೆ ಉಸಿರೆಳೆದುಕೊಂಡು "ನೀವುಗಳು ಹೊರಟುಬಿಡಿ. ಆದರೆ ತೋಟ ಪೂರ್ತಿಯಾಗಿ ನಮ್ಮದಲ್ಲ. ಸುತ್ತಮುತ್ತಲಿನ ಜನ ತಮ್ಮದ್ದೆನ್ನುವಂತೆ ಪೋಷಿಸಿದ್ದಾರೆ. ದೇವಸ್ಥಾನದ ತೋಟ ಅನ್ನೋ ಮಾತೇ ಜನರಲ್ಲಿ. ಇದು ಬೇರೆಯವರ ವಶವಾದರೇ, ಜನರು ನಮ್ಗೇ ಹಿಡಿ ಶಾಪ ಹಾಕ್ತಾರೆ. ಇದ್ನ ಬಿಡ್ಸಿ..." ಅನಂತಶರ್ಮರಿಗೆ ಉಗ್ಗುವಂತಾಯಿತು. ದೇವಸ್ಥಾನಕ್ಕೆ ಆಗಿ ಮಿಕ್ಕ ಹೂಗಳನ್ನು ಸುತ್ತಮುತ್ತಲಿನವರು ಬಂದು ಬಿಡಿಸಿಕೊಂಡು ಹೋಗುತ್ತಿದ್ದರು. ಆದರೆ ಶ್ರೀನಿಧಿ ತೋಟದ ಜವಾಬ್ದಾರಿ ಹೊತ್ತ ಮೇಲೆ "ತೋಟದ ಹೂಗಳನ್ನು ಬೇರೆಯವ್ರು ಬಂದು ಯಾಕೆ, ಬಿಡ್ಸಿಕೊಂಡು ಹೋಗ್ತಾರೆ?" ಆಕ್ಷೇಪಿಸಿದಾಗ ಕೌಸಲ್ಯ "ಮೊದಲಿನಿಂದಲು ಅಷ್ಟೆ. ಅವರು ಒಯ್ಯೋದು ಕೂಡ ದೇವರ ಪೂಜೆಗೇನೇ" ಎಂದು ತೇಲಿಸಿದಾಗ ಸುಮ್ಮನಾಗಿದ್ದರು. ಆದರೂ ಇದು ಇಷ್ಟವಿಲ್ಲದ ವಿಚಾರವೆ. ಆದರೂ ಅದನ್ನೆಲ್ಲ ನುಂಗಿಕೊಂಡಿದ್ದು ಮುಂದಿನ ಯೋಜನೆಯ ಸಲುವಾಗಿ ಅದು ಕಾರ್ಯಗತವಾಗಲು ವರ್ಷಗಳು ಬೇಕಾಯಿತು. ಆದರೆ ಬೇರೆ ಬೇರೆ ರೀತಿಯಲ್ಲಿ ಬಂದೋಬಸ್ತು ಮಾಡಿದ್ದರು.

"ಏನ್ಹೇಳು, ಅದೇನು ದಿಢೀರೆಂದು ಬಂದಿದ್ದು?"

"ಅದೇನು ಇದೆಲ್ಲ ತಲೆಹರಟೆ? ಇವ್ರು ಮೂರ್ಖರೂಂದರೇ, ನೀನು ಅವ್ರ ಜೊತೆ ಮೂರ್ಖಳಂತೆ ಬಂದು ಸೇರ್ಕೊಂಡಿದ್ದೀಯ. ಸ್ವಲ್ಪ ಕೂಡ ಕಾಮನ್ ಸೆನ್ಸ್ ಇಲ್ಲ." ಕೋಪ ವ್ಯಕ್ತಪಡಿಸಿದ. ಅವಳಿಗೆ ರೇಗಿತು. "ಸ್ಟಾಪ್ ಇಟ್, ಯಾರು ಮೂರ್ಖರು? ದುಡ್ಡಿನ ಹಿಂದೆ ಬಿದ್ದಿರೋ ನೀವು ಮೂರ್ಖರು. ಮಾವ ಸದಾ ಟೆನ್‌ಷನ್... ಟೆನ್‌ಷನ್ ಅಂತ ಒದ್ದಾಡ್ತಾರೆ. ಪ್ರತಿಕ್ಷಣವು ಒದ್ದಾಟ ಅಂಥದ್ದರಲ್ಲಿ ಅಲ್ಲೇನಿದೆ? ಹಾಗೇ ನೋಡಿದರೆ, ಇಲ್ಲಿ ಎಲ್ಲಾ ಇದೆ. ಈ ವಿಚಾರದಲ್ಲಿ ನಿನ್ನ ಮಧ್ಯಪ್ರವೇಶ ಬೇಡ. ತೋಟ ಮಾರಿದ ಹಣನ ಬಳಸ್ಕೊಂಡಿದ್ದಾರಂತೆ. ಐಯಾಮ್ ಹೆಲ್ಪ್‌ಲೆಸ್ ಅಂದಿದ್ದು ಆಗಿದೆ. ಅದ್ರಿಂದ ಅವ್ರ ನೆಮ್ಮದಿ ಕೆಡಿಸೋದ್ಬೇಡ. ಈಗೇನು... ಬಂದಿದ್ದು?" ಕೊನೆಯಲ್ಲಿ ನೇರವಾಗಿಯೇ ಕೇಳಿದಳು.

"ಈ ಪಂಚಾಯಿತಿಗೆ! ನನ್ನ ಜೊತೆ ಹೊರಡ್ಬೇಕು. ಅಮೇರಿಕ, ಯೂರೋಪ್‌ಗಳಲ್ಲಿನ ಅರ್ಥಿಕ ವೈಪರೀತ್ಯದಿಂದ ಸಾಫ್ಟ್‌ವೇರ್ ಕ್ಷೇತ್ರಕ್ಕೆ ದೊಡ್ಡ ಹೊಡೆತ ಬಿದ್ದಿದೆ. ಒಂದು ರೀತಿಯಲ್ಲಿ ಭಾರತೀಯ ಸಾಫ್ಟ್‌ವೇರ್ ಕಂಪನಿಗಳ ನಿದ್ದೆ ಗೆಡಿಸಿ ಬಿಟ್ಟಿದೆ. ಈಚೆಗೆ ಡ್ಯಾಡ್ ಫ್ರೆಂಡ್ ಒಬ್ರು... ಕಂಪನಿ ಮುಚ್ಚಿದರಂತೆ. ಸಾಕಷ್ಟು ಸಾಲ ಅವ್ರ ತಲೆಯ ಮೇಲಿದೆ. ನೀನೇನು ಸಾಫ್ಟ್‌ವೇರ್ ಇಂಜಿನಿಯರ್ ಆಗ್ಬೇಕಿಲ್ಲ. ಇದೊಂದ್ವರ್ಷ ಸುಮ್ಮನಿರು ಡ್ಯಾಡ್ ಆರಂಭಿಸಿರೋ ಷೋರೂಂಗೆ" ಅಂದ ಕೂಡಲೇ "ಗೊತ್ತಾಯ್ತು ಬಿಡು. ಸಂಬಳವಿಲ್ಲದ... ಬೇಡ ಅನುರಾಗ್. ಸದ್ಯಕ್ಕೆ ನಂಗೆ ಸಿಟಿಗೆ ಬರೋ ಆಸೆ ಇಲ್ಲ. ಅಲ್ಲಿನ ಟೆನ್‌ಷನ್ ಕೃತಕ ನಗು, ಮಾತುಗಳ ಮಧ್ಯೆ ಯಾರು ನಮ್ಮವರೋ, ಯಾರು ಬೇರೆಯವರೋ ಎನ್ನುವ ಅನುಮಾನ ದಿಕ್ಕೆಡಿಸುತ್ತೆ. ಅದಕ್ಕೆ

ಇಲ್ಲೇ ಇರೋ ತೀರ್ಮಾನ ಮಾಡಿದ್ದೀನಿ" ಅಂದಾಗ ವಿಸ್ಮಯದಿಂದ ಅವಳನ್ನು ನೋಡಿದ. ಲೈಟಿನ ಬೆಳಕಿನಲ್ಲಿ ಅವಳ ಮುಖದ ಮೇಲಿದ್ದ ನಿರ್ಧಾರ ಸ್ಪಷ್ಟವಾಗಿತ್ತು.

"ಜೋಕಿಂಗ್...." ಎಂದ.

"ನೋ.... ನೋ... ಜೋಕಿಂಗ್ ಅಲ್ಲ. ಸದ್ಯಕ್ಕೆ ಇಲ್ಲೇ ಇರೋ ಪ್ಲಾನ್. ಮಾವ ನಿನ್ನ ಕಳ್ಸಿಕೊಡೋ ಅಗತ್ಯವಿರ್ಲಿಲ್ಲ. ಪೇಪರ್ಸ್ ಕೇಳಿದಾಗ ಅವ್ರಿಗೆ ಭಯವಾಗಿರಬೇಕು. ರಕ್ತಸಂಬಂಧ, ಪ್ರೀತಿಯ ಸಂಬಂಧದಲ್ಲಿ ಲೆಕ್ಕಾಚಾರಗಳು ಬರೋದು ದುರಂತ. ಹಾಗೆಯೇ.... ಆಗೋಲ್ಲ! ಅತ್ತೆ, ಮಾವನಿಗೆ ಧೈರ್ಯವಾಗಿರೋಕೇ ಹೇಳು. ತವರು ಮನೆಯವರು ಮಗಳ ಕಣ್ಣೀರು ತೊಡೆದಾರೆಯೇ ಹೊರತು ಅವಳ ಕಣ್ಣಲ್ಲಿ ನೀರು ನೋಡೋಕೆ ಇಷ್ಟಪಡೋಲ್ಲ. ಇದ್ನ ಅವ್ರಿಗೆ ಹೇಳು" ಎಂದು ಹೊರಗೆ ಬಂದಳು.

ಅನಂತಶರ್ಮ ಎದ್ದು ಹೋಗಿದ್ದರು. ಕೌಸಲ್ಯ, ಅನಂತಶರ್ಮ ಒಂದೊಂದು ಕಂಬಕ್ಕೊರಗಿ ಕೂತಿದ್ದರು. ಅವರುಗಳ ಮುಖದಲ್ಲಿ ನಿರ್ಲಿಪ್ತಭಾವ ಇತ್ತು. ಹೊರಗೆ ಮಾತ್ರ ಮಳೆ ಸುರಿಯುತ್ತಲೇ ಇತ್ತು. ನಿಂತ ಕಾರಿನ ಹಿಂಭಾಗದ ಸೀಟಿನಲ್ಲಿ ಡ್ರೈವರ್ ಮಲಗಿ ನಿದ್ರಿಸಿಬಿಟ್ಟಿದ್ದ. ಕತ್ತಲಲ್ಲಿ ಸುರಿಯುವ ಮಳೆ ಸದ್ದು ಕೂಡ ಹಿತವೆನಿಸಿತು. ಹೊರಗೆ ಬಂದು ನಿಂತವಳನ್ನ ಕೌಸಲ್ಯ ಬಂದು ದೇವರ ಮನೆಗೆ ಕರೆದೊಯ್ದು ಪ್ರಶ್ನಿಸಿದರು.

"ಏನಂತೇ?"

"ಅಂಥದೇನು ಇಲ್ಲ. ಮಾವ ನನ್ನ ಕರ್ಕೊಂಡ್ ಬಾ ಅಂತ ಕಳಿಸೋ ಉದ್ದೇಶದ ಜೊತೆ ಹೇಗೂ ಬಂದಿರೋದರಿಂದ ನಿಮ್ಮನ್ನ ಕೂಡ ನೋಡ್ಕೊಂಡ್ ಹೋಗೋ ಉದ್ದೇಶ. ಐಟಿ ಕ್ಷೇತ್ರ ತಲ್ಲಣದಲ್ಲಿ ಇರೋದ್ರಿಂದ ನಾನೇನು ಬಿ.ಇ. ಮಾಡೋದು ಬೇಡ. ಅದ್ರ ಬದ್ಲು.... ಒಂದಿಷ್ಟು ಎಕ್ಸ್‌ಪಿರಿಯನ್ಸ್ ಸಲುವಾಗಿ ಅವ್ರ ಷೋರೂಂನಲ್ಲಿ ಕೆಲ್ಸ ಮಾಡ್ಲೀಂತ ಮುಂದಾಲೋಚನೆ. ಅಜ್ಜಯ್ಯನ ಹತ್ರ ಮಾತಾಡಿ ಹೇಳ್ತೀನೀಂತ ಹೇಳ್ದೆ"

ಆಕೆ ಸುಮ್ಮನೆ ಇದ್ದರು. ಇವರ ಮಕ್ಕಳ ಎಲ್ಲಾ ತೀರ್ಮಾನಗಳನ್ನು ಶ್ರೀನಿಧಿಯೇ ತೆಗೆದುಕೊಳ್ಳುತ್ತಿದ್ದರು. ಅದಕ್ಕೆ ಇವರ ಆಕ್ಷೇಪಣೆ ಏನಿರಲಿಲ್ಲ. ಅಕಸ್ಮಾತ್ ತೋಟದ ಮಾರಾಟದ ಪ್ರಸಕ್ತಿ ಬಂದಿದ್ದರೆ, ಈ ಮಾತುಗಳಿಗೂ ಅವರದೇನು ಆಕ್ಷೇಪಣೆ ಇರುತ್ತಿರಲಿಲ್ಲ.

"ಓದೋ ಹುಡ್ಗೀನ ಕೆಲ್ಸಕ್ಕೆ ಹಚ್ಕೋದಾ? ವಿದೇಶಕ್ಕೆ ಹೋಗ್ಬಂದ ಮಗನ ಹೆಂಡತಿಗೆ ಒಳ್ಳೆ ಎಜುಕೇಷನ್ ಬೇಕೂಂತ ಅವ್ರೆ.... ಹೇಳಿದ್ರಲ್ಲ. ನಾಳೆ ವಿವಾಹದ ವಿಚಾರ ಬಂದಾಗ ಇದೇ ಹಾಡು... ಹಾಡಿದರೇ? ನಂಬೋಕೆ ಭಯವಾಗುತ್ತೆ" ಎಂದರು ಕೌಸಲ್ಯ. ದಿವ್ಯ ಆರಾಮದ ನಗೆ ಬೀರಿ "ಅಂಥದ್ದೇನಿಲ್ಲ, ಸದಾ ಅವರು ಅರ್ಥವ್ಯವಸ್ಥೆಯ ಏರುಪೇರುಗಳನ್ನು ಗಮನಿಸ್ತ ಇರ್ತಾರೆ. ಯಾವ್ದೂ ಒಳ್ಳೇದು,

ಯಾವ್ದೂ ಕೆಟ್ಟದ್ದೂಂತ ಅವರಿಗೆ ಗೊತ್ತಾಗುತ್ತೆ" ಎಂದ ಮಗಳನ್ನ ಕಣ್ಣರಳಿಸಿ ನೋಡಿದ್ದರು. ಮಗ ತನ್ನ ಭವಿಷ್ಯದ ಸಲುವಾಗಿ ಅವರಲ್ಲಿ ಹೋಗಿ ನಿಂತ. ಈಗ ಇವಳನ್ನು ಕರೀತಾ ಇರೋದು... ಮುಂದೆ ವಿವಾಹವಾಗುವ ವರ. ಆದ್ದರಿಂದ ನಿರಾಕರಿಸಿಯಾಳಾ? ಅವಳ ಭವಿಷ್ಯದ ದೃಷ್ಟಿಯಿಂದ ಹೋಗುವುದು ಒಳ್ಳೆಯದು. ತಾಯಿಯಾಗಿ ಯೋಚಿಸಿದರು.

"ಈಗೇನು ಮಾಡ್ತೀಯಾ?" ಕೇಳಿದರು.

"ಸದ್ಯಕ್ಕಂತು ಹೋಗೋಲ್ಲ. ಇಲ್ಲೇ ಸಾಕಷ್ಟು ಕೆಲ್ಸ ಇದೆ. ತೀರಾ ತೋಟದ ಬಗ್ಗೆ ನಿಗವಹಿಸದಿದ್ದರೆ ಮಾವ ಹೇಳ್ದಂಗೆ ನಷ್ಟ ಅನುಭವಿಸಬೇಕಾಗುತ್ತೆ. ಈಗ ಮಲಗೋಣ, ನಡಿ" ಸರಾಗವಾಗಿ ಅಂದಳು. ಆದರೆ ಅದು ಉಳಿಯುತ್ತೆ ಎನ್ನುವ ನಂಬಿಕೆ ಅವಳಿಗಿರಲಿಲ್ಲ.

ಇಡೀ ರಾತ್ರಿ ನಿದ್ರಿಸಲಾಗಲಿಲ್ಲ. ಆ ಮನುಷ್ಯ ಒಪ್ಪದಿದ್ದರೇನು? ಒಪ್ಪುವುದು ಕಷ್ಟ. ಹಣವನ್ನು ಹಿಂದಿರುಗಿಸದ ಸ್ಥಿತಿ. ತೋಟದ ಒಡೆಯರಾಗಿ ಮಾರಿದ್ದು ಶ್ರೀನಿಧಿಯವರು. ಅಲ್ಲಗಳೆಯುವ ಸ್ಥಿತಿಯು ಅಲ್ಲ. ಶ್ರೀನಿಧಿಯ ಮುಷ್ಠಿಯಲ್ಲಿ ವಸಂತಲಕ್ಷ್ಮಿ ಮಾತ್ರವಲ್ಲ ದೀಪಿಕಾ, ವಿಕ್ರಮ್ ಕೂಡಾ ಇದ್ದಾರೆ. ಅವಳು ಮಾತ್ರವಲ್ಲ, ಮನೆಯ ಹಿರಿಯರು ನಿದ್ರಿಸಲಿಲ್ಲ. ಅತ್ಯಂತ ಆರಾಮಾಗಿ ನಿದ್ರಿಸಿದ್ದ ಅನುರಾಗ್. ಒಂದು ರೀತಿಯಲ್ಲಿ 'ಡೋಂಟ್ ಕೇರ್' ಅನ್ನೋ ರೀತಿ ಅವನದು.

'ಹೇಗೂ ತೋಟ ಮಾರಿಯಾಗಿದೆ. ಆ ಹಣನ ಬೇರೆ ಕಡೆ ಇನ್‌ವೆಸ್ಟ್ ಮಾಡಿ ಆಗಿದೆ. ಸುಮ್ನೇ.... ಇದ್ಬಿಡಿ. ಅವ್ರು ಮತ್ತೆಲ್ಲಿ ಹೋಗ್ತಾರೆ? ಇಷ್ಟವಿಲ್ಲದಿದ್ದರೇ ಏನಾದ್ರೂ... ಏರ್ಪಾಟು ಮಾಡ್ಕೊತಾರೆ. ಡೋಂಟ್ ವರೀ" ಎಂದು ಹೋಗಿ ಹೇಳಲು ನಿರ್ಧರಿಸಿದ್ದ. ತಂದೆಗಿಂತ ತುಸು ಹೆಚ್ಚೇ ವ್ಯವಹಾರಿಕ ಜಗತ್ತಿಗೆ ಹೊಂದಿಕೊಂಡಿದ್ದ. ಇಲ್ಲಿ ದಿವ್ಯ ಮಾತ್ರವಲ್ಲ ಯಾರು ಮುಖ್ಯವಾಗಲಾರರು.

ಬೆಳಗ್ಗೆ ಮಳೆ ಪೂರ್ತಿಯಾಗಿ ನಿಲ್ಲದಿದ್ದರು, ತುಂತುರು, ತುಂತುರಾಗಿ ಹನಿಯತೊಡಗಿತು. ಅನುರಾಗ್ ಸ್ನಾನ ಮುಗಿಸುವ ವೇಳೆಗೆ ಕೌಸಲ್ಯ ಕಾಯಿ ಚಟ್ನಿ ಮಾಡಿ ಅಕ್ಕಿ ರೊಟ್ಟಿ ಮಾಡಿ ಬಾಳೆಯ ಮೇಲೆ ಬಡಿಸಿದ್ದರು.

"ಅಯ್ಯೋ, ಇಷ್ಟೆಲ್ಲ ತಿನ್ನೋ ಅಭ್ಯಾಸವಿಲ್ಲ" ಎಂದು ಬರೀ ಹಾಲು ಕುಡಿದು ಹೊರಟವ ನಿಂತು "ಅತ್ತೆ, ನೀವ್ಯಾಕೆ ಬೆಂಗ್ಳೂರಿಗೆ ಬರ್ಬಾರ್ದು?" ಕೇಳಿದ. ಕೌಸಲ್ಯ "ಹೇಗೋ ಬರೋದು? ನಮ್ಮ ಸಮಸ್ತವು ಇಲ್ಲೇ ಇದೆ. ತೋಟ, ಅದರಲ್ಲಿರೋ ಗಿಡ, ಮರಗಳೆಲ್ಲ ನಮ್ಮ ಬದ್ಕೇ ಆಗಿದೆ. ಅದ್ರಿಂದ ದೂರವಾಗಿ ನಾವ್ ಬದುಕೋಕೆ, ಸಾಧ್ಯನಾ? ದೇವಸ್ಥಾನದ ಕೊನೆ ಮಂಗಳಾರತಿ ಸದ್ದು ಕೇಳಿಯೇ ಎಲೆ ಹಾಕೋದು. ನಿಮ್ತಂದೆ ತೋಟ ಮಾರೋ ವಿಚಾರ ಒಮ್ಮೆ ಮಾವನವರಲ್ಲಿ ಪ್ರಸ್ತಾಪಿಸಿದ್ದರೆ, ಇಷ್ಟೆಲ್ಲ ನಡೆಯುತ್ತಿರಲಿಲ್ಲ. ನಿಮ್ಮಪ್ಪ ಶ್ರೀನಿಧಿ ತಪ್ಪು ಮಾಡಿದ್ರು. ಸ್ವಂತದ್ದು ಅಲ್ಲದ್ದು ಮಾರಿದರು. ಇದು ಅಪರಾಧವೇ" ನೇರವಾಗಿಯೇ ಅಂದರು. ಅನುರಾಗ್ ಆ ಪ್ರಸ್ತಾಪವೇ

ಬೇಡವಾಗಿತ್ತೆಂದುಕೊಂಡು ಕಾರು ಹತ್ತಿದ. ದಿವ್ಯಳ ಕಣ್ಣಂಚಿನಲ್ಲಿ ಕಂಬನಿ ಮೂಡಿತು. ಯೌವನದ ಕನಸುಗಳಲ್ಲಿ ಅನುರಾಗ್ ಇದ್ದ. ಮುಂದಿನ ಸ್ಥಿತಿಯನ್ನು ಊಹಿಸಿದ್ದಳು.

ಸ್ನಾನ, ಮಡಿ ಎಲ್ಲಾ ಮುಗಿಸಿಕೊಂಡು ಅನಂತಶರ್ಮರು ದೇವಸ್ಥಾನಕ್ಕೆ ಹೋದರು. ಅನಿರೀಕ್ಷಿತವೆನ್ನುವಂತೆ ಕೊಂಡ ಮಹಾಶಯ ಮತ್ತು ಆರಾಧ್ಯರಿಬ್ಬರು ತೋಟಕ್ಕೆ ಬಂದಿದ್ದರು. ಅವರಿಗೆ ರೈಟ್ಸ್ ಇತ್ತು. ಕಾಲು ಕೆಳಗಿನ ನೆಲ ಕುಸಿದಂತಾಯಿತು ಅವಳಿಗೆ. ತೋಟ ಖಾಲಿ ಮಾಡುವ ಬಗ್ಗೆ ಹೇಳಬಹುದು. ಅಲ್ಲಿ ಜನ್ನನ ಸಂಸಾರ ಬಂದು ಕಣ್ಮುಂದೆ ನಿಂತಿತು. ಅವನಪ್ಪ ಇಲ್ಲಿಗೆ ಬಂದ ಮೇಲೆ ಅನಂತಶರ್ಮರ ತಂದೆ ಅಚ್ಯುತಶರ್ಮರು ಹೆಣ್ಣು ಹುಡುಕಿ ಮದುವೆ ಮಾಡಿ ಒಂದು ನೆಲೆ ಕಲ್ಪಿಸಿಕೊಟ್ಟಿದ್ದರು. ಆ ಕುಟುಂಬದ ಸಮಸ್ತವು ತೋಟ ಆಗಿತ್ತು.

"ಅಮ್ಮಾರ್ರೆ, ತೋಟನ ಮಾರೋದು ಬೇಡ. ಖಂಡಿತ ನಷ್ಟ ಆದದ್ದಿಲ್ಲ. ಸಿಟಿ ಯಜಮಾನರು ಯಾಕೆ ಹಾಗೆ ಹೇಳಿದರೋ ಗೊತ್ತಿಲ್ಲ" ಗಳಗಳ ಅತ್ತಿದ್ದ. ತೀರಾ ಮುಗ್ಧ. ಅವನಿಗೊಂದು ನೆಲೆ ಕಲ್ಪಿಸಿಕೊಡಬೇಕಿತ್ತು.

ಮುಖದ ಮೇಲೆ ಬಲವಂತವಾಗಿ ನಗೆ ತಂದುಕೊಂಡು ಸ್ವಾಗತಿಸಿದಳು. "ಆ ತೋಟದಷ್ಟು ಶ್ರೀಮಂತವಾಗಿ ಇಲ್ಲದಿದ್ದರೂ..... ಚೇತೋಹಾರಿ" ಒಂದು ತರಹ ಮುಗುಳ್ನಗೆ ಬೀರಿದ. ಅದರಲ್ಲಿ ಗತ್ತು, ಗಮ್ಮತ್ತು ಇತ್ತು. ಅವಳೇ ಜೊತೆಯಲ್ಲಿ ಒಯ್ದು ಇಡೀ ತೋಟದ ಇಂಚು ಇಂಚು ಪರಿಚಯ ಮಾಡಿಕೊಟ್ಟಳು. ನಿರಾಶೆ ಕವಿದರು ಮನದಲ್ಲಿ ಕಟ್ಟಿದ ಮಹಲನ್ನು ಕೆಡವಲು ಇಷ್ಟಪಡಲಾರಳು. "ಮಂಗಳಾರತಿಯ ಸಮಯ. ದೇವಸ್ಥಾನಕ್ಕೆ ಹೋಗೋಣ. ನನ್ನ ಅಜ್ಜಯ್ಯ, ಅಪ್ಪಯ್ಯ ಅಲ್ಲೇ ಇದ್ದಾರೆ" ಅವನು ತಲೆದೂಗಿದ.

ಆರಾಧ್ಯರು ನೀರು ಮಗೆದುಕೊಟ್ಟರು. ಕಾಲು ತೊಳೆದು ಒಳಗಡಿ ಇಟ್ಟ. ಶ್ರೀರಾಮಭಕ್ತ ಹನುಮಂತನ ಮೂರ್ತಿ ಚಿಕ್ಕದಾದರೂ ಭವ್ಯವಾಗಿತ್ತು. ಹೂಗಳಲ್ಲಿಂದ ಅಲಂಕರಿಸಿದ ಹನುಮಂತನ ವಿಗ್ರಹ ಸೀತಾಅನ್ವೇಷಣೆಗೆ ಮತ್ತೆ ಹೊರಟಂತೆ ಕಂಡಿತು.

ಮಂಗಳಾರತಿ, ತೀರ್ಥ, ಪ್ರಸಾದಗಳು ಕೊಟ್ಟನಂತರ ಒಮ್ಮೆ ದಿವ್ಯ ಮುಖ ನೋಡಿದ ಆರಾಧ್ಯರು ಏನೋ ಹೇಳಲು ಹೊರಟಾಗ ಬೇಡವೆಂದು ಕೈಯೆತ್ತಿದ ಅನಂತಶರ್ಮರು "ಗೊತ್ತಾಯ್ತು, ಒಂದೆರಡು ದಿನ ಅವಕಾಶ ಕೊಟ್ಟರೆ ಪೂರ್ತಿಯಾಗಿ ನಿಮ್ಮ ವಶಕ್ಕೆ ಕೊಟ್ಟು ಹೋಗ್ತೀವಿ. ಒಂದು ದಿನವು ಪೂಜೆ ತಪ್ಪಿಸಿಕೊಳ್ಳದ ಸ್ವಾಮಿಗೆ ನಿತ್ಯಪೂಜೆ ತಪ್ಪಿಸಬೇಡಿ" ಅದೊಂದು ಮಾತು ಹೇಳಿದವರು ಒಳಗೆ ಹೋಗಿ ನೈವೇದ್ಯ ಮಾಡಿದ ಬಾಳೆಹಣ್ಣು, ವಿಗ್ರಹದ ಪಾದಗಳ ಬಳಿ ಇದ್ದ ಹೂವನ್ನು ತಂದು ಅವನ ಕೈಗೆ ಹಾಕಿ "ದೇವರು ಒಳ್ಳೆಯದು ಮಾಡ್ಲೀ" ಎಂದು ಹೋಗಿ ವಿಗ್ರಹದ ಪಾದದಡಿಯಲ್ಲಿ ಕೂತು ಧ್ಯಾನಸಕ್ತರಾದರು.

ಆನಂದಶರ್ಮರಿಗೆ ಏನು ತೋಚಲಿಲ್ಲ. ತಮ್ಮಿಂದ ಉಳಿಸಿಕೊಳ್ಳುವುದು ಸಾಧ್ಯವಿಲ್ಲ ಎನ್ನುವ ಅರಿವು ಅವರ ಮನಸ್ಸಿಗೆ ಬಂದಿರಬಹುದು. ಮುಂದೇನು? ಏನು ತೋಚದಂತಾಯಿತು. ಪ್ರಸಾದದ ಬುಟ್ಟಿ ಹಿಡಿದು ಮನೆಗೆ ಹೋದರು. ಆರಾಧ್ಯರ

ಬಾಯಿಂದ ಮಾತೇ ಹೊರಡಲಿಲ್ಲ. ತೋಟ, ಜಮೀನು ಮಾರಿಸುವುದರಿಂದ ಹಿಡಿದು ಅಡಿಕೆ, ಕಾಯಿ, ಬಾಳೆಗೊನೆ, ಕಾಯಿ ಪಲ್ಯದವರೆಗೂ ವಿಸ್ತರಿಸಿತ್ತು ಅವರ ದಳ್ಳಾಳಿ. ಅದನ್ನ ವೃತ್ತಿಯಾಗಿಸಿಕೊಂಡವರು. ಯಾಕೋ ಅವರ ಮನಸ್ಸಿಗೆ ನೋವಾಯಿತು. ಇದರಲ್ಲಿ ತಾನು ಬಂದು ಪಾತ್ರವಹಿಸಬಾರದಿತ್ತು. ಇದು ತನ್ನ ಸಾವಿನವರೆಗೂ ಕಾಡಬಹುದೆಂದುಕೊಂಡರು.

"ಮನೆಗೆ.... ಬನ್ನಿ" ಆಹ್ವಾನಿಸಿದಳು. ಮೊದಲು ತಲೆಯಾಡಿಸಿದವನು ಆಮೇಲೆ ಹೊರಟವ ಶರ್ಮರು ಕೊಟ್ಟ ಪ್ರಸಾದವನ್ನು "ತಗೊಳ್ಳಿ...." ಅವಳ ಕೈಗೆ ಇತ್ತವನು ಒಂದು ಬಾಳೆಹಣ್ಣನ್ನು ಬಿಡಿಸಿ ತಿಂದ "ವೆರಿ ಟೇಸ್ಟೀ. ಈ ತೋಟದ್ದಾ?" ಕೇಳಿದ. "ಹೌದು...." ಎಂದಳು ಚುಟುಕಾಗಿ.

ಸ್ವಲ್ಪ ಗಾಬರಿಯಿಂದಲೇ ಬಂದವರು "ಬನ್ನಿ... ಬನ್ನಿ" ಎಂದು ಸ್ವಾಗತಿಸಿದರು ಕೌಸಲ್ಯ. ಒಳಗಿನ ಹಜಾರ ದೊಡ್ಡದಾಗಿಯೇ ಇತ್ತು. ಮಧ್ಯದಲ್ಲಿ ಒಂದು ದೊಡ್ಡ ರಂಗೋಲಿ. ಇಡೀ ಮನೆಯ ಗೋಡೆಯಂಚಿನಲ್ಲಿ ರಂಗೋಲಿಯಿಂದ ಶೋಭಿತವಾಗಿತ್ತು. ಗೋಡೆಯ ಮೇಲೆ ದೇವರ ಫೋಟೋಗಳು ವಿರಾಜಿಸುತ್ತಿತ್ತು.

"ಮನೆನು ತೋಟಕ್ಕೆ ಸೇರಿದ್ದೇ, ನೋಡ್ತೀರಾ?" ಕೇಳಿದಳು. ಹ್ಞೂಗುಟ್ಟಿದ. ಎಲ್ಲಾ ಕಡೆ ಕರೆದೊಯ್ದು ತೋರಿಸಿದಳು. ಅಗಲಕ್ಕಿಂತ ಉದ್ದವಿತ್ತು. ಅಡಿಗೆ, ಊಟದ ಮನೆ ಕೂಡಿಯೇ ಇತ್ತು. ದೇವರ ಮನೆಯಲ್ಲಿ ದೇವಸ್ಥಾನದ ಗರ್ಭಗುಡಿಯಲ್ಲಿ ಇರುವಂಥ ಮಂದ ಬೆಳಕು. ಪ್ರತಿಯೊಂದು ಟ್ರೆಡಿಷನಲ್ ಲುಕ್. ಎಲ್ಲವನ್ನು ಹಾಗೆಯೇ ಉಳಿಸಿಕೊಳ್ಳಬೇಕೆನಿಸಿತು.

"ಮನೆ ಕಟ್ಟಿ ಎಷ್ಟು ವರ್ಷ ಆಯ್ತು?" ವಿಚಾರಿಸಿದ ಎಲ್ಲೆಡೆ ನೋಟ ಹರಿಸುತ್ತ, 'ಭಾರತದ ವ್ಯವಸ್ಥೆ, ಪರಂಪರೆಗೆ ಒಂದು ಕಲಾತ್ಮಕ ಲುಕ್ ಇದೆ' ಅವನ ತಂದೆ ಹೇಳುತ್ತಿದ್ದ ಮಾತು. "ದೇವಸ್ಥಾನ, ಮನೆ ಒಂದೇ ಸಲ ಕಟ್ಟಿದಂತೆ. ಸರಿಯಾದ ಅವಧಿ ಬೇಕೂಂದರೇ ಅಜ್ಜಯ್ಯನ ಕೇಳ್ಬೇಕು. ಬಚ್ಚಲ ಮನೆ, ಅಲ್ಲಿರುವ ಭಾವಿಗೆ ನೂರು ವರ್ಷದ ಇತಿಹಾಸ ಎನ್ನುವುದನ್ನು ತಿಳಿಸಿ "ಇದೆಲ್ಲ ನಿಮ್ಗೇ ತುಂಬಾ ಓಲ್ಡ್ ಅನ್ನಿಸುತ್ತೆ..." ಅವಳ ದನಿ ತಗ್ಗಿತು. ಇದೆಲ್ಲ ಪೂರ್ತಿ ನೆಲಸಮ! ಅವರಿಗೆ ಬೇಕಾದ ರೀತಿಯಲ್ಲಿ ಕಟ್ಟಡ ಏಳಬಹುದು. ಆಮೇಲೆ ಹುಡುಕಿದರೂ ಯಾವುದೇ ಕುರುಹು ಸಿಗದು.

ಆಗಾಗ ಕೌಸಲ್ಯ ಕಣ್ಣೀರು ತೊಡೆದುಕೊಳ್ಳುತ್ತ ಫಲಹಾರಕ್ಕೆ ರೆಡಿ ಮಾಡಿದರು. ಎಲ್ಲಾ ನೋಡಿ ಬರುವ ವೇಳೆಗೆ ಮಣೆ ಹಾಕಿ ಅದರ ಮುಂದೆ ಬಾಳೆಯೆಲೆ ಹಾಕಿದ್ದರು. ಅಲ್ಲೇ ಆರಾಧ್ಯರಿಗೂ ಮಣೆ ಇಟ್ಟು ಎಲೆ ಹಾಕಿದರು. ಬಂದು ಹೋಗುವವರನ್ನು ಉಪಚರಿಸಿ ಕಳಿಸಿಯೇ ಅಭ್ಯಾಸ.

"ಕೂತ್ಕೊಂಡ್ ಸ್ವಲ್ಪ ಫಲಹಾರ ತಗೊಳ್ಳಿ" ಎಂದರು ಕೌಸಲ್ಯ.

ಎರಡು ಕೈಗಳನ್ನೊಸೆದು ದಿವ್ಯಳತ್ತ ನೋಟ ಹರಿಸಿದ. "ಇದೊಂದು ಪದ್ಧತಿ. ಸ್ವಲ್ಪ

ತಗೊಳ್ಳಿ. ಅಮ್ಮನ ಅಡುಗೆ, ತಿಂಡಿ ಎಲ್ಲಾ ತುಂಬ ರುಚಿ" ಎಂದು ಹೊರಗೆ ಕರೆದೊಯ್ದು ತಾನೇ ಅವನ ಕೈಗಳಿಗೆ ನೀರು ಹಾಕಿ ಟವಲು ಕೊಟ್ಟಳು. ಇಂದು ಕೂಡ ಒಂದು ಟೀ ಷರ್ಟು ಹಾಫ್ ಪ್ಯಾಂಟ್ ಹಾಕ್ಕೊಂಡಿದ್ದ. ಕನಿಷ್ಠ ಅವನ ಹೆಸರು ಕೂಡ ಅವಳಿಗೆ ಗೊತ್ತಿರಲಿಲ್ಲ.

"ನಿಮ್ಗೇ ಕೂತುಕೊಳ್ಳೋದು ಕಷ್ಟವಾಗ್ಬಹುದ್ದು. ಮರದ ಛೇರ್ ಇದೇ, ತಂದು ಹಾಕ್ಲಾ?" ಕೇಳಿದಳು. ಅವಳ ದನಿಯಲ್ಲಿ ಸಂಕೋಚವೇನು ಇರಲಿಲ್ಲ. "ಬೇಡ.... ಎನ್ನುವಂತೆ ಅಂಗೈ ತೋರಿಸಿ ಮಣೆಯ ಮೇಲೆ ಕೂತ. ಈ ರೀತಿ ಕೂಡುವುದನ್ನು ತಂದೆ ಅಭ್ಯಾಸ ಮಾಡಿಸಿದ್ದರು. ಕಡಬು, ಸಿಹಿಚಟ್ನಿ, ಕಾಯಿಚಟ್ನಿ ರಸಾಯನ ಬಡಿಸಿದ್ದರು. ಕೈಯಲ್ಲಿಯೇ ತಿಂದ. ಸಂಕೋಚಪಡದೆ ಮತ್ತೆರಡು ಕಡಬುಗಳನ್ನು ಹಾಕಿಸಿಕೊಂಡು ಕೊಟ್ಟ ಬಿಸಿ ಕಷಾಯ ಕುಡಿದು ಮೇಲಕ್ಕೆದ್ದ. ಸಿಗರೇಟು ಸೇದುವ ಅಭ್ಯಾಸ. ಪ್ರಯತ್ನಪೂರ್ವಕವಾಗಿ ಹತ್ತಿಕ್ಕಿದ.

"ಫೆಂಟಾಸ್ಟಿಕ್, ಅಂಥ ವಿಶ್ವಾಸ ತೋರಿಸೋಕೆ ಹೇಗೆ ಸಾಧ್ಯವಾಗುತ್ತೆ?" ಅಚ್ಚರಿ ವ್ಯಕ್ತಪಡಿಸಿದ. "ಅತಿಥಿ ದೇವೋಭವ" ಭಾರತೀಯ ಸಂಸ್ಕೃತಿಯನ್ನು ಸಾರುವ ಮಂತ್ರ. ಆದರೆ ಸ್ವಾಮಿ ವಿವೇಕಾನಂದರು ಒಂದ್ಮಾತು ಹೇಳ್ತಾರೆ. ಪಾಶ್ಚಿಮಾತ್ಯರಾದರೆ ವ್ಯಕ್ತಿಯೊಬ್ಬ ತೃಪ್ತಿಗಳಿಸಲು ಎಷ್ಟನ್ನು ಸಂಪಾದಿಸಬೇಕೆಂದು ಲೆಕ್ಕ ಹಾಕ್ತಾರೆ. ಆದರೆ ಇಲ್ಲಿ ತೃಪ್ತಿಪಡೆಯಬೇಕಾದರೆ ಎಷ್ಟು ಕಡಿಮೆ ಪ್ರಮಾಣದಲ್ಲಿ ನಿಭಾಯಿಸಬಹುದೆಂದು ಲೆಕ್ಕ ಹಾಕುತ್ತೇವೆ. ಇನ್ನೊಂದು ಭೂತಾನ್‌ನ ರಾಜನಾಗಿದ್ದ ಜಿಗ್ಮೆಸಿಂಗ್ಮೆ ವಾಂಗ್ ಚುಕ್ ಅವರದೇ ರೀತಿಯಲ್ಲಿ ಹೇಳಿದ್ದಾರೆ. 'ಒಟ್ಟು ರಾಷ್ಟ್ರೀಯ ಸಂತೋಷದ ಪ್ರಮಾಣ (ಗ್ರಾಸ್ ನ್ಯಾಷನಲ್ ಹ್ಯಾಪಿನೆಸ್) ಮುಖ್ಯವೇ, ವಿನಾ ಒಟ್ಟು ರಾಷ್ಟ್ರೀಯ ಉತ್ಪನ್ನ (ಗ್ರಾಸ್ ನ್ಯಾಷನಲ್ ಪ್ರಾಡಕ್ಟ್) ಅಲ್ಲ. ಕೊಡುವುದರಲ್ಲಿ ತೃಪ್ತಿಕಂಡ ಜನ. ಅಮ್ಮ ಅದೇ ಜಮಾನದವಳು" ಅವಳ ಮಾತಿಗೆ ಕಣ್ಣರಳಿಸಿದ.

ಅವರಿಬ್ಬರನ್ನು ಗೇಟಿನ ತನಕ ಬಿಳ್ಕೊಟ್ಟು ಹಿಂದಿರುಗುವ ವೇಳೆಗೆ ಅನಂತಶರ್ಮರು ದೇವಸ್ಥಾನದಿಂದ ಮನೆಗೆ ಬಂದಿದ್ದರು.

"ಕೌಸಲ್ಯ, ನಾವು ಈ ಸ್ಥಳ ಬಿಟ್ಟು ಹೊರಡುವುದು ಅನಿವಾರ್ಯವಾಗಿದೆ. ನೀನು, ಆನಂದ ಮತ್ತು ದಿವ್ಯ ಬೆಂಗ್ಳೂರಿಗೆ ಹೊರಡಿ. ತಿವಿಕ್ರಮ ಅಲ್ಲೇ ಇದ್ದಾನಲ್ಲ. ಈಗ ನಾವು ಮಕ್ಕಳ ಭವಿಷ್ಯದ ಬಗ್ಗೆ ಯೋಚ್ಸಬೇಕಿದೆ." ಸ್ಪಷ್ಟತೆ ಇತ್ತು ಅವರ ದನಿಯಲ್ಲಿ. ತಾಯಿ, ಮಗಳು ಗಾಬರಿಯಾದರು. "ನೀವು..." ಎಂದಳು ದಿವ್ಯ. "ನನ್ನ ಬಗ್ಗೆ ಯೋಚ್ಸಬೇಕಾಗಿದ್ದಿಲ್ಲ. ಹನುಮಂತನಿಗೆ ಅಂಟಿಕೊಂಡುಬಿಟ್ಟಿದ್ದೆ. ಒಂದಿಷ್ಟು ಸುತ್ತಾಡಿ ಪುಣ್ಯಕ್ಷೇತ್ರಗಳ ದರ್ಶನ ಮಾಡ್ತೀನಿ" ಎಂದು ತಮ್ಮ ನಿರ್ಧಾರ ಪ್ರಕಟಿಸಿದರು.

ಕೌಸಲ್ಯ ಅತ್ತೇಬಿಟ್ಟರು. "ಮಾವನವರೇ ನಿಮ್ಮ ಮಾತಿಗೆ ಎದುರಾಡುತ್ತೀವಿಂತ ತಿಳ್ಕೋಬೇಡಿ. ನಾವುಗಳು ನಿಮ್ಜೊತೆ ಬರ್ತೀವಿ. ಅಲ್ಲಿ ಹೋದರೆ ಹಂಗಿನ ಊಟವಾಗುತ್ತೆ. ವಿಕ್ಕಿ ಅಲ್ಲೇ ಇರೋದರಿಂದ ದಿವ್ಯ ಕೂಡ ಹೋಗ್ಲಿ, ನಾವು ನಿಮ್ಜೊತೆ

ಬರ್ತೀವಿ. ನಮ್ಗೂ ಪುಣ್ಯಕ್ಷೇತ್ರಗಳ ದರ್ಶನ ಭಾಗ್ಯ ಒದಗಿಬರಲಿ" ವಿನಯದಿಂದಲೇ ಹೇಳಿದ್ದು. ಅವರು ಮರುಮಾತಾಡಲಿಲ್ಲ. 'ಶ್ರೀನಿಧಿಯ ಮನೆಯ ಅನ್ನ ಹಂಗಿನದೇ'

ದಿವ್ಯ ಮೌನವಹಿಸಿದಳು. ನೆಮ್ಮದಿಯಿಂದ ಇದ್ದ ಕುಟುಂಬ ನೆಲೆ ಕಳೆದುಕೊಂಡು ದೇಶಾಂತರ ಹೊರಡುವುದು ಭಗವತ್ ಇಚ್ಛೆ. ಮಾನವನಾಗಿ ಹುಟ್ಟಿದ ದೈವಿಪುರುಷ ಶ್ರೀರಾಮನಿಗೆ ಇವೆಲ್ಲದರಿಂದ ಮುಕ್ತಿ ಇಲ್ಲ. ಇನ್ನು ಸಾಧಾರಣ ಜನ ನಮ್ಮದೇನು ಅನ್ನುವ ನಿರ್ಣಯಕ್ಕೆ ಬಂದರು.

ಅನಂತಶರ್ಮರಿಗೆ ಅದು ಸರಿಯೆನಿಸಿತೇನೋ, ಲೌಕಿಕವಾದ ಎಲ್ಲಾ ಜವಾಬ್ದಾರಿಗಳಿಂದ ಮುಕ್ತವಾದಂಥ ತೃಪ್ತಿ. ಆದರೂ ತಿವಿಕ್ರಮ ಮತ್ತು ದಿವ್ಯಳನ್ನು ಒಂದು ನೆಲೆಗೆ ನಿಲ್ಲಿಸುವವರೆಗೂ ಮಗ, ಸೊಸೆಯ ಜವಾಬ್ದಾರಿ ಇದೆಯೆನಿಸಿತು. ಕೆಲವು ಕ್ಷಣ. ಅದರಿಂದ ಅವರಿಬ್ಬರನ್ನು ಕರೆದುಕೂಡಿಸಿಕೊಂಡು ಆ ಪ್ರಸ್ತಾಪ ಅವರ ಮುಂದಿಟ್ಟರು.

"ತಿವಿಕ್ರಮ ಮತ್ತು ದಿವ್ಯಳ ಜವಾಬ್ದಾರಿ ನಿಮ್ಮ ಮೇಲಿದೆಯೆನಿಸೋಲ್ವಾ?" ಕೇಳಿದರು ಸೂಕ್ಷ್ಮವಾಗಿ "ಹಾಗೇನು ಅನ್ನಿಸೋಲ್ಲ. ಬೆಳೆದಿದ್ದಾರೆ. ವಿದ್ಯಾವಂತರು. ನಮಗಿಂತ ಹೆಚ್ಚಿಗಿದೆ ಲೋಕಜ್ಞಾನ. ಅವ್ರ ಬೆನ್ನಿಗೆ ನಿಂತಿದ್ದಾರೆ ಶ್ರೀನಿಧಿ ವಸಂತಲಕ್ಷ್ಮಿ. ಈಗಾಗಲೇ ನಮ್ಮಿಂದ ದೂರವಾಗಿ ಸಿಟಿಯ ಜೀವನಕ್ಕೆ ಹೊಂದಿಕೊಂಡಿದ್ದಾರೆ."

ಬಹಳ ಹೊತ್ತು ಚರ್ಚಿಸಿದರು ಬಗೆಹರಿಯಲಿಲ್ಲ. ಮೂವರು ಹೊರಡುವ ತೀರ್ಮಾನ ಕೈಕೊಂಡರು. ಗುರುವಾರ ಹೋಗುವುದೆಂದು ತೀರ್ಮಾನಕ್ಕೆ ಬಂದರು. ದಿವ್ಯ ಒಂದು ಮಾತು ಕೂಡ ಆಡಲಿಲ್ಲ. ದುಃಖ, ಕೋಪದ ಅಗ್ನಿಜ್ವಾಲೆಯೇ ಅವಳಲ್ಲಿ ಅಡಗಿತ್ತು.

ಬರೀ ನಾಲ್ಕಾರು ಅಡಿಗೆಯ ಪಾತ್ರೆಗಳು, ತೊಡುವ, ಹಾಸುವ ಬಟ್ಟೆಗಳನ್ನು ಜೋಡಿಸಿಟ್ಟುಕೊಂಡರು. ಜೊತೆಯಲ್ಲಿ ಒಯ್ಯಲು ಅಷ್ಟು ಸಾಕಿತ್ತು. ಮೂಲ ದೇವರ ವಿಗ್ರಹ, ಪೂಜಾ ಪರಿಕರಗಳನ್ನು ಗಂಟುಕಟ್ಟಿ ಇಟ್ಟುಕೊಂಡ ಕೌಸಲ್ಯ ಮಗಳನ್ನು ಹತ್ತಿರ ಕೂಡಿಸಿಕೊಂಡು ಹೇಳಿದರು.

"ಇನ್ನು ಉಳಿದ ದೇವರ ವಿಗ್ರಹ, ಬೆಳ್ಳಿ ಪಾತ್ರೆಗಳನ್ನು ನೀನು ತಗೊಂಡ್ಹೋಗು. ಇನ್ನು ಉಳಿದ ಪಾತ್ರೆ ಪಗಡಗಳನ್ನ ಜನ್ನಯ್ಯನಿಗೆ ಕೊಟ್ಟುಬಿಡು...." ಹೇಳ್ತಾ ಹೋದರು. ಮೌನವಾಗಿ ಆಲಿಸಿದಳಷ್ಟೆ. ಏನು ಹೇಳಲು ಶಕ್ಯಳಾಗಲಿಲ್ಲ. ಶ್ರೀನಿಧಿಯ ಇಡೀ ಕುಟುಂಬ ಅವಳ ಮುಂದೆ ಬಂದು ನಿಂತಂತಾಯಿತು. ಎಲ್ಲರ ನೋಟದಲ್ಲಿ ಏನೋ ಇತ್ತು. ಅದೇನು? ವಿಷಯ ಸ್ಪಷ್ಟವಾಗಿತ್ತು.

"ವಿಷ್ಯ ಯಾಗ್ರೂ ಗೋತ್ತಾಗೋದ್ಬೇಡ. ಈ ಜಾಗದ ಮೇಲೆ ವಿಪರೀತ ಮಮಕಾರ ಬೆಳ್ಸಿಕೊಂಡಿದ್ದೆ." ಕೌಸಲ್ಯ ಅಳಲು ಶುರು ಮಾಡಿದರು. ಅವರ ಕಣ್ಣೀರನ್ನೊರಸಲಿಲ್ಲ. ಇದೊಂದು ದೊಡ್ಡ ದುರಂತವೆನಿಸಿತು. ಕಿರಿಯರ ಭವಿಷ್ಯಕ್ಕಾಗಿ ಹಿರಿಯರ ಮಾರಣಹೋಮ ತೀರಾ ಭೀಭತ್ಸವೆನಿಸಿತು.

ಮರುದಿನ ವಿಕ್ರಮ್ ಫೋನ್ ಮಾಡಿದ.

"ಅಲ್ಲಿ ಏನು ನಡೀತಾ ಇದೆ? ನಾನು ನಿಂಗೆ ಮೊದ್ಲೇ ಹೇಳಿದ್ದೆ. ತೋಟದ ವಿಚಾರ ಬಿಟ್ಟು ತೆಪ್ಪಗಿರೂಂತ ನೀನು.... ಕೇಳ್ಲಿಲ್ಲ. ಅನುರಾಗ್ ಕೂಡ ಬೇಜಾರು ಮಾಡ್ಕೊಂಡ್ ಹೋದ. ಇದೆಲ್ಲ, ನಿಂಗೆ... ಬೇಕಿತ್ತಾ?" ಎಂದ ಬೇಸರದಿಂದ. ಅವಳು ಮಾತೇ ಆಡಲಿಲ್ಲ. ಅಲ್ಲಿನ ಡೆವಲಪ್‌ಮೆಂಟ್ ಬಗ್ಗೆ ಹೇಳಿಕೊಂಡ. "ಮಾವ, ತುಂಬ ಇಂಟಲಿಜೆಂಟ್ ಕಣೇ, ನಮ್ಮನ್ನ ಒಂದು ದೊಡ್ಡ ಮಟ್ಟಕ್ಕೆ ಕರ್ಕೊಂಡ್ಹೋಗಿ ಫಿಕ್ಸ್ ಮಾಡ್ತಾರೆ" ರಂಗುರಂಗಿನ ಕನಸುಗಳನ್ನು ಅವಳ ಮುಂದೆ ಚೆಲ್ಲಾಡಿದ. ಆ ಕ್ಷಣದಲ್ಲಿ ಏನು ಪ್ರತಿಕ್ರಿಯಿಸಬೇಕೋ ಅವಳಿಗೆ ಗೊತ್ತಾಗಲಿಲ್ಲ. "ಇನ್ನೊಂದು ವಿಷ್ಯ ದಿವ್ಯ. ಮೊದ್ಲು ಎಲ್ಲರನ್ನು ಜೊತೆಯಾಗಿ ಇರ್‍ಸಿಕೊಳ್ಳೋ ಇಚ್ಛೆ ಇತ್ತು ಮಾವನಿಗೆ. ಅವ್ರುಗಳ ಮೊಂಡುತನ ನೋಡಿ ಬೇರೇನೆ, ಇರಲೀಂದ್ರು. ನಾಳಿದ್ದು ರಿಜಿಸ್ಟ್ರೇಷನ್. ಆ ಸಮಯಕ್ಕೆ ಖಾಲಿ ಮಾಡಿಬಿಡ್ಬೇಕಾಗುತ್ತೆ. ಮೊದಲೇ ಒಪ್ಗೇ ಸೂಚಿಸಿದ್ದರೆ, ಮಾವನೇ ಬಂದು ಕಾರಿನಲ್ಲಿ ಕರ್ಕೊಂಡ್ ಬರ್ತಾ ಇದ್ರು. ಈಗ ನೀವುಗಳೇ ಬರಬೇಕಾಗುತ್ತೆ. ಯಾವ ಸಮಯಕ್ಕೇಂತ ತಿಳಿಸಿದರೆ, ನಾನು ಬಸ್‌ಸ್ಟಾಂಡ್‌ಗೆ ಬರ್ತೀನಿ. ಇಷ್ಟೆಲ್ಲ ಮಾತಾಡಿ ಮುಗಿಸಿದ ನಂತರವೇ, ಅವನ ಅರಿವಿಗೆ ಬಂದಿದ್ದು ದಿವ್ಯ ಒಂದು ಮಾತು ಕೂಡ ಆಡಿಲ್ಲವೆಂದು. "ಮಾತೇ ಆಡ್ಲಿಲ್ಲ. ನಿನ್ಮೇಲೆ ಬೇಜಾರಿದೆ. ನಾನು ಕನ್ವಿನ್ಸ್ ಮಾಡ್ತೀನಿ ಬಿಡು. ಷೋರೂಂನ ಪೂರ್ತಿ ಜವಾಬ್ದಾರಿ ನಿಂಗೇ ಬಿಡ್ತಾರೆ. ಯು ಆರ್ ಲಕ್ಕೀ. ನಮ್ಮ ಬಗ್ಗೆ ಇಷ್ಟೊಂದು ಕಾಳಜಿ ತಗೊಳ್ಳೋರು ಯಾರು?" ಶ್ರೀನಿಧಿಯನ್ನ ಹೊಗಳಿಕೊಂಡ. ಆಗ ಕೂಡ ದಿವ್ಯ ಮಾತಾಡಲಿಲ್ಲ.

"ದಿವ್ಯನಾಳೆನೇ ಹೊರಟು ಬನ್ನಿ. ದೇವರು ಬಗ್ಗೆ ಊರವರ ವಿಚಾರದಲ್ಲಿ ಯಾವ್ದೇ ಸೆಂಟಿಮೆಂಟ್ಸ್ ಬೇಡ. ಏನಾದ್ರೂ.... ಮಾತಾಡು, ಅಲ್ಲಿನದೇನು ವಿಚಾರ?" ಕೇಳಿದ. ಅವಳಿಗೆ ಮಾತು ಮುಂದುವರಿಯುವುದು ಬೇಡವಾಗಿತ್ತು. "ಅಂಥದೇನಿಲ್ಲ! ಅಲ್ಲೇ ಎಲ್ಲಾ ಡಿಸೈಡ್ ಆಗಿದೆಯಲ್ಲ. ಆಮೇಲೆ ಮಾತಾಡ್ತೀನಿ ವಿಕ್ಕಿ ಅಣ್ಣ" ಮೊಬೈಲ್ ಕಟ್ ಮಾಡಿದಳು.

ನಡು ಮನೆಯಲ್ಲಿ ಬಂದು ನಿಂತು ಸುತ್ತಲೂ ನೋಟ ಹರಿಸಿದಳು. ವಿಕ್ರಮ್‌ಗೆ ಉಪನಯನ ಮಾಡಿದಾಗ ಅವಳು ತುಂಬ ಪುಟ್ಟವಳು. ಅನಂತಶರ್ಮ ಮೊಮ್ಮಗನನ್ನು ಕೂಡಿಸಿಕೊಂಡು ಸಂಧ್ಯಾವಂದನೆ ಅಭ್ಯಾಸ ಮಾಡಿಸುತ್ತಿದ್ದರು. ಆಚಮನ ಅಂದರೆ ಅಂತರಂಗದ ಸ್ನಾನ. ಕೇಶವ, ನಾರಾಯಣ ಎಂದು ಹೇಳಿಕೊಂಡು ಅಂಗೈಯನ್ನು ಗೋಕರ್ಣಾಕೃತಿಯಲ್ಲಿ ಹಿಡಿದು ಉದ್ದಿನಕಾಳು ಮುಳುಗುವಷ್ಟು ಮಾತ್ರ ನೀರು ಹಿಡಿದು ಕೈ ಕೊಂಚ ಮೇಲೆತ್ತಿದಾಗ ಗುರುತ್ವಾಕರ್ಷಣೆಯಿಂದಾಗಿ ನೀರು ಬಾಯೊಳಗೆ ಹೋಗುವ ವಿಧಾನವನ್ನ ಅಭ್ಯಾಸ ಮಾಡಿಸುತ್ತಿದ್ದುದನ್ನು ಕಣ್ಣರಳಿಸಿ ನೋಡುತ್ತ ಕೂರುತ್ತಿದ್ದಳು.

ಮತ್ತೊಂದು ದಿನ ಅಷ್ಟು ನೀರು ಹೃದಯದ ತನಕ ಮಾತ್ರ ಹೋಗುತ್ತದೆ. ಅದಕ್ಕೆ ವಿಷ್ಣುವನ್ನು ಹೃದಯ ಕಮಲವಾಸಿಯೆನ್ನುವುದು. ಅದಕ್ಕೆ ಕೇಶವಾಯ ಸ್ವಾಹಾ.... ನಾರಾಯಣಾಯ ಸ್ವಾಹ... ಅಂದರೆ ಇದು ಕೇಶವನಿಗೆ, ಇದು ನಾರಾಯಣನಿಗೆ

ಎನ್ನುವ ಅರ್ಥವನ್ನು ಒಂದಲ್ಲ, ಹಲವು ಸಲ ವಿವರಿಸಿ ಹೇಳಿದ್ದರು. ಮನಃಪೂರ್ವಕವಾಗಿ ನಮ್ಮೊಳಗಿರುವ ನಾರಾಯಣನಿಗೆ ಅರ್ಪಿಸಿದಾಗ ಆತ ಬಂದು ಖಂಡಿತವಾಗಿ ಸ್ವೀಕರಿಸುತ್ತಾನೆಂಬ ನಂಬಿಕೆ. ಗೋವಿಂದಾಯ ನಮಃದಿಂದ ಹಿಡಿದು ಕೃಷ್ಣಾಯ ನಮಃ.ದವರೆಗೆ ಜಪಿಸುವಾಗ ವಿವಿಧ ಅಂಗಾಂಗಗಳನ್ನು ಮುಟ್ಟುವ ಪದ್ಧತಿ ಇದೆ. 'ಶ್ರುತಿಸ್ಮೃತಿಗಳು ಇದಮಿತ್ಥಂ' ಎಂಬ ನಿರ್ಣಯವನ್ನು ಕೊಟ್ಟಿಲ್ಲವಾದ್ದರಿಂದ ಎಲ್ಲ ಪದ್ಧತಿಗಳು ಕ್ರಮಬದ್ಧವೇ. ವಿಶೇಷವೇನೆಂದರೆ ಕೇಶವಾದಿ ನಾಮಗಳು 24, ಗಾಯತ್ರಿ ಅಕ್ಷರಗಳು 24. ಇವುಗಳ ನಡುವೆ ಅವಿನಾಭಾವ ಸಂಬಂಧವಿದೆ. ಇದನ್ನೆಲ್ಲ ಕೇಳುತ್ತ ಬೆಳೆದವರು.

ಏನೇನೋ ಹೇಳಿದ್ದರು. ಎಷ್ಟೆಷ್ಟೋ ಹೇಳಿದ್ದರು. ದಿವ್ಯಳನ್ನು ನಿರ್ಲಿಪ್ತಭಾವ ಆವರಿಸಿಬಿಟ್ಟಿತ್ತು. ಇನ್ನೊಂದು... ದಿನ.... ಇದೇ ಕಡೆಯ ದಿನ ತೋಟದಲ್ಲಿ ಇರುವುದು. ನಾಳೆ ಬೆಳಿಗ್ಗೆ ಹೊರಡುವ ತೀರ್ಮಾನ ಕೈಗೊಂಡಿದ್ದರು.

"ದಿವ್ಯ, ಹತ್ತರ ಬಸ್ಸಿಗೆ ಹೊರಡು. ಸಂಜೆ ತಲುಪಬಹುದು. ಮರದ ಪೆಟ್ಟಿಗೆಯಲ್ಲಿದ್ದ ಹಣವನ್ನೆಲ್ಲ ಸೇರಿಸಿ ಗಂಟುಕಟ್ಟಿ ಮಾವನವರ ಮುಂದಿಟ್ಟೆ. ಅವರು ಕಣ್ಮುಚ್ಚಿ ಐದ್ಹತ್ತು ನಿಮಿಷ ಸುಮ್ನೆ ಕೂತವರು ತೆಗ್ದು ನಿನ್ನ ಹತ್ರ ಇಟ್ಕೋ. ಬದುಕೋಕೆ ಆದರ್ಶ, ಒಳ್ಳೆಯತನ, ಮಾನವೀಯತೆ ಎಲ್ಲಾದರ ಜೊತೆಗೆ ಒಂದಿಷ್ಟು ಬುದ್ಧಿವಂತಿಕೆ ಕೂಡ ಬೇಕಾಗುತ್ತೆ. ಸಂಬಂಧಗಳ ವ್ಯವಹಾರ ಬೇಡ ಅನ್ನೋದರ ಜೊತೆಗೆ.... ಅದೆಲ್ಲ ಬೇಡ ಬಿಡಿ. ನಮ್ಗೆ ವ್ಯವಹಾರಿಕ ಬುದ್ಧಿ ಇಲ್ಲ. ಹಣಕಾಸಿನ ವಿಚಾರದಲ್ಲಿ ಎಚ್ಚರಿಕೆ ಅಗತ್ಯ. ದಿವ್ಯ ಬಗ್ಗೆ ಅವ್ರುಗಳಿಗೆ ಬೇಸರ. ನಮ್ಗೆ ಬೇರೆ ದಾರಿ ಇಲ್ಲ. ಒಂದಿಷ್ಟು ಹಣ ಅವ್ರಿಗೆ ಕೊಟ್ಟು ಮಿಕ್ಕದ್ದು ನೀನು ಇಟ್ಕೋ ಅಂದರು. ನಂಗ್ಯಾಕೋ ಭಯ ಕಣೆ." ಅತ್ತೇ ಬಿಟ್ಟರು. ದಿವ್ಯ ಕೆಳತುಟಿಯನ್ನು ಕಚ್ಚಿಡಿದಳು. ಅಳು ನುಂಗಿದಳು. ಮುಗ್ಧವಾಗಿ ಸರಳವಾಗಿ ಬದುಕಿದ ಜನ ಈಗ ಘೋಂಡಾರಣ್ಯ ಪ್ರವೇಶಿಸಬೇಕಿತ್ತು. "ಬಂದೇ, ಅದ್ನ ಜೋಪಾನವಾಗಿ ಇರಿಸ್ಕೋ" ದಿವ್ಯ ಎದ್ದು ಹೋಗಿ ಹೊರಗೆ ನಿಂತು ಕಣ್ಣೀರು ಸುರಿಸಿದಳು.

ಆಗಿನ್ನು ಸಮಯ ಎಂಟು ಗಂಟೆ. ಆಮೇಲೆ ಒಂಬತ್ತರ ವೇಳೆಗೆ ಅವಳಮ್ಮ ಒಂದು ನಾಲ್ಕು ಸಲವಾದರೂ "ದಿವ್ಯ ಬಸ್ಸಿಗೆ ಸಮಯವಾಗುತ್ತೆ. ಬೇಗ ರೆಡಿಯಾಗು" ನೆನಪಿಸಿದರು. ಅವಳು ಅಂಥ ಯೋಚನೆಯನ್ನ ಮಾಡಿರಲಿಲ್ಲ "ದೇವಸ್ಥಾನಕ್ಕೆ ಹೋಗ್ಬರ್ತೀನಿ" ಹೊರಟವಳಿಗೆ ರಹೀಂ ಎದುರಾದ. "ಅಕ್ಕಾವ್ರೆ, ನಿಮ್ಮನ್ನ ಯಜಮಾನ್ರು ಕರ್ಕೊಂಡ್ ಬಾ ಅಂದಿದ್ದಾರೆ" ಹೇಳಿದ. ಹೋಗುವುದು ಬೇಡವೆನಿಸಿತು. ಸರಿಯಲ್ಲವೆಂದುಕೊಂಡು ಮನೆಗೆ ಹಿಂದಕ್ಕೆ ಹೋಗಿ "ಅಮ್ಮ ಈ ಮನೆನ ಕೊಂಡವರು ಹೇಳಿಕಳಿಸಿದ್ದಾರೆ. ಹೋಗ್ಬರ್ಲಾ?" ಕೇಳಿದಳು. "ಅಯ್ಯೋ, ಬಿಡೇ... ಹೇಗೂ ಹೊರಡ್ತಾ ಇದ್ದೀವಲ್ಲ. ಮತ್ತೇನಿದೆ ಮಾತಾಡೋಕೆ?" ಅಂದವರು "ಮೊನ್ನೆ ಕಾಯಿ ಕೀಳಿಸಿದ ಹಣ ಹುಸೇನಪ್ಪ ತಂದುಕೊಟ್ಟಿದ್ದಾನೆ. ಈಗ ಆ ಹಣ ಅವ್ರಿಗೆ

ಸೇರಬೇಕಾದ್ದು. ನಿನ್ನಪ್ಪಯ್ಯ ಕೊಟ್ಟುಬಿಡೂಂದ್ರು. ತಗೊಂಡ್ಹೋಗಿ ಕೊಡು" ಎಂದು ತೆಗೆದಿರಿಸಿದ್ದ ಹಣವನ್ನು ಅವಳಿಗೆ ಕೊಟ್ಟರು.

ಇನ್ನು ಐದು ಕಿಲೋಮೀಟರ್ ನಡೆದು ಹೋಗಬೇಕು. ಬಿಸಿಲು ಏರುತ್ತಿತ್ತು. ತಣ್ಣನೆಯ ತೋಟದಲ್ಲಿದ್ದ ಅವಳಿಗೆ ಬಿಸಿಲಿಗೆ ಮುಖವೊಡ್ಡುವುದು ಪ್ರಯಾಸವೆನಿಸಿದರೂ ಸೌಜನ್ಯಕ್ಕಾದರೂ ಭೇಟಿಯಾಗಬೇಕಿತ್ತು. ದೂರದಲ್ಲಿ ಬಹುದೂರದಲ್ಲಿ ಆಸೆಯ ಮಿಂಚು. ಕೈಚಾಚಲು ಸಾಧ್ಯವಿಲ್ಲದಷ್ಟು ದೂರ. ಅಮ್ಮ ಕೊಟ್ಟ ಹಣವನ್ನು ತನ್ನ ಪರ್ಸಿನಲ್ಲಿ ಹಾಕಿಕೊಂಡಿದ್ದು. ತೋಟದ ಕಬ್ಬಿಣದ ಹೆಬ್ಬಾಗಿಲಿಗೆ ಬಂದಾಗ ಕಾರು ನಿಂತಿತ್ತು. ಅದರಲ್ಲಿ ಇದ್ದಿದ್ದು ಶ್ಯಾಮ್, ಸ್ಟೀರಿಂಗ್ ವಿಲ್ ಹಿಡಿದವನು ಡೋರ್ ತೆಗೆದು ಆಹ್ವಾನಿಸಿದ.

"ಬನ್ನಿ, ನಂಗೆ ನಿಮ್ಹತ್ರ ಮಾತಾಡೋದಿದೆ"

ಒಂದು ಕ್ಷಣ ಕಕ್ಕಾಬಿಕ್ಕಿಯಾಗಿ, ಏನಾದರೂ ಹೇಳಬೇಕೆನಿಸಿದರೂ ಅವಳಿಂದ ಹೇಳಲಾಗಲಿಲ್ಲ. "ಪ್ಲೀಸ್... ಬನ್ನಿ" ಮತ್ತೆ ಹೇಳಿದ. ಹಿಂದಕ್ಕೆ ತೋಟದತ್ತ ನೋಟವರಿಸಿ ಹತ್ತಿ ಕೂತಳು. ಇಂಥ ಸಂದರ್ಭಗಳು ಅವಳ ಪಾಲಿಗೆ ಕಡಿಮೆಯೇ. ವಿಕ್ಕಿ ಜೊತೆ ಬಿಟ್ಟರೆ, ಅನುರಾಗ್ ಜೊತೆ ಎಣಿಸಿಡುವಷ್ಟು ಸಲ ಓಡಿಯಾಡಿರಬೇಕು.

"ನೀವೇನು ಹೇಳೋಕೆ ಬಂದ್ರಿ. ಸಾಕಷ್ಟು ಸಲ ಓಡಾಡಿದ್ರಿ. ತುಂಬಾ ಕಾಯಿಸ್ದೆ. ಷೇಮ್‌ಫುಲ್ ಅನ್ನಿಸ್ತು. ನಂಗೇ ಏನೇನು ಅರ್ಥವಾಗ್ಲಿಲ್ಲ. ದಯವಿಟ್ಟು ನೀವು ನಂಗೆ ಅರ್ಥವಾಗೋ ಹಾಗೆ ಹೇಳ್ಬೇಕು" ಅಂದ, ಕಾರಿನ ವೇಗ ಹೆಚ್ಚಿಸುತ್ತ. ಅವಳಿಗೆ ಯಾಕೋ ಇವೆಲ್ಲ ಬೇಡವೆನಿಸಿತು. "ಸಾರಿ, ಅಂಥ ಒಂದು ಪ್ರಯತ್ನ ಮಾಡಿದ್ದೆ. ಈಗ ಬೇಡಾಂತ ಅನಿಸಿದೆ" ಕ್ಷೀಣಿಸಿತು ಅವಳ ದನಿ, ನಿರ್ಣಾಯಕ ದಿನ. ಅತ್ತುಬಿಡುವ ಸ್ಥಿತಿ.

"ಸಾರಿ ಮೇಡಮ್.... ಐಯಾಮ್ ಎಕ್ಸ್‌ಟ್ರೀಮ್ಲಿ ಸಾರಿ. ನನ್ನಲ್ಲಿ ಒಂದು ರೀತಿಯ ಕನ್‌ಫ್ಯೂಷನ್. ಅದಕ್ಕಾದ್ರೂ ನೀವು ಹೇಳಲೇಬೇಕಾಗುತ್ತೆ" ಎಂದ ದೃಢವಾಗಿ. ಭರ್ಜರಿ ತೋಟದ ಗೇಟು ತಲುಪಿದಾಗ ಈಚೆಗೆ ನೇಮಕಗೊಂಡ ವಾಚ್‌ಮನ್ ಸೆಲ್ಯೂಟೊಡೆದು ಗೇಟು ತೆಗೆದ. ಕಾರಿನ ಚಕ್ರಗಳು ಗೆಸ್ಟ್‌ಹೌಸ್‌ನ ಮುಂದೆ ಹೋಗಿ ಸ್ತಬ್ಧವಾದವು. ಶ್ಯಾಂ ಇಳಿದು ತಾನೇ ಡೋರ್ ತೆಗೆದ. ತಪ್ಪಾದ ತಕ್ಷಣ ಸರಿಪಡಿಸುವ ಪ್ರಯತ್ನ ಮಾಡ್ಬೇಕು. ಆಮೇಲೆ ನಮ್ಗೆ ಉಳಿಯೋದು ಬರೀ ಪಶ್ಚಾತ್ತಾಪ. ಅವರ ಡ್ಯಾಡಿ ಹೇಳಿದ್ದರು. ಏನು ಅನ್ನಿಸದಿದ್ದು ಬೆಳಿಗ್ಗೆ ಅಪರಾಧಭಾವ ಕಾಡಿದಾಗ ಸಮಯ ಮೀರಬಾರದೆಂದು ಬಂದಿದ್ದ.

ಮುಂದಿನ ಗಾರ್ಡನ್ ಸಿಟೌಟ್‌ನಲ್ಲಿ ತಾನು ಕೂತು ಅವಳನ್ನು ಕೂಡಲು ಹೇಳಿದ. "ಪ್ಲಿಸ್ ಟೆಲ್‌ಮಿ, ನಿಮ್ಗೆ ತುಂಬಾ ಬೇಜಾರಾಗಿದೆ. ಸಾರಿ ಹೇಳಿ. ನಿಮ್ಗೆ ಹೇಳೋ ಅಗತ್ಯವಿಲ್ಲ. ಆದರೆ ನಂಗೆ ಕೇಳೋ ಅಗತ್ಯವಿದೆ. ಪ್ಲೀಸ್, ಟೆಲ್.... ಮಿ" ಕೇಳಿದ. ತಡೆದಿಟ್ಟ ದುಃಖ ಪ್ರವಾಹದಂತೆ ನುಗ್ಗಿ ಬರುತ್ತಿತ್ತು. ಬೇರೊಬ್ಬರ ಮುಂದೆ ಅಳುವುದು ಒಳ್ಳೆಯದಲ್ಲ. "ಪ್ಲೀಸ್, ಲೀವ್ ಮೀ ಅಲೋನ್" ಎಂದ ಕೂಡಲೇ ಅವನು ಎದ್ದು ಹೋದ. ಬಿಕ್ಕಿಬಿಕ್ಕಿ ಅತ್ತು ಸಮಾಧಾನವಾದನಂತರ ಅಲ್ಲಿಂದ ನೀರನ್ನು

ಒಯ್ದು ಮುಖ ತೊಳೆದು ಒಂದಿಷ್ಟು ಸಮಾಧಾನಕ್ಕೆ ಬಂದವಳು ಅಲ್ಲಿ ಬಂದು ಕೂತು ಸುತ್ತಲು ಕಣ್ಣಾಡಿಸಿದಾಗ ಕಾಫೀ ತಂದಿಟ್ಟವರಿಗೆ ಹೇಳಿದಳು "ನೋಡ್ಬೇಕಲ್ಲ". ಅವನು "ಬರ್ತಾರೆ" ಎಂದು ಹೇಳಿ ಹೋದ.

ಆಮೇಲೆ ಹತ್ತು ನಿಮಿಷದನಂತರ ಬಂದು ಕೂತ. ಸಿಗರೇಟಿನ ವಾಸನೆ ಹರಡಿದರು, ತಣ್ಣನೆಯ ಗಾಳಿ ಅದನ್ನು ದೂರಕ್ಕೆ ಅಟ್ಟುವಲ್ಲಿ ಸಫಲವಾಯಿತು.

"ಹೇಳಿ.... ದಿವ್ಯ" ಅದೇ ಡ್ರೆಸ್. ಒಂದು ಕ್ಷಣ ಅವಳಿಗೆ ಈ ಡ್ರೆಸ್ ಬಿಟ್ಟು ಮತ್ತೊಂದು ಡ್ರೆಸ್ ಇಲ್ಲವಾ, ಎಂದುಕೊಂಡರೂ, ಅದು ತನಗೆ ಸಂಬಂಧಿಸಿದ್ದಲ್ಲವೆಂದುಕೊಂಡು ಹೇಳಲೋ ಬೇಡವೋಂತ ಚಿಂತಿಸುತ್ತಿರುವುದು ಅವನಿಗೆ ಅರ್ಥವಾಯಿತು.

"ಹೇಳಬೇಕೆಂದು ಬಂದು ಎಂಟುದಿನ ಸುತ್ತಾಡಿ ಗಂಟೆಗಟ್ಟಲೆ ಕಾದಿದ್ದೀರಿ. ಈಗ ನೋ, ನಿಮ್ಮ ಅನಿವಾರ್ಯದ ಪ್ರಶ್ನೆಯಲ್ಲ. ನಂಗೆ ಕೇಳಲೇಬೇಕಿದೆ" ಎಂದ ಅವನ ಸ್ವರದಲ್ಲಿ ಹಟಮಾರಿತನವಿತ್ತು. ಪ್ರಯೋಜನಕ್ಕೆ ಬರುತ್ತೋ, ಇಲ್ಲವೋ.... ಹೇಳುವುದು ಸೂಕ್ತವೆನಿಸಿತು.

ಒಂದಿಷ್ಟು ಸಂಕ್ಷಿಪ್ತವಾಗಿ ಹೇಳಿ "ನನ್ನ ಅಜ್ಜಯ್ಯ, ದೇವಸ್ಥಾನದ ಪುರೋಹಿತರು. ಅವ್ರಿಗೆ ಇಲ್ಲಿ ಬಿಟ್ಟು ಬೇರೆಡೆ ಹೋಗುವುದು ಇಷ್ಟವಿಲ್ಲ. ಈ ವಾತಾವರಣ ಬಿಟ್ಟು ಬೇರೆಡೆ, ಅದು ಸಿಟಿ ಲೈಫ್‌ಗೆ ಒಗ್ಗಿಕೊಳ್ಳೋದು ನನ್ನ ಅಮ್ಮ ಅಪ್ಪಯ್ಯನಿಂದ ಸಾಧ್ಯವಿಲ್ಲ" ಗದ್ಗದಿತಳಾದಳು. ಪೂರ್ಣ ಚಿತ್ರ ಬಿಡಿಸಿಡುವುದು ಅವಳಿಂದ ಸಾಧ್ಯವಿಲ್ಲ. ಅರ್ಧಬರ್ಧ ಆರಾಧ್ಯರು ಹೇಳಿದ್ದರು.

"ಓಕೆ, ನೀವು ನನ್ನ ಭೇಟಿ ಮಾಡೋಕೆ ಬಂದ ಕಾರಣ ನಿಮ್ಮ ತೋಟವನ್ನು ಮತ್ತೆ ಹಿಂದಕ್ಕೆ ಪಡೆಯುವ ಬಗ್ಗೆ. ಆಯ್ತು ಬಿಡಿ. ನನ್ನ ಹಣನ ನಿಮ್ಮ ಮಾವನ ಹಿಂದಿರುಗಿಸೋಕೆ ಹೇಳಿ. ಆಗಿರೋ ಪೇಪರ್ಸ್ ರದ್ದು ಮಾಡ್ತೀನಿ" ಎಂದ ಗಂಭೀರವಾಗಿ. ಆಗ ಅವನ ಕಣ್ಮುಂದೆ ಸುಳಿದಿದ್ದು ತಂದೆ. ಭಾರತಕ್ಕೆ ಹಿಂದಿರುಗಿದ ಕೊರಗಿನಿಂದ ಸವೆದು ಹೋಗಿದ್ದರು. ನೆನಪು ತುಂಬಾ ನೋಯಿಸಿದ್ದರಿಂದ ಮೇಲೆದ್ದ "ಈಗ ಹ್ಯಾಪಿನಾ? ಅವರೇ ಮಾಲೀಕರು"

ಸಂತೋಷವೆನಿಸಿದರು ಅದರನಂತರ ಸಮಸ್ಯೆ.

"ಪ್ಲೀಸ್, ನಿಮ್ಮ ಧಾರಾಳತನಕ್ಕೆ ಸಾವಿರ... ಸಾವಿರ ಥ್ಯಾಂಕ್ಸ್. ಈಗ ನಿಮಗೆ ಹಿಂದಿರುಗಿಸೋಕೆ, ಅವರ ಬಳಿ ಹಣವಿಲ್ಲ. ನಂಗೆ ಒಂದು ಅವಕಾಶ ಕೊಡಿ. ವರ್ಷಕ್ಕೆ ಮುನ್ನವೇ ನಿಮ್ಮ ಹಣ ಬಡ್ಡಿ ಸಮೇತ ಹಿಂದಿರುಗಿಸ್ತೀನಿ. ಸಾಧ್ಯವಾಗದಿದ್ದರೇ, ತೋಟ ಬಿಟ್ಟು ಹೋಗ್ಬಿಡ್ತೀವಿ. ನಿಮ್ಮ ಹಣಕ್ಕೆ ಅಂದಿನವರ್ಗೂ ಬಡ್ಡಿ ಕೊಡ್ತೀವಿ. ಇಷ್ಟನ್ನು ಹೇಳ್ಬೇಕೂಂತ ಬಂದಿದ್ದು. ನಾಳೆ ಬೆಳಿಗ್ಗೆ ತೋಟ ಬಿಟ್ಟು ಹೋಗ್ಬಿಡೋದೂಂತ ತೀರ್ಮಾನ ಮಾಡ್ತಿದ್ದೀವಿ" ಎಂದಳು ಭಾರವಾದ ಉಸಿರುದಬ್ಬಿ. ಎದೆಯ ಭಾರ ಕಮ್ಮಿಯಾಗಿತ್ತು.

"ಆಯ್ತು, ನಿಮ್ಮ ಮಾತಿಗೆ ನನ್ನ ಒಪ್ಗೆ ಇದೆ" ಎಂದ. ತಟ್ಟನೆ ಏನು ಯೋಚಿಸದೆ, ಅವನ ಕಾಲಿಗೆ ನಮಸ್ಕರಿಸಿಬಿಟ್ಟಳು. ಮಾವ, ಅತ್ತೆ, ದೀಪಿಕಾ ವಿಕ್ರಮ್‌ನ ಸ್ವಭಾವ ಮನಸತ್ವವನ್ನು ಅರಿತ ಮೇಲೆ ಮನುಷ್ಯರ ಮೇಲೆ ನಂಬಿಕೆ ಹೊರಟುಹೋಗಿತ್ತು. ಈ ಅಪರಿಚಿತ ವ್ಯಕ್ತಿ ದೇವರಾಗಿ ಕಂಡ.

"ಏನು ಇದೆಲ್ಲ, ಸಿಲ್ಲೀ!" ಎಂದ ಗಾಬರಿಯಿಂದ.

"ಬೇರೆಯವರನ್ನು ಅರ್ಥೈಸಿಯಿಕೊಳ್ಳುವ ನಿಮ್ಮ ಸಂವೇದನೆಗೆ ಸಾವಿರ ಕೃತಜ್ಞತೆಗಳು. ಈಗ ಅಜ್ಜಯ್ಯ, ಅಪ್ಪಯ್ಯ ಬೇರೆ ನಿಲುವಿಗೆ ಬಂದಿದ್ದಾರೆ. ಅಕಸ್ಮಾತ್ ಒಪ್ಪದಿದ್ದರೂ ಬಾಧಕವಿಲ್ಲ. ಒಬ್ಬ ಒಳ್ಳೆಯ ವ್ಯಕ್ತಿಯನ್ನು ನೋಡಿದ ಅದೃಷ್ಟ ನನ್ನದು.... ಅಂದ್ಕೊಂಡ್ಬಿಡ್ತೀನಿ" ಮೇಲೆದ್ದು ಕೈಜೋಡಿಸಿದಳು.

ಯಾವುದೋ ಒಂದು ಸಂದರ್ಭವನ್ನು ನೆನಪಿಸಿಕೊಂಡು ಗದ್ಗದಿತನಾದ. 'ನಾನು ನಿಂಗೆ ಎರಡು ಕೈ ಜೋಡಿಸ್ತೀನಿ' ಈ ವಾಕ್ಯ ಅವನ ತಂದೆಯ ಡೈರಿಯಲ್ಲಿತ್ತು. ಹಿಂದಕ್ಕೆ ಹೋಗಿಬಿಟ್ಟ.

ದಿವ್ಯಗೆ ಸಂತೋಷವಾಗಿತ್ತು. ಹೊರಗೆ ಬರುವ ವೇಳೆಗೆ ಕಾರಿನ ಬಳಿ ನಿಂತಿದ್ದ ಡ್ರೈವರ್ "ಮೇಡಮ್, ಯಜಮಾನ್ರು ನಿಮ್ಮನ್ನ ಡ್ರಾಪ್ ಮಾಡೋಕೆ ಹೇಳಿದ್ದಾರೆ. ನೀವು ಬೇಡಾಂದರೆ, ನನ್ನ ಕೆಲ್ಸದಿಂದ ತೆಗೆದುಬಿಡ್ತಾರೆ" ನಮ್ರತೆ ಪ್ರದರ್ಶಿಸಿದ.

ತೋಟದ ಬಳಿ ಇಳಿದವಳು ಕನಿಷ್ಠ ಓಡುತ್ತಲೇ ಹೋಗಿ ಮನೆಯನ್ನು ತಲುಪಿದಳು. ಮೌನವಾಗಿ ಗೋಡೆಗೊರಗಿ ಕೂತಿದ್ದ ಕೌಸಲ್ಯ ಕಣ್ಣಲ್ಲಿ ಕಂಬನಿ ಇತ್ತು. ತಾಯಿಯ ಬಳಿ ಹೋಗಿ ಕೂತು ಆಕೆಯ ಕೈ ಹಿಡಿದುಕೊಂಡು ಮಾತಾಡುವ ಪ್ರಯತ್ನ ಮಾಡಿದ್ದು "ಅಮ್ಮ, ತೋಟದಲ್ಲಿ ನಾವು ಇರೋದಿಕ್ಕೆ ಅವರು ಒಪ್ಕೊಂಡಿದ್ದಾರೆ" ಎಂದಳು. ಇದೇನು ಆಕೆಗೆ ಸಂತೋಷದ ವಿಚಾರವಲ್ಲ. "ನಿನ್ನ ಅಜ್ಜಯ್ಯ, ಅಪ್ಪಯ್ಯ ಒಪ್ಪೋಲ್ಲ. ತೋಟ, ದೇವಸ್ಥಾನ, ಮನೆ ನಮ್ಮದೆಂಬ ಮರ್ಯಾದೆಯಿಂದ ಬದ್ಕಿದ ಜನ. ಉಳಿಗದ ಬಾಳ್ವೆ ಬೇಡ. ಹೋಗೋದೂಂತ ನಿರ್ಣಯಿಸಿ ಆಗಿದೆಯಲ್ಲ" ಎಂದರು. ಅವರಿಗೆ ಅರ್ಥೈಯಿಸುವ ವೇಳೆಗೆ ಸಾಕುಸಾಕಾಯಿತು. "ಒಂದ್ವರ್ಷದಲ್ಲಿ 35 ಲಕ್ಷ ನಾವು ಹೊಂದಿಸೋಕೆ ಸಾಧ್ಯನಾ? ಬೇಡ ಕಣೇ, ಈ ಜಂಜಾಟ ಬೇಡ. ಹೇಗೂ ಒಂದು ತೀರ್ಮಾನಕ್ಕೆ ಬಂದಿದ್ದೀವಿ. ತೊಳಲಾಡಿ ಮಾನಸಿಕವಾಗಿ" ಮುಂದೆ ಹೇಳಲಿಲ್ಲ.

"ಅಮ್ಮ, ಇಲ್ಲಿ ಸೋಲು ಒಪ್ಪಿಕೊಳ್ಳೋದ್ಬೇಡ. ಛಾಲೇಂಜಾಗಿ ಸ್ವೀಕರಿಸೋದು. ನಮ್ಮ ತೋಟ ಯಾವಾಗ್ಲೂ ಸಮೃದ್ಧವೇ. ಇನ್ನಷ್ಟು ಎಫರ್ಟ್ ಹಾಕೋಣ. ಹಗಲಿರುಳು ದುಡಿದು ತೋಟ ಉಳ್ಸಿಕೊಳ್ಳೋ ಒಂದು ಪ್ರಯತ್ನ ಮಾಡೋಣ. ಹೇಗೂ ಮುಖ್ಯ ಪ್ರಾಣದೇವರು ನಮ್ಮ ಕೈ ಬಿಡೋಲ್ಲ. ಒಂದು ಪ್ರಯತ್ನ ಅಂತ ಮಾಡೋಣ. 365 ದಿನ ಸಮಯವಿರುತ್ತೆ. ನಾವು ತೋಟ ಬಿಟ್ಟು ಹೋಗೋಲ್ಲ. ಉಳಿಗದ ಬದ್ಕು ಬೇಡಾಂದ್ರಿ. ಅದೂ ನಂಗೂ... ಬೇಡ" ಮೊದಲ ಸಲ ತನ್ನ ತೀರ್ಮಾನ ವ್ಯಕ್ತಪಡಿಸಿದಾಗ ಆಕೆ ಬೆಚ್ಚಿಬಿದ್ದರು. "ನೀನೇನು ಹೇಳ್ತಾ ಇದ್ದೀಯ? ನಿನ್ನ

ಭವಿಷ್ಯದ ಬಗ್ಗೆ ಯೋಚ್ಸು ಮುಂದೇನು?" ಅಮ್ಮನ ಮಾತುಗಳಿಗೆ ಕಿರು ನಗೆ ಬೀರಿ "ಬರೀ ಕಿರಿಯರ ಭವಿಷ್ಯ ಮಾತ್ರವಲ್ಲ. ಹಿರಿಯರ ಜೀವನ ಕೂಡ ಸಂತೃಪ್ತವಾಗಿ, ಆರಾಮಾಗಿ ಕಳೆಯಬೇಕು. ಇವರಿಗೆ ತೋಳಲ್ಲಿ ಶಕ್ತಿ, ಯಶಸ್ಸಿನ ಹುಮ್ಮಸ್ಸು ಇರುತ್ತೆ. ಅಲೆಗಳ ವಿರುದ್ಧ ಈಜಬಹುದು. ವಯಸ್ಸು ಮುದುರಿದ ಮಾತ್ರಕ್ಕೆ ಕನಸುಗಳು ಅಳಿಯವು. ಇದನ್ನ ಅವಕಾಶವಾಗಿ ಯಾಕೆ ತಗೋಬಾರದು?" ಮಗಳ ಮಾತುಗಳಿಗೆ ಕೌಸಲ್ಯಗೆ ಏನು ಹೇಳಬೇಕೋ ಅರ್ಥವಾಗಲಿಲ್ಲ. "ಅಜ್ಜಯ್ಯ, ಅಪ್ಪಯ್ಯನ ಹತ್ರ ಒಮ್ಮೆ ಮಾತಾಡ್ತೀನಿ. ಒಪ್ಪಿಕೊಂಡರೇ ಮಾರುತಿಗೆ ದಿನ ನೂರೆಂಟು ಪ್ರದಕ್ಷಿಣೆ. ಮಾರುತಿ ಗ್ರೀನ್ ಸಿಗ್ನಲ್ ಕೊಟ್ಟರೆ ಖಂಡಿತ ಜಯ ನಮ್ಮದಾಗುತ್ತೆ" ತುಸು ಹುರುಪಿನಿಂದಲೇ ಹೇಳಿದಳು.

ದೇವಸ್ಥಾನದಿಂದ ಹಿಂದಿರುಗುವ ವೇಳೆಗೆ ಇಡೀ ಜನ್ನನ ಕುಟುಂಬ ಬಂದು ಇವರ ಮನೆಯ ಅಂಗಳದಲ್ಲಿ ಬೀಡುಬಿಟ್ಟಿತ್ತು. ಎಲ್ಲರನ್ನು ಕಣ್ಣರಳಿಸಿ ನೋಡಿದ ಅನಂತಶರ್ಮರು "ಇದೇನೋ, ಇದು? ಏನಾದ್ರೂ... ಸಮಸ್ಯೆನಾ?" ಕೇಳಿದರು "ನಾವ್ ಎಲ್ಲಿಗೆ ಹೋಗೋಣ?" ಜನ್ನನ ಹಿರಿ ಮಗ ಕೇಳಿದ. ಆ ಪ್ರಶ್ನೆಗೆ ಅವರಲ್ಲಿ ಉತ್ತರ ಇರಲಿಲ್ಲವಾದರಿಂದ ಸುಮ್ಮನೆ ಒಳಗೆ ನಡೆದುಬಿಟ್ಟರು. ಒಂದು ಕಡೆ ಕೂತರು. ಸಾಧಾರಣವಾಗಿ ರಾತ್ರಿಯದು ಫಲಹಾರವೆ. "ಕೌಸಲ್ಯ, ಏನು ಬೇಡ ಮಗು" ಎಂದರು. ಸಂಜೆಯ ಸಂಧ್ಯಾವಂದನೆ ದೇವಸ್ಥಾನದಲ್ಲೇ ಮುಗಿಸುವುದು ಅವರ ಅಭ್ಯಾಸ. ನನಗೆ ಕಡೆ ಪೂಜೆ. ನಿನ್ನ ಸನ್ನಿಧಿಯಲ್ಲಿ ಕಡೆ ಸಂಧ್ಯಾವಂದನೆಯೆಂದೆ ಪ್ರದಕ್ಷಿಣೆ ನಮಸ್ಕಾರ ಹಾಕಿ ಬಂದಿದ್ದರು.

"ಅವ್ನಿಗೆ ಏನಾದ್ರೂ ಹೇಳಿಕಳ್ಸು" ಸೊಸೆಗೆ ಹೇಳಿದರು. ಆಕೆಯ ಮಾತುಗಳಿಗೆ ಬಡಪೆಟ್ಟಿಗೆ ಒಪ್ಪಲಿಲ್ಲ. ಎಲ್ಲಾ ಟೆಂಟ್ ಹಾಕಿ ಒಂದು ಕಡೆ ಕೂತರು. ನಿಸ್ಸಾಯಕತೆಯಿಂದ ಆಕೆ ಒಳಗೆ ಬಂದರು. "ಆ ಜನ ಹೋಗ್ತಾ ಇಲ್ಲ. ಒಂದಿಷ್ಟು ಗದರಿಯೇ ಕಳ್ಸಬೇಕು" ಸೊಸೆಯ ಮಾತಿಗೆ ಅವರೇನು ಹೇಳಲಿಲ್ಲ. ಬಂದ ದಿವ್ಯ "ಅಜ್ಜಯ್ಯ, ನಿನ್ಹತ್ರ ಮಾತಾಡ್ಬೇಕು" ಅಂದಳು. ಅವರು ಕಿರುನಗೆ ಬೀರಿ "ಮಾತಾಡು" ಅಂದವರು, "ಕೌಸಲ್ಯ, ನಿನ್ನ ಅತ್ತೆಯ ಚಿನ್ನನ ಇವ್ಳಿಗೆ ಕೊಟ್ಬಿಡು" ಅಂದರು. ತಾವು ನಿಂತು ಮೊಮ್ಮಗಳಿಗೆ ಮದುವೆ ಮಾಡಬಹುದೆಂಬ ಊಹೆಯೇ ಅವರಿಂದ ದೂರ ಹೋಗಿತ್ತು. ಆಕೆ ಸೆರಗನ್ನು ಮತ್ತಷ್ಟು ಬಿಗಿಯಾಗಿ ಹೊದ್ದು "ಅವ್ಳು ಬೆಂಗ್ಳೂರಿಗೆ ಹೋಗೋಲ್ಲಾಂತ ಕೂತಿದ್ದಾಳೆ." ಇಂಥದೊಂದು ಸುದ್ದಿ ಬಿತ್ತರಿಸಿದಾಗ ಅವರು ಮೊಮ್ಮಗಳತ್ತ ನೋಟ ಬೀರಿದರು. "ಹೌದು ಅಜ್ಜಯ್ಯ, ನಂಗೂ ಅದು ಹಂಗಿನ ಅರಮನೆ ಆಗುತ್ತೆ. ಈಗ ಹೋದರೆ ತುಂಬ ಇರುಸು ಮುರುಸು. ಮಾವನಿಗಂತು ನನ್ಮೇಲೆ ತುಂಬಾನೇ ಕೋಪ!" ಮೊಮ್ಮಗಳ ಮಾತುಗಳು ಸರಿಯೆನಿಸಿತು. ಇಲ್ಲಿ ಸುತ್ತಮುತ್ತ ನೆಲೆಯೂರುವುದು ಬೇಡವೆನಿಸಿದ್ದರಿಂದ, ಎಲ್ಲಿಗೆ ಎನ್ನುವ ನಿರ್ಧಾರವೇ ಇಲ್ಲ. ಅಂಥದ್ದರಲ್ಲಿ ದಿವ್ಯನ ಎಲ್ಲಿಗೇಂತ ಕರೆದೊಯ್ಯುವುದು?

"ನಿನ್ಮಾತು ಸರಿಯಿರಬಹ್ದು. ಆದರೆ... ನಿನ್ನ ಎಲ್ಲಿಗೇಂತ ಕರೆದೊಯ್ಯೋದು?

ನಾವು ಹೋಗೋದು ಪುಣ್ಯಕ್ಷೇತ್ರಗಳ ದರ್ಶನಕ್ಕೆ. ಇಂಥ ಒಂದು ನೆಲೆ ಅಂತ ಇಲ್ಲದಿರೋವಾಗ ನಿನ್ನ ಎಲ್ಲಿಗೆ ಕರ್ಕೊಂಡ್ ಹೋಗೋದು ದಿವ್ಯ?" ಅವರ ಕಂಠ ಭಾರವಾಯಿತು. ಸ್ವಲ್ಪ ಅವಳಿಗೆ ಜೀವ ಬಂದಂದಾಯಿತು. ಒಮ್ಮೆ ಈಗಿನ ವಿಚಾರಕ್ಕೆ ಮಾತುಕತೆಯಾಗಿ ಅವರು ಒಪ್ಪಿಗೆ ನೀಡಿದನಂತರ ಓಡಿಯಾಡಿದಳು ಶ್ಯಾಮ್‌ಪ್ರಸಾದ್ ಅವರಲ್ಲಿಗೆ. ಈಗ ಅದೇ ಹುಡುಕಿಕೊಂಡು ಬಾಗಿಲಿಗೆ ಬಂದಿತ್ತು. ಅದನ್ನು ಬಿಡಿಬಿಡಿಯಾಗಿ ತಿಳಿಸಿ "ಇನ್ನೊಂದ್ವರ್ಷ ಮಾಲಿಕತ್ವ ನಮ್ದೇ. ವರ್ಷದೊಳಗೆ ಅವರು ಕೊಟ್ಟ 35 ಲಕ್ಷ ಹಿಂದಿರುಗಿಸಿದರೇ, ಎಲ್ಲಾ ನಮ್ಮದ್ರಾಗೇ ಉಳಿಯುತ್ತೆ."

ಮೊಮ್ಮಗಳ ಮಾತುಗಳನ್ನು ಆಲಿಸಿದನಂತರ ಸಾಧ್ಯವಾ? ಅನಿಸಿತು.

"ಇಂಥದೊಂದು ವಿಚಾರ ಮಾಡಿದ್ದಿದೆ. ವರ್ಷದ ನಂತರ ಹೋಗೋ ಬದ್ಲು, ಹೇಗೂ ಹೊರಟಿದ್ದೀವಿ. ಹೊರಟುಬಿಡೋಣ. 35 ಲಕ್ಷದಷ್ಟು ಹಣವನ್ನು ಹೊಂಚೋದು ನಮ್ಮಿಂದ ಸಾಧ್ಯವೇ? ಅವ್ರ ದೃಷ್ಟಿಯಲ್ಲಿ ಕೆಳಗೆ ಇಳಿಯೋದ್ಬೇಡ. ಹಣ ಕೊಟ್ಟ ಜನ ಅನುಭವಿಸಿಕೊಳ್ಳಿ. ಒಳ್ಳೆಯದಾಗ್ಲೀಂತ ಹೇಳಿ ಹೊರಟುಬಿಡೋಣ" ಎಂದರು ನಿರ್ಲಿಪ್ತರಾಗಿ. ಆಮೇಲೆ ಬಹಳ ಸಾಹಸ ಮಾಡಬೇಕಾಗಿತ್ತು, ದಿವ್ಯ. ನಾಲ್ವರು ಕೂತು ಮಾತಾಡಿ ಒಂದು ತೀರ್ಮಾನಕ್ಕೆ ಬಂದರು.

"ಇರೋ ಚಿನ್ನ, ಬೆಳ್ಳಿಯೆಲ್ಲ ಮಾರಿ ಆದಷ್ಟು ಹಣನ ಹೊಂದಿಸಿ ಅವ್ರಿಗೆ ಕೊಟ್ಟುಬಿಡೋಣ. ಒಂದ್ವರ್ಷದಲ್ಲಿ ಹಣ ನಾವ್ ಕೊಟ್ಟರೆ, ತೋಟ ನಮ್ಮದ್ರಾಗ್ಲಿ, ಇಲ್ಲವಾದರೆ ಈಗ ಕೊಟ್ಟ ಹಣ ಅವರು ತೋರಿದ ಔದಾರ್ಯಕ್ಕೆ ಉಡುಗೋರೇಂತ ತಿಳ್ಕೊಳ್ಳಿ. ಇದಕ್ಕೆ ನಾವು ಬದ್ಧರು."

ಇದಕ್ಕೆ ಎಲ್ಲರು ಅರೆಮನಸ್ಸಿನಿಂದಲೇ ಒಪ್ಪಿಗೆ ಸೂಚಿಸಿದರು. ಬಹುಶಃ ದಿವ್ಯ ಸಲುವಾಗಿ ಬೆಳಕು ಹರಿಯುವುದನ್ನೇ ಕಾದಳು. ಬಹುಶಃ ಶ್ಯಾಮಪ್ರಸಾದ್ ಮನಸ್ಸು ಬದಲಿಸಿದರೆ? ಅದೊಂದು ಪ್ರಶ್ನೆಯ ಜೊತೆ 365 ದಿನದಲ್ಲಿ ಮೂವತ್ತೈದು ಲಕ್ಷವನ್ನು ತರುವುದಾದರೂ ಎಲ್ಲಿಂದ? ಕನ್ನಡದ ಕೋಟ್ಯಾಧಿಪತಿ? ಅವಳಿಗೆ ನಗುಬಂತು. ಬುದ್ಧಿ ಮಾತ್ರವಲ್ಲ ಅದೃಷ್ಟವು ಬೇಕು. ಅವೆರಡು ಮೇಳೈಸಿದಾಗ ನೋಡೋಣವೆಂದು ಪಕ್ಕಕ್ಕೆ ಸರಿಸಿದಳು.

ಮುಂದೆ ಮಾಡಬಹುದಾದ ಕೆಲಸಗಳ ಲೆಕ್ಕಾಚಾರದಲ್ಲಿ ನಿದ್ರಿಸಲಾಗಲಿಲ್ಲ. ಒಂದು ಛಾರ್ಟ್ ತಯಾರಿಸಬೇಕೆಂದುಕೊಳ್ಳುವುದರ ಜೊತೆಗೆ ತೋಟದಲ್ಲಿ ಏನೇನು ಡೆವಲಪ್ ಮಾಡಿದರೆ, ಹಣ ಮಾಡಬಹುದು? ತಲೆ ಕೆಟ್ಟಿತಾದರೂ ಏನಾದರಾಗಲಿ, ಸಾಧಿಸಿಯೇ ಬಿಡಬೇಕೆನ್ನುವ ಹಟ ಕೂಡ ಅದರ ಜೊತೆಗೆ.

ಬೆಳಿಗ್ಗೆ ಹೊಸ ಸೂರ್ಯನ ಉದಯವೆನ್ನುವಂತೆ ಹರ್ಷದಿಂದ ಮೇಲೆದ್ದವಳು, ಆಗಲೇ ಮಡಿಯುಟ್ಟು ದೇವಸ್ಥಾನಕ್ಕೆ ಹೊರಟುನಿಂತ ಅನಂತಶರ್ಮರ ಬಳಿಗೆ ಹೋಗಿ ನಮಸ್ಕರಿಸಿ ಆಶೀರ್ವಾದ ಬೇಡಿದಳು.

"ಆಶೀರ್ವದಿಸಿ! ಅಪ್ಪಯ್ಯನನ್ನು ಜೊತೆಯಲ್ಲಿ ಕರ್ಕೊಂಡ್ ಹೋಗ್ಬೇಕು.

ಹಿರಿಯರ ಮಾತಿಗೆ ತೂಕವಿರುತ್ತೆ. ನನ್ನ ವಯಸ್ಸಿಗೆ ಅನುಭವಕ್ಕೆ ವ್ಯವಹಾರಗಳೆಲ್ಲ ಕಷ್ಟವೆ. ಪ್ರಾಣದೇವರ ದಯೆಯಿಂದ ಸಾಧಿಸಿ ತೋರಿಸ್ತೀನಿ." ಉತ್ಸಾಹದಿಂದ ಹೇಳಿದಳು. ಮೌನವಾಗಿ ಆಶೀರ್ವದಿಸಿದರು. ಇದು ಅವರ ತಪೋಭೂಮಿಯಾಗಿತ್ತು. ಹೊರಡುವ ತೀರ್ಮಾನ ತಗೊಂಡಾಗ, ಅಪಾರವಾದ ನೋವು ಅವರಲ್ಲಿ ತುಂಬಿಕೊಂಡಿತ್ತು. 'ಭಗವಂತ ಎಲ್ಲಾ ನಿನ್ನ ಸಂಕಲ್ಪ' ಅಂದುಕೊಂಡಿದ್ದರು.

ರಹೀಂಗೆ ಫೋನ್ ಮಾಡಿ ಎದ್ದಿದ್ದಾರ ಎನ್ನುವ ವಿಷಯ ತಿಳಿಯುವುದರ ಜೊತೆಗೆ ಕಾರು ತಗೊಂಡು ಹೊರಟಿದ್ದಾರೆನ್ನುವುದನ್ನು ತಿಳಿಸಿದ. ಅವಳಿಗೆ ಕುಸಿದಂತಾಯಿತು. ಅವನ ಚಿತ್ರ ಅವಳ ಕಣ್ಮುಂದೆ ನಿಂತು ಅಣಕಿಸಿತು. ಸುಡುವ ಸಿಗರೇಟು ಕೈಯಲ್ಲಿ ಅಥವಾ ತುಟಿಗಳ ಮಧ್ಯೆ, ಹಾಫ್ ಪ್ಯಾಂಟು, ಒಂದು ಟೀ ಷರಟು ಕಾಲಿಗೊಂದು ಚಪ್ಪಲಿ. ಅವಳು ನೋಡಿದ್ದು ಇದೇ ಪೋಷಾಕಿನಲ್ಲಿ. ಎತ್ತರದ ಕಟ್ಟುಮಸ್ತಾದ ಆಸಾಮಿಯ ಮುಖದಲ್ಲಿ ವಿದೇಶಿ ವರ್ಚಸ್ಸು. ಸೆಟೆದುಕೊಂಡ ಹುಬ್ಬುಗಳು ಹಟಮಾರಿತನವನ್ನು ಪ್ರತಿಪಾದಿಸುತ್ತಿದ್ದರಿಂದ ಅವನ ಬಗ್ಗೆ ಅವಳಿಗೆ ಒಂದಿಷ್ಟು ಅಂಜಿಕೆಯೆ. ಮಾತು ಮುರಿದು ಪದೇ ಪದೇ ತೋಟಕ್ಕೆ ಬಂದು ತಾನೇ ಮಾಲೀಕನೆಂದು ಪ್ರತಿಪಾದಿಸಲು ಹೊರಟರೇ ಏನು ಮಾಡುವುದು? ಭದ್ರವಾಗಿ ಕಾಗದ ಪತ್ರಗಳನ್ನು ಮಾಡಿಸಿಟ್ಟುಕೊಳ್ಳಬೇಕು. ಸ್ವಂತ ಸೋದರತ್ತೆಯ ಗಂಡ ಶ್ರೀನಿಧಿಯೆ ಮೋಸ ಮಾಡಿದರು. ಇವರನ್ನು ನಂಬುವುದು ಹೇಗೆ? ಈ ಯೋಚನೆಗಳಿಂದ ದಿಕ್ಕೆಟ್ಟಳು. ಈ ಪಂಚಾಯಿತಿಯೇ ಬೇಡವೆಂದು ಇಲ್ಲಿಂದ ಹೊರಟುಬಿಟ್ಟರೆ?

ಕಾರು ನೇರವಾಗಿ ಬಂದು ಮನೆ ಮುಂದೆ ನಿಂತಿತು. ಕಣ್ಣು ಅರಳಿಸುವಂತೆ ಪಂಚೆಯುಟ್ಟು, ಒಂದು ಫುಲ್ ಷರಟು ತೊಟ್ಟಿದ್ದವನ ತುಟಿಗಳ ಮೇಲೆ ಉದಾಸನಗೆ ಇತ್ತು.

"ಬರಬಹುದಾ? ತೋಟದಿಂದ ಹೊರ್ಗೆ ಹೋಗೋವರ್ಗೂ ಸ್ಮೋಕ್ ಮಾಡೋಲ್ಲ" ಎಂದಾಗ ಅವಳಿಗೆ ಅಚ್ಚರಿ "ಬನ್ನಿ... ಬನ್ನಿ" ಒಳಗೆ ಕರೆದೊಯ್ದಳು. ತೀರಾ ಮನೆ ಬಿಕೋ ಎನ್ನುತ್ತಿತ್ತು. ಜನ ಹೊರಟಮೇಲೆ ಪಾಳು ಬೀಳುವುದಕ್ಕೆ ಸಿದ್ಧವಾದ ಪ್ರದೇಶ. ಕ್ಷಣಚಕಿತನಾಗಿ ಅವಳತ್ತ ನೋಡಿ ವಿಷಯ ಮುಟ್ಟಿಸಿಲ್ಲವಾ? ಅವರ ಒಪ್ಪಿಗೆ ಇಲ್ಲವಾ? ಕಣ್ಣುಗಳೇ ಪ್ರಶ್ನಿಸಿತು. ಒಂದು ರೀತಿಯ ಬದುಕಿಗೆ ಅಂಟಿಕೊಂಡವನಿಗೆ ಅವನ ತಂದೆಯ ಡೈರಿ ಕಣ್ಣು ತೆರೆಸಿತ್ತು. ಬಹಳಷ್ಟು ಬದಲಾವಣೆಗೆ ಅದರಲ್ಲಿ ಮೂಡಿದ ಅಕ್ಷರಗಳೆ ಕಾರಣವಾಗಿತ್ತು.

"ನಿಮ್ಹತ್ರ ಮಾತಾಡೋಕೆ, ನಾನು ಅಪ್ಪಯ್ಯ ಹೊರಟಿದ್ವಿ. ನೀವ್ಬಂದ್ ಒಳ್ಳೆದು ಮಾಡಿದ್ರಿ" ಎಂದಳು, ಒಂದಿಷ್ಟು ಸಂಕೋಚದಿಂದ. ಸಂಕೋಚ, ಒಂದಿಷ್ಟು ಲಜ್ಜೆ, ಒಳ್ಳೆಯತನ, ಬೆಳವಣಿಗೆಯಲ್ಲಿಯೆ ಮೂಡಿಬಂದಿತ್ತು.

ದಪ್ಪ, ಬಲವಾದ ಒಂದು ಛೇರನ್ನು ಅಜ್ಜಯ್ಯನ ಕೋಣೆಯಿಂದ ತಂದು ಹೊರಗೆ ಹಾಕಿ "ಎಲ್ಲಾ ಹಳೆಯದೆ. ಇರೋ ಮಂಚ, ಛೇರ್ ಮುಂತಾದಕ್ಕೆ ಶತಮಾನವೇ

ಆಗಿರಬೇಕು. ಕೊಳ್ಳೋ ಸಂಸ್ಕೃತಿಗೆ ತೀರಾ ವಿಮುಖರಾದ ಜನ ನಾವು" ಅಂದವಳ ಮಾತುಗಳಲ್ಲಿ ಈಗ ಸಂಕೋಚವೇನು ಇರಲಿಲ್ಲ.

ಕೂತು ಎಲ್ಲೆಡೆ ನೋಟ ಹರಿಸಿದ. ಒಂದಿಷ್ಟು ಮಂಕಾದ ಹಳೆಯ ರವಿವರ್ಮನ ಕಾಲದ ದೇವರ ಚಿತ್ರಗಳು ಮಾತ್ರ ಗೋಡೆಗಳ ಮೇಲೆ ರಾರಾಜಿಸುತ್ತಿದ್ದವು. ಗೋಡೆ, ರಂಗೋಲಿ ಪ್ರತಿಯೊಂದಕ್ಕೂ ದೇಸಿ ಟಚ್. ಭಾರತೀಯವೆನಿಸಿಕೊಂಡ ಕೆಲವು ಹಬ್ಬಗಳನ್ನು ಒಟ್ಟಿಗೆ ಸೇರಿ ಆಚರಿಸುವಾಗ ಇಂಥದ್ದನ್ನೆಲ್ಲ ನೋಡಬಹುದಿತ್ತು. ತಂದೆ ಅಂಥದಕ್ಕೆ ಮಗನನ್ನು ಕರೆದೊಯ್ಯುತ್ತಿದ್ದರು. ಅವನಮ್ಮ ತಂಗಿ ಎಂದೂ ಬಂದಿದ್ದು ಅವನಿಗೆ ನೆನಪಿರಲಿಲ್ಲ.

"ಇದನ್ನೆಲ್ಲ ಒಯ್ಯೋಕ್ಕಾಗೋಲ್ಲ. ಹಾಗೇ ಬಿಟ್ಟಿದ್ದೀನಿ. ನಮ್ಮಣ್ಣ ವಿಕ್ಕಿಗೆ ಹೇಳೋದೂಂತ. ಅವ್ನು ಬೇಕಾದರೆ ಒಯ್ಯಬಹುದ್ದು. ಇಲ್ಲ ಹಾಗೇಬಿಟ್ಟಿದ್ದರೆ ಜನ್ನನಿಗೆ ಕೊಟ್ಟುಬಿಡೀಂತ ಹೇಳೋ ತೀರ್ಮಾನವಿತ್ತು."

ದಿವ್ಯಳ ಮಾತಿಗೆ ತಲೆದೂಗಿ "ಹೇಗೂ, ಈ ಕಾರ್ಯಕ್ರಮ ಪೋಸ್ಟ್‌ಪೋನ್ ಆಯಿತಲ್ಲ. ಆ ಬಗ್ಗೆ ಮುಂದೆ ತೀರ್ಮಾನ ತಗೋಬಹುದ್ದು. ಒಪ್ಗೇ ಸಿಕ್ತಾ?" ಕೇಳಿದ. ಅವಳಿಗೆ ಚುರುಕ್ ಎಂದಿತು. ಅಂದರೆ, ತಾತ್ಕಾಲಿಕ ತಂಗುದಾಣ! ಕಂಬನಿ ಕಣ್ಣಂಚಿಗೆ ಬಂತು. "ಅಂತು, ನಿಮ್ಗೂ ಅನುಮಾನ. ಕೊಟ್ಟ ಹಣ ನಮ್ಮಿಂದ ಸಿಗೋಲ್ಲ. ತೋಟ ನಿಮ್ದೆ ಅನ್ನೋ ತೀರ್ಮಾನಕ್ಕೆ ಬಂದಿದ್ದೀರಿ. ದಟ್ಸ್ ಓಕೆ! ಒಂದು ಪ್ರಯತ್ನ ಅಂದ್ಕೊಳ್ಳಿ. ನೋ ಪ್ರಾಬ್ಲಮ್. ದೇವಸ್ಥಾನ, ಈ ತೋಟ ಇಲ್ಲಿನ ಪರಿಸರದ ಪರಿಚಯವಾದ್ರೂ ಮಾಡಿಕೊಟ್ಟು ಹೋಗ್ತೀವಿ. ಅದಕ್ಕಾಗಿ ಯಾರ ಸಿಂಪತಿನೂ ಬೇಡ" ಎಂದಳು ಪ್ರಯತ್ನಪೂರ್ವಕವಾಗಿ. ಬದುಕು ಕಷ್ಟವಾಗಬಹುದು, ತೀರಾ ಸರಳತೆ ಇರಬಹುದು. ಆದರೆ ಬೇರೆಯವರ ಸಿಂಪತಿ ತೀರಾ ಹಿಂಸೆಯೆನಿಸಿತು.

ಅಷ್ಟರಲ್ಲಿ ಆನಂದಶರ್ಮರು ಬಂದರು. ತಂದೆಗೆ ಪರಿಚಯಿಸಿದ ನಂತರ ಮೇಲೆದ್ದ ಶ್ಯಾಮ್‌ಪ್ರಸಾದ್ "ನಂಗೆ ಒಪ್ಗೇ ಇದೆ. ಇನ್ನು ಒಂದು ವರ್ಷದವರ್ಗೂ ತೋಟ ನಿಮ್ದೇ. ನಂತರವೇ ಮಾಲೀಕತ್ವದ ತೀರ್ಮಾನಕ್ಕೆ ಬರ್ತೀನಿ" ಎರಡು ಕೈಗಳನ್ನು ಜೋಡಿಸಿ ಹೊರಟುಬಿಟ್ಟಾಗ ಇಬ್ಬರು ನಿಂತಲ್ಲೇ ಕಲ್ಲಾದರು. ಬಂಧು... ಆತ್ಮೀಯನಾಗಿದ್ದ ಶ್ರೀನಿಧಿ ಕಿಂಚಿತ್ ಅರ್ಥ ಮಾಡಿಕೊಂಡಿದ್ದರೇ? ಅವರ ಕಣ್ಣಂಚು ಒದ್ದೆಯಾಯಿತು. "ನಂಬಬಹುದಾ?" ಎನ್ನುವಂತೆ ಮಗಳ ಕಡೆ ನೋಡಿದರು. "ಬೇಡ, ಒಂದಿಷ್ಟು ಕಾಗ್ದ ಪತ್ರ ಮಾಡ್ಸಿಕೊಳ್ಳೋಣ. ಅಂದು ಮಾವ ಮಾಡ್ಸಿ ತಂದ ಪತ್ರಗಳ ನೋಡಿದ್ದರೆ, ಇಂದು ಈ ಸ್ಥಿತಿ ಬರುತ್ತಿರಲಿಲ್ಲ. ಅಂಥದ್ದರಲ್ಲಿ ಅಪರಿಚಿತರನ್ನ ನಂಬುವುದಾ? ಈಗ ನಮ್ಮಲ್ಲಿರುವ ಚಿನ್ನ, ಬೆಳ್ಳಿ ಎಲ್ಲವನ್ನು ಮಾರಿ ಒಂದಿಷ್ಟು ಹಣವನ್ನು ಒಟ್ಟು ಮಾಡಿ ಅವ್ರಿಗೆ ಕೊಟ್ಟು ಸಹಿ ಹಾಕ್ಸಿಕೊಳ್ಳೋಣ. ಬದ್ಕಲು ವ್ಯವಹಾರ ಜ್ಞಾನ ಕೂಡ ಬೇಕು ಅಪ್ಪಯ್ಯ" ಎಂದಳು. ಮೌನವಹಿಸಿದರು. ಅದನ್ನು ಸಮ್ಮತಿಯೆಂದು ತಿಳಿಯಬೇಕಿತ್ತು. ಆದರೂ ಇಬ್ಬರಲ್ಲೂ ಒಂದು ಪ್ರಶ್ನೆಯಂತು ಇದ್ದೇ ಇತ್ತು. ಉತ್ತರ ಮೂನ್ನೂರು ಅರವತ್ತೈದು ದಿನಗಳ ನಂತರವೇ.

ದೇವಸ್ಥಾನದಿಂದ ಹಿಂದಿರುಗಿದ ನಂತರ ಅನಂತಶರ್ಮರ ಮುಂದೆ ಈ ಪ್ರಸ್ತಾಪ ಇಟ್ಟಾಗ "ಅವನಿಚ್ಛೆ" ಎಂದವರು ಕೈಯಲ್ಲಿದ್ದ ಗೊಲಸು ಮಾದರಿಯ ಕಡಗವನ್ನು ತೆಗೆಯುವುದರ ಜೊತೆಗೆ ತೀರಾ ಸವೆದ ಉಂಗುರಗಳನ್ನು ಪ್ರಯಾಸದಿಂದ ಕಳಚಿಟ್ಟು "ಎಲ್ಲಾ ಸೇರಿಸಿಯೇ ಮಾರಿಬಿಡಿ. ಜಾಸ್ತಿ ಹಣ ಒಟ್ಟಾದರೆ ಭಾರ ಕಡಿಮೆಯೆನಿಸುತ್ತೆ" ಅಂದಾಗ ಯಾರ ಬಾಯಿಂದಲು ಮಾತುಗಳು ಹೊರಡಲಿಲ್ಲ. ದಿವ್ಯಳಿಗೆ ಬುದ್ಧಿ ಬಂದಾಗಿನಿಂದ ಅವರ ಕೈಗಳಲ್ಲಿ ಒಂದು ಭಾಗವೆನ್ನುವಂತೆ ಇದ್ದಿದ್ದನ್ನು ಕಳಚಿದಾಗ, ಮೂವರ ಎದೆಯ ಬಡಿತ ನಿಂತಂತಾಯಿತು. "ಅಪ್ಪಯ್ಯ" ಎಂದರು ಆನಂದಶರ್ಮರು. "ಅಂಥದ್ದೇನಿಲ್ಲ, ಒಂದಿಷ್ಟು ಭಾರ ಕಡಿಮೆ ಆಯಿತು. ಕೊಟ್ಟ ಮಾತು ಉಳಿಸ್ಕೋಬೇಕು. ಇನ್ನು ಚಿನ್ನದ ಅಗತ್ಯವಿದ್ಯಾ?" ತಗೊಳ್ಳುವಂತೆ ಕೈ ಸನ್ನೆ ಮಾಡಿ ಹೊರಗೆ ಹೋದರು. ಕೌಸಲ್ಯ, ಕಣ್ಣೀರು ಸುರಿಸುತ್ತ "ಇದೆಲ್ಲ..." ಹೇಳಲು ಮುಂದಾದಾಗ ಆನಂದಶರ್ಮ ಕೈಯೆತ್ತಿ "ಬೇಡ, ಅವರಿವರನ್ನು ಕಾರಣ ಮಾಡೋದು ಬೇಡ. ಇದೆಲ್ಲ ದೈವನಿಯಮ. ಅಂದುಕೊಳ್ಳೋಣ"ಹೆಂಡತಿಯನ್ನು ತಡೆದರು ವಸಂತಲಕ್ಷ್ಮಿಯ ಕುಟುಂಬದ ಬಗ್ಗೆ ಕಹಿ ಬೆಳೆಸಿಕೊಳ್ಳುವುದು ಬೇಡವಾಗಿತ್ತು.

ಸದ್ಯಕ್ಕೆ ತೋಟ ಉಳಿಸಿಕೊಳ್ಳುವ ಸಮಾಧಾನದಲ್ಲಿ ಚಿನ್ನವನ್ನು ಕಳೆದುಕೊಳ್ಳುವುದು ದೊಡ್ಡ ವಿಷಯವಾಗಿ ಕಾಣಲಿಲ್ಲ. ತಮ್ಮ ಹಳೆಯ ಒಡವೆಗಳನ್ನು ತಂದಿಟ್ಟುಕೊಂಡವರು "ಒಂದ್ಸಲ, ನಿನ್ನ ಅತ್ತೆಗೆ ಫೋನ್ ಮಾಡಿ ತಗೊಂಡ್ ಹೋದ ಒಡ್ವೆಗಳ್ನ ಕಳ್ಸಿಕೊಡೋಕೆ ಹೇಳು. ಒಂದ್ಸಲ ನಾನೇ ಫೋನ್ ಮಾಡಿ ವಿಕ್ಕಿ ಕೈಯಲ್ಲಿ ಕಳ್ಸೊಂತ ಹೇಳಿದ್ದೆ. ಇನ್ನೊಂದು ಸಲ ಜ್ಞಾಪಿಸು" ಎಂದರು. ದಿವ್ಯಳು "ಆ, ಹ್ಞೂ" ಅನ್ನಲಿಲ್ಲ. ಅವಳಮ್ಮ ಅಪ್ಪ ತಂದುಕೊಟ್ಟ ಒಡವೆಗಳನ್ನು ಆಗಾಗ ಜ್ಞಾಪಿಸಿಕೊಳ್ಳುತ್ತಿದ್ದರು. "ಆ ಚಿನ್ನ ಮಗಳಿಗೂ, ಸೊಸೆಗೂ ತಾನೇ ಸೇರ್ಬೇಕು. ಅಲ್ಲೇ ಇದ್ಕೊಳ್ಳಿಬಿಡು" ಎಂದು ನಿರಾಳವಾಗಿ ಹೇಳುತ್ತಿದ್ದರು. ಈಗ... ಶ್ರೀನಿಧಿಯ ಇನ್ನೊಂದು ಮುಖದ ಪರಿಚಯವಾಗಿತ್ತು. ಅದನ್ನು ಕೂಡ ತಮ್ಮ ಉಪಯೋಗಕ್ಕೆ ಬಳಸಿಕೊಂಡಿದ್ದರೇನು, ಮಾಡುವುದು? "ಯಾಕೆ, ಹಾಗೇ ಕೂತೆ? ಮೊದ್ಲು ನಾವು ಉಳ್ಳುಕೊಂಡರೆ, ಆಮೇಲೆ ಮಗಳು, ಸೊಸೆಯ ಬಗ್ಗೆ ಯೋಚ್ಸೋಣ" ಅಂದರು ಸ್ವಲ್ಪ ನಿಷ್ಠೂರವಾಗಿ.

"ಆಯ್ತು, ಬಿಡಮ್ಮ... ವಿಚಾರಿಸ್ತೀನಿ" ಮೇಲೆದ್ದಳು. ತಡಮಾಡುವಂತಿರಲಿಲ್ಲ. ಅಣ್ಣನಿಗೆ ಫೋನ್ ಮಾಡಿದಾಗ ಅವನ ಜೊತೆಯಲ್ಲಿ ದೀಪಿಕಾ ಕೂಡ ಇದ್ದಿದ್ದರಿಂದ ಅವಳೇ ಕಾಲ್‌ನ ರಿಸಿವ್ ಮಾಡಿಕೊಂಡು "ಹಲೋ, ಯಾವಾಗ ಬರ್ತಾ ಇದ್ದೀಯ? ನಂಗೂ ಒಂದು ತರಹ ಬೇಜಾರು. ಅತ್ತೆ ನನ್ನ ಕೈಗಳಿಗೆ ಗೋರಂಟಿ ಹಚ್ತಾ ಇದ್ರು. ಆಗ ಅಪ್ರೆ ಅನ್ನ ಕಲಿಸಿ ಊಟ ಮಾಡಿಸೋರು ಅದೆಲ್ಲ... ಮುಗ್ದಂಗೆ ಇಲ್ಲಿನದೆಲ್ಲ ಆರ್ಟಿಫಿಷಿಯಲ್, ನಂಗೂ ತೋಟ ಅಲ್ಲಿನ ವಾತಾವರಣ ಪದೇ ಪದೇ ನೆನಪಾಗುತ್ತೆ. ಈಗ಼್ೂ ಗೋರಂಟಿ ಮರದಲ್ಲಿ ಎಲೆಗಳು ಸೊಂಪಾಗಿ ಬೆಳೆದಿದ್ಯಾ?" ಮಾತಿನ ಮುತ್ತುಗಳನ್ನು ಉದುರಿಸಿದಳು. ಅವಳ ಮೇಲೇನು ಬೇಜಾರಿಲ್ಲ ದಿವ್ಯಗೆ. "ಹೌದು, ಎಲ್ಲಾ... ಹೇಗಿದ್ದಾರೆ? ಸ್ವಲ್ಪ ಅಣ್ಣನಿಗೆ ಫೋನ್ ಕೊಡು" ಮಾತಿನ ಎಳೆತ ಅವಳಿಗೆ

ಬೇಡವಾಗಿತ್ತು. "ನೀನ್ಯಾಕೆ ಅಲ್ಲಿ ಕೂತೆ? ಪದೇ ಪದೇ ಮಮ್ಮಿ, ಡ್ಯಾಡಿ ಅದೇ ವಿಷ್ಯ ಮಾತಾಡ್ತಾರೆ. ಅಂತು ನಿನ್ನ ವಿದ್ಯಾಭ್ಯಾಸ ಬ್ರೇಕ್. ಡ್ಯಾಡ್ ನಿನಗೊಂದು ಪೋಸ್ಟ್ ಕ್ರಿಯೇಟ್ ಮಾಡಿದ್ದಾರೆ" ಮತ್ತಷ್ಟು ಹೇಳಿದನಂತರವೇ ವಿಕ್ರಮ್ ಕೈಗೆ ಮೊಬೈಲ್ ಕೊಟ್ಟಿದ್ದು.

"ಹಲೋ, ದಿವ್ಯ ಹೊರಟಿದ್ದೀರಾ? ಮಾವ ನಿಮ್ಮಗಳ ಬಗ್ಗೆ ಸಖತ್ ಗರ್ರಂ ಆಗಿದ್ದಾರೆ. ಅವರಂತು ಇನ್ನೋಸೆಂಟ್? ನಿಂಗೆ ಬುದ್ಧಿ ಇಲ್ವಾ? ಆ ತೋಟಕ್ಕೆ ಇಪ್ಪತ್ತು ಕೂಡ ಸಿಕ್ತಾ ಇರ್ಲಿಲ್ವಂತೆ. ಮಾವನ ವ್ಯವಹಾರ ಜ್ಞಾನದಿಂದ ಅಷ್ಟೆಲ್ಲ ಬಂತು. ಈಗೇನು?" ಅವನ ದನಿಯಲ್ಲಿ ಅಸಹನೆ ಇತ್ತು.

"ಅಣ್ಣ, ಆ ವಿಷ್ಯ ಬಿಡು. ಅಮ್ಮ ಅತ್ತೆಗೆ ಹೇಳಿದ್ದಾರಂತೆ. ವರ್ಷಗಳ ಹಿಂದೆ ವರಮಹಾಲಕ್ಷ್ಮಿ ಪೂಜೆಗೋಸ್ಕರ ತಗೊಂಡ್ ಹೋದ ಅಮ್ಮನ ಒಡ್ವೆಗಳು ಅಲ್ಲೇ ಇದೆ. ಅದು ಈಗ ಬೇಕು. ನೀನು ನಾಳೆನೆ ಅದ್ನ ತಂದ್ಕೊಡು" ಮೊಬೈಲ್ ಕಟ್ ಆಯಿತು. ಷೋರೂಂ ಬಾಗಿಲಲ್ಲಿ ನಿಂತಿದ್ದ ವಿಕ್ರಮ್ "ಹೇಗೂ ಇಲ್ಲಿಗೆ ಬರ್ತಾರಲ್ಲ. ಆ ಒಡ್ವೆಗಳು ಅಲ್ಲಿಗೆ ಯಾಕೆ ಬೇಕು? ದಿವ್ಯಗೆ ಸ್ವಲ್ಪ ಕೂಡ ಅರ್ಥವಾಗೋಲ್ಲ" ಗೊಣಗಿಕೊಂಡವ "ದೀಪಿಕಾ ಮನೆಗೆ ಹೋಗೋಣ" ಬೈಕ್‌ನತ್ತ ನಡೆದ. ಈಗ ಅನುರಾಗ್ ಬೈಕ್, ಕಾರು ಅವನೇ ಬಳಸುತ್ತಿದ್ದ.

ಇವರು ಮನೆಗೆ ಬಂದಾಗ ಶ್ರೀನಿಧಿ ಕೂಡ ಮನೆಯಲ್ಲಿಯೇ ಇದ್ದರು. "ಹಲೋ..." ತಾವೇ ಮಾತಾಡಿಸಿದರು. ನಗೆ ಬೀರಿದ ವಿಕ್ರಮ್ ವಸಂತಲಕ್ಷ್ಮಿಯನ್ನು ಅರಸಿಕೊಂಡು ಹೋದ. ಅಲ್ಲೇ ಸೋಫಾ ಮೇಲೆ ಕೂತ ದೀಪಿಕಾ "ಎನಿವೇ ತೋಟನ ಮಾರಬಾರ್ದಿತ್ತು ಡ್ಯಾಡಿ. ಅದು ನಮ್ಗೇ ಒಂದು ಊಟಿ ಆಗಿತ್ತು. ಆ ಪರಿಸರದಲ್ಲಿ ಸಮಯ ಕಳೆಯೋದೆ ಗೊತ್ತಾಗ್ತ ಇರ್ಲಿಲ್ಲ ಇನ್ನು ಉಳಿದ ಜೀವಮಾನವೆಲ್ಲ, ಈ ಕಾಂಕ್ರೀಟ್ ಕಾಡಿನಲ್ಲಿಯೇ ಕಳೀಬೇಕು. ವೆರಿ ಬೋರ್..." ಗೊಣಗಿದಳು. ದೀಪಿಕಾಗೆ ಆ ಪ್ರದೇಶ ಬಹಳ ಇಷ್ಟ "ಏಯ್ ವಿಕ್ಕಿ, ನೀನು ಅಲ್ಲೇ ಉಳಿ.... ತೋಟ... ಪೂಜೆ.... ಎಲ್ಲಾ ಫೆಂಟಾಸ್ಟಿಕ್" ಎಂದು ಎಷ್ಟೋ ಸಲ ಅವನಿಗೆ ಹೇಳುತ್ತಿದ್ದಳು. ಆದರೆ ಅವಳದು ಚಂಚಲ ಮನಸ್ಥಿತಿ. ಶ್ರೀಮಂತಿಕೆಯಲ್ಲಿ ಬಹು ಎತ್ತರಕ್ಕೆ.... ಎತ್ತರಕ್ಕೆ ಬೆಳೆದು ಬಿಡುವ ಆಕಾಂಕ್ಷೆ. ಬುದ್ಧಿವಂತಳೇ, "ಬ್ರಿಲಿಯೆಂಟ್ ಸ್ಟೂಡೆಂಟ್" ಇಂಥ ಅಭಿದಾನ ಶಾಲಾಕಾಲೇಜುಗಳಲ್ಲಿಯೇ ಲಭ್ಯವಾಗಿತ್ತು.

"ವರ್ಷಕ್ಕೆ ಎರಡು ಸಲ ಊಟಿಗೆ ಹೋಗ್ಬಂದರಾಯ್ತು. ವಿಕ್ಕಿಯ ಜೊತೆ ವಿಶ್ವವನ್ನೆಲ್ಲ ಸುತ್ತಿಬರುವಂತೆ ಬಿಡು" ಮಗಳ ಕೆನ್ನೆ ಸವರಿದರು. ಮುದ್ದು ಮಗಳನ್ನು ಕಂಡರೆ ಬಹಳ ಪ್ರೀತಿ. ಎಲ್ಲಿಗೂ ಕಳಿಸಲಾರರು. ಅದಕ್ಕೆ ವಿಕ್ಕಿಯನ್ನು ಮನೆಯ ಅಳಿಯನನ್ನಾಗಿ ಮಾಡಿಕೊಳ್ಳಲು ಎಂದೋ ನಿರ್ಧರಿಸಿದ್ದರು. "ನಿನ್ನ ಮಮ್ಮಿ ಹತ್ರ ಮಾತಾಡು" ಅಂತ ಕಳಿಸಿ ರೂಮಿಗೆ ಹೋಗಿದ್ದ ವಿಕ್ರಮ್‌ನ ಹಿಂದಕ್ಕೆ ಕರೆಸಿಕೊಂಡು "ವಸಂತ ತೀರಾ ಸ್ಮೂತ್. ಸಣ್ಣಸಣ್ಣ ವಿಷಯಕ್ಕೂ ಬಿ.ಪಿ. ಜಾಸ್ತಿ ಮಾಡ್ಕೊಂಡ್ ಬಿಡ್ತಾಳೆ. ಯಾವ್ದೇ ನ್ಯೂಸ್ ನನ್ನ ನಂತರವೇ ಅವಳ ಬಳಿಗೆ" ಎಚ್ಚರಿಸುವಂತೆ ಹೇಳಿದರು.

ದಿವ್ಯ ಫೋನ್ ಮಾಡಿದ್ದ ವಿಷಯ ತಲುಪಿದಾಗ ಶ್ರೀನಿಧಿ ಸುಮ್ಮನಾದರು. ಅಲ್ಲಿನ ವಿದ್ಯಮಾನಗಳನ್ನು ಅವರ ಮನ ಒಳಗೊಳಗೆ ಲೆಕ್ಕ ಹಾಕತೊಡಗಿತು. "ವಿಕ್ಕಿ ನೀನು ಸುಮ್ನೇ ಇರು. ನಾನೇ ಆ ಒಡ್ವೇನ ಲಾಕರ್‌ನಲ್ಲಿ ಇರಿಸಿದ್ದೀನಿ. ಕಳ್ಸಿಕೊಡೋ.... ಏರ್ಪಾಟು ಮಾಡ್ತೀನಿ. ನೀನು ಯಾವುದಕ್ಕೂ ತಲೆ ಕೆಡಿಸ್ಕೋಬೇಡ" ಅಲ್ಲಿ ಬುದ್ಧಿವಂತಿಕೆ ಉಪಯೋಗಿಸಿದರು. ಆದರೆ ಈ ವಿಷಯ ದೀಪಿಕಾಗೆ ಗೊತ್ತಿದೆಯಾ, ಗೊತ್ತಿಲ್ಲವಾ ಎಂದು ವಿಚಾರಿಸಲು ಹೋಗಲಿಲ್ಲ.

ಬಿಡುಬೀಸಾಗಿ ಹೋಗಿ ಅಮ್ಮನ ಮುಂದೆ ಕೂತ ದೀಪಿಕಾ "ಏನೇ ಆಗ್ಲೀ ಮಮ್ಮಿ.... ತೋಟನ ಮಾರಬಾರ್ದಿತ್ತು. ಬೇಜಾರಾದಾಗಲೆಲ್ಲ ಹೋಗ್ತಾ ಇದ್ದಿ. ಅತ್ತೆ ಗೋರಂಟಿ ಸೊಪ್ಪು ಹರೆದು ಕೈಕಾಲುಗಳಿಗೆಲ್ಲ ಹಾಕ್ತಾ ಇದ್ರು. ಅದೆಷ್ಟು ಕೆಂಪಗಾಗೋದು. ನಮ್ಮ ತೋಟದ ಅಂಚಿನಲ್ಲಿದ್ದ ಗೋರಂಟಿ ಮರದಲ್ಲಿ ನಸುಗೆಂಪು ಬಣ್ಣದ ಎಲೆ ಚಿಗುರುಗಳು ಉತ್ತಮ ಅನ್ನೋರು ಅತ್ತೆ" ಬಹಳ ನೋವಿನಿಂದಲೇ ಅಲ್ಲಿನ ಪರಿಸರ, ಕಳೆದ ಕ್ಷಣಗಳನ್ನು ನೆನಪಿಸಿಕೊಂಡಾಗ ಅದು ಸರಪಣಿ ಯಾಗಿ ವಸಂತಲಕ್ಷ್ಮಿ ಮುಂದೆ ಬಿಚ್ಚಿಗೊಂಡಿತು "ಹೌದು, ಅತ್ತಿಗೆಯ ಅಮ್ಮ ಪಾತಮ್ಮ ಬಂದರೂಂದರೆ ಗೋರಂಟಿಯ ಎಲೆಗಳನ್ನು ಬಿಡಿಸಿ ಒಣಗಿಸಿ ಪುಡಿಮಾಡಿ ಇಡೋದರ ಜೊತೆಗೆ ಹುಣಸೆಹಣ್ಣು, ನಿಂಬೆಹುಳಿ, ಮಜ್ಜಿಗೆಯಲ್ಲಿ ಕಲೆಸಿಟ್ಟು ಚೂಪಾದ ಹಿಡಿಸೂಡಿಯ ತುದಿಯಿಂದ ಕೈಕಾಲುಗಳಿಗೆ ಮದರಂಗಿ ಹಚ್ಚೋರು. ಕೆಲವೊಮ್ಮೆ ಚಿತ್ತಾರಗಳು. ಅತ್ತಿಗೆ ಕೈಗಳು ನನ್ನ ಕೈಗಳಿಗಿಂತ ಕೆಂಪಾಗ್ತ ಇತ್ತು. ಅದೇನು ಸಂಭ್ರಮ! ಗೋರಂಟಿಯನ್ನು ಕೂದಲಿಗೆ ಹಚ್ಚೋದರಿಂದ ಮೈ ಉಷ್ಣ ಕಡಿಮೆಯಾಗಿ ಕಣ್ಣುಗಳು ಫಳಫಳ ಅನ್ನುತ್ತೆ" ಹೇಳುತ್ತ ಹೋದರು ಅಂದಿನ ಸಂದರ್ಭಗಳನ್ನ

ತಕ್ಷಣ ನೆನಪಿಸಿಕೊಂಡಂಗೆ "ಮಮ್ಮಿ ದಿವ್ಯ ಫೋನ್ ಮಾಡಿದ್ಲು. ಅವಳಜ್ಜಿ ಒಡ್ವೆಗಳ್ನ ವರಮಹಾಲಕ್ಷ್ಮಿ ಅಲಂಕಾರಕ್ಕಾಗಿ ತಂದಿದ್ದೆಯಂತಲ್ಲ, ಅದೂ ಬೇಕೂಂದ್ಲಳಂತೆ. ವಿಕ್ಕಿ ರೇಗಾಡ್ತ ಇದ್ದ. ಅದರಲ್ಲಿ ತಪ್ಪೇನು?" ಶುರು ಮಾಡಿದಳು. ಆಕೆಯ ತಲೆ ಧೀಂ ಅನ್ನತೊಡಗಿತು. ಪ್ರಸ್ತಾಪವೆತ್ತಿದಾಗಲೆಲ್ಲ ಶ್ರೀನಿಧಿ ಮಾತು ಮರೆಸುತ್ತಿದ್ದರು. ಅನಾವಶ್ಯಕವಾಗಿ ರೇಗುತ್ತಿದ್ದುದ್ದುಂಟು. "ತಲೆನೋವು..." ಹಣೆಯೊತ್ತಿಕೊಂಡಾಗ "ಬರೀ ಬಿ.ಪಿ. ಹೆಚ್ಚಿಸಿಕೊಳ್ಳೋದರಿಂದ ಪ್ರಯೋಜನವೇನು? ಆ ಒಡ್ವೆಗಳ್ನ ಯಾರಿಗಾದ್ರೂ ಕೊಟ್ಟುಕೊಳ್ಳಲೀ. ಅವು ಮಗಳಿಗೆ ಕೊಟ್ಟಿದ್ರೂ ಇಲ್ಲಿಗೇನೇ. ಇನ್ನು ಸೊಸೆಗೇ ಅಂದುಕೊಂಡರೂ, ನಿನ್ನ ಮಗಳಿಗೇನೇ. ನಿಂಗೆ ಇರೋ ಚಿನ್ನ ಸಾಲ್ದ? ಸಾಕಷ್ಟು ಅಜ್ಜಯ್ಯ ನಿಂಗೂ ಕೊಟ್ಟಿದ್ದಾರೆ. ಅದು ಅತ್ತೆ ಅಮ್ಮನದಂತೆ. ಶಾಂತಂ.... ಪಾಪಂ.... ಸುಮ್ನೇ ಕೊಟ್ಟು ಕಳ್ಸು" ಅಂದ ಮಗಳತ್ತಲೇ ನೋಡಿದರು. ಒಂದೊಂದು ಸಲ ಒಂದೊಂದು ರೀತಿಯಲ್ಲಿ ಪ್ರತಿಕ್ರಿಯಿಸಿದರು, ಅಪ್ಪನ ಮುದ್ದು ಮಗಳಾದುದರಿಂದ ದಂಡಿಸಿ ಬುದ್ಧಿ ಹೇಳುವಂತಿರಲಿಲ್ಲ. "ಆಯ್ತು ಹೋಗು" ರೇಗಿದರು.

ಮೇಲೆದ್ದ ದೀಪಿಕಾ "ಯಾಕೋ, ದಿವ್ಯ ಅಂತು ಕೋರ್ಸು ಕಂಟಿನ್ಯೂ ಮಾಡೋ

ಹಾಗೇ ಕಾಣಿಸ್ತ ಇಲ್ಲ. ನಾನು ಆರಾಮಾಗಿ ಹಾಗೇ ಮಾಡ್ಲಾ?" ಮತ್ತೊಂದು ವಿಷಯವನ್ನು ಅಮ್ಮನ ಮುಂದಿಟ್ಟಳು. "ನನ್ನನೇನು ಕೇಳ್ಬೇಡ. ನಿನ್ನ ಡ್ಯಾಡಿನ ಕೇಳ್ಕೊ. ಅವರದೇ ಫೈನಲ್ ಡಿಸಿಷನ್ ಅಲ್ವಾ? ಜೊತೆಗೆ ವಿಕ್ಕಿ ಸಜೆಷನ್ ತಗೊ. ಅವ್ನ ಅಭಿಪ್ರಾಯ ಕೂಡ ಮುಖ್ಯವಾಗುತ್ತೆ" ಮತ್ತಷ್ಟು ಹಣೆಯೊತ್ತಿಕೊಂಡರು. ಒಡವೆಗಳು ಇದ್ದಿದ್ದು ಗಂಡನ ಸುಪರ್ದಿನಲ್ಲಿ. ಯಾವುದೇ ಡಿಸಿಷನ್ ಅವರದೇ. ದೀಪಿಕಾ ಗೊಣಗುತ್ತಲೆ ಹೋಗಿದ್ದು. ಎಲ್ಲಕ್ಕಿಂತ ಅವಳಿಗೆ ವಿಕ್ಕಿ ಇಂಪಾರ್ಟ್‌ಟೆಂಟ್.

ವಸಂತಲಕ್ಷ್ಮಿ ಹೋಗಿ ಮಲಗಿಬಿಟ್ಟರು. ಶ್ರೀನಿಧಿಯ ಕಿವಿಗೆ ವಿಷಯ ಬಿದ್ದುಬಂದವರೇ, ಮೊದಲು ಹೆಂಡತಿಯನ್ನು ಸಮಾಧಾನ ಮಾಡಿ "ಯು ಡೋಂಟ್ ವರಿ, ನೀನ್ಯಾಕೆ ತಲೆ ಕೆಡ್ಸಿಕೋತಿ? ಚಿರಾಗ್‌ನ ಕೂಡ ಇಲ್ಲಿಗೆ ಬರೋದಿಕ್ಕೆ ಹೇಳಿದ್ದೀನಿ. ಒಂದು ದೊಡ್ಡ ಸಾಮ್ರಾಜ್ಯ ಕಟ್ಟೋಕೆ ಹೊರಟಿದ್ದೀನಿ. ಅದಕ್ಕೆ ನಿಮ್ಮಗಳ ಕೋಪರೇಷನ್ ಬೇಕು. ಮುಖ್ಯವಾಗಿ ನೀನು ಡಿಯರ್. ಆ ಸಾಮ್ರಾಜ್ಯಕ್ಕೆ ನಿನ್ನ ರಾಣಿ ಮಾಡ್ತೀನಿ. ವಿಮಾನದಲ್ಲೇ ಓಡಾಟ." ಕನಸಿನ ಅಲೆಗಳಲ್ಲೇ ತೇಲಿಸಿದರು. ಯಾವುದೂ ಆ ಸಾಮ್ರಾಜ್ಯಂತ ಆಕೆಗೆ ಗೊತ್ತಿಲ್ಲ!

"ಆ ಒಡ್ವೆಗಳು ಲಾಕರ್‌ನಲ್ಲಿ ಇದ್ಯಾ?" ಕೇಳಿದರು ವಸಂತಲಕ್ಷ್ಮಿ

"ಷೂರ್, ಒಂದಿಷ್ಟು ರೆಸ್ಟ್ ತಗೋ. ಅದಕ್ಕೆಲ್ಲ ನಾನು ಏರ್ಪಾಟು ಮಾಡ್ತೀನಿ" ಹೊರ ನಡೆದರು. ಅವರು ಮೂರ್ಖರಲ್ಲ. ಎಲ್ಲ ಗಟ್ಟಿ ಬಂಗಾರದ ಆಭರಣಗಳು. ಇವೊತ್ತಿನ ಲೆಕ್ಕಕ್ಕೆ ಲಕ್ಷಾಂತರ, ಚಿನ್ನದ ಬೆಲೆ ಗಗನ ಮುಟ್ಟಿತ್ತು. ಅವನ್ನೆಲ್ಲ ಮಾರೋಕೆ ಸಕಾಲಕ್ಕಾಗಿ ಎದುರು ನೋಡುತ್ತಿದ್ದ ವ್ಯಕ್ತಿ ಕೊಟ್ಟಾನೆಯೇ? ಹೆಂಡತಿಯ ಬಗ್ಗೆ ಪ್ರೀತಿಯೇ? ಮನಸ್ಸಿನಲ್ಲಿ ಒಂದು ಪ್ಲಾನ್ ರೂಪಿಸಿಕೊಂಡರಷ್ಟೆ.

ಅಂದು ರಾತ್ರಿ ವಿಕ್ರಮ್‌ನ ಟೆರೆಸ್‌ಗೆ ಕರೆದೊಯ್ದು "ವಿಕ್ಕಿ, ದಿವ್ಯ ಫೋನ್ ಮಾಡಿದ್ಲಾ?" ಕೇಳಿದರು. ತಂಗಾಳಿಯು ಬಿಸಿಯಾಯಿತೆನಿಸಿತು ಅವನಿಗೆ. "ಹೌದು, ಅಮ್ಮನ ಕಡೆಯಿಂದ ಇದು ಎರಡನೇ ಫೋನ್. ಅದೇನು ಅರ್ಜೆಂಟ್ ಇದ್ಯೋ ಗೊತ್ತಿಲ್ಲ" ಒಂದಿಷ್ಟು ಟೆನ್‌ಷನ್‌ನಿಂದ ಅವನ ಭುಜದ ಮೇಲೆ ಕೈ ಹಾಕಿದ ಅವರು "ನಿಂಗೆ ದಳ್ವಾಳಿ ಆರಾಧ್ಯ ಗೊತ್ತಿರಲಾರಂತ ನಂಗೆ ಕಾಣಿಸುತ್ತೆ. ಆ ತೋಟನ ಮಾರೋಕೆ ನನ್ನಡೆಯಿಂದ ಎರಡು ಲಕ್ಷ ಹಣ ಪಡಕೊಂಡಿದ್ದಾನೆ. ಈಗ ಅಲ್ಲು ಕೂಡ ಅದೇ ಪ್ಲಾನ್ ಪ್ಲೇ ಮಾಡ್ತಾ ಇದ್ದಾನೆ. ನಿಮ್ಗೆ ತೋಟನ ಹಿಂದಕ್ಕೆ ಕೊಡುಸ್ತೀನೀಂತ ಇವ್ರ ಕಡೆಯಿಂದ ಹಣ ವಸೂಲಿಗೆ ಇಟ್ಟಿದ್ದಾನೆ. ಆಗ ಅವ್ರಿಗೆ ಚಿನ್ನದ ಯೋಚ್ನೆ ಬಂದಿದೆ. ಇದ್ನ ಮಾರಿ ಅವ್ನ ಕೈಗೆ ಹಾಕಿ ಭಿಕಾರಿಗಳಾಗೋಕೆ ಹೊರಟಿದ್ದಾರೆ. ಆಗ ನಾವೇ ನೋಡ್ಬೇಕಾಗುತ್ತೆ. ನೀನು ತೆಪ್ಪಗಿದ್ಬಿಡು. ನಾನೆಲ್ಲ ಮ್ಯಾನೇಜ್‌ಮಾಡ್ತೀನಿ. ಒಂದು ದಿನ ನಾಪತ್ತೆಯಾಗ್ಬಿಡು. ಒಡ್ವೇನ ಕಳ್ಸಿಕೊಟ್ಟೇಂತ ಸುಳ್ಳು ಹೇಳ್ತೀನಿ. ಆಮೇಲೆ ಎಲ್ಲಾ ತಾನೇ ತಾನಾಗಿ ತಣ್ಣಗಾಗುತ್ತೆ. ನಾವ್ಹೋಗಿ ಎಲ್ಲರನ್ನು ಕರ್ಕಂಡ್ ಬರೋಣ" ಅವನ ತಲೆಗೆ ಹುಳುಬಿಟ್ಟರು. ಅವನು ಒಪ್ಪಿಕೊಳ್ಳಲೇಬೇಕಿತ್ತು. ಈಗಾಗಲೇ ದಿವ್ಯಗೂ, ಅವನಿಗೂ

ಇದ್ದ ವ್ಯತ್ಯಾಸ ಮನವರಿಕೆಯಾದುದ್ದರಿಂದ ತಮ್ಮ ಮನಸ್ಸಿನಂತೆ ಉಪಯೋಗಿಸಿಕೊಳ್ಳುತ್ತಿದ್ದರು.

ಆಮೇಲೆ ತಾನೇ ದಿವ್ಯ ಮೊಬೈಲ್‌ಗೆ ಫೋನ್ ಮಾಡಿ "ನಿನ್ನ ಅತ್ತೆ ಆರೋಗ್ಯ ಸರಿಯಿಲ್ಲ. ಒಂದು ರೀತಿಯ ಮನೋರೋಗ. ನೆನಪಿನ ಶಕ್ತಿ ಕಡ್ಮೆಯಾಗಿದೆ. ಒಡ್ವೇನ ಎಲ್ಲಿ ಇಟ್ಟಳೋ ಗೊತ್ತಿಲ್ಲ. ಸಾಕಷ್ಟು ಹುಡುಕಾಡಿದ್ದೀನಿ. ಸದ್ಯಕ್ಕೆ ಸಿಗುತ್ತೆ ಅನ್ನೋ ನಂಬ್ಕೆ... ಇಲ್ಲ" ಎಂದು ಹೇಳಿ ಫೋನ್ ಕಟ್ ಮಾಡಿದರು. ಇಂಥ ಒಂದು ನಿರೀಕ್ಷೆ ಅವಳಿಗೆ ಇದ್ದುದ್ದರಿಂದ ಅಚ್ಚರಿಯೆನಿಸಲಿಲ್ಲ.

"ಅಮ್ಮ ಆ ಚಿನ್ನ ಸಿಗೋಲ್ಲ. ಸದ್ಯಕ್ಕೆ ನಮ್ಮಲ್ಲಿರೋ ಚಿನ್ನನ ಮಾತ್ರ ಮಾರಿಬಿಡೋಣ" ಮಗಳ ಮಾತಿಗೆ ಕೌಸಲ್ಯ ಬೆಚ್ಚಿ "ಸಿಗೋಲ್ಲಾಂದರೇ.... ಏನು? ಈ ತರಹ ಯಾಕೆ ಮಾಡ್ತಾ ಇದ್ದಾಳೆ? ಅವರೇನು ನಮ್ಗೇ ಶತ್ರುಗಳಾ?" ಕಣ್ಣಂಚಿಗೆ ಬಂದ ಕಂಬನಿ ಕೆನ್ನೆಯ ಮೇಲೆ ಧಾರೆಯಾಯಿತು.

ಬಹಳ ಹೊತ್ತು ಕೌಸಲ್ಯನ ಸಂತೈಯಿಸಬೇಕಾಯಿತು ದಿವ್ಯ.

* * * *

ಅಂದು ದಿವ್ಯ ಮೊಬೈಲ್‌ಗೊಂದು ಫೋನ್ ಬಂತು "ಹಲೋ, ದಿವ್ಯ ಮೇಡಮ್... ನಾಳೆ ಸಂಜೆಯ ಫ್ಲೈಟ್‌ಗೆ ಟಿಕೆಟ್ ಬುಕ್ ಆಗಿದೆ. ತೋಟ ನಿಮ್ದೆ ಸದ್ಯದ ಕರಾರು ಪ್ರಕಾರ, ಅಂದರೇ ಮಾತಿನ ಕರಾರು ಪ್ರಕಾರ. ಇದ್ನ ನಮ್ಮ ಮ್ಯಾನೇಜರ್ ತಿಳ್ಸಿದ್ದೀನಿ. ಯಾವ್ದೋ ಪತ್ರಗಳಿಗೆ ಸಹಿ ಹಾಕಿಕೊಡೀಂದ್ರಿ. ಅದನ್ನೆಲ್ಲ ತಗೊಂಡ್ಬಂದರೆ ಸಹಿ ಹಾಕಿಕೊಡ್ತೀನಿ. ಮತ್ತೇನು?" ಸ್ಪಷ್ಟವಾಗಿ ಕನ್ನಡದಲ್ಲಿ ಕೇಳಿದ. ಅವಳಿಗೆ ಗಾಬರಿ. ಈಗಾಗಲೇ ಚಿನ್ನವನ್ನೆಲ್ಲ ಮಾರಿ ಒಂದಿಷ್ಟು ಹಣ ಒಟ್ಟು ಮಾಡಿಕೊಂಡಿದ್ದರು ಕಾದಿದ್ದು ವರಮಹಾಲಕ್ಷ್ಮಿ ಹಬ್ಬಕ್ಕಾಗಿ ಕೊಟ್ಟಿದ್ದ ಚಿನ್ನಕ್ಕಾಗಿ. ಅದು ಸಿಗೋಲ್ಲ ಅಂದ ಮೇಲೆ ಇರೋ ಚಿನ್ನನ ಮಾರಿ ಬಂದಿದ್ದಾಯಿತು. ಎಲ್ಲಾ ಸೇರಿಸಿ ಮೂರು ಲಕ್ಷ ಎಂಬತ್ತೈದು ಸಾವಿರ ಕೈಯಲ್ಲಿತ್ತು "ಅಮ್ಮ ಅವರೇನೋ ನಾಳೆ ಕ್ಯಾಲಿಫೋರ್ನಿಯಾಗೆ ಹೋಗ್ತಾರಂತೆ. ನಮ್ಮಲ್ಲಿರೋ ಹಣದಲ್ಲಿ ಎಷ್ಟನ್ನು ಉಳ್ಸಿಕೊಳ್ಳೋದು? ಅಪ್ಪಯ್ಯನ ಒಂದ್ಮಾತು ಕೇಳ್ಲಾ?" ಕೌಸಲ್ಯನ ಕೇಳಿದಳು. ಹಾಲು ಕಾಯಿಸುತ್ತಿದ್ದವರು ಇಳಿಸಿಟ್ಟು "ಬೇಡ ಕಣೇ, ಒಂದು ತರಹ ಬದ್ಕಿದೋರು. ತೆಂಗಿನಕಾಯಿ, ಅಡಿಕೆ, ಬಾಳೆಗೊನೆ ಮಾರಾಟದ ಸಂದರ್ಭದಲ್ಲಿ ವ್ಯವಹಾರಕ್ಕೆ ನಿಂತವರಲ್ಲ. ಶ್ರೀನಿಧಿ ವಹಿಸ್ಕೊಂಡ್ಮೇಲೆ, ಅದೆಲ್ಲ ಮರ್ತೇ ಹೋಗಿದೆ. ಸುಮ್ನೇ ವ್ಯವಹಾರಕ್ಕೆ ಕರೆದರೇ ನೊಂದ್ಕೊತಾರೆ. ಅದೇನೋ, ನೀನೇ... ನೋಡ್ಕೋ" ಅಂದರು. ಈ ವಿಚಾರದಲ್ಲಿ ಹೆಣ್ಣು ಮಗಳ ಮೇಲೆ ಪೂರ್ತಿ ಜವಾಬ್ದಾರಿಹೊರೆಸುವುದು ನೋವಿನ ವಿಚಾರ. ಬೇರೆ ವಿಧಿ ಇರಲಿಲ್ಲ. ಈ ಕ್ಷಣ ಪರದೇಶಿಗಳಾಗಿ ಹೊರಡುವುದಕ್ಕೆ ಬದಲು ಒಂದು ವರ್ಷ ಕಾಲಾವಕಾಶ ಸಿಕ್ಕಿತ್ತು. "ದೇವರಿದ್ದಾನೆ!" ಎನ್ನುವ ನಂಬಿಕೆ ಮಾತ್ರ.

"ಏನಾದ್ರಾಗ್ಲಿ. ಒಂದ್ಮಾತು ಅಪ್ಪಯ್ಯನ್ನ ಕೇಳ್ತೀನಿ" ಅಂದು ಹೊರಬಂದಳು. ಯಾರದೋ ಅಭಿಷೇಕವಿದ್ದುದ್ದರಿಂದ ತಂದೆ, ಮಗ ಬೇಗ ಹೊರಟಿದ್ದರು. ಅಭಿಷೇಕ, ಅರ್ಚನೆ, ಪೂಜೆಗೆ ಬೇಕಾದ ಪರಿಕರಗಳನ್ನು ಒದಗಿಸಿಕೊಡುವುದು ಆನಂದಶರ್ಮರ ಕೆಲಸ.

ಮಂತ್ರಗಳು ಈ ತುದಿಯವರೆಗೂ ಕೇಳುತ್ತಿತ್ತು. ಮಧ್ಯದಲ್ಲಿ ಹೋಗಿ ಡಿಸ್ಟರ್ಬ್ ಮಾಡುವುದು ಬೇಡವೆನಿಸಿ ತಾನೇ ಹೊರಟಳು. ಡಾಬರ್ ರಸ್ತೆಯಲ್ಲಿ ಬಸ್ಸುಗಳು ಓಡಾಡುತ್ತಿದ್ದರು, ಬೇಡವೆನಿಸಿ ನಡೆದೇ ಹೊರಟವಳ ಅರ್ಧ ಹಾದಿಗೆ ಎದುರಿನಿಂದ ಬಂದ ಕಾರು ಬದಿಗೆ ಹೋಗಿ ನಿಂತಿತು. ಇಳಿದು ಬಂದವ ಹೇಳಿದ,

"ನಿಮ್ಮನ್ನ ಕರ್ಕೊಂಡ್ ಬರೋಕೆ ಹೇಳಿದ್ರು. ಅವ್ರು ಅರ್ಜೆಂಟಾಗಿ ಬೆಂಗ್ಳೂರಿಗೆ ಹೋಗ್ಬೇಕಂತೆ."

ಮೌನವಾಗಿ ಹತ್ತಿ ಕೂತಳು. "ಇಲ್ಲೇನಾದ್ರೂ ಸ್ವಾರ್ಥವಿದ್ಯಾ?" ಈಗ ಕೊಡೋ ಮೂರುವರೆ ಲಕ್ಷ, ತಾವು ಪೂರ್ತಿಯಾಗಿ ಹಣ ಸಂದಾಯ ಮಾಡದಿದ್ದರೆ, ವಾಪಸ್ಸು ಬರೋಲ್ಲ! ದೊಡ್ಡ ರಿಸ್ಕ್. ಆ ಬಗ್ಗೆ ಶ್ಯಾಮ್‌ಪ್ರಸಾದ್ ಯೋಚಿಸಿರಬಹುದಾ? ಬರೀ ಅನುಮಾನಗಳೇ! ಇಂಥದ್ದು ಹುಟ್ಟಿಕೊಂಡಿದ್ದು ಸುಳಿವು ನೀಡದೇ, ಶ್ರೀನಿಧಿ ತೋಟ ಮಾರಿದ್ದರಿಂದ.

ಈ ತಳಮಳದಲ್ಲಿ ಕಾರು ನಿಂತಿದ್ದು ಕೂಡ ಅವಳಿಗೆ ಗೊತ್ತಾಗಲಿಲ್ಲ. "ಅಮ್ಮ.... ಇಳೀತೀರಾ?" ಡೋರ್ ತೆಗೆದ ಡ್ರೈವರ್ ಎಚ್ಚರಿಸಿದಾಗಲೇ ಅವಳು "ಹಾ..." ಎಂದು ಇಳಿದಿದ್ದು. ಅತ್ಯಂತ ಚೊಕ್ಕಟವಾದ ನೀಡಿದಾದ ಹಾದಿ. ಇಕ್ಕೆಡೆಯಲ್ಲಿ ಅರಳಿನಿಂತ ಬಣ್ಣಬಣ್ಣದ ಹೂಗಳು. ಲಾಭವಲ್ಲ, ಉತ್ತಮ ಅಭಿರುಚಿ ಇಟ್ಟುಕೊಂಡು ಬೆಳೆಸಿದ ತೋಟ ಎಂದುಕೊಂಡಾಗ ಅವಳಿಗೆ 'ಹಾಯ್' ಎನಿಸಿತು.

"ವೆಲ್‌ಕಮ್ .... ಮೇಡಮ್..." ಎಂದ ಪ್ಯಾಂಟ್‌ನ ಜೇಬಿನಲ್ಲಿ ಕೈಗಳನ್ನು ತುರುಕಿಕೊಂಡು. ಬಲವಂತದ ನಗೆ ಬೀರಿ "ಸಾರಿ... ಸರ್.... ನಾನೇ ಫೋನ್ ಮಾಡೋಳಿದ್ದೆ. ನಿಮ್ಮಿಂದ ಫೋನ್ ಬಂತು" ಸ್ವಲ್ಪ ಸಂಕೋಚವಿತ್ತು ಅವಳ ಸ್ವರದಲ್ಲಿ. "ನೋ... ಪ್ರಾಬ್ಲಮ್.... ನಂಗೆ ಬೆಂಗ್ಳೂರಿಗೆ ಹೋಗೋದಿತ್ತು. ಆಮೇಲೆ ನೀವು ನನ್ನ ಮಿಸ್ಟೇಕ್ ಮಾಡ್ಕೋಬಾರ್ದಲ್ಲ" ಒಂದು ತರಹ ನಕ್ಕ. ಅವಳಿಗೆ ಅಚ್ಚರಿಯೆನಿಸಿತು. ಈಗಾಗಲೇ ಹಣ ಪೂರ್ತ ಕೊಟ್ಟು.. ಕೊಂಡಾತ! ನಮ್ಮದು ಬರೀ ರಿಕ್ವೆಸ್ಟ್ ಮಾತ್ರ. "ಎಕ್ಸ್‌ಕ್ಯೂಜ್ ಮಿ ಸರ್. ಇಲ್ಲಿ ನಿಮ್ಮನ್ನ ತಪ್ಪು ತಿಳ್ಕೋಂತ ಅವಕಾಶನೇ ಇಲ್ಲ. ಇಲ್ಲಿ ನಮ್ದು ಬರೀ ರಿಕ್ವೆಸ್ಟ್. ಒಪ್ಪೋದು... ಬಿಡೋದು ನಿಮ್ಮಿಷ್ಟ" ಎಂದಾಗ ಅವನೇನು ಮಾತಾಡದೆ, ಗೆಸ್ಟ್‌ಹೌಸ್‌ನ ಒಳಕ್ಕೆ ಹೋದ. ಮುಂದಿನ ಸಿಟ್‌ಔಟ್ ಕೂಡ ಅದ್ಭುತವೇ. ಅವನು ಕೂತು ಅವಳನ್ನು ಕೂಡುವಂತೆ ಸನ್ನೆ ಮಾಡಿ, "ಡಾಕ್ಯೂಮೆಂಟ್ಸ್ ರೆಡಿ ಮಾಡ್ಕೊಂಡ್ ಬಂದಿದ್ದೀರಾ? ಅದಕ್ಕೆ ಮುನ್ನ ಏನಾದ್ರೂ ಕುಡೀಬಹುದಲ್ಲ. ಸದ್ಯಕ್ಕೆ ನಿಮ್ಗೇ ಕಾಫಿ... ಟೀ... ಹಾಲು... ಕಷಾಯ... ಅಂಥದೇನಾದ್ರೂ... ಆಫರ್ ಮಾಡ್ಬಹ್ದು" ಎಂದವ ಸಭ್ಯನಂತೆ ಕಂಡ.

"ಏನು ಬೇಕಿರಲಿಲ್ಲ" ಅನ್ನುತ್ತಲೇ ಕೂತಳು. ಒಂದು ಟ್ರೇನಲ್ಲಿ ಹಾಲು, ಕಾಫೀ ಡಿಕಾಕ್ಷನ್, ಟೀ... ಸಕ್ಕರೆ ಎಲ್ಲಾ ತಂದಿಟ್ಟು ಹೋದ. ಇದೆಲ್ಲ ಅವಳಿಗೆ ಅಭ್ಯಾಸವಿಲ್ಲ. ಬೆಂಗಳೂರಿನಲ್ಲಿದ್ದಾಗ ಒಂದೆರಡು ಪಾರ್ಟಿಗಳಿಗೆ ವಿಕ್ಕಿ ದೀಪಿಕಾ ಜೊತೆಗೆ ಹೋದಾಗ ಇಂಥ ಅನುಭವವಾಗಿತ್ತು. "ನೀವೇನು ಕುಡೀತೀರಾ?" ಅವನು ತಲೆ ಕೊಡವಿ "ಯಾವುದಾದ್ರೂ ಪರ್ವಾಗಿಲ್ಲ ಕೊಡಿ, ಡಾಕ್ಯುಮೆಂಟ್ಸ್" ಅಂದು ಪಡೆದುಕೊಂಡವನು ನಿಧಾನವಾಗಿ ಓದುತ್ತ ಎರಡು ಸಲ ತಲೆಯೆತ್ತಿ ನೋಡಿದವ "ಗುಡ್, ಇದ್ರಲ್ಲಿ ನನ್ನ ಸೆಕ್ಯೂರಿಟಿನು ನೋಡಿದ್ದೀರಾ! ಅದು ಒಂದು ರೀತಿ ಪ್ರಾಫಿಟ್..." ನಗೆ ಬೀರಿ ಸಹಿ ಹಾಕಿ ಟೀಪಾಯಿ ಮೇಲಿಟ್ಟ. ಅವಳ ಕಣ್ಣಂಚು ಒದ್ದೆಯಾಯಿತು. ಬಹುಶಃ ಇಷ್ಟು ದೊಡ್ಡ ಲಕ್ಷಗಳ ಅಮೌಂಟ್‌ನ ನಮ್ಮಿಂದ ಕೊಡಲು ಸಾಧ್ಯವಿಲ್ಲವೆನ್ನುವ ಇರಾದೆ ಬಂದಿರುವುದರಿಂದಲೇ ಈ ಹಂಗಿಸುವಿಕೆ. ಬಹುಶಃ ಶ್ರೀನಿಧಿಯವರೇ ಹೇಳಿರಬಹುದು!

"ಹೌದು..." ಎಂದಳು ಚೇತರಿಸಿಕೊಂಡು

ಅವನೇ ಕಾಫಿ ಬೆರೆಸಿ ಅವಳಿಗೊಂದು ಕಪ್ ಕೊಟ್ಟ. "ನನ್ನ ಡ್ಯಾಡ್ ಕುಡೀತಾ ಇದ್ದಿದ್ದು ಕಾಫಿ. ಅದೇ ಅಭ್ಯಾಸ ನಂಗೂ ಮಾಡ್ಸಿದ್ರು. ಬರೀ ಡಿಕಾಕ್ಷನ್... ನೋ... ನೋ.. ಹದವಾದ ಹಾಲು, ಸಕ್ಕರೆ ಎಲ್ಲಾ ಇರ್ಬೇಕು" ಎಂದು ಕಾಫಿಯನ್ನು ತುಟಿಯ ಬಳಿಗೆ ಒಯ್ದವನು "ನಿಮ್ಮ ಫಾದರ್ ಕೂಡ ಬರಬಹುದೂಂತ ಎಕ್ಸ್‌ಪೆಕ್ಟ್ ಮಾಡಿದ್ದೆ."

"ಅವ್ರು ದೇವಸ್ಥಾನಕ್ಕೆ ಹೋಗಿ ಆಗಿತ್ತು. ಪೂಜೆಯ ನಂತರ ಮನೆಗೆ ಬಂದ್ಮೇಲೆ ಬರೋಣಾಂತ ಇದ್ದೆ. ನಿಮ್ಮ ಫೋನ್ ಬಂದಿದ್ದರಿಂದ ಒಬ್ಬಳೇ ಬಂದೆ" ಅಂದವಳು ಕಾಫೀ ಕುಡಿದು ಮೇಲೆದ್ದು "ಥ್ಯಾಂಕ್ಯೂ... ಥ್ಯಾಂಕ್ಯೂ ವೆರಿಮಚ್... ಸರ್, ಇನ್ನೊಂದು ಇಂಪಾರ್ಟೆಂಟ್ ವಿಚಾರ. ಹಣ ಒಟ್ಟಾದಂಗೆಲ್ಲ ಕಂತು ಕಂತಾಗಿ ತಂದುಕೊಡಬಹುದಾ?" ಕೇಳಿದಕ್ಕೆ ನಕ್ಕುಬಿಟ್ಟ "ವಸೂಲಿಗೆ ಯಾರನಾದ್ರೂ ಕಳ್ಸಿಕೊಡ್ಬೇಕಾ ಇಲ್ಲ ನೀವೇ ತಂದು ತಲುಪಿಸುರ್ತೀರಾ?" ವಿಚಾರಿಸಿದ ಶ್ರದ್ಧೆಯಿಂದ "ನೋ..... ನೋ.... ನಾನೇ ತಂದುಕೊಡ್ತೀನಿ" ಎಂದವಳು ತಟ್ಟನೇ "ದಯವಿಟ್ಟು ಡ್ರಾಪ್ ಬೇಡ. ನಂಗೆ ನಡೆಯೋದೂಂದರೇ ತುಂಬ ಇಷ್ಟ" ಅಲ್ಲೇ ಬೀಳ್ಕೊಟ್ಟಳು.

ಪತ್ರಗಳನ್ನು ದೇವರ ಪಾದಗಳ ಮುಂದಿಟ್ಟು ಕಣ್ಮುಚ್ಚಿ ಪ್ರಾರ್ಥನೆ ಮಾಡಿದಳಷ್ಟೇ. ಏನು ಕೇಳಲಿಲ್ಲ. ಸರ್ವಾಂತರ್‌ಯಾಮಿಯದವನಿಗೆ ಗೊತ್ತಿಲ್ಲವೇ? "ಫಲಾಪೇಕ್ಷೆ ಇಲ್ಲದೆ ಕೆಲಸ ಮಾಡುವುದು' ಕೃಷ್ಣನ ಉಪದೇಶ. ತಕ್ಷಣ ಕಾರ್ಯೋನ್ಮುಖಳಾದಳು. ಸದಾ ಕಾಯಿಕೊಳ್ಳುತ್ತಿದ್ದ ತಿಮ್ಮಪ್ಪಯ್ಯ, ಅಡಿಕೆ ಮಂಡಿಯ ಶೆಟ್ಟರನ್ನು ಕರೆಸಿಕೊಂಡು ಮಾತಾಡಿದಳು. ಶ್ರೀನಿಧಿ ಯಾವ ಉದ್ದೇಶವಿಟ್ಟುಕೊಂಡೋ ಹಳೆಯವರನ್ನು ಬದಲಿಸಿಕೊಂಡು, ಬೇರೆಯವರೊಂದಿಗೆ ವ್ಯಾಪಾರ, ವ್ಯವಹಾರದ ನೇರ ಸಂಪರ್ಕ ಇಟ್ಟುಕೊಂಡಿದ್ದರು.

"ಇನ್ಮೇಲೆ ಕಾಯಿ ನಿಮ್ಗೇ ಕೊಡೋದೂಂತ ತೀರ್ಮಾನ ಮಾಡಿದ್ದಾರೆ" ಅಜ್ಜಯ್ಯ ಅಂದಕೂಡಲೇ ತಿಮ್ಮಪ್ಪಯ್ಯ ಬಾಯಿ... ಬಾಯಿ ಬಿಟ್ಟ. ಇವರೊಂದಿಗೆ ವ್ಯಾಪಾರ

ತೀರಾ ಸರಳವಾಗಿತ್ತು. ಹೇಳಿದ್ದೇ. ವ್ಯವಹಾರ! ಕೊಟ್ಟಿದ್ದೇ.... ಹಣ. "ಆಯ್ತು ಚಿಕ್ಕಮ್ಮಾರೇ, ಅಡ್ವಾನ್ಸ್ ಕೊಟ್ಟು ಹೋಗ್ಲಾ?" ಒಂದೇ ಮಾತಿಗೆ ಒಪ್ಪಿದ. "ಬೇಡ, ಮೊದ್ಲು ಮಾರ್ಕೆಟ್, ಆ ಸಮಯದಲ್ಲಿ ಹೇಗಿರುತ್ತೋ, ನೋಡ್ತೋಣ" ಎಂದಳು. ತೀರಾ ಅನುಭವಸ್ಥ ವ್ಯಾಪಾರಿಗಳು. ವ್ಯವಹಾರ ಕತ್ತಿ ಮೊನಚಿನ ಮೇಲೆ ನಡೆದಂಗೆ. ಇವಳಿಗೆ ಏನೇನು ಅನುಭವವಿಲ್ಲ. ಇದು ಮೊದಲ ಬೈಠಕ್.

ತಂದೆಯನ್ನ ರಾತ್ರಿ ಕೂಡಿಸಿಕೊಂಡು ಮಾತಾಡಿದಳು.

"ವ್ಯಾಪಾರ ಮೋಸ ಅಂತಾರೆ, ಇವರಿಬ್ಬರು ಗಂಟಿಗೆ ಮೋಸ ಮಾಡಿದವರಲ್ಲ" ಇಂಥ ಒಂದು ಅಭಿಪ್ರಾಯ ವ್ಯಕ್ತಪಡಿಸಿದರು.

ಆಮೇಲೆ ತೋಟಕ್ಕೆ ಬೇಕಾಗುವ ಗೊಬ್ಬರ, ಔಷಧಿ ಸಿಂಪರಣೆಯಿಂದ ಹಿಡಿದು ಎಲ್ಲಾ ವೆಚ್ಚವನ್ನು ಒಬ್ಬರಲ್ಲ ನಾಲ್ಕಾರು ಜನರೊಂದಿಗೆ ಮಾತಾಡಿ ಒಂದು ಛಾರ್ಟ್ ತಯಾರಿಸಿದಳು. ಇವೆಲ್ಲ ಹೋಗಿ ವರ್ಷಕ್ಕೆ ಉಳಿಯುವ ಹಣವೆಷ್ಟು? ಬಾಳೆ, ತೆಂಗು, ಅಡಿಕೆಯ ಜೊತೆ ಮಧ್ಯೆ ಮಧ್ಯೆ ಬೆಳೆಯುವ ಸೊಪ್ಪು, ತರಕಾರಿಗಳ ಒಂದು ಪಟ್ಟಿಯನ್ನು ತಯಾರಿಸಿದಳು. ಅದಷ್ಟು ಸಾವಯವ ಗೊಬ್ಬರ ಉಪಯೋಗಿಸಬೇಕೆಂದು ತೀರ್ಮಾನಿಸಿದಳು.

ಅಂತು ಅವಳಿಗೊಂದು ಛಾಲೆಂಜ್.

ಗೊಬ್ಬರ ಹಾಕಿಸುತ್ತಿದ್ದವಳ ಕೈಯಲ್ಲಿನ ಮೊಬೈಲ್ ಸದ್ದು ಮಾಡಿತು. "ಹಲೋ, ದಿವ್ಯ... ಹೇಗಿದ್ದೀ?" ಅಣ್ಣನ ಪ್ರಕ್ರಿಯೆ. "ಫೈನ್ ಕಣೋ. ಅಲ್ಲಿ ಎಲ್ಲಾ ಹೇಗಿದ್ದಾರೆ?" ಆದಷ್ಟು ಸಹಜವಾಗಿ ಪ್ರಶ್ನಿಸಿದಳು. "ಹೇಗೂ, ರಿಜಿಸ್ಟ್ರೇಷನ್ ಆಯ್ತು. ಸಂಜೆ ಬಂದು ಕರ್ಕೊಂಡ್ ಬರೋಣಾಂತ ಇದ್ದೆ. ಒಂದು ಬ್ಯಾಡ್ ನ್ಯೂಸ್ ಕಿವಿಗೆ ಬಿತ್ತು. ಅದೇ ದಳ್ಳಾಳಿ ಆರಾಧ್ಯ ಫೋನ್ ಮಾಡಿ ಮಾವನಿಗೆ ಹೇಳಿದ್ರಂತೆ. ಕಂಟ್ರಾಕ್ಟ್ ಬೇಸಿಸ್ ಮೇಲೆ ಅಲ್ಲಿ ಇದ್ದೀರಂತೆ. ಈ ರಿಸ್ಕ್‌ಯೆಲ್ಲ... ಬೇಕಿತ್ತಾ? ನಿನ್ನ ಫ್ಯೂಚರ್ ಸ್ವತಃ ನೀನೇ ಕೈಯಾರೆ ಹಾಳು ಮಾಡ್ಕೊಂಡೆ. ವಿಷ್ಯ ತಿಳಿದ್ಮೇಲೆ ತಲೆ ಕೆಟ್ಟೋಯ್ತು. ಮಾವ, ಅತ್ತೆ, ತುಂಬಾ ಬೇಜಾರು ಮಾಡ್ಕೊಂಡ್ರು" ವ್ಯಾಖ್ಯಾನಿಸಿದ. ಅವನಿಗೆ ಏನು ಹೇಳಿದರು ಅರ್ಥವಾಗದೆನಿಸಿತು "ಇಲ್ಲಿನದು ಬಿಡು. ಅಲ್ಲಿನದೇನು ವಿಶೇಷ?" ಕೇಳಿದಳು.

"ಎಲ್ಲಾ ವಂಡರ್‌ಫುಲ್! ಮಾವ ತುಂಬಾ ಇಂಟಲಿಜೆಂಟ್. ಟೋಟಲಿ ಅವ್ರದು ಎಲ್ಲಾ ಪ್ಲಾನ್ ಸಕ್ಸಸ್... ನೀನ್ಮೇಲೆ ಅವ್ರದೊಂದು ಕನಸಿತ್ತು ಎಲ್ಲಾ ಹಾಳು ಮಾಡ್ಕೊಂಡೆ. ಅನುರಾಗ್ ಫೋನ್ ಮಾಡಿದ್ನಾ?" ಕೊನೆಯಲ್ಲಿ ವಿಚಾರಿಸಿದ "ಇಲ್ಲ, ಅವನದು ಬಿಜಿ ಷೆಡ್ಯೂಲ್ ಡಿಸ್ಟರ್ಬ್ ಮಾಡೋಕೆ ಇಷ್ಟವಾಗೋಲ್ಲ. ಈಗ ಅತ್ತೆ ಆರೋಗ್ಯ ಹೇಗಿದೆ? ಬಿ.ಪಿ. ನಾರ್ಮಲ್ಲಾಗಿದೆ ತಾನೇ?" ಆದಷ್ಟು ಸಹಜವಾಗಿ ಮಾತಾಡುವ ಪ್ರಯತ್ನ.

"ನಿನ್ನದೇನು? ನಿಂಗೇನಾದ್ರೂ ತಲೆ ಕೆಟ್ಟಿದ್ಯಾ? ರಿಜಿಸ್ಟ್ರೇಷನ್ ಕೆಲ್ಸ ಮುಗಿದ್ಮೇಲೆ ಅಲ್ಲಿರೋದು ಅಷ್ಟೊಂದು ಸರಿಯಲ್ಲಾಂತ ಗೊತ್ತಿಲ್ವಾ?" ಈಗ ಗದರಿಸಿದ.

ಮೌನವಹಿಸಿದಳು. ಅವನದು ಆತುರದ ಪ್ರವೃತ್ತಿ. ಬೇಗ ಮಾತಾಡಿಬಿಡುತ್ತಾನೆಂದು ಅವಳಿಗೆ ಗೊತ್ತು "ಆರಾಧ್ಯನ ಮಾವ ಫೋನ್ ಮಾಡಿ ವಿಚಾರಿಸಿದ್ರಂತೆ. ನಿಮ್ಮ ಅವ್ರ ನಡ್ವೇ ಏನೋ ಒಪ್ಪಂದವಾಗಿದೇಯಂತಲ್ಲ ಏನದು? ಒಂದ್ವರ್ಷದಲ್ಲಿ ನಿಮ್ಗೇ ಅವ್ರ ಹಣನ ಕೊಟ್ಟು ಮತ್ತೆ ತೋಟನ ಹಿಂದಕ್ಕೆ ಪಡೆಯೋಕ್ಕಾಗುತ್ತ? ಎಲ್ಲಾ ಹಾಳು. ಮಾಡ್ದೇ! ಮಾವ ಒಳ್ಳೆ ಪ್ಲಾನ್ ಮಾಡಿದ್ರು. ಅವ್ರುಗಳು ಬಂದು ಇಲ್ಲಿ ಸೆಟಲ್ ಆಗ್ತಾ ಇದ್ರು. ಯಾವ ರಿಸ್ಕ್ ಇರ್ತಾ ಇರ್ಲಿಲ್ಲ" ಒಂದೇ ಸಮ ಹೇಳಿದ. ಅವಳಿಗೆ ರೇಗಿತು.

"ತೋಟ ಮಾರೋವಾಗ ಓನರ್ ಅನ್ನಿಸ್ಕೊಂಡ ಅಜ್ಜಯ್ಯನ್ನ ಒಂದ್ಮಾತು ಕೇಳಿಲ್ಲ. ಇದು ಸೌಜನ್ಯನ! ಅವ್ರು ತೊಂದರೆಯಲ್ಲಿ ಇರೋ ಕಷ್ಟಕ್ಕೆ ಅಡ ಇಟ್ಟು ಹಣ ಪಡ್ಕೊಂಡ್, ಅದ್ನ ಹಿಂದಿರುಗಿಸಬೇಕು ಅನ್ನೋ ಉದ್ದೇಶದಿಂದ ಅವರು ಕೇಳಿದ ಪತ್ರಗಳಿಗೆಲ್ಲ ಸಹಿ ಹಾಕಿಕೊಟ್ಟಿದ್ದು. ಆದರೆ ಅವ್ರು ಅದನ್ನ ಮಾರ್ಕೊಂಡ್ ಬಿಜಿನೆಸ್ ಡೆವಲಪ್ ಮಾಡ್ಕೊಂಡರಷ್ಟೆ. ಅದ್ನ ಈ ಕಡೆ ನಿಂತು ನೀನು ಕೇಳ್ಬೇಕಿತ್ತು. ಅಲ್ಲಿ ನಿನ್ನ ಫ್ಯೂಚರ್ ಇಂಪಾರ್ಟೆಂಟ್. ಅಜ್ಜಯ್ಯ, ಅಪ್ಪಯ್ಯ, ಅಮ್ಮ ಎಷ್ಟು ನೋವು ಅನುಭವಿಸ್ತ ಇದ್ರೂಂತ ಗೊತ್ತಾ? ನೀನು ನಂಗೆ ಅಣ್ಣ. ಷಟಪ್, ನಿಂಗೆ ಯಾವ್ದೇ ಅಧಿಕಾರ ಇಲ್ಲ." ಮೊಬೈಲ್ ಕಟ್ ಮಾಡಿದಳು ಕಣ್ಣಂಚು ಒದ್ದೆಯಾಯಿತು. ಪ್ರಯೋಜನವಿಲ್ಲವೆನಿಸಿ, ಸೆರಗಿನಿಂದ ತೊಡೆದುಕೊಂಡು ಕೆಲಸದತ್ತ ಗಮನಹರಿಸಿದಳು.

ಬೆಳಗಿನಿಂದ ಸಂಜೆಯವರೆಗೂ ತೋಟದಲ್ಲಿ ಕೆಲಸ ಮಾಡುವ ಮಗಳನ್ನು ನೋಡಿ ಆನಂದಶರ್ಮ ಮತ್ತು ಕೌಸಲ್ಯ ಕೂಡ ಅವಳ ಸಹಾಯಕ್ಕೆ ಬರುತ್ತಿದ್ದರು.

"ಲಕ್ಷಣವಾಗಿ ಕಾಲೇಜಿಗೆ ಹೋಗಿಕೊಂಡಿದ್ದವಳು. ನಿಂಗೆ ಇದೆಲ್ಲ ಬೇಕಾ?" ಕೌಸಲ್ಯ ಮುಂಗೂದಲನ್ನ ಹಿಂದಕ್ಕೆ ಸರಿಸುತ್ತ ಕೇಳಿದಾಗ ನಸುನಗು ಅರಳಿಸುತ್ತ "ನಂಗೆ ಈಗ ಯೋಚ್ಸಿದರೆ ಬಹುಶಃ ನಂಗೆ ಕಾಲೇಜಿಗೆ ಹೋಗೋ ಇಷ್ಟವೇ ಇರ್ಲಿಲ್ಲ. ಶ್ರೀನಿಧಿ ಮಾವ ನಮ್ಮೇಲೆ ಒಂದು ತರಹ ಪ್ರಭುತ್ವ ಸ್ಥಾಪಿಸಿಬಿಟ್ಟಿದ್ರು. ಅವ್ರು ಹೇಳ್ದಂಗೆ ಕೇಳಿ ಬಿಡೋದಷ್ಟೇ ಗೊತ್ತಿದ್ದಿದ್ದು. ಈಗೆಷ್ಟು ಆರಾಮಾಗಿದೆ ಗೊತ್ತಾ? ಗೋಡೆಗಳ ಮಧ್ಯದ ಕಾಲೇಜು ಕಲಿಸೋಕ್ಕಿಂತ ಪ್ರಕೃತಿ ಅದ್ಭುತವಾಗಿ ಪಾಠ ಹೇಳುತ್ತೆ. ಐಯಾಮ್ ರಿಯಲೀ ಹ್ಯಾಪಿ. ನಂಗೆ ಸಿಟಿಯ ಬಿಂದಾಸ್ ಲೈಫ್ ಬೇಡ" ಎಂದಳು ಸಹಜವಾಗಿ. ಕೌಸಲ್ಯ ಮಗಳತ್ತ ಅಭಿಮಾನದ ನೋಟ ಹರಿಸಿದರು. ಕಾಡಿದ್ದು ಅವಳ ಭವಿಷ್ಯದ ಬಗ್ಗೆ. 'ವಿಕ್ರಮ್ ನನ್ನ ಅಳಿಯ, ಅನುರಾಗ್ ನಿಮ್ಮ ಅಳಿಯ' ಶ್ರೀನಿಧಿ ಎಷ್ಟೋ ಸಲ ಹೇಳಿದ ಮಾತುಗಳು. ಅದನ್ನು ನಂಬಿಯು ಇದ್ದರು. ಇಷ್ಟವು ಆಗಿತ್ತು. ಆ ಬಗ್ಗೆ ಒಂದಿಷ್ಟು ಮಗಳನ್ನು ಎಚ್ಚರಿಸಬೇಕೆನಿಸಿತು. "ಅನುರಾಗ್ ಈಚೆಗೆ ಫೋನ್ ಮಾಡಿಲ್ಲ, ಅಲ್ವಾ?" ಕೇಳಿದರು. ಸೊಂಟ ನೇರ ಮಾಡಿದ ದಿವ್ಯ "ಮಾಡಿದ ನೆನಪು, ಮೊದಲೇ ಮಾತು ಕಮ್ಮಿ. ಅಲ್ಲಿ ಕಲಿಕೆಯ ರಭಸದಿಂದ ಮಾತೇ ಮರ್ತು ಹೋಗಿರುತ್ತೆ. ಇಷ್ಟರಮಟ್ಟಿನ ಆರಾಮ ಜೀವನ ಅವ್ನಿಗೆ ಇರೋಲ್ಲ. ಚಿರಾಗ್‌ಗೆ ಪೂರ್ತಿಯಾಗಿ ಡಿಫರೆಂಟ್. ಅವನನ್ನು ಬೆಂಗ್ಳೂರಿಗೆ ಕರೆಸ್ಕೋತೀನೀಂತ ಅಂದಿದ್ರು. ಮಾವ" ಅಲ್ಲಿಗೆ ಮಾತು

ಮುಕ್ತಾಯ ಮಾಡಿ ಒಂದು ಫರ್ಲಾಂಗ್ ದೂರದ ಮಂಜುನಾಥ ಹೆಗಡೆಯವರನ್ನು ಭೇಟಿ ಮಾಡಲು ಹೋದಳು. ಈಗ ಅವಳ ಕಣ್ಣು ಆದಾಯದ ಮೇಲೆ.

ಅಂದಿನ ಸಂಜೆಯ ಆಕಸ್ಮಿಕವೆನ್ನುವಂತೆ ಚಿರಾಗ್ ಬಂದು ಇಳಿದಾಗ ಒಂದಿಷ್ಟು ಅಚ್ಚರಿಯೆ. ಎಜುಕೇಷನ್ ಮುಗಿಯೋವರ್ಗೂ ಅವನ ವೆಕೆಷನ್ ಇಲ್ಲಿಯೇ. ಈಚೆಗೆ ಕೆಲಸಕ್ಕೆ ಜಾಯಿನ್ ಆದಮೇಲೆ ಬರುವುದು ಕಮ್ಮಿ ಆಗಿತ್ತು. ಎಲ್ಲರಿಗಿಂತ ಓದಿನಲ್ಲಿ ಬುದ್ಧಿವಂತ.

"ಏಯ್, ದಿವ್ಯ... ಹೇಗಿದ್ದೀ?" ಮೊದಲು ಎದುರಾದ ಅವಳನ್ನು ಕೇಳಿದ. "ಫೈನ್, ಅಲ್ಲೆಲ್ಲ ಹೇಗಿದ್ದಾರೆ?" ಕೇಳಿದ್ದಕ್ಕೆ "ಚಿಕ್ಕಪ್ಪನ ಬಗ್ಗೆಯೋ, ಇಲ್ಲ ಶ್ರೀನಿಧಿ ದಂಪತಿಗಳ ಬಗ್ಗೆಯೋ" ಹುಬ್ಬುಕುಣಿಸಿ ನಗೆಯಾಡಿದ. "ಫೈನ್ ಅನ್ನೋಕೇನು ಕಷ್ಟವಿಲ್ಲ. ಬದ್ಕಿಗೆ ಒಂದು ನಿರ್ದಿಷ್ಟ ಚೌಕಟ್ಟೇನು ಇರೋಲ್ಲ. ಹಳೇ ಫಾರ್ಮುಲಾನೇ. ಅಷ್ಟಿಷ್ಟು ವ್ಯತ್ಯಾಸ ಕೆಲವು ಆವಿಷ್ಕಾರಗಳಿಂದ ಅಷ್ಟೆ" ಎಲ್ಲಾ ಒಟ್ಟಿಗೆ ಹೇಳಿ "ಎಲ್ಲಿ ಪುರೋಹಿತ ಮಹಾಶಯರು!" ಅನ್ನುತ್ತಲೇ ಒಳಗಡಿ ಇಟ್ಟ. ನಗುತ್ತ ಅವನನ್ನು ಹಿಂಬಾಲಿಸಿದ್ದು. ಕೋರ್ಸು ಮುಗಿಸಿ ದುಡಿಮೆಗೆ ಕೈ ಹಚ್ಚಿದವನು ಇವನು.

ಒಂದೇ ತರಹ ವಾತಾವರಣದಲ್ಲಿ ಇದ್ದ ಮನೆಯವರಿಗೆ ಇವನು ಬಂದಾಗ ತಂಗಾಳಿ ಬೀಸಿದಂತಾಯಿತು. ಪಟಪಟ ಮಾತುಗಳನ್ನು ಉದುರಿಸುತ್ತಿದ್ದ. ಬಹುಶಃ ತೋಟ, ಈತ್ತೀಚೆಗಿನ ವಿದ್ಯಮಾನಗಳ ಅರಿವು ಅವನಿಗೆ ಇತ್ತೋ ಇಲ್ಲವೋ, ಟೋಟಲಿ. ಸಹಜವಾಗಿದ್ದ ದೇವಸ್ಥಾನ, ತೋಟಗಳಲ್ಲಿ ಅಡ್ಡಾಡಿದ. ಸಂಜೆ ಹೂ ಬಿಡಿಸಲು ಕೌಸಲ್ಯ, ದಿವ್ಯ ಕೂಡಿಯೆ ಹೂಗಿಡಗಳು ಇದ್ದ ಕಡೆ ಹೋದಾಗ ಚಿರಾಗ್ ಕೂಡ ಜೊತೆಗೂಡಿದ. ಹಿಂದೆ ಅವರಿವರು ಬಂದು ಬಿಡಿಸಿಕೊಂಡು ಹೋಗುತ್ತಿದ್ದರು. ಈಗ ದೇವಸ್ಥಾನಕ್ಕೆ ಬೇಕಾದ ಹೂಗಳನ್ನು ಬಿಡಿಸಿಕೊಂಡರೆ, ಮಿಕ್ಕ ಹೂಗಳು ಮಾರಿಗೆಯ ಗುತ್ತಿಗೆಗೆ ಕೊಟ್ಟು ಆಗಿತ್ತು. ಅದಕ್ಕೆ ಎಲ್ಲರದು ಸಮ್ಮತವಿರಲಿಲ್ಲ. ಆದರೆ ದಿವ್ಯಳ ಮಾತುಗಳಿಗೆ ಒಪ್ಪಬೇಕಿತ್ತು. ಜನ್ನನ ಕುಟುಂಬಕ್ಕೆ ಕಟ್ಟುನಿಟ್ಟು ಆದೇಶ.

ಹೂಬಿಡಿಸುತ್ತಿದ್ದ ಕೌಸಲ್ಯ "ನಂಗೆ ಒಂದಿಷ್ಟು ತಿಂಡಿ ಮಾಡೋದಿದೆ" ಅಂದವರು ಬುಟ್ಟಿಯನ್ನು ಅಲ್ಲೇ ಇಟ್ಟು ಹಿಂದಕ್ಕೆ ನಡೆದರು. ಈಗಾಗಲೇ ಚಿರಾಗ್ ಬಂದು ಎರಡು ದಿನವಾಗಿತ್ತು. "ನೀನ್ಯಾಕೆ ಕಾಲೇಜು ಬಿಟ್ಟೆ?" ಕೇಳಿದ, ಅಲ್ಲೇ ಇದ್ದ ಮರದ ಬೊಡ್ಡೆಗೆ ಒರಗಿ ನಿಂತು. 'ಇವನಿಗೆ ಪೂರ್ಣ ಸತ್ಯ ಗೊತ್ತಿದೆಯೇ, ಇಲ್ಲವಾ' ಎಂದು ಅನುಮಾನಿಸಿದರು ಸಹಜವಾಗಿ. "ಯಾಕೋ ಬೋರ್ ಅನ್ನಿಸ್ತು. ತೀರಾ ನಾರ್ಮಲ್ ಮೈಂಡ್. ಈ ಸಾಫ್ಟ್‌ವೇರ್ ಇಂಜಿನಿಯರಿಂಗ್ ಕಷ್ಟಾಂತ ಅನ್ನಿಸ್ತು. ಅದು ನಂಗೆ ಒಗ್ಗದ ಜಾಬ್...." ಎನ್ನುತ್ತ ಬುಟ್ಟಿ ತಂದು ಅಲ್ಲೊಂದು ಕಡೆ ಇಟ್ಟು ಆರಾಮಾಗಿ ಕೂತಳು. "ಇದ್ನ ನಿಜಾಂತ ಅಂದುಕೊಳ್ಳಲಾ? ಮಹರಾಯ್ತಿ ನೀನು ಕಷ್ಟಪಟ್ಟು ಓದ್ಬೇಕಿತ್ತು. ಅನುರಾಗ್‌ಗೆ ತಾನೊಬ್ಬ ಸಾಫ್ಟ್‌ವೇರ್ ಇಂಜಿನಿಯರ್ ಗಂಡಾಂತ ಹೇಳಿಕೊಳ್ಳೋ ಬಯಕೆ ಅಂತು ಇತ್ತೇನೋ? ಆ ಮೂರ್ಖ ಬಾಯಿಬಿಟ್ಟು ಹೇಳಿಕೊಳ್ಳೋಲ್ಲ. ಡ್ಯಾಡ್ ಹೇಳಿದ್ದಕ್ಕೆಲ್ಲ ತಲೆಯಾಡಿಸ್ತಾನೆ" ಖಾರವಾಗಿಯೇ ಅಂದ. ಅದಕ್ಕೆ ದಿವ್ಯ

ಪ್ರತಿಕ್ರಿಯಿಸಲಿಲ್ಲ. ಹೌದು, ಅದು ನಿಜವೇ! ಶ್ರೀನಿಧಿಯ ಕೈಯಲ್ಲಿ ಮಂತ್ರದಂಡ ಇದ್ದಂಗೆ ಎರಡು ಮನೆಗಳನ್ನು ಕಂಟ್ರೋಲ್ ಮಾಡುತ್ತಿದ್ದರು. ಅದಕ್ಕೆ ಉಭ ಶುಭ ಅನ್ನುವವರೇ ಇರಲಿಲ್ಲ. ತೋಟ ಮಾರಾಟದ ವಿಚಾರದಲ್ಲಿ ಕೂಡ ಅದೇ ನಡೆಯುತ್ತದೆಯೆಂದುಕೊಂಡಿದ್ದ ಅವರ ನಿರೀಕ್ಷೆ ತಪ್ಪಾಗಿದ್ದು ಸ್ತಬ್ಧವಾಗಿದ್ದ ಈ ಮನೆಯವರ ಮಿದುಳು ಚಲನಾಶೀಲವಾಗಿ ಚಿಂತಿಸುವಂತಾಯಿತು.

"ಆಟೋಮೊಬೈಲ್ ಜಗತ್ತಿನಲ್ಲಿ ದೊಡ್ಡ ಆವಿಷ್ಕಾರ ಮಾಡೋ ಕನಸು ಡ್ಯಾಡಿ, ಅವನದು. ಸಾಫ್ಟ್‌ವೇರ್ ಅನ್ನೋದೊಂದು ಕನಸಾಗಿತ್ತು ನಂಗೆ. ಪೂರ್ತಿ ಆಯ್ತು. ಟೆಕ್ಕಿ ಎಂಬ ವೈಟ್ ಕಾಲರ್ ಉದ್ಯೋಗದ ಆಕರ್ಷಣೆ ಎಷ್ಟಿತ್ತೆಂದರೆ, ಹಳ್ಳಿಹುಡುಗ/ಹುಡುಗಿಯರ ಕನಸು ಅದೇ ಆಗಿ, ಎಷ್ಟು ರಭಸದಿಂದ ಈ ಜಗತ್ತಿಗೆ ಕಾಲಿಟ್ಟರೆಂದರೆ, ಶ್ರೀಮಂತಿಕೆ, ಐಷಾರಾಮಿ ಜೀವನ ಅವ್ರದಾಯ್ತು. ಇಂಥ ಬದಲಾದ ಬದ್ಕಿಗೆ ಅವರೆಷ್ಟು ಬೇಗ ಹೊಂದಿಕೊಂಡರೆಂದರೆ, ರಿಯಲೀ ಫೆಂಟಾಸ್ಟಿಕ್" ಬಹಳ ದೀರ್ಘವಾಗಿ ಹೇಳಿ ಅತ್ತಿತ್ತ ನೋಡಿ "ವಿತ್ ಪರ್ಮಿಷನ್ ಒಂದು ಸಿಗರೇಟು ಹಚ್ಚಲಾ? ಪ್ಲೀಸ್... ದಿವ್ಯ" ಅಂದ. ಅವನಿಗೆ ಹಿಂದೆ ಈ ಅಭ್ಯಾಸ ಇರಲಿಲ್ಲ "ಎಂದಿನಿಂದ ಈ ಅಭ್ಯಾಸ! ನಿನ್ನಿಷ್ಟ..." ಅಂದವಳ ಕಣ್ಮುಂದೆ ಶ್ಯಾಮ್‌ಪ್ರಸಾದ್ ಸುಳಿದ. ಸಾಧಾರಣವಾಗಿ ಸಿಗರೇಟು ಎರಡು ಬೆರಳುಗಳ ನಡುವೆ ಅಥವಾ ತುಟಿಗಳ ಮಧ್ಯೆ ಹೊಗೆಯಾಡುತ್ತಲೇ ಇರುತ್ತಿತ್ತು. ಭಾರವಾದ ನಿಟ್ಟುಸಿರು ದಬ್ಬಿ ಸಿಗರೇಟು ಹಚ್ಚಿದವ ಒಮ್ಮೆ ಸೇದಿ "ನಿಮ್ಮುಂದೆ ಸೇದೋಕೆ ನಂಗೆ ಭಯ. ಹೇಗೂ ನನ್ನ ಅತ್ತಿಗೆಯಾಗೋಳಲ್ವಾ? ಒಂದಿಷ್ಟು ಭಯ, ಗೌರವದ ಮನೋಭಾವ ಇರ್ಬೇಕು" ಎಂದವ ಮತ್ತೆರಡು ಸಲ ಸೇದಿ ಕಸ, ಕಡ್ಡಿ, ಒಟ್ಟು ಮಾಡಿದ್ದ ಕಡೆ ಎಸೆದು ಬಂದು ಅವಳ ಸನಿಹವೇ ಕೂತು "ಈಚೆಗೆ ನನ್ನ ಫ್ರೆಂಡ್ ಒಬ್ಬ ಆತ್ಮಹತ್ಯೆ ಮಾಡ್ಕೊಂಡ. ತಮ್ಮ ನಡ್ವೆ ಪ್ರೇಮ, ಪ್ರೀತಿ ಬೆಳೆದಿದೆಯೆಂಬ ವಿವಾಹವಾದ ದಂಪತಿಗಳು ಸಿಲ್ಲಿ ವಿಚಾರಗಳಿಗೆಲ್ಲ ಜಗಳ ಕಾದು... ಕಾದು... ಡೈವೋರ್ಸ್‌ವರ್ಗೂ ಹೋಯ್ತು. ಈ ಮಧ್ಯೆ ಇವ್ನು ಆತ್ಮಹತ್ಯೆ ಮಾಡ್ಕೊಂಡ್ ಅವ್ಳಿಗೆ ಶಾಶ್ವತವಾದ ಬಿಡುಗಡೆ ಘೋಷಿಸಿಬಿಟ್ಟ" ಭಾರವಾದ ದನಿಯಲ್ಲಿ ಹೇಳಿದ. ಅದೇ ಕಂಪನಿಯಲ್ಲಿ ಇವನ ಜೊತೆ ಕೆಲಸ ಮಾಡುತ್ತಿದ್ದವ. ಅವನು ಬೆಂಗಳೂರಿನವನೇ ಆಗಿದ್ದರಿಂದ ಇಬ್ಬರ ನಡುವೆ ಒಂದಿಷ್ಟು ಹೆಚ್ಚಿಗೆ ಸ್ನೇಹ, ಸಲಿಗೆ ಬೆಳೆದಿತ್ತು.

"ಇಬ್ಬರ ಮಧ್ಯೆ ಸಾಮರಸ್ಯದ ಸಮಸ್ಯೆನಾ?" ಎಂದಳು ಕುತೂಹಲದಿಂದ.

ಪೂರ್ತಿ ಮರಕ್ಕೆ ಒರಗಿದ್ದವನು ಅಲ್ಲೇ ಇದ್ದ ಕಲ್ಲಿನ ಮೇಲೆ ಕೂತು, "ನೋ, ಹಾಗೇನು... ಅನ್ನಿಸೋಲ್ಲ! ಚಿಕ್ಕಪುಟ್ಟ ವಿಚಾರಗಳೇ ಸಮರಕ್ಕೆ ಕಾರಣವಾಗ್ತ ಇತ್ತೂಂತ ಕಾಣಿಸುತ್ತೆ. ಇಬ್ಬರದು ಒಂದೇ ಪ್ರೊಫೆಷನ್. ಸಾಫ್ಟ್‌ವೇರ್ ಉದ್ದಿಮೆ ಒಂದು ಡೆಡ್‌ಲೈನ್‌ನೊಳಗೆ ಕೆಲಸ ಮುಗಿಸಿಕೊಡಬೇಕೆಂದು ಕೇಳುತ್ತೆ. ವೇಗ ಎನ್ನುವುದು ಏನೆಂದು ಗೊತ್ತಾಗುತ್ತೆ. ಕೊಟ್ಟ ಡೆಡ್‌ಲೈನ್‌ನೊಳಗೆ ಕೆಲ್ಸ ಪೂರೈಸ್ಬೇಕು. ಈ ಒತ್ತಡ ಮಾನಸಿಕವಾಗಿ ಬೀಳುತ್ತಲೇ ಹೋಗುತ್ತೆ. ಪರ್ಫಾಮೆನ್ಸ್ ನಿಧಾನವಾದರೆ ಕೆಲಸಕ್ಕೆ

ಕುತ್ತು ಎನ್ನುವ ವಿಚಾರ ಮನದಲ್ಲಿ ಮೂಡಿದಂತೆಲ್ಲ ಒಂದು ರೀತಿಯ ಒತ್ತಡ ಒಳಗೆ ಬಿಲ್ಡ್ ಆಗುತ್ತೆ. ಹಗಲು, ರಾತ್ರಿಗಳ ವ್ಯತ್ಯಾಸ ಮಾಯವಾಗಿ ದೇಹದ ಬಯಾಲಾಜಿಕಲ್ ಸೈಕಲ್ ವ್ಯತ್ಯಾಸದಿಂದ ವ್ಯಕ್ತಿ ಖಿನ್ನತೆಗೆ ಒಳಗಾಗುತ್ತಾನೆ. ಸಾಮಾಜಿಕ ಬದ್ಧಿಗೆ, ದಾಂಪತ್ಯಕ್ಕೆ ನ್ಯಾಯ ಸಲ್ಲಿಸಲಾಗದೆ ಕಿತ್ತಾಡುತ್ತಾರೆ. ಅವರಿಬ್ಬರ ಮಧ್ಯೆ ಆದದ್ದು ಅಷ್ಟೆ. ಸಾಫ್ಟ್‌ವೇರ್ ಇಂಜಿನಿಯರ್ ಎಂದರೆ ಕಣ್ಣು ಕೋರೈಸುವ ಹುದ್ದೆ. ಅವನ ಜಗತ್ತು ಹೊರನೋಟಕ್ಕೆ ಕಲರ್‌ಫುಲ್. ಹಿಂದೆಂದು ನೋಡಿರದ ದೊಡ್ಡ ರೀತಿಯ ಸಂಬಳ, ಕಾರು, ಸೈಟು, ಗ್ರ್ಯಾಂಡ್ ಮದುವೆ, ವೈಭವದ ಜೀವನ. ಆದರೆ ಇಲ್ಲಿ ಏರಿಕೆಯಷ್ಟೆ, ಇಳಿಕೆಯು ಸುಲಭ. ಒತ್ತಡ, ಖಿನ್ನತೆ, ಅಭದ್ರತೆ, ಹತಾಶೆ, ಕೆಲವರ ಆತ್ಮಹತ್ಯೆಗೂ ಕಾರಣ" ನಿಧಾನವಾಗಿ ಉಸಿರೆಳೆದು ದಬ್ಬಿದ.

ಆ ಮಾತುಗಳು ಅಲ್ಲಿಗೆ ಸಾಕೆನಿಸಿತು ಅವಳಿಗೆ.

"ಮಾವ ನಿನ್ನ ಬೆಂಗ್ಳೂರಿನಲ್ಲೇ ಉಳಿಸ್ಕೋಬೇಕೂಂತಲೇ ತಾನೇ ಕರ್ಸಿಕೊಂಡಿರೋದು?" ಕೇಳಿದಳು. ಅವನ ಮುಖ ಗಂಭೀರವಾಯಿತು. "ಅವ್ರ ಉದ್ದೇಶ ಅದೇ ಇರ್ಬಹುದ್ದು. ಹೆಚ್ಚು ಬೆಳೆದಿದ್ದು... ಇದ್ದಿದ್ದು ಚಿಕ್ಕಪ್ಪ, ಚಿಕ್ಕಮ್ಮನ ಆಶ್ರಯದಲ್ಲಿ. ಅವ್ರಿಗೆ ಮಕ್ಳು ಇಲ್ಲದಿರೋದರಿಂದ.... ನನ್ಮೇಲೆ ಮಮತೆ ಬೆಳ್ಸಿಕೊಂಡ್ರು. ಬೆಂಗ್ಳೂರಿನಲ್ಲಿ ಸಾಫ್ಟ್‌ವೇರ್ ಉದ್ದಿಮೆ ಸಾಕಷ್ಟು ಬೆಳೆದಿದೆ. ನೀನು ಇಲ್ಲೇ ಇರು. ಇದು ಪ್ರೀತಿಯ ಲೆಕ್ಕಾಚಾರವಲ್ಲ. ಹಣದ ಫಿಲಾಸಫಿ. ಇದಕ್ಕೆ ನನ್ನ ಒಪ್ಗೆ ಇಲ್ಲ. ಅಲ್ಲಿ ಅವ್ರಿಗಿರೋ ಪುಟ್ಟ ಇಂಡಸ್ಟ್ರಿ, ಮನೆ ಮುಂತಾದ ಪ್ರಾಪರ್ಟಿ ಮಾರ್ಕೊಂಡ್ ಇಲ್ಲಿಗೆ ಬರಲೀಂತ ಅವ್ರ ಮೇಲೆ ಒತ್ತಡ. ಜೊತೆಗೆ ಅಲ್ಲಿ ನನ್ನ ಖಾಲಿ ಮಾಡ್ಸಿದರೆ, ಸಾಕಿದ ಮಮತೆ ಇಲ್ಲಿವರ್ಗೂ ಎಳ್ಕೊಂಡ್ ಬರುತ್ತೆ ಅನ್ನೋ ದೂರದೃಷ್ಟಿ. ಖಂಡಿತ ಅದು ನಂಗಿಷ್ಟವಿಲ್ಲ." ಖಡಕ್ಕಾಗಿ ಹೇಳಿದ. ಅನುರಾಗ್‌ಗಿಂತ ತೀರಾ ಭಿನ್ನ ವ್ಯಕ್ತಿತ್ವ ಇವನದೆನಿಸಿತು.

ಇಬ್ಬರು ಕೂಡಿಯೆ ಮನೆಯತ್ತ ಹೆಜ್ಜೆಹಾಕಿದರು. ಅವನು ಸುತ್ತು ಬಳಸಿ ಏನೇನೋ ಕೇಳಿದ, ಮಾತಾಡಿದ. ಕಡೆಗೆ ಸ್ವಲ್ಪ ಸೀರಿಯಸ್ಸಾಗಿ "ನಂಗೊಂದು ಅನುಮಾನ. ಸತ್ಯ ನೀನು ಬಾಯಿಬಿಡ್ತಾ ಇಲ್ಲ. ಎನಿ ಹೌ, ಕೋರ್ಸ್ ಮುಗ್ಸಬೇಕಿತ್ತು. ನೀನು ಬ್ರಿಲಿಯೆಂಟ್ ಅಲ್ಲಾಂತ ನೀನು ಹೇಳ್ತೀಯಾ. ಅದ್ನ ನಾನು ಒಪ್ಪೊಲ್ಲ. ದೀಪಿಕಾಗಿಂತ ಜಾಣೆನೇ" ಎಂದ. ನಿಂತು ಅವನತ್ತ ತಿರುಗಿದ ದಿವ್ಯ "ಸಾಫ್ಟ್‌ವೇರ್‌ನಂಥ ಒತ್ತಡ ಜೀವನ ನಂಗೆ ಆಗಿಬರೋಲ್ಲ. ಈ ಸಲದ ಜಾಗತಿಕ ಹೂಡಿಕೆದಾರರ ಸಭೆಯಲ್ಲಿ ಇನ್‌ಫೋಸಿಸ್‌ನ ಎನ್.ಆರ್. ನಾರಾಯಣಮೂರ್ತಿಯವರು ಮಾಹಿತಿ ತಂತ್ರಜ್ಞಾನ ಹೊರತುಪಡಿಸಿ ಬೇರೆ ಕ್ಷೇತ್ರಗಳ ಕಡೆಗೂ ಗಮನಕೊಡೀಂತ ರಾಜ್ಯ ಸರ್ಕಾರಕ್ಕೆ ಕಿವಿಮಾತು ಹೇಳಿದ್ದಾರೆ. ಅಂಥದ್ದರಲ್ಲಿ ಸುಮ್ನೇ ಯಾಕೆ ನನ್ನ ಸಮಯನ ಹಾಳು ಮಾಡಿಕೊಳ್ಳಲಿ? ನಿನ್ನ ಫ್ರೆಂಡ್ ತರಹ ನಾನು ಆತ್ಮಹತ್ಯೆ ಮಾಡಿಕೊಳ್ಳಲೀಂತಾನಾ? ಸಾರಿ...." ಅಂದಳಷ್ಟೆ. ಅದರೂ ನಿಜಸಂಗತಿ ಬಿಚ್ಚಿಡಳು ಇಷ್ಟಪಡಲಿಲ್ಲ.

ಮತ್ತೊಂದು ದಿನ ಅಲ್ಲೇ ಉಳಿದ ಚಿರಾಗ್ "ಅಮ್ಮ ನಿನ್ನ ಕರ್ಕಂಡ್ ಬರೋದಿಕ್ಕೆ ಹೇಳಿದ್ದಾರೆ. ಹೊರಡ್ತೀಯಾ. ತಾನೇ?" ಕೇಳಿದ. ಸದ್ಯಕ್ಕೆ ಅಲ್ಲಿಗೆ ಹೋಗೋ ಪ್ರಸ್ತಾಪವೇ ಅವಳಲ್ಲಿರಲಿಲ್ಲ. "ಈಗಂತು ಆಗೊಲ್ಲ. ಅಡಿಕೆ ಫಸಲು ಕೈಗೆ ಬರೋ ಕಾಲ. ಎಲ್ಲದಕ್ಕೂ ಎದುರಿಗೆ ಇದ್ದರೇನೇ ವ್ಯವಹಾರ. ಅಪ್ಪಯ್ಯನದು ಹಳೆಯ ತರಹದ ವ್ಯವಹಾರ. ಅವರುಗಳು ಹೇಳಿದಕ್ಕೆ ಹ್ಞೂ ಅಂದುಬಿಡುವ ಜಾಯಮಾನ. ಅದರ ಸಲುವಾಗಿ ನಾನು ಸದ್ಯಕ್ಕೆ ಇಲ್ಲಿಬಿಟ್ಟು ಬರೋಲ್ಲ." ಅಳುಕಿಲ್ಲದೇ ದಿಟ್ಟವಾಗಿ ಹೇಳಿದಳು. ಶ್ರೀನಿಧಿ ವರಮಹಾಲಕ್ಷ್ಮೀಯ ದೇವರ ಅಲಂಕಾರಕ್ಕೆಂದುಕೊಂಡುಹೋದ ಚಿನ್ನದ ಮೇಲೆ ಅವರದೇ ಯಜಮಾನಿಕೆಯ ಮುದ್ರೆಯೊತ್ತಿಕೊಂಡಿದ್ದರು. ಆ ಆಸೆ ಕರಗಿಹೋದ ಮೇಲೆ ಇನ್ನಷ್ಟು ಛಲ ಅವಳಲ್ಲಿ ಮೂಡಿತ್ತು. ಬೇಸರ, ಕೋಪ ಇರಬಹುದು, ಅದು ದ್ವೇಷಕ್ಕೆ ತಿರುಗಿರಲಿಲ್ಲ. ಅವರ ಬಗ್ಗೆ ಗೌರವ ಕಮ್ಮಿ ಆಗಿರಬಹುದು. ಆದರೆ ಮೊದಲಿನದೇ ಪ್ರೀತಿ.

"ನಂಗ್ಯಾಕೋ ಅನುಮಾನ ಕಣೆ ದಿವ್ಯ" ಎಂದ ಆಳವಾಗಿ ಚಿಂತಿಸುವವನಂತೆ. "ಏನೋ ಒಂದು ಭ್ರಮೆಯಲ್ಲಿದ್ದವಳಂತೆ ಸೇರಿದ್ದು, ಒಂದೂವರೆ ವರ್ಷ ಒದ್ದಾಡಿದ್ದು. ಈಗ ನಿಶ್ಚಿಂತೆ ಆರಾಮಾಗಿದ್ದೀನಿ" ಎಂದಳು ಸರಳವಾಗಿ. ಆದರೆ ಅಷ್ಟೇನಾ? "ಅಲ್ಲ ಮಹರಾಯ್ತಿ. ನಿಂಗೆ ಅನುರಾಗ್ ಸ್ವಭಾವ ಗೊತ್ತು. ಆಟೋಮೊಬೈಲ್‌ನಲ್ಲಿ ಇಂಜಿನಿಯರ್ ಆದ ಕೂಡಲೇ ಹೆಚ್ಚಿನ ತರಬೇತಿಗಾಗಿ ಅವನನ್ನು ಸ್ವಂತ ಖರ್ಚಿನಿಂದ ಜರ್ಮನಿಗೆ ದೂಡಿದರು. ಹಣದ ಲೆಕ್ಕಾಚಾರದಿಂದಲೇ ನಿನ್ನ ಸಾಫ್ಟ್‌ವೇರ್ ಇಂಜಿನಿಯರ್ ಮಾಡೋಕೆ ಹೊರಟಿದ್ದು. ಈಗ ನೀನು ಹಿಂದಕ್ಕೆ ಸರೀತಾ ಇದ್ದೀಯಾ! ಈಗ ಡ್ಯಾಡ್ ತಲೆಯಲ್ಲಿ ಮತ್ತೆಂದು ಮಾಸ್ಟರ್ ಪ್ಲಾನ್ ಮೂಡಿದೆ" ಜೋರಾಗಿ ನಕ್ಕ. ಅವಳು ನಗಲಿಲ್ಲ. ನಗಬೇಕಾದರೂ ಪ್ರಯಾಸಪಡಬೇಕಿತ್ತು.

"ಎಂಥಾ ಪ್ಲಾನ್?" ಎಂದಳು ಮೆಲ್ಲಗೆ

"ಸಾಧಾರಣದ್ದಲ್ಲ, ಅಂದ್ಕೋ! ಬಂದಾಗಿನಿಂದ ನನ್ಜೊತೆ ಮಾತಾಡಿ... ಮಾತಾಡಿ ಅರ್ಧ ರಾತ್ರಿಗಳನ್ನು ಕಳೆದಿದ್ದಾರೆ. ಟಾಟಾ, ಜಿಂದಾಲ್, ವೇದಾಂತ, ಮಿತ್ತಲ್, ಇನ್ಫೋಸಿಸ್, ಅಂಬಾನಿಯ ಇತರೆ ರಿಲಯನ್ಸ್ ಕಂಪನಿಗಳು ಇವುಗಳ ಸ್ಪರ್ಧೆ ಯೂರೋಪ್, ಮಧ್ಯಏಷ್ಯಾ, ಆಫ್ರಿಕಾ, ದಕ್ಷಿಣ ಅಮೆರಿಕಾದಲ್ಲೂ ನಡೆಯುತ್ತಿದೆ. ಜೊತೆಗೆ ಟಾಟಾ ಸಮೂಹದವರು 80 ದೇಶಗಳಲ್ಲಿ 100ಕ್ಕೂ ಹೆಚ್ಚು ಕಂಪನಿಗಳನ್ನು ಹೊಂದಿದ್ದಾರೆ, ಎನ್ನುವ ಮಾತನ್ನು ಹತ್ತು ಹಲವಾರು ಸಲ ಪ್ರಸ್ತಾಪಿಸಿದರು. ಕಪ್ಪು ಅಗಸದಲ್ಲಿ ನಕ್ಷತ್ರಗಳಿಗಾಗಿ ಹುಡುಕಾಟ" ಎಂದ ನಿರಾಸಕ್ತಿಯಿಂದ.

"ಅರೇ, ಅಂತು ಮಾವನಲ್ಲಿ ಅದ್ಭುತವಾದ ಕನಸುಗಳು ಇವೆ. ಅವನ್ನು ಸಾಕಾರಗೊಳಿಸುವ ಪ್ರಯತ್ನದಲ್ಲಿದ್ದಾರೆ. ನೀನು, ಅನುರಾಗ್ ಕೈ ಜೋಡಿಸಬೇಕು."

ಅವಳ ಮಾತಿಗೆ ಕೈಜೋಡಿಸಿದ.

"ಸಾಫ್ಟ್‌ವೇರ್ ಅನ್ನೋ ಅಗೋಚರ ಕೆಲ್ಸ ಮಾಡುವುದರ ಜೊತೆಗೆ ಅದರ ಪಲ್ಸ್

ಅರ್ಥ ಮಾಡಿಕೊಳ್ಳುವ ಅನಿವಾರ್ಯತೆ ಇದೆ. ವ್ಯಕ್ತಿಯನ್ನು ನಿರಂತರವಾಗಿ ಸಾಯಿಸುವುದು ಒಂದು ನಿರರ್ಥಕತೆ, ಮತ್ತೊಂದು ಏಕತಾನತೆ. ಈ ಸಲ ಮಾನಸ ಸರೋವರಕ್ಕೆ ಹೊರಟು ನಿಂತಿದ್ದೀನಿ. ಡ್ಯಾಡ್‌ನ ಕನಸಿಗೆ ನನ್ನ ಸಹಕಾರ ಇರೋಲ್ಲ. ಈಚೆಗೆ ಡ್ಯಾಡ್ 100 x 80ರ ಸೈಟ್ ಖರೀದಿಸಿದ್ದಾರೆ. ಅಲ್ಲೊಂದು ಭವ್ಯ ಬಂಗಲೆ ಕಟ್ಟುವ ಯೋಚನೆ. ಮೈಗಾಡ್, ಬ್ಯಾಂಕ್ ಬ್ಯಾಲೆನ್ಸ್, ಬಂಗ್ಲೆ, ಐಷಾರಾಮಿ ಕಾರುಗಳಿಗಾಗಿ ನನ್ನ ಕಾಲವನ್ನು ಒತ್ತೆ ಇಡಲು ನಾನು ತಯಾರಿಲ್ಲ." ಮತ್ತೆ ಎರಡು ಕೈಗಳನ್ನು ಜೋಡಿಸಿ ಮೇಲಕ್ಕೆದ್ದು ನೋಟ ಹರಿಸಿ ಭೂಮಿಯನ್ನು ಮುಟ್ಟಿ ಕಣ್ಣಿಗೊತ್ತಿಕೊಂಡವ ದೊಡ್ಡದಾದ ಉಸಿರು ದಬ್ಬಿದ.

"ಅಂಬಾನಿ ವೈಯಕ್ತಿಕವಾಗಿ ಒಂದು ಲಕ್ಷ ಕೋಟಿಯ ಒಡೆಯ. ಮುಂಬೈನ ಅಲ್ಟಾಮೌಂಟ್ ರಸ್ತೆಯಲ್ಲಿ ಎದ್ದು ನಿಂತಿರುವ 'ಆಂಟಿಲಾ' ಒಂದು ಕುತೂಹಲದ ಸಾಗರವಾಗಿದೆ. ದೇಶದ ಇತಿಹಾಸದಲ್ಲಿ ಅದೊಂದು ದುಬಾರಿ ಮನೆ. 27 ಮಹಡಿ, 3 ಹೆಲಿಪ್ಯಾಡ್, 9 ಲಿಫ್ಟ್, ನೇತಾಡುವ ಹೂತೋಟ. ಪಾರ್ಟಿ ಹಾಲ್‌ಗಳು. ಒಂದೊಂದು ಋತುವಿಗೆ ಒಂದೊಂದು ಕೋಣೆ, ಜಿಮ್, ಆರು ಮಹಡಿಯ ಪಾರ್ಕಿಂಗ್ ಜೊತೆ ಆರುನೂರು ನೌಕರರಿಂದ ಕೂಡಿದ ಸೌಧ. ಇತ್ತೀಚೆಗೆ ಓದಿ ಸುಸ್ತಾದೆ. ಖಂಡಿತ ಇದನ್ನೆಲ್ಲ ನೋಡಿ ಅನುಭವಿಸುವ, ಸಂತೋಷಿಸುವ ಸಮಯ ಅಂಬಾಯನಿಯವರಿಗೆ ಇದೆಯಾ? ಇಲ್ಲದ ಮೇಲೆ ನಿರರ್ಥಕವಲ್ಲವೇ? ಮೂರು ನಾಲ್ಕು ದಿನ ತಲೆ ಕೆಡಿಸ್ಕೊಂಡೆ. 'ಆಂಟಿಲಾ' ಭವನ ಕಲ್ಪನೆಗೆ ಸಿಗುತ್ತಿರಲಿಲ್ಲ."

ಚಿರಾಗ್, ಅವಳು ಬದುಕಿನ ನಾನಾ ಮಜಲುಗಳ ಬಗ್ಗೆ ಮಾತಾಡಿದರು. ಮಧ್ಯಮ ವರ್ಗದ ಮಂದಿಯ ಪರದಾಟ, ಅಪೌಷ್ಠಿಕತೆಯ ನಡುವೆ ಕಾಲ ದೂಡುವ ಕೋಟ್ಯಾಂತರ ಮಂದಿ, ಸಾಲ ತೀರಿಸಲಾರದೆ ಆತ್ಮಹತ್ಯೆ ಮಾಡಿಕೊಳ್ಳುತ್ತಿರುವ ರೈತರು, ಜೊತೆಗೆ ಇಂದಿನ ಪೈಪೋಟಿಯಲ್ಲಿ ದಣಿಯುತ್ತಿರುವ ಹರೆಯದವರ ಕನಸುಗಳು. ಕಷ್ಟಕಾರ್ಪಣ್ಯಗಳನ್ನು ಬಹಳ ದೀರ್ಘವಾಗಿ ಆಳವಾಗಿ ಚರ್ಚಿಸಿದ ನಂತರ ಅವರಿಬ್ಬರಿಗೆ ಅಚ್ಚರಿಯೆನಿಸಿತು.

"ದಿವ್ಯ, ನಾವು ಹುಡುಗಾಟ ಬಿಟ್ಟು ಡೀಪಾಗಿ ಯೋಚ್ಸೋಕೆ ಷುರು ಮಾಡಿದ್ದೀವಂತ ಇಂದೆ ಅನ್ನಿಸಿದ್ದು. ಇದೇನು ವೈರಾಗ್ಯವೋ, ನಿರಾಶವಾದವೋ ಅರ್ಥವಾಗ್ತ ಇಲ್ಲ. ನನ್ನ ಫ್ರೆಂಡ್ಸ್ ಅವಶ್ಯಕತೆ ಮೀರಿ ಕೆಲ್ಸ ಮಾಡ್ತಾರೆ. ಬಿಜಿನೆಸ್ ನೀಡ್ಸ್ ಅಂತಾರೆ. ಫೇಸ್‌ಬುಕ್, ಜೀಟಾಕ್, ಲಾಗಿನ್ ಆದರಂತು, ಅವರೆಷ್ಟು ಪ್ರಕೃತಿ ನೀಡಿದ ಕೊಡುಗೆಗಳ್ನ ಮಿಸ್ ಮಾಡ್ಕೋತಾ ಇದ್ದಾರೆ ಅನ್ನೋ ಅರಿವು ಮೂಡುವ ವೇಳೆಗೆ ಬದ್ಕೀಗೆ ಬೆನ್ನು ಹಾಕಿ ಮಿಸ್ ಆಗ್ಬಿಡ್ತಾರೆ. ನನ್ನ ಸ್ನೇಹಿತ ಸಮೀರ್‌ಖಾನ್ ಎಲ್ಲಾ ಪುಣ್ಯಕ್ಷೇತ್ರಗಳ ದರ್ಶನ ಮಾಡಿಕೊಂಡು ಬಂದಿದ್ದಾನೆ. ಕೇಳಿದರೆ ಮನದ ಒತ್ತಡ ಖಾಲಿ ಮಾಡೋಕೆ ಅಂತಾನೆ. ಬಹುಶಃ ಅವರಾಗಿ ಹೋಗಿ ಅನ್ನೋಕೆ ಮೊದ್ಲು ನಾನು ಸಾಫ್ಟ್‌ವೇರ್‌ನಿಂದ ಹೊರಬರೋ ತೀರ್ಮಾನ ಮಾಡಿದ್ದೀನಿ. ಇದನ್ನ ನಿಂಗೆ ಫಸ್ಟ್ ಹೇಳಿರೋದು. ಬೇರೆಯವರ ವಿರೋಧ ಬೇಕಿಲ್ಲ. ನನ್ನ ಬದ್ಕನ್ನ ನಾನು ಹಸನಾಗಿ

ಬದ್ಕಬೇಕಿದೆ. ನಿನ್ನ ಅನುರಾಗ್‌ಗೆ ಅಂದುಕೊಳ್ಳೋ ಬದಲು ಚಿರಾಗ್‌ಗೆ ಅಂದುಕೊಂಡಿದ್ದರೇ ಚೆನ್ನಿತ್ತು. ಹಚ್ಚಹಸುರಿನ ನಡುವೆ ಅದ್ಭುತವಾದ ಜೀವನ ನಡ್ಸಬಹುದಿತ್ತು" ಅಂದಾಗ ದಿವ್ಯ ಬೆಚ್ಚಿಬಿದ್ದಳು. ಇಂಥದನ್ನ ಕಲ್ಪಿಸಿಕೊಳ್ಳುವುದು ಕೂಡ ಅವಳಿಂದ ಸಾಧ್ಯವಿಲ್ಲ. ಒಂದಿಷ್ಟು ಗಲಿಬಿಲಿ ಕೂಡ. "ಓಕೆ, ನಿಂಗೆ ಷಾಕ್ ಆಯ್ತು. ಶ್ರೀನಿಧಿಯವ್ರ ಹಿರಿಯ ಸೊಸೆನೇ ಮೈದುನನ ಪೊಸ್ಟ್ ಅಂತ ಇದ್ದೇ.... ಇರುತ್ತಲ್ಲ." ಇಷ್ಟು ಮನಬಿಚ್ಚಿ ಯಾರೊಂದಿಗೂ ಮಾತಾಡಿರಲಿಲ್ಲ.

ಇಬ್ಬರು ಮನೆಗೆ ಬಂದರು. ಗೋಡೆಗೊರಗಿ ಕೂತಿದ್ದ ಕೌಸಲ್ಯ ಬೆಚ್ಚಿದವರಂತೆ ಮೇಲೆದ್ದು "ಬಾ... ಬಾ.... ನೀನು ಇಲ್ಲೇ ಮೊಬೈಲ್ ಮರ್ತು ಹೋಗಿದ್ದೆ. ವಸಂತಲಕ್ಷ್ಮಿ ಫೋನ್ ಮಾಡಿದ್ಲು. ಎರಡು ಸಲ ದೀಪಿಕಾ ಫೋನ್ ಬಂತು. ಯಾರು ಸ್ಪಷ್ಟವಾಗಿ ಏನು ಹೇಳಿಲ್ಲ, ಆದರೂ ಒಂದು ತರಹ ಬೇಸರವಿತ್ತು ಅವ್ರ ದನಿಯಲ್ಲಿ" ಎಂದರು. ಅಲ್ಲೇ ಶುಭ್ರವಾಗಿದ್ದ ಸಿಮೆಂಟ್ ನೆಲದ ಮೇಲೆ ಕೂಡುತ್ತ "ನಾನು ಹೊರಟಾಗ ತಕ್ಷಣ... ಬಾ ಅಂದ್ರು. ಈಗಾಗಲೇ ನಾನು ಬಂದು ಐದು ದಿನವಾಯ್ತು. ಅದಕ್ಕೆ ಗಾಬ್ರಿ ಅನ್ನೋದು ಇರುತ್ತೆ. ಬೆಳಿಗ್ಗೆ ಹೊರಡುತ್ತೀನಲ್ಲ. ಒಂದಿಷ್ಟು ಕುಡ್ಯೋಕೆ ನೀರು ಕೊಡಿ" ಅಂದು ಭಾವಣೆಯನ್ನ ದಿಟ್ಟಿಸತೊಡಗಿದ. ಹೊರಗೆ ಸುಡುಬಿಸಿಲಿದ್ದರೂ ಒಳಗಿನ ಪರಿಸರ ತಣ್ಣಗಿತ್ತು. ಇಂಥ ವಾತಾವರಣವೆ ಮರೆತಂತಾಗಿತ್ತು. ಕಾಂಕ್ರಿಟ್ ಕಾಡುಗಳ ನಡುವಿನ ಬದುಕು ಆ ಕ್ಷಣ ದುರ್ಭರವೆನಿಸಿದ್ದುಂಟು.

ತಾಮ್ರದ ಬಿಂದಿಗೆಯ ತಣ್ಣನೆಯ ನೀರು ಗಂಟಲಲ್ಲಿ ಇಳಿಯುತ್ತಿದ್ದರೆ, ತುಂಬ ಹಿತವೆನಿಸಿತು. ಅವನಿಗೆ ವಿಕ್ಕಿ ಸತ್ಯ ಹೇಳಿ ಇವರನ್ನ ದೂರಿದ್ದ. "ಏನಾಗಿದೆ, ದಾಢಿ! ಇವ್ರು ಅವರ ಸಪೋರ್ಟ್‌ಗೆ ಹೋಗಿ ನಿಂತ್ಮೇಲೆ ಅವ್ರ ಪಟ್ಟು ಬಿಗಿಯಾಯ್ತು. ಇಲ್ಲದಿದ್ದರೆ ತೆಪ್ಪಗೆ ಬಂದಿರೋರು. ಈಗ ಅತ್ತೆ, ಮಾವ ಎಲ್ಲರಿಗೂ ಬೇಸರ. ಅಲ್ಲೇನಿದೆ, ಶತಮಾನದ ಹಿಂದೆ ಕಟ್ಟಿದಂಥ ಮನೆ ದೊಡ್ಡದಾಗಿ ವರಮಾನವಿಲ್ಲದ ತೋಟ. ಸ್ವಲ್ಪ ಕೂಡ ಡಿಫರೆಂಟಾಗಿ ಇಲ್ದ ಜೀವನ. ಇವೆಲ್ಲ ಅವ್ರಿಗೆ ಯಾಕ್ಬೇಕು? ಜೊತೆಯಲ್ಲಿ ಇಷ್ಟವಾಗದಿದ್ದರೇ ಬೇರೆ ಅವ್ರಿಗಾಗಿ ಒಂದ್ಮನೆ ಮಾಡ್ತಿದ್ರು, ಗ್ಯಾಸ್‌ನಲ್ಲಿ ಅಡ್ಗೆ ಮಾಡಿದ ದವಸಧಾನ್ಯ, ಫ್ಯಾನ್ ಕೆಳಗಿನ ಜೀವನ. ಮುಂದಿನ ದಿನಗಳನ್ನು ಸುಖವಾಗಿ ಕಳೆಯಬಹುದಿತ್ತು. ನೀನಾದ್ರೂ.... ಒಂದಿಷ್ಟು ಕನ್ವಿನ್ಸ್ ಮಾಡು. ಈಗ್ಲೂ ಅವ್ರು ಬರೋದಾದರೆ ಮಾವ ರಾಜಿಗೆ ಸೈ' ಇದು ಹೇಳಿದ್ದು ದಿವ್ಯಳ ಸ್ವಂತ ಅಣ್ಣ. ಆನಂದಶರ್ಮ, ಕೌಸಲ್ಯ ಅವರ ಸುಪುತ್ರ. ಒಂದೇ ರಕ್ತವಾದರೂ ಅಣ್ಣ, ತಂಗಿಯ ಮಧ್ಯೆ ಎಷ್ಟೊಂದು ವ್ಯತ್ಯಾಸ!

ರಾತ್ರಿ ಔತಣದ ಅಡಿಗೆಯೆ. ಕಾಯಿ ಒಬ್ಬಟ್ಟು, ಕೋಸಂಬರಿಗಳ ಜೊತೆ ಹಲಸಿನಕಾಯಿ ಪಲ್ಯ, ತೊಂಡೆಕಾಯಿ ಕೂಟು, ಉಪ್ಪಿನಕಾಯಿ, ಹಪ್ಪಳ ಸಂಡಿಗೆ. ಬಡಿಸಲು ನಿಂತದ್ದು ಅನ್ನಪೂರ್ಣೇಶ್ವರಿ ಕೌಸಲ್ಯ. ಮಾತಾಡುತ್ತ ಲೊಟ್ಟೆಯೊಡೆಯುತ್ತ ಸಂತೋಷದಿಂದ ಊಟ ಮಾಡಿದ. ಎಂಥೆಂಥ ಸ್ಟಾರ್ ಹೋಟೆಲ್‌ಗಳಲ್ಲಿ ಊಟ ಮಾಡಿದ್ದ. ಆದರೆ ಇಂದಿನ ತೃಪ್ತಿ ಎಂದೂ ಸಿಕ್ಕಿರಲಿಲ್ಲ. ಊಟದಲ್ಲಿ ಕನಿಷ್ಠ ಇಂಥ ತೃಪ್ತಿ

ಸಿಗದಿದ್ದಾಗ ಊಟ ತಾನೇ ಯಾಕೆ ಮಾಡಬೇಕು? ನಿರಂತರ ಏರುವಿಕೆಯಲ್ಲಿ ವ್ಯಕ್ತಿ ಕಳೆದುಕೊಳ್ಳುತ್ತಿರುವುದು ಎಷ್ಟು?

ಬೆಳಿಗ್ಗೆ ಹೊರಡುವ ಮುನ್ನ ದಿವ್ಯನ ಕರೆದು ಒಂದು ಲೆದರ್ ಬ್ಯಾಗ್‌ನ ಅವಳ ಕೈಯಲ್ಲಿಟ್ಟು "ಯು ಆರ್ ಕರೆಕ್ಟ್. ನಿನ್ನ ಸಾಧನೆಗೆ ನನ್ನೊಂದು ಪುಟ್ಟ ಗಿಫ್ಟ್. ಇದ್ರಲ್ಲಿ ಹತ್ತುಲಕ್ಷವಿದೆ. ಇಷ್ಟು... ನಂದೇ! ಡ್ಯಾಡ್ ದೊಡ್ಡ ಅಪರಾಧ ಮಾಡಿದ್ದಾರೆ. ಆ ಬಗ್ಗೆ ನನ್ನಲ್ಲಿ ಪಶ್ಚಾತ್ತಾಪವಿದೆ" ಎಂದ. ಅವಳಿಗೆ ಗಾಬರಿ. ವರ್ಷದಲ್ಲಿ ಹತ್ತುದಿನ ಕಳೆದುಹೋಗಿತ್ತು. ಅವಳ ಕಣ್ಣಂಚು ಒದ್ದೆಯಾಯಿತು. "ಬೇಡ ಚಿರಾಗ್. ಎಲ್ಲಾ ಬಿಟ್ಟು ನಡೆಯೋಕೆ ನಿಂತಿದ್ರು. ಇದೊಂದು ಪ್ರಯತ್ನ. ಅಕಸ್ಮಾತ್ ಸಾಧ್ಯವಾಗದಿದ್ದರೆ, ಯಾರ್ಗೂ ತೊಂದರೆ ಕೊಡದೇ ತೋಟ ಜೊತೆ ಸಮಸ್ತವನ್ನು ಬಿಟ್ಟು ಹೊರಟ್ಹೋಗ್ತೀವಿ. ದಯವಿಟ್ಟು... ಬೇಡ" ನಿರಾಕರಿಸಿದಾಗ ಅವನಿಗೆ ಸಣ್ಣಗೆ ರೇಗಿದ. "ಬಿಡು...." ಎಂದು ತೆಗೆದುಕೊಂಡವನು ದೇವಸ್ಥಾನದತ್ತ ಹೋದ. ಆಗ ತಾನೇ ಮಂಗಳಾರತಿ ಮಾಡಿದ ಅನಂತಶರ್ಮರು ಮಂಗಳಾರತಿಯನ್ನು ಅವನ ಮುಂದೆ ಹಿಡಿದಾಗ ಮಂಗಳಾರತಿ ಪಡೆದು ಪೇಪರ್‌ನಲ್ಲಿ ಸುತ್ತಿದ್ದ ಹಣದ ಕಟ್ಟನ್ನು ತಟ್ಟೆಗೆ ತಾಕಿಸಿ ಗರ್ಭಗುಡಿಯ ಹೊಸಲಿನ ಆಚೆಯಿದ್ದ ತಟ್ಟೆಯೊಳಗಿಟ್ಟು ಪ್ರಸಾದ ಪಡೆದು ಬಂದ ನಾಲ್ಕಾರು ಜನ ಹೋಗುವವರೆಗೂ ಕಾದಿದ್ದು ನಂತರ ಗರ್ಭಗುಡಿಯ ದ್ವಾರದ ಬಳಿ ನಿಂತು ಅವರಿಗಾಗಿ ಕಾದ.

"ಅಜ್ಜಯ್ಯ, ಬೆಂಗ್ಳೂರಿಗೆ ಹೊರಟಿದ್ದೀನಿ" ಅಂದ.

ಅವರು ಹೊರಗೆ ಬಂದರು. ಚಿನ್ನದ ಸವೆದ ಕಡಗವಿದ್ದ ಮುಂಗೈ ಖಾಲಿಯಾಗಿತ್ತು. ವಿಕ್ಕಿ ಮನೆಯಲ್ಲಿದ್ದ ಚಿನ್ನವನ್ನೆಲ್ಲ ಮಾರಿದ ವಿಚಾರ ತಿಳಿಸಿ "ಟೋಟಲೀ, ಮೂರು ಮುಕ್ಕಾಲು ಲಕ್ಷ ಬಂದಿದೆ. ಕನಿಷ್ಠ ಆ ಮನೆಗೆ ವಾರಸುದಾರ ಅನ್ನೋ ಕಾರಣಕ್ಕೆ ಒಂದ್ಮಾತು ಕೇಳಬೇಕಿತ್ತು. ದಿವ್ಯ ಒಬ್ಬ ಫೂಲ್! ಇಬ್ಬರಿಗೂ ಕಾಮನ್‌ಸೆನ್ಸ್ ಇಲ್ಲ. ವರ್ಷ ಓಡಿ ಬರುತ್ತೆ. ಮಿಕ್ಕ ಹಣ ಜಮಾ ಮಾಡೋಕೆ ಇವ್ರ ಕೈಯಿಂದ ಸಾಧ್ಯವಿಲ್ಲ. ಇಷ್ಟು ಹಣ ಗಂಗೆಯ ಪಾಲಾದಂಗೆ" ಅಸಹನೆಯ ವ್ಯಕ್ತಪಡಿಸಿದ್ದ. ಟೋಟಲಿ ಅವನಿಗೆ ಪೂರ್ತಿ ವಿಷಯ ಗೊತ್ತಿರಲಿಲ್ಲ.

"ಮುಖ್ಯ ಪ್ರಾಣದೇವರು ಒಳ್ಳೆಯದು ಮಾಡ್ಲಿ" ಅಷ್ಟೇ ನುಡಿದಿದ್ದು. ನಿಧಾನವಾಗಿ ಉಗುಳು ನುಂಗಿ "ದಯವಿಟ್ಟು ಕ್ಷಮ್ಸಿ, ನಮ್ಮ ಸುಖ, ದುಃಖದಲ್ಲಿ ನಿಮ್ಮ ಪಾಲು ಇತ್ತು. ಈಗ ನಂಗೂ ನಿಮ್ಮ ಸುಖ, ದುಃಖ, ಸಮಸ್ಯೆಗಳಲ್ಲಿ ಪಾಲಿದೆ. ಇದ್ನ ಒಪ್ಕೋಬೇಕು. ದಿವ್ಯ ನಿರ್ಧಾರ ಸರ್ಯಾಗಿದೆ. ದಯವಿಟ್ಟು ಅರ್ಥ ಮಾಡ್ಕೊಂಡ್... ಆಶೀರ್ವದಿಸಿ. ದಿವ್ಯ ನಿರಾಕರಿಸಿದ್ದು ಬುದ್ಧಿ.... ಹೇಳಿ" ಮತ್ತೊಂದು ಸಲ ದೇವರಿಗೆ, ಅವರ ಪಾದಗಳಿಗೆ ನಮಸ್ಕರಿಸಿ ಹೊರಟುಬಿಟ್ಟ. ಅವನು ಹೋದತ್ತಲೇ ನೋಡಿದರು. ಕಣ್ಣಲ್ಲಿ ಹನಿ ಜಿನುಗಿತು. 'ಎಲ್ಲಾ ದೈವ ನಿರ್ಣಯ' ಎನ್ನುವ ಮನಸ್ಥಿತಿ ಅವರದು.

ಅವನು ಬರುವ ವೇಳೆಗೆ ಹಲಸಿನ ಹಣ್ಣು, ಬಾಳೆಗೊನೆಯಿಂದ ಹಿಡಿದು

ಮಾವಿನಹಣ್ಣು, ಕಾಯಿಗಳ ಜೊತೆಗೆ ಎಳನೀರು, ತರಕಾರಿಯೆಲ್ಲ ಡಿಕ್ಕಿ ಸೇರಿ ಒಳಗೂ ಒಂದಿಷ್ಟು ಸ್ಥಾನ ಪಡೆದುಕೊಂಡಿತ್ತು.

"ಡಬ್ಬಿಯಲ್ಲಿ ಹಪ್ಪಳ, ಸಂಡಿಗೆ ಇಟ್ಟಿದ್ದೀನಿ. ದೀಪಿಕಾ, ವಿಕ್ಕಿಗೆ ಇಷ್ಟ" ಎಂದರು ಕೌಸಲ್ಯ. ಬಂದಾಗಿನಿಂದ ಗಮನಿಸಿದ್ದ. ವೇದನೆ, ಸಮಸ್ಯೆಯಿಂದ ಕುಗ್ಗಿದ್ದರು, ಒಂದೇ ಒಂದು ಬೇಸರದ ಮಾತಾಡಿರಲಿಲ್ಲ ಆಕೆ. "ನಾನು ಇಲ್ಲಿನ ಶಾಂತಿ, ನೆಮ್ಮದಿಯನ್ನ ನೋಡಿದ್ಮೇಲೆ... ಇಲ್ಲೇ ಬಂದು ಸೆಟಲ್ ಆಗಿಬಿಡೋಣಾಂತ, ನೋಡೋಣ" ಎಂದು ಕಾರು ಹತ್ತಿದ ಎಲ್ಲರಿಗೂ ನಮಸ್ಕರಿಸಿ.

ಕಾರು ಮೈನ್ ಗೇಟು ದಾಟಿ ಹೊರಗೆ ಹೋಗುವವರಿಗೆ ಎಲ್ಲಾ ಅಲ್ಲೇ ನಿಂತಿದ್ದರು. ಶಾಲೆಯ ರಜಾದಿನಗಳನ್ನು ಅನುರಾಗ್, ಚಿರಾಗ್ ಕಳೆದಿದ್ದು ಇಲ್ಲಿಯೇ. ಎರಡು ದಿನ ರಜೆ ಸಿಕ್ಕರೂ ಹಾರಿ ಬರುತ್ತಿದ್ದರು. ಕೌಸಲ್ಯ ತನ್ನ ಸ್ವಂತ ಮಕ್ಕಳಾದ ದಿವ್ಯ, ವಿಕ್ಕಿಗಿಂತ ಅವರನ್ನ ತುಂಬಾ ಹಚ್ಚಿಕೊಂಡಿದ್ದರು.

"ಚಿರಾಗ್ ಸ್ವಲ್ಪ ಬದಲಾಗಿದ್ದಾನೇಂತ ಅನ್ನಿಸೋಲ್ವ?" ಅಂದರು ಕೌಸಲ್ಯ. "ನಂಗೆ ಹಾಗೇ ಕಾಣೋಲ್ಲ! ಅದೇ ಮಾತು, ನಡತೆ. ಅನುಭವಗಳು ಅವನನ್ನು ಚಿಂತನೆಗೆ ಹಚ್ಚಿವೆ. ಹೆಚ್ಚು ವೈಭವದ ಜೀವನಕ್ಕಾಗಿ ಹಂಬಲಿಸಿದವನು ಅತ್ತ ಬೆನ್ನು ಮಾಡಿದ್ದಾನೆ. ಈಚೆಗೆ ವಿಕೆಂಡ್ ಪಾರ್ಟಿಗಳಿಂದ ದೂರ ಸರಿದು ಪುಣ್ಯಕ್ಷೇತ್ರಗಳ ಸಂದರ್ಶನ. ಮಹಾಬಲಿಪುರಂ, ತಿರುವಣ್ಣಾಮಲೈ, ಶಿರಡಿ, ಕುಕ್ಕೆಸುಬ್ರಹ್ಮಣ್ಯ, ಧರ್ಮಸ್ಥಳ, ಶೃಂಗೇರಿಗೆ ಗೆಳೆಯರನ್ನು ಕಟ್ಟಿಕೊಂಡು ಓಡಾಡಿದ್ದಾನೆ. ಮಾನಸಸರೋವರಕ್ಕೆ ಹೋಗ್ಬೇಕು ಅಂದ" ಎಂದಳು ನಸುನಗುತ್ತ. ಆಕೆಗೇನು ಅರ್ಥವಾಗಲಿಲ್ಲ. ವಯಸ್ಸಾದವರಿಗೆ ಪುಣ್ಯಕ್ಷೇತ್ರ ಸಂದರ್ಶನದ ಹಂಬಲ. ಅಂಥದ್ದರಲ್ಲಿ ಇವನಿಗೆ?

ಲೇಟೆಸ್ಟ್ ಲೈಫ್‌ಸ್ಟೈಲ್‌ನಲ್ಲಿ ಒಂದಾ ಪುರಸೊತ್ತಿಲ್ಲ. ಒಂದೊಂದಕ್ಕೂ ಆತಂಕಪಡಬೇಕು. ನಮ್ಮತನವಿಲ್ಲದ ಜೀವನ, ಅಲ್ಲಿ ಪ್ರೀತಿಯಿ ಲೇಪನಕ್ಕೂ ಬರ.

ದಿವ್ಯ ಭಾರವಾದ ಉಸಿರೆಳೆದು ದಬ್ಬಿದಳು.

* * * *

ಚಿರಾಗ್ ಜೊತೆ ದಿವ್ಯ ವಾಪಸಾಗಬಹುದೆಂದು ತಿಳಿದಿದ್ದ ವಸಂತಲಕ್ಷ್ಮಿಗೆ ಮಗ ಒಂಟಿಯಾಗಿ ಬಂದಾಗ ನಿರಾಸೆಯಾಯಿತು. ಎಷ್ಟೋ ಸಲ ಫೋನ್ ಮಾಡಿ ದಿವ್ಯಳನ್ನು ರಿಕ್ವೆಸ್ಟ್ ಮಾಡಿಕೊಳ್ಳಬೇಕೆಂದಿದ್ದವರು ಸುಮ್ಮನಾಗಿದ್ದರು. ಹಿಂಜರಿಕೆ, ಅಪರಾಧಭಾವ. ಜೊತೆ ಒಂದಿಷ್ಟು ಕೋಪ ಕೂಡ. 'ಎಷ್ಟು ಪೊಗರು ನೋಡು. ವಯಸ್ಸಾದವರಿಗೆ ಬುದ್ಧಿ ಹೇಳಿ ಕರ್ಕೊಂಡ್ ಬರೋ ಬದ್ಲು, ಸಪೋರ್ಟ್ ಮಾಡ್ಕೊಂಡ್ ಅಲ್ಹೋಗಿ ಕೂತಿದ್ದಾಳೆ' ಗೊಣಗಿಕೊಂಡಿದ್ದುಂಟು. ನಾಲ್ಕಾರು ಸಲ ವಿಕ್ರಮ್, ದೀಪಿಕಾ ಮುಂದೆ ತಮ್ಮ ಅಭಿಪ್ರಾಯ ವ್ಯಕ್ತಪಡಿಸಿದ್ದುಂಟು. "ಬಿಡಿ, ಅತ್ತೆ! ಸುಮ್ನೆ ತಲೆ ಕೆಡಿಸ್ಕೊಬೋಡಿ, ತೋಟದಲ್ಲಿ ಲಕ್ಷಾಂತರ ರೂಪಾಯಿ ಲಾಭ ಇದ್ದಿದ್ದರೇ ಮಾವ ಯಾಕೆ ಮಾರ್ತಾ

ಇದ್ರು! ಈಗ ಗೊತ್ತಾಗುತ್ತೆ, ಚಿನ್ನ ಮಾರಿದ ಹಣನ ಕಳ್ಕೊಂಡ್ ಬರ್ತಾರೆ" ಎಂದು ವಿಕ್ರಮ್ ಹೇಳಿದರೂ ಒಳಗೊಳಗೆ ನೋಯುತ್ತಿದ್ದ. ತನ್ನ ನಿಲುವು ತಪ್ಪಾ? ಪ್ರಶ್ನಿಸಿಕೊಳ್ಳುತ್ತಿದ್ದ. ಒಂದು ರೀತಿಯ ಗಲಿಬಿಲಿ ಪೇಚಾಟ.

"ದಿವ್ಯ ಬರ್ಲಿಲ್ವಾ?" ಕೇಳಿದ್ದು ವಿಕ್ರಮ್.

ಅವನ ಮುಖವನ್ನು ಚಿರಾಗ್ ಒಂದು ತರಹ ನೋಡಿ "ಇಲ್ಲ..." ಎಂದು ಹೊರಟವನನ್ನು ದೀಪಿಕಾ ತಡೆದು "ಅಷ್ಟು ಅಸಡ್ಡೆಯಿಂದ ಹೇಳ್ತೀಯಲ್ಲ. ದಿವ್ಯಳ ಫೂಲಿಷ್‌ನೆಸ್‌ಗೆ ಒಂದಿಷ್ಟು ಬುದ್ಧಿ ಹೇಳಿ ಕರ್ಕೊಂಡ್ ಬರ್ತೀಯಾಂತ ಅಂದ್ಕೊಂಡೆ. ಅವ್ಳಿಗೆ ಏನಾಗಿದೆ? ಫ್ಯೂಚರ್ ಬಗ್ಗೆ ಚಿಂತೆ ಬೇಡ್ವಾ?" ಗೊಣಗಿದಳು. ಅವಳತ್ತ ನೋಟ ಹರಿಸಿ "ಯಾರ ಫ್ಯೂಚರ್ ಬಗ್ಗೆ? ಆಲ್ ಆರ್ ರೋಗ್ಸ್. ಹಿರಿಯರ ಸಮಾಧಿಗಳ ಮೇಲೆ ದೊಡ್ಡ ಸೌಧ ಕಟ್ಟೋಕೆ ಹೋಗಿದ್ದಾರೆ ಶ್ರೀನಿಧಿ. ಅವರಿಗೆ ಬೆಂಬಲವಾಗಿ ನಿಂತಿದ್ದೀರಿ, ನೀವೆಲ್ಲ. ಥೂ..... ನೀವು ಮನುಷ್ಯರೇ ಅಲ್ಲ" ರೇಗಿಕೊಂಡು ಮೇಲೇರಿ ಹೋಗಿಬಿಟ್ಟ ತನ್ನ ರೂಮಿಗೆ. ಅವನಿಗೆ ದಿವ್ಯಳ ಬಗ್ಗೆ ಅಪಾರವಾದ ಮೆಚ್ಚುಗೆ. ಅವಳ ನಿಲುವು ಸರಿಯೆನಿಸಿತ್ತು.

ವಿಕ್ರಮ್ ಅವಳತ್ತ ನೋಡಿ "ನಂಗೊಂದು ಅರ್ಥವಾಗೋಲ್ಲ. ಡ್ಯಾಡಿ ತೋಟ ಮಾರಿದಾದ್ರೂ... ಯಾಕೆ? ತಾವು ಮಾಡಿದ್ದು ಈಗ್ಲೂ ಸರೀಂತ ಸಮರ್ಥಿಸಿಕೊಳ್ತಾರೆ. ನಂಗೆ ಬರೀ ಕನ್‌ಫ್ಯೂಷನ್" ದಪ್ಪೆಂದು ಸೋಫಾ ಮೇಲೆ ಕುಕ್ಕರಿಸಿದಳು. ಮಗಳ ಪಕ್ಕ ಕೂತ ವಸಂತಲಕ್ಷ್ಮಿ "ಅವಳು ಬರೋಲ್ಲಾಂತ ಅನ್ನಿಸುತ್ತೆ." ವಿಕ್ರಮ್ ಹೊರಟವನು ಎದುರಾದ ಶ್ರೀನಿಧಿಯನ್ನು ನೋಡಿ ನಿಂತ. "ಯಾಕೆ ತುಂಬ ಡಿಪ್ರೆಸ್ ಆದಂಗೆ ಕಾಣ್ತೀಯ! ಎನಿ ಪ್ರಾಬ್ಲಮ್?" ಅನ್ನುತ್ತಲೇ ಅವನ ಭುಜದ ಮೇಲೆ ಕೈಹಾಕಿ ಕರೆತಂದು "ಕೂತ್ಕೋ..... ಏನು ನಿನ್ನ ಪ್ರಾಬ್ಲಮ್?" ಮಗಳ ಪಕ್ಕ ಕೂತರು. ದಿವ್ಯಳ ವ್ಯಕ್ತಿತ್ವ ಮಗಳದೆಲ್ಲವೆನ್ನುವ ಸಂತೋಷ.

"ಚಿರಾಗ್ ಬಂದ... ದಿವ್ಯ ಬರ್ಲಿಲ್ಲ" ಎಂದರು ವಸಂತಲಕ್ಷ್ಮಿ.

"ಅದ್ನ ಮೊದ್ಲೇ ನಿರೀಕ್ಷಿಸಿದ್ದೆ. ಅವಳದು ಮೊಂಡುತನ. ಸ್ವಲ್ಪ ದುಡುಕಿದೆ ಅಷ್ಟೆ. ಆ ಜನನ ಮನವೊಲಿಸೋದು ಅಷ್ಟೊಂದು ಕಷ್ಟವಾಗ್ತ ಇರ್ಲಿಲ್ಲ. ವಿಕ್ಕಿ ಹೆಸರು ತಿವಿಕ್ರಮ ಶರ್ಮ ಅಂತತಾನೇ? ನಿನ್ನ ಮಗ್ಳು ಬೇಡಾಂತ ಕೂತಾಗ, ನಾನು ಉಪಾಯವಾಗಿ ನಿನ್ನ ಅಪ್ಪಯ್ಯ ದೇವಸ್ಥಾನದಲ್ಲಿ ಇರೋವಾಗ ಬೇಡಿಕೆ ಮುಂದಿಟ್ಟು ಹ್ಲೂ ಅಂತ ಅನ್ನಿಸಿಬಿಟ್ಟೆ. ಇದ್ನ ಹಾಗೇ ಮಾಡ್ಬೇಕಿತ್ತು. ನಂದು ಓವರ್ ಕಾನ್‌ಫಿಡೆನ್ಸ್ ಆಯ್ತು. ಈಗ್ಲೂ ದೊಡ್ಡ ಪ್ರಮಾದವೇನು ಆಗಿಲ್ಲ. ಇರೋ... ಬರೋ... ಚಿನ್ನವನ್ನೆಲ್ಲ ಮಾರಿಕೊಂಡು ಮಹಾಶಯನ ಕೈಗೆ ಹಾಕಿದ್ದಾರೆ. ಬರೀ ಮುನ್ನೂರು ಅರವತ್ತೈದು ದಿನಗಳಲ್ಲಿ ಮಿಕ್ಕ ಹಣ ಒಟ್ಟು ಮಾಡೋಕ್ಕಾಗುತ್ತ? ನೋ... ನೋ..... ಇಂಪಾಜಿಬಲ್. ಅವ್ರು ಪೂಜಿಸೋ ಪ್ರಾಣದೇವರು ಬಂದರೂ ಅಷ್ಟು ಹಣ ತೋಟದಲ್ಲಿ ಇಳುವರೀ ಪಡ್ಕೋಕ್ಕಾಗೋಲ್ಲ. ತೆಪ್ಪಗೆ.... ಬರ್ತಾರೆ! ಅಷ್ಟು ದಿನ ದಂಡವಾಯ್ತು ಅಷ್ಟೆ." ಅತ್ಯಂತ ಸರಳವಾಗಿ ಹೇಳಿ ಜೋರಾಗಿ ನಕ್ಕುಬಿಟ್ಟರು. ವಿಷಯಾನ ಬಹಳ ಸಿಂಪಲ್ಲಾಗಿ

ತಗೊಂಡಿದ್ದರಿಂದ ಒಬ್ಬೊಬ್ಬರು ಒಂದೊಂದು ರೀತಿ ಭಾವಿಸಿದರು. "ಡ್ಯಾಡ್, ನೀವು ತೋಟ ಮಾರಬಾರ್ದಿತ್ತು. ಆಕಸ್ಮಾತ್ ಮಾರೋ ಸಂದರ್ಭದಲ್ಲಿಯಾದ್ರೂ, ಅಜ್ಜಯ್ಯನ ಒಂದ್ಮಾತು ಕೇಳ್ಬೇಕಿತ್ತು" ಅವರ ಮುದ್ದಿನ ಮಗಳು ದೀಪಿಕಾ ಮಾತ್ರ ಇಷ್ಟು ಮಾತಾಡಬಲ್ಲಳು. "ಮಗಳೇ, ಈ ಸೂಕ್ಷ್ಮಗಳು ನಿಂಗೆ ಅರ್ಥವಾಗೋಲ್ಲ. ದಿವ್ಯ ಕೆಲವು ವಿಚಾರದಲ್ಲಿ ಇನ್ನೊಸೆಂಟ್. ನೀನು ಮಾತ್ರ ಆ ತರಹ ಇಲ್ಲ. ಬಿಲೀವ್ ಮಿ. ಎಲ್ಲರ ಒಳಿತನ್ನು ಬಯಸಿಯೇ ನಾನು ಹೆಜ್ಜೆ ಮುಂದಿಡೋದು, ಪ್ಲೀಸ್ ರಿಲ್ಯಾಕ್ಸ್" ಅವಳ ಕೆನ್ನೆ ಸವರಿ ರೂಮಿಗೆ ಹೋದರು. ಈಗ ಅವರ ಗಮನ ಬೇರೆಯ ಕಡೆ ಇತ್ತು. ಶತಾಯ ಗತಾಯ ಚಿರಾಗ್‌ನ ಇಲ್ಲೇ ಉಳಿಸಿಕೊಳ್ಳಬೇಕೆಂದು ಅವರ ಪ್ಲಾನ್. ಸುರದ್ರೂಪಿ, ಬುದ್ಧಿವಂತ, ಸಾಫ್ಟ್‌ವೇರ್ ಇಂಜಿನಿಯರ್. ಅವನ ಗಳಿಕೆ ಲಕ್ಷಗಳನ್ನು ಮೀರಿತ್ತು. ತಮ್ಮ ಅವನ ಹೆಂಡತಿ ಸಾಕಿರಬಹುದು, ಅವರ ಬಳಿ ಉಳಿದುಕೊಂಡಿರಬಹುದು. ಆದರೆ ಈಗ ಎದೆಯೆತ್ತರ ಬೆಳೆದು ನಿಂತ ಮಗನನ್ನು ತಮ್ಮನ ಕುಟುಂಬಕ್ಕೆ ಬಿಟ್ಟುಕೊಡಲು ರೆಡಿ ಇರಲಿಲ್ಲ.

ರೂಮಿನಿಂದಲೇ ಚಿರಾಗ್‌ಗೆ ಫೋನ್ ಮಾಡಿದರು.

"ಒಂದು ದಿನಕ್ಕೇಂತ ಹೋದವನು ನಾಲ್ಕು ದಿನ ಉಳ್ದುಕೊಂಡೇ. ಒಂದಿಷ್ಟು... ಬಾ ಇಲ್ಲೇ ವಿಶ್ರಾಂತಿ ತಗೊಳ್ಳುವೆಯಂತೆ" ಮಗನನ್ನು ಕರೆದರು. "ಒಂದರ್ಧಗಂಟೆ, ಆಮೇಲೆ ಬರ್ತೀನಿ." ಫೋನ್ ಕಟ್ ಆಯಿತು. ಇವನು ಅನುರಾಗ್ ಅಷ್ಟು ಒಬಿಡಿಯೆಂಟ್ ಅಲ್ಲವೆನಿಸಿತು. ಆದರೆ ಕೋಪಕ್ಕೆ ಸಮಯವಲ್ಲವೆನಿಸಿತು. ಬಹು ಎತ್ತರಕ್ಕೆ ಬೆಳೆಯುವ ಕನಸು ಅವರದು.

"ದಿವ್ಯ... ಬರ್ಲಿಲ್ಲ!" ಬಂದ ವಸಂತಲಕ್ಷ್ಮಿ ಅಂದರು. "ಗೊತ್ತಿದೆ, ಅದಕ್ಕೆ ನಾನು ಪ್ರತಿಕ್ರಿಯೆ ಸೂಚಿಸಿಯಾಯ್ತು. ಅದೊಂದು ಬುದ್ಧಿಗೇಡಿ! ಇದ್ರಿಂದ ನಮ್ಗೇ ಅನ್ಕೂಲವೇ ಆಯ್ತು ಬಿಡು" ದೂರದೃಷ್ಟಿ ಇಟ್ಟುಕೊಂಡು ಹೇಳಿದರು. ಸ್ವಲ್ಪ ಆಕೆಗೆ ಗಾಬರಿಯಾದರು, ಪೂರ್ತಿ ಅರ್ಥವಾಗಲಿಲ್ಲ. ಅರ್ಥಮಾಡಿಕೊಳ್ಳುವುದು ಬೇಕಿರಲಿಲ್ಲ. ಅದರಿಂದ ವಸಂತಲಕ್ಷ್ಮಿಗೆ ಯಾವುದೇ ಪ್ರಯೋಜನವಿಲ್ಲ. ಆರಾಮಾಗಿ ಬಗ್ಗಿಕೊಂಡಿದ್ದರು. ಇದು ಅರಿವಿಗೆ ಬರದಂತೆ ನಡೆದುಕೊಂಡುಬಂದಿತ್ತು.

"ದೇವರಕಟ್ಟೆಗೆ ಒಗ್ಗಿಕೊಂಡ ಜನ. ಕಿಂಚಿತ್ ಬದಲಾವಣೆಯೆನಾದ್ರೂ ಇದ್ಯಾ? ತಾತನ ಕಾಲದ ಮರದ ಮಣೆ ಕೂಡ ಬದಲಾಗಿಲ್ಲ. ಇವ್ರಿಗಾಗಿ ರಿಸ್ಕ್ ತಗೋತೀನಲ್ಲ" ಗೊಣಗಿಕೊಂಡವರು "ಅವ್ನಿಗೆಷ್ಟು ಧಿಮಾಕ್ ನೋಡು. ಕರೆದರೆ, ಅರ್ಧ ಗಂಟೆ ಬಿಟ್ಟು ಬರ್ತೀನೀಂದ" ಮಗನ ಬಗ್ಗೆ ದೂರಿದರು. ಆಕೆ ಉಭ ಶುಭ ಎನ್ನಲಿಲ್ಲ.

ಆಮೇಲೆ ಇನ್ನೊಮ್ಮೆ ಫೋನ್ ಮಾಡಿದನಂತರ ಗಂಟೆ ಬಿಟ್ಟೆ ಚಿರಾಗ್ ಬಂದಿದ್ದು. "ಡ್ಯಾಡಿ, ಹೊರಡ್ತಾ ಇದ್ದೀನಿ" ಅಂದ. ನಿಂತ ನಿಲುವಿನಲ್ಲಿಯೇ. ಶ್ರೀನಿಧಿ ಹುಬ್ಬೇರಿಸಿದರು. "ಏನಿದು, ಕನಿಷ್ಟ ಒಂದು ದಿನ ಜೊತೆಯಲ್ಲಿ ಕೂತು ಊಟ ಮಾಡ್ಲಿಲ್ಲ. ತುಂಬಾ ಮಾತಾಡೋದಿದೆ. ನಿನ್ನ ಇಲ್ಲೇ ಉಳಿಸ್ಕೋಬೇಕೂಂತಲೇ ಕರೆಸಿದ್ದು" ಎಂದರು.

"ಸೋ ಸಾರಿ. ನಾನು ರಾತ್ರಿ ಫ್ಲೈಟ್‌ಗೆ ಹೋಗ್ಲೇಬೇಕು. ಆನ್‌ಲೈನ್‌ನಲ್ಲಿ ಫ್ಲೈಟ್ ಟಿಕೆಟ್ ರಿಸರ್ವ್ ಮಾಡ್ಸಿದ್ದೀನಿ. ನೀವೇ ಚೆನ್ನೈಗೆ ಒಂದು ರೌಂಡ್ ಬನ್ನಿ. ಓಕೆ. ಸಿ.ಯು...." ಹೊರಟೇಬಿಟ್ಟ. ನಿಂತಲ್ಲೇ ಶ್ರೀನಿಧಿ ಕಲ್ಲಾದರು. ತಮ್ಮ ಬಗ್ಗೆ ಇಂಥ ಉತ್ಪ್ರೇಕ್ಷೆ ಮಗ ತೋರಿಸುತ್ತಾನೆಂದು ತಿಳಿದುಕೊಂಡಿರಲಿಲ್ಲ. ಒಂದು ರೀತಿಯ ಷಾಕ್, ಹಲ್ಲುಮ್ಮಿಡಿಯನ್ನು ಕಚ್ಚಿಡಿದರು.

"ಈಗ್ಬಂದೆ" ವಸಂತಲಕ್ಷ್ಮಿ ಹೊರಗೆ ಹೋದರು.

"ಏಯ್.... ನಿಂತ್ಕೋ" ಕೂಗಿದರು. ಆಗಲೇ ಮೆಟ್ಟಿಲು ಇಳಿದು ಬಾಲ್ಕನಿಯಲ್ಲಿದ್ದ ಕಾರು ಸಮೀಪಿಸಿ, ಜೇಬಿನಿಂದ ಕೀಲಿ ತೆಗೆಯುವ ವೇಳಗೆ "ಚಿರಾಗ್ ನಿಂತ್ಕೋ" ಕೂಗಿದರು ಆಕೆ. ಜೇಬಿನೊಳಕ್ಕೆ ಕಾರಿನ ಕೀ ಇಳಿಬಿಟ್ಟು ಈ ಕಡೆ ತಿರುಗಿದವ "ಮಮ್ಮಿ ತುಂಬಾ ಸುಸ್ತಾಗಿ ಕಾಣಿಸ್ತೀರಾ. ನನ್ನೊತೆ ಚೆನ್ನೈಗೆ ಬಂದ್ಬಿಡಿ" ಅಂದ ತಾಯಿಯನ್ನು ಕರುಣೆಯಿಂದ ನೋಡುತ್ತ.

"ಈಗಂತು ಆಗೋಲ್ಲ! ಅದ್ನ ಆಮೇಲೆ ನಿರ್ಧರಿಸೋಣ. ಸ್ವಲ್ಪ ಒಳ್ಗೆ ಬಾ" ಕೈಹಿಡಿದು ಎಳೆದೊಯ್ದರು ತಮ್ಮ ರೂಮಿಗೆ ಬಂದವ ಇಲ್ಲಿ ಉಳಿದ ಸಮಯವೆಷ್ಟು? ಎರಡು ದಿನ ಫ್ರೆಂಡ್ಸ್ ಬಂದಿದ್ದಾರೇಂತ ಹೊರ್ಗೆಲ್ಲ ಸುತ್ತಾಡಿದೆ. ಆಮೇಲೆ ದೇವರಕಟ್ಟೆಗೇಂತ ಹೋದವನು ನಾಲ್ಕು ದಿನ ನಿಂತೆ. ಅಲ್ಲಿಂದ ಬಂದಕೂಡಲೇ ಹೊರಟು.... ನಿಂತೆ! ನಮ್ಗೇಂತ ಒಂದಿಷ್ಟು ಸಮಯ ಬೇಡ್ವಾ?" ಆಕೆಯ ಕಣ್ಣಂಚಿನ ಕಂಬನಿ ಕೆನ್ನೆಯ ಮೇಲೆ ಉರುಳಿದಾಗ ಬಗ್ಗಿ ತೊಡೆದ. "ನಾನು ಇಲ್ಲಿದ್ದು ಮಾಡೋದೇನಿದೆ? ಎವ್ವೆರಿಥಿಂಗ್ ಈಸ್ ಬೋರ್! ಜನರ ಮಧ್ಯೆಯಿಂದ್ಲೇ ಓಡಿ ಹೋಗೋಣಾಂತ ಅನ್ನಿಸುತ್ತೆ. ಆಲ್ ಆರ್ ರೋಗ್ಸ್" ಮುಖ ಸಿಂಡರಿಸಿಕೊಂಡು ಅಸಹನೆಯಿಂದ ನುಡಿದ. ಆಕೆಗೆ ಇದನ್ನು ಅರಗಿಸಿಕೊಳ್ಳುವುದು ಕಷ್ಟವಾಯ್ತು. "ಏನೇನೋ... ಮಾತಾಡ್ಬೇಡ ಯಾರು ನಿನ್ನ ದೃಷ್ಟಿಯಲ್ಲಿ ರೋಗ್ಸ್?" ಕ್ಷೀಣವಾಗಿ ಪ್ರಶ್ನಿಸಿದರು.

ಯಾಕೋ ಅವನಿಗೆ ಮಾತು ಬೇಕಿರಲಿಲ್ಲ.

"ಸಾರಿ ಮಾಮ್, ಮನಸ್ಸು ಸರಿ ಇಲ್ಲ. ಏನೋ ಮನಸ್ಸಿನಲ್ಲಿ, ತಲೆಯಲ್ಲಿ ಭಾರ ತುಂಬಿಕೊಂಡಿದೆ. ಅದನ್ನೆಲ್ಲ ಖಾಲಿ ಮಾಡ್ಬೇಕು. ಮಾನಸ ಸರೋವರಕ್ಕೆ ಹೋಗ್ತಾ ಇದ್ದೀನಿ. ಬಂದ್ಮೇಲೆ ಮೀಟ್ ಮಾಡೋಣ. ಕಾರಿನ ಏರ್‌ಪೋರ್ಟ್ ಪಾರ್ಕಿಂಗ್ ಸ್ಟಾಪ್‌ನಲ್ಲಿ ಬಿಟ್ಟಿರುತ್ತೀನಿ. ವಿಕ್ಕಿನ ತಂದುಕೊಳ್ಳೋಕೆ ಹೇಳು." ಕಾರು ಹತ್ತಿದ. ಆಕೆ ನಿಂತಲ್ಲೇ ಕಲ್ಲಾದರು. ತಲೆ ಸುತ್ತಿ ಬಂತು. "ಅವ್ನು ಇನ್ಮೇಲೆ ಇಲ್ಲೇ ಇರ್ತಾನೆ" ಅಂತ ಗಂಡ ಹೇಳಿದಾಗ ಹತ್ತಿಕ್ಕಲಾರದಷ್ಟು ಸಂತೋಷ ಆಕೆಗೆ. ಆದರೆ... ಸಾಧ್ಯವಿಲ್ಲವೆನಿಸಿತು. ಇವನು ಸಾಕಿದವರ ಕುಟುಂಬಕ್ಕೆ.

ಬಂದವರೇ ಮೇಲಿನ ಬಾಲ್ಕನಿಯಲ್ಲಿದ್ದ ಛೇರ್ ಮೇಲೆ ಕುಸಿದರು. ಅಳು ನುಗ್ಗಿಬಂತು. ಒಂಟಿಯಾಗಿ ಅತ್ತು ಸಮಾಧಾನ ಮಾಡಿಕೊಂಡರು. "ಏನಾಗಿದೆ ಇವನಿಗೆ? ಮಗನ ಮೇಲೆ ಅವ್ರಿಗೆ ಎಷ್ಟೊಂದು ಪ್ರೀತಿ. ರೋಗ್ಸ್ ಅಂದಿದ್ದು ಯಾರನ್ನ?

ಅವನ ದೃಷ್ಟಿಯಲ್ಲಿ ನಾವೆಲ್ಲ... ರೋಗ್ಸ್! ಮತ್ತೆ ಅಳು, ಮತ್ತೆ ಸಮಾಧಾನ. ಬಂದ ದೀಪಿಕಾ ತಾಯಿಯ ಪಕ್ಕ ಕೂತು "ಹೊರಟ ಚಿರಾಗ್ ಒಂದ್ಮಾತು ಕೂಡ ಹೇಳಿ ಹೋಗ್ಲಿಲ್ಲ. ಅವ್ನು ವಿಕ್ಕಿನ ಕೂಡ ಲೆಕ್ಕಕ್ಕೆ ತೆಗೆದುಕೊಂಡಂಗೆ ಕಾಣ್ಲಿಲ್ಲ. ಎಲ್ಲರ ಮೇಲೂ ಕೋಪ. ಅಜ್ಜಯ್ಯ, ಮಾವ, ಅತ್ತೆ ಮುಖ್ಯವಾಗಿ ದಿವ್ಯ ನಮ್ಮ ಬಗ್ಗೆ ಏನಾದ್ರೂ ಹೇಳಿ ತಲೆ ಕೆಡ್ಸಿದ್ದಾರ?" ಅಂದ ಕೂಡಲೇ ಆಕೆ ರೇಗಿಕೊಂಡರು.

"ಅಂಥ ಸ್ವಭಾವನ.... ಅವರದ್ದು? ನಿನ್ನ ಡ್ಯಾಡಿ ದುಡ್ಡಿನ ಅಗತ್ಯವಿದೇಂತ ಅಂದಕೂಡಲೇ, ಮರದ ಪೆಟ್ಟಿಗೆಯಲ್ಲಿದ್ದ ಕಾಗದ ಪತ್ರಗಳನ್ನು ಮುಂದಿಟ್ಟು, ನಾವು ಹಣ ಅಂಥದೇನು ಇಟ್ಕೊಂಡಿಲ್ಲ. ಇದ್ರ ಮೇಲೆ ಹಣ ತಗೊಂಡ್, ಅನ್ಕೂಲವಾದಾಗ ಬಿಡ್ಸಿಕೊ ಎಂದಿದ್ದರು. ಅಪ್ಪಯ್ಯನ ಮಾತಿಗೆ ಅಣ್ಣ, ಅತ್ತಿಗೆ ಒಂದ್ಮಾತು ಆಡಲಿಲ್ಲ. ವರ್ಷಗಳು ಉರುಳಿದರು, ಕೇಳ್ಲಿಲ್ಲ. ಅಂಥ.... ಜನ ಅವರು! ನಾವೇ ಮೋಸ ಮಾಡಿದ್ವೀ ಅನ್ನಿಸ್ತ ಇದೆ. ಈಗ್ಲೂ ಚಿರಾಗ್ ಹತ್ರ ಏನು ಹೇಳಿರೋಲ್ಲ. ಒಂದಿಷ್ಟು ವಿಕ್ಕೀನೇ ಹೇಳಿರುತ್ತಾನೆ" ಅಂದು ತವರನ್ನು ಸಮರ್ಥಿಸಿಕೊಂಡರು.

ದೀಪಿಕಾ ಮಾತಾಡಲಿಲ್ಲ. ಆದರೆ ಅವಳು ಮಾತ್ರ ವಿಕ್ಕಿಯನ್ನು ಬಿಟ್ಟುಕೊಡಲಾರಳು. ಪ್ರೈಮರಿ ಮುಗಿಸಿ ಮಿಡಲ್ ಸ್ಕೂಲಿಗೆ ಕಾಲಿಟ್ಟಾಗಲೇ 'ತಿವಿಕ್ರಮಶರ್ಮ ಹೆಸರು ಚೆನ್ನಾಗಿಲ್ಲ' ಎಂದು ಪಟ್ಟುಹಿಡಿದು ಕೂತಳು. ಒಂದೆರಡು ವರ್ಷಗಳಲ್ಲಿ ಅವಳ ಹಟಕ್ಕೆ ಮಣಿದು ವಿಕ್ರಮ ಎಂದು ಬದಲಾಯಿಸಿದನಂತರ ಎಲ್ಲರ ಬಾಯಲ್ಲು 'ವಿಕ್ಕಿ'ಯಾದ. ಅದಕ್ಕೂ ಅನಂತಶರ್ಮ, ಆನಂದಶರ್ಮ ವಿರೋಧ ವ್ಯಕ್ತಪಡಿಸಲಿಲ್ಲ. 'ಅವನ ಹುಟ್ಟಿದ ನಕ್ಷತ್ರದಂತೆ ತಿವಿಕ್ರಮನೇ. ಈ ಹೆಸರಿನಲ್ಲಿಯೇ ಕೂಗಿಕೊಳ್ಳಲಿ' ಅಂದು ರಾಜಿಯಾಗಿದ್ದರು ಅನಂತಶರ್ಮ. ದೀಪಿಕಾ ಅವರ ಪ್ರೀತಿಯ ಮೊಮ್ಮಗಳೇ, ಮುಂದೆ ಆ ಮನೆ, ಮನೆತನವನ್ನು ಬೆಳಗುವ ದೀಪ.

ಯಾಕೋ ಅವಳಿಗೆ ಡೀಪಾಗಿ ಯೋಚಿಸಲು ಇಷ್ಟವಿಲ್ಲ. ಮೇಲೆದ್ದು "ನಂಗಂತು ತಲೆ ಕೆಟ್ಟು ಹೋಗಿದೆ. ವಿಕ್ಕಿ ಅಲ್ಹೋಗಿ ಕೂಡದಿದ್ದರೇ ಸಾಕು. ನೀವು ನೀವು... ಏನಾದ್ರೂ ಮಾಡ್ಕೊಳ್ಳಿ." ಹೊರಗೆ ಹೋದಳು. ಆಗ ಅವರ ಮುಂದೆ ದಿವ್ಯ ಬಂದು ನಿಂತಾಗ, ಆಕೆಯ ಕಣ್ಣಂಚು ಒದ್ದೆಯಾಯಿತು. ಇಬ್ಬರ ನಡುವೆ ಎಷ್ಟೊಂದು ವ್ಯತ್ಯಾಸ. ತನ್ನ ಹೆತ್ತವರಿಗೋಸ್ಕರ ಅನುರಾಗ್‌ನ ಕೂಡ ಪಕ್ಕಕ್ಕೆ ಸರಿಸಿದ ಅವಳ ಬಗ್ಗೆ ಅಭಿಮಾನದ ಜೊತೆ ಅನುತಾಪವು ಆಯಿತು.

"ಎಲ್ಲಿ ಚಿರಾಗ್?" ಒಳಗೆ ಬಂದ ಶ್ರೀನಿಧಿ ಪ್ರಶ್ನಿಸಿದರು. ಬೆಚ್ಚಿದ ವಸಂತಲಕ್ಷ್ಮಿ "ನಿಮ್ಗೆ ಹೇಳಿ ಹೋಗ್ಲಿಲ್ವಾ? ಅವ್ನು ಚೆನ್ನೈ ಫ್ಲೈಟ್‌ಗೆ ಹೊರಟ. ಮಾನಸಸರೋವರಕ್ಕೆ ಹೋಗ್ಬರೋ ಪ್ರೋಗ್ರಾಂ ಇದೇಂತ ಹೇಳ್ದ. ನಿಮ್ಗೆ ಫೋನ್ ಮಾಡ್ತಾನೇನೋ" ಅಂದಕೂಡಲೇ ಶ್ರೀನಿಧಿ ಕೋಪದಿಂದ ಕೆಂಡಾಮಂಡಲವಾದರು. "ಅಷ್ಟೊಂದು ದುರಹಂಕಾರನ? ಅಲ್ಲೊಂದು ನೆಲೆಸಿಕ್ಕಿದೆ. ಓದು ಮುಗಿದಿದೆ. ಕೈತುಂಬ ಸಂಬಳ ಬರೋ ಜಾಬ್. ಈಗ ಹೆತ್ತವರು ಯಾವ ಲೆಕ್ಕಕ್ಕೆ?" ಹಲ್ಲು ಕಡಿದರು. ಐದು ನಿಮಿಷದ ನಂತರ ತಾವೇ ಸಮಾಧಾನಕ್ಕೆ ಬಂದರು.

"ಕೆಲ್ಸದ ಒತ್ತಡ. ದೇಹಕ್ಕೆ ವಿಶ್ರಾಂತಿಯಿದ್ದ ಹಾಗೆ ಮನಸ್ಸಿಗೂ ವಿಶ್ರಾಂತಿ ಬೇಕು. ಅದು ಸಿಗದಿದ್ದಾಗ ಪುಣ್ಯಕ್ಷೇತ್ರಗಳ ಸಂದರ್ಶನ. ನಮ್ಮ ಆಫೀಸ್ ಮ್ಯಾನೇಜರ್ ಮಗ ತನ್ನ ಗೆಳೆಯರೊಂದಿಗೆ ವೈಷ್ಣೋದೇವಿಗೆ ಹೋಗಿಬಂದ. ಅವರೆಲ್ಲ ಸಾಫ್ಟ್‌ವೇರ್ ಇಂಜಿನಿಯರ್‌ಗಳು. ಇದೊಂದು ರೀತಿಯ ಟ್ರೆಂಡ್. ಇದನ್ನು ದೈವಭಕ್ತಿ ಅನ್ನೋಕ್ಕಾಗೋಲ್ಲ. ಮಾನಸಸರೋವರ ಯಾತ್ರೆಗೆ ಹೋಗ್ಬರ್ಲಿ. ನಾನೇ ಚೆನ್ನೈಗೆ ಹೋಗಿ ಅವನನ್ನು ಕರ್ಕೊಂಡ್ ಬರ್ತೀನಿ. ಇಲ್ಲಿ ಅವನ ಅಗತ್ಯವಿದೆ. ಹೇಗೂ ಶ್ರೀಕರನಿಗೆ ಮುಂದಿನ ವರ್ಷ ರಿಟೈರ್ಡ್. ಮನೆ ಕೂಡ ಸ್ವಂತದಲ್ಲ. ಇಲ್ಲೇ ಬಂದು ಸೆಟಲ್ ಆಗ್ಲಿ" ಎಂದರು ದೀರ್ಘವಾಗಿ ಯೋಚಿಸುತ್ತ

ಆಕೆಗೆ ಸರಳತೆ, ಶಾಂತತೆಯ ಮಧ್ಯಮವರ್ಗ ಜೀವನ ಸಾಕು. ಒಂದೊಂದು ಮೆಟ್ಟಲೇರಿದಂತೆಲ್ಲ ಸುಖ ಹಾರಿ ಹೋಗಿ ಅಲ್ಲಿ ಟೆನ್‌ಷನ್ ವ್ಯಾಪಿಸಿಕೊಂಡಿತ್ತು. ಎಷ್ಟೋ ಸಲ ಇಷ್ಟಕ್ಕಾಗಿ ಇಷ್ಟೊಂದು ಪರದಾಟ ಹಾಗೆಂದು ಗಂಡನೊಂದಿಗೆ ಹೇಳಲಿಕ್ಕೆ ಉಂಟಾ?

* * * *

ಅನಂತಶರ್ಮರು ಪೂಜೆ ಮುಗಿಸಿಕೊಂಡು ಮನೆಗೆ ಬಂದಾಗ ಹನ್ನೆರಡುಗಂಟೆ ಹತ್ತು ನಿಮಿಷಗಳು ಆಗಿತ್ತು. ಅಡಿಗೆ ಕೆಲಸ ಮುಗಿಸಿ ಕೌಸಲ್ಯ ಎಲೆಹಾಕಿ ಕೂತಿದ್ದರು. ಈಗ ಆನಂದಶರ್ಮರು ಹೆಚ್ಚಿನ ಸಮಯ ತೋಟದಲ್ಲಿ ಕಳೆಯುತ್ತಿದ್ದರು. ಅಭಿಷೇಕ, ಹೆಚ್ಚಿನ ಪೂಜೆ ಇದ್ದಾಗ ತಂದೆಯ ಸಹಾಯಕ್ಕೆ ಹೋಗುತ್ತಿದ್ದರು. ಮಿಕ್ಕ ಸಮಯದಲ್ಲಿ ಕೃಷಿಕರು.

ದೇವಸ್ಥಾನದ ಪೂಜೆಯ ಬುಟ್ಟಿಯನ್ನು ಸೊಸೆಗೆ ಕೊಟ್ಟು "ಅವ್ರು ಬರಲೀ, ಒಟ್ಟಿಗೆ ಊಟ ಮಾಡೋಣ" ಅಂದು ತಮ್ಮ ರೂಮಿಗೆ ಹೋದರು. ಕೌಸಲ್ಯ ಬಾಗಿಲಿಗೆ ಬಂದು ದೂರದವರೆಗೂ ನೋಟ ಹರಿಸಿ "ಇವತ್ತು ಅಜ್ಜಯ್ಯನ ಜೊತೆ ಮಾತಾಡ್ಬೇಕು" ಅಂದಿದ್ದಳು ದಿವ್ಯ. ಚಿರಾಗ್ ಕೊಟ್ಟ ಹತ್ತು ಲಕ್ಷ ದೊಡ್ಡ ಮೊತ್ತವೇ. ಸ್ವಾಭಿಮಾನ ಹೆಡೆಯಾಡಿದರು ಈಗ ಹಣದ ಅಗತ್ಯವಿತ್ತು. ವರ್ಷಕ್ಕೆ ಇರೋದು ಎಷ್ಟು ದಿನ? ಗಂಟೆ, ನಿಮಿಷ, ಸೆಕೆಂಡ್‌ಗಳನ್ನು ಲೆಕ್ಕ ಹಾಕುವಂಥ ಸಂದರ್ಭ. 'ಆ ಹಣ ಕೃಷ್ಣಾರ್ಪಣಮಸ್ತು' ಅಂದಿದ್ದ ವಿಕ್ಕಿ. ಹಾಗೇ ಆಗಿಬಿಡುವ ಅಪಾಯವಿತ್ತು. ದೈವ ಸಹಾಯ ನಂಬಿಕೆಯ ಜೊತೆ ಸ್ವಪ್ರಯತ್ನವು ಬೇಕಿತ್ತು. ವ್ಯಾಪಾರಿ ದೃಷ್ಟಿಯಿಂದ ಶ್ರೀನಿಧಿ ತಂದು ಹಾಕಿದ್ದ ಗುಲಾಬಿ ಗಿಡಗಳು ನಳನಳಿಸುತ್ತಿತ್ತು. ಆದರತ್ತ ಹೆಚ್ಚು ಲಕ್ಷವಹಿಸುತ್ತಿದ್ದರು.

ದೂರದಲ್ಲಿ ಕಂಡ ಗಂಡ, ಮಗಳನ್ನು ನೋಡಿ ಕೌಸಲ್ಯ ನಿಟ್ಟುಸಿರುದಬ್ಬಿದರು. ಇಲ್ಲಿ ಲಂಗ, ದಾವಣಿ, ಸೀರೆಯುಡುತ್ತಿದ್ದ ದಿವ್ಯ ಸಿಟಿಗೆ ಹೋದ ಮೇಲೆ ಸಲ್ವಾರ್, ಕಮೀಜ್ ಮನೆಯಲ್ಲಿ ಮ್ಯಾಕ್ಸಿ ತೊಟ್ಟು ಅಲ್ಲಿಗೆ ಒಗ್ಗಿಕೊಂಡಿದ್ದು ಚೆನ್ನ ಎನಿಸಿತ್ತು. ಈಗ ಆ ಉಡುಪುಗಳಿಗೆ ತಿಲಾಂಜಲಿ ಇಟ್ಟು ಸೀರೆಯುಡುತ್ತಿದ್ದವಳು ಜನ್ನನ ಕುಟುಂಬದೊಂದಿಗೆ

ತೋಟದ ಎಲ್ಲಾ ಹಂತದ ಕೆಲಸಗಳಲ್ಲಿ ತನ್ನನ್ನು ತೊಡಗಿಸಿಕೊಂಡಿದ್ದು ನೋಡಿ ಒಮ್ಮೊಮ್ಮೆ ಅವರಿಗೆ ಕಣ್ಣೀರಿಡುವಂತಾಗುತ್ತಿತ್ತು.

"ಅಜ್ಜಯ್ಯ.... ಬಂದ್ರಾ?" ಕೇಳಿದಳು.

"ಈಗ ತಾನೇ, ಬಂದ್ರು, ಊಟಕ್ಕೆ ನಿಮಗೋಸ್ಕರ ಕಾಯ್ತ ಇದ್ದಾರೆ. ಎಷ್ಟೊಂದು ಸೊರಗಿದ್ದೀ.... ದಿವ್ಯ! ಇದೆಲ್ಲ ಬೇಕಿರಲಿಲ್ಲ" ಆಕೆಯ ಕಂಠ ಗದ್ಗದವಾಯಿತು. "ಎಷ್ಟೊಂದು ಫ್ರೆಶಾಗಿದ್ದೀನಿ. ಇಲ್ಯೂಷನ್, ಟೆನ್‌ಷನ್, ಓದಿನ ಒತ್ತಡ ಇವೆಲ್ಲದರಿಂದ ಮುಕ್ತವಾಗಿ ಇಲ್ಲಿ ಆರಾಮಾಗಿದ್ದೀನಿ. ನಿಂಗೆ ಹಾಗೆ ಅನಿಸುತ್ತೆ ಅಷ್ಟೆ" ನಸುನಗುತ್ತ ಒಳಗೆ ಕಾಲಿಟ್ಟಳು. ಆನಂದಶರ್ಮ ಮಾತಾಡಲಿಲ್ಲ. ಹಿತ್ತಲಿಗೆ ಹೋಗಿ ಲಘುಸ್ನಾನ ಮುಗಿಸಿ ಊಟಕ್ಕೆ ಕೂತರು. ಊಟದ ನಡುವೆ ಮಾತಾಡುವುದು ಅಪರೂಪ. ಬೇಳೆತೊವ್ವೆ, ಸೊಪ್ಪಿನ ತಂಬುಳಿ, ಮಾವಿನ ಮಿಡಿಯೊಂದಿಗೆ ಊಟ ಮುಗಿಸಿ ಎದ್ದುಹೋದರು.

ಹತ್ತುಲಕ್ಷದ ದೊಡ್ಡ ಮೊತ್ತವನ್ನು ಮೊಮ್ಮಗಳ ಕೈಯಲ್ಲಿಟ್ಟಿದ್ದರು. "ಇದ್ನ ತೆಗೆದಿಡು ಅಜ್ಜಯ್ಯನ ಹತ್ರ ಮಾತಾಡಿ.... ಏನಾದ್ರೂ ಮಾಡೋಣ" ಅಮ್ಮನಿಗೆ ಒಪ್ಪಿಸಿ ಮರದ ಪೆಟ್ಟಿಗೆಯಲ್ಲಿ ಇರಿಸಿದ್ದಳು. ದಿನಗಳು ಕಳೆಯುತ್ತಿತ್ತು. ಹೊಂದಿಸಲಾರದಷ್ಟು ಹಣ! ಈ ವಿಚಾರದಲ್ಲಿ ಶ್ರೀನಿಧಿ ಸಹಾಯ ಮಾಡಲಾರರು. ಸೋಲು ಒಂದು ರೀತಿಯಲ್ಲಿ ಖಚಿತವೆನಿಸಿದರು ಹೋರಾಡಬೇಕಿತ್ತು. ಯಶಸ್ಸಿನ ನಂಬಿಕೆಯಲ್ಲಿ ದಾಪುಗಾಲು ಹಾಕಿದ ಹೊರತು ಪ್ರಯೋಜನವಿಲ್ಲ.

"ಅಜ್ಜಯ್ಯ, ಚಿರಾಗ್ ಕೊಟ್ಟು ಹೋದ ಹಣನ ಏನು ಮಾಡೋದು?" ಕೇಳಿದಳು. "ಈಗಿನ ತೋಟದ ಮಾಲೀಕರೆನಿಸಿಕೊಂಡಿದ್ದವರಿಗೆ ತಲುಪಿಸು. ಸಾಲದ ಪ್ರಮಾಣ ಕಡ್ಮೆ ಆಗುತ್ತೆ" ಅಂದಾಗ ಅವಳಿಗೆ ತಬ್ಬಿಬ್ಬು. ಎಲ್ಲಿ ನಿರಾಕರಿಸುತ್ತಾರೋ, ಎನ್ನುವ ಭಯದಿಂದ ಇದ್ದ ಅವಳಿಗೆ ನಿರಾತಂಕವೆನಿಸಿತು. "ಆಯ್ತು, ಅಜ್ಜಯ್ಯ" ಎಂದಳು. ಆಮೇಲೆ ಹೊರಗೆ ಬಂದವಳು ಶ್ಯಾಮ್‌ಪ್ರಸಾದ್ ಮೊಬೈಲ್ ನಂಬರ್‌ಗೆ ಫೋನ್ ಮಾಡಿದಳು. "ಏನು, ಹೇಳಿ?" ಅಂದ. "ನಿಮ್ಮ ಅಕೌಂಟ್ ನಂಬರ್ ಕೊಟ್ಟರೆ ಅದಕ್ಕೆ ಒಂದಿಷ್ಟು ಹಣ ತುಂಬಬೇಕಿತ್ತು" ಎಂದಳು. "ವಾಟ್, ಹಣನ.... ಇಲ್ಲೇ ಇದ್ದೀನಿ... ಬಂದು ಕೊಡಿ" ಹೇಳಿದ. ಅವಳಿಗೆ ಅಚ್ಚರಿ. "ಈ ಮನುಷ್ಯ ಭಾರತಕ್ಕೆ ಬಂದಿದ್ದು ಯಾವಾಗ?" "ಓಕೆ, ಸರ್ ಬರ್ತೀನಿ" ಫೋನ್ ಕಟ್ ಮಾಡಿದಳು. ಈಗ ಪೈಸಾ... ಪೈಸಾ ಕೂಡ ಪೋಲಾಗದಂತೆ ನೋಡಿಕೊಳ್ಳಬೇಕಿತ್ತು.

"ಅಪ್ಪಯ್ಯ, ಅವರು ಇಲ್ಲೇ ಇದ್ದಾರಂತೆ. ಹೋಗಿ ಕೊಟ್ಟು ಬಂದರೆ, ಹೇಗೆ?" ಎಂದು ಕೂತಿದ್ದವರ ಬಳಿಗೆ ಹೋಗಿ ಕೇಳಿದಳು. ಅವರ ಮುಖದಲ್ಲಿ ಆಯಾಸವಿತ್ತು. "ಬೇಡ ಜನ್ನನ ಮಗ್ನ ಜೊತೆಯಲ್ಲಿ ಕರ್ಕೊಂಡ್ಹೋಗಿ ಕೊಟ್ಟುಬರ್ತೀನಿ. ಒಂದಿಷ್ಟು ಮಲ್ಗಿ ವಿಶ್ರಾಂತಿ ತಗೊಳ್ಳಿ" ಅಂದಳು. ಶ್ರೀನಿಧಿಗೆ ಪತ್ರಗಳನ್ನು ಕೊಟ್ಟು ಸಹಿ ಹಾಕಿದ ಮೇಲಂತು ತೋಟದ ಸಂಪೂರ್ಣ ನಿರ್ವಹಣೆ ಮಾತ್ರವಲ್ಲ ಪ್ರತಿಯೊಂದರ ಜವಾಬ್ದಾರಿಯನ್ನು ಅವರೇ ಇಟ್ಟುಕೊಂಡಿದ್ದರಿಂದ ಒಂದು ರೀತಿಯ ನಿಶ್ಚಿಂತೆಯ

ಭಾವದಿಂದ ಇದ್ದವರು, ಈಗ ಮೊದಲಿನಂತೆ ತೋಟದ ಕೆಲಸಕ್ಕೆ ಕೈಹಾಕಿರುವುದು ಆಯಾಸ ತಂದರೂ, ಹಸುರಿನ ಮಧ್ಯೆ ಓಡಾಡುವುದು ಹಿತವನ್ನು ತಂದಿತ್ತು. ಈಗ ಕಣ್ಮುಂದೆ ಸ್ಪಷ್ಟವಾದ ಒಂದು ಗುರಿ ಇತ್ತು.

ಓಡಾಟ ಬೇಡವೆಂದು ಹೇಗೆ ತಡೆದಾರು?

"ಈಗ ಬಸ್ಸು ಸಿಗುತ್ತಾ? ಅಷ್ಟು ದೂರ ನಡೆದೇ ಹೋಗ್ತೀಯಾ?" ಕೇಳಿದ ಕೌಸಲ್ಯ "ನಾನು... ಬರಲಾ? ಆ ವಿಕ್ಕಿಗೆ ಏನಾದ್ರೂ ಯೋಚ್ನೆ ಇದ್ಯಾ?" ತಾಯ್ತನದ ಕಕ್ಕುಲತೆಯ ನಡುವೆ ಮಗನ ಮೇಲೆ ಬೇಸರ ಕೂಡ.

"ಕಾಲೇಜು ಬಿಟ್ಟು ಇಲ್ಬಂದ್ ಕೂತರೆ, ಅವನ ವಿದ್ಯಾಭ್ಯಾಸದ ಗತಿಯೇನು? ಜನ್ನನ ಮಗನ್ನ ಜೊತೆಯಲ್ಲಿ ಕರ್ಕೊಂಡ್ ಹೋಗ್ತೀನಿ. ನೋಡಿದ ಜನವೇ, ಅಲ್ವಾ? ಸಂಭಾವಿತ ಮನುಷ್ಯನಾಗಿರೋದ್ರಿಂದಲೇ ನಮ್ಮ ಮಾತಿಗೆ ಒಪ್ಕೊಂಡಿದ್ದು. ಏನು ತೊಂದರೆ ಇಲ್ಲ. ಬಸ್ಸಿಗೆ ಕಾಯೋಕ್ಕಿಂತ ನಡೆದೇ ಹೋಗೋದು ಆರಾಮ" ಎಂದಳು.

ಅವನು ಕಟ್ಟಿ ತಂದ ಪ್ಲಾಸ್ಟಿಕ್ ಬ್ಯಾಗ್‌ನಲ್ಲಿದ್ದದ್ದನ್ನು ಒಂದು ಸಾಧಾರಣ ಲೆದರ್ ಬ್ಯಾಗ್‌ನಲ್ಲಿ ಇಟ್ಟುಕೊಂಡು ಜನ್ನನ ಮಗನನ್ನು ಕರೆದುಕೊಂಡು ತೋಟದ ಹೆಬ್ಬಾಗಿಲಿನಿಂದ ಹೊರಬಂದವಳು ಹಿಂದಕ್ಕೆ ತಿರುಗಿ ನೋಡಿ ನಿಟ್ಟುಸಿರುದಬ್ಬಿದಳು. ಶ್ರೀನಿಧಿ ತಲೆ ಹಾಕಿದನಂತರ ಕೆಲವು ಅಭಿವೃದ್ಧಿಕಾರ್ಯಗಳ ಜೊತೆ ಶಿಸ್ತನ್ನು ಪಾಲಿಸಿದ್ದು ಈಗ ನೆರವಿಗೆ ಬಂದಿದ್ದು. ದೇವಸ್ಥಾನಕ್ಕೆ ಆಗಿ ಮಿಕ್ಕ ಹೂಗಳನ್ನು ಸುತ್ತಮುತ್ತಲಿನವರು ಬಿಡಿಸಿಕೊಂಡು ಹೋದರು ಒಂದು ಮಿತಿಗೆ ಒಳಪಟ್ಟಿತ್ತು. ಗುಲಾಬಿ ಗಿಡಗಳ ಕಡೆ ಯಾರು ತಲೆ ಹಾಕುವಂತಿರಲಿಲ್ಲ.

"ಅಕ್ಕ, ತೋಟ ಇನ್ಮೇಲೆ ನಮ್ದೇ ಅಲ್ವಾ?" ಕೇಳಿದ.

"ಆಯ್ತು, ಬೇಗ ಹೆಜ್ಜೆ ಹಾಕು" ಎಂದಳು.

"ನಾನು ಸೈಕಲ್ ತರ್ತಾ ಇದ್ದೆ. ನಡೆಯೋದು ಕಷ್ಟವಾಗುತ್ತೆ." ಇವಳು ಮಾತೇ ಆಡಲಿಲ್ಲ. ಮಿಡ್ಲ್ ಸ್ಕೂಲು ಕೊನೆಯ ವರ್ಷದಲ್ಲಿದ್ದ ಹುಡುಗ, ಓದಿನಲ್ಲಿ ಅಷ್ಟೇನು ಬುದ್ಧಿವಂತನಲ್ಲದಿದ್ದರೂ ತೋಟದ ಕೆಲಸದಲ್ಲಿ ತುಂಬ ಚುರುಕು. ಹೆಚ್ಚು ಕಡಿಮೆ ಅವನ ಊಟ, ತಿಂಡಿಯೆಲ್ಲ ಶರ್ಮರ ಮನೆಯಲ್ಲಿ. ಅದನ್ನೊಂದು ಹೊರೆಯೆಂದು ಭಾವಿಸಿದವರಲ್ಲ.

ಹೊರಗಡೆ ಓಡಾಡುತ್ತ ಸಿಗರೇಟು ಸೇದುತ್ತಿದ್ದ ಶ್ಯಾಮ್‌ಪ್ರಸಾದ್ ಕಿರುನಗೆ ಬೀರಿ "ಐಯಾಮ್ ವೆಯಿಟಿಂಗ್ ಫಾರ್ ಯು... ನಂಗೆ ಬೆಂಗ್ಳೂರಿಗೆ ಹೋಗೋದಿತ್ತು" ಅಂದೇ ಆಹ್ವಾನಿಸಿದ್ದು. ಅವಳಿಗೆ ಸಿಗರೇಟು ವಾಸನೆ ಇಷ್ಟವಿಲ್ಲವೆನ್ನುವ ಅರಿವಾಗಿತ್ತು. ಮೊದಮೊದಲು ನೆಗ್ಲೆಕ್ಟ್ ಮಾಡಿದ್ದರೂ, ಈಗ ಪ್ರಯತ್ನಪೂರ್ವಕರಾಗಿ ತಡೆಯುತ್ತಿದ್ದ "ಹಲೋ, ಮೇಡಮ್... ಹೌ ಆರ್ ಯು? ಏನಿ ವೇ ನೀವು ಬಂದಿದ್ದು ಒಳ್ಳೆದಾಯ್ತು. ನಂಗೂ ಒಂದಿಷ್ಟು ತುರ್ತು ಕೆಲ್ಸವಿತ್ತು" ಮತ್ತೆ ಹೇಳಿದ. ಅವಳ ಮುಗುಳ್ನಗುವೊಂದೇ ಉತ್ತರ. ಅವನ ಬಗ್ಗೆ ಕೃತಜ್ಞತಾ ಭಾವ.

"ನೀನು ಇಲ್ಲೇ ಇರೋ" ಎಂದು ದಿವ್ಯ "ಅರ್ಜೆಂಟಾಗಿ ನಿಮ್ಹತ್ರ ಮಾತಾಡೋದಿತ್ತು" ಅಂದಿದಕ್ಕೆ "ಯೆಸ್, ಕಮಿನ್..." ಒಳಗೆ ಹೋದರು. ಅದೊಂದು ಉದ್ಯಾನವನದಂತೆ ಭಾಸವಾಯಿತು. ತಾನು ಕೂತು ಅವಳಿಗೆ ಸೀಟ್‌ನತ್ತ ಕೈ ತೋರಿಸಿ "ಎಲ್ಲಾ, ಹೇಗಿದ್ದಾರೆ? ನಿಮ್ಮ ಫೆವರೇಟ್ ದೇವರು ಶ್ರೀರಾಮನ ಭಕ್ತ ಹನುಮಂತ ಹೇಗಿದ್ದಾರೆ?" ದೇವರನ್ನು ಒಟ್ಟಿಗೆ ಸೇರಿಸಿ ಕೇಳಿದಾಗ ಅವಳಿಗೆ ನಗು ಬಂತು. "ಎಲ್ಲಾ... ಆರಾಮ್! ನೀವು ಬಂದಿದ್ದು ಯಾವಾಗ? ಗೊತ್ತೆ ಆಗಿಲ್ಲ" ಅಂದಿದ್ದಕ್ಕೆ ಅವನು ತಲೆಯೊತ್ತಿಕೊಂಡು ಮೇಲೆ ನೋಡಿ, "ಹೇಗೆ.... ಸಾಧ್ಯ? ನೀವು ಹಾಕಿರೋ ಕಂಡೀಷನ್ ಪ್ರಕಾರ ತೋಟದೊಳಕ್ಕೆ ಬರೋ ಹಾಗಿಲ್ಲ. ಇನ್ನು ಫೋನ್. ತಪ್ಪು ತಿಳ್ಕೋಬಹುದ್ದು. ನಿಮ್ಮಿಂದ ಒಂದು ಹೆಲ್ಪ್ ಬೇಕು. ಮೊದ್ಲು ಬಂದ ನಿಮ್ಗೆ ಫಸ್ಟ್ ಪ್ರಿಫರೆನ್ಸ್" ಅಂದ ಸರಳವಾಗಿ. ಅವನಾಡುವ ಭಾಷೆ ತೀರಾ ಅದ್ಭುತವಾಗಿ ಕಂಡಿತು. ಇಲ್ಲಿರುವವರು ಕನ್ನಡವನ್ನು ಇಷ್ಟು ಸೊಗಸಾಗಿ ಮಾತಾಡುವುದು ಕಷ್ಟವೆನಿಸಿತು.

ಲೆದರ್ ಬ್ಯಾಗ್‌ನಲ್ಲಿದ್ದ ಹಣದ ಬಂಡಲ್‌ನ ಅವನ ಮುಂದಿಟ್ಟು ಜೊತೆಗೆ ಒಂದು ಕವರ್‌ನ ಕೂಡ ಅದರ ಪಕ್ಕದಲ್ಲಿಟ್ಟು "ಹತ್ತು ಲಕ್ಷದು ಎಪ್ಪತ್ತೈದು ಸಾವಿರವಿದೆ. ಇದ್ನ ಜಮಾ ಮಾಡ್ಕೊಳ್ಳಿ" ಅಂದವಳನ್ನೆ ನೇರವಾಗಿ ನೋಡಿದ. ಒಂದಿಷ್ಟು ಸೊರಗಿದಂತೆ ಕಂಡರೂ ತೃಪ್ತಭಾವವಿತ್ತು. ಸುಂದರವಾದ ಹುಬ್ಬುಗಳು ದೃಢತೆಯನ್ನು ಎತ್ತಿ ತೋರಿಸುತ್ತಿತ್ತು. ಹಣ ಮತ್ತು ಅವಳ ಮುಖವನ್ನು ಬದಲಿಸಿ ಬದಲಿಸಿ ನೋಡಿ "ಈ ಹಣಕ್ಕೆ ಹಿಂದಿರುಗಿಸುವ ಸೆಕ್ಯೂರಿಟಿ ಇರೋಲ್ಲ. ನೀವೇ... ಇಟ್ಕೊಳ್ಳಿ. ಅವಧಿಯೊಳ್ಗೆ ಹಣ ಕೊಡದಿದ್ದರೆ, ಈ ಹಣ ನಿಮ್ಮಲ್ಲೇ ಉಳಿಯುತ್ತೆ" ಎಂದ ಸೂಕ್ಷ್ಮವಾಗಿ. ಕ್ಷಣ ಅವಳ ಮಿದುಳು ಝುಂ ಎಂದಿತು. ಅವನು ಎಚ್ಚರಿಸಿದ್ದ. "ಪರ್ವಾಗಿಲ್ಲ ಬಿಡಿ, ತೋಟ ಹೋದ್ಮೇಲೆ ಈ ಹಣ ಇಟ್ಕೊಂಡ್ ತಾನೇ ಏನು ಮಾಡೋದು?" ನಿಶ್ಚಿಂತೆಯಿಂದ ನುಡಿದವಳನ್ನು ನೋಡಿದ. "ನೋ ಮೇಡಮ್, ಇಷ್ಟು ಬೇಗ ಇಷ್ಟು ಹಣವನ್ನು ಹೊಂದಿಸಿದ್ದೀರಿ. ಇನ್ನು ಸಮಯವಿದೆ, ಬೇಕಾದರೇ ನೀವೇ ಇಟ್ಕೊಂಡಿರಿ" ಅವಳ ಮನಸ್ಸು ಒಪ್ಪಲಿಲ್ಲ. "ಬೇಡ ಸಾರ್, ಆಕಸ್ಮಾತ್ ಹಣ ಹೊಂದಿಸಿಕೊಡದಿದ್ದರೆ, ನಿಮ್ಗೆ ಬೋನಸ್. ನೀವೇನೋ ಹೇಳ್ಬೇಕೂಂದರಲ್ಲ" ಅವನ ವಿಷಯಕ್ಕೆ ಹೋದಳು. "ಓಕೇ...." ಎಂದವ ಹಣವನ್ನು ಒಯ್ದವನು ಇಂದು ಪಡೆದ ಹಣಕ್ಕೆ ಒಂದು ರಸೀದಿ ತಂದುಕೊಟ್ಟು "ಆ ಪೇಪರ್‌ಗೆ ಪಿನ್ ಮಾಡಿಡಿ. ಈಗ ಟೀ, ಕಾಫೀ.... ಅಂಥದ್ದು ಏನಾದ್ರೂ ತಗೋಬಹುದಲ್ವಾ?" ಅಂದವ ಟ್ರೇ ತರಿಸಿ ತಾನೇ ಟೀ ಬೆರೆಸಿಕೊಟ್ಟ. "ಎಲ್ಲಾರು, ಹೇಗಿದ್ದಾರೆ" ಅನ್ನೋ ಪ್ರಶ್ನೆಗೆ ನೀವು ಉತ್ತರಾನೇ ಕೊಡ್ಲಿಲ್ಲ. "ಫೈನ್ ಸಾರ್... ನಿಜವಾದ ಛಾಲೆಂಜಿಂಗ್ ಜೀವನ ಏನೂಂತ ಈಗ ಗೊತ್ತಾಗ್ತ ಇದೆ. ನಮ್ಮ ಮಾರುತಿನು ಛಾಲೆಂಜಿಗಾಗಿಯೇ ತಗೊಂಡಿದ್ದಾರೆ. ಇಲ್ಲದಿದ್ದರೇ, ಇಷ್ಟು ಬೇಗ. ಇಷ್ಟೊಂದು ಹಣ ಕೊಡೋಕೆ ಆಗ್ತಾ ಇರ್ಲಿಲ್ಲ. ಈಗ್ಹೇಳಿ.... ಸರ್" ಅಂದಾಗ ಮುಖ ಕಿವುಚಿ "ಷಟಪ್, ಈ ಸಾರ್ ಬಿಡಿ ಮೇಡಮ್. ಆರಾಮಾಗಿ ಶ್ಯಾಮ್ ಅನ್ನಿ, ಇಲ್ಲ ಪ್ರಸಾದ್ ಅನ್ನಿ.... ಇನ್ನು ಸುಲಭವಾದ ಹೆಸರೊಂದಿಗೆ, ಆರಾಮಾಗಿ.... ಅತ್ಯಂತ

ಸರಳವಾಗಿ." ಅಂದವ "ಇನ್ನೊಂದು ದಿನ ಹೇಳ್ತೀನಿ. ಅದಕ್ಕೆ ಸಮಯಾವಕಾಶಬೇಕು. ಬನ್ನಿ...." ಮೇಲೆದ್ದವ ಮೊದಲು ಹೊರಗೆ ನಡೆದು ಪ್ರಶಾಂತವಾದ ಹಚ್ಚಹಸುರೆಡೆಯಿಂದ ತೂಗಿ ಬರುತ್ತಿದ್ದ ಗಾಳಿಯ ಸುಖವನ್ನು ಆಸ್ವಾದಿಸುತ್ತ "ವಂಡರ್‌ಫುಲ್, ನೀವು ಈ ತೋಟನ ಪೂರ್ತಿಯಾಗಿ ನೋಡಿದ್ದೀರಾ?" ಎಂದ ದೂರಕ್ಕೆ ನೋಟ ಹರಿಸುತ್ತ "ನಿಮ್ಮ ಭೇಟಿಗೆ ಬಂದಾಗ ಓಡಾಡಿದ್ದು ಸ್ವಲ್ಪ. ಶ್ರೀಮಂತ ತೋಟ. ಲಕ್ಷಗಟ್ಟಲೇ ಪ್ರಾಫಿಟ್" ಅವಳ ನೋಟವು ಅಲ್ಲಲ್ಲಿ ಇಣುಕಾಡಿತು.

ಅಲ್ಲಲ್ಲಿ ಇಣುಕಿದ ಆಳುಗಳು ಏನೋ ಹೇಳಲು ಬಂದಾಗ ಬೇಡವೆಂದು ಸನ್ನೆ ಮಾಡಿ ಹಿಂದಕ್ಕೆ ಕಳುಹಿಸಿದವ ಹಸಿರು ಪಾರದರ್ಶಕವಾಗಿ ಕಂಡ ಕಡೆ ನಡೆದವನಿಗೆ ಜೊತೆಯಾದಳು.

"ಇಮ್ಮಿಡಿಯಟಾಗಿ ಈ ತೋಟದ ಸಮಸ್ತ ಮೇಲ್ವಿಚಾರಣೆ ನೋಡಿಕೊಳ್ಳಲು ಒಬ್ಬ ಆಸಕ್ತಿ ಇರೋ ಮ್ಯಾನೇಜರ್ ಬೇಕು. ಅವನಿಗೆ ಗಿಡ ಮರ ಪ್ರತಿಯೊಂದರ ಬಗ್ಗೆಯೂ ಪರಿಜ್ಞಾನ ಇರ್ಬೇಕು, ಜೊತೆಗೆ ಪ್ರೀತಿ ಕೂಡ" ಎಂದ. ಅವಳಿಗೆ ಸಮಸ್ಯೆಯೆನಿಸಿತು. ಎರಡು ಇರುವ ವ್ಯಕ್ತಿ ದೊರೆಯುವುದು ಕಷ್ಟ. "ಬದ್ಕಿನ ನಿರ್ವಹಣೆಯ ಸಲುವಾಗಿ ಕೆಲ್ಸಕ್ಕೆ ಬರೋ ಜನವೇ ಅಧಿಕ. ಅಂಥದ್ದರಲ್ಲಿ ಪರಿಜ್ಞಾನ ಅಂದರೆ ಆ ಸಬ್ಜೆಕ್ಟ್‌ನಲ್ಲಿ ಡಿಗ್ರಿ ಪಡೆದುಕೊಂಡಿರುವವರು ಸಿಗಬಹುದು. ಆದರೆ ಪ್ರೀತಿ... ಇಂಥದೊಂದು ಅನೌನ್ಸ್‌ಮೆಂಟ್ ಕೊಟ್ಟಾಗ ಕೆಲವಾರು ಮಂದಿಯಾದರು ಅಪ್ಲಿಕೇಷನ್ ಹಾಕ್ಕೋತಾರೆ. ಅವ್ರಲ್ಲಿ ಒಬ್ಬರನ್ನು ಸೆಲೆಕ್ಟ್ ಮಾಡ್ಬಹ್ದು. ಅದು ರಿಸ್ಕಿ ಅನಿಸುತ್ತೆ" ಅಂದಳು. ನಿಧಾನವಾಗಿ ಶ್ಯಾಮ್ ಬಗ್ಗೆ ಅಭಿಮಾನ ಮೂಡಿತು ಆ ಕ್ಷಣ. ತೋಟ, ಹಸಿರಿನ ಈ ಪರಿಸರದ ಬಗ್ಗೆ ಆಸಕ್ತಿಯ ಜೊತೆ ಪ್ರೀತಿ ಕೂಡ ಇದೆಯೆನಿಸಿತು. "ನೋ ಮೇಡಮ್. ಅದ್ರಿಂದ ಪ್ರಯೋಜನವಿಲ್ಲ. ಈ ವಿಚಾರದಲ್ಲಿ ನಂಗೆ ನೀವು ಹೆಲ್ಪ್ ಮಾಡಲೇಬೇಕು. ಒತ್ತಾಯ, ಒತ್ತಡ ಜೊತೆ ರಿಕ್ವೆಸ್ಟ್ ಕೂಡ" ಎನ್ನುತ್ತ ಹಸಿರು ಪಾರದರ್ಶಕ ಕಾಮಾನು ಮಾದರಿಯ ಕಟ್ಟಡವಾಗಿ ಕಂಡದ್ದರ ಒಳಗೆ ಪ್ರವೇಶಿಸಿದಾಗ ನಿಬ್ಬೆರಗಾದಳು. ಒಳಗೆ ಹೂ ಅರಳಿಸಿದ ಆರ್ಕಿಡ್‌ನ ಹೊಸತನದ ಜೊತೆಗೆ, ಬೋನ್ಸಾಯ್ ಗಿಡಗಳ ಸೊಬಗು. ಅವಳಿಗೆ ಕುಣಿದಾಡುವಷ್ಟು ಸಂತಸ.

"ವಂಡರ್‌ಫುಲ್. ಎಷ್ಟೊಂದು ಕಲೆಕ್ಷನ್" ಪ್ರತಿಯೊಂದು ಗಿಡದ ಬಳಿ ನಿಂತು "ಎಷ್ಟೊಂದು ವೈವಿಧ್ಯಮಯ ಗಿಡಗಳು ಇವೆ. ನಾವು ಬರೀ ಅಲಂಕಾರಕ್ಕೆ ಅನ್ನುವಂತೆ ಕುಬ್ಜ ಸಪೋಟಾ, ಕಿತ್ತಲೆ ಗಿಡಗಳಲ್ಲಿ ಹಣ್ಣು ಬಿಟ್ಟಿದೆ. ಮಲೆನಾಡಿನ ಗಿಡ, ಮರಗಳ ಒಡನಾಟದಲ್ಲಿ ಇಷ್ಟು ಬೋನ್ಸಾಯ್ ಗಿಡಗಳನ್ನು ಒಟ್ಟಿಗೆ ನೋಡಿದ್ದು ಇಲ್ಲ" ಅಚ್ಚರಿಯಿತ್ತು ಅವಳ ದನಿಯಲ್ಲಿ.

"ಇಷ್ಟು ಗಿಡಗಳಿಗೆ ಹಲವು ಲಕ್ಷಗಳು. ಆರ್ಥಿಕ ದೃಷ್ಟಿಯಲ್ಲು ಕಡಿಮೆ ಪರಿಶ್ರಮದಿಂದ ಹೆಚ್ಚು ಲಾಭ ತರುವಂಥದ್ದು. ಅದಕ್ಕಿಂತ ಇದರಿಂದ ಚೆಲುವು ಹೆಚ್ಚಿಸಬಹುದೆನಿಸಿತು. ಯು ಆರ್ ಇಂಟರೆಸ್ಟಿಂಗ್ ನಿಮ್ಗೇ ಮಾರಿಬಿಡ್ತೀನಿ" ಎಂದ ಹಗುರವಾಗಿ. ಅವನ ಪ್ರಕಾರ ಕೆಲವು ಲಕ್ಷಗಳು. ಕೊಂಡುಕೊಳ್ಳುವ ಸ್ಥಿತಿಯಲ್ಲಿಲ್ಲ.

"ಬೇಡ ಸಾರ್, ಮುಂದೆ ಸಾಧ್ಯವಾದರೇ ಯೋಚಿಸ್ತೀನಿ" ಅಂದಳು. ನೆಲ್ಲಿ, ಹುಣಿಸೆ, ಆಲ, ಮಾವು, ಹಾಲೆ ಮುಂತಾದ ಗಿಡಗಳು ಇದ್ದವು. ಹೆಚ್ಚು ಇಷ್ಟವೆನಿಸಿತು.

ಅಂತು ಇಂದು ಎಷ್ಟೇ ಅವಸರಿಸಿದರು ತೋಟವನ್ನು ಒಂದು ಸುತ್ತೊಡೆಸಿ "ಸದ್ಯಕ್ಕೆ ಒಬ್ಬ ಮ್ಯಾನೇಜರ್ ಅಗತ್ಯವಿದೆ. ಮುಖ್ಯ ಆಳುಗಳ ಮೇಲ್ವಿಚಾರಣೆ. ಜೊತೆಗೆ ಎಲ್ಲ ಕೆಲ್ಸಗಳನ್ನು ನಿರ್ವಹಿಸುವಂಥ ವ್ಯಕ್ತಿ ಬೇಕು. ಇಷ್ಟಕ್ಕೆ ನಾರ್ಮಲ್ಲಾಗಿ ಒಂದು ಡಿಗ್ರಿ ಬೇಕೆ ಬೇಕೆನಿಸುತ್ತೆ. ಅಂಥ ವ್ಯಕ್ತಿಯನ್ನ ಹುಡ್ಕಿಕೊಡೋ ಕೆಲ್ಸ ನಿಮ್ದು. ಏಕೆಂದರೆ, ಇದು ನಿಮ್ದೇ ಸಾಮ್ರಾಜ್ಯ. ಈ ಪರಿಸರದಲ್ಲಿ ಒಡನಾಡಿ ಬೆಳೆದಿದ್ದೀರಿ" ಎಂದ. ಅವಳ ಕಣ್ಣುಗಳಲ್ಲಿ ಮುಗ್ಧತೆ ಹೊರಚೆಲ್ಲಿತು. ತುಟಿಗಳ ಮೇಲೆ ನಸುನಗು ಅರಳಿತು.

"ಹೌದು, ಮಲೆನಾಡಿನ ಸುಂದರ ಪರಿಸರದಲ್ಲೇ ಹುಟ್ಟಿ ಬೆಳೆದಿದ್ದು. ನಮ್ಮ ಪುಟ್ಟ ತೋಟ, ದೇವಸ್ಥಾನ, ಮನೆ ಆ ಸಾಮ್ರಾಜ್ಯವೇ ಸಮಸ್ತವೆಂದು. ನಮ್ಗೇ ನನ್ನ ಅತ್ತೆ ವಸಂತಲಕ್ಷ್ಮಿ, ಅವ್ರ ಪತಿ ಶ್ರೀನಿಧಿ ಹೊರಗೊಂದು ಜಗತ್ತು ಇದೆಯೆಂದು ತೋರಿಸಿ ಬೆಂಗಳೂರು ಪರಿಚಯಿಸಿದರು. ಸ್ವಂತಿಕೆ ಅನ್ನೋದೇ ಇರಲಿಲ್ಲ. ಅವರು ಕರೆದೊಯ್ದ ಕಡೆ ಹೋಗೋದು, ಅವರು ಹೇಳಿದ್ದು ಕೇಳ್ತೋದು. ನಾನು ಅಂಥ ಬುದ್ಧಿವಂತೆಯೇನು ಅಲ್ಲ, ಸಾಮಾನ್ಯ ಸ್ಟೂಡೆಂಟ್. ಅದ್ರೂ ಪಿ.ಯು.ಸಿ.ನಲ್ಲಿ ಒಳ್ಳೆ ಮಾರ್ಕ್ಸ್ ಬಂದಾಗ ಸಾಫ್ಟ್‌ವೇರ್ ಇಂಜಿನಿಯರ್ ಆಗಬೇಕೂಂತ ಕಾಲೇಜಿಗೆ ಸೇರಿಸಿದರು. ಓಕೆ ಅಂದೆ" ಅವಳ ಬಗ್ಗೆ ಒಂದಿಷ್ಟು ಮನಬಿಚ್ಚಿ ಹೇಳಿಕೊಂಡಳೂಂದರೇ ಇಂದೇ. ಅದು ಅಪರಿಚಿತ ಶ್ಯಾಮ್‌ಪ್ರಸಾದ್‌ನೊಂದಿಗೆ. ಅವನ ಬಗ್ಗೆ ಅವಳಿಗೇನು ಗೊತ್ತಿಲ್ಲ.

"ಮತ್ತೆ... ಇಲ್ಲಿ ನಿಂತಿರಿ?" ಕೇಳಿದ ಕೈಗೆ ಸಿಕ್ಕ ಗಿಡದ ಕೊಂಬೆಯನ್ನು ಸವರುತ್ತ "ನಿಂತಿದ್ದಕ್ಕೆ ಒಂದು ಕಾರಣವಿತ್ತು. ಆದರೆ ಈಗ ಹಾಯೆನಿಸಿದೆ. ಆ ಒತ್ತಡದ ಜೀವನಕ್ಕಿಂತ ಇದು ಹಾಯೆನಿಸಿತು. ನನ್ನ ಅತ್ತೆ ಮಗ ಚಿರಾಗ್ ಕೂಡ ಒಬ್ಬ ಸಾಫ್ಟ್‌ವೇರ್ ಇಂಜಿನಿಯರ್. ಸಾಫ್ಟ್ ಆದ ಉದ್ಯೋಗವೇ. ಎ.ಸಿ. ಒಳಗೆ ಕೆಲಸ. ಕೈತುಂಬ ಸಂಬಳ. ಅವನು ಸುಖಿ ಅಲ್ಲ. ಅವನೊಂದು ಮಾತು ಹೇಳ್ದ. ನಿರರ್ಥಕತೆ, ಏಕತಾನತೆ ನನ್ನ ಸಾಯಿಸ್ತ ಇದೆ. ಅದ್ರಿಂದ ತಪ್ಪಿಸಿಕೊಳ್ಳೋ ಸಲುವಾಗಿ ಪುಣ್ಯಕ್ಷೇತ್ರದರ್ಶನ. ನಾನೆಂದಾದರೂ ಆತ್ಮಹತ್ಯೆ ಮಾಡ್ಕೋಬಹುದೂಂತ ಅನ್ನಿಸಿದೆ. ಅಂತು ಕೆಲ್ಸವನ್ನ ಬಿಡೋ ಯೋಚ್ನೆ ಇದೆ ಅಂದ. ವೇಗಕ್ಕೆ ಹೊಂದಿಕೊಳ್ಳೋದು ಕಷ್ಟವೇ. ನನ್ನಂಥವಳಿಂದ ಸಾಧ್ಯವೇ ಇಲ್ಲ. ಬೇರೆ ಬೇರೆ ಕಾರಣಕ್ಕೆ ಆತ್ಮಹತ್ಯೆ ಮಾಡ್ಕೋಬಹ್ದು, ಈ ಕಾರಣಕ್ಕೆ ಯಾಕೆ? ನಂಗಂತು ಒಗ್ಗೋಲ್ಲ ಬಿಡಿ. ವ್ಯಾಸಂಗ ನಿಲ್ಲಿಸಿದ್ದಕ್ಕೆ ಪಶ್ಚಾತ್ತಾಪವಿಲ್ಲ" ಹೇಳಿದಳು. ಇಷ್ಟನ್ನು ಯಾರ ಮುಂದಾದರೂ ಹೇಳಿಕೊಳ್ಳುವ ತುಡಿತವಿತ್ತು ಅವಳಲ್ಲಿ. ಮುಗ್ಧವಾಗಿ ಒದರಿಬಿಟ್ಟಳು. ತಕ್ಷಣ "ಇನ್ನು ಹೊರಡ್ತೀನಿ. ಅಪ್ಪಯ್ಯ ಕಾಯ್ತ ಇರ್ತಾರೆ" ಅಂದವಳು "ನೀವು ಹೇಳ್ದ ವಿಷ್ಯದಲ್ಲಿ ನಾನೇನು ಹೆಲ್ಪ್ ಮಾಡ್ಲಿ? ಅದೇ ಆ ಆರಾಧ್ಯರನ್ನ ಕೇಳಿ, ಅವರದು ವಿಪರೀತ ಸುತ್ತಾಟ. ನೀವು ಕೇಳಿದಂಥ ಜನನ ಕರ್ಕೊಂಡ್ ಬರ್ತಾರೆ" ಎಂದು ಅಲ್ಲೇ ನಿಂತಳು. ಗಿಡ, ಮರ, ಈ ಪರಿಸರದ ಬಗ್ಗೆ ಪ್ರೀತಿ ಇರುವ ಜನ ಸಿಕ್ಕಾರ?

"ನೋ... ನೋ... ಬರೀ ಅವ್ರಿಗೆ ಕಮೀಷನ್ ಯೋಚ್ನೆ. ಈಗಾಗಲೇ ಒಂದಿಬ್ಬರನ್ನು ಕರೆ ತಂದಿದ್ದಾಯ್ತು. ಅವ್ರನ್ನ ಓಡ್ಸಿ.... ಆಯ್ತು. ಇನ್ನೊಂದು ವಿಷ್ಯ. ನೀವು ಈ ಪರಿಸರದಲ್ಲಿ ಹುಟ್ಟಿ ಬೆಳೆದೋರು. ಸಹಜವಾಗಿ ನಿಮ್ಗೆ ಗಿಡ, ಮರ, ಹೂ ಅಂದರೆ ಪ್ರೀತಿ ಇರುತ್ತೆ. ನೀವೇ ಮ್ಯಾನೇಜರ್ ಆಗಿ ಬನ್ನಿ" ಇಂಥ ಒಂದು ಆಫರ್‌ಗೆ ಗರಬಡಿದು ನಿಂತಳು. ಆಮೇಲೆ ನಕ್ಕುಬಿಟ್ಟಳು.

"ಪ್ರೀತಿ ಇದೆ. ಆದರೆ ನಿಮ್ಮ ವೈವಿಧ್ಯಮಯ ಅದ್ಭುತವಾದ ತೋಟನ ನೋಡಿಕೊಳ್ಳುವಂಥ ಅನುಭವವೇನಿಲ್ಲ. ಜೊತೆಗೆ ನಾನು ಡಿಗ್ರಿ ಹೋಲ್ಡರ್ ಅಲ್ಲ. ಅಕೌಂಟ್ಸ್‌ನಲ್ಲು ಅಂಥ ನಾಲೆಜ್ಡ್ ಏನಿಲ್ಲ. ಮತ್ತೆ ನನ್ನ ಓಡಿಸೋ ರಿಸ್ಕ್ ನಿಮ್ಗೆ ಬೇಡ. ಎಕ್ಸ್‌ಕ್ಯೂಜ್ ಮಿ.... ಬರ್ತೀನಿ" ಕೈ ಮುಗಿದಳು. ಸರಳವಾಗಿ "ನೋ ಹಾಗೇನು ಆಗೋಲ್ಲ. ಒಮ್ಮೆಯೋಚ್ಸಿ" ಎಂದ. ಅವಳು ಅದಕ್ಕೇನು ಪ್ರತಿಕ್ರಿಯಿಸಲಿಲ್ಲ.

ಶ್ಯಾಮ್‌ಪ್ರಸಾದ್ ಆರಾಧ್ಯರಿಗಾಗಿ ಕಾದು ನಿಂತಿದ್ದ. ಇಲ್ಲಿ ಬಂದಿದಕ್ಕೆ ಒಂದು ಪ್ರತ್ಯೇಕವಾದ ಉದ್ದೇಶವಿತ್ತು. ಅವನ ಡ್ಯಾಡಿಯ ಆದೇಶವಿತ್ತು. ಜೊತೆಗೆ ಮಗನಿಗೆ ವಿಧಿಸಿದ ಕೆಲಸ. ಅದನ್ನು ನಿರ್ವಹಿಸಲೇಬೇಕೆಂಬ ಪಟ್ಟು. ಸಾಕಷ್ಟು ಡಾಲರ್‌ಗಳ ಒಡೆಯನಾಗಿ ಹುಟ್ಟಿದ್ದು, ವಿದ್ಯಾಭ್ಯಾಸದ ಜೊತೆ ಅಲ್ಲಿನ ಗಾಳಿ ಉಸಿರಾಡಿದ್ದರು. ಹುಟ್ಟಿದಾಗಿನಿಂದ ಭಾರತೀಯ ಪರಂಪರೆ ಜೊತೆ ಕನ್ನಡ ಭಾಷೆಯನ್ನು ಒಗ್ಗಿಸಿಬಿಟ್ಟಿದ್ದರು. ಅದಕ್ಕಾಗಿ ದಿನದ ಕೆಲವು ಸಮಯವನ್ನು ತೆಗೆದಿಡುತ್ತಿದ್ದದ್ದು ಛಲದಿಂದ. ತಮ್ಮ ತಪ್ಪಿಗೆ ಚಿಕ್ಕದೊಂದು ಪ್ರಾಯಶ್ಚಿತ್ತ. ಅದಕ್ಕಾಗಿ ಸ್ವಂತ ಸುಖವನ್ನು ಬಲಿಕೊಟ್ಟು ಅಲೆಗಳ ವಿರುದ್ಧ ಈಜಿದ್ದು ಒಂದು ಸಾಹಸ.

"ತಡವಾಯ್ತು! ಬೇರೆ ಯಾರೋ ಚೈನ್ನೈನಿಂದ ಬಂದಿದ್ದರು. ಅವರಿಗೆ ಇಲ್ಲಿ ಜಮೀನು ಕೊಳ್ಳೋ ಆಸೆ." ಎಂದ ಬಂದು ನಿಂತ ಆರಾಧ್ಯ ಕತ್ತು ತೂರಿಸುತ್ತ. ಮಲೆನಾಡಿನ ಇಂಚು, ಇಂಚು ಪರಿಚಯವು ಇತ್ತು. ಅಲೆದಾಡಿದ ಕಡೆಯಲ್ಲೆಲ್ಲ ಒಂದೊಂದು ಸಂಸಾರ ಅನ್ನೋ ಕುಖ್ಯಾತಿ ಇದ್ದರೂ ಅದೊಂದು ಆರೋಪವಾಗಿರಲಿಲ್ಲ. ಆದರೂ ಅಧಿಕೃತವಾಗಿ ಇಬ್ಬರು ಪತ್ನಿಯರು.

"ಅಲ್ಲಿಗೆ ಬರೋದಿಕ್ಕೆ ಹೇಳಿದ್ದೀನಿ. ಕೊಂಡವರು ಹೋಗಿ ವಿದೇಶದಲ್ಲಿ ಕುಂತಿದಾರೆ. ಯಾವ ಕಾಲಕ್ಕೆ ಬಂದು ನೆಲಸ್ತಾರೆ ಅನ್ನೋ ಬಗ್ಗೆ ಗೊತ್ತಿಲ್ಲ. ಮರಳಿ ಮರಳಿ... ಪ್ರಯತ್ನ ಮಾಡಿ ಅವ್ರ ನೆಂಟನೊಬ್ಬನನ್ನು ಹಿಡಿದು ತಂದಿದ್ದೀನಿ. ಇಲ್ಲಿಗೆ..... ಕರೆಸಲಾ?" ಕೇಳಿದ. ಅದೊಂದು ಜಾಗವನ್ನು ಕೊಡಿಸಿದರೆ ಸಾಕಷ್ಟು ಕಮೀಷನ್ ಆಸೆ ತೋರಿಸಿದ್ದ ಶ್ಯಾಮ್‌ಪ್ರಸಾದ್. "ಕರ್‍ಸಿ..." ಎಂದವ ಸಿಗರೇಟು ಹಚ್ಚಿದ. ಆ ಬಗ್ಗೆ ಅವನ ಹೆತ್ತವರ ತಕರಾರು ಕೂಡ ಇರಲಿಲ್ಲ. ಆರಾಧ್ಯ ಮೊಬೈಲ್‌ನಲ್ಲಿ ಮಾತಾಡಿ ಅವರಿಗೆ ವಿಷಯ ಮುಟ್ಟಿಸಿ "ಈಗ್ಬರ್ತಾರಂತೆ. ಅಬ್ಬಬ್ಬ ಅಂದರೆ, ಇಪ್ಪತ್ತು ಕೊಡ್ಬಹ್ದು. ಅದರ ಮೇಲೆ ಹೋದರೆ ನಮ್ಗೇ ಲಾಸ್ ಆಗುತ್ತೆ" ಎಂದು ಒಂದು ಮಾತು ಸೇರಿಸಿದ. 'ಲಾಸ್' ಈ ಪದದ ಉಪಯೋಗ ಅವನಿಗೆ ಬೇಡವೆನಿಸಿತು. ಭಾರತಕ್ಕೆ ಬಂದಿದ್ದೆ, ಆ ಪ್ರದೇಶಕ್ಕಾಗಿ. ಅದರಲ್ಲಿ ವಾಸವಾಗಿದ್ದ ಹಿಂದಿನ ಜನ ಬೇಕಾಬಿಟ್ಟಿಗೆ

ಮಾರಿಹೋಗಿದ್ದರು. ಮತ್ತೆ ಅವರಲ್ಲಿ ಒಬ್ಬರಿಗಾದರೂ ಆ ಜಾಗ ಸೇರಬೇಕಿತ್ತು. ಕಾರು ಹತ್ತಿ ಆ ಜಾಗ ಹೋಗಿ ತಲುಪಿದ.

ಅರ್ಧ ಗಂಟೆಯೊಳಗೆ ಒಬ್ಬ ಮನುಷ್ಯ ತಮ್ಮ ಹಳೆ ಮಾದರಿಯ ಕಾರಿನಲ್ಲಿ ಬಂದು ಇಳಿದರು. ಮಧ್ಯ ವಯಸ್ಸು ದಾಟಿದವ. 'ವಿಶ್... ' ಮಾಡಿಕೊಂಡೇ ಬಂದಿದ್ದು. ಮುಖದ ದರ್ಪದ ಹಿಂದೆ ನಿಸ್ಸಹಾಯಕತೆ ಇತ್ತು.

"ಈ ಮನುಷ್ಯನ್ನ ಕಾಡಿ... ಕಾಡಿ ಕರ್ಕೊಂಡ್ ಬಂದ. ಅವ್ರಿಗಂತು ಮಾರೋ ಇಂಟರೆಸ್ಟ್ ಇಲ್ಲ. ಇವ್ನು ಕಮೀಷನ್ ಆಸೆಗೆ ನನ್ನ ಹಿಂದೆ ಬಿದ್ದಿದ್ದಾ" ಮಾತಾಡುತ್ತಲೇ ಬಂದವರು "ಇಲ್ಲೇನಿದೆ? ಆರಾಮಾಗಿ ಸಿಟಿಯಲ್ಲಿ ನಾಲ್ಕು ಸೈಟುಗಳು ತೆಗ್ದು ಹಾಕಿ. ಎರಡ್ವರ್ಷದಲ್ಲಿ ಎರಡೇನು ಹತ್ತುಪಟ್ಟು ಜಾಸ್ತಿಯಾಗುತ್ತೆ. ಕೋಟಿಗಳು ಮೀರಿಹೋಗಿದೆ. 30 x 40 ಸೈಟುಗಳು ಮೊದ್ಲು ಒಂದೊಂದು ಏರಿಯಾದಲ್ಲಿ ಕಾಸ್ಟ್ಲೀ ಅನ್ನೋರು. ಈಗ ಎಲ್ಲಾ ಏರಿಯಾದಲ್ಲೂ ಡಿಮ್ಯಾಂಡ್. ಪ್ರವಾಹೋಪದಿಯಲ್ಲಿ ಜನ ನುಗ್ಗಿ ಬರ್ತಾ ಇದ್ದಾರೆ. ಐ.ಟಿ., ಬಿ.ಟಿಯಂತು ಬಂದ್ಮೇಲೆ ಭೂಮಿಯ ಬೆಲೆ ಚಿನ್ನಕ್ಕಿಂತ ಮಿಗಿಲಾಗಿದೆ" ಒಂದೇ ಸಮ ಮಾತಾಡಿದರು. ಮಾತಿನ ಮನುಷ್ಯನೆಂದುಕೊಂಡ. ಅವನ ವೃತ್ತಿಗೆ ಅದು ಅಗತ್ಯ.

"ಬನ್ನಿ...." ಆಹ್ವಾನಿಸಿದ.

ಗೆಸ್ಟ್‌ಹೌಸ್‌ನ ಸಿಟ್ಟಿಂಗ್ ರೂಂಗೆ ಕರೆದೊಯ್ದಾಗ ಅದರ ಅಂದ ಚೆಂದಕ್ಕೆ ಬೆರಗಾದವರು "ವಂಡರ್‌ಫುಲ್, ಒಳ್ಳೆ ಟೇಸ್ಟ್ ಇದೆ. ನಾನು ಈ ಕಡೆ ಬಂದಿದ್ದು ಕಡಿಮೆಯೇ. ನನ್ತಂಗಿ ವಾರಗಿತ್ತಿ ವಿದೇಶದಲ್ಲಿ ಸೆಟಲ್ ಆಗಿದ್ದಾರೆ. ಅವ್ರ ಪೂರ್ವಜರು ಈ ಕಡೆಯವರಂತೆ. ಅದಕ್ಕೆ ಇಲ್ಲಿ ಆಸ್ತಿ ಮಾಡೋ ಖಾಯೀಷ್‌ನಿಂದಕೊಂಡರು. ಬರಾಬರೀ ಹತ್ತು ವರ್ಷಗಳ ಮೇಲಾಯ್ತು. ಈ ಕಡೆ ತಲೆ ಹಾಕಿದ್ದಿಲ್ಲ. ಈ ಜಾಗನ ಸ್ವತಃ ಸರ್ಯಾಗಿ ನೋಡಿದ್ದಿಲ್ಲ. ಯಾರ ಪಾಲೋ ಆಗಿ ಹೋಗುತ್ತೇಂತ ಅಂದ್ಕೊಂಡೆ. ನೀವುಗಳು ಖರೀದಿಗೇಂತ್ಲೇ ಬಂದಿದ್ದೀರಿ. ದಿಟವಾಂತಲೇ ಬಂದಿದ್ದೀನಿ. ನೀವು ಖರೀದಿ ಮಾಡ್ತಿತೀಂತ ಗೊತ್ತಾದ್ಮೇಲೆ ಅವ್ರ ಹತ್ರ ಮಾತಾಡ್ತೀನಿ" ಎಲ್ಲಾ ಹೇಳಿ ಮುಗಿಸಿದನಂತರ ನೇರವಾಗಿ ಮಾತಾಡಿ ಬಿಡಬಹುದೆನಿಸಿತು. "ಹೌದು, ಇದ್ನ ಕೊಳ್ಳೋ ಇಚ್ಛೆ ಇದೆ. ಇಲ್ಲಿ ರೇಟ್ ಹೇಗಿದೇಂತ ವಿಚಾರ್ಸಿ ಅದಕ್ಕೆ ಸ್ವಲ್ಪ ಜಾಸ್ತಿನೇ ಕೊಟ್ಟು ಕೊಂಡ್ಕೋತೀನಿ" ಹೇಳಿದ, ಸುತ್ತಲು ನೋಟ ಹರಿಸುತ್ತ. ವರ್ಷಗಳು ಕಳೆದು ನೋಡಿಕೊಳ್ಳುವವರಿಲ್ಲದೇ ಸೊರಗಿದ ಮನೆ ಇನ್ನು ಅಸ್ತಿತ್ವ ಉಳಿಸಿಕೊಂಡಿತ್ತು. ಮನೆಯ ಮುಂದಿನ ಜಗುಲಿಗಳು ಅದರ ಚೆಂದಕ್ಕೋ, ಆಸರೆಗೋ, ಮರದ ಕಂಭಗಳು ಇನ್ನು ಮೇಲ್ಛಾವಣಿಯನ್ನು ಎತ್ತಿ ಹಿಡಿದು ಮನೆತನದ ಮರ್ಯಾದೆ, ಪರಂಪರೆ, ವೈಭವಕ್ಕೆ ಸಾಕ್ಷೀಭೂತವಾಗಿತ್ತು.

"ಆಯ್ತು, ಎಷ್ಟಕ್ಕಾದರೇ ನಿಮ್ಗೆ ಆಗ್ಬಹ್ದು? ನಾನು ಅವ್ರನ್ನ ಕೇಳೇ... ಬಿಡ್ತೀನಿ. ಒಂದತ್ತು.... ಹದಿನೈದು... ಅಷ್ಟಾಗಬಹುದೆಂದರೆ ಅವ್ರು ಒಪ್ಕೋಬಹ್ದು. ಆ ಹಣಕ್ಕೆ ಬೆಂಗ್ಳೂರು ಊರಾಚೆ ಒಂದು ಸೈಟ್ ಬರೋಲ್ಲ. ನೀವೇ ಹೇಳ್ಬಿಡಿ" ಇಂಥ

ಡೈಲಾಗ್‌ಗಳನ್ನು ಪುಂಖಾನುಪುಂಖವಾಗೊಡೆದರು. ಅಂತು ಆರಾಧ್ಯ ಮಧ್ಯಕ್ಕೆ ನಿಂತು ಹದಿನೈದಕ್ಕೆ ಕುದುರಿಸಿದ. ಆ ಮನುಷ್ಯನ ಕಮೀಷನ್ ಜೊತೆಗೆ ತನಗೂ ಏನಾದರೂ ಕೊಡಬೇಕೆಂದು ಸ್ಪಷ್ಟಪಡಿಸಿದರು. "ನಾನು ಅವ್ರನ್ನ ಕನ್ವಿನ್ಸ್ ಮಾಡ್ಬೇಕೂಂದರೆ ಸುಮಾರು ಮಾತಾಡಬೇಕಾಗುತ್ತೆ. ಈಗ ಬೆಂಗ್ಳೂರಿನಿಂದ ಇಲ್ಲಿಗೆ ಬಂದಿದ್ದೀನಿ. ಪೆಟ್ರೋಲ್ ಗಾಡಿ, ಹಳೆ ಮಾಡೆಲ್. ಲೀಟರ್ ಪೆಟ್ರೋಲ್‌ಗೆ ಹತ್ತು ಕಿಲೋಮೀಟರ್ ಕೊಡ್ಬಹ್ದು. ಎಲ್ಲಾ ಲೆಕ್ಕ ಹಾಕಿ ಹಣ ಕೊಡ್ಬೇಕು. ಇದ್ನ ಆರಾಧ್ಯರಿಗೆ ಹೇಳಿದ್ದೀನಿ. ಹೆಸರಿಗೆ ಗೌರ್ನಮೆಂಟ್ ಕೆಲ್ಸದಲ್ಲಿದ್ದು ಪೆನ್‌ಷನ್ ಪಡ್ಕೋತಾ ಇದ್ದೀನಿ. ಆದರೆ ನೂರೈವತ್ತು ರೂಪಾಯಿ ಮಾತ್ರ ನನ್ನ ಪಾಲಿಗೆ. ಅದು ಏನೇನು ಸಾಕಾಗೋಲ್ಲ. ಈಗ ಮಗನ ದರ್ಬಾರ್" ಒದರಿದರು. ಮಾತೇ ಬೇಡವೆನಿಸಿತು ಅವನಿಗೆ. ಆರಾಧ್ಯರು ರೇಗಿಕೊಂಡರು "ಇದನ್ನೆಲ್ಲ ಹೇಳಬೇಕಾ? ಅವರು ಕೊಡ್ತಾರೆ. ತೆಪ್ಪಗಿದ್ಬಿಡಿ" ಪಕ್ಕಕ್ಕೆ ಕರೆದೊಯ್ದು ದನಿ ತಗ್ಗಿಸಿ ಗದರಿಕೊಂಡರು. ಆ ಮನುಷ್ಯ ಮುಖ ಒಂದು ತರಹ ಮಾಡಿದ.

ಒಂದು ಕ್ಷಣ ಶ್ಯಾಮ್‌ಪ್ರಸಾದ್‌ಗೆ ಪಿನ್ ಚುಚ್ಚಿದಂತಾಯಿತು.

"ನೀವು ಬಂದಿದ್ದಕ್ಕೆ ಹತ್ತುಸಾವಿರ ಕೊಟ್ಟರೆ ಸಾಕಾ? ನೀವು ಅವ್ರನ್ನ ಕನ್ವಿನ್ಸ್ ಮಾಡಿ ಇದನ್ನು ಕೊಡ್ಸಿ. ಕೇಳಿದಷ್ಟನ್ನು.... ನಾನು ಕೊಡ್ತೀನಿ" ಭರವಸೆ ಕೊಟ್ಟೇಬಿಟ್ಟ. ತಂದೆಯ ಮಾತನ್ನು ನೆರವೇರಿಸಲೇಬೇಕಿತ್ತು. ಆ ಮನುಷ್ಯನಿಗೆ ಷಾಕ್ "ಅಯ್ಯೋ, ನಾನು ಅಷ್ಟೊಂದು ಕೇಳದಿದ್ದರೂ, ಅಷ್ಟಕ್ಕೂ ಜಾಸ್ತಿನೆ ಖರ್ಚಾಗಿದೆ. ಪೆಟ್ರೋಲ್ ಬೆಲೆ ಗೊತ್ತು. ಹಳೆ ಫಿಯೆಟ್ ಗಾಡಿ ಈಗ ಮಗ ವರ್ಷಕ್ಕೆ ಒಂದು ಕಾರು ಬದಲಾಯಿಸ್ತಾನೆ. ಅವ್ನ ಹೆಂಡ್ತಿಗೆ ಅಂದರೆ ಸೊಸೆಗೆ ಕಾರಿನ ಕ್ರೇಜ್ ಜಾಸ್ತಿನೆ. ನಂಗೂ ಮಾತ್ರ.... ಹಿಂದೆ ಸಪೋರ್ಟ್‌ಗೆ ನಿಲ್ತಾ ಇದ್ದ ಹೆಂಡ್ತಿ ಸತ್ತು ಮೂರ್ವರ್ಷ ಆಯ್ತು. ಅವಳಿದ್ದಾಗ ಜೀವ್ನ ಪೂರ್ತಿ ಕಾಡಿದೆ. ಅದ್ನೇ ಶಿಕ್ಷೆ ಅಂದ್ಕೊಂಡಿದ್ದೀನಿ. ಕಾಡೋದು ತುಂಬ ತಪ್ಪು.... ಕಣ್ರೀ! ನಿಮ್ಗೇ ಮದ್ವೆ ಆಗಿದ್ಯಾ? ಯಾವ ಪರ್ಪಸ್ ಮೇಲೆ ಇದ್ನ ಪರ್ಚೆಸ್ ಮಾಡ್ತಾ ಇದ್ದೀರಿ?" ಮತ್ತೆ ಪ್ರಶ್ನೆ. ಅದಕ್ಕೆಲ್ಲ ಉತ್ತರ ಹೇಳಲು ಅವನಿಗಿಷ್ಟವಿಲ್ಲ. ರೂಡ್ ಆಗಿ ಮಾತಾಡಿ ಅವನಿಗೆ ಅಭ್ಯಾಸವಿತ್ತು. ಈಗ ಅದು ಬೇಡವೆಂದು ಸಂಯಮವಹಿಸಿದ "ಇನ್ನು ಮೂರು ಸಾವಿರ ಕೊಡ್ತೀನಿ. ಮೊದ್ಲು ಅವ್ರನ್ನ ಕನ್ವಿನ್ಸ್ ಮಾಡಿ ಇದ್ನ ಕೊಡ್ಸಿ" ಎಂದು ಕಾರಿನತ್ತ ಹೋದವನು ಆರಾಧ್ಯರನ್ನ ಸನ್ನೆ ಮಾಡಿ ಕರೆದು "ನೀನು ಅವ್ರ ಕಾರಿನಲ್ಲಿಯೇ ಹೋಗಿ ಮ್ಯಾನೇಜರ್ ಹತ್ರ ಹದಿಮೂರು ಸಾವಿರ ಕೊಡ್ತು. ಆಮೇಲೆ.... ಎಲ್ಲಾ ಆದ್ಮೇಲೆ ಒಟ್ಟಿಗೆ ನಿಂಗೆ ಕೊಡ್ತೀನಿ" ಅವನನ್ನು ಕಳುಹಿಸಿದನಂತರ ಸುತ್ತ ನೋಟ ಹರಿಸಿದ ದೂರದವರೆಗೂ.

ಡೈಮೆನ್ಷನ್ ಎಷ್ಟಿದೆಯೆಂದು ಅವನಿಗೆ ಗೊತ್ತಿಲ್ಲ. ಆದರೆ ಅವನ ತಂದೆ ತಮ್ಮ ಡೈರಿಯಲ್ಲಿ ಪ್ರತಿಯೊಂದು ಭಾಗವನ್ನು ಪರಿಚಯಿಸುವುದರ ಜೊತೆಗೆ ಹಿಂದೆ ಇದ್ದ ಮಲ್ಲಿಗೆ, ದಾಸವಾಳ ಗಿಡಗಳ ಜೊತೆ ಮನೆಯ ಮುಂದಿದ್ದ ಜಗುಲಿಗಳ ಇತಿಹಾಸವನ್ನು ವರ್ಣಿಸಿ ವರ್ಣಿಸಿ ಪರಿಚಯಿಸಿದ್ದರಿಂದ ಇದು ಅಪರಿಚಿತ ಜಾಗವೆನಿಸಲಿಲ್ಲ. ಅಲ್ಲಲ್ಲಿ

ಓಡಾಡಿ, ಧೂಳು ಅದು ಇದೂ... ಬಿದ್ದಿದ್ದ ಜಗುಲಿಗಳನ್ನು ಕಾರಿನಲ್ಲಿದ್ದ ಡೆಸ್ಟರ್ ತಂದು ಕೊಡವಿ ಕ್ಲೀನ್ ಮಾಡಿ ಕೂತ. ಒಂದೊಂದೇ ಚಿತ್ರ ಅವನ ಕಣ್ಮುಂದೆ ಬಂದು ನಿಲ್ಲುತ್ತಿತ್ತು. ಅವನ ತಾತ.... ಮುತ್ತಾತ... ಕೃಷ್ಣಪ್ರಸಾದ್ ಅಗ್ನಿಹೋತ್ರಿ, ವಾಮನಪ್ರಸಾದ್ ಅಗ್ನಿಹೋತ್ರಿ... ಇಲ್ಲಿ ಕೂಡುತ್ತಿದ್ದನ್ನು ಮೆಲಕು ಹಾಕಿದ. 'ಫೆಂಟಾಸ್ಟಿಕ್' ಎನಿಸಿತು. ಎಂಥದೋ ಅನುಭೂತಿ. ಬಹುಶಃ ಈ ಅನುಭೂತಿಯ ಸಲುವಾಗಿ ಇಲ್ಲಿಗೆ ಬಂದಿದ್ದ.

"ನಾನು ಜಗುಲಿ ಮೇಲೆ ಕೂತು ಸಂಧ್ಯಾವಂದನೆ ಮಾಡಿದ್ದಿದೆ. ಉಪನಯನವಾದ ಮೇಲೆ ತಾತ ಎದುರಿಗೆ ಕೂತು ಅಭ್ಯಾಸ ಮಾಡಿಸಿ ಪ್ರತಿಯೊಂದನ್ನು ತಿದ್ದುತ್ತಿದ್ದರು. ಒಂದು ಹಂತಕ್ಕೆ ಬಂದ್ಮೇಲೆ ಶ್ರದ್ಧೆ ನಂಬಿಕೆ ಕಡಿಮೆ ಆಯ್ತು. ಓದಿನ ಸಲುವಾಗಿ ಶಿವಮೊಗ್ಗ ಸೇರಿದ್ಮೇಲೆ ಎಲ್ಲಾ ಬಿಟ್ಟೆ. ಅಲ್ಲಿಗೆ ಹೋದಾಗಷ್ಟೆ. ಅದು ಹಿರಿಯರ ಭಯದ ಸಲುವಾಗಿ. ಆ ಜೀವನದ ಬಗ್ಗೆ ಬೇಸರವಿತ್ತು. ಎಂ.ಎಸ್. ಮಾಡಲು ಅಮೆರಿಕಾಗೆ ಬಂದಿದ್ದು" ಅವನಿಗೆ ಇದನ್ನು ಎಷ್ಟು ಸಲ ಹೇಳುವುದರ ಜೊತೆಗೆ ತಮ್ಮ ಡೈರಿಯಲ್ಲಿ ಬರೆದು ಇಟ್ಟಿದ್ದು ಅವರು ತೀರಿಕೊಂಡನಂತರವೇ ಸಿಕ್ಕಿದ್ದು 'ನೀನು ನಾನು ಬರೆದ ಡೈರಿನ ಓದಲೇಬೇಕು.' ಹಲವಾರು ಬಾರಿ ಹೇಳಿದಾಗ ಉಡಾಫೆಯ ನಗು ಬೀರಿದ್ದ. ಅವರು ಸಾವಿಗೆ ಮುನ್ನ ಮಾಡಿಟ್ಟಿದ್ದ ಸಿ.ಡಿ.ಯನ್ನು ನೋಡಿದ ಮೇಲೆಯೇ ಭಾರತಕ್ಕೆ ಬರುವ ತೀರ್ಮಾನ ತಗೊಂಡಿದ್ದು. ಜಗುಲಿಯ ಸವರಿ ನೋಡಿ ಮೇಲೆದ್ದ. ಎಲ್ಲಾ ಪೂರ್ವಿಕರನ್ನು ನೋಡುವಂತಾದರೆ? ಅವನಿಗೆ ನಗುಬಂತು. ಬೀಗ ಹಾಕಿದ್ದ ಮನೆಯತ್ತ ನೋಡಿದ. ತೀರಾ ಶಿಥಿಲವೆನಿಸಿದರು ಗಟ್ಟಿಮುಟ್ಟಾಗಿಯೇ ಇತ್ತು. ಒಮ್ಮೆ ಸುತ್ತು ಹಾಕಿ ಹಿಂದಕ್ಕೆ ಹೋದ. ಕಣಿಗಲೆ, ದಾಸವಾಳ, ಮಲ್ಲಿಗೆ, ಕಾಕಡ ಜಾತಿಗೆ ಸೇರಿದವು ಜೀವಂತವಿತ್ತು. ಈ ಮನೆಯವರ ಪೂಜೆಗೆ ಹೂ ನೀಡಿದ ಗಿಡಗಳು. ಪ್ರೀತಿಯಿಂದ ಅವುಗಳ ಮೇಲೆಲ್ಲ ಕೈಯಾಡಿಸಿದ. ಅಂದಿನ ಪರಿಸರದ ಪರಿಚಯದ ಚಿತ್ರ ಮೂಡತೊಡಗಿತು. ಬಿಸಿಲೇರಿದ್ದು ಕೂಡ ಅವನ ಅನುಭವಕ್ಕೆ ಬರಲಿಲ್ಲ. ಎಂಥದೋ ಆತ್ಮೀಯತೆ. ವಂಶದ ಬೇರು ಇಲ್ಲಿಯೇ.

"ಸಾರ್, ಅವ್ರನ್ನ ಕಳ್ಸೀ ಬಂದೆ" ಆರಾಧ್ಯ ಬಂದು ಎದುರಿಗೆ ನಿಂತಾಗಲೇ ಅವನಲ್ಲಿ ಎಚ್ಚರ ಮೂಡಿದ್ದು "ಹೇಗೂ, ಪೆಟ್ರೋಲ್ ದುಡ್ಡು ವಸೂಲು ಮಾಡಿದ್ದರಿಂದ ಡ್ರಾಪ್ ಮಾಡಿ ಹೋಗೂಂದೆ. ಬಹಳ ಲೆಕ್ಕಾಚಾರದ ಮನುಷ್ಯ. ಕೈ ನಡೆಯದಕ್ಕೆ ಇರ್ಬಹ್ದು. ಸ್ವಲ್ಪ ಫಾಲೋ ಆಫ್ ಮಾಡ್ತಾ ಇರು. ಈ ಮನೆ ಸುತ್ತಮುತ್ತಲಿನ ಜಾಗ ನಮ್ದೇ ಆಗ್ಬೇಕು" ಇಂಥದೊಂದು ಎಚ್ಚರಿಕೆ ನೀಡಿದವನು ಕಾರಿನತ್ತ ಹೊರಟವನು ನಿಂತು "ನೀನು ಯಾವ್ಕಡೆ? ಎಲ್ಲಿಗಾದ್ರೂ... ಡ್ರಾಪ್ ಮಾಡ್ಬೇಕಾ?" ಕೇಳಿದ. ಅವನು ಕತ್ತು ತೂರಿಸುತ್ತ ನಗೆ ಬೀರಿ "ಬೇಡ್ರಿ, ನನ್ನಗ ಸೈಕಲ್ ತಗೊಂಡ್ ಬರ್ತೀನೀಂತ ಅಂದಿದ್ದಾನೆ" ಅಂದ ಕೂಡಲೇ ಕಾರು ಹತ್ತಿದ. ಒಮ್ಮೆ ದೇವರ ಕಟ್ಟೆಗೆ ಹೋಗಿ ಓಡಾಡಿ ಬರಬೇಕೆನಿಸಿತು. 'ಈಗಾಗಲೇ ಅಲ್ಪಸ್ವಲ್ಪ ತಿಳಿದಿರೋದ್ರಿಂದ ನೀವೇ ಮಾಲೀಕರು ಅನ್ನೋ ಭಾವ ಜನಕ್ಕೆ ಮಾತ್ರವಲ್ಲ ನಮ್ಗೂ ಇದೆ. ಒಂದು ರೀತಿಯಲ್ಲಿ ಈ ತೋಟ

ಪರಕೀಯತೆ ನೆರಳಲ್ಲಿದೆಯೆನ್ನುವ ಭಾವ ಕಾಡುತ್ತೆ. ಅದಕ್ಕೆ ಅವಕಾಶ ಕೊಡ್ಬೇಡಿ' ಅಂತ ವಿನಂತಿಸಿಕೊಂಡಿದ್ದಳು ದಿವ್ಯ. ಅದಕ್ಕೆ ಒಪ್ಪಿಗೆ ಸೂಚಿಸಿದ್ದ. ಆದರೂ ದೇವರಿಗೆ ಭಕ್ತಿ ಸಮರ್ಪಣೆಯ ನೆಪದಲ್ಲಿಯಾದರೂ ಒಮ್ಮೆ ಹೋಗಿ ಬರಬೇಕೆನಿಸಿತು. ಆ ಪರಿಸರ, ಜನ ಎಲ್ಲಾ ಇಷ್ಟವಾಗಿದ್ದರು, ಬಹುಶಃ ತನ್ನ ಪೂರ್ವಿಕರು ಕೂಡ ಇಷ್ಟು ಸರಳವಾಗಿಯೇ ಬದುಕಿರಬೇಕೆಂದುಕೊಂಡಿದ್ದರಿಂದ ಅವರು ಇಷ್ಟವಾಗಿದ್ದರು.

ಅನಂತಶರ್ಮರು ಬುಟ್ಟಿ ಹಿಡಿದು ಪೂಜೆಗೆ ಬರುವ ವೇಳೆಗೆ ಎಪ್ಪತ್ತೈದು ಪ್ರದಕ್ಷಿಣೆ, ನಮಸ್ಕಾರ ಮುಗಿದಿತ್ತು. ಇದು ದಿನನಿತ್ಯದ ವಾಡಿಕೆ. ಅಂಜನೆಯನಿಗೆ ಪ್ರತಿದಿನ ನೂರೆಂಟು ಪ್ರದಕ್ಷಿಣೆ, ನಮಸ್ಕಾರಗಳ ಹರಕೆ, ದಿವ್ಯಳದು ಈ ತೋಟದ ಸಲುವಾಗಿ.

ಅವರು ಅಭಿಷೇಕ ಷುರು ಮಾಡುವ ಹೊತ್ತಿಗೆ ಪ್ರದಕ್ಷಿಣೆ, ನಮಸ್ಕಾರಗಳು ಮುಗಿಸಿ ಬಂದು ಕೂತಳು. ಮೊಮ್ಮಗಳ ಹರಕೆ, ನಿಷ್ಠೆ ಅವರಿಗೆ ಗೊತ್ತಿತ್ತು. ಅದನ್ನು ಈಡೇರಿಸು ಎಂಬ ಪ್ರಾರ್ಥನೆ ಕೂಡ ಸೇರುತ್ತಿತ್ತು.

"ಕೌಸಲ್ಯ ಮನೆಗೆ ಬರಹೇಳಿದ್ದು" ಎಂದವರು ತಮ್ಮ ಕಾಯಕದಲ್ಲಿ ಮುಳುಗಿದರು. ಮತ್ತೊಮ್ಮೆ ನಮಸ್ಕಾರ, ಪ್ರದಕ್ಷಿಣೆ ಹಾಕಿ ಬಿಡಿಸಿಟ್ಟ ಹೂಗಳನ್ನು ಗರ್ಭಗುಡಿಯ ಬಾಗಿಲ ಬಳಿ ಇಟ್ಟು ಹೊರಬಂದಳು. ದಿನಗಳೇನು ನಿಮಿಷಗಳನ್ನು ಕೂಡ ಲೆಕ್ಕ ಹಾಕುತ್ತಿದ್ದಳು. ಬರೀ ಯೋಚನೆ ಮಾತ್ರ ಅಲ್ಲ ಹಣ ಬರುವ ಎಲ್ಲಾ ಮಾರ್ಗಗಳನ್ನು ಬಳಸಿಕೊಳ್ಳುವ ವಿಚಾರ ಅವಳದು.

"ಅಕ್ಕಾವರೆ, ಗುಲಾಬಿ ಸಪ್ಲೈ ಮಾಡೋ ನೂರ್ ಬಂದಿದ್ದಾನೆ. ಆರಾಧ್ಯರು ಕಳಿಸಿದರಂತೆ" ಜನ್ನನ ತಮ್ಮ ಹೇಳಿದ. ಆರೈಕೆಯಿಂದ ಗುಲಾಬಿಗಳು ಅರಳಿ ನಿಂತಿದ್ದವು "ಅಪ್ಪಯ್ಯ, ಹೂ ಮಾರೋಕೆ ಹೇಳಿದ್ದೀನಿ ಸಿಟಿಗಳಿಗೆ ತಗೊಂಡ್ ಹೋಗ್ತಾರಂತೆ. ಮೇಲಿನ ಮನೆಗಳ ಗುಲಾಬಿ ತೋಟಗಳ ಕಂಟ್ರಾಕ್ಟ್ ನೂರ್‌ನದಂತೆ, ಹೇಳಿ ಕಳ್ಸಿದ್ದೀನಿ. ಮಾವ ಗುಲಾಬಿ ತೋಟ ಮಾಡ್ಸಿ, ಒಂದು ರೀತಿಯಲ್ಲಿ ಉಪಕಾರನೆ ಮಾಡಿದ್ದಾರೆ" ವಿಷಯ ಮುಟ್ಟಿಸಿ ಪರ್ಮಿಷನ್ ಪಡೆದಿದ್ದಳು. ಅಂಥ ದೊಡ್ಡ ಅಮೌಂಟ್ ಅಲ್ಲದಿದ್ದರು, ರೂಪಾಯಿಗೆ, ರೂಪಾಯಿ ಸೇರಿದಂತೆಲ್ಲ ಸಾಲದ ಹೊರೆ ಕಡಿಮೆಯಾಗುವ ಹಗುರವಾದ ಭಾವ.

"ಅಕ್ಕಾವರೇ, ನಿಮ್ಮ ಮಾವನೋರು ಹೂಗಳಿಂದ್ಲೇ ಸಾಕಷ್ಟು ದುಡಿದುಬಿಟ್ರು. ಕೆಲವು ಸೀಸನ್‌ಗಳಲ್ಲಿ ಒಂದು ಗುಲಾಬಿ ಮೊಗ್ಗಿಗೆ ಐದು ರೂಪಾಯಿ ಕೊಟ್ಟಿದ್ದಿದೆ. ತುಂಬ ಲೆಕ್ಕಾಚಾರದಲ್ಲಿ ಪರ್ಫೆಕ್ಟ್. ಪೈಸಾ ಬಿಡೋ ಜಾಯಮಾನದವರಲ್ಲ" ಹೇಳಿಕೊಂಡೇ ವ್ಯವಹಾರಕ್ಕೆ ಕೂತ.

ಇಡೀ ಗುಲಾಬಿ ತೋಟ ಸುತ್ತೊಡೆದು ಬಂದವ "ಒಂದು ದಿನ ಹೆಚ್ಚು ಆಗ್ಬಹುದ್ದು, ಒಂದು ದಿನ ಕಡಮ್ಮೇ ಆಗ್ಬಹುದ್ದು. ಹೇಗೆ ಲೆಕ್ಕ ಹಾಕೋಣ? ಕೇಳಿದ.

"ವ್ಯವಹಾರ ಕಷ್ಟನೇ! ಹಿಂದೆ ಕಾಸಿನ ಬಗ್ಗೆ ಅಷ್ಟೊಂದು ಯೋಚಿಸಿದ್ದಿಲ್ಲ. ಆಗ,

ಅಡಿಕೆ, ತೆಂಗು.... ಅದು ಮಾತ್ರ ಹಣಬರೋ ಫಸಲಾಗಿತ್ತು. ಶ್ರೀನಿಧಿ ಕೈಗೆ ಹೋದ್ಮೇಲೆ.... ಸಾಕಷ್ಟು ಬದಲಾಗಿದೆ. ಕಾಸು ಬರೋ ಹತ್ತೆಂಟು ಮಾರ್ಗ ಕಂಡುಕೊಂಡ. ಆದರೆ ಪ್ರಾಫಿಟ್ ಅನ್ನೋದಿಲ್ಲಾಂತ ಕಡೆಯಲ್ಲಿ ಹೇಳ್ದ. ನಾವು ಅದ್ನ ತೋರ್ಸಬೇಕಿದೆ" ಎಂದು ಮಗಳ ಮುಂದಲೆ ಸವರಿದಾಗ ಶತಾಯ ಗತಾಯ ತೋಟ ಉಳಿಸಿಕೊಳ್ಳಬೇಕೆನ್ನುವ ತೀರ್ಮಾನ ಅವರಲ್ಲಿದೆಯೆನಿಸಿತು. ಹ್ಞೂಗುಟ್ಟಿದಳು. ಅಂಥ ಒಂದು ಬದಲಾವಣೆ ತಂದೆಯಲ್ಲಿ ಕಂಡು ಅಚ್ಚರಿಯೆ.

"ಅಕ್ಕಾವ್ರು, ಏನು ಹೇಳ್ಲಿಲ್ಲ. ಪೂರ್ತಿ ಗುತ್ತಿಗೆ ಕೊಟ್ಟುಬಿಡಿ" ಅವನೇ ಸೂಚಿಸಿದ. ಜನ್ನನ ಮುಖದತ್ತ ನೋಡಿದಾಗ ಬೇಡವೆನ್ನುವ ಭಾವವಿತ್ತು ಅಲ್ಲಿ. "ಹೇಗೂ ನೋಡಿದ್ದೀರಲ್ಲ.... ನಾಳೆ ಬಂದ್‌ಬಿಡಿ. ಒಂದ್ಸಲ ಅಪ್ಪಯ್ಯನ ಹತ್ರ ಮಾತಾಡ್ತೀನಿ" ಎಂದಳು.

"ಅಯ್ಯೋ, ಈ ಹೂವಿನ ವ್ಯಾಪಾರ ಅವ್ರಿಗೆ ಗೊತ್ತಾಗೊಲ್ಲ ಬಿಡಿ. ನಿಮ್ಮ ಮಾವನ ಕಾಲಕ್ಕೆ ಹೂವಿನ ಮಾರಾಟ ಶುರುವಾಗಿದ್ದು. ಸುತ್ತಮುತ್ತಲಿನವರೆಲ್ಲ ದಿನವೇನು ಹಬ್ಬ, ಹುಣ್ಣಿಮೆಗಳಲ್ಲಿ ತೋಟಕ್ಕೆ ದಾಳಿ ಇಡುತ್ತಿದ್ದರು. ಒಂದು ರೇಟು ಮಾತಾಡಿ ಗುತ್ತಿಗೇಂತ ಕೊಟ್ಟುಬಿಡಿ" ಮತ್ತೊಮ್ಮೆ ಒತ್ತಾಯಿಸಿದ. "ನಾಳೆ ಹೇಳ್ತೀನಿ, ನಿಮ್ಗೂ ನಷ್ಟಬೇಡ, ನಮ್ಗೂ ನಷ್ಟವಾಗೋದು ಬೇಡ" ಅಲ್ಲಿಗೆ ಮುಗಿಸಿದಳು.

ನೇರವಾಗಿ ಬೆಂಗಳೂರು, ಶಿವಮೊಗ್ಗ ಹೂವಿನ ಮಂಡಿಗಳವರನ್ನ ಕಾಂಟ್ಯಾಕ್ಟ್ ಮಾಡಿ, ಒಂದಿಷ್ಟು ವಿಚಾರಿಸಿಕೊಳ್ಳುವ ವೇಳೆಗೆ ಆರಾಧ್ಯ ಬಂದ. ಲೆಕ್ಕಾಚಾರದಲ್ಲಿ ಅವನ ಕಮಿಷನ್ ಸೇರಿರುತ್ತಿತ್ತು.

"ಹೇಗೇ ಮಾತಾಡಿದ್ರಿ? ನಿಮ್ಮ ಮಾವ ಗುಲಾಬಿ ಹೂನಿಂದಲೇ ಸಾಕಷ್ಟು ಹಣ ಮಾಡಿದ್ರು. ಆಗ್ಲೇ ಅವ್ರ ಪರಿಚಯವಾದದ್ದು. ಲೆಕ್ಕಾಚಾರದಲ್ಲಿ ಅತ್ತಿತ್ತ ಅಲುಗಾಡ್ತ ಇರ್ಲಿಲ್ಲ. ಬೇಸತ್ತು ನಾನೇ ಅವ್ರಿಂದ ದೂರವಾಗಿದ್ದೆ. ಈ ತೋಟ ಮಾರಾಟದ ವಿಚಾರದಲ್ಲಿ ಮತ್ತೆ ಒಂದಾದ್ವಿ. ಸ್ವಲ್ಪ ಕಮಿಷನ್ ಹೆಚ್ಚಿಗೆ ಕೊಟ್ರು. ಒಂದ್ವರ್ಷದಿಂದ ಹೇಳ್ಕೊಂಡ್ ಬಂದರೂ ವಿಚಾರಾನ ಗುಟ್ಟಾಗಿ ಇಟ್ಟಿದ್ದು ಯಾಕೇಂತ ಆ ಆಮೇಲೆ ಗೊತ್ತಾಗಿದ್ದು. ಆದ್ರೂ ಈ ತೋಟ ಗುಡಿ ಆಸ್ತಿ ಅಂತಾರೆ ಸುತ್ತಮುತ್ತಲಿನ ಜನ. ಆದರೆ ಇವ್ರು ಹೇಗೆ ಮಾರಿದ್ರು? ಪಕ್ಕಾ ಡಾಕ್ಯುಮೆಂಟ್ಸ್ ರೆಡಿ ಮಾಡ್ಕೊಂಡ್ ಇದ್ರು. ಅಕಸ್ಮಾತ್ ಇಲ್ಲಿನ ಜನ ಜಗಳಕ್ಕೆ ನಿಂತರೆ, ನಿಮ್ಮ ಅಜ್ಜಯ್ಯ, ಅಪ್ಪಯ್ಯ ಅಪರಾಧಿಗಳು ಆಗ್ತಾ ಇದ್ರು. ಅದಕ್ಕೆ ಎಲ್ಲಾ ಗುಟ್ಟು... ಗುಟ್ಟಾಗಿಯೇ ಮಾಡಿದ್ರು. ಯಾವ್ದೋ ಮದ್ವೆಗೆ ಎಲ್ಲರೂ ಹೋದಾಗ ಶ್ಯಾಮ್‌ಪ್ರಸಾದ್‌ನ ಕರ್ಕೊಂಡ್ ಬಂದು ಮಾತಾಡಿ ಅಡ್ವಾನ್ಸ್ ಇಸ್ಕೊಂಡ್ರು. ಆಗ್ಲೇ ನಂಗೊಂದಿಷ್ಟು ಅನುಮಾನ" ಎಂದ. ಆ ವಿಷಯವಾಗಿ ಬೇರೆಯವರೊಂದಿಗೆ ಚರ್ಚೆ ಬೇಕಿರಲಿಲ್ಲ.

"ನೀವು, ನಿಮ್ಮ ಮಾವ ಶ್ರೀನಿಧಿಯ ಮನೆಯಲ್ಲೇ ಅಲ್ವಾ, ಇದ್ದು ಕಲೀತಾ ಇದ್ದಿದ್ದು. ಈಗ ಇಲ್ಬಂದ್ ನಿಂತಿದ್ದರಿಂದ ತೊಂದರೆ ಆಗುತ್ತೇನೋ" ಎಂದ ಆರಾಧ್ಯರ

ಮಾತುಗಳಿಗೆ ಸ್ವಾಪ್ ಹಾಕಬೇಕೆನಿಸಿತು. "ಆ ಮಾತುಗಳಿಗೆ ಏನು ಕಮೀಷನ್ ಸಿಗೋಲ್ಲ" ಸ್ವಲ್ಪ ಸೂಕ್ಷ್ಮವಾಗಿ ಛೀಮಾರಿ ಹಾಕಿದಂತಾಯಿತು.

"ಹೇಳಿ ಅಕ್ಕಾವರೇ" ನೂರ್ ಲೆಕ್ಕಾಚಾರಕ್ಕೆ ಇಳಿದ. "ಈ ಬಗ್ಗೆ ಅಪ್ಪಯ್ಯನಲ್ಲಿ ಮಾತಾಡ್ಬೇಕು. ಮಾವನ ಹತ್ರನು ಮಾತಾಡ್ತೀನಿ" ಎಂದು ಬಲವಂತದಿಂದ ಸಾಗಾಕಿದಳು. ಅಷ್ಟರಲ್ಲಿ ಆರಾಧ್ಯ "ನೀವು ತೋಟನ ಹಿಂದಕ್ಕೆ ಪಡೆಯೋದು ಶ್ರೀನಿಧಿಯವ್ರಿಗೆ ಸಮ್ಮತವಿಲ್ಲ. ಪೂರ್ತಾ ಖಾಲಿ ಮಾಡ್ಕೊಂಡ್ ಬೆಂಗ್ಳೂರಿಗೆ ಬರ್ತೀರೀಂತ ಹೇಳಿದ್ರು. ಆದರೆ... ನೀವು..." ಮತ್ತದೇ ರಾಗ. ಅವನಿಗೆ ಮಾತಿಗೆ ವಿಷಯಬೇಕು. ತಲೆ ಚಿಟ್ಟೆನಿಸಿತು.

ಮಲಗಿದ ಕೂಡಲೇ ನಿದ್ರಿಸುತ್ತಿದ್ದವಳಿಗೆ ಈಚೆಗೆ ನಿದ್ದೆ ಬಾರದ ರಾತ್ರಿಗಳಾಗಿದ್ದವು. ಚಿರಾಗ್, ಅನುರಾಗ್ ಬಂದರೆ ಇಡೀ ತೋಟ ಪೂರ್ತಿ ಅಲೆದಾಡುತ್ತಿದ್ದ ದಿನಗಳು ಇತ್ತು.

ಆರಾಧ್ಯರನ್ನು ಬಿಟ್ಕೊಟ್ಟು ಬಾಳೆಯ ಗಿಡಗಳತ್ತ ನಡೆದಳು.

ಮನೆಯ ಬಳಿಗೆ ಬಂದವಳನ್ನು ದೇವಸ್ಥಾನಕ್ಕೆ ಬಂದಿದ್ದ ನೆರೆಯವರ ಹುಡುಗ ಬಂದು ಕರೆದ "ದೊಡ್ಡ ಅಯ್ಯನೋರು, ಕರೀತಾ ಇದ್ದಾರೆ." ಇಂಥದೊಂದು ವಿಚಾರ ಮುಟ್ಟಿಸಿ ಓಡಿಹೋದ. ಇಂದು ಶನಿವಾರ, ಆಂಜನೇಯನಿಗೆ ಪವಿತ್ರವೆನಿಸುವ ದಿನ. ಅಂದು ವಿಶೇಷವಾದ ಅಭಿಷೇಕ, ಪ್ರಸಾದ ವಿನಿಯೋಗ ಭಕ್ತರಿಂದ ಇರುತ್ತಿತ್ತು. ಆದ್ದರಿಂದ ಭಕ್ತಾದಿಗಳ ಸಂಖ್ಯೆ ಹೆಚ್ಚಾಗಿ ಅಂದಿನ ಪೂಜೆಗೆ ವಿಶೇಷವಾದ ಸಂಭ್ರಮವಿರುತ್ತಿತ್ತು.

ಇವಳು ಬರುವ ವೇಳೆಗೆ ಆರಾಧ್ಯ ಅಲ್ಲಿಯೇ ಇದ್ದವ "ಅದೇ ಮಾಲೀಕರು" ಎಂದವ ಕೆನ್ನೆಗೆ ಹಾಕಿಕೊಂಡು "ಶ್ಯಾಮ್‌ಪ್ರಸಾದ್.... ಈ ಕಡೆಯಿಂದ ದೇವಸ್ಥಾನಕ್ಕೆ ಬಂದಿದ್ದಾರೆ" ವಿಷಯ ಮುಟ್ಟಿಸಿದ. ಈಗ ಹಣದ ಅಗತ್ಯವಿದ್ದುದ್ದರಿಂದ ತಾನೇ ಯಾಕೆ ಮ್ಯಾನೇಜರ್ ಪೋಸ್ಟ್‌ಗೆ ಅಪ್ಲಿಕೇಷನ್ ಹಾಕಿಕೊಳ್ಳಬಾರದೂಂತ ಯೋಚಿಸುತ್ತಿದ್ದುದ್ದ ರಿಂದ, ಶ್ಯಾಮ್‌ಪ್ರಸಾದ್ ಬಂದಿದ್ದು ಒಳ್ಳೆಯದಾಯಿತೆಂದುಕೊಂಡಳು. ಅಂಥ ಒಂದು ವಿನಂತಿಯನ್ನು ಮಾರುತಿಯ ಮುಂದಿಟ್ಟಳು.

ಮುಂದೆ ನಿಂತಿದ್ದ ಶ್ಯಾಮ್‌ಪ್ರಸಾದ್. ದೇವಸ್ಥಾನದ ಪ್ರಾಂಗಣ ತುಂಬಿಕೊಂಡಿದ್ದರು ಜನ. ಹೂ, ಊದುಬತ್ತಿ, ಕರ್ಪೂರದ ಸುವಾಸನೆ ಹರಡಿಕೊಂಡು ಮನಕ್ಕೆ ಮುದ ತುಂಬುತ್ತಿತ್ತು. ಎಲ್ಲಾ ಮುಗಿದು ಪ್ರಸಾದ ವಿನಿಯೋಗವಾದ ಮೇಲೆ ಅವಳಪ್ಪ ಬಂದು ಮೆಲ್ಲಗೆ ಹೇಳಿದರು.

"ಆ ಪುಣ್ಯಾತ್ಮ ಬಂದಿದ್ದಾನೆ. ನಮ್ಮ ಪಾಲಿಗೆ ಪುಣ್ಯಾತ್ಮನೇ ಇಲ್ಲದಿದ್ದರೆ, ಎಲ್ಲಿ ಇರ್ತಾ ಇದ್ವೋ! ನಮ್ದು ಸಮಸ್ಯೆಯಾಗ್ತಾ ಇರ್ಲಿಲ್ಲ. ಹೊರಟ್ಮೇಲೆ... ಹೇಗೋ... ಎಲ್ಲೋ ಜೀವನ ದೂಡಿ ಬಿಡ್ತಾ ಇದ್ವಿ. ಆದರೆ ಸಮಸ್ಯೆಯಾಗ್ತಾ ಇದ್ದಿದ್ದು.... ನಿಂದು!

ಸಾಕಷ್ಟು ಬದ್ಕು ನಿಮ್ಮಂದೆ ಇದೆ. ಈಗ್ಲೂ ಸಮಸ್ಯೆಯಾಗೇ ಉಳಿದಿದೆ. ಆ ಮುಖ್ಯ ಪ್ರಾಣದೇವರು ಏನು ಮಾಡ್ತಾರೋ. ಆ ರಾಮನೇ ಕಾಪಾಡಬೇಕು."

ಶ್ಯಾಮ್ ಪ್ರಸಾದ್ ಇವಳತ್ತ ಬಂದ.

"ದೇವಸ್ಥಾನಕ್ಕೆ ಬರೋಕೆ ನಿಬಂಧನೆ ಇಲ್ಲಾಂತ ಅಂದ್ಕೊಂಡು ಬಂದೆ" ಹೇಳಿದ. ಸಂಕೋಚಿಸಿದ ದಿವ್ಯ "ಅಯ್ಯೋ, ಹಾಗೇಕೆ... ಭಾವಿಸ್ತೀರಾ! ಪೂರ್ತಿ ಹಣ ಸಂದಾಯ ಮಾಡೋವರ್ಗೂ.... ನಿಮ್ಗೆ ಅಜ್ಜಯ್ಯ ಹೇಳಿ ಕಳಿಸಿದ್ರು ಬನ್ನಿ.... ಮನೆಗೆ" ಆಹ್ವಾನಿಸಿದಳು. ಅಲ್ಲೇ ಜಗುಲಿಯ ಮೇಲೆ ಕೂತು "ನಂಗೂ ಇಲ್ಲಿ ಏನಾದ್ರೂ ಕೆಲ್ಸ ಬೇಕು. ಗುಲಾಬಿ ಗಿಡಗಳ ಗುತ್ತಿಗೆ ನಂಗೆ ಯಾಕೆ ಕೊಡ್ಬಾರ್ದು?" ಅಂದ. ಅವಳು ನಕ್ಕುಬಿಟ್ಟಳು. ಕೊಂಡ ತೋಟಕ್ಕೆ ಸಾಕಷ್ಟು ಹಣ ಸುರಿದು ಗ್ರೀನ್ ಗಾರ್ಡನ್ ಮಾಡಿದ್ದ. ಅದರಿಂದಲೇ ಅವನ ಶ್ರೀಮಂತಿಕೆಯನ್ನು ಲೆಕ್ಕ ಹಾಕಬಹುದಿತ್ತು "ಅಂಥ ದೊಡ್ಡ ರೀತಿಯ ಆದಾಯವೇನು ಸಿಗೋಲ್ಲ. ಸುತ್ತಮುತ್ತಲಿನ ಎಲ್ಲಾ ಗುಲಾಬಿಗಿಡಗಳ ಗುತ್ತಿಗೆ ನೂರ್‌ನದೆ. ವಿದೇಶಕ್ಕೆ ಕೂಡ ಕಳಿಹಿಸುತ್ತಾನೆ. ನಮ್ಮ ಒಂದು ತೋಟದ ಗುಲಾಬಿ ಗಿಡಗಳ ಗುತ್ತಿಗೆಯಿಂದ ಪ್ರಯೋಜನವಿಲ್ಲ. ನಮ್ಮ ಮಾವ ತುಂಬ ಲಾಸ್ ಅನ್ನೋರು. ಬನ್ನಿ, ಗಿಡಗಳ್ನ ನೋಡ್ಬಹ್ದು. ಮೊದ್ಲು ಇದ್ದಿದ್ದು ಬರೀ ಬೆರಳೆಣಿಕೆಯ ಗುಲಾಬಿ ಗಿಡಗಳು. ನಮ್ಮ ಮಾವನ ಕೈ ಸೇರಿದ್ಮೇಲೆ ಇಂಪ್ರೂ ಆಗಿದೆ. ಹೂವಿನಲ್ಲಿ ಹಣ ಮಾಡೋಕೆ ಹೊರಟಿದ್ದು ಮಾತ್ರ ಹೊಸದೇ" ಹೇಳಿ ಒಂದಿಷ್ಟು ಬಲವಂತ ಮಾಡಿಯೇ ಕರೆದೊಯ್ದದ್ದು.

ಇಡೀ ತೋಟ ಜೀವಕಳೆಯಿಂದ ತುಂಬಿಕೊಂಡಂತೆ ಕಂಡಿತು. ತೋಟದ ಸಾಲಿನಲ್ಲಿ, ಮನೆಯ ಎದುರಿನ ಮರಗಳ ಸನಿಹದಲ್ಲಿ ವಿಪುಲವಾಗಿ ಎಲೆ ಬಳ್ಳಿಗಳು ನೇತಾಡುತ್ತಿತ್ತು. ಇದನ್ನು ಅವನು ಗಮನಿಸಿರಲಿಲ್ಲವೋ, ಇತ್ತೀಚಿನ ವ್ಯವಸಾಯವೋ ಅವನಿಗೆ ಗೊತ್ತಾಗಲಿಲ್ಲ. ಇವನು ಮೊದಲ ಸಲ ಈ ತೋಟಕ್ಕೆ ಬಂದಾಗ ತೋಟದಂತೆ ಕಾಣಲಿಲ್ಲ. ಮನೆಯ ಸುತ್ತಮುತ್ತಲು ಎತ್ತರಕ್ಕೆ ಬೆಳೆದ ಮರಗಳು ತೋಟವನ್ನಾಗಿಸಿತ್ತು.

"ಹಲಸು, ಮಾವು, ನೇರಳೆ ಮರಗಳು ಇತ್ತು. ಅದರಿಂದ ಆದಾಯ ಅಂಥದೇನು ಕಂಡಿರಲಿಲ್ಲ. ಕೇಳಿದವರಿಗೆ ಮಾತ್ರವಲ್ಲ ತಿಳಿದವರೆಲ್ಲ ಈ ಮರದ ಹಣ್ಣುಗಳನ್ನು ತಿಂದಿದ್ದರು. ಶ್ರೀನಿಧಿ ಮಾವನ ಕೈಗೆ ಹೋದಾಗ ಇದೆಲ್ಲ ಬಂದ್ ಆಯ್ತು. ಮಾರಾಟಗಾರರು ಎಡೆತಾಕಿದರು. ವ್ಯವಹಾರ ಎಲ್ಲಾ ಅವರದ್ದೇ. ಅವ್ರೆ ಇಬ್ಬರು ಜನನ ತಂದಿಟ್ಟು ತೋಟಕ್ಕೆ ಬಂದೋಬಸ್ತ್ ಮಾಡಿದ್ದು. ಸಾಲದೂಂತ ನಮ್ಮಗಳ ಗಮನಕ್ಕೆ ತರಲಿಲ್ಲವೋ, ಅಥವಾ ಆಸಕ್ತಿವಹಿಸಲಿಲ್ಲವೋ? ಈಗ ಅವೆಲ್ಲ ಒಂದು ರೀತಿಯಲ್ಲಿ ಉಪಕಾರ. ವೀಳ್ಯೆದೆಲೆ ಬಳ್ಳಿ ಕೂಡ ಆದಾಯಕ್ಕೆ ದಾರಿಯಾಗಿದೆ. ಎರಡು ತಿಂಗಳಿಗೆ ಒಂದು ಸಲ ವರ್ಷಕ್ಕೆ ಆರು ಬಾರಿ ಹಣ ಬರುತ್ತೆ. ಜನವರಿ, ಮಾರ್ಚ್, ಮೇ, ಜುಲೈ, ಸೆಪ್ಟೆಂಬರ್, ನವೆಂಬರ್ ತಿಂಗಳಲ್ಲಿ ಕೊಯ್ಲು ಮಾಡ್ಬಹ್ದು. ನನ್ನ ಕೈಗೆ ಬಂದ್ಮೇಲೆ ಕೊಯ್ಲು ಆಗಿದೆ. ಹಿಂದೆ ನಂಗೆ ತೋಟದ ಬಗ್ಗೆ ಏನು ಗೊತ್ತಿರಲಿಲ್ಲ. ಈಗಂತೂ ವಿಪರೀತ ಆಸಕ್ತಿ. ಮುಂದೆ ಏನೇನು ಮಾಡ್ಬಹ್ದು ಅನ್ನೋ ಕನಸು ಕೂಡ." ಉತ್ಸಾಹದಿಂದ

ಹೇಳುತ್ತ ಹೊರಟವಳನ್ನು ನೋಡಿದ. ಕಿಂಚಿತ್ ಮೇಕಪ್ ಇಲ್ಲದ ಮುಖದಲ್ಲಿ ಆತ್ಮವಿಶ್ವಾಸದ ಪ್ರಭಾವಳಿ ಇತ್ತು. 'ಭೇಷ್,.... ಶಭಾಶ್' ಅಂದುಕೊಂಡ. ದಿಟ್ಟತನದ ನಡುವೆಯು ದಿವ್ಯ ತೀರಾ ಮೃದು ಅನಿಸಿತು.

"ಗುಡ್... ವೆರಿಗುಡ್... ನಿಮ್ಗೇ ಇರೋ ಉತ್ಸಾಹಕ್ಕೆ ನೀವೇ ಮ್ಯಾನೇಜರ್ ಪೋಸ್ಟ್‌ಗೆ ಅರ್ಹರು. ಸದ್ಯಕ್ಕೆ ನೀವೇ ಪರ್ವಾಗಿಲ್ಲಂತ ಅನಿಸಿದೆ." ಅಂದಿದಕ್ಕೆ ಅವಳಿಗೆ ಗಾಬರಿ, ಜೊತೆಗೆ ಒಂದಿಷ್ಟು ಸಂತೋಷ ಕೂಡ. "ನೋ, ಕನಿಷ್ಠ ಕುತೂಹಲಕ್ಕೂ ತೋಟದಲ್ಲಿನ ಗಿಡ, ಮರಗಳ ಮೇಲೆ ಕಣ್ ಹಾಯಿಸಿದವಳಲ್ಲ. ಸೋಮಾರಿತನ ಕೂಡ. ಅಮ್ಮನ ಅಕ್ಕರೆಯಲ್ಲಿ ಜೊತೆಗೆ ಅಜ್ಜಯ್ಯನ ಮಮತೆಯಲ್ಲಿ ಬೆಳೆದ ಕೂಸು. ಆಮೇಲಿನದೆಲ್ಲ ಶ್ರೀನಿಧಿ ಮಾವನದು. ಅವರು ಹೇಳಿದಂತೆಯೇ ವಿದ್ಯಾರ್ಥಿ ಜೀವನ. ಅವರ ಮಾತೇ ಫೈನಲ್ ಆಗಿತ್ತು. ನಂಗೆಂದು ಸಾಫ್ಟ್‌ವೇರ್ ಇಂಜಿನಿಯರ್ ಆಗ್ಬೇಕೂಂತ ಅನ್ನಿಸಿರಲೇ ಇಲ್ಲ. ಅವ್ರ ಮಾತಿನ ಮಂತ್ರದಲ್ಲಿ ನಾನೊಂದು ಪುಟ್ಟ ಮಗುವಾಗಿದ್ದೆ. ತೋಟ ಮಾರಾಟದ ಪ್ರಸ್ತಾಪದ ನಂತರವೇ ನನ್ನ ಮಾನಸಿಕ ಬೆಳವಣಿಗೆ ಅಂದ್ಕೋಬೇಕು" ಪಾಠದ ತರಹ ಸರಳವಾಗಿ ಹೇಳಿದಾಗ ಕಣ್ಣರಳಿಸಿದ. ಮುಗ್ಧತೆ ಕಳಚಿಕೊಂಡು ವ್ಯವಹಾರದ ಜಗತ್ತಿಗೆ ದಿವ್ಯ ಬಿದ್ದಿಲ್ಲವೆನಿಸಿತು ಆ ಕ್ಷಣ.

"ಗುಡ್, ಈಗ ನಿಮ್ಗೆ ಹಸಿರಿನ ಬಗ್ಗೆ ತಿಳಿಯೋ ಕುತೂಹಲದ ಜೊತೆ ಪ್ರೀತಿನು ಇದೆ. ಅದ್ನೇ ಪ್ಲಸ್ ಪಾಯಿಂಟ್ ಮಾಡ್ಕೊಂಡ್ ನಿಮ್ಗೆ ಕೆಲ್ಸದ ಆಫರ್ ಮಾಡ್ತಾ ಇದ್ದೀನಿ. ಜವಾಬ್ದಾರಿನು ಜಾಸ್ತಿ. ಇಪ್ಪತ್ತು ಸಾವಿರ ಸಂಬಳ. ನಿಮ್ಮ ಓಡಾಟಕ್ಕೆ ಕಾರು ಉಪಯೋಗಿಸ್ಕೋಬಹ್ದು. ಸಮಯದ ನಿಗದಿ ಇಲ್ಲ. ಒಟ್ಟಿನಲ್ಲಿ ಎಲ್ಲಾ ಜವಾಬ್ದಾರಿ ನಿಮ್ಗೇ. 'ಗ್ರೀನ್ ಗಾರ್ಡನ್' ಎಲ್ಲಾ ನೌಕರ ವರ್ಗ ನಿಮ್ಮ ಅಧೀನಕ್ಕೆ. ನಿಮ್ಗೆ ಅಪಾಯಿಂಟ್‌ಮೆಂಟ್ ಲೆಟರ್ ಕಳ್ಸಿಕೊಡ್ತೀನಿ. ಬಂದು ಜಾಯಿನ್ ಆಗಿ" ಅಂದ. ಕಾನ್ಫಿಡೆನ್ಸ್‌ನಿಂದ. ಕ್ಷಣ ಅವಳಿಗೆ ತಬ್ಬಿಬ್ಬು. ಪ್ರತಿಯೊಂದಕ್ಕೂ ಅರ್ಹತೆಯ ಅಗತ್ಯವಿತ್ತು ತೀರಾ ಹಿಂಜರಿಕೆ "ನಿಮ್ಮ ಆಫರ್‌ನ ಒಪ್ಪಿಕೊಳ್ಳೋಕೆ ಭಯ. ನಂಗೆ ಅಷ್ಟೊಂದು ಎಲಿಜಿಬಿಲಿಟಿ ಇಲ್ಲ" ಎಂದಳು. ಆದರೆ ಅವನ ಓಡಾಟದಲ್ಲಿ 'ಗ್ರೀನ್ ಗಾರ್ಡನ್'ನ ಪೂರ್ತಿಯಾಗಿ ಮಾತ್ರವಲ್ಲ, ಪ್ರಾಮಾಣಿಕವಾಗಿ ಗಮನಿಸುವಂಥ ವ್ಯಕ್ತಿ ಬೇಕಿತ್ತು. ಸದ್ಯಕ್ಕೆ ಅವನ ದೃಷ್ಟಿಯಲ್ಲಿ ಇದ್ದಿದ್ದು ದಿವ್ಯ ಮಾತ್ರ.

"ಅಜ್ಜಯ್ಯನ್ನ ಕೇಳ್ತೀನಿ. ನನ್ನ ಬಗ್ಗೆ ಅವ್ರಿಗೆ ಗೊತ್ತಿರುತ್ತೆ. ನನ್ನ ಪರಿಧಿಗೆ ಬರೋ ಸಂಪೂರ್ಣ ಕೆಲ್ಸದ ಮಾಹಿತಿ ಬೇಕು." ಅಂದಿದಕ್ಕೆ ನಕ್ಕು "ನಿಮ್ಮ ಫಾರ್ಮಾಲಿಟೀಸ್ ಮುಗ್ಸಿಕೊಂಡ್ಬನ್ನಿ. ಒಂದೇ ಪೋಸ್ಟ್. ಬೇಗ್ಬಂದ್ ಜಾಯಿನ್ ಆಗಿ. ಆಮೇಲೆ ಎಲ್ಲಾ ತಿಳಿಯುತ್ತೆ." ಹೊರಟೇಬಿಟ್ಟ. ಇದೊಂದು ಸದವಕಾಶ. ಆದರೆ ಹಿಂಜರಿಕೆ. ಆತುರಾತುರವಾಗಿ ಮನೆಗೆ ಬಂದವಳೇ ಲೆಕ್ಕದ ಡೈರಿ ತಂದಿಟ್ಟುಕೊಂಡು ಕೂತಳು. ಹಣದ ಅಗತ್ಯವಿತ್ತು. ಇದೊಂದು ಆಪಾರ್ಚ್ಯುನಿಟಿ ಬಿಡಬಾರದೆನ್ನುವ ತೀರ್ಮಾನಕ್ಕೆ ಬಂದವಳೇ ಅಮ್ಮನ ಬಳಿಯಲ್ಲಿ ಬಂದು ಕೂತು ಎಲ್ಲಾ ವಿವರಿಸಿ, "ಸ್ವಲ್ಪ ಕಷ್ಟವಾಗ್ಬಹ್ದು. ತಿಂಗಳಿಗೆ ಇಪ್ಪತ್ತು ಸಾವಿರ. ಅಂಥ ಹೆವಿಯ ಕೆಲ್ಸವೇನು ಇರೋಲ್ಲ. ಕೆಲವು ತಿಂಗ್ಳು ಕೆಲ್ಸ

ಮಾಡಿದ್ರೆ... ಒಂದಿಷ್ಟು ಅಮೌಂಟ್ ಸಿಗುತ್ತೆ. ಇಂಥ ಒಂದು ಅವಕಾಶ ಕಲ್ಪಿಸಿಕೊಟ್ಟಿರೋದು ಮಾರುತಿ ಅಂದ್ಕೊಳ್ಳೋಣ" ಆಕೆಯನ್ನು ಒಪ್ಪಿಸುವುದು ಪ್ರಯಾಸವೆನಿಸಿತು. ಕಣ್ಣೀರಿಟ್ಟರು.

ತಿಂಗಳಿಗೆ ಇಪ್ಪತ್ತು ಸಾವಿರ. ಈ ಕೆಲಸ ಕೊಡೋದರ ಹಿಂದೆ ಮತ್ತೇನಾದರೂ ಇದ್ದರೆ, ಆಕೆ ನಡುಗಿಬಿಟ್ಟರು.

"ನಂಗೆ ಭಯನೇ ದಿವ್ಯ. ನಮ್ಮಲ್ಲಿದ್ದುದು, ಚಿನ್ನ ಮಾರಿದ ಹಣವನ್ನು ಶ್ರೀನಿಧಿಯ ಕೈಯಲ್ಲಿ ಹಾಕಿ ದೇಶಾಂತರ ಹೋಗ್ಬಿಡ್ಬೇಕಿತ್ತು. ನಮ್ದು ಬಿಡು. ಎಲ್ಲೋ ಕಳೆದುಹೋಗುತ್ತೆ. ಆದರೆ ನಿನ್ಗತಿಯೇನು? ಯಾವ ಆಸರೆ? ನಿನ್ನ ಭವಿಷ್ಯದ ಬಗ್ಗೆ ನಾವ್ ಯೋಚ್ಸಬೇಕಿತ್ತು" ಎಂದು ಅತ್ತರು. ಆಕೆಗೆ ಭಯ. ಮಗಳ ಬದುಕು, ಭವಿಷ್ಯ ರೂಪಿಸಬೇಕಾದ್ದು ಅವರ ಕರ್ತವ್ಯವಾಗಿತ್ತು.

ಇಂಥ ಭಾವನೆಗಳ ಸಂಘರ್ಷದಲ್ಲಿ ನಲುಗುತ್ತಿದ್ದರು ಆಕೆ.

"ಅಮ್ಮ, ಇದು ನನ್ನ ಭವಿಷ್ಯದ ಪ್ರಶ್ನೆಯಲ್ಲ. ಅಜ್ಜಯ್ಯ ಬದ್ಕನ್ನ ಕಟ್ಟಿಕೊಂಡಿದ್ದು ಇಲ್ಲೆ. ಅಜ್ಜಿ ಮೇಲೆ ಇಂದಿಗೂ ಎಂತಹ ಪ್ರೇಮ. ಆಕೆ ಫೋಟೋ ಮಂಕಾದರು ತಮ್ಮ ಕೋಣೆಯ ಗೋಡೆಗೆ ನೇತು ಹಾಕಿದ್ದಾರೆ. ಅಡಿಗೆ ಮನೆಯಲ್ಲಿನ ಅನ್ನದ ತಪ್ಪಲೆಯಿಂದ ಹಿಡಿದು ದೇವರ ಮುಂದಿನ ಮಂಗಳಾರತಿ ತಟ್ಟೆಯವರೆಗೂ ಅವ್ರು ಅಜ್ಜಿಯನ್ನು ನೆನಸ್ಕೋತಾರೆ. ಪೂಜೆ, ಮನೆ,ತೋಟ ಇಷ್ಟು ತಮ್ಮ ಬದ್ಕು ಅಂದುಕೊಂಡವರು. ಹೊರ್ಗೆ ಹೋಗಬಲ್ಲರ? ಅಂತ ಸ್ಥಿತಿಯನ್ನೊಡ್ಡುವುದು ಅಪರಾಧವಲ್ಲವೇ? ತಮ್ಮೊಡಲಿನ ಮಕ್ಕಳನ್ನು ಎಚ್ಚರದಿಂದ ಕಾಪಿಡುವ ಹೆತ್ತವರನ್ನು ಅವ್ರ ಇಳಿ ವಯಸ್ಸಿನಲ್ಲಿ, ಅಷ್ಟೇ ಎಚ್ಚರದಿಂದ ನೋಡಿಕೊಳ್ಳಬೇಕಾದ್ದು ಮಕ್ಕಳ ಕರ್ತವ್ಯ. ಇಲ್ಲದಿದ್ದರೇ, ನೀವು ಕರ್ತವ್ಯಭ್ರಷ್ಟರಾಗ್ತೀರ. ಗುಡಿಯಲ್ಲಿ ನಿಂತಿರುವ ರಾಮಭಕ್ತ ಆಂಜನೇಯ ಪೂಜೆ ತಪ್ಪಿಸಿದರೆ ಸುಮ್ಮನಿದ್ದಾನ? ಇನ್ನು ಜನ್ನನ ಸಂಸಾರ, ಈ ತೋಟದಿಂದ ಅಷ್ಟಿಷ್ಟು ಪಡೆಯುವ ಸಾಕಷ್ಟು ಜನ ಇದ್ದಾರೆ. ಟೋಟಲಿ ನಮ್ಗೆ ಮಾತ್ರವಲ್ಲ, ಎಲ್ಲರಿಗೂ ಸೇರಿದೆ. ಅದು ಹಾಗೆಯೇ ಇರ್ಬೇಕು ಕೂಡ. ನನ್ನ ಭವಿಷ್ಯದ ಬಗ್ಗೆ ತಲೆ ಕೆಡಿಸ್ಕೊಬೇಡ. ಹಣ ಬೇಕಾಗಿರೋದರಿಂದ ಬಂದ ಅವಕಾಶನ ಉಪಯೋಗಿಸ್ಕೋಬೇಕು" ಎಂದ ದಿವ್ಯಳ ನಿರ್ಧಾರ ಗಟ್ಟಿಯಾಯಿತು. ಶತಾಯಃ ಗತಾಯ ಗೆಲುವಿನತ್ತ ಅವಳ ಹೆಜ್ಜೆ ರಾತ್ರಿ ಇದನ್ನು ಅಜ್ಜಯ್ಯ ಮತ್ತು ತಂದೆಯ ಮುಂದಿಟ್ಟಾಗ ಅವರು ಮುಖ ಮುಖ ನೋಡಿಕೊಂಡರು. "ಇದೇನು ಹೆಚ್ಚಿನ ಪಗಾರವಲ್ಲ. ಡಾಲರ್ ಲೆಕ್ಕದಲ್ಲಿ ಗಳಿಕೆ ಇರೋದರಿಂದ ನಮ್ಗೆ ಕೊಡೋ ರೂಪಾಯಿ ಲೆಕ್ಕದಲ್ಲಿ ಇದು ಕಡಿಮೆಯೇ" ಅಂದಳು. ಅವರು ಪ್ರತಿಕ್ರಿಯಿಸುವ ಸ್ಥಿತಿಯಲ್ಲಿ ಇರಲಿಲ್ಲ.

"ಈ ವರ್ಷ ಮಾತ್ರ ಕಷ್ಟ. ನಮ್ಗೆ ಸಿಕ್ಕ ಈ ಅವಕಾಶನ ಉಪಯೋಗ್ಸಿಕೊಂಡು ತೋಟನ ಉಳ್ಸಿಕೊಳ್ಳಬೇಕು ಅಜ್ಜಯ್ಯ."

ಮೊಮ್ಮಗ್ಳ ಮಾತಿಗೆ ಅವರೇನು ಹೇಳಲಿಲ್ಲ. ಅಷ್ಟರಲ್ಲಿ ವಿಕ್ರಮ ಬಂದಿದ್ದು ಅಚ್ಚರಿಯೆ. ಈಚೆಗೆ ಹೆಚ್ಚು ಫೋನ್ ಮಾಡುವುದನ್ನು ಕೂಡ ನಿಲ್ಲಿಸಿದ್ದ. ಇವಳು

ಫೋನಾಯಿಸಿದಾಗಲೂ ಚುಟುಕಾಗಿ ಮಾತುಕತೆ. 'ನಿನ್ನ ಭವಿಷ್ಯನ ನೀನೇ ಹಾಳು ಮಾಡ್ಕೊಂಡೆ' ಅನ್ನೋದೊಂದು ಮಾತು ಸೇರಿಸುತ್ತಿದ್ದುದ್ದು ರೂಢಿಯಾಗಿತ್ತು. ಆದರೆ ಇಂದು ಸಂಭ್ರಮವೆನಿಸಿತು.

"ಹೇಗಿದ್ದಿ?" ಎಂದು ಕೇಳಿದ. ಅನಂತಶರ್ಮರು, ನಮಸ್ಕರಿಸಿದಾಗ "ಚೆನ್ನಾಗಿರು..." ಎಂದು ಆಶೀರ್ವದಿಸಿ, "ಅಲ್ಲಿ ಎಲ್ಲಾ... ಕ್ಷೇಮನಾ?" ವಿಚಾರಿಸಿದವರು ರೂಮಿಗೆ ಹೋದರು. ಧ್ಯಾನಕ್ಕೆ ಕೂತವರು ಯಾವಾಗ ನಿದ್ದೆ ಮಾಡುತ್ತಿದ್ದರೋ, ಯಾರಿಗೂ ಗೊತ್ತಿಲ್ಲ.

"ಒಂದು ಫೋನಾದ್ರೂ... ಮಾಡ್ಬಾರ್ದಿತ್ತ? ಬಿಸಿಯಾಗಿ ಅನ್ನಕ್ಕೆ ಇಡ್ತೀನಿ." ಕೌಸಲ್ಯ ಎದ್ದು ಹೋದರು. ತಾವು ಕಷ್ಟಕ್ಕೆ ಸಿಕ್ಕಾಗ ತಮ್ಮ ಪರನಿಲ್ಲದೇ ಹೋದ ಮಗನ ಮೇಲೆ ಕೋಪವೇ. "ದಿವ್ಯವೊಬ್ಳು ಬುದ್ದಿಗೇಡಿ. ನಂಗೆ, ನನ್ನ ಭವಿಷ್ಯ ಮುಖ್ಯ" ಒಮ್ಮೆ ಫೋನ್‌ನಲ್ಲಿ ಅಮ್ಮನಿಗೆ ದಬಾಯಿಸಿದ್ದ. ಆದರೆ ಮೂಲೆಯಲ್ಲಿ ಒಂದು ಪುಟ್ಟ ಆಸೆ. ಹಣವನ್ನು ಕೊಟ್ಟು ಶ್ರೀನಿಧಿ ತೋಟವನ್ನು ಬಿಡಿಸಿಕೊಟ್ಟಾರ? ಅವೊಂದು ಭಾವವೇ ಅವರ ಮೈಮನದಲ್ಲಿ ಉತ್ಸಾಹತುಂಬಿತು. ಅನ್ನದ ಜೊತೆಗೆ ಒಂದಿಷ್ಟು ಹಪ್ಪಳ, ಸಂಡಿಗೆ ಕರಿದಿಡುವ ವೇಳೆಗೆ ನಾಲ್ಕಾರು ಸಲವಾದರೂ ಹಜಾರಕ್ಕೆ ಬಂದುಹೋದರು.

ಆ ವೇಳೆಗೆ ತಂಗಿಯೊಂದಿಗೆ ಮಾತಿಗೆ ಆರಂಭಿಸಿದ್ದವನು "ಅಪ್ಪಯ್ಯ, ನನ್ಮಾತು ಕೇಳಿ! ಈಗ್ಲೂ ಕಾಲ ಮಿಂಚಿಲ್ಲ. ಬೆಳಿಗ್ಗೆ ನನ್ಜೊತೆ ಹೊರಟುಬಿಡಿ. ನೀವು ಕೊಟ್ಟ ಹಣನ ಮಾವಯ್ಯ ವಸೂಲು ಮಾಡ್ಕೋತಾರೆ. ಇನ್ನು ಹನ್ನೊಂದು ತಿಂಗಳಲ್ಲಿ ಅಷ್ಟು ಲಕ್ಷಗಳನ್ನು ಕೊಟ್ಟು ಬಿಡ್ಸಿ ಕೊಳ್ಳೋಕೆ ಸಾಧ್ಯನಾ? ಇನ್ನು ಈ ಸ್ಥಿತಿಯಲ್ಲಿ ಸಹಾಯ ಮಾಡಬಹುದಾದ ಮಾವನ ಹತ್ರ ಹಣ ಇಲ್ಲ. ನಿಮ್ಮ ಮಗ, ಅಳಿಯನಿಗಾಗಿ ದೊಡ್ಡ... ದೊಡ್ಡ ಪ್ರಾಜೆಕ್ಟ್‌ಗಳನ್ನು ಪ್ರಾರಂಭ ಮಾಡ್ಕೊಂಡ್ ಕೂತಿದ್ದಾರೆ. ದಿವ್ಯಗೆ ಬುದ್ದಿ ಇಲ್ಲ. ಆ ದಿನ ಎಲ್ಲಿಗೆ ಹೋಗ್ತೀರಿ?" ತಂದೆಯನ್ನು ಪ್ರಶ್ನಿಸಿದ.

"ಕಾಡಿಗೆ ಹೋಗ್ತೀವಿ, ಬಿಡು. ಅಲ್ಲಿಗಂತು ಬರೋಲ್ಲ. ನಾವು ಮೋಸ ಹೋದ್ವಿ! ಶ್ರೀನಿಧಿ ನಮ್ಗೇ ಈ ರೀತಿ ಮೋಸ ಮಾಡೋ ಅಗತ್ಯವಿತ್ತಾ? ಅದು ಪಿತ್ರಾರ್ಜಿತ. ಅಪ್ಪಯ್ಯನ ನಂತರವೇ ಬೇರೆಯವ್ರಿಗೆ ಅವನ್ಯಾರು ಅದ್ನ ಮಾರಿಬಿಡೋಕೆ?" ಎದ್ದು ಹೋದರು. ಸಾತ್ವಿಕ ಮನುಷ್ಯ ಕೋಪದಿಂದ ಕುದಿಯುತ್ತಿದ್ದ. ಈ ಅನ್ಯಾಯ ಸಹಿಸರು.

ವಿಕ್ರಮ್ ಉಸಿರೆಳೆದುಕೊಂಡು ದಬ್ಬಿ "ಈ ಜನಕ್ಕೆ ಬುದ್ಧಿ ಬರೋಲ್ಲ ಬಿಡು. ಮಾವ ಯಾರಿಗೋಸ್ಕರ ಇಷ್ಟೆಲ್ಲ ರಿಸ್ಕ್ ತಗೊಂಡ? ಅನಂತಶರ್ಮರ ಮೊಮ್ಮಕ್ಕ ಸಲುವಾಗಿಯೇ ಅಲ್ವಾ? ಸ್ವಲ್ಪ ವಿಶಾಲವಾಗಿ ಯೋಚಿಸಿದ್ರೆ, ತಾನೇ ಅರ್ಥವಾಗೋದು. ನಿಂದೇನು?" ಅನ್ನುವ ವೇಳೆಗೆ ಕೌಸಲ್ಯ ಹೊರಗೆ ಬಂದರು. ಮೇಲೆದ್ದ ದಿವ್ಯ "ಹಲಸಿನ ಹಪ್ಪಳ, ತೊವ್ವೆ ಜೊತೆಗೆ ಒಂದಿಷ್ಟು ಏನಾದ್ರೂ ಬಡಿಸ್ತಾರೆ. ಮೊದ್ಲು... ಊಟ ಮಾಡು ಬಾ" ಮೇಲೆದ್ದಳು.

ಗೊಣಗಿಕೊಂಡೇ ಹಿತ್ತಲಿಗೆ ಹೋದವನು ಸುಡುಸುಡು ಅನ್ನುತ್ತಲೇ ಬಂದು ಎಲೆಯ ಮುಂದೆ ಕೂತ. ಎಲೆ ತುದಿಗೆ ಒಂದಿಷ್ಟು ರಸಾಯನ ಬಡಿಸಿ, ಉಪ್ಪು,

ಉಪ್ಪಿನಕಾಯಿ ಜೊತೆ ಅನ್ನ ಹಿಡಿದು ಬಂದ ಕೌಸಲ್ಯ ಮಗನನ್ನು ಮಮತೆಯಿಂದ ನೋಡಿದರು.

"ದಿವ್ಯನ ಬೆಳಿಗ್ಗೆ ನನ್ನೊತೆ ಕಳ್ಸಿ" ಎಂದ. ಆಕೆ ಮಾತಾಡದೇ ಹೊಗೆಯಾಡುವ ಅನ್ನರನ್ನು ಎಲೆಗೆ ಬಡಿಸಿ ಹುಳಿ ಹಿಡಿದು ಬಂದಾಗ ಅವನೇನು ಅಚಮನ ಮಾಡದೇ ಎಲೆಗೆ ಕೈಹಾಕಿ ತುದಿಗೆ ಬಡಿಸಿದ್ದ ಕಾಯಿ ಚಟ್ನಿ ರುಚಿ ನೋಡಿದಾಗ ಅಚಮನ ಮಾಡದನ್ನು ಗಮನಿಸಿದ ಆಕೆ ನಾಲಿಗೆ ತುದಿಗೆ ಬಂದ ಮಾತನ್ನು ಅಲ್ಲೇ ತಡೆಹಿಡಿದರು.

"ಓದೋದು ಬೇಡಾಂದರೇ ಬೇಡ. ಮಾವ ದೊಡ್ಡ ಷೋ ರೂಂ ಮಾಡಿದ್ದಾರೆ. ಅದ್ರ ಜವಾಬ್ದಾರಿ ವಹಿಸಿಕೊಳ್ಳಿ, ಅನುರಾಗ್ ಬರೋ ವೇಳೆಗೆ. ಮೊದ್ಲು ಅವ್ನ ಮದ್ವೆನೇ ಮಾಡ್ಬೇಕೂಂತ ಅಂದ್ಕೊಂಡಿದ್ದಾರೆ. ಇವೆಲ್ಲ ತುಂಬ ಸೂಕ್ಷ್ಮಗಳು. ಇವಳು ಇಷ್ಟೊಂದು ಪೆದ್ದು ಅಂದ್ಕೊಂಡಿರ್ಲಿಲ್ಲ. ಈಗ ಮಾವನ ಸ್ಟೇಟಸ್ ಹೆಚ್ಚಿದೆ. ದೊಡ್ಡ ದೊಡ್ಡ ಮಿನಿಸ್ಟರ್‌ಗಳೆಲ್ಲ ಬಂದು ಹೋಗ್ತಾ ಇದ್ದಾರೆ. ಸೆಲಬ್ರೇಟಿ ಗೆಸ್ಟ್‌ಗಳಾಗಿ ನಾನಾ ಕಾರ್ಯಕ್ರಮಗಳಲ್ಲಿ ಭಾಗವಹಿಸಿದೆ. ನೋಡ್ತಾ ಇರು, ಎಲ್ಲಿಗೆ ಹೋಗಿ ತಲುಪ್ತೀರೋ! ಅಪ್ಪಯ್ಯನಿಗೆ ಸ್ವಲ್ಪ ಬುದ್ಧಿವಾದ ಹೇಳು. ಅಜ್ಜಯ್ಯ ನಿನ್ಮಾತು ಕೇಳ್ತಾರೆ. ಒಂದಿಷ್ಟು ಊಟ ಬಿಟ್ಟು ಅತ್ತು ಕರ್ದು ಮಾಡು. ತಾನಾಗಿ ದಾರಿ ಕೊಡ್ತಾರೆ. ಅಲ್ಲಿ ಒಂದು ಹನುಮಂತ ದೇವರ ವಿಗ್ರಹವನ್ನೇ ತಂದುಕೊಡ್ತಾರೆ. ಮನೆಯಲ್ಲೇ ಪೂಜೆ ಮಾಡ್ಕೊಳ್ಳಿ. ಇಲ್ಲಾಂದರೆ, ಅಲ್ಲು ಪೌರೋಹಿತ್ಯಕ್ಕೆ ಪೂಜಾರರಿಗೆ ಡಿಮ್ಯಾಂಡ್ ಇದೆ" ಹೇಳುತ್ತಾನೇ ಹೋದ. ಆಕೆ ತುಟಿಕ್ ಪಿಟಕ್ ಅನ್ನದೇ ಬಡಿಸಿದರು. ಊಟದ ಮನೆಯ ಆಚೆಗೆ ನಿಂತ ದಿವ್ಯ ಎಲ್ಲಾ ಕೇಳಿಸಿಕೊಂಡಳು. ಶ್ರೀನಿಧಿ ತುಂಬ ದೂರ ಕರೆದೊಯ್ದಿದ್ದಾರೆಂದುಕೊಂಡಳಷ್ಟೆ.

ಹೊರಬಂದ ಕೌಸಲ್ಯ ಒಂದು ಮಾತಾಡದೆ ಹೋಗಿ ಮಲಗಿಬಿಟ್ಟರು. ಅವರ ಕಣ್ಣಿಂದ ಇಳಿದ ಕಂಬನಿ ತಲೆದಿಂಬನ್ನು ತೋಯಿಸಿತು.

ಅಣ್ಣ, ತಂಗಿ, ಬಂದು ಹೊರಗೆ ನಿಂತರು. ಸುತ್ತಲು ಮರಗಿಡಗಳು ಆವರಿಸಿಕೊಂಡಿತ್ತು. ತೋಟವೇನು ಬೇರೇ ಎಂದೇನು ಇರಲಿಲ್ಲ. ಅದು ಹೆಚ್ಚುಕಡಿಮೆ ಮನೆಯನ್ನು ಆವರಿಸಿಕೊಂಡಿತ್ತು,

"ಬೆಳಿಗ್ಗೆ ಹೊರಡ್ತೀಯಾ, ತಾನೇ? ಲಾಸ್ಟ್ ಛಾನ್ಸ್ ಅಂತ ತಿಳ್ಕೋ. ಅನುರಾಗ್ ಬಗ್ಗೆ ನಿಂಗೆ ಗೊತ್ತು. ಮಾವನಿಗೆ ಮೋಸ್ಟ್ ಓಬಿಡಿಯಂಟ್ ಸನ್. ಅವರೀಗ ತೀರಾ ಶ್ರೀಮಂತರ, ದೊಡ್ಡ.... ದೊಡ್ಡ ಇಂಡಸ್ಟ್ರಿಯಲಿಸ್ಟ್ ಅವರೊಡನೆ ಮೂವ್ ಆಗ್ತಾ ಇದ್ದಾರೆ. ಮಗ ತುಂಬ ಹ್ಯಾಂಡ್‌ಸಮ್, ಇಂಟಲಿಜೆಂಟ್ ಅನ್ನೋ ಅಭಿಮಾನ ಇದ್ದೇ.... ಇದೆ. ದೊಡ್ಡ ಸಂಬಂಧಗಳು ಹುಡ್ಕಿಕೊಂಡು ಅವ್ರ ಮನೆ ಬಾಗಿಲಿಗೆ ಬರ್ತಾ ಇದೆ. ನಿಂಗೆ ದೊಡ್ಡ ಲಾಸ್ ಆಗುತ್ತೆ. ಜೀವನಪೂರ್ತಿ ಪಶ್ಚಾತ್ತಾಪಪಡ್ತೀಯ" ಎಚ್ಚರಿಸಿದ. ಮುಖ ಮೇಲೆತ್ತಿದ್ದಳು. ಪ್ರಕೃತಿ ಸಣ್ಣಗೆ ನಕ್ಕಂತಾಯಿತು.

"ಪಶ್ಚಾತ್ತಾಪ, ಮಾವ ಆಯ್ದು ಕೊಟ್ಟ ದಾರಿಯಲ್ಲಿಯೇ ಹೋಗಿದ್ದರೆ, ಒಗ್ಗದ ಬದುಕಿಗೆ, ಒತ್ತಡದ ವೇಗದ ಜೀವನಕ್ಕೆ ಹೊಂದಿಕೊಳ್ಳಲಾರದೆ ಪಶ್ಚಾತ್ತಾಪಪಡ್ತಾ ಇದ್ದೆನೇನೋ? ಅಣ್ಣ, ಆಂಟೋನಿ ಚೇಕಾಪ್ ಬರೆದಿರೋ 'ದಿ ಬೆಟ್' ಅನ್ನೋ ಕತೆ

ನೀನು ಓದಿರಬೇಕು. ಅಪಾರ ಸಂಪತ್ತಿನ ಆಸೆಯಿಂದ ಒಬ್ಬ ವ್ಯಕ್ತಿ ಶ್ರೀಮಂತನೊಂದಿಗೆ 'ಬೆಟ್' ಕಟ್ಟುತ್ತಾನೆ, ಅವನು ಹತ್ತು ವರ್ಷ ಒಂಟಿಯಾಗಿ ಜೈಲಿನಲ್ಲಿದ್ದರೆ ಅಪಾರವಾದ ಹಣವನ್ನು ಕೊಡುವುದಾಗಿ. ಮುಂದೆ ಸಿಗಬಹುದಾದ ಹಣದ ಲೆಕ್ಕಾಚಾರದಲ್ಲಿ ಆ ವ್ಯಕ್ತಿ ಒಪ್ಪಿ ಜೈಲು ಸೇರುತ್ತಾನೆ. ಅವನು ಒಂಟಿಯಾಗಿ ಜೈಲಿನಲ್ಲಿ ತನ್ನ ಕಾಲವನ್ನೆಲ್ಲ ಓದಿನಲ್ಲಿ ಅಧ್ಯಯನದಲ್ಲಿ ಕಳೆದಾಗ ಜೀವನದ ಬಗ್ಗೆ ಅವನ ದೃಷ್ಟಿ ಬದಲಾಗುತ್ತದೆ. ಸಂಪತ್ತು ತೃಣವೆನಿಸಿ, ಗೆದ್ದರೆ ತಾನೇ ಹಣ ಎಂದು, ಅವಧಿ ಮುಗಿಯುವ ಮುನ್ನವೆ ಹೊರಬಿದ್ದು ಪಣದಲ್ಲಿ ಸೋಲುತ್ತಾನೆ. ಕತೆ ಏನು ಹೇಳುತ್ತೇಂತ ನಿಂಗೆ ಅರ್ಥವಾಗಿರಬೇಕಲ್ಲ. ಹಣನೇ ಎಲ್ಲಾ... ಕೊಡೋಲ್ಲ. ಸದ್ಯಕ್ಕೆ ನಂಗೆ ಬರೋ ಯೋಚ್ನೆ ಇಲ್ಲ" ಅವಳ ಸ್ವರದಲ್ಲಿ ದೃಢತೆ ಇತ್ತು. ಅವಳ ಸಮಾಧಾನಕ್ಕೆ ಸಿಟ್ಟಿಗೆದ್ದ.

"ನೀನು ತಪ್ಪು ಮಾಡ್ತಾ ಇದ್ದೀಯ ದಿವ್ಯ" ತಾಳ್ಮೆ ಕಳೆದುಕೊಂಡ. "ನಂಗೆ ಹಾಗೆ ಅನ್ನಿಸೋಲ್ಲ" ಶಾಂತವಾಗಿ ಅಂದ ತಂಗಿಗೆ ನಾಲ್ಕು ತಟ್ಟಿ ಬಿಡಬೇಕೆನಿಸಿತು. "ಈ ತೋಟದಿಂದ ಅಷ್ಟು ಹಣ ಸಾಧ್ಯವಾ? ಈ ಸಮಯದಲ್ಲಿ ನಿಮ್ಮ ಸಹಾಯಕ್ಕೆ ಯಾರು ಬರ್ತಾರೆ? ಸೊಸೆ, ಮಗಳಿಗೇಂತ ಇರಿಸಿದ್ದ ಚಿನ್ನ ಕೂಡ ಮಾರಿಯಾಗಿದೆ..." ಅಂದ ಕೂಡಲೇ ಕೈಯೆತ್ತಿ "ಹಾಗೆಲ್ಲ ಹೇಳ್ಬೇಡ. ಅಮ್ಮನಿಗೆ ತವರಿನಿಂದ ಬಂದ ಚಿನ್ನವನ್ನೆಲ್ಲ ಕೊಟ್ಟು ಆಗಿದೆ. ಅದ್ನ ಶ್ರೀನಿಧಿಯವ್ರು.... ಮಗಳಿಗಾಗಿ ಭದ್ರಪಡಿಸಿದ್ದಾರೆ. ಇನ್ನು ಸೊಸೆಗೆ ಹಾಕೋ ಚಿನ್ನದ ಬಗ್ಗೆ ಅವ್ರೆ... ಯೋಚಿಸ್ಲೀ... ಹುಟ್ಟು ನಿರಾಶವಾದಿ (Born Pesssimist) ತರಹ ಮಾತಾಡೋದ್ಬೇಡ. ಚೀನಾದ ಒಂದು ಗಾದೆ ಅರ್ಥಪೂರ್ಣವಾಗಿದೆ. ಸಾವಿರ ಕಿಲೋಮೀಟರ್ ದೂರದ ಪ್ರಯಾಣದ ಆರಂಭವೆಂದರೆ ಮೊದಲ ಹೆಜ್ಜೆಯನ್ನಿಡುವುದು. ಮೊದಲ ಹೆಜ್ಜೆ ಇಟ್ಟಾಗ ನಾವು ತಲುಪಬೇಕಾದ ದೂರದ ಅಷ್ಟು ಅಂತರ ಕಡಿಮೆ ಆಯಿತೆನ್ನುವ ಉತ್ಸಾಹದಿಂದ ಎರಡನೇ ಹೆಜ್ಜೆ ಇಡುತ್ತೇವೆ. ಸಾಗಬಲ್ಲೆ ಎಂಬ ಹುಮ್ಮಸ್ಸು ಮನಸ್ಸಿಗೆ ಬರುತ್ತೆ. ಅದೇ ನಮ್ಮ ಬದುಕಿನ ಯಶಸ್ಸಿನ ಹೆಗ್ಗುರುತು. ಇಷ್ಟು ಸಾಕು. ಮಲ್ಗಿಕೊಳ್ಳೋಣ... ನಡೀ" ಒಳಗೆ ನಡೆದಳು.

"ನಾನು ನಿಜ್ವಾಗ್ಲೂ ಅವಳನ್ನ ಕರ್ಕೊಂಡ್ ಬರ್ತೀನಿ" ವಸಂತಲಕ್ಷ್ಮಿಗೆ ಹೇಳಿ ಬಂದಿದ್ದ. ಈಗ ನಿರಾಸೆಯ ಮುಖವೊತ್ತು ಹಿಂದಿರುಗಬೇಕಲ್ಲ ಎನ್ನುವ ಬೇಸರ. "ಏಯ್ ವಿಕ್ಕಿ, ನೀನು ಅಲ್ಲೇ ಎಲ್ಲಾದ್ರೂ ಇದ್ದುಬಿಟ್ಟೀಯಾ?" ದೀಪಿಕಾಳ ಕಣ್ಣುಗಳು ಕೇಳಿದ್ದನ್ನು ನೆನಪು ಮಾಡಿಕೊಂಡು ಬಂದು ಮಲಗಿದ. ಇಬ್ಬದಿಯ ಸಂಕಟ. ಮೇಲ್ನೋಟಕ್ಕೆ ಶ್ರೀನಿಧಿ ಪರವಾಗಿದ್ದರೂ ಅವನ ಅಂತರಾತ್ಮ ಛೀಮಾರಿ ಹಾಕುತ್ತಿತ್ತು.

* * * *

ಅಮೇರಿಕಾಗೆ ಹಾರಿದ್ದ ಶ್ಯಾಮ್ ಪ್ರಸಾದ್ ಅಂದು ಬಂದಾಗ ಅವನ ತೋಟದಲ್ಲಿಯೇ ಇದ್ದ ದಿವ್ಯ ವಿಶ್ ಮಾಡಿದಳು. ಎಲ್ಲೆಡೆ ಹೊಸ ಬಗೆಯ ಸೊಬಗು ಮೂಡಿದಂತೆ ಕಂಡಿತು. ಎಷ್ಟೋ ಬದಲಾವಣೆಗಳನ್ನು ತಂದಿದ್ದಳು.

"ಹಲೋ, ಮೇಡಮ್. ಹೇಗಿದ್ದಾರೆ ನಿಮ್ಮ ಫ್ರೆಂಡ್ಸ್ ಎಲ್ಲಾ? ಎಲ್ಲೆಡೆ ಖುಷಿ... ಖುಷಿ... ವಾತಾವರಣ" ನಗೆ ಬೀರುತ್ತ ಮಾತಾಡಿಸಿದ. "ನೆನ್ನೆ ಒಂದಿಷ್ಟು ಮಳೆ. ತುಂತುರು ಹನಿಗಳು ಸಿಂಪರಣೆ ನವೋಲ್ಲಾಸ ತುಂಬಿದೆ. ಫೋನ್ ಮಾಡ್ದಾಗ.... ಏನು ಹೇಳಲೇ ಇಲ್ಲ" ಎಂದಳು. ಅಷ್ಟು ದೂರದಿಂದ ಸರ್ವೆಂಟ್ ಓಡಿಬಂದು ಟ್ಯಾಕ್ಸಿಯಿಂದ ಇಳಿಸಿದ ಬ್ಯಾಗನ್ನು ಒಯ್ದು. "ಒಂದು ಇಂಪಾರ್ಟೆಂಟ್ ಕೆಲ್ಸ. ಬೆಂಗ್ಳೂರಿನಲ್ಲೇ ಇದ್ದೆ" ಎಂದು ಗೆಸ್ಟ್‌ಹೌಸ್‌ನತ್ತ ನಡೆದಾಗ ಹಿಂಬಾಲಿಸಿದಳು. ತೋಟ, ಅದಕ್ಕೆ ಸಂಬಂಧಿಸಿದ ಎಲ್ಲವನ್ನು ನೋಡಿಕೊಳ್ಳುವುದರ ಜೊತೆಗೆ ಇಡೀ ಗೆಸ್ಟ್‌ಹೌಸ್, ಪಕ್ಕದಲ್ಲಿನ ಫಾರಂಹೌಸ್ ಜವಾಬ್ದಾರಿ ಕೂಡ ಇವಳ ಮೇಲಿತ್ತು. "ಪಕ್ಕದ ತೆಂಗಿನ ತೋಟದ ವ್ಯವಹಾರ ಕೂಡ ನಿಮ್ಗೇ. ಇಲ್ಲಿನ ವ್ಯಾಪಾರ, ವ್ಯವಹಾರ ತಿಳಿಯೋಕೆ ಸಮಯಬೇಕಾಗುತ್ತೆ" ಅದನ್ನು ಕೂಡ ವಹಿಸಿದ್ದ. ಭರ್ಜರಿ ತೆಂಗಿನ ತೋಟ. ವರ್ಷಕ್ಕೆ ಲಕ್ಷಾಂತರ ರೂಪಾಯಿ ಆದಾಯ ತರುವಂಥದ್ದು. ಆ ಕಡೆ ಕೂಡ ಗಮನಹರಿಸಬೇಕಿತ್ತು. ಅದಕ್ಕಾಗಿಯೇ ಇಪ್ಪತ್ತು ಸಾವಿರ ಸ್ಯಾಲರಿ. ಹಾಗೆಂದು ಪೂರ್ತಿ ಸಮಯ ಇಲ್ಲಿ ವಿನಿಯೋಗಿಸಲು ಸಾಧ್ಯವಿಲ್ಲ.

ರೂಮಿಗೆ ಹೋಗಿ ಬಟ್ಟೆ ಬದಲಾಯಿಸಿಕೊಂಡು ಶ್ಯಾಮ್ ಬಂದಾಗ ಕೂತಿದ್ದವಳು ಮೇಲೆದ್ದಾಗ "ಯಾಕೆ, ಎದ್ದಿರಿ?" ಕೂಡುತ್ತ ಕೇಳಿದ. "ವೆರಿ ಸಿಂಪಲ್, ಎರಡು ವಿಚಾರದಲ್ಲಿ ಈಗ್ಬೇಡ. ಇನ್ನೊಮ್ಮೆ ಹೇಳ್ತೀನಿ" ಅಂದಾಗ "ವೆರಿ ಸಿಂಪಲ್. ಒಂದು ವಿಚಾರ. ಸಂಬಳ ಕೊಡೋ ಬಾಸ್‌ಗೆ ರೆಸ್ಪೆಕ್ಟ್. ಅದೆಲ್ಲ ಬೇಡ... ಬಿಡಿ. ಈಗ ನಾನೇ ಸ್ಟೂಡೆಂಟ್, ನೀವೇ ಮಾಸ್ಟರ್" ನವಿರಾಗಿ ನಕ್ಕಾಗ ಗಮನಿಸಿದಳು. ತೀರಾ ತುಂಡು ಕೂದಲಿನಿಂದ ಶೋಭಾಯಮಾನವಾಗಿ ತಲೆಯಲ್ಲಿ ಅಚ್ಚುಕಟ್ಟಾದ ಕ್ರಾಪ್. ಇದು ಸರಿಯೆನಿಸಿ, "ನನ್ನ ಕ್ರಾಪ್ ಬಗ್ಗೆ ಯೋಚಿಸ್ತಾ ಇದ್ದೀರಾ, ಅಲ್ವಾ? ಯಾಮ್ ಐ ಷೂರ್. ನಿಮ್ಮನ್ನ ಭೇಟಿಯಾದಾಗಲೇ ನನ್ನ ಕ್ರಾಪ್ ಇಷ್ಟವಾಗ್ಲಿಲ್ಲ ಅನ್ನೋದು ಗಮನಕ್ಕೆ ಬಂತು" ಅವನ ಮಾತು ಕೇಳಿ ಅವಳಿಗೆ ಗಾಬರಿಯೋ ಗಾಬರಿ! ತಲೆಯೊತ್ತಿಕೊಂಡು "ಅಯ್ಯೋ... ಛೆ...." ಅವಳಿಗೆ ಏನು ಹೇಳಬೇಕೋ ಅರ್ಥವಾಗಲಿಲ್ಲ. ಅವನು ಜೋರಾಗಿ ನಕ್ಕುಬಿಟ್ಟ "ಆ ವಿಷ್ಯ ಬಿಡಿ, ಏನಾದ್ರೂ... ಹೇಳೋದು ಇತ್ತಾ?" ಕೇಳಿದ. ಕೆಲವು ರಸೀದಿಗಳನ್ನು ಅವನ ಮುಂದಿಟ್ಟು ಮೇಲೆದ್ದಾಗ "ಪ್ಲೀಸ್ ಸಿಟ್‌ಡೌನ್, ಲಂಚ್ ಮುಗ್ಸಿಕೊಂಡ್ಹೋಗಿ. ಸ್ವಲ್ಪ ಡಿಸ್‌ಕಷನ್ ಇತ್ತು. ಇನ್ನೊಂದು ಸಣ್ಣ ಹೆಲ್ಪ್ ಬೇಕಾಗಿತ್ತು. ಒನ್ ಅವರ್ ಹೆಚ್ಚಿಗೆ ಸ್ಪೆಂಡ್ ಮಾಡೋಕ್ಕಾಗುತ್ತ?" ರಿಕ್ವೆಸ್ಟ್ ತರಹ ಮಾತಾಡಿದ.

"ಸೋ ಸಾರಿ, ಅಮ್ಮ ಊಟಕ್ಕೆ ಕಾಯ್ತ ಇರ್ತಾಳೆ. ಅಜ್ಜಯ್ಯ ದೇವಸ್ಥಾನದಿಂದ ಬರೋ ವೇಳೆಗೆ ಎಲೆ ಹಾಕೋ ಪದ್ಧತಿ. ಒಂದ್ನಿಮಿಷಾನೂ ಅವ್ರನ್ನ ಕಾಯಿಸೋಕೆ ಇಷ್ಟವಾಗೊಲ್ಲ. ದಯವಿಟ್ಟು ಆ ಪ್ರೋಗ್ರಾಂನ ನಾಳೆಗೆ ಹಾಕ್ಕೊಂಡರೆ" ಕೇಳಿದಳು. ಮೊದಲಿನ ಶ್ಯಾಮ್ ಆಗಿದ್ದರೆ 'ಗೇಟ್ ಔಟ್' ಎಂದು ಅಬ್ಬರಿಸಿ ಇಡೀ ಬಿಲ್ಡಿಂಗ್‌ನಿಂದಲೇ ಆಚೆ ಹಾಕಿಸಿಬಿಡುತ್ತ ಇದ್ದ. ತಂದೆಯ ಡೈರಿ ಓದಿದನಂತರದ

ಶ್ಯಾಮ್ ಬೇರೆ! ಹುಟ್ಟಿದಾಗಿನಿಂದ ಒಮ್ಮೆ ಭಾರತಕ್ಕೆ ಬರದ ಶ್ಯಾಮ್ ಅರಸಿಕೊಂಡು ಬಂದಿದ್ದ. ಇಲ್ಲೇ ಉಳಿಯಬೇಕನ್ನೋ ಇರಾದೆಯಿಂದ ಸಾಕಷ್ಟು ಶ್ರಮ ಕೂಡ ತೆಗೆದುಕೊಳ್ಳುತ್ತಿದ್ದ. ಈಗ ಸರಳವಾಗಿ "ಓಕೆ, ಮಾರ್ನಿಂಗ್..." ಒಂಬತ್ತರ ಸುಮಾರಿಗೆ ಬರುತ್ತಿದ್ದುದು "ಆಯ್ತು ಸರ್, ದಿನ ಒಂಬತ್ತು ಗಂಟೆಗೆ ಇಲ್ಲಿ ಡ್ಯೂಟಿಯಲ್ಲಿ ಇರ್ತಾ ಇದ್ದೆ. ತೆಂಗಿನಕಾಯಿ ಮಾರಾಟದ ದಳ್ಳಾಳಿ ಹತ್ತರ ಸುಮಾರಿಗೆ ಬರೋನಿದ್ದ ನೋಡಿ, ಸರ್... ಏಳಕ್ಕೆ ಬರ್ಲಾ? ಒಂಬತ್ತಕ್ಕೆ ಎರಡು ಗಂಟೆ ಮಧ್ಯದ ಸಮಯ ಇರುತ್ತೆ. ಅಷ್ಟು ಸಮಯ ಸಾಕಾಗುತ್ತೆ?" ಕೇಳಿದಳು. ವಿಪರೀತ ವಿನಯ, ವಿನಮ್ರತೆ ಅವಳಿಂದ ನಿರೀಕ್ಷಿಸುವುದು ಸಾಧ್ಯವಿರಲಿಲ್ಲ. ಅಂದರೆ ಅಗತ್ಯಕ್ಕಿಂತ ತಗ್ಗಿ ನಡೆಯುವ ಸ್ವಭಾವ ದಿವ್ಯಳದು ಅಲ್ಲವೆಂದು ಊಹಿಸಿದ್ದ.

"ಓಕೇ..." ಅಂದ ಚುಟುಕಾಗಿ.

ಹಾರುವ ನಡಿಗೆಯಲ್ಲಿ ಕಣ್ಮರೆಯಾಗುವ ಹೊತ್ತಿಗೆ ಆರಾಧ್ಯ ಬಂದ. "ಆ ಮನೆ, ಅದರ ಸುತ್ತಮುತ್ತಲಿನ ಜಮೀನು ನಿಮ್ಗೇ ಮಾರಾಟ ಮಾಡೋಕೆ ಒಪ್ಕೊಂಡಿದ್ದಾರಂತೆ. ಅಂದು ಬಂದಿದ್ದ ಆ ಮನುಷ್ಯನದು ಜಿಗಣೆ ಸ್ವಭಾವ. ಫೋನ್ ಮಾಡಿದನ್ನೆಲ್ಲ ಬರೆದಿಟ್ಕೊಂಡ್, ಇಷ್ಟು ಆಗಿದೆ, ಇದನ್ನೆಲ್ಲ ಕೊಡ್ಬೇಕಾಗುತ್ತೆ ಅಂದ. ಹೆಸರಿಗೆ ವೆಂಕಟೇಶಯ್ಯ. ತಿರುಪತಿಯ ಲೆಕ್ಕದಲ್ಲಿ ವಸೂಲಾತಿ ಮಾಡ್ತಾನೆ" ಆ ಮನುಷ್ಯನ ಮೇಲೆ ಒಂದಿಷ್ಟು ಆರೋಪ ಕೂಡ ಮಾಡಿದ. ಅದು ಶ್ಯಾಮ್‌ಪ್ರಸಾದ್‌ಗೆ ಲೆಕ್ಕವೇ ಅಲ್ಲ. ಅಂತು ಆ ಫ್ಲಾಟನ್ನು ಖರೀದಿಸಲೇಬೇಕಿತ್ತು. ಬಂದಿದ್ದು ಅದೇ ಉದ್ದೇಶದಿಂದ.

"ಆಯ್ತು, ಎಂದು ಬರ್ತಾನಂತೆ? ಒಮ್ಮೆ ಪತ್ರಗಳ್ನ ತಗೊಂಡ್ಬರ್ಲಿ ನೋಡಿಯಾದ್ಮೇಲೆ.... ಒಂದು ನಿರ್ಧಾರಕ್ಕೆ ಬರೋಣ. ಆ ಮನುಷ್ಯನಿಗೆ ಬಂದ್ಹೋಗೋ ಖರ್ಚು ಕೊಡಲಾಗುತ್ತೇಂತ... ಹೇಳು. ಇಲ್ಲಿ ನಿನ್ನ ಕಿತಾಪತಿ ಬೇಡ. ಆ ಮನುಷ್ಯ ಪ್ರೊಫೆಷನಲ್ಲಾಗಿ ದಳ್ಳಾಳಿಯಲ್ಲ. ಅದರಿಂದ ನಿಂಗೆ ಗೊತ್ತಿರೋಂಗೆ ರೂಲ್ಸು, ರೆಗ್ಯುಲೇಷನ್ ಗೊತ್ತಿರೋಲ್ಲ. ನಾವೇ ಕಾಂಪ್ರಮೈಸ್ ಆಗ್ಬಿಡ್ಬೇಕು" ಎಚ್ಚರಿಸಿದ. ಈಗಾಗಲೇ ಆರಾಧ್ಯನ ಬಗ್ಗೆ ಅಷ್ಟಿಷ್ಟು ಗೊತ್ತಾಗಿತ್ತು. ಬಾಳೆಗೊನೆ ಕೊಡಿಸೋವಾಗ ಇವನಿಗೆ ಹೇಳಿದ್ದೇ ಬೇರೆ, ಅವನು ಅವರೊಂದಿಗೆ ಹೆಚ್ಚಿನ ಬೆಲೆ ಪಡೆದಿದ್ದಲ್ಲದೆ, ಗೊನೆಗಳ ಲೆಕ್ಕದಲ್ಲಿ ಕಡಿಮೆ ತೋರಿಸಿ ದುಡ್ಡು ಮಾಡಿಕೊಂಡಿದ್ದು ಇವನ ನೋಟೀಸ್‌ಗೆ ಬಂದಿದ್ದರಿಂದ, ಅವನ ರೆಕಮಂಡೇಷನ್‌ನಿಂದ ಬಂದು ಕೂತಿದ್ದ ಮ್ಯಾನೇಜರ್‌ನ ಅಂದೆ ಕಳಿಸಿದ್ದ. ಆ ಪೋಸ್ಟ್‌ಗೆ ತೀರಾ ಪ್ರಮಾಣಿಕ ವ್ಯಕ್ತಿ ಬೇಕಾಗಿತ್ತು. ಅದಕ್ಕಾಗಿಯೇ ದಿವ್ಯನ ನೇಮಿಸಿಕೊಂಡಿದ್ದು. ಈಗ ಒಂದು ರೀತಿಯ ನಿಶ್ಚಿಂತೆ.

ಆರಾಧ್ಯ ಮೊಬೈಲ್‌ನಲ್ಲಿ ಮಾತಾಡಿಯಾದ ಮೇಲೆ "ಅವ್ರ ಸೊಸೆನು ಜೊತೆಯಲ್ಲಿ ಬರ್ತಾಳಂತೆ. ಬಹಳ ಚಾಲಾಕಿ ಹೆಣ್ಣು ಮಗಳು. ಆರ್ಥಿಕವಾಗಿ ಈ ಮನುಷ್ಯನನ್ನು ಕೈಕಾಲು ಮುರಿದುಕೂಡಿಸಿದ್ದಾಳೆ. ನಾನು ಮಾತಾಡೋ ಸಲುವಾಗಿ ಹೋದಾಗ ಆ ಮನುಷ್ಯನಿಗೆ ತಂದ ಕಾಫಿಯಲ್ಲಿ ನಂಗೆ ಅರ್ಧ ಬಗ್ಗಿಸಿಕೊಟ್ಟಳು. ಯಾರ್ಗೂ ಬರಬಾರ್ದೂ ಇಂಥ ಸ್ಥಿತಿ" ಗೊಣಗಿದ. ಶ್ಯಾಮ್‌ಗೆ ನಗು ಬಂತು. ಸ್ವಲ್ಪ

ನಕ್ಕ. "ನೀನು ಹುಷಾರಿ ಇದ್ದೀಬಿಡು. ಸುಮಾರು ಸಂಸಾರಗಳಂತೆ. ಎಲ್ಲಿ ಸುಖಾಂತ ಅನ್ನಿಸುತ್ತೋ, ಸೊಸೆಯರು ಇಲ್ಲ ಮನೆಯಲ್ಲಿ ಇದ್ದು ಬಿಡಬಹುದು" ಅಂದಾಗ, ಆರಾಧ್ಯ ನಾಚಿ ನೀರಾದರು. "ಸುಮಾರು ಸಂಸಾರಗಳು ಒಡೆಯ. ಒಂದ್ಕಡೆಯಿಂದ ಒಂದ್ಕಡೆಗೆ ತಾರಾಟ" ಜನ್ನನೆ ಒಮ್ಮೆ ಹೇಳಿದ್ದ. ದಳ್ಳಾಳಿ ಆರಾಧ್ಯರನ್ನ ಕಂಡರೆ ಅವನಿಗೆ ಅಷ್ಟಕಷ್ಟೆ. ತೋಟ ಮಾರಿಸಿದ ಎನ್ನುವ ಕೋಪ. ಅದನ್ನ ಆಗಾಗ ವ್ಯಕ್ತಪಡಿಸುತ್ತಿದ್ದ.

"ಇನ್ನೊಮ್ಮೆ ಫೋನ್ ಮಾಡಿ ಕನ್‌ಫರ್ಮ್ ಮಾಡ್ಕೊಂಡ್ ಎಂದು ಬರ್ತಾರೇಂತ ನಿಮ್ಗೆ ಬಂದು ತಿಳಿಸ್ತೀನಿ. ಇನ್ನೊಂದು ವಿಚಾರ, ತೆಂಗಿನಕಾಯಿ ಕೊಳ್ಳೋ ಮುಜಾದ್ದೀನ್‌ನ ಕರ್ಕೊಂಡ್ ಬಂದಿದ್ದೆ. ದಿವ್ಯಾ ಮೇಡಮ್ ಕೊಡೋಲ್ಲಾಂದ್ರು. ತಾವೊಂದಿಷ್ಟು ಮಾತಾಡಿ. ನಂಗೆ ಆ ಕೆಲ್ಸ ವಹಿಸ್ಬೇಕು. ಬೇರೆಯವ್ರಿಗಿಂತ ಹತ್ತು ಪೈಸೆ ಜಾಸ್ತಿನೇ ಕೊಡುಸ್ತೀನಿ" ಇಂಥದೊಂದು ಬೇಡಿಕೆ ಅವನ ಮುಂದಿಟ್ಟಾಗ "ಡಿಸಿಷನ್ ಅವರದ್ದೇ" ಎಂದು ಗೆಸ್ಟ್‌ರೂಂ ಕಡೆಗೆ ಹೋದ. ಆರಾಧ್ಯ ಅವಾಕ್ಕಾದ.

ಅಂದಿನ ರಾತ್ರಿಯ ಲಂಚ್ ವೇಳೆಗೆ ಶ್ರೀನಿಧಿ, ಸೊದರಳಿಯ ವಿಕ್ರಮ್‌ನೊಂದಿಗೆ ಭೇಟಿಗಾಗಿ ಬಂದರು. ಅದೇನು ಅಚ್ಚರಿಯೆನಿಸಲಿಲ್ಲ. ಮೊಬೈಲ್‌ನಲ್ಲಿ ಕಾಂಟ್ಯಾಕ್ಟ್ ಮಾಡಿ ಏನೇನೋ ಹೇಳಿದ್ದರು. ಅವನೇನು ಆಸಕ್ತಿವಹಿಸಿರಲಿಲ್ಲ.

"ಸರ್‌ಪ್ರೈಜ್, ವಿಸಿಟ್" ಹುಬ್ಬೆತ್ತಿದ. ಅವರ ಬಗ್ಗೆ ಅವನೇನು ಸುಮುಖನಾಗಿರಲಿಲ್ಲ. ದಿವ್ಯ ಆಗಲಿ, ಅವರ ಮನೆಯವರಾಗಲೀ ಏನು ಹೇಳಿಕೊಳ್ಳದಿದ್ದರೂ ಈಚೆಗೆ ಆರಾಧ್ಯ ಎಲ್ಲಾ ಹೇಳಿಕೊಂಡಿದ್ದ "ದೇವಸ್ಥಾನ, ಮನೆ, ತೋಟ, ಪಿತ್ರಾರ್ಜಿತ ಆಸ್ತಿ. ಇನ್ನು ಅನಂತಶರ್ಮ ಬದ್ಕಿದ್ದಾರೆ. ಸದ್ದುಗದ್ದಲವಿಲ್ಲದೆ ಮಾರಿಕೊಟ್ರು. ಕೋರ್ಟಿಗೆ ಪಿಟಿಷನ್ ಹಾಕಿದ್ರೆ ಇವ್ರ ಪರನೇ ಆಗ್ಬಹುದ್ದು. ಈ ಜನಕ್ಕೆ ಅದು ಇಷ್ಟವಿಲ್ಲ. ಜೊತೆಗೆ ನಂಗೂ ಇಷ್ಟವಿಲ್ಲ. ನನ್ನ ಮಧ್ಯಸ್ಥಿಕೆಯಲ್ಲಿ ಮಾರಾಟವಾಗಿದ್ದು. ಎರಡು ಕಡೆನು ಕಮಿಷನ್ ತಗೊಂಡಿದ್ದೀನಿ. ಇನ್ನು ಕೋರ್ಟು ಕಛೇರಿ ಸಮಸ್ಯೆಯಾಗಿ ಬಿಡುತ್ತೆ. ಅಲ್ಲಿವರ್ಗೂ ಆ ಜನ ಹೋಗೋಲ್ಲ ಬಿಡಿ. ತುಂಬ ಸಜ್ಜನರು. ಒಂದು ರೀತಿಯಲ್ಲಿ ಮುಗ್ಧರು. ವ್ಯಾಪಾರ, ವ್ಯವಹಾರ ಅಂಥದೇನು ಗೊತ್ತಿಲ್ಲ. ಶ್ರೀನಿಧಿ ಆಸ್ಥೆಯಿಂದ ಹಣಕ್ಕೆ ದಾರಿ ಮಾಡಿದ್ರು. ಚೆನ್ನಾಗಿ ದುಡಿದ್ರು ಕೂಡ ಆ ಜನಕ್ಕೆ ಏನು ಗೊತ್ತಿಲ್ಲ, ಬಿಡಿ. ಹಣದ ಅಗತ್ಯವಿತ್ತೇನೋ ಗುಟ್ಟಾಗಿ ಮಾರಿಕೊಂಡ್ರು. ಫೈಟ್ ಮಾಡೋ ಸಲುವಾಗಿ ಈ ಹುಡ್ಗೀ ಬಂದು ಇಲ್ಲಿ ನಿಲ್ಲದಿದ್ದರೆ, ಹಿರಿಯರು ಎಲ್ಲಾ ಬಿಟ್ಟು ದೇಶಾಂತರ ಹೋಗಿಬಿಡ್ತಾ ಇದ್ರು" ಇಷ್ಟು ವಿಚಾರ ಸಿಕ್ಕಿದ್ದು ಅವನಿಂದಲೇ.

"ನಿಮ್ಮನ್ನ ಒಮ್ಮೆ ಭೇಟಿಯಾಗೋಣಾಂತ ಅನ್ನಿಸ್ತು" ಎಂದು ಕೈ ಚಾಚಿದವರ ಕೈ ಕುಲುಕಿ "ಓಕೆ ಬನ್ನಿ...." ಸ್ವಾಗತಿಸಿದ. ಅಲ್ಲೇ ಲಂಚ್ ಕೂಡ ಆಯಿತು. ಶ್ಯಾಮ್‌ಪ್ರಸಾದ್ ಬಗ್ಗೆ ಅಷ್ಟಿಷ್ಟು ಗೊತ್ತಿತ್ತು. ಡಾಲರ್‌ಗಳನ್ನು ಎಣಿಸಿದ್ದವನಿಗೆ ರೂಪಾಯಿಗಳ ಎಣಿಕೆ ಸಾರಾಗವೆಂದು ಗೊತ್ತಿತ್ತು. ಅದರಿಂದಲೆ 25 ಲಕ್ಷದ ತೋಟವನ್ನು 35ಕ್ಕೆ ಧಾರಾಳವಾಗಿ ಕೊಂಡಿದ್ದ.

"ಸಾರಿ, ಫಾರ್ ದಟ್. ಇಷ್ಟೊಂದು ಕಾಂಪ್ಲಿಕೇಟ್ ಆಗುತ್ತೇಂತ ಗೊತ್ತಿರ್ಲಿಲ್ಲ.

ಅವ್ರಿಗೆ ವ್ಯವಹಾರ ಜ್ಞಾನ ಕಡಮೇ. ಹೆಚ್ಚು ಕಡ್ಮೆ ಅವ್ರ ಎಲ್ಲಾ ಆಯಸ್ಸನ್ನು ಇಲ್ಲೇ ಸವೆಸಿದ್ದಾರೆ. ಮುಂದೆ ನಮ್ಮೊಡನೆ ಸುಖವಾಗಿ ಇರಲೀಂತ ತೋಟನ ಮಾರಿದ್ದು. ಈಗ ಗೋಜಲು ಮಾಡ್ಕೊಂಡ್ ಕೂತಿದ್ದಾರೆ. ಇದ್ರಿಂದ ನಾನು ತುಂಬ ಡಿಪ್ರೆಸ್ ಆಗಿದ್ದೀನಿ. ಈಗ ನಿಮ್ಮ ಹೆಲ್ಪ್ ಕೇಳೋಕೆ... ಬಂದಿದ್ದೀನಿ" ಅಂದ ಕೂಡಲೇ ಶ್ಯಾಮ್‌ಪ್ರಸಾದ್ ಹುಬ್ಬುಗಳು ಗಂಟಾಯಿತು. ಅದೊಂದು ತರಹ ಮುಖ ಮಾಡಿದ. "ಏನ್ ಹೆಲ್ಪ್?" ಸ್ವಲ್ಪ ಅಸಹನೆಯಿಂದಲೇ ಕೇಳಿದ.

"ಹೇಗೂ ತೋಟನ ನಾನು ನಿಮ್ಗೆ ರಿಜಿಸ್ಟರ್ ಮಾಡಿಕೊಟ್ಟಿದ್ದೀನಿ. ನೀವು ಆಕ್ಯೂಪೈ.... ಮಾಡ್ಕೊಳ್ಳಿ" ಸರಳವಾಗಿ ಹೇಳಿದರು ಶ್ರೀನಿಧಿ. "ವಾಟ್ ಡು ಯು ಮೀನ್. ನಿಮ್ಗೆ ಸಂಬಂಧವಿಲ್ಲ ವಿಚಾರ. ನೀವು, ಅವರು ಸಂಬಂಧಿಕರಾದ ಮಾತ್ರಕ್ಕೆ ಈ ವಿಚಾರದಲ್ಲಿ ತಲೆ ಹಾಕೋದು ನಂಗಿಷ್ಟವಿಲ್ಲ. ಏನಿದ್ರೂ.... ನಿಮ್ಮ ಅಡ್ವೈಸ್... ಅವ್ರಿಗೆ" ಸ್ವಲ್ಪ ಒರಟಾಗಿಯೇ ಹೇಳಿ ಮೇಲೆದ್ದ. ಅವನಿಗೆ ಮಾತುಗಳು ಬೇಕಿರಲಿಲ್ಲ. ಶ್ರೀನಿಧಿ ಷಾಕಾದರು.

ವಿಕ್ರಮ್ ಮೇಲೆದ್ದು "ಎಕ್ಸ್‌ಕ್ಯೂಜ್ ಮಿ. ಸರ್ ನನ್ನ ಹೆತ್ತವರು, ನನ್ನ ಅಜ್ಜಯ್ಯ ನನ್ನ ಜೊತೆಯಲ್ಲಿ ಇರಲೀ ಅನ್ನೋ ಆಸೆ. ಅವ್ರಿಗೆ ಹೇಳಿ ಸಾಕಾದ್ವಿ. ನೀವು ಮನಸ್ಸು ಮಾಡಿದರೇ ಅವರು" ಎಂದ ಮೆಲ್ಲಗೆ.

"ಷಟಪ್, ಅಷ್ಟೊಂದು ಅಕ್ಕರೆ ಇರೋ, ನೀನೇ ಬಂದು ಅವುಗಳ ಜೊತೆ ಇರು. ಏನಂಥ ದೊಡ್ಡ ಸಾಧನೆ ನಿಂದು, ಅಲ್ಲಿ? ಈ ವಯಸ್ಸಿನಲ್ಲಿ ಎಲ್ಲರು ಮಾಡೋ ತಪ್ಪನ್ನ ನೀವು ಮಾಡ್ತಾ ಇದ್ದೀರಿ" ಸ್ವಲ್ಪ ಕಣ್ಣು ಕೆಂಪಗೆ ಮಾಡಿದ ತಕ್ಷಣ ಮೇಲೆದ್ದ ಶ್ರೀನಿಧಿ "ಎಕ್ಸ್‌ಕ್ಯೂಜ್ ಮಿ, ನಾವು ಎರಡು ಕಡೆ ಒಳಿತನ್ನ ಬಯಸಿ ಇಲ್ಲಿಗೆ ಬಂದಿದ್ದು. ತೋಟನ ಒಂದು ಹದಕ್ಕೆ ತಂದಿದ್ದೆ. ಹಣ ಬರ್ತಾ ಇತ್ತು. ನಾನು ಸಾಕಷ್ಟು ಖರ್ಚು ಮಾಡಿದ್ದೀನಿ. ಬೇರೆ ಆಳುಕಾಳುಗಳ್ನ ಇರಿಸಿದ್ದೆ. ಮಾರೋದು ಗೊತ್ತಾದ ಕೂಡ್ಲೇ ಅವ್ರೆಲ್ಲ ಖಾಲಿಯಾದ್ರು. ಇದ್ವರ್ಗೆ ತೋಟ ಹಾಳು ಬಿದ್ದಿದೆ. ನಿಮ್ಮ ಕೈಗೆ ಬರೋ ವೇಳೆಗೆ ಪೂರ್ತಿ ಹಾಳಾಗುತ್ತೆ. ನ್ಯಾಯವಾಗಿ ನಾವ್ ಬಂದಿದ್ದು ನಿಮ್ಮ ಹೆಲ್ಪ್‌ಗೆ. ಬಾ... ವಿಕ್ಕಿ" ಇನ್ನೊಂದು ಮಾತಿಗೆ ಅವಕಾಶಕೊಡದೇ ಹೊರಟರು. ಹತ್ತು ನಿಮಿಷದಲ್ಲಿ 'ಗ್ರೀನ್ ಗಾರ್ಡನ್' ಮೈನ್ ಗೇಟಿನಿಂದ ಕಾರು ಹೊರಗೆ ಹೋಯಿತು.

ಅಲ್ಲಿಂದ ಬರೀ ಐದೇ ಕಿಲೋಮೀಟರ್. ವಿಕ್ರಮ್ ಗಂಟಲುಬ್ಬಿತು. ಅವನು ಆಡಿಪಾಡಿ ಬೆಳೆದ ತಾಣ. ಆ ತೋಟದಲ್ಲಿ ಅವನ ಹೆತ್ತವರು ಪ್ರೀತಿಯ ಅಜ್ಜಯ್ಯ ಜೊತೆ ಪ್ರತಿದಿನ ಪೂಜಿಸುತ್ತಿದ್ದ ವಾಯುಪುತ್ರನ ಚಿತ್ರ ಅವನ ಕಣ್ಮುಂದೆ ಬಂದು ನಿಂತಾಗ ಬಿಕ್ಕತೊಡಗಿದ. 'ಯೂ ಫೂಲ್' ಅಂದುಕೊಂಡರು. ಸ್ವಲ್ಪ ಎಚ್ಚರ ತಪ್ಪಿದರೂ ಕೈತಪ್ಪಿ ಹೋಗುತ್ತಾನೆಂಬ ಅರಿವು ಅವರಲ್ಲಿ ಉಂಟಾದುದ್ದರಿಂದ ಬೇಗ ಎಚ್ಚೆತ್ತುಕೊಂಡರು ಶ್ರೀನಿಧಿ.

"ವಿಕ್ಕಿ" ಅವ್ನ ಭುಜದ ಮೇಲೆ ಕೈಹಾಕಿ "ನನ್ನ ಮಕ್ಕಳಿಗಿಂತ ನಿನ್ಮೇಲೆ ಹೆಚ್ಚಿನ ಪ್ರೀತಿ. ದಿನದಿಂದ ದಿನಕ್ಕೆ ಆತ್ಮವಿಶ್ವಾಸ ಕಮ್ಮಿಯಾಗಿ ನಿನ್ನ ಹೆಗಲ ಮೇಲೆ ಒರಗೋಕೆ,

ಬರ್ತಾರೆ. ಪ್ಲೀಸ್. ಅರ್ಥ ಮಾಡ್ಕೋ" ತಬ್ಬಿ ಸಂತೈಯಿಸಿದರು "ನಾನು ಅಲ್ಲಿ ಇಳ್ದು ಮಾತಾಡ್ಸಿಕೊಂಡು.... ಬರ್ಲಾ?" ರಿಕ್ವೆಸ್ಟ್ ಮಾಡಿಕೊಂಡ "ಬೇಡ, ನಿನ್ನ ಜೊತೆಯಲ್ಲೇ ಕರ್ಕೊಂಡ್ ಬರ್ತೀನೀಂತ ದೀಪಿಕಾಗೆ ಪ್ರಾಮಿಸ್ ಮಾಡಿದ್ದೀನಿ." ಬಾಯಿಮುಚ್ಚಿಸಿ ತಮ್ಮ ಪ್ರಾಬಲ್ಯ ಹೆಚ್ಚಿಸಿಕೊಂಡರು. ಒಂದು ವರ್ಗದ ಜನ ತಮ್ಮ ಹೆಣ್ಣು ಮಕ್ಕಳನ್ನು ಮುಂದಿಟ್ಟುಕೊಂಡು ಕಂಡವರ ಮಗನ ಕುಣಿಕೆಗೆ ಹಾಕಿದ್ದ ಕುಣಿಕೆಯನ್ನು ಬಿಗಿ ಮಾಡುತ್ತಾರೆ. ಇದನ್ನು ಶ್ರೀನಿಧಿ ಅನುಸರಿಸುತ್ತಿದ್ದುದ್ದು.

ಆ ರಾತ್ರಿಯ ಸಮಯದಲ್ಲಿ ಅಡಿಗೆಯ ಮನೆಯಲ್ಲಿ ಕೂತು ಅಮ್ಮ, ಮಗಳು ಮಾತಾಡುತ್ತಿದ್ದರು. ವಿಳೇದೆಲೆಯಿಂದ ಬಂದ ಹಣ, ಗುಲಾಬಿಗಳ ಮಾರಾಟದಿಂದ ಬಂದ ಹಣವನ್ನು ಮುಂದಿಟ್ಟುಕೊಂಡು ಲೆಕ್ಕ ಹಾಕುತ್ತಿದ್ದ ದಿವ್ಯ ತಲೆಯೆತ್ತಿ ಹೇಳಿದಳು.

"ಮಾವ, ತೋಟದಿಂದ ನಷ್ಟವಾಗಿದೇಂತ ಹೇಳಿದ್ದು ಸುಳ್ಳು. ಖರ್ಚು ಮಾಡಿದಕ್ಕೆ ಮೂರುಪಟ್ಟು ಲಾಭ ಪಡೆದಿದ್ದಾರೆ. ಈ ಲಾಭದಿಂದ ಸಂತುಷ್ಟರಾಗದೆ, ಬೇರೆ ಯೋಚ್ನೇ ಮಾಡಿದ್ದಾರೆ. ಇಷ್ಟು ಹಣವನ್ನು ನಾಳೆ ಸಾಲಕ್ಕೆ ಜಮಾ ಮಾಡ್ತೀನಿ. ಒಂದೊಂದು ಹೆಜ್ಜೆ ಹಾಕಿ ಕಡಿಮೆಯಾದಷ್ಟು ತಲುಪಿಯೇಬಿಡುತ್ತೇವೆ ಎನ್ನುವ ಉತ್ಸಾಹ ನಮ್ಮಲ್ಲಿ ಮೂಡುತ್ತದೆ" ಎಂದು ಸಂತೋಷದಿಂದ ಹೇಳಿದ ಮಗಳನ್ನು ನೋಡಿ ತುಟಿಯವರೆಗೂ ಬಂದ ಮಾತುಗಳನ್ನು ನುಂಗಿಕೊಂಡರು. "ದೈವೇಚ್ಚೆ" ತಾವು ಪೂಜಿಸುವ ವಾಯುಪುತ್ರ ನಮ್ಮ ಕೈಬಿಡೋಲ್ಲ. ದೇವರಿದ್ದಾನೆ ಎನ್ನುವ ಭರವಸೆಯೇ ಮನುಕುಲದ ಬದುಕಿಗೆ ಆಧಾರ.

ಬೆಳಿಗ್ಗೆ, 'ಗ್ರೀನ್ ಪ್ಯಾಲೇಸ್' ತೋಟಕ್ಕೆ ಹೋದ ಕೂಡಲೆ ಮೊದಲು ಪರಿಚಯವಾದ ರಹೀಂ ಓಡಿಬಂದು "ರಾತ್ರಿ ಬೆಂಗಳೂರಿನಿಂದ ಗೆಸ್ಟ್ ಬಂದಿದ್ರು. ನಿಮ್ಮ ಮಾವ, ಅಣ್ಣ ಅಂದ ಜನ್ನನ ಮಗ" ಅಷ್ಟು ಹೇಳಿದ ಕೂಡಲೆ ಸ್ತಬ್ಧಳಾದಳು. ದಿವ್ಯಳ ಮೈಯಲ್ಲಿ ಶಕ್ತಿ ಉಡುಗಿದಂತಾಯಿತು. ಕ್ಷಣ ಬವಳಿ ಬಂದಂತಾದರು ಚೇತರಿಸಿಕೊಂಡು "ಓ, ಯಜಮಾನ್ರು... ಎದ್ದಿದ್ದಾರ?" ಪ್ರಶ್ನಿಸುತ್ತಲೇ ಮುಂದಕ್ಕೆ ನಡೆದಳು. ಅವನಿಗೇನು ಅರ್ಥವಾಗ್ಲಿಲ್ಲ. ತಲೆ ತುರಿಸಿಕೊಂಡ. ಇಲ್ಲಿಗೆ ಬಂದು ತಮ್ಮಲ್ಲಿಗೆ ಬರದೇ ಹಿಂದಿರುಗುವಷ್ಟು ವೈರವಾ? ಎಲ್ಲಾದರೂ ಒಂದು ಕಡೆ ಕೂತು ಅತ್ತು ಬಿಡಬೇಕೆನಿಸಿತು. ಮುಂದಿನ ಸಿಟ್ಟಿಂಗ್ ರೂಂನಲ್ಲಿ ಕೂತು ಕಣ್ಣೊರೆಸಿಕೊಂಡಳು. ಹೆತ್ತವರ ಮೇಲಿನ ಮಮತೆ ಅಳಿದುಹೋಗುವಷ್ಟು ಅವರು ಪ್ರಿಯರಾದರೇ? 'ಅಣ್ಣ ವಿಕ್ಕಿ....' ಆರ್ದ್ರಗೊಂಡಿತು ಅವಳ ಮನ.

ಅಷ್ಟರಲ್ಲಿ ಹೆಜ್ಜೆಯ ಸದ್ದುಗೆ ಮೇಲೆದ್ದಾಗ ಎದುರಿಗೆ ಶ್ಯಾಮ್ ಪ್ರಸಾದ್ ನಿಂತಿದ್ದ. ಬಲವಂತವಾಗಿ ಮುಖದ ಮೇಲೆ ನಗೆಯನ್ನು ತಂದುಕೊಂಡು "ಗುಡ್ ಮಾರ್ನಿಂಗ್ ಸರ್, ಐದು ನಿಮಿಷ ಲೇಟು" ಎಂದಳು. ಒದ್ದೆಯಾದ ಕೆನ್ನೆಗಳು ಹರಿದ ಕಣ್ಣೀರಿಗೆ ಸಾಕ್ಷಿಯಾಗಿತ್ತು. "ದಟ್ಸ್ ಓಕೆ, ಕಾಫೀ... ತಗೋತೀರಾ?" ಕೇಳಿದ. "ಬೇಡ ಸರ್..." ಎಂದಳು ಉಗುಳು ನುಂಗುತ್ತ.

ಜೀಪು ಹತ್ತಿದ ಶ್ಯಾಮ್ ಅವಳಿಗೆ ಕೂಡುವಂತೆ ಸನ್ನೆ ಮಾಡಿದ ನಂತರ

"ನಿಮಗೊಂದು ಪ್ಲೇಸ್ ತೋರಿಸ್ಬೇಕಿತ್ತು. ಇಲ್ಲಿಂದ ಐದಾರು ಕಿಲೋಮೀಟರ್ ಅಷ್ಟೆ. ಬಹುಶಃ ನಿಮ್ಗೆ ಆ ಜಾಗ ಅಷ್ಟೊಂದು ಪರಿಚಯವಿಲ್ಲದಿದ್ದರೂ ನಿಮ್ಮ ಅಜ್ಜಯ್ಯ, ಅಪ್ಪಯ್ಯನಿಗಂತು ಗೊತ್ತಿರುತ್ತೆ" ಎಂದ ಸ್ಟೇರಿಂಗ್ ವ್ಹೀಲ್ ತಿರುಗಿಸುತ್ತ. ಬೇರೆ ಸಮಯದಲ್ಲಿ ಹೇಗೆ ಪ್ರತಿಕ್ರಿಯಿಸುತ್ತಿದ್ದಳೇನೋ ಇಂದು ತುಟಿಬಿಚ್ಚಲಿಲ್ಲ. ಅವಳ ಮನ ದುಗುಡಗೊಂಡಿತ್ತು. ಬಹುಶಃ ಶ್ರೀನಿಧಿ, ವಿಕ್ಕಿ ಇಲ್ಲಿಗೆ ಬಂದು ಹೋಗಿದ್ದು ಗೊತ್ತಾದರೆ, ಅಮ್ಮ ಬಿಕ್ಕಳಿಸಬಹುದು. ಅಪ್ಪಯ್ಯ... ಅಜ್ಜಯ್ಯ... ಕಲ್ಪಿಸಿಕೊಳ್ಳುವುದು ಬೇಡವೆನಿಸಿತು.

ಅರ್ಥ ಮಾಡಿಕೊಂಡ ಶ್ಯಾಮ್‌ಪ್ರಸಾದ್ ಮಾತಾಡಲಿಲ್ಲ. ಒಂದೆಡೆ ನಿಂತಾಗಲೇ ಅವಳು ವಾಸ್ತವಕ್ಕೆ ಬಂದಿದ್ದು. "ಇಳೀರಿ, ಮೇಡಮ್" ಅಂದ ತಾನು ಇಳಿದ ನಂತರ, "ಸಾರಿ..." ಇಳಿದು, ಸುತ್ತಲೂ ನೋಟ ಹರಿಸಿದಳು. ಅಲ್ಲಲ್ಲಿ ಒಂದೊಂದು ಮರ, ಗಿಡ, ದಾಸವಾಳದ ವಿವಿಧ ಬಗೆಯ ಬಣ್ಣದ ಹೂಗಳು ಮರಗಳಾಗಿ ನಿಂತಿದ್ದವು. ಯಾವುದೇ ಪೋಷಣೆ ಇಲ್ಲದೆ ಬರೀ ಪೂಜೆಗಾಗಿ ಬಳಸುತ್ತಿದ್ದ ಈ ಹೂಗಳು ಸಿಟಿಯ ಮಾರ್ಕೆಟ್‌ಗಳಲ್ಲಿ ಮಾರಾಟಕ್ಕೂ ಲಭ್ಯವಾಗಿತ್ತು. ಈಗ ತೀರಾ ಸರಳವಾಗಿದ್ದ ಅವಳ ಮನ ಪ್ರತಿಯೊಂದರಲ್ಲೂ ವ್ಯಾವಹಾರಿಕ ಲೆಕ್ಕಾಚಾರದಲ್ಲಿ ತೊಡಗಿತ್ತು.

"ಆ ಮನೆ ಸುತ್ತಲಿನ ಜಾಗ ಕೊಳ್ಳೋ ಮನಸ್ಸು" ಅಂದ ಅತ್ತ ಹೆಜ್ಜೆ ಹಾಕುತ್ತ. ಈಗ ಶ್ಯಾಮ್‌ಪ್ರಸಾದ್ ಮತ್ತೊಂದು ಭವ್ಯವಾದ ತೋಟ ಖರೀದಿಸಿ 'ಗ್ರೀನ್ ಗಾರ್ಡನ್, ಗ್ರೀನ್ ಪ್ಯಾಲೇಸ್' ಎಂದು ಎರಡು ವಿಭಾಗ ಮಾಡಿ ಅದ್ಭುತವೆನಿಸಿದಂತೆ ಮಾರ್ಪಡಿಸಿದ್ದ. ಬರೀ ಸಾವಿರಗಟ್ಟಲೆ ಆದಾಯ ತರುತ್ತಿದ್ದ ಆ ತೋಟ ಲಕ್ಷಗಟ್ಟಲೇ ಆದಾಯ ತಂದು ಸುತ್ತಮುತ್ತಲಿನವರನ್ನು ಬೆರಗಾಗಿಸಿತ್ತು. ಆದರೂ ಆ ಬಗ್ಗೆ ಎಂದೂ ಮಾತಾಡಿರಲಿಲ್ಲ.

"ನಂಗೇನು ಅನುಭವವಿಲ್ಲ. ತೋಟದ ನಡ್ವೆ ಹುಟ್ಟಿ ಬೆಳೆದರೂ ಅವಕ್ಕೆ ನಾನು ಅಪರಿಚಿತಳಾಗಿ, ನನಗೆ ಅವೆಲ್ಲ ಅಪರಿಚಿತವಾಗಿಯೇ ಉಳಿದಿತ್ತೇನೋ! ಈಚೆಗೆ ನನ್ನ ತೋಟದ ಮಧ್ಯೆ ಪರಿಚಯ ಬೆಳೆಯುತ್ತಿದೆ. ಒಂದು ರೀತಿಯಲ್ಲಿ ಗಾಢವಾದ ಬೆಸುಗೆ! ತಾದಾತ್ಮ್ಯಭಾವದಿಂದ ನುಡಿದಳು. ಅವನಿಗೂ ಏನೋ ಹೇಳಬೇಕೆನಿಸಿದರು ಹೇಳಲಿಲ್ಲ. ಒಂದು ರೀತಿಯ ಮೂಕಭಾವ. "ನಂಗೆ ಅದು ದೇವಸ್ಥಾನ! ನೀನು ಅಲ್ಲಿಗೆ ಹೋಗು. ನಾನು ಮಾಡಿದ ತಪ್ಪಿಗೆ ಒಂದು ಚಿಕ್ಕ ಪ್ರಾಯಶ್ಚಿತ್ತ" ಎಷ್ಟೋ ಸಲ ಹೇಳಿದ್ದರು. ಅಮೆರಿಕಾ ಜೀವನಕ್ಕೆ ಒಗ್ಗಿಕೊಂಡಿದ್ದವನಿಗೆ ಇದು ಒಪ್ಪಿಗೆ ಇರಲಿಲ್ಲ. 'ಸಾರಿ ಡ್ಯಾಡ್, ನಂಗೆ ಅಂಥ ಮನಸ್ಸಿಲ್ಲ' ಎಷ್ಟೋ ಸಲ ಅವರ ಮುಖದ ಮುಂದೆ ಹೇಳಿದ್ದ. ಸಾವಿನನಂತರ ತನ್ನ ನಿರ್ಧಾರ ಬದಲಾಯಿಸಿಕೊಂಡಿದ್ದ.

ಆ ಮನೆಯನ್ನು ಇಬ್ಬರು ಎರಡು ಸುತ್ತು ಹಾಕಿಕೊಂಡು ಬಂದವರು ಹಿತ್ತಲಲ್ಲಿದ್ದ ಬಾವಿಯ ಬಳಿ ಬಗ್ಗಿದರು. ಮೇಲ್ಪದರಲ್ಲಿಯೇ ನೀರಿತ್ತು. ಸೇದುವ ಗಾಲಿಗೆ ಒಂದು ಹಗ್ಗವನ್ನು ಹಾಕಿದ್ದರು. "ಅಂದರೆ ಜನರು... ಸುತ್ತಮುತ್ತಲಿನವರು ನೀರನ್ನು ಸೇದಿ

ಒಯ್ಯುತ್ತಾರೆ". ಸುತ್ತಮುತ್ತಲು ತೋಟಗಳು, ಅದರ ಮಧ್ಯದಲ್ಲೋ, ಅಚೆಬದಿಗೋ ಮನೆಗಳು ಇತ್ತು. ಆ ಬಗ್ಗೆ ಅವನ ತಂದೆ ತಮ್ಮ ಡೈರಿಯಲ್ಲಿ ಬರೆದುಕೊಂಡಿದ್ದರು.

ಕೊಂಡಮಾವಿನ ಮರಕ್ಕೆ ಸುತ್ತಿಕೊಂಡು ಬೆಳೆದಿದ್ದ ಮಲ್ಲಿಗೆ ಬಳ್ಳಿಗೆ ದೀರ್ಘವಾದ ಇತಿಹಾಸ ಇದೆಯೆನಿಸಿತು. "ನಮ್ಮಮ್ಮ, ಅಕ್ಕ, ನಾನು, ನನ್ನ ತಮ್ಮ ಪೂಜೆಗಾಗಿ ಹೂಬಿಡಿಸ್ತಾ ಇದ್ವಿ. ಸೀಸನ್‌ನಲ್ಲಿ ಮಲ್ಲಿಗೆಹೂವಿನ ಘಮಲು ಎಲ್ಲೆಡೆ ಹರಡಿಕೊಳ್ಳುತ್ತಿತ್ತು."

"ನಿಂಗೇನು ಅನ್ನಿಸ್ತು?" ಕೇಳಿದ. ಮನೆಯ ಮುಂದೆ ನಿಂತು ಎರಡು ಕಡೆಯ ಜಗುಲಿಗಳು ಇಂದಿಗೂ ಕಟ್ಟುಮಸ್ತಾಗಿತ್ತು. ಅವನ ಪೂರ್ವಿಕರು ಕೂತ ಸ್ಥಳ. ಅವನ ತಂದೆ ಕೂಡ ಅಲ್ಲೆಲ್ಲ ಅಡ್ಡಾಡಿರಬೇಕು. ಜಗುಲಿಗಳಿಗೆ ಮಾತ್ರವಲ್ಲ ಸುತ್ತಲಿನ ಪರಿಸರಕ್ಕೂ ಪರಿಚಿತರೆ "ಹಿಂದಿನವರು ಮಾರಿಕೊಂಡಿದ್ದಾರೆ. ಈಗಿನವರು ವಿದೇಶದಲ್ಲಿ ನೆಲೆಸಿದ್ದಾರಂತೆ. ಬಹುಶಃ ಅವರುಗಳು ಕೂಡ ಬರೋದು ಅನುಮಾನವೇ. ಅದಕ್ಕೆ ಇದ್ನ ಕೊಳ್ಳೋ... ಇಚ್ಛೆ" ಹೇಳಿದ. ದಿವ್ಯಗೆ ಏನು ಹೇಳುವುದು ಕಷ್ಟವೇ. ಶ್ಯಾಮ್‌ಪ್ರಸಾದ್ ಬಗ್ಗೆ ಏನೇನು ಗೊತ್ತಿಲ್ಲ. ಅಮೆರಿಕಾದಿಂದ ಬಂದವರು ಅಷ್ಟೇ ಗೊತ್ತಿದ್ದಿದ್ದು. "ಒಳ್ಳೆದೇ, ಎಲ್ಲಾ ಪಾಳುಬಿದ್ದಿದೆ. ನಿಮ್ಮ ಕೈಗೆ ಸಿಕ್ಕರೆ ನಂದನವನವಾಗುತ್ತೆ. ಮನೆನ ಹಾಗೇ ಉಳ್ಸಿಕೊಂಡು.... ಸುತ್ತಲಿನ ಪರಿಸರಕ್ಕೆ ಧಕ್ಕೆ ಬರ್ದಂತೆ ಮಾರ್ಪಡಿಸ್ಬೇಕು. ಒಂದು ಅದ್ಭುತವಾದ ಕನಸು ಕಾಣಬಹುದು" ಸಂಭ್ರಮಗೊಂಡಂತೆ ಹೇಳಿದಳು. ಈ ಪ್ರದೇಶ ಬಿಟ್ಟು ಬೆಂಗಳೂರಿಗೆ ಹೋಗುವ ಮನಸ್ಸಂತು ಮಾಡದಷ್ಟು ದೃಢವಾಗಿದ್ದಳು.

"ಅಂಥ ಒಂದು ಕನಸ್ಸನ್ನು ಹೊತ್ತೆ ಇಲ್ಲಿಗೆ ಬಂದಿದ್ದು" ಎಂದ. ಅವನ ತಂದೆಯ ಡೈರಿಯ ಒಂದೊಂದು ಪುಟವು ಅವನ ಮುಂದೆ ಬಿಚ್ಚಿಕೊಳ್ಳುತ್ತಿತ್ತು. ಆ ಮನುಷ್ಯ ಮಾನಸಿಕವಾಗಿ ನೊಂದದ್ದನ್ನು ಅಕ್ಷರರೂಪಗಳಲ್ಲಿ ಇಳಿಸಿದ್ದರು. ಆಧುನಿಕ ತಂತ್ರಜ್ಞಾನ ಇಷ್ಟೊಂದು ಬೆಳೆದು ನಿಂತಿದ್ದರು ಅಕ್ಷರಗಳ ಮೇಲೆ ಅವರ ಒಲುಮೆ ಅಪಾರ" ಸುಖವಾಗಿರೋಕೆ ಇಷ್ಟೆಲ್ಲ ಬೇಕಿರಲಿಲ್ಲವೇನೋ? ಅನ್ನುವಂಥ ಮಾತುಗಳನ್ನಾಡುತ್ತಿದ್ದರು.

"ಈ ಆರಾಧ್ಯ ಏನೇನೋ ಹೇಳ್ತಾನೆ. ಪೂರ್ತಿ ಕನ್‌ಫ್ಯೂಷನ್. ಬೇಗ ಕೆಲ್ಸ ಆಗ್ಬೇಕು. ಅವ್ರೇನು ಕೇಳ್ತಾರೋ ನಾನು ಕೊಡೋದಿಕ್ಕೆ ರೆಡಿ. ಈ ಪ್ಲೇಸ್ ನನ್ನ ಕೈ ತಪ್ಪಿ ಹೋಗ್ಬಾರ್ದು. ಒಮ್ಮೆ ಅವರೊಂದಿಗೆ ನೀನು ಮಾತಾಡು. ನಿಂಗೂ ಪರ್ಸೆಂಟೇಜ್ ಸಿಗುತ್ತೆ. ಡೋಂಟ್ ಮಿಸ್ಟೇಕ್ ಮಿ. ದಿನಗಳು ಕಳೆದುಹೋಗುತ್ತೆ. ನಿಂಗೆ ಹಣದ ಬಗ್ಗೆ ಅರ್ಜೆನ್ಸಿ ಇದೆ. ಯೋಚ್ನೆ ಮಾಡು" ಎಂದು ಸರಿದುಹೋದವನು ಬಾವಿಕಟ್ಟೆಯ ಬಳಿ ಹೋಗಿ ನಿಂತ "ನಂಗೆ ನನ್ನಮ್ಮ ಅಲ್ಲೇ ಎಳೆಬಿಸಿಲಿ ಕೂಡಿಸಿ ಮೈಗೆ ಎಣ್ಣೆ ತಿಕ್ಕೋರು: ಅವರೇ ಬಿಸಿಬಿಸಿ ನೀರು ಹಾಕಿ ತಲೆ ಮೈ ಉಜ್ಜುತ್ತಿದ್ದರು. ಅದೆಂಥ ಅನುಭವ! ಹೆಸರು, ಹಣ, ವೈಭವದ ಜೀವನದ ಹಿಂದೆ ಬಿದ್ದು ಅದೆಲ್ಲ ಮರ್ತೆ." ಅವನಪ್ಪ ಕೃಷ್ಣಪ್ರಸಾದ್ ಅಗ್ನಿಹೋತ್ರಿ ಡೈರಿಯಲ್ಲಿ ಬರೆದುಕೊಂಡಿದ್ದರು. ಇದೇ ಆ ಜಾಗ.... ಬಾವಿಯ

ಬಳಿಯಲ್ಲಿದ್ದ ಕಲ್ಲುಹಾಸನ್ನು ಸವರಿ ನೋಡಿತು, ಅವನ ನೋಟ. ಅದ್ಭುತವಾದ, ಅತ್ಯಂತ ಶ್ರೀಮಂತಭಾವವೊಂದು ಅವನಲ್ಲಿ ಮೂಡಿತು: 'ಆಟ್ ಎನಿ ಕಾಸ್ಟ್, ಈ ಜಾಗವನ್ನು ಪಡೆದುಕೊಳ್ಳಲೇಬೇಕು" ಅವನ ನಿರ್ಧಾರ ಮತ್ತಷ್ಟು ದೃಢವಾಯಿತು.

ಅವಳೇ ನಿಧಾನವಾಗಿ ಅವನತ್ತ ಸರಿದು ಬಂದು "ಫೋನ್ ಮಾಡ್ತೀನಿ" ಅಂದಳು. ಹೌದು, ಹಣದ ಅಗತ್ಯವಿತ್ತು. ಸಹಾಯದ ಹಸ್ತ ಚಾಚುವಂಥವರು ಯಾರು ಇರಲಿಲ್ಲ. ನೆಂಟರು ಅನ್ನಿಸಿಕೊಂಡ ಜನ ಲಕ್ಷಗಳನ್ನ ನೋಡಿರಲಿಲ್ಲ. ಮಸ್ತಿಷ್ಕದಲ್ಲೇ ಇದ್ದ ಅವರ ನಂಬರ್‌ನ ಹೇಳಿ "ಆರಾಧ್ಯ ಒಂದು ಹೇಳ್ತಾನೆ. ಅವರೊಂದು ಹೇಳ್ತಾರೆ. ವಿದೇಶದಲ್ಲಿರೋ ಓನರ್ ಅಡ್ರೆಸ್ ಕೊಡೋಲ್ಲ. ಏನಾದ್ರೂ ಮಸಲತ್ತು ಇದ್ಯೋ?" ಎಂದು ಅನುಮಾನ ವ್ಯಕ್ತಪಡಿಸಿದ. ಆದರ ಹಿಂದೆ ಆತಂಕವಿದೆಯೆನಿಸಿತು ಅವಳಿಗೆ.

ಆ ನಂಬರ್‌ಗೆ ಒಂದಲ್ಲ, ನಾಲ್ಕು ಸಲ ಫೋನ್ ಮಾಡಿದರು, ಯಾರು ಎತ್ತಲಿಲ್ಲ. ಹತ್ತು ನಿಮಿಷಗಳ ನಂತರ ಅದೇ ನಂಬರ್‌ನಿಂದ ಒಂದು ರಿಂಗ್ ಬಂತು. ಫೋನೆತ್ತಿದ ಕೂಡಲೇ "ನಮಸ್ಕಾರ..." ಅಂದ ವ್ಯಕ್ತಿ. "ಅವ್ರು ನನ್ನ ಸೊಸೆಯ ಕಡೆಯವರು. ಡೀಲಿಂಗ್‌ಗೆ ಅವಳೇ.... ನಿಂತಿದ್ದಾಳೆ. ನಂಗೂ, ಅಷ್ಟೋ.... ಇಷ್ಟೋ ಕೊಟ್ಟರೇ ಅನ್ಕೂಲವಾಗುತ್ತೆ" ವೆಂಕಟೇಶಯ್ಯನ ದನಿ. "ನಾನು, 'ಗ್ರೀನ್ ಗಾರ್ಡನ್'ನ ಮ್ಯಾನೇಜರ್. ವಿದೇಶದಲ್ಲಿರೋ ಆ ಪ್ಲಾಟ್‌ನ ಮಾಲೀಕರ ವಿಳಾಸಕೊಟ್ಟರೆ ನೇರವಾಗಿ ನಾವೇ ಸಂಪರ್ಕಿಸ್ತೀವಿ. ಆದರೆ ನಿಮ್ಗೇ ಸಿಗಬೇಕಾದ ಕಮೀಷನ್ ಸಿಗುತ್ತೆ" ಎಂದಳು. "ಅಷ್ಟು ಮಾಡಿ, ಪೆನ್‌ಷನ್ ಹಣ ಬಂದ ಕೂಡಲೇ ಕಿತ್ಕೊಂಡ್ ಬಿಡ್ತಾಳೆ ನನ್ನ ಸೊಸೆ. ಮನೆಯಲ್ಲಿ ಪೂರ್ತಿ ಅಳತೆಯ ಪಥ್ಯದ ಊಟ. ಏನಾದ್ರೂ ತಿನ್ನಬೇಕೂಂತ ಅನಿಸುತ್ತೆ. ಅದ್ಕೇ ಕಾಸು ಬೇಕಲ್ಲ? ಬಾಯಿಚಪಲ ತಡೆಯಲಾರದೇ ಕದ್ದುಬಿಡೋಣಾಂತ ಅನ್ನಿಸುತ್ತೆ.... ಒಂದು ನಿಮಿಷ... ನನ್ನ ಸೊಸೆ... ಬಂದ್ಲು, ಕೊಡ್ತೀನಿ" ಅಂದಿದಷ್ಟೆ. ಮೊಬೈಲ್‌ನಿಂದ ದನಿ ಬಂದಿದ್ದು ಒಬ್ಬ ಹೆಂಗಸನದು "ಹಲೋ, ಅದೇನು... ಹೇಳಿ! ಡಾಕ್ಯುಮೆಂಟ್ಸ್ ತೆಗೆದಿಟ್ಕೊಂಡಿದ್ದೀನಿ. ಬಂದ ಖರ್ಚು ನೀವೇ ನಿಭಾಯಿಸ್ಬೇಕು. ನಂಗೂ ಅವ್ರನ್ನ ಕನ್ವಿನ್ಸ್ ಮಾಡಿ ಸಾಕಾಗಿದೆ. ಎಂದು.... ಬರಲಿ?" ಒಂದೇ ಸಲ ಒದರಿದಳು.

"ಸಾರಿ ಮೇಡಮ್, ಗ್ರೀನ್ ಗಾರ್ಡನ್‌ನ ಮ್ಯಾನೇಜರ್, ಐದು ನಿಮಿಷ. ಆಮೇಲೆ ನಾನೇ ಫೋನ್ ಮಾಡ್ತೀನೀ" ಮೊಬೈಲ್ ಕಟ್ ಮಾಡಿ "ಸರ್ ಡಾಕ್ಯುಮೆಂಟ್ಸ್ ಕಲೆಕ್ಟ್ ಮಾಡ್ಕೊಂಡಿದ್ದಾರಂತೆ. ಖರ್ಚು... ವೆಚ್ಚದ... ಬಗ್ಗೆ ಹೇಳಿದ್ರು. ಎಂದು ಬರಲೀಂತ ಕೇಳ್ತಾ ಇದ್ದಾರೆ. ನೀವೇ.... ಮಾತಾಡಿ" ಅಂದಳು. ಕ್ಷಣ ಯೋಚಿಸಿದ ಶ್ಯಾಮ್‌ಪ್ರಸಾದ್ "ಎಷ್ಟು ಬೇಗ ಸಾಧ್ಯವೋ, ಅಷ್ಟು ಬೇಗ ಮುಗೀಬೇಕು. ಪೂರ್ತಿ ಡಾಕ್ಯುಮೆಂಟ್ಸ್‌ನೊಂದಿಗೆ ಬರಲಿ" ಅಂದ ಆವೇಗದಿಂದ. ಒಂದು ರೀತಿಯ ಟೆನ್‌ಷನ್‌ನ ಗುರುತಿಸಿದಳು ಅವನ ಮುಖದಲ್ಲಿ. ಅಷ್ಟನ್ನು ಚುಟುಕಾಗಿ ಹೇಳಿ ಮುಗಿಸಿದ ದಿವ್ಯ "ಕೀ ಇದ್ದಿದ್ದರೆ, ಒಳ್ಗೆ ನೋಡಬಹುದಿತ್ತು" ಮೆಲ್ಲಗೆ

ಅಂದಳು. ಒಳಗಿನ ಇಂಚು... ಇಂಚು ಜಾಗವನ್ನು ಅವನ ತಂದೆ ಮನಮುಟ್ಟುವಂತೆ ವರ್ಣಿಸಿದ್ದರು. "ಎಲ್ಲಾ. ಪರಿಚಯದ್ದೇ" ಎಂದುಕೊಂಡ ಮನದಲ್ಲಿ.

"ಕಾಯಿಕೊಳ್ಳೋ ಸುಂದರೇಶನ್ ಬಂದಿರುತ್ತಾರೆ. ಇಲ್ಲಿ ನೇರ... ನೇರಾ... ಮಧ್ಯೆ ದಳ್ಳಾಳಿ ಇಲ್ಲ. ಕಮಿಷನ್ ರಗಳೆ ಇಲ್ಲ. ಸಿಗಬೇಕಾದಷ್ಟು ಹಣ ಪ್ರಾಮಾಣಿಕವಾಗಿ ಸಿಗುತ್ತೆ. ಹಬ್ಬದ ಸೀಸನ್. ಕಾಯಿ ಬೆಲೆ ಯದ್ವಾ ತದ್ವಾ ಏರಿದೆ. ಉದುರ ಕಾಯಿಯೇ ಹೆಚ್ಚಿಸಿದೆ." ಕಾಯಿಯ ಬಗ್ಗೆ ಹೇಳಿದಳು. ಅವನ ಗಮನ ಆ ಕಡೆ ಇರಲಿಲ್ಲ. 'ವಂಶದ ಆಸ್ತಿ. ಅಲ್ಲಿ ನಿನ್ನವರ ಪಳೆಯುಳಿಕೆ ಇದೆ. ಪರಂಪರೆ ಇದೆ. ಪವಿತ್ರತೆ ಇದೆ' ಇದೇ ಮಾತುಗಳನ್ನು ಮತ್ತೆ ಮತ್ತೆ ಹೇಳಿದಂತಾಯಿತು.

ಜೀಪು ಹತ್ತಿ 'ಗ್ರೀನ್ ಪ್ಯಾಲೇಸ್'ಗೆ ಬಂದರು. ಶ್ಯಾಮ್ ಪ್ರಸಾದ್ ಗೆಸ್ಟ್ ಹೌಸ್‌ಗೆ ಹೋದ. ದಿವ್ಯ ಕಾಯಿ ಕೀಳಿಸಿ ಹಾಕಿದ್ದ ಕಡೆ ಹೋದಳು. ಇಲ್ಲಿನ ಆಳುಗಳು ಹೊಸಬರೇ. ಶ್ಯಾಮ್‌ಪ್ರಸಾದ್ ಕೊಂಡನಂತರ ಹಳಬರನ್ನು ಕಳಿಸಿ ಹೊಸಬರನ್ನು ನೇಮಿಸಿಕೊಂಡಿದ್ದ. ಇನ್ನು ಅವರ ನಿಷ್ಠೆ ಬಗ್ಗೆ ಪರೀಕ್ಷಿಸಲಾಗಿರಲಿಲ್ಲ. ಕಾಯಿಗೆ ಒಂದು ರೂಪಾಯಿ ಜಾಸ್ತಿ ಸಿಗುವುದರಿಂದ ಮಾರಲು ಒಪ್ಪಿ ಅಡ್ವಾನ್ಸ್ ಪಡೆದು ಗೆಸ್ಟ್‌ಹೌಸ್‌ಗೆ ಬಂದಾಗ ಯಾರೊಂದಿಗೋ ಮಾತಾಡುತ್ತಿದ್ದ ಶ್ಯಾಮ್‌ಪ್ರಸಾದ್ ಕಣ್ಣಲ್ಲಿಯೇ ಸನ್ನೆ ಮಾಡಿದ. ಅವನ ಮಮ್ಮಿಗ್ರೆ ಇದೆಲ್ಲ ಭೂತಚೇಷ್ಟೆಯಂತೆ ಕಂಡಿತ್ತು. ಸುತರಾಂ ಮಗ ಭಾರತಕ್ಕೆ ಹೋಗುವುದು ಆಕೆ ಇಷ್ಟಪಡುತ್ತಿರಲಿಲ್ಲ. ಅದಕ್ಕೆ ಕೃಷ್ಣಪ್ರಸಾದ್ ಮ್ಯಾರೇಜ್ ಪ್ರಪೋಸಲ್ ಮುಂದಿಟ್ಟಾಗ ಮೊದಲ ಕಂಡೀಷನ್ ಭಾರತಕ್ಕೆ ಹಿಂದಿರುಗಬಾರದೆಂದು ವೈಭವ ಜೀವನದಲ್ಲಿದ್ದ ಆ ಮನುಷ್ಯ ಸಂತೋಷದಿಂದ ಸಮ್ಮತಿಸಿದ್ದ. ತನ್ನ ನಿರ್ಧಾರ ತಪ್ಪೆಂದು ತಿಳಿಯುವ ವೇಳೆಗೆ ಬಹಳ ದೂರ ಬಂದಂಗಿತ್ತು.

"ಕಾಲ್ ಯು ಲೇಟರ್" ಲೈನ್ ಕಟ್ ಮಾಡಿ ಇವಳತ್ತ ನೋಟ ಹರಿಸಿದಾಗ, ಅನ್ಯಮನಸ್ಕನಾಗಿದ್ದ "ಈಗ ಮತ್ತೆ ಫೋನ್ ಮಾಡಿದ್ರು. ಎಲ್ಲಾ ಡಾಕ್ಯುಮೆಂಟ್ಸ್ ರೆಡಿಯಾಗಿದೆಯಂತೆ. ಸಂಜೆ ಹೊರಡ್ತೀವೀಂದ್ರು. ವಿದೇಶದಲ್ಲಿರೋ ಮಾಲೀಕರು ಮನಸ್ಸು ಬದಲಾಯಿಸುವ ಮುನ್ನ ಮಾರಿಸಿಬಿಡೋ ಆತುರ. 'ಪವರ್ ಆಫ್ ಅಟಾರ್ನಿ' ನನ್ನ ಹೆಸರಿನಲ್ಲೇ ಇದೆ. ನಾನೇ ರಿಜಿಸ್ಟರ್ ಮಾಡಿಕೊಡ್ತೀನೀಂದ್ರು ವೆಂಕಟೇಶಯ್ಯನ ಸೊಸೆ. ನಿಮ್ಮನ್ನ ಒಂದ್ಮಾತು ಕೇಳಿ ಫೋನ್ ಮಾಡ್ತೀನಿ ಅಂದೆ" ಅಂದಳು. ಎರಡು ನಿಮಿಷ ಯೋಚಿಸಿದನಂತರ "ಬರೋದಿಕ್ಕೆ ಹೇಳಿ. ಅವರದು ಹಳೆ ಮಾಡೆಲ್ ಕಾರು. ಮಧ್ಯದಲ್ಲಿ ಕೆಟ್ಟರೆ ಫಜೀತಿ ಆಗುತ್ತೆ. ಟ್ಯಾಕ್ಸಿ ಮಾಡ್ಕೊಂಡ್ ಬರೋದಿಕ್ಕೆ ಹೇಳಿ. ಅದರ ಕಾಸ್ಟ್ ನಾನೇ ಪೇ ಮಾಡ್ತೀನಿ" ಇಂಥದೊಂದು ಸಜೆಷನ್ ಕೊಟ್ಟ. ಅವನ ಮಮ್ಮಿ ಕೂಡಲೇ ಹಿಂದಕ್ಕೆ ಬಾ ಅಂತ ಒಂದು ಗಂಟೆ ವಾದಿಸಿದ್ದಳು. "ಈಗಂತು... ಇಲ್ಲ" ಸ್ಪಷ್ಟವಾಗಿ ಹೇಳಿದಾಗ ಬಾಯಿಗೆ ಬಂದಂತೆ ತೀರಿಕೊಂಡ ಗಂಡನ ಜೊತೆ ಮಗನನ್ನು ಬೈದಿದ್ದಳು "ಯು ಆರ್ ಫೂಲಿಷ್. ಅಲ್ಲಿನವರು ಇಲ್ಲಿನ ಜೀವನಕ್ಕೆ ಆಸೆಪಟ್ಟು ಅಪ್ಲಿಕೇಷನ್ ಹಾಕ್ಕೊಂಡು ಕೂತಿದ್ದಾರೆ. ನೀನೇನು... ಮಾಡ್ತೀ?" ಈ ಪ್ರಶ್ನೆ

ಹಲವಾರು ಸಲ. ಅದನ್ನು ವಿವರಿಸುವಷ್ಟು ಪ್ರೌಢಿಮೆ ಇವನಿಗೆ ಇರಲಿಲ್ಲ. "ಸ್ಟಾಪ್... ಇಟ್..." ಕೂಗುತ್ತಿದ್ದ. ದೃಢತೆಯನ್ನು ಮತ್ತಷ್ಟು ಗಟ್ಟಿಗೊಳಿಸಬೇಕಿತ್ತು.

"ಪ್ಲೀಸ್ ಅಂಡರ್‌ಸ್ಟಾಂಡ್, ಅವ್ರ ತಪ್ಪಿಗೆ, ಪ್ರಾಯಶ್ಚಿತ್ತಕ್ಕೆ ನೀನು ಹೊಣೆಯಲ್ಲ. ನೀನು ಭಾರತಕ್ಕೆ ಹೋಗೋದು ನಂಗಿಷ್ಟವಿಲ್ಲ. ಸತ್ತವರ ಬಗ್ಗೆ ತಲೆ ಕೆಡ್ಸಿಕೊಳ್ಳೋದು ಮೂರ್ಖತನ. ನಿನ್ನ ಬದ್ಕಿನ ಬಗ್ಗೆ ಯೋಚ್ಸು. ನನ್ನ, ಬಗ್ಗೆ ಯೋಚ್ಸು. ನಮ್ಮ ಮೆಡಿಕಲ್ ಫೌಂಡೇಶನ್ ಮೂಲಕ ಇನ್ನಷ್ಟು ಅಸ್ಪತ್ರೆಗಳನ್ನು ತೆಗಿಯಬೇಕಿದೆ. ನಂಬರ್ 1 ನನ್ನ ಕನಸು" ಅವನ ಮಮ್ಮಿ ಎಮಿಲಿಯ ವಿರೋಧ ಜೋರಾಗಿಯೇ ಇತ್ತು. "ಹೋಗೋದು ಷೂರ್, ಅದ್ಕೆ ಬೇಕಾದ ಏರ್ಪಾಟುಗಳನ್ನೆಲ್ಲ ಮಾಡ್ಕೊಂಡಾಗಿದೆ" ಎಂದು ತಾಯಿಯನ್ನು ಬೆಚ್ಚುವಂತೆ ಮಾಡಿದ್ದ. ಅಲ್ಲಿ ದೊಡ್ಡ ರೀತಿಯ ಹೋರಾಟ ಮಾಡಿಕೊಂಡೇ ಭಾರತಕ್ಕೆ ಕಾಲಿಟ್ಟಿದ್ದು.

ದಿವ್ಯ ಇಲ್ಲಿನ ಕೆಲಸಗಳನ್ನೆಲ್ಲ ಮುಗಿಸಿಕೊಂಡು ಹೊರಡುವ ವೇಳೆಗೆ ಮೂರಾಗಿತ್ತು. ಶ್ಯಾಮ್‌ಪ್ರಸಾದ್ ಇದ್ದರೇ ಹೇಳಿಹೋಗುವುದರ ಜೊತೆ ಕೆಲವು ವಿಷಯಗಳನ್ನು ಗಮನಕ್ಕೆ ತರುವುದು ಅವಳ ಅಭ್ಯಾಸ.

ಇವಳು ಬಂದಾಗ ಶ್ಯಾಮ್‌ಪ್ರಸಾದ್ ಬೆಡ್‌ರೂಂನಲ್ಲಿದ್ದ. ಕುಕ್‌ನ ಕರೆದು "ಯಜಮಾನ್ರು ಎದ್ದರೆ, ನಾನು ಹೋಗಿರೋ ವಿಷ್ಯ ತಿಳ್ಸು. ಮಿಕ್ಕಿದ್ದು ಫೋನ್‌ನಲ್ಲಿ ತಿಳಿಸ್ತೀನಿ" ಇಂಥದೊಂದು ಮೆಸೆಜ್ ಕೊಟ್ಟು ಹೊರಟುಬಂದಳು. ಜೀಪು ಜೊತೆ ಒಂದು ಮಾರುತಿ ಸ್ವಿಫ್ಟ್ ಇತ್ತು. ಯಾವುದಾದರೂ ಅವಳ ಓಡಾಟಕ್ಕೆ ಉಪಯೋಗಿಸಿಕೊಳ್ಳಬಹುದಿತ್ತು. ಅಂಥ ದೊಡ್ಡ ರೀತಿಯ ಫಾರ್ಮಾಲಿಟಿಸ್‌ಯೇನು ಇರಲಿಲ್ಲ. ಕೆಲವೊಮ್ಮೆ ನಡೆದೇ ಹೋಗುತ್ತಿದ್ದಳು. ಒಮ್ಮೊಮ್ಮೆ ಬೆಳಗಿನಲ್ಲಿ ಆರಾಮಾಗಿ ನಡೆಯುವುದು ಅವಳಲ್ಲಿ ಉತ್ಸಾಹ ತುಂಬುತ್ತಿತ್ತು.

"ನಿನ್ನ ಅಜ್ಜಯ್ಯ, ಅಪ್ಪಯ್ಯ ಕಾದು ಊಟ ಮುಗಿಸಿದ್ರು. ಯಾಕಿಷ್ಟು ತಡ?" ಮುಖ ಕಂಡಕೂಡಲೆ ಮನೆಯಿಂದ ಹೊರಗೆ ಬಂದು "ಯಾಕಿಷ್ಟು ಸೊರಗಿದ್ದಿ? ಈ ಪಾಟಿ ಕೆಲ್ಸ ಬೇಕಾ? ಹೆಣ್ಣು ಮಕ್ಕಳನ್ನು ದುಡಿಸಿಕೊಳ್ಳೋದೆ ತಪ್ಪು. ಇದನ್ನೆಲ್ಲ ನೋಡೋದು, ಬೇಕಾ? ಅರ್ಥ ಮಾಡ್ಕೋ, ನಮಗಾಗಿ ನಿಂಗೆ ಈ ಬವಣೆ? ಬೇಡ, ಬಿಡೇ" ಎಂದರು. ಕೌಸಲ್ಯ ಇದನ್ನು ಆಗಾಗ ಹೇಳುತ್ತಿದ್ದರು. ಹೊಸದೇನು ಅಲ್ಲದಿದ್ದರಿಂದ ಮುಗುಳ್ನಕ್ಕು "ನಿಂಗೆ ಅರ್ಥವಾಗಿರೋದು ಅಷ್ಟೆ. ನಮಗಾಗಿ ನೀವು ಬದುಕಿದ್ರಿ. ನಿಮಗಾಗಿ ಬದುಕೋದು, ಕರ್ತವ್ಯದ ಜೊತೆ ಸಂತೋಷ ಕೂಡ. ಆಗಿನ ದಿವ್ಯ ಅಲ್ಲ, ಬಿಡು. ಈಗ ನಿನ್ಮಗ್ಳು ಮಾನಸಿಕವಾಗಿ ಬೆಳೆದಿದ್ದಾಳೆ. ಛಾಲೆಂಜಾಗಿ ತಗೊಂಡಿದ್ದೀನಿ. ವರ್ಷ ಪೂರ್ತಿ ಆಗೋ ವೇಳೆಗೆ ಅಷ್ಟು ಹಣನು ಸಲ್ಲಿಸಿ ತೋಟದ ತುಂಬ ಓಡಾಡಬೇಕು. ಹಂಗಿಸಿದ ಮಾವ, ಅಣ್ಣನ ಮುಂದೆ ಅಭಿಮಾನದಿಂದ ಮುಖವೆತ್ತಿ ನಡೆಯಬೇಕು. ಅದ್ಕೇ ನಿಮ್ಮ ಕೋಪರೇಶನ್ ಆಶೀರ್ವಾದ ಬೇಕು. ಸೋಲೊಪ್ಪಿಕೊಳ್ಳಬಾರ್ದು. ಒಂದೊಂದು ರೂಪಾಯಿ ಸೇರ್ದಕೂಡಲೇ ನನ್ನ ಆತ್ಮವಿಶ್ವಾಸ ನೂರುಪಟ್ಟು ಹೆಚ್ಚುಗುತ್ತಾ ಇದೆ. ಅಮ್ಮ ಹೊಟ್ಟೆ ಹಸಿವು, ಬೇಗ....

ಬಡ್ಸು" ಹಿತ್ತಲಿಗೆ ಹೋಗಿ ಕೈಕಾಲು ತೊಳೆದು ಬರುವ ವೇಳೆಗೆ ಎಲೆ ಹಾಕಿದ್ದರು. ಹಸನಾದ ಬಾಳೇತೋಟ, ದಿನವು ಬಾಳೆಎಲೆ ಊಟವೇ.

ಎಲೆಯ ಮುಂದೆ ಕೂತು ಒದ್ದೆಯಾದ ಕೈಗಳಿಂದ ಮುಖವನ್ನು ಸವರಿಕೊಂಡಿದ್ದು ಮೆಲ್ಲಗೆ ಹಾಯೆನಿಸಿತು. "ನೀವು ಕನ್ವಿನ್ಸ್ ಮಾಡಿ ನಿಮ್ಗೂ ಕಮಿಷನ್ ಸಿಗುತ್ತೆ. ಆರಾಧ್ಯ ಡಬ್ಬಲ್ ಗೇಮ್ ಆಡೋ ಹಂಗೆ ಕಾಣುತ್ತೆ. ಏನಿ ಕಾಸ್ಟ್ ನಂಗೆ ಆ ಪ್ಲಾಟ್ ಬೇಕು" ಎಂದಿದ್ದ. 'ಕಮಿಷನ್' ಬೇಡವೆನಿಸಿದರು, ಈಗ ಹಣದ ಅಗತ್ಯವಿತ್ತು. ಬುದ್ಧಿವಂತಿಕೆಗೆ ಸಿಗೋ ಪ್ರತಿಫಲ, ಬೇಗ ಊಟ ಮುಗಿಸಿ ಲೆಕ್ಕದ ಪುಸ್ತಕ ಹಿಡಿದುಕೂತಳು.

"ಸಾಕು ಬಿಡೇ, ಮೂರ್ಹೊತ್ತು ಅದೇ ಹಚ್ಚಿಕೊಂಡರೇ ಸೊರಗಿಹೋಗ್ತೀ?" ಪ್ರೀತಿ, ಮಮತೆಯಿಂದ ಗದರಿಕೊಳ್ಳುತ್ತಲೇ ಅವರ ಬಳಿ ಕೂತರು. "ಇನ್ನೆಷ್ಟು ಕೊಡ್ಬೇಕಾಗುತ್ತೆ"? ಆಸಕ್ತಿಯಿಂದ ಕೇಳಿದರು. ಅವರಿಗೆ ಕೇಳುವುದಕ್ಕೆ ಎಷ್ಟು ಆಸಕ್ತಿಯೋ, ಹೇಳುವುದಕ್ಕೆ ಅಷ್ಟೇ ಆತುರ. ಲೆಕ್ಕ ತಪ್ಪದಂತೆ ಅದನ್ನು ವಿವರಿಸುತ್ತಿದ್ದಳು. "ಇನ್ನು ಇಪ್ಪತ್ತೆಂಟು ಲಕ್ಷ.... ಚಿಲ್ಲರೆ ಕೊಡ್ಬೇಕಾಗುತ್ತೆ. ತಿಂಗಳಿಗೆ ಇಪ್ಪತ್ತು ಸಾವಿರ ಸಂಬಳ ಅಂದರೆ... ಎರಡು ಲಕ್ಷದಷ್ಟು ಸಂಬಳ. ಹಾಗಂದರು.... ತೀರಿಸಬೇಕಾದ ಹಣ ಲಕ್ಷಗಳಲ್ಲಿಯೇ. ನೋಡೋಣ, ವಾಯುಪುತ್ರ ನಮ್ಮ ಕೈಬಿಡೋಲ್ಲ" ನಿರಾಸೆಯ ಮಧ್ಯೆ ಆತ್ಮವಿಶ್ವಾಸದ ಜ್ಯೋತಿ.

ಕೌಸಲ್ಯ ನೆಲಕ್ಕೆ ಕೈಯೂರಿ ಮೇಲಕ್ಕೆದ್ದವರು. "ಅಕಸ್ಮಾತ್ ಪೂರ್ತಿ ಹಣ ಕೊಡದಿದ್ದರೇ ತೋಟದ ಜೊತೆ ಇದ್ವರ್ಗೂ ಕೊಟ್ಟಿರೋ ಹಣ ಅವರದೇ ಅಲ್ವಾ? ವಿಕ್ಕಿ ಅಂದಂಗೆ ಎಲ್ಲಾ ಕಳ್ಕೋಬೇಕಾಗುತ್ತೆ. ಕೆಟ್ಟ ಧೈರ್ಯ ಮಾಡಬಾರ್ದಿತ್ತು, ದಿವ್ಯ" ಮತ್ತೆ ಆಕೆಯ ದನಿಯಲ್ಲಿ ಆತಂಕ ಭಯ "ಹಾಗೇನಾಗೋಲ್ಲ, ಈ ಒಂದ್ವರ್ಷ ತೋಟ ನಿಮ್ದೇಂತ ಹೇಳ್ದವರಿಗೆ ಕೊಟ್ಟ ಕಾಣಿಕೆ ಅಂದ್ಕೊಂಡ್‌ಬಿಡೋಣ. ಹಾಗೆಲ್ಲ ಯೋಚ್ನೆ.... ಮಾಡ್ಬೇಡ" ಲೆಕ್ಕದ ಪುಸ್ತಕವನ್ನ ಎತ್ತಿಟ್ಟು ಬಂದವಳು "ಗೊಬ್ಬರ ಹಾಕೋಕೆ ಹೇಳಿದ್ದೆ. ಏನ್ಮಾಡ್ತಾ ಇದ್ದಾರೋ... ನೋಡ್ಬರ್ತೀನಿ" ನಡೆದವಳತ್ತ ನೋಡಿ ನಿಟ್ಟುಸಿರುಬಿಟ್ರು "ಅತ್ತಿಗೆ, ನಿಮ್ಗೆ ಮಕ್ಳು ಯೋಚ್ನೆ ಬೇಡ. ದೀಪಿಕಾ ನಿಮ್ಮ ಸೊಸೆ, ದಿವ್ಯ ನನ್ನ ಸೊಸೆ. ತರಲೆ, ತಾಪತ್ರಯ ಯಾವ್ದು ಇರೋಲ್ಲ" ವಸಂತಲಕ್ಷ್ಮಿ ಒಂದು ನೂರು ಸಲವಾದರೂ ಹೇಳಿದ್ದರು. ಹಾಗೆಯೇ ವಿಕ್ಕಿ ಮತ್ತು ದಿವ್ಯ ಎಜುಕೇಷನ್ ಬಗ್ಗೆ ಅವರದೇ ತೀರ್ಮಾನ. ಅವರು ಕೈಗೊಂಡಿದ್ದಕ್ಕೆ ಒಂದೇ ಒಂದು ವಿರೋಧದ ಮಾತು ಇರಲಿಲ್ಲ ಈ ಕಡೆಯಿಂದ.

ಸಂಪಿಗೆ ಮರದಲ್ಲಿನ ಹೂಗಳು ಕೂಡ ಈಗ ಲೆಕ್ಕವಾಗಿ ಬಿಡುತ್ತತ್ತು. ಇದು ಹಿರಿಯರಿಗೇನು ಅವಳಿಗೂ ಒಪ್ಪಿಗೆ ಇಲ್ಲ. ಆದರೆ ಬೇರೆ ದಾರಿ ಇರಲಿಲ್ಲ. ಕೆಲವರು ಮೂಗಿನ ಮೇಲೆ ಬೆರಳಿಡುತ್ತಿದ್ದರು. ಅಲ್ಪಸ್ವಲ್ಪ ತೋಟ ಮಾರಾಟದ ವಿಚಾರ ಎಲ್ಲೆಡೆ ಹರಡಿದ್ದರಿಂದ ಪ್ರಸ್ತಾಪಿಸುತ್ತಿದ್ದರು. ಕೆಲವರು ಬಾಯಿ ಇದ್ದ ಹಿರಿಯರು ಸಂಪತ್ತನ್ನು ರಾಶಿ ಹಾಕಿಕೊಂಡ ಜನ "ಅದ್ಹೇಗೇ ಮಾರ್ತಾರೆ? ಮೊದ್ಲಿನಿಂದ ತೋಟ, ದೇವಸ್ಥಾನ ಒಂದೇ ಅನ್ನುವ ಭಾವ ಸುತ್ತಮುತ್ತಲಿನವರದು. ಎಲ್ಲಾ ವಿಚಿತ್ರವಾಗಿದೆ. ದೇವಸ್ಥಾನನು ಸೇರ್ಸಿಕೊಂಡು ಮಾರಿದ್ದಾರ?" ಇಂಥ ಮಾತುಗಳೆಲ್ಲ ಬಂದಿದ್ದವು. ಬಹುಶಃ

ಇವರುಗಳು ಹೊರಟು ತೋಟದ ಮಾಲೀಕತ್ವ ಶ್ಯಾಮಪ್ರಸಾದ್ ಕೈಗೆ ಹೋದಾಗ, ವಿರೋಧ ಒಂದಿಷ್ಟು ಪ್ರತಿಭಟನೆಗಳ ಜೊತೆ ಬೆದರಿಕೆಗಳು ಹಾಕುತ್ತಿದ್ದರೇನೋ? ಇದೆಲ್ಲ ವಿದೇಶದಿಂದ ಬಂದು ಕೊಂಡ ಶ್ಯಾಮ್‌ಪ್ರಸಾದ್‌ಗೆ ಗೊತ್ತಿತ್ತು?

ಆರರ ಸುಮಾರಿಗೆ ಬೆಂಗಳೂರಿನಿಂದ ವೆಂಕಟೇಶಯ್ಯನ ಸೊಸೆ ಶಾಲಿನಿ ಫೋನ್ ಮಾಡಿ "ನಿಮ್ಮ ಪ್ರಕಾರ ಟ್ಯಾಕ್ಸಿಯಲ್ಲಿ ಹೊರಪಟ್ಟಿದ್ದೀವಿ. ಅದರ ಛಾರ್ಜಸ್ ಮಾತ್ರ ನೀವು ಪೇ ಮಾಡ್ಬೇಕು. ಆಮೇಲೆ ತಕರಾರು ಮಾಡೋದ್ಬೇಡ. ನಾನಂತು ತುಂಬ ಪರ್‌ಫೆಕ್ಟ್" ಇಂಥದನ್ನ ಸಾಕಷ್ಟು ಹೇಳಿದ ಮೇಲೆಯೇ ನಿಲ್ಲಿಸಿದ್ದು. "ಆಯ್ತು, ನೀವು... ಬನ್ನಿ. ಅದ್ಕೆ ನಾವು ರೆಡಿ ಇದ್ದೀವಿ" ಅಂದಮೇಲೆಯೇ ಫೋನ್ ಕಟ್ ಆಗಿದ್ದು. ಉಸಿರೆಳೆದುಕೊಂಡಳು. ಬಾವಿಯೊಳಗಿನ ಕಪ್ಪೆಯಂತೆ ಇದ್ದವಳಿಗೆ, ವಿವಿಧ ಮುಖಗಳ ದರ್ಶನವಾದದ್ದು ಶ್ರೀನಿಧಿಯ ಮೂಲಕವೆ. ಅವಳು ಕಂಡದ್ದು ಅರ್ಥೈಯಿಸಿಕೊಂಡಿದ್ದು ತಪ್ಪು ಎಂದು ಶ್ರೀನಿಧಿ, ವಸಂತಲಕ್ಷ್ಮಿ, ವಿಕ್ಕಿಯ ಸ್ವಭಾವಗಳು ತಿಳಿಸಿದ್ದು. ಬಹುಶಃ ನಂತರವೇ ಕಣ್ಣುಬಿಟ್ಟು ಸುತ್ತಲು ನೋಡಿದ್ದು, ಅದ್ಭುತ ಪ್ರಪಂಚವೆ.

ಮೊಬೈಲ್ ಬಟನ್‌ಗಳನ್ನೊತ್ತಿ ಶ್ಯಾಮ್‌ಪ್ರಸಾದ್‌ನ ಸಂಪರ್ಕಿಸಿದಳು. "ಸರ್, ವೆಂಕಟೇಶಯ್ಯನವರ ಸೊಸೆ ಶಾಲಿನಿ ಫೋನ್ ಮಾಡಿದ್ರು. ವಿತ್ ಡಾಕ್ಯುಮೆಂಟ್ಸ್ ಜೊತೆ ಟ್ಯಾಕ್ಸಿಯಲ್ಲಿ ಹೊರಟಿದ್ದಾರಂತೆ. ಟ್ಯಾಕ್ಸಿ ಫೇರ್ ನೀವೇ ಕೊಡ್ಬೇಕಾಗುತ್ತೆಂತ ನೆನಪಿಸಿದ್ರು" ಅಂದ ಕೂಡಲೇ ಜೋರಾಗಿ ನಕ್ಕ. ನಗು ಅಲೆ ಅಲೆಯಂತೆ ತೇಲಿಬಂತು. "ತುಂಬ ಲೆಕ್ಕಾಚಾರಸ್ಥೆ! ಓಕೆ, ನೀವೊಮ್ಮೆ ಬಂದ್ಹೋಗಿ ಆಗ್ಲೇ ಕಾರು ನಿಮ್ಮ ತೋಟದ ಮುಂಬಾಗಿಲಿನಲ್ಲಿ ಇರ್ಬೇಕು" ಹೇಳಿ ಫೋನ್ ಕಟ್ ಮಾಡಿದ. ಅವರನ್ನು ಭೇಟಿ ಮಾಡುವ ಮೊದಲು ಒಂದು ಹಂತದ ಮಾತುಕತೆಯ ಅಗತ್ಯವಿತ್ತು. ಆರಾಧ್ಯರ ಪ್ರಾಮಾಣಿಕತೆಯ ಬಗ್ಗೆ ಒಂದಿಷ್ಟು ನಂಬಿಕೆ ಕಡಿಮೆಯಾಗಿದ್ದರಿಂದ ಮಾತಾಡುವ ಅಗತ್ಯವಿತ್ತು. ಹಿಂದಕ್ಕೆ ಬಾಗಿಲಿಗೆ ಬಂದಾಗ ಆನಂದಶರ್ಮರು ಎದುರಾದರು. "ಅಪ್ಪಯ್ಯ ನಾನೇ ನಿಮ್ಮೊಂದಿಗೆ ಮಾತಾಡ್ಬೇಕೂಂತ ಇದ್ದೆ. ಅದೇ ಮನೆ, ಜಮೀನಿನ ವಿಷ್ಯ ಹೇಳಿದ್ದೆನಲ್ಲ. ಆ ಪೈಕಿಯ ಜನ ಬೆಂಗ್ಳೂರಿನಿಂದ ಹೊರಟಿದ್ದಾರೆ. ನಾನು ಹೇಳಿದರೆ, ಬೇಜಾರು ಮಾಡ್ಕೋತ್ತೀರೇನೋ! ಅವ್ರನ್ನ ಕನ್ವಿನ್ಸ್ ಮಾಡಿದರೇ ಕಮೀಷನ್ ಕೊಡ್ತೀನೀಂತ ಅಂದಿದ್ದಾರೆ. ನಮ್ಗೆ ಹಣದ ಅಗತ್ಯವಿದೆ. ನಿಮ್ಮ ಮನಸ್ಸಿಗೆ ಕಿರಿಕಿರಿ...." ತಲೆ ತಗ್ಗಿಸಿದಳು. ಅವರ ಕಣ್ಣಲ್ಲಿ ನೀರಾಡಿತು. "ಕೌಸಲ್ಯ ಹೇಳ್ದಂಗೆ.... ಆತ್ಮಹತ್ಯೆ ಮಾಡ್ಕೊಂಡ್ ಬಿಡಬೇಕಿತ್ತು, ಮಗಳೇ" ಗದ್ಗದರಾದರು. ತಂದೆಯ ಸನ್ನಿಹಕ್ಕೆ ಹೋಗಿ "ಬೇಡ ಅಪ್ಪಯ್ಯ, ಈ ಸೋಲು ನಮ್ಮೊಬ್ಬರಾದಾಗೋಲ್ಲ. ಸೋಲುವ ಮೊದಲ ವ್ಯಕ್ತಿ ಪೂಜಿಸಿಕೊಂಡ ವಾಯುಪುತ್ರ. ಆಮೇಲಿನದು ನಮ್ದು. ನಂತರ ಸ್ವಾಮಿಯ ಭಕ್ತರು. ಅವರು ನಮ್ಮನ್ನು ದೂರುತ್ತಾರೆ. ದೇವಸ್ಥಾನ ಇರೋವರ್ಗೂ ಕತೆಯ ರೂಪದಲ್ಲಿ ಸುಳಿದಾಡಿ ನಾನಾ ರೂಪಗಳು ಹುಟ್ಟಿಕೊಳ್ಳಬಹುದು. ಖಂಡಿತ ಹಾಗೆ ಆಗ್ಬಾರ್ದು!"

ಆನಂದಶರ್ಮರು ಕಣ್ಣೊರೆಸಿಕೊಂಡು "ಆಯ್ತು... ಮಗಳೇ! ಎಚ್ಚರ ತಪ್ಪಿ ಎಂಥ ಇಕ್ಕಟ್ಟಿನಲ್ಲಿ ಸಿಕ್ಕಿಕೊಂಡ್ವಿ. ದೇವರು ಹೃದಯ, ಮನಸ್ಸು ಮಾತ್ರವಲ್ಲ ಬುದ್ಧಿಯನ್ನು

ಕೊಟ್ಟಿದ್ದಾನೆ. ಆಯ್ತು, ಹೋಗೋವಾಗ ಜನ್ನನ ಮಗನ್ನ ಕರ್ಕೊಂಡ್ ಹೋಗು. ಸದಾ ವಾಯುಪುತ್ರ ಆಂಜನೇಯ ನಿನ್ನ ರಕ್ಷಣೆಗೆ ಇರಲಿ" ಎಂದರು. ಅಷ್ಟು ಮಾನಸಿಕವಾಗಿ ಚೇತರಿಸಿಕೊಂಡಿದ್ದೇ ಹೆಚ್ಚು. ಆ ಮನುಷ್ಯ ತೀರಾ ಮುಗ್ಧನೇ. ವ್ಯಾವಹಾರಿಕವಾಗಿ ಅಷ್ಟೇನು ಬುದ್ಧಿವಂತನಲ್ಲದಿದ್ದರಿಂದಲೇ ಪತ್ರಗಳನ್ನು ಕೊಟ್ಟು ಓದದೆಯೇ ಶ್ರೀನಿಧಿ ತೋರಿಸಿದ ಕಡೆಯಲ್ಲೆಲ್ಲ ತಾವು ಸಹಿ ಹಾಕಿದ್ದಲ್ಲದೇ ಎಲ್ಲರ ಸಹಿಯನ್ನು ಹಾಕಿಸಿಕೊಟ್ಟ ಮಹಾನುಭಾವ.

ಅದನ್ನು ತಾಯಿಗೂ ಹೇಳಿ ಜನ್ನನ ಮಗನೊಂದಿಗೆ ಹೊರಟವಳು ಹಿಂದಕ್ಕೆ ಬಂದು "ಅಪ್ಪಯ್ಯ, ಸ್ವಲ್ಪ.... ತಡವಾಗಬಹುದೇನೋ, ಅಜ್ಜಯ್ಯನಿಗೆ ಹೇಳ್ತೀರಾ? ನಂಗೇನು ಅಂಥ ವಿಷ್ಯಗಳಲ್ಲಿ ನಾಲೆಡ್ಜ್ ಇಲ್ಲ, ಆರಾಧ್ಯ ತುಂಬ ಡಬಲ್‌ಗೇಮ್ ಆಡ್ತಾರೆ ಅನ್ನಿಸಿಬಿಟ್ಟಿದ್ದೆ, ಶ್ಯಾಮ್‌ಪ್ರಸಾದ್‌ಗೆ. ನಮ್ಗೂ ಅವ್ರ ಬಗ್ಗೆ ಏನು ಗೊತ್ತಿಲ್ಲ. ಮಾವ ಹೇಳೋವರ್ಗೂ ನಮ್ಮ ತೋಟ ಮುವತ್ತೈದು ಲಕ್ಷ ಬಾಳುತ್ತೇಂತ ಯೋಚಿಸಿರ್ಲಿಲ್ಲ. ನಾವೆಂದು ಬೆಲೆ ಕಟ್ಟಿರಲಿಲ್ಲ" ಎಂದಳು. ಅವರು ದೀರ್ಘಮೌನದನಂತರ "ಹೋಗ್ಬಾ, ಒಂದು ರೀತಿಯಲ್ಲಿ ಹೋರಾಟ. ದೈವ ಸಹಾಯ ಇರುತ್ತೆ ಬಿಡು" ಅಂದರು.

ಕಾರು ಗ್ರೀನ್ ಪ್ಯಾಲೇಸ್ ಕಡೆ ಧಾವಿಸಿತು. ಚಿಕ್ಕವಳಿದ್ದಾಗ ಇಲ್ಲೆಲ್ಲ ಓಡಾಡಿದ್ದಳು. ಆಗ ದಟ್ಟ ಕಾಡೆನಿಸಿತ್ತು. ಈಗ ಅದರ ರೂಪವೇ ಬದಲಾಗಿತ್ತು.

ಮೈನ್ ಗೇಟ್‌ನಲ್ಲಿಯ ಎದುರಾದ ಆರಾಧ್ಯ ಕೈ ಹೊಸಕುತ್ತ "ನೀವು ಬಂದಿದ್ದು ಒಳ್ಳೆದಾಯ್ತು. ಆಯಮ್ಮನಿಗೆ ತೀರಾ ದುಡ್ಡಿನ ಆಸೆ. ಏನೇನೋ ಲೆಕ್ಕ ಕೊಡ್ತಾಳೆ. ಬರೋ ದಾರಿಯಲ್ಲಿ ಎಳನೀರು ಕುಡಿದಿದ್ದು ಕಾಫೀ ತಗೊಂಡಿದ್ದನ್ನು ಲೆಕ್ಕದಲ್ಲಿ ಸೇರ್ಸಿ ಬಿಡೋ ಪೈಕಿನೇ. ಅದಕ್ಕೆಲ್ಲ ಒಪ್ಪಿಕೊಳ್ಳೋದ್ಬೇಡಾಂತ ಹೇಳಿ. ವಿದೇಶದಲ್ಲಿದ್ದ ಜನ. ಅವ್ರಿಗೆ ಇಲ್ಲಿನ ವ್ಯವಹಾರಗಳು ಇನ್ನು ಅಪರಿಚಿತ. ಮೋಸವಾಗ್ದಂಗೆ ನೋಡ್ಕೋಬೇಕು" ಇಂಥ ಮಾತುಗಳನ್ನಾಡಿದ. ಮೊದಲಾಗಿದ್ದರೆ ನಂಬಿಬಿಡುತ್ತಿದ್ದಳು. ನ್ಯಾಯವಾದ ದಳ್ಳಾಳಿ ಅಮೌಂಟ್ ಸಿಕ್ಕರು ಅದರ ಹಿಂದೆ ಎರಡು ಕಡೆಯವರನ್ನು ವಂಚಿಸಿ ಕಮೀಷನ್ ಪಡೆಯುತ್ತಾನೆಂದು ಅವಳ ಅರಿವಿಗೆ ಬಂದಿತ್ತು. ವ್ಯವಹಾರದಲ್ಲಿ ಹೆಚ್ಚಿನ ಜಾಣತನ ಅಗತ್ಯವೆನಿಸಿ "ನೀವು ಇದ್ದೀರಲ್ಲ..." ಎಂದು ಮುಂದಕ್ಕೆ ನಡೆದವಳನ್ನು ಹಿಂಬಾಲಿಸಿದ. ಈಚೆಗೆ ಇವನನ್ನು ಪಕ್ಕಕ್ಕಿಟ್ಟೇ ವ್ಯವಹಾರ ಆರಂಭಿಸಿದ್ದಳು. ಈ ಕಡೆ ಆರಾಧ್ಯನಂಥವರು ತುಂಬ ಜನ ಇದ್ದರು!! ಅವಳ ಕುಟುಂಬಕ್ಕೆ ಗೊತ್ತಿರಲಿಲ್ಲ.

ಮುಂದಿನ ಸಿಟ್ಟಿಂಗ್‌ರೂಂನಲ್ಲಿ ಕೂತಳು. ಹತ್ತು ನಿಮಿಷಗಳ ನಂತರ ಬಂದವ "ನಂಗೂ ಫೋನ್ ಮಾಡಿ ಆಕೆ ಟ್ಯಾಕ್ಸಿ ಹಣ ಪೇ ಮಾಡೋ ಬಗ್ಗೆ ದೃಢಪಡ್ಸಿಕೊಂಡು, ಜೊತೆಗೆ ಈ ಸಲ ಒಂದಿಷ್ಟು ಅಡ್ವಾನ್ಸ್ ಮಾಡ್ಬೇಕಾಗುತ್ತೇಂತ ಕೂಡ ಹೇಳಿದ್ರು. ಒಳ್ಳೇ ವ್ಯವಹಾರಸ್ಥೆ. ನಂಗೆ ಡೌಟ್, ಬೆಂಗ್ಳೂರಿನಲ್ಲಿ ರಿಯಲ್ ಎಸ್ಟೇಟ್ ಅಂಥದೇನಾದ್ರೂ ಮಾಡ್ಕೊಂಡಿದ್ದಾರಾಂತ ಹೋಗ್ಲಿ ಬಿಡಿ.... ಇಲ್ಲಿನ ವ್ಯವಹಾರ ಮುಗ್ಸಿಕೊಟ್ರೆ ಸಾಕು" ಎಂದ. ಸ್ವಲ್ಪ ಅಪ್‌ಸೆಟ್ ಆದಂಗೆ ಕಂಡ. ಅವಳೆಂದು ಅವನ ವೈಯಕ್ತಿಕ ವಿಷಯಗಳ

ಬಗ್ಗೆ ಮಾತಾಡಿರಲಿಲ್ಲ. ಅದು ಅಗತ್ಯವೆನಿಸಿರಲಿಲ್ಲ. "ಆರಾಧ್ಯರು ಬಂದಿದ್ದಾರೆ. ಬಹುಶಃ ಬರೋ ವಿಚಾರ ಅವರಿಗೂ ತಿಳಿಸಿರಬಹುದು" ಅಂದಕೂಡಲೇ "ಇವನೊಂದು ರೇಟು ಹೇಳ್ತಾನೆ. ಇವರೊಂದು ರೇಟು ಹೇಳ್ತಾರೆ. ಪದೇ ಪದೇ.... ಅದ್ನ ಬದಲಾಯಿಸ್ತಾರೆ. ನೇರವಾಗಿ ನೀವೇ ಮಾತಾಡಿಬಿಡಿ" ಅವನ ಮಾತಿಗೆ ಕಣ್‌ಕಣ್ ಬಿಟ್ಟಳು.

"ಒಂದಿಷ್ಟು ಹೊರ್ಗೆ ಹೋಗೋಣ" ಅವನೇ ಮೇಲೆದ್ದ.

"ನಿನ್ನ ಡಿಸಿಷನ್‌ನ ಬದಲಾಯಿಸ್ಕೋ. ಅಲ್ಲೇನಿದೆ? ನಿನ್ನ ಡ್ಯಾಡ್ ಇಲ್ಲಿಗ್ಬಂದ್ರು. ನೀನು ಅಲ್ಹೋಗಿ ನಿಲ್ಲೋದರಲ್ಲಿ ಅರ್ಥವಿಲ್ಲ. ತೀರಾ ಡಿಫರೆಂಟ್" ಅರ್ಧಗಂಟೆಗೆ ಮುನ್ನ ಅವನ ಮಮ್ಮಿ ಇದನ್ನು ಹೇಳಿದ್ದರು. "ಸ್ಟಾಪ್ ಇಟ್" ಎಂದು ಫೋನಿಟ್ಟಿದ್ದ. ಹೆಚ್ಚು ಮಗನಿಗಾಗಿ ಸಮಯವನ್ನು ಮೀಸಲಿಡುತ್ತಿದ್ದವರು ಕೃಷ್ಣಪ್ರಸಾದ್. ಕ್ರಿಶ್ಚಿಯನ್ ಧರ್ಮಕ್ಕೆ ಕನ್ವರ್ಟ್ ಆದಮೇಲೆ ಅವರ ಹೆಸರು ವಿಲಿಯಂ ಕ್ಲಿಂಟನ್. ಪ್ರಸ್ತುತ ಅದೇ ಹೆಸರು ಅಲ್ಲಿ ಜಾರಿಯಲ್ಲಿ ಇದ್ದಿದ್ದು. ಮೊದಮೊದಲು ಒಪ್ಪಿಕೊಂಡಿದ್ದರು. ನಂತರ ಅವರ ಮನ ವಿರೋಧಿಸುತ್ತಿತ್ತು.

ಶ್ಯಾಮ್‌ಪ್ರಸಾದ್, ದಿವ್ಯ ಹೊರಗೆ ಬಂದರು.

"ಸರ್, ಆ ಪ್ಲಾಟ್‌ಗೆ ಅವರು ಹೇಳ್ತಾ ಇರೋದು ಜಾಸ್ತಿ ಅನ್ನೋ ಅಭಿಪ್ರಾಯ ಇದೆ. ಅದ್ನ ಆರಾಧ್ಯರು ಕೂಡ ಹೇಳಿದ್ರು. ಬಹುಶಃ ಅದಕ್ಕೆ ಹತ್ತು ಲಕ್ಷದಷ್ಟು ದೊಡ್ಡ ಮೊತ್ತ ಕೊಡೋದು ಬೇಡ. ಅವರು ಕೊಂಡಿದ್ದು ತೀರಾ ಕಡಿಮೆ ಬೆಲೆಗಂತೆ. ತೀರಾ ನಿರ್ಗತಿಕ ಸ್ಥಿತಿಯಲ್ಲಿ ಮೂವರು ಅಣ್ಣತಮ್ಮಂದಿರು ಮಾರಿ ಹಣವನ್ನು ಹಂಚಿಕೊಂಡು ಊರು ಬಿಟ್ಟರಂತೆ. ಅವರು ಮಾರಿದ್ದು ಲಕ್ಷಗಳಿಗಲ್ಲ, ಬರೀ ಸಾವಿರಗಳಿಗಂತೆ" ಎಂದಳು. ಅನ್ಯಮನಸ್ಕನಾದರೂ ಕೃತಜ್ಞತೆಯಿಂದ ಅವಳತ್ತ ನೋಡಿದ. ಇಷ್ಟು ವಿಷಯವನ್ನು ಕಲೆಕ್ಟ್ ಮಾಡಿದ್ದಳು.

ಮೌನವಾಗಿ ಬೋನ್ಸಾಯ್‌ನತ್ತ ನಡೆಯುತ್ತಿದ್ದವನು ಕಣ್ಣರಳಿಸಿದ. ಕುಬ್ಜ ಸಪೋಟಾ ಮತ್ತು ಕಿತ್ತಲೆ ಗಿಡಗಳಲ್ಲಿ ಹಣ್ಣು ಬಿಟ್ಟಿತ್ತು. ಅದರ ಪಕ್ಕ ಹೊಸದಾಗಿ ಮತ್ತಷ್ಟು ಬೋನ್ಸಾಯ್ ಗಿಡಗಳು ತಲೆಯೆತ್ತಿದ್ದನ್ನು ನೋಡಿ ಅಚ್ಚರಿ ವ್ಯಕ್ತಪಡಿಸಿದ.

"ಅರೆ, ಇವೆಲ್ಲ..." ಎಂದ.

"ತುಂಬ ಇಂಟರೆಸ್ಟ್ ಅನ್ನಿಸ್ತು. ನೆಲ್ಲಿಬೆಟ್ಟದ ಮೇಲೆ ಹೆಚ್ಚು ಬೇರುಗಳನ್ನು ಬಿಟ್ಟಿರದ ಮರಗಳನ್ನು ನೋಡಿದಾಗ, ಮತ್ತಷ್ಟು ಬೊನ್ಸಾಯ್ ಗಿಡಗಳನ್ನು ಬೆಳೆಸಿದರೇ ಹೇಗೆಂತ ಅನ್ನಿಸ್ತು. ವ್ಯವಹಾರಿಕವಾಗಿ ಕೂಡ ಒಳ್ಳೆಯದೆನಿಸಿದಾಗ ಹೆಚ್ಚು ಬೇರು ಬಿಟ್ಟಿರದ ವಯಸ್ಸಾದ ಬೊಡ್ಡೆಯನ್ನು ಆರಿಸಿಕೊಂಡು ಬಂದು ತಾಯಿ ಬೇರನ್ನು, ಕತ್ತರಿಸಿ ಕುಂಡಗಳಲ್ಲಿ ನೆಡಿಸಿದೆ. ಒಂದ್ವರ್ಷ ನೆರಳಿನಲ್ಲಿ ಇರಿಸಿ ಪೋಷಿಸಿ ನಂತರ ಬೇಕಾದ ಆಕಾರಕ್ಕೆ ಬಗ್ಗಿಸಿ ಕತ್ತರಿಸಿದರೆ, ಬೊನ್ಸಾಯ್ ಗಿಡ ಸಿದ್ಧವಾಗುತ್ತೆ. ನಂಗೂ ಇದೆಲ್ಲ ಗೊತ್ತಿರಲಿಲ್ಲ. ಅದಕ್ಕೆ ಸಂಬಂಧಪಟ್ಟ ಪುಸ್ತಕ ಸಿಕ್ತು. ಕಡಿಮೆ ಪರಿಶ್ರಮ, ಹೆಚ್ಚು ಲಾಭ.

ತೀರಾ ಶ್ರೀಮಂತ ಜನ ಇದನ್ನು ಕೊಂಡು ತಮ್ಮ ಮನೆಯ ಚೆಲುವನ್ನು ಹೆಚ್ಚಿಸಿಕೊಳ್ತಾರೆ" ಬಹಳ ಇಂಟರೆಸ್ಟ್‌ನಿಂದ ವಿವರಿಸಿದಳು.

"ಗುಡ್, ಪ್ರತಿಯೊಂದನ್ನು ವ್ಯವಹಾರದ ದೃಷ್ಟಿಯಲ್ಲಿ ನೋಡ್ತಾ ಇದ್ದೀರಿ. ನನ್ನ ಡ್ಯಾಡ್ ಒಂದ್ಸಾತು ಡೈರಿಯಲ್ಲಿ ಕೋಟ್ ಮಾಡಿದ್ರು. 'ಪರಿಶ್ರಮ ಮೆಟ್ಟಿಲಿನಂತೆ. ಅದೃಷ್ಟ ಲಿಫ್ಟ್‌ನಂತೆ. ಆದರೆ ಅದೃಷ್ಟ ಕೈಕೊಡಬಹುದು. ಆದರೆ ಮೆಟ್ಟಲು ನಿಮ್ಮನ್ನು ಶಿಖರಕ್ಕೆ ಒಯ್ಯುತ್ತದೆ." ಇದು ಗ್ರೇಟ್ ಅಬ್ದುಲ್ ಕಲಾಂ ಅವರ ಮಾತು. ನಿನ್ನ ಪ್ರಕಾರ ಆ ಪ್ಲಾಟ್‌ನ ಎಷ್ಟಕ್ಕೆ ಕೊಂಡ್ಕೋಬಹುದ್ದು?" ಇಂಥ ಒಂದು ಪ್ರಶ್ನೆಯನ್ನು ಅವಳ ಮುಂದಿಟ್ಟ. ಪುಟ್ಟ ಬೊನ್ಸಾಯ್ ಗಿಡವನ್ನು ಸವರಿ ನೋಡುತ್ತಿದ್ದವಳು ತಟ್ಟನೆ ತಲೆಯೆತ್ತಿ "ವ್ಯಾವಹಾರಿಕವಾಗಿ ಆ ಜಾಗಕ್ಕೆ ಅದು ದೊಡ್ಡ ಮೊತ್ತವಾಗಬಹುದ್ದು. ಆದರೆ ಕೊಳ್ಳುವವರ ಮನಸ್ಥಿತಿ ಕೂಡ ಮುಖ್ಯ. ಅಟ್ ಎನಿ ಕಾಸ್ಟ್ ಆ ಪ್ಲಾಟ್.... ನಂಗೆ ಬೇಕೂಂದ್ರೆ. ಅದು ನಿಮ್ಮ ಮಟ್ಟಿಗೆ ಬೆಲೆ ಕಟ್ಟಲಾರದಂಥದ್ದು. ಅದಕ್ಕೆ ಎಷ್ಟು ಬೇಕಾದ್ರೂ... ಕೊಟ್ಟು ಕೊಂಡ್ಕೋಬಹುದ್ದು" ದಿವ್ಯ ಹೇಳಿದ ಕೂಡಲೇ ಚಪ್ಪಾಳೆ ತಟ್ಟಿ ಶಬಾಷ್‌ಗಿರಿ ಹೇಳಬೇಕೆನಿಸಿತು. "ವೆರಿ ಗುಡ್... ದಿವ್ಯ... ಫೆಂಟಾಸ್ಟಿಕ್... ಮಾರ್ವೆಲೆಸ್.... ನಿನ್ನ ಸಜೆಷನ್‌ಗೆ ಹಲವು ನೂರು ಥ್ಯಾಂಕ್ಸ್" ಎಂದ ಹರ್ಷದ ದನಿಯಲ್ಲಿ. ಆ ವೇಳೆಗೆ ಆರಾಧ್ಯರು ಕೂಡ ಅಲ್ಲಿಗೆ ಬಂದರು.

"ಮಾತುಕತೆಗೆ ನನ್ನನ್ನು ಕೂಡ್ಸಿಕೊಂಡರೆ ಒಳ್ಳೇದು. ಮಾಡಿದ ಸಾಲಕ್ಕೆ ಈ ಜಾಗ ಮಾರಿದ್ರು. ಆಮೇಲೆ ಇನ್ಯಾರೋ ಕೊಂಡರು. ಅವ್ರಿಂದ ಬೇರೊಬ್ಬರಿಗೆ. ಅವ್ರಿಂದ ಇವ್ರಿಗೆ... ಮೂರ್ನಾಲ್ಕು ಕೈ ಬದಲಾವಣೆಯಾಗಿದೆ. ಆಮೇಲೆ ಈ ಜಾಗದ ಮೇಲೆ ನಿಮ್ಗೆ ಖಾಯಿಷ್" ಎಂದು ಹೇಳಿದರು.

"ಅವರು ಹೊರಟಿದ್ದಾರೆ. ಯಾವ ಸಮಯಕ್ಕೆ ಬರ್ತಾರೋ, ಉಳಿದುಕೊಳ್ಳೋಕೆ ವ್ಯವಸ್ಥೆ ಮಾಡಿದೆ. ಮಾತುಕತೆ ನಾಳೆ ಬೆಳಗಿನ ಸೂರ್ಯೋದಯದ ನಂತರವೇ" ಅಷ್ಟನ್ನು ದಿವ್ಯನೇ ಹೇಳಿದ್ದು. ಶ್ಯಾಮ್‌ಪ್ರಸಾದ್ ಮೌನವಹಿಸಿದ. "ಹಾಗಾದ್ರೆ... ಬೆಳಗ್ಗೆ ಬರ್ತೀನಿ" ನಡೆದ. ಇಲ್ಲಿಗೆ ಶ್ಯಾಮ್‌ಪ್ರಸಾದ್ ಬಂದಾಗ ಮೊದಲು ಪರಿಚಿತನಾಗಿದ್ದು ಆರಾಧ್ಯರು. ಅವರಿಂದ ಸಾಕಷ್ಟು ಪ್ರಯೋಜನವು ಆಗಿತ್ತು. ಸ್ವಲ್ಪ ಯಾಮಾರಿಸಿದ್ದ ಕೂಡ.

"ಹಾಗೇ ಮಾಡಿ ನಿಮ್ಮ ಕಮಿಷನ್ ನಿಮ್ಗೇ ಸಂದಾಯವಾಗುತ್ತೆ" ಹೇಳಿದ ಶ್ಯಾಮ್‌ಪ್ರಸಾದ್. ಇದು... ಬೇಕಿತ್ತಾ? ಒಮ್ಮೊಮ್ಮೆ ಈ ಪ್ರಶ್ನೆ ಕಾಡುತ್ತಿದ್ದು. ನ್ಯೂಜರ್ಸಿಯಲ್ಲಿ ಶ್ರೀಮಂತರ ಪಟ್ಟಿಯಲ್ಲಿ ಇವನ ತಾತನ ಹೆಸರಿತ್ತು. ಡೈವೋರ್ಸ್ ಆದ ಹೆಂಡತಿಯ ಮಗಳು, ಇವಳಮ್ಮ ಎಮಿಲಿ. ಆಕೆಗೆ ಭಾರತವೆಂದರೆ ಇಷ್ಟವಾಗದು. ಆದರೆ ಎಂ.ಎಸ್. ಮಾಡುವಾಗ ಭಾರತೀಯ ಕೃಷ್ಣಪ್ರಸಾದ್ ಲವ್ ಮಾಡಿ ಮದುವೆಯಾಗಿದ್ದು. ಕೃಷ್ಣಪ್ರಸಾದ್ ಎತ್ತರದ ಅಚ್ಚಬಿಳಿಯ ಬಣ್ಣದ ಸ್ಫುರದ್ರೂಪಿ ಬುದ್ಧಿವಂತ. ಅಮೇರಿಕಾ ಒಂದು ಕನಸಾಗಿತ್ತು. ಅದರಿಂದಲೇ ಚರ್ಚ್‌ನಲ್ಲಿ ವಿವಾಹ ನಡೆದಿದ್ದು. ವರ್ಷಗಳ ನಂತರವೇ ಈ ವಿಷಯ ಭಾರತ ತಲುಪಿದ್ದು. ಅವನ ಕುಟುಂಬದವರು ಭೂಮಿಗಿಳಿದು ಹೋಗಿದ್ದು.

ಅವನ ಅನ್ಯಮನಸ್ಕತೆಯನ್ನು ಗಮನಿಸಿದ ದಿವ್ಯ "ರಹೀಂ ಮೊಬೈಲ್ ನಂಬರ್ ಶಾಲಿನಿಗೆ ಕೊಟ್ಟಿದ್ದೀನಿ. ತಲುಪುವ ಮುನ್ನ ಫೋನ್ ಮಾಡ್ತಾರೆ. ಸೂಫಿ ಇರೋದರಿಂದ ಮಿಕ್ಕ ಅರೇಂಜ್‌ಮೆಂಟ್ ನೋಡ್ಕೋತಾಳೆ. ನಾನಿನ್ನು ಬರ್ತೀನಿ. ಪೂರ್ತಿಯಾಗಿ ಆರಾಧ್ಯರ ಮೇಲೆ ಬಿಡದೇ ನಾವೇ ಒಂದು ಸುತ್ತು ಮಾತಾಡೋಣ. ಬೆಳಿಗ್ಗೆ ಬೇಗನೆ, ಬರ್ತೀನಿ. ಅವರುಗಳು ಬಂದ ಕೂಡಲೇ ಇನ್‌ಫರ್ಮೇಷನ್ ಕೊಡೋಕೇ ರಹೀಂಗೆ ಹೇಳಿದ್ದೀನಿ" ಅಂದಳು, ಆವರಿಸುತ್ತಿದ್ದ ಕತ್ತಲನ್ನು ನೋಡುತ್ತ. "ಓಕೆ ಸಾರಿ ಫಾರ್ ದಿ ಟ್ರಬಲ್. ತಣ್ಣಗಿದೇಂತ ನಡ್ದು ಹೋಗೋದೇನು ಬೇಡ" ಅಂದಕೂಡಲೇ ಅಷ್ಟು ದೂರದಲ್ಲಿ ನಿಂತಿದ್ದ ಜನ್ನನ ಮಗನನ್ನು ಕಣ್ಣಲ್ಲಿಯೇ ಬರುವಂತೆ ಸನ್ನೆ ಮಾಡಿ "ನಿಮ್ಮ ಬಾಡಿಗಾರ್ಡ್..." ನಗುವ ಪ್ರಯತ್ನ ಮಾಡಿದ.

ಮೈನ್ ಕಬ್ಬಿಣದ ಗೇಟ್‌ನ ಹೊರಗಿದ್ದ ಕಾರಿನ ಬಳಿಗೆ ನಡೆದಳು. ಸೆಕ್ಯೂರಿಟಿ ಸಲುವಾಗಿ ನಾಲ್ವರ ನೇಮಕವಾಗಿತ್ತು. ಅವರು ಈ ಕಡೆಯವರಲ್ಲ. ಇಲ್ಲಿನವರಾದರೆ ಚೆನ್ನ ಎನಿಸಿತ್ತು ಅವಳಿಗೆ. ಅದನ್ನು ಒಮ್ಮೆ ಹೇಳಿದ್ದಳು ಕೂಡ.

ಇವಳು ತೋಟದ ಬಾಗಿಲಲ್ಲಿ ಇಳಿದಳು. ಹರಿಯುವ ನೀರಲ್ಲಿ ಕೈಕಾಲು ತೊಳೆದು ದೇವಸ್ಥಾನಕ್ಕೆ ಹೋದಳು. ಅನಂತಶರ್ಮರು ಮಣಮಣ ಮಂತ್ರಗಳನ್ನು ಹೇಳುತ್ತಿದ್ದರು. ಅವರು ತಮ್ಮ ಹದಿನಾಲ್ಕನೇ ವಯಸ್ಸಿನಿಂದಲೇ ಆಂಜನೇಯ ದೇವಸ್ಥಾನ ಪೌರೋಹಿತ್ಯವಹಿಸಿಕೊಂಡವರು. ಅಂದಿನಿಂದ ಅವರ ನಿತ್ಯಕಾಯಕ ಅರ್ಚಕ ವೃತ್ತಿ.

ಸಹಸ್ರನಾಮ ಅಷ್ಟೋತ್ತರ ಎಲ್ಲಾ ಮುಗಿದ ಮೇಲೆ ಮಂಗಳಾರತಿ ಮಾಡಿ ಮೊಮ್ಮಗ್ಗಳಿಗೆ ಕೊಟ್ಟು ತಾವು ತಗೊಂಡು ಪ್ರದಕ್ಷಿಣೆ, ನಮಸ್ಕಾರ ಮುಗಿಸಿ ತೀರ್ಥಪ್ರಸಾದ ಕೊಟ್ಟು ಹೊರಗಿನ ಆವರಣದಲ್ಲಿ ಬಂದು ಕೂತರು. ಅಲ್ಲೇ ಆಡ್ತಾಡುತ್ತಿದ್ದ ದಿವ್ಯ ಬಂದು ಅವರಿಂದ ಸ್ವಲ್ಪ ದೂರದಲ್ಲಿ ಕೂತಳು. ಅವರ ಹಿಂದೆ ಮುಂದೆ ಓಡಾಡಿಕೊಂಡು ಅವರು ಹೇಳುತ್ತಿದ್ದ ಮಂತ್ರಗಳನ್ನೆಲ್ಲ ಬಾಯಿಪಠಣ ಮಾಡಿದ್ದವಳ ಬೆಳವಣಿಗೆ ಮುಖ್ಯ ಭಾಗವೇ ದೇವಸ್ಥಾನ.

"ಈಗ್ಬಂದೇ ಅಜ್ಜಯ್ಯ. ನಾನು ಹೇಳಿದೆನಲ್ಲ, ಅವರುಗಳು ಬೆಂಗ್ಳೂರಿನಿಂದ ಹೊರಟಿದ್ದಾರೆ. 'ಪವರ್ ಅಫ್ ಆಟಾರ್ನಿ' ಅವರಿಗೆ ಕೊಟ್ಟಿರೋದರಿಂದ ರಿಜಿಸ್ಟ್ರೇಷನ್ ಮಾಡಿಕೊಡೋಕೆ ರೆಡಿ ಇದ್ದಾರೆ. ಮಧ್ಯ ಈ ಆರಾಧ್ಯರು ಏನೇನೋ ಹೇಳಿ. ಕನ್‌ಫ್ಯೂಷನ್ ಮಾಡ್ತಾ ಇದ್ದಾರೆ. ನೀವೇ ಮಾತಾಡೀಂತ ಶ್ಯಾಮ್‌ಪ್ರಸಾದ್ ಹೇಳಿದ್ದಾರೆ. ಅದಕ್ಕೂ ಹಣ. ಹಣದ ಅಗತ್ಯವೇ ಇಲ್ಲಾಂತ ಬದ್ಕಿದ. ನಮ್ಗೆ ವ್ಯವಹಾರವೇ ಗೊತ್ತಿಲ್ಲ. ಈಗ ಹಣದ ಅಗತ್ಯವಿದೆ ಅಜ್ಜಯ್ಯ. ಅದಕ್ಕೆ ವ್ಯವಹಾರದ ಜಾಣತನಬೇಕು"

ಮೊಮ್ಮಗ್ಳ ಮಾತುಗಳಿಗೆ ಅವರು ಮೌನವಾಗಿ ಹ್ಞೂಗುಟ್ಟಿದರು.

"ಎಷ್ಟು ಹಣವಾದ್ರೂ ಆ ಜಾಗನ ಅವ್ರು ಕೊಳ್ಳೋಕೆ ರೆಡಿ. ಅದರಿಂದಲೇ ಅಲ್ಲೇನು ವಿಶೇಷವಿರಬಹುದು. ಇಲ್ಲ ಅವ್ರ ಪೂರ್ವಿಕರು ಇದ್ದ ಜಾಗ ಇರ್ಬಹುದ್ದು"

ಮೊಮ್ಮಗಳ ಮಾತಿಗೆ ಅವರ ಮನ ಸಮ್ಮತಿ ಸೂಚಿಸಿತು. "ಅದು ಯಾವ ಜಾಗ?" ಪ್ರಶ್ನಿಸಿದರು. ಇಲ್ಲಿಂದ ಎಷ್ಟು ಕಿಲೋಮೀಟರ್. ಮನೆ ಎಲ್ಲಿದೆ, ಯಾವ ತರಹ ಇದೆ ಅನ್ನುವುದರ ಜೊತೆ ಮನೆಯ ಹಿತ್ತಲಲ್ಲಿದ್ದ ಬಾವಿ, ಮರಕ್ಕೆ ಸುತ್ತಿಕೊಂಡ ಬಲಿತ ಮಲ್ಲಿಗೆಯ ಬಳ್ಳಿಗಳು, ಅಲ್ಲೊಂದು ಇಲ್ಲೊಂದು ಕಣಗಲೆ, ದಾಸವಾಳದ ಗಿಡಗಳು. ಗಿಡಗಳು ತೀರಾ ಮರಗಳಾಗಿ ಹೂಗಳು ಬಿಡುತ್ತಿದ್ದ ಸಂಗತಿಯನ್ನು ವಿವರಿಸಿದಳು.

"ಆ ಮನೆ.... ಹಿಂದೆ ಮುಂದೆ ಹಿತ್ತಲಿನ ಜಾಗ ವಾಮನಪ್ರಸಾದ್ ಅಗ್ನಿಹೋತ್ರಿಗಳಿಗೆ ಸೇರಿದ್ದು. ಪೌರೋಹಿತ್ಯ, ಬರೋ ವರಮಾನ ಸಂಸಾರಕ್ಕೆ ಸಾಕಾಗದೆ ಕಷ್ಟ ಅನುಭವಿಸುತ್ತಿದ್ದ ಒಂಬತ್ತು ಮಕ್ಕಳ ತಂದೆ ಮನೆಯ ಯಜಮಾನ. ಪರಿಚಿತ ಕುಟುಂಬ" ಎಂದರು. ಅವರ ಮಿದುಳಲ್ಲಿ ಮಿಂಚು ಹರಿದಾಡಿದಂತಾಯಿತು. "ಅಂದರೆ, ಈ ಶ್ಯಾಮ್‌ಪ್ರಸಾದ್ ಅವರ ಕುಟುಂಬದವರೇ ಇರ್ಬೇಕು, ಅಲ್ವ ತಾತ?" ಅಂದಳು. ಉತ್ಸಾಹದಿಂದ. ಅಂಥ ಒಂದು ಅನುಮಾನ ಎಂದಿನಿಂದಲೋ ಇತ್ತು. ಅವರು ಹ್ಲೂಗುಟ್ಟಿ "ನಂಗೂ ಪರಿಚಿತ ಮುಖವೇ ಅನ್ನಿಸ್ತು. ಹೂ, ಹಣ್ಣು, ಕಾಯಿ ಅಡಕೇಗಿಂತ ಆಗಾಗ ಆ ಮನುಷ್ಯ ಬಂದು ಹೋಗುವಾಗಲೆಲ್ಲ ತಮ್ಮ ಬಡತನ ತೋಡಿಕೊಂಡಿದ್ದರು. ಹಿರಿಯ ಮಗ ಬುದ್ಧಿವಂತ. ಸಾಲ ಮಾಡಿ ಡಾಕ್ಟರಿಕೆ ಮಾಡ್ಸಿದ್ಮೇಲೆ ಅವನು ವಿದೇಶದಲ್ಲಿ ಹೋಗಿ ಕೂತ. ಇತ್ತ ತಿರುಗಿ ಕೂಡ ನೋಡ್ಲಿಲ್ಲ. ಮಿಕ್ಕವರೆಲ್ಲ ಸುಮಾರು. ಒಬ್ಬ ಮಾಸ್ತರಿಕೆ ಹಿಡಿದ. ಇನ್ನೊಬ್ಬ ಹೆಂಡ್ತಿ ತವರಿನಲ್ಲೇ ನಿಂತ. ಹೆಂಡ್ತಿ ತೀರಿಕೊಂಡ್ಮೇಲೇ ಆಗಾಗ ದೇವಸ್ಥಾನಕ್ಕೆ ಬಂದು ಕೂಡ್ತಾ ಇದ್ದ. ಆಮೇಲೆ ಬಹಳ ದಿನ ಬದ್ಕಲಿಲ್ಲ. ಅಗ್ನಿಹೋತ್ರ. ಮಾಡ್ತಾ ಇದ್ದ ಜನ. ಅದರ ದೆಸೆಯಿಂದಲೇ ಸುತ್ತಮುತ್ತಲಿನ ಪರಿಸರ ಆರೋಗ್ಯದಿಂದ, ಉತ್ಸಾಹದಿಂದ ಇರುತ್ತಿತ್ತು. ಅಗ್ನಿಹೋತ್ರ ಮಾಡುವ ಜಮೀನಿನಲ್ಲಿ... ಫಸಲು...." ಬಹುಶಃ ಮುಂದುವರಿಸುತ್ತಿದ್ದರೇನೋ, ಅಷ್ಟರಲ್ಲಿ ನೆರೆಯ ತೋಟದ ಆಚಾರ್ಯರು ಬಂದಿದ್ದರಿಂದ ಅತ್ತ ಗಮನಹರಿಸಿದರು.

"ಅದೇನು ಮೊಮ್ಮಗ್ಳು ಇಲ್ಲೇ ನಿಂತಿದ್ದು?" ದೇವಸ್ಥಾನಕ್ಕೆ ಬಂದವರೆಲ್ಲ ಕೇಳಿದ ಪ್ರಶ್ನೆಯೇ ಅವರು ಕೇಳಿದ್ದು "ನಂಗೆ ಅಲ್ಲಿನ ಹವಾ ಒಗ್ಗಲಿಲ್ಲ ಮಾವ" ಇವಳೇ ಆ ಪ್ರಶ್ನೆಗೆ ಉತ್ತರಿಸಿದ್ದು. ನೆರೆಹೊರೆಯವರೆಲ್ಲ ವರಸೆಯಲ್ಲಿ ಮಾವ, ಚಿಕ್ಕಪ್ಪ, ದೊಡ್ಡಪ್ಪನಾಗಿ ಭಾವಿಸುವುದು, ಸಂಬೋಧಿಸುವುದು ಒಂದು ಅದ್ಭುತವಾದ ಪರಂಪರೆ ಈ ಕಡೆ. ಬಹುಶಃ ಅದು ಎಲ್ಲೆಲ್ಲು ಇತ್ತೇನೋ. ವಿದ್ಯಾವಂತೆನಿಸಿಕೊಂಡ ಜನ ಸಿಟಿಗಳನ್ನು ಸೇರಿದ್ದರಿಂದ ಅಂಥ ಭಾವನೆಗಳೇ ನಿಧಾನವಾಗಿ ಕಣ್ಮರೆಯಾಗುತ್ತಿತ್ತು.

"ಅದೆಂಗೆ, ಸಾಧ್ಯವಾಗುತ್ತೆ? ನಿನ್ನ ಭಾವಿ ಗಂಡ ದೊಡ್ಡ ಓದು.... ಓದಲಿಕ್ಕೆ ವಿದೇಶಕ್ಕೆ ಹೋಗಿದ್ದಾನಲ್ಲ. ನೀನು ಓದು ಬಿಟ್ಟು ಇಲ್ಲಿ ನಿಂತರೆ, ನಿನ್ನ ಓದು ಅವನಿಗೆ ಸಾಕಾಗಲಿಕ್ಕಿಲ್ಲ" ಎಂದರು. ಅನುಭವದ ಮಾತು. ಇವಳು ಬರೀ ಮುಗುಳ್ನಗೆ ಬೀರಿ ಅವರಿಗೆ ಪ್ರತಿಕ್ರಿಯಿಸದೇ ಮತ್ತೊಮ್ಮೆ ದೇವರಿಗೆ ನಮಸ್ಕರಿಸಿ ಹೊರಬಂದಳು. ಈ ಬಗ್ಗೆ ಶ್ರೀನಿಧಿಯಿಂದ ಹಿಡಿದು ದೀಪಿಕಾವರೆಗೂ ಅವಳಲ್ಲಿ ಪ್ರಸ್ತಾಪಿಸಿದ್ದರು. ಬಹುಶಃ ಅಂಥದೊಂದು ಸಂದರ್ಭ ಬರಬಹುದೆಂದು ಅವಳಿಗೂ ಅನ್ನಿಸಿತ್ತು. ಅದನ್ನು ಪಕ್ಕಕ್ಕೆ

ಸರಿಸಿದ್ದಳು. ಮನೆಗೆ ಬಂದ ಕೂಡಲೇ ಅವಳಮ್ಮ "ಅಯ್ಯೋ, ಜನ್ನನ ಮಗನ ಮೊಬೈಲ್ ನಂಬರ್‌ಗೆ ವಿಕ್ಕಿ ಫೋನ್ ಮಾಡಿ ರೇಗಿದ. ಅನುರಾಗ್.... ಬಂದಿದ್ದಾನಂತೆ. ನಿನ್ನ ಮೊಬೈಲ್‌ಗೆ ಮಾಡಿ ಮಾಡಿ ಸಾಕಾದ್ನಂತೆ" ಅಂದರು. ಸಂಭ್ರಮದ ಜೊತೆ ಆಕೆಯ ಸ್ವರದಲ್ಲಿ ಆತಂಕವಿತ್ತು. 'ಹೌದು,' ಆಕೆಯ ಸಂಭ್ರಮ ಸಹಜವೇ. ಚಿಕ್ಕಂದಿನಿಂದ ಒಂದು ಮಧುರವಾದ ಭಾವ ಬೆಳೆಸಿದ್ದು ಹಿರಿಯರು. ಆದರೆ ಆ ಬಗ್ಗೆ ಕನಸುಗಳನ್ನು ಕಟ್ಟಿಕೊಂಡು ಆಕಾಶಕ್ಕೆ ಹಾರಿರಲಿಲ್ಲ. ಈಗಂತು ಅವಳದು ನಿಶ್ಚಲ ಸ್ಥಿತಿ.

ಮೊಬೈಲ್ ದೇವಸ್ಥಾನದಲ್ಲೇ ಬಿಟ್ಟುಬಂದಿದ್ದನ್ನು ನೆನಪಿಸಿಕೊಂಡಳು. ಹೋಗಿ ತರುವ ಉತ್ಸಾಹ ಅವಳಲ್ಲಿ ಇಲ್ಲದಿದ್ದರೂ ಶಾಲಿನಿ ಒಂದು ರೀತಿಯ ಟೆನ್‌ಷನ್ ಗಿರಾಕಿಯಾಗಿ ಕಂಡಿದ್ದರಿಂದ ಪದೇಪದೇ ಫೋನ್ ಮಾಡಬಹುದು. ಕರೆನ್ಸಿಯ ಛಾರ್ಜನ್ನು ವಸೂಲು ಮಾಡಲು ಅಜ್ಜಯ್ಯ ದೇವಸ್ಥಾನದಿಂದ ಬರುವಾಗ ಸದ್ದಾದರೆ ತರಬಹುದು. ಇಲ್ಲ, ಅಡಿಕೆ ಮರಗಳಿಗೆ ಗೊಬ್ಬರ ಹಾಕಿಸುತ್ತಿದ್ದ ಅಪ್ಪಯ್ಯ ಆ ಕಡೆ ಹೋದರೆ ತರಬಹುದೆಂದು ಸುಮ್ಮನೆ ಚಾಪೆ ಹಾಸಿಕೊಂಡು ಕೂತಳು. ಅವಳ ಯೋಚನೆ ಶ್ಯಾಮ್‌ಪ್ರಸಾದ್ ಕೊಳ್ಳಬಹುದಾದ ಪ್ಲಾಟ್ ಅವರ ಪೂರ್ವಿಕರದ್ದಿರಬಹುದು. ಅಂದರೆ ವಾಮನಪ್ರಸಾದ್‌ರ ಹಿರಿಯ ಮಗ ಕೃಷ್ಣಪ್ರಸಾದ್ ಮಗನಿರಬಹುದೆಂದುಕೊಂಡಳು. ವೈಯಕ್ತಿಕ ವಿಚಾರಗಳ ಬಗ್ಗೆ ಮಾತಾಡುವ ಅವಕಾಶವೇ ಒದಗಿಬಂದಿರಲಿಲ್ಲ. ಆ ಭೂಮಿಗಾಗಿ ಇಷ್ಟೆಲ್ಲ ಟೆನ್‌ಷನ್ ಪಡುವ ಶ್ಯಾಮ್‌ಪ್ರಸಾದ್ ಗ್ರೇಟ್ ಎನಿಸಿತು.

"ದಿವ್ಯ ನಾನು ಹೇಳಿದ್ದು ಕೇಳಿಸ್ತಾ? ವಿಕ್ಕಿ ನಿಂಗೆ ಫೋನ್ ಮಾಡೋಕೆ ಹೇಳಿದ್ದಾನಂತೆ" ಮತ್ತೆ ಜ್ಞಾಪಿಸಿದರು. "ಆ ವಿಷ್ಯ ಇರ್ಲೀ, ಅಗ್ನಿಹೋತ್ರ ಮಾಡೋ ಒಂದು ಪುರೋಹಿತ ಕುಟುಂಬ ಇತ್ತಿತ್ತಲ್ಲ, ನಿಂಗೆ ಗೊತ್ತ?" ವಿಚಾರಿಸಿದಳು. ಆಕೆ ಜ್ಞಾಪಿಸಿಕೊಂಡು "ಮಾವನೋರು ಹೇಳೋರು. ವಾಮನ ಪ್ರಸಾದ್ ಅಗ್ನಿಹೋತ್ರಿಗಳ ಹಿರಿಯ ಮಗ ನಿನ್ನ ಅಪ್ಪಯ್ಯನಿಗ್ಗಿಂತ ಒಂದ್ಮೂರು ವರ್ಷಕ್ಕೆ ದೊಡ್ಡೋರಂತೆ. ಆ ಜನ ಈ ಕಡೆ ಬಿಟ್ಹೋಗಿ ಎಷ್ಟೋ ವರ್ಷಗಳು ಆಗಿಹೋಯಿತಂತೆ "ಈಗೇನು, ಆ ವಿಷ್ಯ?" ಕೇಳಿದರು ಬೇಸರದಿಂದ. ತಾನು ಅನುರಾಗ್ ಬಗ್ಗೆ ಮಾತಾಡುತ್ತಿದ್ದರೆ ಇವಳು ಯಾವುದೋ ಕೆಲಸಕ್ಕೆ ಬಾರದ ವಿಚಾರ ಪ್ರಸ್ತಾಪಿಸುತ್ತಾಳಲ್ಲ ಎನ್ನುವ ಬೇಸರ ಆಕೆಗೆ. ಅವಳಿಗೆ ಅರ್ಥವಾಯಿತು. "ವಿಕ್ಕಿಗೆ ತಾನೇ? ಫೋನ್ ಮಾಡ್ತೀನಿ, ಮೊಬೈಲ್ ದೇವಸ್ಥಾನದಲ್ಲಿ ಬಿಟ್ಬಂದೆ" ಅನ್ನೋ ವೇಳೆಗೆ ಜನ್ನನ ಅಣ್ಣನ ಮಗ ಕಿರಿಯ ಮುತ್ತು "ಅಕ್ಕಾವ್ರೆ, ನಿಮ್ಮ ಮೊಬೈಲ್" ಅನ್ನುತ್ತ ತಂದು ಅಷ್ಟು ದೂರದಲ್ಲಿ ಅವಳ ಎದುರಿಗಿಟ್ಟು ಹಿಂದಕ್ಕೆ ಓಡಿಬಿಟ್ಟ.

"ಮೊದ್ಲು, ಫೋನ್.... ಮಾಡು.... ನಿನ್ನ ಭವಿಷ್ಯ ಹಾಳಾಯ್ತುಂತ ಗೊಣಗಿದ ವಿಕ್ಕಿ. ಅನುರಾಗ್ ಬಂದಿದ್ದಾನಂತೆ. ಇಲ್ಲೇ ಉಳಿಯುತ್ತಾನೇಂತ ಹೇಳಿ. ಹಿಂದೇನೇ ಮದ್ವೆ ಅಂತಾದ್ದು ಇಟ್ಕೋತಾರೋಂತ ಕಾಣಿಸುತ್ತೆ. ಆಗಾಗ ಫೋನ್ ಮಾಡ್ತಾ ಇದ್ದ

ವಸಂತಲಕ್ಷ್ಮಿ, ದೀಪಿಕಾ ಈಚೆಗೆ ಫೋನ್ ಮಾಡೋಲ್ಲ. ನಾವು ಶ್ರೀನಿಧಿ ಹೇಳ್ದಂತೆ.... ಕೇಳಿದ್ದರೆ ಆಗ್ತಾ ಇತ್ತು" ಎಂದರು. ನೇರವಾಗಿ ಅಮ್ಮನ ಮುಖ ನೋಡಿದಳು. ದ್ವಂದ್ವ ಮನಸ್ಥಿತಿ ಆಕೆಯದು. ಮಗಳ ಭವಿಷ್ಯದ ಬಗ್ಗೆ ಕನವರಿಕೆ, ಭಯದ ಜೊತೆ ತಮ್ಮ ತೋಟ ಮಾರಿ ಮೋಸ ಮಾಡಿದ ಶ್ರೀನಿಧಿ ಮೇಲೆ ಕೋಪ. ಜೊತೆಗೆ ನಿಸ್ಸಹಾಯಕ ಸ್ಥಿತಿ. "ಈಗ ಆಗೋಲ್ಲ ಬಿಡು, ಅನ್ಯಾಯವಾಗಿರೋದು ನಮ್ಗೇ. ಅವ್ರಿಗೇನೂ ತೊಂದರೆ ಕೊಡ್ತಾ ಇಲ್ವಲ್ಲ. ಪ್ರಾಫಿಟ್ ಅವ್ರ ಕೈ ಸೇರಿದೆ. ನಮ್ಮ ಕೈಯಲ್ಲಾದರೆ ತೋಟ ಉಳ್ಸಿಕೊಳ್ತೀವಿ, ಇಲ್ಲ ಕಳ್ಕೊಳ್ತೀವಿ. ಅವ್ರಿಗಂತು ಇದ್ರಿಂದ ನಷ್ಟವಿಲ್ಲ" ಇಂದು ಸ್ವಲ್ಪ ಕನಲಿಯೆ ನುಡಿದಿದ್ದು. ಮೊಬೈಲ್ ಹಿಡಿದು ಹೊರಬಂದು ನಿಂತು ಗಾಳಿಗೆ ಮುಖವೊಡ್ಡಿದ್ದು ಹಾಯೆನಿಸಿತು.

ಆವೇಳೆಗೆ ಮೊಬೈಲ್ ಸದ್ದು ಮಾಡಿತು. ಶಾಲಿನಿಯಿಂದ ಕಾಲ್. "ನಿಮ್ಮ ಮಾತು ಕೇಳಿ, ಬೆಳಿಗ್ಗೆ ಹೊರಡಬಹುದಿತ್ತು. ಸ್ವಲ್ಪ ಭಯನು ಕೂಡ. ರೀ, ಇಲ್ಲಿ ಇಳ್ದು ಎಳನೀರು ಕುಡಿತಾ ಇದ್ದೀವಿ. ಆ ಡ್ರೈವರ್ ಪಾಕಡಾ, ಕಣ್ರೀ. ನಮ್ಮ ದುಡ್ಡಿನಲ್ಲೇ ಎರಡು ಕುಡ್ದ. ಮುಂದೆ ಊಟ... ಮೂರು ಜನದ್ದು ಲೆಕ್ಕ ಕೊಡ್ಬೇಕಾಗುತ್ತೆ. ಇದ್ನ ತಿಳಿಸೋಕೆ ಫೋನ್ ಮಾಡಿದ್ದು. ಅವ್ರಿಗೆ ನೇರವಾಗಿಯೇ ಹೇಳ್ಬಿಡೋಣಾಂತ... ಶ್ಯಾಮ್ ಪ್ರಸಾದ್ ಫೋನ್ ಎತ್ತೋಲ್ಲ. ಅದ್ಕೇ ನಿಮ್ಗೇ ಮಾಡ್ದೆ. ಅಲ್ಲಿ ಏನಾದ್ರೂ ಮಳೆ ಬರ್ತಾ ಇದ್ಯಾ?" ಕೇಳಿದರು. ನಿರ್ಮಲವಾದ ಆಕಾಶದ ಕಡೆ ನೋಟ ಹರಿಸಿ "ಇಲ್ಲೇನು ಮಳೆ ಇಲ್ಲ. ಟ್ಯಾಕ್ಸಿಯಲ್ಲಿ ಬಂದ್ಮೇಲೆ ಅವ್ರ ಊಟ ತಿಂಡಿನು ನಾವೇ ಗಮನಿಸಬೇಕಾಗುತ್ತೆ. ಆ ಖರ್ಚೆಲ್ಲ ಕೊಡೋಣಾಂತ ಹೇಳಿದ್ದಾರೆ" ಅಂತ ಲೈನ್ ಕಟ್ ಮಾಡಿದಳು. ದಿವ್ಯಗೆ ನಗು ಬಂತು. 'ಬದುಕು ಇಷ್ಟೊಂದು ಲೆಕ್ಕಾಚಾರವಾದರೆ ಅದರಲ್ಲಿ ಎಷ್ಟು ರಮ್ಯತೆ ಇದ್ದೀತು?' ಹೆಚ್ಚು ಖರ್ಚಿಲ್ಲದ ಜೀವನ ನಿರ್ವಹಣೆಯಲ್ಲಿ ಹಣ ಅಷ್ಟೊಂದು ಮುಖ್ಯವಾದ ಪಾತ್ರವಹಿಸಿರಲಿಲ್ಲ!

ಹೊರಗೆ ಬಂದ ಕೌಸಲ್ಯ "ನಿಂಗೆ ಅನುರಾಗ್ ಮೊಬೈಲ್ ನಂಬರ್ ಗೊತ್ತಿರಬಹುದಲ್ವಾ? ನೀನೇ ಫೋನ್ ಮಾಡು, ಒಮ್ಮೆ ಬಾ ಅನ್ನು" ಒತ್ತಾಯಿಸಿದರು. ಅಮ್ಮನ ಕಡೆ ಸಹಾನುಭೂತಿಯ ನೋಟ ಹರಿಸಿ "ಯಾವಾಗ್ಬಂದನೋ, ಏನೋ ಇಲ್ಲಿಗೆ ಬಂದೇ ಬರ್ತಾನೆ. ಅವ್ನ ಶಾಲಾ, ಕಾಲೇಜು ರಜೆ ದಿನಗಳಲ್ಲಿ ತೋಟದಲ್ಲಿ ತಾನೇ, ಕಳೀತಾ.... ಇದ್ದಿದ್ದು ಮೊದ್ಲು ಸಿಟಿಯ ಓಡಾಟ ಮುಗ್ಸಿಕೊಂಡು ಬರಲಿ, ನಾನು ಅಪ್ಪಯ್ಯನ ನೋಡ್ಕೊಂಡ್ ಬರ್ತೀನಿ" ಆವರಣಬಿಟ್ಟು ಕೆಳಗಿಳಿದಳು. ಅನುರಾಗ್ ಅವಳ ಮುಂದೆ ನಿಂತಂತಾಯಿತು. ಅವನು ಡೀಸೆಂಟ್. ಮಾತು ಕಡಿಮೆ. ಬಹಳ ಬೇಗ ಕನ್ನಡಕ ಧರಿಸಿ ಓಡಾಡುತ್ತಿದ್ದ.

ಅವಳು, ಆನಂದಶರ್ಮರು ಒಟ್ಟಿಗೆ ಬಂದರು. ತೋಟದ ಕೆಲಸದಲ್ಲಿ ತಮ್ಮನ್ನು ತೊಡಗಿಸಿಕೊಂಡಿದ್ದ ಆನಂದಶರ್ಮರು ಹೆಚ್ಚು ಲವಲವಿಕೆಯಿಂದ ಇದ್ದರು. ನಿಶ್ಚಲವಾದ ಮನಸ್ಸಿನಲ್ಲಿ ತೋಟದ ಬಗ್ಗೆ ಅನೇಕ ಕನಸುಗಳು ಚಿಗುರೊಡೆಯುತ್ತಿತ್ತು. ಮರ, ಗಿಡ, ಫಸಲು ಪ್ರತಿಯೊಂದರ ಬಗ್ಗೆಯು ಮಾತಾಡುತ್ತಿದ್ದರು.

"ಅನಾನಸ್... ಬೆಳೆ ತುಂಬ ಚೆನ್ನಾಗಿದೆ" ಎಂದರು ಆವರಣದ ಸಮೀಪಕ್ಕೆ ಬಂದಾಗ. "ಹೌದು, ಅಪ್ಪಯ್ಯ.... ಮಾವ ನಮ್ಗೆ ದೊಡ್ಡ ಉಪಕಾರನೇ ಮಾಡಿದ್ದಾರೆ. ಪ್ರತಿಯೊಂದರ ಮೂಲಕವು ಆದಾಯ ಹೇಗೆ ಮಾಡಬೇಕೆಂದು ತೋರಿಸಿಕೊಟ್ಟರು. ನಮ್ಮ ತೋಟದ ಸುತ್ತ ಇರುವ ಕಾಡು ಜಾತಿಯ ಮರ, ಮನೆ ಅಂಗಳ, ಬೇಲಿ ಸಾಲುಗಳಲ್ಲಿ ಇರುವ ಮಾವು, ಹಲಸು ಮರಗಳನ್ನು ಹಾಗೆಯೇ ಉಳಿಸುವ ಬದಲು ಕಾಳುಮೆಣಸು, ವೆನಿಲ್ಲಾ, ಮಲ್ಲಿಗೆ ಬಳ್ಳಿ ಕೃಷಿ ನಡೆಸಿ ಹೇಗೆ ಆದಾಯಗಳಿಸಬಹುದೆಂದು ತೋರಿಸಿಕೊಟ್ರು. ಈಗ ಅದ್ರಿಂದ ಉಪಕಾರನೇ ಆಯ್ತು. ಕೈತುಂಬ ಹಣ ತರುತ್ತಾ ಇದೆ. ಅವ್ರು ಇದಕ್ಕೆಲ್ಲ ಸುರಿದು ನಷ್ಟವಾದುದ್ದನ್ನು ಮಾರಿ ಹಿಂದಕ್ಕೆ ಪಡೆದುಕೊಂಡಿದ್ದಾರೆ. ಮಾವು, ಹಲಸು, ಇನ್ನಿತರ ಮರಗಳಿಗೆ ಹಬ್ಬಿ ನಿಂತ ವಿಳೆಯದೆಲೆ ಕೂಡ.... ಒಳ್ಳೆ ಆದಾಯವೇ. ಅಡ್ವಾನ್ಸಾಗಿ ಹಣ ಕೊಟ್ಟು ಹೋಗ್ತಾ ಇದ್ದಾರೆ" ಮನತುಂಬಿ ನುಡಿದಳು. ಅದಕ್ಕಾಗಿ ಶ್ರೀನಿಧಿಗೆ ಕೃತಜ್ಞತೆಗಳೆ.

ಇಂದು ಅನಂತಶರ್ಮರು ಫಲಹಾರ ಕೂಡ ಬೇಡವೆಂದು ಕೋಣೆಯಲ್ಲಿ ಹೋಗಿ ಧ್ಯಾನಕ್ಕೆ ಕೂಡುವವರನ್ನು ಮಾತಿಗೆ ಎಳೆತಂದು ಕೂಡಿಸಿಕೊಂಡು ಪ್ರತಿಯೊಂದರಿಂದ ಬಂದ ಹಣದ ಲೆಕ್ಕವನ್ನು ಅವರ ಮುಂದೆ ಹರಡಿದರು.

"ಜೊತೆಯಾದ... ಜೊತೆಯಾದ ಹಣವನ್ನು ಶ್ಯಾಮ್‌ಪ್ರಸಾದ್‌ಗೆ ಕೊಟ್ಟು ಅವ್ರ ಸಹಿಯನ್ನು ಪಡೆದುಕೊಳ್ತಾ ಇದ್ದೀನಿ. ಸ್ವಲ್ಪ ಸ್ವಲ್ಪವಾದ್ರೂ ಹಣ ಜಮಾ ಮಾಡಿದಂಗೆ ತೋಟ ನಮ್ಮಕೈ ಬಿಟ್ಹೋಗದು ಅನ್ನುವ ಭಾವ ಬರ್ತಾ ಇದೆ. ಅಜ್ಜಯ್ಯ.... ನಿನ್ನ ಪೂಜೆ ಮಾರುತಿಗೆ ಬೇಕು. ಅವನು ಸಾಧಾರಣವಾಗಿ ಬಿಟ್‌ಕೊಡೋಲ್ಲ" ಅವಳ ಕಂಠ ತುಂಬಿ ಬಂತು. ತಲೆ ಬಗ್ಗಿತು. ಅವಳ ಮಸ್ತಕದ ಮೇಲೆ ಕೈಇಟ್ಟರು, ಮೈದಡವಿದರು. ಆಮೇಲೆ ಅತ್ತೆ ಬಿಟ್ಟರು. "ಭಗವಂತ ಒಂದೊಂದು ರೂಪದಲ್ಲಿ ಸಹಾಯ ಮಾಡ್ತಾನಂತೆ ಈಗ...." ಹೇಳಲು ಹೋದ ಅವರನ್ನು ತಡೆದಳು. "ನಿಮ್ಮ... ಆಶೀರ್ವಾದ ಅಜ್ಜಯ್ಯ" ಅವರ ಪಾದಗಳ ಮೇಲೆ ಮಸ್ತಕವನ್ನೂರಿದಳು. ಅಜ್ಜಯ್ಯ, ಮೊಮ್ಮಗ್ಗಳ ಬಾಯಿಂದ ಮಾತುಗಳು ಹೊರಬರಲಿಲ್ಲ. ಹೆಚ್ಚೆಚ್ಚು ಅವಳು ಮಾತ್ರವಲ್ಲ ತ್ರಿವಿಕ್ರಮ ಕೂಡ ಅವರ ತೊಡೆಯ ಮೇಲೆ ಬೆಳೆದವರೇ. ಎಷ್ಟೋ ಪುರಾಣಕತೆಗಳನ್ನು ಅವರ ಬಾಯಿಂದಲೇ ಕೇಳಿದ್ದು. ದೇವಸ್ಥಾನದಿಂದ ಬಂದ ಕೂಡಲೇ "ಕತೆ... ಹೇಳಿ" ಎಂದು ದುಂಬಾಲು ಬೀಳುತ್ತಿದ್ದರು. ರಜಕ್ಕಾಗಿ ಬರೋ ಚಿರಾಗ್, ಅನುರಾಗ್, ದೀಪಿಕಾ ಕೂಡಾ ಇವರೊಂದಿಗೆ ಸೇರಿಕೊಳ್ಳುತ್ತಿದ್ದರು.

ಅಜ್ಜಯ್ಯ, ಮೊಮ್ಮಗ್ಳು ಬಹಳ ಹೊತ್ತು ಮೌನವಾಗಿ ಕೂತವರನ್ನು ಮೊಬೈಲ್ ಸದ್ದು ಎಚ್ಚರಿಸಿತು. ಕರೆ ಬಂದಿದ್ದು ಅವಳ ಪ್ರೀತಿಯ ಅಣ್ಣ ವಿಕ್ರಮ್ ಶರ್ಮನಿಂದ "ಅಮ್ಮ...." ಅಂದವಳು ಕರೆಯನ್ನು ರಿಸೀವ್ ಮಾಡಿ "ಹಲೋ...." ಅಂದಾಗ "ಥೇಟ್ ಕಟ್ಟೆ ಮನೆ ಹುಡ್ಗೀನೇ! ಸ್ವಲ್ಪ ಕೂಡ ನಿಂಗೆ ಫ್ಯೂಚರ್ ಬಗ್ಗೆ ಚಿಂತೆ ಇಲ್ಲ. ಮುಂದೇನು ಮಾಡ್ತೀಯ? ಅನುರಾಗ್ ಬಂದಿದ್ದಾನೆ. ಇಲ್ಲಿನ ವಹಿವಾಟು ನೋಡಿಕೊಳ್ಳೋಕೆ, ಅವನ ಅಗತ್ಯವಿದೇಂದ್ರು. ಒಂದು ರೀತಿಯಲ್ಲಿ ಅವ್ನು ಸೆಟ್ಲು.

ಅಂದಂಗೆ. ಅವನಂಥ ಹ್ಯಾಂಡ್‌ಸಮ್ ಪರ್ಸನಾಲಿಟಿ ಬ್ರಿಲಿಯೆಂಟ್‌ಗೆ ಹೆಣ್ಣು ಕೊಡೋಕೆ ತಾ ಮುಂದು ನಾ ಮುಂದು ಅಂತ ಬರ್ತಾರೆ" ಅವನ ಮಾತುಗಳಿಗೆ ನಕ್ಕು ಎದ್ದು ಮೊಬೈಲ್ ಹಿಡಿದು ಹೊರಬಂದು "ನಿಂದು ಓಲ್ಡ್ ಜಮಾನದ ಮಾತುಗಳು. ಆಯ್ತು. ಹುಡ್ಗೀರೇ ಬಂದು ಪ್ರಪೋಸ್ ಮಾಡ್ತಾರೆ. ಶ್ರೀನಿಧಿ ಮಾವನದೇ ಅಲ್ವಾ ಡಿಸಿಷನ್. ಇದೆಲ್ಲ ಮಾಮೂಲಿ ಮಾತುಗಳು ಆಯ್ತು. ನಿಂದೇನು ಅಣ್ಣ" ಬಹಳ ಸಹಜವಾಗಿ ಕೇಳಿದಳು. ಕೋಪದಿಂದ ಅವನ ಮೈ ಉರಿದುಹೋಯಿತು "ನಿಂಗೆ ತಲೆಕೆಟ್ಟಿದೆ!" ರೇಗಿದ, ಅವಳಿಗೆ ಮಾತೇ ಬೇಡವೆನಿಸಿತು. ಸುಮ್ಮನಾದಳು.

"ಯಾಕೆ, ಮಾತು ಆಡ್ತಾ ಇಲ್ಲ?" ಕೇಳಿದ.

"ಆಡೋಕೇನಿಲ್ಲ. ಅಲ್ಲೆಲ್ಲ.... ಹೇಗಿದ್ದಾರೆ?" ಚುಟುಕಾಗಿ ಕೇಳಿದಳು.

"ಫೈನ್. ಫೆಂಟಾಸ್ಟಿಕ್.... ಅನುರಾಗ್ ಎಲ್ಲರಿಗೂ ಗಿಫ್ಟ್‌ಗಳ್ನ ತಂದಿದ್ದಾನೆ. ನಿಂಗೂ ತಂದಿರ್ತಾನೆ. ಅವ್ನಿಗೆ ನಿನ್ನ ನೋಡೋ ಮನಸ್ಸು ಇದ್ದರೂ ತಾನಾಗಿ ಬರೋಲ್ಲ. ಅದ್ಕೇ ಮಾವನ ಪರ್ಮಿಷನ್ ಬೇಕಾಗುತ್ತೆ. ನೀನೇ ಫೋನ್ ಮಾಡು. ನಿಂಗೆ ಲಾಸ್ಟ್ ಛಾನ್ಸ್ ಅಂದ್ಕೋ! ಸುಮ್ನೇ ಗಂಟು ಮೂಟೆ ಕಟ್ಟಿಕೊಂಡು ಬಾ...." ತೀರಾ ಕನಲಿದಂತೆ ನುಡಿದ. ಅವಳ ಅವುಡುಗಳು ಕೋಪದಿಂದ ಬಿಗಿದುಕೊಂಡವು. "ಅಜ್ಜಯ್ಯ, ಅಮ್ಮ ಅಪ್ಪಯ್ಯ....." ಮೆಲ್ಲಗೆ ಪ್ರಸ್ತಾಪಿಸಿದಳು.

"ಆಮೇಲೆ ಅವ್ರು.... ಅಲ್ಲೇನು ಮಾಡ್ತಾರೆ? ಇಲ್ಲಿಗೆ... ಬರ್ತಾರೆ, ಇಲ್ಲ ದೇಶಾಂತರ ಹೋಗ್ತಾರೆ" ಅಸಡ್ಡೆಯಿಂದ ಹೇಳಿದ. ತಕ್ಷಣ ಫೋನ್ ಕಟ್ ಮಾಡಿದಳು. ಆಮೇಲೆ ಒಂದೆರಡು ಸಲ ರಿಂಗಾದರೂ ಎತ್ತಲಿಲ್ಲ. ಈ ಮಟ್ಟದ ಸ್ವಾರ್ಥವನ್ನು ಅವಳು ನಿರೀಕ್ಷಿಸಿರಲಿಲ್ಲ. 'ದೇಶಾಂತರ ಹೋಗ್ಲಿ' ಅಂದು ಬಿಟ್ಟಿದ್ದ ಸುಲಭವಾಗಿ. ಎಷ್ಟು ಅಕ್ಕರೆಯಿಂದ, ಆಪ್ತತೆಯಿಂದ ಕಣ್ಣಿಗಿಂತ ಹೆಚ್ಚಾಗಿ ಜೋಪಾನ ಮಾಡಿದ ಹೆತ್ತವರ ಬಗ್ಗೆ ಎಂಥ ನಿಷ್ಠುರ ನುಡಿಗಳು. ಒಂದೆಡೆ ನಿಂತು ಕಣ್ಣೀರು ಸುರಿಸಿದಳು. ಇವೆಲ್ಲ ಅವಳಿಗೆ ಪಾಠಗಳು.

"ದಿವ್ಯ..." ಅಮ್ಮನ ದನಿ. "ಅನುರಾಗ್ ಹೇಗಿದ್ದಾನಂತೆ? ಬರ್ತಾನಂತ? ಎಷ್ಟು ಚೆನ್ನಾಗಿದ್ದ ಸಂಬಂಧಗಳು ಏನಾಗಿ ಹೋಯ್ತು? ಚಿರಾಗ್, ಅನುರಾಗ್ ಸ್ವಂತ ಮಕ್ಳು ತರಹ ನಮ್ಮಲ್ಲಿ ಆಡಿ ಬೆಳೆದೋರು. ಈಗ ಎಷ್ಟೊಂದು ದೂರವಾಗಿ ಬಿಟ್ರು" ಅದೇ ಕಲವಳ, ಅದೇ ಚಡಪಡಿಕೆ. ಅಲ್ಲಿನ ವಿಷಯ ಬಂದಾಗಲೆಲ್ಲ ಇಂಥ ಮಾತುಗಳು ತಪ್ಪಿರಲಿಲ್ಲ. "ಚಿರಾಗ್ ಇರೋದು ಚೆನ್ನೈನಲ್ಲಿ. ಅನುರಾಗ್ ಇದ್ದಿದ್ದು ದೂರದಲ್ಲಿ. ಈಗ ಮೊದ್ಲಿನ ಹಾಗೇ ವಿದ್ಯಾಭ್ಯಾಸದ ಹಂತವಲ್ಲ. ದುಡಿಮೆಯ ಮಧ್ಯೆ ನೂರಾರು ಟೆನ್‌ಷನ್‌ಗಳು. ಸ್ವಲ್ಪ ಅರ್ಥ ಮಾಡ್ಕೊಳ್ಳಿ, ಕೌಸಲ್ಯ, ಅವರೇ. ನಿನ್ನ ಕೈನ ಬೇಳೆತೊವ್ವೆ ತಿನ್ನೋಕೆ.... ಅನುರಾಗ್ ಬಂದೇ ಬರ್ತಾನೇ" ಒಂದು ರೀತಿಯಲ್ಲಿ ಸಂತೈಸುವಿಕೆ "ಅನುರಾಗ್ ಜೊತೆ ಮಾತಾಡಿದ್ಯಾ?" ಕೇಳಿದರು.

"ಅವ್ನು ಬಿಜಿ ಇದ್ದ. ಈಗ ತಾನೇ ಬಂದಿದ್ದಾನೆ. ಸ್ವಲ್ಪ ಸುಧಾರಿಸ್ಕೊಳ್ಳಿ. ಅಲ್ಲಿನ ವಾತಾವರಣಕ್ಕೂ ಇಲ್ಲಿನದಕ್ಕೂ ತುಂಬ ಡಿಫರೆನ್ಸ್ ಇರುತ್ತೆ" ಅಂದು ಒಳಗೆ

ಹೋದಳು. ಇದೇ ಮಾತುಗಳ ಮುಂದುವರಿಕೆ ಬೇಕಿರಲಿಲ್ಲ. ಅಮ್ಮನ ಆತಂಕ, ದ್ವಂದ್ವ ಮನಸ್ಥಿತಿ ಅರ್ಥವಾಗಿತ್ತು. ಅವರು ಮಾರಿದ ತೋಟವನ್ನು ಪುನಃ ತಾವು ಹಿಂದಕ್ಕೆ ಪಡೆದಾದಂತಾದ ಮೇಲೆ ಅವರು ತಮ್ಮ ನಡುವೆ ಮೊದಲ ಸೌಹಾರ್ದ ಮೂಡಬಹುದೇ? ಆ ಬಗ್ಗೆ ಅವಳಿಗೆ ಪೂರ್ತಿ ಭರವಸೆ ಇರಲಿಲ್ಲ. ಶ್ರೀನಿಧಿ ಅದಕ್ಕೆ ಅವಕಾಶ ಕೊಡಲಾರರು.

ಈ ಮಾತುಗಳು ಊಟದ ನಂತರ ಅವರುಗಳ ಕಿವಿಯ ಮೇಲೆ ಹಾಕಿದರು ಕೌಸಲ್ಯ. "ಅನುರಾಗ್ ಬಂದಿದ್ದಾನಂತೆ. ವಿಕ್ಕಿ ಫೋನ್ ಮಾಡಿದಾಗ.... ದಿವ್ಯ ಮೊಬೈಲ್‌ಗೆ ಏನು ಆಗುತ್ತೆ! ಜನ್ನನ ಮಗನ ಮೊಬೈಲ್‌ಗೆ ಫೋನ್ ಮಾಡಿದ್ನಂತೆ. ಇವ್ಳಿಗೆ ಫೋನ್ ಮಾಡೂಂತ... ಹೇಳಿದ್ದೆ" ಅನಂತಶರ್ಮರು ಪ್ರತಿಕ್ರಿಯಿಸಲಿಲ್ಲ. ಆನಂದಶರ್ಮರು "ಮಾಡಿರ್ತಾಳೆ. ಬಿಡು" ಎದ್ದು ಹೋದರು. ಆ ಮನೆಯವರ ಮೇಲಂತು ಅವರಿಗೆ ಕೋಪ, ಬೇಸರ ಎರಡು ಇತ್ತು. ತಮ್ಮನ್ನು ನಿರ್ಗತಿಕರನ್ನಾಗಿ ಮಾಡಲು ಹೊರಟವರನ್ನು ಅವರು ಕ್ಷಮಿಸಲಾರರು. ಇದು ಸಾತ್ವಿಕ ಕೋಪ. ತಂದೆಯಂತೆ ಅನಂತಶರ್ಮರು ಸಜ್ಜನರು ಕೂಡ ಕೇಡೆಣಿಸುವ ಮನುಷ್ಯರಲ್ಲ.

ಅನಂತಶರ್ಮರು ಎದ್ದು ಹೋದನಂತರ ಗಂಡನ ಸನ್ನಿಹದಲ್ಲಿ ಕೂತು. "ಒಮ್ಮೆ, ನಾವೇ ಅನುರಾಗ್‌ಗೆ ಯಾಕೆ ಫೋನ್ ಮಾಡ್ಬಾರ್ದು?" ಕೇಳಿದರು ಕೌಸಲ್ಯ. ಅವರ ಮುಖದಲ್ಲಿ ನೀರಸ ನಗೆ ತೇಲಿತು. "ಯಾರು ಬೇಡಾಂದ್ರು? ಹಿಂದಿನಂತೆ ಮಾಡು. ಬೇಡಾಂತ ಅಂದ್ಕೊಂಡ್ರು, ಒಂದು ರೀತಿಯ ಬಿಗುವಿನ ವಾತಾವರಣ. ತಾನಾಗಿ ಸರಿ ಹೋಗಲು ತಿಂಗಳುಗಳೇ ಬೇಕಾಗುತ್ತೆ. ನೋಡೋಣ...." ಎದ್ದು ಹೋದರು. ತೋಟದ ಕೆಲಸ ಮರೆತಂತಿದ್ದ ಗಂಡ ಇಡೀ ದಿನ ತನ್ನನ್ನು ತೋಟದ ಕೆಲಸದಲ್ಲಿ ತೊಡಗಿಸಿಕೊಂಡಿರುವುದು ಅಚ್ಚರಿಯೆನಿಸಿದರು, ತೋಟನ ಉಳಿಸಿಕೊಳ್ಳಬೇಕೆಂಬ ದೃಢನಿರ್ಧಾರ ಅವರ ನಡವಳಿಕೆಯಲ್ಲಿ ಕಾಣುತ್ತಿತ್ತು.

ದಿವ್ಯ ಮಲಗಿ ಚಿಂತಿಸಿದಳು. ಅವಳ ಚಿಂತನೆಯ ವಿಷಯ ಅನುರಾಗ್ ಅಲ್ಲ, ಅವನು ತಪ್ಪಿಹೋದರೆ ಭವಿಷ್ಯದಲ್ಲಿ ದೊಡ್ಡ ನಷ್ಟವಾಗುತ್ತದೆಯೆಂದೇನು ಭಾವಿಸಿರಲಿಲ್ಲ. ಆ ಜಾಗವನ್ನು ಶ್ಯಾಮ್‌ಪ್ರಸಾದ್ ಕೊಳ್ಳಲು ತವಕಿಸುವುದಕ್ಕೆ ಕಾರಣ ಸ್ಪಷ್ಟವಾಗಿತ್ತು. ವಾಮನಪ್ರಸಾದ್ ಅಗ್ನಿಹೋತ್ರಿಗಳ ಮೊಮ್ಮಗ ವಿದೇಶದಲ್ಲಿ ಹೋಗಿ ನೆಲೆಸಿದ ಕೃಷ್ಣಪ್ರಸಾದ್ ಮಗ. ಅಭಿಮಾನವೆನಿಸಿತು. ಕಮಿಷನ್ ಎಷ್ಟು ಬರಬಹುದೆಂದು ಯೋಚಿಸುತ್ತಿದ್ದವಳು, ಹೇಗಾದರೂ ವ್ಯಾಪಾರ ಕುದುರಿ ಆ ಪ್ಲಾಟ್‌ನ ಶ್ಯಾಮ್‌ಪ್ರಸಾದ್ ಹೆಸರಿಗೆ ರಿಜಿಸ್ಟರ್ ಮಾಡಿಸಿ ಬಿಡಬೇಕೆನಿಸಿತು. ಪದೇ ಪದೇ.... ಫೋನ್ ಮಾಡಿ ಏನೇನೋ ಹೇಳುವ ಶಾಲಿನ ದುಡ್ಡಿನ ಹೆಣ್ಣು ಎಂದು ಅರಿವಾಗುವುದರ ಜೊತೆಗೆ "ಮೆಂಟಲ್ ಕೇಸ್' ಎನಿಸಿಬಿಟ್ಟಿದ್ದಳು. ಒಮ್ಮೊಮ್ಮೆ ಒಂದೊಂದು ರೀತಿ ಹೇಳುವ ಅವಳು 'ಅವ್ರು ಇನ್ನು ಒಪ್ಕೊಂಡಿಲ್ಲ' ಎನ್ನುವ ಬಾಂಬನ್ನು ಒಂದೆರಡು ಸಲ ಸಿಡಿಸಿದ್ದು ಆತಂಕಕ್ಕೆ ಕಾರಣವಾಗಿತ್ತು. ಅಂಥ ಒಂದು ಪರಿಸ್ಥಿತಿ ಶ್ಯಾಮ್‌ಪ್ರಸಾದ್‌ಗೆ ಎದುರಾದರೆ, ಬುದ್ಧಿ ಬಂದಾಗಿನಿಂದ ಆರಾಧಿಸಿದ,

ಪೂಜಿಸಿದ ಹನುಮಂತನನ್ನು ಧ್ಯಾನಿಸಿದಳು. ಅಂಥ ಸಂದರ್ಭ ಎದುರಾಗುವುದು ಬೇಡ. ಅದಕ್ಕಾಗಿ ಇನ್ನು ಮೂರು ಪ್ರದಕ್ಷಿಣೆ ಹೆಚ್ಚಿಗೆ ಹಾಕ್ತೀನಿ. ಬೇರೆ ರೂಪದಲ್ಲಿ ಏನು ಸಂದಾಯ ಮಾಡ್ತಾರೆ ಎನ್ನುವ ಬೇಡಿಕೆಯನ್ನು ಸಲ್ಲಿಸಿದ್ದು ಮೌನವಾಗಿ.

ಆಮೇಲೆ ಗಾಢನಿದ್ರೆ ಬಂದರೂ ಬೇಗ ಎಚ್ಚರವಾಗಿ ಬಚ್ಚಲು ಮನೆಗೆ ಹೋದಾಗ ನೀರು ಕಾದಿತ್ತು. ಸ್ನಾನ ಮುಗಿಸುವ ವೇಳೆಗೆ ಮನೆಯಲ್ಲಿನ ಮೂವರು ಎದ್ದು ಆಗಿತ್ತು. ಬೇಗ... ಬೇಗ... ಮುಗಿಸಿಕೊಂಡು ದೇವಸ್ಥಾನದ ಕಡೆ ಧಾವಿಸಿದಳು. ಆವರಣವನ್ನು ಚೊಕ್ಕಟ ಮಾಡಿ ರಂಗೋಲಿ ಹಾಕಿ ಕೈಕಾಲು ತೊಳೆದು ಪ್ರದಕ್ಷಿಣೆ, ನಮಸ್ಕಾರ ಶುರು ಮಾಡಿದಳು. ಆ ವೇಳೆಗೆ ಅಪ್ಪ, ಮಗ ಮುಡಿಯುಟ್ಟು ದೇವಸ್ಥಾನದ ಗರ್ಭಗುಡಿಯ ಬಾಗಿಲು ತೆಗೆದಾಗಿತ್ತು. ನೂರೊಂದರಿಂದ ಷುರುವಾದ ಪ್ರದಕ್ಷಿಣೆ ನಮಸ್ಕಾರ ನೂರೆಂಟಕ್ಕೆ ಏರಿತ್ತು.

ಹನುಮಂತನ ಸ್ತೋತ್ರ ಪಠಿಸುತ್ತ ಭಕ್ತಿಯಿಂದ ಸುತ್ತತೊಡಗಿದವಳ ಕಣ್ಮುಂದೆ ಬಂದ ಚಿತ್ರಗಳನ್ನು ಪಕ್ಕಕ್ಕೆ ಸರಿಸಿ ಸುತ್ತತೊಡಗಿದ್ದು ನೋಡಿದರೂ ನೋಡದಂತೆ ತಮ್ಮ ಕಾರ್ಯದಲ್ಲಿ ಮಗ್ನರಾದರು. ಇದು ನಿತ್ಯದ ವಿಧಿ. ಒಂದಿಷ್ಟು ವ್ಯತ್ಯಾಸವಾಗದಂತೆ ನಿತ್ಯದ ಕಾಯಕ ಮಾಡಿಕೊಂಡಿದ್ದಳು. ಮೊದಮೊದಲು ಒಂದಿಷ್ಟು ಬುದ್ಧಿ ಹೇಳುವ ಪ್ರಯತ್ನ ಮಾಡಿದ್ದು ಕೌಸಲ್ಯನೇ. ಅಪ್ಪ, ಮಗ ಮಾತ್ರ ಮೌನವಹಿಸಿದ್ದರು.

ಇವಳು ಮುಗಿಸಿ ಕೂರುವ ವೇಳೆಗೆ ಅಭಿಷೇಕ ಶುರುವಾಗಿತ್ತು. ಕೆಲವೊಂದು ದಿನ ತೀರ್ಥಪ್ರಸಾದ ಪಡೆದೇ, ಹೊರಗೆ ಬರುತ್ತಿದ್ದಳು. ಒಮ್ಮೊಮ್ಮೆ ತೀರ್ಥಪ್ರಸಾದಕ್ಕೆ ಕಾಯದೆ ಕೆಲಸದ ಕಡೆ ಗಮನಕೊಡುತ್ತಿದ್ದುದ್ದು ಅಪರೂಪವೇನಲ್ಲ. ಅದಕ್ಕೆ ಯಾರ ಆಕ್ಷೇಪಣೆಯು ಇರಲಿಲ್ಲ. ಇಂದು ಆವರಣ ಬಿಟ್ಟು ಹೊರಗೆ ಬರುವ ವೇಳೆಗೆ ಶ್ಯಾಮಪ್ರಸಾದ್ ನಿಂತಿದ್ದ.

"ಸರ್..." ಅಂದಾಗ, ನಸುನಗುತ್ತ "ಹೌದು, ಮೇಡಮ್ ಡ್ರೈವರ್‌ಗೆ ಫೀವರ್ ಅನ್ನೋ ಇನ್‌ಫರ್ಮೇಷನ್ ಸಿಕ್ಕಿದ್ದರಿಂದ ನಾನೇ ಹೊರಟ್ಬಂದೆ ಏನಿ... ಅಬ್‌ಜೆಕ್ಷನ್? ವೆಂಕಟೇಶಯ್ಯ ಸೊಸೆಯೊಂದಿಗೆ ಬಂದು ಆಗಿದೆ. ಆಕೆ ಟ್ಯಾಕ್ಸಿ ಬಾಡ್ಗೇ... ವೆಯಿಟಿಂಗ್ ಛಾರ್ಜ್ ಬಗ್ಗೆನೇ ಮಾತಾಡಿದರಂತೆ. ಪ್ರೊಸೆಸ್ ಬೇಗ ಮುಗಿದ್ರೆ... ಒಳ್ಳೇದು! ಸಹನೆಗೆ ಸವಾಲ್ ಆಕೆ. ಇಂಥದನ್ನ ಆಲ್‌ಮೋಸ್ಟ್ ಎಲ್ಲರು ಫೇಸ್ ಮಾಡ್ಬೇಕಾಗುತ್ತೆ. ಬಂದು ಡಿಸ್ಟರ್ಬ್ ಮಾಡಿದೆನೇನೋ?" ಎಂದ "ನೋ... ನಾನು ಅಲ್ಲಿಗೆ ಬರೋಳಿದ್ದೆ. ವೆಹಿಕಲ್ ಇಲ್ಲದಿದ್ದರೆ, ನನ್ನ ಸೈಕಲ್‌ನಲ್ಲಿ ಬಂದ್‌ಬಿಡ್ತಾ.... ಇದ್ದೆ. ನಂಗೆ ಸೈಕಲ್ ತುಳಿದು ಅಭ್ಯಾಸವಿದೆ" ಅಂದಳು ಸಹಜವಾಗಿ. ಅದರಲ್ಲಿ ಯಾವ ತೋರ್ಪಡಿಕೆಯು ಇರಲಿಲ್ಲ. "ಹೋಗೋಣ... ಸರ್" ಅಂದಳು ಅವಸರವಸರವಾಗಿ. ಅವನು ಮಾತೇ ಆಡಲಿಲ್ಲ. "ಪ್ಲೀಸ್, ಎರಡು.... ನಿಮಿಷ" ಓಡುವ ನಡಿಗೆಯಲ್ಲಿ ಹಾರಿಹೋದವಳು ಎರಡೇ ನಿಮಿಷದಲ್ಲಿ ಬಂದಿದ್ದು ಅಚ್ಚರಿಯೆನಿಸಿತು.

"ನೋ... ತಯಾರಿ" ಅವಳಿಗೇನು ಅರ್ಥವಾಗಲಿಲ್ಲ. ಅತ್ತಿತ್ತ ನೋಟ ಹರಿಸಿ

"ಮೊದ್ಲು ಅವರೊಂದಿಗೆ ಮಾತುಕತೆ, ನಂತರವೇ ಮಿಕ್ಕಿದ್ದು" ಕಾರಿನಲ್ಲಿ ಹತ್ತಿ ಕೂತಳು. ತಲೆಯ ಕೂದಲು ಇನ್ನು ಒದ್ದೆ ಇತ್ತು.

"ಇವತ್ತು ಯಾವ ವಾರ?" ಕೇಳಿದ ಡ್ರೈವ್ ಮಾಡುತ್ತ.

"ಯಾಕೆ ಸರ್, ಏನಾದ್ರೂ.... ಪ್ರಾಬ್ಲಮ್? ಗುರುವಾರ..." ಅಂದಳು ಮುಖದ ಒದ್ದೆಯನ್ನು ಕರ್ಚಿಪ್‌ನಿಂದ ಒತ್ತುತ್ತ "ನಮಸ್ಕಾರ ಪ್ರದಕ್ಷಿಣೆ...." ಅಂದ ಮೆಲ್ಲಗೆ. "ವಾರಾಂತ.... ಏನಿಲ್ಲ! ನಮ್ಮ ಪ್ರಯತ್ನ ನಾವು ಮಾಡಿದರೂ ದೇವರ ಸಹಾಯ ಬೇಕಾಗುತ್ತೆ. ನೀವು ದೊಡ್ಡ ಮನಸ್ಸಿನಿಂದ ಕೊಟ್ಟ ಒಂದು ಅಪಾರ್ಚುನಿಟಿಯನ್ನು ಮಿಸ್ ಮಾಡ್ಕೋಬಾರ್ದು. ಅದಕ್ಕಾಗಿ ಹರಕೆ... ಪ್ರದಕ್ಷಿಣೆ ನಮಸ್ಕಾರ..." ಎಂದಕೂಡಲೇ ಕಾರ್‌ಗೆ ಬ್ರೇಕ್ ಹಾಕಿದ. "ಮೈಗಾಡ್, ನಾನು ದೊಡ್ಡದಾಗಿ ಒಂದು ಹರಕೆ ಮಾಡ್ಕೋಬೇಕಾಗುತ್ತೇನೋ? ಹಲೋ, ದಿವ್ಯ... ಐ ಆ್ಯಮ್ ಫ್ರೌಡಾಫ್ ಯು. ಬಹುಶಃ ನನ್ನ ಜೀವನದಲ್ಲಿ ಇಂಥ ಒಂದು ಹೆಣ್ಣನ್ನು ಮೀಟ್ ಮಾಡ್ತಾ ಇರೋದು.... ಮೊದಲ ಸಲ. ಒಂದು ಅದ್ಭುತವಾದ ಅನುಭವವೆ. ಹುಟ್ಟಿದ್ದು ಬೆಳೆದಿದ್ದು ನ್ಯೂಜೆರ್ಸಿಯಲ್ಲಿಯೆ. ಎಲ್ಲಾ ಅಲ್ಲಿನ ಒಡನಾಟವೆ. ನನ್ತಂದೆ ಭಾರತವನ್ನು ಈ ಪ್ರದೇಶವನ್ನು ಪರಿಚಯಿಸಿದ್ದು. ಅವ್ರ ಡೈರಿ... ಎಲ್ಲಾ ಬಿಚ್ಚಿಟ್ಟಿತ್ತು" ಭಾವನಾಲೋಕದಲ್ಲಿ ತೇಲಿದಂತೆ ಕಾರು ಸ್ಟಾರ್ಟ್ ಮಾಡಿದ. ತುಂಬಾ ಡಿಸ್ಟರ್ಬ್ ಆದಂಗೆ ಕಂಡ. ಆ ಲೋಕದಿಂದ ಅವನನ್ನು ಹೊರತರಬೇಕಿತ್ತು. "ಸರ್, ಬಹುಶಃ ಆರಾಧ್ಯರು ಬಂದಿರ್ತಾರೆ. ವೆಂಕಟೇಶಯ್ಯನವರ ಸೊಸೆ ಅವ್ರ ಬಗ್ಗೆ ತುಂಬಾ... ತುಂಬಾನೆ ಹೇಳಿದ್ರು... ಒಂದ್ಸಲ ಹೇಳೋದಿಕ್ಕೂ.... ಇನ್ನೊಂದ್ಸಲ... ಹೇಳೋದಿಕ್ಕೂ... ಬಹಳ ವ್ಯತ್ಯಾಸವಿತ್ತು. ಡೈರೆಕ್ಟಾಗಿ ಅಪ್ರೋಚ್ ಮಾಡೋದು ಸರಿಯೆನಿಸುತ್ತೆ" ಎಂದಳು ಮೆಲ್ಲಗೆ ಕಾರಿನ ವೇಗ ಹೆಚ್ಚಿಸಿದ ಮಾತಾಡದಂತೆ. ಸಖತ್ ಗೊಂದಲ ಅವನಲ್ಲಿ.

ಇವರು ಮೈನ್‌ಗೇಟ್ ದಾಟುವ ವೇಳೆಗೆ ಆರಾಧ್ಯರು ದೂರದಲ್ಲಿ ಆಡಾಡುವುದು ಕಂಡಿತು. "ಆರಾಧ್ಯರು... ಬಂದಿದ್ದಾರೆ" ಎಂದಳು. ಶ್ಯಾಮ್‌ಪ್ರಸಾದ್ ಮಾತಾಡದೇ ಕಾರನ್ನು ಅವನ ಸನಿಹಹದಲ್ಲಿ ನಿಲ್ಲಿಸಿ ಕೆಳಗಿಳಿದು ನಡೆದುಹೋದ.

"ಅವ್ರು ಬಂದಿರೋ ವರ್ತಮಾನ ಸಿಕ್ತು. ಏನಾದ್ರೂ ಎಡವಟ್ಟಾದೀತಾಂತ.... ಬೇಗ್ಬಂದೆ" ಕಾಳಜಿಯನ್ನು ವ್ಯಕ್ತಪಡಿಸಿದರು. "ಬನ್ನಿ, ಸಿಟ್ಟಿಂಗ್ ರೂಂನಲ್ಲಿ ಕೂತ್ಕೊಳ್ಳಿ. ಅವ್ರುಗಳು ರೆಸ್ಟ್‌ನಲ್ಲಿದ್ದಾರೇಂತ ಕಾಣಿಸುತ್ತೆ. ಇಲ್ಲಿ ಎಡವಟ್ಟಾಗೋ ಅಂಥದೇನಿಲ್ಲ" ಎಂದು ಒಳಗೆ ನಡೆದಳು. ಮ್ಯಾನೇಜರ್ ಆಗಿ ಅಪಾಯಿಂಟ್ ಆದನಂತರ ಇಡೀ ಗೆಸ್ಟ್‌ಹೌಸ್‌ನಲ್ಲಿ ಶ್ಯಾಮ್ ಪ್ರಸಾದ್ ಪರ್ಸನಲ್ ರೂಂ ಬಿಟ್ಟು ಎಲ್ಲೆಡೆ ಓಡಿಯಾಡುವ ಅವಕಾಶವಿತ್ತು. ಅಗತ್ಯವೆನಿಸಿದರೆ ಮಾತ್ರ ಓಡಾಟ ಅಷ್ಟೆ. ಮುಂದಿನ ಆಫೀಸ್ ರೂಂ ತೋಟದಲ್ಲಿ ಅವಳ ಕೆಲಸ ನಡೆದುಹೋಗುತ್ತಿತ್ತು. ವ್ಯವಹಾರದಲ್ಲಿ ಅತ್ಯಂತ ಚಾಣಾಕ್ಷತೆಯೊಡೆದು ಕಾಣುತ್ತಿತ್ತು.

ಮೊದಲು ವೆಂಕಟೇಶಯ್ಯ ಎದ್ದು ಬಂದರು ಸಿಟ್ಟಿಂಗ್ ರೂಂಗೆ. ಅವರ ಕಂಗೆಟ್ಟ

ಮುಖ ನೋಡಿದ ಕೂಡಲೇ 'ಅಯ್ಯೋ' ಅನಿಸಿತು. ಯೌವನದಿಂದ ವಿಜೃಂಭಿಸಿದ ಜೀವಕ್ಕೆ ಮುಪ್ಪು ಆವರಿಸಿದ ಕೂಡಲೇ ಇಷ್ಟೊಂದು ದಯನೀಯವೇ.

"ರಾತ್ರಿಯೆಲ್ಲ ಜರ್ನಿ... ಮಾಡಿದ್ದೀರಾ? ಸ್ವಲ್ಪ ರೆಸ್ಟ್ ತಗೊಳ್ಳಿ." ಗೌರವದಿಂದ ಹೇಳಿದಳು. ಬಸವಳಿದ ಮುಖ. ಕಣ್ಣುಗಳಲ್ಲಿ ನೋವು ಬೆರೆತ ಭಯ. "ಸ್ವಲ್ಪ ಮಾತಾಡೋದಿತ್ತು. ಹೊರ್ಗಡೆ ಹೋಗೋಣ್ವಾ?" ದೈನ್ಯದಿಂದ ಕೇಳಿದರು. "ಬನ್ನಿ..." ಹೊರಗೆ ನಡೆದವಳು ಒಂದು ನಿತ್ಯಮಲ್ಲಿಗೆಯ ಬಳ್ಳಿಯನ್ನು ಕಮಾನುಗೆ ಹಬ್ಬಿಸಿ ಅದರ ಕೆಳಗೊಂದು ಬೆಂಚು ಮೊದಲು ಇತ್ತು. ಈಗ ಅದು ಬಿಳಿಯ ಮಾರ್ಬಲ್‌ನಿಂದ ಅಲಂಕೃತವಾಗಿತ್ತು "ಕೂತ್ಕೊಳ್ಳಿ" ಅಂದಾಗ ಅವರೊಮ್ಮೆ ಸುತ್ತಮುತ್ತಲು ನೋಟ ಹರಿಸಿ "ಆ ಗೆಸ್ಟ್‌ಹೌಸ್‌ನಿಂದ ದೂರವೆ ಆಯಿತಲ್ಲ. ಮಾತಾಡೋದು ಕೇಳೋಲ್ಲಾಂತ ಅಂದ್ಕೋತೀನಿ" ಎಂದರು ಭಯ ಮಿಶ್ರಿತ ದನಿಯಲ್ಲಿ.

"ಇಲ್ಲ, ಹೇಳಿ".... ಎಂದಳು ಮೆಲುವಾಗಿ.

ಒಂದು ಕಡೆ ಕೂತ ವೆಂಕಟೇಶಯ್ಯ "ನೀನು ಕೂತ್ಕೋಮ್ಮ ದಿವ್ಯ" ಅಂದರು. ಒಂದು ಸುತ್ತಿನ ಇವರೊಂದಿಗಿನ ಮಾತುಕತೆ ನಡೆಸಿದ ಮೇಲೆ ಇಬ್ಬರನ್ನು ಕೂಡಿಸಿ ಜೊತೆಗೆ ಎಲ್ಲರನ್ನು ಸೇರಿಸಿ ಮಾತಾಡಬೇಕಿತ್ತು. "ನಂಗೆ ಹಣದ ಅಗತ್ಯವಿದೆ. ಸೊಸೆ ಶಾಲಿನಿ ಒಳ್ಳೆಯವಳಲ್ಲ. ಹೊಟ್ಟೆ ತುಂಬ ಊಟ ಕೂಡ ಹಾಕೋಲ್ಲ. ನನ್ನ ಹೆಂಡ್ತಿ ತೀರಿಕೊಂಡ್ಮೇಲೆ ಕೆಲವಾರು ತಿಂಗಳೇ ಊಟ ಮಾಡಿದ್ದು. ನನ್ನ ಪೆನ್ಷನ್ ಹಣ ಸಾಲಕ್ಕೇಂತ ಬರಿಸಿಕೊಟ್ರು. ಅಷ್ಟುಇಷ್ಟು ಇಟ್ಕೊಂಡ ಸೇವಿಂಗ್ಸ್ ಖರ್ಚಾಗಿ ಹೋಯ್ತು. ನಂಗೆ ಹತ್ತು ರೂಪಾಯಿ ಬೇಕೂಂದರೆ, ಇವ್ಳ ಮುಂದೆ ಕೈ ಚಾಚಬೇಕು. ಅದಕ್ಕೆ ಸಾವಿರ ಮಾತು ಅಂತಾಳೆ. ಇಲ್ಲಾದ್ರೂ... ಒಂದಿಷ್ಟು ಹಣ ಸಿಗಬಹ್ದೂಂತ ಅಂದ್ಕೊಂಡೇ. ಇವ್ಳು ಬಂದಿದ್ದಾಳೆ, ಏನು ಸಿಗುತ್ತೆ? ನಂಗೆ ಸ್ವಲ್ಪ ಹಣ ಕೊಡೋ ಹಂಗೆ ಮಾಡು. ಅಕಸ್ಮಾತ್ ಹಸಿವಾದಾಗ ಬೇಕೂಂತ ಅನ್ನಿಸಿದ್ದು.... ತಿಂತೀನಿ. ಅಷ್ಟು ಮಾಡಿ ಪುಣ್ಯ ಕಟ್ಟಿಕೋ" ಕಣ್ಣೀರಿಟ್ಟರು. ಅವಳ ಹೊಟ್ಟೆ ಉರಿಯಲ್ಲಿ ಬೆಂಕಿ ಹರಿದಾಡಿದಂತಾಯಿತು. 'ಹೊಟ್ಟೆ ಕಟ್ಟಿ, ತಮ್ಮ ಆಸೆಗಳನ್ನು ಬದಿಗೊತ್ತಿ... ಜೋಪಾನ ಮಾಡಿದ ಮಕ್ಕಳಿಂದ ಸಿಗುವುದು ಇದೇ' ಅವಳಿಗೆ ಸಂಕಟವೆನಿಸಿತು. ಕಂಬನಿ ಕಣ್ಣಂಚಿನಲ್ಲಿ ಶೇಖರವಾಯಿತು.

"ನಿಮ್ಮ ಮಗ ತಾನೇ, ದುಡಿಯೋದು? ಅವ್ನು ಇದನ್ನೆಲ್ಲ ನೋಡಿ ಹೇಗೆ ಸುಮ್ನೇ ಇರ್ತಾರೆ? ನಿಮ್ಮ ಸ್ವಂತ ಖರ್ಚಿಗೇಂತ ಹಣ ಕೇಳಿ" ಅಂದಾಗ ಅವರು ಮುಖ ಕೆಳಗೆ ಹಾಕಿ ಅಡ್ಡಡ್ಡ ತಲೆಯಾಡಿಸಿ" ಪ್ರಯೋಜನವಿಲ್ಲ. ತುಂಬ ಒಳ್ಳೆಯವ. ಸಮಾಜಕ್ಕೆ ಅಂಜುತ್ತಾನೆ. ಬಂದ ಸಂಬಳಪೂರ್ತ ಅವಳ ಕೈ ಸೇರದಿದ್ದರೆ, ಊರು, ಕೇರಿ... ಒಂದು ಮಾಡ್ತಾಳೆ. ಮಾಧ್ಯಮದವರು ಕರೆಸಿ ಮಾನ, ಮರ್ಯಾದೆ ಹರಾಜು ಹಾಕ್ತೀನೀಂತ ಹೆದರಿಸುತ್ತಾಳೆ. ಅವ್ನು ಭೂಮಿಗಿಳಿದು ಹೋಗಿದ್ದಾನೆ. ಈ ಸ್ಥಿತಿಯಲ್ಲಿ ಅವನೇನು ಸಹಾಯ ಮಾಡ್ತಾನೆ? ನಾನು ತುಂಬ ಜೋರಾದ ಮನುಷ್ಯ. ಸೊಸೆ ಮುಂದೆ ಬಾಯಿ ತೆಗೆಯಲಾರೆ. ಅವಳದು ದುಂದು ವೆಚ್ಚ. ಬಟ್ಟೆ, ಬರೆ, ಸೆಂಟ್‌ಗಳಿಗೆ ಸಾವಿರಾರು ಸುರೀತಾಳೆ. ಸಾಕಷ್ಟು ಸಾಲನು ಇದೆ." ಒಂದು ಸಂಪೂರ್ಣ ಚಿತ್ರವನ್ನು ಅವಳ ಮುಂದೆ

ಬಿಡಿಸಿಟ್ಟರು. ಅವಳಿಗೆ ಸಂಕಟವೆನಿಸಿತು. "ನನ್ನ ಕೈಯಲ್ಲಾದ್ದು ಮಾಡ್ತೀನಿ" ಮೇಲೆದ್ದು "ಬೇಕಾದರೆ ಇಲ್ಲೇ ಕೂತಿರಿ. ಕಾಫಿ ಕಳ್ಸಿಕೊಡ್ತೀನಿ" ನಡೆದಳು. ಆ ಮನುಷ್ಯ ಕಾಫಿಯ ದಾರಿ ಕಾಯುತ್ತ ಕೂತ. ಕಾಫೀ ತುಂಬ ಇಷ್ಟವಾದ ಪೇಯ. ಗಟ್ಟಿಯಾದ ಸ್ಟ್ರಾಂಗ್ ಕಾಫಿಯನ್ನು ಈಚೀನ ದಿನಗಳಲ್ಲಿ ಕುಡಿದಿದ್ದೇ ಇಲ್ಲ. ಇಂಥ ಸ್ಥಿತಿಗೆ ಯಾರು ಕಾರಣ?

ಒಂದೇ ಮನಸ್ಥಿತಿಯಲ್ಲಿ ಸಾಗುತ್ತಿದ್ದವಳಿಗೆ ಶ್ರೀನಿಧಿ ತೋಟ ಮಾರಿ ಜೀವನ ದರ್ಶನ ಮಾಡಿಸಿದ್ದರ ಜೊತೆಗೆ ಹಲವು ಮುಖಗಳ ಪರಿಚಯದ ಜೊತೆ ಆಪ್ತವಾಗಬಹುದಾದ ಸಂಬಂಧಗಳು ವ್ಯಾವಹಾರಿಕವಾಗಿ ಹೇಗೆ ನರಳುತ್ತಿದೆಯೆಂದು ಮನಗಾಣುವ ಅದ್ಭುತ ಅವಕಾಶ ಕಲ್ಪಿಸಿಕೊಟ್ಟಿದ್ದರು. ಅದು ಇನ್ನೊಂದು ಮುಖದ ಪರಿಚಯ.

ಆ ವೇಳೆಗೆ ಸ್ನಾನ ಮುಗಿಸಿಕೊಂಡು ಬಂದವ ಕೂತಿದ್ದ ಆರಾಧ್ಯರ ಕಡೆ ನೋಡಿ "ಡಾಕ್ಯುಮೆಂಟ್ಸ್... ಕೊಟ್ರಾ?" ಕೇಳಿದ. "ಇಲ್ಲ ಸರ್, ನಿಮ್ಹತ್ರನ, ಅಲ್ಲ ನಿಮ್ಗೇ ತೋರಿಸ್ತೀನೀಂತ... ಅಂದ್ರು" ಎದ್ದುನಿಂತು ಹೇಳಿದ. ಶಾಲಿನಿಯಂತು ಖಡಾಖಂಡಿತವಾಗಿ "ನಾನಂತು ಕಮಿಷನ್ ಕೊಡೋಲ್ಲ. ನಿಂಗೆ ಅವ್ರು ಕೊಡೋದರಲ್ಲಿ ಫಿಫ್ಟಿಪರ್ಸೆಂಟ್... ನಂಗೆ ಕೊಡ್ಬೇಕು" ಎಂದು ತಕರಾರು ತೆಗೆದಿದ್ದು ಸಮಸ್ಯೆಯಾಗಿತ್ತು.

"ಬ್ರೇಕ್ ಫಾಸ್ಟ್ ತಗೋ ಹೋಗಿ" ಹೇಳಿದ. ಅವರು ಬಂದರೇ ಊಟ ತಿಂಡಿಯೆಲ್ಲ ಇಲ್ಲೇ ಮುಗಿಸುತ್ತಿದ್ದರು. "ಸಾರಿ, ಸರ್ ವೆಂಕಟೇಶಯ್ಯ ಹೊರ್ಗಡೆ ಕೂತಿದ್ದಾರೆ. ಕಾಫಿ ತಗೊಂಡ್ಹೋಗಿ ಕೊಡಿ" ದಿವ್ಯ ಹೇಳಿ ಶ್ಯಾಮ್‌ಪ್ರಸಾದ್‌ನ ಹಿಂಬಾಲಿಸಿ ಮೇಲ್ಗಡೆಯ ಟೆರಸ್ ಪಾರ್ಕ್‌ಗೆ ಹೋದಾಗ "ದಿವ್ಯ ಇಲ್ಲಿ ಮೋಸ ಆಗ್ಬಾರ್ದು. ಆ ಜಾಗ ನಮ್ಮದ್ರಾಗ್ಬೇಕು. ಡಾಕ್ಯುಮೆಂಟ್ಸ್ ಪೂರ್ತಿ ಚೆಕ್ ಆಗ್ಬೇಕು. ಆ ಜನ ಮಾರಿಕೊಂಡ ಮೇಲೆ ನಾಲ್ಕಾರು ಕೈಗಳ ಬದಲಾವಣೆಯಾಗಿದೆ. ಇದು ಆರಾಧ್ಯನ ಮಾತು. ವೆಂಕಟೇಶಯ್ಯನ ಮಾತುಗಳ್ನ ನೆಗ್ಲೆಕ್ಟ್ ಮಾಡಬೇಕಾಗಿದೆ, ಶಾಲಿನಿ ಬೇರೇನೋ ಕತೆ ಹೇಳ್ತಾರೆ. ಐಯಾಮ್ ಫುಲ್ಲೀ ಡಿಸ್ಟರ್ಬ್ಡ್. ನೀನೇ ಮಾತಾಡು" ಅವಳಿಗೆ ಒಪ್ಪಿಸಿ ಹೋಗೋ ಮುನ್ನ "ಇಂದಾದ್ರೂ... ಇಲ್ಲಿ ಬ್ರೇಕ್‌ಫಾಸ್ಟ್ ಮಾಡ್ಬಹುದಲ್ಲ!" ಅಂದ ಸ್ವಲ್ಪ ತೀಕ್ಷ್ಣವಾಗಿ. "ಆಯ್ತು, ಸರ್" ಅನ್ನುವ ವೇಳೆಗೆ ಶಾಲಿನಿ ಬಂದಳು. ಆ ವೇಳೆಗೆ ಶ್ಯಾಮ್‌ಪ್ರಸಾದ್ ಹೋಗಿ ಆಗಿತ್ತು.

"ನೀವು ಪತ್ತೆನೇ ಇಲ್ಲ. ವೆಯಿಟ್ ಮಾಡ್ತಾ ಇರ್ತೀರಾಂತ ಅಂದ್ಕೊಂಡಿದ್ದೆ" ಎಂದಳು ಬಿಚ್ಚುಗೂದಲನ್ನು ಸರಿ ಮಾಡಿಕೊಳ್ಳುತ್ತ. ಅತ್ಯಂತ ಕಾಸ್ಟ್ಲೀಯ ಮ್ಯಾಕ್ಸಿ, ಜೊತೆ ಬಳಸಿದ ಫರ್‌ಫ್ಯೂಮ್ ಸುವಾಸನೆ ಘಂ ಎಂದಿತು. "ಏನಾದ್ರೂ ತೊಂದರೆ ಆಯ್ತ?" ಅಷ್ಟೇ ಕೇಳಿದ್ದು "ಮಾತಾಡೋದಿತ್ತು, ನಾನು ಇದಕ್ಕಾಗಿ ಬಹಳ ಕಷ್ಟಪಟ್ಟಿದ್ದೀನಿ. ಅದಕ್ಕೆ ಸರ್ಯಾದ ಪ್ರತಿಫಲ ಸಿಗ್ಬೇಕು" ಕಟ್ಟುನಿಟ್ಟಾಗಿ ಹೇಳಿದಾಗ ದಿವ್ಯ ಮಾತಾಡಲಿಲ್ಲ. ಅವಳು ತೀರಾ ಹತ್ತಿರದಿಂದ ನೋಡಿದ ಮೂವರು ಮಹಿಳೆಯರೆಂದರೇ ಕೌಸಲ್ಯ, ವಸಂತಲಕ್ಷ್ಮಿ ಮತ್ತು ಅವಳ ಓರಗೆಯ ದೀಪಿಕಾ. ಅವರ

ಸ್ವಭಾವ, ಮಾತು, ನಡವಳಿಕೆಯ ಬಗ್ಗೆ ಎಂದೂ ಯೋಚಿಸಿದವಳಲ್ಲ. ಜೊತೆಯಲ್ಲಿ ಓದಿದವರು. ಓರಗೆಯವರು, ಪರಿಚಿತರು, ಬಂಧುಬಳಗದ ಜನ, ಜೊತೆಗೆ ಬೆಂಗಳೂರಿನಲ್ಲಿ ಕಾಲೇಜಿನಲ್ಲಿ ಜೊತೆಯಲ್ಲಿ ಕಲಿತವರ ಬಗ್ಗೆ ನೆಗೆಟಿವ್ ಆಗಿ ವ್ಯಾವಹಾರಿಕವಾಗಿ ಯೋಚಿಸದೆ ಮುಕ್ತವಾಗಿ ಬೆರೆತುಹೋದವಳ ಜಗತ್ತು ಈಗ ಬದಲಾಗಿತ್ತು. ಪ್ರತಿಯೊಬ್ಬರ ಮಾತು ಮತ್ತು ಅದರ ಹಿಂದಿನ ಭಾವವನ್ನು ಬಹಳ ಸೂಕ್ಷ್ಮವಾಗಿ ಅವಲೋಕಿಸುತ್ತಿದ್ದದ್ದು ಒಂದು ಪಾಠವೆ.

"ಕಾಫೀ ಕುಡಿತೀರಾ?" ಕೇಳಿದಳು.

"ಷ್ಯೂರ್. ನಂಗೆ ಬೆಡ್ ಕಾಫಿ ಬೇಕೇ ಬೇಕು. ನನ್ನ ಹಸ್ಬೆಂಡ್ ಮೊದಲ ಕೆಲ್ಸ ಅದೇ. ಆಮೇಲೆ ಮಿಕ್ಕಿದ್ದು" ಅಂದಳು ಶಾಲಿನಿ. ಆ ಮಾತು ಸಂಬಂಧಿಸಿದಲ್ಲವೆಂದು ಹೋಗಿ ಕಾಫೀ ಕಳುಹಿಸಿದಾಗ "ಬಿಸ್ಕತ್ ತಿಂದು ಅಭ್ಯಾಸನಂತೆ, ಬರೀ ಕಾಫಿ ಕುಡಿದರೇ ಅಸಿಡಿಟಿ ಅಂದ್ರು" ಅಂದನಂತರವೇ ನಾಲ್ಕಾರು ವೆರೈಟಿ ಬಿಸ್ಕತ್‌ಗಳನ್ನು ಭಟ್ಟರು ಒಯ್ದಿದ್ದು. ಈಚೆಗೆ ಇವಳು ಮ್ಯಾನೇಜರ್ ಆದನಂತರ ಅಪಾಯಿಂಟ್ ಮಾಡಿಕೊಂಡವರು. ಎನ್.ಆರ್. ಪುರದ ಸಮೀಪದ ಮಂಡಗದ್ದೆಯವರು. ಒಂದು ನಾಲ್ಕು ವರ್ಷ ದುಬೈಗೆ ಹೋಗಿ ಹಣ ಮಾಡಿಕೊಂಡು ಸ್ವಲ್ಪ ಅನುಕೂಲವಾಗಿದ್ದ ಜನ. ಆದರೂ... ಕೆಲಸ ಬೇಕಲ್ಲ! ನಡು ವಯಸ್ಸು ದಾಟಿದ ಮನುಷ್ಯ. ಮಾತು ಕಮ್ಮಿ ಅನ್ನೋದು ಬಿಟ್ಟರೆ, ವಿಧೇಯ ವ್ಯಕ್ತಿ. "ಅಲ್ಲಿಗೆ ಹೋದ್ಮೇಲೆ ನಾನ್‌ವೆಜ್ ಮಾಡೋದು ಕೂಡ ಕಲೀತೆ. ಆದರೆ ಒಂದು ರೀತಿಯ ಹಿಂಸೆ" ಇಂಟರ್‌ವ್ಯೂಗೆ ಬಂದಾಗ ಹೇಳಿದಿಷ್ಟೆ. "ವೆಜ್ ಸಾಕು" ಶ್ಯಾಮ್‌ಪ್ರಸಾದ್ ಅಂದು ಅಪಾಯಯಿಂಟ್ ಮಾಡಿಕೊಂಡಿದ್ದು. ಅಂದರೆ ವಿದೇಶದಲ್ಲಿದ್ದರು ವೆಜಿಟೇರಿಯನಾ? ಈ ಪ್ರಶ್ನೆ ಅವಳಲ್ಲಿ ಇಣುಕಿದರು ಸಂಬಂಧಿಸಿದಲ್ಲವೆಂದು ತಳ್ಳಿಹಾಕಿದ್ದಳು. ಆದರೆ ಮನಸ್ಸಿಗೆ ಒಂದಿಷ್ಟು ಸಮಾಧಾನ.

ಡೈನಿಂಗ್ ಟೇಬಲ್ ಮುಂದೆ ಶ್ಯಾಮ್‌ಪ್ರಸಾದ್‌ನಿಂದ ಹಿಡಿದು ಆರಾಧ್ಯರವರೆಗೂ ಇದ್ದರು. ಇಡ್ಲಿ, ಸಾಂಬಾರ್, ವಡೆ ಜೊತೆ ಬಿಸಿಬಿಸಿ ಬೆಣ್ಣೆ ಮಸಾಲೆದೋಸೆ ಮಾತ್ರ ಅಚ್ಚರಿ ತರಿಸಿತು. ಅದನ್ನು ದಿವ್ಯನೆ ಹೇಳಿ ಮಾಡಿಸಿದ್ದು. "ನಂಗೆ ಮಸಾಲೆದೋಸೆ ಅಂದರೆ ಪ್ರಾಣ. ವಾರಕ್ಕೊಮ್ಮೆಯಾದರು ತಿಂತಾ ಇದ್ದೆ. ನನ್ನ ಹೆಂಡ್ತಿ ಹದವಾಗಿ ಆಲೂಗಡ್ಡೆ ಬೇಯ್ಸಿ ಪಲ್ಯ ಮಾಡಿ ಬೆಣ್ಣೆ ಮಸಾಲೆ ಹಾಕೋಕೆ ನಿಂತರೆ.... ಆರು ದೋಸೆ ತಿಂತಾ ಇದ್ದೆ. ಆ ದಿನಗಳು ಎಲ್ಲಿ ಹೋಯ್ತೋ ಏನೋ, ಈಗ ಒಂದು ಮಸಾಲೆದೋಸೆಗೆ ಕಾಸು ಹೊಂಚಿಕೊಳ್ಳೋದು ಕಷ್ಟ." ಇದನ್ನು ವೆಂಕಟೇಶಯ್ಯ ಹೇಳಿಕೊಂಡಿದ್ದರು. ಇಂದು ದೋಸೆ ತಟ್ಟೆ ಮುಂದೆ ಬಂದಾಗ ಕೃತಜ್ಞತೆಯಿಂದ ಅವರೆದೆ ಉಬ್ಬಿ ಕಣ್ಣಂಚು ಒದ್ದೆಯಾಯಿತು.

"ತಗೊಳ್ಳಿ ವೆಂಕಟೇಶಯ್ಯನೋರೇ, ನಮ್ಮ ಭಟ್ಟರ ಕೈನ ಎಲ್ಲಾ ತಿಂಡಿಗಳು ರುಚಿ. ಕನಿಷ್ಠ ಒಂದಾರು ದೊಸೇನಾದ್ರೂ ತಿನ್ನಬೇಕು" ದಿವ್ಯ ಉಪಚಾರ ಮಾಡಿದಳು. ಖಂಡಿತ ಅವರು ತಿಂದಿದ್ದೆ ಆರಲ್ಲ, ಏಳು. ಸಂತೃಪ್ತಿ ಅವರ ಮುಖದ ಮೇಲಿತ್ತು.

ಶಾಲಿನಿಗೆ ಇದು ಸ್ವಲ್ಪ ಇರುಸು ಮುರುಸು. ಏನೋ ವ್ಯಕ್ತಪಡಿಸಲು ತುಟಿಗಳು ತೆರೆಯಬೇಕೆನ್ನುವಷ್ಟರಲ್ಲಿ ಬೇರೆಡೆ ಅವಳ ದೃಷ್ಟಿ ಹೊರಳಿಸಿ "ನಿಮ್ಮ ಹಸ್ಬೆಂಡ್ ಬರ್ಲಿಲ್ವಾ?" ಕೇಳಿದಳು.

"ಪ್ರೈವೇಟ್ ಫಾರ್ಮ್‌ನಲ್ಲಿ ಜಾಬ್. ಅವ್ರ ನೆಸಸಿಟಿಯೇನಿಲ್ಲ. ಪ್ರಾಪರ್ಟಿಯ ಜನ ನನ್ನಡೆಯವರು. ಆ ಜವಾಬ್ದಾರಿ ಕೂಡ ನನ್ನ ಮೇಲಿದೆ" ಕೊರಳು ಕೊಂಕಿಸಿದಳು ಶಾಲಿನಿ. ಬ್ರೇಕ್‌ಫಾಸ್ಟ್ ಮುಗಿಸಿ ಮೊದಲು ಎದ್ದು ಹೋದವ ಶ್ಯಾಮ್‌ಪ್ರಸಾದ್. ಮೇಲೆದ್ದ ದಿವ್ಯ "ಸಂಕೋಚವಿಲ್ದೇ ಮುಗ್ಸಿಕೊಂಡು ಮುಂದಿನ ಸಿಟ್ಟಿಂಗ್‌ರೂಂಗೆ ಬನ್ನಿ, ಆರಾಧ್ಯ ನಿಮ್ಜೊತೆ ಇರ್ತಾರೆ." ಹೇಳಿ ನಡೆದಾಗ ಆರಾಧ್ಯ "ದಿವ್ಯ ಈ ಕಡೆಯ ಹುಡ್ಗೀನೇ. ಬೆಂಗ್ಳೂರಿನಲ್ಲಿ ಓದ್ಕೊಂಡ್ ಇದ್ದರು. ಇಲ್ಬಂದ್ ತೋಟ ನೋಡ್ಕೊಂಡ್ ನಿಂತಿದ್ದಾಳೆ. ಸ್ವಲ್ಪ ಕಷ್ಟದಲ್ಲಿದೆ ಅವ್ರ ಫ್ಯಾಮಿಲಿ. ನಾನೇ ಯಜಮಾನರಿಗೆ ಹೇಳಿ ಮ್ಯಾನೇಜರ್ ಪೋಸ್ಟ್ ಕೊಡಿಸ್ದೆ. ಆಗಾಗ ಬಂದ್... ಗೈಡ್ ಮಾಡ್ತೀನಿ" ಹೇಳಿದರು. ತನ್ನ ಮಾತಿಗೆ ಅಷ್ಟೊಂದು ಬೆಲೆ ಇದೆಯೆಂದು ತೋರಿಸಿಕೊಳ್ಳುವ ಉಪಾಧಿ. "ಆರಾಧ್ಯರೆ ನೀವ್ ಸ್ವಲ್ಪ ಹೊರ್ಗಡೆ ಬನ್ನಿ. ಒಂದಿಷ್ಟು ಮಾತಾಡೋದಿದೆ" ಎಂದು ಆ ಮನುಷ್ಯನನ್ನು ಹೊರಗೆ ಕರೆದೊಯ್ದು "ಈಗ ಎಷ್ಟು ಹೇಳಿದ್ದೀರಾ? ಅಲ್ಲಿನ ಜನ ಮನಸ್ಸು ಬದಲಾಯಿಸುವ ಮುನ್ನ ಮಾರಾಟವಾಗಿ ಬಿಡ್ಬೇಕು.ಅವ್ರು ಕೊಂಡಿದ್ದು ತೀರಾ ಕಡಿಮೆಗೇನೆ. ಈಗ ಒಂದು ನಿಖರವಾದ ಬೆಲೆ ಫಿಕ್ಸ್ ಮಾಡ್ಬಿಡಿ. ಇಷ್ಟೆಲ್ಲ ಪ್ರಯಾಸಪಟ್ಟ ನಂಗೆ ಲಾಭ ಬೇಡ್ವಾ? ಹೇಗೂ 'ಪವರ್ ಆಫ್ ಅಟಾರ್ನಿ' ನನ್ನ ಹೆಸರಿನಲ್ಲಿ ಇರೋದರಿಂದ... ಅವ್ರಿಗೇನು ಗೊತ್ತಾಗೋಲ್ಲ" ಶಾಲಿನಿ ಪಿಸುದನಿಯಲ್ಲಿ ಹೇಳಿದಳು. ಇಂಥದ್ದರಲ್ಲಿ ಆರಾಧ್ಯ ಚಾಣಾಕ್ಷ. ಅಂತು ಗುಸುಗುಸು ಅಂದೇ ಒಳಗೆ ಬಂದಿದ್ದು. ಅಷ್ಟನ್ನು ನಿರೀಕ್ಷಿಸಿದ್ದಳು ಕೂಡ ದಿವ್ಯ.

ಒಳಗಿನ ದಿವಾನಖಾನೆಯಲ್ಲಿ ಎಲ್ಲಾ ಆಸೀನರಾದರು.

"ಶಾಲಿನಿ ಮೇಡಮ್ ಡಾಕ್ಯುಮೆಂಟ್ಸ್ ಕೊಡಿ. ಅದನ್ನ ನೋಡಿದ್ಮೇಲೆ ಪ್ರಾಪರ್ಟಿ ಹತ್ರ ಹೋಗ್ಬರೋಣ. ಆಮೇಲೆ ಕೂತು ಮಾತಾಡಿ ಡಿಸೈಡ್ ಮಾಡೋಣ" ಅಂದಳು. ಒಂದೆರಡು ನಿಮಿಷ ಯೋಚಿಸಿಯೇ ಅವಳು ಡ್ಯಾಕ್ಯುಮೆಂಟ್ಸ್ ತೆಗೆದು ಟೇಬಲಿನ ಮೇಲೆ ಇಟ್ಟಿದ್ದು. ತಟ್ಟನೆ ಆರಾಧ್ಯ ಮೇಲೆದ್ದು ಎತ್ತಿಕೊಂಡು ಶ್ಯಾಮ್‌ಪ್ರಸಾದ್‌ನ ಮುಂದಿಟ್ಟು ವಿವರಿಸತೊಡಗಿದ. ಮೊದಲು ಕೊಂಡಿದ್ದ ಶೆಟ್ಟರು. ಅವರ ಸಾಲ ಚುಕ್ತವಾಗಿ ಉಳಿದಿದ್ದು ಸಾವಿರಗಳು ಮಾತ್ರ. ಆ ಪತ್ರಗಳಿಗೆ ಎಲ್ಲರು ಸಹಿ ಹಾಕಿದ್ದರು. ಮೊದಲನೆಯವರು ವಾಮನಪ್ರಸಾದ್ ಅಗ್ನಿಹೋತ್ರಿ. ಮನೆಯ ಯಜಮಾನ. ಮಿಕ್ಕ ಮಕ್ಕಳ ಸಹಿ ಕೂಡ ಇತ್ತು. ಆಮೇಲೆ ಒಂದೂವರೆ ವರ್ಷಕ್ಕೆ ಇನ್ನೊಬ್ಬರಿಗೆ ಮಾರಾಟ. ಕಡೆಯದಾಗಿ ಇವರ ಕೈ ಸೇರಿ ಹೆಚ್ಚು ಕಡಿಮೆ ಹತ್ತು ವರ್ಷವಾಗಿತ್ತು. ಆಗ ಕೊಂಡಿದ್ದು ಎರಡು ಮುಕ್ಕಾಲು ಲಕ್ಷಕ್ಕೆ. ಅದೊಂದು ದೊಡ್ಡ ಬೆಲೆಯೇ. ಕೆಲವರು ಮೂಗಿನ ಮೇಲೆ ಬೆಟ್ಟು ಇಟ್ಟಿದ್ದರು. ಇಂದು.... ಮೂರು ಪಟ್ಟಾದರೂ ಹೆಚ್ಚಿಗೆ ಸಿಗುತ್ತಿತ್ತು.

ಎಲ್ಲವನ್ನು ನೋಡಿದ ಶ್ಯಾಮ್‌ಪ್ರಸಾದ್ ದಿವ್ಯನ ಮುಂದೆ ತಳ್ಳಿ "ನೀವೊಮ್ಮೆ

ನೋಡಿ. ಅಡ್ವೋಕೇಟ್ ಹತ್ರ ಲೀಗಲ್ ಒಪಿನಿಯನ್ ತಗೊಳ್ಳೋಣ. ಈಗ್ಹೇಳಿ.... ಅದರ ಬೆಲೆ?" ಕೇಳಿದ. ಅವನ ಮಟ್ಟಿಗೆ ಆ ಪ್ರಾಪರ್ಟಿ ಬೆಲೆ ಕಟ್ಟಲಾರದಂಥದ್ದೇ! 'ಇಪ್ಪತ್ತಕ್ಕೆ ಬಂದರೆ, ಕೊಟ್ಬಿಡಿ. ಅದ್ರ ಜೊತೆಗೆ ಒಂದು ನಲ್ವತ್ತು ಸೇರ್ಸಿ. ಬೆಂಗ್ಳೂರು ಸಿಟಿಯಲ್ಲಿ ಒಂದು 30 x 40 ಸೈಟ್ ತೆಗ್ದುಬಿಟ್ಟರೆ, ಲಕ್ಷಗಟ್ಟಲೇ ಲಾಭ!' ಅಲ್ಲಿನವರ ಆದೇಶ.

"ಇಪ್ಪತ್ತೈದಕ್ಕೆ ಕಡ್ಮೆ ಕೊಡ್ಬೇಡೀಂತ ಹೇಳೋದರ ಜೊತೆಗೆ ರಿಜಿಸ್ಟ್ರೇಷನ್ ಖರ್ಚು, ಲಾಯರ್ ಫೀಜು, ದಳ್ಳಾಳಿಗಳ ಕಮೀಷನ್ ಎಲ್ಲಾ ಅವರದ್ದೇ ಅಂತ ಹೇಳಿದ್ದಾರೆ." ಶಾಲಿನಿ ಹೇಳಿ ವೆಂಕಟೇಶಯ್ಯನವರನ್ನು ಮಾತಾಡಬೇಡವೆಂದು ಕಣ್ಣಲ್ಲಿಯೇ ಹೇಳಿದಳು. 'ಬೆಲೆ ಹೆಚ್ಚೇ!' ಒಂದು ತೀರಾ ಹಳೆಯದಾದ ಮನೆ, ಅದರ ಹಿಂದೆ... ಬಾವಿ.... ಅಲ್ಲಲ್ಲಿ ಕಣಗಲೆ ಗಿಡಗಳ ಜೊತೆ ಒಂದು ನಾಲ್ಕು ಮರಗಳು. ಇಷ್ಟೇ... ಅದರ ಸಂಪತ್ತು. ಬಹುಶಃ ಹತ್ತು ಕೂಡ ಹೆಚ್ಚೇ! ಶ್ಯಾಮ್‌ಪ್ರಸಾದ್ ಆರಾಧ್ಯರತ್ತ ನೋಡಿದ. "ಸ್ವಲ್ಪ ಹೆಚ್ಚೇ ಆಯ್ತು. ಇಪ್ಪತ್ತಕ್ಕೆ ಮುಗ್ಸೋಣ. ಅವ್ರನ್ನ ಕನ್ವೀನ್ಸ್ ಮಾಡಿ, ನಿಮ್ಮ ಕಮೀಷನ್ ಕೊಡ್ತಾರೆ" ಅಂದ. ಶ್ಯಾಮ್‌ಪ್ರಸಾದ್ ನೋಟ ದಿವ್ಯಳತ್ತ ಹರಿಯಿತು. "ಸರ್, ಹೇಗೂ ಬ್ರೆಕ್‌ಫಾಸ್ಟ್ ಮುಗಿದಿದೆ. ಮನೆಗೆ ಬೀಗ ಹಾಕಿದ್ದರಿಂದ ಒಳಗೆ ನೋಡಲಾಗಿಲ್ಲ. ಒಮ್ಮೆ ನೋಡ್ಬಂದ್... ಮಾತಾಡಿದರೇ ಸರಿ ಅನಿಸುತ್ತೆ" ಅಂದಳು. ಆದರೆ ಶಾಲಿನಿಗೆ ಟೆನ್‌ಷನ್. "ಒಮ್ಮೆ ಮಾತುಕತೆ ಮುಗ್ಸಿಕೊಂಡ್ಹೋಗಿ ನೋಡಬಹುದಲ್ವಾ!" ಅವಳ ಸಲಹೆಗೆ ಒಪ್ಪಿಗೆ ಇಲ್ಲವೆನ್ನುವಂತೆ ಮೇಲಕ್ಕೆದ್ದ. "ಮನೆ ನೋಡ್ಬೇಕು."

ಎಲ್ಲರು ಏಳಬೇಕಾಯಿತು. ವೆಂಕಟೇಶಯ್ಯ ಶಾಲಿನಿ, ಆರಾಧ್ಯರು ಜೀಪಿಗೆ ಹತ್ತಿಕೊಂಡರು. ಅವರನ್ನು ಬೆಂಗಳೂರಿನಿಂದ ಹೊತ್ತುತಂದ ಟ್ಯಾಕ್ಸಿ ಸುಸ್ತಾಗಿ ನಿಂತಿತ್ತು. ಡ್ರೈವರ್ ತೋಟದ ಮರದ ನೆರಳಿನಲ್ಲಿ ಆರಾಮಾಗಿ ನಿದ್ರಿಸುತ್ತಿದ್ದ. ಕಾರಿಗೆ ಹತ್ತಿದರು ಶ್ಯಾಮ್‌ಪ್ರಸಾದ್ ದಿವ್ಯ.

"ಯುವರ್ ಒಪಿನಿಯನ್" ಎಂದ.

"ನಿಮ್ಮ ಪ್ರಕಾರ ಅವರು ಹೇಳೋ ಮೊತ್ತ ಕೂಡ ನಿಮ್ಗೇ ಕಡ್ಮೆ ಅನಿಸಬಹುದು. ವ್ಯಾವಹಾರಿಕವಾಗಿ ಕೂಡ ಯೋಚ್ಸಬೇಕಾಗಿದೆ. ದಾನ, ಧರ್ಮ ಸಂಕಷ್ಟದಲ್ಲಿರೋರಿಗೆ ಸಹಾಯವು ಅಲ್ಲ. ಅವ್ರಿಗೆ ಲಾಭ ಮಾಡಿಕೊಡೋದು ಸಾಧನೆ ಅಲ್ಲ. ಪ್ರಾಪರ್ಟಿ, ಕೊಳ್ಳುವಿಕೆಗೆ ಹತ್ತು. ಅವ್ರಿಗೆ ಕಮಿಷನ್.... ರಿಜಿಸ್ಟ್ರೇಷನ್ ಖರ್ಚು ಐದು. ಅಲ್ಲಿಗೆ ಮುಗ್ಸಿಕೊಳ್ಳೋಣ" ಅತ್ಯಂತ ಸರಳವಾಗಿ ಹೇಳಿದಾಗ 'ವಾಹ್' ಎಂದುಕೊಂಡ. "ಗುಡ್, ಅದೇನೋ.... ನೀವೇ ಮಾತಾಡಿಬಿಡಿ. ಆ ಪ್ರಾಪರ್ಟಿ ನಮ್ಮ ಕೈ ತಪ್ಪಿ ಹೋಗ್ಬಾರ್ದು" ಎಂದು ತೀರ್ಮಾನವನ್ನು ಅವಳಿಗೆ ಬಿಟ್ಟ.

ಕಾರು, ಜೀಪು ಹತ್ತು ನಿಮಿಷದ ಅಂತರದಲ್ಲಿ ಅಲ್ಲಿ ಹೋಗಿ ನಿಂತವು. ಮತ್ತೇನು ವರ್ಣಿಸುವಂತಿರಲಿಲ್ಲ. ಅದೇ, ಚಿತ್ರಣ.... ಮನೆಗೆ ಹಾಕಿದ್ದ ಹಳೆಯ ಹಿತ್ತಾಳೆ ಬೀಗ ತೆಗೆಯಲ್ಪಟ್ಟಿತು. ಅರ್ಧಗಂಟೆಯ ನಂತರವೇ ಒಳಗೆ ಪ್ರವೇಶಿಸಿದ್ದು. ಅಷ್ಟೇನು

ಎತ್ತರವಿರಲಿಲ್ಲ. ಮಾಡುಗೆ ಮರದ ತೊಲೆಗಳನ್ನು ಹೊದಿಸಿದ್ದರು. ಧೂಳು, ಇಲ್ಲಣ ತುಂಬಿಕೊಂಡಿದ್ದವು. ಬೀಸುವ ಕಲ್ಲು, ರುಬ್ಬುವ ಕಲ್ಲು ಅದರದರ ಜಾಗದಲ್ಲಿ ಆಸೀನವಾಗಿದ್ದವು. ಕುಟ್ಟುವ ಪುಟ್ಟ ಹಾರೆ, ಒನಕೆಯ ಜೊತೆ ಇನ್ನಷ್ಟು ಬೇಡವೆನಿಸಿದ ಕಬ್ಬಿಣದ, ಹಿತ್ತಾಳೆಯ, ಮರದ ವಸ್ತುಗಳು ಇದ್ದವು. ಅವನ್ನೆಲ್ಲ ಶ್ಯಾಮ್ ಅಪ್ಪ ಮಾತುಗಳಿಂದಲೇ ಪರಿಚಯಿಸಿದ್ದರು. ಎಲ್ಲಾ ಆತ್ಮೀಯವೆನಿಸಿತು. ಎದೆ ಭಾರವಾಗಿ ಗದ್ಗದಿತನಾದ. ರಿಲ್ಯಾಕ್ಸ್ ಮಾಡಿಕೊಳ್ಳಲು ಹೊರಗೆ ಹೋದ. ಅದು ಅರ್ಥವಾಗಿದ್ದು ದಿವ್ಯಳಿಗೆ ಮಾತ್ರ. ಅನಂತಶರ್ಮರು ಹೇಳಿದ ಪ್ರಕಾರ ವಾಮನ ಪ್ರಸಾದ್ ಅಗ್ನಿಹೋತ್ರಿಯವರ ಮೊಮ್ಮಗ. ತಾವು ಮಾಡಿದ ತಪ್ಪಿಗೆ ಪಶ್ಚಾತ್ತಾಪಗೊಂಡು ಮಗನನ್ನು ಕಳಿಸಿರಬಹುದು ಕೃಷ್ಣಪ್ರಸಾದ್ ಅಗ್ನಿಹೋತ್ರಿಗಳು.

ಹೊರಗಡೆಯೇ ಇದ್ದ ಶಾಲಿನಿ "ತೀರಾ ಹಳೆ ಮನೇನೇ, ಆರಾಧ್ಯರೆ. ಅವ್ರು ಹಿಂದೆ ಸರಿಯೋದ್ಬೇಡ. ಅಡ್ವಾನ್ಸ್ ಕೊಡ್ಬಿಬಿಡಿ. ಜೊತೆಯಲ್ಲಿ ಬಂದ್ರೂ ರಿಜಿಸ್ಟ್ರೇಷನ್ ಮಾಡಿಕೊಟ್ಟುಬಿಡ್ತೀನಿ. ಬಯಲಂಥ.... ಜಾಗಕ್ಕೆ ಹಣ.... ಎಲ್ಲಾ ವಿಚಿತ್ರ!" ಕೈಬಾಯಿ ತಿರುಗಿಸಿಕೊಂಡು ಮಾತಾಡುತ್ತಿದ್ದವಳು ದಿವ್ಯನ ನೋಡಿ ಹಲ್ಲುಬಿಟ್ಟಳು. "ಏನು ಹೇಳ್ತಾರೆ, ನಿಮ್ಮ ಸರ್? ಹೇಗೆ, ಇರ್ತಾರೋ ಈ ಕಡೆ ಜನ!" ಅಂದವಳು ತುಟಿ ಕಚ್ಚಿಕೊಂಡು "ಸ್ವಲ್ಪ ವಿಚಾರ್ಸಿಬಿಡಿ. ಮತ್ತೆ ಡ್ರೈವರ್‌ಗೆ ವೆಯಿಟಿಂಗ್ ಛಾರ್ಜ್ ಕೊಡ್ಬೇಕಾಗುತ್ತೆ" ಒಂದು ರೀತಿಯ ಬಡಬಡಿಕೆ.

"ಮಾತಿನ ಪ್ರಕಾರ ಅದೆಲ್ಲ ಸರ್, ಕೊಡ್ತಾರೆ" ಅಂದವಳು ಕಾರಿನ ಬಳಿ ನಿಂತಿದ್ದ. ಶ್ಯಾಮ್‌ಪ್ರಸಾದ್ ಬಳಿಗೆ ಹೋಗಿ "ಸರ್, ಅವ್ರಿಗೆ ಏನ್ಹೇಳ್ಲಿ?" ಕೇಳಿದಳು. "ನೋಡಿ...." ಕಾರು ಹತ್ತಿದ. "ನೀವ್ಹೋಗಿ ಸರ್ ನಾನು.... ಅವ್ರ ಜೊತೆ ಜೀಪಿನಲ್ಲಿ ಬರ್ತೀನಿ" ಅಂದಕೂಡಲೇ ಕಾರು ಸರಿದುಹೋಯಿತು, ತುಸು ಧೂಳು ಎಬ್ಬಿಸುತ್ತ. ಹಿಂದಕ್ಕೆ ಬಂದವಳು "ಫೈನಲ್ಲಾಗಿ ಹೇಳಿದ್ದಾರೆ. ಹತ್ತು ಪ್ರಾಪರ್ಟಿ ವ್ಯಾಲ್ಯೂ. ರಿಜಿಸ್ಟ್ರೇಷನ್, ಕಮಿಷನ್ ಮಿಕ್ಕ ಎಕ್ಸ್‌ಪೆಂಡಿಚರ್ ಐದು ಲಕ್ಷದಲ್ಲಿ ಮುಗೀಬೇಕೂಂದ್ರು. ಬಯಲು ಪ್ರದೇಶದ ತರಹ. ಬಹುಶಃ 40 x 55 ಇರಬಹುದು. ನಿಮ್ಮ ರೇಟು ಜಾಸ್ತಿ ಆಯ್ತುಂತ ಅಂದ್ರು. ನಿಮ್ಗೆ ಇಷ್ಟವಾಗದಿದ್ದರೇ ಅವ್ರು ಒಪ್ಪಿಕೊಳ್ಳದಿದ್ದರೇ.... ಮಾತಿನ ಪ್ರಕಾರ ಟ್ಯಾಕ್ಸಿ ಎಕ್ಸ್‌ಪೆಂಡಿಚರ್ ಕೊಡೋಕೆ... ಹೇಳಿದ್ದಾರೆ... ಹೋಗೋಣ್ವಾ...?" ಕೇಳಿಯೇಬಿಟ್ಟಳು. ಶಾಲಿನಿ ಸುಮಾರು ಮಾತಾಡಿದಳು. ದಿವ್ಯ ತುಟಿ ಬಿಚ್ಚಲಿಲ್ಲ. ಕಡೆಗೆ ರಿಜಿಸ್ಟ್ರೇಷನ್ ಛಾರ್ಜು ಬಿಟ್ಟು ಐದು ಲಕ್ಷದಲ್ಲಿ ಉಳಿದ ಎಲ್ಲಾ ಹಣವನ್ನು ತನಗೆ ಕೊಡಬೇಕೆಂದು ವಾದಿಸತೊಡಗಿದಳು.

ದಿವ್ಯಳದು ದಿವ್ಯ ಮೌನ! ವೆಂಕಟೇಶಯ್ಯ ಅಷ್ಟು ದೂರದಲ್ಲಿ ಸುಮ್ಮನೆ ನಿಂತಿದ್ದರು. ಸೋತ ಭಾವ ಅವರ ಮುಖದಲ್ಲಿ. ಬಂದು ಜೀಪು ಹತ್ತಿದ್ದಳು. ಯುವಜನತೆಗೆ ಹಿರಿಯರ ಬಗ್ಗೆ ಕಾಳಜಿ ಇಲ್ಲವೇ? ಸೃಷ್ಟಿ ನಿಯಮಕ್ಕೆ ಇದು ವಿರುದ್ಧವೆನಿಸಿತು.

ಆಮೇಲೆ ಅರ್ಧಗಂಟೆ ಚರ್ಚಿಸಿ ಶಾಲಿನಿ, ಆರಾಧ್ಯರು, ವೆಂಕಟೇಶಯ್ಯ ಬಂದರು. ಯಾರ ಮುಖದಲ್ಲು ಪ್ರಸನ್ನತೆ ಇಲ್ಲ.

"ದಿವ್ಯ, ಅವರೇ.... ನೀವು ಕಮೀಷನ್‌ನಲ್ಲಿ ಒಂದು ಲಕ್ಷ ಅಡ್ವಾನ್ಸ್ ಕೊಡ್ಸಿ. ನಿಮ್ಮ ಪ್ರಕಾರನೇ ರಿಜಿಸ್ಟ್ರೇಷನ್‌ಗೆ ಖರ್ಚಾಗಿ ಉಳಿದ ಹಣನ ನಂಗೆ ನೀವು ಕೊಡ್ಬೇಕು. ಹಾಗಂತ... ಬರ್ದುಕೊಡಿ" ಅಲ್ಲೇ ಶುರು ಮಾಡಿದರು ಶಾಲಿನಿ. "ಬನ್ನಿ.... ಬನ್ನಿ.... ಪ್ರಾಪರ್ಟಿ ನೋಡಿದ್ದಾಯ್ತು. ನಾವು ಹೇಳಿದಕ್ಕೆ ನೀವು ಒಪ್ಕೊಂಡಿದ್ದೀರಿ. ಉಳಿದಿದ್ದು ಮಾತಾಡ್ಬಹುದ್ದು" ಅಂದು ಮುಖದ ಮೇಲಿನ ಬೆವರೊರೆಸಿಕೊಂಡಳು. ವೆಂಕಟೇಶಯ್ಯ ತೆಪ್ಪಗೆ ಕೂತಿದ್ದರು. ನೇರವಾಗಿ ಸೊಸೆನೆ ವ್ಯವಹಾರಕ್ಕೆ ನಿಂತಿದ್ದರಿಂದ.... ತಮಗೆ ಒಂದು ನಯಾಪೈಸಾ ಸಿಗದೆಂದು ಅವರಿಗೆ ಅರ್ಥವಾಗಿ ಹೋಗಿತ್ತು.

ಊಟದ ನಂತರ ಮಾತುಕತೆ ಮುಂದುವರಿಯಿತು. ಇವರು ನೋಡಿದಕೂಡಲೇ ಡಾಕ್ಯುಮೆಂಟ್ಸ್ ತನ್ನ ಬ್ಯಾಗ್‌ಗೆ ಸೇರಿಸಿಕೊಂಡಿದ್ದರು ಶಾಲಿನಿ. "ಕಮೀಷನ್ ರೂಪದಲ್ಲಿ ಒಂದು ಲಕ್ಷ ಅಡ್ವಾನ್ಸಾಗಿ ಕೊಡೋಕೆ ಒಪ್ಕೊಂಡಿದ್ದಾರೆ ನಮ್ಮ ಸರ್. ಡಾಕ್ಯುಮೆಂಟ್ಸ್ ಒರಿಜಿನಲ್ ಕಾಪಿಗಳನ್ನು ನಮ್ಗೆ ನೀವು ಕೊಡ್ಬೇಕು. ಅಡ್ವೋಕೇಟ್ ಓಪಿನಿಯನ್ ತಗೋಬೇಕು. ಜೊತೆಗೆ ಒರಿಜಿನಲ್ ಪ್ರಾಪರ್ಟಿ ಮಾಲೀಕರು ವಿದೇಶದಲ್ಲಿ ಇದ್ದರೂ, ಅವರೊಂದಿಗೆ ಮಾತಾಡಬೇಕಿದೆ. ಅವ್ರ ವಿಳಾಸ, ಇಮೇಲ್ ವಿಳಾಸ, ಅಡ್ರೆಸ್ ಎಲ್ಲಾ ಕೊಡ್ಬೇಕಾಗುತ್ತೆ" ಹೇಳಿದ ಕೂಡಲೆ ಶಾಲಿನಿ ತಕರಾರು ಶುರು ಮಾಡಿದಳು. ಕಡೆಗೆ 'ನಿಮಗೆ ಕೊಟ್ಟ, ನೀವು ತಗೊಂಡ ಕಮೀಷನ್ ವಿಚಾರ ಅವರಿಗೆ ತಿಳಿಸೋಲ್ಲ' ಅಂದ ಮೇಲೆಯೇ ಒಪ್ಪಿಕೊಂಡಿದ್ದು.

ಮೆಲ್ಲಗೆ ಎದ್ದುಹೋದ ಆರಾಧ್ಯರು "ಆಯಮ್ಮ ಒಪ್ಪೋಲ್ಲ. ಕ್ಯಾಷ್ ಕೊಟ್ಟುಬಿಡಿ. ನಾನು ಇದ್ದಿನಿ" ಒಪ್ಪಿಸುವ ಪ್ರಯತ್ನದಲ್ಲಿ ಇದ್ದಾಗಲೇ, ದಿವ್ಯ ಹೋಗಿದ್ದು. "ಅವ್ರ ಹತ್ರ ಮಾತಾಡಿ" ಶ್ಯಾಮ್‌ಪ್ರಸಾದ್ ಹೊರಗೆ ಹೋದ. ಅವರ ಮಾತಿಗೆ ಅವಳು ಒಪ್ಪಲಿಲ್ಲ. "ಚೆಕ್ ಕೊಡ್ತೀವಿ. ಡ್ಯಾಕ್ಯುಮೆಂಟ್ಸ್ ತೋರ್ಸಿ. ಲೀಗಲ್ಲಾಗಿ ಓಪಿನಿಯನ್ ತಗೋಬೇಕು. ಪ್ರಾಪರ್ಟಿ ಮಾಲೀಕರ ಜೊತೆ ಒಮ್ಮೆ ಮಾತಾಡ್ಬೇಕು. ಅವ್ರು ತಕರಾರಿನ ದನಿಯೆತ್ತಿದ್ದರೆ, ನಿಮ್ಗೇ ಮೊದಲು ಕೆಟ್ಟ ಹೆಸರು. ಶಾಲಿನಿಯವರು ಈ ಹಣದಲ್ಲಿ ಎಷ್ಟು ಕೊಡ್ತೀನೀಂತ ಹೇಳಿದ್ದಾರೆ?" ಕೇಳಿದಳು. ಆರಾಧ್ಯರು ಸಂಕೋಚಿಸಿದರು. ಅವರಿಗೆ ಹಣದ ಅಗತ್ಯವಿತ್ತು. ಸಂಪಾದನೆ ಚೆನ್ನಾಗಿದ್ದರು ಅಧಿಕೃತ ಕುಟುಂಬದ ಜೊತೆ ಅನಧಿಕೃತ ಕುಟುಂಬಗಳ ಯಜಮಾನ. ಹಂಚಿಕೆಯಲ್ಲಿ ದಣಿದು ಹೋಗುತ್ತ ಇದ್ದ.

"ಎಂಥೆಂಥ ಜನನೋ ನೋಡಿದ್ದೆ, ಈಕೆ ಮಾತ್ರ ಬೋ ಬುದ್ಧಿವಂತೆ. ಪೈಸಾ... ಪೈಸಾಕ್ಕೂ ಲೆಕ್ಕಾಚಾರ. ನಾನು ಕನಿಷ್ಠ ಇಪ್ಪತ್ತೈದು ಕೊಡೀಂತ ಕೇಳಿದ್ದೆ. ಆಕೆ ತರಾಟೆಗೆ ತಗೊಂಡರು. ಇಪ್ಪತ್ತೈದಕ್ಕೆ ಮಾರಾಟ ಮಾಡಿಸ್ತೀನೀಂತ ಹೇಳಿದ್ದೆ. ಆಗಲಿಲ್ವಲ್ಲ. ಅದಕ್ಕೆ ಕೋಪ." ಸತ್ಯನ ಬಿಚ್ಚಿಟ್ಟ. ವಿಷಯ ತಿಳಿಯಬೇಕಿತ್ತು, ಪರಿಹಾರ ಸೂಚಿಸುವುದು ದಿವ್ಯನ ಕೆಲಸವಾಗಿರಲಿಲ್ಲ.

ಮೊದಮೊದಲು ವಿರೋಧಿಸಿದ ಶಾಲಿನಿ ಆಮೇಲೆ ಒಪ್ಪಿದ್ದು ಒಂದೇ ಕಾರಣಕ್ಕೆ.

ಕ್ಯಾಷ್ ತಗೊಂಡರೇ ಕನಿಷ್ಠ ಹದಿನೈದಾದರೂ ಆರಾಧ್ಯನಿಗೆ ಕೊಡಬೇಕಾಗುತ್ತೆ, ಅದು ತಪ್ಪಿತಲ್ಲ ಎನ್ನುವ ಭಾವ. ಕಡೆಗೆ ಹೊರಡುವ ಮುನ್ನ "ಇನ್ನೊಂದು ಸೆಟ್ ಜೆರಾಕ್ಸ್, ಇದೆ. ಅದ್ನ ಕೊಡ್ತೀನಿ, ಓರಿಜಿನಲ್ ಡಾಕ್ಯುಮೆಂಟ್ಸ್... ಕೊಡಿ" ಇಂಥದೊಂದು ಕ್ಯಾತೆ. "ಆಯ್ತು, ಚೆಕ್ ಹಿಂದಕ್ಕೆ ಕೊಡಿ. ಬೆಂಗ್ಳೂರಿಗೆ ಬರ್ತೀವಲ್ಲ, ಅಲ್ಲೇ ಡಾಕ್ಯುಮೆಂಟ್ಸ್‌ನೊಂದಿಗೆ ಅಡ್ವೋಕೇಟ್ ಬಳಿ ನೀವೇ... ಬನ್ನಿ" ಎಂದಳು ದಿವ್ಯ. ಕೈಗೆ ಬಂದ ಚೆಕ್‌ನ ಶಾಲಿನಿ ಹಿಂದಿರುಗಿಸಲು ಹಿಂಜರಿದಿದ್ದು. ಅಕಸ್ಮಾತ್... ಇವರು ಮನಸ್ಸು ಬದಲಾಯಿಸಿ ಸುಮ್ಮನಾದರೆ? ಪ್ರಾಪರ್ಟಿ ಮಾಲೀಕರು ಸಂಬಂಧಿಗಳಾದರೂ ಬೇಡವೆಂದು ನಿರಾಕರಿಸಿದರೆ? ಈಗಾಗಲೇ ಅವರ ನಿರೀಕ್ಷೆಯಷ್ಟು ಹಣ ಸಿಗುತ್ತಿಲ್ಲ, ಅದೊಂದು ಕಾರಣ ಮುಂದುಮಾಡಿ ಬೇಡವೆಂದು ಬಿಟ್ಟರೆ, ಇಷ್ಟೆಲ್ಲ ತಲೆಕೆಡಿಸಿಕೊಂಡು ಬಂದಷ್ಟು ಬರಲಿಯೆನ್ನುವ ತೀರ್ಮಾನಕ್ಕೆ ಬಂದಿದ್ದು.

ಪೂರ್ತಿ ಓರಿಜಿನಲ್ ಡಾಕ್ಯುಮೆಂಟ್ಸ್ ಶ್ಯಾಮ್‌ಪ್ರಸಾದ್‌ಗೆ ಒಪ್ಪಿಸಿ. "ಸರ್, ಒಂದು ಸಣ್ಣ ರಿಕ್ವೆಸ್ಟ್ ಒಂದಿಪ್ಪತ್ತು ಸಾವಿರ ಕ್ಯಾಷಾಗಿ ಬೇಕು" ಎಂದು ಅಡಿಕೆಕಾಯಿಗಾಗಿ ಬಂದ ಎರಡು ಲಕ್ಷದ ಅಡ್ವಾನ್ಸ್ ಹಣವನ್ನು ತೆಗೆದು ಅವನ ಮುಂದಿಟ್ಟಳು. ಅವಳು ಮ್ಯಾನೇಜರ್ ಆಗಿ ಅಪಾಯಿಂಟ್ ಆಗಿ ಮೂರು ತಿಂಗಳು ಆಗಿತ್ತು. ಸಂಬಳ ಬೇಡವೆಂದು ಅಲ್ಲೇ ಜಮಾ ಮಾಡಿದ್ದಳು. ಇಂದು ಇಪ್ಪತ್ತು ಸಾವಿರ.... "ಓಕೇ...." ಅಂದ. ಅದನ್ನು ಪಡೆದುಕೊಂಡ ದಿವ್ಯ ವೆಂಕಟೇಶಯ್ಯನವರನ್ನು ಹೊರಗೆ ಕರೆದೊಯ್ದು ಅವರ ಕೈಯಲ್ಲಿಟ್ಟು "ಇದ್ನ ಇಟ್ಕೊಳ್ಳಿ. ನಿಮ್ಗೆ ತೀರಾ ಕಷ್ಟವೆನಿಸಿದಾಗ ನಮ್ಮ ತೋಟಕ್ಕೆ ಬಂದ್ಬಿಡಿ. ದಿನಾ ಮಸಾಲಾ ದೋಸೆ ಕೊಡದಿದ್ದರೂ ನಮ್ಮಮ್ಮ ಹೊಟ್ಟೆ ತುಂಬ ಊಟ ಹಾಕ್ತಾರೆ" ಅಷ್ಟು ಹೇಳಿ ನಡೆದಳು. ಅವಳಲ್ಲಿ ಅಪಾರವಾದ ನೋವು. "ಹೊಟ್ಟೆ ತುಂಬ ಊಟ ಕೂಡ ಹಾಕೋಲ್ಲ" ಸೊಸೆಯನ್ನು ದೂರಿದ್ದರು. ಆದರೆ ಎದುರಿನಲ್ಲಿ ನಿಂತು ದೂರುವಷ್ಟು ಚೈತನ್ಯ ಉಳಿದಿರಲಿಲ್ಲ. ವಿಜೃಂಭಿಸಿ ಸವಾಲೆಸೆಯುವಂತೆ ಮಾಡಿದ್ದ ಯೌವನ ದೂರ ಸರಿದು ಮುಪ್ಪು, ನಿಸ್ಸಹಾಯಕತೆ ತಂದು ಹರಡಿತ್ತು. ಪ್ರತಿಯೊಬ್ಬ ಭೂಮಿಯಲ್ಲಿ ಹುಟ್ಟಿದ ವ್ಯಕ್ತಿ ಅನುಭವಿಸಲೇಬೇಕು. ಇದರಲ್ಲಿ ತಾರತಮ್ಯವೇನಿರಲಿಲ್ಲ.

ಅವರ ಜೊತೆಯಲ್ಲಿ ಹೊರಟ ದಿವ್ಯ ತಮ್ಮ ತೋಟಕ್ಕೆ ಕರೆದೊಯ್ದು ಆತಿಥ್ಯದ ಜೊತೆ ಒಂದಿಷ್ಟು ಹೂ, ಅಡಕೆ, ನಾಲ್ಕು ಕಾಯಿ, ಎರಡು ಚಿಪ್ಪು ಬಾಳೆಹಣ್ಣುಕೊಟ್ಟು ಬಿಳ್ಕೊಡುವ ಮುನ್ನ ಶಾಲಿನಿಗೆ ಒಂದು ಮಾತು ಹೇಳಿದಳು.

"ವೆಂಕಟೇಶಯ್ಯನವರಿಗೆ ವಯಸ್ಸಾಗಿದೆ. ನೀವು ಅದೇ ಹಾದಿಯಲ್ಲಿ ಇದ್ದೀರಾ. ಅವರದ್ದೆ ನಿಸ್ಸಹಾಯಕತೆ ಎದುರಾಗುತ್ತೆ. ಅದ್ನ ಊಹಿಸಿಕೊಳ್ಳಿ"

ಶಾಲಿನಿ ಕಣ್‌ಕಣ್ ಬಿಟ್ಟಳು.

* * *

ಅನುರಾಗ್ ಬಂದು ವಾರ ಹದಿನೈದು ದಿನ ಕಳೆದುಹೋಗಿತ್ತು. ಶ್ರೀನಿಧಿ ಹೇಳಿದರು. "ಅವನು ಇಲ್ಲೇ ಇರ್ತಾನೆ. ಅವ್ನು ಕಲಿತಿದ್ದು ಸಾಕಾಷ್ಟಾಗಿದೆ. ಸದ್ಯದ

ವಹಿವಾಟು ನಿರ್ವಹಿಸಲು ಅವನ ಅಗತ್ಯವಿದೆ." ಅದು ಆಕೆಗೆ ಸಂತೋಷದ ವಿಚಾರನೇ. ಇದ್ದ ಮನೆಯನ್ನು ನವೀಕರಿಸಿ ಬಂಗ್ಲೆಯಂತೆ ಮಾಡಿದ್ದರು. ಕಿಚನ್‌ಗೂ ಒಂದು ಹೊಸ ರೂಪ 'ಇದೆಲ್ಲ ಬೇಕಿತ್ತಾ?' ಅನ್ನಿಸಿದನ್ನು ಗಂಡನ ಮುಂದೆ ಹೇಳುವ ಧೈರ್ಯವಿಲ್ಲ. ಆದರೂ ಈ ರೀತಿಯ ಬೆಳವಣಿಗೆ ಸಂತೋಷ ತಂದಿತ್ತು. ಹಿಂದಿನಂತಿಲ್ಲದೇ ಕೆಲವೊಮ್ಮೆ ಅಪರೂಪವಾಗಿ ಪಾರ್ಟಿಗಳಿಗೆ ಕರೆದೊಯ್ಯುತ್ತಿದ್ದರು. ಅದರಿಂದ ಸಂತೋಷ, ಮುಜುಗರ ಕೂಡ.

ತಾವು ಹೊರಡುವಾಗ ಅನುರಾಗ್‌ನ ಪ್ರತಿದಿನ ತಮ್ಮೊಂದಿಗೆ ಕರೆದೊಯ್ಯುತ್ತಿದ್ದರು. ಅವನು ಬುದ್ಧಿವಂತನೇ. ಆ ಬಗ್ಗೆ ಎರಡು ಮಾತಿಲ್ಲ. ಅವನ ಕಲಿಕೆ ಇಲ್ಲಿ ಪ್ರಯೋಜನವಾಗುತ್ತಿತ್ತು. 'ಅನುರಾಗ್ ಆಟೋಮೊಬೈಲ್ಸ್' ಹೊಸ ಷೋರೂಂ ಉದ್ಘಾಟನೆಗೆ ಎಲ್ಲಾ ವ್ಯವಸ್ಥೆ ಆಗಿತ್ತು. ಅಪ್ಪಿತಪ್ಪಿ ದೇವರಕಟ್ಟೆಯ ಸುದ್ದಿ ಎತ್ತಲಿಲ್ಲ. ವಸಂತಲಕ್ಷ್ಮಿಗೆ ಗಾಬರಿಯ ವಿಷಯವೇ.

"ಒಂದು ತಪ್ಪು ನಮ್ಮಿಂದ ಆಗಿದೆ. ಇನ್ನೊಂದು ತಪ್ಪು ನಮ್ಮಿಂದ ಆಗೋದ್ಬೇಡ. ಮೊದ್ಲು ಹೋಗಿ ಅಪ್ಪಯ್ಯನಿಗೆ ಆಮಂತ್ರಣಪತ್ರಿಕೆ ಕೊಟ್ಟು ಅವ್ರ ಆಶೀರ್ವಾದ ಪಡೆದುಕೊಳ್ಳೋಣ." ಎಲ್ಲರೂ ಊಟಕ್ಕೆ ಕುಳಿತಾಗಲೇ ವಸಂತಲಕ್ಷ್ಮಿ ಈ ಮಾತು ಹೇಳಿದರು. ಅಲ್ಲಿ ವಿಕ್ಕಿಯಿಂದ ಹಿಡಿದು ದೀಪಿಕಾವರೆಗೂ ಇದ್ದರು. ಎಲ್ಲರತ್ತ ನೋಟಹರಿಸಿ "ಅವ್ರಿಗೆ ಈಗ ನಾವು ಬೇಕಿಲ್ಲ. ಮಗ್ಳು ಮಾತು ಕೇಳಿ ಲಕ್ಷಾಂತರ ಕಳೆದುಕೊಂಡರು. ಆರಾಧ್ಯನಿಗೆ ಫೋನ್ ಮಾಡಿದಾಗ ತಿಳಿಸಿದ. ನಿನ್ನ ಮುದ್ದಿನ ಸೊಸೆ 'ಗ್ರೀನ್ ಗಾರ್ಡನ್'ನಲ್ಲಿ ಶ್ಯಾಮ್‌ಪ್ರಸಾದ್ ಹತ್ರ ಮ್ಯಾನೇಜರ್ ಆಗಿ ಕೆಲ್ಸಕ್ಕೆ ಸೇರಿಕೊಂಡಿದ್ದಾಳಂತೆ. ಆ ಹಣೆಬರಹ ಬೇಕಿತ್ತಾ? ಒಂದು ಪ್ರಾಜೆಕ್ಟ್‌ಗೆ ಎಂ.ಡಿ. ಆಗಿ ಮಾಡ್ತಾ ಇದ್ದೆ. ನೋಡೋಣ. ಇನ್ನು ಒಂಬತ್ತು ತಿಂಗ್ಳು ಕಳೆದರೆ, ಎತ್ತಂಗಡಿ ಆಗುತ್ತೆ. ಭಿಕಾರಿಗಳಾಗಿ ಇಲ್ಲಿಗೆ ಬರ್ತಾರೆ" ಅಂದೇಬಿಟ್ಟರು ಶ್ರೀನಿಧಿ. ಊಟ ಮಾಡುತ್ತಿದ್ದ ವಿಕ್ಕಿ ಅರ್ಧದಲ್ಲಿಯೇ ಎದ್ದುಹೋದ. 'ಭಿಕಾರಿಗಳು' ಎನ್ನುವ ಪದ ನೋವು ತಂದಿತ್ತು. ಒಂದು ರೀತಿಯ ಅವಮಾನ ಕೂಡ. ಬಾಲ್ಕನಿಗೆ ಬಂದು ಕಣ್ಣೀರು ಸುರಿಸಿದ. ಗಾಬರಿಯಿಂದ ಬಂದ ವಸಂತಲಕ್ಷ್ಮಿ "ಯಾಕೋ, ವಿಕ್ಕಿ? ಅರ್ಧ ಊಟದಲ್ಲಿಯೆ ಎದ್ದು ಬಂದೆ?" ಅವನ ಭುಜದ ಮೇಲೆ ಕೈಯಿಟ್ಟರು. ಕಣ್ಣೊರೆಸಿಕೊಂಡು ಹಿಂದಕ್ಕೆ ತಿರುಗಿದವನು "ಅವ್ರು ಸರಳವಾದ ಜನ. ಅವ್ರಿಗೆ ಉತ್ತಮ ಸಂಸ್ಕಾರವೇ ಸಂಪತ್ತು. ಅವರೆಂದು ಭಿಕಾರಿಗಳಲ್ಲ. ನಾನು ಕಟ್ಟೆಗೆ ಹಿಂತಿರುಗ್ತೀನಿ. ಈ ಸಿರಿವಂತಿಕೆ ಸುಪ್ಪತ್ತಿಗೆ ನಂಗೆ ಗೊತ್ತಿಲ್ಲ" ಒದರಿದ. ಆಕೆಗೆ ದಿಕ್ಕು ತೋಚಲಿಲ್ಲ. ಅವನು ಕೂಡ ದಿವ್ಯ ಹಾದಿಯೇ ಹಿಡಿದರೆ? ದೊಡ್ಡ ಪ್ರಶ್ನೆಯಾಗಿ ಎದುರು ಬಂದು ನಿಂತವಳು ದೀಪಿಕಾ. "ವಿಕ್ಕಿನ ಸಮಾಧಾನ ಮಾಡಿ ಕರ್ಕೊಂಡ್ ಬಾ" ಒಳಗೆ ನಡೆದರು. ಅಪ್ಪ, ಮಗ ಏನು ಆಗಲೇ ಇಲ್ಲವೆನ್ನುವಂತೆ ಊಟ ಮಾಡುತ್ತಿದ್ದರು.

"ನೀವು ಹಾಗೆಲ್ಲ ಮಾತಾಡ್ಬಾರ್ದಿತ್ತು!" ಎಂದರು ವಸಂತಲಕ್ಷ್ಮಿ. ಅಳು ನುಗ್ಗಿ ಬರುತ್ತಿತ್ತು. "ಏನು ಮಾತಾಡಿದೇ? ಆಡಬಾರದ್ದೇನು ಅಂದಿಲ್ಲ. ಹಿರಿಯರು

ಅನ್ನಿಸ್ಕೊಂಡ ಅವ್ರಿಗೂ ವ್ಯವಹಾರ ಜ್ಞಾನ ಇಲ್ಲ. ದಿವ್ಯ ಎಷ್ಟು ಬುದ್ಧಿವಂತಳು? ಕಾಲೇಜು ಅಪ್ಲಿಕೇಷನ್ ಫಾರಂ ನಾನು ತುಂಬಬೇಕಾಯ್ತು. ಅವ್ಳು ಬುದ್ಧಿವಂತಳಾಗಿದ್ದರೆ, ನನ್ಮಾತು ಕೇಳಿ ಇಲ್ಲಿ ನಿಲ್ಲಬೇಕಿತ್ತು. ಮುಂದೆ ಅವಳ ಫ್ಯೂಚರ್ ಗತಿಯೇನು? ನಾನೆಷ್ಟು ಪ್ರಯತ್ನಪಟ್ಟೆ? ಇಷ್ಟು ಹಟ ಮಾಡಿದವಳನ್ನ ಅನುರಾಗ್ ಹೇಗೆ ಮದ್ವೆ ಆಗ್ತಾನೇ? ನಮ್ಮ ಸ್ಟೇಟಸ್‌ಗೆ ಈಗ ಅವ್ರು.... ಸರಿ ಹೋಗ್ತಾರ?" ಬಡಬಡ ಅಂದು ಊಟ ಮುಗಿಸಿ ಎದ್ದು ಹೋದ ಗಂಡನತ್ತಲೇ ನೋಡಿದರು. ಇಂಥ ಅನುಮಾನ ಆಕೆಗೂ ಇತ್ತು. ಆದರೆ ಇಷ್ಟು ಬೇಗ ಪ್ರಕಟವಾಗುತ್ತದೆಯೆಂದು ಮಾತ್ರ ತಿಳಿಯಲಿಲ್ಲ. ತುಟಿ ಕಚ್ಚಿ ಅಳು ನುಂಗಿದರು.

ಇದು ಯಾವುದು ತನಗೇ ಸಂಬಂಧಿಸಿದ್ದಲ್ಲವೆನ್ನುವಂತೆ ಊಟ ಮುಗಿಸಿ ಅನುರಾಗ್ ಎದ್ದುಹೋದ. ಮೊದಲಿನಿಂದಲೂ ಮಾತುಕಡಿಮೆ, ಈಗಂತು ಅಗತ್ಯವೆನಿಸಿದರೆ ಮಾತ್ರ ತುಟಿ ಬಿಚ್ಚುತ್ತಿದ್ದ. 'ಇವನಲ್ಲಿ ಭಾವನೆಗಳು ಸತ್ತುಹೋಗಿದ್ದೆಯ?' ಎಂದು ವಸಂತಲಕ್ಷ್ಮಿ ಎಷ್ಟೋ ಸಲ ಯೋಚಿಸಿದ್ದುಂಟು.

ಒಳಗೆ ಬಂದ ದೀಪಿಕಾ ಅಮ್ಮನ ಕೊರಳಿಗೆ ಜೋತುಬಿದ್ದು "ವಿಕ್ಕಿ ಊರಿಗೆ ಹೋಗ್ತಾನಂತೆ. ಡ್ಯಾಡಿ ಯಾಕೆ ಹಾಗೆಲ್ಲ ಮಾತಾಡಿದ್ದು? ಸಾರಿ ಕೇಳೋಕೆ ಹೇಳು. ಇಲ್ಲದಿದ್ದರೆ ನಾನು ಕೂಡ ಅವ್ನ ಜೊತೆ ಹೊರಟುಬಿಡ್ತೀನಿ" ಗಲಾಟೆ ಶುರು ಮಾಡಿದಳು. ಅದೆಷ್ಟು ತಾರಕಕ್ಕೇರಿತೆಂದರೆ, ತನ್ನ ರೂಮಿನಲ್ಲಿ ಇಟ್ಟುಕೊಂಡಿದ್ದ ಕಂಪ್ಯೂಟರ್, ಟಿವಿಯೆಲ್ಲ ಒಡೆದು ಎಸೆದಾಗ ಶ್ರೀನಿಧಿ ಗಾಬರಿಯಾದರು. ಕೂತಲ್ಲೆ ಬೆವತರು. ಯಾವುದೋ ಫಿಲಂನಲ್ಲಿನ ಸೀನ್ ಎನಿಸಿತು. ಹಾಗೆಂದುಕೊಂಡು ಎಂಜಾಯ್ ಮಾಡುವಂತಿರಲಿಲ್ಲ. ಮುದ್ದಿನ ಮಗಳು ದುಂಬಾಲು ಬಿದ್ದು ಅವಳನ್ನು ಸಮಾಧಾನಿಸುವ ವೇಳೆಗೆ ಸಾಕುಸಾಕಾದರು "ಸಾರಿ... ಸಾರಿ.. ವಿಕ್ಕಿ ಕ್ಷಮೆ ಕೇಳ್ತೀನಿ ಬಿಡು" ಕೈ ಜೋಡಿಸಿಬಿಟ್ಟರು. ವಿಕ್ಕಿ ದಿಕ್ಕು ತೋಚದವನಂತೆ ನಿಂತಿದ್ದ. ಅನುರಾಗ್ ಅವನ ಪಕ್ಕದಲ್ಲಿ ನಿಂತಿದ್ದ. ಇದೆಲ್ಲ ನಾನ್‌ಸೆನ್ಸಿಕಲ್ಲಾಗಿ ಕಂಡಿತು.

ಮನೆಪೂರ್ತಿ ತಣ್ಣಗಾಗುವ ವೇಳೆಗೆ ಸುಮಾರು ಸಮಯವೇ ಆಯಿತು. ಶ್ರೀನಿಧಿ ವಿಕ್ಕಿನ ಕರೆದುಕೊಂಡು ಬಂದು ಪಕ್ಕದಲ್ಲಿ ಕೂಡಿಸಿಕೊಂಡು "ಸಾರಿ ಮೈ ಬಾಯ್! ಅಲ್ಲಿ ಆ ರೀತಿ ಕಷ್ಟಪಟ್ಟುಕೊಂಡು ಬದ್ಕುವುದು ನಂಗಿಷ್ಟವಿಲ್ಲ. ಆ ವ್ಯಕ್ತಿಯ ಮೋಸದಾಟ ಕೂಡ ಇದೆ. ಲಕ್ಷಾಂತರ ಹಣ ಅವನದಾಗುತ್ತೇಂತ ತಿಳಿದೇ ಇವರ ಕರಾರಿನಂತೆ ಒಂದ್ವರ್ಷ ಇವಳಿಗೆ ಅಲ್ಲಿರೋಕೆ ಅವಕಾಶ ಕೊಟ್ಟಿದ್ದಾನೆ. ಸಂಕಟವಾಗುತ್ತೆ. ಹೋಗ್ಲಿ ಬಿಡು, ಅವ್ರ ಹಟದಂತೆ ನಡೆಯಲೀ ಆಮೇಲೆ ನಾನೇ ಹೋಗಿ ಕರ್ಕೊಂಡ್ ಬರ್ತೀನಿ" ಉಪಾಯವಾಗಿ ಅವನ ಕೋಪವನ್ನು ಶಮನ ಮಾಡಿದವರು ನಂತರ ಹಲ್ಲು ಕಡಿದರು. ವಿಜಯ ತಮ್ಮದೇ ಎನ್ನುವ ಭಾವ. ಒಂದು ಲೆಕ್ಕದಲ್ಲಿ 'ಪಾಕಡಾ' ಮನುಷ್ಯ. ಮನೆಯ ನೆಮ್ಮದಿ ಕೆಡಿಸಿಕೊಳ್ಳದಂತೆ ಸಾಧಿಸುವಿಕೆ ಕರಗತ ಮಾಡಿಕೊಂಡಿರುವ ಬುದ್ಧಿವಂತ. ಇದು ಅಗತ್ಯ ಕೂಡ.

ಅಂತು ಇಂತು ವಿಕ್ಕಿ ಎದೆಯಲ್ಲಿ ತಲೆಇಟ್ಟು ದೀಪಿಕಾ ಕಣ್ಣೀರು ಸುರಿಸಿದಾಗ ಆಗ

ಅವನು ಪ್ರೇಮಿಯಾಗಿದ್ದ. ಯೌವನ ಭಾವನೆಗಳಿಗೆ ಮಾತ್ರ ಸ್ಪಂದಿಸಬಲ್ಲ. ಬಿಗುವಿನ ವಾತಾವರಣ ಗಂಟೆಗಳಲ್ಲಿ ತಣ್ಣಗಾಯಿತು.

ವಸಂತಲಕ್ಷ್ಮೀ ಮತ್ತೆ ಗಂಡನಿಗೆ ಜ್ಞಾಪಿಸಿದರು. "ಎಲ್ಲಾ ಹೋಗಿ ಆಮಂತ್ರಣ ಪತ್ರಿಕೆ ಕೊಟ್ಟು ಆಹ್ವಾನಿಸಿ ಆಶೀರ್ವಾದ ಪಡೆದುಕೊಂಡು ಬರೋಣ" ಶ್ರೀನಿಧಿಗೆ ಹೋಗಲು ಇಷ್ಟವಿಲ್ಲ "ಒಂದ್ಕೆಲ್ಸ ಮಾಡು. ನನ್ನ ಬಿಟ್ಟು ನೀವೆಲ್ಲ ಹೋಗ್ಬನ್ನಿ. ಇಲ್ಲಿ ಸುಮಾರು ಕೆಲ್ಸಗಳನ್ನು ಮೇಲೆ ಎಳೆದುಕೊಂಡಿದ್ದೀನಿ" ಅನುನಯಿಸಿ ಹೆಂಡತಿಯನ್ನು ಒಪ್ಪಿಸಿದರು.

ಅಂತು ಅನುರಾಗ್‌ನ ಸಮೇತ ಈಚೆಗೆ ಕೊಂಡ ನಿಸಾನ್ ಕಾರಿನಲ್ಲಿ ಎಲ್ಲ ಹೊರಟರು ಬೆಳಗಿನ ಜಾವ. ಆದರೆ ಯಾರ ಮನಸ್ಸು ನೀರವವಾಗಿರಲಿಲ್ಲ. ತವರಿಗೆ ಹೊರಡುವುದೆಂದರೆ ವಸಂತಲಕ್ಷ್ಮಿಗೆ ತುಂಬ ಸಂತೋಷ. ತನ್ನ ಚಿಕ್ಕಂದಿನ ದಿನಗಳನ್ನು ನೆನಪಿಸಿಕೊಂಡು ಹರಟುತ್ತಿದ್ದರು. ಇಂದು ನಿಶ್ಶಬ್ದ. ವಿಕ್ಕಿಯದು ಅಪರಾಧ ಭಾವ! ಅನುರಾಗ್ ಬಗ್ಗೆ ಏನು ಹೇಳಲಾಗದು! ಸ್ವಲ್ಪ ಹರಟಿದ್ದು ದೀಪಿಕಾನೆ.

ಮಧ್ಯೆ ಊಟಕ್ಕೆ ನಿಲ್ಲಿಸಿದಾಗ ವಸಂತಲಕ್ಷ್ಮಿ ನಿರಾಕರಿಸಿದರು. "ನಂಗೇನು, ಬೇಡ! ತಿಂದ ತಿಂಡಿಯೇ ಅರಗಿಲ್ಲ. ನೀವುಗಳು ಬೇಕಾದರೆ ಹೋಗ್ಬನ್ನಿ" ಬಲವಂತಕ್ಕೆ ಬಗ್ಗದಿದ್ದಾಗ ಜೊತೆಯಲ್ಲಿ ಹೋಗಿ ಪೈನಾಪಲ್ ಜ್ಯೂಸ್ ಕುಡಿಯುವಾಗಲೂ ಅನ್ಯಮನಸ್ಕರಾಗಿಯೇ ಇದ್ದರು. ಗಂಡ ಮಾಡಿದ್ದು ತಪ್ಪೆನಿಸಿತು. ಅವರು ಸಹಿ ಹಾಕಿ ಪತ್ರಗಳನ್ನು ಕೊಟ್ಟಿದ್ದು ಸಮಯಕ್ಕೆ ಉಪಯೋಗಿಸಿಕೊಳ್ಳಲಿಯೆಂದು ಮಾತ್ರ. ಆಮೇಲೆ ತೋಟ ಸ್ವಂತದೆನ್ನುವಂತೆ ವರ್ತಿಸಿದಾಗಲೂ ಚಕಾರವೆತ್ತಿರಲಿಲ್ಲ. ಮಾಡಿದ ಖರ್ಚಿಗೆ ಎರಡರಷ್ಟು ಪ್ರತಿಫಲ ಪಡೆದುಕೊಂಡಿದ್ದಾರೆಂದು ಆಕೆಯ ಮನಸ್ಸಾಕ್ಷಿ ಎಚ್ಚರಿಸುತ್ತಿದ್ದರು.

"ಮಮ್ಮಿ...." ದೀಪಿಕಾ ಎಚ್ಚರಿಸಿದಾಗ ಅವರ ಕಣ್ಣಲ್ಲಿ ಕಂಬನಿ ಫಳಕ್ಕೆಂದಿತು. "ನಿನ್ನ ಡ್ಯಾಡಿ ತಪ್ಪು ಮಾಡಿದ್ರು, ಕಣೇ. ಅಪ್ಪಯ್ಯನ ಕೇಳ್ದೇ ತೋಟ ಮಾರ್ಬಾರ್ದಿತ್ತು". ಅಂದು ಕಣ್ಣೊರೆಸಿಕೊಂಡು ಜ್ಯೂಸ್ ಗ್ಲಾಸನ್ನು ಅಲ್ಲೇ ಬಿಟ್ಟು ಎದ್ದು ಹೋದರು. ಎದ್ದ ವಿಕ್ಕಿನ ಅನುರಾಗ್ ತಡೆದು "ಅವ್ರು ರಿಲ್ಯಾಕ್ಸ್ ಆಗ್ಲೀ. ಲಂಚ್ ಮುಗ್ಸಿಕೋ" ಹೇಳಿದ. ಅವನು ಆರಾಮಾಗಿಯೇ ಊಟ ಮುಗಿಸಿ ಮೇಲೆದ್ದ. ಮೊದಲಿನಿಂದಲೂ ಎಲ್ಲರ ಪ್ರಕಾರ ಅನುರಾಗ್ 'ತುಂಬಾ ಡೀಸೆಂಟ್'. ಅದನ್ನು ಯಾರು ನಿರಾಕರಿಸಲಿಲ್ಲ.

ಆಮೇಲೆ ಊಟ ಮುಗಿಸಿ ದೀಪಿಕಾ ಎರಡೆರಡು ಸ್ವೀಟ್ಸ್ ಮುಗಿಸಿದ ಮೇಲೆಯೇ ಹೊರಬಂದಿದ್ದು. ಅವಳ ಈಗಿನ ಜಗತ್ತಿನಲ್ಲಿ ವಿಕ್ರಮ್‌ಗೆ ಮಾತ್ರ ಪ್ರಯಾರಿಟಿ. ಅವನ ಮುಖ ಮಂಕಾದರು, ಸಹಿಸಳು. ಅವನೇ ಅವಳ ಜೀವ. ಮೊದಲು ಅನುರಾಗ್ ಬಂದವ ಮೌನವಾಗಿ ಕೂತ. ಒಂದಿಷ್ಟು ಚಾಕಲೇಟ್‌ಗಳನ್ನು ಹಿಡಿದುಕೊಂಡು ನಗುತ್ತ ಬಂದಳು, ದೀಪಿಕಾ, ವಿಕ್ರಮ್ ಜೊತೆ. ಆಮೇಲೆ ಅವರದೇ ಮಾತು, ನಗು. ಅದರಲ್ಲಿ ಪಾಲ್ಗೊಳ್ಳಲಾಗಲಿಲ್ಲ ವಸಂತಲಕ್ಷ್ಮಿಗೆ.

ಕಟ್ಟೆಗೆ ಬಂದಿದ್ದು ಮೂರರ ಸುಮಾರಿಗೆ. ಅವರಿಗೇನು ಇನ್‌ಫರ್ಮೇಷನ್

ಸಿಕ್ಕಿಲ್ಲದಿದ್ದರಿಂದ ಯಾವ ಸಂಭ್ರಮವು ಇರಲಿಲ್ಲ. ಅನಂತಶರ್ಮರು ಊಟ ಮುಗಿಸಿ ವಿಶ್ರಾಂತಿ ತೆಗೆದುಕೊಳ್ಳುತ್ತಿದ್ದರು. ಅಡಿಕೆ ಗೊನೆಗಳನ್ನು ಇಳಿಸುತ್ತಿದ್ದ ಕಡೆ ಇದ್ದರು ಆನಂದಶರ್ಮರು. ಈ ಕೆಲಸಗಳಲ್ಲಿ ಈಚೆಗೆ ದಣಿವೆಂಬುದಿರಲಿಲ್ಲ. ಆಗತಾನೇ 'ಗ್ರೀನ್‌ಲ್ಯಾಂಡ್'ನಿಂದ ಹಿಂದಿರುಗಿದ ದಿವ್ಯ ಊಟಕ್ಕೆ ಕೂತಿದ್ದಳು. ಪಕ್ಕದಲ್ಲಿಯೇ ಬಡಿಸುತ್ತ ಕೂತಿದ್ದರು ಕೌಸಲ್ಯ. ಹೊಸಲು ದಾಟಿ ಬಂದ ಇವರನ್ನೆಲ್ಲ ನೋಡಿ ಆಶ್ಚರ್ಯ, ಗಾಬರಿ, ಜೊತೆಗೆ ಸಂತೋಷ ಕೂಡ.

"ವಸಂತ..." ಆಕೆಯ ಗಂಟಲಲ್ಲಿ ಮಮತೆಯ ರಭಸವೇ, ಮಗನನ್ನು ನೋಡಿ ಅವರಿಗೆ ಕಣ್ಣೀರೇ ಉಕ್ಕಿ ಹರಿಯಿತು. "ವಿಕ್ಕಿ ಹೇಗಿದ್ದಿ? ಅನುರಾಗ್ ಯಾವಾಗ್ಬಂದೆ?" ಎನ್ನುತ್ತ ಹಿಂದೆ ನೋಟ ಹರಿಸಿದರು. ಶ್ರೀನಿಧಿ ಬಂದಿರಬಹುದೇ ಎನ್ನುವ ಕುತೂಹಲ.

"ನೀವು ಹೇಗಿದ್ದೀರಿ.... ಅತ್ಗೆ" ವಸಂತಲಕ್ಷ್ಮಿ ಬಂದು ಕೌಸಲ್ಯ ಕಾಲು ಮುಟ್ಟಿ ನಮಸ್ಕರಿಸಿದರು. ವಯಸ್ಸಿನಲ್ಲಿ ಇಬ್ಬರ ನಡುವೆ ಅಂಥ ವ್ಯತ್ಯಾಸವಿಲ್ಲದಿದ್ದರು, ಸಂಬಂಧದಲ್ಲಿ ಅಣ್ಣನ ಹೆಂಡತಿ. ಅತ್ತಿಗೆಗೆ ಹಿರಿತನವಿತ್ತು. ಉಭಯಕುಶಲೋಪರಿ ಸನ್ನಿವೇಶದಲ್ಲಿ ಊಟ ಮುಗಿಸಿ ಎದ್ದು ಹೋಗಿ ಹಿತ್ತಲಲ್ಲಿ ಕೈತೊಳೆದು ಬಂದ ದಿವ್ಯ ಮೊದಲು "ಅತ್ತೆ, ಹೇಗಿದ್ದೀರಾ?" ಮೊದಲು ವಿಚಾರಿಸಿದ್ದು ಆಕೆಯನ್ನೇ. "ನಾನು ಚೆನ್ನಾಗಿದ್ದೀನಿ. ನೀನು ಹೇಗಿದ್ದಿ? ತುಂಬಾ ಬಡವಾದಂತೆ ಕಾಣ್ತೀಯ" ಎಂದರು. ಆದರೆ ಅದರಲ್ಲಿ ಸಹಜತೆ ಇರಲಿಲ್ಲ. "ಅನುರಾಗ್ ಯಾವಾಗ್ಬಂದಿದ್ದು?" ಕೇಳಿದಳು. 'ನಿಂಗೆ ಗೊತ್ತಿಲ್ವಾ?' ಎಂದು ಅವನ ಕನ್ನಡಕದ ಹಿಂದಿನ ಕಣ್ಣುಗಳು ಕೇಳಿತು. ಅವಳೇನು ಉತ್ತರಿಸುವ ರಿಸ್ಕ್ ತಗೊಳ್ಳಲಿಲ್ಲ. ಊಟ ಬೇಡವೆಂದುದರಿಂದ ಎಲ್ಲರಿಗೂ ನಿಂಬೆಹಣ್ಣಿನ ಪಾನಕ ಮಾಡಿ ತಂದುಕೊಟ್ಟಳು. ಆದರೂ ಮಾತುಗಳು ಸರಳವಾಗಿ ಹರಿದುಬರಲಿಲ್ಲ. ಬಿಗುವು ಕಡಿಮೆಯಾಗಲಿಲ್ಲ.

"ಅಪ್ಪಯ್ಯ.... ಎಲ್ಲಿ?" ಕೇಳಿದರು ವಸಂತಲಕ್ಷ್ಮಿ. ಹಾರಾಡುವ, ಕೂಗಾಡುವ, ಕೋಪ ಪ್ರದರ್ಶಿಸುವ ಮನುಷ್ಯನಲ್ಲ. ಆದರೆ ಅವರ ಮೌನ ಚಾಟಿಯೇಟಾದರೆ...? ಬೆವತರು ಆಕೆ. "ಕೋಣೆಯಲ್ಲಿ ವಿಶ್ರಾಂತಿ ತಗೋತಾ ಇದ್ದಾರೆ. ಹೋಗಿ... ಮಾತಾಡ್ಸು" ಎಂದ ಕೌಸಲ್ಯ ಅನುರಾಗ್‌ನತ್ತ ಲಕ್ಷಕೊಟ್ಟರು. ಅವನ ವ್ಯಕ್ತಿತ್ವದಲ್ಲಿ ಅಂಥ ದೊಡ್ಡ ವ್ಯತ್ಯಾಸವೇನು ಇರಲಿಲ್ಲ. ಇನ್ನಷ್ಟು ಕಲರ್ ತುಂಬಿಕೊಂಡಿತ್ತು. ಆಗಾಗ ಧರಿಸುತ್ತಿದ್ದ ಕನ್ನಡಕ ಪರ್ಮನೆಂಟ್ ಆದಂಗೆ ಕಂಡಿತು. "ಬಡವಾದಂಗೆ ಕಾಣ್ತೀಯ.... ಅನುರಾಗ್?" ಮಮತೆಯಿಂದ ಭಾವಿ ಸೋದರಳಿಯನ ಮೈದಡವಿತು ಅವರ ನೋಟ.

ಆ ವೇಳೆಗೆ ದಿವ್ಯ ವಿಷಯ ಮುಟ್ಟಿಸಿದ್ದರಿಂದ ಅನಂತಶರ್ಮರು ಹೊರಗೆ ಬಂದರು. ಧರಿಸಿದ್ದ ಮುದ್ರೆಗಳು, ಮುಖದಲ್ಲಿನ ವಯಸ್ಸಿನಿಂದ, ಅನುಭವದಿಂದ, ಆಧ್ಯಾತ್ಮಿಕವಾಗಿ ಪಕ್ವವಾಗಿದ್ದ ಮುಖದಲ್ಲಿ ತೇಜಸ್ಸು ಇತ್ತು. ವಸಂತಲಕ್ಷ್ಮಿಯಿಂದ ಹಿಡಿದು ಒಬ್ಬರಾದ ಮೇಲೊಬ್ಬರು ಪಾದಗಳಿಗೆ ಎರಗಿ ಆಶೀರ್ವಾದ ಪಡೆದುಕೊಂಡರು.

"ಎಲ್ಲಾ ಹೇಗಿದ್ದೀರಾ? ಅನುರಾಗ್ ಬಂದದ್ದು....ಎಂದು? ಇಲ್ಲೇ ಉಳಿಯುವ

ಇಚ್ಛೆಯುಂಟಾ? "ಮೂರು ಪ್ರಶ್ನೆಗಳಿಗೆ ಉತ್ತರಿಸಿದ್ದು ದೀಪಿಕಾನೇ "ಫೈನ್ ಅಜ್ಜಯ್ಯ, ಅನುರಾಗ್ ಬಂದು ವಾರವೇ ಆಯ್ತು. ಡ್ಯಾಡ್ ಹೊಸ... ಹೊಸ ಪ್ರಾಜೆಕ್ಟ್ ಶುರು ಮಾಡಿರೋದರಿಂದ ಜನ ಬೇಕು... ಇಲ್ಲೇ ಉಳೀತಾನೆ"

"ಒಳ್ಳೆಯದಾಯ್ತು. ಮಾರುತಿ ಎಲ್ಲರಿಗೂ ಒಳ್ಳೇದು ಮಾಡ್ತಾನೆ" ಒಂದೇ ವಾಕ್ಯ ಜೊತೆಗೆ "ಕೌಸಲ್ಯ, ಪ್ರಯಾಣದ ದಣಿವು... ನೋಡು" ಹೊರಗೆ ಹೊರಟರು. ಈಚೆಗೆ ಬಿಡುವಿನ ಸಮಯದಲ್ಲಿ ತೋಟದ ಎಲ್ಲೆಡೆ ಅಡ್ಡಾಡುತ್ತಿದ್ದರು. ಒಂದು ರೀತಿಯ ಮನಶ್ಯಾಂತಿ.

"ಬನ್ನಿ... ಅತ್ತೆ" ಕೈ ಹಿಡಿದು ಚಾಪೆಯ ಮೇಲೆ ಕೂಡಿಸಿ "ಬಾಳೆಹಣ್ಣು ಯಾವ ಪಾಟಿ ರುಚಿ ಇದೆ, ನೋಡಿ, ಮೊನ್ನೆ ಬಾಳೆಗೊನೆಗಳನ್ನು ಕತ್ತರಿಸಿ ಇಳಿಸಿದಾಗ, ಒಂದು ನಾಲ್ಕು ಗೊನೆ ದೇವರ ಪೂಜೆ, ನೈವೇದ್ಯಕ್ಕೇಂತ ಉಳಿಸಿಕೊಂಡಿದ್ವಿ. ಈ ಸಲ ಫಸಲು ಚೆನ್ನಾಗಿದೆ" ಎಂದಿನಂತೆ ಉತ್ಸಾಹದಿಂದ ಬಾಳೆಹಣ್ಣು ಚಿಪ್ಪನ್ನು ತಂದು ಅವರ ಮುಂದಿಟ್ಟಳು. ಅತ್ತಿತ್ತ ನೋಡಿದ ವಿಕ್ಕಿ "ಇನ್ನೆಷ್ಟು ದಿನ ಇದೆಲ್ಲ?" ಕೋಪ ವ್ಯಕ್ತಪಡಿಸಿದ.

"ಯಾವ್ದು, ಒಂದೆರಡು ಬಾಳೆಹಣ್ಣು ತಿಂದು ಟೆನ್‌ಷನ್ ಕಡ್ಮೆ ಮಾಡ್ಕೋ. ಈ ಸಲ ಬಾಳೆಗೊನೆಗಳನ್ನು ಇಳ್ಸಿ ಟ್ರ್ಯಾಕ್ಟರ್‌ಗೆ ಹಾಕೋವಾಗ ಅಜ್ಜಯ್ಯ, ಅಪ್ಪಯ್ಯ, ಅಲ್ಲೇ ಇದ್ದರು. ಇಷ್ಟು ಫಲವತ್ತಾದ ಫಸಲೇ ಕಂಡಿರಲಿಲ್ಲ ಅಂದ್ರು" ಮಾತು ಬೇರೆಡೆ ಹರಿಸಿದಳು. ಬಂದು ಕಿವಿ ಹಿಡಿದು "ಫಸಲು ಹಾಳಾಗ್ಲಿ, ನಿನ್ನ ಕೈಯಾರ ನಿನ್ನ ಭವಿಷ್ಯ ಹಾಳು ಮಾಡ್ಕೋತಾ ಇದ್ದೀ" ರೇಗಿದ. ಮೆಲ್ಲನೆ ಕಿವಿ ಬಿಸಿಡಿಕೊಂಡು "ಪ್ರತಿಯೊಬ್ಬರು ಇಂಡಿವಿಜ್ಯುಯಲ್ ಆಗಿ ತಮ್ಮ ಭವಿಷ್ಯದ ಬಗ್ಗೆ ಯೋಚ್ಸಿದಾಗ... ಆಗೋ ಪರಿಣಾಮಗಳ ಬಗ್ಗೆ ಯೋಚ್ಸು. ಮಾವನ ಸಲುವಾಗಿ, ಅವ್ರ ಮಾತು ಕೇಳ್ಕೊಂಡ್ ನಿಂತೆ. ಜೊತೆಗೆ ದೀಪಿಕಾ ಸಲುವಾಗಿ, ಭವ್ಯ ಭವಿಷ್ಯದ ಕನಸೊಂದು ಕಟ್ಟಿಕೊಂಡ್. ಅಲ್ಲಿ ಬೇರೆ ಯಾರು ಇರಲಿಲ್ಲ, ನಿನ್ನ ಕನಸಿನಲ್ಲಿ. ನಂಗೆ ಹಾಗೆ ಯೋಚ್ನೋಕೆ ಆಗೋಲ್ಲ. ಹಿರಿಯರ ಕನಸುಗಳಲ್ಲಿ ನಾವೆಲ್ಲ ಇದ್ವಿ. ಅಲ್ಲಿ ಬಯಸಿದ್ದು ನಮ್ಮಗಳ ಒಳಿತನ್ನು. ಆದರೆ ನಮ್ಮ ಕನಸುಗಳಲ್ಲಿ ಅವ್ರ ಒಳಿತು ಬೇಡ? ಮೋಸ್ಟ್ಲಿ ಅವ್ರುಗಳಿಗೆ ಅಸ್ತಿತ್ವವೇ ಇಲ್ಲ. ಅವ್ರ ಆಸೆ, ಆಕಾಂಕ್ಷೆ ಅನಿಸಿಕೆಗಳೆಲ್ಲ ಸುಟ್ಟುಹೋಗ್ಲಿ..." ಅವಳಿಗೆ ಬಿಕ್ಕುವಂತಾಯಿತು. ಹೊರಗೆ ಹೋದಳು. ಅನುರಾಗ್ ಅವನ ಭುಜದ ಮೇಲೆ ಕೈಬಿಟ್ಟು "ಬಿಡು, ಇದೆಲ್ಲ ಬೇಕಿಲ್ಲ" ಅಂದ. ಅವನ ಮಾತು ಏನೇನು ಅರ್ಥವಾಗಲಿಲ್ಲ. ಅವನಲ್ಲಿ ಭಾವನೆಗಳೇ ಇಲ್ಲವಾ? ಬಂದಾಗಿನಿಂದ ಒಮ್ಮೆಯಾದರು ದಿವ್ಯ ಬಗ್ಗೆಯಾಗಲೀ, ಇಲ್ಲಿನ ಯಾರೊಬ್ಬರ ಬಗ್ಗೆಯಾಗಲೀ ಮಾತಾಡಿದವನೇ ಅಲ್ಲ. ಮನಬಿಚ್ಚಿ ಒಂದೆರಡು ಮಾತುಗಳನ್ನು ಆಡುವ ಅಭ್ಯಾಸವನ್ನು ಮರೆತಂತೆ ಕಂಡ.

"ಏನೋಪ್ಪ, ನಂಗೊಂದು ಅರ್ಥವಾಗೋಲ್ಲ" ಹೊರಟವನನ್ನು ಕೈಹಿಡಿದು ಕರೆತಂದು "ಎಷ್ಟು ದಿನ ಅಂದೆ. ಕೆಲವು ತಿಂಗಳುಗಳು. ಒಂದಷ್ಟು ಹಣ ಕೊಟ್ಟಿದೆ. ಪ್ರತಿ ಪೈಸಾನು ಜಮಾ ಮಾಡ್ತಾ ಇದ್ದೀವಿ. ತೋಟದ ಮಾಲೀಕರು ಈಗ ಶ್ಯಾಮ್‌ಪ್ರಸಾದ್

ಅಗ್ನಿಹೋತ್ರಿ. ಅವ್ರು ಅಜ್ಜಯ್ಯನ ಹೆಸರಿಗೆ ಕ್ರಯ ಮಾಡಿಕೊಟ್ಟಾಗ, ಎಲ್ಲಾ ನೋವು, ಅಸಮಾಧಾನ ಅಳಿಸಿಹೋಗುತ್ತೆ. ಆಮೇಲೆ ಹಿಂದಿನಂತೆ ಪ್ರೀತಿಯಿಂದ ಇರ್ಬಹ್ದು. ಈಗ ಯಾವ ಮುಜುಗರವು ಬೇಡ" ಬಹಳ ಸ್ಪಷ್ಟವಾಗಿ ಹೇಳಿದಳು ಇವರುಗಳನ್ನು ದೂರದಲ್ಲಿ ನಿಲ್ಲಿಸಿಯೇ. "ನಿಂಗೆ ತಲೆ ಕೆಟ್ಟಿದೆ. ವರ್ಷದಲ್ಲಿ ಮುವತ್ತೈದು ಲಕ್ಷ ಕೊಡೋಕೆ ಸಾಧ್ಯನಾ? ತೋಟ ಲಕ್ಷ ಲಕ್ಷ ದುಡಿದು ನಿನ್ನ ಬೊಗಸೆ ತುಂಬುತ್ತಾ?" ತೀರಾ ಕನಲಿದ, ತಂಗಿಯ ಮಾತುಗಳಿಗೆ.

" "ಷಟಪ್" ಅನ್ನಬೇಕಿತ್ತು. ಇದು ನಿಂಗೆ ಸಂಬಂಧಿಸಿದ್ದಲ್ಲಂತ ಹೇಳಲೇಬೇಕು. ದೂರ ನಿಂತೆ, ಹಾಗೆ ಇದ್ಬಿಡು. ಬರೀ ಕಹಿ ಹರಡಿಕೊಳ್ಳೋದು ಬೇಡ. ಮಾವ ಯಾರ್ಗೂ ಹೇಳ್ದೇ, ತೋಟ ಮಾರಿದ್ರು. ನಮ್ಗೆ ಅದ್ನಬಿಟ್ ಅಸ್ತಿತ್ವ ಇಲ್ಲ. ತೋಟ ಇಲ್ದೇಲೇ ಬದ್ಕು ಹೇಗೆ? ಗಿಡನ ಒಂದು ಕಡೆಯಿಂದ ಒಯ್ದು ಬೇರೊಂದು ಕಡೆ ನೆಟ್ಟರೆ ಚಿಗುರುತ್ತೆ. ಆದರೆ ಬಲಿತ ಹಿರಿಯ ಮರವನ್ನು ಬುಡಸಮೇತ ಕಿತ್ತು ಬೇರೊಂದು ಕಡೆ ನೆಡೋಕೆ ಸಾಧ್ಯನಾ? ಪ್ಲೀಸ್, ನೀನು.... ನಿನ್ನ ಭವ್ಯವಾದ ಕನಸುಗಳ ನಡ್ವೆ ಇದ್ಬಿಡು. ಅದಕ್ಕೆ ಯಾರು ಅಡ್ಡಿ ಬರೋಲ್ಲ. ಎಲ್ಲಾ ವಯಸ್ಸಿನಲ್ಲು ಕನಸುಗಳು ಬೇಕು. ಅಪ್ಪಯ್ಯ ಮರ, ಗಿಡಗಳ್ನ ನೋಡುತ್ತ ಅದು ಕೊಡೋ ಫಲವನ್ನು ಲೆಕ್ಕ ಹಾಕ್ತಾರೆ. ಹಾಗೇ ಅಜ್ಜಯ್ಯ, ಅಮ್ಮನಲ್ಲು ಕನಸುಗಳು ಇವೆ. ಅವು ಭವ್ಯವಾಗಿ ಇರಬೇಕೂಂತೇನಿಲ್ಲ. ಮನಸ್ಸಿಗೆ ಮುದ ನೀಡುವ ಚಿಕ್ಕಚಿಕ್ಕಕನಸುಗಳೇ ಸಾಕು" ಎಂದು ಅಡಿಗೆ ಮನೆಗೆ ಹೋದಳು. ಹೊಸಲಿನ ಒಳಗಿದ್ದ ಕೌಸಲ್ಯಗೆ ಎಲ್ಲಾ ಮಾತುಗಳು ಕೇಳಿದವು.

"ಏನಾದ್ರೂ ತಿಂಡಿ ಮಾಡೋಣ. ಅತ್ತೆಗೆ ಕಾಯಿಗಡಬು, ಅಣ್ಣನಿಗೆ ಎಲೆಕೊಟ್ಟೆ ಚಟ್ನಿ. ದೀಪಿಕಾಗಂತು ಅಮ್ಮನ ಕೈನ ಕರ್ಜಿಕಾಯಿ, ಅನುರಾಗ್‌ಗೆ ಏನು ಇಷ್ಟನೋ ನಂಗಂತು ಗೊತ್ತಿಲ್ಲ" ಎಲ್ಲಾ ಮರೆತವಳಂತೆ ಗೆಲುವಾಗಿ ಹೇಳಿದ ಅವಳನ್ನು ನೋಡಿದರು ವಸಂತಲಕ್ಷ್ಮಿ. ಶುಭ್ರ ಹೂವಿನಂತೆ ಕಂಡಳು. ಕಲ್ಮಷವಿಲ್ಲದ ಅರಳು ಕಣ್ಣುಗಳು. ಇವಳು ಸೊಸೆಯಾಗುವುದು ತಪ್ಪಿ ಹೋಗುವುದು ಆಕೆಗೆ ಬೇಕಿರಲಿಲ್ಲ. "ಬಾ... ಇಲ್ಲಿ" ಕೈಹಿಡಿದು ಹೊರಗೆ ಕರೆದೊಯ್ದು "ಪ್ಲೀಸ್, ಅರ್ಥಮಾಡ್ಕೋ. ನೀನು ನಮ್ಜೊತೆ ಹೊರಟುಬಿಡು. ಇಲ್ಲದಿದ್ದರೆ ದೊಡ್ಡ ಅನಾಹುತವಾಗುತ್ತೆ. ನಿಮ್ಮ ಮಾವ ಅಂಬಿಷಸ್ ಮನುಷ್ಯ. ಎತ್ತರೆತ್ತರಕ್ಕೆ ಏರಲು ಯಾರನ್ನು ಬೇಕಾದ್ರು... ಮೆಟ್ಟಲು ಮಾಡ್ಕೋಬಹ್ದು. ಇನ್ನು ಅನುರಾಗ್ ಬಗ್ಗೆ ಏನು ಹೇಳುವುದು ಕಷ್ಟ. ಈಗ ಸಾಕಷ್ಟು ಹಾಳಾಗಿದೆ. ನಿನ್ನ ಮಾವ ಬಂದ್.... ಮಾತಾಡ್ತಾರೆ, ಈಗ ನೀವ್‌ಗಳು ಜಮಾ ಮಾಡಿರೋ ಹಣ ಹಿಂದಕ್ಕೆ ಕೊಡ್ತಾರೇನೋ?" ಸ್ವಲ್ಪ ಆತಂಕದಿಂದಲೇ ಹೇಳಿದರು.

"ಅತ್ತೆ ನೀವ್ಯಾಕೆ ಆತಂಕ ಮಾಡ್ಕೋತೀರಾ? ತೋಟ ಮಾರಿಯಾಗಿದೆ. ತೋಟಕ್ಕೂ, ಮಾವನಿಗೂ ಯಾವ್ದೇ ಸಂಬಂಧವಿಲ್ಲ. ಅದ್ನಬಿಟ್ಟು ಮಾತಾಡೋದು ಒಳ್ಳೇದು. ಯಾವ್ದೇ ಅನಾಹುತವಾಗೊಲ್ಲ ಬಿಡಿ. ಎಂದೆಂದೂ ದೇವಿ ಕಟ್ಟೆ ನಿಮ್ಮ ತವರು. ಅಮ್ಮ ಏನು ಮಾಡ್ತಾರೋ ನೋಡ್ತೀನಿ" ಒಳಗೆ ಹೋದಳು.

ವಸಂತಲಕ್ಷ್ಮಿ ಕಣ್ಣಲ್ಲಿ ನೀರಾಡಿತು. ನೆಂಟರ ಮಗು ಅನಾಥಳಾಗಬಾರದೆಂದು

ಅನಂತಶರ್ಮ, ಮೀನಾಕ್ಷಮ್ಮ ತಂದು ಹಾಕಿದ್ದು. ಮನೆಯ ಮಗಳಾಗಿಯೇ ಬೆಳೆದಿದ್ದು. ಆಮೇಲಿನವರು ಕೌಸಲ್ಯ ಕೂಡ ಮನೆಯ ಮಗಳೆಂದೇ ಆದರಿಸಿದ್ದು. ವಿವಾಹದ ನಂತರ ಶ್ರೀನಿಧಿಯನ್ನು ಅಳಿಯನಿಗಿಂತ ಹೆಚ್ಚಿನ ಸ್ಥಾನ ಕೊಟ್ಟು ಅವರ ಮಾತಿಗೆ ಸರ್ವಸಮ್ಮತಿಯೆಂದು ನಡೆದುಕೊಂಡ ಜನ. ಹೀಗೇಕಾದರು? ಕತ್ತಲು ಆವರಿಸಿದ ತೋಟದ ಮರಗಿಡ, ಹೂ, ಕಾಯಿಗಳ ಉಸಿರಾಟದಿಂದ ಹೊಮ್ಮಿದ್ದ ಆಹ್ಲಾದಕರ ವಾಸನೆಭರಿತ ಮಂದಾನಿಲ. 'ಹೌದು, ಇದು ಬೆಲೆಕಟ್ಟಲಾರದ್ದು. ಇದನ್ನು ಮಾರುವ ಹಕ್ಕು ಶ್ರೀನಿಧಿಗೆ ಕೊಟ್ಟಿದ್ದು ಯಾರು? ಕತ್ತಿನ ಪಟ್ಟಿ ಹಿಡಿದು ಕೇಳಬೇಕಾದ ವಿಕ್ಕಿ ಶರಣಾಗಿದ್ದ. ಇನ್ನು ಅನಂತಶರ್ಮ, ಆನಂದಶರ್ಮರು ಆ ಪೈಕಿಯಲ್ಲ. ಆದರೆ... ದಿವ್ಯ...

"ಯಾವಾಗ್ಬಂದದ್ದು, ಕೌಸಲ್ಯ" ಆನಂದಶರ್ಮರ ದನಿ. ತಕ್ಷಣ ಪೂರ್ತಿ ಸೆರಗೊದ್ದು ಅವರ ಪಾದಗಳಿಗೆ ಹಣೆ ಇಟ್ಟಳು. "ದೀರ್ಘಸುಮಂಗಲೀ ಭವ.... ಏಳು ವಸಂತ" ತಂಗಿಯನ್ನು ಎಬ್ಬಿಸಿ "ಹೇಗಿದ್ದೀ? ಶ್ರೀನಿಧಿ... ಬರಲಿಲ್ವಾ?" ಪ್ರಶ್ನಿಸಿದರು. ಅವರ ಮುಖವನ್ನು ನೇರವಾಗಿ ದಿಟ್ಟಿಸಲು ಸಾಧ್ಯವಿಲ್ಲದೆ ತಲೆಕೆಳಗಾಕಿದರು ವಸಂತಲಕ್ಷ್ಮಿ. "ಅವ್ರಿಗೆ ಪುರಸೊತ್ತಿಲ್ಲ... ಹುಡುಗ್ರು ಬಂದಿದ್ದಾರೆ" ಅಷ್ಟು ಅನ್ನುವ ವೇಳೆಗೆ ದೀಪಿಕಾ ಹಾರಿ ಬಂದು "ಮಾವ... ನಿಮ್ಮ ಮಗನ್ನ ಎಳ್ಕೊಂಡ್ಬಂದೆ. ಅವ್ನು ಮೊದ್ಲು ಬರೋದೆ ಇಲ್ಲಾಂದ" ಮುಗ್ಧವಾಗಿ ಹೇಳಿದವಳ ಮೈದಡವಿದರು. ಅವಳು ಬಡಬಡಿಸಿ ಹರಟಿದಳು.

ಮಡಿಯುಟ್ಟು ಬಂದ ಆನಂದಶರ್ಮ ಇನ್ನೊಂದು ಮಾತಾಡದೆ ತಂದೆಯೊಂದಿಗೆ ದೇವಸ್ಥಾನಕ್ಕೆ ಹೋಗಿಬಿಟ್ಟರು.

ವಿಕ್ಕಿಗಂತು ಉಸಿರುಗಟ್ಟಿದಂತಾಯಿತು. 'ಹೇಗೆ ರಾತ್ರಿನೇ ಹೊರಟರೇ?' ಎಂದು ಯೋಚಿಸಿದ. ಆಮೇಲೆ ಎಲ್ಲರು ಕೂಡಿ ದೇವಸ್ಥಾನಕ್ಕೆ ಹೋದರು. ಸುತ್ತಲ ಪ್ರಶಾಂತ ವಾತಾವರಣದಲ್ಲಿ ಮೈಮರೆತರು. ಜನ್ನನ ಇಡೀ ಕುಟುಂಬ ಬಂದು ಮಾತಾಡಿಸಿತು. ಕಟಪತನ ಇರಲಿಲ್ಲ.

"ಅಪ್ಪಾವರೇ, ಒಮ್ಮೆ ಪೂರ್ತಿಯಾಗಿ ತೋಟದಲ್ಲಿ ಅಡಾಡಿಬನ್ನಿ. ಹೇಗಿದೆ ಅಂತೀರಾ? ದಣಿವಿಲ್ಲ ಬಿಟ್ರೆ, ಚಿಕ್ಕ ಅಪ್ಪಾರ ಓಡಾಟ. ಅದೇನು ಪ್ರೀತಿ ಅಂತೀರಾ ತೋಟದ ಮ್ಯಾಗೆ" ಬಾಯಿ ತುಂಬ ಹೊಗಳಿದ. ಅಡಿಕೆ, ತೆಂಗಿನ ಫಸಲು ಫಲವತ್ತಾಗಿ ಹೆಚ್ಚಾದ ಹೇಳಿಕೊಂಡು "ದಳ್ಳಾಳಿಗಳನ ಬಿಡ್ದಂಗೆ ಎಲ್ಲಾ ವ್ಯವಹಾರ ಅವರೇ ನೋಡ್ತಾರೆ" ಬಹಳ ಸಂತೋಷದಿಂದ ಹೇಳಿದ. ತೋಟ ಮಾರೋಕೆ ಮುನ್ನವೇ ಒಮ್ಮೆ ಬಂದಾಗ ಶ್ರೀನಿಧಿ 'ಬೇರೆ ಕಡೆ ಹೋಗು' ಅಂದಿದ್ದು ಯಾಕೇಂತ ಆಮೇಲೆ ಗೊತ್ತಾಗಿದ್ದು.

ಅವನು ಹೇಳಿದ್ದಕ್ಕೆ ಹ್ಲೂಗುಟ್ಟಿದ. 'ವ್ಯವಹಾರ ಅನ್ನೋ ಟಚ್ ಇಲ್ಲದೆ ಬೆಳೆದ ದಿವ್ಯ ವ್ಯವಹಾರನ ಕೈ ಹಿಡಿದಿದ್ದಾರೆ'. ಅಚ್ಚರಿಯೆನಿಸಲಿಲ್ಲ. ಒಮ್ಮೆ ಶ್ರೀನಿಧಿ 'ಹುಟ್ಟಿದ್ದು ಮುಗ್ಧ ಪರಿಸರ, ಬೆಳವಣಿಗೆ ಕೂಡ ಮುಗ್ಧವಾಗಿ ಆದರೆ ಅವಳ ಫಳಫಳ ಹೊಳೆಯುವ

ಕಣ್ಣುಗಳಲ್ಲಿ ಅನಂತ ಆತ್ಮವಿಶ್ವಾಸ, ಅದ್ಭುತವಾದ ಲೆಕ್ಕಾಚಾರವಿದೆ. ಅವಕಾಶ ಸಿಕ್ಕರೇ ಒಂದು ಸಾಮ್ರಾಜ್ಯವನ್ನು ಕಟ್ಟಬಲ್ಲಳು.' ಅವನು ಸೇರಿ ದಿವ್ಯ ಕೂಡ ನಕ್ಕುಬಿಟ್ಟಿದ್ದರು. 'ಮಾವನದು ಬರೀ ಹೊಗಳಿಕೆ ಅಷ್ಟೆ' ಇಂಥದೊಂದು ಡೈಲಾಗೊಡೆದಿದ್ದಳು. ಆದರೆ.... ಇಂದು...

ದೇವಸ್ಥಾನದಿಂದ ಬಂದ ಮೇಲೆ ಶ್ರೀನಿಧಿಯಿಂದ ಫೋನ್ ಬಂತು ವಸಂತಲಕ್ಷ್ಮಿಗೆ. "ಎಲ್ಲಾ... ಹೇಗೆ?" ವಿಚಾರಿಸಿದ್ದು. "ಚೆನ್ನಾಗಿದ್ದಾರೆ ಮೊದಲಿನ ಪ್ರೀತಿ ವಿಶ್ವಾಸವೇ. ನಿಮ್ಮ ಯೋಗಕ್ಷೇಮನು ವಿಚಾರಿಸಿದರು. ಮಾತಿನಲ್ಲಿ ಕೂಡ ಕಹಿ ಕಾಣಲಿಲ್ಲ. ಬೆಳಿಗ್ಗೆ ಹೊರಡುತ್ತೀವಿ" ಎಂದರು. ಆ ಮನುಷ್ಯನಿಗೆ ಒಂದಿಷ್ಟು ಸಿಟ್ಟೇ "ಆಯ್ತು, ದಿವ್ಯ, ಅನುರಾಗ್ ಮಾತಾಡಿದ್ರಾ? ನೀನು ಅವ್ಳಿಗೆ ಒಂದಿಷ್ಟು ಹೇಳ್ಬೇಕಿತ್ತು" ಅದೇ ಬಿರುಸು. ತೆಣ್ಣಗಾದರು ವಸಂತಲಕ್ಷ್ಮಿ.

"ಅವರಿಬ್ರ ನಡ್ವೆ ಮಾಮೂಲು ಮಾತುಕತೆ. ಅನುರಾಗ್ ಬಗ್ಗೆ ನಿಮ್ಗೇ ಗೊತ್ತು. ಅವ್ನು ಅಂಥ ರೋಮ್ಯಾಂಟಿಕ್ ಪರ್ಸನೇನು ಅಲ್ಲ. ನಾನು ಹೇಳಿ ನೋಡ್ದೇ. ಅವಳ ನಿಲುವು ಖಂಡಿತ ಬದಲಾಗೋಲ್ಲ. ಮಗುವಿನಂತಿದ್ದ ಅವಳು ಇಷ್ಟೊಂದು ಗಟ್ಟಿ ಅಂದ್ಕೊಂಡ್ ಇರ್ಲಿಲ್ಲ" ತಮ್ಮ ನಿಸ್ಸಹಾಯಕತೆ ತೊಡಿಕೊಂಡರು ವಸಂತಲಕ್ಷ್ಮಿ. ಹಲ್ಲುಮ್ಡಿ ಕಚ್ಚಿಡಿದು ಹೇಳಿದ್ದು ಆಕೆಗೆ ಸರಿಯಾಗಿ ಕೇಳಲಿಲ್ಲ 'ಅವರಾಗಿ ಬರೋ ದಿನ ಬರುತ್ತೆ' ಆದಕ್ಕೆ ತಿಂಗಳುಗಳು ಸಹನೆಯಿಂದ ಕಾಯಬೇಕಿತ್ತು.

ರಾತ್ರಿ ಊಟ ಭರ್ಜರಿಯಾಗಿಯೇ ಇತ್ತು. ಮಲಗಿದ ಮೇಲೆ ತಂದೆಯ ಕಾಲುಗಳ ಬಳಿ ಹೋಗಿ ಕೂತ ವಸಂತಲಕ್ಷ್ಮಿ, "ಅಪ್ಪಯ್ಯ, ನನ್ನ ನೀವು ಕ್ಷಮ್ಸಬೇಕು, ಎಲ್ಲಾ ಒಟ್ಟಿಗಿರೋ ಆಸೆಯಿಂದ ಅವ್ರು ತೋಟ ಮಾರಿದ್ದು. ನೀವು...." ಪೂರ್ತಿ ಹೇಳುವ ಮುನ್ನ ಎದ್ದು ಕೂತ ಅನಂತಶರ್ಮ "ಅದು ಮುಗ್ದ ಹೋದ ವಿಚಾರ. ಆ ಬಗ್ಗೆ ಮಾತುಕತೆಬೇಡ. ನೀವುಗಳು ಕ್ಷೇಮವಾಗಿದ್ದರೆ ಅಷ್ಟು ಸಾಕು. ದೇವ್ರು ನಿಮ್ಮಗಳಿಗೆ ಒಳ್ಳೇದು ಮಾಡ್ಲಿ" ತಲೆಯ ಮೇಲೆ ಕೈಇಟ್ಟು ಆಶೀರ್ವದಿಸಿ "ಮಲಕ್ಕೋ ಹೋಗ್, ಬೆಳಿಗ್ಗೆ ಹೊರಡ್ತೀರೀಂತ ಕೌಸಲ್ಯ ತಿಳಿಸಿದ್ಲು" ತಮ್ಮ ಮಾತು ಮುಗಿಯಿತೆನ್ನುವಂತೆ ಮಲಗಿದರು. ವಸಂತಲಕ್ಷ್ಮಿಗೆ ಹೊರಗೆದ್ದು ಬರುವುದು ಅನಿವಾರ್ಯವಾಗಿತ್ತು.

ಆನಂದಶರ್ಮರಂತು ಯಾರೊಂದಿಗೂ ವಾತ್ಸಲ್ಯ ವ್ಯಕ್ತಪಡಿಸಲಿಲ್ಲ. ಕೋಪವನ್ನು ತೋರ್ಪಡಿಸಿಕೊಳ್ಳಲಿಲ್ಲ. ತಮ್ಮ ಪಾಡಿಗೆ ತಾವು ಮಲಗಿದರು. ಈಗ ಅವರ ಮುಂದೆ ಲಕ್ಷವಿತ್ತು, ಗುರಿ ಇತ್ತು. ಇವರುಗಳು ಏಳುವ ವೇಳೆಗೆ ದಿವ್ಯ ದೇವಸ್ಥಾನಕ್ಕೆ ಹೋಗಿ ಆಗಿತ್ತು. ಇದೊಂದು ವ್ರತಾಚರಣೆಯೆನ್ನುವಂತೆ ನಡೆದುಕೊಳ್ಳುತ್ತಿದ್ದಳು.

ಕಾಫೀ ಸೋಸುತ್ತಿದ್ದ ತಾಯಿಯ ಮುಂದೆ ಬಂದು ನಿಂತ ವಿಕ್ಕಿ "ಅಮ್ಮ ದಿವ್ಯ... ಎಲ್ಲಿ?" ಕೇಳಿದ. "ದೇವಸ್ಥಾನಕ್ಕೆ ಹೋಗಿದ್ದಾಳೆ. ಅವಳದು ನೂರೆಂಟು, ಪ್ರದಕ್ಷಿಣೆ ನಮಸ್ಕಾರ ಹರಕೆ. ಅದ್ಕೆ ಬೇಗ ಎದ್ದು ಹೋಗ್ತಾಳೆ. ಕೆಲವೊಮ್ಮೆ ಅಲ್ಲಿಂದ ನೇರವಾಗಿ ಅದೇ ಶ್ಯಾಮ್‌ಪ್ರಸಾದ್‌ರ ತೋಟಕ್ಕೆ ಹೋಗ್ತಾಳೆ. ಅಲ್ಲಿ ಮ್ಯಾನೇಜರ್ ಆಗಿ ನೇಮ್ಸಿಕೊಂಡಿದ್ದಾರೆ. ಮತ್ತೆ ನಮ್ಮ ತೋಟದ ಮೇಲ್ವಿಚಾರಣೆ. ಕೆಲವೊಮ್ಮೆ ಹತ್ತು

ನಿಮಿಷ ಕೂತಳೂಂದರೆ ಲೆಕ್ಕದ ಪುಸ್ತಕ ಮುಂದೆ ಹರಡಿಕೋತಾಳೆ. ಒಂದೊಂದು ಪೈಸಾ ಜಮಾ ಆದಾಗಲೂ ಖುಷಿ" ಹೇಳುತ್ತ ಹೇಳುತ್ತ ಅತ್ತೇಬಿಟ್ಟರು. ಅದರಲ್ಲಿ ಇದ್ದಿದ್ದು ಮಗಳ ಮೇಲಿನ ಬೆಟ್ಟದೆತ್ತರದ ಅಭಿಮಾನ.

ವಿಕ್ರಮನಿಗೆ ತಡೆದುಕೊಳ್ಳಲಾಗಲಿಲ್ಲ. "ಇದೆಲ್ಲ.... ಬೇಕಿತ್ತಾ? ಅವ್ಳು ಬುದ್ಧಿವಂತ ಬಿಡು. ನೀವುಗಳು ಇದ್ದಿದ್ದಕ್ಕೆ ಲಕ್ಷಗಳ ದೇಣಿಗೆ. ಮನೆಯವರೆಲ್ಲ ತೋಟದಲ್ಲಿ ದುಡೀತಾ ಇದ್ದೀರಾ, ಅದು ಪುಗಸಟ್ಟೆಯಾಗಿ ಬೆನಿಫಿಟ್... ಯಾರ್ಗೋ? ನಿಮ್ಮಂತು ಹಳೇ ತಲೆಗಳು. ಅವ್ಳಿಗೆ ಬುದ್ಧಿ ಬೇಡ್ವಾ?" ಕನಲಿದ. ಆಕೆಗೆ ಕೋಪ ತಡೆದುಕೊಳ್ಳಲಾಗಲಿಲ್ಲ "ವಿಕ್ರಮ ಏನೇನೋ, ಮಾತಾಡ್ಬೇಡ. ನಿನ್ಹತ್ರ ಇಷ್ಟು ಮಾತಾಡಿದ್ದೇ ತಪ್ಪು. ಹೇಗಾದರಾಗ್ಲೀ ತೆಪ್ಪಗೆ ಹೋಗ್ಬಿಡು" ಅಂದವರು ಕಾಫೀ ಪಾತ್ರೆ ಕುಕ್ಕಿ ಆಕೆಯೇ ಹೊರಗೆ ಹೋದರು. ಮಗನ ಬಗ್ಗೆ ಜಿಗುಪ್ಸೆ ಬಂದುಹೋಯಿತು.

ಪಾಯಸದ ಅಡಿಗೆ ಮಾಡಿ ಬಡಿಸಲು ಕೌಸಲ್ಯ ರೆಡಿಯಾದರು. ತೋಟ ಸುತ್ತಾಡಲು ಹೊರಟವರಿಗೆ ಅಚ್ಚರಿ ಕಾದಿತ್ತು. ಕಣ್ಣು ಹಾಯಿಸಿದ ಕಡೆಯಲ್ಲೆಲ್ಲ ಹಸಿರು. ಜನ್ನ ಮತ್ತೆರಡು ಆಳುಗಳೊಂದಿಗೆ ಕೆಲಸ ಮಾಡುತ್ತಿದ್ದ. ಇಳಿಸಿದ ಕಾಯಿಗಳನ್ನು ಒಂದೆಡೆ ರಾಶಿ ಹಾಕಿದ್ದರು. ಅವರೆಂದು ಗಮನಿಸಿದ್ದಿದ್ದಕ್ಕೋ ಇಂದಿನ ಕಾಯಿ ರಾಶಿಯನ್ನು ನೋಡಿ ಎಲ್ಲರ ಕಣ್ಣಲ್ಲು ಅಚ್ಚರಿ.

"ಇವಳೇನು ಮ್ಯಾಜಿಕ್ ಮಾಡಿದಾಳ? ಇಷ್ಟು ಕಾಯಿನ ನಾನು ನೋಡೇ ಇರ್ಲಿಲ್ಲ" ಎಂದರು ವಸಂತಲಕ್ಷ್ಮಿ. ಜನ್ನನ ಹೆಂಡತಿ ನಗೆ ಹರಿಸುತ್ತ "ಆಗ ಅರ್ಧಕರ್ಧ ಮೋಸ ಆಗ್ತಾ ಇತ್ತು. ಕಾಯಿ, ಎಳನೀರು ಬೇಡಿ ಬಂದ ಜನಕ್ಕೆ ಇಲ್ಲಾಂತ ಇರ್ಲಿಲ್ಲ. ಆಮೇಲೆ ನಿಮ್ಮೆಜಮಾನ್ರು ಕೈ ಸೇರಿದ್ಮೇಲೆ ಪೋಲಾಗದಂತೆ ಬಂದೋಬಸ್ತು ಮಾಡಿದ್ರು. ಈಗ ನಮ್ಮ ದಿವ್ಯಮ್ಮನ ಕಣ್‌ತಪ್ಪಿಸಿ ಏನು ಅಲುಗಾಡೋ ಹಂಗಿಲ್ಲ" ಎಂದಳು ಮೆಚ್ಚುಗೆಯಿಂದ. ಜನ್ನನ ಹೆಂಡತಿಗೆ ವಸಂತಲಕ್ಷ್ಮಿಯೊಂದಿಗೆ ಹೆಚ್ಚಿನ ಸಲಿಗೇನೇ. ಬಂದಾಗಲೆಲ್ಲ ಸೀರೆ, ಬಟ್ಟೆಬರೆ ಕೊಟ್ಟು ಹೋಗುತ್ತಿದ್ದುದು ಪದ್ಧತಿ. ಈ ಸಲ ಮಾತ್ರ ಏನು ತಂದಿರಲಿಲ್ಲ!

ತಟ್ಟನೆ ವಸಂತಲಕ್ಷ್ಮಿ ಮನೆ ಕಡೆ ಹೆಜ್ಜೆ ಹಾಕಿದರು.

ಇವರುಗಳು ಹೊರಡುವ ವೇಳೆಗೆ ದಿವ್ಯ ಬಂದಳು. ಸೀಗೇಪುಡಿಯಿಂದ ತೊಳೆದ ಕೂದಲು ಅಷ್ಟೇನು ಅಚ್ಚುಕಟ್ಟಾಗಿರಲಿಲ್ಲ. ಇಂದು ಗ್ರೀನ್ ಹೌಸ್ ಗಾರ್ಡನ್‌ನಲ್ಲಿ ಕೆಲಸ ಮಾಡುವ ಕೂಲಿಯಾಗಳುಗಳಿಗೆ ಸಂಬಳದ ದಿನ.

"ಕೆಲ್ಸಕ್ಕೆ ಹೋಗ್ತಾ ಇದ್ದೀಯಾ?" ಅನುರಾಗ್ ಮೊದಲ ಸಲ ಪ್ರಶ್ನಿಸಿದ. "ಹೌದು, ಈ ಕಡೆಗೆ ಹೊಸಬರು. ಅಮೆರಿಕಾದಿಂದ ಬಂದವರು. ಈಕಡೆಯ ಲೆಕ್ಕಾಚಾರ ಹೊಸದು. ಆರಾಧ್ಯ ಒಂದ್ಮೂರು... ನಾಲ್ಕು ಜನ ನೆಮ್ಸಿ ಕೊಟ್ಟಿದ್ರು. ಯಾಕೋ, ಸರಿ ಬರ್ಲಿಲ್ವಂತೆ. ಯಾವ್ದೇ ಸರ್ಟಿಫಿಕೇಟ್ ನೋಡ್ದೇ ಕೆಲ್ಸ ಕೊಟ್ಟಿದ್ದಾರೆ. ಅಮೇಜಿಂಗ್. ಅನ್ನಿಸೋಲ್ವಾ?" ನಕ್ಕುಬಿಟ್ಟು "ಸದ್ಯಕ್ಕೆ ಮ್ಯಾನೇಜರ್ ಅನ್ನೋ ಡೆಸಿಗ್ನೇಷನ್... ಡಿಗ್ರಿ ಇಲ್ದ ನನ್ನ ಕ್ವಾಲಿಫಿಕೇಷನ್‌ಗೆ ದೊಡ್ಡ ಅನರ್.

ಅಂದ್ಕೊಂಡಿದ್ದೀನಿ" ಅಷ್ಟು ಒಂದೇ ಸಲ ಹೇಳಿ ಮುಗಿಸಿದ್ದಕ್ಕೆ ಮುಖ್ಯ ಕಾರಣ, ಅವನು ಮತ್ತೆ ಪ್ರಶ್ನಿಸಬಾರದೆಂದೇ. ಭಾವಿ ಗಂಡನೆಂಬ ಭಾವ ಬೆಳೆಸಿದ್ದು ಹಿರಿಯರೇ. ಹಾಗೆಂದು ಇಬ್ಬರು ಚೆಲ್ಲುಚೆಲ್ಲಾಗಿ ವರ್ತಿಸಿ ತಿರುಗಾಡಿದ್ದಿಲ್ಲ, ಮಾತಾಡಿದ್ದಿಲ್ಲ. ಆದರೂ ಅಂಥದೊಂದು ಭಾವ ಇಬ್ಬರಲ್ಲಿ ಇದ್ದಿದ್ದು ಸುಳ್ಳಲ್ಲ.

ಮಾಮೂಲಿಯಾಗಿ ಕಾಯಿ, ಎಳನೀರು, ಕೊಬ್ಬರಿ, ಬಾಳೆಗೊನೆ ಎಲ್ಲಾ ಲಗೇಜ್ ಲಿಸ್ಟ್‌ಗೆ ಸೇರಿಸಿ ತುಂಬಿಸಿದ್ದಾಯಿತು. ಅಂದು ಇದೇ ಪರಿಪಾಠ, ಇಂದು ಕೂಡ ಅಷ್ಟೆ. ಅಮ್ಮ, ಮಗಳು ಕೂತು ರಾತ್ರಿಯೆಲ್ಲ ತಯಾರಿಸಿದ ಕಾಯಿ ಹೋಳಿಗೆ ಪ್ಯಾಕ್ ಮಾಡಿಕೊಟ್ಟು ಕೂಡಿಸಿ ಮಡಿಲು ತುಂಬಿದರು ಕೌಸಲ್ಯ

ವಸಂತಲಕ್ಷ್ಮಿಗೆ ಅಳು ಒತ್ತರಿಸಿ ಬಂದರೂ ಅಳಲಿಲ್ಲ. ದ್ವಂದ್ವ ಮನಸ್ಥಿತಿ. ಒಮ್ಮೊಮ್ಮೆ ಮನಸ್ಥಿತಿ ಒಂದೊಂದು ಕಡೆ ವಾಲುತ್ತಿತ್ತು. ನ್ಯಾಯ ನಿರ್ಣಯಿಸುವ ಅರ್ಹತೆ ಇರಲಿಲ್ಲ.

ಆಮೇಲೆ ಕಾರಿನವರೆಗೆ ಹೋದ ಕೌಸಲ್ಯ ವಸಂತಲಕ್ಷ್ಮಿಯನ್ನು ಪಕ್ಕಕ್ಕೆ ಕರೆದು "ಅಂದು ವರಮಹಾಲಕ್ಷ್ಮಿಯ ಅಲಂಕಾರಕ್ಕೇಂತ ನನ್ನ ತಾಯಿಯ ಒಡ್ವೆಗಳನ್ನು ಕೊಟ್ಟಿದ್ದು. ಆಗ್ಲೇ ನೀನು ಹಿಂದಿರುಗಿಸಬೇಕಿತ್ತು. ಈಗ್ಲಾದ್ರೂ ಕೊಡು. ನಮ್ಗೆ ಕಷ್ಟದ ಸಮಯ. ನಮ್ಮ ಜೀವನದ ಒಂದು ಭಾಗವಾಗಿದ್ದ ತೋಟನ ಉಳಿಸ್ಕೋಬೇಕು ವಸಂತ. ನೀನು ಹಿಂದಿರುಗಿಸಿ ಕೊಟ್ಟರೆ, ಸಹಾಯಾಂತ ತಿಳ್ಕೋತೀನಿ" ಕೇಳಿಕೊಂಡರು.

ವಸಂತಲಕ್ಷ್ಮಿ ಒಂದು ಮಾತಾಡದೇ ಕಾರಿನಲ್ಲಿ ಬಂದು ಕೂತರು. ಏನು ಹೇಳುವ ಸ್ಥಿತಿಯಲ್ಲಿರಲಿಲ್ಲ. ಲಾಕರ್‌ನಲ್ಲಿ ಇಟ್ಟಿದ್ದ ಆ ಚಿನ್ನ ಇಲ್ಲ!

ಕಾರು ತೋಟದ ಹೆಬ್ಬಾಗಿಲು ದಾಟಿ ಮುಂದಕ್ಕೆ ಹೋಯಿತು. ತಾಯಿ, ಮಗಳು ನಿಂತಲ್ಲೇ ಕಲ್ಲಾಗಿದ್ದರು. ಹುಟ್ಟಿ ಬೆಳೆದ ಈ ಜಾಗ, ಇಲ್ಲಿನವರು ತನಗೆ ಸಂಬಂಧವೇ ಇಲ್ಲವೆನ್ನುವಂತೆ ವಿಕ್ಕಿ ಕಾರು ಹತ್ತಿದ.

ಇದು ತೀರಾ ಸ್ವಾಭಾವಿಕವೇನೋ?

* * * *

ಡಾಕ್ಯುಮೆಂಟ್ಸ್ ತೋರಿಸಿ ಲೀಗಲ್ ಓಪಿನಿಯನ್ ಪಡೆದುಕೊಂಡ ಶ್ಯಾಮ್‌ಪ್ರಸಾದ್, ವಿದೇಶದಲ್ಲಿದ್ದ ಅವರನ್ನು ಕೂಡ ಸಂಪರ್ಕಿಸಿದ ನಂತರ ರಿಜಿಸ್ಟ್ರೇಷನ್‌ಗೆ ಮುಂದಾದ. ಆ ಮನೆಯಲ್ಲೆಲ್ಲ ಅಡ್ಡಾಡಿದ ನಂತರ ಅಲ್ಲಿ ಇದ್ದು ಈಗ ದೂರದಲ್ಲಿ ಎಲ್ಲೆಲ್ಲೋ ಇರುವ ರಕ್ತ ಸಂಬಂಧಿಗಳನ್ನು ಒಮ್ಮೆ ಭೇಟಿಯಾದರೆ ಹೇಗೆಂಬ ತೀರ್ಮಾನಕ್ಕೆ ಬಂದವನು ಆರಾಧ್ಯರಿಗೆ ಫೋನ್ ಮಾಡಿ ಬರಲು ತಿಳಿಸಿದ.

ಎರಡು ದಿನದಿಂದ ಮಳೆ ಸುರಿದಿದ್ದರಿಂದ ಚುಮುಚುಮು ವಾತಾವರಣ ಒಂದು ರೀತಿಯ ಆಹ್ಲಾದವನ್ನುಂಟು ಮಾಡಿತ್ತು. ಇಂದು ಒಂದೆರಡು ಗಂಟೆ ತಡವಾಗಿ ಬರುವ ವಿಚಾರ ಮೊದಲೇ ತಿಳಿಸಿ ದಿವ್ಯ ಪರ್ಮಿಷನ್ ಪಡೆದುಕೊಂಡಿದ್ದಳು. ತುಂತುರಿನಲ್ಲಿಯೇ ಒಂದಿಷ್ಟು ಆಡಾಡಿದ. ಅವನು ಶ್ರೀಮಂತ ದೇಶದಲ್ಲಿ ಹುಟ್ಟಿ

ಬೆಳೆದವ. ಇಲ್ಲಿಗೆ ಬರುವವರೆಗೂ ಅಲ್ಲಿಗೆ ಒಗ್ಗಿಕೊಂಡವ. ಭಾರತದ ಸುದ್ದಿ ಎತ್ತಿದರೇ ಅವನ ಮಮ್ಮಿ ಸಿಡಿದು ಬೀಳುತ್ತಿದ್ದಳು. "ಪ್ಲೀಸ್ ಅಂಡರ್‌ಸ್ಟಾಂಡ್ ಮಿ. ನನ್ನ ಮಾತುಗಳ್ನ ಅರ್ಥಮಾಡ್ಕೋ. ನಿನ್ನ ಡ್ಯಾಡ್ ಡೈರಿ ಓದಿ ಇನ್‌ಸ್ಪೈರ್ ಆಗಿ ಅಲ್ಲಿಗೆ ಹೋಗುವ ಮಾತಾಡುತ್ತಿ. ಅಲ್ಲಿನ ಗಾಳಿ ಉಸಿರಾಡೋದೇ ಕಷ್ಟವಾಗುತ್ತೆ. ನನ್ನ ಮಗ ಕಷ್ಟಪಡೋದು ನಂಗಿಷ್ಟವಾಗೋಲ್ಲ" ರೇಗಾಡಿ, ಕೂಗಾಡಿ, ಗಲಾಟೆ ಮಾಡಿ ಕಣ್ಣೀರಿಟ್ಟ ತಾಯಿ ಚರ್ಚ್‌ನ ಫಾದರ್‌ನಿಂದ ಹಿಡಿದು ಗ್ರಾಂಡ್‌ಫಾದರ್‌ನಿಂದ ಬುದ್ಧಿ ಹೇಳಿಸಿ ಸೋತ ಆಕೆ ಸತ್ತ ಗಂಡನನ್ನು ಸಾಕಷ್ಟು ನಿಂದಿಸಿದ್ದುಂಟು.

"ನಮಸ್ಕಾರ, ಸಾರ್..." ಆರಾಧ್ಯರ ದನಿ ಕೇಳಿ ಅತ್ತ ತಿರುಗಿದ. ಆ ಮನುಷ್ಯ ಒಬ್ಬನೇ ಬಂದಿರಲಿಲ್ಲ, ಒಬ್ಬ ಯುವತಿಯನ್ನು ಕರೆತಂದಿದ್ದ "ಈ ಕಡೆಯ ಹುಡ್ಗೀಯೇ. ಇವಳಪ್ಪ ತೋಟಗಳಲ್ಲಿ ಕೆಲ್ಸ ಮಾಡುವವ. ಮಗಳಿಗೆ ಕಲಿಸಿದ. ಎಂ.ಬಿ.ಎ. ಮಾಡಿದ್ದಾಳೆ. ಮ್ಯಾನೇಜರ್ ಪೋಸ್ಟ್‌ಗೆ ಸೂಕ್ತ ಅಂತ ಕರ್ಕೊಂಡ್ ಬಂದೆ" ಪರಿಚಯಿಸಿದ. ತೆಳ್ಳಗೆ ಬೆಳ್ಳಗೆ ಚೆನ್ನಾಗಿದ್ದಳು. ಮುಖದ ಮೇಲೆ ದಟ್ಟವಾದ ಮೇಕಪ್. ಸಲ್ವಾರ್ ಕಮೀಜ್ ಧರಿಸಿದ್ದವಳ ಕಣ್ಣುಗಳಲ್ಲಿ ಮಿಂಚು ಇತ್ತು. ತುಟಿ ಅರಳಿಸಿ ವಂದಿಸಿದಳು. ಒಂದು ರೀತಿಯ ಸೊಗಲಾಡಿತನ.

"ಈಗ ಆ ಪೋಸ್ಟ್ ಭರ್ತಿಯಾಗಿದೇಯಲ್ಲ!" ಎಂದ. ಆರಾಧ್ಯ ಕೈ ಹೊಸಕಿ "ಬೆಂಗ್ಳೂರಿನಲ್ಲಿ ಇಂಜಿನಿಯರಿಂಗ್‌ಗೆ ಸೇರಿಕೊಂಡದ್ದುಂಟು. ಆನಂದಶರ್ಮರ ಮಗಳು. ಆದರೆ ಪೂರ್ತಿ ಮಾಡ್ಲಿಲ್ಲ. ಹೇಗೂ ಬೆಂಗ್ಳೂರಿಗೆ ಹೋಗುವ ಜನ. ಈ ಕಡೆ ಹುಡ್ಗೀ ಕ್ವಾಲಿಫಿಕೇಷನ್ ಇದೆ..." ರಾಗ ಎಳೆದ. ಅವನಿಗೆ ಕಪಾಳಕ್ಕೆ ಹೊಡೆಯಬೇಕೆನಿಸಿತು. "ನೋಡೋಣ... ಈಗ್ಹೋಗಿ. ಆರಾಧ್ಯರ ಕೈಯಲ್ಲಿ ಹೇಳಿಕಳಿಸ್ತೀನಿ" ಅಂದ ಕೂಡಲೇ ಪೆಚ್ಚಾದರು. "ನಮ್ಮಲ್ಲಿ ಅಂಥ ರಿಸ್ಟ್ರಿಕ್ಷನ್ ಇಲ್ಲ. ಬೇಕಾದರೇ ಇಲ್ಲೇ... ಉಳ್ಕೋತೀನಿ" ಇಂಥದೊಂದು ಅರಿಕೆ ಅವಳಿಂದ.

"ಈಗ ಹೋಗಿ" ಎಂದ ಚುಟುಕಾಗಿ.

ಆ ಕಡೆ ತಿರುಗಿದ ಆರಾಧ್ಯರು "ಈಗ ಹೋಗು, ಮನೆಗ್ಬಂದ್ ವಿಷ್ಯ ಮುಟ್ಟಿಸ್ತೀನಿ" ಕಳಿಸುವ ವೇಳೆಗೆ ಶ್ಯಾಮ್‌ಪ್ರಸಾದ್ ಹೋಗಿ ಆಗಿತ್ತು. ಈ ಮನುಷ್ಯ ತುಂಬಾ ಪ್ರಾಮಾಣಿಕ ಮನುಷ್ಯನಾಗಿ ಕಂಡಿರಲಿಲ್ಲ. ಅವನು ತಂದು ಪರಿಚಯಿಸಿ ಕೆಲಸ ಕೊಡಿಸಿದ ಪ್ರತಿಯೊಬ್ಬರಲ್ಲೂ ಕಮೀಷನ್ ಪಡೆದಿದ್ದು ಮಾತ್ರವಲ್ಲ ಅವರುಗಳ ಮೂಲಕ ಇಲ್ಲಿಂದ ಕೆಲವನ್ನು ಸುಲಭವಾಗಿ ಒಯ್ಯಲು ಅನುಕೂಲ ಮಾಡಿದ್ದ. ಅವರುಗಳನ್ನು ಪೂರ್ತಿ ವಾಶ್‌ಔಟ್ ಆಗಿದ್ದು ದಿವ್ಯ ಬಂದನಂತರವೇ. ಅದರಿಂದ ದಿವ್ಯ ಬಗ್ಗೆ ನಂಬಿಕೆ, ಗೌರವ. ಆರಾಧ್ಯರಿಗೆ ಕಸಿವಿಸಿ.

"ನೀವ್ಹೋಗಿ ನಿನ್ನೆ ಶಾಲಿನಿಯವರನ್ನು ಭೇಟಿಯಾಗಿದ್ರಂತೆ" ಮುಂದಿನ ಸಿಟ್‌ಔಟ್‌ನಲ್ಲಿ ಕೂತಿದ್ದ ಶ್ಯಾಮ್‌ಪ್ರಸಾದ್, ಆರಾಧ್ಯರು ಬಂದ ಕೂಡಲೇ ಕೇಳಿದ. ಅವನ ಮುಖ ಹುಳ್ಳಗಾಯಿತು. 'ನಾನ್ಬಂದ ವಿಷ್ಯ ಹೇಳ್ಬಿಡಿ' ಅಂದಿದ್ದ. ಆದರೆ ವಿಷಯನ ಶಾಲಿನಿ ಮುಟ್ಟಿಸಿ ಆಗಿತ್ತು. "ಹೌದು. ಬೇರೆಡೆ ಹೋಗೋ ಕೆಲ್ಸವಿತ್ತು. ಜನ ಬಂದು

ಕರ್ಕೊಂಡ್ ಹೋಗಿದ್ರು. ಅಲ್ಲೇ ಹತ್ತಿರದಲ್ಲೇ ಅವ್ರ ಮನೇಂತ ತಿಳ್ದು ಒಂದತ್ತು ನಿಮಿಷ ಮುಖ ತೋರ್ಸಿ ಬಂದೆ. ತುಂಬ ಚಾಲೂಕಿನ ಹೆಣ್ಣು ಮಗಳು. ಆಕೆ ಹೇಳಿದನ್ನ ಮಾತ್ರ... ಕೇಳ್ಬಂದೆ. ನಂಗೆ ಮಾತಾಡೋಕೆ ಅವಕಾಶನೇ ಕೊಡ್ಲಿಲ್ಲ. ಈ ಕಡೆ ತೋಟ, ಜಮೀನು ಕೊಳ್ಳೋಕೆ ಜನ ಸಾಲುಗಟ್ಟಿ ಬರ್ತಾ ಇದ್ದಾರೆ. ಸಾವಿರಗಳು ದಾಟಿ ಲಕ್ಷಗಳು ಮುಟ್ಟಿ ಈಗ ಕೋಟಿಗಳ ಬಗ್ಗೆ ಮಾತಾಡ್ತಾ ಇದ್ದಾರೆ" ಎಂದ ಕೂಡುತ್ತ. ಅದನ್ನೇ ಶಾಲಿನಿಗೂ ಹೇಳಿ ಬಂದಿದ್ದ. ಅದನ್ನು ಅವಳು ಶ್ಯಾಮ್‌ಪ್ರಸಾದ್‌ಗೆ ಹೇಳಿ ಆಗಿತ್ತು.

ಆ ವೇಳೆಗೆ ದಿವ್ಯ ಬಂದಳು. ಹನಿಯುತ್ತಿದ್ದ ತುಂತುರು ಅವಳ ಮೈಮೇಲೆ ಹರಿದಾಡಿ ಸೊಬಗನ್ನು ಹೆಚ್ಚಿಸಿತ್ತು.

"ಗುಡ್ ಮಾರ್ನಿಂಗ್, ಸರ್... ಸಾರಿ" ಕ್ಷಮೆ ಯಾಚಿಸಿದಳು. ಆರಾಧ್ಯ ಮೇಲೆದ್ದು "ಇನ್ನೊಬ್ಬ ಪಾರ್ಟಿ ಬಂದಿದ್ದಾರೆ. ನೀವು ಕೊಳ್ಳೋ ಪಾರ್ಟ್‌ನ ಪಕ್ಕದನ್ನ ಮಾರೋಕೆ ತಯಾರಿದ್ದಾರೆ. ಅದು ಇದಕ್ಕಿಂತ ಸಮೃದ್ಧ. ಮನೆ ಹಳೆ ಕಾಲದ್ದಾದ್ರೂ ಗಟ್ಟಿಮುಟ್ಟಾಗಿದೆ. ತಾವು ಕೊಳ್ಳೋದಾಗಿದ್ದರೆ, ಇನ್ನಷ್ಟು ಕಡ್ಮೆ ಬೆಲೆಗೆ ಕೊಡುಸ್ತೀನಿ. ಈಗ ಅದ್ರ ಬೆಲೆ ಸ್ವಲ್ಪ ಜಾಸ್ತಿನೇ ಆಯ್ತು."

ಇಂಥ ಒಂದು ಮಾತನ್ನು ಆಡಿದ. ಶ್ಯಾಮ್‌ಪ್ರಸಾದ್ ಮೌನವಾಗಿ ಎದ್ದುಹೋದ. "ಈಗಾಗ್ಲೇ ಮಾತುಕತೆ ಮುಗಿದಿದೆ. ಪೇಪರ್ಸ್ ಕೂಡ ರೆಡಿ ಇದೆ" ಎಂದಳು ದಿವ್ಯ. ಇವಳಿಗೂ ಅದನ್ನೇ ಹೇಳಿ "ಅಲ್ಲೇನು ಬೆಳ್ಳಿ ಬಂಗಾರವಿಲ್ಲ. ಅದರ ಪಕ್ಕದ್ದು ಐದು ಲಕ್ಷಕ್ಕೆ ಕೊಡೋಕೆ ಸಿದ್ಧವಾಗಿದ್ದಾರೆ. ನಂಗೆ ಯಾವ್ದೇ ಕಮೀಷನ್ ಬೇಡ. ನಾನೇ ನಿಂತು ರಿಜಿಸ್ಟ್ರೇಷನ್ ಮಾಡ್ಸಿಕೊಡ್ತೀನಿ" ಅದೇ ಮಾತುಗಳು. ಅದನ್ನು ಕೊಂಡದ್ದಕ್ಕೆ ಕಾರಣ ಹೇಳಲಾಗದು. "ಇನ್ನೊಮ್ಮೆ ಬಂದಾಗ ಮಾತಾಡಿ" ಎಂದು ಆರಾಧ್ಯರನ್ನು ಕಳುಹಿಸಿದಳು. ಇಂಥದ್ದೂಂತೇನಿಲ್ಲ, ಕಾಯಿ, ಅಡಕೆ, ಬಾಳೆಗೊನೆ ಯಿಂದ ಸಣ್ಣಪುಟ್ಟ ವ್ಯಾಪಾರಗಳಲ್ಲು ಅವರ ಮಧ್ಯಸ್ಥಿಕೆ ಇರುತ್ತಿತ್ತು. ತೋಟದ ಪಾರುಪತ್ಯ ಶ್ರೀನಿಧಿ ವಹಿಸಿಕೊಂಡ ಮೇಲೆ ಒಂದಿಷ್ಟು ಓಡಾಟ ಜಾಸ್ತಿಯಾಗಿತ್ತಷ್ಟೆ.

ಹಜಾರದಲ್ಲಿ ಭಾವಣೆ ದಿಟ್ಟಿಸುತ್ತ ಸೋಫಾ ಮೇಲೆ ಕೂತಿದ್ದ ಶ್ಯಾಮ್‌ಪ್ರಸಾದ್ ನೋಟ ಇಳಿಸಿ "ಬನ್ನಿ... ಮೇಡಮ್... ಆರಾಧ್ಯರು ನಿಮ್ಮ ಕೆಲ್ಸ ಹಗುರ ಮಾಡೋಕೆ ಒಬ್ಬ ಅಸಿಸ್ಟೆಂಟ್‌ನ ಕರೆತಂದಿದ್ರು. ಎಂ.ಬಿ.ಎ ಕ್ಯಾಂಡಿಡೇಟ್" ಎಂದ ಸರಳವಾಗಿ. ಮೊದಲು ಅವಳಿಗೆ ಗಾಬರಿಯಾದರು "ಎಜುಕೇಷನ್‌ನಲ್ಲಾದ್ರೂ ಮೇಲಿರೋದ ರಿಂದ, ನಾನು ಅವ್ರಿಗೆ ಅಸಿಸ್ಟೆಂಟಾಗಿ ಕೆಲಸ ಮಾಡಬೇಕಾಗುತ್ತೆ" ಎಂದಳು ಸರಳವಾಗಿ.

"ಕುತ್ಕೊಳ್ಳಿ ದಿವ್ಯ, ನಿಮ್ಮಿಂದ ನಂಗೊಂದಿಷ್ಟು ಹೆಲ್ಪ್ ಬೇಕು. ನಿಮ್ಮ ಬಿಜಿ ಷೆಡ್ಯೂಲ್‌ನಲ್ಲಿ ಸಾಧ್ಯವಾ?" ಕೇಳಿದ. ಅವಳು ಜೋರಾಗಿಯೇ ನಕ್ಕು "ಬಿಜಿ ಷೆಡ್ಯೂಲ್. ಅಂತು ಸೆನ್ಸ್-ಆಫ್ ಹ್ಯೂಮರ್ ನಿಮ್ಗೂ ಇದೆ. ನಾನು ನಿಮ್ಮತ್ರ ಕೆಲ್ಸ ಮಾಡ್ತಾ ಇರೋದರಿಂದ ಹೇಗೆ ಹೆಲ್ಪ್ ಆಗುತ್ತೆ? ಪ್ಲೀಸ್... ಹೇಳಿ... ಸರ್" ಎಂದಳು ಕೂಡದೆಯೇ. ನಗುವ ಸರದಿ ಅವನದಾಗಿತ್ತು. "ಶಾಲಿನಿ ಆ ಮನೆಯ ಕೀ ಕೊಟ್ಟು ಹೋಗಿರಬೇಕಲ್ಲ?"

"ಹೌದು, ಮೊದ್ಲು ತಕರಾರು ತೆಗೆದರೂ ಆಮೇಲೆ ಕೊಟ್ರು" ಅವಳ ಮಾತಿಗೆ ಮೇಲೆದ್ದವ "ಆ ಮನೆಯ ಹತ್ರ ಹೋಗಿಬರೋದು. ನಿಮ್ಗೆ ಬೇರೇನಾದ್ರೂ... ಕೆಲ್ಸವಿದ್ಯಾ?" ಕೇಳಿದ.

"ಹೋಗಿ ಬರಬಹ್ದು. ಮಳೆ ಜೋರಾಗಿದೆ" ಅದಕ್ಕೆ ಪ್ರತಿಕ್ರಿಯಿಸದೆ ಸಿದ್ಧವಾಗಿ ಬಂದ. ಮಲೆನಾಡಿನ ಮಳೆಯಲ್ಲಿ ತುಂಬು ಸೊಬಗಿದೆ. ಅವನ ಡ್ಯಾಡಿ ಮಾತು. ಹೌದು, ಮಳೆಗೆ ಅದರದೇ ಸೌಂದರ್ಯವಿದೆ, ಸೊಬಗಿದೆ. ಜೀಪಿನಲ್ಲಿ ಹತ್ತಿ ಕೂತ. "ಮುಂದೆನೇ ಕೂತ್ಕೊಳ್ಳಿ, ದಾರಿ ತೋರಿಸೋಕೆ ಅನ್ಕೂಲವಾಗುತ್ತೆ" ಎಂದ. ಮಡಿವಂತಿಕೆಯಿಂದ ಮುದುಡಿ ಕೂಡುವ ಹೆಣ್ಣು ಮಗಳೇನು ಅಲ್ಲ. ಅವಳ ಧ್ಯೇಯ, ಗುರಿ ಅವಳ ಮುಂದಿತ್ತು. ಅವಧಿಗೆ ಮುನ್ನ ತಲುಪಬೇಕಿತ್ತು.

ಸುರಿದ ಮಳೆಯಿಂದ ಆ ಮಳೆಯ ಸುತ್ತಮುತ್ತಲ ಗುಂಡಿಗಳಲ್ಲಿ ನೀರು ತುಂಬಿಕೊಂಡಿತ್ತು. ಇನ್ನು ಮಳೆ ಬೀಳುತ್ತಲೇ ಇತ್ತು. ಅವಳು ಹೆಗಲಿಗೆ ಹಾಕಿಕೊಂಡಿದ್ದ ಬ್ಯಾಗ್‌ನಿಂದ ಪುಟ್ಟ ಕೊಡೆಯನ್ನು ಬಿಡಿಸಿಕೊಂಡು ಕೆಳಗೆ ಇಳಿದು.

"ತಗೊಳ್ಳಿ, ನಮ್ಗೆ ಇಂಥ ಮಳೆಯಲ್ಲೆಲ್ಲ ಓಡಾಡಿ ಅಭ್ಯಾಸವಿದೆ. ಓಡಾಡೋದು ಕೂಡ ಇಷ್ಟ" ಅಂದು ಜೀಪಿನಿಂದ ಇಳಿದ ಅವನತ್ತ ಬಿಡಿಸಿದ ಕೊಡೆ ಚಾಚಿದಾಗ "ಸ್ಯಾಡಿಸ್ಟ್ ಅನ್ಕೋಬೇಡಿ, ಮೇಡಮ್. ನಂಗೂ ಇಂಥ ಮಳೆಯಲ್ಲಿ ನೆನೆಯೋದು ಇಷ್ಟ. ನಂತರ ಅರೆಬರೆ ಒದ್ದೆ ಬಟ್ಟೆಗಳ ಅನುಭವ ಮತ್ತೊಂದು ತರಹದ್ದು" ಎಂದು ನಡೆದವನೊಂದಿಗೆ ಬೇಗ ಬೇಗ ಹೆಜ್ಜೆಹಾಕಿ ಬಹಳ ಪ್ರಯಾಸದಿಂದಲೇ ಬೀಗ ತೆಗೆದದ್ದು. ಸುಮಾರು ದೊಡ್ಡದಾದ ಹಳೆಯ ಮಾದರಿಯ ಹಿತ್ತಾಳೆ ಬೀಗ ಕಳೆಗೆಟ್ಟು ಕಬ್ಬಿಣದ ಬಣ್ಣಕ್ಕೆ ತಿರುಗಿತ್ತು.

ಇಬ್ಬರು ಒಳಕ್ಕೆ ನಡೆದರು ಮಳೆಯಿಂದ ತಪ್ಪಿಸಿಕೊಳ್ಳಲು. "ಅರೇ, ಇಷ್ಟೊಂದು ಕ್ಲೀನಾಗಿದೆ" ಅಚ್ಚರಿ ವ್ಯಕ್ತಪಡಿಸಿದಾಗ "ನಮ್ಮ ತೋಟದ ಜನ್ನನ್ನ ಕಳಿಸಿ ಧೂಳನ್ನು ಕೊಡವಿ ಕಸ, ಅಂಥಧನ್ನೆಲ್ಲ ಆಚೆ ಹಾಕಿಸ್ದೆ. ಆದರೆ ಹಳೆ ಸಾಮಾನುಗಳನ್ನೆಲ್ಲ ಎತ್ತಿ ಇರಿಸಿದ್ದೀನಿ. ಶಾಲಿನಿ ಲೆಕ್ಕಾಚಾರದ ಪ್ರಕಾರ ಇದಕ್ಕೆಲ್ಲ ಒಂದಿಷ್ಟು ಹಣ ಕೊಡ್ಬೇಕಾಗಿತ್ತು. ಸ್ಮಾಲ್ ಅಮೌಂಟ್. ನಿಮ್ಗೆ ತಿಳಿಸದೇನೆ, ಒಪ್ಪಿಕೊಂಡೆ" ಎಂದಳು. ಶ್ಯಾಮ್‌ಪ್ರಸಾದ್ ಎಲ್ಲೆಡೆ ನೋಟ ಹರಿಸಿ ಹಜಾರದಲ್ಲಿದ್ದ ಮರದ ಕುರ್ಚಿಯ ಮೇಲೆ ಕೂತ. ಅತ್ಯಂತ ಗಟ್ಟಿಯಾಗಿತ್ತು, ತನಗೊಂದು ಇತಿಹಾಸವಿದೇಂತ ಹೇಳುವಂತೆ ಕಂಡಿತು. ಅಜ್ಜಯ್ಯ.... ಅಪ್ಪಯ್ಯ.... ಅಲ್ಲಿ ಕೂತ್ಕೋತಾಯಿದ್ರು ಮನೆ ಮಕ್ಕಳೆಲ್ಲ ಅವರ ತೊಡೆಯೇರಿ ಕಲಿತಿದ್ದು. ಎದ್ದು ಅವನ್ನೆಲ್ಲ ಮುಟ್ಟಿ ಮುಟ್ಟಿ ಸವರಿ ನೋಡಿದವನ ಮನಸ್ಸು ದುಗುಡಗೊಂಡಿತು. "ಕೃಷ್ಣ ನೀನು ಹಿಂದಿರುಗಿ ಬರ್ತೀಯಲ್ಲ. ನೀನ್ಮೇಲೆ ಬಹಳ ದೊಡ್ಡ ಜವಾಬ್ದಾರಿ ಇದೇ, ಕಣೋ," ಕಣ್ಣುತುಂಬಿ ಬಿಟ್ಕೊಟ್ಟ ತಂದೆಯನ್ನು ಹತ್ತಾರು ಸಲ ನೆನೆಸಿಕೊಂಡು ಬರೆದಿದ್ದರು. "ನಿನ್ನ ಕರ್ಕಂಡ್ಹೋಗಿ ಅವರ ತೊಡೆಯ ಮೇಲೆ ಕೂಡಿಸಿದ್ದರೆ, ಅವರೆಷ್ಟು ಸಂತೋಷಪಡುತ್ತಿದ್ದರು. ಆ ಭಾಗ್ಯ ನಂಗೂ, ನಿಂಗೂ ಒದಗಿ ಬರ್ಲಿಲ್ಲ" ಕೈಹಿಡಿದು ಅವನೊಂದಿಗೆ ಹೇಳಿದ್ದರು ಅವನ ತಂದೆ.

"ನಿನ್ನ ಮಮ್ಮಿ ಭಗವದ್ಗೀತೆಯ ಮೇಲೆ ಕೈಯಿಟ್ಟು ಯಾವ್ದೇ ಕಾರಣಕ್ಕೆ ಭಾರತಕ್ಕೆ ಹಿಂದಿರುಗಬಾರದೆಂದು ಪ್ರಮಾಣ ಮಾಡ್ಸಿಕೊಂಡಿದ್ಲು. ಎಲ್ಲಾ ಸೌಲಭ್ಯಗಳು, ನಾನು ಕಂಡ ಕನಸುಗಳು ಸಕಾರ ರೂಪ ತಾಳಿ ನನ್ಮುಂದೆ ಇರೋವಾಗ, ನಂಗೆ ಭಾರತಕ್ಕೆ ಹಿಂದಿರುಗುವ ಇಚ್ಛೆ ಇರ್ಲಿಲ್ಲ. ಸಂತೋಷ, ಸಂಭ್ರಮದಿಂದಲೇ ಪ್ರಮಾಣ ಮಾಡ್ಸಿಕೊಂಡಿದ್ಲು. ಪೂರ್ತಿಯಾಗಿ ನನ್ನವರ ಸಂಬಂಧ ತೊಡೆದುಕೊಂಡು ಇಲ್ಲೇ ಉಳ್ದುಕೊಂಡೆ" ಅವನೊಂದಿಗೆ ಹತ್ತಾರು ಸಲ ಇದನ್ನು ತೊಡಿಕೊಂಡಿದ್ದರು.

ಎದ್ದು ಮನೆಯ ಮುಂದಿನ ಜಗುಲಿಯ ಮೇಲೆ ನಿಂತ. ಮಳೆ ನಿಮಿಷ.... ನಿಮಿಷಕ್ಕೂ ಹೆಚ್ಚುತ್ತಿತ್ತು. ಒಂದಿಷ್ಟು ಮೇಲ್ಛಾವಣಿ ಇದ್ದರೂ ಮಳೆಯ ಇರಚಲು ಚಿಮ್ಮಿ ಅವನ ಪ್ಯಾಂಟಿನ ಅಡಿಯನ್ನು ತೋಯಿಸಿತ್ತು.

"ಸರ್, ಮಳೆ ಜೋರಾಗೋ... ಹಂಗಿದೆ. ಮೋಡಗಳು ದಟ್ಟವಾಗಿ ವಾತಾವರಣದಲ್ಲಿ ಮಬ್ಬು ಆವರಿಸಿದೆ. ಹೇಗೂ ರಿಜಿಸ್ಟ್ರೇಷನ್ ಆದ್ಮೇಲೆ ಬೇಕಾದ ಬದಲಾವಣೆ ಮಾಡ್ಕೋಬಹ್ದು. ಒಂದು ಮಾನ್ಯುಮೆಂಟ್ ತರಹ ಮನೆ ಉಳಿಯೋ ಹಂಗೆ ನೋಡ್ಕೋಬೇಕು" ತಲ್ಲಿನತೆಯಿಂದ ನುಡಿದವಳತ್ತ ನೋಡಿದ. ದಿವ್ಯ ಇನ್ನೊಂದು ಕಡೆಯ ಜಗುಲಿಯ ನಿಂತು ಮಳೆ ದಿಟ್ಟಿಸುತ್ತಿದ್ದುದನ್ನು ನೋಡಿದ. ಅವನು ಕಂಡಂಗೆ ದಿವ್ಯ ತೀರಾ ಸರಳ. ಅವನು ವಿದೇಶಿ! ಅಲ್ಲಿನ ಜೀವನ ಬೇರೆ ರೀತಿಯಲ್ಲಿ ಇದ್ದರು ಕೃಷ್ಣಪ್ರಸಾದ್ ಅಗ್ನಿಹೋತ್ರಿ ಮಗನನ್ನು ಪೂರ್ತಿ ಭಾರತೀಯನನ್ನಾಗಿ ಮಾಡಲು ನಿರಂತರ ಪ್ರಯತ್ನ ಮಾಡಿ ಸಫಲತೆಯನ್ನು ಪಡೆಯಲು ಸಾಕಷ್ಟು ಹೋರಾಟ ಮಾಡಿದ್ದರು. ಅದಕ್ಕಾಗಿ ಹೆಂಡತಿಯೊಂದಿಗೆ ಜಗಳ. ಸಾಕಷ್ಟು ಸಲ ಜಗಳ. ಎಷ್ಟೋ ಸಲ ಡೈವೋರ್ಸ್‌ವರೆಗೂ ಹೋಗಿ ನಿಲ್ಲುತ್ತಿತ್ತು.

"ದಿವ್ಯ ನಿಮ್ಗೆ ಮಳೆಯೆಂದರೇ ಇಷ್ಟನಾ?" ಕೇಳಿದ.

"ಇದೆಂಥ ಪ್ರಶ್ನೆ! ಸಿಟಿ ಜನ ಹೇಗೋ ಗೊತ್ತಿಲ್ಲ. ಇಲ್ಲಿ ಬೆಳ್ದ ನಮ್ಗೆ ಚೇತೋಹಾರಿ. ತೋಯ್ಸಿಕೊಂಡು ಅಮ್ಮನೊಟ್ಟಿಗೆ ಬೈಸಿಕೊಳ್ಳೋದೆಂದರೆ, ಮತ್ತಷ್ಟು ಖುಷಿ. ಸ್ವಲ್ಪ ಎಳೆಯರಾಗಿದ್ದಾಗ, ಮಳೆ ಜಡಿಮಳೆಯಾಗಿ ಸುರಿಯೋಕೆ ಶುರುವಾಯಿತೆಂದರೆ ಇಡೀ ತೋಟದಲ್ಲಿ ಅಡ್ಡಾಡಿಬಿಡ್ತಾ ಇದ್ವಿ. ಆ ನೆನಪುಗಳೆ ಉಲ್ಲಾಸ ಕೊಡುತ್ತೆ" ನೆನಪುಗಳನ್ನು ಹರಡಿಕೊಂಡಳು.

"ನಿಮ್ಮ ಖುಷಿ.... ಖುಷಿ ಓಡಾಟ ಜಡಿಮಳೆಯಲ್ಲಿ. ಇದು ಯಾವ ಮಳೆ?" ಕೇಳಿದ. ಮಳೆಯನ್ನೇ ದಿಟ್ಟಿಸಿದ ದಿವ್ಯ "ಇಷ್ಟೊತ್ತು ಸಣ್ಣಗೆ ಹನಿಯುತ್ತಿತ್ತು. ಅದು ಸೋನೆ ಮಳೆ. ಈಗ ವಾರದಿಂದ ಬೀಳುತ್ತ ಇದೆ. ಅದು ಇರಚಲು. ನೆನ್ನೆ ಮೊನ್ನೆ ಭೋರೆಂದು ಸುರಿಯಿತಲ್ಲ, ಅದು ಮೂಸಲಧಾರೆ. ಪನ್ನೀರಿನಂತೆ ಸಿಂಪಡಿಸಿದರೆ ತುಂತುರು. ಹನಿಯೊಂದು ಬಿದ್ದರೆ ಸ್ವಾತಿ. ವಾರಗಟ್ಟಲೆ ಧುಮ್ಮಿಕ್ಕಿದರೆ ಭಾಗೀರಥೀನೇ ಸೈ" ಉತ್ಸಾಹದಿಂದ ಹೇಳಿದಳು. ಮಳೆಯ ಬಗ್ಗೆ ಅವಳ ತಿಳುವಳಿಕೆ ಅಪಾರವೆನಿಸಿತು. "ಹೋಗೋಣ..." ಎಂದವ ಯಾವುದೋ ಫೋನ್ ಬಂದಿದ್ದರಿಂದ ಅವಳನ್ನು ತಂದು 'ಗ್ರೀನ್ ಪ್ಯಾಲೇಸ್' ಬಳಿ ಇಳಿಸಿ ಹೊರಟ.

ತಂದೆಯನ್ನು ಬಿಟ್ಟು ಅವರ ಯಾವ ಬಂಧುಗಳ ಪರಿಚಯವಿರಲಿಲ್ಲ. "ಶ್ರೀಧರ ಅಗ್ನಿಹೋತ್ರಿ ಸ್ವಲ್ಪ ಹೊತ್ತಿಗೆ ಮುನ್ನ ಸಿಕ್ಕಿದ್ದರು. ಬಂದರೆ ನೀವು ಭೇಟಿಯಾಗಬಹ್ದು. ನಾನು ಇಲ್ಲೇ ಇದ್ದೀನಿ" ಆರಾಧ್ಯ ವಿಳಾಸವನ್ನು ತಿಳಿಸಿದ್ದ. ಓಡಾಡಿ ಅಭ್ಯಾಸಮಾಡಿಕೊಂಡಿದ್ದರಿಂದ ಅಲ್ಲಿ ಹೋಗಿ ತಲುಪಲು ಅವನಿಗೇನು ಕಷ್ಟವಲ್ಲ.

ಇವನು ಹೋಗಿ ಆ ವಿಳಾಸದ ಮನೆಯ ಮುಂದೆ ಜೀಪು ನಿಲ್ಲಿಸಿದಾಗ ಆರಾಧ್ಯರು ಹೊರಗೆ ಬಂದವರು "ಬನ್ನಿ ಸರ್, ನಿಮಗಾಗಿ ಕಾಯ್ತ ಇದ್ದೆ" ಎಂದ. ಒಂದು ಕ್ಷಣ ಅವನ ತಲೆ ಧಿಂ ಎಂದಿತು. ಶ್ರೀಧರ ಅಗ್ನಿಹೋತ್ರಿ ಅವನ ತಂದೆಯ ಮೂರನೆ ತಮ್ಮನ ಮಗ. ಅವರು ಹೇಗಿರಬಹುದು? ಕುತೂಹಲ, ಸಂಭ್ರಮದ ಜೊತೆಗೆ ಅವೆರಡನ್ನು ಮೀರಿಸುವಂಥ ವಿಚಿತ್ರವಾದ ತಾಕಲಾಟದ ಭಾವ. ಎಲ್ಲರ ಬಗ್ಗೆನು ಹೇಳಿದ್ದರು ಕೃಷ್ಣಪ್ರಸಾದ್ ಅಗ್ನಿಹೋತ್ರಿಗಳು. "ನಾನು ಅಮೆರಿಕಾಗೆ ಹೊರಟಾಗ ಕೇಶವ ಎಸ್‌ಎಸ್‌ಎಲ್‌ಸಿಯಲ್ಲಿದ್ದ. ನನ್ನ ಬಿಟ್ಟರೆ ಓದಿನಲ್ಲಿ ಅವನೇ ಬುದ್ಧಿವಂತ" ಹೇಳಿದ್ದು ಮಾತ್ರವಲ್ಲ, ಡೈರಿಯಲ್ಲಿ ಗುರುತು ಹಾಕಿದ್ದರು ಕೂಡ, ವಿವರ ದಾಖಲಿಸುವಂತೆ.

ಸ್ವಲ್ಪ ಹಿಂಜರಿಯುತ್ತಲೇ ಅತ್ತ ಹೋದವ ಆರಾಧ್ಯರ ಸಮೀಪ ನಿಂತ. ಅಲ್ಲಲ್ಲಿ ಮನೆಗಳು. ಒಂಟಿಒಂಟಿಯಾಗಿಯೇ ಇದ್ದ ಪರಿಸರ. ಸುಮಾರಾದ ಹೆಂಚುಹೊದ್ದ ಮನೆಗೆ ಕನಿಷ್ಠ ಅದನ್ನು ಕಟ್ಟಿ ಐವತ್ತು ವರ್ಷವಾಗಿದೆಯೆಂದು ಅಂದಾಜು ಮಾಡಬಹುದಿತ್ತು.

"ಇದ್ದಾರೆ, ಕೇಶವಪ್ರಸಾದ್ ಅಗ್ನಿಹೋತ್ರಿಗಳು. ಅವರಿದ್ದ ಪೂರ್ವಿಕರ ಮನೆಯನ್ನು ಕೊಳ್ಳುತ್ತಿರುವವರು ನೀವೆಂದು ಹೇಳಿದೆ. ಅವ್ರಿಗೇನು ಅಂಥ ಕುತೂಹಲವಿಲ್ಲ. ಒಂದು ರೀತಿಯಲ್ಲಿ ಸಂಕಟಪಟ್ರು" ಎಂದು ತಿಳಿಸಿದರು. ಹಿಂದಿರುಗಿಬಿಡಲೇ ಅನಿಸಿದ್ದುಂಟು. ಆದರೆ ಅದನ್ನು ಮೀರಿದ ಕಾತರ ಮುಂದಕ್ಕೆ ಅಡಿಯಿಡುವಂತೆ ಮಾಡಿತು. ಅಷ್ಟರಲ್ಲಿ "ಬನ್ನಿ... ಬನ್ನಿ.... ನಾನು ಶ್ರೀಧರ ಪ್ರಸಾದ್ ಅಗ್ನಿಹೋತ್ರಿಗಳ ಮಗ. ಇಲ್ಲೇ ಹತ್ತಿರದ ಸರ್ಕಾರಿ ಶಾಲೆಯಲ್ಲಿ ಮೇಷ್ಟರಾಗಿದ್ದೀನಿ" ಅಂತ ಪರಿಚಯಿಸಿಕೊಂಡು ಕರೆದೊಯ್ದ. ಅಷ್ಟೇನು ಎತ್ತರವಿಲ್ಲದ, ವಿಶಾಲವಾದ ಕಿಟಕಿಗಳು ಇಲ್ಲದ ಈ ಪರಿಸರಕ್ಕೆ ಹೊಂದುವಂಥ ಮನೆ. ದೊಡ್ಡದಾಗಿ ಅಸನ ವ್ಯವಸ್ಥೆಯೇನು ಇರಲಿಲ್ಲ. "ಕೂತ್ಕೊಳ್ಳಿ... ಸರ್" ಅಲ್ಲಿದ್ದ ಗಾಡ್ರೆಜ್ ಛೇರ್‌ನ ಸರಿ ಮಾಡಿದ.

"ಲೇ, ಇವಳೇ... ಕುಡಿಯಲಿಕ್ಕೆ ಏನಾದ್ರೂ ತಗೊಂಡ್ಬಾ" ಆ ವ್ಯಕ್ತಿ ಕೂಗಿದವನು "ಅಗ್ನಿಹೋತ್ರಿ ಅನ್ನೋದು ಹೆಸರಿನೊಂದಿಗೆ ಸೇರಿಕೊಂಡಿದೆ. ನಮ್ಮ ಪೂರ್ವಿಕರ ಮನೆಯನ್ನು ನೀವು ಕೊಂಡ ವಿಷ್ಯ ತಿಳಿಸ್ದ. ತುಂಬಾ ಸಂತೋಷವಾಯ್ತು. ಉಗ್ರಾಣದ ಅಟ್ಟದ ಮೇಲೆ ನನ್ನ ಹೆಂಡ್ತಿ ತವರಿನವರು ಕೊಟ್ಟ ಚಕ್ಕುಲಿ ಒರಳು, ಹಿತ್ತಾಳೆಯ ಕೊಳದಪಲೆ, ಒಂದು ತಟ್ಟೆ.... ಒಂದಿಷ್ಟು ಚಿಲ್ಲರೆ ಪಾತ್ರೆಪಡಗ ಉಳಿದುಬಿಟ್ಟಿದೆಯಂತೆ. ಪದೇ ಪದೇ ಜ್ಞಾಪ್ಸಿಕೊಂಡು ಕಣ್ಣೀರಿಡುತ್ತಾಳೆ. ಮಾರಿ ಹದಿನೈದು ವರ್ಷಗಳ ಮೇಲಾಯ್ತು. ಮನೆ ಒಬ್ಬರಿಂದ ಒಬ್ಬರಿಗೆ ಪರಭಾರೆ ಆಯಿತಷ್ಟೆ.

ಯಾರು ಬಂದು ಅಲ್ಲಿ ಉಳ್ಕೊಳ್ಳಿಲ್ಲ. ಅವೆಲ್ಲ ಅಲ್ಲೇ ಇರುತ್ತೆ ಅನ್ನೋದು ಅವ್ರ ಅಂದಾಜು. ನೀವಾಗಿ ಬಂದಿದ್ದೀರ. ಅದ್ನ ನಮ್ಗೆ ಕೊಟ್ಟರೆ..." ಕೊನೆಯಲ್ಲೊಂದು ರಾಗ. ಶ್ಯಾಮ್‌ಪ್ರಸಾದ್ ಏನು ಹೇಳಲಿಲ್ಲ. "ಲೇ ಇವಳೇ..." ಅಂದುಕೊಂಡು ಸ್ವಲ್ಪ ಗಿಡ್ಡವಾಗಿದ್ದರಿಂದ ತಲೆ ಬಗ್ಗಿಸಿಕೊಂಡು ಅಡಿಗೆ ಮನೆಗೆ ಹೋದಕೂಡಲೇ "ಕೇಳಿದ್ರಾ, ಅದೆಲ್ಲ ನನ್ನ ತವರಿನದು. ಕೊಳಗ, ತಟ್ಟೆಯೆಲ್ಲ ಗಟ್ಟಿಮುಟ್ಟಾಗಿತ್ತು. ಆಗಾಗ ಕನಸಿನಲ್ಲಿ ಅದೇ ಬಂದು ಕಾಡುತ್ತೆ" ಎಂದು ಪಿಸಪಿಸನೆ ನುಡಿದಿದ್ದು ಕೇಳಿಸಿತು. "ಅದೇ ಪ್ರಸ್ತಾಪ ತಾನೇ ಮಾಡಿದ್ದು. ಆಗೆಲ್ಲ ಎಷ್ಟಕ್ಕೆ ಮಾರಿದ್ದು? ಈಗ ಬರೋಬರಿ ಹತ್ತುಲಕ್ಷ ಕೊಟ್ಟುಕೊಂಡಿದ್ದಾರೆ. ಇದ್ವರ್ಗೂ ಉಳ್ಸಿಕೊಂಡಿದ್ದರೇ ಲಕ್ಷದ ಮುಖವಾದರೂ ನೋಡಬಹುದಿತ್ತು" ಗೊಣಗಿಕೊಂಡು ಕಷಾಯ ಹಿಡಿದು ಬಂದ. "ಕುಡೀರಿ, ನಮ್ಕಡೆ ಕಾಷಾಯ ಆರೋಗ್ಯಕ್ಕೆ ತುಂಬ ಒಳ್ಳೇದು" ಒಂದಿಷ್ಟು ಉಪಚಾರ ಕೂಡ.

ಮಾತು, ಅಕ್ಷರದ ಮೂಲಕ ಕೃಷ್ಣಪ್ರಸಾದ್ ಅಗ್ನಿಹೋತ್ರಿ ಕಷಾಯ ಪರಿಚಯಿಸಿದ್ದರು. ಆದರೆ ರುಚಿ ನೋಡಿರಲಿಲ್ಲ. ಈಗ ಟೇಸ್ಟ್ ನೋಡಬೇಕೆನಿಸಿತು.

"ಇಷ್ಟೆಲ್ಲ ಆಗೋಲ್ಲ ಸ್ವಲ್ಪ ಕೊಡಿ" ತುಂಬಿದ ದಡೂತಿ ಸ್ಟೀಲ್ ಲೋಟವನ್ನು ನೋಡಿ ಹೇಳಿದ. "ಮಹಾ ಅಂಥದೇನಿಲ್ಲ. ಎಷ್ಟು ಬೇಕೋ ಅಷ್ಟು ತಗೊಳ್ಳಿ" ಬಲವಂತ ಮಾಡಿದ ಮೇಲೆ ಎರಡು ಸಲ ಸಿಪ್ ಮಾಡಿಟ್ಟ. "ನಿಮ್ತಂದೆ...." ಕೇಳಿದ. ತಂದೆಯ ಒಡಹುಟ್ಟಿದ ತಮ್ಮನನ್ನು ನೋಡಬೇಕೆಂಬ ಅಭಿಲಾಷೆ. "ಈಗ ಬರ್ತಾರೆ. ನೆರೆಯವರನ್ನು ಭೇಟಿ ಮಾಡಿ ಬರೋದಿಕ್ಕೆ ಹೋಗಿದ್ದಾರೆ" ಅಂದವ ಕರೆತರಲು ಹೋಗಿಯೇಬಿಟ್ಟ. ಅರ್ಧಗಂಟೆಯ ನಂತರ ಬಂದದ್ದು. ಆವೇಳೆಗೆ ಅವನ ಹೆಂಡತಿ ಬಕುಳಾ ತವರು ಮನೆಯ ಪಾತ್ರೆಗಳ ಬಗ್ಗೆ ಹೇಳಿಯಾಗಿತ್ತು "ಮೊದಲ ಹೆರಿಗೆಗೆ ಹೋಗಿದ್ದೆ. ಆ ಸಮಯದಲ್ಲಿ ಮಾರಿದ್ದು. ನನ್ನ ತವರಿನವರು ಕೊಟ್ಟಿದ್ದು ಅಟ್ಟದಮೇಲೆ ಉಳಿದುಹೋಗಿತ್ತು. ಎಷ್ಟೋ ಸಲ ಅದನ್ನೆಲ್ಲ ತಂದ್ಕೋಬೇಕೂಂತ ಪ್ರಯತ್ನಮಾಡಿ ಸೋತೆ. ಅಲ್ಲೇನಾದ್ರೂ ಉಳಿದಿದ್ದರೆ... ದಯವಿಟ್ಟು ಕೊಡಿ" ಇಂಥ ವಿನಂತಿ ಮಾಡಿಯಾಗುವ ವೇಳೆಗೆ ಶ್ರೀಧರಪ್ರಸಾದ್ ಅಗ್ನಿಹೋತ್ರಿ, ಅಪ್ಪನನ್ನು ಕರೆದುಕೊಂಡು ಬಂದರು. ತನ್ನ ತಂದೆಯಷ್ಟು ಎತ್ತರವಿಲ್ಲದಿದ್ದರೂ ಮುಖದಲ್ಲಿ ಹೋಲಿಕೆ ಇತ್ತು. ತೀರಾ ತೆಳ್ಳಗೆ ಬಟ್ಟೆಯಂತಾಗಿ ಬಿಟ್ಟವರು ಕನ್ನಡಕ ಏರಿಸಿದ್ದರು.

"ಅಪ್ಪಯ್ಯನಿಗೆ ಕಣ್ಣಿನ ಪೊರೆ ಇದೆ. ಆಪರೇಷನ್ ಮಾಡ್ಸಬೇಕೂಂದರೆ ಒಂದಿಷ್ಟು ಹಣಕಾಸಿನ ತೊಂದರೆ. ಎರಡು ಮಕ್ಕಳಿಗೂ ಅಷ್ಟೊಂದು ಆರೋಗ್ಯವಿಲ್ಲ. ಬರೋ ಸಂಬಳ ಅವ್ರ ಔಷದೋಪಚಾರಕ್ಕೆ ಸರಿಹೋಗುತ್ತೆ" ಮುಕ್ತ ಮನಸ್ಸಿನಿಂದ ಸರಳವಾಗಿ ಹೇಳಿಕೊಂಡರು. ಇದು ಸರಳತೆಯೋ, ಇಲ್ಲ ಸಂಕೋಚವಿಲ್ಲದ ಸ್ವಭಾವವೋ? ಅವನು ಮೌನವಹಿಸಿದ. "ಅಂದು ಮಾರಿದ ಮನೆಯನ್ನು ಕೊಂಡವರು ಇವರೇ" ಆರಾಧ್ಯರು ಪರಿಚಯಿಸಿದರು. ಆ ಮನುಷ್ಯ ಕನ್ನಡಕ ಸರಿ ಮಾಡಿಕೊಂಡು ನೋಡಿದರು. ನೋಟಕ್ಕೆ ಕಣ್ಣಿನ ಪೊರೆ ಅಡ್ಡ ಬರದಿದ್ದರೆ ಕೃಷ್ಣಪ್ರಸಾದ್ ಅಗ್ನಿಹೋತ್ರಿಯ ಮಗನನ್ನು ಗುರುತಿಸಿಬಿಡುತ್ತಿದ್ದರೇನೋ?

"ತುಂಬಾ ಸಂತೋಷ. ನಾವು ಮಾರಿದ್ಮೇಲೆ ಅಲ್ಲಿ ಬಂದು ನಿಂತವರೇ ಇಲ್ಲ. ನನ್ತಂದೆ ತಾತ ಅಗ್ನಿಹೋತ್ರ ಮಾಡ್ತ ಇದ್ದ ಮನೆ. ನಮ್ದು ಪೌರೋಹಿತ್ಯ ವಂಶ. ಆದಾಯ ಕಮ್ಮಿ, ಮನೆ ತುಂಬ ಮಕ್ಳು. ಆದರೂ ದೇವರು, ಧರ್ಮ, ಅಂದ್ಕೊಂಡ್ ಬದ್ಕಿದ ಮನೆ. ಹೇಗೆ ಪಾಳು ಬಿದ್ದಿದೆ ನೋಡಿ. ವಯಸ್ಸಿನಲ್ಲಿ ಚಿಕ್ಕವರು. ನನ್ನದೊಂದು ಬೇಡಿಕೆ ಇದೆ. ಈಗ್ಬಂದ್ ಬಾಗ್ಲು ತೆಗೀತಾ ಇದ್ದೀರಾ! ದಯವಿಟ್ಟು ಮತ್ತೆ ಮುಚ್ಕೊಂಡ್, ಹೋಗ್‌ಬಿಡ್ಬೇಡಿ. ದಯವಿಟ್ಟು ದೀಪ ಹಚ್ಚಿ ಬೆಳಕು ಮಾಡಿ. ನಾನ್ಬಂದ್ ಬಂದು ನಿಮ್ಮ ಮನೆಯಲ್ಲಿ ಊಟ ಮಾಡ್ಕೊಂಡ್ ಒಪ್ಪತ್ತು ಉಳ್ದು ಬರ್ತೀನಿ" ಕೈಗಳನ್ನು ಜೋಡಿಸಿದರು. ಶ್ಯಾಮ್‌ಪ್ರಸಾದ್‌ನ ಎದೆ ಭಾರವಾಯಿತು. ಅರಿವಾಗದಂತೆ ಕಣ್ಣಂಚು ಒದ್ದೆಯಾಯಿತು. ಕ್ಷಣ ತಂದೆಯೆ ತನ್ನ ಮುಂದೆ ನಿಂತು ಕೈ ಜೋಡಿಸಿದಂತಾಯಿತು. "ಖಂಡಿತ... ಖಂಡಿತ... ಅಂದು ನಾನೇ ಬಂದು ಕರ್ಕೊಂಡ್ ಹೋಗ್ತೀನಿ" ಭರವಸೆಯ ನುಡಿಗಳನ್ನಾಡಿದ. ಹೆಚ್ಚು ಹೊತ್ತು ಕೂರಲಾಗಲಿಲ್ಲ. ಹೊರಟಾಗ ತಡೆದು ನಿಲ್ಲಿಸಿದ ಶ್ರೀಧರಪ್ರಸಾದ್ ಅಗ್ನಿಹೋತ್ರಿ "ಪ್ಲೀಸ್ ನಿಲ್ಲಿ, ಒಂದು ತುತ್ತು ಊಟ ಮಾಡ್ಕೊಂಡ್ ಹೋಗಿ, ಹಾಗೇ ಹೋದರೆ.... ನನ್ತಂದೆ ನೊಂದ್ಕೊತಾರೆ. ಇದ್ನ ಪರಂಪರೆಯಾಗಿ ಉಳ್ಸಿಕೊಂಡು ಬಂದಿದ್ದೀವಿ." ರಿಕ್ವೆಸ್ಟ್ ಮಾಡಿಕೊಂಡ. ಎಲ್ಲೋ ಹೋಗಿದ್ದ ಹನ್ನೆರಡರ ಬಾಲೆ ಜೊತೆಗೆ ಹತ್ತು ವಯಸ್ಸಿನ ಒಬ್ಬ ಹುಡುಗ ಕೂಡ ಬಂದರು. ನೋಡಲು ಪೀಚಾಗಿದ್ದರು. ಚೂಟಿಯಾಗಿ ಕಂಡರು. 'ನಮ್ಮ ತಂದೆಯ ವಂಶದ ಕುಡಿಗಳು'. ಆ ಕ್ಷಣ ಎಂಥದ್ದೋ ಒಂದು ಭಾವ ಮೂಡಿ ಮರೆಯಾಯಿತು.

ಅವರುಗಳ ಬಲವಂತಕ್ಕೆ ಊಟಕ್ಕೆ ಕೂಡಬೇಕಾಯಿತು. ಇದೆಲ್ಲ ಹೊಸದೇ. "ಕೆಳ್ಗಡೆ ಕೂರೋಕೆ ಪ್ಯಾಂಟ್ ಸಹಕರಿಸೋಲ್ಲ. ಛೇರ್ ಮೇಲೆ ಕೂಡಿ ಪರ್ವಾಗಿಲ್ಲ." ಎಂದ ಶ್ರೀಧರ್ ಛೇರ್ ಮುಂದೆ ಒಂದು ಸ್ಟೂಲ್ ತಂದು ಹಾಕಿದ. "ನೀವು ವಿದೇಶದಲ್ಲಿದ್ದು ಬಂದವರು. ನಮ್ಮ ಊಟ, ತಿಂಡಿಯ ಪದ್ಧತಿ ನಿಮ್ಗೆ ಹಿಡಿಸುತ್ತೋ, ಇಲ್ವೋ? ಪದ್ಧತಿಯ ಜೊತೆ ಆಹಾರ ಕೂಡ ವಿಭಿನ್ನ ವೆರೈಟಿ. ಆದರೂ ನೆನಪಿನಲ್ಲಿ ಇರುತ್ತೆ" ಉಪಚರಿಸಿದ. 'ಬೇಡ' ಎಂದು ನಿರಾಕರಿಸುವಂಥ ಒರಟುತನವೇ. ಆದರೆ ಯಾವುದೋ ಸೆಳೆತ ಅವನನ್ನು ಕಟ್ಟಿಹಾಕಿದ್ದು. ಆರಾಧ್ಯರು ಕೂಡ ನೆಲದಲ್ಲಿ ಕೂತು ಬಾಳೆಯೆಲೆ ಹಾಸಿಕೊಂಡರು. ಒಂದೆರಡು, ಗೊಜ್ಜು, ತಂಬುಳಿ, ಅನ್ನದ ಜೊತೆ ಹಪ್ಪಳ, ಸಂಡಿಗೆ ಇದ್ದುದ್ದು ರುಚಿ ಹೆಚ್ಚಿಸಿತು. ಆದರೂ ಹೆಚ್ಚು ಊಟ ಮಾಡಲಾಗಲಿಲ್ಲ. ಹೊರಟು ಬರುವಾಗ ಹಿರಿಯ ಅಗ್ನಿಹೋತ್ರಿಗಳು ಮುಂದೆ ನಿಂತು ಹೇಳಿದ.

"ನೀವು ಅಪೇಕ್ಷೆಪಟ್ಟಂತೆ ಮನೆಗೆ ಬೀಗವೇನು ಹಾಕೋಲ್ಲ. ಬಂದು ಒಂದ್ ದಿನ ನಿಮ್ಮನ್ನ ಕರ್ಕಂಡ್ ಹೋಗ್ತೀನಿ" ಆ ಮನುಷ್ಯನಿಗೆ ಎದೆಯುಬ್ಬಿ ಬಂತು "ನಿಂಗೆ ಒಳ್ಳೆಯದಾಗ್ಲಿ.... ಮಗು ಆ ದಿನ ಬೇಗ್ಬರ್ಲಿ. ಅಲ್ಲಿ ಊಟ ಮುಗ್ಸಿ ಜಗುಲಿಯ ಮೇಲೆ ಆರಾಮಾಗಿ ತಲೆ ಕೆಳ್ಗೆ ಕೈ ಕೊಟ್ಟುಕೊಂಡ್... ಮಲಗ್ತೀನಿ" ಎಂದಾಗ ಅವರ ಕಣ್ಣು ತುಂಬಿತ್ತು. ಇವನು ಹೊರಗೆ ಬಂದಾಗ ಬಕುಳಾ ಹಿಂದಿನಿಂದ ಬಂದು "ಏನು

ತಿಳ್ಕೋಬೇಡಿ! ನನ್ನ ತವರಿನಿಂದ ಬಂದ ಉಡುಗೊರೆಗಳು. ಅಕಸ್ಮಾತ್ ಅದೇ ಅಟ್ಟಣಿಗೆ ಮೇಲಿದ್ದರೆ ಕೊಡಿ" ಎರಡು ಕೈಗಳನ್ನು ಜೋಡಿಸಿ ರಿಕ್ವೆಸ್ಟ್ ಮಾಡಿಕೊಂಡಾಗ 'ಹ್ಞೂ'ಗುಟ್ಟಿದ. 'ಹೌದು...' ಭಾರತೀಯ ವರಸೆಯಲ್ಲಿ ಅತ್ತಿಗೆ!

ಆರಾಧ್ಯರು ಕೂಡ ಜೀಪು ಹತ್ತಿಕೊಂಡರು. ಸುತ್ತಮುತ್ತಲು ಚಿಕ್ಕಂದಿನಿಂದ ಓಡಿಯಾಡಿಕೊಂಡಿದ್ದರಿಂದ ಎಲ್ಲರು ಪರಿಚಿತರೇ. ಹೆಚ್ಚುಕಮ್ಮಿ ಎಲ್ಲರ ಮನೆಯ ಕತೆಗಳು ಗೊತ್ತಿತ್ತು. ತೀರಾ ಓಡಾಟದ ಮನುಷ್ಯ.

"ನನ್ನ ಅಪ್ಪಯ್ಯ ಹೇಳೋರು. ಅಗ್ನಿಹೋತ್ರಿಗಳ ಹಿರಿಯ ಮಗ ವಿದೇಶಕ್ಕೆ ಹೋದ್ರಂತೆ. ಮಗನ ಬರುವನ್ನ ಸಾಕಷ್ಟು ಕಾಲ ಎದುರು ನೋಡಿದ ಕುಟುಂಬ. ಇಲ್ಲಿನ ಪರಿಸ್ಥಿತಿ ಗೊತ್ತಿದ್ದವ. ಹಿಂದಿರುಗೋಕೆ ಸಾಧ್ಯವಾಗದಿದ್ರೆ ಹಣದ ಸಹಾಯನಾದ್ರೂ ಮಾಡ್ಬೇಕಾಗಿತ್ತು. ಇಡೀ ಮನೆ ಛಿದ್ರವಾಗಿ ಹೋಯ್ತು. ಒಬ್ಬರಾದ್ಮೇಲೆ ಒಬ್ರಂತೆ ಎರಡು ಗಂಡು ಮಕ್ಳು ಕಣ್ಮುಂದೆ ತೀರಿಹೋದ್ಮೇಲೆ ತೀರಾ ಕಂಗೆಟ್ಟು ಕಣ್ ಮುಚ್ಚಿದರಂತೆ ಹಿರಿಯ ಅಗ್ನಿಹೋತ್ರಿಗಳು" ದಾರಿಯಲ್ಲಿ ಆರಾಧ್ಯರು ಹೇಳಿದಾಗ ತುಟಿ ಎರಡು ಮಾಡಲಿಲ್ಲ. ಶ್ಯಾಮ್‌ಪ್ರಸಾದ್.

ಇವರು ಗ್ರೀನ್‌ಗಾರ್ಡನ್ ತಲುಪುವ ವೇಳೆಗೆ ದಿವ್ಯ ಅಲ್ಲೇ ಇದ್ದಳು.

"ನೀವಿನ್ನು ಹೊರಡಿ ಆರಾಧ್ಯ. ನಾಳಿದ್ದು ರಿಜಿಸ್ಟ್ರೇಷನ್. ನೀವು ಬರದಿದ್ರೂ ನೋ ಪ್ರಾಬ್ಲಮ್, ನಿಮ್ಮ ಕಮಿಷನ್ ಹಣ ನಿಮ್ಗೆ ಸಿಗುತ್ತೆ" ಎಂದ ಶ್ಯಾಮ್‌ಪ್ರಸಾದ್. ಮನುಷ್ಯ ಚಾಣಕ್ಷ. "ನಂಗೋದಿಷ್ಟು ಕೆಲ್ಸವಿದೆ. ಅಲ್ಲಿ ನಾನು ನೇರವಾಗಿ ರಿಜಿಸ್ಟ್ರೇಷನ್ ಆಫೀಸ್ ಹತ್ರ ಬಂದ್ಬಿಡ್ತೀನಿ" ಹೇಳಿಯೇ ಕಳಚಿಕೊಂಡಿದ್ದ.

"ಬೊನ್ಸಾಯ್ ಕೊಳ್ಳೋಕೆ ಜನ ಬಂದಿದ್ರು. ತುಂಬ ಇಂಟರೆಸ್ಟಾಗಿದ್ದಾರೆ. ಹಿಂದೊಮ್ಮೆ ಹಳೇ ಮಾಲಿಕರಿಂದ ಕೊಂಡಿದ್ದರಂತೆ. ನಾಳೆ ಬರೋದಿಕ್ಕೆ ಹೇಳ್ದೇ" ಪುಟ್ಟ ವರದಿ ಅವನು ಆ ಕಡೆ ಗಮನವನ್ನೇ ಕೊಡದೆ "ಬನ್ನಿ.... ದಿವ್ಯ" ಎಂದು ನಡೆದ. ಅವನಿಗೆ ಯಾರೊಂದಿಗಾದರೂ ತನ್ನ ಅನುಭವಗಳನ್ನು ಹಂಚಿಕೊಳ್ಳಬೇಕಿತ್ತು. ಅದು ಮನುಷ್ಯ ಸಹಜ ಸ್ವಭಾವ. ಒಳಗೆ ಬಂದವಳ ಮೂಗಿನ ಮುಂದೆ ಅಂಗೈ ಹಿಡಿದು "ವಾಸ್ನೆ ನೋಡಿ!ಕೈಯಲ್ಲಿ ಇಂದು ಊಟ ಮಾಡಿದ್ದು. ಡ್ಯಾಡ್ ಕೆಲವೊಮ್ಮೆ ಅಲ್ಲಿನ ಭಾರತೀಯರ ಮನೆಗೆ ಹಬ್ಬಗಳಿಗೆ ಕರೆದೊಯ್ದು ಇಂಥ ಅಭ್ಯಾಸ ಮಾಡಿಸಿದ್ರು. ಆಗಿನ ಸಂಭ್ರಮ, ಸಡಗರ.... ಸಮಯದಲ್ಲಿ ಮಮ್ಮಿ ಬಂದು ದೊಡ್ಡದಾಗಿ ಗಲಾಟೆ ಮಾಡೋರು. ಡ್ಯಾಡಿ.... ಮಮ್ಮಿಯ ಗಲಾಟೆ ಹೊಡೆದಾಟದವರ್ಗೂ ಹೋಗೋದು" ಮನದ ಕೆಲವು ಮಾತುಗಳನ್ನೂ ಹೇಳಿಕೊಂಡ. ಅವನಲ್ಲಿ ಒಂದು ರೀತಿಯ ತೃಪ್ತಭಾವವನ್ನು ಕಂಡಳು.

"ಇಂಗು, ತೆಂಗು ತಂಬುಳಿಯ ವಾಸ್ನೆ" ಸಂತೋಷದಿಂದ ಹೇಳಿದನಂತರ ಅಲ್ಲಿನ ಎಲ್ಲಾ ವಿಷಯಗಳು ತಿಳಿಸಿ "ಆಕೆಗೆ ತವರಿನಿಂದ ಬಂದ ಬಳುವಳಿಯ ಬಗ್ಗೆ ಅಪಾರವಾದ ಅಕ್ಕರೆ. ಬಹುಶಃ ಹಳೆಯ ಅಟ್ಟದ ಮೇಲೆ ಇದೆಯೋ, ಇಲ್ಲವೋ?" ಎಂದ ಅನುಮಾನಿಸುತ್ತ.

"ಇದೇ ಸರ್, ಅಚ್ಚುಕಟ್ಟು ಮಾಡ್ಸೋವಾಗ ಸಿಕ್ಕ ಸಾಮಾನುಗಳನ್ನೆಲ್ಲ ಅಲ್ಲಲ್ಲೇ ಇರಿಸಿದೆ. ರಿಜಿಸ್ಟ್ರೇಷನ್ ಆದ್ಮೇಲೆ.... ಆ ಬಗ್ಗೆ ಮಾತಾಡಬಹುದಷ್ಟೆ" ಹೇಳಿದಳು. "ಹಲೋ ದಿವ್ಯ, ಆ ಶ್ರೀಧರಪ್ರಸಾದ್ ಅಗ್ನಿಹೋತ್ರಿಯ ತಂದೆಗೆ ಬಂದ ಕಣ್ಣಿನ ಪರೆಯಿಂದ ನಡೆದಾಡುವುದು ಕಷ್ಟವೆನಿಸಿದೆ. ಒಂದು ಅಂದಾಜಿನಿಂದ ಅವ್ರ ಓಡಾಟ ಅನಿಸಿತು. ಆಪರೇಷನ್ ಮಾಡ್ಸೋಕೆ ಹಣವಿಲ್ಲಾಂತ ಪೇಚಾಡಿಕೊಂಡ್ರು, ಅದರ ಖರ್ಚು ನಾನು ಕೊಡ್ತೀನಿ. ಆದರೆ ಸ್ವಾಭಿಮಾನಿ ಜನ ಒಪ್ತಾರೋ, ಇಲ್ವೋ? ಅವ್ರಿಗೆ ಮೊದ್ಲು ಕಣ್ಣಿನ ಆಪರೇಷನ್ ಆಗ್ಬೇಕು" ಎಂದ ಒಂದು ರೀತಿಯ ಗೊಂದಲದಲ್ಲಿ. ಅವಳಿಗೆ ಅರ್ಥವಾಯಿತು.

"ಖಂಡಿತ ಒಪ್ಪಬಹುದು. ಸೊಸೆಗೆ ಒಂದು ಸಣ್ಣ ಅಮಿಷ! ಅಷ್ಟು ಸಾಕು" ಎಂದಳು ಆತ್ಮವಿಶ್ವಾಸದಿಂದ. ಆ ವೇಳೆಗೆ ಅವನ ಮೊಬೈಲ್ ಸದ್ದು ಆ ಕಡೆ ಇದ್ದಿದ್ದು ಅವನ ಮಮ್ಮಿ "ಏನಾಗಿದೆ? ಆ ಮನುಷ್ಯ ತಲೆಕೆಟ್ಟು ನಿನ್ತಲೆಯಲ್ಲಿ ಏನೇನೋ ತುಂಬಿದರೋ. ಆದರೆ ನನ್ಮಗನ್ನ ನನ್ನಿಂದ ದೂರ ಮಾಡಿ ಸೇಡು ತೀರ್ಸಿಕೊಂಡ್ರು" ಇಂಥದ್ದೇ ಸ್ಟೈಲ್‌ನಲ್ಲಿ ಅಮೇರಿಕನ್ನು ಇಂಗ್ಲೀಷ್‌ನಲ್ಲಿ ಶುರು ಮಾಡಿದರು. ಇದು ಮಾಮೂಲು. "ಕೂಲ್ ಡೌನ್, ಮಾಮ್... ಸೇಡು ಅಂದ್ಕೊಂಡ್ರು ಪರ್ವಾಗಿಲ್ಲ. ಬೇರೆಯವ್ರ ಮಗ್ನ ಅವ್ರಿಂದ ದೂರ ಮಾಡಿದ್ದಕ್ಕೆ ದೇವರು ಕೊಟ್ಟ ಪನಿಷ್‌ಮೆಂಟ್ ಅಂದ್ಕೋ. ಹೇಗಿದ್ದಾಳೆ, ಎಲೀನಾ?" ಒಂದೇ ಪ್ರಶ್ನೆ. 'ಗೋ ಟು ಹೆಲ್' ಲೈನ್ ಕಟ್ ಆಯಿತು. ಎಲಿನಾನ ತಮ್ಮ ಪ್ರಕಾರ ಬೆಳೆಸಿಕೊಂಡಿದ್ದರು ಆಕೆ. ಅದಕ್ಕಾಗಿ ಗಂಡ, ಹೆಂಡತಿಯ ನಡುವೆ ಒಂದು ಒಪ್ಪಂದವಾಗಿತ್ತು.

ಎಲಿನಾ ಪೂರ್ತಿಯಾಗಿ ತಾಯಿಯ ಬಣ್ಣ, ಹೋಲಿಕೆ. ಇವನು ಮಾತ್ರ ತಂದೆಯ ಪ್ರತಿರೂಪ. ನೋಟಕ್ಕೇನೇ ಭಾರತೀಯನೆನಿಸಿದ್ದ. ಸಾಕಷ್ಟು ಸಲ ಕೂದಲಿನ ಕಪ್ಪು ಬಣ್ಣ ಮೈಬಣ್ಣದ ಮಾರ್ಪಾಡಿಗೆ ಎಲಿಸಾ ಸಾಕಷ್ಟು ಪ್ರಯತ್ನಿಸಿದ್ದರು. ಅದಕ್ಕೆ ಕೃಷ್ಣಪ್ರಸಾದ್ ಅಗ್ನಿಹೋತ್ರಿಗಳ ವಿರೋಧ,

"ಡೋಂಟ್ ಟಚ್ ಮೈ ಸನ್" ಕೆರಳಿ ಕೆಂಡವಾಗಿಬಿಡುತ್ತಿದ್ದರು.

ಇಂಥದನ್ನು ಕೇಳಿಕೊಂಡೇ ಬೆಳೆದವನು. ಇವನು ಆ ಮಂಪರಿನಿಂದ ಕಳಚಿಕೊಳ್ಳುವ ವೇಳೆಗೆ ಅಲ್ಲಿ ಜಾಗ ಖಾಲಿ ಮಾಡಿದ್ದಳು. ದಿವ್ಯ ನಿರಂತರವಾಗಿ ಸುರಿದ ಮಳೆಯಿಂದ ಒಂದಿಷ್ಟು ಬಾಳೆಗಿಡಗಳು ಭೂಶಾಯಿಯಾಗಿತ್ತು. ಅಲ್ಲಿ ಹೋಗಿ ಕೂಲಿಯಾಳುಗಳಿಂದ ಕೆಲಸ ಮಾಡಿಸುತ್ತಿದ್ದಳು. ಈಗ ಹನಿಯುತ್ತಿದ್ದದ್ದು ಜಡಿ ಮಳೆ. ಕೊಡೆ ಹಿಡಿದು ಅಲ್ಲೆಲ್ಲ ಓಡಾಡಿ ಬರುವ ವೇಳೆಗೆ ಅಡ್ವೊಕೇಟ್ ಹರಡಿದ ಪೇಪರ್‌ಗಳನ್ನು ನೋಡುತ್ತಿದ್ದ.

"ಓಕೆ, ಒಂದ್ಸಲ ನಮ್ಮ ಮ್ಯಾನೇಜರ್ ನೋಡಿಬಿಡ್ಲಿ" ಅಂದಿದ್ದು ದಿವ್ಯಗೆ ಕೇಳಿಸಿ ತಲೆ 'ಜುಮ್' ಎಂದಿತು. ಎಷ್ಟು ಮುಗ್ಧವಾಗಿ ಬೆಳೆದಿದ್ದಳೂಂದರೆ, ಈ ತರಹ ಪೇಪರ್‌ಗಳನ್ನು ನೋಡಿಯೇ ಇರಲಿಲ್ಲ. ಮತ್ತು ಅಷ್ಟಿಷ್ಟು ಆನಂದಶರ್ಮರು ಲೆಕ್ಕ

ಬರೆದಿಡುತ್ತಿದ್ದ ನೋಟ್ ಬುಕ್‌ನ ಕೂಡ ತೆರೆದು ನೋಡಿದವಳಲ್ಲ. ಏಕಾಏಕಿ ಸಮುದ್ರದ ಮಧ್ಯೆ ನಿಂತಂತಾಗಿದ್ದರು, ವಿಚಲಿತಳಾಗಿರಲಿಲ್ಲ ಅಷ್ಟೇ.

ಅಡ್ವೊಕೇಟ್ ಫೀಜ್‌ನ ಚೆಕ್ ಪಡೆದು ಹೊರಬಂದವನು ವಿಶ್ ಮಾಡಿ "ಬರೋವಾಗ ಪೇಪರ್ಸ್ ತಂದ್ಬಿಡಿ" ಇಂಥದೊಂದು ಮಾತನ್ನು ಹೇಳಿಹೋದರು. ಪ್ರತಿಯೊಂದನ್ನು ದಿವ್ಯಗೆ ವಹಿಸಿದ್ದ. ಇಪ್ಪತ್ತು ಸಾವಿರಕ್ಕೆ ಸರಿಯಾಗಿ ಕೆಲಸ.

ಅಂದು ಸಂಜೆ ಸುರಿಯುವ ಮಳೆಯಲ್ಲಿಯೇ ಬಂದಿದ್ದು. ಅವಳಿಗಾಗಿ ಕಾದು ನಿಂತಿದ್ದ ಕೌಸಲ್ಯ ತಮ್ಮ ಗಾಬರಿ ವ್ಯಕ್ತಪಡಿಸಿದರು. "ಎಷ್ಟು ಮಬ್ಬು ಕವಿದಿದೆ. ರಾತ್ರಿಯಾಗಿಯೇ ಬಿಟ್ಟಿದೆ ಅನ್ನೋ ತರಹ ಇದೆ. ನಂಗೆ ಭಯ ಕಣೇ. ಕೆಲವೊಮ್ಮೆ ಒಂಟೊಂಟಿಯಾಗಿ ಜೀಪ್, ಕಾರಿನಲ್ಲಿ ಬರೋದು ತಪ್ಪು. ಏನೇನೋ ಭಯ ಕಣೆ. ಕೆಲ್ಸ ಬಿಟ್ ಬಿಡು. ನಮ್ಗೆ ಈ ತೋಟನೆ ಬೇಡ. ಬೇರೆ ಎಲ್ಲಾದ್ರೂ ಹೋಗ್ಬಿಡೋಣ." ಕಣ್ಣೀರು ಮಿಡಿದರು. ತಾಯಿಯ ಕೈ ಹಿಡಿದುಕೊಂಡು "ಅಂಥ ಭಯವೇನುಬೇಡ. ನೀನು ಇಷ್ಟು ವರ್ಷ ಪೂಜಿಸ್ಕೊಂಡ್ ಬಂದ ರಾಮಭಕ್ತ ಆಂಜನೇಯ ಸುಮ್ನೆ ಇರ್ತಾನಾ? ಅವ್ನ ನೆರವು ನಮ್ಗೆ ಸದಾ ಇರುತ್ತೆ. ಹಣ ತೀರಿ ತೋಟ ನಮ್ಮದಾದರೆ, ಆಮೇಲೆ ಕೆಲ್ಸಕ್ಕೆ ಗುಡ್‌ಬೈ. ಇಲ್ಲಿನ ಜನರಿಂದ ಶ್ಯಾಮ್‌ಪ್ರಸಾದ್‌ಗೆ ಮೋಸವಾಗ್ಬರ್ದಲ್ಲ. ಆ ಜಾಗ ರಿಜಿಸ್ಟ್ರೇಷನ್ ಆದರೆ ನಂಗೂ ಕಮಿಷನ್ ಇದೆ. ಎಷ್ಟು ಕೊಡ್ತಾರೋ ಗೊತ್ತಿಲ್ಲ. ಈಗ ಬೇಡ ಅನ್ನೋ ಸ್ಥಿತಿಯಲ್ಲಿ ನಾವಿಲ್ಲ. ಅದ್ಕೆ ಎಕ್ಸ್‌ಟ್ರಾ... ಓಡಾಟ. ಸಾಕಷ್ಟು ಉಳ್ಸಿಕೊಟ್ಟಿದ್ದೀನಿ. ಒಂದು ಲಕ್ಷವಾದ್ರೂ... ಕೊಡ್ಬಹ್ದು" ಆಸೆಯ ಮಿಂಚು ಹರಿದಾಡಿತು ಅವಳ ದನಿಯಲ್ಲಿ.

"ಲಕ್ಷ... ಕೊಡ್ತಾರಾ?" ರಾಗ ತೆಗೆದರು. ಆಕೆ ಸಂತೃಪ್ತ ಗೃಹಿಣಿ. ಚಿನ್ನ, ಬಣ್ಣ ಎನ್ನುವ ಜೀವನಕ್ಕೆ ಹಂಬಲಿಸಿದವರೆ ಅಲ್ಲ "ಹೇಗೆ, ಅಷ್ಟು ಹಣ ಜೊತೆಯಾಗುತ್ತೋ ಗೊತ್ತಿಲ್ಲ ಕಣೆ" ಎಂದರು ಮೆಲ್ಲಗೆ.

"ಆಗುತ್ತೆ, ಒಂದೊಂದು ರೂಪಾಯಿ ಜಮಾ ಮಾಡಿದಂತೆಲ್ಲ ನಮ್ಮ ತೋಟ ನಮ್ಗೇ ಉಳಿದೇಬಿಟ್ಟಿದೆ ಅನ್ನೋ ಭಾವ. ನೂರು ಕಿಲೋಮೀಟರ್ ದಾರಿ.... ಇರ್ಬಹ್ದು. ನಾವು ಒಂದೊಂದೇ ಕಿಲೋಮೀಟರ್ ಕ್ರಮಿಸಿದಂತೆಲ್ಲ ನಾವು ತಲುಪಿಬಿಟ್ವಿ, ಅನ್ನೋ ಉತ್ಸಾಹ. ಹಾಗೆ ಅಲ್ವಾ.... ಬದ್ಕು? ಅಜ್ಜಯ್ಯ ಆರಾಮಾಗಿ ಪೂಜೆ ಮಾಡ್ಕೊಂಡ್ ನೆಮ್ದಿಯಾಗಿ ಕಳೀಬೇಕು. ತೋಟ ಅವರದು. ನಾವುಗಳು ಅವ್ರಿಗೆ ಸೇರಿದವ್ರು. ಇಲ್ಲಿ ಅವ್ರಿಗೆ ಹಂಗು ಅನ್ನೋದಿಲ್ಲ. ಬೇಕಾದವ್ರು ಬರಲಿ, ಅವರು ಎಲ್ಲಿಗೂ ಹೋಗೋದ್ಬೇಡ" ಅವಳೆದೆ ಭಾರವಾಗಿ ಗಂಟಲು ಗದ್ಗದವಾಯಿತು. ನಿಸ್ಸಾಯಕ ವೆಂಕಟೇಶಯ್ಯ ಅವಳ ಕಣ್ಮುಂದೆ ಸುಳಿದ "ಎಲ್ಲಾ ನನ್ನದಾಗಿದ್ದ ಕಾಲವೊಂದಿತ್ತು. ಈಗ ಹಂಗಿನ ಜೀವ್ನ. ಪ್ರತಿ ತುತ್ತಿಗೂ, ಪ್ರತಿ ಪೈಸೆಗೂ ಬೇರೊಬ್ಬರ ಮುಂದೆ ಕೈಯೊಡ್ಡಬೇಕು. ನಂಗೆ ಇಷ್ಟವಾದದ್ದು ಕೂಡ" ಕಣ್ಣೀರು ತೊಡೆದುಕೊಂಡಿದ್ದರು. ವೃದ್ಧಾಪ್ಯ ನಿಸ್ಸಹಾಯಕತೆಯನ್ನು ಯೌವನದಲ್ಲಿರುವವರು

ದುರುಪಯೋಗಪಡಿಸಿಕೊಳ್ಳುತ್ತಿದ್ದಾರೆ. ಮುಂದೆ, ಅದೇ ದಾರಿಯಲ್ಲಿ ಸಾಗುತ್ತಿರುವವರ... ಜೀವನ... ಮತ್ತಷ್ಟು ಘೋರ!

"ಹೌದು ಕಣೆ, ಅಜ್ಜಯ್ಯ ಇಲ್ಲಿಂದ ಹೊರಟರೆಂದರೆ.... ಅನ್ನ ನೀರು ಬಿಟ್ಟು ಪ್ರಾಣ ಒಪ್ಪಿಬಿಡ್ತಾ ಇದ್ರು. ದೇವರು ಮತ್ತೊಂದು ವರ್ಷ ಆಯಸ್ಸು ಹೆಚ್ಚಿಸಿದ್ದಾನೆ." ಆಕೆಯು ಕಣ್ಣೀರು ಮಿಡಿದರು. ಆದರೆ ಗುರಿ ತಲುಪಲು ದೂರ ಇತ್ತು. ತಕ್ಷಣ ನೆನಪಿಸಿಕೊಂಡಂಗೆ "ವಸಂತಲಕ್ಷ್ಮಿಗೆ ಒಂದು ಫೋನ್ ಮಾಡು. ಮೊನ್ನೆ ಬಂದಾಗ ಅವಳ್ನ ಬಾಯ್ಬಿಟ್ಟು ಕೇಳಿದ್ದೆ. ನನ್ನ ತವರಿನ ಚಿನ್ನನ ಕೊಡು. ಈಗ ನಮ್ಗೆ ಸಹಾಯ ಆಗುತ್ತೇಂತ. ಅವಳೇನು ಹೇಳ್ಲಿಲ್ಲ. ನಂಗೊ ಕೊಡ್ತಾಳೇಂತ ಅನಿಸುತ್ತೆ. ಒಮ್ಮೆ ಫೋನ್ ಮಾಡಿ ಮಾತಾಡು" ಒತ್ತಾಯವೇರಿದಾಗ ಅಂಥ ಒಂದು ಆಸೆ ಅವಳಲ್ಲಿ ಇದ್ದರೂ, ಸಾಧ್ಯವಿಲ್ಲವೆಂದು ಮನಸ್ಸು ಹೇಳುತ್ತಿತ್ತು.

"ಅಮ್ಮ ಅತ್ತೆಗೆ ಕೊಡೋ ಮನಸ್ಸಿದ್ದರೆ, ಹಿಂದೊಮ್ಮೆ ಹೇಳಿ ಆಯ್ತು. ದುಡ್ಡು, ಚಿನ್ನ, ಬೆಲೆಬಾಳುವ ಎಲ್ಲ ಪೋರ್ಟ್‌ಪೋಲಿಯೋ ಮಾವನದ್ದು. ಅಂಥದ್ದರಲ್ಲಿ ಅತ್ತೇಯೇನು ಮಾಡ್ತಾರೆ?" ಅಂದ ಕೂಡಲೇ ಆಕೆ ರೇಗಿದರು. "ಸಾಕು ಸುಮ್ನಿರು. ತರ್ಸಿಕೊಂಡಿದ್ದು ಇವಳೇ ತಾನೇ? ನನ್ನ ತವರಿನದು. ಅವ್ವ ಸ್ವಂತಕ್ಕೇಂತ ಕೊಟ್ಟಿದ್ದಲ್ಲ. ಹಿಂದಕ್ಕೆ ಕೊಡ್ತಾಳೇಂತ... ಅಂದ್ಕೊಂಡೆ ಇಷ್ಟು ವರ್ಷ ಅವ್ವ ಸುಪರ್ದಿನಲ್ಲಿ ಬಿಟ್ಟಿದ್ದು ತಪ್ಪು. ವಸಂತಲಕ್ಷ್ಮಿ ಅದ್ನ ಹಿಂದಕ್ಕೆ ಕೊಡಲೇಬೇಕು." ವಾದ ಮಂಡಿಸುವಂತೆ ಹೇಳಿದರು. ದಿವ್ಯಗೆ ಮಾತ್ರ ಇದು ಸಾಧ್ಯವಿಲ್ಲವೆನಿಸಿತು.

"ನಿಂಗೆ ಸಂಕೋಚವಾದರೆ ನಾನೇ ಕೇಳ್ತೀನಿ.ಒಂದು ಫೋನ್ ಮಾಡಿ ಕೊಡು" ಜೋರು ಮಾಡಿದನಂತರ ಬಟನ್‌ಗಳನ್ನೊತ್ತಿ "ಮಾತಾಡಮ್ಮ" "ಕೌಸಲ್ಯ ಕೈಗೆ ಮೊಬೈಲ್ ಕೊಟ್ಟ ದೂರ ಉಳಿದಳು. ನಿಜವಾಗಲು ಆ ಚಿನ್ನ ಬಂದರೆ ಅನುಕೂಲವೇ! ಆದರೆ ಬರಬೇಕಲ್ಲ? "ಹೇಗಿದ್ದಿ ವಸಂತ?" ವಿಚಾರಿಸಿದನಂತರ "ಅದೇ ನಿಂಗೆ ವರಮಹಾಲಕ್ಷ್ಮಿಯನ್ನು ಸಿಂಗರಿಸಲು ಕೊಟ್ಟಿದ್ನಲ್ಲ, ಅದೆಲ್ಲ ನನ್ನ ತವರಿನ ಚಿನ್ನ. ನಂಗೀಗ ಬೇಕಾಗಿದೆ. ವಿಕ್ಕಿ ಕೈಯಲ್ಲಿ ಕೊಟ್ಟು ತಕ್ಷಣ ಕಳ್ಸಿಕೊಡು" ಇಷ್ಟು ಹೇಳಿದ್ದು ದಿವ್ಯಗೆ ಕೇಳಿಸಿತು. ಆಮೇಲಿನ ಮಾತುಕತೆ ಅವಳಿಗೆ ಕೇಳಿಸಲಿಲ್ಲ. ವಿಕ್ಕಿ ಕೈಗೆ ಹೋಗಿತ್ತು ಫೋನ್.

"ಏನಮ್ಮ ಅದು? ಇರೋ ಬರೋ ಚಿನ್ನವೆಲ್ಲ ಮಾರ್ಕೊಂಡ್ ಬರೀ ಒಂದ್ವರ್ಷ ಉಳಿದುಕೊಳ್ಳೋಕೆ ಶ್ಯಾಮ್‌ಪ್ರಸಾದ್‌ಗೆ ಕೊಟ್ಟು ಎಳ್ಳುನೀರು ಬಿಟ್ಟಾಗಿದೆ. ಅತ್ತೆಯದಾಗಿ ಅದು ದೀಪಿಕಾಗೆ ಉಳಿಯಲಿ. ಸುಮ್ನೇ ಫೋನ್ ಮಾಡ್ಬೇಡ" ಎಂದು ನಿಷ್ಠುರವಾಗಿ ಹೇಳಿದಾಗ ದೀಪಿಕಾ ಮಾತ್ರವಲ್ಲ ಅನುರಾಗ್ ಕೂಡ ಅಲ್ಲೇ ಇದ್ದರು. "ಏಯ್ ವಿಕ್ಕಿ ಅತ್ತೆಗೆ ಹಾಗೆ ಹೇಳ್ಬಾರ್ದಿತ್ತು. ತುಂಬ ನೊಂದ್ಕೋತಾರೆ" ಅವಳ ಮಾತು ಅವನಿಗೆ ಸರಿಯೆನಿಸಿತು. ಇಲ್ಲಿ ಉಳಿದಿದ್ದರಿಂದ ಅವರುಗಳಿಗೆ ಫೇವರ್ ಆಗಿಯೇ ಉಳಿಯಬೇಕಿತ್ತು. ಲೈನ್ ಕಟ್ ಮಾಡಿದ.

"ಇವ್ರಿಗೆ ಯಾಕೆ ಬುದ್ಧಿ ಇಲ್ಲ? ಅದು ಆಗೋ ಕೆಲ್ಸನಾ? ಲಕ್ಷಗಳು ಅಂದರೆ

ಹುಡ್ಗಾಟನಾ? ಬುದ್ಧಿಗೆಟ್ಟು ಇದ್ದಬದ್ದ ಹಣವನ್ನೆಲ್ಲ ಕೊಟ್ಟರಲ್ಲ. ಇನ್ನು ಕೆಲವು ತಿಂಗಳಲ್ಲಿ ಹೊರ್ಗೆ ಹಾಕಿದರೆ ಎಲ್ಲಿಗ್ಹೋಗ್ತಾರೆ? ಸುಮ್ನೆ ತಲೆ ಬಿಸಿ. ಅಮ್ಮನಿಗೆ ಬುದ್ಧಿ ಇಲ್ಲ, ದಿವ್ಯಗೆ ಯಾಕೆ ಬುದ್ಧಿ ಇಲ್ಲ" ಮತ್ತೆ ಗೊಣಗಿದ ವಿಕ್ಕಿ. "ನಮ್ಮೆಲ್ಲರಿಗಿಂತ ಅವ್ಳು ಬುದ್ಧಿವಂತೆ. ಅವ್ಳಿಗೆ ಮಿದುಳಿನ ಜೊತೆ ಒಳ್ಳೆಯ ಮನಸ್ಸು ಇರೋ ಹೃದಯವಂತೆ" ಅಂದ ಅನುರಾಗ್ ಎದ್ದು ಹೋದ. ಎಲ್ಲ ಕಣ್‌ಕಣ್ ಬಿಟ್ಟರು. ಅವಳಿಗೊಂದು ಸ್ವಂತ ವ್ಯಕ್ತಿತ್ವವಿದೆ. ತನ್ನ ಅಭಿಪ್ರಾಯಗಳನ್ನು ಸ್ಪಷ್ಟವಾಗಿ ವ್ಯಕ್ತಪಡಿಸಬಲ್ಲವೆಂಬುದು ಯಾರಿಗೂ ತಿಳಿದಿರಲಿಲ್ಲ. ಇಂದು ಅವನು ಮಾತಾಡಿದ್ದು ನೋಡಿ ಎಲ್ಲಾ ಚಕಿತರಾದರು.

"ಮಮ್ಮಿ ನಾನೊಂದು ಸಲಹೆ ಕೊಡ್ಲಾ? ಹೇಗೋ, ಅಷ್ಟೋ ಇಷ್ಟೋ ಹಣ ಕೊಟ್ಟಿದ್ದಾರೆ. ಉಳಿದಿದ್ದು ಡ್ಯಾಡಿ ಕೊಟ್ಟರೆ ಎಲ್ಲಾ ಸಮಸ್ಯೆನು ಪರಿಹಾರವಾಗುತ್ತೆ. ನಾವುಗಳು ಮೊದ್ಲಿನಂತೆ ಇರ್ಬಹ್ದು. ದಿವ್ಯ ಕೂಡ ಹಿಂದಿರುಗಿ ಬರ್ತಾಳೆ. ಓದೋದು ಬೇಡಾಂದರೆ, ಆಫೀಸ್ ನೋಡ್ಕೊತಾಳೆ. ಒಬ್ಬ ಆಫೀಸ್ ಅಸಿಸ್ಟೆಂಟ್‌ಗೆ ಪ್ರೈವೇಟ್ ಫರ್ಮ್‌ಗಳಲ್ಲಿ ಹತ್ತು ಹನ್ನೆರಡು ಸಾವಿರ ಕೊಡ್ತಾರೆ. ಅದು ಉಳಿಯುತ್ತೆ. ನಾವು ಕೂಡಾ ಆಗಾಗ ತೋಟಕ್ಕೆ ಹೋಗಿ ನಾಲ್ಕಾರು ದಿನ ಉಳ್ದು ಬರ್ಬಹ್ದು. ಅತ್ತೆ ಕೈಯಲ್ಲಿ ಎಣ್ಣೆ ಹಚ್ಚಿಸ್ಕೊಂಡ್ ಸ್ನಾನ ಮಾಡೋದು, ಗೋರಂಟಿ ಹಾಕ್ಸಿಕೊಳ್ಳೋದು. ಅವೆಲ್ಲ ತುಂಬಾ ಇಂಪಾರ್ಟೆಂಟ್. ಪ್ಲೀಸ್, ನೀನು ಡ್ಯಾಡಿನ ಒಪ್ಸು. ಮೋಸ ಮಾಡಿದ್ವಿ ಅನ್ನೋ ಪಾಪಪ್ರಜ್ಞೆ, ನಮ್ಮಿಂದ ತೊಡೆದುಹೋಗುತ್ತೆ" ದಂಬಾಲು ಬಿದ್ದಳು. ಇದು ವಿಕ್ಕಿಗೂ ಸೂಕ್ತ ಅನಿಸಿತು. "ಹಾಗೇ ಮಾಡೋಣ ಅತ್ತೆ. ಆಗ ಮೊದ್ಲಿನಂತೆ ಇರ್ಬಹ್ದು" ಅವನು ಕೂಡ ಏಕೀಭವಿಸಿದ. ಅಂತು ಸಂಬಂಧಗಳು ಸರಿಹೋಗಬೇಕಿತ್ತು.

ಅದನ್ನು ರಾತ್ರಿ ಊಟದನಂತರ ಶ್ರೀನಿಧಿಯ ಮುಂದಿಟ್ಟರು. ಅವರು ಚಿರಾಗ್ ವಿಚಾರದಲ್ಲಿ ತಲೆಕೆಡಿಸಿಕೊಂಡಿದ್ದರು. ವಿಕೇಂಡ್‌ನಲ್ಲಿ ಅವನ ಸುತ್ತಾಟ ವಿಪರೀತವಾಗಿತ್ತು. ಇವರ ಮಾತಿಗೂ ಸಿಗುತ್ತಿರಲಿಲ್ಲ.

"ಹೇಗೋ, ಅವ್ರಿಂದ ಪೂರ್ತಿ ಹಣ ಸಲ್ಲಿಸುವುದು ಸಾಧ್ಯವಿಲ್ಲವೆಂದು ವರ್ಷದ ಕರಾರಿಗೆ ಶ್ಯಾಮ್‌ಪ್ರಸಾದ್ ಒಪ್ಕೊಂಡಿದ್ದಾನೆ. ಅಷ್ಟೇ. ಅವನೇನು ತೋಟ ಬಿಟ್ಟುಕೊಡೋಲ್ಲ. ಅಕಸ್ಮಾತ್ ಕೊಟ್ಟರೂ ಪ್ರಯೋಜನವಿಲ್ಲ. ಆ ತೋಟಕ್ಕೆ ಅಷ್ಟು ಹಣ ಬಂದಿದ್ದೇ ಹೆಚ್ಚು. ವಯಸ್ಸಾದ ಅವುಗಳು ಎಷ್ಟು ದಿನ ಅಲ್ಲಿ ಇರ್ತಾರೆ? ತೀರಾ ಕೈಯಲ್ಲಾಗದಾಗ ಇಲ್ಲಿಗೆ ಬರಲೇಬೇಕು. ಅದು ಈಗಲೇ.... ಆಗ್ಲಿ. ನೀವ್ಯಾರು ಮಧ್ಯೆ ಪ್ರವೇಶಿಸೋದು ನಂಗಿಷ್ಟವಿಲ್ಲ. ಸಾಕಷ್ಟು ಬೇರೆ ಬೇರೆ ಕಡೆ ಇನ್‌ವೆಸ್ಟ್ ಮಾಡಿದ್ದೀನಿ. ಆ ಹಣನ ನಾನು ಹಿಂದಿರುಗಿಸೋ ಸ್ಥಿತಿಯಲ್ಲಿಲ್ಲ. ಆ ವಿಷ್ಯ ಬಿಟ್ಬಿಡಿ" ಶ್ರೀನಿಧಿ ಎದ್ದುಹೋದರು.

ಯಾರ ಬಾಯಿಂದಲೂ ಮಾತುಗಳು ಹೊರಡಲಿಲ್ಲ.

ಆಮೇಲೆ ಬೆಡ್‌ರೂಂನಲ್ಲಿ ವಸಂತಲಕ್ಷ್ಮಿ "ನನ್ನದೊಂದು ರಿಕ್ವೆಸ್ಟ್. ವರಮಹಾಲಕ್ಷ್ಮಿಯನ್ನು ಅಲಂಕರಿಸಲು ಅತ್ತಿಗೆಯಿಂದ ತರಿಸಿದ ಒಡ್ವೆಗಳ್ನ ಎಂದೋ

ಹಿಂದಿರುಗಿಸಬೇಕಾಗಿತ್ತು. ಅಲ್ಲಿ ಸೇಫ್ಟಿ ಇಲ್ಲಾಂತ ಲಾಕರ್‌ನಲ್ಲಿ ಇಟ್ಟೆ. ಈಗ ಅತ್ತಿಗೇನೇ ಫೋನ್ ಮಾಡಿ ಕೇಳಿದ್ರು" ಮೆಲ್ಲಗೆ ಪ್ರಸ್ತಾಪಿಸಿದರು.

ಕೋಪದಿಂದ ಶ್ರೀನಿಧಿಯ ಮೈ ಹತ್ತಿ ಉರಿದುಹೋಯಿತು.

"ನಿಂಗೇನು ತಲೆ ಕೆಟ್ಟಿದ್ಯಾ? ನಿನ್ನ ಮದ್ವೆಯಾದಾಗ ನಿನ್ನಣ್ಣನ ಮಕ್ಕಳ ಜವಾಬ್ದಾರಿ ನಾನು ತಗೋತೀನೀಂತ ಬಾಂಡ್ ಬರ್ದು ಕೊಟ್ಟಿದ್ನಾ? ಈ ದಿನದವರ್ಗೂ ಅವ್ರುಗಳ ವಿದ್ಯಾಭ್ಯಾಸದ ಖರ್ಚುವೆಚ್ಚಗಳನ್ನು ನಾನು ಪೂರೈಸಿದ್ದೀನಿ. ಅದೆಲ್ಲ ನಾನು ಯಾಕೆ ಮಾಡ್ಬೇಕಿತ್ತು? ನಿನ್ನ ಅತ್ತಿಗೆಯ ಮಂಡೆಯಲ್ಲಿ ಇರೋದು ಗೊಬ್ಬರದ ಮಣ್ಣು. ಕಡೆಗೆ ಎಲ್ಲಾ ಬೀದಿಪಾಲು ಆಗ್ತಾರೆ. ನೀನೆಷ್ಟು ಚಿನ್ನ ಹೇಳ್ತಿಯೋ, ಅಷ್ಟನ್ನು ಖರೀದಿಸಿ ತಂದ್‌ಕೊಡ್ತೀನಿ. ತಗೊಂಡ್ ವಿಕ್ಕಿನ ಕರ್ಕೊಂಡ್ ದೇವರಕಟ್ಟೆಗೆ ಹೋಗ್ಬಿಡು. ನನ್ನ ಮಕ್ಕಳ ಭವಿಷ್ಯನ ನಾನು ನೋಡ್ಕೋತೀನಿ" ಎಂದು ಹಾರಾಡಿಬಿಟ್ಟರು. ಆಕೆಯ ಬಾಯಿಂದ ಒಂದು ಮಾತು ಕೂಡ ಹೊರಡಲಿಲ್ಲ.

ಇದರಿಂದ ದೇವಿಕಟ್ಟೆಯ ಜನಕ್ಕಾಗಿ ಒಂದು ರೂಪಾಯಿ ಕೂಡ ಶ್ರೀನಿಧಿ ಕೊಡಲು ಸಿದ್ಧವಿಲ್ಲವೆನ್ನುವುದು ಅರಿವಾಯಿತು ವಸಂತಲಕ್ಷ್ಮಿಗೆ. ತನ್ನ ಮಕ್ಕಳು, ಸಂಸಾರ ಮುಖ್ಯವಾದುದ್ದರಿಂದ ವೇದನೆಯಿಂದಲಾದರೂ ಆ ವಿಚಾರವನ್ನು ಪಕ್ಕಕ್ಕೆ ಸರಿಸಿದರು ಆಕೆ. ಗಂಡನ ಸ್ವಭಾವ ಹೆಚ್ಚೆಚ್ಚು ಪರಿಚಯವಾಗಿತ್ತು.

* * * *

ಅಂದು ಇವಳು ಬರುವ ವೇಳೆಗೆ ಬೋನ್ಸಾಯ್ ಸೆಕ್ಷನ್‌ನಲ್ಲಿದ್ದ ಶ್ಯಾಮ್‌ಪ್ರಸಾದ್ "ನಿಮ್ಮ ಗಿಡಗಳೆಲ್ಲ ಫೆಂಟಾಸ್ಟಿಕ್ಕಾಗಿದೆ. ದಿವ್ಯ ನಿಂಗೋಸ್ಕರ ಕಾಯ್ತ ಇದ್ದೆ. ಆ ಮನೆಯ ಹತ್ತಿರ ಹೋಗ್ಬರೋಣ. ಅದೇ ಹಿರಿಯ ಅಗ್ನಿಹೋತ್ರಿಗಳು ಮಗ, ಸೊಸೆಯ ಜೊತೆ ಅಲ್ಲಿಗೆ ಬರ್ತೀನಿ. ಒಮ್ಮೆ ನೋಡ್ಕೊಂಡ್.... ಹೋಗೋಕೆ ಅವಕಾಶ ಮಾಡಿಕೊಡೀಂತ ಫೋನ್ ಮಾಡಿದ್ರು. 'ಹ್ಲೂ' ಅಂದೆ. ಆ ಮನುಷ್ಯನ ಕಣ್ಣಿನ ಪೊರೆ ಆಪರೇಶನ್ ವಿಚಾರ ನೆನಪಿಗೆ ಬಂತು. ಆ ಬಗ್ಗೆ ನೀನೇ ಮಾತಾಡ್ಬೇಕು" ಎಂದ. ಹ್ಲೂಗುಟ್ಟಿದಳು. ಆ ಜನರ ಬಗ್ಗೆ ಇವಳ ಅಜ್ಜಯ್ಯ, ಅಪ್ಪಯ್ಯನಿಗೆ ಚೆನ್ನಾಗಿ ಗೊತ್ತಿತ್ತು. ಆ ಕ್ಷಣ ಅವನ ಸ್ವಭಾವ ಇಷ್ಟವಾಯಿತು. ಎಂಥ... ತುಡಿತ! "ಷೂರ್..." ಭರವಸೆ ಇತ್ತು ಅವಳ ದನಿಯಲ್ಲಿ.

"ನಾನ್ಹೋಗಿ, ಅಲ್ಲಿ.... ಇರಲಾ ಸರ್?" ಕೇಳಿದಕ್ಕೆ ಸ್ವಲ್ಪ ಜೋರಾಗಿ ನಕ್ಕು "ದಿವ್ಯ ಮೇಡಮ್... ಲಕ್ಷಣವಾಗಿ ಶ್ಯಾಮ್‌ಪ್ರಸಾದ್ ಅನ್ನಿ ಇಲ್ಲ ಇನ್ನಷ್ಟು ಚಿಕ್ಕದು ಮಾಡಿ ಶ್ಯಾಮ್ ಅಂತ ಕರೀರಿ" ಹೇಳಿದ. ಇದನ್ನು ಸಾಕಷ್ಟು ಸಲ ಹೇಳಿದ್ದ. ಅದಕ್ಕೆ ಅವಳ ಒಪ್ಪಿಗೆ ಇಲ್ಲ. "ಸಾರಿ, ನಂಗೆ ಇಷ್ಟವಾಗೋಲ್ಲ. ನಾನು ಇಲ್ಲಿ ಮ್ಯಾನೇಜರ್ ಆಗಿರೋವರ್ಗೂ ನೀವು ಬಾಸ್. ಆ ಗೌರವ ಪ್ರತಿಯೊಂದರಲ್ಲೂ ಸಲ್ಲಬೇಕು. ಅದು ಚೆನ್ನ ಕೂಡ" ಅತ್ಯಂತ ಸರಳವಾಗಿ ಅಂದಳು. "ಮೈಗಾಡ್..." ಎಂದು ಆಕಾಶದ ಕಡೆ ನೋಡಿದ.

ಇಬ್ಬರು ಜೊತೆಯಾಗಿಯೇ ಜೀಪಿನಲ್ಲಿ ಹೊರಟಿದ್ದು.

"ಅವ್ರು, ಇಬ್ಬರೂ ಅಣ್ಣತಮ್ಮಂದಿರು ತೀರಿಕೊಂಡರೂಂತ ಹೇಳಿದರು. "ಮಿಕ್ಕವರು...." ಪ್ರಸ್ತಾಪವೆತ್ತಿದ. ಅಂದಿನ ವಾಮನಪ್ರಸಾದ್ ಅಗ್ನಿಹೋತ್ರಿಗಳ ಕುಟುಂಬದ ಬಗ್ಗೆ ಹೇಳಿದ್ದರಷ್ಟೆ. ಆಮೇಲಿನ ಸಂಗತಿಗಳು ಅವರಿಗೂ ಗೊತ್ತಿರಲಿಲ್ಲ.... "ಒಂದೆರಡು ಸಲ ಭೇಟಿಯಾದನಂತರ ಅವರೇ ಅವುಗಳ ಬಗ್ಗೆಯೆಲ್ಲ ಹೇಳಿಕೊಳ್ಳಬಹುದು" ಎಂದಳು.

"ದಟ್ಸ್.... ಕರೆಕ್ಟ್! ಒಂದ್ವಿಷ್ಯ, ಎಜುಕೇಷನ್ ಅರ್ಧದಲ್ಲೇ ನಿಲ್ಲಿಸಿ ಇಲ್ಲಿ ಉಳ್ದುಕೊಳ್ಳೋಕೆ ತೋಟನೆ ಕಾರಣವಾ?" ಕೇಳಿದ. ಅದನ್ನು ಆರಾಧ್ಯರು ಹೇಳಿದ್ದರು. "ನಿರ್ದಿಷ್ಟವಾದ ಕಾರಣ ಅದೇ.... ಆದರೂ ಬಹುಶಃ ಸಿಟಿ ಬದ್ಕು ನಂಗೆ ಒಗ್ಗೋಲ್ಲಾಂತ ಅನ್ನಿಸಿತು. ಆರಾಮಾಗಿ.... ಏಂತೆ. ಪ್ರಕೃತಿಯ ಮಧ್ಯದ ಈ ಬದ್ಕು ತುಂಬ ಚೆಂದ." ಭಾವನೆಗಳಲ್ಲಿ ತೇಲುತ್ತ ಹೇಳಿದಳು. "ಪಾಪದ ಹುಡ್ಗಿ, ಅಲ್ಲಿ ಓದ್ಕೊಂಡ್ ನೆಮ್ದಿಯಾಗಿ ಇದ್ಲು. ಹೆತ್ತವರ ಸಲುವಾಗಿ, ಅಜ್ಜಯ್ಯನಿಗಾಗಿ.... ತೋಟನ ಉಳ್ಸಿಕೊಳ್ಳಲೇಬೇಕನ್ನೋ ಛಾಲೆಂಜ್‌ಗೆ ನಿಂತಳು." ಆರಾಧ್ಯರು ತಾವಾಗಿಯೇ ಹೇಳಿದ್ದರು. ಆಗ ಕೆಲವು ವಿಷಯಗಳು ತಾನಾಗಿ ಹೊರಗೆ ಬಂದಿದ್ದವು.

ಇವರುಗಳು ತಲುಪುವ ಮುನ್ನವೇ ಇಡೀ ಫ್ಯಾಮಿಲಿ ಅಲ್ಲಿ ಬಂದು ಇಳಿದಿತ್ತು. ಸುತ್ತಮುತ್ತಲು ಓಡಾಡುತ್ತ ನೆನಪುಗಳಲ್ಲಿ ಮೀಯುತ್ತಿದ್ದವರಲ್ಲಿ ಕಹಿಸಿಹಿಗಳು ಬೆರತೇ ಇತ್ತು.

"ಅಯ್ಯೋ ನೀವುಗಳು ಎಲ್ಲಿ ಬರೋಲ್ವೋ ಅನ್ನೋ ಚಿಂತೆ ಶುರುವಾಗಿತ್ತು. ಅವ್ಳಿಗೆ ಹಿತ್ತಾಳೆ ಕೊಳಗ, ಚಕ್ಕುಲಿ ಒರಳು, ಕಂಚಿನ ತಟ್ಟೆಯ ಚಿಂತೆ. ನನ್ತಂದೆಗೆ ಹದಿನೈದು ವರ್ಷಗಳ ನಂತರ ತಾನು ಹುಟ್ಟಿ, ಬೆಳೆದ ಮನೆನ ನೋಡೋ ತುಮುಲ. ಈ ಮನೆ ಸಾಲದವರ ಪಾಲಾಗಿ ಹದಿನೈದು ವರ್ಷಗಳೇ ಆಯ್ತು. ಒಟ್ಟಾಗಿ ಬದ್ಕಿದವರು ಚೆಲ್ಲಾಪಿಲ್ಲಿಯಾದ್ವಿ. ನಮ್ದು ಒಂದು ತರಹ ದುರಂತ!" ಕಣ್ಣೀರು ಮಿಡಿದ.

ದಿವ್ಯ ಬಾಗಿಲು ತೆಗೆದು ತನ್ನ ಪರಿಚಯ ತಾನೇ ಮಾಡಿಕೊಂಡಳು. "ನಾನು ಇವ್ರ 'ಗ್ರೀನ್ ಪ್ಯಾಲೇಸ್'ನ ಮ್ಯಾನೇಜರ್" ಶ್ರೀಧರ ತಲೆಯಾಡಿಸಿದ. ಬಕುಳಾ ಮಕ್ಕಳ ಸಮೇತ ಮನೆಯೊಳಗೆ ನುಗ್ಗಿದ್ದು ರಭಸದಿಂದಲೇ. ಪೂರ್ತಿ ಅಚ್ಚುಕಟ್ಟಾಗಿತ್ತು. "ನೋಡಿ, ಈ ಅಟ್ಟದ ಮೇಲೇನೇ" ನಡುಮನೆಯ ಅಟ್ಟದ ಕಡೆ ಕೈ ತೋರಿಸಿದವಳು "ಅಲ್ಲೇನು ಇಲ್ಲವೇ ಇಲ್ಲ" ಇಣಕಿ ಹೇಳಿದ್ದು ನಿರಾಸೆಯ ದನಿಯಲ್ಲಿ. "ಆ ರೂಮಿನಲ್ಲಿದೆ. ನೋಡಿ" ದಿವ್ಯ ಹೇಳಿದಾಗ ಬಕುಳಾಗಂತು ಹೋದ ಜೀವ ಬಂದಂತಾಯಿತು. ಎದೆಯ ಮೇಲೆ ಕೈಇಟ್ಟುಕೊಂಡು ಹೋಗಿ ನೋಡಿ ಕಣ್ಣರಳಿಸಿದಳು. ಎಲ್ಲಾ ಲಕಲಕ ಹೊಳೆಯುತ್ತಿತ್ತು. ತಟ್ಟೆಯ ಜೊತೆ ಒಂದು ಪಾವು ನೀರು ಹಿಡಿಸುವ ಕಂಚಿನ ಲೋಟಗಳು, ಎರಡು ಹಿತ್ತಾಳೆ ಸೌಟುಗಳು ಇನ್ನು ಇತರೆ ಸಾಸಿವೆ ಪೆಟ್ಟಿಗೆ, ಶಾವಿಗೆ ಒರಳು ಅಂಥದ್ದೆಲ್ಲ ಕಂಡಿದ್ದೇ ಆಳೋಕೆ ಶುರು ಮಾಡಿದಳು. ಆನಂದ ಬಾಷ್ಪವೋ, ದುಃಖದ ಕಣ್ಣೀರೋ... ಅಂತು ಸೆರಗೆಲ್ಲ ಒದ್ದೆಯಾಯಿತು.

ನೂರು ಸಲ ಶ್ಯಾಮ್‌ಪ್ರಸಾದ್‌ಗೆ ಧನ್ಯವಾದ ಹೇಳಿದ ನಂತರ "ಇವನ್ನೆಲ್ಲ ಸೇರಿಕೊಂಡೇ ನೀವು ಕೊಂಡಿರೋದು. ಇದ್ರ ಹಣನ ನಾವ್ ಕೊಡ್ತೀವಿ" ಅಂದಾಗ "ನೋ.... ನೋ.... ಅದೆಲ್ಲ ಬೇಡ. ನೀವ್ ನನ್ನ ಒಂದ್ಕೆಲ್ಸ ಮಾಡಿ ಕೊಡ್ಬೇಕು. ಅದ್ನ ದಿವ್ಯ ಹೇಳ್ತಾಳೆ" ಅವಳಿಗೆ ಒಪ್ಪಿಸಿ ಹೊರಗೆ ಹೋದ.

"ನಿಮ್ಮ ಮಾವನವರ ಕಣ್ಣಿನ ಪೊರೆಯ ಆಪರೇಷನ್ ಖರ್ಚ್‌ನ್ನು 'ಗ್ರೀನ್ ಪ್ಯಾಲೇಸ್' ಮತ್ತು ಇದರ ಓನರ್ ಶ್ಯಾಮ್‌ಪ್ರಸಾದ್ ಕೊಡ್ತಾರೆ. ಆದರೆ ನೀವುಗಳು ನಿಂತು ಒಪ್ಸಿ ಕಣ್ಣಿನ ಪೊರೆ ತೆಗೆಸ್ಬೇಕು. ಇದೊಂದು ಕಂಡಿಷನ್"

ಬಕುಳಾಗೆ ಇದು ಕಂಡಿಷನ್ ಆಗಿ ಕಾಣಲಿಲ್ಲ. ಒಂದು ರೀತಿಯ ಉಪಕಾರವೇ. ಆದರೂ ಇಂಥದೊಂದು ಉಪಕಾರ ಪಡೆಯುವುದು ಎಷ್ಟು ಸರಿ? 'ಇನ್‌ಶ್ಯೂರೆನ್ಸ್ ಮಾಡ್ಸಿದ್ದೀನಿ. ಮೂರ್ವರ್ಷ ತುಂಬಿದ ಕೂಡಲೆ ಅಪ್ಪಯ್ಯನ ಕಣ್ಣಿನ ಆಪರೇಷನ್‌ಗೆ ಹಣ ಕೊಡ್ತಾರೆ. ತಕ್ಷಣ ಮಾಡ್ಸಬೇಕು" ಅವಳ ಗಂಡ ಎಷ್ಟೋ ಸಲ ಹೇಳಿದ್ದ. ಬಕುಳಾ ಕೂಡ ಒಳ್ಳೆಯ ಸೊಸೆಯೇ.

"ನನ್ನ ಮಾವನೋರು ಒಪ್ತಾರೋ ಇಲ್ವೋ? ಅವ್ರ ಹತ್ರ ಹೇಗೆ ಹಣ ಇಸ್ಕಂಡ್ ಕಣ್ಣು ಆಪರೇಶನ್ ಮಾಡ್ಸೋದು? ನಾವೆಲ್ಲ ಇದ್ದು ಪ್ರಯೋಜನವೇನು?" ಪೇಚಾಡಿಕೊಂಡಳು ಬಕುಳಾ "ಈ ಕೆಲ್ಸ ನಿಮ್ಮಿಂದಲೇ ಆಗ್ಬೇಕು. ನಿಮ್ಮ ಮಾವನೋರಿಗೆ ಇನ್‌ಶ್ಯೂರೆನ್ಸ್ ಹಣ ಬಂತೂಂತಲೇ ಸುಳ್ಳು ಹೇಳಿ ಒಪ್ಸಿ. ಅವರೇನು ಕರುಣೆಯಿಂದ ಕೊಡ್ತಾ ಇಲ್ಲ. ಅಂದು ಕೆಲವು ಸಾವಿರದ ಸಾಲಕ್ಕೆ ಹೋದ ಮನೆ, ಹಲವು ಲಕ್ಷಗಳದ್ದು. ಆಗ ಅನ್ಯಾಯವಾಗಿದೆ. ಈಗ ಅಲ್ಪಸ್ವಲ್ಪ ನ್ಯಾಯ ಒದಗಿಸೋ ಇರಾದೆ" ಹೀಗೆಲ್ಲ ಬಕುಳಾನ ಒಪ್ಪಿಸಿದರು. ಇನ್ನಷ್ಟು ಬುದ್ಧಿ ಖರ್ಚು ಮಾಡಬೇಕಾಯಿತು ಶ್ರೀಧರಪ್ರಸಾದ್ ಅಗ್ನಿಹೋತ್ರಿಯನ್ನು ಒಪ್ಪಿಸಲು.

ಅಂತು ಇಂತು ಒಪ್ಪಿಸಿದ್ದು ಸಾಹಸದಿಂದಲೇ.

ಹಿರಿಯ ಅಗ್ನಿಹೋತ್ರಿಗಳಂತು ಹತ್ತಾರು ಸಲ ಮನೆಯ ಮೂಲೆ ಮೂಲೆಯಲ್ಲಿ ಏನೋ ಹುಡುಕಾಡುವಂತೆ ಓಡಾಡಿದರು. ಒಂದು ಮಾತು ಆಡದೇ ಜಗುಲಿಯ ಮೇಲೆ ಹೋಗಿ ಕೂತುಬಿಟ್ಟವರು ಶ್ಯಾಮ್‌ಪ್ರಸಾದ್‌ನ ಕರೆದು "ದೇವರು ನಿನ್ನ ಚೆನ್ನಾಗಿ ಇಟ್ಟಿರಲಿ. ಎಷ್ಟೋ ಸಲ ಬಂದಿದ್ದು ಇದೆ. ಮುಚ್ಚಿದ ಹಾಳುಬಿದ್ದ ಮನೆಯನ್ನು ನೋಡಿದರೆ ಸಂಕಟವಾಗ್ತ ಇತ್ತು. ಏನೋ ಹುಟ್ಟಿದ ಊರು, ಮನೆಯ ಬಗ್ಗೆ ವ್ಯಾಮೋಹ. ನನ್ತಂದೆ, ತಾತ ಇಬ್ಬರೂ ಅಗ್ನಿಹೋತ್ರ ಮಾಡ್ತ ಇದ್ದಿದ್ದನ್ನು ನನ್ನ ಚಿಕ್ಕಂದಿನ ದಿನಗಳಲ್ಲಿ ನೋಡಿದ್ದೆ. ಸೂರ್ಯೋದಯದ ನಂತರ ಮತ್ತು ಸೂರ್ಯಾಸ್ತಕ್ಕೆ ಮೊದ್ಲು ಎರಡು ಹೊತ್ತು ಅಗ್ನಿಹೋತ್ರ ಮಾಡ್ತಾ ಇದ್ದರು. ಇಂಥ ದೇವಯಜ್ಞ ಮಾಡ್ತಾ ಇದ್ದ ವಂಶ ನಮ್ದು" ಎಂದು ಭಾರವಾದ ಉಸಿರೆಳೆದು ದಬ್ಬಿದರು.

ಆ ವೇಳೆಗೆ ಜೀಪು ಕೂಡ ಬಂತು.

"ಇವರುಗಳನ್ನು ಮನೆಗೆ ತಲುಪಿಸಿಬಿಡು" ಎಂದು ಡ್ರೈವರ್‌ಗೆ ಹೇಳಿ

ಶ್ರೀಧರಪ್ರಸಾದ್ ಅಗ್ನಿಹೋತ್ರಿಗೆ, "ನೀವು ಎಷ್ಟು ಸಮಯವಾದ್ರೂ ಇದ್ದು ಹೋಗ್ಬಹುದ್ದು. ನಿಮ್ಮ ವೈಫ್‌ನ ತವರಿನ ಸಾಮಾನುಗಳ ಜೊತೆ ಮತ್ತೇನಾದ್ರೂ ಬೇಕಾದರೆ ಕೊಂಡೊಯ್ಯಬಹುದ್ದು" ಎಂದು ಒಂದು ಖಾಲಿ ಚೆಕ್‌ನ ಅವನ ಕೈಯಲ್ಲಿಟ್ಟು "ಅಮೌಂಟ್ ಬಗ್ಗೆ ಗೊತ್ತಿಲ್ಲ. ನಿಮ್ತಂದೆಯವರ ಕಣ್ಣುಗಳನ್ನು ಆಪರೇಷನ್ ಮಾಡ್ಸಿ" ಎಂದವ "ಕೀನ ನಮ್ಮಡ್ರೈವರ್‌ಕೈಗೆ ಕೊಟ್ಟುಬಿಡಿ" ಎಂದು ಜೀಪು ಹತ್ತಿದ. ದಿವ್ಯ ಹತ್ತಿ ಕೂತಳು. ಅವಳ ಮನ ತುಂಬಿ ಬಂದಿತ್ತು. ಅಲ್ಲಿ ಇದ್ದಿದ್ದು ರಕ್ತಸಂಬಂಧದ ಸೆಳೆತ, ಮಾನವೀಯತೆಯ ಮಿಂಚು.

ಜೀಪಿನ ಚಕ್ರಗಳು ಮುಂದಕ್ಕೆ ಉರುಳಿದವು. ತಂದೆ ಕಣ್ಮುಂದೆ ನಿಂತು ತೃಪ್ತ ನಗು ಬೀರಿದಂತಾಯಿತು. ತಾವೊಂದು ದೊಡ್ಡ ಅಪರಾಧ ಮಾಡಿದ್ದೆವೆನ್ನುವ ಭಾವದಿಂದ ತಾವಾಗಿ ನರಳಿ ನರಳಿ ಸತ್ತಿದ್ದು. ಒಂದು ರೀತಿಯ ಆತ್ಮಹತ್ಯೆ. "ನಿಂಗೋಸ್ಕರ ಇಡೀ ಮನೆಯವರು ಕಾಯ್ತ ಇರ್ತೀವೋ ಕೃಷ್ಣ" ಎಂದು ಮಗನನ್ನು ಬಿಳ್ಕೊಟ್ಟ ತಂದೆಯ ಮಾತುಗಳನ್ನು ನೆನೆಸಿಕೊಳ್ಳುತ್ತಿದ್ದರು. 'ಸಾಲ ಮಾಡಿದ್ರು. ಮನೆಯಲ್ಲಿದ್ದ ಚಿನ್ನ, ಬೆಳ್ಳಿಯನ್ನು ಮಾರಿ ನನ್ನ ಕೈಗಿತ್ತರು. ಆದರೆ ನಾನು ಇಲ್ಲಿ ಮಾಡಿದ್ದೇನು?' ಬಿಕ್ಕಿಬಿಕ್ಕಿ ಅಳುತ್ತಿದ್ದರು ಮಗನನ್ನು ತಬ್ಬಿಕೊಂಡು. 'ಷಟಪ್, ನಿಂಗೆ ನಾಚ್ಕೆ ಆಗ್ಬೇಕು. ಎಂಥ ಅದ್ಭುತವಾದ ಶ್ರೀಮಂತ ಬದ್ಕನ್ನು ಕೊಟ್ಟೆ. ಅದಕ್ಕೆ ನಂಗೆ ನೀನು ಕೃತಜ್ಞನಾಗಿರಬೇಕು' ಎಲಿಸಾ ಹಾರಾಡುತ್ತಿದ್ದರು. ಮತ್ತಷ್ಟು ಅವನ ತಂದೆ ಅಳುತ್ತ ವದರಾಡುತ್ತಿದ್ದರು. ಅವರಿಬ್ಬರ ನಡುವಿನ ಸಾಮರಸ್ಯ ಸತ್ತುಹೋಗಿತ್ತು.

ರಿಜಿಸ್ಟ್ರೇಷನ್ ಕೆಲಸ ಮುಗಿದಿದ್ದರಿಂದ ಒಂದು ರೀತಿಯ ನಿರಾಳ. ಶಾಲಿನಿಯಂತು ಪ್ರತಿಯೊಂದು ಪೈಸೆಯನ್ನು ಲೆಕ್ಕ ಮಾಡಿ ವಸೂಲು ಮಾಡಿಕೊಂಡಿದ್ದಳು. ಅವಳ ಜೀವಮಾನದಲ್ಲಿ ಇಷ್ಟೊಂದು ದೊಡ್ಡ ಲಾಭ ಸಿಕ್ಕಿರಲಿಲ್ಲ. ಆ ಸಮಯದಲ್ಲಿ ವೆಂಕಟೇಶಯ್ಯನವರತ್ತ ತಿರುಗಿ ಕೂಡ ನೋಡಿರಲಿಲ್ಲ. ಅದರ ಬದಲು ದಿವ್ಯ ಇಪ್ಪತ್ತು ಸಾವಿರ ಕೈಯಲ್ಲಿಟ್ಟಾಗ ಕಣ್ಣೀರು ಸುರಿಸಿದ್ದರು. ಉತ್ತಮವಾದ ಸರ್ಕಾರಿ ಕೆಲಸದಲ್ಲಿದ್ದ ಮನುಷ್ಯ. ಸಾಕಷ್ಟು ಸಂಬಳ ಪಡೆದು ಮನೆ ಮಕ್ಕಳನ್ನು ನೋಡಿಕೊಂಡ ವ್ಯಕ್ತಿಯ ಪೆನ್‌ಷನ್‌ನ ಸಾಲಕ್ಕೆ ಬರೆದುಕೊಟ್ಟು ಭಿಕಾರಿಯಾಗಿ ಮಾಡಿದ ಸೊಸೆ ಜೊತೆ ನಿಸ್ಸಹಾಯಕ ಮಗನ ಆಡಳಿತದಲ್ಲಿ ದಿನವು ನೋಯುತ್ತಿದ್ದರು.

"ದಿವ್ಯ, ಅದೇ ವೆಂಕಟೇಶಯ್ಯ ಫೋನ್ ಮಾಡಿ ನಿನ್ಹತ್ರ ಮಾತಾಡ್ಬೇಕೂಂದ್ರು. ಜೊತೆಗೆ ನನ್ನ ನೋಟೀಸ್‌ಗೆ ಬರದ ಇನ್ನೊಂದು ಮಾತನ್ನು ಕೂಡ ಹೇಳಿದ್ರು. ಇಪ್ಪತ್ತು ಸಾವಿರ ಅವ್ರಿಗೆ ಕೊಟ್ಟೆಯಂತೆ" ಜೀಪಿನ ವೇಗ ಹೆಚ್ಚಿಸುತ್ತ ಹೇಳಿದ. ಅವಳಿಗೆ ತಿಳಿಯುವುದು ಬೇಡವಾಗಿತ್ತು. "ಅವ್ರಿಗೆ ಕಮಿಷನ್‌ನಲ್ಲಿ ಒಂದು ಪಾಲು.... ಅಲ್ಲದಿದ್ರೂ.... ಒಂದಿಷ್ಟು ಹಣ ಸಿಗಬಹುದ್ದೂಂತ ಅಂದ್ಕೊಂಡಿದ್ರು. ಆದರೆ ಶಾಲಿನಿ ಪೂರ್ತಿ ನಿರಾಕರಿಸಿದ್ರು... ವಯಸ್ಸಾದವರನ್ನ ನಿಸ್ಸಹಾಯಕ ಸ್ಥಿತಿಯಲ್ಲಿ ನಿಲ್ಲಿಸಿದರೆ ಶಾಪವಾಗಿ ಪರಿಣಮಿಸುತ್ತೆ. ಆಕೆಗೆ ಅರ್ಥ ಮಾಡಿಸುವುದಾಗಲಿಲ್ಲ. ಅದಕ್ಕೆ..." ಅವಳ

ಕಂಠ ಭಾರವಾಗಿದ್ದು ಅವನ ಗಮನಕ್ಕೆ ಬಂತು. ಹಿಂದೆಯಾಗಿದ್ದರೆ ಹೇಗೆ ಅಂದುಕೊಳ್ಳುತ್ತಿದ್ದನೋ ಇಂದು 'ಗ್ರೇಟ್' ಎಂದಿತು ಅವನ ಮನ.

ಮೈನ್ ಗೇಟಿನಿಂದ ಹೊರಬಂದ ಜೀಪು ಒಂದು ಕಡೆ ನಿಂತಿತು. ಇಬ್ಬರು ಗ್ರೀನ್‌ಹೌಸ್‌ನೊಳಕ್ಕೆ ಹೋದರು. ಇದನ್ನು ಮಾರಿದವರು ಲಕ್ಷಗಟ್ಟಲೇ ಖರ್ಚು ಮಾಡಿ ಮೇಲಿನ ಎತ್ತರದ ಕಮಾನಿನ ಆಕಾರದ ಹಸಿರು ಹೊದ್ದಿಕೆಯಲ್ಲಿ ವಿಶಿಷ್ಟವಾದ ಗಿಡಗಳನ್ನು ಬೆಳೆಸಿ ಬೃಹತ್ತಾದ ಅಕ್ವೇರಿಯಂ ಇಟ್ಟು ಅತ್ಯಂತ ಚೆಂದವಾಗಿರಿಸಿದ್ದರು. ಅತಿಥಿಗಳಿಗೆಂದೇ ಒಂದು ಸಿಟ್ಟಿಂಗ್ ವ್ಯವಸ್ಥೆ. ಅಂತು ಸುತ್ತಮುತ್ತಲು ಇರಲಿಲ್ಲ ಇಂಥ ತೋಟ.

ಅವನು ಅಲ್ಲಿ ಹೋಗಿ ಕೂತು "ಬನ್ನಿ.... ದಿವ್ಯ.... ಐಯಾಮ್ ವೆರಿ ಹ್ಯಾಪಿ. ಅದಕ್ಕಾಗಿಯಾದ್ರೂ ಏನಾದ್ರೂ... ಕುಡಿದು... ಎಂಜಾಯ್ ಮಾಡ್ಬೇಕು" ಅಂದ ಹರ್ಷದಿಂದ. ಅವಳಿಗೆ ಉಗುಳು ನುಂಗುವಂತಾಯಿತು. ಆ ಪರಿಸರದಿಂದ ಅವಳು ಪೂರ್ತಿ ದೂರವೇ. ಸೆರೆಯನ್ನು ಕುಡಿದು ಓಲಾಡುವ ಕೂಲಿಯಾಳುಗಳನ್ನು ನೋಡಿದ್ದಿದೆ. ಬೆಂಗಳೂರಿಗೆ ಹೋಗಿ ಕಾಲೇಜಿಗೆ ಸೇರಿದನಂತರ ಶ್ರೀನಿಧಿ ಪಾರ್ಟಿಗೆ ಹೋದಾಗಲೆಲ್ಲ ಒಂದಿಷ್ಟು ಕುಡಿದು ಬರುತ್ತಿದ್ದುದ್ದು ಗೊತ್ತಾಗಿದ್ದು ತಡವಾಗಿಯೆ. ವಿಕ್ಕಿನ ಪ್ರಶ್ನಿಸಿದಾಗ ಗದರಿಕೊಂಡಿದ್ದ.

"ಶೂ ಸುಮ್ನೇ ಇರು. ಇದು ದೇವರಕಟ್ಟೆಯಲ್ಲ. ಇದು ಸಿಟಿ ಕಣೇ. ಅಲ್ಲಿ ನಾವುಗಳು ನೋಡ್ಕೊಂಡ್ಬಂದ ಜನನೇ ಬೇರೆ. ಇವ್ರುಗಳೆ ಬೇರೆ. ಇಲ್ಲಿನ ಜೀವನದ ರೀತಿಯೇ ಬೇರೆ. ಮಾವ ತಮ್ಮ ಸಾಮ್ರಾಜ್ಯವನ್ನು ವಿಸ್ತರಿಸಿಕೊಳ್ಳಬೇಕಾದರೆ ಹೈ ಸೊಸೈಟಿ ಜನರ ಜೊತೆ ಮಿಂಗಲ್ ಆಗ್ಬೇಕಾಗುತ್ತೆ. ಆಗ ಪಾರ್ಟಿ ಸ್ನೇಕ್ ಅಂತ ಅಷ್ಟಿಷ್ಟು ತಗೋತಾರೆ. ಹಾಗಂತ ಕುಡಕರೇನು ಅಲ್ಲ. ಗೊತ್ತಿದ್ದು ಗೊತ್ತಿಲ್ಲದಂಗಿರು." ಬಾಯಿ ಮುಚ್ಚಿಕೊಂಡಿದ್ದಳು. ಆಮೇಲೆ ತಲೆಕೆಡಿಸಿಕೊಂಡಿರಲಿಲ್ಲ. ಈಗ ಶ್ಯಾಮ್‌ಪ್ರಸಾದ್ ವಿದೇಶದಲ್ಲಿ ಹುಟ್ಟಿ ಬೆಳೆದವ. ಅಲ್ಲಿಯ ರೀತಿನೀತಿಗಳು ಡಿಫರೆಂಟ್. ಈಗ... ಕ್ಷಣ ಬೆವತಳಷ್ಟೇ. ಈಗಿನ ದಿವ್ಯ ಮೊದಲಿನ ದಿವ್ಯ ಅಲ್ಲ.

ಮೊದಲು ಸಿಗರೇಟ್ ಹೊರತೆಗೆದವನು "ನಿಮ್ಗೇ ಸ್ಮೋಕಿಂಗ್ ಇಷ್ಟವಾಗೋಲ್ಲ. ಓಕೇ...." ತೆಗೆದು ಪಕ್ಕಕ್ಕಿಟ್ರು "ಡ್ರಿಂಕ್ಸ್ ಅಂದ ಕೂಡಲೇ ಗಾಬ್ರಿ... ಬೇಡ. ನಾನು ಸ್ಯಾಡಿಸ್ಟ್ ಅಲ್ಲ. ನಿಮ್ಗೆ ಹಣ್ಣಿನ ಜ್ಯೂಸ್ ಅಷ್ಟೆ" ಎಂದ ಸರಳವಾಗಿ. ಅವಳಿಗೆ ತನ್ನ ಮೆಚ್ಚಿಗೆಯನ್ನು ತೋರ್ಪಡಿಸಿಕೊಳ್ಳಬೇಕೆಂದುಕೊಂಡರೂ ಸಂಕೋಚ ಕಟ್ಟಿಹಾಕಿತು.

ಬರೀ ಮಾವಿನ ಹಣ್ಣಿನ ರಸ ತರಿಸಿದ. "ಐಯಾಮ್ ವೆರಿ ಹ್ಯಾಪಿ ದಿವ್ಯ. ಅದ್ನ ಯಾರೊಂದಿಗೆ ಹಂಚಿಕೊಳ್ಳುವುದು? ಸದ್ಯಕ್ಕೆ ನೀವು ಇದ್ದೀರಲ್ಲ. ಮನಸ್ಸಿನ ಒಂದೆರಡು ಮಾತುಗಳು ಹೇಳಲೇಬೇಕು. ನಾನು ಬಂದ ಉದ್ದೇಶ ಈಡೇರಿದೆ. ದಿವ್ಯ ಹೊರಡುವ ಮುನ್ನ ಸಾಧ್ಯವಾಂತ ಯೋಚಿಸಿದ್ದೆ. ಸಾಧ್ಯವಾಗಿದೆ..." ಭಾವಪೂರ್ಣವಾಗಿ ನುಡಿದ. ಸಂತೋಷ, ತೃಪ್ತಭಾವ ಅವನ ಮುಖದ ಮೇಲಿತ್ತು. ಮುಂದೇನು? ಭಾರತದಲ್ಲಿ ಇರುವುದನ್ನು ಎಲಿಸಾ ಒಪ್ಪುವುದಿಲ್ಲ. 'ನೋಡು, ಆ ಜನಗಳಿಗೆ ಹಣದ ಸಹಾಯ

ಮಾಡು. ಮತ್ತೆ ಹಿಂದಿರುಗಿ ಬಾ. ಅಲ್ಲೇ ಉಳಿದು ಏನು ಮಾಡ್ತೀಯಾ?' ಅಲ್ಲಿ ಫ್ರೆಂಡ್ಸ್, ಸಂಬಂಧಿಗಳು ಜೊತೆ ತಾತನ ಸಾಮ್ರಾಜ್ಯಕ್ಕೆ ಅವನು ಒಡೆಯನಾಗಬಹುದಿತ್ತು. ಅತ್ಯುನ್ನತವಾದ ಶ್ರೀಮಂತ ಬದುಕು. ನ್ಯೂಜೆರ್ಸಿಯಲ್ಲಿನ ಅತ್ಯಂತ ಶ್ರೀಮಂತ, ಪ್ರತಿಷ್ಠಿತ ಮನೆತನ ಆಕೆಯದು.

ಆ ವೇಳೆಗೆ ಆರಾಧ್ಯರು ಬಂದಿರುವ ವಿಷಯ ತಿಳಿಸಿದ ಸರ್ವೆಂಟ್ ರಹೀಂ "ಹೋಗೋಣ. ಕಮಿಷನ್ ಸಲುವಾಗಿ ಬಂದಿರಬೇಕು." ಮೇಲೆದ್ದು "ಅಡಕೆ ಗೊನೆ ಇಳಿಸ್ತಾ ಇದ್ದಾರೆ. ಆ ಕಡೆ ಹೋಗ್ಬರ್ತೀನಿ" ಅಂದು ಪರ್ಮಿಷನ್ ಪಡೆದೆ ಅವಳು ಹೊರಟಿದ್ದು.

ಗೆಸ್ಟ್‌ಹೌಸ್‌ಗೆ ಬಂದಾಗ ಮುಂದಿನ ಬಾಲ್ಕನಿಯಲ್ಲಿ ಕೂತಿದ್ದ ಆರಾಧ್ಯರು ಮೇಲೆದ್ದರು. "ಕೂತ್ಕೊಳ್ಳಿ..." ಆ ಮನುಷ್ಯನ ಸ್ವಭಾವ ಗೊತ್ತಿದ್ದರು ಇಲ್ಲಿನ ಈ 'ಗ್ರೀನ್ ಗಾರ್ಡನ್' ಕೊಡಿಸಿದ್ದು ಮಾತ್ರವಲ್ಲ ಶ್ರೀನಿಧಿಯನ್ನು ಪರಿಚಯಿಸಿ ತಾನೇ ನಿಂತು ರಿಜಿಸ್ಟ್ರೇಷನ್ ಮಾಡಿಸಿದ್ದ. ಆಮೇಲೆ ಅನಂತಶರ್ಮ, ದಿವ್ಯನ ಕರೆತಂದು ಅಗ್ರಿಮೆಂಟ್ ಜೊತೆ ಪರಿಚಯಕ್ಕೂ ಕಾರಣವಾಗಿದ್ದ. ಅದಕ್ಕೆ ಒಂದು ರೀತಿಯ ಮೆದು ಧೋರಣೆ.

ಐವತ್ತು... ಐವತ್ತು ಸಾವಿರದ ಎರಡು ನೋಟಿನ ಕಟ್ಟುಗಳನ್ನು ತಂದು ಆರಾಧ್ಯರ ಮುಂದಿಟ್ಟಾಗ ಆತನ ಕಣ್ಣುಗಳು ಅರಳಿತು. "ಶಾಲಿನಿಯವ್ರು ಏನು ಕೊಡ್ಲಿಲ್ಲ. ಮೊದ್ಲು ಐವತ್ತು.... ಅಂದರು.... ಆಮೇಲೆ ಇಪ್ಪತ್ತೈದು! ಕಡೆಗೆ ಏನು ಕೊಡೋಲ್ಲಾಂತ ಹೇಳಿದ್ರು. ತುಂಬಾ ಬೇಜಾರಾಯ್ತು. ಸಾಕಷ್ಟು ಸಲ ಫೋನ್ ಮಾಡಿದ್ದೆ. ಎರಡು ಸಲ ಹೋಗಿಯು ಬಂದಿದ್ದೆ" ತನ್ನ ನೋವನ್ನು ತೊಡಿಕೊಂಡ. ಅದು ಅವನಿಗೆ ಅಗತ್ಯವಾಗಿರಲಿಲ್ಲ. ಆ ವೇಳೆಗೆ ರಹೀಂ ಹೊರಗಡೆಯಿಂದಲೆ "ಸಾಬ್, ಆರಾಧ್ಯರ ಹುಡ್ಕಿಕೊಂಡು ಯಾರ್ಯಾರೋ ಬಂದಿದ್ದಾರೆ" ವಿಷಯ ಮುಟ್ಟಿಸಿದ. ತಕ್ಷಣ ಆತನ ಮುಖದ ಮೇಲೆ ಗಾಬರಿಯೊಡೆಯಿತು. ನೋಟಿನ ಕಟ್ಟುಗಳನ್ನು ತಟ್ಟನೆ ಎತ್ತಿಕೊಂಡರು. ಆರಾಧ್ಯರ ಕಣ್ಣುಗಳಲ್ಲಿ ಒಂದು ರೀತಿಯ ಗಾಬರಿ. "ತುಂಬ ಥ್ಯಾಂಕ್ಸ್ ಸರ್, ಒಂದು ಕಟ್ಟು ಐವತ್ತು ಸಾವಿರ ಮಾತ್ರ ನಾನು ತಗೋತೀನಿ, ಇನ್ನೊಂದನ್ನ ನಾಳೆ ನಾಳಿದ್ದರಲ್ಲಿ ಬಂದ್ ತಗೊಂಡ್ ಹೋಗ್ತೀನಿ." ಪ್ರತಿಕ್ರಿಯೆಗೂ ಕಾಯದೆ ಹೊರಡುವ ವೇಳೆಗೆ ದಿವ್ಯ ಬಂದವಳು "ಶಾಲಿನಿಯವ್ರು... ಫೋನ್ ಮಾಡಿದ್ದಾರೆ. ನಾನು ಏನೇನೋ... ಹೇಳ್ದೇ. ಅವ್ರು ನಿಮ್ಮೊಂದಿಗೇನೇ ಮಾತಾಡ್ಬೇಕೂಂದ್ರು" ಅಂದಳು. ಶ್ಯಾಮ್ ಹಲ್ಲುಮ್ಡಿ ಕಚ್ಚಿಡಿದ. ನಂತರ ಸಮಾಧಾನವಾಗಿಯೇ "ಹಲೋ..." ಅಂದ. "ಎಕ್ಸ್‌ಕ್ಯೂಜ್ ಮಿ ಸರ್, ತುಂಬ ಕಡ್ಮೆ ಆಯ್ತು ಅನ್ನೋ ರೂಮರ್" ಹೇಳಿದಳು. "ಯಾರ್ದೂ, ಎಲ್ಲಿ? ನೀವು ಏನೇನೋ ಕಲ್ಪಿಸ್ಕೋಬೇಡಿ. ಎಲ್ಲಾ ಮುಗಿದ್ಮೇಲೂ ಏನ್ರೀ ನಿಮ್ಮ ಪಂಚಾಯಿತಿ? ಮತ್ತೇನಾದ್ರೂ ಫೋನ್ ಮಾಡಿ ಕಾಡಿದರೆ? ನೇರವಾಗಿ ಅವರೊಂದಿಗೆ ಮಾತಾಡ್ಬೇಕಾಗಿತ್ತು. ನಾನೊಂದು ಸುಳ್ಳು ಹೇಳಿದರೆ ನೀವೇ ಹತ್ತು ಹೊಡೆದಿದ್ದೀರೀಂತ.... ಅವ್ರುಗಳು ನಿಮ್ಮನ್ನ ಅಟ್ಟಿಸ್ಕೊಂಡ್ ಬರ್ತಾರೆ. ಬಿ ಸೈಲೆಂಟ್.... ಕೀಪ್ ಕ್ವೈಟ್" ಲೈನ್ ಕಟ್ ಮಾಡಿದವನ ಮುಖ ಧಗಧಗ

ಉರಿಯುತ್ತಿತ್ತು. ಕ್ರಾಪ್‌ನಲ್ಲಿ ಕೈಯಾಡಿಸಿ "ನಿಜವಾಗ್ಲೂ.... ಶಾಲಿನಿಯವ್ರು ತುಂಬಾ ಕ್ರೂಯಲ್. ನಾವೇನಾದ್ರೂ ವೆಂಕಟೇಶಯ್ಯನಿಗೆ ಹಣ ಕೊಟ್ಟೆವ್ವಾಂತ ತಪಾಸಣೆ! ದರ್ಟಿ ವುಮನ್" ಹಲ್ಲು ಕಡಿದ. ಅದಕ್ಕೆ ಶಾಲಿನಿಯ ಸ್ವಭಾವ ಕಾರಣವೆಂದು ತಿಳಿದಿದ್ದರಿಂದ ತುಟಿ ತೆರೆಯಲಿಲ್ಲ ದಿವ್ಯ. "ಮೋಸ್ಟ್ಲೀ ಶಾಲಿನಿ ಇನ್ನು ಫೋನ್ ಮಾಡೋಲ್ಲ. ಅಕಸ್ಮಾತ್ ಮಾಡಿದ್ರು ನೀವೇ ಮ್ಯಾನೇಜ್ ಮಾಡಿ. ಮೂಡ್ ಎಲ್ಲಾ ಹಾಳಾಯ್ತು" ಎಂದು ದೀರ್ಘವಾದ ಉಸಿರುದಬ್ಬಿದ.

ಅಂದು ಅವಳು ಹೊರಡುವುದಕ್ಕೆ ಮುನ್ನ ನೋಟುಗಳ ಕಂತೆಗಳನ್ನಿಟ್ಟು "ಇದು ನಿಮ್ಮ ಕಮಿಷನ್" ಅಂದಾಗ ಅವಳಿಗೆ ಗಾಬರಿ. ಕಮಿಷನ್ ಕೊಡಬಹುದು. ಜೊತೆಗೆ ಎಷ್ಟಿರಬಹುದೆನ್ನುವ ಕುತೂಹಲ ಇತ್ತು. ಆದರೆ ಎದುರಿಗಿಟ್ಟ ಮೊತ್ತ ಹೆಚ್ಚೆನಿಸಿತು. "ಸರ್... ಇದು" ಮುಗಿಸುವ ಮುನ್ನವೆ, "ಇದು ನಿಮ್ಮ ಕಮಿಷನ್ ನನ್ನ ಎಕ್ಸ್‌ಪೆಕ್ಟೇಷನ್ ಇಪ್ಪತ್ತೈದು ಲಕ್ಷ. ಟೋಟಲಿ ಹದಿನೈದಕ್ಕೆ ಮುಗಿಯಿತು. ಆರಾಧ್ಯರಿಗೆ ಲಕ್ಷ ಕಮಿಷನ್. ನಿಮ್ಗೆ ಐದು ಲಕ್ಷ ಕಮೀಷನ್. ನಂಗೆ ಇನ್ನು ನಾಲ್ಕು ಲಕ್ಷ ಪ್ರಾಫಿಟ್. ಇನ್ನು ಎರಡು ಪ್ರಾಪರ್ಟಿ ಸೇಲ್ ಮಾಡಿಸಿದರೆ, ಅರ್ಧದಷ್ಟು ತೀರಿಸಿ ನಿಮ್ಮ ಕೆಲ್ಸಕ್ಕೆ ಗುಡ್‌ಬೈ ಹೇಳಿಬಿಡ್ತೀರಿ. ಹಾಗೆ ಸದ್ಯಕ್ಕೆ ಆಗದಿರಲೀ ಅನ್ನೋ ಪ್ರಾರ್ಥನೆ. ಸದ್ಯಕ್ಕೆ ನಂಗೆ ನಿಮ್ಮ ಹೆಲ್ಪಿನ ಅಗತ್ಯವಿದೆ. ಬೈ ದಿ ಬೈ...." ಅಂದವ "ಬೇಡ ಬಿಡಿ...." ಹೇಳಿ ಸುಮ್ಮನಾದವನು "ನಾಳೆ ದೇವಸ್ಥಾನದಲ್ಲಿ ಒಂದು ಪೂಜೆ ಮಾಡ್ಸಬಹುದಾ? ಸಮಯ ನೀವೇ ಹೇಳಿ. ಶ್ಯಾಮ್‌ನ ಮಾತಿಗೆ "ಓಕೆ,. ಬೆಳಿಗ್ಗೆ ಅಭಿಷೇಕದ ವೇಳೆಗೆ ಬಂದ್ಬಿಡಿ. ಅರ್ಧಗಂಟೆ... ಮುಕ್ಕಾಲು ಗಂಟೆ ಆಗ್ಬಹ್ದು. ಬೇಕಾದರೆ, ದೇವಸ್ಥಾನದ ಸುತ್ತಮುತ್ತಲು ಓಡಾಡ್ಬಹ್ದು. ಸುತ್ತಲೂ ಪೂಜೆಗೆ ಬೇಕಾದ ಹೂಗಳ ದೊಡ್ಡ ತೋಟವೆ. ಅಲ್ಲಿ ಪೂಜೆಗಾಗಿ ಮಿಕ್ಕ ಹೂಗಳನ್ನು ಯಾರಾದ್ರೂ ಬಿಡ್ಸಿಕೊಂಡ್ಹೋಗ್ಬಹ್ದು. ಮೊದ್ಲಿನ ಪದ್ಧತಿ ಈಗ್ಲೂ ಮುಂದುವರಿಕೆಯೆ" ಸ್ವಲ್ಪ ಉತ್ಸಾಹದಿಂದಲೆ ನುಡಿದಳು. ಇಡಿಯಾಗಿ ಐದು ಲಕ್ಷ ತೀರಿಸಿ ಬಿಡಬಹುದೆನ್ನುವ ಸಂತೋಷ ಕೂಡ. "ಸರ್, ನಮ್ಮ ತೋಟದಲ್ಲಿ ಒಂದಿಷ್ಟು ಕೆಲ್ಸ ಇದೆ. ಝುರ್‌ಬೇರಾ ಬಿಡಿಸೋಕೆ ಬರ್ತಾ ಇದ್ದಾರೆ. ಅದು ಹೂವಿನ ಲೆಕ್ಕವಾಗಿದ್ದರಿಂದ ಸ್ವಲ್ಪ ಎದುರಿಗೆ ಇರಬೇಕಾಗುತ್ತೆ". ಅವನ ಪರ್ಮಿಷನ್ ಪಡೆದಳು. "ಒಂದು ಸಣ್ಣ ರಿಕ್ವೆಸ್ಟ್. ಇಷ್ಟು ಹಣ ಜಾಸ್ತಿನೇ. ನಿಮ್ಮ ಗ್ರೀನ್ ಗಾರ್ಡನ್‌ನ ಮ್ಯಾನೇಜರ್ ಆಗಿ ಈ ಮಾತು ಹೇಳ್ತಾ ಇದ್ದೀನಿ." ಸಂಕೋಚದಿಂದಲೇ ನುಡಿದಳು. ಬಹುಶಃ ಹಣದ ಅಗತ್ಯವಿಲ್ಲದಿದ್ದರೇ ಇಲ್ಲಿನ ಪೋಸ್ಟ್‌ಗೆ ಒಪ್ಪಿಕೊಳ್ಳುವ ಪ್ರಮೇಯವಿರಲಿಲ್ಲ. "ನೋ, ನಂಗೆ ಹಾಗೇ ಅನ್ನಿಸೋಲ್ಲ. ಆರಾಧ್ಯ. ಶಾಲಿನಿಯವ್ರು... ಬೇಡ ಬಿಡಿ ದಿವ್ಯ. ನೀವು ಪ್ರಮಾಣಿಕವಾಗಿ ಮಾಡ್ದ ಕೆಲ್ಸಕ್ಕೆ ಸಿಕ್ಕ ಕಮೀಷನ್. ಸಂಕೋಚ ಬೇಡ" ಹಣದ ಕಟ್ಟುಗಳನ್ನೆತ್ತಿ ಅವಳ ಕೈಯಲ್ಲಿಟ್ಟ.

ಐದು ಲಕ್ಷ ಬ್ಯಾಗ್‌ಗೆ ಸೇರಿಸಿಕೊಂಡವಳ ಮುಖದಲ್ಲಿ ಗೆದ್ದ ಉತ್ಸಾಹ. ಅವಳನ್ನು ಡ್ರಾಪ್ ಮಾಡಿದ ಕಾರು ಹಿಂದಕ್ಕೆ ಹೋಯಿತು. ಹಾರುವ ನಡಿಗೆಯಲ್ಲಿ ಮನೆಗೆ

ಹೋಗುವ ವೇಳೆಗೆ ಆಗ ತಾನೇ ಪೂಜೆ ಮುಗಿಸಿಕೊಂಡು ಪ್ರಸಾದದ ಬುಟ್ಟಿ ಹಿಡಿದು ಬಂದಿದ್ದ ಅಜ್ಜಯ್ಯನ ಪಾದಗಳಲ್ಲಿ ಶಿರವಿಟ್ಟಳು. ಎರಡು ಹನಿ ಕಣ್ಣೀರು.

"ಒಳ್ಳೆಯದಾಗ್ಲಿ ಮಗು. ಮುಖ್ಯ ಪ್ರಾಣದೇವರು ನಿನ್ನ ಕಾಪಾಡಲಿ" ಮನಸ್ಸಿಟ್ಟು ಹರಸಿದರು. ಎದ್ದು ಎಲ್ಲಾ ವಿವರಿಸಿ ಹಣದ ಕಟ್ಟನ್ನು ಅವರ ಮುಂದೆ ಹಿಡಿದಳು. ದೈವವನ್ನು ನಂಬಿ ಬದುಕಿದ ಸಾತ್ವಿಕ ಜೀವ. ನಿಧಾನವಾಗಿ ಎದೆಯ ಮೇಲೆ ಕೈಯಿಟ್ಟುಕೊಂಡು ಕಣ್ಮುಚ್ಚಿದರು. 'ನೀನು ಕೈಬಿಡೋಲ್ಲ. ಯಾವ ಯಾವ ರೂಪದಲ್ಲಿ ಸಹಾಯ ಮಾಡ್ತಿಯೋ' ಎಂದು ಪೂಜಿಸುವ ರಾಮಭಕ್ತ ಮಾರುತಿಗೆ ಮನದಲ್ಲಿಯೇ ವಂದಿಸಿದರು.

ಈ ವಿಚಾರ ಎಲ್ಲರಿಗೂ ತಿಳಿದಾಗ ಕಣ್ಣೀರು ಸುರಿಸಿದ್ದೆ ಕೌಸಲ್ಯ. "ಕಮಿಷನ್ ಕೊಡ್ತಾರೇಂತ ಅಂದಿದ್ದೇ! ಆದರೆ ಇಷ್ಟೊಂದು ಕೊಡ್ತಾರೇಂತ ಅಂದುಕೊಂಡಿರಲಿಲ್ಲ. ಅಯ್ಯಪ್ಪ...." ಆಕೆ ಎದೆಯ ಮೇಲೆ ಕೈ ಇಟ್ಟುಕೊಂಡರು. ದೇವರ ಹತ್ತಿರ ಹಣವನ್ನು ಇಟ್ಟು ಬಂದ ದಿವ್ಯ ಲೆಕ್ಕದ ಬುಕ್ ಹಿಡಿದುಕೂತಳು. ಹೂವಿನಿಂದ ಬಂದ ಹಣದ ಜೊತೆ, ಕಾಯಿ ಅಡಿಕೆ, ಕಡೆಗೆ ತರಕಾರಿಯನ್ನು ಬೆಳೆಸಿ ಒಟ್ಟು ಮಾಡಿದ ಹಣವನ್ನು ಆಗಾಗ ಕೊಟ್ಟು ಹಣದ ಹೊರೆಯನ್ನು ಕಡಿಮೆ ಮಾಡಿಕೊಂಡಿದ್ದಳು. ಈಗ ಐದು ಲಕ್ಷ ಕೊಟ್ಟರೆ.... ಮನಸ್ಸು ನವಿಲಾಯಿತು. ನರ್ತಿಸಬೇಕೆನಿಸಿತು. ದೊಡ್ಡ ಸಾಧನೆಯ ಹಂತ. "ಅಮ್ಮ ನಂಗೆ ಭಯ ಇತ್ತು! ಅಣ್ಣ ಆಗಾಗ ಹೆದರಿಸ್ತ ಇದ್ದ. ಎಷ್ಟೊಂದು ಹಣ ತೀರಿಸಿದ್ದೀವಿ. ಅಜ್ಜಯ್ಯ ಪೂಜೆ, ಸೇವೆ ಮಾರುತಿಗೆ ಬೇಕಿದೆ. ನಾಳೆ ಬೆಳಿಗ್ಗೆ ಶ್ಯಾಮ್‌ಪ್ರಸಾದ್ ನಮ್ಮ ದೇವಸ್ಥಾನದಲ್ಲಿ ಅವ್ರ ಹೆಸರಿನಲ್ಲಿ ಅಭಿಷೇಕ, ಪೂಜೆ, ಮಾಡ್ಸೋಕೆ ಹೇಳಿದ್ದಾರೆ. ನಾನಂತು ಇನ್ನು ನಾಲ್ಕು ಪ್ರದಕ್ಷಿಣೆ ಹೆಚ್ಚಾಗಿ ಹಾಕ್ತೀನಿ" ಗೆಲುವಿನಿಂದ ಹೇಳಿ ಇಷ್ಟು ದಿನ ಕೊಟ್ಟಿದ್ದ ಹಣಕ್ಕೆ ಐದು ಲಕ್ಷ ಜಮಾ ಮಾಡಿ ಇನ್ನು ಕೊಡಬೇಕಾದದ್ದನ್ನು ಟೋಟಲ್ ಮಾಡಿದನಂತರ, ಇಷ್ಟೆಲ್ಲ ಕೊಡಲು ಸಾಧ್ಯವೇ? ದಿನಗಳು ಹಾರಿ ವಾರ ತಿಂಗಳಾಗುತ್ತಿತ್ತು. ಅಲ್ಲಿ ಇದ್ದಿದ್ದು ಸಣ್ಣದೊಂದು ಆತ್ಮವಿಶ್ವಾಸದ ಕಿಡಿ.

ಇಷ್ಟು ಸೇರಿಸಿದರೂ ಲಕ್ಷಗಳ ಲೆಕ್ಕದಲ್ಲಿ ಹಣ ಕೊಡಬೇಕಿತ್ತು. ಈ ಸಲ ಗುಲಾಬಿ, ಜರಾಬೇರಾದಿಂದ ಹದಿನೈದು ಸಾವಿರದ ಮೂರುನೂರು ರೂಪಾಯಿ ಬಂದಿತ್ತು.

"ಅಮ್ಮ ಮಾವ ನಮ್ಗೇನು ಅನ್ಯಾಯ ಮಾಡಿಲ್ಲ. ಹಣ ಮಾಡುವ ದಾರಿಗಳನ್ನು ಹುಡ್ಕಿಕೊಡೋದರ ಜೊತೆಗೆ, ಇಡೀ ತೋಟಕ್ಕೆ ಬಂದೋಬಸ್ತ್ ಮಾಡಿಸಿದ್ದರು. ಹೂವಿನಿಂದ ಹಿಡಿದು ಪ್ರತಿಯೊಂದನ್ನು ಮುಫತ್ತಾಗಿ ಪಡೆಯೋ ಜನ ಈ ಕಡೆ ತಲೆ ಹಾಕ್ದಂಗೆ ನೋಡ್ಕೊಂಡಿದ್ದು ನಮ್ಗೇ ಉಪಕಾರವಾಗಿದೆ. ಕಾಯಿ, ಅಡಕೆಯಿಂದಲೇ ಹಣ ನೋಡ್ಬೇಕಿತ್ತು. ಈಗ... ಪ್ರತಿಯೊಂದರಿಂದಲೂ ಹಣ ಹರಿದುಕೊಂಡ್ ಬರ್ತಾ ಇದೆ" ಸಂಭ್ರಮದಿಂದ ಕೌಸಲ್ಯಗೆ ಹೇಳಿದಳು. ಅದು ನೂರಕ್ಕೆ ನೂರರಷ್ಟು ಸತ್ಯ. ಒಂದಲ್ಲ ಒಂದರಿಂದ ಹಣ ಬರುತ್ತಿತ್ತು. ಇದು ಮೊದಲು ಗಮನಕ್ಕೆ ಬಂದಿರಲಿಲ್ಲ. "ಹೇಗೆ ನಷ್ಟವಾಯಿತು ಶ್ರೀನಿಧಿಗೆ?" ಎಂದರು ಅಚ್ಚರಿಯಿಂದ.

ದಿವ್ಯ ನದಿ ಹರಿದಂತೆ ನಕ್ಕಳು.

"ಅವ್ರು, ಎರಡು ಲೆಕ್ಕ ಇಟ್ಕೊಂಡ್.... ಇದ್ದರೂಂತ ಕಾಣುತ್ತೆ" ಮಗಳ ಮಾತು ಆಕೆಗೆ ಸ್ಪಷ್ಟವಾಗಲಿಲ್ಲ. "ಅಮ್ಮ ಪೂಜೆಗೆ ಬರೋ ಶ್ಯಾಮ್‌ಪ್ರಸಾದ್ ಮನೆಗೂ ಬರ್ಬಹುದು. ಅಭಿಷೇಕಕ್ಕೆ, ಪ್ರಸಾದಕ್ಕೆ ಬೇಗೆದ್ದು ಅಣಿ ಮಾಡ್ಬೇಕು" ತಮ್ಮ ಸಹಾಯಕ್ಕೆ ನಿಂತ ಆ ಮನುಷ್ಯನ ಮೇಲೂ ಕೌಸಲ್ಯಗೆ ಅಭಿಮಾನ.

ಇಂದು ಬೆಳಗ್ಗೆ ಅರ್ಧಗಂಟೆ ಮೊದಲೆ ದಿವ್ಯ ದೇವಸ್ಥಾನಕ್ಕೆ ಹೋದಳು.

ಶ್ಯಾಮ್‌ಪ್ರಸಾದ್‌ನ ಕಾರು ಆ ಕಡೆಯಿಂದ ಸುತ್ತಿಕೊಂಡು ಬಂದು ದೇವಸ್ಥಾನದ ಮುಂದೆ ನಿಂತಿತು. ಮಾತಿನ ಪ್ರಕಾರ ಅವನಾಗಿ ಮಾಲೀಕನಂತೆ ತೋಟವನ್ನು ಪ್ರವೇಶಿಸುವಂತಿರಲಿಲ್ಲ. ಆಗಲೇ ಅನಂತಶರ್ಮ, ಆನಂದಶರ್ಮರು ಬಂದು ಗರ್ಭಗುಡಿಯ ಸ್ವಚ್ಛತೆಯಲ್ಲಿ ತೊಡಗಿದ್ದರು.

ಮನೋಜವಂ ಮಾರುತ ತುಲ್ಯವೇಗಂ ।
ಜಿತೇಂದ್ರಿಯಂ ಬುದ್ಧಿಮತಾಂ ವರಿಷ್ಠಂ ॥
ವಾತಾತ್ಮಜಂ ವಾರನಯೂಥ ಮುಖ್ಯಂ l
ಶ್ರೀರಾಮದೂತಂ ಶಿರಸಾ ನಮಾಮಿ ॥

ಸುಶ್ರಾವ್ಯವಾಗಿ ಹರಿದುಬರುತ್ತಿದ್ದ ಸ್ವರ ದಿವ್ಯಳದೆ ಎಂದು ಗುರ್ತಿಸಿದ. ಒಂದು ಅದ್ಭುತವಾದ ದಿವ್ಯ ಸಂಚಾರ. ಜೊತೆಯಲ್ಲಿ ಬಂದಿದ್ದ ವೇಲು, ರಹೀಂ ಹೊರಗಡೆಯೇ ನಿಂತರು. ಶ್ಯಾಮ್ ಬಂದು ನಿಂತನಂತರವು ಗಮನಿಸದಂತೆ ಪ್ರದಕ್ಷಿಣೆ, ನಮಸ್ಕಾರ ಹಾಕುತ್ತಲೇ ಇದ್ದ ದಿವ್ಯಳ ಕನ್ಸಲ್‌ಟೇಷನ್ ಬಗ್ಗೆ ಮೆಚ್ಚಿದ. ನೀರಿನ ಬಿಂದಿಗೆ ಹೊತ್ತು ತಂದ ಆನಂದಶರ್ಮರು ನಸುನಗೆ ಬೀರಿ ಮಾತಾಡಿಸಿದರು.

ಅಭಿಷೇಕದ ನಂತರ ಪೂಜಾತಟ್ಟೆಯನ್ನು ಅವಳ ಮುಂದಿರಿಸಿ "ವಸಿಷ್ಠ ಗೋತ್ರಾದ್ಭವಸ್ಯ.... ಶ್ಯಾಮಪ್ರಸಾದ್ ಅಗ್ನಿಹೋತ್ರಿ" ನಂತರ ಅವರು ಹೇಳಿದ್ದು ಅವನಿಗೇನು ಕೇಳಿಸಲಿಲ್ಲ. ತಾನು ವಾಮನಪ್ರಸಾದ್ ಅಗ್ನಿಹೋತ್ರಿಗಳ ಮೊಮ್ಮಗ ಕೃಷ್ಣಪ್ರಸಾದ್ ಅಗ್ನಿಹೋತ್ರಿಯ ಮಗನೆಂದು ಗುರುತಿಸಿದ್ದಾರೆಂದುಕೊಂಡ. ಪೂಜೆ ಮುಗಿದನಂತರ ತೀರ್ಥಪ್ರಸಾದ ಪಡೆದು ಹೊರಗೆ ಬಂದ. ಅನಂತಶರ್ಮರಾಗಲೀ, ಆನಂದಶರ್ಮರಾಗಲೀ, ಪ್ರಸಾದ ಕೊಟ್ಟು ಮುಗಿಸಿದ ಮೇಲೆ ಮಾತನಾಡಲು ಹೋಗಲಿಲ್ಲ.

"ಸರ್, ಮನೆಗೆ ಬರಬಹುದಲ್ಲ" ಕೇಳಿದಳು ದಿವ್ಯ.

"ಇನ್ನೊಂದು ದಿನ.... ಈಗ್ಬೇಡ" ಕಾರು ಹತ್ತಿಯೇಬಿಟ್ಟ. ಅವನು ಸ್ವಲ್ಪ ವಿಚಲಿತನಾಗಿದ್ದ. ತಾಯಿ ಎಲಿಸಾ ವಿರೋಧ ಹೆಚ್ಚಾದಾಗ ಭಾರತದ ಉಸಾಬರಿಯೇ ಬೇಡ ಎಂದು ಎಷ್ಟೋ ಸಲ ಅಂದುಕೊಂಡಿದ್ದ. ಆದರೆ ಅವನ ಡ್ಯಾಡಿ ಬರೆದಿಟ್ಟ ಡೈರಿ ಓದಿದನಂತರ ಭಾರತಕ್ಕೆ ಬರಲು, ಬಂದನಂತರದ ರೂಪುರೇಶೆಗಳನ್ನು ಮೈಂಡ್‌ನಲ್ಲಿ ಫಿಕ್ಸ್ ಮಾಡಿಕೊಂಡೇ ವಿಮಾನವನ್ನೇರಿದ್ದು.

ಮರುದಿನ ದಿವ್ಯ ಆ ಐದು ಲಕ್ಷ ತಂದು ಅಕೌಂಟ್‌ಗೆ ಜಮಾ ಮಾಡಿ ಅವನ ಸಹಿ ಪಡೆದುಕೊಂಡಿದ್ದು ನೋಡಿ ಅವನಿಗೆ ನಗು ಬಂತು.

"ಗುಡ್, ಅವಧಿಗೆ ಮುನ್ನ ಹಣ ಕೊಟ್ಟು ಬಿಡೋಂಗೆ ಕಾಣುತ್ತೆ. ದಿವ್ಯ ನೀವು ಹೇಳ್ದ ಪ್ರಕಾರ ಆ ಮನೆನ ಮಾನ್ಯೂಮೆಂಟ್ ಆಗಿ ಉಳ್ಸಿಕೊಂಡರೂ ವಾಸಕ್ಕೆ ಅನ್ಕೂಲವಾಗುವಂತೆ ಮಾರ್ಪಡಿಸಬೇಕಾಗಿದೆ. ಅದ್ರ ಸಲುವಾಗಿ ಒಂದು ಪ್ಲಾನ್ ತಯಾರಿಸಿದನಂತರ ಆರ್ಕಿಟೆಕ್ಟ್, ಇಂಜಿನಿಯರ್ ಸಲಹೆ ಪಡ್ಕೋಬೇಕು" ಅಂದ. ಆದರೆ ತಮ್ಮ ವಂಶದವರ ಪರಿಚಯ ನಿಮಗಿದೆಯೆ ಎಂದುಕೇಳಲಾಗಲಿ, ಆ ಬಗ್ಗೆ ಏನು ಹೇಳಲಾಗಲಿ ಹೋಗಲಿಲ್ಲ.

ಒಂದು ವಾರದಲ್ಲಿ ಅದರ ರೂಪುರೇಶೆಗಳು ಸಿದ್ಧವಾಯಿತು. ಬೆಳಗಾಗಿ ರಾತ್ರಿಯಾದಂತೆಲ್ಲ ದಿವ್ಯ ಚಡಪಡಿಸುವುದರ ಜೊತೆಗೆ ಇನ್ನು ಉಳಿದ ಹಣ ಅವಧಿಯೊಳಗೆ ಕೊಡಲು ಸಾಧ್ಯವೇ?

ಅಂದು ತಂದೆಯ ಜೊತೆ ತೋಟದಲ್ಲಿ ಅಡ್ಡಾಡುತ್ತ "ಅಪ್ಪಯ್ಯ, ಲಕ್ಷಗಳ ಲೆಕ್ಕದಲ್ಲಿ ಹಣ ಕೊಡ್ಬೇಕಾಗುತ್ತೆ. ಇನ್ನು ನಮ್ಗೇ ಇರೋ ಅವಕಾಶ ಮೂರು ತಿಂಗ್ಳು. ಅಷ್ಟು ಅವಧಿಯಲ್ಲಿ ಇಷ್ಟು ಹಣ...." ಅವರೂ ಹ್ಞೂಗುಟ್ಟಿದರು. ಕೆಲವು ನಿಮಿಷಗಳು ಮೌನವಹಿಸಿ "ನಮ್ಮಲ್ಲಿ ಒಂದಿಷ್ಟು ಬೆಳ್ಳಿ ಇದೆ. ಅದರ ಧಾರಣೆ ಹೆಚ್ಚಾಗಿದೆ. ಒಂದಿಷ್ಟು ಹಣ ಬರುತ್ತೆ. ಹೆಚ್ಚುಕಡ್ಮೆ ಅದೆಲ್ಲ ನಿನ್ನಮ್ಮನ ತವರಿನದು. ಈಗಾಗಲೇ ತವರಿನ ಚಿನ್ನ ವಸಂತಲಕ್ಷ್ಮಿ ಇಟ್ಟುಕೊಂಡ್ಳೂಂತ ಆಗಾಗ ಕಣ್ಣೀರು ಸುರಿಸ್ತಾಳೆ. ಈ ಬೆಳ್ಳಿನ ಮಾರೋಕೆ ಒಪ್ತಾಳೋ ಇಲ್ವೋ?" ಎಂದರು. ಅದು ದಿವ್ಯಗೂ ಸಂಕಟದ ವಿಚಾರವೇ. ತೋಟ ಉಳಿಸಿಕೊಳ್ಳಬೇಕಾದರೆ ಅಂಥ ಸಣ್ಣಪುಟ್ಟ ತ್ಯಾಗಗಳ ಅಗತ್ಯವಿತ್ತು. "ಒಪ್ಕೋತಾರೇ ಅಪ್ಪಯ್ಯ. ಅಮ್ಮನ ಹತ್ತಿರ ನಾನೇ ಮಾತಾಡ್ತೀನಿ" ಆ ಕೆಲಸವನ್ನು ಅವಳು ವಹಿಸಿಕೊಂಡಳು. ತವರೆಂದರೆ ಕೌಸಲ್ಯಗೆ ತುಂಬಾ ಅಭಿಮಾನ. ಅವರಿಂದ ಬಂದ ಅನ್ನದ ತಪ್ಪಲೆ, ಸಾರಿನ ಕೊಳಗದಿಂದಿಡಿದು ಎಲ್ಲದರ ಮೇಲು ಕೈಯಾಡಿಸುವ ಜೊತೆಗೆ "ದಿವ್ಯ ಈ ತಪ್ಪಲೆ ನೋಡು ಎಷ್ಟು ಮಜಬೂತಾಗಿದೆ. ಇದ್ರಲ್ಲಿ ನೂರು ವರ್ಷ ಅನ್ನ ಮಾಡಿದ್ರು... ಕಿಂಚಿತ್ ಸವೆಯೋಲ್ಲ" ಇಂಥ ಮಾತುಗಳನ್ನು ಆಗಾಗ ಆಡುತ್ತಿದ್ದರು. ಅದನ್ನು ಹಂಗಿಸುವವರು ಯಾರು ಇರಲಿಲ್ಲ. ಕೆಲವೊಮ್ಮೆ ತಿವಿಕ್ರಮ.... ಅರ್ಥಾತ್ ವಿಕ್ಕಿ ಛೇಡಿಸುತ್ತಿದ್ದ ಅಷ್ಟೇ.

ಮನೆಗೆ ಬಂದ ಕೂಡಲೆ ಅಮ್ಮನ ಮುಂದೆ ಕೂತು ಅದು ಇದು ಮಾತಾಡಿದನಂತರ "ನಿಂಗೆ ಬೇಜಾರಾಗುತ್ತೆ. ಕೆಲವನ್ನು ಮಾರಿದಾಯ್ತು. ಇನ್ನು ನಿನ್ನ ತವರಿನ ಚಿನ್ನ ಈ ಮನೆಯ ಹೆಣ್ಣು ಮಗಳು ವಸಂತಲಕ್ಷ್ಮಿಗೆ ಸೇರಿದಾಯ್ತು. ಕೇಳೋಕೆ ತುಂಬ ಮುಜುಗರ, ಸಂಕಟ... ಮರದ ಪೆಟ್ಟಿಗೆಯಲ್ಲಿರೋ ಬೆಳ್ಳಿಸಾಮಾನು ಮಾರಿದರೆ, ಒಂದಿಷ್ಟು ದುಡ್ಡು ಒಟ್ಟಾಗುತ್ತೆ. ಇನ್ನೆರಡು ಹೆಜ್ಜೆ ಆ ಕಡೆ ಇಟ್ಟಂತಾಗುತ್ತೆ" ಅಂದಳಷ್ಟೆ. ಮೊದಲು ಕೌಸಲ್ಯ ಮುಖದ ಮೇಲೆ ಗಾಬರಿಯೊಡೆಯಿತು. ನಂತರ ಅಳು, ಕೋಪ ಒಟ್ಟಿಗೆ ನುಗ್ಗಿ ಬಂತು. "ಈ ಮನೆಯ ಸಂತಾನವಲ್ಲ. ಎಲ್ಲೋ ಹುಟ್ಟಿದ

ಅವಳಿಂದಲೇ ಇಷ್ಟೆಲ್ಲ ಕಷ್ಟ. ಎಲ್ಲಾ ಕಳ್ಕೊಂಡ್ ನೋವು ಅನುಭವಿಸಬೇಕಾಯ್ತು" ಇದಕ್ಕೆಲ್ಲ ವಸಂತಲಕ್ಷ್ಮಿ ಕಾರಣ ಅಂತ ಕಣ್ಣೀರು ಸುರಿಸಿದರು.

"ಅಮ್ಮ, ನಡೆಯಬೇಕಾದ್ದು ಪೂರ್ವನಿಶ್ಚಿತ. ಜೀವನವೆಂಬ ಪಗಡೆಯಾಟದಲ್ಲಿ ನಾವು ಕಾಯಿಗಳು, ನಡ್ಸೋನು ಅವನೇಂತ ಎಷ್ಟೋ ಸಲ ಹೇಳ್ತಾ ಇದ್ದೆ. ಯಾರಿಂದ ರಾಮಾಯಣ ಹೇಳು? ಮಂಥರೆಯಿಂದನಾ, ಅವಳ ಮಾತು ಕೇಳಿದ ಕೈಕೆ ಕಾರಣನಾ? ಹೆಂಡ್ತಿಗೆ ಕೊಟ್ಟ ವರಗಳ ಸಲುವಾಗಿ ಮಗನನ್ನು ಕಾಡಿಗೆ ಕಳಿಸಬೇಕಾಗಿ ಬಂದ ದಶರಥನಾ? ಮಾಯ ಜಿಂಕೆ ಕೇಳಿದ ಸೀತೇನಾ? ಹುಡ್ಕಿಕೊಂಡು ಹೋದರೇ ಒಬ್ಬರಲ್ಲ ಒಬ್ಬರು, ಕಾರಣಾಂತ ಬೆಟ್ಟು ಮಾಡೋದಾ? ಪ್ಲೀಸ್ ಅತ್ತೆನ ಬಯ್ಕೋಬೇಡ. ಹೊರ್ಗಿನ ಪ್ರಪಂಚಕ್ಕೆ ಎಲ್ಲಾ ಚೆಂದ. ಅತ್ತೆಗೆ ನಿನ್ನಷ್ಟು ಸ್ವತಂತ್ರ ಕೂಡ ಇಲ್ಲ. ಹಾಗೆ ನೋಡಿದರೆ... ನೀನೇ ವಾಸಿ. ಅಪ್ಪಯ್ಯ ಮಾತ್ರವಲ್ಲ.... ಅಜ್ಜಯ್ಯ ಕೂಡ ನಿನ್ನ ಎಷ್ಟೋ ಮಾತುಗಳ್ನ ಕೇಳ್ತಾರೆ. ನೀನು ಚಿನ್ನ ಕೊಡೋವಾಗ ಅಪ್ಪಯ್ಯನೇನು ಕೇಳ್ಲಿಲ್ಲ. ಆದರೆ ಅದನ್ನ ಹಿಂದಿರುಗಿಸಬೇಕಾದರೆ, ಅತ್ತಿಗೆಗೆ ಗಂಡನ ಪರ್ಮೀಷನ್ ಬೇಕಾಗುತ್ತೆ. ಅಲ್ಲಿ ಸ್ವತಂತ್ರಳಲ್ಲ" ಅಂದ ಮಗಳನ್ನು ಮಿಕಿಮಿಕಿ ನೋಡಿದರು. ಈಗ ವ್ಯವಹಾರ ತಿಳಿದಿತ್ತು. ಮೊದಲಿನ ಹಾಗೆ ತಂದ ಹಣವನ್ನು ಮರದ ಪೆಟ್ಟಿಗೆಯಲ್ಲಿ ಹಾಕುತ್ತಿರಲಿಲ್ಲ. ಎಣಿಸಿ ಅದಕ್ಕೊಂದು ದಾರ ಕಟ್ಟಿ ಒತ್ತಟ್ಟಿಗೆ ಇಡುವಷ್ಟು ಜಾಣತನ. "ಆಯ್ತು, ಅಮ್ಮ ಗ್ರೀನ್ ಹೌಸ್‌ಗೆ ಹೋಗ್ಬರ್ತೀನಿ. ಕೆಲವರು ಆರಾಧ್ಯನ ಕಡೆಯ ಆಳುಗಳು ಇದ್ದಾರೆ. ಒಂದಿಷ್ಟು ಎಚ್ಚರ ತಪ್ಪಿದರೂ ಅವ್ರ ಕೈಗಳು ಚುರುಕಾಗಿಬಿಡುತ್ತೆ" ಮೇಲೆದ್ದಳು.

ಮೊಬೈಲ್ ಸದ್ದು ಮಾಡಿತು. ಅನುರಾಗ್ ನಂಬರ್, ಅಚ್ಚರಿಯೆನಿಸಿತು. ಅನಗತ್ಯವಾಗಿ ಫೋನ್ ಮಾಡುವ ಸ್ವಭಾವವಲ್ಲ. "ಡಿಸ್ಟರ್ಬೆನ್ಸ್ ಜೊತೆಗೆ ಸಮಯ ಹಾಳು" ಇದು ಅವನ ಪಾಲಿಸಿ.

"ಹಲೋ...." ಎಂದಳು.

"ಮಾತಾಡೋಕೆ ಸಮಯ ಇದ್ಯಾ?" ಕೇಳಿದ. ನೆಗ್ಲೆಕ್ಟ್ ಮಾಡುವುದು ಬೇಡವೆನಿಸಿತು. "ಹೇಳು, ಹೇಗಿದ್ದೀರಿ? ಬಹುಶಃ ಹಿಂದಿರುಗಿದ್ದೀರಾಂತ ಅಂದ್ಕೊಂಡೆ" ಎಂದಳು. "ಬೈ ದಿ ಬೈ.... ನಿಂಗೆ ಬೆಂಗ್ಳೂರಿಗೆ ಬರೋ ಯೋಚ್ನೆ ಇಲ್ವಾ" ಫ್ಯೂಚರ್ ಬಗ್ಗೆ ಯೋಚ್ಸು? ಅಲ್ಲೇನಿದೆ?" ಅಸಹನೆಯಿಂದ ಕೇಳಿದಂತಿತ್ತು. ಇಲ್ಲ, ಯಾರಾದರೂ ಎದುರು ನಿಂತು ಅಷ್ಟು ಹೇಳಿಸಿರಬೇಕು" ಬರೋಲ್ಲಾಂತ ಏನಿಲ್ಲ. ನಾನೇನು ಓದಿನಲ್ಲಿ ಅಷ್ಟೊಂದು ಬುದ್ಧಿವಂತಳಲ್ಲ. ಡಿಗ್ರಿ ಪೂರೈಸುವ ನಂಬ್ಕೆ ಕೂಡ ಇಲ್ಲ. ಸುಮ್ನೇ ಯಾಕೇಂತ ಇಲ್ಲೇ ಉಳಿದೆ" ಕಹಿ ಬೇಡವೆಂದು ವಿಷಯವನ್ನು ತೇಲಿಸಿದಳು.

"ಆಯ್ತು, ಕಾಲೇಜಿಗೆ ಹೋಗಿ ಡಿಗ್ರಿಯೇನು ಪೂರ್ತಿ ಮಾಡೋ ಅಗತ್ಯವಿಲ್ಲ. ನೀನ್ ಸುಮ್ನೆ ಹೊರಟು ಬಂದರೇ ಸಮಸ್ಯೆಗಳು ತಾನಾಗಿ ಸಾಲ್ವ್ ಆಗುತ್ತೆ" ಎಂದ. ಅಷ್ಟೇನು ಸೀರಿಯಸ್ ಅಲ್ಲದ ದನಿಯಿಂದ "ಸಾರಿ ಅನುರಾಗ್... ಸದ್ಯಕ್ಕಂತು ಆಗೊಲ್ಲ" ಲೈನ್ ಕಟ್ ಮಾಡಿದಳು. ಶ್ರೀನಿಧಿಯವರ ಮಾಸ್ಟರ್ ಪ್ಲಾನ್!

ಮಗಳ ಮುಖಭಾವ ಗಮನಿಸಿದ ಕೌಸಲ್ಯ "ಯಾರದು?" ಕೇಳಿದರು.

ಮೌನವಹಿಸಿದಾಗ "ಅನುರಾಗ್ ಇರಬೇಕಲ್ವಾ? ನಂಗೊತ್ತು, ಅವ್ನು ಪದೇ ಪದೇ ಫೋನ್ ಮಾಡೋ ಪೈಕಿಯಲ್ಲ. ಈ ತೋಟದ ಸಲುವಾಗಿ ನಿನ್ನ ಭವಿಷ್ಯ ಯಾಕೆ ಹಾಳು ಮಾಡ್ಕೋತೀಯಾ? ನಮ್ಗೆ ಗೊತ್ತಿಲ್ದಂಗೆ ಶ್ರೀನಿಧಿ ತೋಟ ಮಾರಿದ್ರು. ಈಗ್ಲೂ ವಿಷ್ಯ ನಮ್ಮವರ್ಗೂ ಬರ್ದಂಗೆ.... ಮಗನಿಗೆ ಮದ್ವೆ ಮಾಡಿ ಮುಗಿಸಿದ್ರೆ..." ಮನದ ಆತಂಕವನ್ನು ಮಗಳ ಮುಂದಾಡಿದರು. "ತೋಟ ಮಾರಿದ್ರೂ... ತಪ್ಪಾಗಿರಬಹ್ದು. ಅವ್ರ ಮಗನ ಮದ್ವೆ ಅವರು ಮಾಡೋದ್ರಿಂದ ಖಂಡಿತ ತಪ್ಪಿಲ್ಲ. ಮಗನ ಸಲುವಾಗಿ ಉತ್ತಮ ಜೀವ್ನ ರೂಪಿಸೋದು.... ತಂದೆಯ ಕರ್ತವ್ಯ ಕೂಡ" ಅದೇನು ದೊಡ್ಡ ವಿಚಾರವಲ್ಲವೆಂದು ಸರಳವಾಗಿ ಹೇಳಿದಳು. ಆಕೆಯಬಾಯಿಂದ ಮಾತೇ ಹೊರಡಲಿಲ್ಲ.

ಸಂಜೆ ಗಂಡನ ಮುಂದೆ ಇದನ್ನು ತೋಡಿಕೊಂಡಾಗ "ಋಣಾನುಬಂಧ... ರೂಪೇಣ.... ಪಶುಪತ್ನಿ ಸುತಾಲಯ ಅಂತಾರೆ. ಸಂಬಂಧ ಬೆಸೆಯೋಕೆ ಋಣಾನುಬಂಧ ಇರ್ಬೇಕು. ಅದಕ್ಕೆ ಬೇರೆಯವ್ರನ್ನ ದೂಷಿಸೋದು ಬೇಡ" ಎಂದು ಎದ್ದುಹೋದರು. ಇಂಥದ್ದು ನಡೆದರೂ ಅವರ ಬೇಸರಿಸಿಕೊಳ್ಳಲಾರರು. ಅವರೊಂದು ನಿರ್ಧಾರಕ್ಕೆ ಬಂದಂತೆ ಕಂಡರು.

ಮುಂದೇನಾಗಬಹುದು? ಕೌಸಲ್ಯ ಒಬ್ಬ ತಾಯಿಯಾಗಿ ಮಾತ್ರ ಯೋಚಿಸಿದ್ದು. ಬಹುಶಃ ಶ್ರೀನಿಧಿ ದಿವ್ಯನ ಸೊಸೆಯಾಗಿ ತಂದುಕೊಳ್ಳದೇ ಇರಬಹುದು. ತಂದೆಯ ವಿರುದ್ಧ ನಿಂತು ಇವಳನ್ನು ಖಂಡಿತ ಅನುರಾಗ್ ವಿವಾಹವಾಗೋಲ್ಲ. ನೂರಕ್ಕೆ ನೂರು ಪರ್ಸೆಂಟ್ ಗ್ಯಾರಂಟಿ. ಆಗ ಅವರ ಕಣ್ಮುಂದೆ ಬಂದು ನಿಂತಿದ್ದು ತಿವಿಕ್ರಮ. ದೀಪಿಕಾಳ ಪ್ರೀತಿಯ ವಿಕ್ಕಿ. ಇವರ ಪರ ಒಂದೇ ಒಂದು ಮಾತಾಡಲಿಲ್ಲ. ಅಂಥದ್ದರಲ್ಲಿ ಅವನು ತಮ್ಮ ಕಷ್ಟಕ್ಕೆ ಒದಗಿ ಬಂದಾನಾ? ಅವನು ಇರೋದೇ ಬೇರೆಯವರ ಹಂಗಿನಲ್ಲಿ. ಆಕೆಯ ಯೋಚನಾಲಹರಿ ಎತ್ತೆತ್ತಲೋ ಹರಿದಾಡಿತು.

ಅಂದು ಮಧ್ಯಾಹ್ನ ಅಡಿಕೆ ಮಂಡಿಯ ಸಾಹುಕಾರರೇ ನೇರವಾಗಿ ಹುಡುಕಿಕೊಂಡು ಬಂದಿದ್ದು. ಆರಾಧ್ಯನ ಈ ಕಡೆಯ ದಳ್ಳಾಳಿ ಸಾಮ್ರಾಜ್ಯವೇಳುವುದು ಅವರಿಗೆ ಇಷ್ಟವಿಲ್ಲ. ಈ ತೋಟ ಮಾತ್ರವಲ್ಲ 'ಗ್ರೀನ್ ಗಾರ್ಡನ್'ಗೆ ಕೂಡ ಅನಂತಶರ್ಮರ ಮೊಮ್ಮಗಳು ಮ್ಯಾನೇಜರ್ ಎಂದು ತಿಳಿದಿದ್ದರಿಂದ, ಈ ಸಲ ಅಡಿಕೆಯ ಫಸಲು ಹೇರಳವಾಗಿದ್ದುದರಿಂದ ನೇರವಾಗಿ ಪರ್ಚೆಸ್ ಮಾಡಲು ಹುಡುಕಿಕೊಂಡು ಬಂದಿದ್ದರು.

"ನಮಸ್ಕಾರ... ಈ ಕಡೆ ಬಂದು ಬಹಳ ಕಾಲವಾಗಿತ್ತು. ಒಮ್ಮೆ ನೋಡಿ ಮಾತಾಡಿಸ್ಕೊಂಡು ಹೋಗೋಣಾಂತ ಬಂದದ್ದು" ಗುಲಾಬಿಗಳನ್ನು ಕತ್ತರಿಸಿ ಗೊಂಚಲಿನಂತೆ ಸುತ್ತಿಡುತ್ತಿದ್ದ ಕಡೆ ನಿಂತಿದ್ದ ಆನಂದಶರ್ಮರಿಗೆ ಹೇಳಿದರು. "ನಮಸ್ಕಾರ.... ಬಂದದ್ದು ಸಂತೋಷದ ವಿಚಾರ. ಒಂದರ್ಧ ಗಂಟೆ... ಮನೆಗೆ ನಡೀರಿ. ಸಂಕೋಚ ಬೇಡ. ಒಂದಿಷ್ಟು ಕಷಾಯ ಕುಡ್ದು ಮುಗ್ಸೋ ವೇಳೆಗೆ ಬರ್ತೀನಿ"

ಹಳೆಯ ಪರಿಚಿತರಾದುದ್ದರಿಂದ ಒಂದು ರೀತಿಯ ಸ್ನೇಹವಿತ್ತು. ವ್ಯಾವಹಾರಿಕವಾಗಿ ನೇರ ವ್ಯಾಪಾರ ಒಳ್ಳೆಯದೆನಿಸಿತು ಕೂಡ.

ಕಷಾಯ ಕುಡಿಯುವುದಕ್ಕೆ ಮುನ್ನವೆ ಬಂದರು ಆನಂದಶರ್ಮರು "ಈಗ್ಹೇಳಿ, ಅಪರೂಪಕ್ಕೆ ಈ ಕಡೆ ಬಂದಿದ್ದೀರಿ" ಕೂತು ಕೇಳಿದರು. "ನಿಮ್ಮ ತಂಗಿ ಯಜಮಾನ್ರು ತೋಟದ ಪಾರುಪತ್ಯ ವಹಿಸಿಕೊಂಡ್ಮೇಲೆ ಈ ಕಡೆ ಬಂದಿಲ್ಲ. ಅವ್ರು ಮಾತು, ನೀತಿಗೆ, ಕಟ್ಟುಬಿದ್ದ ಜನರಲ್ಲ. ಬರೀ ಹಣನ ಮುಖ್ಯ ಮಾಡ್ಕೊಂಡ್ ವ್ಯವಹಾರ ಮಾಡಿದ್ರು" ಅಂದರು. ಅದು ಇಷ್ಟವಾಗಲಿಲ್ಲ. ಆನಂದಶರ್ಮರಿಗೆ "ಅದು ಒಂದು ರೀತಿಯಲ್ಲಿ ಸರಿಯೆ. ಇಲ್ದೇ ಹೋದರೇ ಕೃಷಿಕರು ಹಾಗೆಯೇ ಉಳ್ದುಬಿಡ್ತಾರೆ. ತಾವು ಬಂದದ್ದು ತಿಳ್ಸಿ" ಎಂದರು.

ಶೆಟ್ಟರು ತಾವು ಬಂದ ವಿಚಾರ ನೇರವಾಗಿಯೇ ತಿಳಿಸಿ "ಮುಂದೆ ದಳ್ಳಾಳಿಗಳ್ನ ಪಕ್ಕಕ್ಕಿಟ್ಟು ವ್ಯಾಪಾರ ಮಾಡೋಣಾಂತ. ಒಂದು ರೀತಿಯಲ್ಲಿ ಮರಗಳ್ನ ಗುತ್ತಿಗೆ ಪಡೆಯೋದು" ತಿಳಿಸಿದರು. ಆನಂದಶರ್ಮರು "ನಾವೇನು ವ್ಯಾವಹಾರಿಕವಾಗಿ ಬದ್ಕು ನಡ್ಸಿದವರಲ್ಲ. ಬಂದಷ್ಟರಲ್ಲಿ ತೃಪ್ತರಾಗಿದ್ದವರು. ನಮ್ಮ ಶ್ರೀನಿಧಿಗೆ ಬೆಂಗ್ಳೂರಿಗೆ ವಹಿವಾಟು ಜಾಸ್ತಿಯಾಗಿದೆ. ಸದ್ಯಕ್ಕೆ ಅದನ್ನೆಲ್ಲ ದಿವ್ಯ ನೋಡ್ಕೊತಾಳೆ. ಅವ್ಳ ಹತ್ತಿರ ಮಾತಾಡ್ಬೇಕು" ಎಂದು ತಮ್ಮ ಕೆಲಸವನ್ನು ಕಡಿಮೆ ಮಾಡಿಕೊಂಡರು. ಶೆಟ್ಟರು ಇನ್ನೊಂದು ವಿಚಾರ ಬಿತ್ತಿಹೋದರು.

"ಇನ್ನೊಂದು ವಿಚಾರ ಕೇಳ್ದೆ. ತೋಟ ಮಾರಿಯಾಗಿದೆ. ತಮ್ಮ ವಾಸ್ತವ್ಯವನ್ನು ಬೆಂಗ್ಳೂರಿಗೆ ಬದಲಾಯಿಸ್ತಿರಂತಲ್ಲ. ಅದು ಒಳ್ಳೆದೇ ಆಯ್ತು. ಇಲ್ಲೇನುಂಟು?"

ಆನಂದಶರ್ಮರು ಮಾತಾಡಲಿಲ್ಲ. ಹೆಚ್ಚು ಕಡಿಮೆ ತೋಟದ ಮಾರಾಟದ ವಿಚಾರ ಎಲ್ಲರಿಗೂ ತಿಳಿದು ಹೋಗಿದೆಯೆನಿಸಿತು. ಅದು ಸತ್ಯವೇ. ಸಂತೋಷಿಸಬೇಕೆನಿಸಲಿಲ್ಲ.

ಅವರನ್ನು ಕಳುಹಿಸಿಕೊಟ್ಟು ಬಂದ ಬೆಂಚಿನ ಮೇಲೆ ಕೂತ ಶರ್ಮರು ಹೆಂಡತಿಗೆ ಹೇಳಿದರು. ಶೆಟ್ಟರು, ಇಲ್ಲೇನಿದೆ? ಬೆಂಗ್ಳೂರಿಗೆ ಹೋದರೆ ಸುಖವಾಗಿ ಇರ್ತೀರಾ 'ಅನ್ನೋ ತರಹ ಮಾತಾಡಿದ್ರು. ಹೌದು, ಅಲ್ಲಿಗೆ ಹೋಗಿದ್ದರೆ, ವಿಕ್ಕಿ ನಮ್ಮ ಕಣ್ಮುಂದೆ ಇರ್ತಾ ಇದ್ದ. ದಿವ್ಯಳ ಭವಿಷ್ಯದ ಬಗ್ಗೆ ಕೂಡ ಯೋಚ್ಸ ಬೇಕಿರಲಿಲ್ಲ. ಡೋಲಾಯಮಾನವಾಯಿತು ಅವರ ಮನ "ಇಷ್ಟು ಸ್ವತಂತ್ರ ಇರ್ತಾ ಇತ್ತಾ? ಹಂಗಿನ ಬದ್ಕು ಆಗಿಬಿಡೋದು. ಈಗ ನೀವೇ ನೋಡಿ, ವಿಕ್ಕಿ ಓದಲಿಕ್ಕೆ ಹೋದ ಮಾತ್ರಕ್ಕೆ ಅವರವನಾಗಿ ನಿಂತ. ನಾವು ಇಷ್ಟು ವರ್ಷ ಅವ್ರು ಹೇಳ್ದಂಗೆ ಕೇಳಿದ್ದು, ಪ್ರೀತಿ ವಿಶ್ವಾಸಕ್ಕಾಗಿ. ಅದ್ನ... ಅವ್ರು ದುರುಪಯೋಗಪಡ್ಸಿಕೊಂಡ್ರು. ಮಗನ ಜೊತೆ ತೋಟದ ಮಾಲೀಕ ನಾನೇ ಅನ್ನೋ ತರಹ ನಡ್ಕೊಂಡ್ರು. ಇಷ್ಟೆಲ್ಲ ಮನಸ್ಸಿನಲ್ಲಿ ಇರೋವಾಗ ಕೂಡಿ ಬಾಳೋದು ಕಷ್ಟವಾಗ್ತ ಇತ್ತು. ಈಗಿನದು ಸರಿ! ಅಕಸ್ಮಾತ್ ನಮ್ಗೆ ಪೂರ್ತ ಹಣ ಕೊಡಲಿಕ್ಕಾಗದಿದ್ರೂ.... ಒಂದ್ವರ್ಷ ನಮ್ಮುಂತ ಇದ್ವಿ. ಮಾವನೋರು ಆರಾಮಾಗಿ ಒಂದ್ವರ್ಷ ದೇವರಿಗೆ ಪೂಜೆ ಸಲ್ಲಿಸಿದ್ರು.... ಇಷ್ಟೇ ಋಣ

ಅಂದ್ಕೊಂಡ್... ಬೇರೆ ಎಲ್ಲಾದ್ರೂ ಹೊರಟುಬಿಡೋಣ. ಅವ್ರ ನೆರಳಿಗೆ ಮಾತ್ರ ಬೇಡ. ನಮ್ಮಗ್ಳಿಗೆ ವಯಸ್ಸಾಗಿದೆ. ಆದರೆ ದಿವ್ಯ ನಮ್ಜೊತೆ ಇರ್ತಾಳೆ" ಅಂದರು. ಮಗಳ ಭವಿಷ್ಯದ ಚಿಂತೆ ಅವರಿಗೆ ಇತ್ತು. ಈ ಮುಗ್ಧ ಜನಕ್ಕೆ ಅವಳ ಆಸರೆ ಬೇಕಿತ್ತು. ಅದು ಆನಂದಶರ್ಮರಿಗೆ ಸರಿಯೆನಿಸಿತು.

ಇಂದು ಸಂಜೆ ಅರ್ಧಗಂಟೆ ನಿಧಾನವಾಗಿಯೇ ಬಂದ ದಿವ್ಯ ಸ್ವಲ್ಪ ಸುಸ್ತಾಗಿ ಕಂಡಳು. "ಅಮ್ಮ ಯಾಕೋ ಮಲ್ಕೋಬೇಕೂಂತ ಅನ್ನಿಸಿದೆ" ಅಂದು ಕೋಣೆಗೆ ಹೋಗಿ ಹಿಂದಕ್ಕೆ ಬಂದು "ಅಮ್ಮ ಆರಾಧ್ಯರೂ ಹೂವುಗಳಿಗಾಗಿ ಅಡ್ವಾನ್ ತಗೊಂಡ್ ಬಂದು ಕೊಡ್ತೀನೀಂದ್ರು. ಬೇಡಾಂದೆ ಒಂದಿಷ್ಟು ರೇಟು ಮಾತಾಡೋದಿದೆ. ಗುಲಾಬಿಗಳ್ನ ನೋಡಿದ್ಯಾ. ಒಂದೊಂದು ಮೊಗ್ಗು ಎಷ್ಟೆಷ್ಟು ಗಾತ್ರವಿದೆ. ಎಷ್ಟೊಂದು ಖುಷಿಯಾಗಿತ್ತು. ಮಾವ ಒಳ್ಳೊಳ್ಳೆ ಗಿಡಗಳ್ನ ತರ್ಸಿ ಹಾಕಿದ್ರು.... ಇಲ್ಲದಿದ್ದರೆ" ಮಾತಾಡಲಿಲ್ಲ. "ಅದೇನು, ಎಂದೂ ಇಲ್ಲ. ಸಂಜೆ ವೇಳೆ ಮಲ್ಗತೀನೀಂತ ಅಂತ ಇದ್ದೀಯ. ಹುಷಾರಾಗಿದ್ದೀ ತಾನೇ? ನೀನು ಮಂಕಾದರೆ ನನ್ನ ಕೈಕಾಲು ಉಡ್ಗಿ ಹೋಗುತ್ತೆ ಕಣೇ" ಬಂದು ಮಗಳ ಹಣೆ ಕತ್ತು ಮುಟ್ಟಿ ನೋಡಿದವರು "ಅಯ್ಯೋ ಸ್ವಲ್ಪ ಬೆಚ್ಚಗಿದೆ ಕಣೆ. ಆ ಪಾಟಿ ತಿರುಗುತ್ತೀಯ! ಜೊತೆಗೆ ತೋಟದ ಕೆಲ್ಸ. ಬೆಳಿಗ್ಗೆ ದೇವರ ಸೇವೆ. ಒಂದ್ಗಂಟೆ ಪುರಸೊತ್ತು ಇಲ್ವಲ್ಲೇ. ರಾತ್ರಿ ಹೊತ್ತು ಲೆಕ್ಕದ ಪುಸ್ತಕ ಮುಂದೆ ಹಾಕ್ಕೊಂಡ್ ಕೂತ್ಕೋತೀಯ. ಚಿಲ್ಲರೆ ಕೂಡ ಎಣಿಸಿ ಎಣಿಸಿ ಇಡ್ತೀಯ. ಈ ಮನೆಗ್ಬಂದ್ಮೇಲೆ ಹಣ ಎಣಿಸಿದ್ದೇ ಗೊತ್ತಿಲ್ಲ... ಕಣೇ" ಎಂದರು ಮೆಲುವಾಗಿ. ಇದು ಖಂಡಿತ ಸುಳ್ಳಲ್ಲ.

"ಅಲ್ಲೇ ತಪ್ಪಾಗಿದ್ದು. ನಮ್ಗೆ ದೇವರು ಬುದ್ಧಿ ಕೊಟ್ಟಿದ್ದ. ಅಲ್ಪಸ್ವಲ್ಪನಾದ್ರೂ ಉಪಯೋಗ್ಸಿಕೊಂಡಿದ್ದರೇ ಇಂದು ಇಂಥ ಸಮಸ್ಯೆ ಎದುರಾಗ್ತ ಇರ್ಲಿಲ್ಲ. ಸಂಬಂಧಗಳು ಹದಗೆಡ್ತಾ ಇರ್ಲಿಲ್ಲ" ಎಂದಳು ಭಾರವಾದ ದನಿಯಲ್ಲಿ. ಮಲಗಬೇಕೆನ್ನುವುದನ್ನ ಮರೆತಳು. ಆದರೆ ಕೌಸಲ್ಯ "ಒಂದಿಷ್ಟು ಮುಖ ತೊಳ್ಕೋ. ಬೇಗ ಊಟ ಮುಗ್ಸಿ ಮಲಕ್ಕೋಬಹ್ದು. ನೀನು ಮಲಗಿದ್ರೆ.... ನಿನ್ನ ಅಪ್ಪಯ್ಯ, ಅಜ್ಜಯ್ಯ ಗಾಬ್ರಿ ಆಗ್ತಾರೆ. ಪೆಠಾರಿಯಲ್ಲಿದ್ದ ಬೆಳ್ಳಿ ಚೆಂಬು, ಪಾತ್ರೆ, ಬಟ್ಟಲು, ಲೋಟಗಳನ್ನು ತೆಗ್ದು ಇಟ್ಟಿದ್ದೀನಿ. ಅದ್ನೆಲ್ಲ ನಿಂಗೆ ಕೊಡೋ ಉದ್ದೇಶವಿತ್ತು. ಈಗ" ಕಣ್ಣೀರು ಸುರಿಸಿದರು.

"ಅದನ್ನೆಲ್ಲ ಯೋಚ್ಸೋದು ಬೇಡ. ಪ್ರತಿಯೊಂದನ್ನು ನಮ್ಗೇ ಬೇಕಾದ ರೀತಿಯಲ್ಲಿ ಯೋಚಿಸಿದರಾಗುತ್ತ? ಚಿನ್ನ, ಬೆಳ್ಳಿ, ಹಣ ಎಲ್ಲಕ್ಕಿಂತ ನಮ್ಗೇ ತೋಟ ಮುಖ್ಯ. ತೊಟದೊಳಗಿನ ನಮ್ಮ ಬದ್ಕು ಮುಖ್ಯ. ಅವೆಲ್ಲಕ್ಕಿಂತ ಅಜ್ಜಯ್ಯನ ಪೂಜೆ, ನೆಮ್ದಿ ಮುಖ್ಯ. ಅದ್ರ ಬಗ್ಗೆ ಹೇಳಿದೋರು ಅಪ್ಪಯ್ಯ. ಒಮ್ಮೆ ಅಜ್ಜಯ್ಯನ ಮುಂದೆ ಪ್ರಸ್ತಾಪಿಸಬೇಕು" ಎನ್ನುವ ವೇಳೆಗೆ ಫೋನ್ ಸದ್ದಾಯಿತು. 'ಗ್ರೀನ್ ಗಾರ್ಡನ್'ನ ರಹೀಂ ಫೋನ್ ಮಾಡಿ "ಅಕ್ಕಾವರೇ ಬೊನ್ಸಾಯ್ ಕೊಳ್ಳೋ ಜನ ಬಂದಿದ್ದಾರೆ. ಯಜಮಾನ್ರು ಶಿವಮೊಗ್ಗಗೆ ಹೋಗಿದ್ದಾರೆ. ಈಗೇನು ಮಾಡೋದು?" ಕೇಳಿದ. ಆಗಲೇ ಮೆಲ್ಲಮೆಲ್ಲಗೆ ಕತ್ತಲು ಆವರಿಸತೊಡಗಿತ್ತು. ಸಾಕಷ್ಟು ಬೊನ್ಸಾಯ್ ಗಿಡಗಳು

ಇದ್ದವು. ಇವಳು ಕೂಡ ತುಂಬ ಇಂಟರೆಸ್ಟಾಗಿ ಮತ್ತಷ್ಟು ಗಿಡಗಳನ್ನು ತಾನೇ ಸ್ವತಃ ರೆಡಿ ಮಾಡಿದ್ದಳು. "ಈಗ.... ಬರ್ತೀನಿ" ಅಂದವಳು "ಅಮ್ಮ.... ಹೋಗ್.... ಬರ್ಲಾ? ಜೊತೆಯಲ್ಲಿ ಜನ್ನನ ಮಗನ್ನ ಕರ್ಕೊಂಡ್ ಹೋಗ್ತೀನಿ" ಅಂದಾಗ ಆಕೆಗೆ ಒಲ್ಲೆಯೆನಿಸಿತು.

"ಯಾಪಾಟಿ.... ಕೆಲ್ಸ? ಅದಕ್ಕೇನು ವ್ಯಾಳೆ ಇಲ್ವಾ? ಈಗಂತು ಬೇಡ" ಕೊಸರಿಕೊಂಡು ಎದ್ದು ಹೋದದ್ದು ಕೋಪದಿಂದಲೆ. "ಕೋಪ ಬೇಡ. ಕಾರು ನಮ್ಮ ತೋಟದ ಬಾಗಿಲಲ್ಲೆ ಉಳಿದಿದೆ. ನಿನ್ನ ಮಗ್ಳು ಒಂದು ಡಿಗ್ರಿ ಮಾಡಿದ್ದಿಲ್ಲ. ಸಂಬಳ ಇಪ್ಪತ್ತು ಸಾವಿರ. ಅದಕ್ಕೆ ಸರ್ಯಾಗಿ ಕೆಲ್ಸ ಮಾಡಿ ಆದಾಯ ಹೆಚ್ಚಿಸಬೇಕಲ್ಲ. ಇನ್ನು ಕೆಲವು ತಿಂಗ್ಳು. ಆಮೇಲೆ ನಮ್ಮ ತೋಟನೇ ನಮ್ಗೆ ಸಾಕು. ಎಂದಾದ್ರೂ ಇದು ಸಾಲ್ದುಂತ ಕೊರಗಿದ್ದುಂಟಾ? ಆಮೇಲೆ ಹಾಗೇ ಇದ್ದುಬಿಡೋಣ. ಈಗಂತು ಹಣ ಬೇಕು. ನಮ್ಮ ತೋಟನ ಉಳ್ಸಿಕೊಳ್ಳೋಕೆ ಒಂದು ಅವಕಾಶ ಕೊಟ್ಟಿದ್ದಾರೆ. ಈಗ ಸೋತರೆ, ನಾವು ಎಲ್ಲಾ ಕಳ್ದುಕೊಂಡ್ ಬಿಡ್ತೀವಿ. ಹೋಗ್ಲಿ, ನನ್ನ ಓಡಾಟಕ್ಕೆ ಕಾರು ಕೊಟ್ಟಿದ್ದಾರೆ. ಅದ್ನ ಓಡಿಸೋಕೆ ಒಬ್ಬ ಡ್ರೈವರ್. ಅಕಸ್ಮಾತ್ ಸಿಟಿಯಲ್ಲಿ ನನ್ನ ಎಜುಕೇಷನ್‌ಗೆ ಕೆಲ್ಸ ಸಿಕ್ತಾ ಇರ್ಲಿಲ್ಲ. ಸಿಕ್ಕರೂ ಸಂಬಳ ಮೂರು ಸಾವಿರದ ಮೇಲೆ ಹೋಗ್ತಾ ಇರ್ಲಿಲ್ಲ. ಬಹುಶಃ ಇನ್ನು ಕೆಲವು ತಿಂಗಳು ನನ್ನ ಅಗತ್ಯ. ಈ ಪರಿಸರ ಇಲ್ಲಿನ ವ್ಯವಹಾರ ಅರ್ಥವಾದ್ಮೇಲೆ ನಂಗಂತು ಇಪ್ಪತ್ತು ಸಾವಿರ ಸಂಬಳ ಕೊಟ್ಟು ಕೆಲ್ಸಕ್ಕೆ ಇಟ್ಟುಕೊಳ್ಳೋಲ್ಲ" ಇಂದು ತುಸು ದೀರ್ಘವಾಗಿಯೇ ಮಾತಾಡಿದಳು.

ಇವಳು 'ಗ್ರೀನ್ ಗಾರ್ಡನ್' ಬಳಿಗೆ ಬರುವ ವೇಳೆಗೆ ಕಾರು ಬಂದು ನಿಂತಿತು. ದಿವ್ಯ ಇಳಿಯುವ ವೇಳೆಗೆ ಜೀಪ್ ಕೂಡ ಬಂದಿತು. ಮುಗುಳ್ನಗೆ ಹರಿಸುತ್ತಲೆ 'ಹಾಯ್...' ಎನ್ನುವಂತೆ ಕೈಯಾಡಿಸಿ ಇಳಿದ ಶ್ಯಾಮ್‌ಪ್ರಸಾದ್ ಅಚ್ಚರಿಯ ನೋಟ ಹರಿಸಿದ. "ಅಷ್ಟೊಂದು ಇಂಪಾರ್ಟೆಂಟ್ ಕೆಲ್ಸ ಇತ್ತಾ? ಆ ಚಿಲ್ಲರೆ ಅಕೌಂಟೆಂಟ್ ಪಾಂಡುರಂಗಿಗೆ ಹೇಳ್ಬಹುದಿತ್ತು" ಇಂಥದೊಂದು ಮಾತಾಡಿದ. ಅವಳ ವರ್ಕ್‌ಲೋಡ್‌ನ ಬಗ್ಗೆ ಗೊತ್ತಿತ್ತು. "ಅದು ಚಿಲ್ಲರೆ ವಿಷ್ಯವಾಗಿರ್ಲಿಲ್ಲ. ಬೊನ್ಸಾಯ್ ಗಿಡಗಳು ಬೇಕೆಂದು ಫೋನ್ ಮಾಡಿದ ಜನ ಬಂದಿದ್ದಾರೆ. ಅದಕ್ಕೆ ನಾನೇ... ಬಂದೆ. ಒಂದೆರಡು ಜಾತಿಯ ಮರಗಳು ಒಂದೊಂದೇ ಇರೋದರಿಂದ ಕೊಡೋಕ್ಕಾಗೊಲ್ಲ. ಅವು ಬೇಕೇ, ಬೇಕೂಂದರೆ ಹೆಚ್ಚಿನ ಬೆಲೆ ಕೊಡ್ಬೇಕಾಗುತ್ತೆ" ಅಂದಾಗ ನಕ್ಕುಬಿಟ್ಟ. "ಓಕೇ, ದಿವ್ಯ ಮೊದಲ ನೋಟಕ್ಕೆ ತೀರಾ ಸರಳವಾಗಿ ಇನ್ನೋಸೆಂಟಾಗಿ ಕಂಡ್ರಿ. ಆದರೆ ವೆರಿ ಬ್ರಿಲಿಯೆಂಟ್. ಅದಕ್ಕೆ ಶ್ರೀನಿಧಿ ನಿಮ್ಮನ್ನ ಬಿಜಿನೆಸ್ ಪಾರ್ಟನರ್ ಮಾಡ್ಕೋಬೇಕೂಂತ ಇದ್ದಿದ್ದನ್ನ ಆರಾಧ್ಯ... ಹೇಳ್ದ" ಎಂದ ಹೆಜ್ಜೆ ಹಾಕುತ್ತ. ವರಾಂಡ ಗೆಸ್ಟ್‌ರೂಂನಲ್ಲಿ ಕೊಳ್ಳುವ ಜನ ಕೂತಿದ್ದರಿಂದ ನೇರವಾಗಿ ದಿವ್ಯ ಅಲ್ಲಿಗೆ ಹೋದಳು.

ಗೆಸ್ಟ್‌ಹೌಸ್‌ನ ಅಂಗಳದಲ್ಲಿ ನಿಂತಿದ್ದ ತೀರಾ ಬೆಲೆಬಾಳುವ ಕಾರನ್ನು ನೋಡಿಯೇ ಅವರ ಶ್ರೀಮಂತಿಕೆಯನ್ನು ಗುರ್ತಿಸಿದ್ದಳು. ತಮ್ಮ ಬಂಗ್ಲೆಯ ಚೆಂದಕ್ಕೆ ಲಕ್ಷಗಳನ್ನು ಸುರಿಯುವಂಥ ಜನರೆಂದುಕೊಂಡಳು.

"ಐಯಾಮ್ ದಿವ್ಯ. ಗ್ರೀನ್‌ಗಾರ್ಡನ್‌ನಲ್ಲಿ ಮ್ಯಾನೇಜರ್" ಪರಿಚಯಿಸಿಕೊಂಡನಂತರ ಅಲ್ಲಿಗೆ ಕರೆದೊಯ್ದರು. ಅವರು ಈಗಾಗಲೇ ಅರ್ಧದಷ್ಟು ಗಿಡಗಳನ್ನು ಆಯ್ಕೆ ಮಾಡಿಕೊಂಡಿದ್ದರು" ಇವೆಲ್ಲ ಬೇಕು! ಟೋಟಲಿ ಎಷ್ಟು ಹೇಳ್ತೀರಾ? ನನ್ನ ವೈಫ್ ಬರ್ತ್‌ಡೆಗೇ ಪ್ರೆಸೆಂಟ್ ಮಾಡೋಕೆ ಈಗಾಗಲೇ ಸಾಕಷ್ಟು ಬೊನ್ಸಾಯ್.... ನಮ್ಮಲ್ಲಿದೆ. ಅದ್ರೂ ಅವ್ಳಿಗೆ ವಿಪರೀತ ಹುಚ್ಚು" ಎಂದರು. ತೀರಾ ವ್ಯಾವಹಾರಿಕವಾಗಿ ಮಾತಾಡಿ, ಐದೂವರೆ ಲಕ್ಷ ಕ್ಯಾಷ್ ಕೊಟ್ಟು ಅಷ್ಟನ್ನು ಖರೀದಿಸಿ "ಬೆಳಿಗ್ಗೆ ನಮ್ದೇ ಗೂಡ್ಸು.. ಗಾಡಿ, ಡ್ರೈವರ್ ಬರ್ತಾನೆ ಕಳ್ಸಿಕೊಡೀಂತ..." ಹೇಳಿಹೋದರು. ಆ ವೇಳೆಗೆ ಒಂಬತ್ತಾಗಿ ಹೋಗಿತ್ತು. ತಾನು ಕೂಡ ಬೊನ್ಸಾಯ್ ತೋಟದಲ್ಲಿ ಬೆಳೆಸಬೇಕೆಂದುಕೊಂಡಳು ಕೆಲವು ಕ್ಷಣ. ಅದು ಬರೀ ಕನಸಾಗಬಾರದೆಂದು ಪಕ್ಕಕ್ಕೆ ತಳ್ಳಿ ಅದರಿಂದ ಹೊರಬಂದಿದ್ದು.

ಹೊರಗಡೆ ಬಾಲ್ಕನಿಯಲ್ಲಿ ನಿಂತು ಸಿಗರೇಟು ಸೇದುತ್ತಿದ್ದವನು ಅವಳನ್ನು ನೋಡಿ ಪಕ್ಕಕ್ಕೆಸೆದು "ಪ್ಲೀಸ್ ಕಮ್, ಮುಗೀತಾ ವ್ಯವಹಾರ? ನಂಗೆ ಮರ, ಗಿಡದ ಬಗ್ಗೆ ಅಂಥ ಆಸಕ್ತಿ ಇರ್ಲಿಲ್ಲ. ನ್ಯೂಜೆರ್ಸಿಯ ನಮ್ಮ ಆಸ್ಪತ್ರೆಯಲ್ಲಿ ಅಲ್ಲಲ್ಲಿ ಅರಳಿ ನಿಂತ ಹೂಗಳನ್ನು ನೋಡಿದಾಗ ಮನಸ್ಸು ಫ್ರೆಷ್ ಆಗ್ತಾಇತ್ತು" ಎಂದ. ಅವಳು ಮುಗುಳ್ನಗೆ ಬಿರಿದಳಷ್ಟೆ. ವಿವರಿಸಿ ಕ್ಯಾಷನ್ನು ಒಯ್ದು ಸಿಟ್ಟಿಂಗ್ ರೂಂನಲ್ಲಿದ್ದ ಬೀರುವಿನಲ್ಲಿಟ್ಟು "ಬರ್ತೀನಿ ಸರ್" ಹೊರಟಾಗ ಅದೇ ಡ್ರೆಸ್‌ನಲ್ಲಿದ್ದ "ನಾನೇ ನಿಮ್ಮನ್ನ ಡ್ರಾಪ್ ಮಾಡ್ತೀನಿ. ಇವತ್ತು ನಿಮ್ಮ ಜೊತೆ ಡಿನ್ನರ್ ತಗೋಳ್ಳೋಣಾಂತ ಇದ್ದೆ. ಅಲ್ಲಿ.... ನಿಮ್ಮಮ್ಮ.... ಅಪ್ಪಯ್ಯ ಕಾಯ್ತ ಇರ್ತಾರೆ" ಎಂದವ ಜೇಬಿನಲ್ಲಿದ್ದ ಕಾರಿನ ಲಾಕ್‌ನ ಮೇಲಕ್ಕೆಸೆದು ಹಿಡಿದು ಕಾರು ಹತ್ತಿದ ನಂತರ "ಈ ಪಾರ್ಟಿ... ಯಾರು?" ಕೇಳಿದ ಸ್ಟಾರ್ಟ್ ಮಾಡುತ್ತ.

"ನಮ್ಮ ತೋಟದ ಹೂಗಳನ್ನು ಕೊಳ್ಳೋ ರೆಗ್ಯುಲರ್ ವ್ಯಾಪಾರಿಗೆ ಒಮ್ಮೆ ಬೊನ್ಸಾಯ್ ಬಗ್ಗೆ ಹೇಳಿದ್ದೆ. ಅವನು ಅದರ ವ್ಯಾಪಾರ ಕೂಡ ಮಾಡ್ತಾನಂತೆ. ಈಗ ಬಂದವರು ಅವನಲ್ಲಿ ರೆಗ್ಯುಲರ್ ಆಗಿ ಹೂ ಕೊಳ್ಳೋ ಜನ. ಅವನೇ ಹೇಳಿ ಕಳಿಸಿರೋದು. ನೀವು ಒಮ್ಮೆ ಅವನ್ನ ಮಾರೋ ಬಗ್ಗೆ ಹೇಳಿದ್ರಿ. ಆದರೆ ಇಷ್ಟು ಬೇಗ ಇಷ್ಟು ದುಬಾರಿಯಾಗಿ ಮಾರಾಟವಾಗುತ್ತೇಂತ ತಿಳಿದಿರ್ಲಿಲ್ಲ. ಆರ್ಥಿಕವಾಗಿ ಒಳ್ಳೆ ಆದಾಯ ತರುವಂಥದ್ದೆ" ಎಂದಳು ತಲೆಯಲ್ಲಿ ಯಾವುದೋ ವಿಚಾರ ತುಂಬಿಕೊಂಡು.

ಬೊನ್ಸಾಯ್ ಬಗ್ಗೆ ಮಾತಾಡುತ್ತಿದ್ದಂಗೆ ಇವರ ತೋಟದ ಮುಂಬಾಗಿಲಿನ ಬಳಿ ಕಾರು ನಿಂತಿತು. ಇಳಿದು ಸಂಕೋಚಿಸುತ್ತಲೇ "ಬನ್ನಿ ಇಂದು ನಮ್ಮಲ್ಲೇ ಊಟ ಮಾಡ್ಬಹುದು. ಅಮ್ಮನ ಕೈನ ಅಡುಗೆ ತುಂಬ ರುಚಿ" ಅಂದಳು. "ಇನ್ನೊಮ್ಮೆ.... If you manage to smile at any situation, you are the winner of highest number of hearts in this world....!'' ಅಂದ. ಕಾರು ಮರುಕ್ಷಣ ಜೀವ ತುಂಬಿಕೊಂಡು ಮುಂದಕ್ಕೆ ಹೋಯಿತು. ನೋಬಲ್ ವಾಕ್ಯವೇ! ಆದರೆ ಹಾಗೇಕೆ ಹೇಳಿದ ಎಂಬುದು ಮಾತ್ರ ದಿವ್ಯಳಿಗೆ ಅರ್ಥವಾಗಲಿಲ್ಲ. ವಿದೇಶದಲ್ಲಿ ಹುಟ್ಟಿ ಅಮೆರಿಕನ್ ಹೆಣ್ಣಿನ

ಹೊಟ್ಟೆಯಲ್ಲಿ ಹುಟ್ಟಿದವನಾದರೂ ಅವನ ನಡತೆಯನ್ನು ಗೌರವಿಸಬೇಕಾದ್ದೇ. ಮೊದಲು ಸ್ವಲ್ಪ ಒರಟಾಗಿ ಮಾತಾಡಿದ್ದುಂಟು. ಇಂಥ ಒಂದು ಒಪ್ಪಂದಕ್ಕೆ ಮೊದಲು ಒಲ್ಲೆಯೆಂದರು, ಆಮೇಲೆ ಒಪ್ಪುವಾಗ "ಸೀ ದಿವ್ಯ, ಈಗ ನೀವು ಕೊಟ್ಟ ಹಣದ ಯಾವ್ದೇ ಕಾಲಕ್ಕೂ ಹಿಂದಿರುಗಿಸೋಲ್ಲ. ಒಂದ್ವರ್ಷದಲ್ಲಿ ನೀವು ಹಣವನ್ನು ಸಂದಾಯ ಮಾಡದಿದ್ದರೆ ಬರೀ ಕೈಯಲ್ಲಿ ಹಿಂದಿರುಗಬೇಕಾಗುತ್ತೆ. ಈ ಸಾಹಸಕ್ಕೆ ಯಾಕೆ ಕೈ ಹಾಕ್ತೀರಾ?" ಎಂದು ಕಡೆಯಲ್ಲಿ ಪ್ರಶ್ನಿಸಿದ್ದ ಕೂಡ. ಆಗ ಕೆಲವು ಕ್ಷಣ ದಿಕ್ಕೆಟ್ಟಂತಾದರು, ಮರುಕ್ಷಣ "ನಿಮ್ಮ ಕರಾರಿಗೆ ನಮ್ಮ ಒಪ್ಗೆ ಇದೆ. ಆದರೆ ಆ ಬಗ್ಗೆ ಕೇಳೋ ಹಕ್ಕು ನಿಮ್ಗೆ ಇರೋದಿಲ್ಲ ಅಲ್ವಾ?" ಅಂದಾಗ ಅವಳ ಕಣ್ತುಂಬಿದ್ದು "ಸಾರಿ... ಸಾರಿ..." ಎಂದಿದ್ದ. ಆಮೇಲೆ ಚಕಾರವೆತ್ತಿರಲಿಲ್ಲ. ಇವಳು ಹಣ ಕೊಟ್ಟಾಗಲೆಲ್ಲ ನಗುತ್ತ, ಹಾಸ್ಯ ಮಾಡುತ್ತ... ಆ ಅಗ್ರಿಮೆಂಟ್ ಕಾಪಿಯಲ್ಲಿನ ಜಮಾ ಕಾಲಂನಲ್ಲಿ ಸಹಿ ಹಾಕಿ ಹಿಂದಿರುಗಿಸಿದ್ದ. ಅಂದಿನಿಂದ ಒಬ್ಬನೇ ಒಬ್ಬ ಆಳು ಅವರ ಕಡೆಯವರು ತೋಟದೊಳಕ್ಕೆ ಕಾಲಿಟ್ಟಿದ್ದೇ ಇಲ್ಲ.

ಶ್ಯಾಮ್‌ಪ್ರಸಾದ್ ಅಗ್ನಿಹೋತ್ರಿ ಕೂಡ ಆ ತೋಟಕ್ಕೆ ಹೋಗಲಿಲ್ಲ ಒಮ್ಮೆಯಾದರು! ನೆನಪು ಮಾಡಿಕೊಂಡ.

* * * *

ಅಂದು ಶ್ಯಾಮ್‌ಪ್ರಸಾದ್ ಕಾರು ಶ್ರೀಧರ ಪ್ರಸಾದ್ ಮನೆ ಕಡೆ ಧಾವಿಸಿತು. ಹಿರಿಯ ಅಗ್ನಿಹೋತ್ರಿಗಳಿಗೆ ಹಿಂದಿನ ದಿನ ಆಪರೇಷನ್ ಆಗಿತ್ತು. ಸ್ವಲ್ಪ ಸಮಸ್ಯೆಯಾಗಿದ್ದರಿಂದ ಎರಡು ದಿನದ ತರುವಾಯ ಬ್ಯಾಂಡೇಜ್ ಬಿಚ್ಚುವವರಿದ್ದುದ್ದರಿಂದ ಶ್ರೀಧರ ತಿಳಿಸಿದ್ದರಿಂದ ಆ ಕಡೆ ಹೊರಟಿದ್ದು ಏನೋ ಒಂದು ರೀತಿಯ ಸೆಳೆತ.

"ನಮ್ದು ಪುರೋಹಿತ ವಂಶ, ನಮ್ಮ ತಂದೆಗೆ ಕೈ ತುಂಬ ಕೆಲಸ. ಸುತ್ತಮುತ್ತಲಿನ ಜನಕ್ಕೆ ಗೊತ್ತಿದ್ದ ಮನೆತನ. ಸಂಪೂರ್ಣ ಹಳ್ಳಿಯ ವಾತಾವರಣ. ಮನೆಯ ತುಂಬ ಒಂಬತ್ತು ಮಕ್ಕಳು. ಆದರೆ ಆದಾಯ ಕಡಿಮೆ. ಹುಟ್ಟಿದ ಎರಡು ಮಕ್ಕಳಂತು ನಿತ್ಯರೋಗಿಗಳು. "ಮನೆಯ ಸಂಪೂರ್ಣ ಚಿತ್ರವನ್ನು ಆಗಾಗ ಬಿಡಿಸಿಡುತ್ತಿದ್ದರು. ಅದು ಸ್ವಚ್ಛವಲ್ಲದ ಉಸಿರುಗಟ್ಟಿಸುವ ಬಡತನದ ಚಿತ್ರ. ಆಗ ಶ್ಯಾಮ್‌ಪ್ರಸಾದ್ "ನಿಮ್ದು ಲಕ್ ಡ್ಯಾಡ್. ಮಮ್ಮಿ ಅಂಥ ಪಾರ್ಟನರ್ ಸಿಕ್ಕಿ ಅದೆಲ್ಲದರಿಂದ ಬಚಾವ್ ಆದ್ರಿ" ಹರ್ಷ ವ್ಯಕ್ತಪಡಿಸುತ್ತಿದ್ದ. ಆಗ ಅವರು ಸುರಿಸುತ್ತಿದ್ದುದು ಕಣ್ಣೀರು. "ಯು ಆರ್ ಮ್ಯಾಡ್..." ಅವನ ಮಮ್ಮಿ ಹಾರಾಡುತ್ತಿದ್ದುದ್ದನ್ನ ಕಂಡಿದ್ದ.

ದಾರಿಯಲ್ಲಿ ತಾನುಕೊಂಡ ಮನೆಯ ಬಳಿ ಕಾರು ನಿಲ್ಲಿಸಿದ್ದ. ಹಿಂದೆ, ಮುಂದೆ ಸಾಕಷ್ಟು ಗಿಡ, ಗಂಟೆಗಳು ಬೆಳೆದುಕೊಂಡಿತ್ತು. ಹಿಂಭಾಗದಲ್ಲಿ ಹಿತ್ತಲೆನ್ನುವ ಪ್ರದೇಶದಲ್ಲಿ ಸಂಪಿಗೆ ಮರ, ನಾಲ್ಕಾರು ಕಣಗಿಲೆ ಗಿಡಗಳ ಜೊತೆಗೆ ಇದ್ದಿದ್ದು ದಾಸವಾಳ. ಅಲ್ಲೆಲ್ಲ ಸುತ್ತಾಡಿದ. ಇವನಪ್ಪ, ಅವರಪ್ಪ.... ಅವರಿಗೆ ಹಿಂದಿನವರು ಇಲ್ಲಿ

ವಾಸಿಸುತ್ತಿದ್ದು ಈ ಗಾಳಿಯನ್ನು ಉಸಿರಾಡಿದ್ದಾರೆ. ಅವನ ಡ್ಯಾಡಿ ಹೇಳಿದ ಮಾತುಗಳೆಲ್ಲ ಚಿತ್ರಪಟಗಳಂತೆ ಅವನ ಕಣ್ಮುಂದೆ ಹರಿದಾಡಿತು.

ಮನೆಯ ಜಗುಲಿಯ ಬಳಿ ನಿಂತು ದಿವ್ಯ ಮೊಬೈಲ್‌ಗೆ ಕಾಲ್ ಮಾಡಿದ. "ಆರ್ ಯು ಫ್ರೀ? ಎಲ್ಲಿದ್ದೀರಾ?" ವಿಚಾರಿಸಿದ. ಅವಳು ಅವರ ತೋಟದಲ್ಲಿ, ಗ್ರೀನ್ ಗಾರ್ಡನ್‌ನಲ್ಲಿ ಯಾವ ಯಾವ ಸಮಯದಲ್ಲಿ ಇರುತ್ತಾಳೆನ್ನುವುದೇ ಕಷ್ಟವಾಗಿತ್ತು. "ಗ್ರೀನ್ ಗಾರ್ಡನ್‌ನಲ್ಲಿ...." ಎಂದಳು. ತಕ್ಷಣ "ಡ್ರೈವರ್‌ಗೆ ಹೇಳಿ ರಹೀಂ ಮತ್ತು ಅವನ ಜೊತೆ ಚಿಲ್ಲರೆ ಪರಮೇಶಿನ ಕರ್ಕೊಂಡ್ ಇಲ್ಲಿಗ್ಬಾ" ಹೇಳಿದ. ಪರಮೇಶಿಗೆ ಚಿಲ್ಲರೆ ಅನ್ನುವುದು ಅನ್ವರ್ಥನಾಮವಾಗಿತ್ತು.

"ಓಕೆ. ಸರ್... ಆರಾಧ್ಯರು ಇದ್ದಾರೆ. ಅಲ್ಲಿನ ಮನೆ ರಿಪೇರಿ, ಸುತ್ತಮುತ್ತಲ ಪ್ರದೇಶದ ಅಚ್ಚುಗಟ್ಟಿಗಾಗಿ ಗುತ್ತಿಗೆದಾರರನ್ನು ಕರ್ಕೊಂಡ್ ಬಂದಿದ್ದಾರೆ" ಅಂದಾಗ ಎರಡು ಸೆಕೆಂಡ್ ಮೌನದ ತರುವಾಯ "ಅವ್ರನ್ನ ಕರ್ಕಂಡ್ ಬಾ. ಸ್ವಲ್ಪ ಡಬ್ಬಲ್ ಗೇಮ್ ಮನುಷ್ಯ ಅಂದ್ಕೊಂಡರು, ಒಂದ್ಕೆಲ್ಸ ಹೇಳ್ದ ಕೂಡಲೇ ತಕ್ಷಣ ಆಕ್ಟಿವೇಟ್ ಆಗ್ಬಿಡ್ತಾನೆ" ಎಂದು ತಮಾಷೆಯಲ್ಲಿ ಮಾತನ್ನು ತೇಲಿಸಿದ.

"ನಾನು ಇಲ್ಲೇ ಇರ್ತೀನಿ" ಅಂದವ ಬೀಗ ತೆಗೆದು ಒಮ್ಮೆ ಇಡೀ ಮನೆಯನ್ನು ಅವಲೋಕಿಸಿದ. ಪುಟ್ಟ ಪುಟ್ಟ ಎರಡು ಒರಳು ಮತ್ತು ಅದರೊಳಗೆ ತುಸು ಉದ್ದದ ನೂಪುವಾದ ಕಲ್ಲುಗಳು. ಇನ್ನು ಏನೇನೋ ಸಾಮಾನುಗಳು ಇದ್ದವು. ಅವನ್ನೆಲ್ಲ ಮುಟ್ಟಿ ಮುಟ್ಟಿ.... ನೋಡಿದ. ಹಿಂದಿನವರು ಬಳಸುತ್ತಿದ್ದ ಸಾಮಾನುಗಳು. ಅದನ್ನೆಲ್ಲ ನೆನಪಿಸಿಕೊಳ್ಳುತ್ತಿದ್ದ. ಅವನ ಡ್ಯಾಡಿ ಕೈಹಿಡಿದು ಕಣ್ಣೀರು ಸುರಿಸುತ್ತ "ನಂಗೆ, ಅವನ್ನೆಲ್ಲ.... ಮತ್ತೆ ನೋಡ್ಬೇಕೂಂತ ಅನ್ನಿಸುತ್ತೆ. ಆದರೆ ಭಾರತಕ್ಕೆ ಹಿಂದಿರುಗಲಾರೆ. ನಿಮ್ಮಮ್ಮನಿಗೆ ಭಗವದ್ಗೀತೆ ಹಿಡ್ದು ಪ್ರಮಾಣ ಮಾಡಿದ್ದೀನಿ. ಆದರೆ ಶ್ಯಾಮ್. ನೀನ್ಹೋಗಿ ಅವನ್ನೆಲ್ಲ ನೋಡ್ಬೇಕು. ಅಡ್ಡಾಡಬೇಕು. ನಾನು ಕಳೆದುಕೊಂಡಿದ್ದನ್ನ ನೀನು ಅನುಭವಿಸ್ಬೇಕು. ನನ್ನಿಂದ ಆಗದ್ದು ನೀನು ಮಾಡ್ಬೇಕು. ಅಲ್ಲಿನ ಋಣ ಅಷ್ಟೋ.... ಇಷ್ಟೋ ತೀರ್ಬೇಕು. ಇಲ್ಲದಿದ್ದರೇ ನನ್ನ ಮನಸ್ಸಿಗೆ ಶಾಂತಿ ಇಲ್ಲ." ಈ ಮಾತುಗಳನ್ನು ಒಂದಲ್ಲ ಹಲವಾರು ಸಲ ಹೇಳಿದ್ದರು. ಒಂದು ರೀತಿ ಅವನಿಗೆ ಪಾಠವಾಗಿತ್ತು.

ಶ್ಯಾಮ್ ಕಣ್ಣಲ್ಲಿ ನೀರಾಡಿತು. ಎಷ್ಟೋ ಸಲ ಅವನ ಮಮ್ಮಿಯ ಮುಂದೆ ಪ್ರಾರ್ಥೇಯಪಟ್ಟಿದ್ದ. "ಪ್ಲೀಸ್ ಮಾಮ್... ಡ್ಯಾಡ್‌ನ ಭಾರತಕ್ಕೆ ಕಳ್ಸು. ಒಮ್ಮೆ ಹೋಗಿ ಎಲ್ಲಾ ನೋಡ್ಬರ್ಲಿ. "ಆಕೆ ತಲೆಯಾಡಿಸಿ" ನೋ, ನನ್ನ ಒಪ್ಗೆ ಇಲ್ಲ. ಹೋಗೋಲ್ಲಂತ ಪ್ರಾಮಿಸ್ ಮಾಡಿದ್ಮೇಲೆ... ಮ್ಯಾರೇಜ್ ಆಗಿದ್ದು. ಈ ಹುಚ್ಚಿಗೆ ಅಲ್ಪಾಯುಸ್ಸು. ಅಲ್ಲಿನ ಬಡತನ, ಪರಿಸ್ಥಿತಿಯನ್ನು ಅವ್ನೇ ಹೇಳ್ಕೊಂಡಿದ್ದಾನೆ. ಯು ಡೋಂಟ್ ವರಿ. ಈ ಹುಚ್ಚು ತಾನಾಗಿ ಬಿಟ್ಟುಹೋಗುತ್ತೆ." ಭುಜದ ಮೇಲೆ ಕೈಹಾಕಿ ಮುಗುಳ್ನಗೆ ಬೀರಿದ್ದರು. ಆಕೆಯ ಪ್ರಕಾರ ಬಡತನ, ಮೂಢನಂಬಿಕೆಗಳ ತವರೂರು ಭಾರತ!

ಅಲ್ಲೆಲ್ಲ ಮತ್ತೆ ಮತ್ತೆ.... ಓಡಾಡಿದ. ಅಲ್ಲಲ್ಲಿ ಓಡಾಡುವ ಮನೆಗಳಿದ್ದ ಜನ ಬಂದು ನೋಡಿಕೊಂಡು ಅದೂ ಇದೂ ಹೇಳಿಹೋದರು. ಇವನ ತಂದೆ, ತಾತ....

ಮತ್ತು ಆ ಮನೆಯವರ ಪರಿಚಯವಿದ್ದ ಸಾಕಷ್ಟು ಜನ ಬಂದು "ಯಾರೋ ಒಬ್ರು... ದೀಪ ಹಚ್ಕೊಂಡ್ ಇಲ್ಲಿ ಉಳಿದರೆ ಅಷ್ಟೇ ಸಾಕು. ಎರಡ್ಹೊತ್ತು ಅಗ್ನಿಹೋತ್ರ ಮಾಡ್ತಾ ಇದ್ದಂಥ ಸ್ಥಳ" ಇಂಥ ಮಾತುಗಳನ್ನು ಆಡಿಹೋದರು. ಇವನ ಚಿಕ್ಕಪ್ಪಂದಿರು ಮಾರಿಕೊಂಡ ಮೇಲೆ ಅವರಿವರ ಕೈ ಬದಲಾಯಿತು ಅಷ್ಟೇ. ಯಾರು ಬಂದು ಒಂದೆರಡು ದಿನ ಉಳಿದದ್ದು ಇಲ್ಲ.

ನಡುಮನೆಯಲ್ಲಿದ್ದ ಆರಾಮಾಸನದಲ್ಲಿ ಕೂತು ಕಣ್ಮುಚ್ಚಿದ್ದ. ಆಹ್ಲಾದಕರ ಅನುಭವ. ಸುತ್ತಲು ಒಂದು ರೀತಿಯ ಕಲರವ. ನಡುವೆ ಸದ್ದಿಗೆ ಎಚ್ಚರಗೊಂಡು ಕಣ್ತೆರೆದ.

"ದಿವ್ಯ, ಅವರು ಮತ್ತೆ ಎಲ್ಲಾ ಅಚ್ಚುಕಟ್ಟು ಮಾಡ್ಸಿದ್ದಾರೆ. ಮಾಡು ಹೆಂಚಿನ ಮನೆಯಾದ್ರೂ.... ತಣ್ಣಗಿದೆ" ಆರಾಧ್ಯ ಹೇಳಿದರು. ಮೇಲೆದ್ದ ಆ ವೇಳೆಗೆ ದಿವ್ಯನು ಒಳಗೆ ಬಂದು ವಿಶ್ ಮಾಡಿ "ಒಂದು ಚಾರ್ಟ್ ತಯಾರು ಮಾಡಿದ್ದೀನಿ. ಅಲ್ಪಸ್ವಲ್ಪ ರಿಪೇರಿಯ ಜೊತೆ ತೀರಾ ಕಡಿಮೆ ಬದಲಾವಣೆ." ತಾನು ಮಾಡಿ ತಂದದ್ದನ್ನು ಅವನ ಮುಂದಿಟ್ಟು ನಂತರ ಇನ್ನೊಮ್ಮೆ ಮನೆಯ ಒಳಗೆ ಮತ್ತು ಹೊರಗೆ ಓಡಾಡಿ ಆ ಗುತ್ತಿಗೆದಾರನ ಜೊತೆ ಮಾತಾಡಿ ಫೈನಲೈಜ್ ಮಾಡಿದ್ದನ್ನು ಅವರಿಗೆ ವಿವರಿಸಿ "ಬರೀ.... ಎಂಟು ದಿನದಲ್ಲಿ ಇದೆಲ್ಲ ಆಗ್ಬೇಕು. ನಿನ್ನ ಖರ್ಚು, ವೆಚ್ಚ, ಲಾಭದ ಕಾಲ್‌ಕುಲೇಷನ್ ಮಾಡಿ ಒಂದು ರಿಪೋರ್ಟ್ ಕೊಡು. ಆಮೇಲೆ.... ಆ ಬಗ್ಗೆ ಮಾತಾಡೋಣ" ಎಂದು ದಿವ್ಯ ಹೇಳಿ ಅವನನ್ನು ಕಳಿಸಿದಳು. ಆರಾಧ್ಯರು ಮೂಗಿನ ಮೇಲೆ ಬೆರಳಿಟ್ಟರು.

"ನಮ್ಮ ಮುಂದೆ ಪುಟು ಪುಟು ಅಂತ ಓಡಾಡಿಕೊಂಡು ನಾಚುತ್ತ, ಓಡಾಡುತ್ತಿದ್ದ ದಿವ್ಯಮ್ಮ ನೀನೇಂದರೆ ಆಶ್ಚರ್ಯವಾಗುತ್ತೆ. ಸಂದರ್ಭ ಯಾವ ರೀತಿಯಲ್ಲಿ ಜನನಾ ಬದಲಾಯಿಸುತ್ತೆ" ಎಂದರು ಮೆಚ್ಚುಗೆಯ ದನಿಯಲ್ಲಿ. ಆದರೆ ಕೆಲವು ನಷ್ಟಗಳು ಕೂಡ ಆಗಿತ್ತು ಅವಳಿಂದ. ಅದು ಕಡಿಮೆ ಮೊತ್ತದ್ದಲ್ಲ, ಕೆಲವು ಲಕ್ಷಗಳದ್ದು. ಆದರೆ ಅದನ್ನು ಮನಸ್ಸಿನಲ್ಲಿ ಇಟ್ಕೊಂಡ್ ಸಾಧಿಸುವ ಪೈಕಿಯಲ್ಲ "ಈ ಗುತ್ತಿಗೆದಾರ ತೀರಾ ಗೊತ್ತಿದವ. ನಾನೇ ನಿಂತು ಮಾಡ್ಸಿಕೊಡ್ತೀನಿ" ಇಂಥದೊಂದು ಹೇಳಿಹೋದ ಮೇಲೆ ದಿವ್ಯಳತ್ತ ತಿರುಗಿ "ಮನುಷ್ಯ ತೀರಾ ಕೆಟ್ಟವನಲ್ಲ. ಆದ್ರೂ.... ಕೆಲವು ಲಕ್ಷಗಳು ಕೈ ಜಾರಿ ಹೋಗಿದ್ದು ನಿನ್ನಿಂದ ಎನ್ನುವ ಅನುಮಾನವಿದೆ" ನಕ್ಕ. ಅವಳು ಆ ಮಾತನ್ನು ಆರಾಮಾಗಿ ತಗೊಂಡು "ನಮ್ಮ ಮಾವ ಶ್ರೀನಿಧಿ ಪದೇ ಪದೇ ಒಂದ್ಮಾತು ಹೇಳೋರು 'follow no one, but learn from everyone. ಆಗ ಈ ಮಾತಿನ ಅರ್ಥ ಹೊಳೆದಿರಲಿಲ್ಲ. ಈಗೀಗ ಅರ್ಥವಾಗ್ತ ಇರೋದು. ಸರ್... ಈಗ.... " ಅವನತ್ತ ಪ್ರಶ್ನಾತ್ಮಕವಾಗಿ ನೋಡಿದ್ದು.

"ಅದೇ, ಹಿಂದೆ ಈ ಮನೆಯ ಮಾಲೀಕರಾಗಿದ್ದವರಲ್ಲಿಗೆ ಅಂದರೆ... ಅವ್ರ ಫ್ಯಾಮಿಲಿಯ ಸಂಪೂರ್ಣ ಡೀಟೈಲ್ಸ್ ಬೇಕು. ನೇರವಾಗಿ ನಾನು ಕೇಳೋದು ಟೋಟಲಿ

ಆಗೊಲ್ಲ. ಅದಕ್ಕೆ ನಿಮ್ಮನ್ನ ಬರಹೇಳಿದ್ದು" ಎಂದು ಕಾರಿನತ್ತ ನಡೆದ. ಜೀಪು ಆರಾಧ್ಯ ಮತ್ತು ಗುತ್ತಿಗೆದಾರರನ್ನು ಹೊತ್ತು ಹಿಂದಕ್ಕೆ ಹೋಗಿತ್ತು.

ತೀರಾ ಚಿಕ್ಕ ಹಳ್ಳಿಯಲ್ಲಿ ಇದ್ದಿದ್ದು ಶ್ರೀಧರ. ಅಲ್ಲೇ ಹತ್ತಿರದಲ್ಲೇಲ್ಲೋ ಒಂದು ಸರ್ಕಾರಿ ಪ್ರೈಮರಿ ಸ್ಕೂಲಿನಲ್ಲಿ ಮಾಸ್ತರ್. ಮನೆಯು ಪುಟ್ಟದೇ. ಆ ಮನೆಯ ಮುಂದೆ ಕಾರು ನಿಂತಾಗ ಶ್ರೀಧರನ ಹೆಂಡತಿ ಬಕುಳಾ ಮಾತ್ರ ಇದ್ದಿದ್ದು. ತವರಿನ ಹಿತ್ತಾಳೆ ತಟ್ಟೆ, ಚಕ್ಕುಲಿ ಒರಳು, ತಪ್ಪಲೆ, ಕೊಳಗಗಳನ್ನು ಫಳಫಳಂತ ತೊಳೆದು ಬಿಸಿಲಿಗೆ ಇಟ್ಟಿದ್ದಳು. ಒಂದು ತರಹ ನೋಡಿದ ಶ್ಯಾಮ್‌ಪ್ರಸಾದ್.

ಪಕ್ಕದಲ್ಲಿ ಒಗೆದ ಒಟ್ಟೆಗಳನ್ನು ತಂತಿಯ ಮೇಲೆ ಹರವುತ್ತಿದ್ದ ಬಕುಳಾ "ಬನ್ನಿ.... ಬನ್ನಿ... ನಮ್ಮ ಮನೆಯೋರು ಮೂರ್ಹೊತ್ತು ನಿಮ್ಮ ಮಾತನ್ನ ಆಡ್ತಾ ಇದ್ದಾರೆ..." ಎಂದು ಸೊಂಟಕ್ಕೆ ಸಿಕ್ಕಿಸಿದ್ದ ಸೀರೆಯ ನೆರಿಗೆಗಳು ತೆಗೆದು ಸರಿ ಮಾಡಿಕೊಂಡು ಸಂಭ್ರಮದಿಂದ ಸ್ವಾಗತಿಸಿದ್ದಳು. ತವರಿನ ಉಡುಗೊರೆಗಳನ್ನು ಮುಫತ್ತಾಗಿ ಕೊಟ್ಟಿದ್ದು ಸಂತೋಷದ ಜೊತೆ ಗೌರವವನ್ನುಂಟುಮಾಡಿತ್ತು.

ಮರದ ಬೆಂಚ್ ಮೇಲೆ ಹಾಕಿದ್ದ ಬಟ್ಟೆಗಳನ್ನು ಪಕ್ಕಕ್ಕೆ ಸರಿಸುವುದರ ಜೊತೆಗೆ ಮರದ ಛೇರ್ ಮೇಲಿದ್ದ ತೆಂಗಿನಕಾಯಿಗಳನ್ನು ಪಕ್ಕಕ್ಕಿಟ್ಟು "ದಯವಿಟ್ಟು ಏನು ತಿಳ್ಕೋಬೇಡಿ. ಎರಡನೆಯದಕ್ಕೆ ಎರ್ಡು ದಿನದಿಂದ ಜ್ವರ. ಆಸ್ಪತ್ರೆಗೆ ಹೋಗ್ಬಂದೆ" ತಾಪತ್ರಯಗಳೊಂದಿಗೆ ಸ್ವಾಗತಿಸಿದ್ದು.

ಇಬ್ಬರು ಒಳಗೆ ಪ್ರವೇಶಿಸಿದಾಗ "ನಮ್ಮ ಗ್ರೀನ್ ಗಾರ್ಡನ್‌ನ ಮ್ಯಾನೇಜರ್ ದಿವ್ಯಂತ. ಸದ್ಯಕ್ಕೆ ಜೊತೆ ಜೊತೆಗೆ ಪರ್ಸನಲ್ ಸೆಕ್ರೆಟರಿ. ನಿಮ್ಗೆ ಪರಿಚಯಿಸಬೇಕೆಂದೇ ಕರ್ಕೊಂಡ್ ಬಂದಿದ್ದು. ಒಂದಿಷ್ಟು ಕೆಲ್ಸ ಇದೆ." ಪರಿಚಯಿಸಿ ಹೊರನಡೆದ. ದಿವ್ಯ ಒಂದಿಷ್ಟು ವಿಷಯ ಶೇಖರಿಸಲಿಯಂತಲೇ ಬಂದಿದ್ದು. ಕಾರು ಹತ್ತಿ ಹೊರಟ. ಕೆಲವು ಕೆಲಸಗಳನ್ನು ನಿರ್ವಹಿಸಲು ತಂದೆ ಅವನಿಗೆ ವಹಿಸಿ ಹೋಗಿದ್ದರು. ಮೊದಲು ನಿರ್ಲಕ್ಷಿಸಿದ್ದರು. ಅವನು ಬದ್ಧನಾಗಿದ್ದ. ಮತ್ತೊಮ್ಮೆ ಪರಿಚಯಿಸಿದ್ದು ಮುಖ್ಯವಾದ ಕಾರಣಕ್ಕೆ.

ಬಕುಳಾ ಮಾತಿನವಳು. ಹತ್ತು ನಿಮಿಷದಲ್ಲಿ ಹೆಚ್ಚು ಕಡಿಮೆ ಎಲ್ಲಾ ಹೇಳಿ ಮುಗಿಸಿದ್ದಳು. ಬಹಳ ಬೇಗನೆ ದಿವ್ಯಳ ಕೆಲಸ ಮುಗಿದಿತ್ತು. ಜೊತೆಗೆ ಒಂದು ರಿಕ್ವೆಸ್ಟ್ ಅವಳ ಮುಂದಿಟ್ಟಳು.

"ನಮ್ಮ ಮಾವನವರಿಗೆ ಒಂದೆರಡು ದಿನವಾದ್ರೂ... ಅಲ್ಲಿರಬೇಕೆಂದು ಬಯಸ್ತಾರೆ. ಇದು ತಪ್ಪೇ! ಆಗಾಗ ತಿಂಗಳಿಗೊಂದ್ಸಲವಾದ್ರೂ ಪಿಕ್‌ನಿಕ್ ಅನ್ನೋ ತರಹ ಅಲ್ಲಿ ಹೋಗಿ ಸುತ್ತಮುತ್ತಲೆಲ್ಲ ಕ್ಲೀನ್ ಮಾಡ್ಕೊಂಡ್ ಅಲ್ಲೇ ಅಡ್ಗೇ ಮಾಡಿ ಜಗುಲಿ ಮೇಲೆ ಊಟ ಮಾಡ್ಕೊಂಡ್ ಬರೋಕೆ ಮೊದ್ಲು ನನ್ನ ಮಾವನೋರು ಅಲ್ಲಿ ಒಂದ್ಗಂಟೆ ಮಲ್ಗಿ ನಿದ್ರಿಸೋರು. ಇದನ್ನೆಲ್ಲ ನೀವು ನಂಬಬೇಕು. ಒಂದು ನಾಲ್ಕು ದಿನ ಅಲ್ಲಿದ್ದು ಬರೋಕೆ ಅವಕಾಶ ಮಾಡ್ಕೊಡಿ"

ಶ್ಯಾಮ್‌ಪ್ರಸಾದ್ ಮುಂದಿನ ಯೋಜನೆಗಳನ್ನ ಅವಳೇನು ಬಲ್ಲಳು? ಸ್ವತಂತ್ರವಹಿಸಲು ಸಾಧ್ಯವೇ? "ನೀವು ಹೇಳಿದನ್ನು ಅವ್ರಿಗೆ ತಿಳಿಸ್ತೀನಿ. ಒಪ್ಪಿಕೊಂಡರೆ ನಿಮ್ಗೆ ಫೋನ್ ಮಾಡ್ತೀನಿ. ನಿಮ್ಮ ನಂಬರ್ ಕೊಡಿ" ಎಂದು ಗುರುತು ಹಾಕಿಕೊಳ್ಳುವುದರ ಜೊತೆ ತನ್ನ ಮೊಬೈಲ್‌ನಲ್ಲಿ ಸೇವ್ ಮಾಡಿಕೊಂಡು "ಖಂಡಿತ ತಿಳಿಸ್ತೀನಿ" ಅಂದಾಗ ಬಕುಳಾ ಕಣ್ಣೀರಿಡುತ್ತ "ಹಿರಿಯರು, ಅವರ ಆಸೆ ನೆರವೇರಿಸೋದು ನಮ್ಮ ಕರ್ತವ್ಯ. ನಮ್ಗೆಲ್ಲ ಕೇಳೋಕೆ ಸಂಕೋಚ. ಅಮೆರಿಕದವರು, ಇಲ್ಲಿ ಇರಲಿಕ್ಕಿಲ್ಲಾಂದ್ರು. ನಮ್ಗೇ ಬಾಡಿಗೆಗೆ ಕೊಡೋದಾದರೆ ನಾವೇ ಬಂದು ಇರ್ತೀವಿ. ಅದ್ನ ಅವ್ರ ಕಿವಿಯ ಮೇಲೆ ಹಾಕಿ" ಇಂಥ ಒಂದು ಆಸೆಯನ್ನು ವ್ಯಕ್ತಪಡಿಸಿದ್ದು ಬಕುಳಾ. ತಲೆದೂಗಿದಳು. ಇಂಥ ಒಂದು ಅಪೇಕ್ಷೆ ಬಹುಶಃ ಶ್ಯಾಮ್‌ಪ್ರಸಾದ್‌ಗೆ ಕೂಡ ಇರಬಹುದೇನೋ? ತೋರುವ ಅಪಾರವಾದ ಆಸಕ್ತಿಗೆ ಅದೇ ಕಾರಣವಿರಬಹುದು.

ಇವಳು ಹೊರಟಾಗ ತಾಂಬೂಲದ ಜೊತೆ ಒಂದು ರವಿಕೆ ಕಣ ಕೂಡ ಇಟ್ಟುಕೊಟ್ಟಾಗ ಸಂಕೋಚಿಸಿದಳು. "ಇದೆಲ್ಲ ಜಾಸ್ತಿ ಆಯ್ತು" ಬಕುಳಾ ಅತ್ಯಂತ ಸರಳವಾಗಿ "ಹಾಗೇಕೆ ಅಂತೀರಾ? ಈ ಕಡೆಯ ಒಂದು ಪದ್ಧತಿಯಲ್ವಾ? ನಾವು ನೇರವಾಗಿ ಕೇಳೋಕ್ಕಾಗೋಲ್ಲ. ನನ್ಮಾತು ಅವ್ರ ಕಿವಿಯ ಮೇಲೆ ಹಾಕಿ" ಮತ್ತೊಮ್ಮೆ ನೆನಪಿಸಿಯೇ ಬಿಳ್ಕೊಟ್ಟಿದ್ದು.

ಕಾರು ಬಂದು ನಿಂತಾಗ ಹತ್ತಿ ಕೂತು "ಬಕುಳಾ ತುಂಬ ಸರಳ, ಬಹಳ ಒಳ್ಳೆಯ ಹೆಣ್ಣು ಮಗಳು. ಕೇಳುವ ಅಗತ್ಯವಿರ್ಲಿಲ್ಲ. ಎಲ್ಲಾ ತಾವೇ ಹೇಳಿಕೊಂಡ್ರು." ಗ್ರೀನ್ ಗಾರ್ಡನ್ ತಲುಪುವ ವೇಳೆಗೆ ಸಂಕ್ಷಿಪ್ತವಾಗಿ ತಿಳಿಸಿ "ಶ್ರೀಧರ ತಂದೆ ವಾಮನ ಪ್ರಸಾದ್ ಅಗ್ನಿಹೋತ್ರಿಗಳ ಮೂರನೆ ಮಗ ಹಿರಿಯವರು ಮೆಡಿಸಿನ್ ಮುಗ್ಸಿ ವಿದೇಶಕ್ಕೆ ಹೋದರಂತೆ ಎರಡನೆಯವರು ಮಧ್ಯವಯಸ್ಸಿನಲ್ಲಿ ಮನೆಬಿಟ್ಟು ಹೋದವರು ಇಂದಿಗೂ ಪತ್ತೆ ಇಲ್ಲ. ಒಂಬತ್ತರಲ್ಲಿ ಇಬ್ಬರು ತೀರಿಕೊಂಡರಂತೆ. ಶ್ರೀಮಂತರ ಮನೆ ಸೇರಿದ ಹೆಣ್ಣು ಮಕ್ಕು ತಿರ್ಗಿ ಕೂಡ ನೋಡಲಿಲ್ವಂತೆ. ಸದ್ಯಕ್ಕೆ ಆ ಮನೆತನದ ಹೆಸರು ಹೇಳ್ಕೊಂಡ್ ಉಳಿದವರು ಶ್ರೀಧರನ ತಂದೆ ಮಾತ್ರ. ಈ ಮನೆ, ವಂಶದ ಮೇಲೆ ಅವರಿಗೊಬ್ಬರಿಗೆ ಮಾತ್ರ ವ್ಯಾಮೋಹ" ಮೌನವಾಗಿ ಹೂಗುಟ್ಟಿದ. ಅವನು ಒಂದು ಲೆಕ್ಕಾಚಾರಕ್ಕೆ ಬರಬೇಕಿತ್ತು.

ಗ್ರೀನ್ ಗಾರ್ಡನ್ ಬಳಿ ಕಾರು ನಿಲ್ಲಿಸಿದ ಶ್ಯಾಮ್‌ಪ್ರಸಾದ್ ಕೆಳಗಿಳಿದು "ಒಂದಿಷ್ಟು ಆರಾಧ್ಯರಿಗೆ ಫೋನ್ ಮಾಡು. ಪ್ಲಾನ್ ತರ್ಸಿಕೊಂಡು ಒಮ್ಮೆ ನೋಡಿ, ಎಲ್ಲಾದರೂ ಬದಲಾವಣೆಗಳು ಬೇಕಿದ್ದರೇ ಸೂಚಿಸು. ಅಂತು ವಾಸಕ್ಕೆ ಯೋಗ್ಯವಾಗಿರಬೇಕು" ಎಂದವ ಒಂದು ನಿರ್ಧಾರಕ್ಕೆ ಬಂದಿದ್ದ. "ಸರ್, ಶ್ರೀಧರ ಪತ್ನಿ ತಾವು ಬೇಕಾದರೆ ಬಾಡ್ಗೆ ಕಟ್ಕೊಂಡ್ ಈ ಮನೆಯಲ್ಲಿ ಇರ್ತೀವಿಂದ್ರು. ಇಲ್ಲದಿದ್ದರೆ ಒಂದೆಂಟು ದಿನ ಇರೋಕೆ ಅವಕಾಶ ಮಾಡಿಕೊಡಿ ಅಂತ ರಿಕ್ವೆಸ್ಟ್ ಮಾಡ್ಕೊಂಡ್ರು. ಹಿರಿಯ ಅಗ್ನಿಹೋತ್ರಿಗಳಿಗೆ ಆ ಮನೆಯ ಗತವೈಭವವನ್ನು ಮೆಲಕು ಹಾಕುವ ಕನಸು" ಮೌನವಾಗಿ ಅವಳು ಹೇಳಿದ್ದನ್ನು ಕೇಳಿದ. ಏನು ಹೇಳದೆ ಒಳಗೆ ಹೋದ.

ಬೇಗ ಮನೆಗೆ ಹಿಂದಿರುಗಿದ ದಿವ್ಯ ಬೆಳ್ಳಿಯ ತಟ್ಟೆ, ಚೆಂಬು, ಬಟ್ಟಲು, ಲೋಟಗಳನ್ನು ಗಂಟುಕಟ್ಟಿ ಒಂದು ಬ್ಯಾಗ್‌ಗೆ ಹಾಕಿದಳು. ಬೆಳ್ಳಿಯ ಬೆಲೆ ನಿರಂತರವಾಗಿ ಏರಿದ್ದರಿಂದ ಹೆಚ್ಚಿನ ಹಣ ಬರಬಹುದೆನ್ನುವ ಆಸೆ. ಇದರಿಂದ ಕೊಳ್ಳುವವರಿಗೆ ತೊಂದರೆ, ಮಾರುವವರಿಗೆ ಲಾಭ.

"ನಾವು ಅಂಗ್ಡಿಗೆ ಒಯ್ದರೆ ಮೋಸ ಆಗುತ್ತೆ. ಆರಾಧ್ಯಗೆ ಒಂದಿಷ್ಟು ಕಮಿಷನ್ ಕೊಡ್ಬೇಕಾಗುತ್ತೆ. ಅವ್ನಿಗೆ ಗೊತ್ತಿರೋ ಚಿನಿವಾರರನ್ನು ಕರೆಸೋಕೆ ಹೇಳು" ಅವಳ ಅಪ್ಪಯ್ಯ ಒಂದು ಸಲಹೆ ಕೊಟ್ಟರು. ಹೆಣ್ಣು ತವರಿನಿಂದ ತರುವ ಉಡುಗೊರೆಗಳನ್ನು ಮಾರಿಕೊಳ್ಳುವುದು ಅವರ ಪ್ರಕಾರ ಅಪರಾಧವೆ. ಆದರೆ ಬೇರೆ ದಾರಿ ಇರಲಿಲ್ಲ. ಆದರೆ ಈ ಪ್ರಸಕ್ತಿ ಬಂದ ಮೇಲೆ ಹೆಂಡತಿಗೆ ಮುಖ ತೋರಿಸಲು ಹಿಂಜರಿಕೆ. "ಕೌಸಲ್ಯ.... ಕ್ಷಮ್ಸು" ಎನ್ನುವ ಭಾವ ಕಣ್ಣುಗಳಲ್ಲಿ.

ವಿಷಯ ಮುಟ್ಟಿದ ಕೂಡಲೇ ಕಾರ್ಯೋನ್ಮುಖನಾದ ಆರಾಧ್ಯ ಫೋನ್ ಮಾಡಿ ಚಿನಿವಾರರನ್ನು ಕರೆಸಿಕೊಂಡು ತ್ರಾಸ್ ಹಿಡಕೊಂಡು ಬಂದೇಬಿಟ್ಟ. ಇಂಥ.... ಒಂದು ಸಂದರ್ಭ! ಕೌಸಲ್ಯ ಕಣ್ಣೀರಿಟ್ಟರು. ಇಷ್ಟಕ್ಕೆಲ್ಲ ಕಾರಣರಾದ ಶ್ರೀನಿಧಿ ವಿಲ್ಲನ್ ಆಗಿ ಕಂಡಿದ್ದು. ಮನದಲ್ಲೇ ಹಿಡಿ ಶಾಪ ಹಾಕಿದರು.

"ಅಲ್ಲ ಕಣೆ ದಿವ್ಯ, ನಮ್ಮ ತೋಟ ಮಾರೋಕೆ ಶ್ರೀನಿಧಿಗೆ ಅಧಿಕಾರ ಕೊಟ್ಟವರು ಯಾರು? ಆ ಮನುಷ್ಯನಿಗೆ ಪತ್ರ ಕೊಟ್ಮೇಲೆ ತಾನೇ ಮಾಲೀಕನಂತೆ ವರ್ತಿಸಿ ಎಲ್ಲಾ ಕೊಳ್ಳೆಯೊಡೆದ. ಒಂದೇ ಒಂದ್ಸಲ ಕೇಳ್ಲಿಲ್ಲ. ಅಡಿಕೆ ಮಾರೋವಾಗ, ಬಾಳೆಹಣ್ಣು ಇಳಿಸೋವಾಗ ಕಾಯಿ ಕೆಡವಿಸಿ ಲಾರಿಗೆ ತುಂಬೋವಾಗ ಒಂದಿಷ್ಟು ಹಣ ಕೊಡೋರು. ನಾನು ಒಮ್ಮೆ ಕೂಡ ಎಣಿಸಿದ್ದಿಲ್ಲ. ನಿನ್ನ ಅಪ್ಪಯ್ಯ, ಅಜ್ಜಯ್ಯ ಏನು, ಎತ್ತ ಕೇಳ್ಲಿಲ್ಲ. ಅಂಥ ಜನಕ್ಕೆ ಮೋಸ ಮಾಡ್ದ" ಅಡಿಗೆ ಮನೆಯಲ್ಲಿ ಕೌಸಲ್ಯ ಕೂತು ಬಿಕ್ಕಿದಾಗ ಕೈಯಿಂದ ಬಾಯಿ ಮುಚ್ಚಿ "ಬೇಡಮ್ಮ, ನಮ್ದು ಬುದ್ಧಿಗೇಡಿತನ. ಆದಕ್ಕೆ ಅವನನ್ನು ಅಂದು ಪ್ರಯೋಜನವಿಲ್ಲ. ಈ ವ್ಯಾವಹಾರಿಕ ಪ್ರಪಂಚದಲ್ಲಿ ವ್ಯವಹಾರ ಮರೆತರೆ.... ಹೇಗೆ? ಇದು ನಮ್ದೇ ತಪ್ಪು" ಸಮಾಧಾನಿಸಿದಳು. ಪ್ರೀತಿ, ಸಂಬಂಧ, ವ್ಯವಹಾರ ಪ್ರತಿಯೊಂದನ್ನು ಬೇರೆ ಬೇರೆಯಾಗಿಯೇ ನೋಡಬೇಕೆಂದು ಶ್ರೀನಿಧಿ ಪಾಠ ಹೇಳಿದ್ದರು.

ಕೆ.ಜಿ. ಮೂರುವರೆ ಕೆಜಿಯಷ್ಟಿದ ತಟ್ಟೆ, ಚೆಂಬು....ಬಟ್ಟಲುಗಳು ಒಂದೂವರೆ ಲಕ್ಷಕ್ಕಿಂತ ಜಾಸ್ತಿ ಹಣವನ್ನೇ ತಂದಿತು. ಹಳೆ ಬೆಳ್ಳಿ... ಒಂದಿಷ್ಟು ಮಟ್ಟ ಅನ್ನುವ ಕೊಸರಾಟದ ನಡುವೆ ಒಂದು ಲಕ್ಷ ಮುವತ್ತೆರಡು ಸಾವಿರದಷ್ಟು ಹಣವನ್ನು ತಂದುಕೊಟ್ಟಿತು. ಸದ್ಯಕ್ಕೆ ಇದೊಂದು ದೊಡ್ಡ ಮೊತ್ತವೇ? ಇಷ್ಟು ಜಮಾ ಮಾಡಿದರೆ. ಲೆಕ್ಕದ ಪುಸ್ತಕ ಹಿಡಿದು ಕೂತ ಮಗಳ ಬದಿಯಲ್ಲಿ ಬಂದು ಕೂತರು ಕೌಸಲ್ಯ.

"ಇದೆಲ್ಲ ನಿನ್ಮದೆಗೇಂತ್ಲೇ ಇಟ್ಟಿದ್ದು. ತವರಿನ ಚಿನ್ನ, ಬೆಳ್ಳಿ ಕೊಡಲೇಬೇಕಲ್ಲ. ಕನಿಷ್ಠ ಕಾಶೀಯಾತ್ರೆಯ ಸಾಮಾನು, ಹೆಣ್ಣಿಗೆ ಅಷ್ಟಿಷ್ಟು ಚಿನ್ನ.... ಈಗ ಎಲ್ಲಾ ಬರಿದಾಯ್ತು! ಏನು ಕೊಡೋದು?" ಕಣ್ಣೀರಿಟ್ಟರು. ತಟ್ಟನೆ ಅಮ್ಮನ ಕೈಹಿಡಿದು "ದಯವಿಟ್ಟು

ಅಳ್ಬೇಡ. ನಮ್ಗೆ ತೋಟ ಒಂದು ಉಳಿದರೆ ಸಾಕು. ಪೂರ್ತಿ ಹಣ ಕೊಟ್ಟು ತೋಟ ನಮ್ಮ ಕೈ ಸೇರಲಿ, ಈ ತೋಟ ನೆಮ್ದಿಜೊತೆ ಎಲ್ಲಾ ಐಶ್ವರ್ಯನು ಕೊಡುತ್ತೆ. ಮಾರುತಿ ದಯೆಯಿಂದ ತೋಟ ಉಳೀಬೇಕು. ಆಗ ನೋಡ್ತಾ ಇರು" ನಕ್ಷತ್ರಗಳ ನಡುವೆ ವಿಹರಿಸುವಂತೆ ಹರ್ಷದಿಂದ ಹೇಳಿದಳು.

ಅಂದು ಚಿರಾಗ್‌ನಿಂದ ಫೋನ್ ಬಂತು. ತುಂಬ ತಲೆಕೆಡಿಸಿಕೊಂಡಂಗೆ ನಿರುತ್ಸಾಹದಿಂದ ಮಾತಾಡಿದ. "ನಾನು ಕೆಲ್ಸಬಿಟ್ಟೆ. ಅವ್ರು ಹೊರ ತಳ್ಳೋಕೆ ಮೊದ್ಲು ನಾನು ಕೆಲ್ಸಬಿಟ್ಟೆ. ವಿಷ್ಯ ತಿಳಿದಾಗ ಚಿಕ್ಕಪ್ಪ, ಚಿಕ್ಕಮ್ಮ ಕೂಡ ಒಂದಿಷ್ಟು ಬೇಸರ ಮಾಡ್ಕೊಂಡು ಬೆಂಗ್ಳೂರಿಗೆ ಹೋಗು ಅನ್ನೋ ಸಜೆಷನ್ ಕೊಟ್ಟರು. ನನ್ನ ಖರ್ಚುಗಳು ವಿಪರೀತವಾಗಿ ಬೆಳೆದಿದ್ದರಿಂದ ತಾವೆಲ್ಲಿ ಪೂರೈಸಬೇಕಾಗುತ್ತೆ ಅನ್ನೋ ಭಯ ಇರ್ಬೇಕು. ಆದರೆ ನಂಗೆ ಬೆಂಗ್ಳೂರಿಗೆ ಬರೋ ಇಷ್ಟ ಇಲ್ಲ. ಡ್ಯಾಡ್ ಈಗಾಗಲೇ ಹಣದ ಹಿಂದೆ ಬಿದ್ದು, ದೊಡ್ಡ.... ದೊಡ್ಡ ಪ್ರಾಜೆಕ್ಟ್‌ಗಳಿಗೆ ಕೈ ಹಾಕಿದ್ದಾರೆ. ಒತ್ತಡ ಜೀವನ ಬೇಕಿಲ್ಲ ದಿವ್ಯ. ಈಚೆಗೆ ನನ್ನ ಕೊಲೀಗ್ ಆತ್ಮಹತ್ಯೆ ಮಾಡ್ಕೊಂಡ. ಅವ್ನ ವಯಸ್ಸು ಇಪ್ಪತ್ತಾರು. ಅವನ ಹೆತ್ತವರು ಸಾಲ, ಸೋಲ ಮಾಡ್ಸಿ ಓದಿಸಿದ್ದಾರೆ. ಅದನ್ನೆಲ್ಲ ತೀರಿಸುವ ಹೊಣೆ. 'ಪರ್‌ಫಾರ್ಮೆನ್ಸ್' ಚೆನ್ನಾಗಿಲ್ಲಂತ ಕಂಪನಿ ಅವನನ್ನು ಕೆಲ್ಸದಿಂದ ಕಿತ್ತುಹಾಕಿತು. ಅದಕ್ಕೆ... ಅವ್ನ ಆತ್ಮಹತ್ಯೆ! ತುಂಬ ಕನಸು ಕಾಣುತ್ತಿದ್ದ. ಒಂಟಿತನಕ್ಕೆ ಫೇಸ್ ಬುಕ್, ಜೀಟಾಕ್, ಲಾಗಿನ್ ಮೊರೆಹೋಗಿದ್ದ. ಮತ್ತೇನು ಕಾರಣವೋ. ಒಂದಿಷ್ಟು ತಿರುಗಿ ಬಂದನಂತರ ಫೋನ್ ಮಾಡ್ತೀನಿ. ಅನುರಾಗ್ ವಿವಾಹಕ್ಕಾಗಿ ಬೇರೆ ಸಂಬಂಧಗಳ ಪ್ರಯತ್ನ ಮಾಡ್ತಾ ಇರೋದ್ನ ಅಮ್ಮ ಹೇಳಿದ್ಲು. ಅವನೊಬ್ಬ ಅನ್‌ಲಕ್ಕಿ..." ಬೈದು ಫೋನ್ ಕಟ್ ಮಾಡಿದ.

ಕೊನೆಯ ವಿಷಯ ಅವಳ ಊಹೆಯ ಜೊತೆ ವಿಕ್ಕಿ, ವಸಂತಲಕ್ಷ್ಮಿ ಜೊತೆ ದೀಪಿಕಾ ಅಂಥ ಒಂದು ಮಾತನ್ನು ಕೆಲವು ಸಲ ಹೇಳಿ "ನಿನ್ನ ಫ್ಯೂಚರ್ ಬಗ್ಗೆ ಯೋಚ್ಸು. ಅವ್ರಿಗೆ ವಯಸ್ಸಾಯ್ತು. ನೀನ್ಯಾಕೆ ತಲೆ ಕೆಡಿಸ್ಕೋತೀಯ?" ಎಂದು ಬುದ್ಧಿ ಹೇಳಿದಾಗ "ವಯಸ್ಸಾದವ್ರ ಅಸ್ತಿತ್ವನೆ ಮರ್ತುಬಿಡೋದೇ? ಮುಪ್ಪು ಪ್ರತಿಯೊಬ್ಬರನ್ನ ಅಟ್ಟಿಸ್ಕೊಂಡ್ ಬರುತ್ತೆ. ಹಾಗೆಂದ ಮಾತ್ರಕ್ಕೆ ಮುಂದೆ ಪ್ರತಿಯೊಬ್ಬರ ಜೀವ್ನದಲ್ಲು ಇಂಥ ಅವಸ್ಥೆ ಬರುತ್ತೆ ಎಂದು ಮರೀಬಾರ್ದು" ಎಂದ ದಿನ ಅವರುಗಳೆಲ್ಲ ಮುಖ ತಿರುಗಿಸಿದ್ದರು. ಹೌದು, ಶ್ರೀನಿಧಿ ಮಾವ ಮಗನ ಬಗ್ಗೆ ಯೋಚಿಸುವುದು ತಪ್ಪಲ್ಲವೆನಿಸಿತು.

ಅನುರಾಗ್ ಬಗೆಗಿನ ಕನಸು, ಜೀವನವನ್ನು ಪಕ್ಕಕ್ಕೆ ಸರಿಸಿ ಹೋಗಿ ಮಲಗುವ ಮುನ್ನ ಧ್ಯಾನಕ್ಕೆ ಕೂತ ಅನಂತಶರ್ಮರ ಮುಂದೆ ಮಂಡಿಯೂರಿ ನಮಸ್ಕರಿಸುವ ವೇಳೆಗೆ ಅವರೇ ಕಣ್‌ಬಿಟ್ಟರು.

"ಚೆಂದದ ಮೊಮ್ಮಗಳೇ ಏನು ನಿನ್ನ ಬೇಡಿಕೆ?" ಕೇಳಿದರು. ಅಲ್ಲೇ ಸರಿಯಾಗಿ ಕೂತು "ಅಜ್ಜಯ್ಯ, ಮರಡಿಹಳ್ಳಿಯ ಅಗ್ನಿಹೋತ್ರಿಗಳ ಕುಟುಂಬ ನಿಮ್ಗೆ ಗೊತ್ತಿರಬೇಕಲ್ಲ?" ಕೇಳಿದಕ್ಕೆ ಹೌದೆಂದು ತಲೆದೂಗಿದರು. "ಈಚೆಗೆ ಯಾರನ್ನು

ಕಂಡದ್ದಿಲ್ಲ. ವಾಮನ ಅಗ್ನಿಹೋತ್ರಿಗಳ ಮಗ ವಿದೇಶಕ್ಕೆ ಹೋದ ಹೊಸದರಲ್ಲಿ ಬಹಳ ಹುಮ್ಮಸ್ಸಿನಿಂದ ಓಡಾಡಿದ್ದುಂಟು. ಮಗ ಬರದ ಕೊರಗಿನಲ್ಲಿ ದಂಪತಿಗಳು ಒಬ್ಬರಾದ್ಮೇಲೆ ಒಬ್ಬರು ತೀರಿಕೊಂಡ್ರು. ಆಮೇಲೆ ಸಾಲಸೋಲ ಮಾಡ್ಕೊಂಡ್ ಚದುರಿಹೋದ್ರು. ಆ ಮನೆಯ ಹಿರಿಯರು ಅಗ್ನಿಹೋತ್ರ ಮಾಡ್ತಾ ಇದ್ದಿದ್ದನ್ನ ಬಾಲ್ಯದಲ್ಲಿ ಕಂಡಿದ್ದಿದೆ" ಎಂದು ಆ ದಿನಗಳನ್ನು ನೆನೆಸಿಕೊಂಡರು. ಒಮ್ಮೆ ಇದನ್ನು ಹೇಳಿದ್ದರು. ಮತ್ತೊಮ್ಮೆ ದೃಢಪಡಿಸಿಕೊಳ್ಳಲು ಕೇಳಿದ್ದಷ್ಟೆ.

"ಅಜ್ಜಯ್ಯ ಅಗ್ನಿಹೋತ್ರ ಅಂದರೇನು?"

"ವೈದಿಕ ಸಂಸ್ಕೃತಿಯಲ್ಲಿ ಯಜ್ಞಕ್ಕೆ ವಿಶೇಷವಾದ ಮಹತ್ವವಿದೆ. ಅಗ್ನಿಹೋತ್ರಕ್ಕೆ ದೇವಯಜ್ಞ, ಹೋಮ, ಹವನ, ಮುಂತಾದ ಹೆಸರುಗಳಿವೆ. ಅಗ್ನಿಹೋತ್ರದಿಂದ ವಾಯುಮಂಡಲ ಶುದ್ಧ, ಪುಷ್ಟಿ ಹಾಗೂ ಸುಗಂಧಿತವಾಗಿರುತ್ತದೆ. ಅಗ್ನಿಹೋತ್ರದಿಂದ ದುಃಖ ದಾರಿದ್ರ್ಯ ನಾಶವಾಗುತ್ತೆ. ಮಾನಸಿಕ ಶಾಂತಿ ಪ್ರಾಪ್ತಿಯಾಗಿ ಆನಂದವು ವೃದ್ಧಿಯಾಗುತ್ತದೆ, ಸಂಸಾರದಲ್ಲಿ ಶಾಂತಿಯ ಜೊತೆ ವ್ಯಕ್ತಿಗಳ ಬುದ್ಧಿ ವಿಕಾಸವಾಗಿ ಸಾತ್ವಿಕ ಕಾರ್ಯಕ್ರಮಗಳ ಉಗಮವಾಗುತ್ತೆ. ಎಷ್ಟೋ ಕುಟುಂಬಗಳು ಎರಡು ಹೊತ್ತು ಅಗ್ನಿಹೋತ್ರಗಳಿಂದ ಜಲ, ವಾಯು, ಅಗ್ನಿ, ಪರಮೇಶ್ವರನನ್ನು ಸಂತುಷ್ಟಿಗೊಳಿಸುತ್ತ ಪ್ರಕೃತಿಯನ್ನು ಹಸನಾಗಿಸುತ್ತಿದ್ದರು. ಈಚೆಗೆ ಅಂಥ ಕುಟುಂಬಗಳು ಕಡಿಮೆಯಾಗಿದೆ" ಎಂದು ಅನಂತಶರ್ಮರು ಎದ್ದುಹೋದರು. ಒಂದಷ್ಟು ಹೊತ್ತು ಧ್ಯಾನರೂಢರಾಗಿ ನಂತರವೇ ನಿದ್ದೆ ಮಾಡುವ ಅಭ್ಯಾಸ. ಪಕ್ವವಾದ ಜೀವ. ವಿಧಿನಿರ್ಣಯಕ್ಕೆ ಮಾನವ ಕೋಟಿ ಬದ್ಧ ಎನ್ನುವ ನಂಬಿಕೆ ಕೂಡ.

ದಿವ್ಯ ಎದ್ದು ಹೋಗಿ ಮಲಗಿದಳು. ಅಜ್ಜಯ್ಯ ಹೇಳಿದ ಮಾತುಗಳು ಅವಳ ಮಿದುಳಿನಲ್ಲಿ ಮಿಸುಕಾಡುತ್ತಿತ್ತು. ಸಮಸ್ತ ಜೀವಿಗಳನ್ನು ಮತ್ತು ತಮ್ಮ ಸುತ್ತಮುತ್ತಲಿನ ಪ್ರದೇಶವನ್ನು ಸಮೃದ್ಧಿಗೊಳಿಸುವುದೇ 'ಅಗ್ನಿಹೋತ್ರ'ದ ಉದ್ದೇಶ.

ಅಂದು ವೀಳ್ಯೆದೆಲೆ ಕಟ್ಪಾವ್ ಮಾಡಿಕೊಂಡು ಹೋದರು. ಒಂದು ಮರಕ್ಕೆ ಹಬ್ಬಿರುವ ಬಳ್ಳಿಯಿಂದ ಒಂದು ಪೊಟ್ಟಲೆ (60 ಕಟ್ಟು). ಸಾಮಾನ್ಯವಾಗಿ ಇಂದಿನ ಕಟಾವ್‌ನಲ್ಲಿ ಪ್ರತಿ ಮರದ ಬಳ್ಳಿಯಿಂದ ಒಂದೆರಡು ಮೂರು ಕಟ್ಟು ಜಾಸ್ತಿಯಾಗಿಯೆ ಸಿಕ್ಕಿದ್ದು ದಿವ್ಯಗೆ ಖುಷಿಯ ವಿಷಯವೆ. ಅಲ್ಲೆಲ್ಲ ಹರಿದಾಡುತ್ತಿದ್ದರು ಅವಳ ಮನದಲ್ಲಿ ಒಂದು ಲೆಕ್ಕವಿರುತ್ತಿತ್ತು. ಇಷ್ಟು ಜೋಡಿಸಿದರೆ ಉಳಿದಿದ್ದು ಎಷ್ಟು? ಪ್ರತಿ ಸಲವು 'ಹುರ್ರೆ' ಎಂದು ಕೂಗಬೇಕೆನಿಸುತ್ತಿತ್ತು. ಮರುಕ್ಷಣ... ಉಳಿದಿದ್ದು ಹೇಗೆ ಎನ್ನುವ ಚಿಂತೆ. ಚಿರಾಗ್ ಹತ್ತು ಲಕ್ಷ ಕೊಡದಿದ್ದರೆ? ಕಮೀಷನ್ ಎಂದು ಶ್ಯಾಮಸುಂದರ್ ಐದು ಲಕ್ಷ ಕೊಡದಿದ್ದರೆ? ಇಂಥ ಪ್ರಶ್ನೆಗಳೇ ಕುಸಿಯುವಂತೆ ಮಾಡುತ್ತಿತ್ತು. ಆಗ ಕ್ರಮಿಸಬೇಕಾದ ದಾರಿ ಎಷ್ಟಿರುತ್ತಿತ್ತು? ತಲುಪುವುದು ಸಾಧ್ಯವಿತ್ತೆ?

ಆಗ ಬೆಂಗಳೂರಿನ ವೆಂಕಟೇಶಯ್ಯನವರಿಂದ ಫೋನ್ ಬಂತು. "ಹೇಗಿದ್ದಿ, ಮಗು?" ವಿಚಾರಿಸಿದ ನಂತರ "ಒಂದು ಸಹಾಯ ಬೇಕಿತ್ತು" ಅಂದ ಕೂಡಲೇ ಅವಳೆದೆ ಧಸ್ಸಕ್ಕೆಂದಿತು. ನಾಲಿಗೆಯಲ್ಲಿನ ಪಸೆಯಾರಿತು. ಮತ್ತೆ ಹಣ! ಅವಳು

ಕೊಡುವ ಸ್ಥಿತಿಯಲ್ಲೇನು ಇರಲಿಲ್ಲ. ಆದರೂ "ಹೇಳಿ. ನಾನು ಸಹಾಯ ಮಾಡೋಷ್ಟು ದೊಡ್ಡವಳೇನು ಅಲ್ಲ. ಅಕಸ್ಮಾತ್ ನೀವು ಹೇಳಿ ನನ್ಕೈಯಲ್ಲಾಗದಿದ್ದರೆ ತಪ್ಪು ತಿಳ್ಕೋಬಾರ್ದು" ಷುರುವಿನಲ್ಲಿ ಹೇಳಿದಳು. "ಇದು ದೊಡ್ಡ ಸಹಾಯನೇ. ನನ್ಮಗ, ಸೊಸೆ ವೃದ್ಧಾಶ್ರಮಕ್ಕೆ ಸೇರ್ಸಬೇಕೂಂತ ಓಡಾಡ್ತಾ ಇದ್ದಾರೆ. ನಂಗೆ ಆತ್ಮಹತ್ಯೆ ಮಾಡ್ಕೋಬೇಕೂಂತ ಅನ್ನಿಸ್ತ ಇದೆ. ಆತ್ಮಹತ್ಯೆ... ಪಾಪ! ನಾನೇನು.... ಮಾಡ್ಲಿ?" ಅವರ ಅಳು, ದುಃಖ ಪ್ರವಾಹದಂತೆ ಇಲ್ಲಿಯವರೆಗೂ ಹರಿದುಬಂತು.

"ಪ್ಲೀಸ್, ಅವ್ರಿಗೆ ಆಗೋಲ್ಲಾಂತ ಗಟ್ಟಿಯಾಗಿ ಹೇಳಿ. ಹೆತ್ತ ಮಗನಿಗೆ ಪ್ರೀತಿ ಕೊಟ್ಟು ಬೆಳೆಸಿದ ನಿಮ್ಮನ್ನ ಪ್ರೀತಿಯಿಂದ ಸಲವಬೇಕಾದ್ದು.... ಅವ್ರ ಕರ್ತವ್ಯ" ಎಂದಳು ಕಂಗೆಟ್ಟಂತೆ.

"ಏನು ಪ್ರಯೋಜನವಿಲ್ಲ. ನನ್ನ ಪೆನ್‌ಷನ್ ಹಣವನ್ನು ಅವ್ರುಗಳು ಮಾಡ್ದ ಸಾಲಕ್ಕೆ ಬರ್ಸಿಕೊಟ್ಟಿದ್ದಾರೆ. ಪೂರ್ತಿ ಕೈ ಖಾಲಿ. ಸ್ವಂತವಾಗಿ ಕಟ್ಟಿಸಿದ ಮನೆಯ ಮೇಲು ಸಾಲವಿದೆ. ನೀನು ಕೊಟ್ಟ ಹಣದಲ್ಲಿ ಆಗಾಗ ಹೊರ್ಗೆ ಹೋಗಿ ಏನಾದ್ರೂ ತಿಂದು ಬರ್ತಾ ಇದ್ದೆ. ಅದ್ನ ತೆಗ್ದು ಇಟ್ಕೊಂಡಿದ್ದಾಳೆ. ಹೊಟ್ಟೆ ಹಸಿವು ತಾಳೋಕ್ಕಾಗೊಲ್ಲ" ಬಿಕ್ಕಿದರು. ಅದು ಎಲ್ಲಿವರೆಗೂ ಹರಿದು ಬಂತೂಂದರೆ ದೇವಿಕಟ್ಟೆ ತಲುಪಿತು. "ಇಷ್ಟೊಂದು ಘೋರ! ನಾನು ಸಂಜೆ ಫೋನ್ ಮಾಡ್ತೀನಿ. ಮೊಬೈಲ್ ನಿಮ್ಮ ಬಳಿಯಲ್ಲೇ ಇರಲಿ." ಫೋನ್ ಕಟ್ ಮಾಡಿದವಳು ಬಿಕ್ಕಿಬಿಕ್ಕಿ ಅತ್ತಳು. ಹೆತ್ತು ಸಾಕಿ.... ಸಲಹಿದವರ ಬಗ್ಗೆ ಇಂಥ ನಿರ್ಲಕ್ಷ? ಪ್ರಕೃತಿಯ ಮಡಿಲಲ್ಲಿ ಹುಟ್ಟಿ ಮುಗ್ಧವಾಗಿ ಬೆಳೆದ ದಿವ್ಯ ಇಂಥದನ್ನೆಲ್ಲ ಯೋಚಿಸಿದ್ದೇ ಇಲ್ಲ.

"ಯಾಕೆ ಅಳ್ತಾ ಇದ್ದೀ?" ಕೌಸಲ್ಯ ಪ್ರಶ್ನಿಸಿದ್ದು ಗಾಬರಿಯಿಂದಲೇ. ಅದನ್ನ ಯಾರಿಗಾದರೂ ಹೇಳಿಕೊಳ್ಳಬೇಕಿತ್ತು. ಒಂದೆರಡು ವಾಕ್ಯದಲ್ಲಿ ಕಣ್ಣೀರಿನೊಂದಿಗೆ ಹೇಳಿಕೊಂಡು "ಅಮ್ಮ ಅವ್ರನ್ನ ಕರ್ಕೊಂಡ್ಬಂದ್ ಇಲ್ಲೇ ಇಟ್ಕೊಂಡರೆ?" ಕೇಳಿ "ಅವ್ರಿಗೇಂತ ಸ್ಪೆಷಲ್ಲಾಗಿ ಮಾಡದಿದ್ರೂ.... ನಮ್ಮ ಊಟದಲ್ಲೇ ನಾಲ್ಕು ತುತ್ತು ತಿಂದ್ಕೊಂಡ್ ಇರ್ಲಿ. ದೇವಸ್ಥಾನ ತೋಟದಲ್ಲಿ ಓಡಾಡಿಕೊಂಡಿದ್ದರೆ ಹೇಗೆ? ಅಜ್ಜಯ್ಯ, ಅಪ್ಪಯ್ಯ ಕೂಡ ಬೇಡಾನ್ನೊಲ್ಲ" ಅಂದಳು. ಆಕೆಯ ಮುಖ ಮಂಕಾಯಿತು. "ನಾವು ನಿಂತ ನೆಲೆಯೆ ಶ್ಯಾಮ್‌ಪ್ರಸಾದ್‌ದು. ಅವ್ರ ಒಳ್ಳೆಯತನದಿಂದ ಒಂದ್ವರ್ಷ ಉಳ್ದುಕೊಂಡಿದ್ದು. ಮುಕ್ಕಾಲು ವರ್ಷ ಉರುಳಿದೆ. ನಾವು ಕೊಡ್ಬೇಕಾದ ಹಣ ಸಾಕಷ್ಟಿದೆ. ಅಂಥದ್ದರಲ್ಲಿ ಅವ್ರನ್ನ ಕರ್ಕೊಂಡ್ ಬಂದ್ ಏನು ಮಾಡ್ತಿ?" ವಾಸ್ತವ ಸತ್ಯವನ್ನು ಅವಳ ಮುಂದಿಟ್ಟರು. ಸರಿಯೆನಿಸಿತು. ಸಂಜೆ ಫೋನ್ ಮಾಡಿ "ಇನ್ನು ಕೇವಲ ಕೆಲವು ತಿಂಗ್ಳು ಇರಿ ಆಮೇಲೆ ಇಲ್ಬಂದ್ ಇನ್ನೊಬ್ಬ ಹಿರಿಯರಾಗಿ ಇರೀ. ಅಕಸ್ಮಾತ್ ವೃದ್ಧಾಶ್ರಮಕ್ಕೆ ಸೇರಿಸಿದ್ದರು ನಾನು ಬಂದ್ ಕರ್ಕಂಡ್ ಬರ್ತೀನಿ" ಅಂತ ಹೇಳಿ ಫೋನಿಟ್ಟಳು.

ಆ ಸುಮಾರು ಸಮಯಕ್ಕೆ ರಹೀಂ ಬಂದು "ಅಕ್ಕಾವ್ರೆ, ಸಾರ್... ಕರೀತಾರೆ" ಎಂದಾಗ ಅವಳಿಗೆ ಆಶ್ಚರ್ಯ "ಒಂದ್ನಿಮ್ಷಿ" ಎಂದು ಹೇಳಿ ಅಮ್ಮನಿಗೆ ವಿಷಯ ಮುಟ್ಟಿಸಿ

"ಏನೋ,,,, ವಿಷಯ ಗೊತ್ತಾಗ್ಲಿಲ್ಲ ಅಕೌಂಟೆಂಟ್ ಪರಮೇಶಿ ಸ್ವಲ್ಪ ಎಡವಟ್ಟು. ಸದ್ಯಕ್ಕೆ ಆ ಮನುಷ್ಯನನ್ನು ಕೆಲ್ಸದಿಂದ ಕಿತ್ತು ಹಾಕೋ ಹಂಗಿಲ್ಲ. ಬೇಗ್ಬರ್ತೀನಿ. ಮೊದ್ಲಿನಷ್ಟು ಪುಕ್ಕಲು ಅಲ್ಲ. ಓಡಾಡಿ ಅಭ್ಯಾಸವಾಗಿದೆ. ವಾಯುಪುತ್ರ, ಜೊತೆಯಲ್ಲೇ ಇರ್ತಾನೆ" ನಕ್ಕು ನಡೆದಳು. ಮೈನ್ ರೋಡಿನ ಪಕ್ಕಕ್ಕೆ ಜೀಪು ನಿಲ್ಲಿಸಿ ಒರಗಿ ನಿಂತಿದ್ದ ಶ್ಯಾಮ್‌ಪ್ರಸಾದ್ "ನಿಮಗೊಂದು ಗುಡ್ ನ್ಯೂಸ್.... ಶ್ರೀನಿಧಿ ಫೋನ್ ಮಾಡಿ ನಿಮ್ಮ ಅಕೌಂಟ್ ಡೀಟೈಲ್ಸ್, ಕರಾರು ಪತ್ರದ ನಿಯಮಗಳ ಬಗ್ಗೆ ವಿಚಾರಿಸಿದ್ರು. ನಮ್ಮ ಮ್ಯಾನೇಜರ್‌ನ ಕಾಂಟ್ಯಾಕ್ಟ್ ಮಾಡೀಂತ ನಿನ್ನ ಫೋನ್ ನಂಬರ್ ಕೊಟ್ಟೆ" ಎಂದ ಸ್ವಲ್ಪ ಸಿರಿಯಸ್ಸಾಗಿ. ಅವಳಿಗೆ ಗಲಿಬಿಲಿ. ಮಕ್ಕಳ ಒತ್ತಡಕ್ಕೆ ಮಣಿದಿರಬಹುದೇ? ವಿಕ್ಕಿ ಹಟ ಮಾಡಿರಬಹುದಾ? "ನೀವು ಪರ್ಮಿಷನ್ ಕೊಟ್ಟರೆ ತಿಳಿಸ್ತೀನಿ. ಕೆಲವು ಕಾನ್ಫಿಡೆನ್ಷಿಯಲ್" ಅವಳೇನು ಹೇಳಲಿಲ್ಲ.

"ನಾವಿಬ್ರೂ 'ಗ್ರೀನ್ ಗಾರ್ಡನ್'ವರ್ಗೇ ನಡದೆ ಹೊರಟರೆ... ಹೇಗೆ?" ಕೇಳಿದಕ್ಕೆ ನಕ್ಕು "ವೈ ನಾಟ್, ಸರ್... ನಾನು ನಡದೇ ಎಷ್ಟೋ ಸಲ ಬಂದಿದ್ದೀನಿ. ವೆದರ್ ಕೂಲಾಗಿದ್ದರಂತು..... ವಂಡರ್‌ಫುಲ್" ಜೀಪನ್ನು ಒಯ್ದು ಅವರ ತೋಟದ ಮೈನ್ ಗೇಟ್ ಬಳಿ ನಿಲ್ಲಿಸಿ "ಓಕೆ, ಆರಾಮಾಗಿ ಮಾತಾಡ್ತಾ ಹೆಜ್ಜೆ ಹಾಕ್ಬಹ್ದು. ಮಾತಾಡೋ ಮೂಡ್ ಇದೆ. ಕೆಲವೊಮ್ಮೆ... ಏನಾದ್ರೂ ಮಾತಾಡ್ಬೇಕೂಂತ ಅನಿಸುತ್ತೆ" ತೋಟದಿಂದ ಹೊರಗೆ ಇಣಕಿದ ಜನ್ನನ ಮಗನನ್ನು ಕರೆದು "ಅಮ್ಮನಿಗೆ... ಹೇಳು. ಗ್ರೀನ್‌ಗಾರ್ಡನ್‌ಗೆ ಹೊರಟಿದ್ದೀನೀಂತ" ತಿಳಿಸಿ ಹೆಜ್ಜೆ ಹಾಕಿದಳು. ನಾಲ್ಕರ ಸಮಯ. ಒಂದಿಷ್ಟು ಮಬ್ಬು ಕವಿದ ವಾತಾವರಣ. ಆಕಾಶದಲ್ಲಿ ಅಲ್ಲಲ್ಲಿ ಕರಿಮೋಡಗಳು.

"ನಿಂಗೆ ಅನುರಾಗ್‌ನ ಮಿಸ್ ಮಾಡ್ಕೊಂಡೇ ಅನ್ನಿಸ್ತಾ ಇಲ್ವಾ?" ದಿಢೀರೆಂದು ಕೇಳಿದ. ವೈಯಕ್ತಿಕ ಪ್ರಶ್ನೆಗೆ ವಿಚಲಿತಳಾದರೂ ಸಾವರಿಸಿಕೊಂಡು "ಹಾಗೇನಿಲ್ಲ, ಈ ವಾತಾವರಣ ಬಿಟ್ಟು ಅಲ್ಲಿ ಹೇಗಿದ್ದೆ ಅನ್ನೋದೇ ಪ್ರಶ್ನೆಯಾಗಿದೆ. ಅವ್ನು ತುಂಬ ಬುದ್ಧಿವಂತ. ನಮ್ಮ ಶ್ರೀನಿಧಿ ಮಾವನ ಒಬಿಡಿಯಂಟ್ ಮಗ. ನಾನು ಕೂಡ ಹಾಗೇ ಇದ್ದೆ. ಅವ್ರು ಹೇಳಿದ ಪ್ರತಿಯೊಂದನ್ನು ಪಾಲಿಸುತ್ತಿದ್ದೆ. ಸ್ವಂತ ಚಿಂತನೇ ಇರ್ಲಿಲ್ಲ. ಅದಕ್ಕೆ ಅವಕಾಶ ಮಾಡಿಕೊಟ್ಟೋರು ಅವ್ರೆ. ಚಿರಾಗ್, ಅನುರಾಗ್... ಅವ್ರ ಶಾಲಾ ರಜ ದಿನಗಳನ್ನೆಲ್ಲ ಇಲ್ಲೇ ಕಳೀತಾ ಇದ್ದಿದ್ದು. ಆ ಒಡನಾಟ ಅಮೂಲ್ಯವೇ. ಅನುರಾಗ್‌ಗಿಂತ ಚಿರಾಗ್‌ನ ಒಡನಾಟವೆ ಜಾಸ್ತಿ ಇತ್ತು. ಈ ಕಡೆಯ ಎಲ್ಲ ರಸ್ತೆ ತಿರುವುಗಳು, ದಿಬ್ಬಗಳು ಗಿಡ, ಗಂಟೆಗಳು ಪರಿಚಿತವೆನ್ನುವಂತೆ ಓಡಾಡಿದ್ವಿ. ಅನುರಾಗ್ ತೀರಾ ಸಿರಿಯಸ್. ಡೀಸೆಂಟ್ ಅನ್ನೋ ಹಣೆಪಟ್ಟೆ ಹಚ್ಚಿಕೊಂಡೇ ಇರೋನು. ಮಿಸ್ ಮಾಡ್ಕೊಂಡೆ ಅಂತೇನಿಲ್ಲ" ಅತ್ಯಂತ ಸಹಜವಾಗಿ ಮನದ ನುಡಿಗಳಿಗೆ ಮಾತಿನ ರೂಪಕೊಟ್ಟಳು.

"ಬಹುಶಃ ಶ್ರೀನಿಧಿ ಇಲ್ಲಿಗೆ ಬರ್ತೀನೀಂತ ತಿಳ್ಸಿದ್ರು. ನನ್ಹತ್ರ ಅವ್ರಿಗೇನು ಕೆಲ್ಸವಿಲ್ಲ. ಮೀಟ್... ಮಾಡ್ಬೇಕೂಂದ್ರು. ಓಕೆ ಅಂದೇ" ಅಷ್ಟು ತಿಳಿಸಿ ಗಂಭೀರವಾದ. ನಿಂತು ಹಿಂದಿರುಗಿದಾಗ ಬಹುಶಃ ಅರ್ಧ ದಾರಿಕ್ರಮಿಸಿದ್ದರು. "ನಮ್ಗೇನು ಗೊತ್ತಿಲ್ಲ.

ಮಾವನಿಂದ ಹಿಡ್ದು ಅತ್ತೆ, ದೀಪಿಕಾ ಪ್ರತಿಯೊಬ್ರು ಫೋನ್ ಮಾಡಿ ದಿನಕ್ಕೊಮ್ಮೆ ಹರಟೋರು. ಈಗ ಎಲ್ಲರ ಬಳಿ ಮೊಬೈಲ್ ಇದ್ದರು ಮಾತಿಗಾಗಿ ವಿಷ್ಯಕ್ಕಾಗಿ ಹುಡ್ಕಬೇಕಿದೆ. ಟೋಟಲಿ ಮಿಸ್ ಮಾಡ್ಕೋತಾ ಇರೋದು... ಇದನ್ನ" ಅವಳ ಕಂಠ ಭಾರವಾಯಿತು. ಕಳೆದುಕೊಂಡಿದ್ದು ಹೆವಿಯೆ. ಸಂಕಟವೆನಿಸಿತು ಅವಳಿಗೆ.

"ನಮ್ಮದೇನು ತಪ್ಪಿದೆ, ಹೇಳಿ? ನಮ್ಮ ತೋಟಕ್ಕೆ ಅಂಟಿಕೊಂಡು ದೇವಸ್ಥಾನವಿದೆ. ಅದು ನಮ್ಮ ಬದ್ಕಿನ ಒಡನಾಟದ ಒಂದು ಭಾಗವಾಗಿದೆ. ನನ್ನ ಅಜ್ಜಯ್ಯ ತಮ್ಮ ಬಹು ಸಮಯವನ್ನು ಕಳೆಯುತ್ತಿದ್ದುದ್ದು ಆಂಜನೇಯನ ಸನ್ನಿದಿಯಲ್ಲೆ. ತೋಟ ಅವ್ರ ಉಸಿರಾಗಿತ್ತು. ಅದ್ರಿಂದ ಅವ್ರನ್ನು ದೂರ ಮಾಡೋಕೆ ಆಗುತ್ತಾ? ಸಮಸ್ಯೆಯನ್ನು ನಮ್ಗೆ ವರ್ಗಾಯಿಸಿದ ಮೇಲೆ ನಿಶ್ಚಿಂತೆಯಿಂದ ಮೊದಲಿನ ಹಾಗೆ ಇದ್ದಿದ್ರೆ ಚೆನ್ನಿತ್ತು. ಕಹಿ, ಆಕ್ಷೇಪಣೆ ಅವು ಯಾವ್ದು ಇರ್ತಾ ಇರ್ಲಿಲ್ಲ" ಎಂದು ಉದ್ವೇಗದಿಂದ ಕಣ್ಣಲ್ಲಿ ನೀರು ಹಾಕಿಕೊಂಡಾಗ ದ್ರವಿಸಿಹೋದ. "ಹಲೋ... ದಿವ್ಯ ನೋ.... ನೋ.... ನಿನ್ನ ಆತ್ಮವಿಶ್ವಾಸ ಯಾವಾಗ್ಲೂ ಕರಗಬಾರ್ದು. ಛಾಲೆಂಜಾಗಿ ತಗೊಂಡಿದ್ದೀಯ. ಧೈರ್ಯವಾಗಿ ಫೇಸ್ ಮಾಡು. ಟೇಕ್ ಇಟ್ ಈಸಿ. ಅಂಥ ವಾತಾವರಣನೆ ನಿರ್ಮಾಣವಾಗುತ್ತೆ. ನಿನ್ನಣ್ಣ ವಿಕ್ರಮ್‌ಶರ್ಮ ಮಾಡಿದ ತಪ್ಪನ್ನು ಈ ವಯಸ್ಸಿನಲ್ಲಿ ಕೆಲವರನ್ನು ಬಿಟ್ಟು ಎಲ್ಲರು ಮಾಡುವಂಥದ್ದೇ. ಅಂದು ಮಾಡಿದ ತಪ್ಪಿಗೆ ಕೆಲವರು ಮುಂದೆ ಪಶ್ಚಾತ್ತಾಪಪಡ್ತಾರೆ. ನನ್ನ ಡ್ಯಾಡ್ ಅನುಭವಿಸಿದ ಪಶ್ಚಾತ್ತಾಪದ ಬೆಂಕಿ ಅವರನ್ನು ಇಂಚು... ಇಂಚಾಗಿ ಸುಡತೊಡಗಿದಾಗ ಎಲ್ಲರನ್ನು ಮರೆತು ಪ್ರೀತಿಸಿ ವಿವಾಹವಾದ ನನ್ನ ಮಮ್ಮಿ ಎಲೀಸಾ, ನನ್ತಂಗಿ ಸೂಸನ್‌ನ ಕೂಡ ದ್ವೇಷಿಷತೊಡಗಿದರು. ಮುಖ ಕಂಡಕೂಡಲೇ ಜಗಳ. ನನ್ನ ಮಮ್ಮಿ ಕೊನೆಯ ತನಕ ನನ್ನ ಡ್ಯಾಡಿನ ಭಾರತಕ್ಕೆ ಬರಲು ಬಿಡಲಿಲ್ಲ. ಅವ್ರ ಭೌತಿಕ ಶರೀರ ಅಲ್ಲಿ ಕರಗಿದರೂ ಸ್ವತಂತ್ರ ಗೊಂಡ ಆತ್ಮ ಇಲ್ಲಿಗೆ ಓಡಿ ಬಂದಿರಬಹುದು. ಅದನ್ನು ತಮ್ಮ ಡೈರಿಯಲ್ಲಿ ಬರ್ದುಕೊಂಡಿದ್ರು. ಅವ್ರ ಸೇವಿಂಗ್ಸ್ ಎಲ್ಲಾನು ತಗೊಂಡ್ಹೋಗಿ ಭಾರತದಲ್ಲಿ ಉಪಯೋಗ್ಸು.... ನನ್ನವರಿಗಾಗಿ ಏನಾದ್ರೂ ಮಾಡು ಶ್ಯಾಮ್. ಕೈ ಮುಗ್ದು ಪ್ರಾರ್ಥಿಸ್ತೀನಿ" ಇದನ್ನು ಡೈರಿಯಲ್ಲಿ ಎಷ್ಟು ಸಲ ಬರೆದುಕೊಂಡಿದ್ದರೋ, ನಾನು ಭಾರತಕ್ಕೆ ಅದು ಈ ಪ್ರದೇಶಕ್ಕೆ ಬಂದ ಉದ್ದೇಶ. ನನ್ನ ಪೂರ್ವಿಕರ ಮನೆ ಕೊಂಡಾಗಿದೆ. ಅದು ಪಾಳು ಬೀಳಬಾರ್ದು. ಸಾಧ್ಯವಾದರೆ ಆ ಮನೆಯ ಮುಂಭಾಗದಲ್ಲಿ ಅಗ್ನಿಹೋತ್ರ ಕಾರ್ಯ ನಡೆಯಬೇಕು." ಭಾವೋದ್ವೇಗದಿಂದ ಹೇಳಿಕೊಂಡವನ ನಯನಗಳು ತುಂಬಿದ್ದವು.

ಈಗಾಗಲೇ ಅವಳಿಗೆ ಶ್ಯಾಮ್‌ಪ್ರಸಾದ್ ಬಂದಿದ್ದರ ಹಿನ್ನೆಲೆ ಅರಿವಾಗಿತ್ತು. ಅದರ ಹಿಂದಿನ ಕತೆ ಮಾತ್ರ ಗೊತ್ತಿರಲಿಲ್ಲ.

"ಯು ಆರ್ ಗ್ರೇಟ್ ಸರ್. ಬಂದ ಕೆಲ್ಸದಲ್ಲಿ ಪೂರ್ತಿ ಸಫಲರಾಗಿದ್ದೀರಿ. ನಿಮ್ಮ ಚಿಕ್ಕಪ್ಪನ ಫ್ಯಾಮಿಲಿ ಆ ಮನೆಯಲ್ಲಿ ಬಂದು ನೆಲೆಸೋಕೆ ಸಿದ್ಧವಾಗಿದ್ದಾರೆ. ಅಲ್ಲಿ ಅಗ್ನಿಹೋತ್ರ ನಡಸ್ತಾರೋ ಇಲ್ವೋ, ಆದರೆ ಪಾಳುಬೀಳದೆ ಒಂದು ಸಂಸಾರ ಅಲ್ಲಿ

ವಾಸಿಸುತ್ತೆ" ಅತ್ಯಂತ ಸಮಾಧಾನದಿಂದ ನುಡಿದಳು. ಆ ವೇಳೆಗೆ ಅವಳ ಮೊಬೈಲ್ ಕೂಡ ಸದ್ದಾಯಿತು. ಆ ಕಡೆ ವಿಕ್ಕಿ ಇದ್ದ. "ಒಂದು ಹ್ಯಾಪಿ ನ್ಯೂಸ್.... ನಿಂಗೂ... ಅನುರಾಗ್‌ಗೂ ಎಂಗೇಜ್‌ಮೆಂಟ್. ಎಲ್ಲಾ ಬರ್ತಾ ಇದ್ದೀವಿ" ಅವನ ದನಿಯಲ್ಲಿ ಹರ್ಷವಿತ್ತು. "ಬರೋದು ತುಂಬ ಸಂತೋಷದ ವಿಚಾರ. ಮಿಕ್ಕಿದನ್ನ ಅಜ್ಜಯ್ಯನ ಹತ್ರ ಮಾತಾಡು." ಫೋನ್ ಕಟ್ ಮಾಡಿದಳು. ಅರ್ಥ ಮಾಡಿಕೊಂಡವನಂತೆ ಮುಗುಳ್ನಗೆ ಬೀರಿ "ಕಂಗ್ರಾಟ್ಸ್... ಹೇಳ್ಬಹುದಾ? ಅನುರಾಗ್, ನಿಮ್ಮ ಎಂಗೇಜ್‌ಮೆಂಟ್ ವಿಷ್ಯ ತಿಳ್ಸಿದ್ರು" ಎಂದ ಶ್ಯಾಮ್‌ಪ್ರಸಾದ್.

ಅವಳ ಮುಖ ಒಂದು ತರಹ ಆಯಿತು. ಸ್ವಲ್ಪ ವಿಚಿತ್ರವೆನಿಸಿತು ಕೂಡ. ಈಗಾಗಲೇ ಬೇರೆ... ಬೇರೆ ಮಾತುಗಳು ಕೇಳಿಬಂದಿತ್ತು. "ದೊಡ್ಡ ಕಡೆಯ ಸಂಬಂಧ ಅನುರಾಗ್‌ಗೆ. ಪ್ಲೀಸ್ ನೀನು ಬಂದ್ಬಿಡು. ದಿವ್ಯ, ದೀಪಿಕಾ ಕೂಡ ಅವಳ ಅಣ್ಣನ ಜೊತೆ ಹೇಳುವುದರ ಜೊತೆಗೆ "ಡ್ಯಾಡ್ ಹತ್ರ.... ಒಂದು ಎಕ್ಸ್‌ಕ್ಯೂಜ್ ಕೇಳ್ಬಿಡು" ಅನ್ನೋ ರಿಕ್ವೆಸ್ಟ್ ಕೂಡ. ಇವಳೇನು ಹೇಳಿರಲಿಲ್ಲ. ತಪ್ಪು ಮಾಡದೆಯೆ ಕ್ಷಮೆ ಕೇಳುವ ಮನಸ್ಸು ಅವಳಿಗಿರಲಿಲ್ಲ. ಅನುರಾಗ್ ಜೊತೆ ವಿವಾಹ ಕೂಡ ಮೊದಲ ಆದ್ಯತೆ ಆಗಿರಲಿಲ್ಲ.

"ಅರೆ, ಇದೇನು ಷಾಕಿಂಗ್ ನ್ಯೂಸ್ ಅಲ್ವಲ್ಲ!" ಎಂದ ಶ್ಯಾಮ್.

"ಯಾವ್ದೂ.... ಅಲ್ಲ" ಎಂದಳು.

ಇವಳು ಮನೆಗೆ ಹಿಂದಿರುಗುವ ವೇಳೆಗೆ ವಿಷಯ ಮುಟ್ಟಿ ಆಗಿತ್ತು. "ಈಗ ದಿನ.... ವಾ... ಯಾವ್ದೂ ಸರ್ಯಾಗಿಲ್ಲ. ವಿವಾಹದ ವಿಚಾರ, ನೋಡಿ ಮಾಡಿ.... ನಿಶ್ಚಯಿಸಬೇಕಾಗುತ್ತೆ" ಎಂದಿದ್ದರು ಅನಂತಶರ್ಮರು ಮೊಮ್ಮಗನೊಂದಿಗೆ. ಇವಳು 'ಗ್ರೀನ್‌ಗಾರ್ಡನ್'ಗೆ ಹೋದಾಗ ಏನಾದರೂ ಹೇಳಲು, ಅವಳಿಂದ ಏನಾದರೂ ತಿಳಿಯಲು ಒಂದು ಮೊಬೈಲ್‌ನ ತಂದು ಅಮ್ಮನ ಕೈಗೆ ಕೊಟ್ಟಿದ್ದಳು. ಅದು ಆಗಾಗ ಉಪಯೋಗಕ್ಕೆ. ಇಂದು ಸುದ್ದಿ ಬಂದಿದ್ದು ಅದರಿಂದಲೇ.

ಕೌಸಲ್ಯ ಒಂದು ರೀತಿಯ ಸರಳ ಪರಮ ಮುಗ್ಧೆ. ಯೋಚಿಸದೆ, ತರ್ಕಿಸದೆ ಬಂದ ಸುದ್ದಿಗಳಿಗೆ ಬೇಗ ಸಂತೋಷಿಸಿ, ಸಂವೇದನೆಗೆ ಒಳಗಾಗುವ ಸ್ವಭಾವ. ಮೊದಲು ದಿವ್ಯ ಕೂಡ ಇದೆ ತರಹವೇನೋ? ಈಗ ಪೂರ್ತಿ ಬದಲಾಗಿದ್ದಳು.

"ಎಲ್ಲಾ ಬರ್ತಾ ಇದ್ದಾರೆ, ಕಣೆ. ಎಷ್ಟೊಂದು ಸಂತೋಷವಾಗ್ತ ಇದೆ. ನಿನ್ನ, ಅನುರಾಗ್‌ನ ನಿಶ್ಚಿತಾರ್ಥದ ಬಗ್ಗೆನು ಹೇಳಿದ್ರು. ನಿನ್ನ ಅಜ್ಜಯ್ಯ ಮಾತುಕತೆ, ದಿನ... ವಾರ ನೋಡಿದ್ಮೇಲೆ ಅದೆಲ್ಲ.... ಅಂದ್ರು. ಈ ತರಹ ಹೇಳ್ಬಾರ್ದಿತ್ತೇನೋ? ನಾನು ಎಲ್ಲಿ ತಪ್ಪಿ ಹೋಗುತ್ತೊಂತ ಹೆದರಿದ್ದೆ. ಮನಸ್ಸಿನಲ್ಲಿ ಬೈಯ್ದುಕೊಂಡಿದ್ದೆ ಕೂಡ. ಆ ಮುಖ್ಯ ಪ್ರಾಣದೇವ್ರು.... ನಮ್ಮ ಕೈ ಬಿಡ್ಲಿಲ್ಲ. ಎಲ್ಲಾ ಮರ್ತುಬಿಡೋಣ, ಕಣೇ" ಆಕೆ ಸಂಭ್ರಮದಿಂದ ಹೇಳಿದಾಗ ಬೆಂಚಿನ ಮೇಲೆ ಕೂತಳು ಮೌನವಾಗಿ. ಇದರ ಹಿಂದೆ ಏನಿದೇಂತ ಅವಳ ಮನಸ್ಸು ಚಿಂತಿಸುತ್ತಿತ್ತು.

"ಅಜ್ಜಯ್ಯ ಹೇಳಿದ್ದಾರಲ್ಲ. ನಾನೇನು ಬಾಯಿ ಇಲ್ದ ತೋಟನಾ? ಅವರೇ ಪೂರ್ತಿ

ಡಿಸಿಷನ್ ತಗೊಳ್ಳೋಕೆ? ಇದು ನನ್ನ ನಿಶ್ಚಿತಾರ್ಥಕ್ಕೆ ಸಕಾಲವಲ್ಲ. ಈಗ ನಾವು ಇರೋದು ಬೇರೆಯವರ ನೆಲೆಯಲ್ಲಿ. ಮೊದ್ಲು ಈ ನೆಲೆ ನಮ್ಮದಾಗ್ಲಿ, ಆಮೇಲೆ... ಯೋಚ್ಸೋಣ" ಮೇಲೆದ್ದು ಹಿತ್ತಲಿಗೆ ಹೋದಳು. ಅವಳ ಮನದಲ್ಲಿ ಹಲವಾರು ಪ್ರಶ್ನೆಗಳು. ಊಹೆಯಿಂದ ಉತ್ತರಗಳು ಹುಡುಕುವುದು ಬೇಡವಾಗಿತ್ತು.

ಅದಕ್ಕೆ ಆನಂದಶರ್ಮರು ಪ್ರತಿಕ್ರಿಯಿಸಲಿಲ್ಲ. ಮತ್ತೆ ಮತ್ತೆ ಕೌಸಲ್ಯ ಹೇಳಿದಾಗ "ಆಯ್ತು ಬರ್ಲಿ, ಕೂತು ಮೊದ್ಲು ಮಾತಾಡೋಣ. ಹೇಗೂ ತಿವಿಕ್ರಮ ಹೋಗಿ ಅಲ್ಲೇ ನಿಂತಿದ್ದಾನೆ. ಅವ್ರ ಮಾತನ್ನು ಕೇಳ್ತಾನೆ. ನಮ್ಮವರ್ಗೂ ವಿಷ್ಯ ಬರದೇನೇ ವಿವಾಹ ಮುಗೀಬಹ್ದು. ಆದರೆ ದಿವ್ಯಳ ವಿಚಾರ ಹಾಗಲ್ಲ. ಅವ್ಳು ಇಲ್ಲಿದ್ದಾಳೆ. ಸ್ವಂತ ಯೋಚ್ನೆಗಳು ಇದೆ. ಅಪ್ಪಯ್ಯ ಮಾತುಕತೆಯ ನಂತರ ವಿವಾಹ ನಿಶ್ಚಯಿಸ್ಬೇಕು. ನೋಡೋಣ. ಈಗ್ಲೇ ಸಂಭ್ರಮಿಸೋಕೆ ಹೋಗ್ಬೇಡ" ಅಂತ ತಣ್ಣಗೆ ಹೇಳಿ ತೋಟಕ್ಕೆ ಹೋದರು. ಈಚೆಗೆ ಆಳುಗಳ ಜೊತೆ ತೋಟದ ಕೆಲಸಕ್ಕೆ ಇಳಿಯುತ್ತಿದ್ದರು. ಅಡಿಕೆ ಬೇಯಿಸಲು ಮುಂದಾಗುತ್ತಿದ್ದರು.

ಕೌಸಲ್ಯಗೂ ಗಂಡ ಹೇಳಿದ್ದು ಸರಿಯೆನಿಸಿತು. ವರಮಹಾಲಕ್ಷ್ಮಿಗೆ ಅಲಂಕಾರ ಮಾಡಲೆಂದುಕೊಂಡು ಹೋದ ಚಿನ್ನದ ಒಡವೆಗಳು ಹಿಂದಿರುಗಿ ಬರಲಿಲ್ಲ. ಅವರ ಪಾಲಿಗೆ ತೋಟ ಮಾರಿದ್ದಕ್ಕಿಂತ ಇದು ದೊಡ್ಡ ಮೋಸ.

ಮರುದಿನ ಮಧ್ಯಾಹ್ನದ ವೇಳೆಗೆ ಟಾಟಾ ಕಾಲೀಸ್‌ನಲ್ಲಿ ಇಡೀ ಫ್ಯಾಮಿಲಿ ಬಿಜಯಗೊಂಡಿತು. ಮೊದಲೇ ತಿಳಿದಿದ್ದರಿಂದ ಅಡುಗೆ ತಯಾರಿತ್ತು. ಅದಕ್ಕೆ ಸಾಕಷ್ಟು ಸಹಾಯ ಮಾಡಿಯೆ ದಿವ್ಯ 'ಗ್ರೀನ್ ಗಾರ್ಡನ್'ಗೆ ಹೋಗಿದ್ದು. "ಇವತ್ತು ಹೋಗದಿದ್ದರೇನಾಯ್ತು?" ಅಮ್ಮನ ಮಾತಿಗೆ ನಗು ಬೀರಿ. "ಗೋಡೌನ್‌ನಿಂದ ತೆಗೆದ ಗೊಬ್ಬರ ಚೀಲಗಳ ಲೆಕ್ಕ ಬೇಕು. ಒಂದಿಷ್ಟು ಔಷ್ಧಿ ಸಿಂಪರಣೆಯ ಕೆಲ್ಸವು ಇದೆ. ಕೆಲವನ್ನು ಎದುರು ನಿಂತು ಮಾಡ್ಸಬೇಕಾಗುತ್ತೆ. ಇಪ್ಪತ್ತು ಸಾವಿರ ಸಂಬಳ.... ಓಡಾಟಕ್ಕೆ ಕಾರಿನ ವ್ಯವಸ್ಥೆ ಇದನ್ನೆಲ್ಲ ನೆನಪಿಸ್ಕೊಂಡ್ ಕೆಲ್ಸ ಮಾಡ್ಬೇಕು. ಆರಾಧ್ಯರು ನನ್ನ ಕೆಲ್ಸಕ್ಕೆ ಒಬ್ಬ ಎಂ.ಬಿ.ಎ ಮಾಡಿದ ಯುವತಿಯನ್ನು ಇಟ್ಕೊಂಡ್ ಬಂದ್... ಓಡಾಡ್ತಾ ಇದ್ದಾರೆ. ಅವ್ಳಿಗೆ ಈ ಕೆಲ್ಸಕ್ಕೆ ಹತ್ತು ಸಾವಿರ ಸಾಕಂತೆ. ಬೇಕಾದರೆ ಅಲ್ಲೇ ಉಳ್ಕೋತಾಳಂತೆ. ವಾರಕ್ಕೊಮ್ಮೆ ಹೋಗಿ ಬರೋಕೆ ಪರ್ಮಿಷನ್ ಸಾಕೂಂದ್ಲು. ಅಕಸ್ಮಾತ್ ಹತ್ತು ಸಾವಿರ ಉಳಿಯುತ್ತೇಂತ ನನ್ನ ಕೆಲ್ಸದಿಂದ ತೆಗ್ದುಬಿಟ್ರೆ? ನಮ್ಗೆ ಪೈಸಾ ಪೈಸಾ.... ಇಂಪಾರ್ಟೆಂಟ್. ಅಂಥದ್ದರಲ್ಲಿ ಇಪ್ಪತ್ತು ಸಾವಿರ... ಮೈಗಾಡ್... ಸದ್ಯಕ್ಕೆ ದುಡ್ಡು ತೀರಿ ತೋಟ ನಮ್ಮದಾಗೋವರ್ಗೂ ಕೆಲ್ಸ ಇರಲೀಂತ... ಮಾರುತಿಗೆ ನೂರಎಂಟು ಪ್ರದಕ್ಷಿಣೆ ನಮಸ್ಕಾರಗಳ ಜೊತೆ..... ಇನ್ನು ಹತ್ತು ಈ ಕೆಲ್ಸ ಉಳ್ಸೀಕೊಡಪ್ಪಂತ ನಮಸ್ಕಾರ ಹಾಕ್ತ ಇದ್ದೀನಿ. ಸದ್ಯಕ್ಕೆ ನಾನು ಅಷ್ಟು ಮಾಡಬಲ್ಲೆ" ಎಂದು ಮುಂದಲೆ ಸರಿ ಮಾಡಿಕೊಂಡು ಹೊರಟ ಮಗಳತ್ತಲೆ ನೋಡಿದರು. ಜೊತೆಗೆ ಎರಡು ಸಂಸಾರಗಳ ಮಧ್ಯದ ಸಂಬಂಧ ಸುಧಾರಿಸಲಿ. ಮೊದಲಿನಂತೆ ಪ್ರೀತಿ,

ವಿಶ್ವಾಸವಿರಲಿ ಎಂಬ ಬೇಡಿಕೆ ಮಾರುತಿಯಲ್ಲಿ. ಆ ಮಹಾರಾಯ ಸದ್ದಿಲ್ಲದೆ ಇವರ ಬೇಡಿಕೆಯನ್ನು ಆಲಿಸುತ್ತಿದ್ದ. ಅವನ ಇರಾದೆ ಏನಿದೆಯೋ?

ಆಮೇಲೆ ಒಂದು ಗಂಟೆಯ ಮುನ್ನವೇ ಶ್ರೀನಿಧಿಯ ಇಡೀ ಕುಟುಂಬ ವಿಕ್ರಮನ ಸಮೇತ ಇಳಿದಾಗ ಬಾರದ ಸಂತಸವನ್ನು ಮುಖದ ಮೇಲೆ ಎಳೆದು ತಂದ ಆನಂದಶರ್ಮರು ಕುಶಲೋಪರಿ ವಿಚಾರಿಸಿದರು.

"ಅಣ್ಣ ಹೇಗಿದ್ದೀರಿ?" ವಸಂತಲಕ್ಷ್ಮಿ ಅಡಿಗಳಿಗೆ ಎರಗಿದಾಗ "ದೀರ್ಘಸುಮಂಗಲಿಯಾಗಿ ಚೆನ್ನಾಗಿರು." ಆಶೀರ್ವದಿಸಿ "ಎಲ್ಲಾ ನಡೀರಿ... ಕೌಸಲ್ಯ ಕಾಯ್ತ ಇದ್ದಾಳೆ. ಬಾಳೆಗೊನೆ ಎಣಿಸಿ ಲಾರಿಗೆ ಹಾಕ್ಸಿಬರ್ತೀನಿ" ಎಂದಾಗ ಶ್ರೀನಿಧಿ ನಿಂತಲ್ಲಿಯೇ ಒದ್ದಾಡಿದರು. ಸಹಿ ಹಾಕಿ ತೋಟದ ಕಾಗದ ಪತ್ರಗಳನ್ನು ಇವರ ಕೈಯಲ್ಲಿಟ್ಟ ಮೇಲೆ ತೋಟದ ಯಾವ ಕೆಲಸಗಳಲ್ಲು ಆಸಕ್ತಿವಹಿಸದ ಆನಂದಶರ್ಮ ಈಗ ವ್ಯವಹಾರದ ರಂಗಕ್ಕೂ ಇಳಿದಿದ್ದಕ್ಕೆಲ್ಲ ಕಾರಣ ದಿವ್ಯ ಎನಿಸಿದಾಗ ಹಲ್ಲು ಕಡಿದರು.

ಇವರನ್ನೆಲ್ಲ ಹಿಡಿತದಲ್ಲಿ ಇಟ್ಟುಕೊಂಡಿದ್ದ ಶ್ರೀನಿಧಿ ಹಾಗೆಯೇ ಉಳಿಸಿಕೊಳ್ಳಬೇಕೆಂದ ಇರಾದೆಯಲ್ಲಿದ್ದರು ಕೂಡ. ಆದರೆ ಬಂಧ ವಿಮೋಚನೆಗೊಂಡು ಸ್ವತಂತ್ರರಾಗಿದ್ದರು. ಅದನ್ನು ಅರಗಿಸಿಕೊಳ್ಳಲಾಗಿರಲಿಲ್ಲ.

"ನೀವು... ನಡೀರಿ" ಎಂದು ಅವರುಗಳನ್ನು ಕಳುಹಿಸಿ ಆನಂದಶರ್ಮರ ಬಳಿ ಬಂದು "ನೀವು ತಪ್ಪು ತಿಳ್ಕೊಂಡ್ರಿ.... ತಪ್ಪು... ಮಾಡಿದ್ರಿ ಕೂಡ. ಈ ರಿಸ್ಕ್‌ಗಳೆಲ್ಲ ಬೇಕಿರಲಿಲ್ಲ. ಆರಾಮಾಗಿ ಸಂತೋಷವಾಗಿ ಒಟ್ಟಿಗೆ ಇರೋಣ ಅನ್ನೋದು ನನ್ನ ಉದ್ದೇಶವಾಗಿತ್ತು. ಈಗ್ಲೂ ಅದೇ! ನಿಮ್ಮ ಮಕ್ಳು ನಿಮ್ಮ ಕಣ್ಮುಂದೆ ಇರ್ತಾರೆ. ಆರಾಮಾಗಿ ಕಾಲ ಕಳ್ದುಬಿಡ್ಬಹುದ್ದು" ಇಂಥ ಮಾತುಗಳನ್ನು ಹೇಳಿದರು. "ಶ್ರೀನಿಧಿ.... ನೀನು ನಡೀ. ಹತ್ತು ನಿಮಿಷದಲ್ಲಿ ಬರ್ತೀನಿ. ಕೂತು ಮಾತಾಡೋಣ" ಎಂದು ಕಳುಹಿಸಿ ಬಾಳೆಗಿಡಗಳತ್ತ ನಡೆದರು. ಈಗಾಗಲೇ ಆಳುಗಳು ಬಾಳೆಗೊನೆಗಳನ್ನು ಇಳಿಸುತ್ತಿದ್ದರು.

ಶ್ರೀನಿಧಿಗೆ ಒಂದು ತರಹ ಆಯಿತು. ಆದರೂ ಹಿಂದೆಗೆಯುವ ಮನುಷ್ಯನಲ್ಲ. ಶತಾಯ ಗತಾಯ ತನ್ನ ಹಿಡಿತಕ್ಕೆ ಇವರುಗಳೆಲ್ಲ ಸಿಗಬೇಕು ಎನ್ನುವ ಪಟ್ಟು. ಅದು ಲಾಭದಾಯಕವಾದಾಗ. ಅಂಥಒಂದು ಅವಕಾಶ ಒದಗಿ ಬಂದಿತ್ತು.

ಅದಕ್ಕೆ ಕುಟುಂಬ ಸಮೇತರಾಗಿ ಬಂದಿದ್ದರು. ದೀಪಿಕಾಳ ಮಾತಿನ ಕಲರವದಿಂದ ಸಂಭ್ರಮ ತುಂಬಿಕೊಂಡಿತು. ಮನೆಯಲ್ಲಿ 'ಅತ್ತೆ, ಅತ್ತೆ' ಎಂದು ಹಿಂದು, ಮುಂದೆಲ್ಲ ಓಡಿಯಾಡಿಬಿಟ್ಟಳು. ಅದ್ಭುತ ಸಂಚಾರ ವ್ಯಾಪಿಸಿದಂತಾಯಿತು.

"ಎಲ್ಲಿ.... ದಿವ್ಯ?" ಕೇಳಿದ್ದು ದೀಪಿಕಾಳೆ. ಇದು ಎಲ್ಲರ ಪ್ರಶ್ನೆಯಾಗಿತ್ತು ಕೂಡ. "ಅವ್ಳು ಈಗ 'ಗ್ರೀನ್ ಗಾರ್ಡನ್'ನಲ್ಲಿ ಮ್ಯಾನೇಜರ್. ಅಲ್ಲಿಗೆ ಹೋಗಿದ್ದಾಳೆ" ಎಂದಾಗ ವಸಂತಲಕ್ಷ್ಮಿ ಗಂಡನ ಕಡೆ ನೋಟ ಹರಿಸಿದರು. ಶ್ರೀನಿಧಿಯ ಅವುಡುಗಳು ಬಿಗಿದುಕೊಂಡಿತ್ತು. "ನಾವು ಬರೋದು ಗೊತ್ತಿತ್ತಲ್ಲ. ಮತ್ತೆ ಯಾಕೆ ಹೋಗಿದ್ದು? ನಾನು

ಶ್ಯಾಮ್‌ಪ್ರಸಾದ್‌ಗೆ ಕೊಡ್ಬೇಕಾದ ಹಣನ ಕೊಟ್ಟು ಚುಕ್ತಾ ಮಾಡೋಕೆ ಬಂದಿರೋದು. ಇನ್ನು ಅವ್ರಿಗೆ ಕೆಲ್ಸದ ಅಗತ್ಯವಿಲ್ಲ. ಅನುರಾಗ್... ಫೋನ್ ಮಾಡಿ ಬರೋದಿಕ್ಕೆ ಹೇಳು" ಜರ್ಬಿನಿಂದಲೇ ಹೇಳಿದ್ದು. ತಂದೆಯ ವಿಧೇಯ ಮಗ ಅದನ್ನು ಪಾಲಿಸಿದ ಕೂಡ. "ತಕ್ಷಣ ಹೊರಟ್ಬಾ. ಬರೋದು ತಿಳಿಸಿದ್ದೆವಲ್ಲ" ಅದಕ್ಕೆ ತಣ್ಣಗಿನ ಪ್ರತಿಕ್ರಿಯೆ ಅವಳದು. "ಆಳುಗಳು ಬಾಳೆಗೊನೆ ಲೆಕ್ಕ ಮಾಡ್ತಾ ಇದ್ದಾರೆ. ಮುಗಿದ್ಮೇಲೆ ಬರ್ತೀನಿ" ಅಷ್ಟು ಹೇಳಿ ಲೈನ್ ಕಟ್ ಮಾಡಿದ್ದು.

"ಬರ್ತಾಳೆ" ಅಷ್ಟು ಹೇಳಿದ.

ಕಾಫೀ, ಪಾನಕ, ಕಷಾಯ ಎಲ್ಲಾ ಆಯಿತು. "ಅತ್ತಿಗೆ ಎಲ್ಲಾ ಬಗೆಹರೀತು. ಈಗ ಶ್ಯಾಮ್‌ಪ್ರಸಾದ್‌ಗೆ ಕೊಡ್ಬೇಕಾದ ಹಣನ ಅವರೇ ಕೊಡ್ತಾರೆ. ನಾನು ನಿಶ್ಚಿತಾರ್ಥ ಮುಗ್ಸಿಕೊಂಡೇ. ಹೋಗ್ಬಿಡೋಣಾಂತ ಬಂದಿದ್ದು. ಅಪ್ಪಯ್ಯ ದಿನ... ವಾರ... ಅಂಥದ್ದೆಲ್ಲ ನೋಡ್ಬೇಕೂಂತ.... ಅಂದರಲ್ಲ. ಈಗ ಕೂತು ಮಾತಾಡಿ ಒಂದು ದಿನ ಗೊತ್ತು ಮಾಡಿಕೊಳ್ಳೋಣ. ಹೆಣ್ಣು... ಗಂಡು ರೆಡಿ ಇದೆ. ಕೊಡುಬಿಡು... ಅನ್ನೋ ತಕರಾರೇನಿಲ್ಲ. ಹತ್ತಿರದ ಲಗ್ನದಲ್ಲಿ ಮದ್ವೆ ಮುಗ್ಸಿಬಿಡೋಣ" ಇಂಥ ಮಾತುಗಳೆಲ್ಲ ಆಡಿದರು. ಹೆಚ್ಚಿನ ಸಂತೋಷವೇನು ಆಗಲಿಲ್ಲ ಕೌಸಲ್ಯಗೆ. ಇದರ ಹಿಂದೆ ಮತ್ತೇನಾದರೂ ಇದೇಯಾಂತ ಯೋಚಿಸುವಷ್ಟು ಪಾಠ ಕಲಿತಿದ್ದರು.

ದೇವಸ್ಥಾನದಿಂದ ಬಂದ ಅನಂತಶರ್ಮರು ಎಂದಿನಂತೆಯೇ ಮಾತಾಡಿಸಿದರು. ಆದರೆ ಅವರೆದುರು ಮುಖವೆತ್ತಿ ಮಾತಾಡಲು ಎಲ್ಲರು ಹಿಂಜರಿದರು. ಧೈರ್ಯವಾಗಿ ಫೇಸ್ ಮಾಡಿದ್ದು ಶ್ರೀನಿಧಿ ಮಾತ್ರ.

ಎಲ್ಲರ ಊಟ ಮುಗಿಯಿತು. ಬಡಿಸುವ ಕೆಲಸಕ್ಕೆ ಅತ್ತಿಗೆಯ ಜೊತೆಗೂಡಿದ ವಸಂತಲಕ್ಷ್ಮಿ ಹಿಂದಿನಂತೆ ನಡೆದುಕೊಳ್ಳಲು ಸಾಕಷ್ಟು ಪ್ರಯತ್ನಿಸಿ ಸೋತರು. ಅಷ್ಟಿಷ್ಟು ಪರವಾಗಿಲ್ಲಂತ ಅನಿಸಿತು. ನಂತರ ಎಲ್ಲರು ನಡುಮನೆಯಲ್ಲಿ ಕೂತಾಗ ಶ್ರೀನಿಧಿ ತುಟಿಬಿಚ್ಚಿದ.

"ನಾನು ನಿಮ್ಮಗಳಿಗೆ ಹೇಳ್ದೇ ಸ್ವತಂತ್ರವಹಿಸಿ ತೋಟ ಮಾರಿದಕ್ಕೆ ಮುಖ್ಯವಾದ ಕಾರಣ, ನಿಮ್ಮಗಳ್ನ... ಬೆಂಗ್ಳೂರಿಗೆ ಕರೆದೊಯ್ಯಬೇಕು. ಒಂದು ಶ್ರೀಮಂತ ಬದ್ಕು ನಿಮ್ಗೇ ನೀಡಬೇಕೆಂಬ ಉದ್ದೇಶದಿಂದ್ಲೇ."

ಅನಂತಶರ್ಮರಿಗೆ ಈ ಮಾತುಗಳು ಇಷ್ಟವಾಗಲಿಲ್ಲ.

"ಶ್ರೀಮಂತ ಬದ್ಕು ಹಾಗಂದರೆ ಏನು? ಬಹುತೇಕ ವಿಜ್ಞಾನವಾಗಲೀ, ತಂತ್ರಜ್ಞಾನವಾಗಲೀ ನೆಮ್ಮದಿಯ ಬಾಳ್ವೆಗೆ ಬೇಕಾದದ್ದು ಅಲ್ಲ. ಹಿಂದಿನ ಋಷಿಗಳು, ಜ್ಞಾನಿಗಳು ಆತ್ಮವನ್ನು ಗೆಲ್ಲುವ, ಮಾನವ ಕುಲದ ಏಳಿಗೆಯ ಬಗ್ಗೆ ಚಿಂತಿಸುತ್ತಿದ್ದರು. ನಮ್ಮೂರಲ್ಲೇ ಬೆಳೆದು ಎಲ್ಲರೊಂದಿಗೆ ಹಂಚಿಕೊಂಡು ಸಹಬಾಳ್ವೆ ನಡೆಸುವಲ್ಲಿ ನೆಮ್ಮದಿ ಇದೆ, ಜಗತ್ತಿನ ಕ್ಷೇಮವಿದೆ. ನಮ್ಮ ಪರಿಸರದಿಂದ ದೂರ ಹೋಗಿ ಒಗ್ಗದ ಆಹಾರ ಸೇವಿಸಿ, ಆ ಹವಾಮಾನವನ್ನು ಮೈಗೂಡಿಸಿಕೊಳ್ಳಲು ನಾನಾ ರೀತಿಯ ಹೆಣಗಾಟ.

ಇದೆಲ್ಲ ನಮಗೆ ಬೇಕಿರಲಿಲ್ಲ. ನೆಮ್ಮದಿ, ಸಂತೃಪ್ತಿ ಕೊಟ್ಟ ಈ ಪರಿಸರ ಸ್ವರ್ಗಕ್ಕೆ ಸಮಾನವಾದದ್ದು" ಎಂದು ನಿಡಿದಾದ ಉಸಿರುದಬ್ಬಿ ಮೇಲಕ್ಕೆದ್ದರು. ಅವರ ಮಾತು ಸ್ಪಷ್ಟವಾಗಿತ್ತು. ಈ ತೋಟವನ್ನು ಬಿಟ್ಟು ಅವರೆಲ್ಲು ಹೋಗಲು ಸಿದ್ಧವಿಲ್ಲ.

ಶ್ರೀನಿಧಿ ಕೆಳತುಟಿಯನ್ನು ಕಚ್ಚಿಡಿದು ಆಡಬಹುದಾದ ಮಾತುಗಳನ್ನು ನುಂಗಿಕೊಂಡರು. ಆದರೆ ಸೋಲೊಪ್ಪಿಕೊಳ್ಳುವ ಮನುಷ್ಯನಲ್ಲ.

"ಶ್ಯಾಮ್‌ಪ್ರಸಾದ್‌ಗೆ ಕೊಡ್ಬೇಕಾದ ಹಣ ನಾನು ಕೊಡ್ತೀನಿ. ಆ ಕರಾರು ಪತ್ರ ಎಲ್ಲಿದೆ?" ಆನಂದಶರ್ಮವನ್ನು ಕೇಳಿದರು. ಸರಳ ಮನುಷ್ಯ. "ಮರದ ಪೆಟ್ಟಿಗೆಯಲ್ಲಿ ಇದೆ. ಈಗ ನಿಮ್ಗೇ ಯಾಕೆ ಆ ಕಷ್ಟ? ಅರ್ಧಬರ್ಧ ತೀರ್ಸಿಯಾಗಿದೆ. ಅದ್ನ ಉಳ್ಸಿಕೊಡೋಕೆ ತೋಟ ಸಹಾಯಕವಾಗಿ ನಿಂತಿದೆ. ಉಳಿದಿದ್ದು ತೀರುತ್ತೆ ಬಿಡಿ" ಸರಳವಾಗಿ ಹೇಳಿದರು. ಅದರಲ್ಲಿ ಕಹಿಯಾಗಲೀ, ಅಸಹನೆಯಾಗಲೀ ಇರಲಿಲ್ಲ. ಶ್ರೀನಿಧಿಗೆ ದಿಗ್ಭ್ರಮೆಯಾಯಿತು. ಅಂದು ಹೇಳಿದ ಕೂಡಲೇ ತೋಟಕ್ಕೆ ಸಂಬಂಧಪಟ್ಟ ಎಲ್ಲಾ ಕಾಗದಪತ್ರಗಳಿಗೂ ತುಟಿಕ್ ಪಿಟಿಕ್ ಅನ್ನದೇ ಸಹಿ ಹಾಕಿಕೊಟ್ಟ ಆನಂದಶರ್ಮ ಇವರೇನಾ ಅನಿಸಿತು. ಅಂದಿನಿಂದ ಏನು ಪ್ರಶ್ನಿಸದ ಮುಗ್ಧ ಮನುಷ್ಯನಲ್ಲಿ ಇಷ್ಟೊಂದು ಬದಲಾವಣೆ. ಈಗ ಹ್ಯಾಂಡಲ್ ಮಾಡುವುದು ಕಷ್ಟವೆನಿಸಿತು. ವಿಕ್ಕಿಗೂ ಅನುರಾಗ್‌ಗೂ ಸನ್ನೆ ಮಾಡಿ ಎದ್ದು ಹೋದರು. ಹೋಗುವ ಮುನ್ನ "ವಸಂತ ಸ್ವಲ್ಪ ಬಾ" ಎಂದು ಕರೆದು "ಪ್ರಾಯಶ್ಚಿತ್ತ ಅಂದ್ಕೋತೀನಿ. ಮುವತ್ತೈದು ಲಕ್ಷ ಪೂರ್ತಿಯಾಗಿ ನಾನೇ ಕೊಡ್ತೀನಿ. ಆ ಕರಾರು ಪತ್ರ ತಗೋ. ನಾನೇ ಹೋಗಿ ಶ್ಯಾಮ್‌ಪ್ರಸಾದ್‌ಗೆ ಹಣ ಬಿಸಾಕಿ ಸೆಟಲ್ ಮಾಡ್ಕೊಂಡ್ ಬರ್ತೀನಿ. ನಿನ್ನ ಅಪ್ಪಯ್ಯನಲ್ಲೇ ಮುಹೂರ್ತ ಇಡ್ಸಿಕೊಂಡ್ಹೋಗಿ.... ಎರಡು ಮದ್ವೆನು ಒಟ್ಟಿಗೆ ಮುಗ್ಸೋಣ. ನಿನ್ನ ತವರು ಶಾಶ್ವತವಾಗಿ ಇರ್ಲಿ" ಹೆಂಡತಿಯ ಕಡೆ ಅನುರಾಗದ ನೋಟ ಹರಿಸಿದರು. ಆಕೆ ಪೂರ್ತಿ ಬೋಲ್ಡ್. "ನಂಗೆ ಗೊತ್ತಿತ್ತು, ಖಂಡಿತ ಬದಲಾಗ್ತೀರಾಂತ" ಆನಂದಬಾಷ್ಪ ಸುರಿಸಿಬಿಟ್ಟರು. ಭುಜ ತಟ್ಟಿ "ನಿನ್ನ ಅತ್ತಿಗೆ ಹತ್ರ ಕರಾರು ಪತ್ರ ಇಸ್ಕೋ. ನಮ್ಮಗಳ ಸಂಬಂಧ ಯಾವಾಗ್ಲೂ ಕೆಡೋದ್ಬೇಡ. ದಿವ್ಯನ ನಾನು ಕನ್ವಿನ್ಸ್ ಮಾಡ್ತೀನಿ. ಅನುರಾಗ್‌ನ ಅವ್ಳು ಕಳೆದುಕೊಳ್ಳೋಷ್ಟು ಮೊದ್ದಲ್ಲ" ಇಂಥ ಡೈಲಾಗ್‌ಗಳಿಂದ ಹೆಂಡತಿಯ ಅಭಿಮಾನದ ಉದ್ದಗಲಕ್ಕೂ ಬೆಳೆದುನಿಂತರು.

ವಸಂತಲಕ್ಷ್ಮಿ ಅಡಿಗೆ ಮನೆಗೆ ಬಂದಾಗ ವಿಕ್ರಮ್ ಮತ್ತು ಅನುರಾಗ್, ದೀಪಿಕಾ ಅದೆ ಕೆಲಸದಲ್ಲಿ ಇದ್ದರು. ಉಗ್ರಾಣದಲ್ಲಿದ್ದ ಮರದ ಸಂದೂಕವನ್ನು ತೆಗೆದು ವಿಕ್ಕಿ ಹುಡುಕಾಡುತ್ತಿದ್ದ. ಅವನ ಸಹಾಯಕ್ಕೆ ನಿಂತಿದ್ದಳು ಭಾವಿ ಮಡದಿ ದೀಪಿಕಾ. ನಿಜಸ್ಥಿತಿ ಗೊತ್ತಿದೇಯೋ, ಇಲ್ಲವೋ.... ಟೋಟಲಿ ಶ್ರೀನಿಧಿಯ ಬೆಂಬಲಕ್ಕೆ ನಿಂತಿದ್ದು ಮಾತ್ರ ದಿಟ.

"ಅಮ್ಮ ಹಿಂದೆ ಬೇಕಾದಾಗ ಇದೇ ಮರದ ಪೆಟ್ಟಿಗೆಯಿಂದ ಹಣ ತೆಗೀತಾ ಇದ್ವಿ.... ಯಾವಾಗ್ಲೂ... ಇರೋದು. ಈಗ ಒಂದಿಷ್ಟು ಚಿಲ್ಲರೆ ಬಿಟ್ಟು ಏನೇನಿಲ್ಲ! ಅಷ್ಟೊಂದು ಬೆಳ್ಳಿ ಪಾತ್ರೆಗಳು, ತಟ್ಟೆ, ಚೆಂಬು ಅಂಥದೆಲ್ಲ ಇತ್ತಲ್ಲ. ಏನೂ ಕಾಣ್ತಾನೆ

ಇಲ್ಲ" ಎಂದ ವಿಕ್ಕಿ ತಾಯಿಯ ಮುಂದೆ ಬಂದು ನಿಂತು. ಅನ್ನ ಬಸಿಯುತ್ತಿದ್ದ ಕೌಸಲ್ಯ "ಜೊತೆ.... ಜೊತೆಯಾದಾಗ ಹಣನ ಶ್ಯಾಮ್‌ಪ್ರಸಾದ್‌ಗೆ ಕೊಟ್ಟು... ಸಂದಾಯ ಮಾಡ್ತಾ ಇದ್ದಿದ್ದರಿಂದ ಇಲ್ಲೇನಿರುತ್ತೆ? ಬೆಳ್ಳಿ ಸಾಮಾನೆಲ್ಲ ಮಾರಿ ಆ ಹಣನು ಅವ್ರಿಗೆ... ಕೊಟ್ವಿ" ಎಂದು ಸರಳವಾಗಿಯೇ ಹೇಳಿದರು. ಅವನು ಬೆಂಕಿಯಾದ. "ಏನಮ್ಮ ಇದು ಉಸಾಬರಿ! ನಿಮ್ಗೇ ಬುದ್ಧಿ ಇಲ್ಲಾಂದರೆ... ದಿವ್ಯಗಾದ್ರೂ ಬುದ್ಧಿ ಇರಬೇಕಿತ್ತು. ಇಲ್ಲಿ ಅವಳು ತಪ್ಪು ಮಾಡೋಕೆ ಹೊರಟರೆ ನೀವಾದ್ರೂ ಬುದ್ಧಿ ಹೇಳ್ಬೇಕಿತ್ತು. ಇನ್ನು ಮೂರು ತಿಂಗಳು ಬರೀ ತೊಂಬತ್ತು ದಿನದಲ್ಲಿ ಉಳಿದ ಹಣನ ಕೊಡೋಕ್ಕಾಗುತ್ತ? ಅವ್ನು ಸರ್ಯಾಗಿ ಟೋಪಿ ಹಾಕೋಕೇ, ನೋಡಿದ. ಈಗ ಮಾವ ನಿಮ್ಮ ಸಹಾಯಕ್ಕೆ ಬರದಿದ್ದರೆ, ಬೀದಿಗೆ ಬೀಳಬೇಕಿತ್ತು" ಆವೇಶದಿಂದ ಅಂದೇಬಿಟ್ಟ.

ಅನ್ನ ಬಸಿಯುತ್ತಿದ್ದ ಪಾತ್ರೆಯನ್ನು ಕೌಸಲ್ಯ ಅನಾಮತ್ತಾಗಿ ಎತ್ತಿ ಹಾಕಿಬಿಟ್ಟರು. ಆ ಕ್ಷಣಗಳು ಅವರ ಸಹನೆಗೆ ಸವಾಲಾಗಿತ್ತು. ಎಂದೂ ಹೊಡೆಯದ ಕೈ ಹಿಗ್ಗಾಮುಗ್ಗಾ ಬಾರಿಸಬೇಕೆನಿಸಿತು. ಕಣ್ಮುಚ್ಚಿ ಗೋಡೆಗೊರಗಿ ನಿಂತರು. ಸದ್ದಿಗೆ ಎಲ್ಲ ಬಂದು ನಿಂತರು ಶ್ರೀನಿಧಿಯನ್ನು ಬಿಟ್ಟು 'ಏನಾಯ್ತು? ಏನಾಯ್ತು?' ಎಲ್ಲರ ಮುಖಗಳ ಮೇಲು ಪ್ರಶ್ನೆಗಳು.

"ಆ ಸಮಯ ಬಂದರೂ... ಯಾರ ಹಂಗಿಗೂ ಬೀಳೋದಿಲ್ಲ ಬಿಡು" ಎಂದ ಕೌಸಲ್ಯ ಮಗುಚಿಕೊಂಡ ಅನ್ನದ ಪಾತ್ರೆಯನ್ನು ಎತ್ತಿಟ್ಟು "ಕೈ ಜಾರ್ತು... ಎಲ್ಲಾ ಸ್ವಚ್ಛ ಮಾಡ್ಬರ್ತೀನಿ. ಒಂದಿಷ್ಟು ತೋಟದಲ್ಲಿ ಅಡಾಡಿ ಬನ್ನಿ. ಹೂನಿಂದ ಹಣ ಬರುತ್ತೇಂತ ಗೊತ್ತೇ ಇರ್ಲಿಲ್ಲ. ಈ ಸಲ ಸಾವಿರಾರು ರೂಪಾಯಿ ಬಂದಿದೆ. ಹೋಗಿ ನೋಡಿ" ಎಂದರು ನೋಟ ಅವರುಗಳತ್ತ ಹರಿಸುತ್ತ. ಅಲ್ಲಿರುವುದು ಆ ಸಮಯದಲ್ಲಿ ಆಕೆಗಿಷ್ಟವಿಲ್ಲವೆಂದು ಅರಿತರು. "ಬನ್ನಿ...." ಮೊದಲು ಹೊರಗೆ ಹೊರಟವನು ವಿಕ್ರಮ್. ನಂತರ ವಸಂತಲಕ್ಷ್ಮಿ ಕಡೆ ತಿರುಗಿ "ಎಲ್ಲಾ ಬೆಳ್ಳಿ ಸಾಮಾನಿನ ಮಾರಿ ಬಿಟ್ಟಿದ್ದಾರೆ. ನಂಗೆ ಒಂದ್ಮಾತು ತಿಳ್ಸಿರಲಿಲ್ಲ. ಭೂಪ... ಟೋಟಲಿ ಲಕ್ಷಾಂತರ ತನ್ನ ಪಾಲು ಮಾಡಿಕೊಳ್ಳೋಕೆ, ಕರಾರುಪತ್ರ ಒಂದು ನೆಪವಾಯ್ತು. ಈ ಗುಗ್ಗುಗಳು ಅವ್ನು ಬೀಸಿದ ಬಲೆಗೆ ಬಿದ್ರು. ಈಗ ಮಾವ ಮುಂದಾಗದಿದ್ದರೆ, ಎಲ್ಲಾ ಹೋಗಿಬಿಡೋದು" ಗೊಣಗಿದ. ಯಾರು ಪ್ರತಿಕ್ರಿಯಿಸಲಿಲ್ಲ. ಬಂದ ಶ್ರೀನಿಧಿ "ನನ್ನ ಶ್ರಮಕ್ಕೆ ಈಗ ಫಲ ಕೊಡ್ತಾ ಇದೆ, ತೋಟ. ಸಿಕ್ತಾ... ಕರಾರು ಪತ್ರ? ಮೊದ್ಲು ಉಳಿದ ಅಮೌಂಟ್‌ನ ಚುಕ್ತಾ ಮಾಡಿ ಬರೋಣ" ಅವಸರಿಸಿದರು. ದಿವ್ಯ ಎಷ್ಟು ಬುದ್ಧಿವಂತೆಯೆನ್ನುವುದು ಅವರ ಅರಿವಿಗೆ ಬಂದಿತ್ತು. ಅವಳು ಬರುವ ಮುನ್ನ ಆ ಕರಾರು ಪತ್ರ ಅವರ ಕೈ ಸೇರಬೇಕಿತ್ತು. ಚಡಪಡಿಸಿದರು.

"ಎಲ್ಲಾ ಪತ್ರಗಳು ಆ ಮರದ ಪೆಟ್ಟಿಗೆಯ ಸಂದೂಕದಲ್ಲೇ ಇರ್ತಾ ಇದ್ದಿದ್ದು. ಈಗ ಯಾವ್ದೂ ಇಲ್ಲ! ಅಮ್ಮನಿಗೆ ಯಥಾಪ್ರಕಾರ ಏನು ಗೊತ್ತಿಲ್ಲ. ಇನ್ನು ಅಜ್ಜಯ್ಯನ್ನ ಕೇಳೋದೇ ಬೇಡ... ಅಪ್ಪಯ್ಯನಿಗೆ ನೀವು ಹಣ ಕೊಡೋದು ಇಷ್ಟವಿಲ್ಲಾಂತ ಸ್ವತಃ ಅವರೇ ಹೇಳಿ ಎದ್ದು ಹೋಗಿದ್ದಾರೆ. ಅವ್ರನ್ನ ಕೇಳೋದರಿಂದ ಪ್ರಯೋಜನವಿಲ್ಲ.

ದಿವ್ಯನೆ ಬರ್ಬೇಕು" ಇಂಥದೊಂದು ಎಂಡಿಂಗ್ ಕೊಟ್ಟ ತಿವಿಕ್ರಮ, ದೀಪಿಕಾಳ ಪ್ರೀತಿಯ ವಿಕ್ಕಿ.

ಶ್ರೀನಿಧಿ ಅವುಡು ಕಚ್ಚಿದರು. ಇವರು ಹೇಳಿದರೆ ಮುಗಿಯಿತು ಎನ್ನುವಂತೆ ನಡೆದುಕೊಂಡ ಜನರಲ್ಲಿ ಇಂಥದೊಂದು ಬದಲಾವಣೆಯನ್ನು ಅವರು ನಿರೀಕ್ಷಿಸಿರಲಿಲ್ಲ. ಈಗ ಇನ್ನೊಂದು ಸುಸಂದರ್ಭ ಒದಗಿ ಬಂದಿತ್ತು. ಅದನ್ನು ನಿರ್ಲಕ್ಷಿಸುವಂತಿರಲಿಲ್ಲ. ಸಹನೆ ಅಗತ್ಯವಿತ್ತು.

"ಆಯ್ತು, ಈಗ ಮೈನ್ ಚುಕ್ಕಾಣಿ ಅವಳು ಹಿಡ್ದು ನಿಂತಿದ್ದಾಳೆ. ಇಲ್ಲದಿದ್ದರೆ ಈ ಜನಕ್ಕೆ ಅಷ್ಟೊಂದು ವ್ಯವಹಾರ ಜ್ಞಾನ ಎಲ್ಲಿದೆ? ಅಡಕೆ, ಬಾಳೆಗೊನೆ, ತೆಂಗಿನಕಾಯಿ ಒಯ್ದು ಮಂಡಿ ತುಂಬಿಕೊಂಡ ಜನ ಕೊಟ್ಟಿದ್ದೇ ಹಣ. ಎಂದಾದ್ರೂ ವ್ಯಾವಹಾರಿಕವಾಗಿ ನೋಡಿದ್ದುಂಟಾ? ನನ್ನ ಕೈಗೆ ತೋಟ ಬಂದ್ಮೇಲೆ.... ಬಿಡು ಆ ವಿಷ್ಯ ಎಷ್ಟೊತ್ತಿಗೆ ಬರ್ತಾಳಂತೆ ದಿವ್ಯ? ಶ್ಯಾಮ್ ಪ್ರಸಾದ್ ವಿದೇಶದಲ್ಲಿ ಹುಟ್ಟಿ ಬೆಳೆದವ. ನಮ್ಗಿಂತ ನಾಲ್ಕುಪಟ್ಟು ವ್ಯವಹಾರ ಜ್ಞಾನ ಹೆಚ್ಚೇ. ಕೋಟ್ಯಾಂತರದ ಡಾಲರ್‌ನ ಪ್ರಾಜೆಕ್ಟ್‌ನ ಇಟ್ಕೊಂಡ್ ಬಂದು ಭೂಮಿ ಖರೀದಿಸ್ತಾ ಇದ್ದಾನೆ, ಈ ಪ್ರದೇಶದಲ್ಲಿ. ಮುಂದೆ ತಮ್ಮ ತೋಟ, ಜಮೀನುಗಳಿಗೆ ಜನ ಕೋಟಿಗಟ್ಟಲೆ ಹಣ ಕಾಣ್ತಾರೆ" ಎಂದರು. ಅವರ ಮನಸ್ಸಿನಲ್ಲಿ ಯಾವುದೋ ಲೆಕ್ಕಾಚಾರವಿತ್ತು. ಬಹುಶಃ ಇದು ತಕ್ಷಣಕ್ಕೆ ಯಾರಿಗೂ ಅರ್ಥವಾಗಲಿಲ್ಲ.

ದಿವ್ಯ ಬಂದಿದ್ದು ಮಾಮೂಲು ಸಮಯಕ್ಕೇನೆ. ವಿಕ್ಕಿ ಮೂರು ಸಲ, ದೀಪಿಕಾ ನಾಲ್ಕು ಸಲ, ಅನುರಾಗ್ ಒಂದು ಸಲ.... ಒಬ್ಬರದ ಮೇಲೊಬ್ಬರು ಕಾಲ್ ಮಾಡಿದ್ದರು. 'ಬೇಗ್ಬರ್ತೀನಿ' ಪ್ರತಿಯೊಬ್ಬರ ಕರೆಗೂ ಇದೆ ಪ್ರತಿಕ್ರಿಯೆ. ಅವಳ ಮುಂದೊಂದು ಗುರಿ ಇತ್ತು. ಅದನ್ನು ತಲುಪದ ಹೊರತು ಅತ್ತಿತ್ತ ನೋಡೊಲ್ಲ. ವಸಂತಲಕ್ಷ್ಮಿ "ಬಾ... ಇಲ್ಲಿ" ಅವಳು ಬಂದ ಕೂಡಲೇ ಅವಳ ಮುಖ, ಮೈದಡವಿ "ಎಷ್ಟೊಂದು ಬಡವಾಗಿದ್ದಾಳೆ..... ನನ್ನ ಸೊಸೆ" ಮಮತೆಯನ್ನರಿಸಿದಾಗ ಶ್ರೀನಿಧಿ "ದಿವ್ಯ ಅದೇನು ಮೋಡಿ ಮಾಡಿದ್ದಿ, ನಿನ್ನ ಅತ್ತಿಗೆ. ಸದಾ ನಿನ್ನ ಜಪವೇ! ಅನುರಾಗ್‌ಗೆ ನಿನ್ನ ಹೊತ್ಕೊಂಡ್ ಬಂದ್ಬಿಡೂಂತ ಹೇಳಿದ್ದೀನಿ" ನಕ್ಕರು. ಅವಳು ನಗಲಿಲ್ಲ. ಮಗನಿಗೆ ಹೆಣ್ಣಿನ ಅನ್ವೇಷಣೆ ಶುರು ಮಾಡಿದವರು ಸಫಲತೆ ಪಡೆದಿದ್ದಾರೆಂದು ಅವಳ ಅಣ್ಣ ಮಾತುಗಳಿಂದ ವ್ಯಕ್ತಪಡಿಸಿದ್ದ.

ಒಂದಿಷ್ಟು ಮಾತುಕತೆಯ ನಂತರ ಶ್ರೀನಿಧಿ "ನಾನು ತೋಟಕ್ಕೆ ಸಾಕಷ್ಟು ಸುರಿದಿದ್ದೆ. ಈಗೀಗ ಫಲ ಕೊಡೋಕೆ ಶುರು ಮಾಡಿದ್ರೂ....ಅಂಥ ಪ್ರಾಫಿಟೆಬಲ್ ಅಲ್ಲ. ಅದಕ್ಕೆ ಜನ ಜಮೀನು, ತೋಟ ಮಾರ್ಕೊಂಡ್ ಬಂದು ಸಿಟಿಗಳಲ್ಲಿ ಸೆಟಲ್ ಆಗ್ತಾ ಇದ್ದಾರೆ. ತುಂಬ... ರಿಸ್ಕಿ! ಇಂದಿಗೂ ನಿಮ್ಮಮ್ಮ ಒಲೆ ಹಚ್ಚಿ ಹೊಗೆ ಕುಡೀತಾ ಅಡ್ಗೇ ಮಾಡ್ತಾ ಇದ್ದಾರೆ. ಅಗ್ಗಿಷ್ಟಿಕೆಗೆ ಇದ್ದಿಲು ಹಾಕ್ಕೊಂಡ್ ಬೀಸಣಿಗೆ ಹಿಡ್ದು ಗಾಳಿ ಬಿಸೋದು ತಪ್ಪಲಿಲ್ಲ. ಇದ್ಕೆಲ್ಲ ಫುಲ್‌ಸ್ಟಾಪ್ ಇಟ್ಟುಬಿಡ್ಬೇಕು" ಜಾಣತನದ ಮಾತುಗಳನ್ನಾಡಿದರು.

"ನಂಗೇನು ಹಾಗೆ ಅನ್ನಿಸಿಲ್ಲ ಮಾವ. ಅಲ್ಲಿನ ಒತ್ತಡ ಜೀವನಕ್ಕೆ ನೂರೆಂಟು ಕಾಯಿಲೆಗಳು. ಸಂತೃಪ್ತಿ, ಸಮಾಧಾನಗಳು ಇಲ್ಲ. ಬದ್ಕನ್ನು ರಸಪೂರ್ಣವಾಗಿ ಅನುಭವಿಸೋದು ಜನರು ಮರ್ತೆಬಿಟ್ಟಿದ್ದಾರೆ. ತಂತ್ರಜ್ಞಾನದ ಇಷ್ಟೊಂದು ಪ್ರಗತಿ ಇಲ್ದ ದಿನಗಳಲ್ಲು ಜನ ಸುಖವಾಗಿದ್ರು. ಸಿಕ್ಕಿದ್ದೆಲ್ಲ ಖರೀದಿಸಿ ಖರೀದಿಸಿ ಮನೆಯಲ್ಲಿ ತುಂಬ್ಕೊಂಡ್... ದಣಿವಾರಿಸಿಕೊಳ್ಳೋದರಲ್ಲಿಯೇ ಕೆಲವು ಜನ ಸುಸ್ತಾಗಿಬಿಟ್ಟಿದ್ದಾರೆ" ಆರಾಮಾಗಿ ಇಷ್ಟು ಹೇಳಿದಳು. ಹಿಂದೆ ಶ್ರೀನಿಧಿ ನುಡಿದರೆಂದರೆ ಅದೇ ಫೈನಲ್ ಆಗಿಬಿಡುತ್ತಿತ್ತು. ಈಗ ಬದಲಾವಣೆಯ ತಂಗಾಳಿ ಬೀಸತೊಡಗಿತ್ತು. ಅದೆ ಬಿರುಗಾಳಿಯಾಗಬಹುದು. ಸ್ವಲ್ಪ ವಿಚಲಿತರಾದರು.

"ಗುಡ್,ಮಾತಾಡೋದ್ನ ಕಲಿತೆ!" ಒಂದು ರೀತಿಯಲ್ಲಿ ಶಭಾಷ್‌ಗಿರಿ ಕೊಟ್ಟಂತಿತ್ತು. ಆದರೆ.... ಅದಲ್ಲ! ಅದರ ಹಿಂದೆ ಬೆಟ್ಟದಷ್ಟು ಅಸಹನೆ ಇತ್ತು. "ಅಯ್ಯೋ ಬಿಡಿ ಮಾವ!" ಅವಳು ಕೂಡ ತಮಾಷೆಯಾಗಿಯೆ ತಗೊಂಡಿದ್ದು.

ಆಮೇಲೆ ದಿವ್ಯ ಸಂಭ್ರಮದಿಂದ ಓಡಾಡಿಕೊಂಡು, ಬಸಳೆಸೊಪ್ಪಿನ ತಂಬುಲಿಯ ಜೊತೆ, ಬಾಳೆಕಾಯಿಯ ಉಪ್ಪೇರಿ ಕರಿದು ಉಪ್ಪುಕಾರ ಹಾಕಿ ಎಲ್ಲರಿಗೂ ಕೊಟ್ಟಳು. ಶ್ರೀನಿಧಿ ಮಾತ್ರ ಒಳಗೊಳಗೆ ಕುದಿಯುತ್ತಿದ್ದ.

"ದಿವ್ಯ, ಇನ್ನು ಶ್ಯಾಮ್‌ಪ್ರಸಾದ್‌ಗೆ ಎಷ್ಟು ಅಮೌಂಟ್ ಕೊಡ್ಬೇಕು? ಇಂದು ಸೆಟ್ಲು ಮಾಡಿ ಹೋಗೋಣಂತಲೇ ಬಂದಿರೋದು. ಎಲ್ಲಿ ಆ ಕರಾರು ಪತ್ರ? ಸಾಕಷ್ಟು ಹಣ ಕೊಟ್ಟಿದ್ದೀರಿ. ಮೋಸ ಮಾಡೋ ಛಾನ್ಸಸ್ ತುಂಬಾನೆ ಇರುತ್ತೆ" ಎಂದರು ಒಂದಿಷ್ಟು ಆತಂಕದಿಂದಲೇ. ದಿವ್ಯಳ ಮುಖ ಗಂಭೀರವಾಯಿತು. "ನೋಡೋಣ ಬಿಡಿ, ಮಾವ! ಹೇಗೂ ನೀವು ಮಾರಿ ಕೈತೊಳ್ದುಕೊಂಡಿರೋದರಿಂದ ತೋಟ, ನಿಮ್ಮ ನಡ್ವೆ ಯಾವ್ದೇ ಸಂಬಂಧವಿಲ್ಲ. ಒಂದು ಪ್ರಯತ್ನ.... ಮಾರುತಿಯ ಕೃಪೆ ಇದ್ದರೆ, ನಮ್ಮದ್ದಾಗಿಯೇ ಉಳಿಯುತ್ತೆ. ಅಜ್ಜಯ್ಯ ನಿರಂತರವಾಗಿ ಪೂಜೆ ಮಾಡಲಿ" ಎಂದಳು ಗಂಭೀರವಾಗಿ. ಈ ಮಧ್ಯೆ ಅವರ ಪ್ರವೇಶ ಬೇಡವೆಂದು ಸ್ಪಷ್ಟವಾಗಿಯೇ ಹೇಳಿದ್ದು ಅವರನ್ನು ರೇಗಿಸಿತು. "ದಿವ್ಯ, ಆ ಕರಾರು ಪೇಪರ್ಸ್ ತಗೊಂಡ್ಬಾ..." ಅಂದವರು ಹೊರಗೆ ಹೋದರು. ಅವಮಾನವೆನಿಸಿತು. "ಸ್ವಲ್ಪ ಕೆಲ್ಸ ಇದೆ... ಬಾ" ಎಂದು ಅನುರಾಗ್‌ನ ಕರೆದುಕೊಂಡು ಕಾರು ಹತ್ತಿದರು.

"ಈಗ ಎಲ್ಲಿಗೆ?" ಪ್ರಶ್ನಿಸಿದ ಅನುರಾಗ್.

"ದಿವ್ಯ ಈ ಮಟ್ಟಕ್ಕೆ ಬಂದಿದ್ದಾಳೆಂದು ನಾನು ಅಂದ್ಕೊಂಡಿರಲಿಲ್ಲ. ನಾನು ಆ ಹಣ ಕೊಡ್ತೀನಿ ಅಂದರೆ ಅವ್ರೆಲ್ಲ ಸಂಭ್ರಮಪಡ್ತಾರೇಂತ ಅಂದ್ಕೊಂಡೆ. ಸ್ವಾಭಿಮಾನದಿಂದ ಗಟ್ಟಿಯಾಗಿ ನಿಂತಿದ್ದಾರೆ. ಅವ್ರು ಅವಮಾನಿತರಾಗಿ ತೋಟ ಬಿಟ್ಟು ಹೊರಬರೋ ವಿಚಾರ ನಂಗೆ ಸಮ್ಮತವಿರಲಿಲ್ಲ. ಅವ್ರ ಅಹಂಕಾರ ನೋಡು. ಬೇಡ ಬೇಡು, ಶ್ಯಾಮ್‌ಪ್ರಸಾದ್ ಕೊಂಡ ಹಣಕ್ಕೆ ಐದು ಲಕ್ಷ ಸೇರ್ಸಿಕೊಟ್ಟರೆ... ಅವನಿಂದಾನೆ ಹಿಂದಕ್ಕೆ ಪಡೆಯಬಹ್ದು. ತಿರ್ಗಿ ತೋಟ ನನ್ನ ಕೈಗೆ ಬರಲೀ" ಹಲ್ಲು ಕಡಿದರು. ಈ ಪ್ರಯತ್ನದ ಹಿಂದೆ ದೊಡ್ಡ ಲಾಭವೇ ಇತ್ತು.

ಇವರುಗಳು ಹೋದಾಗ ಶ್ಯಾಮ್‌ಪ್ರಸಾದ್ ರೆಸ್ಟ್‌ನಲ್ಲಿದ್ದವ ಅರ್ಧ ಗಂಟೆ ಕಾದನಂತರವೇ ಎದ್ದು ಬಂದಿದ್ದು. ಹುಟ್ಟು ಶ್ರೀಮಂತಿಕೆಯಲ್ಲಿ ಬೆಳೆದ ಅಮೆರಿಕನ್ ಲೇಡಿಯ ಮಗ. ವಿದೇಶಿ ವರ್ಚಸ್ಸು, ಗಾಂಭೀರ್ಯ ಅವನ ಮುಖದ ಮೇಲಿತ್ತು.

"ಸಾರಿ ಫಾರ್ ದಿ ಡಿಸ್ಟರ್ಬೆನ್ಸ್...." ಅಂದರು.

"ನೋ, ಕೂತ್ಕೊಳ್ಳಿ. ನಿಮ್ಮ ಮಗ ಅನುರಾಗ್" ಅವನತ್ತ ನೋಟ ಹರಿಸಿದ. ಕೈ ಕುಲುಕಿ ಇಬ್ಬರು ಪರಿಚಯ ಹೇಳಿಕೊಂಡರು. ಇವರಿಬ್ಬರ ನಡುವೆ ಚುಟುಕು ಸಂಭಾಷಣೆಯನಂತರ "ಯು ಆರ್ ಲಕ್ಕಿ ಶ್ಯಾಮ್‌ಪ್ರಸಾದ್. ನಾನು ಮಾರಿದ ದೇವಿಕಟ್ಟೆಯ ತೋಟನ ಕೊಂಡುಕೊಳ್ಳೋಕೆ ಬಂದ್ದಿದ್ದೀನಿ. ಇನ್ನು ಫೈವ್ ಲ್ಯಾಕ್ಸ್ ಹೆಚ್ಚಿಗೆ ಕೊಡ್ತೀನಿ" ಗರ್ವದಿಂದ ಹೇಳಿದರು. ಶ್ಯಾಮ್‌ಪ್ರಸಾದ್ ಐದು ನಿಮಿಷದಷ್ಟು ದೀರ್ಘಕಾಲ ಮಾತಾಡಲಿಲ್ಲ. "ಲಕ್ಕಿ... ಓಕೆ! ನೀವ್ಯಾಕೆ ಮಾರ್ತೀನಿ... ಅಂದ್ಕೊಂಡ್ರಿ? ಆ ತೋಟನ ಮಾರೋ ಯೋಚ್ನೆ ಇಲ್ಲ" ಟೋಟಲ್ಲಾಗಿ ನಿರಾಕರಿಸಿದಾಗ ಶ್ರೀನಿಧಿ ಗಾಬರಿಗೊಂಡರು. "ವೈ, ಐದು ಲಕ್ಷ ಲಾಭ ಸಿಗುತ್ತೆ. ಬೇಕಾದರೆ, ಇನ್ನು ಒಂದೆರಡು ಲಕ್ಷ ಕೊಡ್ತೀನಿ" ಎಂದರು. ಅವನು ಅಡ್ಡಡ್ಡ ತಲೆಯಾಡಿಸಿದ.

"ವೈ, ಈಗಾಗಲೇ ಅನಂತಶರ್ಮರ ಬಳಿ ಕರಾರು ಮಾಡಿಕೊಂಡಿದ್ದೀರಂತಲ್ಲ. ಈಗಾಗಲೇ ಅರ್ಧಕ್ಕೂ ಜಾಸ್ತಿ ಹಣ ನಿಮ್ಗೆ ಕೊಟ್ಟಿದ್ದಾರೆ. ಉಳಿದ ಹಣ ಕೊಟ್ಟ ಕೂಡಲೇ, ತೋಟ ಅವರದಾಗುತ್ತೆ. ನಿಮ್ಗೇನು ಲಾಭವಾಗೋಲ್ಲ. ಈಗ ನೀವು ನಂಗೆ ಮಾರಿದರೆ, ಲಕ್ಷಗಳಷ್ಟು ಪ್ರಾಫಿಟ್. ಯಾಕೆ ಒಪ್ಪೋಲ್ಲ? ನಂಗೆ ಮಾರಿಬಿಡಿ... ಮಿಕ್ಕದ್ದು ನಾನು ನೋಡ್ಕೋತೀನಿ" ಎಂದರು ಉದ್ವೇಗದ ಸ್ವರದಲ್ಲಿ. "ನೋ, ನಂಗೆ ಮಾರೋ ಉದ್ದೇಶವಿಲ್ಲ" ಸ್ಪಷ್ಟಪಡಿಸಿದ. ಅವರು ಕರಾರು ಪತ್ರವನ್ನಿಡಿದುಕೊಂಡೆ ಶ್ರೀನಿಧಿ ಸಾಕಷ್ಟು ಚರ್ಚೆ ಮಾಡಿದರು. ಆದರೆ ಅವನದು ಒಂದೇ ಮಾತು. "ನೋ".... ಅಷ್ಟೆ. ಮಧ್ಯೆ ಅನುರಾಗ್ ಮಾತಾಡಿರಲಿಲ್ಲ. ವಿಷಯದ ಸ್ಪಷ್ಟತೆಯ ಅರಿವಿರಲಿಲ್ಲ. "ನಿಮ್ಗೆ ಬೇರೆ ತೋಟ ತೋರ್ಸೋಕೆ ನಾನು ಆರಾಧ್ಯರಿಗೆ ಹೇಳ್ತೀನಿ." ಶ್ರೀನಿಧಿ ಅಂದಕೂಡಲೇ ಮೇಲೆದ್ದ ಶ್ಯಾಮ್‌ಪ್ರಸಾದ್ "ಇನ್ನು ತೋಟದ ಪ್ರಸ್ತಾಪಬೇಡ. ಈಗ ಪೂರ್ತಿ ನಂದು ಅಲ್ಲ. ಬಿಟ್ಟು ಕೊಡ್ಬೇಕಾದ ಸಂದರ್ಭ ಬರ್ಬಹುದು" ಸ್ವಲ್ಪ ಸಿರಿಯಸ್ಸಾಗಿಯೇ ಹೇಳಿದ.

ಶ್ರೀನಿಧಿಗೆ ಅವಮಾನವೆನಿಸಿತು. ಇದು ಅವರ ನಿರೀಕ್ಷೆ ಆಗಿರಲಿಲ್ಲ.

"ದಟ್ಸ್ ಓಕೆ" ಎಂದು ಮೇಲೆದ್ದು "ಆ ಸಂದರ್ಭ ಇಂದೇ ಬರುತ್ತೆ. ನಿಮ್ಮ ಒಳಿತನ್ನು ಮನಸ್ಸಿನಲ್ಲಿ ಇಟ್ಕೊಂಡ್... ಇಲ್ಲಿಗ್ಬಂದೆ" ಅಷ್ಟನ್ನು ಪ್ರಯಾಸದಿಂದ ನುಡಿದಾಗ ಶ್ಯಾಮ್‌ಪ್ರಸಾದ್ ಪ್ರತಿಕ್ರಿಯಿಸಲಿಲ್ಲ. ನೆಗ್ಲೆಕ್ಟ್ ಮಾಡಿದಂತೆ ಕೂಡ.

ಅಪ್ಪ, ಮಗ ಕಾರು ಹತ್ತಿದ್ದರು. ಬೀಳ್ಕೊಡಲು ಕೂಡ ಅಲ್ಲಿಗೆ ಬರಲಿಲ್ಲ. ಇವರ ಮನಸ್ಸಿನಲ್ಲಿ ಇನ್ನೊಂದು ಲೆಕ್ಕ ಶುರುವಾಗಿತ್ತು. ಮೊದಲು ಕರಾರು ಪತ್ರವನ್ನು ನೋಡಬೇಕಿತ್ತು.

"ವಾಟ್ ಹ್ಯಾಪನ್ಡ್? ನಂಗೇನು.... ಅರ್ಥವಾಗಲಿಲ್ಲ" ಎಂದ ಅನುರಾಗ್. "ಪ್ಲೀಸ್ ಅರ್ಥ ಮಾಡ್ಕೋ. ದಿವ್ಯನ ನೀನು ಒಪ್ಪು. ನಾನು ಪಡಕೊಂಡ ಹಣನ ಪೂರ್ತಿಯಾಗಿ ಹಿಂದಿರುಗಿಸ್ತೀನಿ. ಆ ಕರಾರು ಪತ್ರ ನಂಗೆ ಬೇಕು. ಬೇಡ, ಐವತ್ತು ಲಕ್ಷ ನಾನು ಕೊಡ್ತೀನಿ, ನಂಗೆ ಮಾರಿಬಿಡ್ಲಿ" ಬಡಬಡಿಸಿದರು. ಕೋಟಿಗಳು ಕೈ ತಪ್ಪಿಹೋಗುವುದು ಅವರಿಗೆ ಬೇಕಿರಲಿಲ್ಲ. ಅನುರಾಗ್ ಮಾತೇ ಆಡಲಿಲ್ಲ. ಆಡಲು ಏನೇನು ತೋಚಲಿಲ್ಲ. ತಂದೆ ಹೇಳಿದನ್ನು ಕೇಳಿ... ಕೇಳಿ... ಸ್ವಂತ ಯೋಚಿಸುವುದನ್ನೆ ಮರೆತಿದ್ದ.

ಅಪ್ಪ, ಮಗ ಬಂದಾಗ ಎಲ್ಲರೂ ತೋಟದಲ್ಲಿ ಅಡ್ಡಾಡುತ್ತಿದ್ದರು. ಸಸ್ಯಶ್ಯಾಮಲೆ ಇಲ್ಲಿ ನಳನಳಿಸುತ್ತಿತ್ತು. ಜನ್ನನ ಶಾಲೆಗೆ ಹೋಗುತ್ತಿದ್ದ ಮಕ್ಕಳು ಕೂಡ ದುಡಿಮೆಗೆ ಕೈಹಚ್ಚಿದ್ದರು.

"ಯಾಕೋ, ಇವ್ರುಗಳು ಶಾಲೆಗೆ ಹೋಗ್ತಾ ಇಲ್ವಾ?" ವಿಕ್ರಮ್ ಪ್ರಶ್ನಿಸಿದಾಗ "ಈ ಸಲ ಒಂದಿಷ್ಟು ತಾಪತ್ರಯವಿತ್ತು. ಕೆಲವೊಮ್ಮೆ ಆಳುಗಳು ಸಿಗೋಲ್ಲ. ಮುಂದಿನ್ವರ್ಷ ಹೋಗ್ತಾರೆ ಬಿಡಿ" ಎಂದ ಅರ್ಥಗರ್ಭಿತವಾಗಿ. ವಿಕ್ಕಿಗೆ ಒಂದು ತರಹ ಆಯಿತು. ಆದರೆ ಶ್ರೀನಿಧಿ ಮಾವ ಹಣಕೊಟ್ಟು ತೋಟನ ಬಿಡಿಸಿಕೊಳ್ಳೋಕೆ ಮುಂದಾಗಿರೋದು ಅತ್ಯಂತ ಸಂತಸದ ವಿಷಯವಾಗಿತ್ತು. ಇದರಿಂದ ಎರಡು ಮನೆಗಳ ಮಧ್ಯೆ ಎದ್ದಿರುವ ಗೋಡೆಗಳು ತಾನಾಗಿ ಕುಸಿಯುತ್ತೆ. ಅನುರಾಗ್, ದಿವ್ಯ ವಿವಾಹ ಪಕ್ಕ ಆಗುತ್ತೆ. ಇಂಥ ಕನಸುಗಳನ್ನು ಹರಡಿಕೊಂಡಿದ್ದ.

"ವಂಡರ್‌ಫುಲ್ ಡ್ಯಾಡ್! ನೀವು ತೋಟನ ಮಾರಬಾರ್ದಿತ್ತು" ದೀಪಿಕಾ ತಂದೆಯ ಬಳಿ ಮುದ್ದುಮುದ್ದಾಗಿ ಉಸುರಿದಳು. "ಶೂರ್, ನಾನು ಮಾಡಿದ ದೊಡ್ಡ ತಪ್ಪು ಇದೊಂದೆ. ಸರಿ ಮಾಡ್ತೀನಿ" ಮಗಳ ಕೆನ್ನೆ ಸವರಿದ್ದರು.

ಕಾಫೀ ತಂದವಳಿಗೆ "ದಿವ್ಯ, ಆ ಪತ್ರ ತಗೊಂಡ್ಬಾ" ಹೇಳಿದರು. ಅದಕ್ಕೆ ಉತ್ತರ ಹೇಳಿದ್ದು ಆನಂದಶರ್ಮರು. "ಅದ್ನ ತಗೊಂಡ್... ಏನ್ಮಾಡ್ತೀ? ಮಾರಿಯಾದ್ಮೇಲೆ.... ನಿನ್ನ ಪ್ರಸಕ್ತಿ ಎಲ್ಲುಂಟು? ಹಾಗೆಯೇ ನಿನ್ನ ಪ್ರವೇಶಬೇಡ. ಸಂಬಂಧ ಇರ್‍ಲಿ, ಈ ವ್ಯವಹಾರದಲ್ಲಿ ನಿನ್ನ ಕೈ ಬೇಡ.... ಕಷ್ಟನಷ್ಟಗಳು ನಮ್ಗೇ ಇರ್‍ಲಿ."

ಯಾರ ಬಾಯಿಂದಲು ಮಾತುಗಳು ಹೊರಡಲಿಲ್ಲ.

"ಹೋಗ್ಲಿ ಬಿಡು ಡ್ಯಾಡಿ. ನಿನ್ನ ಸಹಾಯಹಸ್ತ ಅವ್ರಿಗೆ ಬೇಡ. ಪ್ರೀತಿ, ವಿಶ್ವಾಸ, ಸಂಬಂಧಕ್ಕಿಂತ ಅವ್ರಿಗೆ ಸ್ವಾಭಿಮಾನ ಜಾಸ್ತಿಯಾಗಿದೆ. ಮತ್ತೆ ಬಲವಂತ ಬೇಡ. ಅವ್ರನ್ನು ಕೇಳ್ದೆ ನೀನು ಮಾರಿದ್ದನ್ನು ಮಾವಯ್ಯ ಕ್ಷಮಿಸೋಕೆ ಸಿದ್ಧವಿಲ್ಲ" ದೀಪಿಕಾ ಹೇಳಿದಳು. ಅವಳ ಲೆಕ್ಕಾಚಾರದಲ್ಲು ಶ್ರೀನಿಧಿಯೇ ಅಪರಾಧಿ! "ಸರಿ... ಅವರ ಹಣೆಬರಹ! ಈಗ್ಲೇ ಹೊರಟುಬಿಡೋಣ. ಇಂಥ ಸಂಬಂಧಗಳಿಂದ ಯಾವ್ದೇ ಪ್ರಯೋಜನವಿಲ್ಲ" ತಕ್ಷಣ ಹೊರಟರು. ಕೌಸಲ್ಯಗೆ ಗಾಬರಿ "ಎಲ್ಲಾ ಸರಿ ಆಯ್ತು ಅಂದ್ಕೊಂಡೆ! ಸ್ವಲ್ಪ ಬೇಸರ ಇದೆ. ನಾನೆಲ್ಲ ಹೇಳ್ತೀನಿ. ನೀವೇ ಕೊಟ್ಟರೂ... ಆಮೇಲೆ ನಾವು ಹಿಂದಿರುಗಿಸೋಕೆ ಒಪ್ಕೋಬೇಕು. ಇವತ್ತೊಂದು ದಿನ ಇರಿ. ಬೇಸರ ಮಾಡ್ಕೊಂಡ್

ಹೊರಡೋದ್ಬೇಡ. ವಸಂತಲಕ್ಷ್ಮಿಗೆ ಇದು ತವರು. ಕಣ್ಣೀರು ಹಾಕ್ಕೊಂಡ್. ಹೊರಡೋದು ಶುಭವಲ್ಲ" ಎಂದು ಎಷ್ಟೋ ಹೇಳಿದರು ಪ್ರಯೋಜನವಾಗಲಿಲ್ಲ. ಅನಂತಶರ್ಮರು ಯಾರದೋ ಮನೆಗೆ ಹೋಗಿದ್ದವರು ಬರೋ ವೇಳೆಗೆ ಹೊರಟು ನಿಂತವರನ್ನು ನೋಡಿ "ಇಂದು... ಇರಿ ನಾಳೆ ಬೆಳಗ್ಗೆ ಮಾರುತಿಗೆ ಹೆಗ್ಡೆಯವರು ಅಭಿಷೇಕ ಇಟ್ಕೊಂಡಿದ್ದಾರೆ. ಅದ್ನ ಮುಗ್ಸಿಕೊಂಡು ಹೊರಡಿ" ಎಂದರು. ಆಮೇಲೆ ಕೌಸಲ್ಯ ತಮಗೆ ತೋಚಿದ ರೀತಿಯಲ್ಲಿ ವಿಷಯನ ಮುಟ್ಟಿಸಿ "ಈಗ ಬೇಕಾದರೆ, ಅವರೇ ಮಿಕ್ಕ ಹಣನ ಕೊಡ್ಲಿ. ಆಮೇಲೆ ನಿಧಾನವಾಗಿ ಅವರಿಗೆ ಕೊಟ್ಟರಾಯ್ತು. ಸಂಬಂಧಗಳು ಮೊದ್ಲಿನ ಹಾಗೇ ಇರಲಿ" ವಿನಂತಿಸಿಕೊಂಡರು. ಒಂದು ಐದು ನಿಮಿಷ ಮೌನವಹಿಸಿ "ದೈವಚಿತ್ತ... ಹಾಗೇ ಆಗ್ಲಿ" ಅಂದೇಬಿಟ್ಟರು. ಶ್ರೀನಿಧಿಗೆ ಸಂತಸ. ಅವವ ಪ್ಲಾನ್ ಸಕ್ಸಸ್!

ಇದಕ್ಕೆ ಯಾರು ಬದಲು ಹೇಳುವಂತಿರಲಿಲ್ಲ. ದಿವ್ಯಗೆ ಯೋಚಿಸುವಂತಾಯಿತು. ಹೃದಯ, ಮನಸ್ಸು ಜೊತೆ ದೇವರು ಮಿದುಳನ್ನು ಕೂಡ ಕೊಟ್ಟಿದ್ದ. ಭೂಮಿಯ ಮೇಲೆ ಮನುಷ್ಯ ಬದುಕಲು ಅದರ ಅಗತ್ಯವು ಇತ್ತು.

"ಆ ಕರಾರು ಪತ್ರ ಕೊಡು. ವಿಕ್ಕಿ ಮರದ ಪೆಟ್ಟಿಗೆ ಸಂದೂಕ ಎಲ್ಲಾ ಹುಡುಕಾಡಿದ. ಸಿಕ್ಲಿಲ್ಲ, ಎಲ್ಲಿಟ್ಟಿದ್ದೀಯೋ, ಏನೋ? ಆಗಾಗ ಹಣ ಕೊಟ್ಟಾಗಲೆಲ್ಲ ಶ್ಯಾಮ್‌ಪ್ರಸಾದ್ ಸಹಿ ಪಡೆಯಲು ತಗೊಂಡ್ ಹೋಗ್ತಾ ಇದ್ದೆ" ನೆನಪಿಸಿದರು ಕೌಸಲ್ಯ. ಕ್ಷಣ ಯೋಚಿಸುವಂತೆ ಮಾಡಿ "ಅಲ್ಲೇ ಇದೆ. ಈ ಸಲ ಕೊಟ್ಟ ಹಣಕ್ಕೆ ಸಹಿ ಹಾಕಿರಲಿಲ್ಲ. ಯಾವ್ದೋ ಬಿಜಿಯಲ್ಲಿದ್ರು. ಅವ್ರ ಹತ್ರನೆ ಉಳ್ದುಹೋಗಿದೆ. ಕುರುಪ್ಪಯ್ಯ ಮರಗಳ ಮೇಲೆ ಅಡ್ವಾನ್ಸ್ ಕೊಡ್ತೀನೀಂತ ಅಂದಿದ್ದಾರೆ. ಅದ್ನ ಕೊಟ್ಟು ಸಹಿ ಹಾಕ್ಸಿಕೊಂಡು ಬರೋಣಾಂತ ಇದ್ದೆ" ಅಂದಳು ತೀರಾ ಸರಳವಾಗಿ.

ಶ್ರೀನಿಧಿಗೆ ಗಂಟಲಲ್ಲಿ ಏನೋ ಸಿಕ್ಕಿ ಹಾಕಿಕೊಂಡಂತಾಯಿತು. ಆದರೂ ಚೇತರಿಸಿಕೊಂಡು "ಓನ್ಸ್ ಫಾರ್ ಆಲ್.... ಎಲ್ಲಾ ಸೆಟಲ್ ಮಾಡ್ಕೊಂಡ್ ಬಂದ್ಬಿಡೋಣ ನಡಿ" ಎಂದು ಮೇಲೆದ್ದರು. ಸ್ವಲ್ಪ ಅನುಮಾನಿಸುತ್ತ "ಈ ಸಮಯದಲ್ಲಿ ರೆಸ್ಟ್‌ನಲ್ಲಿ ಇರ್ತಾರೆ. ತಾನಾಗಿ ಹೋರ್ಗೆ ಬಂದಾಗ ಏನಾದ್ರೂ... ಹೇಳೋದು, ಕೇಳೋದು ಅಷ್ಟೆ. ಮಧ್ಯೆ ಡಿಸ್ಟರ್ಬ್ ಮಾಡೊಲ್ಲ. ಅದೊಂದು ರೂಲ್ಸು. ಅದ್ನ ಫಾಲೋ ಮಾಡ್ಕೊಂಡ್ ಬಂದಿದ್ದೀನಿ" ನಿಶ್ಚಿಂತೆಯಿಂದ ಉಸುರಿದಳು ದಿವ್ಯ.

"ವ್ಯವಹಾರ ಗೊತ್ತಿಲ್ಲದೋರು.... ವ್ಯವಹಾರ ಮಾಡೋಕೆ ಹೋದರೆ, ಹಿಗೇನೆ ಆಗೋದು... ಎಷ್ಟು ಸುಲಭವಾಗಿ ಕರಾರು ಪತ್ರನ ಕೊಟ್ಟುಬಂದಿದ್ದೀ ಒಂದು ಡೂಪ್ಲಿಕೇಟ್ ಕಾಪಿ.... ಜೆರಾಕ್ ಪ್ರತಿನು ನಿನ್ಹತ್ರ ಇಲ್ಲ!" ಸಿಡಿಮಿಡಿಗೊಂಡರು. ಅವಳು ಮಾತಾಡಲಿಲ್ಲ. "ಹೀಗೇನು ಮಾಡೋದು?" ಎನ್ನುವಂತೆ ನೋಡಿದರು. ಅವಳಿಗೇನು ಗಾಬರಿ ಇರಲಿಲ್ಲ. ತಟಸ್ಥ ಧೋರಣೆ ತೋರಿದಳು. ಮರುದಿನ ಬೆಳಿಗ್ಗೆ ಒಂದು ಇಂಪಾರ್ಟೆಂಟ್ ಮೀಟಿಂಗ್ ಇದ್ದುದ್ದರಿಂದ ಹೊರಡಲೇಬೇಕಿತ್ತು. "ಈಗ ಶ್ಯಾಮ್‌ಪ್ರಸಾದ್‌ಗೆ ಇನ್ನೆಷ್ಟು ಕೊಡ್ಬೇಕು?" ಕೇಳಿದರು ಬೇಸರದಿಂದ.

"ಮಾತಾಡಿಯೇ... ಹೇಳ್ಬೇಕು!" ಎಂದಳು ತಣ್ಣಗೆ

"ಇದ್ರಲ್ಲಿ ಹದಿನೈದು ಲಕ್ಷವಿದೆ. ಸೆಟಲ್ ಮಾಡ್ಕೊಂಡ್.... ನಿಮ್ಮಗಳ ಹೆಸರಿಗೆ ರಿಜಿಸ್ಟೇಷನ್ ಮಾಡ್ಕೊಳ್ಳಿ" ಏನು ತೋಚದೆ ಹೇಳಿದಂತಿತ್ತು. ಮತ್ತೆ "ಯಾರ ಹೆಸರಿಗೆ ಕರಾರು ಪತ್ರ?" ಕೇಳಿದರು.

"ಅಜ್ಜಯ್ಯನ ಹೆಸರಿಗೆ. ಪಿತ್ರಾರ್ಜಿತ ಆಸ್ತಿ... ಸದ್ಯಕ್ಕೆ ಅವರದೆ" ಎಂದು ನುಡಿದಳು. "ಏನೇನು ಅರ್ಥವಾಗ್ಲಿಲ್ಲ!" ಎಂದವರೆ ಬ್ರೀಫ್‌ಕೇಸ್‌ನಲ್ಲಿದ್ದ ಖಾಲಿ ಪೇಪರ್‌ನ ತೆಗೆದು ಇದಕ್ಕೆ ಎಲ್ಲರು ಸಹಿ ಮಾಡಿಬಿಡಿ ಮಿಕ್ಕಿದ್ದು ನಾನು ನೋಡ್ಕೋತೀನಿ. ಅಜ್ಜಯ್ಯ, ಅಪ್ಪಯ್ಯನ ಕೈಯಲ್ಲಿ ಸಹಿ ಹಾಕ್ಸೋ ಕೆಲ್ಸ ನಿಂದು. ನೀನು ಶ್ರೀನಿಧಿ, ವಸಂತಲಕ್ಷ್ಮಿಯ ಭಾವಿ ಸೊಸೆ. ವಿ.ಎಲ್. ಕಂಪನಿಯ ಸಿ.ಯು.ವಿನ ಭಾವಿ ಮಡದಿ. ಅದ್ರಿಂದ ಪೂರ್ತಿ ರೆಸ್ಪಾನ್ಸಿಬಿಲಿಟಿ ನಿಂದೇ" ಜರ್ಬ್‌ನಿಂದ ಹೇಳಿದರು. ಈಗಿನದನ್ನು ಜ್ಞಾಪಿಸಬೇಕೆಂದುಕೊಂಡರು. ಮೌನವಹಿಸಿದಳು.

"ಮೊದ್ಲು ಶ್ಯಾಮ್‌ಪ್ರಸಾದ್ ಹತ್ರ ಮಾತಾಡ್ಬೇಕು. ಕರಾರು ಪತ್ರ ಬರೀ ಖಾಲಿ ಪೇಪರ್‌ನಲ್ಲಿ ಬರ್ದುಕೊಂಡಿದ್ದು. ಅದು ಕಾನೂನಿನ ಚೌಕಟ್ಟಿಗೆ ಬರೋಲ್ಲ. ನೀವು ಮಾರಿದ್ದರ ಬಗ್ಗೆ ಪ್ರಶ್ನಿಸೋದು ಬೇಡ. ಓನರ್‌ಷಿಪ್ ನೀವು ಇಟ್ಕೊಂಡ್ ಮಾರಾಟ ಮಾಡಿದ್ದೀರಿ. ಅವ್ರು ಹಣ ಕೊಟ್ಟುಕೊಂಡಿದ್ದಾರೆ. ಈಗ್ಲೂ ಕಾನೂನಿನ ಪ್ರಕಾರ ಅವರದ್ದೇ. ಇಷ್ಟು ತಿಂಗಳು... ಇಲ್ಲಿದ್ದೀವಿ. ನಾಳೆ ಖಾಲಿ ಮಾಡಿ ಹೋಗೂಂದರೆ, ನಾವು ಹೋಗ್ಬೇಕಾದ್ದೆ. ನಮ್ಗೆ ಇಲ್ಲಿರೋಕೆ ಯಾವ್ದೇ ರೈಟ್ಸ್ ಇರೋಲ್ಲ. ಅಂಥದ್ದರಲ್ಲಿ ಎಲ್ಲರ ಸಹಿ ಹಾಕಿಕೊಡೋದ್ರಲ್ಲಿ ಅರ್ಥವೇನು? ಈ ಪೂರ್ತಾ ಹಣ ಪಡೆದು... ಈ ಪ್ರಾಪರ್ಟಿಯನ್ನು ನಮ್ಗೇಕೊಟ್ಟರೆ, ಆಗ ಯೋಚ್ಸಬಹುದಷ್ಟೆ. ನಮ್ಮದಲ್ಲದ ಪ್ರಾಪರ್ಟಿಗೆ ಸಹಿ ಹಾಕೋದ್ರಲ್ಲಿ ಅರ್ಥವಿಲ್ಲ." ಅತ್ಯಂತ ಸಹಜವಾಗಿ ದಿವ್ಯ ಹೇಳಿದಾಗ ನಿಬ್ಬೆರಗಾದರು. ಅವಳು ಹೇಳಿದನ್ನು ತಳ್ಳಿಹಾಕುವಂತಿರಲಿಲ್ಲ. ಕೋಟಿಗಳ ಲೆಕ್ಕದಲ್ಲಿ ಆದಾಯತರುವ ತೋಟ ಅವರಿಗೆ ಬೇಕಿತ್ತು "ಈಗೇನು ಮಾಡೋದು?" ಅವಳನ್ನು ಕೇಳಿದರು.

"ಮೊದ್ಲು ಶ್ಯಾಮ್‌ಪ್ರಸಾದ್ ಹತ್ರ ಮಾತಾಡ್ತೀನಿ. ಆ ಕರಾರು ಪತ್ರಕ್ಕೆ ಬೆಲೆ ಕೊಟ್ಟು ಉಳಿದ ಹಣ ಹಿಂದಕ್ಕೆ ಕೊಡೋಕೆ ಒಪ್ಕೊಂಡರೆ, ಆಗ ಯೋಚ್ಸಬಹ್ದು. ಈ ಹಣ, ಪೇಪರ್ಸ್ ನಿಮ್ಮಲ್ಲೇ ಇರಲಿ" ಎಂದು ತಣ್ಣಗೆ ಹೇಳಿ ಒಳಗೆ ಹೋದಳು.

ಶ್ರೀನಿಧಿಗೆ ನಿಸ್ಸಹಾಯಕತೆಯಿಂದ ಪೇಚಾಡುವಂತಾಯಿತು.

"ಮೊದ್ಲು ಆ ಕರಾರು ಪತ್ರ ನೋಡ್ಬೇಕಿತ್ತು. ಬರೀ ಪೇಪರ್‌ನಲ್ಲಿ ಯಾವ್ದೇ ಸಾಕ್ಷ್ಯಾಧಾರಗಳು ಇಲ್ದೆ ಬರ್ದುಕೊಂಡಿರೋದು. ನಾಳೆ ಹರಿದು ಬಿಸಾಕಿ ನಿಮ್ಮನ್ನೆಲ್ಲ ಹೊರ್ಗೆಹಾಕ್ಬಹ್ದು" ಗುಡುಗಿದರು ಕೌಸಲ್ಯ ಮುಂದೆ. ಆಕೆ ಕೊರಗಿದರಷ್ಟೆ.

ಆಮೇಲೆ ಮುಂದೆ ಮಾಡಬೇಕಾದ್ದನ್ನು ದಿವ್ಯಗೆ ಸ್ಪಷ್ಟವಾಗಿ ಹೇಳಿ "ಇಲ್ಲಿ ಶ್ಯಾಮ್‌ಪ್ರಸಾದ್ ಒಂಟಿಯಾಗಿ ತಾನೇ ಇರೋದು? ಕಡೆಗೆ ಬೆದರಿಸಿಯಾದ್ರೂ... ಆ

ಕರಾರಿಗೆ ಒಪ್ಸಿ.... ತೋಟನ ನಾವು ಪಡ್ಕೋಬೇಕು. ಈಗ ನಿನ್ನ ಬುದ್ಧಿ ಉಪಯೋಗ್ಸು. ಅನುರಾಗ್ ವಿವಾಹವಾಗಿ ಹೈ ಸೊಸೈಟಿಯಲ್ಲಿ ಬದ್ಕಬೇಕಾದರೆ ಇಷ್ಟು ಆಗ್ಬೇಕು" ಒಂದು ಧಮಕಿಯನ್ನು ಕೂಡ ಸೇರಿಸಿದರು.

"ನಾನು ಈ ತೋಟನ ಉಳ್ಸಿಕೊಳ್ಳೋಕ್ಕಾಗ್ಲಿ ಪ್ರತಿದಿನ ನೂರೆಂಟು ಪ್ರದಕ್ಷಿಣೆ ನಮಸ್ಕಾರ ಹಾಕ್ತ ಇದ್ದೀವಿ. ನಾಳೆಯಿಂದ ಇನ್ನು ಐದು ಪ್ರದಕ್ಷಿಣೆ, ನಮಸ್ಕಾರ ಹಾಕ್ಬಹ್ದು. ಆಂಜನೇಯನಲ್ಲಿ ನಿಮ್ಮ ಬೇಡಿಕೆ ಸಲ್ಲಿಸಿ. ಉದ್ದೇಶ ಒಳ್ಳೆಯದಾದರೆ, ನಿರ್ವಂಚನೆಯಿಂದ ಮಾರ್ಕ್ಸ್ ಹಾಕಿ ಪ್ರಮೋಟ್ ಮಾಡ್ತಾನೆ. ಇಲ್ಲದಿದ್ದರೆ ಎಂದಿನಂತೆ ಸೈಲೆಂಟ್. ನೀವು ಪ್ರಾರ್ಥನೆ ಅಲ್ಲಿ ಸಲ್ಲಿಸಿಬಿಡಿ" ಅಷ್ಟನ್ನು ಧೈರ್ಯವಾಗಿ ಹೇಳಿದಳು. ಏನೋ ಒಂದು ಲಾಭದಾಯಕ ಉದ್ದೇಶವಿಟ್ಟುಕೊಂಡೆ ಇಲ್ಲಿಗೆ ಬಂದಿದ್ದಾರೆನ್ನುವುದು ಅವಳ ಅರಿವಿಗೆ ಬಂದಿತ್ತು.

ಮಾಮೂಲಿಯಾಗಿ ವಸಂತಲಕ್ಷ್ಮಿಯನ್ನು ಕೂಡಿಸಿ ಮಡಿಲು ತುಂಬಿಯೆ ಕಳಿಸಿದ್ದು. ಎಲ್ಲರೂ ಒಂದು ರೀತಿಯ ಗೊಂದಲದಲ್ಲಿಯೆ ಹೊರಟರು.

ದಿವ್ಯ ಮತ್ತೆ ಆ ವಿಷಯವನ್ನು ಚರ್ಚಿಸಲು ಹೋಗಲಿಲ್ಲ.

* * * *

''If you manage to smile at any situation, you are the winner of highest number of hearts' ಇಂಥದೊಂದು ಮೆಸೇಜ್ ದಿವ್ಯಳ ಮೊಬೈಲ್‌ಗೆ ಬಂದಿತ್ತು. ಅದು ಶ್ಯಾಮ್‌ಪ್ರಸಾದ್‌ನಿಂದ. ಅಚ್ಚರಿಯೆನಿಸಿತು. ಎಂದೂ ಅವರಿಬ್ಬರಲ್ಲಿ ಮೆಸೇಜ್‌ಗಳ ವಿನಿಮಯವಿರಲಿಲ್ಲ. ಯಾರಿಗೋ ಕಳಿಸಿದ್ದು ತನಗೆ ತಲುಪಿದ್ದು ತಪ್ಪಿನಿಂದಾಗಿ ಎಂದು ತಿಳಿದಳು. ಒಮ್ಮೆ ಇದನ್ನೇ ಹೇಳಿದ್ದ. ಅರ್ಥೈಯಿಸಿಕೊಳ್ಳಲು ಹೋಗಿರಲಿಲ್ಲ.

ಅಂದು 'ಗ್ರೀನ್.ಗಾರ್ಡನ್'ಗೆ ಹೊರಡುವ ಮುನ್ನ ಅಮ್ಮನ ಮುಂದೆ ಒಂದು ಪ್ರಶ್ನೆ ಇಟ್ಟಳು. "ಈಗ ಮಾವನಿಂದ ಹಣ ಪಡೆದು ಶ್ಯಾಮ್‌ಪ್ರಸಾದ್‌ಗೆ ಕೊಟ್ಟು ತೋಟವನ್ನು ಅಜ್ಜಯ್ಯನ ಹೆಸರಿಗೆ ರಿಜಿಸ್ಟರ್ ಮಾಡ್ಸಿಕೊಳ್ಳೋದೇ? ನಿನ್ನ ಅಭಿಪ್ರಾಯ ಹೇಳು" ಕೇಳಿದಳು. ಸ್ವಲ್ಪ ಸೀರಿಯಸ್ಸಾಗಿ. ಆಕೆ ಕೂಡ ಗೊಂದಲದಲ್ಲಿ ಇದ್ದು, "ಏನು ತೋಚೊಲ್ಲ. ಕೆಲವೊಮ್ಮೆ ಭಯವಾಗುತ್ತೆ. ಉಳಿದ ಹಣ ನಾವು ಕೊಡೋದಿಕ್ಕಾಗದಿದ್ದರೆ ತೋಟದ ಜೊತೆ ಹಣನು ಹೋಗುತ್ತಲ್ಲ. ಮುಂದೇನು? ಹೇಳ್ದ ಮಾತು ಕೇಳ್ಲಿಲ್ಲಾಂತ ಬೇಜಾರು ಮಾಡ್ಕೊಂಡ್ ಹೋಗಿದ್ದಾನೆ ಶ್ರೀನಿಧಿ. ನಂಗಂತು ಭಯ, ಕಣೇ. ಒಂದ್ವಿಚಾರ ದಿವ್ಯ. ಯಾಕೆ ಅವ್ರು ಸಹಿ ಹಾಕ್ಸಿಕೊಡೊಂತ... ಅಂದಿದ್ದು?" ಅಮ್ಮನ ಮಾತಿಗೆ ನಕ್ಕುಬಿಟ್ಟಳು.

"ಮಾವ ತುಂಬಾ ಬುದ್ಧಿವಂತ್ರು. ಸರಳವಾಗಿ ಬದ್ಕಿದೋರು ನಾವು. ವ್ಯಾವಹಾರಿಕವಾಗಿ ನಮ್ಮ ಬುದ್ಧಿ ಬಳಸಿಕೊಂಡೇ ಇಲ್ಲ. ಅದಿನ್ನು ಅವ್ರ ಮನಸ್ಸಿನಲ್ಲಿದೆ. ಈಗ ನಿನ್ನ ಅಭಿಪ್ರಾಯ ಹೇಳು. ನಮ್ಗೆ ಇನ್ನು ಮೂರು ತಿಂಗ್ಳು ಸಮಯ ಇದೆ.

ಅಷ್ಟರೊಳ್ಗೆ ಉಳಿದ ಹಣನ ಕೊಡ್ಬೇಕು. ಹೇಗೆ, ಎತ್ತ... ದೇವರು ಒಂದು ಸಣ್ಣ ತಿರುವಿನಲ್ಲಿ ಒಂದು ದೀಪ ಹಚ್ಚಿಟ್ಟು ಬೆಳಕು ತೋರ್ಬಹ್ದು. ಅಕಸ್ಮಾತ್... ಹೋಗ್ಲೀಬಿಡು! ಮಾವ ಹದಿನೈದು ಲಕ್ಷ ಕ್ಯಾಷ್ಯಾಗಿ ತಂದಿದ್ರು. ಹೆಚ್ಚಾಗಿದ್ರೂ ಕೊಡೋಣಾಂತ ಧಾರಾಳವಾಗಿ ಹೇಳಿದ್ದಾರೆ. ಆ ಹಣ ತಗೊಂಡ್ಮೇಲೆ ಅಜ್ಜಯ್ಯ, ಅಪ್ಪಯ್ಯನ ಸಹಿ ಹಾಕ್ಸಿಕೊಡೂಂತ ಹೇಳಿದ್ದಾರೆ. ಈಗೇನು... ಮಾಡೋದು? ಹೇಗಾದ್ರಾಗ್ಲಿ... ಸ್ಪಷ್ಟವಾಗಿ ನಿನ್ನ ಅಭಿಪ್ರಾಯ ತಿಳ್ಸು" ಕೇಳಿದಳು. ಇಲ್ಲಿ ಪ್ರತಿಯೊಬ್ಬರ ಅಭಿಪ್ರಾಯವು ಮುಖ್ಯವೇ.

ಕೌಸಲ್ಯ ಒಳಮನಸ್ಸಿನಲ್ಲಿಯೇ ಅಳೆದು, ಸುರಿದು ಕೊನೆಗೆ "ಬೇಡಾಂತ ಅನ್ನಿಸ್ತಾ ಇದೆ. ಯಾರ ಹಂಗು ಬೇಡ. ನಮ್ದೇ ತೋಟ. ಏನೋ ಮಾಡಿ ಮಾರಿಕೊಂಡ್ರು. ಈಗ್ಯಾಕೆ ಬೇಕು ಅವ್ರ ದಯೆ? ಬೇಡ... ಬಿಡು!" ಅಂದೇಬಿಟ್ಟರು. ಅವಳಿಗೆ ಅಷ್ಟು ಸಾಕಿತ್ತು.

ಅನಂತಶರ್ಮ, ಆನಂದಶರ್ಮರ ಮುಂದೆ ಈ ವಿಷಯ ಇಟ್ಟಾಗ ಖಡಾಖಂಡಿತವಾಗಿ ನಿರಾಕರಿಸಿದರು. "ಬೇಡ. ಮಗಳು ಕಷ್ಟದಲ್ಲಿದ್ದಾಗ ತವರು ನೆರವಾಗುವುದು ತಪ್ಪಲ್ಲ. ಏನೋ ಆಯ್ತು, ಈಗ ಅವ್ರ ಪ್ರಸಕ್ತಿಯೆ ಉಳಿದಿಲ್ಲ. ಅಕಸ್ಮಾತ್ ಪೂರ್ತಿ ಹಣ ಕೊಡಲಿಕ್ಕಾಗದಿದ್ದರೆ ತೋಟನ ಶ್ಯಾಮ್‌ಪ್ರಸಾದ್‌ಗೆ ಒಪ್ಸಿ ಹೊರ್ಗೆಹೋಗೋಣ. ಆ ಮಾರುತಿಯ ಸೇವೆ ಯಾರ್ಗೆ ಲಭ್ಯವೋ? ಮೋಸ ಮಾಡೋಂಥ ಹುಡ್ಗನಲ್ಲ ಶ್ಯಾಮ್. ಅವ್ನ ವಂಶಿಕರು ಉಪವಾಸ, ವನವಾಸ, ಮಾಡಿಯಾದರೂ ಮಾನವಂತರಾಗಿ ಬದ್ಕಿದ ಜನ. ಅಕಸ್ಮಾತ್ ತೋಟ ಕೈತಪ್ಪಿ ಹೋದರೂ ಚಿಂತಿಸುವ ಅವಕಾಶವಿಲ್ಲ. ಒಳ್ಳೆ ಜನಕ್ಕೆ ಕೊಟ್ಟ ತೃಪ್ತಿ ಇರುತ್ತೆ" ನಿರಾಕರಿಸಿದರು. ಕೃಷ್ಣಪ್ರಸಾದ್ ಮಗನೆನ್ನುವ ಅರಿವು ಎಂದೋ ಮೂಡಿತ್ತು. ಅಗ್ನಿಹೋತ್ರಿಗಳ ಮನೆ, ಜಮೀನುಕೊಂಡಾಗ ಸತ್ಯವೆನಿಸಿತ್ತು. ಆದರೆ ಎಂದೂ ಬೇರೆಯವರ ಮುಂದು ವ್ಯಕ್ತಪಡಿಸದಿದ್ದರೂ ಎಲ್ಲರಿಗೂ ಗೊತ್ತಿತ್ತು. ಕೌಸಲ್ಯ ಒಬ್ಬಳಿಗೆ ಮಾತ್ರ ತಿಳಿದಿರಲಿಲ್ಲ ಅಷ್ಟೆ.

ದಿವ್ಯ ಏನು ಬಾಯಿ ಬಿಡಲಿಲ್ಲ. ಅಚ್ಚರಿ ವ್ಯಕ್ತಪಡಿಸಿರಲಿಲ್ಲ. ಹಿಂದೆ ಅಗ್ನಿಹೋತ್ರಿಗಳ ಮನೆ, ಜಮೀನು ಖರೀದಿಸಿದಾಗ ಅಜ್ಜಯ್ಯನ ಬಳಿ ಪ್ರಸ್ತಾಪಿಸಿ ನಿಜ ತಿಳಿದಿದ್ದಳು. ಗೌರವ ಮೂಡುವಂಥ ಕ್ಯಾರೆಕ್ಟರ್ ಶ್ಯಾಮ್‌ಪ್ರಸಾದ್‌ದು.

ಮಾವನ ಪ್ರಸ್ತಾಪ ಶ್ಯಾಮ್‌ಪ್ರಸಾದ್ ಮುಂದೆ ವ್ಯಕ್ತಪಡಿಸುವುದು ಬೇಡವೆನ್ನುವ ನಿರ್ಧಾರಕ್ಕೆ ಬಂದಿದ್ದಳು. ಅದರಿಂದಲೇ ತಣ್ಣಗೆ ಹೊರಟಿದ್ದು. ಅಲ್ಲಿಗೆ ತಲುಪುವ ವೇಳೆಗೆ ವಸಂತಲಕ್ಷ್ಮಿ, ದೀಪಿಕಾ, ವಿಕ್ಕಿ ಒಬ್ಬರಾದ ಮೇಲೊಬ್ಬರು ಕಾಲ್ ಮಾಡಿದ್ದರು. "ಏನಾಯ್ತು? ಕರಾರು ಪತ್ರ ತಗೊಂಡೇ ತಾನೇ? ಇ-ಮೇಲ್ ಬೇಡ. ಫೋನ್‌ನಲ್ಲಿಯೇ ಓದಿಬಿಡು. ನಾನು ರೆಕಾರ್ಡ್ ಮಾಡ್ಕೋತೀನಿ" ಈ ಅರ್ಥದ ಮಾತುಗಳನ್ನಾಡಿದ್ದರು "ನಾನು ಇನ್ನು ಭೇಟಿ ಮಾಡಿಲ್ಲ. ಆ ಬಗ್ಗೆ ಪ್ರಸ್ತಾಪಿಸಿಲ್ಲ" ಎಲ್ಲರಿಗೂ ಇದೇ ಉತ್ತರ.

ಇವಳು ಮೈನ್‌ಗೇಟ್ ಬಳಿ ಕಾರಿನಿಂದ ಇಳಿಯುವ ವೇಳೆಗೆ ಎದುರಿನಿಂದ ಬಂದ ಜೀಪು ನಿಂತಿತು. "ಹಲೋ, ದಿವ್ಯ ಹತ್ತಿ. ಒಂದಿಷ್ಟು ಅರ್ಜೆಂಟ್ ಕೆಲ್ಸವಿದೆ" ಹೇಳಿದ ಶ್ಯಾಮ್‌ಪ್ರಸಾದ್. ಹತ್ತಿ ಕೂತಳು. ಈ ತರಹದ ಓಡಾಟ ಹೊಸದೇನಲ್ಲ. ಎಷ್ಟೋ ಸಲ ಅವನೊಂದಿಗೆ ತೀರ್ಥಹಳ್ಳಿ, ಸಾಗರ, ಶಿವಮೊಗ್ಗದವರೆಗೂ ಹೋಗಿದ್ದಳು. ಇದು ಅಗತ್ಯವಿದ್ದಾಗ ಮಾತ್ರ.

"ಏನು... ವಿಶೇಷ?" ಡ್ರೈವಿಂಗ್ ಸೀಟಿನಲ್ಲಿ ಕೂತಿದ್ದವನು ಕೇಳಿದ. "ಪರಮೇಶಿ ನಾಲ್ಕು ದಿನ ರಜ ಹೋಗಿದ್ದಾನೆ. ತೆಂಗಿನಕಾಯಿ ಅಡ್ವಾನ್ಸ್ ನಿಮ್ಮ ಅಕೌಂಟ್‌ಗೆ ಹಾಕಿದೆ." ಅದೂ ಇದೂ ಅವನಿಗೆ ಸಂಬಂಧಪಟ್ಟದನ್ನು ಮಾತ್ರ ಹೇಳಿದಳು. ಕೆಲವನ್ನು ಕೇಳಿ ಅವನ ಸಲಹೆ ಪಡೆದುಕೊಂಡಳು. ಕೊನೆಗೆ "ನಿನ್ನ ಫಿಯಾನ್ಸಿನ ನೋಡ್ದೆ. ಹ್ಯಾಂಡ್‌ಸಂ ಪರ್ಸನಾಲಿಟಿನೆ. ವಾಯ್ಸ್ ತುಂಬ ಸಾಫ್ಟ್. ವೆರಿ ಸಿಂಪಲ್" ಅಂದ. ತಟ್ಟನೆ ಅವಳಿಗೆ ಗಾಬರಿ "ಫಿಯಾನ್ಸಿ" ಅರಿವಾಗದಂತೆ ಅವಳ ಬಾಯಿಂದ ಬಂತು.

"ಯಸ್, ಅನುರಾಗ್..." ಎಂದ ಉತ್ಸಾಹದಿಂದ.

"ಫಿಯಾನ್ಸಿ ಅಂಥದೇನು ಅಲ್ಲ. ನನ್ನ ಅತ್ತೆ ವಸಂತಲಕ್ಷ್ಮಿಯ ಮಗ. ಎರಡು ಕುಟುಂಬಗಳು ತೀರಾ ಅನ್ಯೋನ್ಯವಾಗಿದ್ದರಿಂದ ಮತ್ತಷ್ಟು ನಿಕಟವಾಗಿಸಲು, ಇಂಥದೊಂದು ಮಾತು ಶುರು ಮಾಡಿದರು ಹಿರಿಯರು. ಅಷ್ಟು ಬಿಟ್ಟು ಮತ್ತೇನಿಲ್ಲ." ತೀರಾ ಸ್ವಾಭಾವಿಕವಾಗಿ ನುಡಿದಳು. ಆ ಪ್ರಸ್ತಾಪ ಬಂದಾಗ ಅವಳ ಕೆನ್ನೆಗಳಲ್ಲಿ ಕೆಂಪು ಮೂಡಿದೆಯೆ, ಎಂದು ಅವನ ಮನಸ್ಸು ಇಣುಕಿ ನೋಡಿತು. ಅಂಥದೇನು ಕಾಣಲಿಲ್ಲ. ಎರಡನೆ ಸಲ ಈ ಪ್ರಸ್ತಾಪ, ಅವಳ ಪ್ರತಿಕ್ರಿಯೆ ಇಷ್ಟೆ.

ಶ್ರೀನಿಧಿ ಬಂದು ಹೋಗಿದನ್ನು ಹೇಳಬಹುದೆಂದು ಕಾದ. ಅವಳು ತುಟಿ ಬಿಚ್ಚಲಿಲ್ಲ. ಹಿರಿಯರು ನಿರಾಕರಿಸಿದ ಮೇಲೆ ಆ ಪ್ರಸಕ್ತಿ ಯಾಕೆಂದು ಅವಳ ಅಭಿಪ್ರಾಯ.

ಆ ಸ್ಥಳ ತಲುಪಿದ ಮೇಲೆ ಮೊದಲು ಶ್ಯಾಮ್‌ಪ್ರಸಾದ್ ಜಗ್ಗನೆ ಉತ್ಸಾಹದಿಂದ ಧುಮುಕಿದ. ಅದ್ಭುತವೆನ್ನುವಂತೆ ಬದಲಾವಣೆಗೊಂಡಿತ್ತು. ಅಲ್ಲಲ್ಲಿ ಮುಂದೆ, ಹಿತ್ತಲಲ್ಲಿದ್ದ ಹೂಗಿಡಗಳಿಗೆ ಪಾತಿ ಮಾಡಿ ಗೊಬ್ಬರ ಹಾಕಲಾಗಿತ್ತು. ಹುಲ್ಲು, ಕಸಕಡ್ಡಿಗಳನ್ನು ತೆಗೆದು ಚೊಕ್ಕಟ ಮಾಡಲಾಗಿತ್ತು. ನಾಲ್ಕು ದಿನ ಇಲ್ಲೇ ನಿಂತು ಜನ್ನನ ಜೊತೆ ನಾಲ್ಕು ಆಳುಗಳನ್ನು ಇರಿಸಿಕೊಂಡು ಕೆಲಸ ಮಾಡಿಸಿ ದಣಿದದ್ದು. ಅವಳಿಗೆ ಒಂದು ರೀತಿಯ ತೃಪ್ತಿ.

ಜಗುಲಿಗಳು ಚೊಕ್ಕಟಗೊಂಡು ಫಳಫಳ ಎನ್ನುತ್ತಿತ್ತು. ಅಂದಿನ ಪ್ರತ್ಯೇಕತೆ, ಸಹಜತೆ ಕಳೆದುಕೊಳ್ಳದಂತೆ ಸುಣ್ಣಬಣ್ಣ ಮಾಡಿಸಿದ್ದು ನೋಡಿ 'ಭೇಷ್' ಎನಿಸಿತು. ಅಭಿಮಾನದಿಂದ ಅವಳತ್ತ ನೋಡಿದ.

"ಸರ್, ಹೇಗೆನಿಸುತ್ತೆ. ಅಂದಿನ ಸಹಜತೆಯನ್ನು ಮನಸ್ಸಿನಲ್ಲಿ ಇಟ್ಕೊಂಡೆ, ಸುಣ್ಣಬಣ್ಣ ಮಾಡಿಸಿದ್ದು. ಮರದ ಬಾಗಿಲು, ಮೇಲ್ಛಾವಣಿಯ ತೊಲೆಗಳಿಗೆ ಅದರ

ಸಹಜತೆಗೆ ಕುಂದು ಬರದಂತೆ, ಆಯಿಲ್‌ಗೆ ಒಂದಿಷ್ಟು ಬಣ್ಣ ಬೆರೆಸಿ ಹಚ್ಚಿಸಲಾಗಿದೆ, ಬನ್ನಿ" ಪರ್ಸ್‌ನಲ್ಲಿದ್ದ ಬೀಗದ ಕೈಯನ್ನು ತೆಗೆದು ಅದೇ ಹಿತ್ತಾಳೆ ಬೀಗವನ್ನು ಪ್ರಯಾಸವಿಲ್ಲದೆ ತೆಗೆದು "ಅಂದು ತಕರಾರು ಮಾಡ್ತು. ಒಂದಿಷ್ಟು ರಿಪೇರಿಯ ಜೊತೆ ಓರಾಯಿಲ್ ಮಾಡ್ಸಲಾಗಿದೆ. ಕನಿಷ್ಟ ಈ ಬೀಗ ಇನ್ನು ಐವತ್ತು ವರ್ಷ ನಡೆಯುತ್ತಂತೆ" ಉತ್ಸಾಹದಿಂದ ನುಡಿದಳು. ಒಳಪ್ರದೇಶ ಅತ್ಯಂತ ಚೊಕ್ಕಟವಾಗಿತ್ತು. ಒಂದು ರೀತಿಯ ಕಳೆಯ ಜೊತೆ ಗಾಂಭೀರ್ಯ ತುಂಬಿಕೊಂಡಿತ್ತು. ಎಲ್ಲೋ ಅಟ್ಟದ ಮೇಲೆ ಧೂಳು ಮೆತ್ತಿಕೊಂಡು ಬಿದ್ದಿದ್ದ ಹಳೆಯ ಸಾಮಾನುಗಳೆಲ್ಲ ಕೆಳಕ್ಕೆ ಇಳಿದು ಸ್ವಚ್ಛಗೊಂಡಿತ್ತು. ಬಹುಶಃ ಅಂದು ಈ ಕುಟುಂಬದವರು ತರಾತುರಿಯಿಂದ ಸಾಲಗಾರರಿಗೆ ಒಪ್ಪಿಸಿ ಹೋದ ಎಷ್ಟೋ ವಸ್ತುಗಳು ಯಾರ ಉಪಯೋಗಕ್ಕೂ ಬಾರದೆ ಅಲ್ಲಲ್ಲೆ ಬಿದ್ದುಕೊಂಡಿದ್ದ ಮರದ, ಕಲ್ಲಿನ ಪಾತ್ರೆಗಳು ಇತಿಹಾಸವನ್ನು ನೆನಪಿಸುತ್ತಿತ್ತು.

"ನನ್ನ ಮಮ್ಮಿ, ಡ್ಯಾಡಿದು ಲವ್ ಮ್ಯಾರೇಜ್. ಒಪ್ಪಂದದ ನಂತರವೇ ಅವರಿಬ್ಬರ ವಿವಾಹ. ಎರಡು ಮಕ್ಳು ಆಗೋವರ್ಗೂ ಸುಖದ ದಾಂಪತ್ಯ. ನಂತರವೇ ಇಬ್ಬರ ಮಧ್ಯೆ ಘರ್ಷಣೆ. ಪರಂಪರೆ, ಆಚಾರವಿಚಾರಗಳ ಬಗ್ಗೆ ಜಗಳ. ಅದು ಸಣ್ಣಪುಟ್ಟದಾಗಿರ್ಲಿಲ್ಲ. ಕೆಲವೊಮ್ಮೆ ಹೊಡೆದಾಟ ಕೂಡ. ನಿಂತು ನೋಡಿದಾಗ ನಂಗೂ, ಸೂಸಾನ್‌ಗೂ ತಮಾಷೆ ಅನ್ನಿಸೋದು. ಎಂದೋ ಬಿಟ್ಟ ಸಂಧ್ಯಾವಂದನೆ, ಪೂಜೆ, ಅದಕ್ಕೆಂತಲೇ ಒಂದು ದೇವರ ಮನೆ. ನನ್ತಂದೆ ಅದ್ಭುತವಾಗಿ ಮಂತ್ರಗಳನ್ನು ಪಠಿಸೋರು. ಭಾರತೀಯ ಪರಂಪರೆಯ ಶ್ರೇಷ್ಠತೆ ರಾಮಾಯಣ, ಮಹಾಭಾರತ, ಭಗವದ್ಗೀತೆ ನನ್ನ ಕೂಡ್ಸಿಕೊಂಡು ಹೇಳೋರು. ಸೂಸಾನ್, ಮಮ್ಮಿ ಅತ್ತ ಸುಳಿಯುತ್ತಿರಲಿಲ್ಲ. ಮಕ್ಕಳ ವಿಚಾರದಲ್ಲಿ ಇಬ್ಬರ ನಡ್ವೆ ಒಪ್ಪಂದ" ನಕ್ಕುಬಿಟ್ಟ ಶ್ಯಾಮಪ್ರಸಾದ್. ಅದರಲ್ಲಿ ಇದ್ದಿದ್ದು ವಿಷಾದ. ಇನ್ನೊಂದು ಮುಖ್ಯವಾದ ವಿಷಯ ಹೇಳಿದ.

"ನನ್ನ ತಂದೆಯ ಆತ್ಮ ಶರೀರ ಬಿಟ್ಟ ಕೂಡ್ಲೆ, ಇಲ್ಲಿಗೆ ಬಂದಿರಬೇಕು. ಬಹುಶಃ ಇಲ್ಲೇ ಎಲ್ಲೋ ಓಡಾಡಿಕೊಂಡಿರುತ್ತೆ. ದಿವ್ಯ, ಬಕುಳಾ ಈ ಮನೆನ ಬಾಡ್ಗೆಗೆ ಬೇಕೂಂತ ಕೇಳಿದ್ದಾರೆಂತ ಅಂದಿರಲ್ಲ. ಕೀ ಅವ್ರ ವಶಕ್ಕೆ ಕೊಟ್ಟುಬಿಡಿ. ಒಂದು ಮುಖ್ಯವಾದ ಕೆಲ್ಸ ಮುಗೀದಂತಾಗುತ್ತೆ."

ದಿವ್ಯಳ ಬಾಯಿಂದ ಮಾತುಗಳೇ ಹೊರಡಲಿಲ್ಲ. ಪೂರ್ವಿಕರ ಮನೆಯನ್ನು ಕಾಪಿಡಲು ಶ್ಯಾಮ್‌ಪ್ರಸಾದ್ ಎಷ್ಟೊಂದು ರಿಸ್ಕ್ ತಗೊಂಡ. ಆದರೆ ಅಣ್ಣ.... ವಿಕ್ಕಿ.... ನಿಂತಿದ್ದು ಎಷ್ಟು ದೂರದಲ್ಲಿ?

"ದಿವ್ಯ ಈಗ್ಲೇ... ಹೋಗ್ಬಾ" ಎಂದವ ಚಾವಣಿಯನ್ನು ದಿಟ್ಟಿಸಿದ. ಹಾಸಿದ್ದ ಒಂದು ಹಲಗೆಯಲ್ಲಿ ಪದ್ಮಗಳ ಆಕಾರದ ಒಂದು ಚಿತ್ತಾರವಿತ್ತು. ಅದನ್ನು ಕೃಷ್ಣಪ್ರಸಾದ್ ಅಗ್ನಿಹೋತ್ರಿಗಳು ತಮ್ಮ ಡೈರಿಯಲ್ಲಿ ಬರೆದುಕೊಂಡಿದ್ದರು.

ಶ್ಯಾಮ್‌ಪ್ರಸಾದ್ ದೀರ್ಘವಾಗಿ ಉಸಿರೆಳೆದು ದಬ್ಬಿದ.

ಆ ವೇಳೆಗೆ ಡ್ರೈವರ್ ಕಾರು ತಗೊಂಡು ಬಂದು ನಿಲ್ಲಿಸಿ ಇಳಿದು ಬಂದು

ವಿನಯದಿಂದ ನಿಂತ. "ಮೇಡಮ್‌ನ ಕರ್ಕೊಂಡ್ ಹೋಗ್ಬಾ" ಹೇಳಿದ ಶ್ಯಾಮ್ ಜೀಪಿನತ್ತ ನಡೆದ. ನಾಲ್ಕು ಹೆಜ್ಜೆ ಹೋದವಳು ಹಿಂದಕ್ಕೆ ಬಂದು "ಸರ್, ಬಾಡ್ಗೆ ಅಡ್ವಾನ್ಸ್ ಅಂಥದನ್ನು ವಿಚಾರಿಸಿದರೆ?" ಕೇಳಿದ್ದಕ್ಕೆ ಮತ್ತೊಮ್ಮೆ ಉಸಿರು ದಬ್ಬಿ "ನೋಡಿ, ಅವುಗಳು ಇಲ್ಲಿ ಬಂದಿರೋದು ಮುಖ್ಯ. ಅದಕ್ಕೆ ಅನುಗುಣವಾಗಿ ನೀವೇ ತೀರ್ಮಾನ ತಗೋಬಹ್ದು" ಭರವಸೆಯಿಂದ ಹೇಳಿದ. ತಲೆದೂಗಿ ಆ ಕಡೆ ಹೆಜ್ಜೆ ಹಾಕಿದ್ದು. ಅವನು ಹೇಳಿದ್ದನ್ನು ಕೇಳಿ ಅಗತ್ಯವೆನಿಸಿದರೆ ಅದಕ್ಕೆ ಅನುಗುಣವಾಗಿ ಕೆಲವು ಮಾತುಗಳನ್ನಾಡುತ್ತಿದ್ದಳೇ ವಿನಾ ತಾನಾಗಿ ವಿಷಯಗಳನ್ನು ಕೆದಕಿದ್ದೆ ಇಲ್ಲ. ಅದು ಅವಳ ಸ್ವಭಾವವು ಅಲ್ಲ. ಸದಾ ಕೊಡುವ ಸಂಬಳದ ನೆನಪು ಇರುತ್ತಿತ್ತು.

ಶ್ರೀಧರಪ್ರಸಾದ್ ಅಗ್ನಿಹೋತ್ರಿ ಮನೆಯ ಮುಂದೆ ಕಾರು ನಿಂತಾಗ ಅವಳ ನೋಟ ಹರಿದಿದ್ದು ಅಲ್ಲಿಯ ಮರದ ಕೆಳಗೆ ಕೂತು ಪೇಪರ್ ನೋಡುತ್ತಿದ್ದ ಹಿರಿಯ ಅಗ್ನಿಹೋತ್ರಿಗಳ ಕಡೆ. ಅವರಿಗೆ ಪೂರ್ತಿಯಾಗಿ ಕಣ್ಣುಗಳಿಗೆ ಪರೆ ಬಂದಿದ್ದರಿಂದ ವ್ಯಕ್ತಿಗಳನ್ನು ಸರಿಯಾಗಿ ಗುರ್ತಿಸುವುದು ಕಷ್ಟವಾಗುತ್ತಿತ್ತು. ಈಗ ಆರಾಮಾಗಿ ಪೇಪರ್ ಓದುತ್ತಿದ್ದುದ್ದನ್ನು ನೋಡಿ ಸಂತೋಷಗೊಂಡಳು.

ಇಳಿದವಳು ನೇರವಾಗಿ ಹೋಗಿ ಅವರ ಪಾದಗಳಿಗೆ ನಮಸ್ಕರಿಸಿ, "ನಾನು 'ಗ್ರೀನ್‌ಗಾರ್ಡನ್'‌ನ ಮ್ಯಾನೇಜರ್" ಪರಿಚಯಿಸಿದ ಕೂಡಲೆ ಅವರು ಮೈದಡವಿ ಎದ್ದು "ಚೆನ್ನಾಗಿರು ಮಗಳೆ. ಅದೇ ನಮ್ಮ ಮನೆಯನ್ನು ಈಚೆಗೆ ಕೊಂಡವರು.... ಅದೇ ಶ್ಯಾಮ್‌ಸುಂದರ್, ಅವರಲ್ಲಿನ ಮ್ಯಾನೇಜರ್. ತುಂಬಾ ಸಂತೋಷ. ಅವ್ರು ಬಂದ್ಹೋದಗಳಿಗೆ ಚೆನ್ನಾಗಿತ್ತು. ನನ್ನ ಕಣ್ಣುಗಳ ಅಪರೇಶನ್ ಆಯ್ತು. ನಮ್ಮ ಶ್ರೀಧರ ಹಣನ ಹೇಗೆ... ಹೊಂಚಿದನೋ, ಅಂತು ಓದೋಷ್ಟರ ಮಟ್ಟಿಗೆ ಅದೆ. ಅಂದು ಸರ್ಯಾಗಿ ಕಾಣ್ತಾ ಇರ್ಲಿಲ್ಲ. ಈಗ ಒಮ್ಮೆ ನೋಡ್ಬೇಕೂಂತ ಅನ್ನಿಸಿದೆ" ಮುಕ್ತವಾಗಿ ಹೇಳಿಕೊಂಡರು.

"ನೋಡ್ಬಹ್ದು! ಮನೆನ ಪೂರ್ತಿಯಾಗಿ ಅಚ್ಚುಕಟ್ಟು ಮಾಡ್ಸಲಾಗಿದೆ. ನೀವು ವಾಸಕ್ಕೆ ಬೇಕಾದರೆ... ಅಲ್ಲೇ ಬಂದು ಇರಬಹ್ದೂಂತ ಹೇಳಿ ಕಳ್ಸಿದ್ರು. ಅದ್ನೆ ತಿಳ್ಸಿ ಹೋಗೋಕೆ... ಬಂದೆ"

ಅವರ ಮುಖ ಅರಳಿತು. ಒಂದೇ ಒಂದು ದಿನವಾದರೂ ಆ ಮನೆಯಲ್ಲಿ ಊಟ ಮಾಡಿ ಜಗುಲಿಯ ಮೇಲೆ ಮಲಗಬೇಕೆಂಬ ಆಸೆ ಇತ್ತು. ಈಗ ವಾಸ... ಅವರಿಗೆ ತಬ್ಬಿಬ್ಬಾಯಿತು.

"ಇದ್ನ ನಂಬಬಹುದಾ? ನಾಲ್ಕು ದಿನ ಇರೋದಿಕ್ಕೆ ಕೇಳಿದ್ದೆ. ಈಗ... ವಾಸ..." ಅರ್ಥ ಮಾಡಿಕೊಂಡ ದಿವ್ಯ "ಅಕ್ಕರೆಯಿಂದ ಕೊಂಡಿದ್ದಾರೆ. ಪಾಳು ಬೀಳಬಾರ್ದು. ಅವರೇನು ಅಲ್ಲಿ ವಾಸ ಮಾಡೋಲ್ಲ. ಯಾರಿಗಾದ್ರೂ ಬಾಡ್ಗೆಗೆ ಕೊಡಬೇಕು. ಅದಕ್ಕೆ ನೀವೇ ಯಾಕೆ ಆಗ್ಬಾರ್ದೂಂತ ಅಷ್ಟೇ" ವಿವರಿಸಿದಳು.

"ಬನ್ನಿ... ಬನ್ನಿ...." ಮನೆಯೊಳಕ್ಕೆ ಹೋಗಿ ಅಡಿಗೆ ಮನೆಯಲ್ಲಿದ್ದ ಸೊಸೆಗೆ ತಿಳಿಸಿ "ಶ್ರೀಧರನಿಗೆ ಅಷ್ಟೇನು ದೂರವಾಗೋಲ್ಲ. ಅಲ್ವಾ?" ಕೇಳಿದರು. ಬಕುಳಾಗೆ

ಅಂತು ತೀರಾ ಸಂತೋಷ. "ಅಂಥದೇನಿಲ್ಲ, ಮಾವನೋರೆ, ಈ ಮನೆ ಚಿಕ್ಕು, ಗಾಳಿ, ಬೆಳಕು.... ಏನೇನು ಸಾಲ್ದು. ಸಾಲದಕ್ಕೆ ಹಾವಿನ ಕಾಟ. ನಾನೇ ಬಾಡ್ಗೆಗೆ ಕೊಡೋದಾದರೆ... ಕೊಡ್ಲೀಂತ ದಿವ್ಯ ಹತ್ರ ಹೇಳಿ ಕಳಿಸ್ದೆ. ನಾವು ಅಲ್ಲಿಗೆ ಹೋಗ್ಬಿಡೋಣ. ನಿಮ್ಗೆ ನೆಮ್ದಿ ಅನಿಸುತ್ತೆ" ಬಡಬಡ ಹೇಳಿದಳು. ಅಕ್ಕರೆಯ ಸೊಸೆ. ತನ್ನ ಹೊಟ್ಟೆಯಲ್ಲಿ ಹುಟ್ಟಿದ ಮಕ್ಕಳಿಗಿಂತ ಹೆಚ್ಚು ಕಾಳಜಿ ಗಂಡನ ತಂದೆಯ ಮೇಲೆ. ಅಂತು ಆ ಮನುಷ್ಯ ಅದೃಷ್ಟವಂತ. ವೆಂಕಟೇಶಯ್ಯನ ನಿಸ್ಸಹಾಯಕ ಮುಖ ದಿವ್ಯಳ ಕಣ್ಮುಂದೆ ತೇಲಿತು.

"ಯಾವಾಗ ಸಿಕ್ತಾರೆ,ಅವರು? ಬಾಡ್ಗೆ.... ಅಡ್ವಾನ್ಸ್ ಅಂಥದೆಲ್ಲ ಮಾತಾಡೋಕೆ ಯಜಮಾನರನ್ನ ಕಳ್ಸೀಕೊಡ್ಲಾ?" ಕೇಳಿದಳು ಬಕುಳಾ. ಎರಡು ನಿಮಿಷ ಮೌನವಹಿಸಿದ ದಿವ್ಯ "ಅವರಾಗಿಯೆ ಬಂದು ಭೇಟಿ ಮಾಡ್ತಾರೆ. ಅಂಥ ದುರಾಸೆಯ ಜನವೇನು ಅಲ್ಲ. ನೀವು ಕೊಟ್ಟಷ್ಟು ತಗೋಬಹ್ದು. ಬೀಗದ ಕೈ ಕೊಡೋಕೆ ಹೇಳಿದ್ದಾರೆ" ಎಂದು ಪರ್ಸ್‌ನಿಂದ ಕೀ ತೆಗೆದು ಬಕುಳಾ ಮುಂದಿಡಿದಾಗ "ಅಯ್ಯೋ, ಅಡ್ವಾನ್ಸ್ ಅಂಥದೇನು ಕೊಡದೇ ಬೀಗದ ಕೈ ತಗೋಳೋದು ಹೇಗೆ? ಇದು ಅಷ್ಟು ಸರಿಯೆನಿಸೋಲ್ಲ" ಎಂದಳು. ಸಾಕು ಸಾಲದು ಎನ್ನುವಂಥ ಬಡತನವಿದ್ದರೂ ಬದುಕಿಗೊಂದು ನಿಯಮ ಹಾಕಿಕೊಂಡ ಕುಟುಂಬವೆನಿಸಿತು.

"ಅಡ್ವಾನ್ಸ್ ಅಂಥದೇನು ಕೇಳೋಲ್ಲ.... ತಿಂಗ್ಳು ತಿಂಗ್ಳು ಬಾಡ್ಗೆ ಕೊಟ್ಟುಕೊಂಡು ಹೋದರೆ ಸಾಕು. ಪೋಸ್ಟ್ ಮಾಸ್ಟರ್ ಮನೆ ನೋಡೋಕೆ ಬಂದಿದ್ರು. ಬಹುಶಃ ನೀವು ತಡ ಮಾಡಿದರೆ ಅವ್ರಿಗೆ ಕೊಡ್ಬಹ್ದು. ಯೋಚ್ಸಿ ಹೇಳಿ" ಎಂದಳು ದಿವ್ಯ. ತಕ್ಷಣ ಬಕುಳಾ "ಆದ್ರೂ ಒಂದು ರೀತಿಯಲ್ಲಿ ಸಂಕೋಚವೇ. ಮಕ್ಳಿಗೆ ಯಾವಾಗ್ಲೂ ಅನಾರೋಗ್ಯ. ದವಾಖಾನೆಗೂ ಮನೆಗೂ ತಿರ್ಗಿ ಸಾಕಾಗಿದೆ. ಹೆಚ್ಚು ಬಾಡ್ಗೆ ಕೊಡೋಕ್ಕಾಗೋಲ್ಲ. ಇಲ್ಲಿ ಕೊಡೋಷ್ಟು ಕೊಡಬಹ್ದೂ ಅಂದರೆ ಪರ್ವಾಗಿಲ್ಲ. ನೀವೇ ಒಂದಿಷ್ಟು ವಿಚಾರ್ಸಿ" ರಿಕ್ವೆಸ್ಟ್ ಮಾಡಿಕೊಂಡ ಕೂಡಲೇ ಕೀಯನ್ನು ಅವಳ ಕೈಗೆಕೊಟ್ಟು "ಖಂಡಿತ ವಿಚಾರ್ಸಿ ನಾನೇ ತಿಳಿಸ್ತೀನಿ. ಒಂದು ಒಳ್ಳೆ ದಿನ ನೋಡಿ ಅಲ್ಲಿಗೆ ಶಿಫ್ಟ್ ಆಗ್ಬಿಡಿ" ಹೇಳಿ ಹೊರಟವಳನ್ನು ನಿಲ್ಲಿಸಿಕೊಂಡು ಕುಡಿಯಲು ಕಷಾಯ ಕೊಟ್ಟೇ ಕಳಿಸಿದ್ದು.

"ಯಾವಾಗ ಸಿಕ್ತಾರೆ. ಒಮ್ಮೆ ಭೇಟಿಯಾಗ್ಬೇಕಲ್ಲ" ಶ್ರೀಧರನ ತಂದೆ ಕೇಳಿದರು. "ತುಂಬ ಬಿಜಿ ಇರ್ತಾರೆ. ಅಲ್ಲಿಗೆ ಶಿಫ್ಟ್ ಆಗ್ಬಿಡಿ. ಅವ್ರೆ ಬಿಡುವಾದಾಗ ಬಂದು ನೋಡ್ತಾರೆ" ಎಂದು ತಿಳಿಸಿಯೇ ಕಾರು ಹತ್ತಿದ್ದು. ಮನಸ್ಸು ತುಂಬಿ ಬಂದಿತ್ತು. ಶ್ಯಾಮ್‌ಪ್ರಸಾದ್‌ನ ಒಳ್ಳೆಯ ವ್ಯಕ್ತಿತ್ವದ ಅರಿವಾಯಿತು. ಇವಳು 'ಗ್ರೀನ್ ಗಾರ್ಡನ್' ಬಳಿ ಕಾರಿನಿಂದ ಇಳಿಯುವ ವೇಳೆಗೆ ಮೊಬೈಲ್ ಸದ್ದು ಮಾಡಿತು. "ಹಲೋ ದಿವ್ಯ, ಶ್ಯಾಮ್‌ಪ್ರಸಾದ್‌ನ ಭೇಟಿಯಾಗಿದ್ಯ? ಮೊದ್ಲು ಆ ಕರಾರು ಪತ್ರ ಇಸ್ಕೊಂಡ್... ಪೂರ್ತಿ ಹಣ ಸೆಟಲ್ ಮಾಡೋ ಬಗ್ಗೆ ಮಾತಾಡು. ಇದು ಅರ್ಜೆಂಟಾಗಿ ಆಗ್ಬೇಕಾದ ಕೆಲ್ಸ" ಎಂದರು. ಈ ಸಮಯದಲ್ಲಿ ಶ್ರೀನಿಧಿ ಟೆನ್‌ಷನ್‌ನಲ್ಲಿ ಇದ್ದಂಗೆ ಕಂಡರು.

"ಆಯ್ತು... ಮಾವ" ಅಷ್ಟೇ ಅಂದಿದ್ದು.

"ಯಾವ್ದೋ ಕ್ರೇಜಿಗಲ್ಲ, ಹೊಸ್ದಾಗಿ ಅಲ್ಲೊಂದು ಫೈವ್ ಸ್ಟಾರ್ ಹೋಟೆಲ್ ನಿರ್ಮಿಸೋ ಸಲುವಾಗಿ ತೋಟಗಳ್ನ ಕೊಳ್ತಾ ಇರೋದು. ಜೊತೆಗೆ ಅಲ್ಲೊಂದು ಮೆಡಿಕಲ್ ಯೂನಿಟ್ ಮಾಡ್ತಾರಂತೆ. ಅವ್ನ ಮಮ್ಮಿ ಎಲಿಸಾ ಆ ಸಲುವಾಗಿಯೇ ಕಳಿಸಿರೋದಂತೆ. ಸರ್ಕಾರದ ಅತ್ಯಂತ ಪ್ರಭಾವಿ ವ್ಯಕ್ತಿಗಳ ಪರಿಚಯವಿದೆಯಂತೆ" ಹೇಳುತ್ತ ಹೋದರು. ಅದನ್ನ ಮೌನವಾಗಿ ಆಲಿಸಿದಳು ಕೂಡ. ಇಂಥ ಒಂದು ಸಣ್ಣ ಅನುಮಾನ ಕೂಡ ಅವಳಿಗೆ ಬಂದಿರಲಿಲ್ಲ "ಅದ್ರಿಂದ ಮೋಸ ಮಾಡೋ ಉದ್ದೇಶ ಇರುತ್ತೆ. ಬರೀ ಲಾಭದ ದೃಷ್ಟಿ ಇರೋ ಜನ. ಇನ್ನೊಂದು ಮಾತು.... ಇದ್ವರ್ಗೂ ಕೊಟ್ಟಿರೋ ಹಣ ಹಾಳಾಗ್ಲಿ. ಟೋಟಲಿ ಮುವತ್ತೈದು ಲಕ್ಷ ಷ್ಯೂರ್ ಕ್ಯಾಷ್ ಕೊಟ್ಟುಬಿಡೋಣ. ತೋಟ ನಮ್ಗೇ ಬಿಡಲಿ?" ಮತ್ತಷ್ಟು ಹೇಳಿದರು. ಇಂಥ ಧಾವಂತಕ್ಕೆ ಒಂದು ಪ್ರಬಲವಾದ ಕಾರಣವಿರಬೇಕೆಂದುಕೊಂಡಳಷ್ಟೆ. ಅದನ್ನು ವ್ಯಕ್ತಪಡಿಸಲಿಲ್ಲ.

"ನಾನು ಹೇಳ್ತಾ ಇರೋದು ಕೇಳಿಸ್ತಾ ಇದೆ ತಾನೇ? ಎಂಥೆಂಥವರಿಗೂ ಟೋಪಿ ಹಾಕ್ತಾರೆ. ತೀರಾ ವ್ಯವಹಾರ ಗೊತ್ತಿಲ್ದ ಜನ. ಅದ್ನ ಶ್ಯಾಮ್‌ಪ್ರಸಾದ್ ಬಳಸ್ಕೋತಾ ಇದ್ದಾನೆ." ಅದೇ ಪಾಠ. "ಆಯ್ತು ಇಂದು ವಿಚಾರಿಸ್ತೀನಿ "ಅಷ್ಟು ಆಶ್ವಾಸನೆ ಕೊಟ್ಟು ಫೋನ್ ಕಟ್ ಮಾಡಿದಳು. ಈ ಸಲ ಶ್ರೀನಿಧಿನ ನಂಬೋಕೆ ಅವಳು ಸಿದ್ಧವಿರಲಿಲ್ಲ. ಆಮೇಲೆ ವಿಕ್ಕಿ ಫೋನ್ ಮಾಡಿ "ಏನಾಯ್ತು?" ವಿಚಾರಿಸಿದ. ದಿವ್ಯಗೆ ಕೋಪ ಬಂತು.

"ಮಾರಿ ಕೈ ತೊಳ್ದುಕೊಂಡಿದ್ದಾರೆ. ಆಗ್ಲೇ ಅತ್ತೆ, ಮಾವನ್ನ ರಿಕ್ವೆಸ್ಟ್ ಮಾಡ್ಕೊಂಡ್ ಆ ಹಣನ ವಾಪಸ್ಸು ಕೊಟ್ಟು ತೋಟನ ಹಿಂದಕ್ಕೆ ಪಡೆಯೋಣಾಂತ ಅಂದರೆ ಒಪ್ಪಲಿಲ್ಲ. ಪರಿಹಾಸ್ಯ ಮಾಡಿದ್ರು. ಈಗೇನು, ಶ್ಯಾಮ್‌ಪ್ರಸಾದ್ ಮೋಸ ಮಾಡದೇ ಕರಾರಿಗೆ ಒಪ್ದೆ ಹೊರ್ಗೆ ಹಾಕ್ತಾರೇಂತ.... ತಾನೇ? ಅದಕ್ಕೆ ಬರಾಬರಿ ತೊಂಬತ್ತು ದಿನಗಳ ಸಮಯವಿದೆ. ಅಲ್ಲಿವರ್ಗೂ ನಿಶ್ಚಿಂತೆಯಾಗಿರೋಕೆ ಬಿಡೂನ್ನು. ಅಕಸ್ಮಾತ್ ಶ್ಯಾಮ್‌ಪ್ರಸಾದ್ ನಮ್ಮನ್ನ ತೋಟದಿಂದ ಹೊರ್ಗೇ ಕಳಿಸಿದರೆ ಶ್ರೀನಿಧಿಯವರ ಹಂಗಿಗೆ ಮಾತ್ರ ಬರೋಲ್ಲ. ಇಷ್ಟನ್ನು ಧೈರ್ಯವಾಗಿ ಹೇಳು." ಕಾಲ್ ಕಟ್ ಮಾಡಿದಳು ಬೇಸರದಿಂದಲೆ. ವಿಕ್ರಮ್ ಗಾಬರಿಯಾದ. ಶ್ರೀನಿಧಿ ಅದೇ ಜಪ ಮಾಡೋಕೆ ಶುರು ಮಾಡಿದ್ದರು. 'ಮೈ... ಗಾಡ್' ತಲೆಯೊತ್ತಿಕೊಂಡಿದದ್ದು ನೋಡಿ ಗಾಬರಿಯಾದ ದೀಪಿಕಾ "ವಾಟ್ ಹ್ಯಾಪನ್ಡ್? ಡ್ಯಾಡ್ ಒಂದಲ್ಲ ಒಂದು ಟೆನ್‌ಷನ್ ಮಾಡ್ಕೋತಾರೆ. ತೋಟ ಮಾರಿದ್ದು ಮೊದಲ ತಪ್ಪು. ಅದನ್ನ ಅಜ್ಜಯ್ಯ, ಮಾವಯ್ಯನಿಗೆ ಹೇಳಿದ್ದು ಎರಡನೆ ದೊಡ್ಡ ತಪ್ಪು. ಅವ್ರಿಗೆ ಇಷ್ಟವಾಗ್ಲಿಲ್ಲಾಂತ ಬಿಟ್ಟಿದ್ದು ಆಗಿದೆ. ಈಗ ಯಾಕೆ ಅಲ್ಲಿ ಮರು ಪ್ರವೇಶ? ನಂಗೆ ಏನೇನು ಅರ್ಥವಾಗ್ಲಿಲ್ಲ. ಈಗೇನಂತೆ? ದಿವ್ಯ ವಿಚಾರಿಸದಳಂತ?" ವಿಕ್ರಮ್ ಸುಮ್ಮನೆ ಕೂತುಬಿಟ್ಟ. ಅವನ ತಲೆ ಬಿಸಿಯಾಗಿತ್ತು.

"ಪ್ಲೀಸ್ ಲೀವ್ ಮಿ ಅಲೋನ್. ನಂಗೆ ಈಗಾಗ್ಲೇ ತಲೆ ಕೆಟ್ಟಿದೆ. ಅವಳ ದೃಷ್ಟಿಯಲ್ಲಿ ನಾನು ಅಪರಾಧಿ ಅನ್ನೋ ತರಹ ಮಾತಾಡ್ತಾಳೆ. ಇವರದು ಭಯಂಕರ ಪೋಸ್. ಇದೇ ರೀತಿಯಾದರೆ..... ನಾನು ಆರಾಮಾಗಿ ದೇವರಕಟ್ಟೆಗೆ

ಹಿಂದಿರುಗಿಬಿಡ್ತೀನಿ. ಈಗ ತೋಟ ಭರ್ಜರಿಯಾಗಿದೆ. ಆರಾಮಾಗಿ ಅಲ್ಲೇ ಇದ್ದುಬಿಡ್ತೀವಿ. ಶ್ರೀನಿಧಿ ಯಾವುದಾದ್ರೂ ಇಂಡಸ್ಟ್ರಿಯಲಿಸ್ಟ್ ನೋಡಿ ನಿಂಗೆ ಗಂಟು ಹಾಕ್ತಾನೆ" ಬಡಬಡಿಸಿದ. ದೀಪಿಕಾ ಸ್ವಲ್ಪ ಜೋರಾಗಿ ಆಳೋಕೆ ಶುರು ಮಾಡಿದಳು. ಎಷ್ಟು ಬೇಗ ನಗುತ್ತಿದ್ದಳೋ, ಅಷ್ಟು ಬೇಗ ಅತ್ತುಬಿಡೋಳು. ಸೈಲೆಂಟ್ ಕಣ್ಣೀರಲ್ಲ. ಅದಕ್ಕೆ ಸದ್ದುಗದ್ದಲವೆಲ್ಲ ಇರುತ್ತಿತ್ತು. ಅದಕ್ಕೆ ವಿಕ್ಕಿ ಹೆಚ್ಚು ಹೆದರುತ್ತಿದ್ದ. "ಪ್ಲೀಸ್, ಸುಮ್ನೆ ಇರು" ಅವಳ ಅಳುವನ್ನು ನಿಲ್ಲಿಸಲು ಪ್ರಯತ್ನಿಸಿದ. ಇವನಿಗೆ ತೆಕ್ಕೆ ಬಿದ್ದು "ನಾನು ನಿನ್ನ ಬಿಟ್ಟು ಬೇರೆಯವ್ರನ್ನ ಪಾರ್ಟನರ್ ಆಗಿ ಸ್ವೀಕರಿಸೋಕೆ ಸಾಧ್ಯವಿಲ್ಲ. ವಿಕ್ಕಿ ನಿನ್ನ ಬಿಟ್ಟು ಬದ್ಕಲಾರೆ. ಅಂಥ ಸಮಯ ಬಂದರೆ ರೈಲ್ವೆಹಳಿಯ ಮೇಲೆ ಬಿದ್ದು ಆತ್ಮಹತ್ಯೆ ಮಾಡ್ಕೊಂಡ್ ಬಿಡ್ತೀನಿ.... ಐ ಲವ್ ಯು... ಐ ಲವ್ ಯು" ಅವನೆದೆಯನ್ನು ಕಣ್ಣೀರಿನಿಂದ ತೋಯಿಸಿಬಿಟ್ಟಳು. ವಿಕ್ಕಿ ಪೂರ್ತಿ ಸುಸ್ತಾದ. ಇದೇನು ಅವನಿಗೆ ಹೊಸದಲ್ಲ. ಕೆಲವೊಮ್ಮೆ ಭಯ ಕೂಡ. "ಸಮಾಧಾನ ಮಾಡ್ಕೋ. ನಿನ್ನ ಮೇಲಿನ ಪ್ರೀತಿಯಿಂದ್ಲೇ ನಾನು ಇರೋದು. ಪ್ಲೀಸ್, ಸೈಲೆಂಟ್, ದೀಪಿಕಾ ವಿವಾಹವಾದ್ಮೇಲು ಇದೇ ಮುಂದುವರಿದರೆ ನನ್ಗತಿಯೇನು?" ಛೇಡಿಸಿ ಸಮಾಧಾನ ಮಾಡಿದ. ವಿಕ್ಕಿ, ದೀಪಿಕಾ ಮಾತಾಡಿ ಒಂದು ನಿರ್ಧಾರಕ್ಕೆ ಬಂದ ಮೇಲೆ ವಸಂತಲಕ್ಷ್ಮಿಯ ಬಳಿ ಬಂದುಕೂತರು. ಕನ್ವಿನ್ಸ್ ಮಾಡೋದು ಅವರ ಉದ್ದೇಶ.

"ಮಮ್ಮಿ, ಡ್ಯಾಡ್‌ಗೆ ನೀನು ಸ್ವಲ್ಪ ಹೇಳು. ದೇವರಕಟ್ಟೆ ತೋಟದ ವಿಚಾರ ಕೈ ಬಿಡ್ಲಿ. ಇವ್ರು ಹಣ ಕೊಡೋದ್ಬೇಡ. ಅವ್ರುಗಳು ಏನಾದ್ರೂ ಮಾಡ್ಕೊಳ್ಳಿ. ಶ್ಯಾಮ್‌ಪ್ರಸಾದ್ ಒಪ್ಕೊಂಡ್ರು.... ಅಜ್ಜಯ್ಯ, ಮಾವಯ್ಯ ಒಪ್ಪಿಕೊಳ್ಳೊಲ್ಲ. ಹೇಗೂ ಸಂಬಂಧಗಳ ನಡ್ವೆ ಒಂದಿಷ್ಟು ಬಿರುಕು ಮೂಡಿದೆ. ಡ್ಯಾಡ್ ಮುಚ್ಚೋ ಪ್ರಯತ್ನಕ್ಕೆ ಹೊರಟಿದ್ದರೂ, ಆ ಕಡೆಯಿಂದ ಸಹಕಾರ ಸಿಗೊಲ್ಲ. ಇಷ್ಟನ್ನು ಸ್ಪಷ್ಟವಾಗಿ ನಿಮ್ಮ ಪ್ರೀತಿಯ ಪಾರ್ಟನರ್‌ಗೆ ಹೇಳಿ... ಪ್ಲೀಸ್... ಪ್ಲೀಸ್" ಕೆನ್ನೆ ಮುಟ್ಟಿ, ತೋಳಿಡಿದು ಅಲ್ಲಾಡಿಸಿ ಕೈಹಿಡಿದು ದಂಬಾಲುಬಿದ್ದಳು.

ಆಕೆಯ ಮುಖ ಮತ್ತಷ್ಟು ಸಪ್ಪಗಾಯಿತು. ಆ ಕೆಲಸ ಮಾಡಿ ಮುಗಿಸಿದ್ದರು ಹಲವು ಸಲ. ಪ್ರತಿ ಸಲವು ಛೀಮಾರಿ, ಬೈಗಳು. ಸಾಕು ಸಾಕಾಗಿತ್ತು. ಬರೀ ಸೋತಿದ್ದೇ ಆಗಿದ್ದು. ಮತ್ತೆ ಪ್ರಯತ್ನ!

"ಈ ವಿಚಾರದಲ್ಲಿ ನಿಮ್ಮಪ್ಪ ಹಿಂದಕ್ಕೆ ಸರಿಯೋಲ್ಲ. ಲಾಭದ ಆಸೆ ಇಲ್ದೆ.... ನಿನ್ನ ಡ್ಯಾಡಿ ಏನು ಮಾಡೋಕೆ ಹೋಗೊಲ್ಲ. ಇಲ್ಲು... ಅಷ್ಟೇ! ಏನೋ... ಇದೆ! ಎಲ್ಲವನ್ನು ಗುಟ್ಟಾಗಿ ಇಟ್ಕೊಂಡಿದ್ದಾರೆ. ನೀನು ವಿಕ್ಕಿನ ಕಳ್ಕೋಬೇಡ" ಅಂದವರೇ ಕಣ್ಣೀರು ತೊಡೆದುಕೊಳ್ಳುತ್ತ ಎದ್ದುಹೋದರು.

ಒಂದಲ್ಲ... ಒಂದು ಕಾರಣಕ್ಕೆ ಸೋತು ಸುಣ್ಣವಾಗಿದ್ದರು. ಹೊರಪ್ರಪಂಚಕ್ಕೆ ಆಕೆ ಸಂತುಷ್ಟ ಗೃಹಿಣಿ. ಶ್ರೀನಿಧಿ ಸಮಾಜದಲ್ಲಿ ಆಕೆಯನ್ನು ಹಾಗೆಯೇ ಬಿಂಬಿಸುತ್ತಿದ್ದ. ಆ ಮನುಷ್ಯನ ಮಾತೇ ಫೈನಲ್. ಆ ದರ್ಬಾರನ್ನು ದೇವರಕಟ್ಟೆವರೆಗೂ ವಿಸ್ತರಿಸಿದ್ದರು. ಅದು ಪ್ರೀತಿ, ಪ್ರೇಮ, ಗೌರವಭಾವ ಎಂದು ತಿಳಿದಿದ್ದ ಜನರು ನಿಜವಾಗಿಯು ಮುಗ್ಧರೆ

ನಿಜವಾಗಿಯು ತವರಿನ ಬಗ್ಗೆ ಸಹಾನುಭೂತಿಯೆ.

* * * *

ಮೈನ್‌ಗೇಟ್‌ಗೆ ಬರೋ ವೇಳೆಗೆ ಸೈಕಲ್‌ನಲ್ಲಿ ಬಂದಿದ್ದ ಜನ್ನನ ಮಗ "ಅಕ್ಕಾರೆ, ನಾಲ್ಕಾರು ಕಾರುಗಳಲ್ಲಿ ಬಂದು ಇಡೀ ತೋಟದಲ್ಲಿ ತುಂಬಿಕೊಂಡಿದ್ದಾರೆ. ಅಳತೆ ಹಾಕಿ.... ಏನೇನೋ ಇಟ್ಟು ನೋಡ್ತಾ ಇದ್ದಾರೆ. ಅಜ್ಜಯ್ಯ, ಅಪ್ಪಯ್ಯ ದೇವಸ್ಥಾನದಲ್ಲಿ ಇದ್ದಾರೆ. ಅಮ್ಮಾವ್ರು ಅಳ್ತಾ ಕುಂತಿದ್ದಾರೆ" ಏದುಸಿರುಬಿಡುತ್ತ ನುಡಿದಾಗ ಅವಳಿಗೆ ಏನೇನು ಅರ್ಥವಾಗಲಿಲ್ಲ "ದೇವಸ್ಥಾನಕ್ಕೆ ಬಂದಿರ್ಬಹ್ದು. ಅದ್ಕೇ, ನೀನ್ಯಾಕೆ... ಗಾಬ್ರಿಯಿಂದ ಬಂದೆ?" ಎಂದಾಗ ಅವನು ತಲೆನ ಅಡ್ಡಡ್ಡ ಆಡಿಸಿ "ಇಲ್ಲ, ದೇವಸ್ಥಾನಕ್ಕೆ ಬಂದೋರಲ್ಲ, ತೋಟವನ್ನೆಲ್ಲ ಅಳೀತಾ ಇದ್ದಾರೆ" ಎಂದ ಭಯದಿಂದ. ಅವಳ ಮನದಲ್ಲಿ ಅನುಮಾನದ ಸಣ್ಣ ದಾರ ಮಿಸುಕಾಡಿದಂತಾಯಿತು. ಹೌದು. ಇವರುಗಳಿಗೆ ಗೊತ್ತಿಲ್ಲದಂತೆಯೇ ಶ್ರೀನಿಧಿ ತೋಟ ಮಾರಾಟ ಮಾಡಿದ್ದ. ಶ್ಯಾಮ್, ಆರಾಧ್ಯ ಮಿಕ್ಕ ಆಳುಗಳೊಂದಿಗೆ ತೋಟದೊಳಗೆ ಕಾಲಿಟ್ಟಾಗಲೆ ಗೊತ್ತಾಗಿದ್ದು. ಈಗ... ಇಂಥ... ಯಡವಟ್ಟು! ಶ್ರೀನಿಧಿಗೆ ತೋಟ ಮಾರಲು ಹಕ್ಕಿಲ್ಲ. ಬಹುಶಃ ಶ್ಯಾಮಪ್ರಸಾದ್ ಮಾರಿದ್ದರೆ, ನಿಂತ ನೆಲಬಾಯಿಬಿಟ್ಟಂತಾಯಿತು. ಹತ್ತಿರದಿಂದ ಅವನನ್ನು ನೋಡಿದ್ದ ದಿವ್ಯಗೆ ನಂಬಲು ಸಾಧ್ಯವಾಗಲಿಲ್ಲ.

"ನೀನು ನಿಧಾನವಾಗಿ ನಡಕೊಂಡ್ಬಾ" ಎಂದು ಅವನ ಸೈಕಲ್ ತಗೊಂಡು ಹತ್ತಿ "ನಿಮ್ಮಪ್ಪ ತೋಟದಲ್ಲೇ ಇದ್ದಾನೆ ತಾನೇ?" ವಿಚಾರಿಸುತ್ತಲೆ ತುಳಿದಳು. ಅವಳಿಗೆ ಸೈಕಲ್ ರೈಡಿಂಗ್ ಅಭ್ಯಾಸವಿತ್ತು. ಸ್ಕೂಲಿಗೆ ಆರಾಮಾಗಿ ಸೈಕಲ್ ತುಳಿದುಕೊಂಡು ಹೋಗಿಬಿಡುತ್ತಿದ್ದಳು.

ಶ್ಯಾಮ್‌ಪ್ರಸಾದ್ ಡ್ರೈವ್ ಮಾಡುತ್ತಿದ್ದ ಕಾರು ಎದುರಾದರು ಗಮನಿಸಲಿಲ್ಲ. ಬಹುಶಃ ಶ್ಯಾಮ್‌ಪ್ರಸಾದ್ ಬೇರೆಯವರಿಗೆ ಮಾರಿದ್ದರೆ? ಬಹುಶಃ ಅಂಥದೇನಾದರೂ ಇದ್ದಿದ್ದರೆ ಕನಿಷ್ಠ ತಿಳಿಸಿಯಾದರು ಹೇಳುತ್ತಿದ್ದರು. ಮುಂದೇನು? ಇಂದಿನ ತೋಟವನ್ನು ಕೊಂಡ ಮಾಲೀಕರು ಶ್ಯಾಮ್‌ಪ್ರಸಾದ್. ಜೋರಾಗಿ ಬೀಸುತ್ತಿದ್ದ ಗಾಳಿಗೆ ಎದುರಾಗಿ ವೇಗವಾಗಿ ಸೈಕಲ್ ತುಳಿಯುತ್ತಿದ್ದವಳು ತೋಟದ ಮುಂದೆ ನಿಂತಿರುವ ಅತ್ಯಂತ ಶ್ರೀಮಂತ ಕಾರುಗಳನ್ನು ನೋಡಿ ದಿಗ್ಭ್ರಾಂತಳಾದಳು.

ಸೈಕಲ್‌ನಿಂದ ಇಳಿದು ಮೈನ್‌ಗೇಟ್‌ನಿಂದ ಒಳಗೆ ಹೋದಳು. ಎಂಟತ್ತು ಮಂದಿಯ ನಡುವೆ ಕಾಷಾಯ ವಸ್ತ್ರ ಧರಿಸಿದ್ದ ಹಣೆಯಲ್ಲಿ ತ್ರಿಪುಂಡಕ, ಅದರ ನಡುವೆ ಕುಂಕುಮ ಇಟ್ಟುಕೊಂಡ ವ್ಯಕ್ತಿ ಇಲ್ಲಿ ಪ್ರಧಾನಪಾತ್ರವಹಿಸದಂತೆ ಕಂಡರು. ಅವರೆಲ್ಲ 'ಯಾರು?' ಎನ್ನುವಂತೆ ಇವಳ ಕಡೆ ನೋಡಿದರು.

"ಯಾರು... ನೀವು?" ಕೇಳಿದಳು.

"ಈ ತೋಟನ ಕೊಳ್ಳುವವರು" ಎಂದ ಅವರಲ್ಲಿ ಒಬ್ಬ ಮಧ್ಯವಯಸ್ಸಿನ ಸೂಟುಧಾರಿ ವ್ಯಕ್ತಿ. 'ನೀನು ಯಾರು?' ಎಂದು ಪ್ರಶ್ನಿಸುವಂತಿತ್ತು ಮಿಕ್ಕವರ ಕಣ್ಣುಗಳು.

ಮಾತಾಡದೆ ನೇರವಾಗಿ ಮನೆಗೆ ಹೋದಳು. ಕೌಸಲ್ಯ ಒಂದು ಕಡೆ ಕೂತು ಕಣ್ಣೀರು ಸುರಿಸುತ್ತಿದ್ದರು.

"ಅಮ್ಮ...." ಹತ್ತಿರ ಹೋಗಿ ಕೂತಳು.

"ನಮ್ಗೆ ಮೋಸವಾಗಿದೆ. ತೋಟನ ಮಾರಿಬಿಟ್ಟಿದ್ದಾರೆ. ಅವ್ರುಗಳೇ ಬಂದು ಓಡಾಡ್ತ ಇದ್ದಾರೆ. ನಮ್ಮನ್ನ ಹೋಗ್ ಅಂದ್ಬಿಟ್ಟಿದ್ದರೆ ಹೋಗ್ಬಿಡ್ತಾ ಇದ್ದವಲ್ಲ. ಈ ಅವಮಾನ ಬೇಕಿತ್ತಾ?" ಆಕೆ ಮತ್ತಷ್ಟು ಕಣ್ಣೀರು ಸುರಿಸಿದರು. "ಅದೆಲ್ಲ ಏನಿಲ್ಲ! ಏನೋ ಹೆಚ್ಚು ಕಡ್ಮೆಯಾಗಿದೆ. ಮಾಲೀಕರನ್ನ ವಿಚಾರಿಸ್ತೀನಿ" ಎಂದು ಶ್ಯಾಮ್‌ಪ್ರಸಾದ್‌ಗೆ ಫೋನ್ ಹಚ್ಚಿದಳು.

"ಹಲೋ ದಿವ್ಯ, ಎಷ್ಟು ವೇಗವಾಗಿ ಸೈಕಲ್ ತುಳಿತಾ ಇದ್ರೀ? ಎನಿಥಿಂಗ್ ರಾಂಗ್?" ತಮಾಷೆ ಮಾಡಿದ. ಅವನು ಇಂಥದನ್ನು ಊಹಿಸಿದ್ದ ಕೂಡ. "ಇದೆಲ್ಲ, ಹೇಗೆ ಸಾಧ್ಯ? ಪರ್ಮಿಷನ್ ಕೊಟ್ಟರೆ ತೋಟದೊಳಕ್ಕೆ ಬಂದು ಮಾತಾಡ್ತೀನಿ" ಅಂದಾಗ ಒಂದಿಷ್ಟು ವಿವರಿಸಿ "ಪ್ಲೀಸ್, ಬನ್ನಿ ಸರ್. ನಾವು ಇಲ್ಲಿದ್ದ ಮಾತ್ರಕ್ಕೆ ತೋಟಕ್ಕೆ ಮಾಲೀಕರಲ್ಲ. ಇನ್ನು ಮೂರು ತಿಂಗಳು ಇಲ್ಲಿರೋಕೆ... ಕರಾರಿನಲ್ಲಿ ಅವಕಾಶವಿದೆ. ಅಜ್ಜಯ್ಯ, ಅಪ್ಪಯ್ಯ ದೇವಸ್ಥಾನದಲ್ಲಿ. ಒಂದಿಷ್ಟು ವಿಚಾರ ಅವ್ರ ಕಿವಿಗಳ ಮೇಲೆ ಬಿದ್ದರೆ ಉಟ್ಟಬಟ್ಟೆಯಲ್ಲೇ ತೋಟದಿಂದ ಹೊರ್ಗೆ ಹೋಗ್ಬಿಡ್ತಾರೆ. ಆಮೇಲೆ ಬರೋಲ್ಲ" ಅತ್ತೇಬಿಟ್ಟಳು.

"ಪ್ಲೀಸ್ ಸ್ಟಾಪ್‌ಇಟ್! ನಾನು ಬಂದ್ಮೇಲೆ ಸಾಕಷ್ಟು ಅಳಿ. ಆಗ ನೀವು ಹೇಗೆ ಇರ್ತೀರಾಂತ ನೋಡ್ಬಹುದ್ದು" ಕಾಲ್ ಕಟ್ ಆಯಿತು. ಶ್ರೀನಿಧಿ ಬಂದಾಗಲೇ ಇಂಥದೊಂದು ಅನುಮಾನ ಕಾಡಿತ್ತು. ಅದನ್ನು ಸಿರಿಯಸ್ಸಾಗಿ ತಗೊಂಡಿರಲಿಲ್ಲ ಅಷ್ಟೇ. ಅಲ್ಲಿಗೆ ಹೋದನಂತರ ಪೂರ್ತಿ ವಿಷಯ ತಿಳಿದಿದ್ದು.

ಒಬ್ಬ ಶ್ರೀಮಂತ ಸ್ವಾಮಿಗಳು ಈ ಪ್ರದೇಶವನ್ನು ಆರಿಸಿಕೊಂಡಿದ್ದರು. ಎಲ್ಲಾ ರೀತಿಯಲ್ಲೂ ಈ ಪ್ರದೇಶ ಶ್ರೇಷ್ಠ. ಇದಕ್ಕೊಂದು ಇತಿಹಾಸವಿದೆಯೆನ್ನುವ ಭಾವ ವ್ಯಕ್ತಪಡಿಸಿದ್ದರಿಂದ ಶ್ರೀನಿಧಿಯನ್ನು ಕಂಟ್ಯಾಕ್ಟ್ ಮಾಡಿ ಮೂರು ಕೋಟಿಗೆ ವ್ಯಾಪಾರ ಕುದುರಿಸಿ ಐವತ್ತು ಲಕ್ಷ ಅಡ್ವಾನ್ಸಾಗಿ ಕೊಟ್ಟ ವಿಚಾರ ತಿಳಿದ ಮೇಲೆ ಶ್ಯಾಮಪ್ರಸಾದ್ ಯದ್ವಾತದ್ವಾ ರೇಗಾಡಿಬಿಟ್ಟ.

"ಸಾರಿ, ಇನ್ನೊಂದು ಕೋಟಿ ಹೆಚ್ಚಿಗೆ ಕೊಡ್ತೀವಿ. ದೇವಸ್ಥಾನದ ಸಮೇತ ಈ ತೋಟ ಸುತ್ತಮುತ್ತಲ ಪ್ರದೇಶವನ್ನು ಮಾರಾಟ ಮಾಡಿ" ಕೇಳಿದಾಗ "ನೋ, ಸದ್ಯಕ್ಕೆ ಆ ವಿಚಾರ ಇಲ್ಲ. ಮೂರು ತಿಂಗಳ ನಂತರ ಬನ್ನಿ. ಆಗ ಯಾರು ಮಾಲೀಕರೆಂದು ಡಿಸೈಡ್ ಆಗಿರುತ್ತೆ. ಆಗ ಅವರನ್ನು ಸಂಪರ್ಕಿಸಬಹುದು. ಮಾರಾಟ ಮಾಡುವ ಸ್ವತಂತ್ರ ಅವರಿಗಿರುತ್ತೆ" ಎಂದು ಶ್ಯಾಮ್‌ಪ್ರಸಾದ್ ಹೇಳಿದಾಗ ದಿವ್ಯ ಎದುರಿನಲ್ಲಿ ಇದ್ದಳು. ಎದೆ ತುಂಬಿ ಬಂದು ಕಣ್ಣಾಲಿ ನೀರಾಡಿತು. "ಯು ಆರ್ ಗ್ರೇಟ್, ಶ್ಯಾಮ್‌ಪ್ರಸಾದ್" ಎಂದು ಅವಳ ಮನಸ್ಸು ಹತ್ತಲ್ಲ ನೂರು ಬಾರಿ ಹೇಳಿತು.

ಅವರುಗಳೆಲ್ಲ ಹೊರಟ ಮೇಲೆ ಬಿರುಗಾಳಿ ಬಂದು ನಿಂತಂತಾಯಿತು. "ಬನ್ನಿ, ಇಂದು ನಮ್ಮಲ್ಲೇ ಊಟ ಮಾಡ್ಕೊಂಡ್ ಹೋಗ್ಬಹ್ದು. ಅಮ್ಮ ತಂಬುಳಿ ಮಾಡೋದ್ರಲ್ಲಿ ಸ್ಪೆಷಲಿಸ್ಟ್. ಇಂದು ದೇವರ ನೈವೇದ್ಯಕ್ಕೆಂತ ಹಯಗ್ರೀವ ಮಾಡಿದ್ದಾರೆ. ಅದರ ರುಚಿನು ನೋಡ್ಬಹ್ದು" ಬಲವಂತ ಮಾಡಿದಾಗ "ದೇವಸ್ಥಾನಕ್ಕೆ ಹೋಗ್ಬರೋಣ ಅಂದ. ಅವಳಿಗೆ ಖುಷಿಯೆನಿಸಿತು. ದೊಡ್ಡ ಗಂಡಾಂತರದಿಂದ ಪಾರಾದಭಾವದಲ್ಲಿದ್ದರಿಂದ ಉತ್ಸಾಹದಿಂದ "ಬನ್ನಿ... ಹೋಗೋಣ. ಅಭಿಷೇಕ ಇತ್ತೂಂತ ಬೇಗನೆ ಹೋಗಿದ್ದರೂ, ಇನ್ನು ಅಲ್ಲೇ ಇದ್ದಾರೆ. ನಿಮ್ಮ ಹೆಸರಿನಲ್ಲಿ ಒಂದು ಅರ್ಚನೆ ಮಾಡ್ತಾರೆ, ಸಂಕಲ್ಪ ಮಾಡಿಸುವಾಗ ತೀರ ಹತ್ತಿರದ ಸಂಬಂಧಿಗಳು, ಮನಸ್ಸಿಗೆ ಪ್ರಿಯವಾದವರ ಹೆಸರುಗಳನ್ನು ಹೇಳ್ಬಹ್ದು. ಇದೊಂದು ಪುಟ್ಟ ಸಲಹೆ" ಎಂದಳು ಸ್ವಲ್ಪ ಹಿಂಜರಿಯುತ್ತಲೇ. ವಿದೇಶಕ್ಕೆ ಹೋದ ವಾಮನಪ್ರಸಾದ್ ಅಗ್ನಿಹೋತ್ರಿಗಳ ಮಗನೆನ್ನುವುದು ಡೆಫಿನೆಟಾಗಿದ್ದರೂ ಯಾವುದೇ ವೈಯಕ್ತಿಕ ವಿಚಾರಗಳು ಮಾತಾಡಳು. "ಥ್ಯಾಂಕ್ಯೂ ಫಾರ್ ಯುವರ್ ಸಜೆಷನ್" ಮುಗುಳ್ನಗು ಬೀರಿದ.

ಪೂಜೆ ಎಲ್ಲಾ ಮುಗಿಸಿ ಮತ್ತೆ ಬಂದವರೊಂದಿಗೆ ಮಾತಾಡುತ್ತಿದ್ದ ಅನಂತಶರ್ಮರು ಮುಖ ನೋಡಿದ ಕೂಡಲೇ ಸಂಕಲ್ಪದ ತಟ್ಟೆ ಹಿಡಿದುಬಂದು ಅವರೇ ತಟ್ಟೆ ಹಿಡಿದು ವಸಿಷ್ಠ ಗೋತ್ರೋದ್ಭವಸ್ಯ ಶ್ಯಾಮಪ್ರಸಾದ್ ಅಗ್ನಿಹೋತ್ರಿ ನಾಮಧ್ಯೇಯಸ್ಯ..." ಎಂದು ಮುಖ ನೋಡಿದಾಗ "ಅಮ್ಮ ಎಲಿಸಾ.... ತಂಗಿ... ಸುಸಾನ...." ಹೇಳಿದ. ಅವರ ಹೆಸರು ಕೂಡ ಅದೇ ಗೊತ್ರದಲ್ಲಿ ಹೇಳಿ ಸಂಕಲ್ಪ ಮಾಡಿಸಿದರು. ನಂತರ ಅರ್ಚನೆ, ಮಂಗಳಾರತಿ, ಪ್ರಸಾದ ಕೊಟ್ಟರು. ಮೌನವಾಗಿ ಆ ವೇಳೆಗೆ ಆನಂದಶರ್ಮರು ಲಗುಬಗೆಯಿಂದ ಬಂದವರು ಮಗಳ ಮುಖ ನೋಡಿದರು. ಕಣ್ಣಲ್ಲಿಯೆ ಸುಮ್ಮನಾಗಿಸಿದವಳು ಅವರನ್ನು ಹೊರಗೆ ಕರೆದೊಯ್ದು ಮೆಲ್ಲಗೆ ಉಸುರಿದ್ದು.

"ತೋಟಕ್ಕೆ ಬಂದಿದ್ದ ಜನ ಅದನ್ನು ಖರೀದಿಸಲೆಂದು. ಅವರು ನಂಬಿಕೊಂಡ ಯಾರೋ ಆಶ್ರಮಕಟ್ಟಿ ಸ್ವಾಮಿಗಳು ಆಗಲು ಹೊರಟವರ ಆಯ್ಕೆ ನಮ್ಮ ತೋಟ ಆಗಿತ್ತಂತೆ. ಅದು ಪ್ರಶಸ್ತ ಸ್ಥಳ. ಅದಕ್ಕೆ ಅದ್ಭುತವಾದ ಹಿನ್ನೆಲೆ ಇರುವುದರಿಂದ ಅದನ್ನು ಆಯ್ಕೆ ಮಾಡಿಕೊಂಡಿದ್ದರಿಂದ, ಅವ್ರ ಭಕ್ತರು ಕೋಟಿಗಟ್ಟಲೆ ಹಣಕೊಟ್ಟು ಅದನ್ನು ಖರೀದಿಸಲು ಸಿದ್ಧವಿದ್ದರು. ಯಾರ ಮೂಲಕನೋ ಶ್ರೀನಿಧಿ ಮಾವನ್ನ ಭೇಟಿ ಮಾಡಿದ್ದಾರೆ. ಜೊತೆಗೆ ಮೂರು ಕೋಟಿಗೆ ಮಾತಾಡಿ ಐವತ್ತು ಲಕ್ಷ ಅಡ್ವಾನ್ಸ್ ಪಡೆದಿದ್ದರಿಂದಲೇ ಇಲ್ಲಿವರ್ಗೂ ಬಂದು ಪೂರ್ತಿ ಸೆಟ್ಲ್‌ಮೆಂಟ್‌ಗೆ ಒತ್ತಾಯಿಸಿದ್ದು. ಆ ಜನವೇ ಬಂದಿದ್ದು. ನಾವು ಸದ್ಯಕ್ಕೆ ಮಾಲೀಕರಲ್ಲದ ಕಾರಣ ಏನು ಹೇಳುವಂತಿರಲಿಲ್ಲ. ಅದಕ್ಕೆ ಶ್ಯಾಮ್‌ಪ್ರಸಾದ್ ಬಂದಿದ್ದು. ಬಂದವರು ಹಿಂದಕ್ಕೆ ಹೋದರು. ತುಂಬ ಕಂಪನಿಗಳು ಇರೋ ಶ್ರೀಮಂತರು ಬೇಕಾದರೇ.... ಇನ್ನೊಂದು ಕೋಟಿ... ಅಂದರೆ ನಾಲ್ಕು ಕೋಟಿ ಕೊಟ್ಟು ಕೊಳ್ಳಲು ಮುಂದಾಗಿದ್ದರು" ಕಣ್ತುಂಬಿದ ಕಂಬನಿ ಕೆನ್ನೆಯ ಮೇಲೆ ಹರಿದೇಬಿಟ್ಟಿತು. ಅವರ ಅಭಿಮಾನದ ಉದ್ಗಾರಕ್ಕೂ ಶ್ಯಾಮ್‌ಪ್ರಸಾದ್

ಬೆಳೆದುನಿಂತಿದ್ದ. ಸಂತೋಷದಿಂದಲೋ, ದುಃಖದಿಂದಲೋ ಅವಳಿಗೆ ಬಿಕ್ಕುವಂತಾಯಿತು. ಹತ್ತಿರಕ್ಕೆ ಬಂದ ಆನಂದಶರ್ಮರು ಮಗಳ ಕಣ್ಣೀರು ತೊಡೆದು "ಸಮಾಧಾನ ಮಾಡ್ಕೋ, ನಾವು ಭಜಿಸೋ ಮಾರುತಿಯೇ ಶ್ಯಾಮ್‌ಪ್ರಸಾದ್‌ನಲ್ಲಿ ನೆಲೆಯೂರಿ ನಮ್ಗೆ ಸಹಾಯ ಮಾಡಿದ್ದಾನೆ. ಇನ್ನು ಅವನಿಗೆ ಅಪ್ಪಯ್ಯನ ಪೂಜೆ ಬೇಕಿದೆ. ಹೇಗೂ ಇಲ್ಲಿವರ್ಗೂ ಬಂದಿದ್ದಾರೆ. ನಮ್ಮಲ್ಲೇ ಊಟಕ್ಕೆ ನಿಲ್ಲೀಂತ ಹೇಳ್ತೀನಿ. ಅವ್ರ ಕೈಗಳನ್ನು ಕಣ್ಣಿಗೊತ್ತಿಕೊಂಡು ಕೃತಜ್ಞತೆ ಹೇಳ್ಬೇಕೆನಿಸಿದೆ" ಎಂದವರ ಕಂಠ ಭಾರವಾಗಿತ್ತು.

ಆನಂದಶರ್ಮರ ಕರೆ ಮನ್ನಿಸಿ ಅವರೊಂದಿಗೆ ಮನೆಗೆ ಬಂದಾಗ ಕೌಸಲ್ಯ ಇನ್ನು ಮಂಕಾಗಿಯೇ ಇದ್ದರು. "ನಾನು ಅಮೆರಿಕನ್ ಹೆಣ್ಣಿನ ಮಗ" ಸತ್ಯವನ್ನು ಉಸುರಿದಾಗ ಆನಂದಶರ್ಮರು ಅವನ ಎರಡು ಕೈಗಳನ್ನು ಹಿಡಿದುಕೊಂಡು "ತಾಯ್ತನ ಪವಿತ್ರವೆಂದ ದೇಶ ನಮ್ದು. ನಿನ್ನ ಬೇರು, ಪರಂಪರೆ ಭಾರತದಲ್ಲಿ. ಅಡ್ಡಿ ಇಲ್ಲ" ಎಂದು ಕಣ್ಣುಗಳಿಗೆ ಒತ್ತಿಕೊಂಡಾಗ ಗಾಬರಿಯಾದ. "ಇದೇನು.... ಮಾಡ್ತೀರಾ? ನಾನು ತುಂಬ... ತುಂಬಾನೆ ಚಿಕ್ಕೋನು" ಅಂದ. ಅವರ ಬಾಯಿಂದ ಮಾತುಗಳು ಹೊರಡಲಿಲ್ಲ.

ಮೂವರಿಗೂ ಒಟ್ಟಿಗೆ ಮಣೆಗಳನ್ನು ಇಟ್ಟು ಬಾಳೆಯೆಲೆ ಹಾಕಿದ್ದು ದಿವ್ಯನೆ. ಅತಿಥಿಗಳನ್ನು ಉಪಚರಿಸುವ ರೀತಿ ಅವಳಿಗೆ ಗೊತ್ತು. ಕೇಳಿ... ಕೇಳಿ ಹಯಗ್ರೀವ ಬಡಿಸಿ ತುಪ್ಪ ಹಾಕಿದ್ದು ಅವಳೇ. ಸಂಕೋಚವಿಲ್ಲದೆ ಊಟ ಮಾಡಿದ ಅಪ್ಪ, ಮಗ ಎಲೆಯ ಮುಂದೆ ಕೂತು ಆಚಮನ ತೆಗೆದುಕೊಂಡಾಗ ಕಣ್ಣರಳಿಸಿ ನೋಡಿದ. ಅವನ ತಂದೆ ಇಲ್ಲಿನ ಪದ್ಧತಿಗಳನ್ನು ಚಾಚುತಪ್ಪದೆ ಡೈರಿಯಲ್ಲಿ ಬರೆದಿಟ್ಟಿದ್ದರು. ಅವರು ಮನೆಬಿಟ್ಟು ಕಾಲೇಜು ಸೇರಿಕೊಂಡಾಗಲೇ ಇಂಥ ಅಭ್ಯಾಸಗಳನ್ನು ನಿಲ್ಲಿಸಿದ್ದ ಬಗೆಯೂ ಅವನಲ್ಲಿ ಹೇಳಿಕೊಂಡಿದ್ದರು.

ಕೈ ತೊಳೆದು ಬಂದ ಶ್ಯಾಮ್‌ಪ್ರಸಾದ್ ಎರಡು ಕೈಗಳನ್ನು ಜೋಡಿಸಿ "ಕೇಳಿದ್ದು, ಓದಿದ್ದು... ಒಂದಿಷ್ಟನ್ನು ನೋಡಿದಷ್ಟೆ. ಇಲ್ಲಿನ ಪದ್ಧತಿಗಳ ಅಭ್ಯಾಸವಿಲ್ಲ. ತಪ್ಪಾಗಿದ್ದರೆ ಕ್ಷಮ್ಸಿಬಿಡಿ" ಎಂದಾಗ ಅನಂತಶರ್ಮರು "ಸಂಕೋಚಿಸಬೇಕಾದ್ದಿಲ್ಲ. ಸಿಟಿಗೆ ಹೋದ ನಮ್ಮ ಹುಡುಗರೆ ಇದ್ನೆಲ್ಲ ಮರ್ತುಬಿಟ್ಟಿದ್ದಾರೆ. ಅಂಥ ದೊಡ್ಡ ಅಪರಾಧವೇನಲ್ಲ" ಎಂದರು. ಅವನಿಗೆಷ್ಟೋ ಸಮಾಧಾನ.

"ಅಮ್ಮ 'ಗ್ರೀನ್ ಗಾರ್ಡನ್'ಗೆ ಹೋಗ್ಬರ್ತೀನಿ. ಅಲ್ಲಿನ ಸಾಕಷ್ಟು ಕೆಲ್ಸ ಉಳ್ದುಹೋಗಿದೆ" ಎಂದಾಗ "ಹೋಗ್ಬಾ, ಮಳೆ ಬರೋಂಗೆ ಇದೆ. ಒಂದಿಷ್ಟು ಬೇಗ ಬಂದರೆ, ಒಳ್ಳೆದು" ತಿಳಿಸಿದರು. ಆಕೆಗೆ ಮುಜುಗರವೆ. ಮಗಳು ಕೆಲಸಕ್ಕೆಂತ ಹೋಗೋದು ಇಷ್ಟವಿಲ್ಲದ ಸಂಗತಿ. ಅದನ್ನು ಎಷ್ಟೋ ಸಲ ಆಡಿದ್ದುಂಟು "ಇನ್ನು ಮೂರೇ ತಿಂಗ್ಳು" ನಮ್ಮ ಬದ್ಕು ನಿರ್ಣಯವಾಗಿಬಿಡುತ್ತೆ. ನಾವೇ ಇಲ್ಲಿಂದ ಹೊರಟುಹೋದರೆ ಇನ್ನು ಯಾವ ಕೆಲ್ಸ? ಅಷ್ಟು ಕಾಲ ಕಾಯಬೇಕಾಗುತ್ತೆ" ಒಂದು ವಾರದ ಹಿಂದೆ ಹೇಳಿದ್ದಳು. ಯಾರ ಹಂಗಿನಲ್ಲಿರುವ ಬದುಕು ಬೇಡವಾಗಿತ್ತು.

ಹಿಂದಿನಂತೆ ತೋಟ ತಮ್ಮದೆನ್ನುವ ಮರ್ಯಾದೆಯ ಜೀವನ ಮಾತ್ರ ಹಿರಿಯರಿಗೆ ಒದಗಿಸಿಕೊಡಬೇಕಿತ್ತು.

ಜೀಪನ್ನು ಏರುವ ವೇಳೆಗೆ ತುಂತುರು ಮಳೆ ಶುರುವಾಯಿತು. ಬಿಸಿಲು, ತುಂತುರು ಮಳೆಯ ಆಟದಲ್ಲಿ ಏನೋ ಒಂದು ರೀತಿಯ ಸೊಬಗ ಇತ್ತು.

"ವಂಡರ್‌ಫುಲ್, ನಿಮ್ಮ ತೋಟದ ಹೂತೋಟ ತುಂಬಾನೆ ಅದ್ಭುತ...." ಎನ್ನುವ ವೇಳೆಗೆ ಅವನ ಮೊಬೈಲ್ ರಿಂಗ್ ಆಯಿತು. "ಹಲೋ, ನಾನು ಶ್ರೀನಿಧಿ. ನಂಗೆ ತುಂಬಾ ಅವಮಾನವಾಗಿದೆ. ಬಾಕಿ ಹಣನ ನಿಮ್ಗೆ ಕೊಟ್ಟು ತೋಟನ ಪಡೆದುಕೊಂಡ್ ಮಾರೋ ಉದ್ದೇಶವಿತ್ತು. ಅದು ದೊಡ್ಡ ಪ್ರಾಜೆಕ್ಟ್. ಟೋಟಲಿ ಮೂರು ಕೋಟಿ ಲಾಭವಾಗ್ತ ಇತ್ತು. ನೀವು ತೋಟನ ಕ್ರಯಕ್ಕೆ ತಗೊಂಡಿದ್ದು ಮೂವತ್ತೈದು ಲಕ್ಷಕ್ಕೆ. ನಾನು ನಿಮ್ಗೆ ಅರವತ್ತೈದು ಲಕ್ಷ, ಲಾಭ ಕೊಡುಸ್ತೀನಿ. ತೋಟನ ನಂಗೆ ಕೊಡಿ" ಎಂದರು. ಸ್ಪೀಕರ್ ಆನ್ ಮಾಡಿ ಹೇಳಿದ "ಹಾಗೆಲ್ಲ ಮಾರುವಂತಿಲ್ಲ. ನನ್ನ ಮತ್ತು ಅನಂತಶರ್ಮರ ಮಧ್ಯೆ ಒಂದು ಕರಾರಿದೆ. ಜೊತೆಗೆ ನಂಗೆ ತೋಟನ ಮಾರೋ ಇಷ್ಟವಿಲ್ಲ" ಎಂದು ನುಡಿದ.

"ಡೋಂಟ್ ವರಿ, ಮಿಸ್ಟರ್ ಶ್ಯಾಮ್‌ಪ್ರಸಾದ್. ಕರಾರಿನ ವಿಚಾರ ನಂಗೆ ಬಿಡಿ. ದಯವಿಟ್ಟು ನೀವು ಮಾರೋ ಮನಸ್ಸು ಮಾಡಿ. ಒಂದು ಕೋಟಿ ಮುವತ್ತೈದು ಲಕ್ಷ ನಿಮ್ಗೆ ಕೊಡುಸ್ತೀನಿ. ಕರಾರು ರದ್ದು ಮಾಡಿ ಅವ್ರ ಹಣನ ಹಿಂದಿರುಗಿಸಿಬಿಡಿ. ನೇರವಾಗಿ ಇಲ್ಲಿಗೆ ಬರ್ತಾರೆ. ಅವ್ರ ಮುಂದಿನ ಜೀವನದ ಏರ್ಪಾಟು ಮಾಡ್ತೀನಿ. ಯೋಚ್ನೆ ಮಾಡಿ ನಂಗೆ ಫೋನ್ ಮಾಡಿ. ನಿಮ್ಗೆ ಶ್ರಮವಿಲ್ದೆ ಕೋಟಿ ಸಿಗುತ್ತೆ"

ಶ್ರೀನಿಧಿಯ ಮಾತುಗಳೆಲ್ಲ ದಿವ್ಯಗೆ ಕೇಳಿಸಿತು. ಬರೋ ಒಂದು ಕೋಟಿ ಲಾಭವನ್ನು ಶ್ಯಾಮ್‌ಪ್ರಸಾದ್ ಯಾಕೆ ಬಿಡಬೇಕು? ಅದು ಎಲ್ಲಾ ದೃಷ್ಟಿಯಿಂದಲೂ ಸರಿ ಇರಬಹುದು. ಆದರೆ... ತಮ್ಮ ಸ್ಥಿತಿ? ಎದೆ ಭಾರವಾಯಿತು. ಹಣದ ಹಿಂದೆ ಬಿದ್ದ ಶ್ರೀನಿಧಿ ಸಂಬಂಧಗಳನ್ನು ಮರೆತುಬಿಟ್ಟಿದ್ದ. ಅವರ ಬಗೆಗಿನ ಗೌರವಾಭಿಮಾನ ಪ್ರೀತಿ ಎಲ್ಲಾ ತಕ್ಷಣ ಪೂರ್ತಿಯಾಗಿ ಸುಟ್ಟು ಭಸ್ಮವಾಗಿ ಗಾಳಿಯಲ್ಲಿ ತೇಲಿಹೋಯಿತು.

"ಅವ್ರಿಗೆ ಯಾಕೆ ಸರ್, ಹೆಲ್ಪ್ ಮಾಡ್ತೀರಾ? ಹೇಗೂ ಅವರು ಇಲ್ಲೀವರೆಗೂ ಬಂದು ಹೋಗಿದ್ದಾರೆ. ತೋಟದ ಮಾಲೀಕರು ನೀವೆಂದು ಮನದಟ್ಟಾಗಿದೆ. ಹಣವಿರೋ ಜನ. ವ್ಯವಹಾರಕ್ಕೆ ನಾಲ್ಕು ಕೋಟಿಗೆ ಇನ್ನೊಂದು ಕೋಟಿ ಕೊಟ್ಟು ನಿಮ್ಮಿಂದಲೇ ನೇರವಾಗಿ ಕೊಂಡಾರು. ಆಗ ನಿಮ್ಗೇ ನಾಲ್ಕು ಕೋಟಿ ಅರವತ್ತೈದು ಲಕ್ಷ ಲಾಭ ನಾನು ಮ್ಯಾನೇಜರ್ ಆಗಿ ಸಲಹೆ ಕೊಡ್ತಾ ಇದ್ದೀನಿ" ಎಂದಳು ಸರಳವಾಗಿ. ಈಗ ಅವಳು ಅವನಿಂದ ಸಂಬಳ ಪಡೆಯುವ 'ಗ್ರೀನ್ ಗಾರ್ಡನ್' ಮ್ಯಾನೇಜರ್ ಆಗಿ ಮಾತ್ರ ಯೋಚಿಸಿದ್ದು.

"ಗುಡ್ ಸಜೆಷನ್. ನಂಗೆ ನೇರವಾಗಿ ಇಷ್ಟೊಂದು ಲಾಭವಿರುವಾಗ, ಶ್ರೀನಿಧಿಯ ಅಗತ್ಯವೇನು? ನಾನು ಮಾತಾಡ್ತೀನಿ. ಇಂಥ ಅವಕಾಶಗಳು ಬರೋದು ಅಪರೂಪ. ಟೋಟಲಿ ನಾಲ್ಕು ಕೋಟಿ ಗುಡ್ ಪ್ರಾಫಿಟ್"

ಅಷ್ಟೇ ಸಹಜವಾಗಿ ಶ್ಯಾಮ್‌ಪ್ರಸಾದ್ ಹೇಳಿದ್ದ. ಇವರು ಗ್ರೀನ್ ಗಾರ್ಡನ್ ತಲುಪುವ ವೇಳೆಗೆ ಶ್ರೀಧರ ದಂಪತಿಗಳು ಅವರಿಗಾಗಿ ಕಾದಿದ್ದರು ಬಂದು. ಒಂದು ರೀತಿಯ ಕೃತಜ್ಞತಾಭಾವದಿಂದ ಇದ್ದರು. ಈಗ ಅವರೊಂದಿಗೆ ಮಾತಾಡುವ ಮನಸ್ಸಿರಲಿಲ್ಲ ಶ್ಯಾಮ್‌ಪ್ರಸಾದ್‌ಗೆ. ಅದಕ್ಕೆ ಕಾರಣ ಅರ್ಥೈಸಯಿಸಲಾರ.

"ಪ್ಲೀಸ್, ನಂಗೆ ಮಾತಾಡೋ ಮೂಡ್ ಇಲ್ಲ. ನೀನೇ ಮ್ಯಾನೇಜ್ ಮಾಡಿ ಕಳ್ಸಿಬಿಡು" ಅವರತ್ತ ಒಂದು ತಣ್ಣನೆಯ ಮುಗುಳ್ನಗುವಿನ ನೋಟ ಬೀರಿ ಗೆಸ್ಟ್‌ಹೌಸ್‌ನ ಒಳಗೆ ಹೋಗಿಬಿಟ್ಟ.

ಅವರತ್ತ ನಡೆದು ಬಂದ ದಿವ್ಯ "ಹೇಗಿದ್ದೀರಾ? ಅಲ್ಲೇನು ಅನಾನ್ಕೂಲವಾಗದಿದ್ದರೇ ಸಾಕು" ಹಾಗೆ ಅಂದ ಕೂಡಲೆ ಬಕುಳಾ ಅವಳ ಎರಡು ಕೈಗಳನ್ನೂ ಹಿಡಿದುಕೊಂಡು "ತೊಂದರೇನಾ, ಸ್ವರ್ಗಕ್ಕೆ ಬಂದಂಗಿದೆ. ನಮ್ಮ ಮಾವನವರು ಎಷ್ಟೊಂದು ಉತ್ಸಾಹದಿಂದ ಓಡಾಡೋಕೆ ಶುರು ಮಾಡಿದ್ದಾರೆ ಗೊತ್ತ? ಹತ್ತು ವರ್ಷ ಪ್ರಾಯ ಮರುಕಳಿಸಿದಂತಾಗಿದೆ. ಈಗಂತು ತುಂಬ ಅಚ್ಚುಕಟ್ಟಾಗಿದೆ. ಕಣಗಲೆ, ದಾಸವಾಳ ಗಿಡಗಳಿಗೆ ಪಾತಿ ಮಾಡ್ಸಿ ಗೊಬ್ಬರ ಹಾಕಿಸಿರೋದರಿಂದ ಗಿಡಗಳ ತುಂಬೆಲ್ಲ ಹೂಗಳು" ಸಂಭ್ರಮದಿಂದ ಹೇಳಿದ್ದೆ ಹೇಳಿದ್ದು. "ತುಂಬಾನೇ ಸಂತೋಷ. ಯಜಮಾನ್ರು ವಿಚ್ರಾರ್ಸ್ತು ಅಂದ್ರು ಒಳ್ಗೆ ಬನ್ನಿ....ಬನ್ನಿ" ಒಳಗೆ ಕರೆದೊಯ್ದು ಕೂಡಿಸಿ ಕಾಫಿ ತರಿಸಿ ಉಪಚರಿಸಿದನಂತರ "ಅಮೆರಿಕಾಗೆ ಹೋಗೋರಿದ್ದಾರೆ. ಬಂದ್ಮೇಲೆ ನಿಮ್ಮಗಳ್ನ ಭೇಟಿ ಮಾಡಿ ಮಾತಾಡ್ತಾರೆ" ತಿಳಿಸಿದ ಕೂಡಲೆ ಗಂಡ, ಹೆಂಡತಿ ಮುಖಮುಖ ನೋಡಿಕೊಂಡರು. "ಅಡ್ವಾನ್ಸ್, ಬಾಡ್ಗೆ... ಬಗ್ಗೆ ಮಾತಾಡ್ಬೇಕಿತ್ತು" ಬಕುಳಾ ರಾಗ ತೆಗೆದಳು. ಇವರಿಗೆ ಅನುಮಾನ ಬರದಂಗೆ "ಅವ್ರು ಬಂದ್ಮೇಲೆ ಮಾತಾಡ್ಬಹ್ದು. ನೀವು ಕೊಟ್ಟಷ್ಟು ತಗೋಬಹ್ದು. ಆ ಬಗ್ಗೆ ಚಿಂತೆ ಇಟ್ಕೊಬೇಡಿ" ಅಷ್ಟು ಹೇಳಿದಳು. ಶ್ರೀಧರ ಒಂದೇ ಒಂದು ಮಾತಾಡಲಿಲ್ಲ. ಮನಸ್ಸಿನಲ್ಲಿ ಏನೋ ಲೆಕ್ಕ ಹಾಕುತ್ತಿದ್ದ. ಕೇಳಲು ಹಿಂಜರಿಕೆ. ಕಡೆಗೆ ಧೈರ್ಯ ಮಾಡಿ "ಒಂದು ಪ್ರಶ್ನೆ.... ಅಮೆರಿಕಾದಿಂದ ಬಂದವರು ಅನ್ನೋದನ್ನು ಮಾತ್ರ ಆರಾಧ್ಯರು ಹೇಳಿದ್ರು. ಆದರೆ ಇಲ್ಲಿಗ್ಯಾಕೆ ಬಂದ್ರು? ಡಾಲರ್‌ಗಟ್ಟಲೆ ಸಂಪಾದನೆ ಇರೋ ಮಂದಿ ಇಲ್ಲಿ ಆಸ್ತಿ ಖರೀದಿಸಿ ಏನ್ಮಾಡ್ತಾರೆ? ಪುನಃ ಅಮೆರಿಕಾಗೆ ಹಿಂದಿರುಗೋ ಈ ಮಂದಿಗೆ ಇಲ್ಲಿನ ಆಸ್ತಿ ಯಾಕೆ ಬೇಕು? ಇದಕ್ಕೆ ಏನಾದ್ರೂ ಹಿನ್ನೆಲೆ ಇದ್ಯಾ?" ಕೇಳಿದರು.

"ಗೊತ್ತಿಲ್ಲಾಂತ ಮಾತ್ರ ಹೇಳ್ಬಲ್ಲೆ. ನಂಗೆ ಕೆಲ್ಸ ಅನಿವಾರ್ಯವಾಗಿತ್ತು. ಕೊಟ್ಟಿದ್ದಾರೆ. ಅವ್ರು ಹೇಳ್ದ ಮಿತಿಯಲ್ಲಿ ನನ್ನ ಕೆಲ್ಸ ಕಾರ್ಯಗಳು ಅದನ್ನೆಲ್ಲ ತಿಳಿಯಬೇಕಾದ ಅನಿವಾರ್ಯತೆ ತಾನೇ ಎಲ್ಲಿದೆ?"

ದಿವ್ಯಳ ಮಾತನ್ನು ಸರಿಯಾಗಿ ಅರ್ಥ ಮಾಡಿಕೊಂಡ ಬಕುಳಾ "ಸ್ವಲ್ಪ ಅರ್ಥ ಮಾಡ್ಕೊಳ್ಳಿ. ನಮ್ಗೆ ತಾನೆ ಆ ಅನಿವಾರ್ಯತೆ ಎಲ್ಲಿದೆ? ಮಾವನೋರ ಕಣ್ಣಿನ ಪೊರೆಯ ಆಪರೇಷನ್‌ಗೆ ಹಣ ಕೊಟ್ಟಿದ್ದಾರೆ. ಅದ್ನ ಆದಷ್ಟು ಬೇಗ ತೀರಿಸೋ ಮನಸ್ಸು. ಇಲ್ದಿ. ನಾನೇ ದಿವ್ಯಗೆ ಆ ಮನೆ ಬೇರೆಯವರ್ಗೆ ಬಾಡ್ಗೆಗೆ ಕೊಡೋದಾದರೆ ನಮ್ಗೇ

ಕೊಡಲೀಂತ ನಾನೇ ಕೇಳಿದ್ದೆ. ದೊಡ್ಡ ಮನಸ್ಸು ಮಾಡಿಕೊಟ್ಟಿದ್ದಾರೆ. ಅವ್ರಿಂದ ತಿಳ್ದು ಅಷ್ಟನ್ನು ಸರ್ಯಾಗಿ ಕೊಡೋದು ಮಾತ್ರ ನಮ್ಮ ಕೆಲ್ಸ. ಏನೇನೋ ಹೇಳಿ ಅಧಿಕಪ್ರಸಂಗಿಗಳು ಆಗೋದ್ಬೇಡ. ಉಪಕಾರ ಮಾಡಿದ್ದಾರೆ. ಅದಕ್ಕೆ ಕೃತಜ್ಞರಾಗಿರಬೇಕೇ ವಿನಹ, ಅವ್ರ ವೈಯಕ್ತಿಕ ವಿಚಾರಗಳ ಬಗ್ಗೆ ಆಸಕ್ತಿ ಬೇಡ" ಎಂದು ಹೆಂಡತಿ ಹೇಳಿದಾಗ ಬಕುಳಾ ಕೈಯಲ್ಲಿ ತಲೆಯ ಮೇಲೆ ಮೊಟಕಿಸಿಕೊಂಡಂತಾಯಿತು.

ಅವರು ಹೊರಟನಂತರವೇ ದಿವ್ಯ ಒಳಗೆ ಬಂದದ್ದು. ಗುಮಾಸ್ತ ಪರಮೇಶಯ್ಯ ಮುಂದಿಟ್ಟ ಪುಸ್ತಕವನ್ನು ನೋಡುತ್ತಿದ್ದವಳಿಗೆ "ಲೆಕ್ಕ ಹಾಕೋದು ಕೂಡೋದು, ಬರೆಯೋದು, ಬರೀ ತಲೆ ಬಿಸಿ. ಯಜಮಾನರಿಗೆ ಹೇಳಿ ಒಂದು ಲ್ಯಾಪ್‌ಟಾಪ್ ಕೊಡಿಸೋಕೆ ಹೇಳಿ. ಅದೇ ಆರಾಧ್ಯ.... ಆ ಹುಡ್ಗೀನ ಹಿಂದಿಟ್ಟುಕೊಂಡು ಬಂದಿದ್ದ ಕೆಲ್ಸ ಕೊಡಿಸೋಕೆ. ಆಮೇಲೆ ಹೋಗೋ ಮುನ್ನ ಯಜಮಾನ್ರು ಅಮೆರಿಕಾಗೆ ಹಿಂದಿರುಗಿಬಿಡ್ತಾರೆ ಅನ್ನೋದು ಕೂಡ ಹೇಳ್ದ. ಏನೋ ಕ್ರೇಜ್‌ಗೆ ಕೊಂಡರೇನೋ. ಮತ್ತೆ ಮಾರಿಹೋಗ್ತಾರೆ ಅಂದ್ರು. ಇಲ್ಲ, ಅಕಸ್ಮಾತ್ ಭಾರತದಲ್ಲಿ ಒಂದು ಪ್ರಾಪರ್ಟಿ ಮಾಡ್ಬೇಕೂಂತ ಪಣ ತೊಟ್ಟಿದ್ದಾರೇನೋ!" ಮಾತಾಡಿದರು. ದಿವ್ಯ ಮುಖ ಸೀರಿಯಸ್ಸಾಯಿತು. "ಇದು ನಮ್ಗೆ ಸಂಬಂಧಪಟ್ಟಿದ್ದಲ್ಲ. ಸಂಬಳ ತಗೊಳ್ಳೋ ಸಲುವಾಗಿ ಕೆಲ್ಸ" ಅಂದಕೂಡಲೆ ಬಾಯಿ ಮುಚ್ಚಿಕೊಂಡ. ಅವನೊಂದಿಷ್ಟು ತಲೆಹರಟೇಂತ ಅವಳಿಗೆ ಗೊತ್ತುಂಟು. ಅದೂ ಅಲ್ಲದೆ ಆರಾಧ್ಯ ಕಡೆಯ ಕ್ಯಾಂಡಿಡೇಟ್. ಪ್ರತಿಯೊಂದು ಸಣ್ಣ ಪುಟ್ಟ ವಿಷಯವನ್ನು ಲೋಕಾಭಿರಾಮವಾಗಿ ಆ ಮನುಷ್ಯನ ಕಿವಿಯ ಮೇಲೆ ಹಾಕುತ್ತಾನೆಂದು ಅವಳಿಗೆ ಗೊತ್ತು. ಅನಗತ್ಯ ಪ್ರಸ್ತಾಪ ಬೇಕಿರಲಿಲ್ಲ.

ಅಂದು ವೆಬ್ ಕ್ಯಾಮರದಲ್ಲಿ ತಾಯಿ ಎಲಿಸಾ ಮತ್ತು ತಂಗಿ ಸೂಸಾನ್‌ನ ಪರಿಚಯಿಸಿದ್ದ. ಆಕೆ ಮಾತಿನಲ್ಲಿ ಬರೀ ರೇಗಾಟ, ಅಸಹನೆ. ಜೊತೆಗೆ ಹಿಂದಿರುಗಿ ಬರುವಂತೆ ರೇಗಾಡಿದರು. ಸತ್ತ ಶ್ಯಾಮ್‌ಪ್ರಸಾದ್ ತಂದೆ ಕೃಷ್ಣಪ್ರಸಾದ್‌ನ ಜನ್ಮ ಜಾಲಾಡಿದರು. ಸತ್ತ ಮನುಷ್ಯನ ಬಗ್ಗೆ ಕೂಡ ಕನಿಕರ ತೋರದೆ ಮಾತಾಡಿದ್ದು ದಿವ್ಯಗೆ ಅಚ್ಚರಿಯೆನಿಸಿತು.

"ಆಕೆ ಡ್ಯಾಡ್‌ನ ಪ್ರೀತಿಸುತ್ತಿದ್ದರು. ಆದರೆ ಅವರಲ್ಲಿನ ಬದಲಾವಣೆ ದ್ವೇಷಕ್ಕೆ ಕಾರಣವಾಯ್ತು. ನಂದು ಪೂರ್ತಿ ಕೃಷ್ಣಪ್ರಸಾದ್ ಹೋಲಿಕೆ. ಅದಕ್ಕೆ ಮತ್ತಷ್ಟು ಸಿಡಿಮಿಡಿ. ಈಗ್ಲೂ ನಾನು ಇಲ್ಲಿ ಉಳಿಯೋದು ಆಕೆಗೆ ಇಷ್ಟವಿಲ್ಲ. ನಾನು ಬಂದಿದ್ದು ಡ್ಯಾಡ್ ಸಲುವಾಗಿ. ಅಷ್ಟಿಷ್ಟು ಮಾಡಿಯಾಗಿದೆ. ನಾನು ಇಲ್ಲಿ ಉಳಿಯೋ ಉದ್ದೇಶದಿಂದೇನು ಬಂದಿಲ್ಲ" ಅಂದಿದ್ದ. ಆರಾಧ್ಯರ ಊಹೆ ಸರಿಯಾಗಿತ್ತು. ಬಹುಶಃ ಆದಷ್ಟು ಬೇಗ ಹಿಂದಿರುಗಬಹುದೆಂದುಕೊಂಡಳು.

ಅದೇ ಮೂಡ್‌ನಲ್ಲಿ ದೇವರಕಟ್ಟೆಗೆ ಹಿಂದಿರುಗಿದಾಗ ಅನ್ಯಮನಸ್ಕಳಾಗಿದ್ದಳು. ಬಂದ ಕೂಡಲೆ ಕೌಸಲ್ಯ "ಆ ಜನ ಮತ್ತೆ ಬಂದಿದ್ರು. ದೊಡ್ಡ ರೀತಿಯಲ್ಲಿ ಇಲ್ಲಿ ಆಶ್ರಮ ಕಟ್ಟುವುದಾಗಿ ತಿಳ್ಸಿದ್ರು. ಶ್ಯಾಮ್‌ಪ್ರಸಾದ್ ಮೂರು ತಿಂಗಳ ನಂತರ ಹೇಳ್ತೀನಿ,

ಅಂದಿದ್ದರಂತೆ. ಮೂರುಕೋಟಿ... ಅದ್ಕೇ ಇನ್ನೊಂದು ಕೋಟಿ ಸೇರ್ಸಿ ಕೊಡ್ತೀವೀಂತ ಅಂದ್ರು.... ನಿಮ್ಮ ಮಾವ ಈ ಅವಕಾಶನ ಬಿಟ್ಟನಾ?" ಅಮ್ಮನ ಮಾತಿಗೆ ನಗುಬಂತು.

"ಏನು.... ಮಾಡ್ತಾರೆ? ನಮ್ಮಗಳ ಹಾಗೇ ಶ್ಯಾಮ್‌ಪ್ರಸಾದ್ ಕಾಗದ ಪತ್ರಗಳನ್ನು ಕೊಟ್ಟು... ಕೇಳ್ದ ಕಡೆಯಲ್ಲೆಲ್ಲ ಸಹಿ ಹಾಕ್ತಾರಾ? ಇಂಪಾಜಿಬಲ್. ತೋಟದ ಸುದ್ದಿಗೆ ಬಂದರೆ ಮಾವ ಕೈಗಳಲ್ಲಿ ಕೊಳ ಹಾಕ್ಸಿಕೊಂಡ್ಹೋಗಿ ಕಂಬಿಗಳ ಹಿಂದೆ ಇರ್ಬೇಕಾಗುತ್ತೆ. ಈ ತೋಟದ ಮಾಲೀಕರು ಶ್ಯಾಮ್‌ಪ್ರಸಾದ್. ನಿಶ್ಚಿಂತೆಯಿಂದ ಮಾರ್ಕೋಬಹುದು. ಹಣದ ಸಲುವಾಗಿಯೇ ಅಲ್ವಾ, ಮೋಸ, ವಂಚನೆ, ಪರದಾಟ. ಬರೀ ಪೇಪರ್ ಮೇಲೆ ಬರ್ದುಕೊಂಡ ಕರಾರುಪತ್ರ ಯಾವ್ದೇ ಪ್ರಯೋಜನಕ್ಕ ಬರೋಲ್ಲ. ಅದಕ್ಕೆ ಶ್ಯಾಮ್‌ಪ್ರಸಾದ್ ಬೆಲೆ ಕೊಟ್ಟರೆ ಬೆಲೆ ಅಷ್ಟೆ" ಆಕೆಗೆ ಬಿಡಿಸಿ ಹೇಳಿದಳು. ಕೌಸಲ್ಯ ಮಾತೇ ಆಡಲಿಲ್ಲ.

ಅಂದಿನ ರಾತ್ರಿ ದಿವ್ಯಗೆ ನಿದ್ದೆ ಬರಲಿಲ್ಲ. ಬಹುಶಃ ಅನುರಾಗ್ ಶ್ಯಾಮ್ ಪ್ರಸಾದ್ ಜಾಗದಲ್ಲಿ ಇದ್ದಿದ್ದರೆ? ಕರಾರು ಪತ್ರ ಹರಿದು ಎಸೆದು ನಿಶ್ಚಿಂತೆಯಿಂದ ಮಾರಿಬಿಡುತ್ತಿದ್ದ. ವಿಕ್ಕಿನು ಅಷ್ಟೆ, ದೀಪಿಕಗಾಗಿ ಈ ಸಣ್ಣ ತ್ಯಾಗ ಮಾಡಲು ರೆಡಿಯಾಗಿಬಿಡುತ್ತಿದ್ದ.

ಬೆಳಿಗ್ಗೆ ಎದ್ದಾಗ ಒಂದಿಷ್ಟು ತಲೆ ಭಾರವೆನಿಸಿತು. ಎಲ್ಲಾ ಮುಗಿಸಿಕೊಂಡು ಗ್ರೀನ್‌ಗಾರ್ಡನ್‌ಗೆ ಬಂದಾಗ ಎದುರಾದ ರಹೀಂ "ಇನ್ನು ಯಜಮಾನರು ರೂಮಿನಿಂಧ ಹೊರಬಂದಿಲ್ಲ" ಎಂದು ತಿಳಿಸಿದಾಗ ಒಂದಿಷ್ಟು ಆತಂಕವೆನಿಸಿತು. ಮತ್ತೆ ರಹೀಂ "ಅಕ್ಕಾವರೇ, ಯಾರು ಯಾರೋ ಬಂದಿದ್ರು. ರಾತ್ರಿ ಇಲ್ಲೇ ಉಳ್ಕೊಂಡ್ ಬೆಳಿಗ್ಗೆ ಹೋದ್ರು. ದೇವರಕಟ್ಟೆ ತೋಟದಲ್ಲಿ ಆಶ್ರಮ ಕಟ್ಟುತ್ತಾರಂತಲ್ಲ. ಆರಾಧ್ಯರು ಪರಮೇಶಿ ಹತ್ರ ಹೇಳ್ತಾ ಇದ್ರು. ನೀವು ಬೆಂಗ್ಳೂರಿಗೆ ಹೋಗ್ತೀರಾ?" ಕೇಳಿದ. ಅವಳೇನು ಮಾತಾಡಲಿಲ್ಲ. ತೋಟದ ಮಾರಾಟದ ವಿಚಾರ ಇನ್ನು ಜೀವಂತವಾಗಿತ್ತು.

ಇವಳು ಮುಂದಿನ ಸಿಟ್ಟಿಂಗ್‌ರೂಂನಲ್ಲಿ ಕೂತು ಲೆಕ್ಕ ನೋಡುತ್ತಿದ್ದವಳು ತಕ್ಷಣ ಹೆಜ್ಜೆಯ ಸದ್ದಿಗೆ, ಅದಕ್ಕಿಂತ ಮುಂದೆ ಪಸರಿಸಿದ ಸೆಂಟ್ ಮತ್ತು ಸಿಗರೇಟ್ ಘಮಲು ಬೆರೆತ ಸುವಾಸನೆ ಅವಳನ್ನು ಮೇಲಕ್ಕೆಬ್ಬಿಸಿತು.

"ಹಲೋ, ದಿವ್ಯ.... ಒಂದಿಷ್ಟು ಮಾತಾಡ್ಬೇಕು. ಅದು ಹೊರ್ಗೆ ಆಡಾಡುತ್ತ" ಅಂದಾಗ ಮುಗುಳ್ನಗೆ ಚೆಲ್ಲುತ್ತ "ವೈ ನಾಟ್... ಸರ್, ಹೋರ್ಗಿನ ವೆದರ್ ಕೂಡ ಚೆನ್ನಾಗಿದೆ" ಇಬ್ಬರು ಹೊರಗೆ ಬಂದರು. ಅವಳು ಕೊಟ್ಟ ಸಜೆಷನ್ ವಿಚಾರ ಅವಳನ್ನು ಕೆದಕುತ್ತಿತ್ತು. ಕೋಟಿಗಟ್ಟಲೆ ಬರುವಾಗ ಬರೀ ಮೂವತ್ತೈದು ಲಕ್ಷಕ್ಕೆ ಕೊಂಡ ತೋಟಾನಾ ಮಾರಬಹುದು. 'ಗುಡ್...' ಅಂದಿದ್ದು ನೆನಪಿತ್ತು. ಮನುಷ್ಯ ಕೆಟ್ಟವನಲ್ಲದ ಕಾರಣದಿಂದ ಕೊಟ್ಟ ಹಣ ಹಿಂದಿರುಗಿಸಬಹುದು. ಅವಳ ಕಣ್ಮುಂದೆ ಪ್ರಜ್ವಲ ಹನುಮಂತನ ಮೂರ್ತಿಕಂಡಿತು. ಪೂಜೆಯನ್ನು ಬಿಟ್ಟು ಅಜ್ಜಯ್ಯ ಬದುಕಿಯಾರ?

ಮೌನವಾಗಿ ಹೆಜ್ಜೆ ಹಾಕುತ್ತಿದ್ದ ಶ್ಯಾಮ್‌ಪ್ರಸಾದ್ "ದಿವ್ಯ, ನೀವೊಂದು ಲಾಭದ ಸಜೆಷನ್ ಕೊಟ್ರಿ. ದಟ್ ಈಸ್ ಗುಡ್. ಆ ಜನ ತಮ್ಮ ಗುರುಗಳ ಆಶ್ರಮದ

ಸಲುವಾಗಿ ಐದು ಕ್ರೋಟಿ ಕೊಡೋಕೆ ರೆಡಿ. ನನ್ನ ಬಿಟ್ಟರೆ, ನಿಂಗೆ ಅಂಥದೊಂದು ಅವಕಾಶವಿದೆ" ಎಂದ ಕುತೂಹಲದಿಂದ.

"ನೋ ಸರ್, ಐದು ಅಲ್ಲ, ಹತ್ತು ಕೋಟಿ ಕೊಟ್ರೂ ಕೊಡೊಲ್ಲ. ತೋಟ ನನ್ನ ವಂಶದ ಕಾರ್ಯಕ್ಷೇತ್ರ. ಇಲ್ಲಿ ಲಾಭ ನಷ್ಟದ ಮಾತಿಲ್ಲ. ಹೆಚ್ಚು ಹೆಚ್ಚು... ಹಣ ನಮ್ಮ ಜೀವನಶೈಲಿಯನ್ನು ಬದಲಾಯಿಸಬಹುದು. ಸಂತೃಪ್ತ ಬದ್ಕನ್ನು ಕೊಡೊಲ್ಲ. ಸಂಸ್ಕಾರವಂತ ಹೃದಯಗಳಿಗೆ ತಂಪು ನೀಡೊಲ್ಲ. ಸರಿ ಸರ್, ತುಂಬಾ ಮಾತಾಡ್ದೆ. ಈಗ್ಲೂ ತೋಟದ ಮಾಲೀಕತ್ವ ನಿಮ್ದೇ. ಪ್ಲೀಸ್... ಎಕ್ಸ್‌ಕ್ಯೂಜ್ ಮಿ" ಕ್ಷಮೆಯಾಚಿಸಿದಳು.

"ಹಿಂದಿನ ಮಾಲೀಕರು ಸಂಜೆಗಳಲ್ಲಿ ಇಲ್ಲಿ ಕೂತು ಕುಡಿಯುತ್ತಿದ್ದರು. ಅದ್ಭುತವಾದ ಕಿಕ್ ಕೊಡ್ತಾ ಇತೂಂತ ಹೇಳೋರು. ನನ್ನ ಅವ್ರ ಮಾತುಕತೆ ಇಲ್ಲೇ. ಮಕ್ಕಳೆಲ್ಲ ವಿದೇಶದಲ್ಲಿ. ಆ ಮನುಷ್ಯನ ಒಂಟಿತನ ಮರೆಸಲು ಸಾಥ್ ಕೊಟ್ಟಿದ್ದು ಇಲ್ಲಿ ಗಿಡ, ಮರ, ಪ್ರತಿಯೊಂದು ಅದ್ನ ಹೇಳ್ಕೊಂಡ್ರು. ನಾನು ಕೂಡ ಇಲ್ಲಿ ಕೂತು... ಕುಡಿದೆ. ನನ್ನ ಭಾದಿಸಿದ್ದು ಕೂಡ ಒಂಟಿತನವೆ. ಎಷ್ಟೋ ಸಲ ನ್ಯೂಜೆರ್ಸಿಗೆ ಹಿಂದಿರುಗಿ ಬಿಡಬೇಕೆನಿಸುತ್ತಿತ್ತು. ಆದರೆ ಡ್ಯಾಡ್ ಕೆಲವು ಕೆಲ್ಸಗಳ್ನ ವಹಿಸಿದ್ರು. ಅದ್ನ ಪೂರ್ತಿ ಮಾಡ್ಲೇಬೇಕಿತ್ತು. ಇಲ್ಲಿ ಉಳ್ಕೊಳ್ಳೋಕೆ ಈ ತೋಟ ಸಾಕಿತ್ತು. ಆದರೆ ಆರಾಧ್ಯರ ಬಲವಂತ, ಶ್ರೀನಿಧಿಯವರ ಒತ್ತಾಯಕೊಳ್ಳುವಂತೆ ಮಾಡಿತು. ಆಮೇಲೆ ಇಷ್ಟವಾಯ್ತು.... ಕೂಡ" ಹೇಳಿದ. ಅಲ್ಲಿ ಅವಳ ಮಾತು ಅಗತ್ಯವಿಲ್ಲವೆನಿಸಿತು. ನಂತರ ಮೌನ ಹರಡಿಕೊಂಡಿತು.

"ನನ್ನ ಡ್ಯಾಡಿ ದೀಪ ಹಚ್ಚಿಟ್ಟು ಅದರ ಮುಂದೆ ನಿಂತು 'ಅಗ್ನೀಮೀಳೆ ಪುರೋಹಿತಂ ಯಜ್ಞಸ್ಯ ದೈವ' ಋತ್ವಿಜಂ. ಹೋತಾರಂ ರತ್ನಧಾತಮಂ' ಎಂದು ಪ್ರಾರ್ಥಿಸುತ್ತಿದ್ದರು. ಇದು ನಾಲ್ಕು ವೇದಗಳ ಪೈಕಿ ಮೊದಲನೆಯದಾದ ಋಗ್ವೇದದ ಸಾಲು. ಅದಕ್ಕೆ ಅರ್ಥವನ್ನು ಕೆಲವು ಸಲ ಭಾವೋದ್ವೇಗದಿಂದ ವಿವರಿಸಿದೆ. 'ಅಗ್ನಿದೇವನೇ ನಿನ್ನನ್ನು ಪ್ರಾರ್ಥಿಸುತ್ತಿದ್ದೇವೆ. ಅಂಧಕಾರವನ್ನು ಕರಗಿಸಿ ಬೆಳಗುವವನೇ ನಿನ್ನೆಡೆಗೆ ಅನುದಿನವು ಬರುತ್ತಿದ್ದೇವೆ, ಭಕ್ತಿಯಿಂದ ಮತ್ತು ಕೃತಜ್ಞತಾಭಾವದಿಂದ. ಯಜ್ಞದ ದೈವಿಕ ಪುರೋಹಿತನಾದ ನಿನಗಿದೋವಂದನೆ!' ಇದೊಂದು ನನ್ನ ಮಮ್ಮಿಗ್ರೆ ಇಷ್ಟವಾಗ್ತ ಇರ್ಲಿಲ್ಲ. ಕೆಲವೊಮ್ಮೆ ಮಾತಿನ ಕಾದಾಟಕ್ಕೆ ಬಿದ್ದು ಮನೆಯಲ್ಲಿನ ಸಾಮಾನು ಚೆಲ್ಲಾಪಿಲ್ಲಿಯಾಗುತ್ತಿತ್ತು. ಜೊತೆಗೆ ನನ್ನ ತಂದೆ ಕನ್ನಡವನ್ನು ನಿರಂತರವಾಗಿ ಕಲಿಸುವುದರ ಜೊತೆಗೆ ನನ್ನೊಂದಿಗೆ ಮಾತಾಡುತ್ತಿದ್ದುದ್ದು ಕನ್ನಡದಲ್ಲಿಯೇ. ಅಮೆರಿಕಾದಲ್ಲಿ ಕನ್ನಡ ಕೂಟಗಳು ನಡೆಸುವ ಹಬ್ಬ, ಕಾರ್ಯಕ್ರಮಗಳಿಗೆ ನನ್ನನ್ನು ಕರೆದೊಯ್ದು ಪರಿಚಯಿಸುತ್ತಿದ್ದರು. ನನ್ನಮ್ಮನ ಎತ್ತರ ಬಿಟ್ಟು ನಾನು ಪೂರ್ತಿ ಕೃಷ್ಣಪ್ರಸಾದ್. ತದ್ರೂಪಿ ನೂಸಾನ್ ಮಮ್ಮಿಯ ಪಡಿಯಚ್ಚು. ಆದ ಇಬ್ಬರು ಮಕ್ಕಳನ್ನು ಹಂಚಿಕೊಂಡು ಬಿಟ್ಟಿದ್ದರಿಂದ ನಾನು ಭಾರತೀಯನಾದೆ. ನೂಸಾನ್ ಅಮೆರಿಕನ್ ಆದಳು." ಮನಸ್ಸು ಬಿಚ್ಚಿ ಹೇಳಿಕೊಂಡ. ಇದೆಲ್ಲವನ್ನು ಹೇಳುವುದರ ಹಿಂದೆ

ಏನಾದರೂ ಇದೆಯೇ ಎಂದು ಯೋಚಿಸುವಂತಾಯಿತು ದಿವ್ಯಗೆ. ಆ ವೇಳೆಗೆ ದಿವ್ಯ ಮೊಬೈಲ್ ಸದ್ದು ಮಾಡಿತು. "ನೀವು ಮಾತಾಡಿ ಬನ್ನಿ" ಹೊರಟ. ಆ ಕಡೆ ವಿಕ್ರಮ್ ಇದ್ದ. ಇಂಥ ಶ್ಯಾಮ್‌ಪ್ರಸಾದ್ ಸ್ವಭಾವ ಇಷ್ಟವಾಗಿಬಿಡುತ್ತಿತ್ತು.

"ಏನಾಯ್ತು ಕೇಳಿದ?" ಅವನ ದನಿಯಲ್ಲಿ ಒಂದು ರೀತಿಯ ಆತುರತೆ ಇತ್ತು. "ಯಾವ್ದೂ?" ವಿಷಯ ಗೊತ್ತಿದ್ದರು ಸರಳವಾಗಿಯೇ ಪ್ರಶ್ನಿಸಿತ್ತು. "ಮತ್ತೆ ಯಾವ್ದು ಮಾವ ಹೇಳಿದರಲ್ಲ, ಅದ್ರಿಂದ ಆದಷ್ಟು ಬೇಗ ಬಿಡುಗಡೆ ಹೊಂದಿ" ಒತ್ತಾಯವಿತ್ತು. "ಮಾವನ ಹತ್ರ ಹಣ ತಗೋಳೋಕೆ ಅಜ್ಜಯ್ಯ, ಅಪ್ಪಯ್ಯನಿಗೆ ಇಷ್ಟವಿಲ್ಲ. ಅದ್ರಿಂದ ಆ ವಿಚಾರಕ್ಕೆ ಪೂರ್ತಿ ಫುಲ್‌ಸ್ಟಾಪ್" ಸಿರಿಯಸ್ಸಾಗಿಯೇ ಹೇಳಿದ್ದು. ಅಣ್ಣ ಎಂದರೆ ಪ್ರೀತಿಯೆ. ಆದರೆ ಎಷ್ಟೂಂತ ಸಹಿಸುವುದು?

"ಬುದ್ದುಕಣೆ, ಒಂದು ಕೋಟಿ ಕೊಡ್ಲೋಕೆ ಮಾವ ಸಿದ್ಧವಾಗಿದ್ದಾರೆ. ಇಷ್ಟಕ್ಕಿಂತ.... ಬೇಕಾ?" ಎಂದ ಕೂಡಲೇ "ಬರೀ ಹಾಳೆಯ ಮೇಲೆ ಬರ್ದುಕೊಂಡ ಕರಾರು. ಅದ್ಕೆ ಕಾನೂನಿನ ಚೌಕಟ್ಟಿನಲ್ಲಿ ಯಾವ್ದೇ ಬೆಲೆ ಇಲ್ಲ. ಈಗ್ಲೂ ನಮ್ಮ ತೋಟಕ್ಕೆ ಶ್ಯಾಮ್‌ಪ್ರಸಾದ್ ಮಾಲೀಕರು. ಕೋಟಿ ಕೊಡೋ ಜನನೇ ಐದು ಕೋಟಿಗೆ ತಮ್ಮ ಸ್ವಾಮಿಗಳ ಆಶ್ರಮದ ಸಲುವಾಗಿ ಕೊಳ್ಳಲು ಸಿದ್ಧವಿದ್ದಾರೆ. ಏಕಾಏಕಿ ಐದುಕೋಟಿ ಸಿಗೋವಾಗ ಬರೀ ಲಕ್ಷಗಳಿಗೆ ತೋಟ ಯಾಕೆ ಬಿಟ್ಕೊಡ್ತಾರೆ? ಮಾವನಿಗೆ ಇಂಥ ಅವಕಾಶ ಸಿಕ್ಕಿದರೆ, ಬಿಡ್ತಾ... ಇದ್ದರ? ವಿಚಾರ್ಸು" ಅವಳು ಹೇಳಿದಕ್ಕೆ ವಿಕ್ರಮ್ ದಂಗಾದ. 'ಆ ತೋಟಕ್ಕೆ.... ಐದು ಕೋಟಿ' ಬಾಯಲ್ಲಿ ನೀರೂರುವಂಥ ವಿಚಾರವೆ. "ಐದು ಕೋಟಿನಾ....?" ರಾಗ ತೆಗೆದ.

"ಹೌದು, ಬೇಕಾದರೆ ಶ್ರೀನಿಧಿ ಮಾವನ್ನ ಕೇಳು. ಅದ್ರ ಸಲುವಾಗಿಯೇ ಮುವತ್ತೈದು ಲಕ್ಷವನ್ನು ಧಾರಾಳವಾಗಿ ಕೊಡಲು ಮುಂದಾಗಿದ್ದು. ಸದ್ಯಕ್ಕೆ ಆ ವಿಚಾರದ ಪ್ರಸ್ತಾಪ ಬೇಡ. ಕೋಟಿ ಕೋಟಿ ಸಿಗೋವಾಗ ಮುವತ್ತೈದು ಲಕ್ಷ ಯಾವ ಲೆಕ್ಕದ್ದು ಬಿಡು. ಅದಕ್ಕೆ ಶ್ಯಾಮ್‌ಪ್ರಸಾದ್ ಓನರ್. ಇದ್ವಗ್ರೂ ಮಾವ ಅವ್ರಲ್ಲಿ ಪ್ರಸ್ತಾಪಿಸಿರಬೇಕಲ್ಲ. ಪ್ಲೀಸ್ ಅಣ್ಣ, ಅವರ ಪರನಿಂತೆ. ದಟ್ಸ್ ಓಕೇ! ದೀಪಿಕಾನ ಎಲ್ಲಿ ಕಳ್ಕೋಬೇಕಾಗುತ್ತೋ ಅನ್ನೋ ಭಯ ಮಾತ್ರವಲ್ಲ. ನಿಂಗೆ ಶ್ರೀಮಂತ ಜೀವನ ಬೇಕಿತ್ತು. ಅಂಬಿಷನ್‌ನ ಮಂಪರು. ಆ ದಿನ ಅಜ್ಜಯ್ಯನ ಜೊತೆ ನೀನಿರಬೇಕು. ಸಾರಿ ಕಣೋ, ಅಣ್ಣ" ಕಾಲ್ ಮುಗಿಸಿದವಳ ಕಣ್ಣಲ್ಲಿ ನೀರಿತ್ತು. ಮನೆಯವರು ಅನುಭವಿಸಿದ ಹಿಂಸೆ ಎಷ್ಟು. ಒಮ್ಮೆ ಕೌಸಲ್ಯ "ನಾವೆಲ್ಲ ಒಟ್ಟಿಗೆ ಆತ್ಮಹತ್ಯೆ ಮಾಡ್ಕೊಂಡರೆ ಹೇಗೆ?" ಕೇಳಿದಾಗ ಬೆಚ್ಚಿದ್ದಳು. "ಮಾವನೋರಂತು ಆತ್ಮಹತ್ಯೆ ಮಾಡಿಕೊಳ್ಳದಿದ್ದರೂ... ಊಟ, ತಿಂಡಿ ಬಿಟ್ಟು" ತಬ್ಬಿಕೊಂಡು ಕಣ್ಣೀರು ಮಿಡಿದ ಆ ಕ್ಷಣ ಭೂಮಿ ಇಬ್ಭಾಗವಾಗಿ ಈ ಪ್ರದೇಶವನ್ನೆಲ್ಲ ನುಂಗಿ ಬಿಡಬಾರದೆ ಅನ್ನಿಸಿದ್ದುಂಟು.

ಕಣ್ಣೊರೆಸಿಕೊಂಡು ಬರುವ ವೇಳೆಗೆ ಅಕ್ವೇರಿಯಂ ಬಳಿ ನಿಂತಿದ್ದ ಶ್ಯಾಮ್‌ಪ್ರಸಾದ್ ಅವಳತ್ತ ತಿರುಗಿ "ಈಗ ಶ್ರೀಧರ ಪ್ರಸಾದ್ ಮಿಸಸ್ ಬಕುಳಾ ಫೋನ್ ಮಾಡಿ ಅಡ್ವಾನ್ಸ್, ಬಾಡ್ಗೆ ಬಗ್ಗೆ ಕೇಳಿದ್ರು. ನಮ್ಮ ಮ್ಯಾನೇಜರ್‌ನ ವಿಚಾರ್ಸಿ

ಅಂದೆ. ಸ್ವಾಭಿಮಾನಿ ಜನರು. ಮನಸ್ಸು ಒಪ್ಪೋಲ್ಲ. ಏನೋ ಒಂದಿಷ್ಟು ಬಾಡ್ಗೇಂತ ನಿಗದಿ ಮಾಡಿ ಅಡ್ವಾನ್ಸ್ ಅಂಥದ್ದು ಬೇಡ" ಎಂದ ಮ್ಲಾನವದನನಾಗಿ.

"ಸರ್, ಕೇಶವಪ್ರಸಾದ್ ಅಗ್ನಿಹೋತ್ರಿಗಳು ನಿಮ್ಮನ್ನು ನೋಡ್ಬೇಕೂಂದ್ರು. ಪದೇ ಪದೇ ಫೋನ್ ಮಾಡ್ತಾರೆ. ನಿಮಗೊಂದು ಕೃತಜ್ಞತೆ ತಿಳ್ಸಬೇಕೆನ್ನೋ ಬೇಡಿಕೆ" ಹೇಳಿದಳು ದಿವ್ಯ. ಅವನ ಮುಖ ಮತ್ತಷ್ಟು ಗಂಭೀರವಾಯಿತು. "ನಂಗೆ ಅಂಥ ಯೋಚ್ನೆ ಇಲ್ಲ. ಅದಕ್ಕೆ ಕಾರಣ ಇಂಥದ್ದೇಂತ ಹೇಳ್ಲಾರೆ. ಸದ್ಯಕ್ಕೆ ನೀನೇ ಏನೋ ಒಂದು ಹೇಳು. ಇನ್ನೊಂದು ಸಜೆಷನ್. ಆರಾಧ್ಯರು ನಂಗೆ ಒಂದಿಷ್ಟು ಹೇಳಿದ್ರು. ಕರಾರು ಪ್ರಕಾರ ಹಣ ಕೊಟ್ಟರೆ ತೋಟನ ನಾನು ಬಿಟ್ಟುಕೊಡ್ತೀನಿ. ಆಮೇಲೆ ನೀನು ಶ್ರೀನಿಧಿ ಮಾತು ಕೇಳ್ಬಹುದ್ದು. ಅನುರಾಗ್‌ನ ಮಿಸ್ ಮಾಡಿಕೊಳ್ಳೋದ್ಬೇಡ" ವೆಲ್‌ವಿಷರ್ ಆಗಿ ಸಜೆಷನ್ ಕೊಟ್ಟ. "ಸಾರಿ ಸರ್, ಥ್ಯಾಂಕ್ ಫಾರ್ ಯುವರ್ ಸಜೆಷನ್ಸ್. ನನ್ಮುಂದೆ ಈಗ ಅನುರಾಗ್ ಇಲ್ಲ. ಮಿಸ್ ಮಾಡ್ಕೋತೀನಿ ಅನ್ನೋ ಭಯವೇನಿಲ್ಲ. ವ್ಯಾವಹಾರಿಕ ಜಗತ್ತಿನ ನನ್ಮುಂದೆ ತೆರೆದಿಟ್ಟಿದ್ದು ಶ್ರೀನಿಧಿ ಮಾವನೇ. ಈಗ ಪ್ರಾಫಿಟ್ ಸಲುವಾಗಿ ಅನುರಾಗ್‌ಗೆ ತಂದ್ಕೊಂಡ್ರು.... ಅಲ್ಲಿ ಪ್ರೀತಿ, ಅಂತಃಕರಣ, ನಂಬಿಕೆ ಅಂಥದೇನು ಉಳಿದಿರೊಲ್ಲ. ರಮ್ಯವಾಗಬೇಕಾದ ಜೀವನ... ಕ್ಷಣ ಕ್ಷಣ ತೊಳಲಾಟದ ಮಧ್ಯೆ ಕಳೆಯಬೇಕಾಗುತ್ತೆ. ಸದ್ಯಕ್ಕೆ ಇನ್ನಷ್ಟು ಹಣ ಒಟ್ಟಾದನಂತರವೆ. ಅವ್ರಿಂದ ಹಣ ಪಡೆದು ನಿಮ್ಗೆ ಕೊಡೊಲ್ಲ. ಇಲ್ಲಿ ಯಾರ ಹಂಗು ಇರ್ಬಾರ್ದು" ಉದ್ವೇಗದಿಂದ ಮಾತಾಡಿದಳು. ನೇರವಾಗಿತ್ತು.

ಶ್ಯಾಮ್‌ಪ್ರಸಾದ್ ಅವಳನ್ನೇ ನೋಡಿದ. ಅವನು ಹುಟ್ಟಿ ಬೆಳೆದದ್ದೆಲ್ಲ ನ್ಯೂಜೆರ್ಸಿಯಲ್ಲಿ. ತೀರಾ ಕಟ್ಟುಪಾಡು ಇಲ್ಲದಂತೆ ಬೆಳೆದವನು. ದಿವ್ಯಳಂಥ ಹೆಣ್ಣನ್ನು ನೋಡಿಯೇ ಇಲ್ಲವೆನಿಸಿತು. 'ಅನುರಾಗ್.... ಒಬ್ಬ ಈಡಿಯಟ್.... ಅನ್‌ಲಕ್ಕಿ ಫೆಲೋ' ಅಂದುಕೊಂಡ. ಅವಳ ದೃಢತೆ ಪ್ರಾಮಾಣಿಕತೆಗೆ 'ಹಾಯ್' ಎಂದ.

* * * *

ಇಂದು ಪೂಜೆ ಮುಗಿಸಿ ಬಂದ ಅನಂತಶರ್ಮರು ದಿವ್ಯನ ರೂಮಿಗೆ ಕರೆದು ಅಲ್ಲಿದ್ದ ಪುಟ್ಟ ಸಂದೂಕ ತೆಗೆದು "ವಿಶೇಷ ದಿನಗಳಲ್ಲಿ ಬಂದ ದಕ್ಷಿಣೆ ಕಾಸುಗಳು. ಅಗತ್ಯವಿದ್ದಾಗ ಉಪಯೋಗಿಸಿದ್ದೆ. ಈಗ ಅಗತ್ಯವಿದೆ." ಎಂದು ಸಂದೂಕ ತೆಗೆದು ಚಾಪೆಯ ಮೇಲೆ ಬಗ್ಗಿಸಿದರು. ಅದರಲ್ಲಿ ನೂರು ರೂಪಾಯಿ ನೋಟುಗಳಿಂದ ಹಿಡಿದು ಐದು ರೂಪಾಯಿಯ ನೋಟುಗಳ ಜೊತೆ, ಈಗ ಚಲಾವಣೆಯಲ್ಲಿ ಇಲ್ಲದ ಹಿಂದಿನ ಒಂದು ಮತ್ತು ಎರಡು ರೂಪಾಯಿನ ನೋಟುಗಳು ಕೂಡ ಇದ್ದವು. ಹಳೆಯ ಇಪ್ಪತ್ತೈದು ಪೈಸೆಗಳ ಪಾವಲಿಗಳು ಹೆಚ್ಚಾಗಿತ್ತು. ಅದರಲ್ಲಿ ನಾಲ್ಕು ಬಂಗಾರದ ಹನುಮಂತ ದೇವರ ಚಿತ್ರವಿದ್ದ ನಾಣ್ಯಗಳೂ ಕನಿಷ್ಠ ಒಂದು ಇಪ್ಪತ್ತಾದರೂ ಬೆಳ್ಳಿಯವು ಇದ್ದವು. ಹರಕೆಯಿಂದ ಬಂದವು. ಅವನ್ನೆಂದು ಉಪಯೋಗಿಸಿಕೊಂಡಿರಲಿಲ್ಲ, ಸ್ವಂತಕ್ಕೆ ಕೂಡ. ಆದರೆ ತೆಗೆದು ಅವಳ ಮುಂದೆ ಸುರಿದಿದ್ದರು ದಿವ್ಯ ಮೌನದಿಂದ.

ದಿವ್ಯಗೆ ಗಾಬರಿ. ಇಂಥ ದೊಡ್ಡ ತ್ಯಾಗ! ಒಮ್ಮೆ ಹೇಳಿದ್ದು ನೆನಪಿತ್ತು. ಹನುಮಂತ ದೇವರಿಗೆ ಕಿರೀಟ ಮಾಡಿಸುವ ಬಗ್ಗೆ ಹೇಳಿದ್ದರು. ಅಂಥದ್ದರಲ್ಲಿ ಇವನ್ನು ಸ್ವಂತಕ್ಕೆ ಬಳಸುವುದಾ? ಭಯವೆನಿಸಿತು. ಮನ ಒಪ್ಪಲಿಲ್ಲ.

"ಇವನ್ನು ಕೂಡ ತಗೊಂಡ್ಬಿಡು. ಇದ್ರಿಂದ ಬಂದ ಹಣವನ್ನು ಲೆಕ್ಕವಾಗಿ ಬರೆದಿಟ್ಕೋ. ಅನ್ಕೂಲವಾದಾಗ ಇನ್ನಷ್ಟು ಹಣ ಸೇರ್ಸಿ ಸ್ವಾಮಿಗೆ ಕಿರೀಟ ಮಾಡ್ಸೋಣ. ನಾಲ್ಕು ಜನ ಕೇಳಿದಾಗ... ಹೇಳ್ಬೇಕಾಗುತ್ತೆ" ಎಂದರು ಅನಂತಶರ್ಮರು. ಅವನ್ನು ಹಾಗೆಯೇ ಬಟ್ಟೆಯಲ್ಲಿ ಕಟ್ಟಿ "ಬೇಡ ಅಜ್ಜಯ್ಯ. ಅಷ್ಟಕ್ಕೂ ತೋಟ ಬಿಟ್ಹೋಗ್ಬಹುದಾದ ಸಂದರ್ಭ ಬಂದರೆ ಇದ್ನ ಸ್ವಾಮಿಯ ಪಾದಗಳ ಬಳಿ ಇಟ್ಹೋಗಿಬಿಡೋಣ. ದಯವಿಟ್ಟು ಬೇಡಿ" ಅತ್ತೇಬಿಟ್ಟಳು. ಅನಂತಶರ್ಮರು ಮಾತೇ ಆಡಲಿಲ್ಲ. ಮೇಲೆದ್ದ ದಿವ್ಯ ಆ ಗಂಟನ್ನು ಮರದ ಸಂದೂಕದಲ್ಲಿಟ್ಟು "ನೀವು ನಿಶ್ಚಿಂತೆಯಿಂದ ಇರಿ" ಎದ್ದು ಹೊರಗೆ ಬಂದು ಕಣ್ಣೀರು ತೊಡೆದುಕೊಂಡಳು.

ರಾತ್ರಿ ಮಲಗೋವಾಗ ವಿಕ್ಕಿಯಿಂದ ಫೋನ್ ಬಂತು. "ಸಾರಿ ಕಣೆ, ದಿವ್ಯ! ನನ್ನಿಂದ ದೊಡ್ಡ ತಪ್ಪಾಗಿಬಿಟ್ಟಿದೆ. ನಾನಾಗಿ ಸರಿಪಡ್ಸೋ ಸ್ಥಿತಿಯಲ್ಲಿಲ್ಲ. ಮಾವನ ಸ್ವಾರ್ಥ ಈ ಲೆವೆಲ್‌ಗಿದೇಂತ ತಿಳ್ದು ಷಾಕ್ ಆಯ್ತು. ಆದ್ರೂ ಎದುರು ನಿಲ್ಲೊಲ್ಲ. ನಾನು ದೀಪಿಕಾನ ಕಳ್ದುಕೊಂಡ್ ಬದ್ಕಲಾರೆ. ಪ್ಲೀಸ್ ಅರ್ಥ ಮಾಡ್ಕೊ ನಾನು ಬರೀ ಲವರ್ ಬಾಯ್" ಎಂದು ಕಟ್ ಮಾಡಿದ. ಆ ಕ್ಷಣ ನಗುಬಂತು.

ಅವಳೆದೆ ಭಾರವಾಯಿತು. ದೀಪಿಕಾ ಅವನ ಮಧ್ಯದ ಪ್ರೇಮ ಒಬ್ಬರನ್ನೊಬ್ಬರು ಬಿಟ್ಟು ಅಗಲಲಾರದಷ್ಟು! ಮೊಬೈಲ್‌ನ ಸ್ಟೂಲ್ ಮೇಲಿಟ್ಟು ಮಗ್ಗುಲಿಗೆ ಮಲಗಿದಳು. ಇದನ್ನೇ ಪ್ರೇಮ ಎನ್ನುವುದೇ?

"ಯಾರ್ದು, ಫೋನ್?" ಕೇಳಿದ್ದು ಕೌಸಲ್ಯ.

"ವಿಕ್ಕಿ ಅಣ್ಣಂದು. ಬೇಜಾರಿನಿಂದ ಮಾತಾಡಿದ. ಶ್ರೀನಿಧಿ ಮಾವ ದೀಪಿಕಾನ ಅವ್ನಿಂದ ಎಲ್ಲಿ ಕಿತ್ಕೋತಾರೋ ಅನ್ನೋ ಭಯ. ಹಾಗೇ ಖಂಡಿತ ಆಗೋದ್ಬೇಡ. ಒಬ್ಬರನ್ನೊಬ್ಬರು ತುಂಬ ಹಚ್ಕೊಂಡಿದ್ದಾರೆ. ಅವರಿಬ್ರ ಮದ್ವೆ ಬೇಗ ಮುಗಿದರೆ ಒಳ್ಳೇದು. ಮಾವನ್ನ ನಂಬೋಕ್ಕಾಗೋಲ್ಲ" ಇಂಥದೊಂದು ಭಯವನ್ನು ವ್ಯಕ್ತಪಡಿಸಿದಳು ಕೂಡ. "ಅನುಭವಿಸ್ಲಿ"! ಮಗನ ಮೇಲೆ ಕೋಪ ಪ್ರದರ್ಶಿಸಿ ಎದ್ದು ಹೋದರು.

ಬೆಳಿಗ್ಗೆ ಇವಳ ಪ್ರದಕ್ಷಿಣೆ, ನಮಸ್ಕಾರ ಮುಗಿಯುವ ವೇಳೆಗೆ ಅನಂತಶರ್ಮರು ಪೂಜೆ ಮುಗಿಸಿ ಗರ್ಭಗುಡಿಯಿಂದ ಹೊರಬಂದಿದ್ದವರು ಮೊಮ್ಮಗಳಿಗೆ ತೀರ್ಥಪ್ರಸಾದಗಳನ್ನು ಕೊಟ್ಟು ಆಶೀರ್ವದಿಸಿದವರು,

"ದಿವ್ಯ, ನೆನ್ನೆ ಸಂಜೆ ಆರಾಧ್ಯ ಬಂದು ನನ್ನ ಭೇಟಿ ಮಾಡ್ದ. ಒಮ್ಮೆ ಬಂಧು ಆ ಜನಗಳು ತೋಟವನ್ನೆಲ್ಲ ನೋಡಿ ಹೋದರಂತಲ್ಲ, ಅವ್ರು ಮತ್ತೆ ಹೇಳಿ ಕಳ್ಸಿದ್ದಾರೆ.

ಕರಾರು ಮುಗ್ದು ತೋಟ ನಮ್ಮ ಕೈ ಸೇರೋವರ್ಗೂ ಕಾಯ್ತಾರಂತೆ. ನಮ್ಮ ಮೂಲಕನೇ ಕೊಂಡ್ಕೋತ್ತಾರಂತೆ. ಇಷ್ಟು ವಿಷ್ಯ ಹೇಳ್ದ."

ಎಲ್ಲಾ ವಿಚಾರವನ್ನು ಬಿಡಿಸಿ ಅವರ ಮುಂದಿಟ್ಟ ದಿವ್ಯ "ಅದಕ್ಕೆ ಮಾವ ಉಳಿದ ಹಣ ಕೊಡ್ತೀನೀಂತ ಬಂದಿದ್ದು. ನೀವೇನು... ಹೇಳ್ತೀರಾ?" ಮೊಮ್ಮಗಳು ಕೇಳಿದಾಗ ಅವರ ಮುಖ ಗಂಭೀರವಾಯಿತು. "ಅದು ಬರೀ ಕರಾರು. ನಮ್ಗೆ ಹಣ ಕೊಡಲಿಕ್ಕಾಗದ್ದರೆ ಶ್ಯಾಮ್‌ಪ್ರಸಾದ್ ಮಾರಿಕೊಳ್ಳಿ. ನಮ್ಗೆ ತೋಟ ಮುಖ್ಯವಾಗಿದ್ದೇ ವಿನಃ ಹಣವಲ್ಲ. ಈಗ ತೋಟ ನಮ್ಮ ಸುಪರ್ದಿಗೆ ಬಂದರೂ ಮಾರೋ ಅಧಿಕಾರವಿಲ್ಲ. ಸ್ವಾಮಿಯ ಪೂಜೆ, ಅರ್ಚನೆ ಮಾಡುವವರು ಮಾತ್ರ ಅದನ್ನ ಅನುಭವಿಸತಕ್ಕದ್ದೇ ವಿನಃ ಮಾರಲು ಅಧಿಕಾರವಿಲ್ಲ." ಅತ್ಯಂತ ಸ್ಪಷ್ಟವಾಗಿ ಹೇಳಿದರು. ಮೌಲ್ಯಗಳಿಗಾಗಿ ಬದುಕಿನ ಜನ, ಹಣ ಅಗತ್ಯ. ಅದೇ ಜೀವನವೆಂದು ತಿಳಿದವರಲ್ಲ. ಕೋಟಿ ಕೋಟಿ... ಕೂಡ ತೋಟಕ್ಕೆ ಸಮನಲ್ಲ!

ತಕ್ಷಣಗಂಭೀರವಾದ ಅವರು ಯೋಚನೆಗೆ ಒಳಗಾದರು.

"ದಿವ್ಯ, ನಿನ್ನ ಅಭಿಪ್ರಾಯ?" ಕೇಳಿದರು. ಅವಳು ಮುಗುಳ್ನಕ್ಕು "ಬೇರೆ ಅಭಿಪ್ರಾಯವೇ ಇಲ್ಲ, ಅಜ್ಜಯ್ಯ. ದೇವರ ದಯೆಯಿಂದ ತೋಟ ನಮ್ಮ ಕೈ ಸೇರ್ಬೇಕು. ಇಲ್ಲ, ಆರಾಮಾಗಿ ಬಿಟ್ ಹೋಗ್ಬಿಡೋಣ" ನಿರ್ಮಲ ಮನಸ್ಸಿನಿಂದ ಹೇಳಿದಳು.

ಮೊಮ್ಮಗಳನ್ನು ಮೆಚ್ಚಿಗೆಯಿಂದ ನೋಡಿದರು. ತಲೆಯ ಮೇಲೆ ಕೈಯಿಟ್ಟು ಹರಸಿದರು. "ವಸಂತಲಕ್ಷ್ಮಿ ನನ್ಹತ್ರ ಮಾತಾಡ್ಬೇಕೂಂತ ಫೋನ್ ಮಾಡಿದ್ಲು. ನಾನು ಮಾತಾಡೋದೇ ಅಪರೂಪ. ಕೌಸಲ್ಯ ಬಲವಂತ ಮಾಡಿದ್ಲು. ಆಮೇಲೆ ಏನೂಂತ ವಿಚಾರಿಸ್ದೆ. ಅದೇ ಕೋಟಿಗಳ ಮಾತು. ಶ್ರೀನಿಧಿ ತುಂಬ ತಲೆ ಕೆಡ್ಸಿಕೊಂಡಿರೋ ವಿಚಾರ ತಿಳಿಸಿದ್ಲು. ಮತ್ತೆ ಏನೇನೋ ಹೇಳಿದ್ಲು. ಶ್ರೀನಿಧಿ ಮಾರಿದ್ದಾನೆ, ನಾನು ಮಾಲೀಕನಲ್ಲಂತ ಹೇಳ್ದೆ. ಚೆನ್ನಾಗಿದ್ದ ಸಂಸಾರ, ಪ್ರೀತಿ ವಿಶ್ವಾಸಗಳಿಂದ ತುಂಬಿ ತುಳುಕುತ್ತಿದ್ದ ಕುಟುಂಬ ದುಡ್ಡಿನ ಹಿಂದೆ ಬಿದ್ದಿದೆ. ಇನ್ನೆಲ್ಲಿ ಸುಖ, ಸಂತೃಪ್ತಿ, ನೆಮ್ದಿ...." ಭಾರವಾದ ಉಸಿರು ದಬ್ಬಿದರು.

ಆ ಮಾತುಗಳಿಂದ ಹೊರಬರಬೇಕೂಂತಲೇ "ಅಜ್ಜಯ್ಯ, ಶಾಮ್‌ಪ್ರಸಾದ್ ತಂದೆ ಕೃಷ್ಣಪ್ರಸಾದ್ ಇಲ್ಲಿನ ಭವ್ಯ ಸಂಸ್ಕೃತಿಯ ಪರರಿಚಯಿಸುವ ಜೊತೆ 'ಅಗ್ನಿಮೀಳೆ ಪುರೋಹಿತಂ ಯಜ್ಞಸ್ಯ ದೇವಮೃತ್ವಿಜಂ... ಹೋತಾರಂ ರತ್ನಧಾತಮಂ....' ಎಂದು ಎರಡು ಹೊತ್ತು ದೀಪ ಹಚ್ಚಿಟ್ಟು ಪ್ರಾರ್ಥಿಸುತ್ತಿದ್ದರಂತೆ. ಅಲ್ಲಿ ನೆಲೆಸಿದ್ದರು, ಭಾರತದ ಸಂಸ್ಕೃತಿಯ ಬಗ್ಗೆ ಅಪಾರವಾದ ಗೌರವ, ಭಕ್ತಿಭಾವ ಇತ್ತಲ್ಲ" ಪ್ರಸ್ತಾಪಿಸಿದಾಗ ತಲೆದೂಗಿದರು. ವ್ಯಾವಹಾರಿಕ ಜಗತ್ತಿನಲ್ಲಿ ಪೂರ್ಣಪ್ರಮಾಣದಲ್ಲಿ ತಮ್ಮನ್ನು ತೊಡಗಿಸಿಕೊಳ್ಳದ, ಅವರು ಆಧ್ಯಾತ್ಮಿಕತೆಗೆ ಹೆಚ್ಚು ಒತ್ತುಕೊಟ್ಟವರು" ಮನುಕುಲದ ಅತ್ಯಂತ ಪುರಾತನವಾದ ವೇದಗಳ ಪೈಕಿ ಮೊದಲನೆಯದಾದ ಋಗ್ವೇದ ಮೊಟ್ಟಮೊದಲು ಸಾಲು ಭಕ್ತಿಯಿಂದ ಕೃತಜ್ಞತಾಭಾವದಿಂದ ಪ್ರಾರ್ಥಿಸುವ ಪರಿ" ಈ ಮಾತುಕತೆ ಇನ್ನಷ್ಟು ಮುಂದುವರಿಯುತ್ತಿತ್ತೇನೋ? ಆವೇಳೆಗೆ ಕೆಲವು ಭಕ್ತರು

ದೇವಸ್ಥಾನಕ್ಕೆ ಬಂದಿದ್ದರಿಂದ ಅನಂತಶರ್ಮರು ಮೇಲೆದ್ದರು. ತೀರಾ ಬೆಳಿಗ್ಗೆ ಬಂದರೆ ಹನ್ನೆರಡು ಗಂಟೆಯವರೆಗೂ ಇದ್ದು ಮಹಾಮಂಗಳಾರತಿ ಮುಗಿಸಿಕೊಂಡೇ ಅವರು ಮನೆಗೆ ಹೋಗುತ್ತಿದ್ದುದ್ದು. ಕೆಲವೊಮ್ಮೆ ಗುಂಪು, ಗುಂಪಾಗಿ ಕೆಲವೊಮ್ಮೆ ಒಂಟೊಂಟಿಯಾಗಿ ದೇವಸ್ಥಾನಕ್ಕೆ ಬರುತ್ತಿದ್ದರು. ಅವರ ದೃಷ್ಟಿಯಲ್ಲಿ ಅವರೆಲ್ಲ ಭಕ್ತರೇ. ಬಡವ, ಶ್ರೀಮಂತ ಎನ್ನುವ ತಾರತಮ್ಯವಿರಲಿಲ್ಲ. ದೇಣಿಗೆ, ದಕ್ಷಿಣಕಾಸು ಆ ಕಡೆ ಎಂದು ಅವರ ಗಮನವಿರಲಿಲ್ಲ.

ಇನ್ನೆರಡು ಪ್ರದಕ್ಷಿಣೆ ಹಾಕಿಕೊಂಡು ಮನೆಯ ಕಡೆ ಹೊರಟಳು.

ತಾಯಿಗೆ ಅನಾರೋಗ್ಯವೆಂದು ನ್ಯೂಜೆರ್ಸಿಗೆ ಹೋಗಿದ್ದ ಶ್ಯಾಮ್‌ಪ್ರಸಾದ್ ಅಲ್ಲೆ ಉಳಿದಿದ್ದ. 25 ದಿನಗಳಿಂದ 'ಗ್ರೀನ್ ಗಾರ್ಡನ್'ನ ಎಲ್ಲಾ ಜವಾಬ್ದಾರಿಯು ಇವಳ ಮೇಲಿತ್ತು. ನಿಮಿಷಗಳು ಉರುಳಿದಂತೆ ಚಿಂತೆಗಿಡಾಗುತ್ತಿದ್ದಳು. ಇನ್ನು ಏಳು ಲಕ್ಷ 38 ಸಾವಿರ ಚಿಲ್ಲರೆಯಷ್ಟು ಹಣವನ್ನು ಸಲ್ಲಿಸಿದ ನಂತರವೆ ಕರಾರಿನ ಪ್ರಕಾರ ತೋಟ ಇವರದಾಗಬೇಕಿತ್ತು. ಅದಕ್ಕೆ ಗಡವು, ಕಾಲಾವಕಾಶ ಬರೀ ಇಪ್ಪತ್ತುಮೂರು ದಿನಗಳು. ಅಷ್ಟರೊಳಗೆ ಅಷ್ಟು ಹಣವನ್ನು ಒಟ್ಟು ಮಾಡುವುದು ಸಾಧ್ಯವೆ? ಈಗಿನ ಎಲ್ಲಾ ಫಸಲಿನ ಮೇಲೂ ಅಡ್ವಾನ್ಸ್ ಪಡೆದುಕೊಂಡಿದ್ದಳು. ಜೊತೆಗೆ ಬರೀ ಇಪ್ಪತ್ತು ಮೂರು ದಿನಗಳ ಕರಾರು ಮಾತ್ರ. ನಂತರ ಒಂದು ಸಣ್ಣ ಹೂವಿನ ಮೇಲೂ ಅಧಿಕಾರವಿಲ್ಲ. ಹೇಗೆ? ಆದರೆ ಅಂದಿನ ಆತಂಕ, ನೋವು, ನಿಸ್ಸಹಾಯಕತೆ ಇಂದು ಇರಲಿಲ್ಲವೆನ್ನುವುದೆ ಅಚ್ಚರಿ. ಒಂದು ವರ್ಷ ಇಲ್ಲಿ ಇದ್ದೆವಲ್ಲ ಎನ್ನುವ ತೃಪ್ತಭಾವ.

ಇಂದು ಅವಳು ಬಂದಾಗ ಸಂಜೆ ಏಳರ ಸುಮಾರು. ಕೌಸಲ್ಯ ತುಳಸಿಕಟ್ಟೆಯ ಮುಂದೆ ದೀಪ ಹಚ್ಚಿಟ್ಟು ಅಲ್ಲೆ ಕೂತಿದ್ದವರು ಮಗಳನ್ನು ನೋಡಿ ಮೇಲೆದ್ದರು. ಕಣ್ಣುಗಳಲ್ಲಿ ಒಂದು ರೀತಿಯ ಕಳವಳ.

"ನಿನ್ನ ದಾರಿನೇ ಕಾಯ್ತಾ ಇದ್ದೆ. ಒಂದ್ಗಳಿಗೆ ದೇವಸ್ಥಾನದವರ್ಗೂ ಹೋಗ್ಬರೋಣ್ವಾ? ಹಿಂದೆ ಪ್ರಸಾದ ರೆಡಿಯಾದ ಕೂಡ್ಲೇ ಬೆಳಗಿನ ವೇಳೆ ನಾನೇ ತಗೊಂಡ್ ಹೋಗ್ತಾ ಇದ್ದೆ. ಈಚೆಗೆ ನಿನ್ನ ಅಪ್ಪಯ್ಯ ತಗೊಂಡ್ಹೋಗ್ತಾರೆ. ಆಮೇಲೆ ಇಲ್ಲಿನ ಕೆಲ್ಸವೇ ಸರಿ ಹೋಗುತ್ತೆ. ಅದು ನೀನು ಹೇಳ್ದ ಕೆಲ್ಸ ಮಾಡೋದು" ಎಂದರು. ಒಂದಿಷ್ಟು ಹರ್ಷವನ್ನು ಬೆರೆಸಿ. ಹೌದು, ಅಮ್ಮನಿಗೆ ಒಂದಿಷ್ಟು ಕೆಲಸ ಹಚ್ಚಿ 'ಗ್ರೀನ್‌ಗಾರ್ಡನ್'ಗೆ ಹೋಗುತ್ತ ಇದ್ದಿದ್ದು. ಇದರಲ್ಲಿ ತೋಟದ ಎಲ್ಲಾ ಮರಗಿಡಗಳ ಪರಿಚಯದ ಜೊತೆಗೆ ಅಷ್ಟಿಷ್ಟು ವ್ಯವಹಾರ ಕೂಡ ಗೊತ್ತಾಗಿತ್ತು.

"ಹೋಗೋಣ...." ಅಂದು ತನ್ನ ಪರ್ಸನ್ನು ಒಳಗಿಟ್ಟು ಕೈಕಾಲು ತೊಳೆದು ಬಂದು "ಶ್ಯಾಮ್‌ಪ್ರಸಾದ್ ಇದ್ದಾಗ ನಂಗೆ ಕೆಲ್ಸ ಹೆವೀ ಅನ್ನಿಸಿದ್ದೇ ಇಲ್ಲ. ಈಗಂತು 'ಅಯ್ಯಪ್ಪ' ಅನ್ನಿಸಿಬಿಡುತ್ತೆ. ಅದ್ಭುತವಾದ ತೋಟನಮ್ಮ. ಇಳುವರಿಯಂತು ಲಕ್ಷಾಂತರ. ಹಿಂದಿನ ಮಾಲೀಕರು ದೊಡ್ಡ ಕನಸುಗಾರರಾಗಿ ಇರ್ಬೇಕು. ಹಿಂದೆ ಯಾರ್ಗೂ ಪ್ರವೇಶವೇ ಇರ್ಲಿಲ್ವಂತೆ. ತೀರಾ ಶ್ರೀಮಂತ ಜನ. ದೊಡ್ಡದಾಗಿ ಸೆಕ್ಯೂರಿಟಿ ಇತ್ತಂತೆ. ಇವು ಕೊಂಡ್ಮೇಲೆ ಈ ಕಡೆ ಜನರ ಪ್ರವೇಶ. ಸೆಕ್ಯೂರಿಟಿ ಗಾರ್ಡ್‌ನಿಂದ ಹಿಡ್ದು

ಎಲ್ಲಾ ಬೇರೆಯವ್ರೆ. ಆಗಿದ್ರಂತೆ. ಅವ್ರನ್ನು ಪೂರ್ತಿಯಾಗಿ ಖಾಲಿ ಮಾಡ್ಸಿಯೇ ಇವ್ರಿಗೆ ಮಾರಿದ್ದಂತೆ. ಆಗ ಆರಾಧ್ಯ ಸಾಕಷ್ಟು ಸಹಾಯ ಮಾಡಿದ್ದಾರೆ ಎಲ್ಲಾ ಅವ್ರು ತಂದು ಬಿಟ್ಟ ಜನವೇ ತುಂಬಿಕೊಂಡಿದ್ರು. ನಾನು ಮ್ಯಾನೇಜರ್ ಆದಮೇಲೆ ಕೆಲವರು ಖಾಲಿಯಾದ್ರು. ಕೆಲವರನ್ನ ನಾನೇ ಕಳಿಸ್ದೆ. ಇನ್ನು ಕೆಲವರು ಉಳ್ದುಕೊಂಡಿದ್ದಾರೆ. ಆರಾಧ್ಯರ ಭಂಟರು. ಅವ್ರ ಮೇಲೆ ತೀರಾ ನಿಗಾ ಇಡೋ ಸಲುವಾಗಿಯೇ ಜನ್ನನ ತಮ್ಮನ ಸಂಸಾರನ ಅಲ್ಲಿ ಬಿಟ್ಟಿರೋದು" ಅಮ್ಮನಿಗೆ ಒಂದಿಷ್ಟು ಹೇಳಿದಳು. ಇಲ್ಲಿನ ವಿಚಾರ ಬಿಟ್ಟರೆ ಅಲ್ಲಿನದೇ ಮಾತುಗಳು.

ಅರ್ಧ ದಾರಿಯಲ್ಲೇ ನಿಂತ ಆಕೆ "ವಿಕ್ಕಿ ವಿಚಾರಬಿಡು, ಅನುರಾಗ್ ಅಳಿಯ ಅಂದ್ಕೊಂಡೇ ಇದ್ದಿದ್ದು. ನಿನ್ನ ಮನಸ್ಸಿನಲ್ಲಿ ಅವ್ನ ಬಗ್ಗೆ ಹಲವಾರು ಕನಸುಗಳು ಹುಟ್ಟಿರಬಹುದಲ್ವಾ? ಈಗಂತು ನಿಗಿನಿಗಿ ಕೆಂಡವಾಗಿದ್ದಾರೆ ಶ್ರೀನಿಧಿ. ವಸಂತಲಕ್ಷ್ಮಿಗೆ ಕೋಪ. "ಕೋಟಿ ಕೊಡ್ತೀನಿಂದ್ರು ಕೊಡದಂಥ ತೋಟನಾ? ಅಂತ ಚುಚ್ಚಿ ಮಾತಾಡಿದ್ಲು. ಅಂಥದ್ದರಲ್ಲಿ ನಿನ್ನ ಸೊಸೆಯಾಗಿ ಮಾಡಿಕೊಳ್ಳೋಕೆ, ಅವ್ರುಗಳು ಒಪ್ಕೋತಾರಾ? ಹೆಚ್ಚು ಕಡ್ಮೆ ಸಂಬಂಧ ಮುರ್ದು ಬಿದ್ದಂಗೆ" ಮಗಳ ಕೈಹಿಡಿದು ಸಹಾನುಭೂತಿಯಿಂದ ಹೇಳಿದರು. ಅದಕ್ಕೆ ಪ್ರತಿಕ್ರಿಯೆ ಬೇಕಿರಲಿಲ್ಲ. ಇಂಥ ಮಾತುಗಳನ್ನು ಕೌಸಲ್ಯ ಆಡುವುದು ಅವಳು ಸಂತೈಸುವುದು ನಡದೇಇತ್ತು.

"ಅಷ್ಟಿಷ್ಟು ಮೊಳಕೆಯೊಡೆದಾಗ ಕಿತ್ತಾಕುವುದು ಸರಳ. ನೆಟ್ಟ ಕೂಡಲೇ ಮೊಳಕೆಯೊಡೆದು ಗಿಡವಾಗಿ ಮರವಾಗಿದ್ದೇನಿಲ್ಲ. ಅನುರಾಗ್, ಚಿರಾಗ್ ನಡುವೆ ಒಂದಿಷ್ಟು ಸ್ನೇಹ ಅಂದ್ಕೋಬಹ್ದು ಅಷ್ಟೆ. ನಂದು ವಿಕ್ಕಿ ಅಣ್ಣನ ಕೇಸ್ ತರಹ ಅಲ್ಲ. ಅನುರಾಗ್ ಒಡನೆ ವಿಪರೀತ ಭಾವಗಳನ್ನೇನು ಬೆಳ್ಸಿಕೊಂಡಿರ್ಲಿಲ್ಲ. ಅವ್ನ ವಿವಾಹ ಬೇರೆ ಹೆಣ್ಣಿನ ಜೊತೆಯಾದರೇ ನಾನೇನು ಕಂಗೆಡೋಲ್ಲ. ಆರಾಮಾಗಿ ಶುಭ ಹಾರೈಸ್ತೀನಿ. ತೀರಾ ಆಂಬಿಷನ್‌ನ ಶ್ರೀನಿಧಿಯವ್ರು ಬೇರೆ ಕಡೆ ಸಂಬಂಧ ಬೆಳೆಸುವುದು ಮನೆಯವ್ರ ಆರೋಗ್ಯ ದೃಷ್ಟಿಯಿಂದ ಒಳ್ಳೆಯದೆ. ಸಾಕಷ್ಟು ಸಲ ಪ್ರಸ್ತಾಪಿಸಿದ್ದೀರಿ. ದಯವಿಟ್ಟು ಮುಂದೆ ಅಂಥ ಪ್ರಸ್ತಾಪ ಬೇಡವೇ ಬೇಡ." ಇವತ್ತು ಹೇಳಿದ್ದು ನೇರವಾಗಿಯೇ. ಆಗಾಗ ಪದೇ ಪದೇ ಅನುರಾಗ್ ಪ್ರಸ್ತಾಪ ಬೇಸರ ತರಿಸಿತ್ತು ಅವಳಲ್ಲಿ. "ಆಯ್ತುಬಿಡು, ಮುಂದೇನೂಂತ?" ಮತ್ತದೆ ಪ್ರಶ್ನೆ.

"ಏನಿದೆ.... ಮುಂದೆ? ಈಗ ದೇವಸ್ಥಾನಕ್ಕೆ ಹೋಗ್ತಾ ಇದ್ದೀವಿ. ಬೇರೆಲ್ಲ ಯೋಚ್ನೆ ಬೇಡ." ಅಂದಳು ಆತ್ಮವಿಶ್ವಾಸದಿಂದ. ಮೊದಲಿನ ತಾಕಲಾಟವೇನು ಇಲ್ಲವೆನಿಸಿತು. ಆಗ ತಾನೇ ಮಂತ್ರ ಪಠಣ ಮುಗಿಸಿ ಮೇಲೆದ್ದ ಆನಂದಶರ್ಮರು "ಅಮ್ಮ ಮಗ್ಳು ಒಟ್ಟಿಗೆ ಬಂದಿದ್ದೀರಾ!" ಎಂದರು ಹಗುರ ಮನಸ್ಸಿನಿಂದ ದಿವ್ಯ ಮುಗುಳ್ನಗು ಬೀರಿ "ಈಗ್ಬಂದೆ, ಒಟ್ಟಿಗೆ ಬಂದು ಒಂದಿಷ್ಟು ಕೇಳೋದಿತ್ತು" ಅಂದಳು. ಅವರು ಮೌನವಾದರು.

ಮಂಗಳಾರತಿ, ತೀರ್ಥಪ್ರಸಾದ ಸ್ವೀಕರಿಸಿ ದೇವಸ್ಥಾನದ ಆವರಣದಲ್ಲಿ ಕೂತರು. ಬಹುಶಃ ಅಣ್ಣ, ತಂಗಿ ಅಂಬೆಗಾಲಿಟ್ಟು ನಡೆದಾಡುವುದು ಕಲಿತಿದ್ದು ಇದೇ

ಆವರಣದಲ್ಲಿ. ಒಂದು ವಿಷಯ ತೀರ್ಮಾನವಾಗುವುದಕ್ಕೂ ಇದೇ ಸ್ಥಳವನ್ನು ಆರಿಸಿಕೊಂಡಿದ್ದರು.

"ಇವತ್ತು ಬಿಟ್ಟು ಇನ್ನು ಬರಿ ಇಪ್ಪತ್ತೂರು ದಿನವಿದೆ. ಶ್ಯಾಮ್ ಪ್ರಸಾದ್ ಯಾವಾಗ್ಬರ್ತಾರೆ?" ಕೇಳಿದರು ಅನಂತಶರ್ಮರು. ಪ್ರಸ್ತಾಪವೆ ಎತ್ತದೆ ಮೌನವಾಗಿದ್ದವರು ತುಟಿ ತೆರೆದಿದ್ದು ಅಚ್ಚರಿಯೆನಿಸಲಿಲ್ಲ. ಈ ತೋಟ, ದೇವಸ್ಥಾನ, ಇಲ್ಲಿನ ಪರಿಸರ ಬಿಟ್ಟು ಹೋಗಲು ಮಾನಸಿಕವಾಗಿ ಸಿದ್ಧರಾಗಿರಬೇಕಿತ್ತು. "ಗೊತ್ತಿಲ್ಲ, ಅಜ್ಜಯ್ಯ. ಶ್ಯಾಮ್‌ಪ್ರಸಾದ್ ಅಮ್ಮನ ಆರೋಗ್ಯ ಅಷ್ಟೊಂದು ಸರಿಯಾಗಿಲ್ಲಾಂದ್ರು. ಒಮ್ಮೆ ಇದೆಲ್ಲದರ ವ್ಯವಸ್ಥೆಗೆ ಬಂದ್ರೂ ಮಾರೀಬಿಡ್ಬಹುದು. ಇಲ್ಲ ಬೇರೆಯವ್ರಿಗೆ ವಹಿಸಿ ಹೋಗ್ತಾರೇನೋ. ಪದೇ ಪದೇ... ಆರಾಧ್ಯ ಬಂದು ಹೋಗ್ತಾ ಇದ್ದಾರೆ."

"ಬಹುಶಃ ಉಳ್ದ ಹಣನ ಒಟ್ಟು ಮಾಡೋಕೆ ನಮ್ಮಿಂದ ಸಾಧ್ಯವಿಲ್ವೇನೋ, ಅದ್ರೂ ಇಂದು ಮಾನಸಿಕವಾಗಿ ಕುಸಿತವಿಲ್ಲ. ದೈವಸಂಕಲ್ಪ. ಹೆಚ್ಚೆಚ್ಚೆನ್ನು ಒಯ್ಯಲು ಸಾಧ್ಯವಿಲ್ಲ. ತೀರಾ ಅಗತ್ಯವೆನಿಸಿದ್ದು ಇಟ್ಕೊಂಡ್ ಮಿಕ್ಕ ಸಾಮಾನು ಮುಂತಾದುವನ್ನು ಜನ್ನನ ಸಂಸಾರಕ್ಕೆ ಕೊಟ್ಬಿಡಿ. ಈ ತೋಟ ಮಾರಿದ್ದು ಶಿಕ್ಷಾರ್ಹವೇ. ಅವ್ನು ನೀಡೋ ಶಿಕ್ಷೆಗೆ ನಾನು ಬಾಧ್ಯಸ್ಥನೇ" ಅಂದು ಹೇಳಿದ್ದು ಮುಗಿಯಿತೆನ್ನುವಂತೆ ಎದ್ದುಹೋದರು. ಹೌದು, ಅವರು ಹೇಳಿದಂಗೆ ಅಂದಿನ ಕುಸಿತವಿರಲಿಲ್ಲ. ಕಡೆಯದಾಗಿ ಒಂದು ಮಾತು ಹೇಳಿದರು. "ಶ್ರೀನಿಧಿಯಿಂದ ಹಣ ಪಡೆದು ಶ್ಯಾಮ್‌ಪ್ರಸಾದ್‌ಗೆ ಕೊಟ್ಟು ತೋಟವನ್ನು ಬಿಡ್ಸಿಕೊಳ್ಳುವುದು ಬೇಡ" ಸ್ಪಷ್ಟತೆ ಇತ್ತು ಅವರ ದನಿಯಲ್ಲಿ. ಸಂಕಲ್ಪ ಕೈಗೊಂಡವರಂತೆ ಕಂಡರು.

ಆ ಬಗ್ಗೆ ಇನ್ನೊಂದು ಮಾತು ಇರಲಿಲ್ಲ.

ಎಲ್ಲಾ ಮುಗಿಸಿಕೊಂಡು ದೇವಸ್ಥಾನದಿಂದ ಒಟ್ಟಿಗೆ ಮನೆಗೆ ಬಂದಿದ್ದು. ಇಂದು ಅನಂತಶರ್ಮರ ಮುಖದಲ್ಲಿ ಪ್ರಸನ್ನತೆ ಇತ್ತು. ಒಂದೆರಡು ತುತ್ತು ಹೆಚ್ಚಿಗೆ ಊಟ ಮಾಡಿದರು. ಆದರೆ ಹೆಚ್ಚು ವ್ಯಾಕುಲಗೊಂಡಿದ್ದು ಕೌಸಲ್ಯ. ಪ್ರತಿ ಚಿಂತನೆಯಲ್ಲು ತಾಯ್ತನ ಎದ್ದು ಕಾಣುತ್ತಿತ್ತು. ದಿವ್ಯಳ ಗತಿಯೇನು, ಎನ್ನುವುದರ ಜೊತೆಗೆ ವಿಕ್ಕನ ಹಟದಿಂದ ಶ್ರೀನಿಧಿ ಹೊರಗೆ ಹಾಕಿದರೆ? ಇವೆರಡಕ್ಕೂ ಏನಾದರೂ ಪರಿಹಾರವಿದ್ಯಾ? ಇದ್ದದ್ದು ಒಂದೇ ಪರಿಹಾರ. ಶ್ರೀನಿಧಿಯಿಂದ ಕೊಡಬೇಕಾದ ಹಣ ಪಡೆದು ಶ್ಯಾಮ್‌ಪ್ರಸಾದ್‌ಗೆ ಕೊಟ್ಟರೆ ಮುಗಿದುಹೋಯ್ತು. ಅದು ತೀರಾ ಸುಲಭವಾದದ್ದೇ. ಆದರೆ ಹಿರಿಯರಾದ ಮಾವನವರು ಒಲ್ಲೆ ಅಂದಿದ್ದರಿಂದ ಪ್ರಸ್ತಾಪವೆತ್ತುವುದು ಸಾಧ್ಯವಿಲ್ಲ.

"ದಿವ್ಯ...." ಮಗಳ ಬಳಿ ಪ್ರಸ್ತಾಪಿಸಲು ಹೋದಾಗ "ಮಾತೇ ಇಲ್ಲ. ಅಜ್ಜಯ್ಯ ಹೇಳಿದ್ದನ್ನು ಅನುಸರಿಸಿಬಿಡೋಣ. ಅಂದು ಬಿಕ್ಕಿಬಿಕ್ಕಿ ಅಳಬೇಕೆನಿಸಿತು. ಇಂದು ಆ ತರಹವೇನಿಲ್ಲ. ಗಂಟುಮೂಟೆ ಕಟ್ಟಿಕೊಂಡು ಹೊರಟುಬಿಡೋಣ. ತೀರಾ ಬೇಕಿರೋದು ಮಾತ್ರ. ಮಿಕ್ಕಿದ್ದನ್ನು ಜನ್ನನ ಸಂಸಾರಕ್ಕೆ ಕೊಟ್ಬಿಡೋಣ. ಅವ್ನು ಇಲ್ಲೇ ಮುಂದುವರಿಯೋಕೆ ಶ್ಯಾಮ್‌ಪ್ರಸಾದ್ ಅವಕಾಶ ಕೊಟ್ಟರೆ ಸಾಕು" ಅಂದ ಮಗಳತ್ತ

ನೋಡಿದರು. ಅವಳು ಆ ಕ್ಷಣವೆ ಹೊರಡಲು ತಯಾರಿದ್ದಂತೆ ಕಂಡಳು. ಇಷ್ಟೊಂದು... ಧೈರ್ಯ "ಆಯ್ತು, ಆ ಹಣ ಅಂದರೆ ಚಿನ್ನ ಮಾರಿ, ಬೆಳ್ಳಿ ಮಾರಿ ಕೊಟ್ಟ ಹಣವನ್ನೆಲ್ಲ ಹಿಂದಕ್ಕೆ ಕೊಡ್ತಾರ?" ಆಕೆಯ ಸ್ವರದಲ್ಲಿ ಕುತೂಹಲವಿತ್ತು. 'ಇಲ್ಲ' ಎನ್ನುವಂತೆ ಅಡ್ಡಡ್ಡ ತಲೆಯಾಡಿಸಿ "ಅದು ಕರಾರಿನಲ್ಲಿ ಇಲ್ಲ. ಆದ್ರೂ... ಆ ಹಣಕ್ಕೆ ಮೋಸವಾಗ್ಲಿಲ್ಲ. ಒಂದ್ವರ್ಷ ಇಲ್ಲಿ ಸ್ವಂತದೆನ್ನುವ ಆರಾಮ ಸುಖ ಅನುಭವಿಸಿದ್ವಿ. ಬಹುಶಃ ನಿನಗೂ ಕೂಡ ತೋಟ, ಗಿಡಗಳ ಹಂತ... ಹಂತದ ಪರಿಚಯವಾಗಿದೆ. ಈಗ ಅವೆಲ್ಲ ಸಂಬಂಧಿಗಳು ಅನ್ನುವಂತೆ ಒಡನಾಡಿದ್ದೀವಿ. ಇದಕ್ಕೆಲ್ಲ ಬೆಲೆ ಕಟ್ಟಲಾದೀತಾ? ಶ್ಯಾಮ್‌ಪ್ರಸಾದ್ ದೊಡ್ಡ ವ್ಯಕ್ತಿತ್ವದ ಜನ. ಒಮ್ಮೆ ಕೂಡ ತಾನು ಮಾಲೀಕ ಎನ್ನುವ ಭಾವದಿಂದ ತೋಟದೊಳಕ್ಕೆ ಬರ್ಲಿಲ್ಲ. ಇದೇನು ಕಡಿಮೆಯದಲ್ಲ" ಎಂದು ಎದ್ದು ಹೋದಳು. ಅವಳಲ್ಲು ಆಂದೋಲನವಿರಲಿಲ್ಲ.

ದಿವ್ಯಳಿಗೆ ಪೂರ್ತಿಯಾಗಿ ಮನದಟ್ಟಾಗಿತ್ತು. ಏಳು ಲಕ್ಷದ ಮೇಲಿನ ಸಾವಿರಗಳನ್ನು ಕೂಡ ತಮ್ಮಿಂದ ಕೊಡಲು ಸಾಧ್ಯವಿಲ್ಲವೆಂದು. ಒಂದು ರೀತಿಯ ನಿರಾತಂಕ. ಟೆನ್‌ಷನ್‌ನಿಂದ ಮುಕ್ತಳಾದಂತೆ ಓಡಿಯಾಡಿಕೊಂಡಿದ್ದಳು. ಆಗಾಗ ಫೋನ್ ಮಾಡೋ ಶ್ಯಾಮ್‌ಪ್ರಸಾದ್ ತನ್ನ ಬರುವನ್ನು ತಿಳಿಸುತ್ತಿರಲಿಲ್ಲ. ಅಂದು ಫೋನ್ ಬಂದಾಗ ಅವಳು ಗ್ರೀನ್ ಗಾರ್ಡನ್‌ನಲ್ಲಿಯೇ ಇದ್ದಳು. ಆಗ ತಾನೇ ಅಡ್ವಾನ್ಸ್ ಹಣವಿಡಿದು ಶ್ರೀಧರಪ್ರಸಾದ್ ಅಗ್ನಿಹೋತ್ರಿಗಳು ಬಂದಿದ್ದರು.

"ಹೇಗಿದ್ದೀಯ? ಏನಿ.... ಪ್ರಾಬ್ಲಮ್?" ವಿಚಾರಿಸುತ್ತಲೇ ಮಾತು ಷುರು ಮಾಡಿದವನು "ಹೇಗಿದ್ದಾರೆ, ಶ್ರೀಧರ ಪ್ರಸಾದ್ ಅಗ್ನಿಹೋತ್ರಿಗಳು?" ಎಂದು ವಿಚಾರಿಸಿದ. "ಅವ್ರೆ, ಬಂದಿದ್ದಾರೆ, ಮಾತಾಡ್ತೀರಾ, ಸರ್?" ಕೇಳಿದಕ್ಕೆ ಬೇಡವೆಂದು ನಿರಾಕರಿಸಿದ. ಕೆಲವು ಸಲಹೆಗಳನ್ನು ಕೊಟ್ಟು ಮಾತು ಮುಗಿಸಿದ ನಂತರವೇ ಶ್ರೀಧರ ಅಗ್ನಿಹೋತ್ರಿಗಳ ಕಡೆ ಗಮನಕೊಟ್ಟಿದ್ದು.

"ಮಾಲೀಕರು ಬಂದಿಲ್ವಾ?" ವಿಚಾರಿಸಿದರು, ಒಂದಿಷ್ಟು ಕೃತಜ್ಞತೆಯ ದನಿಯಲ್ಲಿ. "ಇಲ್ಲ, ಯಾವಾಗ್ಬರ್ತೀನೀಂತ ಕೂಡ ತಿಳಿಸಿಲ್ಲ,. ಬನ್ನಿ" ಎಂದು ಒಳಗೆ ಕರೆದೊಯ್ದಳು ಸಿಟ್ಟಿಂಗ್ ರೂಮಿಗೆ. "ಅವ್ರನ್ನ ಭೇಟಿಯಾಗ್ಬೇಕಿತ್ತು. ನಮ್ಮ ಬಕುಳಾದು ಒಂದೇ ಗಲಾಟೆ. ಅಡ್ವಾನ್ಸ್ ಬಾಡ್ಗೇ ಎಷ್ಟೂಂತ ನಿಷ್ಕರ್ಷೆಯಾಗಿಲ್ಲ. ಈಗಾಗ್ಲೇ ಎರಡು ತಿಂಗಳಾಯ್ತು, ಸಂಕೋಚವೆನಿಸುತ್ತೆ" ಸಂಕೋಚದಿಂದಲೇ ಹೇಳಿದ್ದು. ಅದು ನಿಜವೇ.

"ಬರ್ತಾರೆ, ಆಗ ಎದುರು ಬದುರು ಕೂತು ಮಾತಾಡಿ. ಅಷ್ಟೊಂದು ಹಣದ ಹಿಂದೆ ಬಿದ್ದ ಜನರಲ್ಲ. ಡಾಲರ್ ಕಂಡ ಜನಕ್ಕೆ ರೂಪಾಯಿ ಹಗುರವೆ. ಹಿಂದೆ ಇದ್ದ ಮನೆಗೆ ಕೊಟ್ಟಷ್ಟು ಬಾಡ್ಗೆ, ಅಡ್ವಾನ್ಸ್ ಕೊಟ್ಟರೆ ಸಾಕೂಂತ ಅನಿಸುತ್ತೆ. ಅದ್ನ, ನಿಮ್ಗೇ... ಬಿಟ್ಟಿದ್ದು" ಎಂದು ಕೈ ಚೆಲ್ಲಿದಳು. ಶ್ರೀಧರಪ್ರಸಾದ್ ಅಗ್ನಿಹೋತ್ರಿಯ ಮನದಲ್ಲಿ ಒಂದಿಷ್ಟು ಅನುಮಾನ. ಯಾರಿಂದ ಬಗೆಹರಿಸಿಕೊಳ್ಳುವುದು? "ಪ್ಲೀಸ್, ಏನು ತಿಳ್ಕೋಬೇಡಿ. ಅಮೆರಿಕಾದಲ್ಲಿ ಹುಟ್ಟಿ ಬೆಳೆದವ್ರೂಂತ ಮಾತ್ರ ಗೊತ್ತು. ಸ್ವಲ್ಪ ಡಿಟೈಲ್ಸ್

ಬೇಕಾಗಿತ್ತು" ಅಂದ. ಅವಳಂತು ಹೇಳಲು ಸಿದ್ಧವಿಲ್ಲ. ಅದು ಸಹಜವಾದ ಅನುಮಾನವೇ. ಮತ್ತೆ ಅದೇ ಪ್ರಸ್ತಾಪ ಮಾಡಿದರು.

"ನಂಗೂ ಏನು ಗೊತ್ತಿಲ್ಲ, ಇಲ್ಲಿ ಸಂಬಳಕ್ಕೆ ಕೆಲ್ಸ ಮಾಡೋ ಮ್ಯಾನೇಜರ್ ಅಷ್ಟೇ. ಯಜಮಾನರ ವೈಯಕ್ತಿಕ ವಿಚಾರಗಳ್ಗ ಬಗ್ಗೆ ನಂಗೇನು ಗೊತ್ತಿಲ್ಲ" ಎಂದಳು. ಶ್ರೀಧರ ಪ್ರಸಾದ್ ಅಗ್ನಿಹೋತ್ರಿಯ ಮುಖ ಒಂದು ತರಹ ಆಯಿತು. "ಆರಾಧ್ಯರನ್ನ ವಿಚಾರಿಸ್ದೆ. ಅವ್ರು ಏನು ಹೇಳ್ಲಿಲ್ಲ. ಏನೋ ಕುತೂಹಲ. ಅವ್ರು ಅದೇ.... ಮನೆನ ಹತ್ತು ಲಕ್ಷ ಕೊಟ್ಟು ಯಾಕೆ ಪರ್ಚೆಸ್ ಮಾಡಿದ್ರು? ಅಂಥ ಲಾಭದಾಯಕವೇನಿಲ್ಲ. ಈಗ ಬಾಡ್ಗೆ.... ಅಂಥ ದೊಡ್ಡದಾಗೇನು ಸಿಗೋಲ್ಲ. ಈ ತೋಟ... ಜೊತೆಗೆ ನಿಮ್ಮ ತೋಟ ಕೂಡ ತಗೊಂಡಿದ್ದಾರೆ, ಅನ್ನೋ ರೂಮರ್. ಯಾಕೆ... ಇದೆಲ್ಲ?" ಅವರ ಕುತೂಹಲ ವಿಸ್ತರಿಸಿದ್ದು ನೋಡಿ "ನಂಗೇನು ಗೊತ್ತಿಲ್ಲ, ಕುತೂಹಲನು ಇಲ್ಲ. ನಮ್ಮ ತೋಟನು ಕೊಂಡಿದ್ದಾರೆ. ಅದ್ನ ಹಿಂದಕ್ಕೆ ಪಡೆಯೋ ಉದ್ದೇಶದಿಂದ ಕರಾರು ಮಾಡ್ಕೊಂಡಿದ್ದೀವಿ. ಇಷ್ಟು ಅವಧಿಯಲ್ಲಿ ಅವ್ರ ಹಣ ಹಿಂದಿರುಗಿಸಿದರೆ ನಮ್ಮ ತೋಟನ ಹಿಂದಿರುಗಿಸ್ತಾರೆ. ಅದ್ಕೆ ಹಣದ ಅವಶ್ಯಕತೆ ಇದೆ. ಆದ್ದರಿಂದ 'ಗ್ರೀನ್ ಗಾರ್ಡನ್'ನಲ್ಲಿ ಕೆಲ್ಸ ಮಾಡ್ತಾ ಇದ್ದೀನಿ. ಯಜಮಾನ್ರು ಹಿಂದಿರುಗಿದ ಕೂಡಲೇ ನಿಮ್ಗೇ ತಿಳಿಸ್ತೀನಿ. ಆಗ ನೀವ್ಬಂದ್ ಮಾತಾಡ್ಬಹುದು. ನಂಗೆ ಈಗ ಕೆಲ್ಸ ಇದೆ" ಎಂದು ಇನ್ನು ಮಾತು ಸಾಕು ಹಿಂದಿರುಗಿ ಎಂದು ಪರೋಕ್ಷವಾಗಿ ಹೇಳಿದಳು. ಅದೇ ವಿಚಾರ ಪ್ರಸ್ತಾಪಿಸಿದ್ದು ಅವಳಿಗೆ ಇಷ್ಟವಾಗಲಿಲ್ಲ.

"ಸಾರಿ.... ಮೇಡಮ್. ಇಷ್ಟೆಲ್ಲ ನಿಮ್ಮನ್ನ ವಿಚಾರ್ಸಬಾರ್ದಿತ್ತು. ನಾವು ಹಿಂದೆ ಇದ್ದ ಮನೆಗೆ ಹದಿನೈದು ಸಾವಿರ ಅಡ್ವಾನ್ಸ್, ಸಾವಿರದ ಐನೂರು ಬಾಡ್ಗೆ ಕೊಡ್ತಾ ಇದ್ವೀ. ಅಷ್ಟು ಕೊಟ್ಟರೆ...." ಶ್ರೀಧರ ಪ್ರಸಾದ್ ಅಗ್ನಿಹೋತ್ರಿ ಹೇಳಿದಾಗ ಶ್ಯಾಮ್‌ಪ್ರಸಾದ್ ಫೋನ್‌ನಲ್ಲಿ ಹೇಳಿದ್ದನ್ನು ಅಮಲಿಗೆ ತರಲು ನಿಶ್ಚಯಿಸಿ "ಆಯ್ತು, ಸದ್ಯಕ್ಕೆ ಅಷ್ಟನ್ನೇ ಕೊಡಿ. ಅವ್ರು ಬಂದ್ಮೇಲೆ ಬೇಕಾದರೆ ಬಂದು ಮಾತಾಡಿ." ಸದ್ಯಕ್ಕೆ ಆ ಮನುಷ್ಯನಿಂದ ಬಿಡುಗಡೆ ಬೇಕಿದ್ದರಿಂದ ಹಾಗೆ ಉಸುರಿದಳು.

ಶ್ರೀಧರಪ್ರಸಾದ್ ಅಗ್ನಿಹೋತ್ರಿ ಹದಿನೈದು ಸಾವಿರ ಅಡ್ವಾನ್ಸ್ ಜೊತೆ ಎರಡು ತಿಂಗಳ ಬಾಡಿಗೆಯನ್ನು ಕೊಟ್ಟು ಹೋದ. ರಕ್ತ ಸಂಬಂಧದ ಸೆಳೆತ ಬಹುಶಃ ಆ ಕುಟುಂಬ ಶ್ಯಾಮ್‌ಪ್ರಸಾದ್‌ನ ಗುರುತಿಸಿರಬೇಕೆಂದುಕೊಂಡಳು.

ಅಂದು ಮಧ್ಯಾಹ್ನದ ಸುಮಾರಿಗೆ ನೇರವಾಗಿ 'ಗ್ರೀನ್ ಗಾರ್ಡನ್'ಗೆ ಶ್ರೀನಿಧಿ, ಜೊತೆ ವಿಕ್ರಮ್ ಮತ್ತು ಅನುರಾಗ್ ಕೂಡ ಬಂದರು. ದಿವ್ಯ ಅಲ್ಲೇ ಇದ್ದಳು. ಒಂದಲ್ಲ ಒಂದು ಕೆಲಸ ಇರುತ್ತಿತ್ತು. ಒತ್ತಟ್ಟಿಗೆ ಗಾರ್ಡನ್ ಎನ್ನುವ ಪ್ರದೇಶವಿದ್ದರೂ ಬಲಭಾಗ ಅಷ್ಟು ಪ್ರದೇಶವು ಅಡಕೆ, ತೆಂಗು, ಬಾಳೆ ಆವರಿಸಿಕೊಂಡಿತ್ತು. ಕಣ್ಣು ಹಾಯಿಸಿದಷ್ಟು ದೂರವು ಸಮೃದ್ಧವಾದ ಸಸ್ಯ ಸಂಪತ್ತು. ಜನ್ನನ ತಮ್ಮನ ಇಡೀ ಕುಟುಂಬ ತೋಟದ ಉಸ್ತುವಾರಿಗೆ ಇತ್ತು. ಜೊತೆಗೆ ಸೆಕ್ಯುರಿಟಿ ವ್ಯವಸ್ಥೆ ಬಲವಾಗಿಯೇ ಇತ್ತು. ಹಿಂದೆ ಇದ್ದ ನಾಲ್ಕು ಜನರನ್ನು ಶ್ಯಾಮ್‌ಪ್ರಸಾದ್ ಮತ್ತೆ ಅಪಾಯಿಂಟ್ ಮಾಡಿಕೊಂಡಿದ್ದ.

ಆರಾಧ್ಯರಿಂದ ದಿವ್ಯ ಇಲ್ಲಿರುವ ಮಾಹಿತಿ ತರಿಸಿಕೊಂಡೇ ಬಂದಿದ್ದು.

"ಅರೇ, ಸರ್‌ಪ್ರೈಜ್ ವಿಸಿಟ್. ಶ್ಯಾಮ್‌ಪ್ರಸಾದ್ ಇನ್ನು ಹಿಂದಿರುಗಿಲ್ಲ" ಎಂದಳು. ಅನುರಾಗ್, ವಿಕ್ರಮ್ ಮುಖ ಮುಖ ನೋಡಿಕೊಂಡು "ಗೊತ್ತಿದೆ, ನಿನ್ನತ್ರ ಮಾತಾಡೋ ಸಲುವಾಗಿಯೇ ಬಂದಿದ್ದು. ಎಲ್ಲಿ ಕೂತು ಮಾತಾಡ್ಬಹ್ದು?" ವಿಕ್ರಮ್ ಕೇಳಿದವನನ್ನು ನೇರವಾಗಿ ನೋಡಿ 'ಈಗಾಗ್ಲೇ ಎಲ್ಲಾ ತಿಳ್ಸಿಯಾಗಿದೆ. ಮತ್ತೇಕೆ ಬಂದ್ರಿ?' ಎಂದು ಕೇಳುವಂತಿತ್ತು. "ಎಲ್ಲಿ ಬೇಕಾದ್ರೂ ಮಾತಾಡ್ಬಹ್ದು, ಗ್ರೀನ್ ಹೌಸ್ ಗೆಸ್ಟ್ ರೂಂ ಪ್ರಶಾಂತವಾಗಿದೆ" ಅಲ್ಲಿಗೆ ಕರೆದೊಯ್ದಳು. ಯಾವುದೇ ಆಂದೋಲನವಿರಲಿಲ್ಲ ಅವಳ ಮನಸ್ಸಿನಲ್ಲಿ. ಒಂದು ರೀತಿಯ ಉದಾಸೀನ.

ಎಲ್ಲಾ ಕಣ್ಣು ಅರಳಿಸುತ್ತಲೇ ಕೂತರು.

"ಬ್ಯೂಟಿಫುಲ್.... ಫೆಂಟಾಸ್ಟಿಕ್. ಇಷ್ಟು ವರ್ಷದಿಂದ ಸಮೀಪ ಇರೋ ದೇವರಕಟ್ಟೆಗೆ ಬಂದು ಹೋಗ್ತಾ ಇದ್ದೀನಿ. ಈ ತೋಟನ ನೋಡಿದ್ದೇ ಇಲ್ಲ. ಕೋಟ್ಯಾಂತರ ರೂಪಾಯಿ ಸಂಪತ್ತು" ಸುತ್ತ ನೋಟ ಹರಿಸುತ್ತ ಹೊಗಳಿದರು ಶ್ರೀನಿಧಿ. ಇವಳ ಪ್ರತಿಕ್ರಿಯೆ ಸೊನ್ನೆ. "ಮಹರಾಯ್ತಿ ನಿಂಗೆ ಓದೋಕೆ ಇಷ್ಟವಿಲ್ಲದಿದ್ದರೆ ಬಾ.... ನಾನೇನು ನಿನ್ನ ಬಲವಂತ ಮಾಡೋಲ್ಲ. ಯಾವ ಪ್ರಾಜೆಕ್ಟ್‌ನಲ್ಲಿ ನಿಂಗೆ ಇಂಟರೆಸ್ಟ್ ಇದ್ಯೋ ಅದ್ರಲ್ಲಿ ನಿನ್ನ ತೊಡಗಿಸ್ತೀನಿ. ಈ ತೋಟದಲ್ಲಿ ದುಡಿಯೋ ಹಣೆಬರಹ ಯಾಕೆ?" ಎಂದು ಪೀಠಿಕೆ ಹಾಕಿದರು ಶ್ರೀನಿಧಿ.

"ಏನಾದ್ರೂ... ಹೇಳು!" ವಿಕ್ರಮ್ ಹೇಳಿದ.

"ಏನು ಹೇಳೋದಿಲ್ಲ! ಹೌದು, ಓದೋಕೆ ಇಷ್ಟವಿಲ್ಲ, ಅದೊಂದು ಕಾರಣದ ಜೊತೆ ನಂಗೆ ಸಿಟಿ ಲೈಫ್ ಬೇಡಾಂತ ಅನಿಸಿದೆ ಅಷ್ಟೆ." ನೇರವಾಗಿತ್ತು ಅವಳ ಮಾತುಗಳು. "ಓಕೆ... ಓಕೇ... ಅದಿರ್ಲಿ ಬಿಡು. ಆ ಬಗ್ಗೆ ಯೋಚ್ಸೋಕೆ ಸಮಯವಿದೆ. ನಿಮ್ಗೂ ಶ್ಯಾಮ್‌ಪ್ರಸಾದ್‌ಗೂ ಆದ ಅಗ್ರಿಮೆಂಟ್ ಎಲ್ಲಿ?" ಮತ್ತದೇ ಪ್ರಸ್ತಾಪ. "ಅದೆಲ್ಲ ಮುಗ್ದ ಕತೆ ಬಿಡಿ.... ಮಾವ. ನೀವು ಯಾವಾಗ ಮಾರಿದರೋ, ಆಗ್ಲೇ ನಿಮ್ಮ ಮತ್ತು ತೋಟದ ನಡುವಿನ ಸಂಬಂಧ ಕಡಿದುಬಿತ್ತು. ಅಂಥ ದೊಡ್ಡದಾಗಿ ಅಗ್ರಿಮೆಂಟ್ ಅಂಥದೇನಾಗಿಲ್ಲ. ಸುಮ್ನೇ ಬರೀ ಪೇಪರ್‌ನಲ್ಲಿ ಬರ್ದುಕೊಂಡ ಕರಾರು. ಅದೇನು ಕೆಲ್ಸಕ್ಕೆ ಬರೋಲ್ಲ. ನಮ್ಗೆ ತೋಟದ ಮೇಲೆ ಮಾಲೀಕತ್ವದ ರೈಟ್ಸ್ ಇಲ್ಲ. ಒಂದು ರೀತಿಯ ನಿರಾತಂಕ" ಶಾಂತವಾಗಿ ದಿವ್ಯ ನುಡಿದಾಗ ಬಾರಿಸಿಬಿಡಬೇಕೆನ್ನುವಷ್ಟರ ಮಟ್ಟಿನ ಸಿಟ್ಟು. ಆದರೆ ಪ್ರಯಾಸವಾಗಿ ಕೋಪಕ್ಕೆ ಕಡಿವಾಣ ಹಾಕಿ ಅತ್ಯಂತ ಮಮತೆಯ ದನಿಯಲ್ಲಿ "ನೀನೂ.... ತುಂಬ ಇನ್ನೋಸೆಂಟೇ. ಆ ಮನುಷ್ಯ ತುಂಬ ಪಾಕಡಾ. ಅಲ್ಲಿದ್ಕೊಂಡೇ ವ್ಯವಹಾರ ನಡಿಸ್ತಾ ಇದ್ದಾನೆ. ಮುಂದೆ ತಕರಾರು ಆಗ್ಬಾರ್ದೂಂತ ನಿಂಗೊಂದು ಮ್ಯಾನೇಜರ್ ಪೋಸ್ಟ್ ಸೃಷ್ಟಿ ಮಾಡಿದ್ದು. ಅದಕ್ಕೆ ಇಪ್ಪತ್ತು ಸಾವಿರ ಸಂಬಳದ ನೆಪ. ಅದು ಕೂಡ ಅವ್ನ ಬಳಿಯಲ್ಲೇ ಉಳಿದಿದೆ. ತೀರಾ ಮೋಸ ಮಾಡ್ತಾ ಇದ್ದಾನೆ. ಸ್ವಲ್ಪ ಎಚ್ಚೆತ್ತುಕೊಳ್ಳದಿದ್ದರೆ

ಮುಳುಗ್ಸಿಬಿಡ್ತಾನೆ" ಹೆದರಿಸಿದರು. ದಿವ್ಯ ಕಿಂಚಿತ್ ಕೂಡ ಚಲಿಸಲಿಲ್ಲ. ಒಂದು ರೀತಿಯ ನಿರ್ಲಿಪ್ತಭಾವ.

"ಅಯ್ಯೋ ನಮ್ಮನ್ನ ಯಾಕೆ ಮುಳುಗಿಸ್ತಾರೆ? ನಮ್ಮಿಂದ ಯಾವ್ದೇ ರೀತಿಯ ತೊಂದರೆ ಇಲ್ಲ. ಮೋಸ ಮಾಡೋಕೇನಿದೆ? ಕರಾರು ಸಲುವಾಗಿ ಹತ್ತಾರು ಸಲ ಓಡಾಡಿದ್ದೀನಿ. ಅವರಾಗಿ ಅವ್ರು ನಮ್ಮ ಮೇಲೇರಿ ಹಣ ಕಬಳಿಸಿದ್ದಲ್ಲ. ಅವರಾಗಿಯೇ ಹಣ ಒಟ್ಟು ಮಾಡಿ ಕೊಡೋವಾಗ ಎಚ್ಚರಿಸಿದ್ದಾರೆ. ಈಗ ಹೇಗೆ ಮೋಸ ಅಂದ್ಕೋತೀರಾ? ಅವ್ರು ಕರಾರು ಪತ್ರಕ್ಕೆ ಬೆಲೆ ಇಲ್ಲಾಂದರೇ ನಾವೇ ಆರಾಮಾಗಿ ತೋಟ ಬಿಟ್ಹೋಗ್ತೀವಿ. ಆಕಸ್ಮಾತ್ ಪೂರ್ತಿ ಹಣ ಸಲ್ಲಿಸಲು ಸಾಧ್ಯವಾಗದಿದ್ದರೇ ನಾವೇ ತೋಟ ಬಿಟ್ ಹೊರ್ಗೆ ಹೋಗ್ತೀವಿ. ಅವ್ರಿಗೆ ಮೋಸ ಮಾಡೋ ಅವಕಾಶವೇ ಇಲ್ಲ" ನಿಶ್ಚಿಂತೆಯಿಂದ ಹೇಳಿದ ದಿವ್ಯನ ಕಣ್ ಅಗಲಿಸಿ ನೋಡಿದರು. ಏನೇನು ಅರ್ಥವಾಗಲಿಲ್ಲ.

"ನೀನು ತುಂಬ ಫೂಲಿಷ್. ಐದು ಕೋಟಿ ಆ ತೋಟಕ್ಕೆ ಕೊಡೋ ಜನ ಬಂದಿರುವಾಗ ನಾವ್ ಯಾಕೆ ತೋಟನ ಬಿಡ್ಬೇಕು? ಬಿಡ್ಬಾರ್ದು. ಒಟ್ಟಿಗೆ ಕಲೆತು ಪ್ಲಾನ್ ಮಾಡೋಣ. ಆ ಉಳಿದ ಹಣ ಕೊಟ್ಟು ತೋಟ ನಮ್ದುಂತ ಮೊದ್ಲು ಮಾಡ್ಕೋಬೇಕು. ನಾನು ಆ ತೋಟಕ್ಕೆ ಎಷ್ಟೊಂದು ಮಾಡಿದ್ದೀನಿ. ಈಗ ಐದು ಕೋಟಿ ದಕ್ಕುವಾಗ ಯಾಕೆ ಬಿಡ್ಲಿ?" ಎಂದರು. ಶ್ರೀನಿದಿ ಮುಖ ಕೆಂಪಗಾಗಿ ರೋಷ ಉಕ್ಕುತ್ತಿತ್ತು. ಕಣ್ಣುಗಳಲ್ಲಿ ದುರಾಸೆಯ ಕ್ರೂರತೆ ಪ್ರಜ್ವಲಿಸುತ್ತಿತ್ತು. "ಮಾವ, ನೀವೇನಿದ್ರೂ ಶ್ಯಾಮ್‌ಪ್ರಸಾದ್ ಹತ್ರ ಮಾತಾಡಿ. ಮಾರಿದಾಗ ಮಧ್ಯೆ ನಾವ್ ಇರ್ಲಿಲ್ಲ. ಈಗ್ಲೂ ಅಷ್ಟೆ. ಅದು ನಿಮ್ಮಿಬ್ಬರ ನಡ್ವೇನೇ ಇರ್ಲಿ. ದಯವಿಟ್ಟು ಸಂಬಂಧವಿಲ್ದ ವಿಚಾರನ ನನ್ಮುಂದೆ ಬಡಬಡಿಸಬೇಡಿ" ನಿಷ್ಠುರವಾಗಿಯೇ ಹೇಳಿದ್ದು. ಮೈಮೇಲೆ ಏರಿಹೋಗಿ ದಿವ್ಯ ಕೆನ್ನೆಗೆ ಬಾರಿಸಿದ್ದು ನೋಡಿ ವಿಕ್ಕಿ ಮತ್ತು ಅನುರಾಗ್ ಗಾಬರಿಯಾಗಿ ಅವರನ್ನು ಹಿಡಿದುಕೊಂಡು "ಇದೇನು ಮಾಡ್ತಾ ಇದ್ದೀರಾ, ಡ್ಯಾಡಿ, ನೀವು ಶ್ಯಾಮ್‌ಪ್ರಸಾದ್ ಕೂತು ಮಾತಾಡಿ ತೀರ್ಮಾನ ಮಾಡ್ಕೊಳ್ಳಿ" ಎಳೆದೊಯ್ದರು. ಅವರಿದ್ದ ಆವೇಗದಲ್ಲಿ ದಿವ್ಯಳಿಗೆ ಮತ್ತೆ ನಾಲ್ಕು ಏಟು ಬೀಳೋದು.

ಇದನ್ನು ನೋಡಿದ ರಹೀಂ ಸೆಕ್ಯೂರಿಟಿಯವರಿಗೆ ವಿಷಯ ಮುಟ್ಟಿಸಿ ಅವರನ್ನು ಕರೆತಂದು "ಮ್ಯಾನೇಜರ್ ಮೇಡಮ್‌ನ ಹೊಡೆದಿದ್ದಾರೆ. ಮೊದ್ಲು ಇಡಕೊಳ್ಳಿ" ಎಂದ. ಅವರು ಮುಖಮೂತಿ ನೋಡದೆ ವಿಕ್ರಮ್ ಮತ್ತು ಅನುರಾಗ್ ಮಾತುಗಳನ್ನು ಲೆಕ್ಕಿಸದೆ ಎಳೆದೊಯ್ದರು. ದಿವ್ಯ ಆ ಪೆಟ್ಟಿನಿಂದ ಚೇತರಿಸಿಕೊಳ್ಳಲು ಸಮಯ ಬೇಕಾಯಿತು.

ಜನ್ನನ ತಮ್ಮನ ಮಗ ಕೌಸಲ್ಯ ಅವರಿಗೆ ಫೋನ್ ಮಾಡಿದ. ಆಕೆ ಕುಸಿದು ಅಳತೊಡಗಿದಾಗ ಅಷ್ಟಿಷ್ಟು ವಿಷಯ ತಿಳಿದ ಜನ್ನ ದೇವಸ್ಥಾನಕ್ಕೆ ಹೋಗಿ ವಿಷಯ ಮುಟ್ಟಿಸಿ ಸೈಕಲ್‌ನಲ್ಲಿ ಹೊರಟ. ಆವೊಂದು ಪೆಟ್ಟು "ಗ್ರೀನ್ ಗಾರ್ಡನ್"ನ ಅಲ್ಲೋಲ್ಲ ಕಲ್ಲೋಲ ಮಾಡಿತು. ಎಲ್ಲ ಒಬ್ಬರಾದ ಮೇಲೊಬ್ಬರು ಬಂದು ಸೇರಿದರು.

ಸೆಕ್ಯೂರಿಟಿಯವರು ತಳ್ಳಿಕೊಂಡು ಹೋಗಿ ಒಂದು ಕಡೆ ಕೂಡಿಸಿಕೊಂಡು 'ಬದ್ಮಾಷ್, ಮಾದರ್‌ಚೋದ್' ಪುಂಖಾನುಪುಂಖವಾಗಿ ಉದುರಿಸತೊಡಗಿದರು. ಅನುರಾಗ್, ವಿಕ್ಕಿ ಹೇಳಿ ಸಾಕಾದರು.

"ದಿವ್ಯ... ಅವ್ರು ಮಾವ" ಯಾರ ಮಾತನ್ನು ಲೆಕ್ಕಿಸದಿದ್ದರಿಂದ ಜನ್ನನ ತಮ್ಮನ ಮುಖಾಂತರ ಮೌನವಾಗಿ ಕೂತಿದ್ದ ದಿವ್ಯಗೆ ಹೋಗಿ ವಿವರಿಸಿ "ಪ್ಲೀಸ್, ಸ್ವಲ್ಪ ಹೇಳು. ಇನ್ನು ಐದು ನಿಮಿಷ ತಡವಾದರೆ ಮಾವನಿಗೆ ನಾಲ್ಕು ಬಾರಿಸಿಬಿಡ್ತಾರೆ" ಎಂದು ಅವಳನ್ನು ಕರೆದೊಯ್ದ.... ಶ್ರೀನಿಧಿ ಸ್ಟೂಲು ಮೇಲೆ ಕೂತಿದ್ದರು. "ಬಿಟ್ಟುಬಿಡಿ, ಸ್ವಲ್ಪ ಬಿ.ಪಿ. ಇರೋದ್ರಿಂದ ಬೇಗ ಕೋಪ ಮಾಡ್ಕೋತಾರೆ" ಹೇಳಿಯೇ ಬಿಡಿಸಿದ್ದು. ತಲೆ ಎತ್ತಲಾರದೆ ಕಾರಿನಲ್ಲಿ ಹೋಗಿ ಕೂತರು. ಕಾರಿಗೆ ಜೀವ ಬಂದು ಮೈನ್‌ಗೇಟ್ ಮೂಲಕ ಹೊರಗೆ ಹೋಯಿತು.

ದಿವ್ಯ ಬಂದು ಮುಂದಿನ ಆಫೀಸ್‌ರೂಂನಲ್ಲಿ ಕೂತು "ರಹೀಂ ಹೋಗಿ ಎಲ್ಲರನ್ನು ಅವರವ್ರ ಕೆಲ್ಸಗಳಿಗೆ ಕಳ್ಸು. ಇದ್ನ ಸೆಕ್ಯೂರಿಟಿಯವ್ರಿಗೂ ಹೇಳು" ಎಂದು ಬಾಗಿಲು ಮುಚ್ಚಿಕೊಂಡು ಒಂದೆಡೆ ಕೂತವಳ ಕಣ್ಣಲ್ಲಿ ಧಾರೆಯಾಗಿ ಕಂಬನಿ ಇಳಿಯತೊಡಗಿತು. ತಕ್ಷಣ ಕಣ್ಣೊರೆಸಿಕೊಂಡು ಕೌಸಲ್ಯಗೆ ಫೋನ್ ಮಾಡಿ "ಅಮ್ಮ, ಏನು ಗಾಬ್ರಿ ಬೇಡ. ಮಾವ, ಅಣ್ಣ, ಅನುರಾಗ್, ಬಂದಿದ್ದಾರೆ. ಎಂದಿನಂತೆ ನಾರ್ಮಲ್ಲಾಗಿ ನೋಡಿ ಕಳ್ಸಿ. ಯಾವ್ದೇ ಮಾತುಕತೆ ಬೇಡ." ಧೈರ್ಯಹೇಳಿದಳು. ಹೊರಟ ಆನಂದಶರ್ಮರು ನಿಂತು "ಬೇಗ ಬರೋದಿಕ್ಕೆ ಹೇಳು" ಅಂದವರು ಒಂದು ಕಡೆ ಕೂತರು.

ಆದರೆ ಕಾರು ದೇವರಕಟ್ಟೆಯಲ್ಲಿ ನಿಲ್ಲಲಿಲ್ಲ. ಅದನ್ನು ದಾಟಿಕೊಂಡೇ ಮುಂದಕ್ಕೆ ಹೋಯಿತು. ವಿಕ್ರಮ್, ಅನುರಾಗ್ ಮಾತಿಲ್ಲದೇ ಕೂತಿದ್ದರು. ಶ್ರೀನಿದಿ ದುಡುಕಿದ್ದು ಇಬ್ಬರಿಗೂ ತಪ್ಪೆನಿಸಿತು. ದುಡ್ಡಿನ ವಿಚಾರದಲ್ಲಿ ಶ್ಯಾಮ್‌ಪ್ರಸಾದ್ ಕೊಂಡ ತೋಟಕ್ಕೆ ನಾಲ್ಕುಕೋಟಿ ಅರವತ್ತೈದು ಲಕ್ಷ. ಇಷ್ಟು ಕಡಿಮೆ ಅವಧಿಯಲ್ಲಿ ಇಷ್ಟೊಂದು ಪ್ರಾಫಿಟ್ ಹೊಟ್ಟೆ ಉರಿಯುವಂಥ ವಿಷಯವೇ. ಸ್ವಲ್ಪ ಈ ಕಡೆ ನಿಂತಿದ್ದರೆ, ಏನಾದರೂ ಪ್ರಯೋಜನವಾಗುತ್ತಿತ್ತೇನೋ. ಇಬ್ಬರು ಒಂದೇ ದಿಕ್ಕಿನಲ್ಲಿ ಆಲೋಚಿಸುತ್ತಿದ್ದದ್ದು ಖಂಡಿತ ಅಚ್ಚರಿಯಲ್ಲ.

ಆದರೆ ಬಂದ ದಾರಿಗೆ ಸುಂಕವಿರಲಿಲ್ಲ.

ಇವರು ಬೆಂಗಳೂರು ತಲುಪುವ ಮುನ್ನವೇ ಶ್ಯಾಮ್‌ಪ್ರಸಾದ್ ಫೋನ್ ಮಾಡಿ ಹಿಗ್ಗಾಮುಗ್ಗಾ ಬೈಯುವುದರ ಜೊತೆಗೆ "ಬಿ ಕೇರ್ ಫುಲ್, ಇನ್ನೊಮ್ಮೆ 'ಗ್ರೀನ್ ಗಾರ್ಡನ್'ಗೆ ಬರೋದಾಗ್ಲಿ, ಜೊತೆಗೆ ಅನಂತಶರ್ಮರ ತೋಟಕ್ಕೆ ನಾನು ಮಾಲೀಕನಾಗಿರುವುದರಿಂದ ಅಲ್ಲಿಗೂ ಕೂಡ ಕಾಲು ಇಡೋ ಧೈರ್ಯ ಮಾಡ್ಬೇಡ. ನಮ್ಮ ಮ್ಯಾನೇಜರ್ ಮೇಲೆ ಕೈ ಮಾಡೋಷ್ಟು ಧೈರ್ಯ. ಅವ್ರು ಅಡ್ಡಬರದಿದ್ದರೆ ನಿಮ್ಮನ್ನ ಅರೆಸ್ಟ್ ಮಾಡ್ಸಿ ಕಂಬಿಗಳ ಒಳಕ್ಕೆ ಹಾಕಿಸ್ತ ಇದ್ದೆ" ದೊಡ್ಡರೀತಿಯ ಧಮಕಿ ಹಾಕಿದಾಗ ಶ್ರೀನಿಧಿ ಮೈಯಲ್ಲಿನ ಶಕ್ತಿ ಉಡುಗಿಹೋಯಿತು. ಬಹಳ ಕಷ್ಟದಿಂದ "ಸಾರಿ..." ಎಂದು ಫೋನ್ ಮಾಡಿ ಕರ್ಚಿಫ್‌ನಿಂದ ಮುಖ ಮುಚ್ಚಿಕೊಂಡರು. ಆದರೂ ಒಳಗೊಳಗೆ

ದ್ವೇಷ ಹೊಗೆಯಾಡುತ್ತಿತ್ತು. ಸ್ವಲ್ಪ ದಿವ್ಯ, ಅನಂತಶರ್ಮ ಕೋಪರೇಟ್ ಮಾಡಿದ್ದರೆ, ಅನಾಯಾಸವಾಗಿ ಕೋಟಿಗಟ್ಟಲೆ ಹಣ ತಮ್ಮ ಕೈ ಸೇರುತ್ತಿತ್ತು. ದುರಾಸೆಯ ಹೊಗೆ ಅವರನ್ನು ಸುತ್ತಿಕೊಂಡಿತ್ತು.

ಶ್ಯಾಮ್‌ಪ್ರಸಾದ್ ನೇರವಾಗಿ ಮಧ್ಯೆ ಪ್ರವೇಶಿಸಿದ್ದರಿಂದ ಇನ್ನು ಆ ಆಸೆ ಬಿಡುವುದು ಒಳಿತೆನಿಸಿತು. ಆದರೆ ದೊಡ್ಡ ಸೋಲು ಅನುಭವಿಸಿದ್ದೆನಿಸಿತು.

* * * *

ಕರಾರಿನ ಪ್ರಕಾರ ಇನ್ನು ಮೂರು ದಿನ ಉಳಿದಿತ್ತು. ಏಳು ಲಕ್ಷದ ಜೊತೆ ಕೆಲವು ಸಾವಿರ, ಕೆಲವು ನೂರುಗಳನ್ನು ಒಟ್ಟು ಮಾಡುವುದು ಸಾಧ್ಯವಿಲ್ಲದಿದ್ದರಿಂದ ಒಂದು ತೀರ್ಮಾನಕ್ಕೆ ಬಂದಿದ್ದರು.

"ಅಮ್ಮ ಬುಧವಾರಕ್ಕೆ ಕರಾರಿನ ಪ್ರಕಾರ ವರ್ಷವಾಗುತ್ತೆ. ಕೊಡ್ಬೇಕಾದ ಹಣ ಕೊಡೋಕ್ಕಾಗೋಲ್ಲ. ಗುರುವಾರ ಬೆಳಗ್ಗೆ ಹೊರಟುಬಿಡೋಣ. ಸದ್ಯಕ್ಕೆ ದೇವಸ್ಥಾನದಲ್ಲಿ ಗದ್ದೆಬೈಲಿನ ಅವಧಾನಿಗಳನ್ನು ಬಂದು ಪೂಜೆ ಮಾಡ್ಕೊಂಡ್.... ಹೋಗೋಕೆ ಅಜ್ಜಯ್ಯ ಹೇಳಿದ್ದಾರಂತೆ. ಆಮೇಲೆ ಶ್ಯಾಮ್‌ಪ್ರಸಾದ್ ಏನಾದ್ರೂ ವ್ಯವಸ್ಥೆ ಮಾಡ್ಕೊತಾರೆ. ನಾನು ಫೋನಿನಲ್ಲಿ ಅವ್ರಿಗೆ ವಿಷ್ಯನ ಮುಟ್ಸಿದ್ದೀನಿ. ಅಲ್ಲಿ ಒಂದಿಷ್ಟು ಕೆಲ್ಸವಿದೆ. ಯಾರ್ಗೂ ಏನು ಹೇಳಿಲ್ಲ. ಅವ್ರು ಬರದ ಹೊರ್ತು ಆ ತೋಟನ ಯಾರ ಕೈಗೆ ಒಪ್ಸಿ ಹೋಗೋದು? ಅದೇ ಸಂದಿಗ್ಧವಾಗಿದೆ. ಮತ್ತೆ ಫೋನ್ ಮಾಡಿ ನೋಡ್ತೀನಿ."

ಅಲ್ಪ ಸ್ವಲ್ಪ ಕಟ್ಟಿಟ್ಟುಕೊಂಡು ಮಿಕ್ಕಿದ್ದನ್ನ ಹಾಗೆ ಬಿಟ್ಟು "ಈಗ್ಲೇ, ಜನ್ನನ ಕುಟುಂಬಕ್ಕೆ ಏನು ಹೇಳೋದ್ಬೇಡ. ಹೋಗೋವಾಗ ಅದನ್ನೆಲ್ಲ ತಗೋಂತ ಹೇಳಿಹೋಗೋಣ" ಇಂಥದೊಂದು ನಿರ್ಣಯಕ್ಕೇ ಎಲ್ಲಾ ಬಂದಾಗಿತ್ತು. ತೋಟನ ಜೊತೆ ಇದ್ದಬದ್ದನ್ನೆಲ್ಲ ಕಳೆದುಕೊಂಡಿದ್ದರೂ, ಯಾರು ಆ ಬಗ್ಗೆ ತುಟಿಕ್‌ಪಿಟಿಕ್ ಅನ್ನಲಿಲ್ಲ. ವಿಮರ್ಶಿಸಲು ಹೋದರೆ ತಪ್ಪು ಇತ್ತು. ಪ್ರಯತ್ನವು ಇತ್ತು. ಅದರಿಂದ ಒಬ್ಬರತ್ತ ಒಬ್ಬರು ಕೈ ತೋರಿಸಲಿಲ್ಲ. ಆದರೆ ಮುಂದೇನು ಅನ್ನೋ ಚಿಂತೆ ಎಲ್ಲೋ ಒಂದು ಕಡೆ ಇದ್ದರೂ ಆಂದೋಲನವಿರಲಿಲ್ಲ.

ಫೋನ್‌ನಲ್ಲಿ ಸಂಪರ್ಕಿಸಲು ಪ್ರಯತ್ನಿಸಿ ಸೋತನಂತರ ಒಮ್ಮೆ ತೋಟವನ್ನೆಲ್ಲ ಸುತ್ತಾಡಿ ಹಿಂದಿರುಗಿ ಬಂದವಳು ಕೆಲವರದು ಅಡ್ವಾನ್ಸ್ ಬಾಕಿ ಇದ್ದುದರಿಂದ ಆ ಹಣವನ್ನು ಎಣಿಸಿ ಒಂದು ಕಡೆ ತೆಗೆದಿಟ್ಟು, ಉಳಿದಿದ್ದನ್ನು ಮಾತ್ರ ತಮಗಾಗಿ ಉಳಿಸಿಕೊಂಡವಳ ಕಣ್ಣಲ್ಲಿ ನೀರಿತ್ತು. ಶ್ರೀನಿಧಿ, ವಿಕ್ಕಿ ಮಾತ್ರವಲ್ಲ ಎಲ್ಲರೂ ತಮ್ಮ ಕಡೆ ನೋಡಿ 'ಕಡೆಗೂ ಬೀದಿ ಪಾಲಾದ್ರಿ. ನಮ್ಮ ಮಾತು ಕೇಳಿದ್ದರೇ ಸುಂದರವಾದ ಬದ್ಕು ಸಿಕ್ತಾ ಇತ್ತು. ಈಗ ಅನುಭವಿಸಿ' ಇಂಥ ಅವಹೇಳನದ ಮಾತುಗಳು ಕೇಳಿದಂತಾದರು ಕಣ್ಣಲ್ಲಿ ಕಂಬನಿ ಜಿನುಗಲಿಲ್ಲ. "ನಮ್ದು ಅನ್ನೋ ಭಾವದಿಂದ ಒಂದ್ವರ್ಷ ತೋಟದಲ್ಲಿ ಇದ್ದಿ. ಮಾರುತಿಯ ಸೇವೆ ಮಾಡಿದ್ವಿ. ಆ ತೃಪ್ತಭಾವದಿಂದ ಹೊರಗೆ ಹೋಗ್ತಾ ಇದ್ದೀವಿ. ಆತ್ಮವಿಶ್ವಾಸವಿದೆ. ಬೀದಿ ಒಂದು ಹಾದಿ ಮಾತ್ರ. ಇನ್ನಷ್ಟು ತೃಪ್ತವಾಗಿ

ಬದ್ಧಕಬಲ್ಲವು' ಎನ್ನುವ ಛಾಲೆಂಜ್ ಅವಳ ಮನದಲ್ಲಿ ಮೂಡಿ ಮರೆಯಾಯಿತು. ಅಂತು ಕುಸಿಯಲಿಲ್ಲ.

ಕೌಸಲ್ಯಗೆ ಯಾವುದು ತಗೊಳ್ಳೋದೋ ಯಾವುದು ಬಿಡೋದೇ ಗೊತ್ತಾಗಲಿಲ್ಲ. ತೀರಾ ತಲೆ ಕೆಡಿಸಿಕೊಂಡು ಕೂತಾಗ ದಿವ್ಯ ಸಂತೈಸಿದಳು.

"ಒಂದಿಷ್ಟು ಅಡ್ಗೆ ಪಾತ್ರೆಗಳು. ಹೆಚ್ಚು ಒಯ್ಯೋಕೆ ತೊಂದರೆಯೆ, ಮಿಕ್ಕಿದೆಲ್ಲ ಇಲ್ಲೇ ಇರ್ಲಿ. ಪೂಜೇಗೇಂತ ನೇಮಿತವಾದ ಜನ. ಅವ್ರ ವಾಸಕ್ಕೆ ಮನೆ ಅಗತ್ಯವಾಗುತ್ತೆ. ಹಾಗೇ ಇಲ್ಲಿರೋ ಸಾಮಾನುಗಳು ಉಪಯೋಗ್ಸಿಕೊಳ್ಳಿ" ತಾನೇ ಒಂದಿಷ್ಟು ತೆಗೆದಿಟ್ಟು "ಅಮ್ಮ ಅಲ್ಲಿ ಸಾಕಷ್ಟು ಕೆಲ್ಸವಿದೆ. ಈಗ ಹೊರಟರೆ ಸಂಜೆನೇ ಬರೋದು. ಚೆಕ್‌ಗಳೂ ಹಣವೆಲ್ಲ ಇದೆ. ಅದ್ನ ಬ್ಯಾಂಕ್‌ಗೆ ಕಳ್ಸಬೇಕು. ಕೆಲ್ಸ ಬಿಡೋದರಿಂದ ಎಲ್ಲಾ ಫರ್‌ಫೆಕ್ಟ್ ಆಗಿರಬೇಕು" ಅಮ್ಮನಿಗೆ ತಿಳಿಸಿ ಹೊರಟಳು.

ಹೊರಭಾಗದಲ್ಲಿದ್ದ ಡ್ರೈವರ್ ಬಂದು ಕಾರು ಹತ್ತಿಕೊಂಡ "ಮೇಡಮ್, ಸಾಬ್ ಯಾವಾಗ್ಬರ್ತಾರೆ?" ವಿಚಾರಿಸಿದ. ಅವನಿಗೆ ಒಂದಿಷ್ಟು ಅಡ್ವಾನ್ಸ್ ಆಗಿ ಹಣ ಬೇಕಿತ್ತು "ಅಂತು ಈ ವಾರದಲ್ಲಿ ಬರ್ತಾರೆ." ಅಂದೇ ಕೂತಿದ್ದು. ಆದರೆ ಅವನಿಗೆ ಅನುಮಾನ. "ಇನ್ನು ಅವ್ರು ಬರೋದು ಅನುಮಾನ. ಆ ತೋಟದ ಕರಾರು ಮುಗಿಲೀಂತ ಕಾಯ್ತ ಇದ್ದಾರೆ. ಎರಡು ತೋಟನು ಮಾರೋರಿದ್ದಾರೆ. ದೇವಸ್ಥಾನದ ತೋಟಕ್ಕೆ ಬರೋಬರಿ ಐದು ಕೋಟಿ ಕೊಡೋ ಜನ ಬಂದಿದ್ದಾರೆ. ಅದು ನನ್ನ ಮೂಲಕವಾಗಿಯೇ." ಆರಾಧ್ಯ ಇಂಥದೊಂದು ಮಾತು ಹೇಳಿದ್ದರು "ನನ್ನ ಕೆಲ್ಸದ ಗತಿಯೇನು? ಹಣದ ಅಡಚಣೆ ಇದೆ. ನಾನೇ ಯಜಮಾನ್ರು ಬಂದಿದ್ದರೆ ಅಡ್ವಾನ್ಸ್ ಕೇಳ್ತಾ ಇದ್ದೆ" ತೋಡಿಕೊಂಡಾಗ ಧೈರ್ಯ ಹೇಳಿದ್ದರು.

ಆದರೆ ಡ್ರೈವರ್ ಸತ್ಯಾಸತ್ಯತೆಯನ್ನು ತಿಳಿಯಲು ಸಂಕೋಚದಿಂದಲೇ "ಮೇಡಮ್, ಒಂದ್ಮಾತು..... ಯಜಮಾನ್ರು ಇದ್ನೆಲ್ಲ ಮಾರ್ತಾರೇಂತ ಗೊತ್ತಾಯ್ತು. ನಂಗೆ ಈಗ ಅರವತ್ತರ ಸುಮಾರು. ಬೇರೆ ಕಡೆ ಕೆಲ್ಸ ಸಿಗೋದು ಕಷ್ಟ. ಮನೆಯಲ್ಲಿ ಕಷ್ಟದ ಸ್ಥಿತಿ. ಕೊಂಡುಕೊಳ್ಳೋ ಜನ ನನ್ನ ಕೆಲ್ಸನ ಮುಂದುವರಿಸ್ತಾರಾ?"ಕೇಳಿದ. ಇದು ಎಲ್ಲರಿಗೂ ತಿಳಿದು ಆಗಿದೆ. ಬಹುಶಃ ಇದಕ್ಕೆ ಆರಾಧ್ಯರು ಸ್ವಲ್ಪ ಮಟ್ಟಿಗೆ ಕಾರಣವಿರಬಹುದು. ಆದರೆ ಸತ್ಯ ಅದೇ ಆಗಿರಬಹುದೇನೋ?" ನಂಗೆ ಮಾರೋ ವಿಚಾರನೆ ಗೊತ್ತಿಲ್ಲ. ಅದೆಲ್ಲ ಯಜಮಾನ್ರು ಬಂದ್ಮೇಲೆ ಗೊತ್ತಾಗಬಹುದಷ್ಟೇ" ಎಂದು ಸುಮ್ಮನಾದಳು. ಬಹುಶಃ ಶ್ರೀನಿಧಿ, ಶ್ಯಾಮ್‌ಪ್ರಸಾದ್ ಆ ತೋಟ ಮಾರಬಾರದು. ಮತ್ತೆ ಅದು ತಮ್ಮ ಕೈಸೇರಿ ಮಾರಾಟವಾಗಬೇಕು, ಅದರ ಪೂರ್ಣ ಪ್ರಮಾಣದ ಲಾಭ ತಮ್ಮದಾಗಬೇಕು ಎನ್ನುವ ಉದ್ದೇಶದಿಂದಲೇ ಇಲ್ಲಿಯವರೆಗೂ ಬಂದಿರಬೇಕು. ಆ ಬಗ್ಗೆ ಚಿಂತನೆ ಬೇಡವೆಂದು ಪಕ್ಕಕ್ಕೆ ಸರಿಸಿದ್ದಳು.

ಆ ವೇಳೆಗೆ 'ಗ್ರೀನ್‌ಗಾರ್ಡನ್' ತಲುಪಿ ಆಗಿತ್ತು. ಅಲ್ಲೊಂದು ಟ್ಯಾಕ್ಸಿ ನಿಂತಿತ್ತು. ಡ್ರೈವರ್ ಇಳಿದು ಬಂದು "ಸಾಬ್, ಈ ಬ್ಯಾಗ್ ಬಿಟ್ಹೋಗಿದ್ದಾರೆ. ಸೆಕ್ಯೂರಿಟಿ ಒಳ್ಗೆ ಬಿಡ್ತಾ ಇಲ್ಲ" ಎಂದವನ ಕೈಯಲ್ಲಿ ಒಂದು ತೆಳ್ಳನೆ ಲೆದರ್ ಬ್ಯಾಗ್ ಇತ್ತು. ಅಂದರೆ

ಬಂದಿರುವವರು ಯಾರು? "ಐದು ನಿಮಿಷ" ಎಂದವಳು "ಕಾರನ್ನ ಒಳ್ಗೆ ತಗೋ" ಅಂದಳು. ಸೆಕ್ಯೂರಿಟಿ ವಾಚ್‌ಮನ್ ಸೆಲ್ಯೂಟೊಡೆದು ಗೇಟು ತೆಗೆದು "ಮೇಡಮ್, ಸಾಹೇಬರೆ ಬಂದಿದ್ದಾರೆ" ವಿಷಯ ಮುಟ್ಟಿಸಿದ. ಅವಳಿಗೆ ಒಂದು ರೀತಿಯ ನಿರಾತಂಕ. ಅಂತು ಬಿಡುಗಡೆಯ ನಿಟ್ಟುಸಿರು. ಜೊತೆಗೆ ಸಂತೋಷ ಕೂಡ.

ಕಾರಿನಿಂದ ಇಳಿದವಳು ಒಳಗೆ ಧಾವಿಸಿದಾಗ ಶ್ಯಾಮ್‌ಪ್ರಸಾದ್ ರೂಮಿಗೆ ಹೋಗಿ ಆಗಿತ್ತು. ಫೋನ್‌ನಲ್ಲಿ ಸಂಪರ್ಕಿಸಿ ಲೆದರ್‌ಬ್ಯಾಗ್ ಬಗ್ಗೆ ತಿಳಿಸಿದಾಗ "ಡ್ರೈವರ್ ಹತ್ರ ತರ್ಸು. ಬೇಗ ಲಂಚ್‌ಗೆ ರೆಡಿ ಮಾಡ್ಸು" ಎಂದು ಫೋನ್ ಕಟ್ ಮಾಡಿದ. ಏನೋ ಒಂದು ರೀತಿಯ ಸಂತೋಷ. ಶ್ಯಾಮ್‌ಪ್ರಸಾದ್ ವ್ಯಕ್ತಿತ್ವದ ಬಗ್ಗೆ ಮೊದಮೊದಲು ಬೇಸರವಿದ್ದರೂ ನಂತರದ ನಡವಳಿಕೆ ಮೆಚ್ಚುವಂತಿತ್ತು. ಏನೇ ಲಾಭ ಪಡೆದುಕೊಂಡರೂ ಅವನಿಂದ ದೊಡ್ಡ ಸಹಾಯವೇ ಆಗಿತ್ತು. ತೋಟದಲ್ಲೇ ಹುಟ್ಟಿ, ಬೆಳೆದಿದ್ದರೂ ಅಂತಹ ಆತ್ಮೀಯತೆ ಬೆಳೆಸಿಕೊಂಡಿರಲಿಲ್ಲ. ಸಣ್ಣಪುಟ್ಟ ಗಿಡ, ಮರಗಳೊಂದಿಗೆ ಬೆಳೆದಿದ್ದು ಸ್ನೇಹ, ಆತ್ಮೀಯತೆ, ಆ ದಿನಗಳಲ್ಲಿ ಪಡೆದ ಅನುಭವ ಬದುಕಿನುದ್ದಕ್ಕೂ ಇರುವಂಥದ್ದು.

ಕಿಚನ್‌ಗೆ ಹೋಗಿ ನಿಂತು ಅಡುಗೆ ರೆಡಿ ಮಾಡಿಸಿ ಡೈನಿಂಗ್ ಟೇಬಲ್‌ಗೆ ಸರ್ವ್ ಮಾಡೋ ವೇಳೆಗೆ ಅಲ್ಲಿಗೆ ಹಾಜರಾಗಿದ್ದ ಶ್ಯಾಮ್‌ಪ್ರಸಾದ್. ಒಂದಿಷ್ಟು ತುಂಬಿಕೊಂಡು ಲಕ್ಷಣವಾಗಿದ್ದ. ತಲೆಯಲ್ಲಿ ಮೊಳಕೆಯಂತೆ ಕಾಣುತ್ತಿದ್ದ ಕೂದಲು ಈಗ ಸೊಂಪಾಗಿ ಕಪ್ಪಗೆ ಬೆಳೆದಿದ್ದು ಗಡ್ಡ. ಮೀಸೆ ಇಲ್ಲದವ ಈಗ ಮೀಸೆಯನ್ನು ಅಚ್ಚುಕಟ್ಟಾಗಿ ಬೆಳೆಸಿದ್ದರಿಂದ ಮುಖ ಮತ್ತಷ್ಟು ಚೆಂದ ಕಂಡಿತು.

"ಹಲೋ, ದಿವ್ಯ... ಹೌವ್ ಆರ್ ಯು?" ಅವನೇ ಕೇಳಿದ.

"ಫೈನ್, ಸರ್. ಇನ್‌ಫಾರ್ಮೇಷನ್ ಇಲ್ದೇ ಬಂದ್ರಿ" ಅಂದಾಗ ನಿಂತವಳನ್ನು ಕೂಡುವಂತೆ ಸನ್ನೆ ಮಾಡಿ "ನನ್ನೊತೆ ನೀವು ಲಂಚ್ ತಗೋತಾ ಇದ್ದೀರಾ" ಎಂದು ಅವಳ ಮುಂದೆ ತಟ್ಟೆ ಇಟ್ಟು ತಾನೇ ಬಡಿಸಲು ಮುಂದಾದಾಗ ಸಂಕೋಚಿಸಿ "ಸರ್, ನಾನು ಬಡಿಸುತ್ತೀನಿ. ಅಮ್ಮನ ಆರೋಗ್ಯ ಹೇಗಿದೆ?" ವಿಚಾರಿಸಿದಾಗ ಅವನ ಕೈ ಹಾಗೇ ನಿಂತಿತು. "ವಂಡರ್‌ಫುಲ್. ಅಮ್ಮ. ಈ ಸಂಬೋಧನೆಗೆ ಫೆಂಟಾಸ್ಟಿಕ್. ನೋಡದ ನನ್ನ ಮಮ್ಮಿನ 'ಅಮ್ಮನ....' ಅಂದೆ. ಇದು ಭಾರತೀಯರಿಗೆ ಮಾತ್ರ ಸಾಧ್ಯವೇನೋ? ಈಗ್ಹೇಳು. ಇಲ್ಲಿನ ವಿಚಾರಗಳ್ನ" ಎಂದ. ಊಟ ಮಾಡುತ್ತಲೇ ಎಲ್ಲವನ್ನು ಅಂದರೆ ಕೆಲವನ್ನು ವಿಚಾರಿಸಿಕೊಂಡ. ಮಿಕ್ಕಿದ್ದನ್ನು ಅವಳಿಗೆ ಹೇಳಲುಬಿಟ್ಟ. ಈ 'ಗ್ರೀನ್ ಗಾರ್ಡನ್'ನ ಸಂಪೂರ್ಣ ವಿವರಗಳನ್ನು ಕೊಡುವ ವೇಳೆಗೆ ಲಂಚ್ ಮುಗಿದಿತ್ತು.

ಇಬ್ಬರು ಮುಂದಿನ ಸಿಟ್ಟಿಂಗ್ ರೂಂಗೆ ಬಂದರು. ಕೂತನಂತರ ಮೌನವಹಿಸಿದಳು. ಅವನಿಗೆ ಒಂದಿಷ್ಟು ಅಂದಾಜು ಇತ್ತು.

"ಸರ್, ನಾನು ಕೆಲ್ಸ ಬಿಡ್ತಾ ಇದ್ದೀನಿ. ನೀವು ಒಬ್ಬ ಎಮಿನೆಂಟ್ ಮ್ಯಾನೇಜರ್‌ನ ಅಪಾಯಿಂಟ್ ಮಾಡ್ಕೋಬೇಕು. ಎಲ್ಲಾ ಲೆಕ್ಕಪತ್ರಗಳನ್ನ ಸಿದ್ಧಪಡಿಸಿದ್ದೀನಿ. ಹಣ,

ಚೆಕ್‌ಗಳ್ನ ನಿಮ್ಮ ಬ್ಯಾಂಕಿನ ಖಾತೆಗೆ ಜಮಾ ಮಾಡಿದೆ. ಬಹುಶ ನಾನು ನಾಳೆ, ನಾಳಿದ್ದು ಮಾತ್ರ ಕೆಲ್ಸಕ್ಕೆ ಬರ್ಬಹುದು. ಅಷ್ಟರಲ್ಲಿ ಏನಾದ್ರೂ ಡೌಟ್ಸ್ ಇದ್ದರೆ ಕೇಳಿ ತಿಳ್ದುಕೊಳ್ಳಿ."

ದಿವ್ಯ ಹೇಳಿದ್ದನ್ನು ಗಂಭೀರವಾಗಿ ಕೇಳಿಸಿಕೊಂಡನಂತರ "ಇದೊಂದು ಸರ್‌ಪ್ರೈಜ್ ನ್ಯೂಸ್. ಹೇಗೆ ಸಾಧ್ಯ? ಕನಿಷ್ಠ ಒನ್‌ಮಂತ್ ಮೊದ್ಲೇ ನಂಗೆ ಇನ್‌ಫಾರ್ಮ್ ಮಾಡ್ಬೇಕಿತ್ತು. ಸದ್ಯಕ್ಕೆ ಆಗೋಲ್ಲ. ಒಬ್ಬ ಮ್ಯಾನೇಜರ್‌ನ ಅಪಾಯಿಂಟ್ ಮಾಡ್ಕೊಂಡ್ಮೇಲೆ ನೀವು ಹೋಗ್ಬಹುದ್ದು" ಎಂದ ಸ್ವಲ್ಪ ಸೀರಿಯಸ್ಸಾಗಿ. ಅಂದರೆ ಈ ಮನುಷ್ಯನಿಗೆ ಗೊತ್ತಿಲ್ಲವಾ? "ಸಾರಿ ಸರ್, ನಂಗೆ ಬರೋದಿಕ್ಕೆ ಸಾಧ್ಯವಾಗೋಲ್ಲ. ಗುರುವಾರ ಬೆಳಿಗ್ಗೆ ನಿಮ್ಮ ತೋಟ ಬಿಟ್ಟು ಹೋಗ್ತಾ ಇದ್ದೀವಿ, ಹೇಗೆ ಬರೋದು?" ಪ್ರಶ್ನಿಸಿದಳು.

"ಯಾಕೆ? ಎಲ್ಲಿಗೆ... ಹೋಗ್ತಾ ಇದ್ದೀರಾ? ಕೆಲ್ಸಕ್ಕೆ ಸೇರೋವಾಗ್ಲೇ ಇದನ್ನೆಲ್ಲ ಯೋಚ್ಸಬೇಕಿತ್ತು." ಬೇಸರ ಇತ್ತು ಅವನ ದನಿಯಲ್ಲಿ. "ಸಾರಿ, ಸರ್... ಎದ್ದು ಹೊರಗೆ ಬಂದು ಕಣ್ಣೀರು ಸುರಿಸಿದಳು. ಕೆಲಸಕ್ಕೆ ಸೇರೋವಾಗ ಕೆಟ್ಟ ಧೈರ್ಯ, ಉಳಿಸಿಕೋಬಹುದು! ಎನ್ನುವ ಆತ್ಮವಿಶ್ವಾಸ.

"ಮೇಡಂ ಕರೀತಾರೆ" ರಹೀಂ ಹೇಳಿ ಹೋದಾಗ ಕಣ್ಣೊರೆಸಿಕೊಂಡು ಬಂದಳು. "ಎಕ್ಸ್‌ಕ್ಯೂಜ್... ಮಿ" ಅಂದಳು ನಿಂತು. "ಪ್ಲೀಸ್ ಟೇಕ್ ಯುವರ್ ಸೀಟ್. ಡೋಂಟ್ ಗೆಟ್ ಎಕ್ಸೈಟೆಡ್. ಈಗ ನನ್ನ ಪರಿಸ್ಥಿತಿ ಯೋಚ್ಸಿ. ಒಬ್ಬ ಮ್ಯಾನೇಜರ್‌ನ ಅಪಾಯಿಂಟ್ ಮಾಡ್ಕೋಬೇಕಾದರೆ ಕಾಲಾವಕಾಶ ಬೇಕಾಗಿತ್ತು. ಆ ತೋಟ ಖಾಲಿ ಮಾಡಿದರೇನು.... ಇಲ್ಬಂದ್ ಇರೀ" ಒಂದು ಸಲಹೆ ಕೊಟ್ಟ. ಅವಳ ಮುಖ ಪ್ರಸನ್ನವಾಗಲಿಲ್ಲ. "ಇಲ್ಲ ಸರ್, ಇಲ್ಲಿ ಎಲ್ಲು ಇರೋ ಯೋಚ್ನೆ ಇಲ್ಲ" ಸ್ಪಷ್ಟವಾಗಿತ್ತು ಅವಳ ದನಿ. ಅಕಸ್ಮಾತ್ ಮಾರಿದರೆ, ಆ ಮಾಲೀಕರ ಮರ್ಜಿ ಅದೆಲ್ಲ ಬೇಡವೇ ಬೇಡವಾಗಿತ್ತು. ಮತ್ತೊಂದು ಪ್ರಯೋಗ.... ಛಾಲೆಂಜ್ ಬೇಡವೇ ಬೇಡ.

"ನಂಗಂತು ಸರ್‌ಪ್ರೈಜ್ ದಿವ್ಯ ಮೇಡಮ್. ನಿಮ್ಮಂಥ ಪ್ರಾಮ್ಟ್ ಮ್ಯಾನೇಜರ್‌ನ ಕಳ್ದುಕೊಳ್ಳೋದು ಕಷ್ಟ. "ಪರಮೇಶ್ ಒಂದು ಲ್ಯಾಪ್‌ಟಾಪ್ ಕೇಳ್ತಾ ಇದ್ದಾರೆ. ಇನ್ನೊಂದು ವಿಚಾರ." ಅಂದವಳು ಸುಮ್ಮನಾಗಿ "ಎರಡು ದಿನದಲ್ಲಿ ಒಮ್ಮೆ ಆ ತೋಟಕ್ಕೆ ಬನ್ನಿ. ಅಜ್ಜಯ್ಯ ನಿಮ್ಹತ್ರ ಒಂದಿಷ್ಟು ಮಾತಾಡೋದಿದೆ ಅಂದ್ರು" ಎಂದವಳು ವಿಚಲಿತಳಾದಂತೆ ಕಾಣಲಿಲ್ಲ.

"ಬಹುಶಃ ಬೆಂಗ್ಳೂರಿಗೆ ಷಿಫ್ಟ್ ಆಗೋ ಯೋಚ್ನೆ."

"ಇಲ್ಲ ಸರ್, ಸಿಟಿ ವಾತಾವರಣ ಅಜ್ಜಯ್ಯ, ಅಪ್ಪಯ್ಯ, ಅಮ್ಮನಿಗೆ ಒಗ್ಗೊಲ್ಲ. ಹೊರಟನಂತರವೇ ಎಲ್ಲಿಗೆ ಅನ್ನೋದು ತೀರ್ಮಾನವಾಗೋದು" ಅಂದವಳ ಮುಖ ನೋಡಿದ. ಶ್ರೀನಿಧಿ ಅವಳ ಮೇಲೆ ಕೈ ಮಾಡಿದ್ದನ್ನು ರಹೀಂ ತಿಳಿಸಿದನಷ್ಟೇ ವಿನಹ ಅವಳು ಅದನ್ನು ಪ್ರಸ್ತಾಪಿಸಿರಲಿಲ್ಲ.

ಅವಳ ಜೊತೆಯಲ್ಲೇ ತೋಟವಿಡಿ ಓಡಾಡಿದ. ಇವಳು ಹೊರಡುವ ವೇಳೆಗೆ

ಬಂದ ಆರಾಧ್ಯರು "ಯಜಮಾನ್ರು ಬಂದ ವಿಚಾರ ತಿಳೀತು. ಆದರೆ ನಿನ್ನ ಹತ್ರನೆ ಮಾತು ಇರೋದು. ಈ ಕಡೆಗೆ ಬಾ" ಪಕ್ಕಕ್ಕೆ ಕರೆದೊಯ್ದು ಪಿಸುದನಿಯಲ್ಲಿ "ನೀವ್ಯಾಕೆ ಈ ರೀತಿ ಮಾಡ್ಬಾರ್ದು? ಈಗಾಗ್ಲೇ ಸಾಕಷ್ಟು ಹಣಕೊಟ್ಟಿದ್ದೀರಿ. ಈಗ ಕೊಡ್ಬೇಕಾದ ಹಣನ ಸಾಲದ ರೂಪದಲ್ಲಿ ಕೊಡುಸ್ತೀನಿ. ಅಮೇಲಿನ ಮಾರಾಟಕ್ಕೆ ಕೋಟೆಗಟ್ಟಲೆ ಹಣ ಬರುತ್ತೆ" ಇಂಥದೊಂದು ವಿಚಾರ ಪ್ರಸ್ತಾಪಿಸಿದ. ಅವಳಿಗೆ ನಗು ಬಂತು "ಅಷ್ಟೆಲ್ಲ ರಿಸ್ಕ್ ಯಾಕೆ? ಬೇರೆಯವ್ರಿಂದ ಸಾಲ ಪಡೆದು, ಇವ್ರಿಗೆ ಕೊಟ್ಟು.... ನಂತರ ತೋಟನ ಮಾರೋದು? ಅದೆಲ್ಲ ಯಾಕ್ಬೇಕು? ತೋಟ ನಮ್ಗೆ ಉಳಿಯೊಲ್ಲ ಅಂದ್ಮೇಲೆ ಮತ್ಯಾಕೆ ಸಾಲ ಮಾಡ್ಬೇಕು? ಅಂಥ ಪ್ರಯತ್ನಗಳೇ ಬೇಡ" ಮುಂದಕ್ಕೆ ಹೆಜ್ಜೆ ಹಾಕಿದಳು. ಇವಳು ತೀರಾ ಪೆದ್ದಿಯಂತೆ ಕಂಡಳು. ಕೋಟ್ಯಾಂತರ ರೂಪಾಯಿ ಬರೋವಾಗ ಆ ತೋಟ ಯಾಕೆ? ಹತ್ತು ಖರೀದಿಸಬಹುದು ಎಂದುಕೊಂಡವ ಶ್ಯಾಮ್‌ಪ್ರಸಾದ್‌ನ ಭೇಟಿ ಮಾಡಲು ಹೋದ.

ಶ್ಯಾಮ್‌ಪ್ರಸಾದ್ ಅಂತು ಉಸಿರೆತ್ತಲು ಅವಕಾಶವನ್ನೆ ಕೊಡಲಿಲ್ಲ.

ಗೇಟಿನಿಂದ ಹೊರಗೆ ಹೋದವಳು ಹಿಂದಕ್ಕೆ ಬಂದಿದ್ದು ಒಂದು ಲೆಟರ್ ತನ್ನ ಬ್ಯಾಗ್‌ನಲ್ಲಿ ಉಳಿದಿದೆಯೆಂದು ನೆನಪಿಸಿಕೊಂಡು. ಎದುರಾದ ಆರಾಧ್ಯರ ಮುಖ ಬಿಳುಚಿಕೊಂಡಿತು. "ಯಜಮಾನ್ರು ಮಾತಾಡೋಕೆ ಇಂಟ್ರೆಸ್ಟ್ ತೋರಿಸ್ಲಿಲ್ಲ. ಕಾಯಿ ಗುತ್ತಿಗೆ ನಂಗೆ ಕೊಡಿಂತ ಕೇಳೋಕೆ ಬಂದಿದ್ದೆ" ಅವರ ಮಾತಿಗೆ ಅವಳೇನು ಪ್ರತಿಕ್ರಿಯಿಸಲಿಲ್ಲ. ಆ ವೇಳೆಗೆ ಡ್ರೈವರ್ ಫೋನ್ ಮಾಡಿ "ಮೇಡಮ್ ಗಾಡಿ ಯಾಕೋ ಸ್ವಲ್ಪ ಪ್ರಾಬ್ಲಮ್‌ನಲ್ಲಿದೆ. ಹತ್ತಿರದಲ್ಲೇ ಮೆಕ್ಯಾನಿಕ್ ಇದ್ದಾನೆ. ತಗೊಂಡ್ಹೋಗಿ ತೋರ್ಸಿಕೊಂಡ್ಬರ್ಲ. ಒಂದರ್ಧ ಗಂಟೆ ಆಗ್ಬಹ್ದು" ಹೇಳಿದಾಗ "ಆಯ್ತು ಹಾಗೇ ಮಾಡು. ನಾನು ಹೇಗೋ ಮ್ಯಾನೇಜ್ ಮಾಡ್ಕೋತೀನಿ" ಹೇಳಿದಳು.

ಆಮೇಲೆ ಒಂದು ಗಂಟೆ ಹೊರಡಲು ತಡವಾಯಿತು. ಆ ವೇಳೆಗೆ ಶ್ಯಾಮ್‌ಪ್ರಸಾದ್‌ಗೆ ಮೆಸೇಜ್ ಬಂತು. ಮಧ್ಯ ದಾರಿಯಲ್ಲಿ ಕಾರನ್ನು ತಡೆದು ಡ್ರೈವರನ್ನು ಎಳೆದಾಡಿದರೆಂದು.

"ನೀವು ನೂರೆಂಟು ಪ್ರದಕ್ಷಿಣೆ ಹಾಕೋ ಮಾರುತಿನೆ ನಿಮ್ಮನ್ನ ಬಚಾವ್ ಮಾಡಿರಬೇಕು" ಎಂದ ಅರ್ಥಗರ್ಭಿತವಾಗಿ. ಆಮೇಲೆ ವಿಷಯ ತಿಳಿಸಿ "ಕಾರನ್ನು ಅಡ್ಡಗಟ್ಟಿರೋವರ ಟಾರ್ಗೆಟ್ ನೀವಾಗಿರಬೇಕು. ಸ್ವಲ್ಪ ಕೇರ್ ಫುಲ್ಲಾಗಿರಿ" ಎನ್ನುವ ಸೂಚನೆ ಜೊತೆಗೆ "ನಾನೇ ನಿಮ್ಮನ್ನ ತೋಟಕ್ಕೆ ಬಿಟ್‌ಬರ್ತೀನಿ" ಅಂದಾಗ "ಅಯ್ಯೋ, ನೀವ್ ರೆಸ್ಟ್ ತಗೊಳ್ಳಿ. ಜನ್ನನ ಮಗ ಇಲ್ಲೇ ಇದ್ದಾನೆ. ಅವ್ನ ಕರ್ಕಂಡ್ ನಡ್ಕೊಂಡ್... ಹೋಗ್ಬಿಡ್ತೀನಿ" ಅವಳ ಮಾತಿಗೆ ಅವನು ಒಪ್ಪಿಗೆ ನೀಡಲಿಲ್ಲ.

ಆಮೇಲಿನದೇನು ಅವಳಿಗೆ ಗೊತ್ತಾಗದಿದ್ದರೂ ರಹೀಂ ಒಂದಿಷ್ಟು ಮಾಹಿತಿಯನ್ನು ಮುಟ್ಟಿಸಿದ್ದ. "ಸಾಬ್, ಎಸ್.ಪಿ. ಕರ್ಸೀಕೊಂಡು ಮಾತಾಡಿದ್ದಾರೆ. ಡ್ರೈವರ್‌ಗೆ ಒಂದು ನಾಲ್ಕು ಪೆಟ್ಟು ಬಿದ್ದಿದೆ. ರಾತ್ರಿ ಅವ್ನು ಇಲ್ಲೇ ಉಳ್ಳುಕೊಂಡಿದ್ದಾನೆ. ಇನ್ನಷ್ಟು ಸೆಕ್ಯೂರಿಟಿ ಗಾರ್ಡ್ಸ್ ನೇಮ್ಸಿಕೊಂತಾರಂತೆ" ಅವಳಿಗೂ

ಯೋಚಿಸುವಂತಾಗಿತ್ತು. ಹತ್ತು... ಹನ್ನೊಂದು... ಒಂದಷ್ಟು ದಿನಗಳಿಂದ ಓಡಾಡುತ್ತಿದ್ದರು. ಇಂಥದ್ದು ಎಂದೂ ನಡೆದಿರಲಿಲ್ಲ. ಕೆಲವೊಮ್ಮೆ ನಡೆದು ಬಂದಿದ್ದುಂಟು. ಸೈಕಲ್ ಕೂಡ ಬಳಸಿದ್ದುಂಟು. ಒಮ್ಮೆ ಜೋಕ್ ಮಾಡಿದ್ದ ಶ್ಯಾಮ್‌ಪ್ರಸಾದ್ "ನೀವು ಈ ಶ್ರೀಮಂತ ಗಾರ್ಡನ್‌ನ ಮ್ಯಾನೇಜರ್. ಸೈಕಲ್ ತಿರುಗಾಟ. ಅಷ್ಟಕ್ಕೆ ನಿಮ್ಗೆ ಟೂವೀಲರ್ ಓಡಾಟ ಇಷ್ಟವೆಂದರೇ ಬೈಕ್ ಉಪಯೋಗ್ಸಬಹುದ್ದು" ಅಂದ ದಿನದಿಂದ ಸೈಕಲ್ ಓಡಾಟ ನಿಲ್ಲಿಸಿದ್ದು.

ಮೌನವಾಗಿ ಕೂತಿದ್ದ ಅಮ್ಮನ ಮುಂದೆ ಹೋಗಿ ಕೂತವಳು "ಶ್ಯಾಮ್‌ಪ್ರಸಾದ್ ಬಂದಿದ್ದಾರೆ. ಸದ್ಯಕ್ಕೆ ಒಂದಿಷ್ಟು ಟೆನ್‌ಷನ್ ಕಮ್ಮಿ ಆಯ್ತು. ಅವಧಾನಿಗಳು ಬಂದಿದ್ದ ವಿಚಾರ ಅಪ್ಪಯ್ಯ ಹೇಳಿದ್ರು. ಮತ್ತೇನಾದ್ರೂ... ಸುದ್ದೀನಾ?" ಅಲ್ಲೇ ಕೂತಳು. ಮಗಳ ಕೆನ್ನೆಗೆ ಶ್ರೀನಿಧಿ ಹೊಡೆದನೆಂದು ತಿಳಿದ ಮೇಲೆ ಆದ ಷಾಕ್‌ನಿಂದ ಆಕೆ ಇನ್ನು ಎಚ್ಚೆತ್ತುಕೊಂಡಿರಲಿಲ್ಲ. "ಹೊಸ ಸುದ್ದಿ ಏನಿರುತ್ತೆ? ವಿಕ್ಕಿ ಏನಾದ್ರೂ ಫೋನ್ ಮಾಡಿದ್ನಾ?" ಮಗನನ್ನು ನೆನಪಿಸಿಕೊಂಡರು. ಅವನ ಕೆನ್ನೆಗೆ ನಾಲ್ಕು ಬಾರಿಸಬೇಕೆನ್ನುವ ಕೋಪ ಇತ್ತು. ಆಕೆಯ ಮನಃಸ್ಥಿತಿ ಹೇಗಾಗಿದೆಯೆಂದರೆ, ಸಂಬಂಧಗಳೇ ಬೇಡ ಎನ್ನುವಷ್ಟರಮಟ್ಟಿಗೆ. ಎಲ್ಲದಿಕ್ಕೂ ಕಾರಣ ವಸಂತಲಕ್ಷ್ಮಿ! ಇಂಥ ಅನಿಸಿಕೆ ಮೂಡಿದ್ದರಿಂದ ಅಲ್ಲಿನ ವಿಚಾರಗಳ ಪ್ರಸ್ತಾಪವೇ ಬೇಡವೆನಿಸಿತ್ತು. ಆದರೂ ಕರುಳಕುಡಿಯ ನೆನಪು. ಅದೇ ಶ್ರೀನಿಧಿ ತಂಗಿಯ ಕಪಾಳಕ್ಕೆ ಬಾರಿಸಿದಾಗ ಅವನು ಹೇಗೆ ಸುಮ್ಮನಿದ್ದ? ಅದು ನೆನಪಾದಾಗಲೆಲ್ಲ ಕಾಳಿಯಾಗಿಬಿಡಬೇಕೆನಿಸುತ್ತಿತ್ತು ಆಕೆಗೆ.

"ಇಲ್ಲ, ಫೋನ್ ಮಾಡಿಲ್ಲ. ಎಕ್ಸಾಮ್ ಹತ್ತಿರವಾಗ್ತಾ ಇದೆ. ಓದಿನ ಗಡಿಬಿಡಿ ಇರ್ಬಹ್ದು. ಪ್ಲೀಸ್, ಅಮ್ಮ ಬಯ್ಯೋದ್ಬೇಡ" ಎಂದು ರಿಕ್ವೆಸ್ಟ್ ಮಾಡಿಕೊಂಡು ಮೇಲೆದ್ದು "ಹಿತ್ತಾಳೆ ಪಾತ್ರೆಯೆಲ್ಲ ಒಂದ್ಕಡೆ ಕೂಡಿ ಹಾಕಿದ್ದೀಯಲ್ಲ. ಇಷ್ಟೆಲ್ಲ ತಗೊಂಡ್ಹೋಗೋದು ಕಷ್ಟ. ಇವೆಲ್ಲ ಬಳಕೆ ಆಗುತ್ತೋ ಇಲ್ವೋ? ಮಾರುತಿ ಗುಡಿಯ ಅರ್ಚಕರಾದವರಿಗೆ ಈ ಮನೆ ವಾಸಕ್ಕೆ ಕೊಡ್ಬಹ್ದು. ಅವ್ರು ಉಪಯೋಗಿಸ್ಕೋತಾರೆ. ಅಕಸ್ಮಾತ್ ಕೋಟಿಗಳನ್ನು ಕೊಟ್ಟು ಶ್ರೀಮಂತರು ಕೊಂಡು ತಾವು ನಂಬಿಕೊಂಡಿದ್ದ ವ್ಯಕ್ತಿಗೆ ಆಶ್ರಮ ಕಟ್ಟಲು ಅನುವು ಮಾಡಿಕೊಟ್ಟರು ಇವೆಲ್ಲ ಉಪಯೋಗಕ್ಕೆ ಬೇಕಾಗುತ್ತೆ ಬಿಡು. ತೋಟನೆ ಬಿಟ್ಟು ಹೋಗೋವಾಗ ಇವುಗಳ ಮೇಲೇಕೆ ವ್ಯಾಮೋಹ?" ಎಂದಳು ನೋವಿನಿಂದ.

"ನಿನ್ನಷ್ಟು ದೃಢಮನಸ್ಸು ನಂಗಿಲ್ಲ ಬಿಡು. ಆ ವಸಂತಲಕ್ಷ್ಮಿ ದೊಡ್ಡ ಮನಸ್ಸು ಮಾಡಿ ನನ್ನ ತವರಿನ ಚಿನ್ನ ಕೊಟ್ಟಿದ್ದರೂ, ಅದನ್ನೆಲ್ಲ ಮಾರಿ ತೋಟನ ಉಳಿಸ್ಕೋತಾ ಇದ್ವಿ" ಮತ್ತೆ ಅದೇ ಕಣ್ಣೀರು. ಇವೆಲ್ಲ ಸತ್ಯಗಳು ಆಗಿದ್ದರು ಪರಿತಾಪ ಪಡೋದರಿಂದ ಪ್ರಯೋಜನವಿರಲಿಲ್ಲ.

ಶ್ರೀನಿಧಿಯಿಂದ ಕೆನ್ನೆಗೆ ಬಾರಿಸಿಕೊಂಡು ಬಂದ ದಿನ ಅನಂತಶರ್ಮರ ಕಣ್ಣಲ್ಲಿ ಕಣ್ಣೀರು ಕಂಡಿದ್ದಳು. ಆನಂದಶರ್ಮರಂತು ಮಗಳನ್ನು ತಬ್ಬಿಕೊಂಡು ಕಣ್ಣೀರು ಸುರಿಸಿದರೆ, ಕೌಸಲ್ಯ ದುಃಖಕ್ಕೆ ಪಾರವಿರಲಿಲ್ಲ. ಏಟು, ಅದರ ನೋವು ಏನೆಂದು

ತಿಳಿಯದೆ ಬೆಳೆಸಿದ್ದರು ದಿವ್ಯಳನ್ನು. ಆದರೆ ಆ ಶ್ರೀನಿಧಿ ಯಾವ ಅಧಿಕಾರದಿಂದ ಹೊಡೆದರು.

ರಾತ್ರಿ ಊಟದವರೆಗೂ ಅಮ್ಮ ಮಗಳು ಮಾತೇ ಆಡಲಿಲ್ಲ. ಅನಂತಶರ್ಮರು ಹಾಲಿನೊಂದಿಗೆ ತಮ್ಮರಾತ್ರಿಯ ಭೋಜನ ಮುಗಿಸಿದರು. ಇದು ಅಪರೂಪವು ಅಲ್ಲ. 'ಹಸಿವಿಲ್ಲ' ಎಂದ ಆನಂದಶರ್ಮರನ್ನು ಒತ್ತಾಯಪೂರ್ವಕವಾಗಿ ಕರೆತಂದು ಎಲೆಯ ಮುಂದೆ ಕೂಡಿಸಬೇಕಾಯಿತು. ಇನ್ನೆರಡು ದಿನ ಮಾತ್ರ ಇಲ್ಲಿನ ಊಟ, ವಾಸ್ತವ್ಯ!

ಮೊಮ್ಮಗಳನ್ನು ಊಟದ ನಂತರ ಕರೆದ ಅನಂತಶರ್ಮರು "ಹೇಗೂ ಶ್ಯಾಮ್‌ಪ್ರಸಾದ್ ಬಂದಿದ್ದಾರೇಂತ ಅಂದೆಯಲ್ಲ, ಬುಧವಾರ ದಿನ ಚೆನ್ನಾಗಿದೆ. ಅವಧಾನಿ ಕೂಡ ಅಂದಿನಿಂದ ಪೂಜೆಗೆ ಬರ್ತೀನೀಂತ ಹೇಳಿದ್ದಾರೆ. ಅಂದೇ ಹೊರಡೋಣ. ಮತ್ತೆ ಇನ್ನೊಂದು ದಿನ ಉಳಿಯುವುದೇಕೆ? ವಿಷ್ಯನ ಅವ್ರಿಗೆ ತಿಳ್ಸಿಬಿಡು" ಎಂದರು. ಅದೂ ಕೂಡ ಅವಳಿಗೆ ಸರಿಯೆನಿಸಿತು. ಬೇಗ ಹೊರಟರೆ, ಅಂದು ಅನುಭವಿಸಬೇಕಾದ ಹಿಂಸೆಯಿಂದ ಮುಕ್ತಿ "ಆಯ್ತು. ಅಜ್ಜಯ್ಯ. ಒಂದು ದಿನ ಮೊದ್ಲೇ ಹೊರಡೋದರಿಂದ ತೊಂದರೆಯೇನಿಲ್ಲ. ಅವ್ರಿಗೆ ಫೋನ್ ಮಾಡಿ ತಿಳಿಸ್ತೀನಿ" ಸಮ್ಮತಿ ಸೂಚಿಸಿದಳು. ಆ ಬಗ್ಗೆ ಯಾರ ತಕರಾರು ಇಲ್ಲ. ಶ್ಯಾಮ್‌ಪ್ರಸಾದ್ ಪರ್ಸನಲ್ ನಂಬರ್‌ನ ಬಟನ್‌ಗಳನ್ನೊತ್ತಿದ್ದು. ಆದು ತೀರಾ ಅಗತ್ಯವಿದ್ದಾಗ ಮಾತ್ರ ಆ ನಂಬರ್‌ನಲ್ಲಿ ಸಂಪರ್ಕಿಸಬಹುದಷ್ಟೆ. "ಹಲೋ ಹೇಳಿ ದಿವ್ಯ ಮೇಡಮ್. ತೀರಾ ಅರ್ಜೆಂಟ್ ಮೆಸೇಜ್ ಏನಿ ಪ್ರಾಬ್ಲಮ್" ಕೇಳಿದ ವಾಯ್ಸ್‌ನಲ್ಲಿ ಅಂಥ ಸಿರಿಯಸ್‌ನೆಸ್ ಇಲ್ಲದಿದ್ದರಿಂದ ವಿಷಯ ತಿಳಿಸಬಹುದೆನಿಸಿತು. "ಅಜ್ಜಯ್ಯ, ಒಂದು ದಿನ ಮೊದ್ಲು ಬುಧವಾರನೇ ಹೊರಡೋಣಾಂದ್ರು. ಅದ್ಕೆ ಮೊದ್ಲು ದೇವಸ್ಥಾನದ ಪೂಜೆ ವಿಷ್ಯನ ನಿಮ್ಹತ್ರ ಮಾತಾಡ್ಬೇಕೂಂದ್ರು. ಇಷ್ಟು ಸಮಯಕ್ಕೆ ಪುರಸತ್ತೂಂದರೇ ಆಗ ಅಲ್ಲಿಗೇನೇ ಬರ್ತಾರಂತೆ." ಒಂದತ್ತು ಸೆಕೆಂಡ್ ಮೌನದ ನಂತರ "ನಾನೇ ಬೆಳಿಗ್ಗೆ ದೇವಸ್ಥಾನಕ್ಕೆ ಬರ್ತೀನಿ. ನಂಗೂ ಅವ್ರಲ್ಲಿ ಮಾತಾಡೋದಿದೆ. ಗುಡ್‌ನೈಟ್ ದಿವ್ಯ" ಫೋನ್ ಕಟ್ ಮಾಡಿದ.

"ಅಜ್ಜಯ್ಯ, ಶ್ಯಾಮ್‌ಪ್ರಸಾದ್ ದೇವಸ್ಥಾನಕ್ಕೆ ಬರ್ತಾರಂತೆ. ಆಗ ಮಾತಾಡ್ಬಹುದ್ದು ಅಂದ್ರು. ನೀವೇನು ಹೇಳ್ತೀರಾ?" ಮಲಗುವ ಮುನ್ನ ವಿಚಾರಿಸಿದಳು. ಅವರು ಮೌನವಹಿಸಿದರು. ನಂತರ ಎಷ್ಟೋ ಸಮಯದನಂತರ "ಅಗ್ನಿ, ಅವಧಾನಿಗಳು ಬಂದರೆ... ಪರಿಚಯಿಸೋಕೇ ಅನ್ಕೂಲ" ಅಷ್ಟು ಹೇಳಿದ್ದು. ಆಮೇಲೆ ಆರಾಮಾಗಿ ಮಲಗಿ ನಿದ್ರಿಸಿದರು. ಅಂಥ ಗೊಂದಲವೇನು ಇರಲಿಲ್ಲ ಅವರ ಮನದಲ್ಲಿ. ಇದು ಹೇಗೆ ಸಾಧ್ಯವಾಗಿದೆಯೆಂದು ಯಾರಾದರೂ ಪ್ರಶ್ನಿಸಿದರೆ, ದೇವರತ್ತ ತೋರಿಸಬಹುದಷ್ಟೆ.

ಇಲ್ಲಿನ ಮಾರ್ಪಾಟುಗಳು ಜನ್ನನ ಸಂಸಾರದ ಗಮನಕ್ಕೆ ಬಂದಿದ್ದರು ಪ್ರಶ್ನಿಸಲಾರರು. ಆದರೆ ದಿವ್ಯಗೆ ಮಾತ್ರ ಇಡೀ ರಾತ್ರಿ ನಿದ್ರೆ ಬರಲಿಲ್ಲ. ಶ್ರೀನಿಧಿ, ವಸಂತಲಕ್ಷ್ಮಿ, ದೀಪಿಕಾ ಜೊತೆ ವಿಕ್ಕಿಯಿಂದ ಅನುರಾಗ್‌ವರೆಗೂ ಸವಾಲ್ ಎಸೆದಿದ್ದರು. "ಅಷ್ಟು ಹಣ ಕೊಡಲಾರ್ದೆ ಎಲ್ಲಾಕಳ್ದುಕೊಂಡು ಬೀದಿಗೆ ಬರ್ತೀರಾ.

ಆಗ ನಿಮ್ಗೆ ನೆಲೆ ಎಲ್ಲಿದೆ?" ಉತ್ತರಿಸಲಾರದ ಸ್ಥಿತಿಯಾದರು ಕಂಗೆಡಬಾರದೆಂಬ ಪ್ರತಿಜ್ಞೆ ಮಾಡಿಕೊಂಡಿದ್ದಳು ಹೆಚ್ಚು ಪ್ರಯತ್ನಪೂರ್ವಕವಾಗಿ.

ಬೆಳಿಗ್ಗೆ ಸ್ವಲ್ಪ ಬೇಗನೆ ಎದ್ದಿದ್ದು. ಇಂದು ಅನಂತಶರ್ಮರು ದೊಡ್ಡದನಿಯಿಂದ ಮಂತ್ರಗಳನ್ನು ಪಠಿಸುತ್ತ ಅಭಿಷೇಕ ಮಾಡುತ್ತಿದ್ದ ಅವರಿಗೆ ಸಹಾಯಕರಾಗಿ ನಿಂತಿದ್ದರು ಆನಂದಶರ್ಮ. ಇಂದು ಅತ್ಯಂತ ಭಕ್ತಿಭಾವದಿಂದ ಪ್ರದಕ್ಷಿಣೆ ನಮಸ್ಕಾರ ಹಾಕುತ್ತಿದ್ದವಳ ಅರಿವಿಗೆ ಶ್ಯಾಮ್‌ಪ್ರಸಾದ್ ಬಂದಿರುವುದು ತಿಳಿದಿದ್ದು ಎಲ್ಲಾ ಮುಗಿದನಂತರವೇ.

ಮುಗುಳ್ನಗೆ ಹರಿಸಿಯೇ ಅವರನ್ನು ಕಣ್ಣುಗಳಲ್ಲಿ ಸ್ವಾಗತಿಸಿದ್ದು. 'ಒಂದು ಮುಗುಳ್ನಗೆಯಿಂದ ನೂರಾರು ಹೃದಯಗಳನ್ನು ಗೆಲ್ಲಬಹುದು' ಎಂದು ನುಡಿದ ದಿನ ಅಕ್ಕಪಕ್ಕ, ಹಿಂದೆ ಮುಂದೆ ನೋಡಿಕೊಂಡಿದ್ದಳು. ಸದಾ ನಗುನಗುತ್ತಾ ಇರೋ ದೀಪಿಕಾ ಸ್ವಭಾವ ತನ್ನದೆಲ್ಲವನ್ನುವ ನಿರ್ಧಾರ ಅವಳದು. ಆದರೆ ಈ ಮುಗುಳ್ನಗು ಎಲ್ಲಿಯದು?

ಮಂಗಳಾರತಿ, ತೀರ್ಥಪ್ರಸಾದದ ವಿನಿಯೋಗದನಂತರ ಅನಂತಶರ್ಮರು ವಿಚಾರಿಸಿದರು. "ನಿಮ್ಮ ತಾಯಿಯವರ ಆರೋಗ್ಯ ಹೇಗಿದೆ?" ಆತ್ಮೀಯತೆಯಿಂದಲೇ "ಈಗ ಚೆನ್ನಾಗಿದ್ದಾರೆ. ತಮ್ಮೊಂದಿಗೆ ಮಾತಾಡೋದಿತ್ತು" ಹೇಳಿದ. ಒಳಗೆ ಹೋಗಿ ಭರಣಿಯಲ್ಲಿದ್ದ ತಿಲಕ ಪ್ರಸಾದವನ್ನು ತಂದು ಹುಬ್ಬಿನ ನಡುವೆ ಇಟ್ಟು "ನಂಗೂ ನಿಮ್ಮೊಂದಿಗೆ ಮಾತಾಡೋದಿದೆ. ಬಂದಿದ್ದು ತುಂಬ ಸಂತೋಷ. ಅವಧಾನಿಗಳು ಬರಬೇಕಿತ್ತು. ನೀವು ದೇವರ ಪೂಜೆಗೆ ಬೇರೆಯವರ್ನ ನೇಮಿಸೋವರ್ಗೂ ಅವಧಾನಿಗಳೊಂತ ಬಂದು ಪೂಜೆ ಮಾಡ್ಕೊಂಡ್ ಹೋಗ್ತಾರೆ. ಸರಿಯೆನಿಸಿದರೆ ಮುಂದುವರ್ಸಿ. ಇಲ್ಲ ಬೇರೆಯವ್ರನ್ನ ಏರ್ಪಾಟು ಮಾಡ್ಕೋಬಹ್ದು" ಅಷ್ಟೆ ತಮಗೆ ಸಂಬಂಧಿಸಿದೆನ್ನುವ ನಿರ್ಣಯ ಅವರದು. ಶ್ಯಾಮ್‌ಪ್ರಸಾದ್ ಪ್ರತಿಕ್ರಿಯಿಸಲಿಲ್ಲ. ಆಮೇಲೆ "ನಂಗೆ ಒಂದಿಷ್ಟು ಮಾತಾಡೋದಿದೆ" ಎಂದಾಗ ಹ್ಞೂಗುಟ್ಟಿ ಮತ್ತೊಮ್ಮೆ ಪ್ರದಕ್ಷಿಣೆ ನಮಸ್ಕಾರ ಹಾಕಿ ಬಂದರು.

ಆವರಣದ ಕೊನೆಯಲ್ಲಿನ ಜಗುಲಿಯ ಮೇಲೆ ಕೂತರು. "ಸ್ವಲ್ಪ ಕೇಳಿ, ನಿರ್ಣಯ ನಿಮ್ದೆ ಕರಾರಿನ ಪ್ರಕಾರ ಪೂರ್ತಿ ಅಮೌಂಟ್ ಕೊಡಲಾಗದಿದ್ದಕ್ಕೆ ನಾಳಿದ್ದು ತೋಟ ಬಿಟ್ಕೋಗ್ತೀವಿ ಅಂದರು ದಿವ್ಯ. ನಾನು ಈ ಕಡೆಯಿಂದ ಕೆಲವು ಹೇಳ್ಬೇಕಿದೆ" ಹತ್ತು ನಿಮಿಷದಲ್ಲಿ ಇಲ್ಲಿಗೆ ಬಂದ ಉದ್ದೇಶ. ಪ್ರತಿಯೊಂದನ್ನು ಹೇಳಿ ಮುಗಿಸಿದನಂತರ "ಬೇಕಾದರೆ, ನಿಮ್ಮ ಸ್ವಾಭಿಮಾನಕ್ಕೆ ಧಕ್ಕೆಯೆನಿಸಿದರೆ ಕರಾರನ್ನು ಮುಂದುವರಿಸಿ ಕೊಡಬೇಕಾದ ಹಣವನ್ನು ಕೊಟ್ಟು ನೀವೇ ಮಾಲೀಕರಾಗಬಹುದು. ಆ ಬಗ್ಗೆ ನನ್ನ ಪೂರ್ಣ ಒಪ್ಪಿಗೆ ಇದೆ. ಭಾರತದ ಸನಾತನ ಸಂಸ್ಕೃತಿಯ ಬಗ್ಗೆ ನನ್ತಂದೆ ನನ್ನಲ್ಲಿ ಅರಿವು ಮೂಡಿಸಿದ್ದಾರೆ. ಎರಡು ಹೊತ್ತು ಅಗ್ನಿಹೋತ್ರ ಮಾಡುತ್ತಿದ್ದ ವಾಮನಪ್ರಸಾದ್ ಅಗ್ನಿಹೋತ್ರಿಗಳ ಮೊಮ್ಮಗ ನಾನು. ನಿಮ್ಮಂಥ ದೈವಜ್ಞರಿಂದ ಪೂಜೆಗೊಳ್ಳುತ್ತಿದ್ದ ಮಾರುತಿಯ ಪೂಜೆ ತಪ್ಪಿಹೋದರೆ, ನನ್ನ ತಂದೆಯ ಆತ್ಮ ಕ್ಷೋಭೆಗೊಳಗಾಗುತ್ತೆ. ಆ ಪಾಪದಿಂದ ನನ್ನ ತಪ್ಪಿಸಿ" ಎಂದು ಅವರ ಪಾದಗಳಿಗೆ ನಮಸ್ಕರಿಸಿದವನು "ನಿರ್ಣಯ ನಿಮ್ಮದೇ" ಎಂದು ಹೇಳಿ ನಡೆದುಬಿಟ್ಟನು.

ಅವನು ಗೇಟು ತುದಿಯಲ್ಲಿದ್ದಾಗ ದಿವ್ಯ ಅವನನ್ನು ತಲುಪಿದಳು.

"ಪ್ಲೀಸ್ ಕಮ್" ಎಂದು ಕಾರು ಹತ್ತಿದ. ಅಜ್ಜಯ್ಯನ ಬಳಿ ಏನು ಮಾತಾಡಿರಬಹುದು? ಆ ಬಗ್ಗೆ ತಲೆ ಕೆಡಿಸಿಕೊಳ್ಳದೆ "ಸದ್ಯಕ್ಕೆ ನೀನು ಕೆಲ್ಸಬಿಟ್ಟು ಹೋಗೋಕ್ಕಾಗೋಲ್ಲ. ಬೇರೆಯವ್ರನ್ನ ಅಪಾಯಿಂಟ್ ಮಾಡಿಕೊಳ್ಳೋವರ್ಗೂ ನೀನು ಇರಬೇಕಾಗುತ್ತೆ. ಕರಾರಿನ ಪ್ರಕಾರ ನೀವು ತೀರಿಸಬಹುದಾದ ಹಣಕ್ಕೆ, ಇನ್ನೊಂದ್ವರ್ಷ ತಗೋಬಹ್ದು. ಸದ್ಯಕ್ಕೆ ನಂಗೆ ದೇವಸ್ಥನದ ತೋಟನ ಮಾರೋ ಇಚ್ಛೆ ಇಲ್ಲ. ಅಜ್ಜಯ್ಯನ ಬಳಿ ಎಲ್ಲಾ ಮಾತಾಡಿದ್ದೀನಿ. ಎಲ್ಲಾರು ಚರ್ಚಿಸಿ, ಮಾತಾಡಿ ಒಂದು ತೀರ್ಮಾನಕ್ಕೆ ಬನ್ನಿ. ನಾಳೆ, ನಾಳಿದ್ದೇನು 'ಗ್ರೀನ್ ಗಾರ್ಡನ್'ಗೆ ಬರೋದು ಬೇಡ. ಒಪ್ಪಿಗೆ ಇದ್ದರೆ ಬುಧವಾರ ಬೆಳಿಗ್ಗೆ ಬಾ. ಇಲ್ಲಾಂದರೆ ತೋಟ ಖಾಲಿ ಮಾಡಿ ಹೋಗ್ಬಹ್ದು" ಎಂದು ಕಾರನ್ನು ಹಿಂದಕ್ಕೆ ತಿರುಗಿಸಿಕೊಂಡು ಬಂದು ತೋಟದ ಬಳಿ ಇಳಿಸಿ, "ಬುಧವಾರ ಕಾರು ಬರುತ್ತೆ. ತೀರ್ಮಾನ ನಿಂದೇ ದಿವ್ಯ. ಸೋಲು ನಿನ್ನದಾಗ್ಬಾರ್ದಿತ್ತು. ಸಮಸ್ಯೆಗಳನ್ನು ದಹಿಸಿಬಿಡುವಂಥ ಅದ್ಭುತವಾದ ಶಕ್ತಿ ನಿನ್ನಲ್ಲಿದೆ. ನೀನು ಪ್ರೀತಿಸೋ ಸಸ್ಯ ಸಂಪತ್ತು, ನಿನ್ನ ಪ್ರೀತಿಸೋ ಮರ,ಗಿಡಗಳಿಂದ ಅಗಲಿಸೋ ಇಷ್ಟ ನಂಗಿಲ್ಲ" ಅಷ್ಟು ಹೇಳಿದ. ಕಾರು ಹಿಂದಕ್ಕೆ ಚಲಿಸಿ ಮೈನ್ ರೋಡಿಗೆ ಹತ್ತಿ 'ಗ್ರೀನ್ ಗಾರ್ಡನ್'ನತ್ತ ಹೊರಟಿತು.

ಮನೆಗೆ ಬಂದ ಅನಂತಶರ್ಮರು ರೂಮಿಗೆ ಹೋಗಿ ಧ್ಯಾನಕ್ಕೆ ಕುಳಿತರು ತಂದೆಯಿಂದ ವಿಷಯ ತಿಳಿದ ಆನಂದಶರ್ಮರು ಹೆಂಡತಿಯ ಮುಂದೆ ವಿಷಯ ಇಟ್ಟರು. ಆಕೆಗೆ ಒಂದಿಷ್ಟು ಗಲಿಬಿಲಿ.

"ಇನ್ನೊಂದ್ವರ್ಷ ಸಮಯ ತಗೊಂಡ್ ಉಳಿದ ಹಣ ಕೊಡಿ. ತೋಟ ನಿಮ್ಮದ್ರಾಗೇ ಇರ್ಲಿ. ಎಷ್ಟು ಕೋಟಿಗಳನ್ನು ಕೊಟ್ಟರು ಮಾರೋ ಇಚ್ಛೆ ನಂಗಿಲ್ಲಾಂತ ಅಪ್ಪಯ್ಯನಿಗೆ ಹೇಳಿ ಹೋಗಿದ್ದಾರೆ. ಅಗ್ನಿಹೋತ್ರಿಗಳ ವಂಶದ ಹುಡ್ಗ. ಕೃಷ್ಣಪ್ರಸಾದ್ ಅಗ್ನಿಹೋತ್ರಿಗಳು ತೀರಿಕೊಂಡಿದ್ದಾರೆ. ತಂದೆ ಮಾಡ್ದ ತಪ್ಪನ್ನು ಸರಿಪಡಿಸೋಕೆ ಭಾರತಕ್ಕೆ ಬಂದಿದ್ದಾನೆ. ಇಷ್ಟನ್ನು ದಿವ್ಯಗೂ ಹೇಳಿದ್ದಾನೇಂತ ಕಾಣಿಸುತ್ತೆ. ಒಂದ್ಮೂರು, ಅಥ್ವಾ ಆರು ತಿಂಗಳಲ್ಲಿ ಉಳಿದ ಹಣ ಕೊಡ್ಬಹ್ದು. ದಿವ್ಯನ ಸಲುವಾಗಿಯಾದ್ರೂ ಇದ್ನ ಒಪ್ಕೋಬೇಕಾಗುತ್ತೆ. ಅಪ್ಪಯ್ಯ ಏನು ಹೇಳ್ತಾರೋ?"

ಆಕೆಯ ಕಣ್ಣುಗಳಲ್ಲಿ ಸಂಭ್ರಮವೇ. ಅದನ್ನು ವ್ಯಕ್ತಪಡಿಸಲಾರದೆ ಕಣ್ಣೀರು ಸುರಿಸಿದರು. ಎಲ್ಲಾ ಸಾಮಾನುಗಳನ್ನು ಎಲ್ಲೆಡೆ ಹರಡಿಕೊಂಡಿದ್ದರು. ಯಾವುದನ್ನು ಒಯ್ಯುವುದು, ಯಾವುದನ್ನು ಬಿಡುವುದು ಎನ್ನುವ ಸಂಧಿಗ್ಧದಲ್ಲಿ ಇದ್ದರು. ಸಾಮಾನ್ಯ ಗೃಹಿಣಿಯರು ತಮ್ಮ ಸಂಸ್ಕಾರದಲ್ಲಿ ಕಳೆದು ಹೋಗುವುದೇ ಇದೇತರಹ. ಕೌಸಲ್ಯ ಅದಕ್ಕಿಂತ ಭಿನ್ನವಲ್ಲ.

ಆಮೇಲೆ ಮನೆಯಲ್ಲಿ ಚರ್ಚೆಗಳೇ ಆಗಲಿಲ್ಲ. ಅನಂತಶರ್ಮರು ಕೋಣೆಗೆ ಒಬ್ಬೊಬ್ಬರನ್ನ ಕರೆಸಿ ಅಭಿಪ್ರಾಯ ತಿಳಿದುಕೊಂಡನಂತರ ಕೊನೆಯಲ್ಲಿ ದಿವ್ಯ ಸರಧಿ. ತೀರಾ ಚಳಿ, ಮಳೆಯಲ್ಲಿ ಕೂಡ ನೂರೆಂಟು ಪ್ರದಕ್ಷಿಣೆ ನಮಸ್ಕಾರ ಮಾಡುತ್ತಿದ್ದ

ದೃಶ್ಯವನ್ನು ಕಣ್ಮುಂದೆ ತಂದುಕೊಂಡಾಗ ಅವರ ಕಣ್ಣಂದು ಒದ್ದೆಯಾಯಿತು. ಪೂಜೆ ಕೈಗೊಳ್ಳುವ ಪುಣ್ಯಾತ್ಮ ಶ್ಯಾಮ್ ಪ್ರಸಾದ್‌ನಲ್ಲಿ ನಿಂತು ಈ ಮಾತುಗಳನ್ನು ಹೇಳಿಸಿದನಾ? ಅವರಲ್ಲಿ ಆಡಲು ಇಲ್ಲ. ಮೊಮ್ಮಗಳನ್ನು ನೇರವಾಗಿ ನೋಡಿದರು. ನಾವು 'ನಿಮಿತ್ತ' ಎಲ್ಲಕ್ಕೂ ಭಗವಂತನೆ ಕಾರಣವೆಂಬ ನಂಬಿಕೆ ಇದ್ದರೂ, ಲೌಕಿಕದಲ್ಲಿದ್ದ ಜನ ಅವನ ಆಟದಲ್ಲಿ ಭಾಗಿಗಳಾಗಲೇಬೇಕು. ಮುಖ್ಯವಾಗಿ ಅವಧಾನಿಗಳ ಮನೆ ಹುಡುಗ ಬಂದು ಹೇಳಿ ಹೋಗಿದ್ದ. "ಮುಂಬಯಿನಲ್ಲಿರೋ ಅತ್ತೆ ಫೋನ್ ಮಾಡಿದ್ರು. ಅಲ್ಲಿಗೆ ಹೊರಟರು. ಸ್ವಲ್ಪ ದಿನ ಅಲ್ಲೇ ಉಳಿಯಬೇಕಾಗಬಹುದು. ಆದರಿಂದ ಪೂಜೆಗೆ ಬೇರೆಯವ್ರನ್ನು ನೇಮ್ಸಿಕೊಳ್ಳೀಂತ ಹೇಳಿ ಹೋಗಿದ್ದಾರೆ." ಇದು ಕೂಡ ಮುಖ್ಯವಾದ ಚಿಂತೆ. ಒಂದು ದಿನ ಕೂಡ ಎರಡೊತ್ತಿನ ಪೂಜೆ ತಪ್ಪಿಸಿದ್ದಿಲ್ಲ. ಈಗ ತಕ್ಷಣಕ್ಕೆ... ಸುತ್ತಮುತ್ತಲಿನ ಜನರಲ್ಲಿ ಯಾರು ಕೂಡ ಎರಡೊತ್ತಿನ ಪೂಜೆ ನಡೆಸಿಕೊಡುವಂಥವರು ಅವರ ನೆನಪಿಗೆ ಬಂದಿರಲಿಲ್ಲ. ಅದು ಕೂಡ ಇಲ್ಲಿ ನಿಲ್ಲಲು ಒಂದು ಕಾರಣ.

ಅದನ್ನು ಮೊದಲು ತಿಳಿಸಿ, ವ್ಯವಹಾರಿಕವಾಗಿ ಮಾತನ್ನು ಪ್ರಾರಂಭಿಸಿದರು. "ಮುಂದೆ ಪೂಜೆಗೆ ಬರುವ ಜನಕ್ಕಾಗಿಯಾದ್ರೂ... ಈ ತೋಟ ಉಳಿಸಿಡಬೇಕು. ಮತ್ತೆ ಶ್ಯಾಮ್‌ಪ್ರಸಾದ್, ದಿವ್ಯ ಅಲ್ಲೇ ಕೆಲ್ಸದಲ್ಲಿ ಮುಂದುವರಿಯಲಿ, ಸದ್ಯಕ್ಕೆ ನಾನು ಇಲ್ಲಿ ಪೂರ್ತ ನಿಲ್ಲೋಕ್ಕಾಗೋಲ್ಲ, ಇದೊಂದು ಸಹಾಯಂತ ತಿಳ್ಕೊಳ್ಳಿ ಅಂದ. ಇದ್ರಿಂದ ಅವ್ರಿಗೆ ಎಷ್ಟು ಸಹಾಯವೋ ತಿಳಿಯದು. ನಮ್ಗೆ ಮಾತ್ರ ಸಹಾಯ" ಅಂದವರು ಮೌನವಹಿಸಿದರು. ಇನ್ನೊಂದು ವರ್ಷದಲ್ಲಿ ಉಳಿದ ಮೊತ್ತ ತೀರಬಹುದೇ? ಕಣ್ಮುಚ್ಚಿ ಕೂತರು ಕೆಲವು ನಿಮಿಷಗಳು. "ನೋಡೋಣ ಅವನಿಚ್ಛೆ. ನನ್ನ ಉಳಿದ ದಿನಗಳನ್ನು ಇಲ್ಲೇ ಕಳಿ ಎನ್ನುವುದು ಮಾರುತಿಯ ಇಚ್ಛೆಯೇನೋ? ಜೊತೆಗೆ... ಇಲ್ಲಿ ಉಳಿಯುವ ಸಲುವಾಗಿ ಹರಕೆಯೊತ್ತೆ ಭಕ್ತಿಭಾವದಿಂದ. ಅದ್ನ ಕೂಡ ನಡ್ಸಿಕೊಡೋದು ಅವ್ನ ಕರ್ತವ್ಯ ಕೂಡ. ಅಲ್ಲಿ ಸ್ವಂತದ ಸ್ವಾರ್ಥವಿರ್ಲಿಲ್ಲ" ಹೇಳುತ್ತ ಹೋದವರು ಕೊನೆಗೆ ನಿಲ್ಲಿಸಿದ್ದೆ ಐದು ನಿಮಿಷದ ನಂತರವೇ.

ಸಂತೋಷದಿಂದಲೇ ಹೊರಬಂದಳು. ಅಲ್ಲಲ್ಲಿ ಸಾಮಾನು ಹರಡಿಕೊಂಡಿತ್ತು.

"ಅಮ್ಮ. ನೀನು ಪೂಜಿಸೋ ಹನುಮಂತ ಇನ್ನೊಂದ್ವರ್ಷ ಇಲ್ಲಿ ಉಳ್ಕೊಳ್ಳೋಕೆ ಪರ್ಮಿಟ್ ಕೊಟ್ಟಿದ್ದಾನೆ. ಸದ್ಯಕ್ಕೆ ಪೋಸ್ಟ್‌ಫೋನ್. ಎಲ್ಲವನ್ನು ಅಲ್ಲಿಗಲ್ಲಿಗೆ ಸೇರ್ಸಿಬಿಡೋಣ" ಸೆರಗನ್ನು ಸೊಂಟಕ್ಕೆ ಸಿಕ್ಕಿಸಿಕೊಂಡು ಕೆಲಸಕ್ಕೆ ಮುಂದಾದಳು. ಅದನ್ನು ಶ್ಯಾಮ್‌ಪ್ರಸಾದ್‌ಗೆ ತಿಳಿಸಲು ಎರಡು ಸಲ ಮೊಬೈಲ್‌ನ ಬಟನ್‌ಗಳನ್ನೊತ್ತಿದವಳು ಕಟ್ ಮಾಡಿದಳು.

ಎಲಿಸಾ ಬಳಿ ಚಾಟಿಂಗ್ ಮಾಡುತ್ತಿದ್ದ ಅವನು ಮೊಬೈಲ್ ಎತ್ತುವ ವೇಳೆಗೆ ಕಟ್ ಆಗಿತ್ತು. ಅವನಾಗಿ ಸಂಪರ್ಕಿಸಲು ಇಚ್ಛಿಸಲಿಲ್ಲ. ದಿವ್ಯನ ಅಷ್ಟಿಷ್ಟು ಅರ್ಥ ಮಾಡಿಕೊಂಡಿದ್ದ. ಸ್ವಾಭಿಮಾನ, ಪ್ರಾಮಾಣಿಕತೆಯ ಪ್ರಜ್ವಲನೆಯನ್ನು ಗುರ್ತಿಸಿದ್ದರು. ಅದು ಅವಳ ಮಾನಸಿಕ ಸೌಂದರ್ಯವನ್ನು ನೂರ್ಮಡಿ ಹೆಚ್ಚಿಸಿರೋದು ಅವನ ಅರಿವಿಗೆ ಬಂದಿತ್ತು.

ಆ ವೇಳೆಗೆ ಆರಾಧ್ಯರು ಆ ಹುಡುಗಿಯನ್ನು ಮುಂದಿಟ್ಟುಕೊಂಡು ಬಂದು ಅವನ ಮುಂದೆ ನಿಂತರು.

"ಅನಂತಶರ್ಮರ ಇಡೀ ಕುಟುಂಬ ಖಾಲಿ ಮಾಡಿಕೊಂಡು ಹೊರಟಿರೋದುಂಟು. ಅದಕ್ಕೇ ಸುತ್ತಮುತ್ತಲಿನವ್ರ ವಿರೋಧವಿದ್ರೂ... ನಿಸ್ಸಾಯಕರು ದಿವ್ಯ ಕೂಡ ಕೆಲ್ಸ ಬಿಡೋದು ಖಾಯಂ... ಅದ್ರಿಂದ ಈ ಹುಡ್ಗಿ ನಳಿನಿನ ಕರ್ಕಂಡ್ ಬಂದಿದ್ದೀನಿ. ಬುದ್ಧಿವಂತೆ, ಎಂ.ಬಿ.ಎ. ಮಾಡಿದ್ದಾಳೆ. ಅವಳ್ನ ಸಿಟಿಗೆ ಕೆಲ್ಸದ ಸಲುವಾಗಿ ಕಳಿಸೋ ಇಷ್ಟವಿಲ್ಲ. ಸದ್ಯಕ್ಕೆ ಮ್ಯಾನೇಜರ್ ಪೋಸ್ಟ್‌ಗೆ ಅಪಾಯಿಂಟ್ ಮಾಡ್ಕೋಬಹುದು."

ಆರಾಧ್ಯರನ್ನ, ಪಕ್ಕದಲ್ಲಿ ನಿಂತ ಯುವತಿಯನ್ನು ಬದಲಾಯಿಸಿ.... ಬದಲಾಯಿಸಿ ನೋಡಿದ. ದಿವ್ಯ ಹೊರಟುಹೋದರೆ, ಅವಳ ಜಾಗಕ್ಕೆ ಇನ್ನೊಬ್ಬರ ಅಗತ್ಯವಿದೆ. ತುಂಬ ಅಪ್‌ಟುಡೇಟಾಗಿ ಇದ್ದಳು.

"ಸದ್ಯಕ್ಕೆ ನಾನೇನು ಹೇಳೋಕ್ಕಾಗೋಲ್ಲ. ಒಂದ್ವಾರ ಬಿಟ್‌ಬಂದ್ ಭೇಟಿ ಮಾಡಿ. ಆ ವೇಳೆಗೆ ನಿಮ್ಗೂ ಅಪ್‌ಟು ಡೇಟ್ ನ್ಯೂಸ್ ಸಿಕ್ಕುತ್ತೆ" ಅಂದ ಉತ್ಸಾಹ ತೋರದೆ. ಅವರು ತಿಳಿದಿದ್ದು ಬೇರೆ. ಬಹುಶಃ ಶ್ಯಾಮ್‌ಪ್ರಸಾದ್ ಎಲ್ಲಾ ಮಾರಿಕೊಂಡು ವಿದೇಶಕ್ಕೆ ಹಾರಿಬಿಡಬಹುದು. "ಬರ್ತೀನಿ.... ಸರ್" ನಡೆದ. ಆ ಯುವತಿ ಮಾತ್ರ ನಿಂತು "ಪ್ಲೀಸ್, ಸರ್, ನಂಗೆ ಕೆಲ್ಸ ಬೇಕೇ... ಬೇಕು. ಆ ಕನಸು ಕಟ್ಟಿಕೊಂಡು ಎಂಬಿಎ ಮುಗಿಸಿದ್ದು. ಹಿರಿಯರು ಅರ್ಥ ಮಾಡ್ಕೋತಾ ಇಲ್ಲ. ಒಂದಾರು ತಿಂಗ್ಳು ನೀವು ಕೆಲ್ಸ ಕೊಟ್ಟರೆ, ನಂತರ ಸಿಟಿ ಕಡೆ ಹೋಗೋ ಪ್ಲಾನ್ ಮಾಡ್ತೀನಿ ನಂಗೆ ಈ ಎನ್ವಿರನ್‌ಮೆಂಟ್‌ನಲ್ಲಿ ಇರೋ ಇಚ್ಛೆ ಇಲ್ಲ. ಪ್ಲೀಸ್ ಅಂಡರ್‌ಸ್ಟಾಂಡ್ ಮೀ. ನಂಗೆ ವಾಸಕ್ಕೆ ಅನ್ಕೂಲ ಮಾಡಿಕೊಟ್ಟರೆ, ಇಲ್ಲೇ ಇರ್ತೀನಿ. ದಿವ್ಯ ಇಲ್ಲಿ ಕೆಲವು ಗಂಟೆಗಳ್ನ ಮಾತ್ರ ವಿನಿಯೋಗಿಸ್ತಾಳಂತೆ. ನಾನು ನನ್ನ ಪೂರ್ತಿ ಸಮಯನ 'ಗ್ರೀನ್ ಗಾರ್ಡನ್'ಗಾಗಿ ವಿನಿಯೋಗಿಸ್ತೀನಿ. ನಮ್ಮ ಮನೆ ಎನ್ವಿರನ್‌ಮೆಂಟ್ ಉಸಿರುಗಟ್ಟಿಸುತ್ತೆ. ಪ್ಲೀಸ್...." ರಿಕ್ವೆಸ್ಟ್ ಮಾಡಿಕೊಂಡಳು.

"ಲೆಟ್ ಮಿ ಸೀ. ಯೂ ಗೋ ನೌ" ಅಂದು ಒಳಗೆ ಹೋದ. ಈ ಪರಿಸರವನ್ನು ಇಷ್ಟಪಡದ ನಳಿನಿನ ಮ್ಯಾನೇಜರ್ ಆಗಿ ನೇಮಿಸಿಕೊಳ್ಳೋದು ಅವನಿಗೆ ಇಷ್ಟವಿಲ್ಲ. ಮುಂದೆ.... ದಿವ್ಯ ಖಾಲಿ ಮಾಡಿದರೆ, ಇಲ್ಲಿ ಕೆಲಸ ಮಾಡಿದ್ದಕ್ಕೆ ಅವಳು ಪಡೆದ ಹಣ ಬರೀ ಇಪ್ಪತ್ತುಸಾವಿರ. ಅದು ಬೆಂಗಳೂರಿನ ವೆಂಕಟೇಶಯ್ಯನಿಗೆ ಕೊಡೋ ಸಲುವಾಗಿ. ಬಹುಶಃ ಅವರುಗಳು ಹೊರಟುನಿಂತರೆ ಅವರು ಕೊಟ್ಟ ಹಣವನ್ನು ಪೂರ್ತಿಯಾಗಿ ಹಿಂದಿರುಗಿಸುವುದು ಅವನ ಉದ್ದೇಶ. ಅದನ್ನು ಕ್ಯಾಷಾಗಿ ತೆಗೆದಿಟ್ಟಿದ್ದ. ಮನಸ್ಸು ಮಾಡಿದ್ದರೆ, ಕೋಟಿಗಳು ಅವರ ಪಾಲಿಗೆ ಇರುತ್ತಿತ್ತು. ಆದರೆ ಅದು ಬೇಡ!

ಮಂಗಳವಾರ ರಾತ್ರಿ ಅವನಿಗೆ ನಿದ್ರಿಸಲಾಗಲಿಲ್ಲ. ದಿವ್ಯ ನಡೆ, ನುಡಿ ಅವನ ಕಣ್ಮುಂದೆ ಸುಳಿದಾಡುತ್ತಿತ್ತು. ವಿದೇಶದಲ್ಲಿ ಕನ್ನಡ ಕೂಟಗಳು ನಡೆಸುವ ಹಬ್ಬ, ಆಚರಣೆಗಳಲ್ಲಿ ಪಾಲ್ಗೊಳ್ಳುತ್ತಿದ್ದ. ಹೆಂಗಳೆಯರ ಸಮೂಹ ಭಾರತೀಯ

ಸಾಂಪ್ರದಾಯಿಕ ಉಡುಗೆ ವೇಷಭೂಷಣಗಳಲ್ಲಿ ಪಾಲ್ಗೊಳ್ಳುತ್ತಿದ್ದರು. ಎಂತಹುದೋ ಕೊರತೆ ಎದ್ದು ಕಾಣುತ್ತಿತ್ತು. ಆದರೆ ದಿವ್ಯಳ ಭಾರತೀಯತೆ, ಸಂಪ್ರದಾಯಗಳಲ್ಲಿ ನಿಷ್ಠೆಯ ದಿವ್ಯಪ್ರಭೆ ಎದ್ದು ಕಾಣುತ್ತಿತ್ತು. ಬಹುಶಃ ಅವಳು ನಗದಿದ್ದರು ಅವಳ ತುಟಿಯಂಚಿನಲ್ಲಿ ಮುಗುಳ್ನಗುವಿನ ಸಿಂಚನವಿರುತ್ತಿತ್ತು.

ಬುಧವಾರ ಬೆಳಿಗ್ಗೆ ರಾತ್ರಿ ನಿದ್ರಿಸಲಾಗದಿದ್ದರೂ ಬೇಗ ಎದ್ದು ಹೊರಬಂದ. ಈಗ ಸೆಕ್ಯೂರಿಟಿ ಟೈಟಾಗಿತ್ತು. ರಾತ್ರಿ ಕಾವಲಿಗಿದ್ದ ಸೆಕ್ಯೂರಿಟಿಮೆನ್ ಬಂದು ಸೆಲ್ಯೂಟೊಡೆದ. ಮುಂದೆ ಸಾಗಿದ ಶ್ಯಾಮ್‌ಪ್ರಸಾದ್ ಒಂದೆಡೆ ನಿಂತ. ಅಲ್ಲಿ ಅರಳಿನಿಂತ ಜೆರ್‌ಬೇರಾ ಹೂಗಳು ಕೂಡ ನಿಶ್ಚಲ ಸ್ಥಿತಿಯಲ್ಲಿದ್ದಂತೆ ಕಂಡಿತು. ಅವನೆ ಬಲವಂತವಾಗಿ ತುಟಿಗಳ ಮೇಲೆ ನಗುವನ್ನು ಅರಳಿಸಿದ.

ಅರೆಬರೆ ಸುತ್ತಾಡಿ ಗೆಸ್ಟ್‌ಹೌಸ್‌ನತ್ತ ನಡೆಯುತ್ತಿದ್ದವನಿಗೆ ಜೀಪಿನ ಸದ್ದು ಹಿಡಿದು ನಿಲ್ಲಿಸಿತ್ತು. ನಿಂತು ಕತ್ತು ತಿರುಗಿಸಿದ. 'ಹೌದು' ದಿವ್ಯ ಇಳಿದು ಬರುತ್ತಿದ್ದವಳು ವಿಶ್ ಮಾಡಿದಾಗ ತುಂಟ ಹುಡುಗನಂತೆ ಶಿಳ್ಳೆ ಹಾಕಬೇಕೆನಿಸಿತು. ಆದರೂ ಗಂಭೀರವಹಿಸಿದ. ವಿಷಯ ತಿಳಿಯಬೇಕಿತ್ತು. ಅಕಸ್ಮಾತ್ ಲೆಕ್ಕದ ಪುಸ್ತಕವಿಡಿದು ಬಂದು 'ತಾನು ಕೆಲಸ ಬಿಟ್ಟು ಹೋಗುವೆ' ಎಂದು ಸೌಜನ್ಯಕ್ಕೆ ತಿಳಿಸಿ ಹೋಗಲು ಬಂದಿರಬಹುದೆ? ಇವನು ಆಫರ್ ಬೇರೆಯರೀತಿಯಲ್ಲಿ ಕೊಟ್ಟು ಬಂದಿದ್ದ. ಇಂಥ ಸಮಯದಲ್ಲಿ ಕೊಟ್ಟ ಹಣವನ್ನು ಕೇಳಬಹುದೇ? ಆ ರೀತಿ ಅವರುಗಳ ಬಗ್ಗೆ ಯೋಚಿಸುವುದು ತಪ್ಪೆನಿಸಿತು.

"ಗುಡ್ ಮಾರ್ನಿಂಗ್, ಸರ್" ಅಂದಳು ಹತ್ತಿರಕ್ಕೆ ಬಂದು.

"ವೆರಿ ಗುಡ್ ಮಾರ್ನಿಂಗ್.... ಥ್ಯಾಂಕ್ಯು ಫಾರ್ ಯುವರ್ ಅಂಡ ಯುವರ್ ಫ್ಯಾಮಿಲೀಸ್ ಕೋ-ಆಪರೇಶನ್. ಸದ್ಯದ ಸ್ಥಿತಿಯಲ್ಲಿ ಮ್ಯಾನೇಜರ್ ಪೋಸ್ಟ್ ಖಾಲಿಯಾಗಿರುವುದು ನಂಗಿಷ್ಟವಿಲ್ಲ ದಿವ್ಯ ಮೇಡಮ್" ಎಂದ ಹಸನ್ಮುಖಿನಾಗಿ. ಇಬ್ಬರು ಒಟ್ಟಿಗೆ ಗೆಸ್ಟ್‌ಹೌಸ್‌ನೊಳಗೆ ಹೋದರು. "ಜೊತೆಯಲ್ಲಿ ಕಾಫೀ ತಗೋಬಹುದಾ?" ಎನ್ನುತ್ತ ಕೂತ. ಅವಳ ಮನಸ್ಸು ಸಂತೋಷದಿಂದ ಕುಣಿಯದಿದ್ದರೂ ಸಮಾಧಾನ ಸ್ಥಿತಿಗೆ ಬಂದಿತ್ತು. ಈ ಒಂದು ವರ್ಷದಲ್ಲಿ 7 ಲಕ್ಷ ಚಿಲ್ಲರೆ ನೂರುಗಳ ಇಪ್ಪತ್ತೊಂದು ರೂಪಾಯಿಗಳನ್ನು ತೀರಿಸಬೇಕಿತ್ತು. ಅದಕ್ಕೆ ಬಡ್ಡಿ ಇರಲಿಲ್ಲ. ಅಸಲು ಕೊಟ್ಟರೆ ತೋಟ ಬಿಟ್ಟು ಕೊಡುವಷ್ಟು ದೊಡ್ಡ ಮನಸ್ಸು ಶ್ಯಾಮ್‌ಪ್ರಸಾದ್‌ದು.

"ಮತ್ತೊಂದು ಅವಕಾಶ ಕೊಟ್ರಿ. ಇಡೀ ಕುಟುಂಬ ಹೊರಟು ನಿಂತಿತ್ತು. ಅಜ್ಜಯ್ಯ ಪೂಜೆ ಮಾಡೋ ಮಾರುತಿ ನಿಮ್ಮ ಮೂಲಕ ತಡೆದು ನಿಲ್ಲಿಸಿದ್ದಾರೆ" ಮನಸ್ಸು ತುಂಬಿ ಹೇಳಿದ ಅವಳ ಮುಖ ಅತ್ಯಂತ ಸುಂದರವಾಗಿ ಕಂಡಿತು. ಬಂದ ಕಾಫಿ ಕಫ್ ಎತ್ತಿಕೊಂಡು "ತಗೊಳ್ಳಿ... ದಿವ್ಯ..." ಆ ಕ್ಷಣ, ಆ ಸಮಯ ಶಾಶ್ವತವಾಗಿ ಬಿಡಬಾರದೆಂತ ಅನ್ನಿಸಿದ್ದುಂಟು ಅವನಿಗೆ. ಅದು ಯಾವುದು ಅವನನ್ನು ಇಲ್ಲಿಗೆ ತಂದು ನಿಲ್ಲಿಸಿದ್ದು?

* * * *

ದೊಡ್ಡ ರೀತಿಯಲ್ಲಿ ಆಂಜನೇಯ ದೇವಾಲಯದಲ್ಲಿ ಅಭಿಷೇಕ. ಮೊದಲು ಅಲ್ಲಿ ಇದ್ದಿದ್ದು ಅನಂತಶರ್ಮ, ಆನಂದಶರ್ಮ ಮಾತ್ರ. ಆನಂದಶರ್ಮರು ತಂದೆಗೆ ಸಹಾಯಕರಾಗಿದ್ದರು. ಹೂವಿನ ಬುಟ್ಟಿ ಹಿಡಿದು ಬಂದ ದಿವ್ಯ ಪ್ರದಕ್ಷಿಣೆ, ನಮಸ್ಕಾರ ಶುರು ಮಾಡಿದಳು. ಅದು ಮುಗಿಯುವ ಹಂತಕ್ಕೆ ಪ್ರಸಾದದ ಪಾತ್ರೆ ಹಿಡಿದು ಬಂದರು ಕೌಸಲ್ಯ.

ಎಲ್ಲಾ ಮುಗಿಯುವ ವೇಳೆಗೆ ನಾಲ್ಕಾರು ಜನ ಬಂದು ಸೇರ್ಪಡೆಯಾದರು. ಶ್ಯಾಮ್‌ಪ್ರಸಾದ್ ಕೂಡ ಬಂದು ನಿಂತ. ಅವನ ಬಗ್ಗೆ ವಿಶೇಷವಾದ ಅಭಿಮಾನವೇ.

ಸಂಕಲ್ಪದ ತಟ್ಟೆ ಅವನ ಮುಂದೆ ಹಿಡಿದಾಗ"ಒಂದ್ಮಾತು ನನ್ನಮ್ಮ ಎಲಿನಾ, ನನ್ತಂಗಿ ಸೂನಾನ್ ಜೊತೆ ನನಗೆ ಅತ್ಯಂತ ಪ್ರಿಯವಾದವರ ಇಷ್ಟವಾದವರ ಬಗ್ಗೆ ಸಂಕಲ್ಪ ಮಾಡಬಹುದಾ?" ಕೇಳಿದ. ಒಂದು ಕ್ಷಣ ಮೌನವಹಿಸಿದವರು "ಖಂಡಿತ ಮಾಡ್ಬಹ್ದು" ಅಂದರು ಅನಂತಶರ್ಮರು. "ಇನ್ನೊಂದ್ವಿಷ್ಯ, ನಿಮ್ಗೆ... ಆ ಹೇಳಿದ್ದು ಒಪ್ಪಿಗೆಯೆನಿಸಿದರೆ, ಸರಿಯೆನಿಸಿದರೆ ಮಾತ್ರ. ಇಲ್ಲದಿದ್ದರೆ ಆ ಹೆಸರನ್ನು ಬಿಡಬಹುದು" ಎಂದಾಗ ಅಚ್ಚರಿಯೆನಿಸಿತು. ಇಂಥ ಪ್ರಸಂಗ ಎದುರಾಗುತ್ತಿರುವುದು ಮೊದಲ ಸಲ ಅನಿಸಿತು. 'ಸರಿ' ಎಂದು ಮುಖಭಾವದಿಂದಲೇ ಒಪ್ಪಿಗೆ ಸೂಚಿಸಿದರು. ಅಮ್ಮ ತಂಗಿಯ ಜೊತೆ" ಕೇಶವಪ್ರಸಾದ್ ಅಗ್ನಿಹೋತ್ರಿ, ಶ್ರೀಧರಪ್ರಸಾದ್ ಅಗ್ನಿಹೋತ್ರಿ" ಅಂದವ... ಬಹಳ ನಿಧಾನವಾಗಿ ದಿವ್ಯಾ ಆನಂದಶರ್ಮ" ಅಂದಕೂಡಲೇ ಅವರು ತಟಸ್ಥರಾದರು. "ನಿಮ್ಗೆ ಒಪ್ಪಿಗೆಯಾದರೆ ಮಾತ್ರ" ಅವನ ಕಣ್ಣುಗಳು ಹೇಳಿತು. "ಆಂಗೀರಸ, ಗೋತ್ರೋದ್ಭವಸ್ಯ... ಮಹಾನಕ್ಷತ್ರ... ದಿವ್ಯ ಆನಂದಶರ್ಮ ನಾಮಧೇಯಸ್ಯ' ಎಂದು ಹೇಳಿದನಂತರವೆ ತಟ್ಟೆಯನ್ನು ತೆಗೆದುಕೊಂಡು ಹೋಗಿದ್ದು.

ಯಾರಿಗೆ ಏನು ಅರ್ಥವಾಗಲಿಲ್ಲ. ಎಲ್ಲಾ ಮುಖಮುಖ ನೋಡಿಕೊಂಡರು. ದಿವ್ಯಾಗಂತು ಕಕ್ಕಾಬಿಕ್ಕಿ. ಎಲ್ಲರಿಗೂ ಮಂಗಳಾರತಿ ಪ್ರಸಾದ ಕೊಟ್ಟನಂತರ ಶ್ಯಾಮ್‌ಪ್ರಸಾದ್ ಬಂದು ಅವರ ಕಾಲಿಗೆರಗಿದ.

ನಿಜವಾಗಿಯು ತುಂಬು ಮನದಿಂದ ಆಶೀರ್ವದಿಸಿದರು. ದಿವ್ಯಳ ತುಂಬು ಅಭಿಮಾನದ ಉದ್ದಗಲಕ್ಕೂ ಬೆಳದು ನಿಂತ ಶ್ಯಾಮ್‌ಪ್ರಸಾದ್.

ಸಾಲ ತೀರಿ ತೋಟ ಇವರ ಕೈ ಸೇರಿದನಂತರವೇ ಮದುವೆ. ಪ್ರಕೃತಿಯು ಶುಭ ಹಾರೈಸಿದಂತಾಯಿತು.

ಶ್ರೀನಿಧಿ ಕುಟುಂಬಕ್ಕೂ ವಿವಾಹಕ್ಕೆ ಆಹ್ವಾನವಿರುತ್ತೆ. ಕೃಷ್ಣಪ್ರಸಾದ್‌ಗೆ ಇಂಥದೊಂದು ಕನಸಿತ್ತು. ಅಂತು ಶರ್ಮರ ಕುಟುಂಬ ಬೀದಿಗೆ ಬೀಳಲಿಲ್ಲ.

❖